चौघीजणी

लेखक
लुइसा मे अल्कॉट

अनुवाद
शान्ता ज. शेळके

मेहता पब्लिशिंग हाऊस

'LITTLE WOMEN' by LOUISA M. ALCOTT

चौघीजणी : अनुवादित कादंबरी

अनुवाद : शान्ता ज. शेळके

Email : author@mehtapublishinghouse.com

संस्थापक : सुनील अनिल मेहता

प्रकाशक : मेहता पब्लिशिंग हाऊस प्रा. लि.,
१९४१, सदाशिव पेठ, माडीवाले कॉलनी, पुणे ४११०३०.

मुद्रक : श्री मुद्रा

मुखपृष्ठ : चंद्रमोहन कुलकर्णी

प्रकाशनकाल : तिसरी आवृत्ती : मार्च, १९९१ / जानेवारी, १९९८ /
जून, १९९९ / नोव्हेंबर, २००५ / फेब्रुवारी, २००७ /
एप्रिल, २००८ / जून, २००९ / ऑगस्ट, २०१० /
जानेवारी, २०१२ / मे, २०१३ / फेब्रुवारी, २०१५ /
फेब्रुवारी, २०१७ / नोव्हेंबर, २०१८ / डिसेंबर, २०२० /
ऑक्टोबर, २०२२ / पुनर्मुद्रण : ऑगस्ट, २०२५

किंमत : ₹ ७५०

P Book ISBN 9788171619160
E Book ISBN 9789386454072
E Books available on : amazonkindle Apple Books Google Play Books

---

परिचय

लुइसा मे अल्कॉट या अमेरिकन लेखिकेचे 'LITTLE WOMEN' हे पुस्तक अठराशे अडुसष्ट साली प्रथम प्रसिद्ध झाले. 'गुड वाइव्ह्ज' हा त्याचा दुसरा भाग अठराशे एकूणसत्तर साली प्रसिद्ध झाला. या लेखिकेने इतरही काही पुस्तके लिहिली आहे, पण 'LITTLE WOMEN' इतकी लोकप्रियता त्यांना लाभली नाही. लुइसा मे अल्कॉट हिने हे पुस्तक आपल्या बालपणीच्या अनुभवांच्या आधारे रेखाटले आहे आणि त्यातल्या मेग, ज्यो, बेथ, ॲमी या चार बहिणींच्या व्यक्तिरेखाही तिने आपण स्वत: व आपल्या बहिणी यांच्यावरूनच चित्रित केल्या आहेत. या चौघीजणी एकमेकींहून स्वभावाने अगदी वेगळ्या आहेत. तरीही प्रेमाच्या नात्याने त्या एकमेकींशी दृढपणे निगडित आहेत. त्यांच्या कोवळ्या आशाआकांक्षा, समस्या, स्वप्ने आणि सुख-दु:खे यांचे कधी विनोदी तर कधी हृदयस्पर्शी वाटणारे असे हे चित्रण आपल्या साधेपणाने, सच्चेपणाने अणि उत्कटतेने मनाला मोहून टाकते.

लुइसा मे अल्कॉट हिचा जन्म अठराशे बत्तीस साली जर्मनटाउन इथे झाला. तिचा पिता अमॉस ब्रॉन्सन अल्कॉट हा स्वत: लेखक होता आणि शिक्षणविषयक काही अभिनव प्रयोगही त्याने केले होते. अल्कॉट कुटुंब दरिद्री होते. स्वत: लुइसा शिवणटिपण, स्वयंपाक अशी घरगुती कामे करून आपल्या कुटुंबाचे पोषण करीत असे. तिने विवाह केला नाही. वयाच्या छप्पन्नाव्या वर्षी अठराशे

अठ्ठ्याऐंशी साली बोस्टन येथे ती निधन पावली. 'LITTLE WOMEN' हे पुस्तक हेच तिचे खरे वाङ्मयीन स्मारक होय. गेली शंभर वर्षे देशोदेशीच्या तरुण मुलामुलींना आपल्या मुग्ध शैशवाचे रमणीय चित्र या सुंदर पुस्तकात सतत पाहावयास मिळाले आहे आणि एका निर्मळ पण उदास आनंदाचा त्यांना त्यातून प्रत्यय आला आहे.

१९६९, मुंबई. **शान्ता ज. शेळके**

चौथ्या आवृत्तीची प्रस्तावना

लुइसा मे अल्कॉट हिच्या 'LITTLE WOMEN' आणि 'गुड वाइव्ह्ज' या दोन्ही पुस्तकांचा मला 'युसिस' तर्फे अनुवाद करावयास मिळाला आणि मी तो 'चौघीजणी' या नावाने सलगपणे एकोणीसशे एकूणसत्तर साली केला. हा अनुवाद 'मॅजेस्टिक' प्रकाशनातर्फे प्रथम प्रसिद्ध झाला. 'गुड वाइव्ह्ज' हे पुस्तक अठराशे एकूणसत्तर साली प्रकाशित झाले होते. अर्थात एकोणीसशे एकूणसत्तर साल हे त्या प्रकाशनाच्या शताब्दीचे वर्ष होते. हा एक उल्लेखनीय योगायोग म्हटला पाहिजे.

'LITTLE WOMEN' हे पुस्तक शाळकरी वयात माझ्या हाती पडले. त्या वयात ते मला अत्यंत आवडले. काही वर्षांनंतर 'गुड वाइव्ह्ज' हे पुस्तक मला मिळाले. आणि ते मी अगदी अधाशीपणे वाचून काढाले. 'मार्च' बहिणींशी आधी माझी ओळख झालेली होतीच. 'गुड वाइव्ह्ज' मध्ये त्यांच्या जीवनाचा उत्तरार्ध मला कळला आणि ती ओळख अगदी पक्की झाली. 'LITTLE WOMEN' आणि 'गुड वाइव्ह्ज' या दोन्ही पुस्तकांशी असा घनिष्ट संबंध आधीच जडलेला असल्यामुळे त्यांचा अनुवाद करणे तर मला सोपे गेलेच, पण हे काम करताना त्या बहिणींशी पुन्हा एकदा जवळीक साधल्याचा आनंद मला लाभला. अनुवाद करतानाचा माझा काळ फार सुखात गेला.

'चौघीजणी' पुस्तक प्रसिद्ध झाले आणि त्याला अतोनात लोकप्रियता मिळाली. तरुण मुलागुलींनी तर त्याचे मन:पूर्वक स्वागत केलेच, पण प्रौढांनाही त्याने काही विशेष प्रकारचा आनंद दिला. याचे श्रेय माझ्या अनुवादकौशल्यापेक्षाही मूळ पुस्तकाच्या वाङ्मयीन आणि भावनिक संपन्नतेला द्यायला हवे. उत्तम व्यक्तिचित्रण, वेधक संवाद, कौटुंबिक भावसंबंधांतील नितळ हृद्यता, कोवळ्या

वयातल्या स्नेहामधली निर्भर उत्कटता, प्रसन्न विनोद – अशा विविध गुणांमुळे हे पुस्तक अतिशय रसाळ आणि चित्ताकर्षक झाले आहे. ज्यो हे लेखिकेचेच प्रतिरूप आहे. तिची साहित्यक्षेत्रातली प्रारंभीची धडपड, बहिणीबहिणींतले प्रेम आणि भांडणे, शेजारच्या लॉरीशी या चौघी बहिणींचा जमलेला स्नेह, बेथचा अकालमृत्यू, मेगचे वैवाहिक जीवनातले प्रारंभीचे अनुभव असे कितीतरी सुंदर तसेच हृदयस्पर्शी प्रसंग इथे आहेत. ते वाचताना मन रंगते. तसेच हेलावूनही जाते. एका खोल अर्थाने हे पुस्तक नीतिमूल्यांचे संस्कार वाचकांवर घडवते. पण तसे करताना ते कुठेही ढोबळ बटबटीतपणाने उपदेश करीत नाही किंवा कंटाळवाणे होत नाही हे त्याचे फार मोठे यश म्हणावयास हवे.

'चौघीजणी' या पुस्तकाच्या आतापर्यंत तीन आवृत्त्या निघाल्या आहेत. गेली अनेक वर्षे ते बाजारात मिळत नव्हते. या काळात अनेक वाचकांनी, विशेषत: तरुण मुलामुलींनी त्याची आस्थेने चौकशी केली. ते आपण अनेकदा वाचल्याचे, अनेकांना वाचायला दिल्याचे मला आवर्जून सांगितले आणि त्याची नवी आवृत्ती केव्हा निघणार असे अतिशय उत्सुकतेने पुन्हा पुन्हा मला विचारले. आज माझे तरुण आणि उत्साही प्रकाशक मित्र सुनील अनिल मेहता यांनी आपल्या नेहमीच्या आस्थेवाईकपणाने 'चौघीजणी'ची ही चौथी आवृत्ती आपल्या 'मेहता' प्रकाशनातर्फे देखण्या स्वरूपात प्रकाशित केली आहे आणि माझे चित्रकार मित्र चंद्रमोहन कुलकर्णी यांनी त्याचे कलापूर्ण मुखपृष्ठ सिद्ध केले आहे. या उभयतांचे मी मन:पूर्वक आभार मानते.

बरीच वर्षे दुर्मिळ झालेल्या 'चौघीजणी' या पुस्तकाच्या नवीन आवृत्तीचे केवळ तरुण मुलेमुलीच नव्हेत तर प्रौढ वाचकही मोठ्या अगत्याने आणि प्रेमाने स्वागत करतील, यात मला मुळीच शंका वाटत नाही.

१४ जानेवारी, १९९८ **शान्ता ज. शेळके**

अनुक्रमणिका

१. छोटे प्रवासी / १

२. नाताळचा दिवस / १५

३. नवा परिचय / २८

४. एकेकीचे ओझे / ४१

५. शेजारच्या घरी / ५३

६. बेथला मिळालेलं पारितोषिक / ६५

७. ॲमीला मिळालेला धडा / ७४

८. विचित्र अपघात / ८३

९. बाहेरच्या जगाची पहिली झुळूक / ९४

१०. पिक्‌विक्‌ क्लब आणि पोस्ट ऑफिस / ११२

११. एक नवा प्रयोग / १२०

१२. लॉरीची पिकनिक / १३१

१३. सुखस्वप्ने / १५३

१४. गुपिते, रहस्ये - / १६३

१५. वॉशिंग्टनची तार / १७६

१६. काही पत्रे / १८८

१७. छोटा शिलेदार / १९८

१८. बेथचा आजार / २०७

१९. ॲमीचे मृत्युपत्र / २१८

२०. थोडेसे खाजगी / २२९

२१. लॉरीचा खोडकरपणा / २३९

२२. हिरवीगार कुरणे / २५४

२३. अखेर जमले ! / २६४

२४. थोडेसे पूर्वीचे / २७९
२५. मेगचे लग्न / २९४
२६. ॲमीची कलासेवा / ३०३
२७. ज्योची साहित्यसेवा / ३१७
२८. मेगचा संसार / ३२६
२९. शेजाऱ्यापाजाऱ्यांकडे / ३४४
३० आनंद मेळा / ३५७
३१. आमच्या परदेशातील बातमीदाराकडून / ३७२
३२. कोवळ्या व्यथा / ३८५
३३. ज्योची दैनंदिनी / ३९९
३४. ज्योचा नवा मित्र / ४१४
३५. पहिला प्रेमभंग / ४३१
३६. बेथचे गुपित / ४४४
३७. नव्या संवेदना / ४५१
३८. मेगचा संसार / ४६३
३९. एक संवाद / ४७५
४०. सीमेपार / ४८९
४१. विस्मृतीचा अवघड मार्ग / ४९५
४२. ज्योचे एकाकीपण / ५०७
४३. आश्चर्याचा दिवस / ५१६
४४. राजाराणी / ५३२
४५. डेझी आणि डेमी / ५३८
४६. पावसातला प्रणय / ५४६
४७. सुगी / ५६३

Please contact us at **Mehta Publishing House Pvt. Ltd.,** Pune 411030.
© +91 020-24476924 / 24460313 / Mob. No. 9545000513
Email : production@mehtapublishinghouse.com
Website : www.mehtapublishinghouse.com

- *या पुस्तकातील लेखकाची मते, घटना, वर्णने ही त्या लेखकाची असून त्याच्याशी प्रकाशक सहमत असतीलच असे नाही.*

१

छोटे प्रवासी

"भेटी द्यायच्या नाहीत मग तो नाताळ कसला?'' जमिनीवरच्या सतरंजीवर लोळत पडलेली ज्यो कुरकुरली.

"एकंदरीनं गरीब असणं वाईटच!'' अंगावरच्या जुन्या कपड्यांकडे बघत मेगने उसासा टाकला.

"काही मुलींना सगळ्या छान वस्तू भरपूर प्रमाणात मिळाव्यात अन् काहींच्या वाट्याला मात्र काहीच येऊ नये – मला नाही वाटत हे बरोबर आहेसं!'' लहानगी ॲमी मानेला नापसंतीदर्शक झटका देऊन म्हणाली.

"असं का म्हणतेस तू?'' कोपऱ्यात शांतपणे बसून राहिलेली बेथ समाधानी वृत्तीने म्हणाली, "आपल्याला वडील आहेत. आई आहे. अन् शिवाय आपण साऱ्या बहिणी आहोत ना एकमेकींना?''

बेथच्या या आनंदी उद्गारांसरशी शेकोटीच्या तांबूस उजेडातले ते चार कोवळे चेहरे क्षणभर उजळले. पण दुसऱ्याच क्षणी ते पुन्हा काळवंडून गेले. कारण ज्यो खिन्नपणे म्हणाली,

"सध्या तरी वडील आपल्याजवळ नसल्यामुळे आपल्याला ते नाहीत असंच म्हणायला हवं; आणि आणखीही बराच काळ त्यांचा सहवास आपल्याला मिळायचा नाही.'' तिच्या ओठावर आले होते, 'कदाचित कधीच मिळायचा नाही.' पण ते शब्द तिने उच्चारले नाहीत. तरीही प्रत्येकीच्या मनात तो अशुभ विचार येऊन गेलाच. कारण त्यांचे वडील या वेळी दूर रणभूमीवर होते; आणि तेथे जोरात लढाई चालू होती.

"या नाताळात आपण भेटी द्यायच्या-घ्यायच्या नाहीत असं जे आईनं ठरवलंय, त्याचं कारण हा हिवाळा सर्वांनाच फार जड जाणार आहे.'' मेग म्हणाली, "आणि आपली पुरुषमंडळी तिकडे युद्धभूमीवर हालअपेष्टा सोशीत आहेत. अशा वेळी आपण चैनीत पैसे उडवणं बरं नाही असं आईचं म्हणणं, अन् ते अगदी खरं आहे. आपण

दुसरं जरी काही करू शकलो नाही, तरी असे छोटे वैयक्तिक त्याग आपल्याला करता येतील, अन् ते आपण आनंदानं केले पाहिजेत. पण मला नाही वाटत हे सोपं असेलसं,'' आणि तिने आपली मान नकारार्थी हलवली. कारण तिला अनेक सुंदर वस्तू मनापासून हव्याशा वाटत होत्या, अन् त्यांच्यावर पाणी सोडणे तिच्या जिवावर आले होते.

''पण आपल्या एवढ्याशा त्यागानं काय मोठंसं साधणार आहे? आपल्याजवळ सारा एकेक डॉलर तर आहे. तेवढ्या रकमेनं सैनिकांना अशी काय मदत होणार? मला कोणी भेटी नाही दिल्या तरी चालेल, पण मी स्वत: मात्र माझा डॉलर खर्चून 'अन्डाइन ॲन्ड सिन्ट्रॅम' पुस्तक विकत घेणारच. किती दिवसांपासून हवंय ते मला!'' ज्यो म्हणाली. तिला वाचनाचे अतोनात वेड होते.

''मी माझे पैसे संगीतासाठी खर्च करणार.'' बेथ म्हणाली, अन् तिने एक उसासा टाकला. इतक्या हळू की कोपऱ्यातल्या केरसुणीशिवाय इतर कोणीही तो ऐकला नाही.

''मी माझ्या पैशानं 'फेबर'च्या ड्रॉइंग पेन्सिली घेईन. फार गरज आहे मला त्यांची.'' ॲमी निश्चयी स्वरात म्हणाली.

''आईनं आपल्या पैशाबद्दल काही म्हटलेलं नाही आपल्याला नि आपण सर्वच आनंदावर पाणी सोडावं असं नक्कीच तिला वाटत नसणार! म्हणून मी म्हणते, आपण आपल्याला हव्या असलेल्या वस्तू विकत घेऊ अन् तेवढीच जरा मजा करू. आपण एरव्ही इतके कष्ट करतो की, निदान एवढी करमणूक आपल्याला हवीच.'' ज्यो म्हणाली.

''मला तरी करमणुकीची फार आवश्यकता आहे खास.'' मेग तक्रारीच्या सुरात म्हणाली, ''सारा दिवस मी त्या द्वाड पोरट्यांना शिकवीत असते. कंटाळा येतो अगदी!''

''पण तुला माझ्या निम्म्यानंही त्रास होत नसेल.'' ज्यो म्हणाली, ''तू निदान लहान मुलांना शिकवतेस. पण मला तर 'आँट मार्च'सारख्या म्हाताऱ्या आजीबाईला पुस्तकं वाचून दाखवावी लागतात; अन् म्हातारी नंबर एकची रागीट, चिडखोर अन् त्रासिक आहे. कितीही कष्ट करा, तिचं समाधान कसं ते होत नाहीच. मला तर कधीकधी असा वैताग येतो की, वाटतं सरळ खिडकीतून उडी मारावी नाही तर चक्क ढसढसा रडावं!''

''कुरकुरणं वाईट हे खरं, पण मला वाटतं की, दिवसभर खरकटी भांडी स्वच्छ करणं नि घरातला पसारा आवरून केर काढणं याच्याइतकं कंटाळवाणं काम जगात दुसरं कुठलंच नसेल. त्यानं माझा जीव विटून जातो. हात खरखरीत होतात अन् मग पियानोवर बोटं नीट चालतच नाहीत.'' बेथ म्हणाली आणि तिने आपल्या हातांकडे बघून पुन्हा उसासा टाकला. या वेळी मात्र तो सगळ्यांच्या कानी गेला.

''माझी खात्री आहे की, तुम्हाला कुणालाच माझ्याइतका त्रास सहन करावा लागत नसेल.'' ॲमी उसळून म्हणाली, ''तुम्हाला काही शाळेत जाऊन द्वाड मुलींच्याबरोबर

शिकावं लागत नाही. शाळेतल्या मुली इतक्या दुष्ट असतात! तुमचे धडे तयार नसले तर त्या तुम्हाला हसतात. तुमच्या फाटक्या कपड्यांची त्या कुचेष्टा करतात. तुमचे वडील दरिद्री असले तर या तुमच्याकडे तुच्छतेनं बघतात, अन् तुमच्या नकट्या नाकाकडे बघून त्या नाक मुरडतात!''

ॲमीचे लांबलचक भाषण नि त्यात तिने वापरलेले मोठमोठे शब्द ऐकून साऱ्याजणी हसू लागल्या. ज्यो तिला म्हणाली, ''एवढाले शब्द वापरतेस, अर्थ तरी कळतो का तुला त्यांचा?''

''कळतो, कळतो बरं का! तू नकोय एवढं मला हिणवायला.'' ॲमी ठासून म्हणाली, ''चांगले मोठे मोठे शब्द वापरून आपली भाषा सुधारावी असं मुळी आमच्या बाईंनीच आम्हाला सांगून ठेवलंय!''

''ए, अशा भांडू नका गडे. ज्यो, आपण पूर्वीसारखे श्रीमंत असतो तर किती छान झालं असतं नाही? मग आपल्या साऱ्या काळज्या दूर झाल्या असत्या नि आपल्या सुखाला पारावार राहिला नसता!'' मेग म्हणाली. ती सर्व बहिणींत थोरली होती आणि पूर्वीचे चांगले दिवस तिला अद्याप आठवत होते.

''पण त्या दिवशी तर तू म्हणालीस की त्या 'किंग' घरातल्या मुलांपेक्षा आपण खूप सुखी आहोत ! कारण त्यांच्याकडे जरी भरपूर पैसा आहे तरी ती मुलं आपापसांत सारखी भांडतात, मारामाऱ्या करतात नि त्यामुळं घरात कुणालाच सुख लागत नाही – एवढी श्रीमंती असूनसुद्धा!'' बेथने मेगला तिच्याच बोलण्याची आठवण करून दिली.

''हो. मी असं म्हटलं होतं खरं!'' मेग ओशाळून हसत म्हणाली, ''होय. मला वाटतं, आपण सुखी आहोत असंच म्हणायला हवं. कारण आपल्याला जरी कष्ट करावे लागत असले तरी आपण एकमेकींची थट्टामस्करी करतो, खूप हसतो, खेळतो नि एकंदरीनं मजेत दिवस काढतो. ज्योच्या शब्दांत सांगायचं म्हणजे आपलं एक मजेदार टोळकं आहे खरं!''

''ज्यो अगदी गांवढळ शब्द वापरत असते.'' ॲमीने उपहासाने म्हटले आणि जमिनीवर ऐसपैस पसरलेल्या ज्योकडे तुच्छतेची नजर टाकली. त्याचबरोबर ज्यो चटकन उठून बसली आणि आपले दोन्ही हात स्कर्टच्या खिशांत घालून तिने शीळ घालण्यास प्रारंभ केला.

''छी! शीळ घालू नकोस ज्यो. हे काय हे मुलांसारखं?''

''मुलांसारखं वागायचं म्हणूनच शीळ घालते मी.''

''मला नाही आवडत पुरुषी थाटाच्या मुली.'' ॲमी म्हणाली.

''मला नाही आवडत शिष्ट, अहंमन्य मुली.'' ज्योने लगेच प्रत्युत्तर दिले.

त्या दोघींचे भांडण नेहमीप्रमाणे पेटण्याच्या बेतात होते, पण बेथ एकदम गाऊ

लागली – 'पिले चिमुकली घरट्यामध्ये राहति आनंदाने', गाताना तिचा चेहरा इतका मजेदार दिसत होता की, ज्यो आणि ॲमी दोघीही आपले भांडण तात्पुरते विसरल्या अन् मोठमोठ्याने हसत सुटल्या.

"हे बघा, तुमचं दोघींचंही थोडंथोडं चुकतंय;" मेगने थोरल्या बहिणीचा अधिकार गाजवीत व्याख्यान सुरू केले, "ज्यो, हे पुरुषी वागणं आता सोडून द्यायला हवंस तू. तू लहान होतीस तेव्हाची गोष्ट वेगळी होती, पण आता तू चांगली उंच झाली आहेस, केस बांधायला लागली आहेस, तेव्हा आपण एक तरुण मुलगी आहोत हे ध्यानात ठेवायला नको का तू?"

"मुळीच नाही ठेवणार!" ज्यो उसळून म्हणाली, "अन् केसांचा अंबाडा बांधल्यानं जर मी लगेच मोठी होत असेन, तर वीस वर्षांची होईपर्यंत मी आपली दोन वेण्याच घालत जाईन." आणि तिने एकदम आपला अंबाडा सोडला. त्याबरोबर किरमिजी रंगाचे तिचे गर्द केस सळसळत पाठीवर ओघळले. "मला मुळी मोठं व्हायलाच आवडत नाही. आपण मोठं व्हावं, लांबलांब झगे घालावेत, अदबीनं बोलावं चालावं, लोकांनी आपल्याला 'मिस मार्च' म्हणून हाक मारावी – मला नकोय ते. खरं म्हणजे मुलगी म्हणून मी जन्माला आले हेच माझं दुर्दैव आहे. कारण मला आवड आहे ती पुरुषी वागण्याची, खेळांची, उद्योगाची. पाहा ना, मी जर मुलगा असते तर आता पपांबरोबर रणांगणावर गेले असते नि मर्दासारखे शत्रूशी दोन हात केले असते; पण मी पडले मुलगी, त्यामुळे मला हे भेकडासारखं घरात बसावं लागतंय नि म्हाताऱ्या बायकांसारखे मफलर नि पायमोजे विणायची माझ्यावर पाळी आली आहे!"

बोलता बोलता ज्यो इतकी रागावली की तिने हातातला अर्धवट विणलेला लोकरीचा पायमोजा जोराने हलवला. त्याबरोबर तिच्या विणकामाच्या सुया खळखळल्या आणि लोकरीचा गुंडा दूर खोलीच्या कोपऱ्यात गडगडत गेला.

"बिचारी ज्यो! तू मुलगी म्हणून जन्माला आलीस अन् त्यामुळं तुझी निराशा झाली हे वाईट आहे अगदी, पण त्याला आता इलाज काय? तेव्हा आम्ही तुला मुलासारखी 'ज्यो' म्हणून हाक मारतो, त्यातच तू समाधान मानलं पाहिजेस नि आम्हा बहिणींचा 'भाऊ' होऊन तू आम्हाला संभाळलं पाहिजेस." बेथ म्हणाली आणि तिने मोठ्या प्रेमाने अन् वात्सल्याने ज्योला जवळ ओढून तिचे मस्तक कुरवाळले. रोजच्या रोज भांडी घासून तिचे हात कितीही खरखरीत झाले असले तरी त्यांच्या स्पर्शातली मृदुता यत्किंचितही कमी झाली नव्हती!

"आणि ॲमी," मेगने आपले भाषण पुढे चालू केले, "तू सुद्धा दिवसेंदिवस भारी शिष्ट होत चालली आहेस. तुझं वागणं, बोलणं आता गमतीदार वाटतं, पण आतापासून तू सांभाळलं नाहीस तर मोठेपणी तू भलतीच शिष्ट नि अहंकारी बनशील. तुझ्या वागण्यातली सभ्यता अन् सफाई चांगली आहे, पण तुझ्या तोंडचे मोठेमोठे पुस्तकी

शब्द हे ज्योच्या गावंढळ पुरुषी शब्दांइतकेच वाईट आहेत!''

''ज्यो पुरुषी आहे, ॲमी शिष्ट आहे, अन् मी कशी आहे?'' थोरल्या बहिणीकडून आपलेही दोष जाणून घेण्याच्या इच्छेने बेथने उत्सुकतेने विचारले.

''तू आमची लाडकी बेथ आहेस फक्त. बाकी काही नाही. समजलं?'' मेग प्रेमभराने म्हणाली. तिचे म्हणणे कोणीही खोडून काढले नाही. कारण बेथ खरोखरच घरात साऱ्यांची लाडकी होती.

क्षणोक्षणी वाढत चाललेल्या संधिप्रकाशात त्या चौघी बहिणी विणत बसल्या होत्या. डिसेंबर महिन्यातले हिम बाहेर मंदपणे भुरभुरत होते आणि आत पेटवलेल्या शेकोटीत ज्वाला लवलवत होत्या. दिवाणखाना जुना पण आरामशीर होता. जमिनीवर अंथरलेला गालिचा विटून फिका पडला होता. कोच, खुर्च्या जुन्या, साध्या होत्या. पण भिंतीवर मोजकी चार सुरेख चित्रे टांगलेली होती. अलमाऱ्यांतून उत्तम पुस्तके भरलेली होती. खिडक्यांतून मांडलेल्या कुंड्यांतल्या फुलझाडांवर शेवंतीची अन् गुलाबाची फुले उमलत होती. सारे कसे घरगुती, निवांत, प्रसन्न होते.

मार्गारेट ही त्या चौघींतली सर्वांत थोरली बहीण. ती सोळा वर्षांची असून गोरीपान, किंचित स्थूल आणि अतिशय देखणी होती. पिंगट किरमिजी रंगाचे मऊ विपुल केस, नाजूक जिवणी आणि शुभ्र गोरे हात असे तिचे रूप होते. आपल्या सुंदर गोंडस हातांचा तिला मोठा अभिमान होता. तिच्या खालची बहीण ज्यो. ती पंधरा वर्षांची असून उंच, कृश व काहीशी सावळी होती. लांबलचक हातापायांमुळे ती वाढीला लागलेल्या शिंगरासारखी दिसे. तिची जिवणी निग्रही होती. नाक विनोदी वाटण्याजोगे होते आणि तिचे निळसर करड्या रंगाचे डोळे विलक्षण तीक्ष्ण असून प्रसंगानुसार ते कधी उग्र, कधी अन्तर्मुख तर कधी मिष्कील दिसत. तिचे केस खूप लांब अन् दाट होते, पण त्यांची तिला नेहमी अडचण वाटे, म्हणून त्यांचा ती घट्ट अंबाडा बांधून टाकी. मोठाले लांब हातपाय, भरून गोलसर होऊ लागलेले खांदे, कसेतरी अंगावर चढवलेले गबाळे कपडे आणि मुखावरचा गोंधळलेला भाव यांमुळे ज्योचे वाढते वय अन् त्याबद्दची तिची नाराजी, दोन्ही गोष्टी बघणाऱ्याला एकदमच जाणवत. तिच्याहून धाकट्या एलिझाबेथला सारे 'बेथ' म्हणत. तिचे वय तेरा वर्षांचे असून रंग गोरा गुलाबी, केस मऊसूत अन् डोळे चमकदार होते. बेथचा स्वभाव अतिशय भाबडा, लाजाळू असून तिचा आवाजदेखील भित्रा, लाजवट होता. तिच्या मुखावरची प्रसन्न शांतता क्वचितच विचलित होई. ती जणू आपल्या स्वत:च्याच एका सुखमय विश्वात राहात असे आणि आपल्या अगदी प्रेमाच्या माणसांपुरतीच ती त्या विश्वातून बाहेर येई. ॲमी सगळ्यांत धाकटी होती. पण त्या कुटुंबातली ती फार महत्त्वाची व्यक्ती होती, निदान तिच्या स्वत:च्या दृष्टीने तरी. ॲमी ही अगदी परीकथेतली परी होती. तिचा रंग गोरा, डोळे निळेनिळे आणि खांद्यापर्यंत रुळणारे केस कुरळे, पिवळे-सोनेरी होते. ॲमीचे वय जरी बारा वर्षांचेच

होते तरी तिची वागण्याबोलण्याची ढब अगदी प्रौढ स्त्रीसारखी होती. त्या चौघी बहिणींचे रंगरूप हे असे होते आणि त्यांचे स्वभाव – पण ते कथेच्या ओघात स्पष्ट होणारच आहेत.

घड्याळात सहाचे ठोके पडले. आई घरी येण्याची वेळ झाली. त्याबरोबर बेथने शेकोटीतली राख झाडली आणि आईच्या घरात वापरण्याच्या सपाता उबेसाठी शेकोटीजवळ ठेवल्या. वापरून वापरून जुन्या झालेल्या, झिजलेल्या त्या सपाता पाहून मुलींच्या मनावर मोठा परिणाम झाला. आई लौकरच घरी येणार आहे हे जाणवून मुली तिच्या स्वागतासाठी अधीर झाल्या. मेगने आपले व्याख्यान थांबवून दिवाणखान्यातला दिवा लावला. ॲमी कुणी न सांगताच आरामखुर्चीवरून उठली आणि ज्यो आपला सारा थकवा विसरून आईच्या सपाता शेकाटीशी धरून त्यांना ऊब आणू लागली.

''किती जुन्या झाल्या आहेत या सपाता!'' ती म्हणाली, ''मार्मीसाठी आता नव्या सपाता घ्यायला हव्यात.''

त्या मुली आईला कधी 'आई' तर कधी 'मार्मी' म्हणत.

''माझ्याजवळचे पैसे खर्चून मी सपाता घेईन मार्मीसाठी.'' बेथ चटकन म्हणाली.

''नाही. मी घेणार.'' ॲमी म्हणाली.

''मी सर्वांत थोरली बहीण आहे,'' मेग म्हणाली, ''मी सपाता घेणार–''

पण तिला मध्येच थांबवीत ज्यो म्हणाली,

''पपांनी युद्धावर जाताना मला आईची काळजी घ्यायला सांगितलं होतं आणि त्यांच्या गैरहजेरीत कुटुंबातला 'पुरुषमाणूस' मी आहे. तेव्हा मार्मीसाठी सपाता मी घेणार. समजलं?''

''मी सांगते आपण काय करायचं ते.'' बेथ म्हणाली, ''आपण आपल्यासाठी काही खरेदी करण्याऐवजी प्रत्येकानं आईसाठीच काहीतरी वस्तू घेऊन ती तिला नाताळची भेट म्हणून द्यावी.''

''वा! छान कल्पना आहे ही.'' ज्यो उल्हसित होऊन म्हणाली, ''काय काय वस्तू घेऊ या बरं आपण?''

काही काळ त्या चौघीजणी विचारमग्न होऊन बसल्या आणि मग आपल्या स्वत:च्या सुंदर हातांकडे बघता बघताच जणू कल्पना सुचल्याप्रमाणे मेग म्हणाली,

''मी आईसाठी हातमोजे घेईन.''

''मी तिच्यासाठी बाहेर वापरण्याचे बूट खरेदी करीन.'' ज्यो म्हणाली.

''मी स्वत: हातरुमाल शिवून ते देईन तिला.'' बेथ म्हणाली.

''मी आईसाठी कोलन वॉटरची छोटी बाटली विकत घेईन.'' ॲमी म्हणाली, ''तिला कोलन वॉटर आवडतं. छोट्या बाटलीला फार पैसेही पडणार नाहीत, अन् उरलेल्या पैशांत मला माझ्या ड्रॉईंगच्या पेन्सिलीही विकत घेता येतील.''

"पण या वस्तू आपण द्यायच्या कशा?" मेग म्हणाली, "तिला आधी यातलं काहीच कळता कामा नये. नाहीतर मग त्यातली सारी गंमत जाईल."

"आपण असं करू," ज्यो म्हणाली, "साऱ्या वस्तू एका टेबलावर नीट मांडून ठेवू अन् मग तिला आत बोलावून एकेक पुडकं उघडायला लावू. आपण लहान होतो तेव्हा आपल्या वाढदिवसाला आपण असंच नव्हतो का करीत?"

"माझ्या वाढदिवशी भल्या थोरल्या खुर्चीत डोक्याला कागदी टोपी घालून मी बसत असे." बेथ म्हणाली, "मग तुम्ही सारीजणं माझ्याजवळ येऊन, माझा मुका घेऊन, भेटीचं पुडकं हातात देऊन बाजूला उभी राहात असां. मला मुका घेतलेला आवडे, अन् भेटीच्या वस्तूही आवडायच्या. पण तुम्ही माझ्याकडे टक लावून बघत असताना पुडकी सोडायची म्हणजे कसंतरीच वाटायचं मला. माझी छाती अशी धडधडायची म्हणून सांगू!"

"आपण उद्या दुपारी बाजारात जाऊन सारी खरेदी करू. मार्मीला वाटेल की आपण आपल्यासाठीच काय काय घेत आहोत, अन् मग ऐन वेळी भेटी देऊन आपण तिला चकित करून सोडू. तोवर मेग, आपण नाटकाची तालीम करू या चल. नाताळच्या रात्रीपर्यंत नाटक बसलं पाहिजे छान!" ज्यो म्हणाली.

"पुढल्या खेपेला मी नाही नाटकात काम करणार हं! आता काही मी लहान नाही असले खेळ खेळायला." मेग म्हणाली. पण ते वरवरचे होते. नाटकासाठी मेकअप करून सोंग काढण्यात नि रंगीबेरंगी झगझगीत पोषाख करून नटण्यात अजून लहान मुलाइतकीच तिला गंमत वाटे.

"तू कसली नाटकात काम केल्याशिवाय राहणार? मला माहीत आहे, मोकळ्या सोडलेल्या केसांवर कागदी सोनेरी मुकुट चढवून आणि पांढराशुभ्र झगा अंगात घालून नाटकातली राजकन्या व्हायला मनातून फार आवडतं तुला! तुला अभिनयाचं अंगही छान आहे आणि आमची सारी मदार तुझ्यावरच आहे. तू काम करायचं सोडलंस म्हणजे संपलंच! पण गप्पा पुरे. आपण नाटकाची तालीम करायला हवी. चल ॲमी, तो बेशुद्ध होण्याचा 'सीन' कर बरं पुन्हा एकदा. तुला अजून नीट बेशुद्ध होताच येत नाही!"

"कसं येणार? मी अजून कधी कुणाला बेशुद्ध होताना पाह्यलंय का तरी? अन् तू जशी बेशुद्ध झाल्याचं सोंग करून धाडकन जमिनीवर अंग टाकून मोकळी होतेस, तसं मला मुळीच नाही करता यायचं. मला नाही आवडत ते. मी आपली अलगद एका खुर्चीवर हलकेच अंग टाकीन आणि बेशुद्ध होईन. मग नाटकातला व्हिलन हाती पिस्तूल घेऊन माझ्यावर चालून आला तरी हरकत नाही!" ॲमी किंचित चिडून म्हणाली. तिला अभिनयाचे अंग नव्हते आणि नाटकात काम करण्याची आवडही नव्हती. पण व्हिलनने हातावर उचलून नेण्याइतकी ती छोटी होती, म्हणूनच केवळ या विशिष्ट

भूमिकेसाठी तिची निवड करण्यात आली होती.

"असं ग काय करतेस?" ज्यो तिची समजूत घालीत म्हणाली, "त्यात काहीसुद्धा अवघड नाही. आपले दोन्ही हात एकात एक गुंतवून असे पुढे धरायचे नि 'रॉडरिगो, मला वाचव, मला वाचव' म्हणून ओरडत, धडपडत, अडखळत हे असं चालायचं. बघ ना. मी दाखवते तुला कसा अभिनय करायचा तो." आणि ज्योने लगेच बोलल्याप्रमाणे सारे तिला करून दाखविले. तिची किंकाळी इतकी हुबेहूब होती की, ऐकणाराच्या अंगावर भीतीचा काटाच उभा राहावा!

ज्योनंतर ॲमीने तोच अभिनय केला. पण तिने आपले हात लाकडासारखे ताठ केले होते आणि तिची 'आई ग!' ही किंकाळी अशी उंच टिपेतली होती की, तीव्र मानसिक दुःखापेक्षा किंवा भीतीपेक्षा अंगाला टाचणी टोचल्याच्या वेदनाच तीतून अधिक सूचित होत होत्या. ज्योने हताशपणे मान हलवली. मेग मोठ्यांदा हसत सुटली आणि बेथ ही गंमत बघण्यात इतकी गढून गेली की, तिने शेकोटीवर धरलेला पाव करपून गेला तरी ते तिच्या ध्यानी आले नाही.

"छे छे! तुला काही सांगून उपयोगच नाही. जाऊ दे. ऐन वेळी जमेल तसा अभिनय कर म्हणजे झालं. मात्र – प्रेक्षकांनी हसून तुझी फजिती केली तर मला दोष देऊ नकोस. हं मेग, आता तुझी पाळी." ज्यो म्हणाली.

अशा रीतीने नाटकाची तालीम सुरू झाली, नाटक पुढे पुढे सरकू लागले. 'डॉन पेड्रो'ने सर्व जगाची अवहेलना करणारे दोन पानांचे लांबलचक स्वगत एका दमात म्हणून टाकले. 'हॅगर' चेटकिणीने खेकड्यांचा अर्क चुलीवर उकळवताना भयानक मंत्र म्हणून सर्वांच्या छातीत धडकी भरवली. 'रॉडरिगो' या शूर नायकाने अंगाला जखडणाऱ्या लोखंडी साखळ्या मोठ्या ताकदीने तडातड तोडून दाखवल्या आणि 'ह्यूगो' या खलपुरुषाने विषाच्या प्रभावाने तडफडून मरताना पश्चात्तापाचा अभिनय उत्कृष्ट वठवला!

"आपण आतापर्यंत बसवलेल्या साऱ्या नाटकांत हे नाटक वरचढ ठरणार!" मेलेला 'व्हिलन' उठून आपले केस सावरीत असताना मेग म्हणाली.

"मला कळत नाही, इतकी सुरेखसुरेख नाटकं लिहून असा छान अभिनय करता तरी कसा येतो तुला, ज्यो? खरंच, अगदी शेक्सपियरच्या तोडीची लेखणी आहे तुझी!" बेथ आपल्या बहिणीकडे कौतुकाने बघत म्हणाली. आपल्या बहिणींच्या असामान्य गुणांबद्दल तिला कधीच कसलीही शंका नसे.

"छी! भलतंच काय बोलतेस?" ज्यो संकोचाने म्हणाली, "काहीतरी लिहिते आपली गमतीनं, एवढंच. पण मला वाटतं की 'चेटकिणीचा शाप' ही माझी या वेळची संगीतिका बरीच चांगली वठली आहे. बाकी, खरं म्हणाल तर मला 'मॅकबेथ' बसवायला फार आवडेल. विशेषतः मॅकबेथ राजाचा खून करतो ना, तो प्रवेश. अहा, काय सुंदर

भाषण आहे ते, 'ही समोर मला दिसते आहे ती कट्यारच का?' बोलता बोलता ज्यो 'मॅकबेथ'चे ते सुप्रसिद्ध स्वगत म्हणू लागली. तिने आपले डोळे गरगर फिरवले आणि हात हवेत पुढे फेकला. एका प्रसिद्ध अभिनेत्याची ती हुबेहूब नक्कल वठवीत होती.

"छे छे! कट्यार कुठली? तो चिमटा आहे आणि पावाऐवजी बेथने आईचा जुना बूटच अडकवलाय त्यावर, इतकी ती नाटक बघण्यात रंगून गेलीय!" मेग म्हणाली. त्याबरोबर साऱ्याजणी मोठमोठ्याने हसत सुटल्या आणि हसण्याच्या त्या कल्लोळातच नाटकाची तालीम संपली.

"पोरींनो, तुम्हाला इतक्या मजेत बघून किती समाधान वाटतंय मला!"

दारातून अचानक शब्द उमटले. त्याबरोबर चौघी बहिणींचे डोळे त्या दिशेला वळले. दारात एक प्रौढ उंच स्त्री उभी होती, तिच्या अंगावरचे कपडे साधेसुधे, जुने होते, पण चेहऱ्यावर अंगचे सौजन्य स्पष्टपणे उमटले होते आणि डोळ्यांत आश्वासक प्रेमळपणा होता. आईला बघताच मुलींचे मन भरून आले आणि त्यांच्या मुद्रा प्रफुल्लित झाल्या.

"कसा काय दिवस गेला पोरींनो?" मिसेस मार्च आत येत म्हणाली, "आज मला खूप काम होतं. सैनिकांना धाडायच्या सामानाच्या पेट्या आजच भरून तयार ठेवायला हव्या होत्या. म्हणून दुपारच्या जेवणालासुद्धा घरी येता आलं नाही मला. बेथ, आपल्याकडे कोणी येऊन गेलं का? तुझी सर्दी कशी आहे मेग? ज्यो, तू खूप थकलेली दिसतेस. अशी जवळ ये बेटा माझ्याकडे!"

आईने एकीकडे मुलींची विचारपूस करताकरता दुसरीकडे डोक्याची टोपी काढून ठेवली. अंगावरचे ओलसर झालेले कपडे उतरवले. पायांतले बूट काढून ठेवून घरात वापरायच्या सपाता चढवल्या आणि आपला थकलेला देह आरामखुर्चीवर लोटून ॲमीला प्रेमाने हृदयाशी ओढून घेतले. दिवसभराच्या धावपळीनंतर आणि श्रमानंतर मुलींच्या संगतीत लाभणारी ही विश्रांतीची घटका मिसेस मार्चला विलक्षण सुखकारक वाटे.

मुली इकडेतिकडे धावून घर आवरू लागल्या. मेगने टेबलावर जेवणाचे व चहाचे साहित्य आणून मांडले. ज्योने टेबलाभोवती खुर्च्या लावल्या. बेथ सैंपाकघरातून दिवाणखान्यात नि दिवाणखान्यातून सैंपाकघरात खेपा घालू लागली आणि ॲमी आईच्या मांडीवर बसल्याबसल्या सर्वांना हुकूम सोडीत राहिली.

जेवणासाठी सर्वजणी टेबलापाशी बसल्यावर मिसेस मार्च मुलींना म्हणाली, "पोरींनो, जेवणानंतर एक गंमत दाखवायची आहे मला तुम्हाला."

आईचे ते शब्द ऐकताच त्या चौघी बहिणींच्या चेहऱ्यावरून उन्हाची तिरीप जावी तसे हसू चमकले. बेथने बिस्किट खाली टाकून आनंदाने टाळी वाजवली आणि ज्यो

हातातला नॅपकिन हवेत उंच उडवून ओरडली, "पत्र. पत्र. पपांचं पत्र."

"होय." मिसेस मार्च म्हणाली, "पपांनी तुम्हाला छान लांबलचक पत्र लिहिलंय. त्यांची प्रकृती चांगली आहे आणि आपल्याला वाटतो तेवढा हा हिवाळा त्यांना जड जाणार नाही. त्यांनी तुम्हाला नाताळच्या शुभेच्या धाडल्या आहेत अन् शिवाय तुम्हा मुलींना त्यांनी एक खास निरोप पाठवला आहे."

"आई, लौकर वाच ना पत्र ते. ॲमी, ताटावर रेंगाळत राहू नकोस. लौकर आटप बघू जेवण." ज्योने एकीकडे ॲमीला दटावले आणि दुसरीकडे तिने स्वत: हातातला पाव घाईघाईने तोंडात कोंबून त्यावर चहाचा इतका मोठा घोट घेतला, की तिला ठसका लागला. बेथ काहीच बोलली नाही. पण तिचे जेवण लगोलग संपलेच. पुढ्यातले ताट बाजूला सारून ती आपल्या कोपऱ्यातल्या नेहमीच्या जागी जाऊन बसली आणि पुढल्या आनंददायक अनुभवाची अधीरतेने प्रतीक्षा करीत राहिली.

"वयामुळं सैनिक म्हणून युद्धावर जाणं शक्य नव्हतं, तर पपा धर्मोपदेशक म्हणून गेले! मला अभिमान वाटतो त्यांचा." मेग म्हणाली.

"मलाही काही निमित्तानं पपांच्या बरोबर लढाईवर जाता आलं असतं तर छान झालं असतं. बॅण्डवाला, ढोलवाला किंवा नर्स म्हणूनसुद्धा मी आनंदानं गेले असते. म्हणजे तेवढंच मला पपांबरोबर राहता आलं असतं नि त्यांच्या उपयोगी पडता आलं असतं." ज्यो उसासा टाकून म्हणाली.

"तंबूत झोपायचं, पुढ्यात पडेल ते खायचं, तसराळ्यातनं जेवायचं नि टमरेलातून पाणी प्यायचं – कसे दिवस काढीत असतील ग पपा तिकडे?" ॲमी खिन्न होऊन पुटपुटली.

"मार्मी, पपा घरी कधी येतील?" बेथने कापऱ्या आवाजात विचारले.

"अजून बरेच महिने त्यांना तिकडे राहावं लागेल. अगदी आजारच आला तर नाइलाज होईल त्यांचा. पण एरव्ही जोवर तिथं राहून आपलं कर्तव्य करणं शक्य आहे तोवर ते घरी येण्याचा विचारसुद्धा मनात आणणार नाहीत आणि आपणही त्यांना इकडे येण्याबद्दल विचारणार नाही. खरं ना?" मिसेस मार्च म्हणाली.

जेवणानंतर साऱ्याजणी शेकोटीजवळ गोळा झाल्या. मिसेस मार्च आपल्या आरामखुर्चीत बसली. बेथ तिच्या पायांशी बसून राहिली. मेग आणि ॲमी दोघीजणी खुर्चीच्या दोन्ही हातांवर ओठंगून उभ्या राहिल्या आणि ज्यो खुर्चीच्या पाठीमागे जाऊन पाठीवर दोन्ही कोपरे टेकवून ओणवी झाली. ती जागा मोठी सुरक्षित होती. कारण पपांचे पत्र जर काळजाला भिडणारे असेल तर मग तिच्या डोळ्यांतले पाणी किंवा चेहऱ्यावरची वेदना कोणाला दिसेल हे भय नव्हते. त्या युद्धकालीन दिवसांत लिहिली जाणारी बहुतेक पत्रे काळजाला भिडणारीच असत. विशेषत: युद्धभूमीवरून पतीने पत्नीला धाडलेली किंवा पित्याने आपल्या

मुलाबाळांना धाडलेली पत्रे तर विलक्षणच हृदयस्पर्शी असत. मिस्टर मार्चनी आपल्या घरी धाडलेले हे पत्र लांबलचक आणि खूप मजेदार होते. त्यात लढाईतल्या अडचणींचा, कष्टांचा किंवा धोक्यांचा फारसा उल्लेख केलेला नव्हता, किंवा घरच्या आठवणीने होणाऱ्या मनाच्या तळमळीचाही कोठे मागमूस लागू दिलेला नव्हता. ते उल्हसित, आशेने भरलेले असे पत्र होते. त्यात तंबूतल्या जीवनक्रमाचे विनोदी तपशील होते. सैनिकांच्या कवायतींची मजेदार वर्णने दिली होती. युद्धाच्या ताज्या चुरचुरीत बातम्या होत्या. वेगवेगळ्या व्यक्तींची व घटनांची सुंदर शब्दचित्रे रेखाटली होती. पत्राच्या शेवटच्या भागात मात्र पत्र लिहिणाराचे हृदय उचंबळून आले होते आणि आपल्या छोट्या मुलींबद्दलचे प्रेम अन् वात्सल्य, त्याप्रमाणेच त्यांच्या वियोगामुळे मनाला लागलेली हुरहूर तेथे लपवूनही लपवता आलेली नव्हती.

पत्राच्या अखेरीस मिस्टर मार्चनी पत्नीला लिहिले होते,

"आपल्या मुलींना तू सांग की, मी दिवसभर त्यांचाच विचार करतो, रात्री त्यांच्यासाठीच देवाची प्रार्थना करतो आणि त्यांच्या मायेतूनच मला साऱ्या संकटांशी झगडा करायला बळ मिळतं. आपल्या सर्वांच्या भेटीगाठी व्हायला अद्याप एक वर्ष जायला हवं. हा अवधी फार दीर्घ आहे यात शंका नाही. पण या मधल्या वेळात आपल्याला भरपूर कामं करता येतील आणि प्रतीक्षेचे हे कंटाळवाणे दिवस वाया न घालवता त्यांचा चांगला उपयोग करून घेता येईल. मी लिहिलेलं सारं तू मुलींना नीट समजावून सांग. माझी खात्री आहे की, त्या तुझ्या आज्ञेत वागतील, आपापली कामं नीट करतील, आपले दुर्गुण जिंकण्यासाठी प्रयत्नांची पराकाष्ठा करतील आणि एकंदरीनं अशा शहाण्या नि हुशार पोरी होतील की, ज्या वेळी मी घरी परत येईन त्या वेळी माझ्या लाडक्या लेकींबद्दल मला पूर्वीपेक्षाही अधिक प्रेम आणि अभिमान वाटेल!"

आई पत्राच्या या शेवटच्या भागाशी जेव्हा येऊन पोहोचली तेव्हा मुलींना आपले हुंदके आवरणे अशक्य झाले. ज्योच्या नाकाच्या शेंड्यावरून एक भला मोठा टपोरा आसू ओघळला, पण त्याचा तिला संकोच वाटला नाही. ॲमीने आपले केस विसकटण्याची पर्वा न करता आईच्या छातीशी डोके घुसळले आणि तेथे तोंड लपवून हुंदके देत ती म्हणाली,

"मी फार स्वार्थी मुलगी आहे. पण आजपासून मी चांगली होण्याचा मनापासून प्रयत्न करीन आणि पपांना आवडेल असंच वागेन मी."

"आपण साऱ्याचजणी चांगल्या व्हायचा प्रयत्न करू." मेग म्हणाली. "मी माझ्या रूपाचा नको तेवढा विचार करीत असते. शिवाय मी आळशी आहे फार. पण मी हे दोन्ही दुर्गुण जिंकण्याचा प्रयत्न करीन."

"मी माझा पुरुषी आडदांडपणा सोडून देईन आणि आणखी कुठे तरी मी असते तर बरं झालं असतं म्हणून झुरत राहण्याऐवजी, इथली माझी कामंच मी समाधानानं करीत राहीन." ज्यो म्हणाली. पण त्याच वेळी तिच्या मनात आले, स्वत:चा रागीट अन् चंचल स्वभाव जिंकण्यापेक्षा लढाईवर जाऊन तेथे शत्रूशी सामना देणे अधिक सोपे आहे!

बेथ काहीच बोलली नाही. पण तिने आपले डोळे हातांतल्या निळ्या पायमोज्यालाच घाईघाईने पुसले आणि जे काम हातालगत असेल ते लगेच सुरू करावे म्हणून ताबडतोब ती भराभर तो मोजा विणू लागली. त्याच क्षणी आपल्या वडिलांना आवडेल असेच सतत वागण्याचा तिने मनोमन निर्धार केला.

मिसेस मार्च क्षणभर स्तब्ध राहिली आणि मग आपल्या नेहमीच्या आनंदी आणि उत्साही स्वरात ती म्हणाली, "मुलींनो, तुम्ही लहान होता तेव्हा एक खेळ तुम्ही नेहमी मोठ्या आवडीने खेळत होतात. आठवतो का तो खेळ तुम्हाला? त्या एका गोष्टीतल्या 'ख्रिस्ती प्रवाशां'प्रमाणे तुम्ही प्रवासाला निघायच्या. तळघरामध्ये तुमचा तो प्रवास सुरू व्हायचा नि घराच्या गच्चीवर तो संपायचा. मी तुमच्या पाठीशी छोटी छोटी बोचकी बांधून देत असे नि मग तुम्ही प्रवासाला निघायच्या. वाटेत अनेक ठिकाणी अनेक अडथळे असायचे. संकटं यायची. पण त्या साऱ्यांतून वाट काढून शेवटी तुम्ही घराच्या गच्चीवर जाऊन पोहोचायच्या. तिथं तुमच्यासाठी दूध आणि केक ठेवलेला असे; आणि साऱ्या सुंदर आवडणाऱ्या वस्तूचं तिथं संमेलन भरलेलं असे. ती जणू स्वर्गीय नगरी असायची!"

"हो हो ! भारी छान खेळ असे तो." ज्यो पटकन म्हणाली, "मला त्या प्रवासात येणाऱ्या संकटांशी सामना द्यायला फार गंमत वाटे!"

"मला पाठीवरचं ओझं उतरताना सर्वांत आनंद होई." मेग म्हणाली.

"सरतेशेवटी आम्ही गच्चीवर जाऊन पोहोचत असू आणि तिथल्या सूर्यप्रकाशात साऱ्याजणी प्रार्थना म्हणत असू तो भाग मला फार आवडत असे." बेथ हसून म्हणाली. जणू ते सारे कल्पनेने ती पुन्हा अनुभवीत होती.

"मला ते सारंच काही नीटसं आठवत नाही आता." ॲमी म्हणाली, "पण तळघरातल्या अंधाराचं मला भारी भय वाटे आणि गच्चीवर जाऊन पोहोचल्यावर दूधकेक खाताना फार आनंद होई, एवढं मात्र चांगलं ध्यानात राहिलंय माझ्या. आता आम्ही साऱ्याजणी मोठ्या झालो आहोत म्हणून. नाही तर आतादेखील तो खेळ खेळावासा वाटतोय मला!"

"तेच म्हणत होते मी." मिसेस मार्च म्हणाली, "आता तुमची वयं वाढली आहेत. पण वय वाढलं तरी सुद्धा या ना त्या रूपानं हा खेळ खेळतच असतो आपण. आपल्या पाठीवर अनेक प्रकारची दृश्यादृश्य ओझी असतात. आपला रस्ता आपल्यासमोर असतो. भलेपणाची नि सुखाची इच्छा हा त्या मार्गावरचा आपला वाटाड्या असतो आणि

तोच वाटाड्या अनेक संकटांतून नि चुकांतून आपल्याला वाचवून शेवटी आपल्याला मानसिक शांती मिळवून देतो. ही शांती, हाच या जगातला स्वर्ग होय. मुलींनो, तुम्ही पुन्हा हाच खेळ, पूर्वीसारखा खोटाखोटा नव्हे तर खराखुरा, का खेळत नाही बरं? एका वर्षानं, तुमचे पपा घरी परत येईपर्यंत या प्रवासात तुमची किती प्रगती होते, बघा तरी!''

''पण या प्रवासातली आमच्या खांद्यावरची बोचकी कोणती?'' ॲमीने विचारले. ती कोणत्याही विधानाचा अगदी शब्दश: अर्थ घेई.

''तुमच्यापैकी प्रत्येकानं आपापले दोष नि दुर्गुण आताच नाही का सांगितले? तीच या प्रवासातली तुमची ओझी!'' मिसेस मार्च म्हणाली.

''आपण हा खेळ अगदी मनापासून खेळू या.'' मेग किंचित अन्तर्मुख होऊन म्हणाली, ''खरं म्हणजे स्वत:मध्ये सुधारणा घडवून आणण्याचा नि चांगलं होण्याचाच हा एक प्रयत्न आहे. तो सोपा आहे असं मात्र नाही. त्यासाठी बरंचसं झगडावं लागेल, कष्ट करावे लागतील आणि मधून मधून आपल्या हातून चुकाही होतील. पण तरीदेखील आपण चिकाटी सोडता कामा नये.''

''गोष्टीतल्या त्या प्रवाशांजवळ प्रवासात कसं वागावं यासंबंधीच्या नियमांची एक पुस्तिका दिलेली असे. आमच्या या प्रवासात आमच्याजवळही असं मार्गदर्शक हवंच, नाही का?'' ज्यो म्हणाली. खेळाच्या कल्पनेमुळे रोजचे रूक्ष काम अधिक रंजक होईल म्हणून तिला आनंद झाला होता.

''उद्या सकाळी तुम्ही आपापल्या उशांखाली हात घालून शोधा. तिथं तुमचं हे मार्गदर्शक तुम्हाला सापडेल.'' मिसेस मार्च म्हणाली.

जेवणे आटोपल्यावर हॅनाने टेबल साफ केले. मग त्या बहिणींनी आपापल्या शिवणकामाच्या पेट्या बाहेर काढल्या आणि आँट मार्चसाठी मोठमोठ्या चादरीच्या कडा तुरपण्याचे काम त्या करू लागल्या. हे काम भारी कंटाळवाणे होते. पण आज कोणीही त्याबद्दल नाराजी दर्शविली नाही की कुरकुर केली नाही. ज्योने त्या मोठमोठ्या चादरींचे चार काल्पनिक विभाग करून त्यांना अनुक्रमे युरोप, आशिया, आफ्रिका आणि अमेरिका अशी चार खंडांची नावे दिली आणि शिवणकाम करताना त्या देशांबद्दल अनेक विषय आपोआपच त्यांना गप्पा मारण्यास मिळाले, त्यामुळे ते रूक्ष कामही मनोरंजक झाले.

रात्री नऊ वाजता त्यांनी आपले शिवण संपवून बाजूला ठेवले आणि झोपण्यापूर्वी रोजच्याप्रमाणे आजही त्या प्रार्थनेला उभ्या राहिल्या. घरातला पियानो आता अगदी जुना झाला होता. त्याच्या सूरपट्टया पिवळ्या पडल्या होत्या. पण बेथची बोटं त्यांना अशा हळुवारपणे स्पर्श करीत की, त्या जुन्या पियानोतूनही मंजुळ स्वर उमटत; आणि त्या सुरांची साथ घेत त्या सर्वजणी साधी पण गोड प्रार्थनागीते

गात. गाताना चौघींचे सूर क्वचितच जुळत. मेगचा आवाज बासरीसारखा मधुर होता. ती व मिसेस मार्च दोघीजणी सुरात सूर मिळवून गात. ॲमी पाखरासारखी किलबिलाट करी, तर ज्यो मध्येच बेसूर होई. पण या बहिणी बोबडे बोलत होत्या तेव्हापासून त्यांच्या आईने रोज रात्री झोपण्यापूर्वी प्रार्थना म्हणण्याची सवय त्यांना लावली होती. मिसेस मार्चला गाण्याची जन्मजात आवड होती. अगदी पहाटे उठून ती घरकामाला लागली की, तिच्या गुणगुणण्याचा मधुर सूर झोपेतून जाग येताच मुलींच्या कानी पडे आणि रात्री बिछान्यावर अंग टाकल्यानंतर जागृतीच्या अखेरच्या क्षणी त्याच आवाजातल्या अंगाईचे सूर कानात भरून घेत त्या बहिणी झोपी जात.

२

नाताळचा दिवस

नाताळच्या दिवशी भल्या पहाटे ज्यो जागी झाली. जाग येताच बालपणाच्या सवयीनुसार शेकोटीशी नाना प्रकारच्या भेटीच्या वस्तूंनी भरलेला पायमोजा अडकवला असेल या अपेक्षेने तिची नजर तिकडे वळली आणि तो तेथे नसलेला पाहून एखाद्या लहान मुलासारखी ती खट्टू झाली. पण तेवढ्यात तिला आपल्या आईचे शब्द आठवले आणि तिने उशीखाली चाचपून पाहिले. तेथे जांभळ्या पुठ्ठ्याचे एक पुस्तक तिला सापडले. तिने ते तात्काळ ओळखले. जगातल्या श्रेष्ठ आत्म्याची ती कहाणी होती. ते बायबल होते. जीवनाच्या प्रवासात इतके सुंदर मार्गदर्शक दुसरे असणेच शक्य नाही असे ज्योच्या मनात आले. तिने मेगला उठवून तिलाही आपल्या उशीखाली पाहण्यास सांगितले. मेगच्या पुस्तकाचा रंग हिरवा होता. दोघींच्याही पुस्तकाच्या पहिल्या पानावर आईने स्वत:च्या हस्ताक्षरात काही ओळी लिहून ठेवल्या होत्या. जरा वेळाने बेथ अन् ॲमी याही जाग्या झाल्या. त्यांनाही अशीच छोटी छोटी पुस्तके आपापल्या उशांखाली सापडली. बेथच्या पुस्तकाचा रंग पारवा होता. ॲमीच्या पुस्तकाचा रंग निळा होता. त्या चौघी बहिणी एकत्र बसून आपापली पुस्तके चाळू लागल्या. बाहेर आकाशात पूर्वेकडे तांबडे फुटले होते. नवा दिवस उजाडत होता.

मार्गारेटला आपल्या रूपाचा काहीसा गर्व होता खरा, पण जात्या ती मोठी सात्त्विक अन् पापभीरू होती. या तिच्या स्वभावाची तिच्या बहिणींवर छाप पडल्यावाचून राहात नसे. विशेषत: ज्योचे आपल्या या थोरल्या बहिणीवर फार प्रेम होते आणि मेगच्या शब्दाबाहेर ती क्वचितच जाई.

विस्कटलेल्या कुरळ्या केसांच्या महिरपीत अधिकच शोभून दिसणाऱ्या त्या तीन कोवळ्या चेहऱ्यांकडे बघत मेग गंभीरपणे म्हणाली,

"आपण ही पुस्तके वाचून त्यातल्या शिकवणुकीनुसार वागावं म्हणून आईनं ती आपल्याला दिली आहेत. तेव्हा आपण ती ताबडतोब वाचायला सुरुवात केली

पाहिजे. पूर्वी आपण नियमानं बायबल वाचत होतो. पण बाबा युद्धावर गेले अन् ही सारी गडबड सुरू झाली, तेव्हापासून अनेक बाबतीत आपण आळशी अन् निष्काळजी बनलो आहोत. पण हे बरं नाही. तुमचं तुम्ही काय हवं ते ठरवा. मी मात्र माझं बायबल इथं माझ्या उशाशी टेबलावर अगदी हातालगत ठेवणार, अन् रोज सकाळी झोपेतून उठल्याबरोबर त्यातल्या चार ओळी तरी नियमानं वाचणार. माझी खात्री आहे की, त्यामुळं माझा दिवस चांगला जाईल!''

मेग इतके बोलूनच थांबली नाही तर तिने लगेच आपले पुस्तक उघडून वाचण्यास सुरुवात केली. ज्योने आपला हात तिच्या गळ्यात टाकला आणि तिच्या गालाला गाल भिडवून तीही तिच्याबरोबर वाचू लागली. तिच्या पापण्या खाली वळल्या होत्या आणि एरव्ही क्वचितच दिसणारा शांत भाव तिच्या मुद्रेवर पसरला होता.

''किती चांगली आहे मेग! ॲमी, चल आपणही त्यांच्यासारखं बायबल वाचू या. तुला अडलेले शब्द मी तुला सांगेन, अन् जे आपल्याला समजणार नाही ते आपण या दोघींना विचारू.'' बेथ हलकेच पुटपुटली. त्या सुंदर पुस्तकांनी आणि मेगच्या बोलण्याने तिच्या मनावर फार परिणाम केला होता.

''माझं पुस्तक कसं छान निळ्या रंगाचं आहे!'' ॲमी तेवढ्यात म्हणाली आणि नंतर काही वेळ त्या खोलीत विलक्षण शांतता पसरली. मधून मधून पुस्तकांची पाने उलटण्याचा काय आवाज येई तेवढाच. थोड्या वेळाने हिवाळ्यातली कोवळी उन्हे खिडकीतून आत आली आणि त्या चार बालिश चेहऱ्यांना हळूच स्पर्श करून त्यांनी त्या बहिणींना जणू नव्या वर्षाचे शुभचिंतन केले.

अर्ध्या तासाने मेग आणि ज्यो खाली आल्या, तेव्हा त्यांना आपली आई कोठेच दिसेना.

''हे काय? आई कुठे आहे?'' मेगने विचारले. तिला नाताळच्या भेटीबद्दल आईचे आभार मानायचे होते.

''कुणास कळे!'' हॅना म्हणाली, ''कोणी तरी सकाळीच मदत मागायला आले आणि तुमची आई तडक तिकडे निघून गेली. इतकी दयाळू अन् परोपकारी वृत्तीची बाई दुसरी क्वचितच बघायला मिळेल! अन्न, कपडा, औषधं, काय कुणाला हवं असेल ते त्यांनी आपलं हिच्याकडून खुशाल घेऊन जावं पाहिजे तेव्हा!''

मेगच्या जन्मापासून हॅना या घरात काम करीत होती. त्यामुळे निव्वळ सैंपाकीण म्हणून कधीच कोणी तिच्याकडे बघत नसे. ती जणू या कुटुंबातलेच एक माणूस म्हणून तेथे वावरत असे.

''आई थोड्या वेळाने येईलच. तोवर हॅना, तू सामोसे तळून घे आणि बाकीची सारी तयारी करून ठेव.'' मेग म्हणाली आणि तिने सोफ्याखाली झाकून ठेवलेल्या

छोट्या करंडीकडे नजर टाकली. मुलींनी आईला देण्यासाठी खरेदी केलेल्या साऱ्या भेटी त्या करंडीत व्यवस्थित रचून ठेवल्या होत्या. त्या भेटींत ॲमीची कोलन वॉटरची बाटली कोठे दिसेना. तेव्हा मेग चकित होऊन म्हणाली,

"हे काय? ॲमीची कोलन वॉटरची बाटली कुठे आहे?"

"ॲमी मघाशी खाली आली अन् आपली बाटली घेऊन कुठे गेली कोणास ठाऊक?" ज्योने उत्तर दिले. आईसाठी खरेदी केलेल्या नव्या सपातांचा कडकपणा जावा व त्या मऊ व्हाव्यात म्हणून ती स्वत: त्या पायांत घालून इकडे तिकडे हिंडत होती.

"माझे हातरुमाल किती छान दिसताहेत पाहा! हॅनानं ते धुवून त्यांना इस्त्री केली आणि मी त्या साऱ्यांवर माझ्या हातानं रेशमाच्या धाग्यांनी आईचं नाव विणलंय!" बेथ एक रुमाल हाती घेऊन तो सर्वांना दाखवीत अभिमानपूर्वक म्हणाली. ती वेडीवाकडी अक्षरे रुमालावर भरताना तिला किती श्रम पडले होते!

"काय खुळी पोर आहे!" ज्यो तिच्या हातातल्या रुमालाकडे बघून हसत म्हणाली, "एम. मार्च असं आईचं नाव विणायचं सोडून तिनं आपली साऱ्या रुमालावर चक्क 'आई' म्हणून अक्षरं भरली आहेत!"

"मग त्यात काय बिघडलं?" बेथ काहीशी दुखावून म्हणाली, "मेगच्या नावाची आद्याक्षरं आईच्या नावासारखीच आहेत आणि मला तर आईचे रुमाल तिच्याशिवाय दुसऱ्या कुणी वापरायला नको आहेत. म्हणून मी मुद्दामच 'आई' हीच अक्षरं सर्व रुमालावर भरली आहेत. चुकलं का त्यात माझं काही?"

"मुळीच चुकलं नाही." ज्योकडे रागाचा कटाक्ष टाकीत आणि बेथकडे वळून लगेच स्मित करीत मेग म्हणाली, "छान केलंस तू बेथ. आता आईचे रुमाल फक्त तीच वापरीत जाईल! तिलादेखील 'आई' म्हणून आपल्या नावाचा उल्लेख केलेला खचित आवडेल!"

"आई आली वाटतं! करंडी लपवा लौकर!" बाहेरच्या दरवाजा कोणीतरी उघडल्याचा आवाज झाला तशी ज्यो घाईघाईने ओरडली.

पण आईऐवजी ॲमीच आत आली. तिचा चेहरा काहीसा लालसर दिसत होता आणि लगबगीने आल्यामुळे तिला धाप लागली होती. आपल्या साऱ्या बहिणी आपली वाट बघत थांबल्या आहेत हे बघून ती अधिकच गोंधळली.

"इतक्या सकाळी गेली होतीस कुठे तू? अन् पाठीमागे काय लपवलं आहेस ते?" मेगने तिच्याकडे कुतूहलाने बघत तिला विचारले. आळशी ॲमीने इतक्या लौकर कोठे बाहेर जाऊन यावे याचे तिला नवल वाटत होते.

"तुम्ही हसाल मला!" ॲमी किंचित संकोचाने म्हणाली, "खरं म्हणजे हे कोणाला कळावं अशीही माझी इच्छा नव्हती. मी माझी छोटी कोलन वॉटरची बाटली

बदलून तिच्या ऐवजी मोठी बाटली घेऊन आले आणि तिच्या खरेदीसाठी मी मजजवळचे सारे पैसे खर्च केले. मी माझा अप्पलपोटेपणा जिंकण्याचा मनापासून प्रयत्न करते आहे.''

बोलता बोलता ॲमीने नव्याने आणलेली बाटली आपल्या बहिणींना दाखवली. पहिल्या स्वस्त बाटलीच्या मानाने ही नवी बिलोरी चमकदार मोठी बाटली कितीतरी सुंदर दिसत होती. ती बाटली दाखवताना ॲमीच्या मुद्रेवर इतका प्रांजळ अणि उत्कट भाव पसरला होता की, मेगने तिला तेथल्या तेथे प्रेमाने जवळ घेऊन कुरवाळले. ज्योने तिला मनापासून शाबासकी दिली आणि बेथने धावत जाऊन खिडकीतल्या गुलाबाचे भले थोरले सुंदर फूल खुडून ते त्या बाटलीत खोवून दिले.

''आज सकाळी आपण सगळ्याजणींनी मनाचा मोठेपणा दाखवण्याचा अन् नि:स्वार्थीपणानं वागण्याचा निर्धार केल्यावर, माझी मलाच माझ्या चिक्कूपणाची लाज वाटायला लागली. म्हणून आज उठल्याबरोबर प्रथम मी कोपऱ्यावरल्या दुकानात गेले नि तिथून पहिली स्वस्त बाटली बदलून ही नवी बाटली घेऊन आले.'' ॲमी म्हणाली, ''अन् मला आता फार बरं वाटतंय. बघा ना! माझी भेट आता सर्वांत जास्त सुंदर दिसते आहे!''

बाहेरचे दार पुन्हा वाजले. त्याचबरोबर भेटीच्या वस्तू ठेवलेली करंडी मुलींनी झटकन कोचाखाली सारून लपवून ठेवली आणि त्या धावतच न्याहारीसाठी टेबलाशी जाऊन उभ्या राहिल्या. आत आलेल्या मिसेस मार्चला त्या सर्वजणींनी एकसुरात म्हटले,

''मेरी क्रिसमस मार्मी! नाताळ आणि नवं वर्ष तुला सुखाचं जावो. तू दिलेली बायबलची भेट आम्हाला फार आवडली. आम्ही सकाळी ते थोडंसं वाचलं नि आता दररोज त्यातून थोडं थोडं वाचत जाणार आहोत.''

''मेरी क्रिसमस!'' मिसेस मार्च म्हणाली, ''मुलींनो, आपण न्याहारी सुरू करण्यापूर्वी तुम्हाला एक गोष्ट सांगायची आहे मला. आपल्या घराजवळच 'ह्यूमेल' नावाचं एक जर्मन कुटुंब राहतं. त्या घरातली बाई बाळंतीण आहे. तिचं मूल अगदी तान्हं आहे. दुसरी सहा मुलं थंडीनं कुडकुडत एका बिछान्यात कशीबशी निजली आहेत. घरात शेकोटी नाही. खायला अन्न नाही. त्यांतल्या थोरल्या मुलानं मघाशी येऊन हे सारं मला सांगितलं. पोरींनो, नाताळची भेट म्हणून तुम्ही आपली न्याहारी त्या गरीब मुलांना द्यायला तयार आहात काय?''

बाहेर विलक्षण थंडी पडली होती आणि मुलींना कडकडून भूक लागली होती. क्षणभर कुणी काही बोललं नाही, पण एकच क्षण. दुसऱ्याच क्षणी ज्यो उद्‌गारली,

''आम्ही खायला बसण्यापूर्वी तू आलीस, हे किती छान झालं मार्मी!''

“आम्ही त्या गरीब मुलांसाठी काही सामान न्यायला मदत करू का?” बेथने विचारले.

“मी क्रीम आणि मफिन्स घेऊन चलते.” ॲमीने स्वत:ला सर्वांत जास्त आवडणाऱ्या वस्तूंचा त्याग करण्याचे विलक्षण औदार्य प्रगट केले.

मेगने एव्हाना मोठमोठ्या बश्यांतून खाद्यपदार्थ आणि पावाचे काप भरण्यास सुरुवातही केली होती.

“मला वाटलंच होतं, तुम्ही ताबडतोब ही गोष्ट कबूल कराल म्हणून.” मिसेस मार्च मुलींकडे समाधानाचा दृष्टिक्षेप करून स्मितपूर्वक म्हणाली, “आपण हे न्याहारीचे पदार्थ नि इतर वस्तू घेऊन तिकडे जाऊ आणि परत आल्यावर साधी दूधपावाची न्याहारी करू. त्याची भरपाई दुपारच्या जेवणाला करता येईल.”

लौकरच सर्व साहित्य बरोबर घेऊन त्या सर्वजणी ‘ह्यूमेल’ कुटुंबाकडे जाण्यास निघाल्या. सुदैवाने आता कुठे नुकतेच फटफटले होते आणि घरामागच्या अरुंद बोळातून त्या चालल्या होत्या. त्यामुळे ही गमतीदार मिरवणूक फारशी कोणाच्या दृष्टीस पडली नाही.

‘ह्यूमेल’ कुटुंबाचे घर दारिद्र्याचे मूर्तिमंत चित्र होते. शेकोटीत विस्तव नव्हता. खिडक्यांची तावदाने फुटलेली असून त्यांतून चावरा गार वारा आत येत होता. बिछान्यावरच्या चादरी फाटून त्यांच्या चिंध्या झाल्या होत्या. घराची मालकीण आजाराने खंगली होती. तिचे तान्हे मूल एकसारखे किरकिरत होते आणि बाकीची मुले एका जुन्या गोधडीखाली एकमेकांना बिलगून अंगात ऊब आणण्याचा प्रयत्न करीत होती.

त्या चौघी बहिणी आत आल्याबरोबर त्या कोवळ्या चेहऱ्यांवरचे मोठाले डोळे आनंदाने विस्फारित झाले आणि थंडीने निळसर पडलेल्या ओठांवर हसू चमकले!

“देवा! केवढी तुझी कृपा! प्रत्यक्ष देवदूत आम्हा गरिबांच्या घरी आल्यासारखं वाटतंय.” मिसेस ह्यूमेल आनंदून म्हणाली.

“वा! झगे नि हातमोजे घातलेले मोठे गमतीदार देवदूत म्हणायचे!” ज्यो चटकन म्हणाली आणि सर्वांना तिने हसवले.

त्यानंतर काही वेळात खरोखर देवदूत येऊन जावेत, तसे त्या खोलीतले वातावरण पालटून गेले. हॅनाने लाकडे सारून शेकोटी पेटविली. खिडकीच्या फुटक्या तावदानांच्या जागी कागदाचे बोळे अन् जुन्या टोप्या बसवून बाहेरचे झोंबरे वारे थांबवले. मिसेस मार्चने बाळंतिणीला ऊन ऊन पेज करून पाजली आणि एकीकडे तिला मदतीचे आश्वासन देत दुसरीकडे तिच्या त्या तान्ह्या बाळाला कपडे घालून नीट झोपवले. तोवर चारी बहिणींनी त्या छोट्या मुलांना शेकोटीजवळ उबेसाठी बसविले. टेबलावर न्याहारीचे सारे पदार्थ व्यवस्थित मांडून ठेवले आणि मग धाकट्या भावंडांना भरवावे तसे आपल्या हातांनी त्यांनी त्या मुलांना भरवले. शेकोटीशी आपुले चिमुकले

तळवे शेकून मुले ताजीतवानी झाली होतीच. पोटात गरमगरम रुचकर अन्न जाताच ती विलक्षण सुखावली आणि आपल्या तोडक्यामोडक्या इंग्रजीत त्यांनी त्या बहिणींचे पुन्हा पुन्हा आभार मानले.

आतापर्यंत देवदूताची पदवी त्या मुलींना कधीच कोणी दिली नव्हती. त्यामुळे त्यांना त्या संबोधनाची मोठी मौज वाटली आणि आनंदही झाला. त्या स्वत: खूप भुकेलेल्या होत्या, पण तरी त्या मुलांना पोटभर खाताना पाहून न्याहारी न करताही त्यांचे पोट आपोआप तुडुंब भरले. सुख आणि तृप्ती मागे ठेवून त्या घरातून बाहेर पडताना त्यांचे मन विलक्षण प्रसन्न झाले होते. आपली स्वत:ची न्याहारी दुसऱ्यांना देऊन, स्वत: केवळ दूधपावावर नाताळची सकाळ साजरी करणाऱ्या त्या चार बहिणींइतके सुखी जीव, त्या दिवशी त्या सबंध शहरात शोधूनसुद्धा कोणी मिळाले असते की नाही याची शंका वाटते.

घरी आल्यानंतरचा महत्त्वाचा कार्यक्रम आईला नाताळच्या भेटी देण्याचा होता. मिसेस मार्च ह्यूमेल कुटुंबासाठी माडीवर जुने कपडे शोधण्यात गुंतली असताना मेगने आईला द्यावयाच्या साऱ्या वस्तू नीट एकत्र मांडून ठेवल्या. त्या वस्तू महाग नव्हत्या की भपकेदारही नव्हत्या. पण त्यांच्या खरेदीमागे केवढा जिव्हाळा आणि आत्मीयता होती! टेबलावर त्या वस्तू नीटनेटक्या मांडून मेगने जवळ एक फुलदाणी सजवून ठेवली होती. फुलदाणीतल्या लाल गुलाबांच्या नि शेवंतीच्या फुलांनी एकंदर दृश्याला समारंभाची शोभा आली होती.

"आई खाली येतेय वाटतं. बेथ, तू पियानो वाजवायला सुरुवात कर. ॲमी, दरवाजा उघड. मेग तू पुढे हो!" मिसेस मार्चची चाहूल लागताच ज्योने भराभरा सर्वांना सूचना दिल्या.

बेथने पियानोवर मधुर स्वर छेडले. ॲमीने लगबगीने पुढे होऊन दार उघडले. दारातून आई आत येताच मेगने तिचा हात धरून समारंभपूर्वक तिला मानाच्या जागी बसवले. तो अनपेक्षित गौरव पाहून मिसेस मार्चला आनंद झाला अन् गहिवरल्यासारखेही झाले. एकेक भेटवस्तू स्वीकारताना अन् सोबतच्या चिठीवरचा मजकूर वाचताना एकीकडे ती हसत होती आणि दुसरीकडे तिचे डोळे भरून येत होते. ज्योने आईच्या पायांत बूट चढवले. मेगने तिच्या हातांत हातमोजे घातले आणि ते 'अगदी बेताचे' असल्याचा सर्वांचा अभिप्राय पडला. बेथने शिवलेल्या रुमालांपैकी एका रुमालावर ॲमीच्या बाटलीतले कोलन वॉटर शिंपडून तो तिच्या हाती देण्यात आला आणि बाटलीला खोचलेले गुलाबाचे फूल काढून मेगने ते तिच्या झग्याला गळ्याशी लावून दिले. त्यानंतर कितीतरी वेळ नाना प्रकारचे उद्गार, खुलासे, हसणे, खिदळणे आणि उल्हसित चीत्कार यांनी तो दिवाणखाना भरून गेला!

सकाळच्या कार्यक्रमात इतका वेळ गेला की, संध्याकाळच्या नाट्यप्रयोगाची

तयारी आतापासूनच तातडीने करणे अवश्य होते. म्हणून आईच्या वस्तू तिला दिल्याबरोबर मुली लगेच कामाला लागल्या. त्या अद्याप वयाने लहान असल्यामुळे नाटकांना किंवा करमणुकीच्या कार्यक्रमांना वरचेवर जाणे त्यांना शक्य नव्हते आणि खर्चाच्या दृष्टीने ते परवडण्याजोगेही नव्हते. म्हणून आपली करमणूक स्वत: बसविलेल्या कार्यक्रमांनीच त्या करून घेत आणि त्यासाठी कल्पकतेचा त्या भरपूर वापर करीत. जाड पुठ्ठ्यांतून कातरून बनविलेली तंतुवाद्ये, कागदी 'चांदी' लावून बनविलेले झगझगीत दिवे आणि घराजवळ पत्र्यांचे डबे बनविणारी एक फॅक्टरी होती, तिच्या कातरकामातून उरलेले पत्र्याचे छोटे तुकडे बसवून केलेले चमचमणारे पोषाख, यांच्या साह्याने ऐतिहासिक, पौराणिक किंवा अद्‌भुतरम्य नाटक उभे करण्यात त्यांचा हातखंडा होता. घरातले फर्निचर वेगवेगळे 'सीन' तयार करण्यासाठी हवेतसे आपटले धोपटले जाई आणि माडीवरचा दिवाणखाना हा अनेक दृश्यांचा रंगमंच म्हणून वापरला जाई.

या नाटकात काम करण्याची मुलांना सक्त मनाई होती. पण ज्योला त्या गोष्टीचा आनंदच वाटे. कारण त्यामुळे तिला स्वत:ला अनेक पुरुषी भूमिका मनसोक्त वठवता येत. रंगभूमीवरच्या एका खऱ्याखुऱ्या नटाने केव्हातरी वापरलेले व योगायोगाने तिच्या हाती आलेले लाल चामड्याचे बूट आणि एका चित्रपटात एका नटाने उपयोगात आणलेला आणि असाच सहजगत्या मिळालेला एक रेशमी झब्बा हे ज्योचे प्रमुख वैभव होते. त्या दोन वस्तूंना ती जिवापाड जपत असे आणि कोणत्याही पुरुषी भूमिकेत ती त्यांचा हमखास वापर करी. 'कंपनी'त पात्रे मोजकी असल्यामुळे एकाच व्यक्तीला दोन दोन, तीन तीन पार्ट करावे लागत. एकाच वेळी दोन दोन, तीन तीन भूमिकांची भाषणे पाठ करायची, त्यासाठी भराभरा पोषाख बदलायचे आणि शिवाय स्टेजची व्यवस्था ठेवायची, हे काम सोपे नव्हते. पण त्या बहिणी ते सारे चलाखीने व सराईतपणे करीत असत. त्यामुळे त्यांची स्मरणशक्ती तल्लख होई, शरीराबरोबर मनालाही व्यायाम घडे व जो वेळ एरव्ही आळसात किंवा इतर थिल्लर अन् उथळ करमणुकीत गेला असता, तो सार्थकी लागे.

त्या दिवशी संध्याकाळी माडीवरच्या दिवाणखान्यात नाटक 'उभे' राहिले होते. एक कॉट आडवी टाकून प्रेक्षागार बनवण्यात आले होते. शेजारपाजारच्या दहाबारा मुली कॉटवर दाटीवाटीने बसून समोरच्या फुलाफुलांच्या निळ्यापिवळ्या रंगाच्या पडद्याकडे विलक्षण उत्सुकतेने बघत होत्या. पडद्यामागून ठोकाठोकीचे, वस्तू सरकविण्याचे व आणखी कसले कसले आवाज उमटत होते आणि मधूनच ॲमीच्या दबलेल्या हसण्याचे चीत्कारही येत होते. शेवटी एकदाची घंटा झाली, पडदा बाजूला सरकला आणि 'चेटकिणीचा शाप' हे संगीतप्रधान, अद्‌भुतरम्य नाटक सुरू झाले.

पहिल्या अंकात जंगलाचा सीन दाखवला होता. कुंड्यांतून खोचलेली चारदोन

झुडपे आणि जमिनीवर अंथरलेली हिरवी सतरंजी यांच्या साह्याने जंगलाचा आभास निर्माण केला होता. या जंगलात एक गुहा होती. दोन कपाटांचा एकमेकांशी कोन करून ही गुहा बनविली होती व कपडे ठेवण्याच्या 'स्टँड'च्या साह्याने ती अंधेरी व खोलगट दिसावी अशी तरतूद केली होती. या गुहेत एक खरीखुरी शेगडी पेटवलेली होती आणि एक म्हातारी क्रूर चेटकीण त्या शेगडीवर एक काळेकुट्ट भांडे ठेवून त्यातला पदार्थ पळीने ढवळीत बसली होती. रंगभूमीवर काळोख असल्यामुळे शेगडीच्या रसरसत्या निखाऱ्यांचा केशरी शेंदरी रंग व लाल पिवळ्या ज्वाला विलक्षण परिणाम साधून गेल्या आणि शेगडीवरचे भांडे उकळून त्यातून खराखुरा धूर बाहेर आला, तेव्हा प्रेक्षकांनी सभय आनंदाचा चीत्कार केला! ती अवस्था क्षणभर त्यांना अनुभवू दिल्यानंतर नाटकातला 'व्हिलन' ह्यूगो रंगभूमीवर आला. त्याने काळा झगा घातला होता. हनुवटीखाली काळी लोंबती ऐटबाज दाढी ठेवली होती आणि त्याच्या कमरेला क्रूर, वाकडी तलवार लटकत होती. स्टेजवर येताच त्याने वेगाने येरझारा घातल्या, दुःखावेगाने कपाळ पिटले, छातीवर हात मारून घेतला आणि एका लांबलचक प्रासयुक्त भाषणात नायक रॉडरिगोबद्दल आपला द्वेष आणि नायिका झारा हिच्यावरचे आपले प्रेम त्यांने प्रेक्षकांना निवेदन केले. त्याचप्रमाणे रॉडरिगोला मारून टाकून झाराला जिंकण्याची आपली महत्त्वाकांक्षाही त्याने प्रकट केली. त्याच्या भाषणाला कडाडून टाळी पडली. मान ऐटीने खाली वाकवून प्रेक्षकांच्या कौतुकाचा अभिवादनपूर्वक स्वीकार केल्यावर ह्यूगोने चेटकिणीला गुहेबाहेर बोलावले. पांढरे केस अन् पांढऱ्या भुवया लावलेली, जख्खड चेटकिणीच्या वेषातली मेग विचित्र हातवारे करीत गुहेतून बाहेर आली. ह्यूगोने चेटकिणीकडे दोन जादूची औषधे मागितली. एक रॉडरिगोला मारण्यासाठी व दुसरे झाराला आपल्या प्रेमात पाडण्यासाठी. हॅगरने त्याला ती दोन्ही औषधे देण्याचे अभिवचन दिले आणि मग एक सुंदर गाणे गाऊन तिने प्रथम प्रेमपरीला आवाहन केले. त्याबरोबर धुक्यासारखा पांढराशुभ्र झगा घातलेली, पाठीवर चमचमत्या पंखांची जोडी असलेली आणि सोनेरी केसांवर गुलाबफुले माळलेली एक देखणी परी पडद्याबाहेर आली. एक लहानशी सोनेरी बाटली हॅगरच्या पायांशी टाकून ती पुन्हा आत निघून गेली. त्यानंतर हॅगरने पुन्हा एक गाणे म्हटले. या वेळेस एक विचित्र, काळे, कुरूप भूत पडद्याबाहेर आले आणि घोगऱ्या, चिरकणाऱ्या भेसून आवाजात विचित्र गाण गात त्याने एक काळीकुट्ट बाटली हॅगरकडे फेकली. नंतर कर्कश हसत ते भूत पुन्हा पडद्याआड अदृश्य झाले. हॅगरने त्या दोन्ही बाटल्या ह्यूगोला दिल्या. त्याने त्या आपल्या बुटांत बंदोबस्ताने लपवून ठेवल्या आणि हॅगरचे 'संगीत' आभार मानून तो तिथून निघून गेला. नंतर हॅगरने प्रेक्षकांना विश्वासात घेऊन त्यांना सांगितले की, ह्यूगोने पूर्वी तिची काही आगळीक केली असल्यामुळे या वेळी त्याला मदत करण्याऐवजी ती त्याचा दुष्ट

डाव उधळून टाकणार होती. येथे पहिला अंक संपला पडदा पडल्यावर प्रेक्षकवर्ग चॉकोलेट चघळीत नाटकाच्या गुणावगुणाची चर्चा करण्यात रंगून गेला.

दुसऱ्या अंकासाठी पडदा वर जाण्यापूर्वी बराच अवधी गेला. पडद्याआड खूप ठाकठोक चालली होती. पडदा उशिरा वर गेला खरा, पण नंतर जे दृश्य प्रेक्षकांना स्टेजवर दिसले ते पाहून त्यांचे डोळेच दिपले आणि मग उशिराबद्दल कोणीही कुरकूर केली नाही. या वेळी रंगभूमीवर एक सुंदर मनोरा उभा होता. त्याच्या वरच्या मजल्यावर एक खिडकी होती. तेथे दिवा जळत होता. त्या फिकट प्रकाशात, शुभ्र पडद्याआड निळी रुपेरी वस्त्रे परिधान केलेली लावण्यवती झारा आपल्या प्रियकराची प्रतीक्षा करीत होती. जरा वेळाने रॉडरिगो – झाराचा प्रियकर – तेथे आला. तुरेदार टोपी, काळेकुरळे केस, मखमलीचा लाल पोषाख आणि हातांत गितार नावाचे वाद्य असा त्याचा थाट होता. आल्याबरोबर टॉवरच्या पायथ्याशी गुडघे टेकून गितारच्या साथीने वितळणाऱ्या सुरांत त्याने एक हृदयस्पर्शी प्रेमगीत गायिले. नंतर झाराचे व त्याचे थोडसे बोलणे होऊन त्याच्याबरोबर पळून जाण्याच्या बेताला तिने संमती दिली. आता नाटकातला अत्यंत उत्कट, रोमांचकारी क्षण येऊन ठेपला. रॉडरिगोने एक रेशमी दोराची शिडी खिडकीत फेकली आणि झाराला खाली येण्यास विनंती केली. झारा खिडकीबाहेर वाकली आणि रॉडरिगोच्या खांद्यावर हात ठेवून मोठ्या झोकात ती जो खाली उतरणार तो – हाय! तिच्या झग्याची कड खिडकीच्या तावदानात अडकली, त्याबरोबर तो उंच मनोरा डगमगला, पुढे कलला आणि प्रचंड आवाज करीत दुसऱ्याच क्षणी खाली कोसळला! ते दोघे हतभागी प्रेमिक त्या उद्ध्वस्त मनोऱ्याखाली संपूर्णपणे झाकून गेले!

हा अकल्पित प्रकार पाहून प्रेक्षकांत एकच गोंधळ उडाला. मनोऱ्याच्या उद्ध्वस्त अवशेषांतून दोन पाय धडपडत वर आले आणि सोनेरी केसांनी आच्छादलेले एक मस्तकही जरा वेळाने दिसू लागले. झारा चिडून म्हणाली, "तरी मी म्हणत होते–" तेवढ्यात विलक्षण प्रसंगावधान राखून झाराचा पिता डॉन पेद्रो पडद्याबाहेर आला. त्याने आपल्या मुलीला त्या पसाऱ्यातून बाहेर ओढून काढली आणि एकीकडे हळूच "गडबडू नका, नाटक असंच पुढं चालू ठेवा." अशी सूचना देऊन दुसरीकडे त्याने आपले भाषण करावयास सुरुवात केली. रॉडरिगोची त्याने तिथल्या तिथे आपल्या राज्यातून हकालपट्टी केली. नुकत्याच घडलेल्या अपघाताने रॉडरिगो चांगलाच हादरला होता. पण मग त्यानेही आपले भाषण बिनचूक म्हटले. झारा त्याच्या मदतीला धावून आली. त्या दोघांनी डॉन पेद्रोला तडफदार उत्तरे देऊन आपल्या स्वर्गीय प्रेमाची महती गायली. रागावलेल्या डॉन पेद्रोने या दोघांना तळघरातल्या तुरुंगवासाची सजा फर्मावली. त्याबरोबर पडद्यातून एक गोजिरवाणा गुटगुटीत शिपाई पुढे आला व तो त्या दोघा हतभागी प्रेमिकांना पकडून घेऊन गेला. जाताना

करावयाचे भाषण मात्र तो साफ विसरला. इतका तो भ्याला होता. इथं नाटकाचा दुसरा अंक संपला.

तिसरा अंक किल्ल्यातला एका दालनात उघडला. या अंकाच्या प्रारंभी हॅगर चेटकीण स्टेजवर आली आणि ह्यूगोचा नायनाट करण्याचा आपला बेत तिने पुन्हा एकदा बोलून दाखवला. तेवढ्यात ह्यूगो तेथे आला. त्याबरोबर हॅगर बाजूला लपली. ह्यूगोने आपल्या जवळची दोन्ही जादूची औषधे दोन पेल्यांत ओतली. हे पेले बंदीत असलेल्या रॉडरिगोला व झाराला नेऊन देण्याची त्याने एका नोकराला आज्ञा केली. पूर्वी ठरल्याप्रमाणे त्या नोकराने ह्यूगोला बोलण्यात गुंतवले आणि तेवढ्यात हॅगरने ते दोन पेले बाजूला ठेवून त्याऐवजी दुसरे दोन निरुपद्रवी पेले तेथे मांडले. नोकर ते निरुपद्रवी पेले घेऊन गेला. हॅगरने विषाचा पेला ह्यूगोच्या हाताशी ठेवला. इतका वेळ बोलून बोलून घसा सुकलेल्या ह्यूगोने चुकून पाणी म्हणून विषाचाच पेला पिऊन टाकला. लगेच त्याच्या सर्वांगाची आग होऊ लागली आणि जरा वेळाने तडफडून तो मरण पावला. त्यापूर्वी आपण केलेले सर्व कारस्थान एका सुंदर भाषणात हॅगरने त्याला सांगून टाकले!

चौथ्या अंकात पश्चात्तापाने तळमळणारा रॉडरिगो स्टेजवर आला. दरम्यान झारा तुरुंगातून अदृश्य झाली होती. ती आपणाला सोडून गेली या समजुतीने रॉडरिगो छातीत खंजीर खुपसून प्राणत्याग करण्याच्या बेतात होता, तोच पडद्यातून कोणीतरी अकस्मात गाऊ लागले. त्या गाण्यामुळे रॉडरिगोला कळले की, झारा अद्यापही त्याच्यावर प्रेम करीत होती, पण तिला जबरदस्तीने पळविण्यात आले होते, व या क्षणी ती प्राणसंकटात होती; आणि केवळ रॉडरिगोच त्यातून तिची सुटका करू शकणार होता. गाणे संपताच एक किल्ली आत फेकली गेली. किल्ली हाती येताच रॉडरिगोने आपल्या बेड्या तडातड तोडून टाकल्या आणि तुरुंगाचा दरवाजा खोलून तो झाराच्या सुटकेसाठी विद्युद्वेगाने तेथून चालता झाला!

पाचव्या अंकात डॉन पेद्रो व झारा या उभयांमधले भांडण प्रेक्षकांना बघावयास मिळाले. झाराने रॉडरिगोचा नाद सोडून कॉन्व्हेंटमध्यें जावे असे डॉन पेद्रो तिला सांगत होता, तर रॉडरिगोवाचून आपण क्षणभरही जिवंत राहणे शक्य नसल्याचे झारा त्याला बजावून सांगत होती. हे भांडण चालू असतानाच रॉडरिगो तेथे आला व त्याने डॉन पेद्रोजवळ झाराला मागणी घातली. डॉन पेद्रोने रॉडरिगोच्या दारिद्र्याचा कठोर उपहास केला. दोघांमध्ये खूप शब्दाशब्दी झाली आणि सरतेशेवटी रॉडरिगो झाराचा हात हाती धरून तिला तेथून जबरदस्तीने घेऊन जाणार, तोच एक छोटा नोकर तेथे आला आणि हॅगर चेटकीण अकस्मात गुप्त झाल्याची वार्ता त्याने कळविली. गुप्त होण्यापूर्वी हॅगरने आपले अमाप वैभव रॉडरिगो व झारा या उभयतांना देऊन टाकले होते. एवढे बोलून त्या नोकराने आपल्याजवळची

भली मोठी पिशवी रंगभूमीवर पालथी केली. त्याबरोबर आतून सोन्याची नाणी – म्हणजेच पत्र्याचे चकचकीत तुकडे – खळखळत खाली पडली! ते ऐश्वर्य पाहून डॉन पेद्रोचा विरोध संपुष्टात आला. त्याने झाराचा हात रॉडरिगोच्या हाती दिला व ते दांपत्य गुडघे टेकून डॉन पेद्रोचे आभार मानत असतानाच 'कोरस' होऊन नाटक संपले!

पडदा खाली पडताच टाळ्यांचा प्रचंड कडकडाट झाला. पण तेवढ्यात आणखी एक दुर्घटना घडली. प्रेक्षकवर्ग जेथे बसला होता की कॉट प्रेक्षकांच्या वजनाने फटकन दुमडून मिटली आणि सारे प्रेक्षक त्यात गडप झाले. रॉडरिगो आणि डॉन पेद्रो त्यांच्या मदतीला धावून आले आणि त्यांनी सर्वांना सुखरूप बाहेर काढले. कोणालाही लागले नाही, पण साऱ्याजणी इतक्या हसल्या की, त्यांच्या तोंडून शब्द फुटेना. हा गदारोळ चालू असताच हॅना माडीवर आली आणि तिने प्रेक्षकांसकट सर्वांना खाली 'जेवणास चलण्याची' विनंती केली.

हा निरोप येताच मेग आणि तिच्या बहिणी एकमेकींकडे विस्मयाने पाहू लागल्या आणि साऱ्याजणी जेवणासाठी खाली आल्या तेव्हा तर त्यांच्या आश्चर्याची परमावधी झाली. कारण जेवणाच्या टेबलाचा थाट काही और होता. नाना प्रकारचे खाद्यपदार्थ तेथे आकर्षक रीतीने मांडून ठेवले होते. आईस्क्रीमने काठोकाठ भरलेल्या मोठ्या बशा तेथे होत्या. एक पांढरी अन् दुसरी गुलाबी. याखेरीज केक, फळे, फ्रेंच 'बॉन बॉन' चॉकलेटे अशा गोष्टींची तेथे नुसती रेलचेल उडाली होती आणि या सर्वांच्या जोडीला टेबलाच्या मध्यभागी सुंदर सुंदर फुलांचे चार भलेथोरले गुच्छ मांडून ठेवलेले होते.

ते दृश्य पाहताच त्या बहिणींचे डोळे आश्चर्याने विस्फारित झाले. त्या प्रथम टेबलाकडे व मग आईकडे टकमक बघू लागल्या. मिसेस मार्च फक्त हसली.

"पऱ्या!" ॲमी म्हणाली.

"सॅन्टा क्लॉज!" बेथ बोलली.

"आईनंच आमच्यासाठी हा सारा थाट उडवून दिला असणार." मेग पुटपुटली आणि पिकलेल्या दाढीमिश्यांतूनही ती फार गोड हसली.

"आँट मार्चनं धाडलं असेल हे सारं आमच्यासाठी!" ज्यो एकदम स्फूर्ती येऊन म्हणाली.

"चूक. सगळे तर्क चूक!" मिसेस मार्च म्हणाली, "आपल्या शेजारी राहणाऱ्या मिस्टर लॉरेन्सनी धाडलीय ही मेजवानी तुम्हाला!"

"मिस्टर लॉरेन्स. म्हणजे त्या लॉरेन्स छोकऱ्याचे आजोबा, बरं का! त्यांनी का पाठवावं हे? त्यांची आपली तर ओळखही नाही." मेग विस्मयाने म्हणाली.

"आज सकाळी तुम्ही तुमची न्याहारी ह्यूमेल कुटुंबाला दिलीत ना, ते हॅना

बोलली वाटतं शेजारच्या घरातल्या एका नोकराकडे. अन् त्यानं ते मिस्टर लॉरेन्सच्या कानांवर घातलं. म्हातारा तसा थोडा विक्षिप्तच आहे, पण हे ऐकून ते एकदम खूष झाले. तुम्हाला माहीत नसेल, पण माझ्या वडिलांची आणि या लॉरेन्सची फार चांगली दोस्ती होती. आज दुपारी त्यांनी मला एक चिठी पाठवली आणि नाताळची भेट म्हणून माझ्या छोट्या मुलींना काही वस्तू पाठविण्याची परवानगी मी त्यांना द्यावी, अशी त्यांनी मला विनंती केली. पत्र अशा गोड आणि आर्जवी भाषेत लिहिलं होतं की मला नकार देववेना, अन् मग सकाळच्या दूधपावाच्या न्याहारीची भरपाई या अशा चमचमीत मेजवानीनं होते आहे.''

''मला वाटतं आई, त्यांच्या त्या नातवानंच हे सारं आपल्या आजोबांना सुचवलं असावं. मोठा छान पोरगा आहे तो. त्याची ओळख व्हावीसं फार वाटतं मला, अन् त्यालाही तसंच वाटत असावं. पण तो स्वभावानं लाजाळू आहे आणि मेगची शिस्त अशी कडक आहे की, तो जवळून गेला तरी ती कधी मला त्याच्याशी बोलू देत नाही!'' ज्यो म्हणाली. एव्हाना सर्वांच्या पुढ्यात खाद्यपदार्थांच्या बश्या मांडल्या गेल्या होत्या आणि ते गोड रुचकर आइस्क्रीम जिभेवर विरघळताना 'आहा!' 'काय छान आहे!' असे तृप्तीचे उद्गार सर्वांच्या तोंडून आपोआप बाहेर पडत होते.

ज्योचे बोलणे ऐकून तेथे हजर असलेली शेजारची एक मुलगी म्हणाली, ''ते मिस्टर लॉरेन्स माझ्या आईच्या चांगले परिचयाचे आहेत. पण आई म्हणते, ते फार गर्विष्ठ आहेत आणि शेजाऱ्यापाजाऱ्यांत मिसळणं त्यांना मुळीच आवडत नाही. आपल्या नातवालासुद्धा ते अगदी कोंडून घातल्यासारखं शिस्तीत ठेवतात नि त्याला खूप अभ्यास करायला लावतात. तो घोड्यावर बसून किंवा पायी फिरायला जातो, त्या वेळीदेखील त्याचा शिक्षक त्याच्याबरोबर असतोच. आम्ही त्या मुलाला आमच्याकडे पार्टीला बोलावलं होतं, पण त्याच्या आजोबांनी त्याला परवानगी दिली नाही! आम्हा मुलींशी तर तो चुकूनसुद्धा बोलत नाही. पण आई म्हणते, तो फार सालस अन् सुस्वभावी मुलगा आहे!''

''असलाच पाहिजे तो तसा.'' ज्यो आवेशाने म्हणाली, ''एकदा आमची मांजर त्यांच्या बागेत पळाली होती, तेव्हा त्यानं तिला पकडून कुंपणावरून माझ्या स्वाधीन केली होती. त्या वेळी आम्ही एकमेकांशी खूप बोललो अन् तो क्रिकेटच्या मॅचच्या गमती मला सांगत होता. पण तेवढ्यात मेग तिथं आली अन् मग तो संकोचानं तिथून निघून गेला. पण मला तो मुलगा फार आवडला आणि कधी ना कधी मी त्याच्याशी दोस्ती केल्याशिवाय राहणार नाही. त्याला मैत्रीची फार जरूर असली पाहिजे. चेहऱ्यावरूनच कळतं ते त्याच्या!''

''मला त्या मुलाचं वागणं बोलणं मोठं छान, सभ्य वाटतं. तशीच संधी आली

अन् तुमची त्याच्याशी ओळख झाली तर माझी हरकत नाही त्याला! आज ही फुलं तोच स्वत: घेऊन आला होता. तुमचा वरचा गोंगाट ऐकून तो उत्सुकतेनं वर बघत होता. मला वाटतं, त्याला आमंत्रण दिलं असतं तर ते फार हवं होतं त्याला. पण तुमच्या नाटकाचा रागरंग काही माहीत नव्हता मला. म्हणून मी त्याला नाटक बघायला बोलावलं नाही!'' मिसेस मार्च म्हणाली.

''बरं झालं नाही बोलावलंस ते आई!'' ज्यो हसत हसत म्हणाली, ''पण त्यानं बघितलं तरी चालेल अशा आमच्या एखाद्या नाटकाला आपण जरूर बोलावू त्याला. कदाचित तो आपल्या नाटकात कामही करील! मजा येईल नाही मग?''

''काय सुंदर फुलं आहेत ही! एवढा थोरला पुष्पगुच्छ मला कधीच कोणी पाठवला नव्हता!'' मेग टेबलावरच्या गुच्छाकडे कौतुकाने बघत म्हणाली.

''फुलं फारच सुंदर आहेत. पण मला आपला बेथनं मला दिलेला हा गुलाब अधिक आवडतो.'' छातीवर लावलेल्या आणि आता अर्धवट सुकलेल्या फुलाचा वास घेत मिसेस मार्च बेथकडे स्निग्ध नजरेने बघत म्हणाली.

बेथ आपल्या आईजवळ सरकली आणि तिला बिलगत ती अस्फुट रुद्ध स्वरात म्हणाली, ''माझा गुच्छ मला पपांना धाडता आला असता तर बरं झालं असतं. आपण इथं नाताळची मजा लुटीत आहोत, पपा या वेळी काय करीत असतील ग आई? त्यांचा नाताळ काही इतक्या आनंदात साजरा होत नसेल!''

३

नवा परिचय

“ज्यो, ज्यो, तू आहेस कुठे?” माळ्याकडे जाणाऱ्या जिन्याखाली उभी राहून मेग ओरडली.

“इथेच, माळ्यावर,” वरून एक काहीसा घोगरा आवाज आला. मेग धावत जिना चढून वर आली, तेव्हा एकीकडे सफरचंदे खात खात दुसरीकडे ‘रॅडक्लिफचा वारस’ ही कादंबरी वाचताना घळघळा रडत असलेली ज्यो तिला दिसली. खिडकीतून येणारे कोवळे ऊन अंगावर घेत एका मोडक्या तीन पायांच्या कोचावर, भल्या थोरल्या दुलईत स्वत:ला गुरफटून घेऊन ती बसली होती. हे ज्योचे आवडते विसाव्याचे स्थान होते. खाण्यासाठी काही सफरचंदे नि वाचायला एखादे सुरेखसे पुस्तक घेऊन ती तेथे येऊन बसली, की तिला जगाचे भान उरत नसे. इथल्या एका छोट्या उंदराशी तिची दोस्ती झाली होती. ज्योचे वाचन चालू असता तो निर्धास्तपणे तिच्या अवतीभोवती वावरत असे.

मेग माळ्यावर येताच ज्योने डोळ्यांतले पाणी पुसले आणि ती आपल्या बहिणीकडे अपेक्षेने, कुतूहलाने बघत राहिली.

“ही गंमत बघितलीस का? उद्या रात्रीच्या नव्या वर्षाच्या मेजवानीचं नि नृत्याचं मिसेस गार्डिनरकडून आमंत्रण आलंय आपल्या दोघींना!” हातातली निमंत्रणपत्रिका नाचवीत मेग अधीरतेने म्हणाली आणि लगेच बालिश उत्साहाने तिने पत्रिकेतला मजकूर ज्योला वाचून दाखवला. वाचून होताच ती पुढे म्हणाली,

“आता प्रश्न असा आहे, आपण उद्या पोषाख कोणता करायचा? मला एखादा तरी रेशमी झगा असायला हवा होता!” मेग उसासा टाकून म्हणाली, “आई म्हणते, मी अठरा वर्षांची झाले म्हणजे मग मला रेशमी झगा शिवायचा. पण त्याला अजून दोन वर्षं अवकाश आहे, अन् आणखी दोन वर्षं वाट बघायची ही कल्पनाच मला असह्य होते!”

"पण आपले पॉप्लिनचे झगेसुद्धा रेशमी झग्याइतकेच छान दिसतात. तुझा तर अजून अगदी नवा कोरा आहे, माझ्या झग्याला मात्र एका ठिकाणी धस लागूत तो फाटलाय. शिवाय – विसरलेच होते मी – आणखी एका ठिकाणी थोडासा जळलाय पण तो. ते जळलेलं फार वाईट दिसतं. काय करावं बरं?" ज्यो विचारमग्न होऊन बसली.

"ती जळलेली बाजू पाठीमागं येते. मला माहीत आहे." मेग म्हणाली, "तू जर एका जागी शांत बसून राहिलीस तर झगा जळालाय हे ध्यानात येणार नाही कोणाच्या. पुढली बाजू तशी ठीक आहे. त्या मानानं माझा पोषाख चांगला आहे. मी केस बांधायला नवी रेशमी रिबन आणणार आहे. आई तिची मोत्याची पिन मला देणार आहे, माझ्या नव्या रेशमी सपाता सुंदरच आहेत आणि हातमोजे, ते मात्र मला हवे तेवढे चांगले नाहीत. तरी पण चालतील!"

"माझे हातमोजे खराब झाले आहेत," ज्यो म्हणाली, "त्यांच्यावर लिंबाच्या सरबताचे डाग पडले आहेत आणि नवे तर विकत घेणं शक्यच नाही मला. मी आपली हातमोजे न घालता तशीच येईन." ती कधीच पोषाखाबद्दल फारखी चोखंदळ नसे.

"छे छे ! हातमोजे हवेतच हं तुला, नाहीतर मी येणार नाही तुझ्याबरोबर पार्टीला, सांगून ठेवते." मेग चटकन म्हणाली, "बाकी पोषाख कसाही असला तरी चालतो. पण हातमोजे उत्तम हवेत, नाहीतर नाचाला उभं राहता येत नाही, अन् तू जर नाचली नाहीस तर मला स्वत:ला ते फार अपमानकारक वाटेल!"

"पण मला नाचाची तेवढी आवडच नाही मुळी. खरंच, त्यापेक्षा मला गप्पा मारायला नि हसायखेळायला जास्त हवं असतं!" ज्यो म्हणाली.

पण मेग अजून हातमोज्यांच्या विचारातच गुरफटलेली होती. स्वत:शीच बोलावे तशी ती म्हणाली, "हातमोजे इतके महाग असतात की ते नवे विकत घेणं शक्यच नाही आणि आईला तसं विचारणंही बरोबर होणार नाही आणि ज्यो, तू इतकी निष्काळजी आहेस की, आपल्या वस्तूंना तू जरासुद्धा जपत नाहीस. मी म्हणते, आहेत ते हातमोजेच नाही का चालवून घेता यायचे?"

"येतील तर काय झालं?" ज्यो म्हणाली, "मी मुळी हातमोजे हातातच धरून ठेवीन. म्हणजे ते कोणाला दिसणार नाहीत. नाही तर – हं, ही युक्ती बरी आहे, आपण आपले दोघींचे जोड एकत्र करून हातांत घालू, प्रत्येकीनं एक चांगला नि एक वाईट हातमोजा घालून जायचं, कशी वाटते ही कल्पना तुला?"

"तुझे हात माझ्या हातांपेक्षा मोठे आहेत ज्यो." मेग केविलवाणी होऊन म्हणाली, "माझा हातमोजा तू घातलास तर तो ताणला जाऊन त्याचा आकार बिघडून जाईल ना?" आपले हातमोजे हा मेगच्या बाबतीत मोठाच नाजूक विषय होता. ती त्यांना जिवापाड जपत असे.

"मग मी हातमोजे न घालता तशीच येईन. लोक हसले तर हसू द्यात. मी नाही

त्यांची पर्वा करीत–'' ज्यो निर्णयात्मक स्वरात म्हणाली आणि तिने आपले पुस्तक पुन्हा हाती घेतले.

"बरं बरं, तू म्हणतेस तसं का होईना?'' मेग घाबरून तिची समजूत घालीत म्हणाली, "फक्त माझा हातमोजा तू जपून वापर म्हणजे झालं. त्यावर पुन्हा कसले डागबीग पाडू नकोस, अन् तिथे पार्टीच्या वेळी मुलांसारखी शीळ घालू नकोस किंवा वेड्यासारखी बडबडू नकोस. ऐकशील ना एवढं माझं?''

"तू काही काळजी करू नकोस. मी जास्तीत जास्त सभ्यपणानं वागायचा प्रयत्न करीन आणि शक्यतो काही घोटाळा करणार नाही. जा आता, तू आभाराचं पत्र लिहून टाक आणि मला हे सुंदर पुस्तक संपवू दे!'' ज्यो हसत हसत म्हणाली.

त्यावर मेग निर्धास्तपणे दिवाणखान्यात आली, तिने निमंत्रणाच्या स्वीकाराचे पत्र लिहून टाकले आणि स्वत:शीच मजेने गाणे गुणगुणत ती आपल्या पॉप्लिनच्या झग्याला नवी लेसची झालर लावीत बसली. दरम्यान ज्योने चार सफरचंदांचा फन्ना उडवला. वाचायला घेतलेले पुस्तक संपवले आणि आपल्या उंदीर दोस्ताबरोबर शिवाशिवीचा एक डावही ती खेळली!

पार्टीच्या दिवशी संध्याकाळी मार्च कुटुंबात मोठीच धामधूम चालली होती. दोघी थोरल्या बहिणी पार्टीला जाण्यापूर्वीची वेषभूषा आणि प्रसाधन करीत होत्या नि धाकट्या दोघीजणी त्यांना त्या कामात मदत करीत होत्या. खरे म्हणजे, पोषाख नि प्रसाधन दोहोंतही विशेष थाट किंवा भपका मुळीच नव्हता. पण त्यात त्या चौघीजणी विलक्षण रंगून गेल्या होत्या. एकसारखी धावधाव, हसणे, खिदळणे आणि एकमेकींच्या अंगांवर ओरडणे चालू होते. मध्येच जळलेल्या केसांचा करपट उग्र वास साऱ्या घरभर पसरला. त्याचे असे झाले, मेगला आपल्या कपाळावर काही कुरळ्या बटा झुलत्या ठेवायच्या होत्या. पण तिचे केस काही कुरळे नव्हते, तेव्हा तिच्या बटा कुरळ्या करून देण्याचे काम ज्योने आपल्या अंगावर घेतले. तिने मेगच्या कपाळावर काही सुट्या बटा काढून त्या ओल्या करून त्याभोवती कागद गुंडाळला आणि मग खूप तापवलेल्या चिमट्यात त्या बटा तिने धरल्या. त्याबरोबर जळकट वास येऊ लागला. बेथ कुतूहलाने म्हणाली,

"छी! वास काय सुटलाय पाहा.''

"ओल्या बटा कोरड्या होताहेत ना, त्यांचा वास आहे तो.'' ज्यो आत्मविश्वासपूर्वक म्हणाली.

"पिसं जळावीत ना, तसा वाटतोय हा वास!'' ॲमी नाक मुरडून म्हणाली आणि स्वत:च्या सुंदर कुरळ्या केसांवरून तिने समाधानाने हात फिरवला.

"त्यात काही नाही ग विशेष, आता बघा हं, मी हा कागद हलकेच सोडवून घेते म्हणजे कुरळ्या बटांची कशी सुंदर मेहरप तयार होईल मेगच्या चेहऱ्याभोवती!''

ज्यो म्हणाली आणि तिने मेगच्या बटांभोवती बसवलेले कागद सुटे केले, सर्वजणी मोठ्या उत्सुकतेने बघत राहिल्या. पण कुरळ्या बटांची सुंदर मेहरप कुठे दिसलीच नाही. त्याऐवजी काही जळलेल्या, करपलेल्या बटा मात्र सुट्या होऊन ज्योच्या हातांत आल्या!

"अग आई ग! हे काय झालं भलतंच!" मेग घाबरून किंचाळली. "अरे देवा! माझ्या केसांचं वाटोळं झालं!" आणि तिला एकदम रडे कोसळले.

"माझं नशीबच असं आहे! तू मुळी हे काम माझ्यावर सोपवायलाच नको होतंस. मी काही करायला गेले की ते बिघडलंच म्हणून समजावं!" ज्यो हताशपणे म्हणाली आणि तिचे डोळे पाण्याने भरून आले.

"तसं काही फारसं बिघडलं नाही," ॲमी सांत्वनाच्या सुरात म्हणाली, "तू हे केस पुन्हा नीट विंचरून घे मेग आणि केसांना रिबन बांधून तिची दोन्ही टोकं अशी अलगद कपाळावर सोडून दे. अगदी लेटेस्ट फॅशन दिसेल ती. मी कितीतरी मुली पाहिल्या आहेत अशी रिबन बांधलेल्या!"

"आहे त्यापेक्षा अधिक छान दिसायचा हव्यास कशाला करायला गेले मी? देवानं मला चांगली अद्दल घडवली!" मेग रडत रडत पस्ताव्याने म्हणाली.

बेथने चटकन उठून आपल्या बहिणीच्या गळ्यात हात टाकला आणि तिच्या गालावर ओठ ठेवून तिचा मुका घेत ती म्हणाली, "तुझ्या केसांना वाढ भरपूर आहे, लौकरच ते पुन्हा पहिल्यासारखे छान दाट होतील, तू काळजी करू नकोस."

या व अशाच काही आणखी नाट्यपूर्ण प्रसंगांनंतर मेगची वेषभूषा व प्रसाधन आटोपले आणि साऱ्या कुटुंबाच्या सामुदायिक प्रयत्नांनी ज्योचे केस एकदाचे नीट बांधले जाऊन पार्टीचा पोषाख तिच्या अंगावर चढवण्यात आला. अगदी साध्या पोषाखात आणि फारसे प्रसाधन नसतानाही त्या दोघी बहिणी फार आकर्षक दिसत होत्या. मेगने निळसर रुपेरी रंगाचा झगा घातला होता. गडद निळ्या मखमलीची हॅट तिने डोक्यावर चढवली होती. तिच्या झग्याला लेसची नाजूक झालर लावलेली होती आणि कॉलरला गळ्याशी मोत्याची चिमुकली पिन बसवलेली होती. ज्योचा झगा तांबूस तपकिरी रंगाचा होता. पुरुषी थाटाची उभी कडक पांढरी कॉलर आणि छातीवर गळ्याशी बसवलेल्या छोट्या शुभ्र शेवंतीच्या फुलांचा लहानसा झुबका, याशिवाय अन्य कोणताहा अलंकार तिने अंगावर घातलेला नव्हता. प्रत्येकीने एकेक चांगला आणि एकेक खराब हातमोजा हातात घातला होता. मेगच्या पायांतल्या उंच टाचांच्या स्लिपर्स खूप घट्ट होत्या व त्यामुळे तिला फार त्रास होत होता, पण ती ते मान्य करायला तयार नव्हती आणि ज्योचे भलेथोरले केस नीट बांधलेले राहावेत म्हणून एकोणीस आकडे तिच्या अंबाड्यात खोवले होते. ते डोक्याला सारखे टोचताहेतसे तिला वाटत होते, पण फॅशन करायचा म्हणजे एवढा त्रास सहन करायलाच हवा. नाही का?

अंगावरचा पोषाख सांभाळीत आणि हलकी डौलदार पावले टाकीत त्या दोघी बहिणी घराबाहेर पडल्या, तेव्हा मिसेस मार्चने त्यांना प्रेमाने निरोप दिला आणि सांभाळून जावयास सांगितले. पुढे ती म्हणाली,

"तिथे जेवणाच्या वेळी फार अबरचबर खाऊ नका आणि रात्री अकरानंतर तिथे थांबू नका. अकराच्या सुमाराला गाडी घेऊन हॅनाला मी तिकडे पाठवते, तिच्याबरोबर लगेच निघून या."

बाग ओलांडून त्या दोघी बहिणी फाटकाजवळ आल्या. फाटक उघडून त्या बाहेर पडणार तोच मिसेस मार्चचा आवाज पुन्हा त्यांच्या कानी आला,

"पोरींनो, चांगले हातरुमाल आहेत ना तुमच्याबरोबर? की विसरलात?"

"आहेत, आहेत!" ज्योने मागे वळून बघत म्हटले, "आणि मेगनं आपल्या रुमालावर छानसं कोलन वॉटर देखील शिंपडलं आहे!"

आणि त्या दोघी हसत हसत रस्त्याला लागल्या, दोन पावले चालून गेल्यावर ज्यो मेगला म्हणाली,

"आईचा हातरुमालावर भारी कटाक्ष असतो नाही? मला वाटतं, एखाद्या धरणीकंपातून जीव बचावून आपण धावत सुटलो असलो तरी पहिला प्रश्न ती आपल्याला हाच विचारील, 'मुलींनो, हातरुमाल घेतलेत की नाही? नाही मेग?' "

आणि ती पुन्हा हसत सुटली.

पण मेग हसली नाही, ती गंभीरपणे म्हणाली,

"ती आईची एक खानदानी पद्धत आहे. सभ्यपणाचं आणि चांगल्या अभिरुचीचं ते प्रतीक आहे. खरी घरंदाज स्त्री तिच्या पायांतल्या बुटांवरून, हातमोज्यांवरून नि हातरुमालावरूनच ओळखली जाते."

मेगला आपल्या आईच्या अभिरुचिसंपन्नतेचा मोठा अभिमान होता आणि तिच्या स्वत:च्याही अशा अनेक 'खानदानी' आवडीनिवडी होत्या.

थोड्या वेळाने मिसेस गार्डिनरच्या विश्रांतीच्या खोलीतल्या भल्या मोठ्या आरशासमोर उभ्या राहून त्या दोघी बहिणी आपला पोषाख आणि केशभूषा न्याहाळीत असता मेग ज्योला म्हणाली,

"तुझ्या झग्याचा जळलेला भाग कोणाला दिसणार नाही याची काळजी घ्यायला विसरू नकोस हं! माझा पोषाख ठीक आहे ना? केस फारच वाईट नाहीत ना दिसत ज्यो?"

"छे, छे! मुळीच नाही." ज्यो म्हणाली, "सुरेखच दिसते आहेस तू. तू सांगितलेलं सारं मी नीट ध्यानात ठेवीन. अन् त्यातूनही माझं काही चुकतंयसं वाटलं तर तू एक डोळा बारीक करून मला इशारा दे!"

"छी! एक डोळा बारीक करणं फार असभ्यपणाचं असतं!" मेग म्हणाली, "हे

बघ, तुझं काही चुकलं तर मी माझ्या भुवया उंचावीन. तू ठीक वागते आहेस असं दिसलं तर कुणाला कळणार नाही अशा बेतानं मी माझी मान डोलावीन. आता तू खांदे मागे झुकव, मान ताठ ठेव, शीळ घालू नकोस अन् कुणाशी ओळख करून दिली गेली तर शेकहॅण्ड करू नकोस. मुलींनी शेकहॅण्ड करायचा नसतो, समजलीस?''

''कसं बाई कळतं तुला हे सारं?'' ज्यो चकित होऊन म्हणाली, ''चल, आपण दिवाणखान्यात जाऊ या. अहा! हे सूर किती छान वाटताहेत!''

त्या दोघीजणी बाहेरच्या मोठ्या दिवाणखान्यात आल्या. पार्ट्या, मेजवान्या, नृत्यसमारंभ या गोष्टींचा त्यांना मुळीच सराव नव्हता. अशा ठिकाणी त्या क्वचितच जात. त्यामुळे त्यांना येथे अगदी बुजल्यासारखे वाटत होते. मिसेस गार्डिनरने त्या दोघींचे प्रेमाने स्वागत केले आणि आपल्या सहा मुलींपैकी थोरलीच्या, सॅलीच्या ताब्यात त्यांना देऊन ती इतर पाहुण्यांकडे वळली. मेगची अन् सॅलीची चांगली मैत्री होती. ती लौकरच तेथील वातावरणात रमली, पण ज्योला मुलींची विशेष आवड नव्हती आणि ठरीव बायकी गप्पांत तिला गंमत वाटत नसे. म्हणून ती भिंतीला टेकून उभी राहिली होती आणि बावरल्या अनोळखी नजरेने इकडे तिकडे पाहात होती. तिच्याभोवतालची गर्दी हळूहळू पांगली आणि ती एकटीच तेथे राहिली. तिला फार चुकल्यासारखे वाटू लागले, कारण तिच्याशी गप्पा मारायला कोणी जवळपास नव्हते आणि स्वत: हिंडून आपली करमणूक करून घ्यावी म्हटले तर झग्याची जळलेली बाजू इतरांना दिसेल म्हणून तेथून हलणेही तिला शक्य नव्हते. पलीकडे एका कोपऱ्यात पाचसहा तरुण मुले गप्पा मारीत उभी होती, त्यांच्यात जाऊन आपण मिसळावे असे ज्योच्या कितीदातरी मनात आले. पण तिने डोळ्यांनी आपली इच्छा मेगला कळवली मात्र, मेगच्या भुवया इतक्या वर चढल्या की ज्योला आपल्या जागेवरून हलण्याचा धीरच झाला नाही. ती जागच्या जागीच चुळबुळत राहिली. इतक्यात नृत्य सुरू झाले. मेगला ताबडतोब जोडीदार मिळाला आणि ती इतक्या सहजतेने, डौलाने नाचू लागली की घट्ट स्लिपर घातल्यामुळे तिच्या पायाला किती वेदना होत होत्या त्याची कोणाला तिच्या हसतमुख चेहऱ्यावरून कल्पनादेखील आली नसती. ज्यो दुरूनच ते सारे भुकेल्या नजरेने बघत होती. तेवढ्यात तांबुस केसांचा एक तरुण मुलगा आपल्या दिशेने येताना तिला दिसला. तो आपल्याला नृत्यासाठी विनंती करणार असे भय वाटून ज्यो तात्काळ तेथून निघाली आणि दिवाणखान्यालगतच्या एका छोट्या खोलीच्या दारावरचा पडदा दूर सारून ती झटकन आत शिरली. तो – शेजारच्या मिस्टर लॉरेन्सचा नातू तेथे कोचावर बसलेला तिला दिसला!

त्याची व ज्योची दृष्टादृष्ट होताच तिला विलक्षण संकोच वाटला.

''मला कल्पना नव्हती इथं कोणी असेल म्हणून.'' ती चपापून म्हणाली आणि आल्या पावली तेथून बाहेर पडण्याचा ती विचार करू लागली. पण तिला पाहाताच

तो तरुण मुलगा चटकन उभा राहिला. खरे म्हणजे तोही गोंधळून गेला होता, पण आपला गोंधळ लपवीत तो हसून म्हणाला,

"या ना! तुमची हरकत नसेल तर आपण दोघंही इथं गप्पा मारीत बसू या." अणि त्याने खाली बसत आपल्या शेजारी कोचावर थोपटल्यासारखे केले.

"पण तुम्हाला माझी अडचण तर होणार नाही?" ज्यो अनिच्छेने घुटमळत म्हणाली.

"मुळीच नाही. मी इथं येऊन बसलोय याचं कारण, माझा इथं फारसा कुणाशी परिचय नाही अन् त्यामुळे मला संकोच वाटतो आहे."

"माझीही तीच अवस्था झाली होती." ज्यो म्हणाली आणि ती त्याच्या शेजारी पण जरा अंतर राखून पलीकडे कोचावर बसली. दोघंजण काही वेळ तशीच स्तब्ध बसून राहिली. तो मुलगा खाली मान घालून आपल्या पायांतले चकचकीत बूट न्याहाळीत होता. दोघांमध्ये एक विचित्र शांतता पसरली होती. तिचा भंग करण्याच्या इराद्याने ज्यो औपचारिकपणाचा आव आणून म्हणाली,

"मला वाटतं, मी यापूर्वी आपल्याला पाह्यलंय कुठे तरी!"

"तुमच्या शेजारीच की!" तो मुलगा म्हणाला आणि मोठ्याने हसला. ज्योच्या औपचारिक आविर्भावाची त्याला गंमत वाटली. कारण एक आठ दिवसांपूर्वीच ज्योचे हरवलेले मांजर त्याने तिला आणून दिले होते आणि मग त्या दोघांनी क्रिकेटसंबंधी छान गप्पा मारल्या होत्या.

त्याचे स्वच्छ मोकळे हसणे ऐकून ज्योचा उरलासुरला संकोच मावळून गेला आणि तीही मोकळेपणाने हसत म्हणाली,

"आम्हाला तुम्ही धाडलेली नाताळची भेट फार आवडली."

"ती तर आजोबांनी धाडली होती."

"होय, पण ती कल्पना तुम्हीच त्यांच्या मनात भरवली होती. खरे ना?"

"तुमच्या मांजरीची तब्येत कशी काय आहे आता, मिस मार्च?" तो मुलगा गंभीर चेहऱ्याने म्हणाला. त्याचे काळेभोर डोळे मात्र खट्याळपणाने हसत होते.

"छान आहे, मिस्टर लॉरेन्स." ज्यो म्हणाली, "पण तुम्ही मला मिस मार्च वगैरे म्हणू नका. नुसतं आपलं साधं, सरळ ज्यो म्हणा!"

"मग मलादेखील तुम्ही मिस्टर लॉरेन्स म्हणता कामा नये. नुसतं 'लॉरी'च म्हणायला हवं!"

"लॉरी लॉरेन्स! किती विलक्षण नाव आहे नाही?" ज्यो म्हणाली.

"खरं म्हणजे माझं नाव 'थिओडोर' आहे, पण शाळेतली पोरं एखाद्या मुलीसारखी मला 'डोरा' 'डोरा' म्हणून चिडवू लागली. तेव्हा मी त्यांना मला 'लॉरी ' म्हणायला भाग पाडलं!" लॉरी म्हणाला.

"छान केलंत. मलाही माझं 'जोसेफाइन' नाव आवडत नाही. भारीच हळवं अन्

नाजूक आहे ते. मलाही वाटतं की, मला साऱ्यांनी 'ज्यो' म्हणूनच हाक मारावी, तुम्ही मुलांना 'डोरा' म्हणताना कसं बंद केलंत?''

''मी बडवून काढलं त्यांना छानपैकी!'' लॉरी चटकन म्हणाला.

''हा उपाय आँट मार्चच्या बाबतीत उपयोगात आणणं शक्यच नाही मला, तेव्हा तिनं म्हटलेलं 'जोसेफाइन' चालवून घेणं मला भाग आहे.'' ज्यो उसासा टाकून म्हणाली,

''तुम्हाला नाचायला नाही आवडत, ज्यो?'' लॉरीने विचारले.

''भरपूर जागा असली, सारी परिचित मंडळी असली आणि भोवतालचं वातावरण घरगुती असलं तर मनापासून नाचते मी.'' ज्यो म्हणाली, ''पण परक्या अनोळखी जागेत मला गुदमरल्यासारखं होऊन जातं. तिथं माझ्या हातून काहीतरी पडझड, नुकसान होईल, नाहीतर कुणाच्या तरी पायावर आपला पाय पडेल अशी सारखी भीती वाटत राहते मला! म्हणून अशा ठिकाणी मी आपली मेगलाच नाचू देते. तुम्ही नृत्य करता का नाही?''

''कधी तरी!'' लॉरी म्हणाला, ''मी बरीच वर्षं युरोपात काढली आहेत, त्यामुळं इकडल्या रीतीभाती फारशा ठाऊक नाहीत मला!''

''युरोपात!'' ज्यो उल्हासित होऊन म्हणाली, ''खरं की काय? मग मला सांगा ना तिकडली हकिकत? मला प्रवासाच्या आणि परदेशच्या गमती ऐकायला फार आवडतं!''

आपले निवेदन कोठे व कसे सुरू करावे ते लॉरीला आधी नीटसे कळेना. पण ज्योच्या उत्सुक प्रश्नांनी व तिच्या जिवंत कुतूहलाने लौकरच त्याला बोलते केले आणि त्याने 'व्हीव्हाय' येथील आपल्या शाळेची, डोक्यांत कधीच टोप्या न घालणाऱ्या तेथील विद्यार्थ्यांची, तेथील संथ तळ्यात तरंगणाऱ्या नौकांच्या ताफ्यांची आणि शिक्षकांबरोबर पायी केलेल्या स्वित्झर्लंडच्या सफरींची वर्णने तिला रंगवून सांगितली.

''अहाहा! मी असायला हवी होते तिथे!'' ज्यो तृप्तीचा दीर्घ निःश्वास सोडून म्हणाली.

''तुम्ही पॅरिस पाहिलंय?''

''गेला हिवाळा तिथेच काढला मी.''

''तुम्हाला फ्रेंच बोलता येतं?''

''व्हीव्हायच्या शाळेत दुसरी भाषा बोलायची आम्हाला परवानगीच नव्हती मुळी.''

''मग थोडंसं फ्रेंच बोलून दाखवा ना? मला वाचता येतं फ्रेंच, पण उच्चार मात्र अद्याप नीटसे जमत नाहीत.''

''की इल ल नॉम ए सेते ज्यन देमॉयझल आँ ले पान्तुफ्लीस जॉलि?'' लॉरीने फ्रेंचमध्ये प्रश्न विचारला.

"अच्छा! काय बरं म्हणालात तुम्ही? पायांत सुंदर स्लिपर्स घातलेली ती तरुण मुलगी कोण बरे? असंच ना?"

"उई मादमॉझेल!"

"ती माझी बहीण मार्गारेट, तुम्ही ओळखता तिला. आवडली का ती तुम्हाला?"

"फार, तिला पाहून मला जर्मन मुलींची आठवण येते. तशीच टवटवीत. प्रसन्न आणि शांत आहे ती आणि नाचतेही सुरेख."

आपल्या बहिणीबद्दलचे हे अनाहूत कौतुकोद्गार ऐकून ज्योचे मन सुखावले आणि हे सर्व मेगला सांगून टाकण्याचा तिने निर्धार केला. नंतरचा काही वेळ त्या दोघांनी मोठ्या मजेत घालवला. लॉरीचा सुरुवातीचा संकोच लौकरच नाहीसा झाला, कारण ज्योचा मनमोकळा, काहीसा आडदांड, पुरुषी स्वभाव त्याला फार आवडला. ज्योही त्याच्याशी गप्पा मारण्यात रंगून गेली. कारण इथे कोणी तिच्याकडे बघून भुवया उंचावीत नव्हते किंवा तिच्या जळलेल्या झग्यालाही येथे कोणी नाके मुरडीत नव्हते. तरुण लॉरेन्स तिला फार आवडला आणि बहिणीजवळ त्याचे वर्णन करता यावे म्हणून ती त्याचे चोरून पण बारकाईने निरीक्षण करू लागली. या बहिणींना स्वतःचा भाऊ नव्हता. मोजके आते-मामेभाऊ होते आणि एकंदरीने मुलांचे विश्व त्यांना अपरिचित, अज्ञात होते.

'काळे कुरळे केस, सावळा रंग, टपोरे काळेभोर डोळे, सरळ नाक, सुरेख पांढरेशुभ्र दात, लहानसे सुंदर हात, उंचीला माझ्याहून थोडासा अधिकच, अतिशय सभ्य, अन् सुस्वभावी, वय-वय काय बरे?'

विचार करता करता ज्यो अडखळली. लॉरीला उघड वय विचारणे तिला प्रशस्त वाटेना, ते आडवळणाने काढून घ्यावे म्हणून तिने खुबीने प्रश्न केला,

"तुम्ही आता कॉलेजात जाणार असाल ना लौकरच? मी बघते तुम्हाला अभ्यासाचा आव आणताना. चुकले, अभ्यास करताना!"

बोलता बोलता ज्यो शरमेने लाल झाली. मिष्कीलपणे स्वतःच्या तोंडून निघून गेलेल्या शब्दांची तिला फार लाज वाटली, पण लॉरीला त्याचे काही विशेष वाटलेले दिसले नाही. तो सहजपणे म्हणाला, "आणखी दोन वर्षं तरी नाहीच. सतरावं वर्ष लागण्यापूर्वी निश्चित नाही?"

"तुमचं वय पंधरा वर्षांचं आहे?" ज्यो आश्चर्याने म्हणाली.

"पुढल्या महिन्यात माझं सोळावं वर्ष संपेल." लॉरी म्हणाला.

"कॉलेजात खूप गंमत असेल नाही?" ज्यो म्हणाली, "पण तुम्हाला कॉलेजचं विशेष आकर्षण दिसत नाही."

"मुळीच नाही. एक तर मुलं तिथे पुस्तकांतले किडे बनतात, नाहीतर उडाणटप्पू होतात– निदान या देशात तरी. मला नाही आवडत कॉलेज."

“मग तुम्हाला काय आवडेल?”

“मला इटलीत राहून माझ्या मनासारखं वागायला फार आवडेल.”

ज्यो आणखी काहीसे विचारणार होती. पण लॉरीचा गंभीर चेहरा आणि आकुंचित भुवया पाहून तिने वेळीच आपल्या जिभेला आवर घातला. त्याच वेळी बाहेर जलद लयीची एक गत सुरू झाली. त्या गाण्याला पावलाने ठेका धरीत ज्यो विषय बदलून म्हणाली,

“आहा! किती सुंदर गत आहे ही? तुम्ही नृत्य करत नाही?”

“तुम्ही मजबरोबर याल तर!” लॉरीने किंचित हसून म्हटले.

“मी नाही नाचू शकणार. मेगला मी तसं आश्वासन दिलंय. कारण–” बोलता बोलता ज्यो अडखळून थांबली.

“कारण काय?” लॉरीने कुतूहलाने तिजकडे बघत म्हटले.

“तुम्ही कुणाला सांगणार नाही?”

“मुळीच नाही.”

“तर मग ऐका. मला शेकोटीच्या जवळ उभं राहण्याची विचित्र खोड आहे त्यामुळे माझे झगे नेहमी मागल्या बाजूनं जळतात. हा झगा तसाच जळलाय, तो दुरुस्त केलाय मी चांगला, तरीपण ते दिसून येतंच. म्हणून मेगनं मला नाचायला मनाई केली आहे. आता तुम्ही हसा पाहिजे तर. कारण हे सारं हसू येण्याजोगंच आहे!” असे म्हणून ज्यो हसत सुटली.

पण लॉरी हसला नाही, त्याच्या चेहऱ्यावर एक विलक्षण, अगम्य भाव तरळून गेला आणि खाली मान घालून किंचित्काळ तो अगदी स्तब्ध राहिला. जरा वेळाने वर मान करून अत्यंत स्नेहार्द्र स्वरात तो ज्योला म्हणाला,

“हरकत नाही, मी सांगतो यावर एक युक्ती, आपण असं करू, या शेजारच्या दालनातच आपण नाचू या. म्हणजे तिथे आपल्याला कोणीसुद्धा बघणार नाही. चला.”

ज्यो त्याचे आभार मानून उठली आणि मग शेजारच्या हॉलमध्ये जाऊन त्या उभयतांनी मनसोक्त नृत्य केले. लॉरीला नृत्याची कला उत्तम रीतीने अवगत होती आणि त्याने एका जर्मन नाचाची काही नवीन ‘पावले’ ज्योला शिकवली. ती तिला फार आवडली. नृत्यसंगीत थांबले तशी ती दोघे धापा टाकीत जिन्याच्या रुंद पायऱ्यांवर बसली. तेथे लॉरी हायडेलबर्ग येथील एका विद्यार्थी मेळ्याची हकिकत ज्योला सांगू लागला. तो वृतान्त ऐकण्यात ती रंगून गेली असता मेग तिला शोधत तेथे आली आणि तिने ज्योला खुणावून बाजूला बोलावले. ज्यो काहीशी अनिच्छेनेच तिच्या पाठोपाठ गेली. मेग शेजारच्या खोलीत जाऊन धपकन कोचावर बसली. तिचा चेहरा फिकट झाला होता व कपाळावर घाम डवरला होता. आपले पाऊल हाती धरून ती जोराने श्वास टाकीत होती.

“काय? झालं काय?” ज्योने घाबरून विचारले.

“काही विशेष नाही. त्या मेल्या घट्ट स्लिपर्सनी दगा दिला आणि माझा पाय चांगलाच मुरगाळला, हा घोटा इतका दुखतोय की मला चालतासुद्धा येत नाही. आता आपण घरी कशा जाणार कोण जाणे!” बोलता बोलता मेगचे डोळे वेदनेने पाणावले.

“मला त्या स्लिपर्सची भीती वाटत होतीच.” बहिणीचे दुखावलेले पाऊल हाताने कुरवाळीत ज्यो सहानुभूतिपूर्ण स्वरात म्हणाली, “पण आता आपण करायचं काय? एक तर आपण गाडीनं घरी गेलं पाहिजे नाहीतर मग रात्रभर इथं मुक्काम केला पाहिजे.”

“गाडीनं जाणं नाही परवडणार आपल्याला. शिवाय गाडी मिळायला हवी ना? इथं येणारी बहुतेक मंडळी स्वतःच्या गाडीतून येणारी आहेत आणि इथं मुक्काम करणंही शक्य नाही, कारण सॅलीनं आधीच काही मुलींना रात्री राहण्याच्या बेतानं बोलावलंय. त्यात आपण कुठे आणखी गर्दी करायची? आता असं करू, हॅना येईपर्यंत मी विश्रांती घेते. मग पाहू जसं जमेल तसं.”

“मी लॉरीला विचारते, तो नेईल त्याच्या गाडीतून आपल्याला.” ज्यो त्या कल्पनेने उल्हसित होऊन म्हणाली.

“नाही हं! उगीच कुणाला विचारू नकोस नि कुणाला काही सांगूही नकोस. या स्लिपर्स आपल्या सामानात ठेव नि मला साधे बूट काढून दे. नाचणं तर शक्यच नाही मला आता. पण जेवण आटोपल्यावर हॅना येताच तू मला वर्दी दे.”

“जेवणाची वेळ झालीच आहे. माणसं तिकडेच निघाली आहेत. मी नाही जात जेवायला. मी तुझ्याबरोबर इथेच थांबते.” ज्यो म्हणाली.

“छे छे! तू जा. फक्त माझ्यासाठी थोडी कॉफी आण. मी इतकी थकले आहे की, माझ्यानं हालचालदेखील करवत नाही.”

मेग कोचाच्या पाठीवर थकून विसावली आणि ज्यो जेवणघराकडे धावली. तेथे कॉफी कपात ओतताना धांदलीत ती तिच्या हातून सांडली आणि तिच्या झग्याचा पुढला भागही निकालात निघाला.

“देवा रे! काय धांदरट आहे मी!” ज्यो वैतागाने पुटपुटली आणि झग्यावर सांडलेली कॉफी पुसता पुसता मेगच्या चांगल्या हातमोज्याची तिने अनवधानाने वाट लावून टाकली.

“काय गडबड आहे? मी काही मदत करू का तुम्हाला?” जवळून जाणारा लॉरी सहानुभूतिपूर्वक विचारू लागला. त्याच्या एका हातात कॉफीचा भरलेला कप आणि दुसऱ्या हातात एका प्लेटमध्ये काही फराळाचे पदार्थ होते.

“मी मेगसाठी काही खायला नेत होते.” ज्यो म्हणाली, “ती फार थकली आहे अन् जेवायला काही ती येत नाही. पण मला कुणाचा तरी धक्का लागला नि काय झालंय ते बघा हे.” तिने वैतागाने आपल्या झग्यावरून नजर फिरवली.

“अरेरे!” लॉरी म्हणाला, “चला, मी तुमच्या मदतीस येतो. कुठं आहे ती?”

ज्योने लॉरीला मेग बसली होती तेथे नेले. त्याने चटकन एक छोटेसे टेबल पुढे ओढले. मेगसाठी आणलेली कॉफी व फराळाचे पदार्थ तेथे ठेवले. पुन्हा जेवणघरात जाऊन ज्योसाठी वेगळी कॉफी व फराळ आणला आणि एकंदरीने त्या दोघी बहिणींना त्याने इतक्या आदराने वागविले की, अशा बाबतीत अत्यंत चोखंदळ असलेल्या मेगने देखील 'छान मुलगा' असे सर्टिफिकेट त्याला देऊन टाकले. हळूहळू आणखीही काही तरुण मंडळी तेथे गोळा झाली आणि त्या सर्वांचा हास्यविनोद चालू असतानाच हॅना तेथे आली. हॅनाला बघताच आपला मुरगळलेला पाय विसरून मेग उठून उभी राहिली. पण तिच्या पायातून इतकी कळ आली की तिला ज्योचा आधार घ्यावा लागला. तेवढ्यात तिने ज्योला 'काही बोलू नकोस' म्हणून सुचविले आणि वरकरणी हसत ती म्हणाली, "काही नाही. पायाला जरा मुंग्या आल्या आहेत. एवढेच!"

खरी हकिकत कळल्यावर हॅना रागावली, मेग रडू लागली. ज्योला काय करावे तेच कळेना. एका नोकराला पाठवून गाडी मिळते का याची तिने चौकशी केली, पण इतक्या रात्री भाड्याची गाडी मिळणेही अशक्य होते. पार्टीला जमलेली पाहुणे मंडळी आपापल्या गाड्यांतून हळूहळू जाऊ लागली आणि भरीत भर म्हणून की काय, त्याच वेळी पाऊसही सुरू झाला. ज्यो अगदी हताश होऊन इकडे तिकडे बावरल्यासारखी बघत होती, तोच लॉरी पुन्हा तिच्या मदतीला धावून आला आणि त्याने म्हटले, "तुम्ही साऱ्याजणी आमच्याच गाडीतून चला ना! गाडी बाहेर उभी आहे."

"आमच्यामुळे तुम्हाला लौकर निघावं लागेल!" ज्यो घुटमळत म्हणाली.

"मुळीच नाही. पार्ट्यांचा मला तेवढा षौक नाही आणि साडेदहा-अकरानंतर मी अशा ठिकाणी थांबत नाही. म्हणून म्हणतो बरोबर जाऊ या. तुमचं घर शेजारीच आहे. शिवाय बाहेर पाऊसही पडतो आहे!"

लॉरीने इतके मनापासून म्हटल्यावर ज्योला त्याच्या विनंतीचा अव्हेर करवेना. तिने मेगला ते सांगितले, हॅना आणि मेग चटकन तयार झाल्या आणि मग लॉरीच्या आजोबांच्या प्रशस्त, आरामशीर गाडीतून ती सर्वजण घरी जावयास निघाली. लॉरी बाहेर कोचमनशेजारी बसला होता. त्यामुळे हॅना, मेग व ज्यो या तिघींना गाडीत एकान्त मिळाला व पार्टीबद्दल अन् तिथे जमलेल्या पाहुण्यांबद्दल त्यांना मोकळेपणाने गप्पा मारता आल्या. पार्टीला खूप गंमत आल्याबद्दल दोघींचे एकमत झाले. सॅलीची मैत्रीण ॲनी मॉफट हिला मेग फार आवडली होती आणि येत्या वसंत ऋतूत नाटकांचा सीझन चालू झाल्यावर सॅलीबरोबर मेगलाही तिने आपल्या घरी आठवडाभर येण्याचे निमंत्रण दिले होते. ते सारे ज्योला सांगून मेग म्हणाली.

"मला फार आवडेल जायला, आता आई परवानगी देते का बघायचं!"

"मी तुला त्या गाजरासारखे लाल केस असलेल्या मुलाबरोबर नाचताना पाहिलं." ज्यो म्हणाली, "मी तर त्याच्यापासून पळूनच गेले. काय? बरा होता का तो?"

“छानच होता. अन् त्याचे केस गाजरासारखे नव्हते काही, छान तांबूस तपकिरी होते. मी त्याच्याबरोबर खूप नाचले.”

“मला तर त्याचं नाचणं पाहून नाकतोड्याची आठवण झाली,” ज्यो म्हणाली. “तसाच दिसत होता तो अगदी! मी आणि लॉरी इतके हसलो म्हणून सांगू! तू ऐकलंस का आम्हाला हसताना?”

“ऐकलं नाही.” मेग म्हणाली, “पण अशी दुसऱ्याची कुचेष्टा करून हसणं अगदी असभ्यपणाचं आहे, अन् तुम्ही दोघं एवढं अगदी काय हितगुज करत होता त्या खोलीत लपूनछपून?”

मग ज्योने लॉरी बरोबर झालेले सगळे संभाषण मेगला सांगितले, तेवढ्यात घर आलेच. लॉरीचे आभार मानून व त्याला ‘गुडनाईट’ करून त्या तिघीजणी गाडीतून खाली उतरल्या. आपल्यामुळे कोणाची झोपमोड होऊ नये म्हणून त्या अगदी हलकेच दार उघडून आत शिरल्या. पण निजण्याच्या खोलीत त्या दोघी बहिणी येताच दोन चिमुकली डोकी उशांवरून एकदम उचलली गेली आणि झोपेने पेंगुळलेले पण तरीही उत्सुक असे दोन आवाज एकदम ओरडले,

“आम्हाला पार्टीच्या गमती सांगा. आम्हाला पार्टीच्या गमती सांगा!”

मेगच्या दृष्टीने ‘अत्यंत असभ्य’ अशी एक गोष्ट म्हणजे ज्योने पार्टीच्या वेळी काही गोड बिस्किटे आपल्या छोट्या बहिणींसाठी गुपचूप खिशात भरली होती. ती तिने बेथला आणि ॲमीला दिली आणि पार्टीच्या गमती ऐकत त्यांनी मजेने त्यांचा फन्ना उडवला.

झोपण्यापूर्वी ज्योने मेगच्या पायाला औषध लावून तो चोळून दिला आणि मग ती मेगचे केस कंगव्याने विंचरू लागली. मेग कोचाच्या पाठीवर आळसाने विसावत म्हणाली, “अहाहा! अशी मी सुंदरशा गाडीतून पार्टीहून घरी आले आहे, अंगावर ड्रेसिंग गाऊन घालून बसले आहे, झोपण्यापूर्वी कुणीतरी माझे केस विंचरून माझी सेवा करते आहे – एखाद्या श्रीमंत खानदान बाईसारखं वाटतंय मला अगदी!”

“आपल्या जळलेल्या बटा, जुने झगे, एक नवा नि एक जुना हातमोजा एकत्र घेऊन त्यांचे बनवलेले विजोड जोड आणि पाय मुरगळणाऱ्या घट्ट स्लिपर्स – अशा काही बारक्यासारक्या गोष्टी वगळल्या तर श्रीमंत बायकांच्या नि आपल्या पार्टीच्या आनंदात मला नाही वाटत फारसा फरक पडत असेलसं!” ज्यो हसत हसत म्हणाली.

आणि तिचे म्हणणे काही खोटे नव्हते!

४

एकेकीचे ओझे

पार्टीच्या दुसऱ्या दिवशी सकाळी उसासा टाकून मेग म्हणाली, "अरे देवा ! आता कामावर जायचं म्हणजे किती जड वाटतंय."

मेगला जात्याच कष्टांचा कंटाळा होता. आता सुट्टी संपली होती आणि सबंध एक आठवडा चैनीत अन् गमतीत घालवल्यावर, शिकवणीचे रुक्ष कंटाळवाणे काम करणे साहजिकच तिच्या जिवावर आले होते.

"मला वाटतं नाताळ वर्षभर चालू राहावा. काय मजा येईल नाही ?" ज्यो आळस देत म्हणाली.

"तेही कदाचित कंटाळवाणंच होईल." मेग म्हणाली, "पण आता मेजवान्यांना जाणं, नृत्य करणं, गाडीतून आरामात घरी परत येणं, वाचणं किंवा नुसतंच बिछान्यावर लोळत पडणं आणि मुख्य म्हणजे कामावर जाण्याची सक्ती नसणं यात फार मजा वाटते खरी. ज्या मुली अशा चैनीत दिवस काढतात त्यांचा मला भारी हेवा वाटतो. काही म्हणा, माझा स्वभाव जरासा चैनी अन् विलासी आहे बाई!"

तिने पुन्हा एक उसासा टाकला आणि कामावर जाताना वापरण्याच्या आपल्या दोन झग्यांपैकी त्यातल्या त्यात कोणता कमी विटलेला आहे याचा ती विचार करू लागली.

"चैन सर्वांनाच हवीशी वाटते. पण आपल्या नशिबी ती नाही ना? मग झालं तर? उगाच कुरकूर करण्यात काय अर्थ आहे?" ज्यो म्हणाली, "आपण आपापली ओझी खांद्यावर उचलून घेऊ आणि मार्मी जशी आनंदानं कामावर जाते तशाच समाधानानं आपणही आपापल्या कामाला जाऊ. आँट मार्च तर मला 'अरेबियन नाईट्स'मधल्या त्या खांद्यावर बसणाऱ्या म्हाताऱ्यासारखीच वाटते अगदी. पण मी जर हे ओझं खांद्यावर बाळगताना तक्रार केली नाही तर कालांतरानं ते गळून तरी पडेल किंवा दिवसेंदिवस हलकं तरी वाटू लागेल!"

आँट मार्चची 'अरेबियन नाईट्स' मधल्या म्हाताऱ्याशी केलेली तुलना ज्योला स्वत:लाच इतकी आवडली की, तिला हसू आले आणि तिचे मन पुन्हा उल्हसित झाले, पण मेगची चर्या तशीच त्रासिक राहिली. तिचे ओझे अधिकच जड वाटू लागले. चार लाडावलेल्या, हट्टी मुलांना शिकवणे सोपी गोष्ट नव्हती. त्या शिकवणीला जाण्याच्या कल्पनेनेच ती इतकी खिन्न झाली होती की, रोजच्याप्रमाणे तिने परिश्रमपूर्वक सुंदर केशरचना केली नव्हती की केसात निळी रिबनही बांधली नव्हती.

"उपयोग काय या साऱ्याचा? मला काही कोणी डोळे भरून बघणार नाही, की माझ्या रूपाचे कोणी कौतुक करणार नाही. माझं सगळं तारुण्य असं काबाडकष्ट करण्यात जाईल आणि बघता बघता मी म्हातारी नि कुरूप होईन. इतर मुलींप्रमाणे जीवनातली कोणतीही सुखं मला भोगता येणार नाहीत, की जिवाची कसली हौसमौज पुरवता येणार नाही. आमचं नशीबच असं खडतर आहे!" ती स्वत:शीच बोलल्यासारखी पुटपुटली आणि टेबलाचा पुढे ओढलेला खण तिने रागारागाने धाडकन बंद केला.

मेगची मन:स्थिती अशी बिघडलेली असल्यामुळे सारी सकाळभर ती दुखावलेला व नाराज चेहरा करून वावरत राहिली. आज प्रत्येकीचेच काही ना काही बिनसलेले होते. बेथचे डोके दुखत असल्यामुळे ती कोचावर आडवी झाली होती आणि घरातली मांजरी व तिची तीन पिले कुशीत घेऊन मन रंजवण्याचा प्रयत्न करीत होती. ॲमीचे होमवर्क पुरे झाले नसल्यामुळे ती घाबरून गेली होती. ज्यो कपडे करता करता शीळ घालून अन् आरडाओरडा करून इतरांच्या कामात व्यत्यय आणीत होती. मिसेस मार्च एक जरुरीचे पत्र पुरे करण्यासाठी टेबलाशी बसली होती आणि हॅनाला उठायला उशीर झाल्यामुळे तिचेही तंत्र बिघडलेलेच होते.

कपडे शोधता शोधता ज्योने शाईची दौत उपडी केली, बुटाची लेस तोडली आणि चुकून स्वत:च्याच हॅटवर बैठक मारली. तेव्हा चिडून ती म्हणाली,

"साऱ्या जगात आमच्या घरासारखे अव्यवस्थित घर दुसरे नसेल."

"या घरातले सर्वांत जास्त अव्यवस्थित माणूस तू आहेस. समजलीस?" ॲमीने तिला प्रत्युत्तर दिले आणि पाटीवर टपटपलेल्या डोळ्यांतल्या पाण्यानेच तिने चुकलेली बेरीज रागारागाने पुसून टाकली.

तेवढ्यात बेथजवळचे एक मांजराचे पिल्लू मेगच्या पाठीवर चढले आणि तेथे नख्या रोवून चिकटून राहिले. मेग घाबरून किंचाळली आणि खरा प्रकार ध्यानात येताच तिने बेथवर ताशेरे झाडण्यास प्रारंभ केला. ज्यो हसत सुटली, बेथ हिरमुसली होऊन गप्प बसली आणि ॲमी रडू लागली. कारण बारा नव्वे किती तेच तिला काही केल्या आठवेना!

"पोरींनो, जरा गप्प बसायला काय घ्याल? तुमच्या या गोंगाटात मला एक अक्षर लिहायला सुचत नाही!" मिसेस मार्च हताशपणे म्हणाली आणि तिने पत्रातल्या

आणखी एका चुकलेल्या वाक्यावर काट मारली.

मिसेस मार्च ओरडल्यावर काही वेळ सारीकडे अगदी चिडीचिप झाले. मुली कपडे करून कामावर जायला तयार झाल्या तेव्हा हॅनाने दोन जाडजूड गरमगरम पानग्या त्यांच्या न्याहारीसाठी टेबलावर आणून ठेवल्या. कामाची कितीही धांदल असली तरी हॅना या पानग्या करायला चुकत नसे. कारण तेवढेच खाऊन ज्यो आणि मेग घराबाहेर पडत. दुपारच्या जेवणाला दोनच्या आत त्या कधीच घरी येत नसत.

न्याहारी झाल्यावर ज्यो आईला म्हणाली, ''सारी सकाळभर आम्ही खूप वांडपणा केला आणि तुला अगदी उच्छाद आणला. पण कामावरून येताना आम्ही कशा सुतासारख्या सरळ होऊन घरी येतो पाहा! येते हं आई. चल मेग.'' आणि मेगच्या हातात हात अडकवून ती घराबाहेर पडली. घराच्या कोपऱ्यावरून वळताना त्या दोघी न चुकता पुन्हा एकदा घराकडे नजर टाकीत. कारण त्यांची आई दारात उभी राहून हात हलवून हसतमुखाने त्यांना निरोप देत असे आणि मुली कितीही त्रासलेल्या, कंटाळलेल्या असल्या तरी आईच्या चेहऱ्यावरचे ते हसू कोवळ्या उन्हाच्या तिरीपेप्रमाणे त्यांची मने प्रसन्न करी.

''इतक्या प्रेमाने आपल्याला निरोप देण्याऐवजी आईनं आपल्याला दोन थपडा ठेवून दिल्या असत्या तर ते जास्त बरं झालं असतं. आपण किती त्रास देतो तिला. आपल्यासारख्या कृतघ्न पोरी क्वचितच सापडतील!'' ज्यो वेगाने पावले टाकताना मेगला म्हणाली. सकाळच्या झोंबऱ्या वाऱ्यात आणि हाडे फोडणाऱ्या थंडीत त्या हिमाच्छादित रस्त्यावरून झपाट्याने चालताना त्यातच कसलेसे विकृत समाधान तिला लाभत होते.

''छी! कसले भयंकर शब्द वापरतेस!'' मेग चिडून म्हणाली.

''मला नाही मऊ मिळमिळीत शब्द वापरायला आवडत. भयंकर शब्दच मला छान वाटतात. त्यांना काही तरी अर्थ असतो.'' ज्यो हसत हसत म्हणाली आणि वाऱ्याच्या झोताने उडून चाललेली डोक्यावरची टोपी तिने मोठ्या शिताफीने पकडली.

''तू स्वत:ला हव्या त्या शिव्या देऊन घे. पण मी बदमाषही नाही अन् कृतघ्न नाही. मी नाही वाटेल ते शब्द ऐकून घेणार!'' मेग म्हणाली. तिचा राग अजून शमला नव्हता!

''गरीब बिचारी मेग! मला माहीत आहे तू या दारिद्र्याला अन् कष्टांना वैतागून गेली आहेस आणि म्हणूनच तुझा स्वभाव असा चिडखोर झाला आहे. पण जरा दम धर. एकदा का मी माझ्या लेखनावर पैसे मिळवू लागले, की मी तुला अगदी सुखात ठेवीन. मग गाड्या काय, आइस्क्रीम काय, उंच टाचांच्या स्लिपर्स काय, पुष्पगुच्छ काय, नृत्यासाठी लाल केसांचे जोडीदार काय – तू मागशील ते देईन मी तुला!'' ज्यो गमतीने म्हणाली.

“काय विक्षिप्त मुलगी आहेस तू, ज्यो!” मेग म्हणाली आणि मोठमोठ्याने हसत सुटली. पण त्या मनमोकळ्या हास्याने तिला खूपच बरे वाटले आणि सकाळपासून जमत आलेली तिच्या वृत्तीवरची अभ्रे दूर झाली.

“मी अशी विक्षिप्त आहे म्हणूनच बरं आहे,” ज्यो म्हणाली, “तुझ्यासारखं साऱ्यांनीच लांब तोंड करून बसायचं म्हटलं म्हणजे बघायलाच नको. माझं एवढं ठीक आहे की, कसल्याही बिकट परिस्थितीत मला काहीतरी हसण्याजोगं सापडतंच, अन् मी पोटभर हसू शकते. हा बघ. तुझा रस्ता आला. जा आता, अन् दुपारी कशी हसतमुखाने घरी ये पाहू!”

वेगळे रस्ते फुटले तेव्हा त्या दोघी बहिणी एकमेकींचा निरोप घेऊन आपापल्या वाटेने चालू लागल्या.

अडचणीत सापडलेल्या आपल्या एका स्नेह्याला मदत करताना मिस्टर मार्च जेव्हा आपली संपत्ती गमावून बसले आणि घराला वाईट दिवस आले, तेव्हा दोन्ही मोठ्या मुलींनी कोठे तरी काम करून कुटुंबाला हातभार लावण्याची इच्छा दर्शविली. जबाबदारी स्वीकारण्याची सवय त्यांना जेवढ्या लौकर लागेल तेवढे बरेच, असा विचार करून त्यांच्या आई वडिलांनीही फारसे आढेवेढे न घेता त्यांना नोकरी करण्यास परवानगी दिली. मेगने ‘किंग’ नावाच्या एका कुटुंबात त्यांच्या लहान मुलांना शिकविण्याचे व सांभाळण्याचे काम पत्करले आणि आपल्या छोट्याशा कमाईचा ती रास्त अभिमान बाळगू लागली. तिने स्वत: म्हटल्याप्रमाणे तिचा जात्याच चैनीकडे कल होता. शिवाय घरी श्रीमंती होती तेव्हाचे दिवसही इतर बहिणींपेक्षा तिला अधिक चांगले आठवत होते. त्या वेळी खाण्यापिण्याची, कपड्यालत्त्यांची चंगळ असे आणि दैनंदिन जीवनात कसलीही उणीव जाणवत नसे. त्या दिवसांच्या तुलनेने आताचे दारिद्र्य मेगला कधी कधी अगदी असह्य होई आणि मग ती स्वत:च्याच मनाशी झुरत बसे. ती ज्या कुटुंबात नोकरी करीत होती तेथील दोन मोठ्या मुली तिच्याच वयाच्या होत्या. त्या पार्ट्यांना जात, नृत्याला जात, नाटके बघत आणि अगदी क्षुल्लक गोष्टींवर इतका पैसा खर्च करीत की, ती उधळपट्टी पाहून मेगचा जीव तिळतिळ तुटे. तेवढ्याच पैशांत तिला स्वत:ला हव्या असलेल्या कितीतरी आवश्यक वस्तू तिला घेता आल्या असत्या. मेग जात्या मत्सरी नव्हती, किंवा तक्रारखोरही नव्हती. पण या साऱ्या परिस्थितीतला अन्याय कधी कधी तिला फार तीव्रतेने जाणवे आणि मग दिवसचे दिवस ती उदास होऊन राही. संपत्तीची वाण असली तरी मातापित्यांच्या वात्सल्यामुळे आणि बहिणींच्या प्रेमामुळे आपले जीवन किती समृद्ध झाले आहे याची तिला अद्याप फारशी जाणीव नव्हती.

ज्यो आँट मार्चला पुस्तके वाचून दाखवण्याचे काम करीत असे. आँट मार्च ही मिस्टर मार्चची चुलती. ती एक श्रीमंत विधवा होती. पाय अधू असल्यामुळे तिला

कोणा तरी उत्साही, तरुण मदतनिसाची आवश्यकता होती. त्यामुळे मार्च दांपत्याच्या चार मुलींपैकी एखादी दत्तक घेण्याची इच्छा तिने दर्शवली होती. पण मार्च पतिपत्नींनी तिचे ते मागणे सरळ धुडकावून लावले होते. त्यांच्या स्नेही मंडळींनी त्याबद्दल त्यांना दोष दिला होता. इतकेच नव्हे तर आँट मार्च आपल्या मृत्युपत्रात त्यांच्यासाठी आता काहीही ठेवणे शक्य नाही असा धाकही त्यांनी त्यांना दाखवला होता. तथापि, अव्यवहारी मार्च दांपत्याने एवढेच म्हटले होते, "आम्ही आमच्या मुली पैशासाठी कधीही कुणाला देऊन टाकणार नाही. पैसा मिळो वा न मिळो, आम्ही सारीजणे एकत्रच राहू!"

आपली मागणी नाकारली गेल्यामुळे आँट मार्च इतकी संतापली होती की, काही दिवस मार्च कुटुंबातल्या मंडळींकडे जाणेयेणे किंवा त्यांच्याशी बोलणेही तिने अजिबात सोडून दिले होते. पण नंतर एका परिचित कुटुंबात ज्योची व तिची अकस्मात गाठ पडली होती. ज्योचा मिस्कील चेहरा व तिच्या वागण्या-बोलण्यातला नि:संकोच मोकळेपणा आँट मार्चला कुठेतरी मोठा वेधक वाटला होता आणि तिने आपली मदतनीस म्हणून ज्योला आपल्याकडे काम करण्याची विनंती केली होती. दुसरी चांगली नोकरी न मिळाल्यामुळे प्रथम काहीशा नाराजीनेच ज्योने आँट मार्चकडचे काम पत्करले होते आणि आश्चर्याची गोष्ट म्हणजे त्या विक्षिप्त म्हातारीचे नि तिचे हां हां म्हणता छान जमले होते. क्वचित केव्हातरी एखादे वादळ उद्भवे आणि ज्यो रागारागाने घरी परत निघून येई. पण लगेच आँट मार्चकडून तिला आग्रहाचे बोलावणे येई आणि मग ज्यो निमूटपणे कामावर जाई. कारण खोल कुठेतरी त्या वृद्ध, अपंग, असहाय स्त्रीबद्दल तिला गाढ जिव्हाळा वाटत होता!

आँट मार्च तर ज्योला आवडत असेच, पण त्याहीपेक्षा त्या घरात तिला मोठे आकर्षण होते तेथील लायब्ररीचे. आँट मार्चचे पती मरण पावल्यापासून तेथील पुस्तकांवर धूळ साचली होती आणि खोलीच्या कोपऱ्यांतून कोळिष्टके लागली होती. ज्योला आपले ते म्हातारे आजोबा चांगले आठवत होते. अगदी लहान असताना ती जेव्हा येथे येत असे, त्या वेळी ते तिला चॉकोलेट, पेपरमिंट खायला देत आणि कातडी बांधणीची, सोनेरी अक्षरे वर असलेली आपली जाड जाड सुंदर पुस्तके काढून खुशाल तिला खेळायसाठी तिच्या पुढ्यात टाकीत. मग ज्यो त्या ग्रंथांच्या साहाय्याने घरकुल बांधी, स्टेशन तयार करी किंवा रेल्वेचे लांबलचक रस्ते बनवी. कित्येकदा ते तिला मांडीवर घेऊन त्या पुस्तकातली सुंदर सुंदर चित्रे दाखवीत आणि वेगवेगळ्या देशांच्या अद्भुत कथा तिला सांगत. ती भली थोरली, थंड, काहीशी काळोखी लायब्ररी, कपाटांतून आणि शेल्फांवरून हारीने मांडलेली ती लठ्ठलठ्ठ पुस्तके, पुस्तकांचा आणि चामड्याचा तो विचित्र, हवाहवासा वास, त्या खोल आरामशीर खुर्च्या, कोपऱ्याकोपऱ्यांतून ठेवलेले, धुळीने माखलेले ते संगमरवरी पुतळे या साऱ्यांचे ज्योला विलक्षण आकर्षण वाटे आणि तेथे तिचा जीव जसा रमून जाई तसा

तो अन्यत्र कुठेही सुखावत नसे. आँट मार्चला जरा डुलकी लागताच ज्यो लायब्ररीकडे धाव घेई आणि तेथील खोलगट खुर्चीत बसून हातातल्या ग्रंथात ती ताबडतोब हरवून जात असे. काव्य, नाटक, कादंबरी, तत्त्वज्ञान, इतिहास, परीकथा – सर्व प्रकारचे साहित्य ती अधाशीपणाने वाचत राही आणि कसरीच्या किड्याप्रमाणे पानामागून पानांचा ती फडशा उडवून टाकी! पण कोणत्याही सुखाला शेवट असतो तसा याही आनंदाला अंत असे. पुस्तकातल्या अत्यंत रोमांचकारक घटनेशी ज्यो येऊन पोहोचते न पोहोचते तो आँट मार्चची आरोळी तिच्या कानावर येई, "ज्योसीफाईन! ज्योसी-फाईन!" बिचारी ज्यो हातातले पुस्तक अनिच्छेने बंद करून ठेवी आणि आँट मार्चकडे धावत जाऊन एखादे रुक्ष, कंटाळवाणे तत्त्वज्ञानाचे पुस्तक तिला वाचून दाखवू लागे!

ज्योला आपल्या आयुष्यात काहीतरी विलक्षण, प्रचंड, भव्य, दिव्य असे करून दाखवायचे होते. ते काय याची तिला अद्याप नीटशी कल्पना नव्हती. पण काहीतरी ती करणार होती खास! दरम्यान तिची मोठी खंत ही होती की, तिला आपल्या मनाप्रमाणे वागता येत नव्हते, भरपूर वाचन करता येत नव्हते आणि मुलांमध्ये हवे तेवढे मिसळता येत नव्हते. चंचल वृत्ती, तापट स्वभाव आणि तिखट जीभ हे ज्योचे सर्वांत मोठे दोष होते, व त्यामुळे ती वारंवार चमत्कारिक अडचणीत सापडे. ह्या अडचणी हास्यास्पद तशाच केविलवाण्याही असत. तथापि, आँट मार्चकडच्या शिस्तीमुळे तिच्या उत्कट वृत्तींना संयमाचे वळण लागत होते आणि कुटुंबाला हातभार लावण्यासाठी आपण काहीतरी करीत आहोत ही जाणीवही तिला मोठी सुखकारक वाटत होती.

बेथ फार लाजाळू होती. त्यामुळे शाळेत जाऊन इतर मुलींच्या बरोबर शिकणे तिला कधीच जमले नव्हते. सुरुवातीला तिच्या वडिलांनी तिला शाळेत घातले होते. पण तिच्या मनाला त्या गोष्टीचा इतका त्रास झाला होता की, तो प्रयत्न सोडून देऊन तिला जमेल तसे घरीच शिक्षण द्यावयाचे मिस्टर मार्चनी ठरवून टाकले होते. बेथ आपल्या वडिलांबरोबर बसून लिहीत-वाचीत असे. पुढे ते युद्धावर गेले, आई सैनिकांच्या मदतीसाठी करावयाच्या कामामुळे दिवसभर बाहेर जाऊ लागली. तरी बेथने आपले शिक्षण स्वत:च चालू ठेवले होते. अडेल तेथे ती आपल्या थोरल्या बहिणींची मदत घेई. तिला जात्या घरकामाची फार आवड होती. त्यामुळे हॅनाला ती मदत करी आणि बाजारहाट आणण्याचे कामही तिने स्वत:कडेच घेतले होते. सारा दिवस ती खपत असे आणि स्वत:शीच एखादे गाणे गुणगुणत घरकामात ती रंगून जाई. दिवसभर घरात राहूनही बेथला कधी एकटे एकटे वाटत नसे. कारण मनाने ती अजूनही एखाद्या अर्भकासारखी निरागस होती आणि स्वत:च्या एका कल्पनारम्य विश्वात ती सतत रमलेली असे. तिला अजूनही बाहुल्यांचे वेड होते, मोठ्या बहिणींनी वापरून निरुपयोगी म्हणून टाकून दिलेल्या सर्व बाहुल्या बेथकडे येत. कारण ॲमीला

कोणतीही जुनी वस्तू चालत नसे. बेथकडे अशा एकंदर सहा बाहुल्या होत्या. त्यांना खाऊपिऊ घालण्याचे, बाहेर वाऱ्यावर फिरायला नेण्याचे, रात्री अंगाई गीते म्हणून त्यांना झोपवण्याचे आणि त्यांची सर्वतोपरी काळजी घेण्याचे काम ती अगदी न चुकता भाविकपणे करीत असे. या बाहुल्यांत ज्योने टाकून दिलेली एक बाहुली होती. तिचे डोके फुटून गेले होते. हातपाय केव्हाच बेपत्ता झाले होते. कोणत्याही मुलीने तिच्याकडे ढुंकूनसुद्धा पाहिले नसते. पण बेथने ती बाहुली मोठ्या प्रेमाने जवळ केली होती. त्या अपंग बाहुलीला ती ज्या वात्सल्याने सांभाळीत असे, तिच्या गालाशी गाल भिडवून तिच्याशी जे हितगुज करीत असे आणि ज्या कोमलपणे रात्री तिचा मुका घेऊन तिला झोपवीत असे, त्याची जर कोणाला कल्पना आली असती, तर बेथच्या मुग्धपणाला हसता हसताच त्यांच्या मनात कुठे तरी कालवून डोळ्यांत पाणी आले असते!

अर्थात बेथलाही तिची स्वत:ची अशी दु:खे होतीच. कारण ती देखील कुणी देवता नव्हती. साधी मानवी मुलगीच होती. तिचे सर्वांत मोठे दु:ख म्हणजे घरातला जुना मोडका पियानो. बेथला संगीताचे विलक्षण वेड होते. पण घरच्या गरिबीमुळे तिला संगीताचे पद्धतशीर शिक्षण घेता येत नव्हते. पियानोतून हवे तसे सूर काढता आले नाहीत म्हणून कासावीस होऊन पियानोवर मस्तक टेकून कधीकधी एकांतात ती एकटीच खूप रडे! पण तरीही ती फार आशावादी होती. ती स्वत:चीच समजूत घालून म्हणे, "मी जर चांगली वागले, तर आज ना उद्या माझी गाण्याची हौस पुरी होईलच होईल!"

या जगात अशा किती तरी बेथ असतील. लाजाळू, सोशिक, कुणी स्वत:च्या सुखाचा विचार न करता इतरांसाठी सतत श्रम करण्याऱ्या, आपली दु:खे ओठ मिटून सहन करणाऱ्या. त्या असतात तोवर कोणी त्यांची दखल घेत नाही, कोणी त्याची कदर करीत नाही. पण मग एक दिवस बघावे तर हे चिमुकले पाखरू आपले गाणे थांबवून पंख पसरून कुठे तरी दूर उडून गेलेले असते; आणि सुना, उदासवाणा, अंधारा कोपरा मागे निमूटपणे त्याची निष्फळ प्रतीक्षा करीत राहिलेला असतो!

ॲमीला जर कोणी विचारले असते की, तुझे सर्वांत मोठे दु:ख कोणते तर क्षणाचाही विलंब न लावता तिने तात्काळ उत्तर दिले असते, "माझे नाक!" ती दोन वर्षांची असताना ज्योने तिला एकदा खाली पाडले होते व त्या वेळी ती नाकावरच पालथी आपटली होती. ॲमीचे म्हणणे असे होते की, त्या अपघाताने तिच्या नाकाचा कायमचा निकाल लावून टाकला होता! खरे म्हणजे इतके काही तिचे नाक वाईट नव्हते. ते जरासे रुंद नि टोकाशी थोडेसे चपटे होते इतकेच! ॲमी त्याला बोटांनी दाबून दाबून टोकदार करण्याचा खूप प्रयत्न करी. पण तिला हवे तसे ते सुंदर, निमुळते, नि टोकाशी किंचित वर उचललेले काही केल्या होत नव्हते. खरे म्हणजे ते बिचारे आपल्या परीने वाढण्याची शिकस्त करीत होते आणि ॲमीखेरीज दुसऱ्या

कोणाचे तिकडे लक्षही जात नसे. पण ॲमी मात्र आपल्या नाकामुळे मनातून फार दुःखी असे. सुंदर रेखीव नाकाची उणीव तिला तीव्रतेने जाणवे आणि ती उणीव भरून काढण्यासाठी की काय, अशा तऱ्हेची रेखीव सुंदर नाके असलेले अनेक चेहरे ती कागदावर काढीत बसे!

ॲमीला तिच्या बहिणी 'छोटा राफेल' असे कौतुकाने म्हणत. तिला चित्रकलेची मनापासून आवड असून तिचा हातही चांगला होता. पऱ्यांची, फुलपाखरांची आणि पशुपक्ष्यांची रेखाचित्रे काढण्यात ती मनापासून रंगून जाई. तिच्या अभ्यासाच्या वह्या अभ्यासापेक्षा चित्रांनीच भरलेल्या असत आणि वर्गात ती वाचनासाठी पुस्तक हाती घेऊन उभी राहिली की अगदी नको त्या वेळी चित्रांचे कपटे पुस्तकातून बाहेर पडून वाऱ्यावर तरंगत! ॲमी जात्या प्रसन्न, आनंदी होती. मैत्रिणींच्या मेळाव्यात ती सहज रमून जाई. वागण्याबोलण्यातली दिखाऊ सभ्यता तिने पुरेपूर आत्मसात केली होती. त्यामुळे आपल्या वर्गात ती सर्वांची फार आवडती होती. 'आमचे पपा किनई, श्रीमंत होते ना, तेव्हा–' अशी सुरुवात करून पूर्वीच्या दिवसांचे वर्णन करण्याची तिची एक खास शैली होती. अशा वेळी अत्यंत कारुण्यपूर्ण स्वरात बोलून ती दुसऱ्यांची सहानुभूती तात्काळ संपादन करी. त्याचप्रमाणे मोठेमोठे ग्रांथिक अवघड शब्द वापरून वर्गातल्या मुलींवर ती मोठीच छाप पाडीत असे.

ॲमीचे घरीदारी खूपच कौतुक होई. त्यामुळे ती काहीशी लाडावलेली, हट्टी आणि शिष्ट बनली होती. पण तिच्या सर्व अहंकारावर घरची गरिबी हा एक मोठाच उतारा होता. तिला आपल्या चुलतबहिणीचे, फ्लॉरेन्सचे, जुने झगे वापरावे लागत; आणि फ्लॉरेन्सच्या आईला सौंदर्यदृष्टी अजिबात नव्हती. त्यामुळे भडक रंगाचे; स्वस्त आणि गबाळे झगे घालून ॲमीला शाळेत जावे लागे. ते तिच्या मनाला फार लागून राही आणि तिची सारी ऐट त्यामुळे बिघडून जाई.

मेग आणि ज्यो या दोन्ही थोरल्या बहिणींचे एकमेकींवर फार प्रेम होते आणि त्या दोघींनी धाकट्या दोघींपैकी एकेकीला आपल्या ताब्यात घेतले होते. मेगचा ॲमीवर जीव होता आणि आडदांड, पुरुषी वृत्तीच्या ज्योचे सौम्य, लाजाळू बेथवर विलक्षण प्रेम होते. साऱ्या घरात ज्यो जर कुणापुढे नमत असेल तर ती एकट्या बेथपुढेच. मेगने अन् ज्योने बाहुल्यांशी खेळणे केव्हाच टाकून दिले होते, पण स्त्रीच्या ठायी नैसर्गिक रीत्या वास करीत असलेल्या वात्सल्यभावनेचा आणि संगोपनाच्या वृत्तीचा वर्षाव त्या आपल्या छोट्या बहिणींवर करीत असत.

त्या दिवशी संध्याकाळी त्या चौघी बहिणी नेहमीप्रमाणे शिवणकाम करीत एकत्र बसल्या असता मेग म्हणाली,

"आजचा सारा दिवस अगदी कंटाळवाणा गेला. कुणाजवळ काही गमतीच्या गोष्टी आहेत का सांगायला? मला थोडी करमणूक हवी आहे!"

"मी सांगते एक गंमत," ज्यो चटकन म्हणाली. कोणतीही हकिकत रंगवून सांगायला तिला फार आवडे. ती पुढे सांगू लागली,

"रोजच्याप्रमाणे आजही मी आँट मार्चला एक निबंधाचे पुस्तक वाचून दाखवत होते. रोजच्यासारखाच आजही मला भयंकर कंटाळा आला होता. एकदा तर मी चक्क जांभई दिली. ते पाहून आँट मार्च माझ्यावर खूप रागावली. तिने मला एक जंगी लेक्चर दिले आणि मग ती मला म्हणाली, 'मी काय म्हणते याचा जरा शांत बसून विचार कर. तोवर मी जराशी एक डुलकी घेते.' आता आँट मार्चची डुलकी म्हणजे एका तासाची निश्चिंती! ती झोपलेली पाहून मी हातातले निबंधाचे पुस्तक खुशाल मिटून बाजूला ठेवून दिले आणि 'व्हिकार ऑफ वेकफील्ड' कादंबरी वाचू लागले. वाचता वाचता एके ठिकाणी एक खूप विनोदी प्रसंग वर्णन केलेला मला आढळला. तेव्हा मला मोठ्यांदा हसायला आले. माझ्या हसण्यानं आँट मार्च जागी झाली आणि मला म्हणाली, 'एवढी कशात रमून गेली आहेस तू? वाच तरी जरा मोठ्यानं!' मग मी तिला ती कादंबरी वाचून दाखवाचला प्रारंभ केला. जरा वेळानं तीही त्यात रंगून गेली. पण मी कसली खट्याळ? एका विशेष रोमांचकारक प्रसंगाचे वेळी मी मुद्दामच थांबले आणि आँट मार्चला म्हटलं, 'कंटाळा येत असेल तर थांबू या आपण इथं!' त्याबरोबर ती दचकली. अन् तिच्या हातातलं विणकाम खाली गळून पडलं. ते उचलून घेत आपल्या चष्म्यावरून मजकडे रोखून बघत ती म्हणाली, 'चावटपणा करू नकोस. मुकाट्यानं पुढे वाच पाहू' मग मी तेवढं प्रकरण पुरं केलं अन् तिथून उठले. घरी येताा मी हळूच मागे वळून पाहिले तर आँट मार्च स्वतःच ते पुस्तक वाचण्यात गढून गेली होती. मला खूप आनंद झाला अन् मी हॉलमध्ये एक गिरकी मारली. कारण यापुढे रूक्ष निबंधांच्या पुस्तकाऐवजी आँट मार्चला मला चांगल्या मनोरंजक कादंबऱ्या वाचून दाखवू शकेन. गरीब बिचारी! जवळ एवढं वैभव आहे पण त्याचा मनापासून उपभोग कसा घ्यावा हेही तिला कळत नाही! खरोखरीच आँट मार्चची त्या क्षणी मला अगदी कीव आली. निदान मी तरी यापुढे तिचा कधी हेवा करणार नाही. कारण पैसेवाली माणसंसुद्धा अनेकदा सुखाला पारखीच झालेली असतात!"

"तू सांगते आहेस यावरून मलाही दुसरी एक गोष्ट आठवली. मात्र माझी हकिकत तुझ्यासारखी विनोदी नाही." मेग म्हणाली, "किंग कुटुंबात आज मी कामाला गेले तेव्हा घरातलं सारंच वातावरण मला अगदी बदललेलं दिसलं. एका छोट्या मुलानं मला सांगितलं की, त्याच्या थोरल्या भावानं काही तरी भयंकर प्रकार केला होता नि त्यामुळे घरातली सारी माणसं खूप दुःखी होती. मिस्टर किंगनी त्याला घरातून घालवून दिलं होतं म्हणे. मिसेस किंग आपल्या खोलीत बसून ओक्साबोक्शी रडत होती आणि ग्रेस नि ॲलन या दोघी मोठ्या मुली तर माझी नजर चुकवून बाजूला निघून गेल्या, इतके रडून रडून त्यांचे डोळे लाल झाले होते. मी अर्थात काही विचारलं

नाही, कारण ते वाईट दिसलं असतं. पण मला त्या सर्व कुटुंबाबद्दल विलक्षण सहानुभूती वाटली नि माझ्या मनात आलं, आपल्याला सख्खा भाऊ नाही म्हणून आपल्याला वाईट वाटतं खरं. पण आपल्याला भाऊ असता नि त्यानं काही वेडावाकडा प्रकार करून घराची अब्रू जर घालवली असती तर माझी मान शरमेनं किती खाली गेली असती! असा द्वाड भाऊ असण्यापेक्षा भाऊ अजिबात नसलेला बरा!''

''शाळेमध्ये सर्व मुलींच्या पुढे अपमान होण्याइतकी शरमेची गोष्ट जगात दुसरी कोणतीच नसेल.'' ॲमी सांगू लागली, ''आज आमच्या शाळेत काय झालं ते सांगते ऐका. आमच्या वर्गातली सूझी पर्किन्स आहे ना, ती आज बोटात एक सुंदर पोवळ्याची अंगठी घालून आली होती. मला ती अंगठी इतकी आवडली म्हणून सांगू! मला सूझीचा अगदी हेवा वाटायला लागला. तेवढ्यात काय झालं, सूझीनं पाटीवर डेव्हिस सरांचं एक व्यंगचित्र काढलं. त्यात तिनं त्यांचं नाक खूप मोठं दाखवलं, पाठीवर एक वशिन्ड उभं केलं नि सरांच्या तोंडातून बाहेर शब्द आलेले दाखविले, 'पोरट्यांनो, माझी नजर आहे बरं का तुमच्यावर.' सूझी ते चित्र आम्हाला दाखवून हसत होती, एवढ्यात काय झालं ठाऊक आहे? सरांची नजर खरोखरच आमच्याकडे वळली. अरे बापरे! मग काय विचारता? त्यांनी तिला टेबलाशी बोलावलं आणि टेबलावर तिला उभं करून शिवाय ती पाटी हातात धरायला लावली तिला! म्हणजे साऱ्या वर्गाला सूझीची चित्रकला दिसावी!''

''मग? मुली हसल्या की नाही ते चित्र पाहून?'' ज्योने कुतूहलाने विचारले.

''हसल्या? काय बिशाद आहे एक तरी मुलगी हसेल!'' ॲमी म्हणाली, ''साऱ्या मुली उंदरासारख्या जागच्या जागी चिडीचिप बसून राहिल्या आणि सूझी एकसारखी ढळढळा रडत होती. त्यानंतर मला मुळीच तिचा हेवा वाटला नाही. एकच काय पण एक लाख अंगठ्या जरी मिळाल्या तरी त्यामुळे असला अपमान भरून निघेल काय?''

मोठ्या गंभीरपणे ॲमीने आपले वाक्य पुरे केले आणि पुन्हा खाली मान घालून ती झपाझप आपले शिवणकाम करू लागली.

''मीही आज सकाळी एक गंमत पाहिली.'' बेथ म्हणाली, ''मी आज मासे आणण्यासाठी दुकानात गेले होते तेव्हा शेजारचे म्हातारे मिस्टर लॉरेन्स तिथं होते. मला त्यांनी पाहिलं नाही, पण मी मात्र कुतूहलाने त्यांच्याकडे बघत होते. तेवढ्यात एक गरीब बाई तिथं आली आणि दुकानदाराने उरलेले थोडेसे मासे आपल्याला द्यावेत म्हणून ती त्याची विनवणी करू लागली. तिला काही काम मिळालं नव्हतं आणि घरी तिची पोरंबाळं उपाशी होती म्हणे, दुकानदार तिच्याकडे ढुंकूनसुद्धा बघायला तयार नव्हता. तो तिच्यावर खेकसला तेव्हा वाईट तोंड करून ती मुकाट्यानं तिथून जाऊ लागली. तेवढ्यात काय झालं माहीत आहे? मिस्टर लॉरेन्स पुढे झाले. हातातल्या काठीच्या टोकाने एक भला मोठा ताजा रसरशीत मासा त्यांनी उचलला नि अलगत

त्या बाईच्या हातातल्या टोपलीत टाकला. त्याबरोबर तिचा चेहरा असा उजळला म्हणून सांगू! तिनं तोंड भरून मिस्टर लॉरेन्सना दुवा दिला आणि मोठ्या समाधानानं ती तिथून निघून गेली. किती दयाळू आहेत नाही मिस्टर लॉरेन्स? मला ते दृश्य बघून फार बरं वाटलं.''

बेथने आपली गंमत सांगितल्यावर त्या चौघी बहिणींचे डोळे आईकडे वळले. तिनेही काहीतरी सांगावे अशी त्यांची अपेक्षा दिसली. मिसेस मार्च क्षणभर विचारमग्न झाली आणि मग ती म्हणाली,

''आज दुपारी सैनिकांना धाडायच्या कपड्यांसाठी कापड बेतत असताना माझं मन एकाएकी उदास झालं. मला तुमच्या वडिलांची आठवण आली; आणि नाही नाही ते विचार मनात येऊ लागले. वाटलं, त्यांचं काही बरं वाईट झालं तर तुम्हा चार पोरींना घेऊन मी कुठं जाऊ? काय करू? आपलं कसं होईल? एकीकडे, असे विचार मनात आणणं वाईट आहे हे मला कळत होतं, पण दुसरीकडं ते सारं नको म्हणताही टाळता येत नव्हतं. मन चिंती ते वैरी न चिंती म्हणतात ना, तशी माझी अवस्था झाली होती. तितक्यात एक अगदी म्हातारा माणूस आमच्या ऑफिसात आला. तो खूप शिणलेला, थकलेला दिसत होता. मी त्याच्याशी बोलू लागले तेव्हा मला कळलं की, त्याच्या चार मुलांपैकी दोन युद्धात मरण पावले होते, एक शत्रूच्या तुरुंगात होता अन् चौथा मुलगा सध्या वॉशिंग्टनमधल्या एका इस्पितळात आजारी होता. त्यालाच भेटायला तो म्हातारा चालला होता. त्याची सगळी हकिकत ऐकून माझे मन भरून आलं आणि मी त्याला म्हणाले, 'तुम्ही देशासाठी केवढा त्याग केला आहे! मला तुमच्याविषयी फार आदर वाटतो!' त्यावर तो म्हातारा शांतपणे म्हणाला, 'यात मी विशेष असं काय केलं आहे ? आपल्याजवळ जे देण्यासारखं असेल ते आपण देशासाठी द्यायलाच हवं आणि आनंदानं द्यायला हवं. मी केलं ते इतकंच!'

''म्हाताऱ्याचे ते शब्द ऐकून माझी मलाच लाज वाटली. त्याच्या मानाने माझी परिस्थिती किती तरी चांगली होती; आणि त्याच्या तुलनेने माझा त्याग किती क्षुल्लक होता! आणि तरी मी कुरकुरत होते! मी त्या म्हाताऱ्याला थोडेसे पैसे दिले आणि त्याने मला शिकवलेल्या धड्याबद्दल मनातल्या मनात मी त्याचे आभार मानले.''

मिसेस मार्चची गोष्ट ऐकून मुलींची मनेही भारावून गेली. काही वेळ त्या सर्वजणी गप्प बसून राहिल्या. मग ज्यो म्हणाली,

''आणखी एखादी गोष्ट सांग ना आई? तू जे सांगतेस त्यात खूप अर्थ असतो. शिवाय ते सारं खरं असतं.''

मिसेस मार्च क्षणभर स्तब्ध राहिली आणि मग किंचित हसून ती म्हणाली,

''ऐका हं. आता एक वेगळीच गोष्ट सांगते मी तुम्हाला. एकदा एका गावात चार बहिणी राहत होत्या. त्यांना त्यांच्यावर खूप प्रेम करणारे आईवडील होते. भरपूर

मित्रमंडळी होती. त्यांना खायला-प्यायला-ल्यायला पुरेसं मिळत होतं, तरी त्या बहिणी मनातून असंतुष्ट असत. कुरकुर करीत अन् 'मला हे नाही, मला ते नाही.' म्हणून सारख्या झुरत. एकदा त्यांना एक परी भेटली. त्या मुलींनी आपली असंतुष्टता तिला बोलून दाखविली. त्यावर ती परी त्यांना म्हणाली, 'मुलींनो, यापुढं जेव्हा तुम्हाला असंतुष्टता वाटू लागेल तेव्हा आपल्या उणिवांचा विचार करण्याऐवजी जी सुखं तुमच्या जीवनात तुम्हाला लाभलेली आहेत त्यांचा तुम्ही विचार करा–''

मिसेस मार्चची गोष्ट इथपर्यंत आली तेव्हा मुलींनी चोरून एकमेकींकडे पाहिले आणि पुन्हा खाली मान घालून त्या भरभर शिवणकाम करू लागल्या.

''त्या चौघी बहिणींनी परीच्या सांगण्याप्रमाणे वागायचं ठरवलं.'' मिसेस मार्च पुढे सांगू लागली, ''अन् मग त्यांना मोठे गमतीदार शोध लागले. एकीच्या असं ध्यानात आलं की, नुसत्या श्रीमंतीनं माणसांना सुख लागत नाही. बेअब्रूचं भय आणि दुःख, गरिबांप्रमाणेच श्रीमंतांनाही असतं. दुसरीला असं दिसून आलं की, जवळ भरपूर पैसा असूनही स्वतःच्या हट्टी, आडमुठ्या अन् विक्षिप्त स्वभावामुळ माणसं असुखी राहतात. तसंच तारुण्य, सुदृढ प्रकृती आणि आनंदी स्वभाव या गोष्टी श्रीमंतीपेक्षाही अधिक मोलाच्या आहेत. तिसऱ्या बहिणीनं पाहिलं की, गरिबी वाईट खरीच, पण पोटासाठी दुसऱ्याकडे याचना करावी लागणं हे त्याहूनही अधिक दुःखदायक आहे. तर चौथ्या बहिणीला समजून चुकलं की, पोवळ्याच्या लाख अंगठ्यादेखील शाळेतल्या शिक्षेमुळे होणाऱ्या अपमानाची भरपाई करू शकत नाहीत–''

मिसेस मार्चनं सांगितलेली गोष्ट एकून त्या चौघी बहिणी मनातून ओशाळल्या आणि त्यांना हसू आले. मेग म्हणाली, ''वा! ही कसती गोष्ट? आमचीच हकिकत जुळवून तू आम्हाला सांगितलीस आई!''

''काही का असेना?'' ज्यो म्हणाली, ''आईनं सांगितलं ते खोटं आहे थोडंच? अन् त्यातून आपल्याला खूप घेण्यासारखं आहे.''

''मी नाही आता तक्रार करणार कोणत्याच गोष्टीबद्दल.'' ॲमी गंभीरपणे म्हणाली, ''सूझीच्या शिक्षेमुळे मला चांगलाच धडा मिळाला आहे!''

''मला पपांची आठवण झाली,'' बेथ म्हणाली, ''ते अशाच बोधपर कथा सांगत असत आपल्याला!''

मिसेस मार्च काहीच न बोलताच नुसती हसली. पण आपण सांगितलेल्या गोष्टीचा मुलींवर इष्ट तो परिणाम झालेला पाहून तिला वाटणारे समाधान तिच्या मुद्रेवर स्पष्टपणे उमटले होते.

५

शेजारच्या घरी

दुपारची वेळ. बाहेर हिमवर्षाव होत होता. घरात फिका काळोख पसरला होता. मेग शेकोटीशी बसून 'आयव्हॅनो' वाचण्यात गढून गेली होती. इतक्यात अंगावर गरम कपडे घालून आणि एका हातात फावडे अन् दुसऱ्या हातात झाडू घेऊन घराबाहेर पडणाऱ्या ज्योकडे तिचे लक्ष गेले. ती चकित होऊन आपल्या बहिणीला म्हणाली,

"हे काय? कुठं निघालीस तू?"

"बागेत." ज्यो म्हणाली, "या फावड्यानं बागेतलं बर्फ बाजूला सारून संध्याकाळी बेथला फिरण्यासाठी पायवाटा मोकळ्या करणार आहे मी. येतेस?"

"छे! थंडी कोण पडली आहे! अशा वेळी बाहेर पाऊलसुद्धा टाकणार नाही मी." मेग अंग शहारवून म्हणाली, "त्यापेक्षा इथं शेकोटीची ऊब घेत वाचीत बसायलाच खरी मजा येते आहे."

"तू बैस मांजरीसारखी ऊब घेत." ज्यो म्हणाली, "मी बाहेर जाणार आणि काही गंमत सापडते का बघणार!"

मेगने नुकतेच नाक मुरडले आणि हातातले पुस्तक ती पुढे वाचू लागली. ज्यो बागेत आली. तेथे साठलेले बर्फ फावड्याने बाजूला ओढता ओढता तिचे लक्ष शेजारच्या भल्या थोरल्या दगडी इमारतीकडे गेले. ते भव्य राजेशाही घर मिस्टर लॉरेन्सच्या मालकीचे होते. ही दोन्ही घरे गावापासून काही अंतरावर असलेल्या उपनगरात असून त्यांच्या अवतीभोवती शेते आणि विस्तीर्ण मोकळी मैदाने पसरलेली होती. दोन्ही घरांभोवती दोन बागा होत्या आणि त्या बागांना विभागणारे ठेंगण्या झुडपांचे फक्त एक कापीव कुंपण तेवढे मध्ये होते. त्यामुळे घराभोवतालच्या बागेतून शेजारचे घर सहज दिसे. लॉरेन्सच्या घराभोवती सुंदर राखीव बाग होती. घोड्याचे तबेले होते. घरात भरपूर नोकरचाकर होते. घराच्या अर्धवट उघड्या दाराखिडक्यांच्या पडद्याआडून आतल्या विपुल वैभवाचे ओझरते

दर्शन घडत असे. पण त्या साऱ्या श्रीमंतीवर उदासवाणी कळा पसरलेली होती. कारण म्हातारे मिस्टर लॉरेन्स आणि त्यांचा पोरसवदा नातू एवढे दोघेच त्या भल्या थोरल्या घरात भुतासारखे वावरत. कधी तेथे लहान मुलांचे हसणे खिदळणे कानांवर येत नसे, की कधी एखादा प्रेमळ वत्सल चेहराही खिडकीतून डोकावताना दिसत नसे.

ज्योच्या कल्पक, संवेदनशील मनाला ते घर परीकथेतल्या शापित राजवाड्यासारखे वाटे. तेथे चैनीच्या अनेक वस्तू होत्या. विपुल वैभव होते. पण त्यांचा उपभोग घ्यायलाच कुणी नव्हते. अनेकदा तिच्या मनात येई, सरळ त्या घरात जावे आणि शेजारच्या मुलाची ओळख करून घ्यावी. पार्टीच्या रात्रीपासून तर तिला त्याच्याविषयी फारच कुतूहल वाटू लागले होते आणि त्याच्याशी स्नेह वाढविण्यास ती अगदी अधीर झाली होती. अनेकदा तो मुलगा खिडकीशी बसून उत्सुक, भुकेल्या डोळ्यांनी बाहेरच्या जगाकडे बघताना तिने पाहिला होता. त्याचे आजोबा त्याला कडक शिस्तीत ठेवतात असे तिला वाटत होते आणि त्याची व आपली मैत्री झाल्यास त्याला अवश्य तो स्नेह व जिव्हाळा आपण देऊ याबद्दल तिची खात्री होती.

आता शेजारच्या घराकडे दृष्टिक्षेप करताना हे सारे विचार तिच्या मनात पुन्हा येऊन गेले. तिने पाहिले तो शेजारी सारे निवांत होते. तळमजल्याच्या खिडक्यांचे पडदे सोडलेले होते, नोकरचाकरांची चाहूल कानी येत नव्हती. फक्त वरच्या मजल्याची खिडकी उघडी होती आणि कृश अशक्त हाताच्या तळव्यावर टेकलेले कुरळ्या केसांनी आच्छादलेले डोके तेथून अर्धवट दिसत होते.

'लॉरीच हा!' ज्योच्या मनात आले, 'आजारी दिसतोय, कसा बिचारा एकटाच बसून राहिलाय. या उदासवाण्या दिवशी एकटं एकटं असणं किती भयंकर आहे! मी त्याच्याशी दोन शब्द तरी बोलणारच!'

ज्योने आपल्या मनाशी निर्धार केला आणि लॉरीचे लक्ष वेधून घेण्यासाठी तिने बर्फाचा एक चेंडू करून तो वरच्या खिडकीच्या दिशेने फेकला. खिडकीच्या तावदानावर बर्फाचा चुरा येताच लॉरीने खाली वाकून पाहिले. ज्योची व त्याची दृष्टादृष्ट होताच त्याचा चेहरा एकदम उजळला. मोठाले काळेभोर डोळे आनंदाने चमकले. ज्योने त्याच्याकडे बघून ओळख दर्शविणारे स्मित केले आणि ती म्हणाली,

"काय चाललंय? तुम्ही आजारी आहात काय?"

"जरासा." घोगऱ्या स्वरात लॉरीने उत्तर दिले, "मला सपाटून सर्दी झाली आहे. थोडा तापही आला होता. आता प्रकृती ठीक आहे. पण दुखण्यामुळं आठवडाभर घरात कोंडून पडलोय मी!"

"मग वेळ कसा घालवता?"

"कसा तरी घालवतो झालं. खरं म्हणाल तर मी अगदी कंटाळून गेलो आहे."

''वाचावं काही तरी.'' ज्यो म्हणाली.

''फार वेळ वाचीत बसलो तर डोळे नि डोकं दुखू लागतं आणि सारा वेळ ब्रुकला वाचून दाखवायला सांगणं बरं नाही वाटत मला.'' लॉरी म्हणाला.

''कोणाला तरी बोलवावं गप्पा मारायला, करमणूक करायला.'' ज्यो म्हणाली.

''कोणाला बोलवणार?'' लॉरी म्हणाला, ''वर्गातली मुलं येतात केव्हातरी. पण ती इतका दंगा नि आरडाओरडा करतात की, माझं डोकं अगदी कलकलायला लागतं!''

''मग एखाद्या मैत्रिणीला बोलवावं, वाचून दाखवायला.'' ज्यो म्हणाली, ''मुली जात्या शांत असतात आणि आजाऱ्याची शुश्रूषा करायला आवडतं त्यांना.''

''पण माझ्या ओळखीच्या मुली आहेत कुठे?'' लॉरी म्हणाला.

''का बरं? आम्ही आहोत–'' ज्यो म्हणाली आणि वाक्य अर्धेच सोडून ती हसली.

''होय होय.'' लॉरी उत्सुकतेने म्हणाला, ''तुम्ही ओळखीच्या आहात खऱ्या. मग? येता तुम्ही? या. खरंच या.''

''मी शांत नाही, पण मला यायला आवडेल.'' ज्यो म्हणाली, ''थांबा, मी घरात जाऊन, आईला विचारून, तिची परवानगी घेऊन येते.''

लॉरीने संमतिदर्शक रीतीने मान हलवली. ज्योने आपला झाडू खांद्यावर टाकला आणि ती घराकडे वळली. आपण केलेल्या धाडसाच्या कल्पनेने ती रोमांचित झाली होती आणि ही सर्व हकिकत ऐकून घरी काय म्हणतील याचे तिला भयही वाटत होते. आपली नवी मैत्रीण आपल्या घरी प्रथम येणार या जाणिवेने लॉरी विलक्षण उल्हसित झाला होता. त्याने आपल्या केसांवरून कंगवा फिरवला, अंगातला मळलेला शर्ट बदलला, खोलीतले फर्निचर नीटनेटके ठेवले, पसारा आवरला आणि अशा रीतीने ज्योच्या स्वागताची त्याने जय्यत तयारी केली. थोड्याच वेळाने खालच्या दारावरची घंटी वाजली आणि चकित झालेल्या एका मोलकरणीने वर येऊन लॉरीला म्हटले,

''तुम्हाला भेटायला एक तरुण मुलगी आली आहे.''

''ती आपल्या शेजारची मुलगी, मिस ज्यो. घेऊन ये तिला वर.'' लॉरी हसून म्हणाला.

थोड्याच वेळाने ज्यो माडीवर लॉरीच्या खोलीत आली. तिच्या एका हातात पसरट बशीत झाकलेली काही वस्तू होती आणि दुसऱ्या हातात तीन मांजराची पिल्ले होती. आल्याबरोबर प्रसन्नपणे हसून ती म्हणाली,

''ही घ्या, आले की नाही साऱ्या तयारीनिशी सज्ज होऊन? या बशीत मेगने केलेलं पुडिंग आहे – ती फार छान करते पुडिंग – आईनं ते तुमच्यासाठी धाडलंय, अन् ही मांजराची पिलं – हसू नका, बेथंन ती मुद्दाम तुमच्या करमणुकीसाठी पाठविली आहेत माझ्याबरोबर!''

बोलता बोलता तिने बशी एका टेबलावर ठेवली आणि मांजराची पिले खोलीत सोडली. बेथने धाडलेली ही भेट इतकी मजेदार होती की, लॉरी मोठ्यांदा हसत सुटला. ज्योही हसू लागली आणि उभयतांच्या त्या मुक्त हास्यात दोघांचाही संकोच नि बुजरेपणा वितळून गेला.

मांजराची पिले खाली सोडल्यावर ज्योने बशीवरचा रुमाल काढला. आत सुंदर पुडिंग होते, व त्याच्याभोवती हिरवीगार पाने आणि ॲमीच्या आवडत्या 'जिरेनियम'ची जांभळी फुले कलात्मकतेने रचली होती.

"हे इतकं छान दिसतंय की ते खायला जीव होत नाही." लॉरी म्हणाला.

"छे हो!" ज्यो म्हणाली, "अगदी साधी वस्तू आहे ती. एवढंच की साऱ्यांनाच तुमच्यासाठी काही ना काही धाडावंसं वाटलं. दुपारी चहाबरोबर खायला हे पुडिंग बाजूला ठेवून द्या."

"आमच्याकडे एवढे नोकरचाकर आहेत, पण सारे एकजात आळशी नि कामचुकार." लॉरी म्हणाला, "पाहा ना, माझी खोली किती अव्यवस्थित दिसते आहे ती?"

"तशी काही फार अव्यवस्थित नाही, आत्ता दोन मिनिटांत मी आवरते बघा ती." ज्यो चटकन म्हणाली आणि एकीकडे हसत, बोलत दुसरीकडे तिने भराभर टेबलावरची पुस्तके नीट लावली, शेकोटीतली राख झाडली, सोफ्यावरची कुशन्स व्यवस्थित ठेवली, दाराखिडक्यांवरचे पडदे झटकले, बघता बघता खोलीची कळा पालटली आणि ती नीटनेटकी, प्रसन्न दिसू लागली.

लॉरी कौतुकाने व आदराने ज्योकडे बघत होता. तिने खोली लावल्यावर त्याला त्याच्या कोचावर बसायला सांगितले, तेव्हा कोचाशेजारी एक मोठी खुर्ची ओढून घेत तो तिला म्हणाला,

"किती छान लावलीत खोली तुम्ही आणि किती थोड्या वेळात! पण तुम्ही दमला असाल, बसा, मी आता पाहुण्यांची काहीतरी करमणूक करतो."

"छे छे! उलट मीच तुमची करमणूक करण्यासाठी आले आहे ना?"

ज्यो म्हणाली, "काय करू मी? वाचून दाखवू तुम्हाला काहीतरी?"

"तुमची हरकत नसेल तर आपण गप्पाच मारू या." लॉरी म्हणाला.

"माझी कसली हरकत असणार?" ज्यो हसतहसत म्हणाली, "उलट बेथ तर म्हणते, मी एकदा बडबडायला सुरुवात केली की केव्हा थांबावं तेच मला कळत नाही."

"बेथ म्हणजे अशी शांत, सुरेख, गुलाबी चेहऱ्याची मुलगी आहे तीच ना?" लॉरी म्हणाला, "मी तिला बाजारहाट आणताना बघतो नेहमी."

"तीच ती." ज्यो म्हणाली, "माझी फार लाडकी बहीण आहे ती!"

"अन् दिसायला देखणी आहे ती मेग, नि कुरळ्या सोनेरी केसांची ती ॲमी, होय ना?"

"होय. बरोबर." ज्यो म्हणाली, "पण आम्हा साऱ्या बहिणींची नावं कशी कळली तुम्हाला?"

लॉरीचा चेहरा संकोचाने लाल झाला, पण लगेच मोकळेपणाने तो म्हणाला, "खिडकीतनं तुम्ही साऱ्याजणी मला नेहमी दिसता. शिवाय तुम्हाला एकमेकींना हाका मारतानाही ऐकतो मी. मी इथं एकटा असलो म्हणजे तुमच्याकडे बघावंसं वाटतं मला. कारण तुम्ही साऱ्या बहिणी खूप आनंदी आणि उल्हसित दिसता. तुम्हाला कदाचित आवडणार नाही, पण एक सांगू? रात्री तुम्ही जेव्हा जेवणाच्या टेबलाशी आईबरोबर बसलेल्या असता, तेव्हा कधीकधी तुमच्या खिडकीवर पडदा ओढलेला नसतो आणि आतलं सारं दृश्य इथून स्पष्ट दिसतं मला. दिव्याच्या प्रकाशात तुमचे चेहरे उजळलेले असतात, सारं कसं एखाद्या चित्रासारखं सुंदर अन् लोभस दिसतं. मी ते डोळे भरून पाहतो. मला स्वत:ला आई नाही, माहीत आहे का तुम्हाला?" बोलता बोलता लॉरीने बाजूला मान वळवली, पण त्याचा स्वर किंचित रुद्ध झाला आणि खालचा ओठ थरथरला.

त्या क्षणी त्याच्या डोळ्यांत जो एकाकी, भुकेला भाव उमटला तो एकदम ज्योच्या हृदयाला जाऊन भिडला. तिला लॉरीची कीव आली आणि आईच्या वात्सल्यामुळे नि बहिणींच्या संगतीमुळे तिला जे सुख लाभत होते, त्यात त्या पोरक्या मुलालाही सहभागी करावे असे उत्कटतेने तिला वाटले. वयाच्या पंधराव्या वर्षीही ज्योचे मन एखाद्या अर्भकासारखे स्वच्छ आणि निरागस होते. त्यामुळे ती चटकन म्हणाली,

"यापुढं आम्ही कधीच खिडकीवरचा पडदा ओढणार नाही. तुम्ही केव्हाही आमच्याकडे पाहिलं तरी चालेल. पण मी म्हणते, असं दुरून आमचं घर बघण्याऐवजी तुम्ही आमच्याकडे नेहमी येत का नाही? माझी आई फार चांगली आहे. ती तुम्हाला नक्की आवडेल. बेथ तुम्हाला गाऊन दाखवील. ॲमी नाचते छान आणि मी अन् मेग आमच्या नाट्यप्रयोगांना तुम्हाला बोलवत जाऊ. आपला साऱ्यांचा वेळ खूप मजेत जाईल, याल तुम्ही आमच्याकडे?"

"आजोबांनी परवानगी दिली तर येईन." लॉरी म्हणाला, "त्यांना येवढंच भय वाटतं की, मी दुसऱ्यांकडे जाऊन त्यांना कंटाळा आणीन की काय?"

"छे छे! काहीतरीच!" ज्यो म्हणाली. "शिवाय आम्ही कुणी परके थोडेच आहोत? आपण शेजारी आहोत आणि एकमेकांकडे जाणं येणं, एकमेकांशी प्रेमाने, आपुलकीने वागणं हे शेजारधर्माच्या नात्यानं आपलं कर्तव्यच आहे. मला वाटतं, तुमचा स्वभाव जरासा लाजाळू आहे, पण एकदा तुम्ही माणसांत मिसळू लागलात

की तुमचा संकोच आपोआप दूर होईल. खरंच सांगते, मला तर तुमची ओळख करून घेण्याची फार उत्कंठा लागून राहिली होती.''

ज्योने लॉरीच्या लाजाळूपणाचा उल्लेख करताच तो पुन्हा संकोचाने लाल झाला. पण क्षणभराने स्वत:ला सावरून घेत तो म्हणाला, ''तुम्ही शाळेत जाता का?''

''नाही. मी नोकरी करून पैसे मिळवते.'' किंचित अभिमानाने ज्यो म्हणाली, ''माझी एक चुलत आजी आहे – म्हणजे माझ्या वडिलांची चुलती. आँट मार्च म्हणतो आही तिला. तिच्याकडे जाऊन तिला पुस्तकं वगैरे वाचून दाखवायचं काम करते मी. म्हातारी जरा विक्षिप्त आहे. पण माझं फार प्रेम आहे हो तिच्यावर!''

लॉरी आणखी काहीसे विचारणार होता, पण पहिल्याच भेटीत एखाद्याच्या खाजगी जीवनाबद्दल प्रश्न विचारणे बरे नाही हे ध्यानी येऊन त्याने वेळीच स्वत:ला आवरले. त्याची ही सभ्यता ज्योला मनापासून आवडली आणि मग तिने स्वत: होऊनच आपली सर्व हकिकत लॉरीला हौसेनं सांगितली. आपली गरिबीची परिस्थिती, मेगने व आपण कुटंबाला मदत करण्यासाठी पत्करलेली कामे, आपल्या बहिणींचे वेगवेगळे स्वभाव, आपली सुखदु:खे, आशा-आकांक्षा – सारे तिने मोकळेपणाने त्याला निवेदन केले. तिची सांगण्याची पद्धत आकर्षक होती; आणि विनोदी घटनांच्या वर्णनाने ती ते निवेदन अधिकच रंगतदार करीत होती. अशीच एक गंमत तिने सांगितली तेव्हा लॉरी इतका हसला की, त्याच्या डोळ्यांत पाणी आले आणि चेहरा लालबुंद हाऊन गेला. डोळे पुशीत हसत हसत तो म्हणाला,

''काय छान गमती सांगता तुम्ही? बोला ना, तुम्हीच बोलत राहा. ऐकायला इतकी मजा वाटते आहे म्हणून सांगू?''

आपल्या या यशाने फुलून जाऊन ज्योने आणखीही खूप गमती लॉरीला सांगितल्या आणि तिने त्याला भरपूर हसविले. थोड्या वेळाने ती दोघे पुस्तकांसंबंधी बोलू लागली आणि ज्योच्या असे ध्यानात आले की, लॉरीला तिच्याइतकीच वाचनाची आवड होती. तिने वाचलेली पुस्तके तर त्याने सारी वाचली होतीच, पण तिने न वाचलेली अशीही अनेक पुस्तके त्याच्या वाचनात आलेली होती.

''तुम्हाला पुस्तकांची इतकी आवड असेल याची मला कल्पना नव्हती.'' लॉरी म्हणाला, ''चला, मी तुम्हाला आमची लायब्ररी दाखवतो. आजोबा आता घरी नाहीत, तेव्हा तुम्हाला भ्यायला नको.''

''मी नाही कुणाला भीत!'' ज्यो झटक्याने मान उडवून म्हणाली.

लॉरीने तिच्याकडे कौतुकाने पाहिले. पण त्याच वेळी त्याच्या मनात आले, आपल्या आजोबांना काही विशिष्ट प्रसंगी आणि विशेषत: ते रागावलेले असताना जर ज्योने पाहिले, तर तिचा थरकाप झाल्यावाचून राहणार नाही! पण ते विचार त्याने बोलून दाखवले नाहीत. तो ज्योला आपले घर दाखवू लागला. वेगवेगळ्या

खोल्यांतून हिंडता हिंडता अखेर ते लायब्ररीत येऊन पोहोचले. लायब्ररी खूप मोठी असून तिच्या चारी भिंतींना फडताळांतून नि कपाटांतून ओळीने पुस्तके लावून ठेवलेली होती. भिंतीवर सुंदर सुंदर चित्रे होती. कोपऱ्याकोपऱ्यांतून सुरेख संगमरवरी पुतळे ठेवलेले होते, मधून मधून छोट्या छोट्या कॅबिनेटमधून जुनी नाणी, शंखशिंपले व तऱ्हेतऱ्हेच्या चित्रविचित्र वस्तू शोभेसाठी मांडल्या होत्या. चामड्याने मढविलेले खोल, आरामशीर कोच व खुर्च्या विसावा देण्यासाठी सज्ज होऊन बसल्या होत्या; आणि भिंतींत एक भलीथोरली उघडी शेकोटी होती. तिच्या चारी बाजूंना संगमरवरी फरशा हारीने बसविल्या होत्या, त्यामुळे तिला एक वेगळीच शोभा आली होती.

ते सारे वैभव पाहून ज्योचे डोळे अगदी दिपून गेले. तिने टाळी वाजवून आनंदाने एक गिरकी घेतली! मग एका प्रशस्त खुर्चीत ती धाडकन बसली आणि तृप्तीचा खोल श्वास घेऊन म्हणाली, "थिओडोर लॉरेन्स! तुमच्याइतका सुखी आणि भाग्यशाली मुलगा जगात दुसरा एकही नसेल!"

तिच्या बालिश उत्साहाची लॉरीला मौज वाटली. तो तिच्याजवळच्या एका टेबलाच्या कोपऱ्यावर बसत हसून तिला म्हणाला, "माणसं काय नुसती पुस्तकांवर जगतात?"

ज्यो त्यावर काहीसे बोलणार होती, पण तेवढ्यात बाहेर कुठे तरी घंटा वाजली. त्याचबरोबर खुर्चीवरून ताडकन उठत भयभीत स्वरात ती म्हणाली, "अग बाई, तुमचे आजोबा आले वाटतं?"

"मग? आले म्हणून काय बिघडलं?" लॉरी खट्याळपणे म्हणाला, "तुम्ही तर काही कुणाला भीत नाही !"

"ते तर खरंच," ज्यो म्हणाली. "तरी पण–" तिने आपले बोलणे अर्धवट सोडले. पण तिचे डोळे दारावर खिळून राहिले होते.

तेवढ्यात एक मोलकरीण दारातून डोकावत लॉरीला म्हणाली, "तुमची प्रकृती बघायला डॉक्टर आले आहेत."

"मी एवढ्यात आलोच हं." लॉरी म्हणाला, "तोवर तुम्ही इथं एकट्या बसाल ना?"

"हो हो, आनंदानं!" लॉरी तेथून निघून गेला. ज्यो भिंतीवर लावलेली चित्रे बघत बघत हिंडू लागली. फिरता फिरता ती लॉरीच्या आजोबांच्या – मिस्टर लॉरेन्सच्या तसबिरीसमोर येऊन उभी राहिली. तेवढ्यात लायब्ररीचे दार उघडले गेले. लॉरी आला असेल अशा समजुतीने मागे वळून न बघता ज्यो म्हणाली,

"खरं म्हणजे तुमच्या आजोबांना भ्यायचं तसं काही कारण नाही मला. कारण त्यांचे डोळे प्रेमळ दिसतात. ओठांच्या ठेवणीवरून मात्र स्वभाव खूप आग्रही नि हट्टी

असावा असं वाटतं. माझ्या आजोबांसारखे हे देखणेही नाहीत, पण तरी ते मला आवडले–''

''आभारी आहे मी आपला, बाईसाहेब!'' पाठीमागून गंभीर शब्द उमटले. ज्यो चमकली. तिने एकदम मागे वळून पाहिले. तेथे म्हातारे लॉरेन्स उभे होते!

बिचारी ज्यो! लाजेने ती अशी लालबुंद होऊन गेली की, काही विचारू नये. तिचे उभे शरीर घामाने निथळून निघाले. एकदा तर तिच्या मनात आले की, इथून सरळ पळ काढावा. पण ते फारच भ्याडपणाचे झाले असते. म्हणून ती जिवाचा घडा करून तेथे उभी राहिली. क्षणभराने हळूच चोरून तिने वर पाहिले. तेव्हा तिला असे दिसले की, मिस्टर लॉरेन्सच्या भुवया दाट करड्या आणि उग्र असल्या तरी त्याखालचे डोळे प्रेमळ होते आणि त्यांत मिष्कीलपणाचे पाणी खेळत होते, त्यामुळे तिला जरासा धीर आला. एक क्षणभर दोघांमध्ये विचित्र शांतता पसरली. मग मिस्टर लॉरेन्सनी कडक स्वरात तिला म्हटले,

''मग काय? तुला माझी भीती वाटत नाही?''

''नाही.''

''आणि मी तुझ्या आजोबांइतका देखणा नाही वाटत तुला?''

''तितकेसे नाही.''

''अन् माझा स्वभाव हट्टी नि आग्रही आहे?''

''मला आपलं तसं वाटलं!''

''पण तरीदेखील मी तुला आवडलो?''

''हो. मला आवडलात तुम्ही!''

ज्योच्या या मनमोकळ्या निर्भर उत्तराने म्हाताऱ्या लॉरेन्सना फार समाधान वाटले. ते एकदम हसले. ज्योचा हात हाती घेऊन त्यांनी तो प्रेमभराने दाबला आणि तिच्या हनुवटीला धरून, तिचे तोंड वर उचलून त्यांनी तिच्याकडे निरखून पाहिले. मग मान डोलावीत ते म्हणाले, ''आजोबांची नात शोभतेस खरी पोरी. तुझा चेहरा त्याच्यासारखा नाही, पण स्वभाव मात्र तसाच धीट आहे. तुला माहीत नसेल कदाचित, पण तुझा आजोबा नि मी मोठे दोस्त होतो. फार उमदा गडी होता तो. शूर, प्रामाणिक. त्याचा दोस्त असल्याचा अभिमान वाटतो मला.''

आपल्या आजोबांच्याबद्दलचे मिस्टर लॉरेन्सचे हे उद्गार ऐकून ज्योला अगदी भरून आल्यासारखे झाले. तिने फक्त मिस्टर लॉरेन्सकडे कृतज्ञतेचा दृष्टिक्षेप टाकला.

''बरं, आमच्या या छोकऱ्याकडे कशाला आली होतीस तू आज?'' मिस्टर लॉरेन्सनी पुढचा प्रश्न केला. तेव्हा ज्योने आपण आज कसे आलो ते सारे त्यांना सांगितले आणि मग ती म्हणाली,

''मला वाटतं, तुमचा नातू फार एकटा असतो. आम्ही काय, मुलीमुलीच

आहोत. पण तुमच्याकडे यायलाजायला अन् लॉरीशी मैत्री करायला आम्हाला फार आवडेल. तुम्ही आम्हाला एवढ्या प्रेमानं धाडलेली नाताळची भेट आम्ही विसरलो नाही.''

''छे छे! ते सारं त्या पोराचं काम!'' मिस्टर लॉरेन्स चटकन म्हणाले. मग क्षणभर ते स्तब्ध राहिले. तेवढ्यात आतून चहाची वर्दी आली. तेव्हा ते ज्योला म्हणाले, ''चला चहा प्यायला.'' आणि तिच्या हातात हात अडकवून ते तिला आतल्या दालनात चहाचे साहित्य टेबलावर मांडले होते तेथे घेऊन आले.

तेवढ्यात लॉरी दडदड जिना उतरून खाली आला. आपले आजोबा ज्योच्या हातांत हात घालून येताना पाहून तो विलक्षण आश्चर्यचकित झाला. ज्योने त्याच्याकडे विजयी मुद्रेने पाहिले. लॉरी आपल्या आजोबांना म्हणाला, ''तुम्ही येवढ्यात आला असाल अशी मला कल्पनाही नव्हती!''

''ते दिसतंच आहे, तू ज्या तऱ्हेनं जिन्यावरून दडदडत खाली आलास त्यावरून. आता चहा घ्या महाराज, अन् या छोट्या पाहुणीपुढं जरा सभ्य माणसासारखं वागा!'' मिस्टर लॉरेन्स थट्टेने म्हणाले आणि त्यांनी लॉरीचे केस प्रेमाने कुसकरल्यासारखे केले.

चहा पिताना मिस्टर लॉरेन्स लॉरीकडे बारकाईने निरखून बघत होते. लॉरीत पडलेला फरक त्यांच्या तीक्ष्ण नजरेने तात्काळ टिपला. लॉरीचा फिकट चेहरा उजळला होता. डोळे उल्हासाने चमकत होते. त्याचे हसणेसुद्धा वेगळे, उत्कट वाटत होते. मिस्टर लॉरेन्स स्वत:शी म्हणाले, ''ही पोरगी म्हणते ते खरं आहे. हा माझा नातू फार एकटा, एकाकी झाला आहे. त्याची नि या मुलींची ओळख, मैत्री झाली तर चांगलंच झालं! बघू या तरी या छोट्या मैत्रिणी काय करताहेत त्याच्यासाठी!''

लॉरेन्स मंडळी जर शिष्ट, अहंकारी, श्रीमंतीच्या तोऱ्यात वावरणारी असती तर ज्योला त्यांच्या घरी घटकाभरही बसवले नसते. अशा लोकांच्या संगतीत तिला विलक्षण संकोच वाटे. आतल्या आत अगदी गुदमरल्यासारखे होऊन जाई. पण लॉरी आणि त्याचे आजोबा ही दोन्ही माणसे मनमोकळी, सुस्वभावी आणि सुसंस्कृत होती. त्यामुळे तिचाही संकोच मावळून गेला आणि ती अकृत्रिम सहजतेने त्यांच्याशी बोलण्यात रंगून गेली. चहा झाल्यानंतर ती लॉरीचा व त्याच्या आजोबांचा निरोप घेऊ लागली तेव्हा लॉरीने तिला म्हटले,

''थांबा, अजून एक गंमत दाखवायची राहिली आहे तुम्हाला.'' आणि तो ज्योला आपल्या बागेत घेऊन गेला. बागेलगतच एक छोटी 'कॉन्झर्व्हेटरी' होती. सूर्यप्रकाशात न वाढणारी अशी काही दुर्मिळ नाजूक फुलझाडे तेथे बंदिस्तपणे काळोखात वाढवली होती; आणि मधून मधून विजेच्या दिव्यांनी तो काळोख उजळलेला होता. मंद पिवळसर उजेडात खुलून दिसणारी तेथील फुले, भिंतीवरून सोडलेल्या विचित्र वेली, ओलसर आणि गोड अशा मातीच्या वासात मिसळलेले झाडपाल्याचे वास – त्या साऱ्या अद्भुत आणि सुंदर दृश्याने ज्योचे देहभान

हरपले. लहान मुलासारखी ती तेथे हिंडत, प्रश्न विचारीत सुटली. लॉरीने भराभर झाडावरची उत्तमोउत्तम फुले देठासकट कापून त्यांचा एक भलाथोरला गुच्छ तयार केला आणि तो तिला दिला. तो गुच्छ छातीशी धरून ज्यो तेथून बाहेर पडली. मग ती दोघे पुन्हा दिवाणखान्यात आली आणि तेथे इतका वेळ ध्यानात न आलेल्या एका गोष्टीकडे ज्योचे लक्ष वेधले. दिवाणखान्याच्या एका कोपऱ्यात भिंतीलगत एक खूप मोठा, अत्यंत सुंदर आणि उंची पियानो उभा होता. ज्योने चटकन लॉरीकडे वळून त्याला विचारले,

"तुम्हाला येतो पियानो वाजवता?"

"येतो थोडासा." लॉरीने विनयाने म्हटले.

"मग जरासा वाजवून दाखवा ना?" ज्यो त्याला विनवीत म्हणाली, "म्हणजे मी घरी बेथला सांगेन त्याबद्दल! तिला खूप गंमत वाटेल."

"तुम्ही नाही आधी वाजवणार थोडा वेळ?" लॉरीने ज्योला विचारले,

"मला नाही येत पियानो वाजवता." ज्यो म्हणाली, "पण मला संगीत फार आवडतं."

मग लॉरीने तिला अर्धा तास पियानो वाजवून दाखवला आणि हातांतल्या सुवासिक फुलांच्या गुच्छाशी नाक लावून ज्यो तृप्तपणे ऐकत राहिली. 'लॉरेन्स छोकऱ्या' बद्दलचा तिचा आदर अनेक पटींनी वाढला. कारण लॉरी फार छान वाजवत होता आणि वाजवताना त्याने यत्किंचितही आढेवेढे घेतले नाहीत किंवा खोट्या विनयाचा आणि संकोचाचा आविर्भाव केला नाही. ज्यो त्याची खूप स्तुती करू लागली, तेव्हा लॉरी लाजून लाल झाला. मग त्याचे आजोबा त्याच्या मदतीचा धावून आले. ते ज्योला म्हणाले, "हां हां! फार हरभऱ्याच्या झाडावर चढवू नकोस त्याला पोरी. तो पियानो चांगला वाजवतो. पण तेवढंच तो अभ्यासाकडे लक्ष देईल तर बरं होईल. अच्छा! निघालीस? ये तर. अशीच वरचेवर येत जा आमच्याकडे. मिसेस मार्चना माझा नमस्कार कळव. गुड नाईट डॉक्टर ज्यो!"

त्यांनी ज्योचा हात हाती घेऊन तो प्रेमाने हलवला आणि तिच्या पाठीवर थाप मारून ते तेथून निघून गेले. पण त्यांच्या मुद्रेवर काहीतरी बिघडल्याचा भाव दिसत होता. त्यामुळे ज्यो मनातून अस्वस्थ झाली. तिने हलकेच लॉरीला विचारले,

"काय झालं? माझं काही चुकलं का?"

"छे!" लॉरी म्हणाला, "त्यांच्या नाराजीचं कारण वेगळंच होतं. त्यांना आवडत नाही मी पियानो वाजवलेला."

"का पण?"

"सांगेन कधी तरी तुम्हाला. बरं, माझी प्रकृती बरी नसल्यामुळे आमचा नोकर तुम्हाला घरी पोहोचवायला येईल. चालेल ना?"

"मला कशाला हवंय कुणी पोहोचवायला?" ज्यो हसून म्हणाली, "इथं शेजारी तर आहे आमचं घर, अन् मी काय कोणी मोठी बाई आहे वाटतं? बरं, येते मी. तुम्ही प्रकृतीला जपा."

"तुम्ही परत याल ना?" लॉरीने विचारले.

"येईन की," ज्यो म्हणाली, "पण तुम्हीसुद्धा आमच्याकडे यायला हवं."

"येईन. अगदी अवश्य येईन."

"गुड नाइट लॉरी."

"गुड नाइट ज्यो, गुड नाइट!"

ज्योने हात हालवून त्याचा निरोप घेतला आणि हसत हसत ती आपल्या घराकडे वळली.

ती घरी येताच तिच्या बहिणींचा तिच्या भोवती वेढा पडला. कुंपणापलीकडच्या त्या सुंदर राजेशाही घराबद्दल प्रत्येकीला जबरदस्त कुतूहल होते आणि ज्योने दुपारची सर्व हकिकत सांगितल्यावर तर ते कुतूहल अधिकच वाढले. मिसेस मार्चला मिस्टर लॉरेन्सबरोबर आपल्या वडिलांबद्दल बोलण्याची इच्छा झाली. मेगला त्यांची सुंदर बाग आणि तेथील सुवासिक फुले बघण्याची ओढ लागली. बेथचा जीव त्या भल्याथोरल्या पियानोसाठी कासावीस झाला आणि ॲमीला लायब्ररीतली पेंटिंग्ज आणि पुतळे एकदा तरी पाहिलेच पाहिजेत असे वाटू लागले.

ज्योचा स्वभाव जरासा चौकस होता. तिने आपल्या आईला विचारले, "लॉरीने पियानो वाजवलेला त्याच्या आजोबांना का बरं आवडत नसेल?"

"मला नीटसं माहीत नाही." मिसेस मार्च सांगू लागली, "पण मला वाटतं, त्या नाराजीला काही जुन्या गोष्टी कारण असाव्यात. लॉरीच्या वडिलांनी एका इटालियन गायिकेशी प्रेमविवाह केला होता. हे लग्न लॉरीच्या आजोबांना पसंत नव्हतं. लॉरीची आई देखणी, प्रेमळ आणि सुस्वभावी होती, पण मिस्टर लॉरेन्सना ती कधीही आवडली नाही आणि या लग्नानंतर त्यांनी कधीही मुलाचं किंवा सुनेचं तोंड पाहिलं नाही. लॉरीचे आईवडील इटलीतच जाऊन राहिले. तेथेच लॉरीचा जन्म झाला. लॉरी अगदी लहान असताना त्याचे आईवडील दोघंही वारले. मग लॉरीचे आजोबा त्याला इकडे घेऊन आले. त्यांचा लॉरीवर फार जीव आहे आणि प्रकृतीने तो जरासा नाजूक असल्यामुळे ते त्याला एकसारखं जपत असतात. लॉरीला संगीताचं विलक्षण वेड आहे, पण त्याचा गाण्याचा नाद वाढला तर तो कदाचित आपल्या आईच्या वळणार जाईल, गायक बनेल असं त्याच्या आजोबांना वाटतं आणि म्हणूनच लॉरीने पियानो वाजविलेला त्यांना आवडत नसावा!"

सर्व मुली उत्सुकतेने ऐकत होत्या. मिसेस मार्चने ही हकिकत सांगितल्यावर मेग म्हणाली,

"किती अद्‌भुत आणि सुंदर आहे हे सारं!"

"पण आई, त्याला जर गाणं आवडत असेल तर त्यानं गाणंच शिकावं. नाही का ग?" ज्यो म्हणाली, "इतर गोष्टी त्याच्यावर लादून काय उपयोग?"

मेगच्या डोक्यात अजूनही मघाचीच कथा घोळत होती. ती तरा जास्तच हळवी आणि भावुक होती. क्षणभराने ती म्हणाली, "अस्सं, तो इटालियन आहे म्हणायचा, तरीच त्याचे डोळे असे सुंदर, काळेभोर आहेत! इटालियन लोकांचे डोळे भारी छान असतात!"

"तू कधी बघायला गेलीस त्याचे डोळे?" ज्योने आश्चर्याने विचारले.

"वा! पार्टीच्या रात्री नाही का पाहिलं मी त्याला अगदी जवळून?" मेग म्हणाली, "शिवाय जाता येताना नेहमी तर तो दिसतो. काय देखणा, छान मुलगा आहे!"

"देखणाबिखणा काही कळत नाही मला!" ज्यो चटकन म्हणाली, "आणि त्याचे डोळेही मी नाही बघायला गेले तुझ्यासारखी इतक्या बारकाईनं! मला एवढंच कळतं की, तो मुलगा पोरका आहे, एकटा एकटा आहे आणि मैत्रीसाठी तो विलक्षण भुकेलेला आहे. मी त्याच्याशी मैत्री करणार. इतकंच नव्हे तर मी त्याला आपल्याकडेही वारंवार बोलवणार! बोलावू ना आई?"

"अवश्य बोलाव ज्यो." मिसेस मार्च म्हणाली, "तू बोललीस त्यातलं अक्षरन् अक्षर खरं आहे. तुझ्या छोट्या मित्राला तू केव्हाही आपल्या घरी घेऊन ये, तुझ्याइतकाच आम्हालाही तो आवडेल याची खात्री बाळग तू! आणि मेग, तू त्याच्या देखणेपणाच्या नि सुंदर डोळ्यांच्या नसत्या खुळ्या कल्पना ज्योच्या डोक्यात भरवू नकोस. मुलांनी कसं मुलांसारखं वागावं. तेच शोभून दिसतं!"

६

बेथला मिळालेलं पारितोषिक

मार्च कुटुंबाच्या दृष्टीने शेजारचे घर हा खरोखरच परीकथेतला राजवाडा होऊन बसला. ज्यो तेथे जाऊन आल्यावर हळूहळू घरातली इतर माणसेही तिकडे जाऊ येऊ लागली. बेथला मात्र तेथे रुळणे फार अवघड गेले. कारण तिच्या मनावर एकदोन गोष्टींचे फार मोठे दडपण होते. एक तर तिचा स्वभाव विलक्षण भित्रा व संकोची होता. त्यामुळे परक्या माणसांत तिला कधीच सहजपणे मिसळता येत नसे. वृद्ध मिस्टर लॉरेन्सची तिला फार भीती वाटे. पण एकदा दोनदा आपल्या आईबरोबर ती त्यांच्याकडे जाऊन आल्यानंतर त्यांचा उग्र मुद्रेमागील प्रेमळ मनाची तिला ओळख पटली आणि मग तिला त्यांचे भय वाटेनासे झाले. तथापि तिच्या मनावरचे दुसरे दडपण फार मोठे होते. लॉरी श्रीमंत आणि आपण गरीब हे तिच्या संकोचाचे दुसरे कारण होते. लॉरेन्स मंडळी ज्या पद्धतीने आपले स्वागत करतात, खाऊपिऊ घालतात, नाना तऱ्हेच्या भेटी देतात त्या पद्धतीने आपण त्यांची परतफेड करू शकत नाही ही जाणीव तिच्या मनात सतत असे, व त्यामुळेही तिला कुचंबल्यासारखे होई. पण लौकरच तिच्या ध्यानात आले की, लॉरेन्स मंडळी अत्यंत निगर्वी होती आणि मार्च कुटुंबात जे प्रेम, वासल्य लॉरीला लाभले त्याची किंमत त्यांच्या दृष्टीने साऱ्या श्रीमंतीहून मोठी होती. त्यामुळे लॉरी लॉरेन्स व त्याचे आजोबा हे दोघेही मनातून अत्यंत कृतज्ञ होते. हे जेव्हा बेथच्या ध्यानी आले तेव्हा तिचा उरलासुरला संकोच मावळला आणि आपला स्वाभिमान विसरून ती या नव्या स्नेहात रंगून गेली.

मार्च कुटुंब आणि लॉरेन्स कुटुंब यांच्यामध्ये जडलेली ही मैत्री विलक्षण झपाट्याने वाढत गेली. मार्च मंडळींना लॉरी फार आवडला. कोवळ्या वयातल्या निर्भर उत्साहाने आणि निष्पाप स्नेहभावाने त्या चौघी बहिणींनीं लॉरीला आपल्यात सामावून घेतले. त्यांना सख्खा भाऊ नव्हता, त्यामुळे लॉरीकडे त्यांच्या प्रेमाचा ओघ सहजपणे वळला आणि मिसेस मार्चनेही त्या आईपोरक्या मुलावर वात्सल्याचा वर्षाव केला. लॉरीलाही

ती सर्व मंडळी मनापासून आवडली. आपल्या तरुण शिक्षकाला – ब्रुकला तो नेहमी म्हणे, "मार्च पोरी फार चांगल्या आहेत." आतापर्यंत खूप श्रीमंतीत पण अत्यंत एकाकीपणे राहिलेल्या लॉरीला नव्याने लाभलेल्या या निर्व्याज स्नेहाची थोरवी कळण्यास वेळ लागला नाही, व अर्भकासारखी निरागस आणि स्वच्छ मने असलेल्या त्या चौघी बहिणींवर तो स्वत:ही मनापासून प्रेम करू लागला. त्याला आईची माया किंवा बहिणींचे प्रेम कधीच लाभलेले नव्हते. त्यामुळे या नव्या स्नेहाने त्याच्या जीवनातली एक मोठी पोकळी भरून निघाली. त्या चौघी बहिणींचे एकमेकींवरचे गाढ प्रेम, त्यांचा कष्टाळू आणि उद्योगी स्वभाव, गरिबीतही टिकून राहिलेली त्यांची उल्हसित वृत्ती या सर्व गोष्टींचा लॉरीवर फारच अनुकूल परिणाम झाला आणि जरा वेळ मिळाला की तो शेजारच्या घरी धाव घेऊ लागला.

याचा एक परिणाम असा झाला की, लॉरीचे प्रथमच आपल्या अभ्यासाकडे दुर्लक्ष होऊ लागले. शिकण्याची तो टाळाटाळी करू लागला. पण त्याच्या शिक्षकाने – ब्रुकने जेव्हा ही गोष्ट मिस्टर लॉरेन्सच्या कानांवर घातली तेव्हा ते हसून म्हणाले, "काही हरकत नाही. त्या पोराला जरा मजेत दिवस घालवू दे. मी त्याला फार कोंडून ठेवलं होतं. आता त्याला जरा मोकळेपणानं वागू दे. त्याला तरुण मंडळींच्या सहवासाची, करमणुकीची आणि मोकळ्या हवेतल्या हिंडण्याफिरण्याची फार गरज आहे. शेजारच्या नव्या मैत्रिणींच्या संगतीत तो रमला आहे आणि मिसेस मार्चनं त्याला फार जीव लावला आहे. मला वाटतं, माझ्या कडक शिस्तीपेक्षाही या गोष्टी त्याला अधिक चांगलं वळण लावतील!"

प्रारंभीचा परकेपणा व संकोच मावळल्यानंतर दोन्ही घरांतल्या मंडळींचे एकमेकांकडे जाणे येणे सुरू झाले, हे वर सांगितलेच आहे. गप्पागोष्टी, खेळ, पार्ट्या, पिकनिक यांत त्यांचा वेळ मजेत जाऊ लागला. लॉरीचे घर या चौघी बहिणींना आपलेच वाटू लागले. मेगला त्यांच्या बागेतून हवी तेवढी फुले सतत मिळू लागली. ज्योला त्यांच्या भल्याथोरल्या लायब्ररीत तासन् तास बसून मनसोक्त वाचन करण्याची सोय झाली. ॲमी तेथे जाऊन तिथल्या पेंटिंग्जच्या नकला करू लागली आणि पुतळ्यांची स्केचेस बनवू लागली आणि लॉरी, आपल्या या नव्या मैत्रिणींचा मनापासून पाहुणचार करू लागला.

ज्यो, मेग, ॲमी या तिघीजणी लॉरीच्या घरी मोकळेपणाने जात येत. बेथला मात्र अद्याप तेवढे धाडस करवत नव्हते. खरे म्हणजे लॉरीच्या घरचा भला थोरला सुंदर पियानो तिला मनापासून आवडला होता आणि केवळ त्या पियानोसाठीच तिला त्यांच्या घरी सतत जावेसे वाटत होते. अगदी सुरुवातीच्या काळात एकदा दोनदा ज्योबरोबर ती तेथे गेलीही होती. पण त्या वेळी एक चमत्कारिक घटना घडली होती आणि तिचा खोल परिणाम बेथच्या मनावर झाला होता. त्याचे असे झाले होते, बेथ पियानोजवळ उभी असताना मिस्टर लॉरेन्स तेथे आले होते आणि बेथच्या लाजाळू

स्वभावाची त्यांना मुळीच कल्पना नसल्यामुळे आपल्या जाड करड्या भुवयांखालून तिच्याकडे रोखून बघत "काय?" म्हणून त्यांनी मोठ्याने ओरडून विचारले होते. त्याबरोबर लाजेने आणि भीतीने बेथचा जीव गोळा होऊन आला होता. तिचे पाय लटपटू लागले होते. त्यानंतर ती तडक आपल्या घरी निघून आली होती आणि 'यापुढे काय वाटेल ते झाले तरी आपण शेजारच्या घरी पुन्हा पाऊल टाकणार नाही.' असे तिने आपल्या आईला व बहिणींना निक्षून सांगितले होते. अगदी पियानोच्या आकर्षणानेसुद्धा ती तेथे पुन्हा कधी जाणार नव्हती ! मेग आणि ज्यो या दोघींनी तिला खूप समजावले होते, आग्रह केला होता, विनवण्या केल्या होत्या; पण मिस्टर लॉरेन्सचा बेथने विलक्षण धसका घेतला होता आणि त्यामुळे त्यांच्या घरी न जाण्याचा तिचा निर्धार कायम होता.

कशी कोण जाणे, पण ही सारी हकिकत मिस्टर लॉरेन्सच्या कानावर गेली आणि बेथच्या मनातली भीती घालवण्यासाठी एका विलक्षण युक्तीचा त्यांनी अवलंब केला. एकदा ते मिसेस मार्चच्या भेटीसाठी आले असताना त्यांनी सहजगत्या विषय निघावा तसे बोलणे संगीताकडे वळवले; आणि आपण ऐकलेले संगीत, पाहिलेले मोठमोठे गायक आणि वादक, संगीताचे गाजलेले कार्यक्रम यांविषयीच्या अनेक गमतीदार गोष्टी त्यांनी खूप रसाळपणे रंगवून सांगितल्या. हे सारे इतके विलक्षण रंजक होते, आकर्षक होते, वेधक होते की बेथला दूर राहवेना. आपल्या कोपऱ्यातल्या जागेवरून ती हलकेच उठली, स्वत:लाही न कळत पुढे सरकली आणि भारल्यासारखी हळूहळू पावले टाकीत मिस्टर लॉरेन्सच्या खुर्चीमागे ती येऊन उभी राहिली. तिचे भले थोरले डोळे कुतूहलाने विस्फारित झाले आणि आतुरतेने चेहरा आरक्त झाला. ती मागे उभी आहे याचा आपल्याला जणू पत्ताही नाही अशा बेफिकिरीने नंतर मिस्टर लॉरेन्स मिसेस मार्चला म्हणाले,

"आमचा लॉरी हल्ली मन लावून पियाने शिकत नाही. संगीताकडे दुर्लक्ष करतो. एका दृष्टीनं ते बरंच आहे म्हणा, कारण गाण्याच्या नादानं तो पोरगा अभ्यासाची, व्यायामाची, हेळसांड करू लागला होता. तो नाद कमी झाला तर हवंच आहे मला. पण या साऱ्या भानगडीत पियानो मात्र वापर नसल्यामुळे गंजत पडलाय. तुमच्या मुलींपैकी एखादी येऊन तो अधूनमधून वाजवत राहील तर बरं होईल. पियानोला वापर हवा."

मिस्टर लॉरेन्सच्या तोंडून हे शब्द ऐकताच बेथने आपल्या छातीवर हात ठेवला आणि जोराने श्वास घेतला. एवढ्या उंची, सुंदर पियानोवर प्रॅक्टिस करण्याची संधी मिळणार या कल्पनेने तिचे देहभान हरपले. स्वप्नातही अपेक्षा केली नसेल अशी विलक्षण गोष्ट प्रत्यक्षात घडत होती. बेथ उत्सुकतेने पुढे ऐकू लागली. मिस्टर लॉरेन्स म्हणत होते,

"तुमच्या मुलींनी आमच्या घरात कोणाची परवानगीदेखील विचारण्याचं कारण

नाही. कारण मी माडीवर माझ्या खोलीत काम करीत बसलेला असतो. लॉरी तर सारखा बाहेरच भटकत असतो आणि नोकरचाकर सकाळी नऊ वाजून गेल्यानंतर कधीच दिवाणखान्यात पाऊल टाकीत नाहीत. तुमच्या पोरींनी हवं तेव्हा तिथं यावं, पियानो उघडावा आणि मनसोक्त प्रॅक्टिस करावी.''

एवढे बोलून मिस्टर लॉरेन्स उठले आणि मग, सहज संभाषणाचा समारोप करावा तसे ते मिसेस मार्चला म्हणाले,

''बरं तर, येतो मी आता, तेवढं ते पियानोबद्दल मात्र सांगा तुमच्या मुलींना अन् तशी कुणाला गाण्याची आवड नसेल तर मग–''

इतकेच म्हणून ते जावयास निघाले, तेवढ्यात बेथ हलकेच पुढे झाली, आपला चिमुकला हात तिने त्यांच्या भल्याथोरल्या हातात दिला आणि भित्र्या स्वरात ती हळूच म्हणाली,

''मला – मला आवड आहे गाण्याची!''

या वेळी मिस्टर लॉरेन्स खेकसले नाहीत. त्यांनी तिच्याकडे हसून पाहिले आणि स्निग्ध स्वरात ते म्हणाले,

''अस्सं. तुला गाणं येतं वाटतं.''

''मला गाणं फार आवडतं. मी येत जाईन पियानो वाजवायला.'' आपल्या धडधडत्या छातीवर हात ठेवून बेथ म्हणाली, एवढे बोलतानाही तिला घाम फुटला होता आणि तिचे अंग कापत होते, ''अर्थात, कोणाला काही त्रास होणार नसेल तर–'' तिने आपले वाक्य अर्धेच सोडले.

''छे छे! आम्हाला कोणालाही कसलाच त्रास होणार नाही.'' मिस्टर लॉरेन्स म्हणाले, ''आमचा दिवाणखाना बहुतेक सारा वेळ मोकळाच असतो, तू हवी तेव्हा ये आणि हवा तेवढा वेळ पियानो वाजव.''

बेथ काही बोलली नाही. पण तिच्या मनातली कृतज्ञता तिच्या चेहऱ्यावर पूर्णपणे प्रतिबिंबित झाली होती. तिला इतके भरून आल्यासारखे झाले की, तिच्या तोंडून शब्द फुटेना. तिने फक्त मिस्टर लॉरेन्सचा हात किंचित दाबल्यासारखा केला आणि मूकपणेच तिने त्यांचे आभार मानले. मिस्टर लॉरेन्स क्षणभर तिच्याकडे निरखून बघत राहिले. त्यांच्या मुद्रेवर एक विलक्षण अगम्य भाव उमटला आणि बेथच्या कपाळावर आलेले केस मागे सारून तिचा चेहरा वात्सल्याने कुरवाळीत ते म्हणाले,

''तुला ठाऊक नसेल पोरी, पण फार वर्षांपूर्वी माझी स्वत:ची एक अशीच छोटी नात होती. तिचे डोळे हुबेहूब तुझ्यासारखे होते. पण ती मला फार दिवस लाभली नाही. देवाघरी गेली ती.''

एवढंच बोलून ते थांबले आणि मग घाईघाईने मिसेस मार्चचा निरोप घेऊन ते

लगबगीने तेथून निघून गेले.

मिस्टर लॉरेन्स गेल्यावर बेथने आपला सारा आनंद आपल्या आईजवळ मोकळेपणाने प्रकट केला. मग ती बातमी तिने आपल्या बाहुल्यांना सांगितली. कारण ज्यो आणि मेग कामावर गेल्या होत्या आणि ॲमी शाळेत गेली होती. तो सारा दिवस बेथ स्वप्नात असल्यासारखी वावरत होती आणि घरकाम करता करता ती स्वत:शीच एकसारखे गाणे गुणगुणत होती. त्या रात्री झोपेत तिने ॲमीच्या चेहऱ्यावर बोटे फिरवून पियानो वाजवायला सुरुवात केली आणि आईने तिला झोपेतून जागे केले तेव्हा साऱ्यांना हसताना बघून ती विलक्षण ओशाळली. दुसऱ्या दिवशी दुपारी शेजारच्या घरी सारी सामसूम झाल्यावर बेथ आपल्या धाडसी कार्यक्रमास सज्ज झाली. दोन-तीन वेळा तर ती शेजारच्या घराच्या बागेपर्यंतच जाऊन पुन्हा तेथून परत आली. पण सरतेशेवटी जीव मुठीत धरून, मोठा धीर करून ती एकदाची लॉरेन्सच्या दिवाणखान्यात जाऊन पोहोचली. तेथे तिचे दैवत– तो भला थोरला पियानो उभा होता. पियानोवर काही साध्या सोप्या गाण्यांचे 'नोटेशन' सहजगत्या दिसावे अशा रीतीने ठेवलेले होते. जवळ चिटपाखरूदेखील नव्हते. साऱ्या घरात संपूर्ण शांतता होती. बेथने आसपास फिरून चाहूल घेतली. भित्र्या डोळ्यांनी सगळीकडे पाहिले; आणि मग सारा धीर एकवटून कापऱ्या बोटांनी तिने पियानोच्या सूरपट्ट्यांना स्पर्श केला. त्या स्पर्शाबरोबर विलक्षण आनंदाची एक तीव्र लहर तिच्या देहातून सळसळून गेली. दुसऱ्याच क्षणी ती आपले भय, संकोच, सलज्जता सारे सारे पार विसरून गेली आणि गाण्याच्या सर्वव्यापी आनंदाखेरीज दुसऱ्या कशाचेही तिला भान राहिले नाही!

संध्याकाळी हॅना तिला घरी न्यायला येईपर्यंत बेथ पियानो वाजवीत होती. हॅना आल्यावर मोठ्या नाखुषीने ती तेथून उठली व घरी आली. रात्री अत्यानंदामुळे तिला धड जेवणसुद्धा गेले नाही. तिचे पोट जणू भरून आले होते. ती नुसती साऱ्यांकडे टकमक बघे आणि प्रसन्नतेने हसे.

त्यानंतर मग ती रोज शेजारी जाऊ लागली आणि दुपारच्या वेळी पियानोवर प्रॅक्टिस करू लागली. तिच्या अस्तित्वाने आणि स्वरांच्या नादब्रह्माने तो जुनाट दिवाणखाना एका नव्याच चैतन्याने जणू न्हाऊन निघे. बेथ इतकी भाबडी होती की, आपले येणे-जाणे कुणाला कळतही नाही असेच तिला वाटे. तिच्या हे कधी ध्यानातही आले नाही की, मिस्टर लॉरेन्स आपल्या अभ्यासिकेचे दार अर्धवट उघडे ठेवून तिचे गाणे तासन्‌तास ऐकत बसत. लॉरी तिच्यासाठी म्हणून गाण्यांची स्वरलेखने मुद्दाम पियानोवर ठेवून देई आणि ती तेथे असताना तिला संकोच वाटू नये म्हणून नोकरांनादेखील तो दिवाणखान्याकडे फिरकू देत नसे. घरी आल्यावरसुद्धा लॉरी मुद्दामच आपल्या बोलण्यात संगीताचा विषय काढी आणि बेथला अत्यंत उपयुक्त असलेले ज्ञान सहजगत्या हसतखेळत तो तिला देई. बेथ इतकी अल्पसंतुष्ट होती

की, शेजारच्या पियानोवर प्रॅक्टिस करायला मिळाल्यानंतर तिला आता कसलीच इच्छा किंवा अपेक्षा राहिली नाही. याहून मोठे काही सुख असेल हे तिने कधी मनातही आणले नाही. जे मिळाले त्याबद्दलच ती अत्यंत कृतज्ञ होती. पण म्हणूनच की काय, ईश्वराने आणखी एक मोठे पारितोषिक तिच्यासाठी योजून ठेवले होते.

एके दिवशी दुपारी बेथ आपल्या आईला म्हणाली, ‘‘आई, मिस्टर लॉरेन्स माझ्याशी इतके प्रेमाने वागले आहेत, त्यांनी माझ्यासाठी इतकं केलं आहे की, त्यांचं हे ऋण कसं फेडावं तेच मला कळत नाही. त्यांनी केलंय त्याचं मोल कशानंच करता येणार नाही. पण मला त्यांना एखादी छोटीशी भेट द्यावीशी वाटते. मी त्यांच्यासाठी हातमोज्यांचा एक जोड विणून तो त्यांना देईन म्हणते. कशी वाटते ही कल्पना तुला?’’

‘‘कल्पना फार सुंदर आहे बेथ, तू अवश्य हातमोजे विणून त्यांना दे. त्यांचे आभार मानण्याची ही एक छान रीत होईल. मी लोकरीचे पैसे तुला देईन आणि तुझ्या बहिणी तुला मदत करतील.’’ मिसेस मार्चने बेथच्या बेताला तात्काळ संमती देत म्हटले. बेथ इतकी क्वचित स्वत:साठी काही मागे की तिची अपेक्षा पूर्ण करताना घरात कोणालाही मोठाच आनंद होई.

आईची संमती मिळताच बेथ उत्साहाने कामाला लागली. मेग आणि ज्यो या दोघींबरोबर बरीच चर्चा करून तिने हातमोज्यांसाठी वापरावयाची लोकर निवडली. गडद जांभळ्या रंगावर ‘पॅन्सी’ची गुलाबी फुले भरल्यास ती सुंदर दिसतील असा घरात सर्वांचा अभिप्राय पडल्यामुळे ते डिझाइन निवडले गेले. वीण ठरली आणि बेथने हातमोजे विणावयास प्रारंभ केला. ती जात्या अतिशय उद्योगी होती. त्यामुळे रात्रंदिवस जागून तिने विणण्याचा झपाटा चालू ठेवला. ज्यो आणि मेग यांनी तिला मधून मधून मदत केली आणि कोणालाही घरात कंटाळा येण्याच्या आत बेथचा हातमोज्यांचा जोड विणून पुरा झाला. मग तिने एक छोटे साधे पत्र लिहिले आणि लॉरीच्या मदतीने ते पत्र व ते हातमोजे मिस्टर लॉरेन्सच्या गैरहजेरीत गुपचूप त्यांच्या अभ्यासिकेतल्या टेबलावर ठेवून दिले!

आपली भेट नेऊन दिल्यावर पुढे काय होते याची बेथ आतुरतेने वाट बघत राहिली. पण तो दिवस तसाच गेला. दुसऱ्या दिवसाची सकाळही गेली, तरी मिस्टर लॉरेन्सकडून काहीच कळले नाही. तेव्हा बेथ अस्वस्थ झाली. आपण मिस्टर लॉरेन्सना भेट देण्यांत काही चूक केली की काय असे तिला वारंवार वाटू लागले. त्या अस्वस्थ मन:स्थितीत ती दुपारी भाजी आणण्यासाठी बाजारात गेली. भाजी घेऊन ती परत येते तो घराच्या खिडक्यादारांतून तीन – नव्हे, चार – उत्फुल्ल चेहरे मोठ्या आतुरतेने आपली मार्गप्रतीक्षा करीत आहेत असे तिला दिसले. ती दृष्टिपथात येताच साऱ्याजणींनी आपले हात हलवून एकसुरात ओरडून म्हटले,

‘‘बेथ, बेथ, लौकर ये. मिस्टर लॉरेन्सचं पत्र आलंय तुला.’’

"बेथ, त्यांनी तुला–" ॲमी उत्सुकतेने सांगू लागली, पण ज्योने तिच्या तोंडावर हात ठेवून पटकन तिला मागे ओढले आणि धाडकन खिडकी बंद करून घेतली.

हा काय प्रकार आहे तेच बेथला कळेना. धडधडत्या काळजाने ती घराजवळ आली. ती दारात पाऊल टाकते न टाकते तोच तिच्या बहिणींनी तिला वेढा घातला आणि तिचा हात पकडून मोठ्या समारंभपूर्वक तिला दिवाणखान्यात नेले. तेथे जाताच कोपऱ्यात ठेवलेल्या एका वस्तूकडे अंगुलिनिर्देश करून साऱ्याजणी एकसुरात ओरडल्या,

"बघ, बघ, काय गंमत आहे ती!"

बेथची नजर तिकडे वळली आणि आश्चर्याने तिच्या चेहऱ्यातले रक्त उतरून ती क्षणभर फिकी पडली. कारण तेथे एक अत्यंत सुंदर, छोटा पियानो उभा होता आणि तकतकीत पॉलिश केलेल्या त्याच्या गुळगुळीत काळ्याभोर झाकणावर एक पाकीट ठेवलेले होते. त्या पाकिटावर, दुरून नजरेत भरतील एवढी मोठाली अक्षरे होती : 'मिस एलिझाबेथ मार्च.'

"मी – माझ्यासाठी–" बेथ धापा टाकीत उद्गारली आणि भोवळ येऊन आपण पडू की काय या भयाने जवळ उभ्या असलेल्या ज्योचा तिने आधार घेतला.

"होय! होय! तुझ्यासाठी, अगदी तुझ्यासाठी." ज्यो तिला सावरीत म्हणाली, "किती चांगले आहेत नाही मिस्टर लॉरेन्स! किती प्रेमळ आहेत! त्या पाकिटात पत्र आहे तुझ्यासाठी. पियानोची चावीसुद्धा आहे. आम्ही फोडलं नाही ते पत्र. पण तू फोड अन् आम्हाला वाचून दाखव. आम्हाला भयंकर उत्सुकता लागली आहे त्यातल्या मजकुराबद्दल!"

"तूच फोड ते पत्र. तूच वाच. अरे देवा! माझ्यानं धड उभं देखील राहवत नाही. काय सुंदर पियानो आहे–" बेथला अक्षरशः पुढे बोलवेना. तिने ज्योच्या कुशीत आपले तोंड लपवले आणि आनंदाने तिचे डोळे भरून आले.

ज्योने पाकीट फोडून आतले पत्र बाहेर काढले. पत्रातल्या पहिल्या ओळीवरून नजर फिरवताच तिला हसू कोसळले. कारण मिस्टर लॉरेन्सनी अगदी जुन्या पद्धतीने ते पत्र लिहिले होते. हसत हसत ज्यो पत्र वाचू लागली.

"मिस एलिझाबेथ मार्च यांसी–

प्रिय बाईसाहेब,

आजवर आयुष्यात मी हातमोज्यांचे अनेक जोड वापरले असतील, पण तुम्ही मोठ्या प्रेमाने मला विणून धाडलेल्या हातमोज्यांसारखे सुंदर आणि बेतशीर हातमोजे मला कधीच मिळाले नव्हते. आपल्या या प्रेमळ भेटीबद्दल मी आपला अत्यंत ऋणी आहे. माझी ऋणे माझ्या परीने फेडण्यात मला नेहमीच आनंद वाटतो. आपण धाडलेल्या भेटीची अल्पशी परतफेड म्हणून एक वस्तू मी आपणांस देऊ इच्छितो

तिचा स्वीकार आपण करावा अशी नम्र विनंती आहे. ही वस्तू एकेकाळी माझ्या नातीच्या मालकीची होती, पण आपण ती स्वीकारली म्हणजे मला मोठेच समाधान वाटेल.

आपला कृतज्ञ मित्र आणि नम्र सेवक

जेम्स लॉरेन्स.''

''अहा! काय सुंदर पत्र लिहिलंय! मला कोणी या भाषेत पत्र लिहिलं तर मला केवढा आनंद होईल!'' पत्रातल्या दरबारी अदबीने भारावून गेलेली ॲमी म्हणाली.

''बघ बेथ, त्यांनी केवढा गौरव केला आहे तुझा.'' ज्यो म्हणाली, ''लॉरी नेहमी सांगतो की मिस्टर लॉरेन्सचं आपल्या छोट्या नातीवर विलक्षण प्रेम होतं. तिची वस्तून् वस्तू त्यांनी जिवापाड जपून ठेवली आहे. कल्पना कर, तिचा पियानो त्यांनी तुला दिलाय. केवढा मान आहे हा! आहे बुव्वा! मोठाले निळे डोळे असले नि गाण्याची आवड असली म्हणजे अशा सुंदर सुंदर भेटी मिळतात!''

मेग पियानोच्या गुळगुळीत पृष्ठभागावरून प्रेमाने हात फिरवीत होती. पियानोचे तुकतुकीत पॉलिश, त्याच्या दोन्ही बाजूंना मेणबत्त्या बसविण्यासाठी ठेवलेले पितळी स्टँड, झाकणाच्या आत बसवलेले आणि मध्यभागी एका सोनेरी गुलाबाच्या फुलाने झाकणाला पक्के केलेले हिरवेगार रेशमी आस्तरण, बेथला बसण्यासाठी मुद्दाम तयार केले छोटे स्टूल या सर्वांचे तिने वर्णन केले आणि नव्या पियानोचे सौंदर्य प्रत्येकीने आपापल्या परीने सर्वांना समजावून दिले. नंतर सगळ्याजणींनी बेथला थोडा वेळ नवा पियानो वाजवून दाखवण्याची विनंती केली. तेव्हा बेथ थोड्याशा संकोचानेच पियानोशी बसली आणि मोठ्या प्रेमाने नि अभिमानाने तिने पियानोवर काही गाणी वाजवून दाखवली. घरातली सारी माणसे भोवती गोळा झाली होती. हॅनादेखील तेथे येऊन बेथचे कौतुक करीत होती. त्या कौटुंबिक आनंदाच्या घटनेत प्रत्येकजण आपल्या परीने सहभागी झाला होता.

आनंदाचा आणि आश्चर्याचा पहिला भर ओसरल्यावर ज्यो सहज थट्टेने बेथला म्हणाली, ''मिस्टर लॉरेन्सनी तुला इतकी सुंदर भेट धाडली, आता तुला जाऊन त्यांचे आभार मानले पाहिजेत.''

ज्यो केवळ विनोदाने हे बोलली होती. बेथ प्रत्यक्षात असे काही करील असे तिला मुळीच वाटले नव्हते. पण तिचे ते शब्द ऐकताच बेथ ताडकन उठली आणि म्हणाली,

''होय, होय. मला जाऊन त्यांचे आभार मानलेच पाहिजेत आणि आता लगेच जाऊन मी ते मानणार!''

ती इतके बोलूनच थांबली नाही तर ती लगेच दारातून बाहेर पडली आणि बाग ओलांडून, फाटकाबाहेर जाऊन ती लॉरेन्सच्या घराच्या दिशेने चालू लागली. थोड्याच वेळात ती त्यांच्या दारासमोर उभी राहून घंटा वाजवताना दिसली. ते जगावेगळे दृश्य

पाहून तिच्या बहिणी आश्चर्याने इतक्या थक्क झाल्या की, त्यांच्या तोंडून अक्षरश: शब्द फुटेना, भान विसरून त्या टकमक बघतच राहिल्या.

नोकराने येऊन दार उघडताच बेथ आत गेली. धीमी पावले टाकीत ती मिस्टर लॉरेन्सच्या अभ्यासिकेजवळ जाऊन उभी राहिली आणि तिने दारावर टकटक केले.

"कोण आहे?"

आतून उग्र करडा आवाज आला, पण बेथ भ्याली नाही. दार उघडून ती आत गेली आणि मिस्टर लॉरेन्सच्या अगदी जवळ जाऊन तिने त्यांना म्हटले,

"मी बेथ. तुम्ही धाडलेल्या पियानोबद्दल तुमचे आभार–" पण पुढे तिच्या तोंडून शब्द फुटेना. तिचा स्वर एकदम रुद्ध झाला आणि मग तिने एक विलक्षणच गोष्ट केली. तिने सरळ आपले दोन्ही हात मिस्टर लॉरेन्सच्या गळ्यात टाकले आणि त्यांचे मस्तक पुढे ओढून तिने चक्क त्यांच्या गालाचा मुका घेतला!

घराचे छत डोक्यावर कोसळून पडले असते तरी मिस्टर लॉरेन्सना इतके आश्चर्य वाटले नसते, पण आश्चर्यापेक्षाही त्यांना झालेला आनंद अधिक मोठा होता. बेथने दाखवलेली विश्रब्ध जवळीक इतकी हृदयस्पर्शी होती, की त्या म्हाताऱ्याचा वरवरचा उग्र आविर्भाव क्षणार्धात मावळून गेला आणि त्याच्या काळजातले सारे प्रेमाचे अन् वासल्याचे झरे उफाळून आले. त्यांनी बेथला आपल्या जवळ हृदयाशी घेतले आणि आपला वृद्ध सुरकुतलेला गाल तिच्या कोवळ्या गुलाबी गालाशी भिडवून ते स्तब्ध, अगदी स्तब्ध राहिले. फार वर्षांपूर्वी आपल्याला सोडून गेलेली आपली लहानगी नातच बेथच्या रूपाने आपल्याला परत भेटल्यासारखे त्यांना वाटले. त्या क्षणी बेथच्या मनातली त्यांच्याबद्दलची उरलीसुरली भीतीही पार मावळून गेली, कारण प्रेमापुढे भय टिकत नाही आणि कृतज्ञता ही अभिमानावर मात करते. तिने विश्रब्धपणे मिस्टर लॉरेन्सच्या छातीवर आपले मस्तक टेकले आणि साता जन्मांची ओळख असल्याप्रमाणे ती त्यांच्याशी गुलगुल गोष्टी करू लागली. संध्याकाळी मिस्टर लॉरेन्सनी तिला तिच्या घराशी आणून सोडले, तिचा हात हाती घेऊन प्रेमाने तो दाबला आणि तिचा निरोप घेऊन ते तेथून निघून गेले.

घराच्या खिडकीतून हे दृश्य दिसले तेव्हा ॲमीने टाळ्या वाजवल्या, ज्यो 'आ' वासून टकमक बघत राहिली आणि मेगने साऱ्यांना जाहीरपणे सांगून टाकले, "आता यानंतर या जगात कोणतीही घटना आपल्याला अशक्य म्हणून वाटणार नाही!"

७

ॲमीला मिळालेला धडा

खिडकीतून खाली वाकून बघत असलेल्या ॲमीला आपल्या दारासमोरून घोड्यावरून भरधाव जाणारा लॉरी दिसला. त्याबरोबर मागे वळून ती आपल्या बहिणींना म्हणाली,

"श्रीमंत असणं केवढं भाग्याचं आहे! पाहा ना, लॉरीला आपला घोड्याचा षौक पुरा करायलासुद्धा हवे तेवढे पैसे उडवता येतात." नंतर स्वत:शीच बोलावे त्याप्रमाणे ती पुटपुटली,

"तो जे पैसे खर्च करतो त्यांतले थोडेसे माझ्याजवळ असते तर!"

"का ग! कशाला हवे आहेत पैसे तुला?" मेगने तिला विचारले. तिचा ॲमीवर विशेष जीव होता.

"पैशाची फार जरूर आहे मला या वेळी," ॲमी म्हणाली, "मला भयंकर कर्ज झालंय; आणि आईजवळ तर सध्या पैसे मागता येणार नाहीत मला. कारण माझा 'पॉकेटमनी' केव्हाच संपून गेलाय नि नवा मिळायला अद्याप खूप अवकाश आहे."

"कर्ज? म्हणतेस काय तू ॲमी? कसलं कर्ज झालंय तुला?" मेगने चकित होऊन विचारले. तिचा चेहरा गंभीर दिसू लागला.

"अग, कर्ज म्हणजे अगदी पैशाचं कर्ज नव्हे काही." ॲमी तिला समजावून सांगू लागली, "मला किनई, एक डझनभर तरी खारवलेली लिंबं द्यायला हवी आहेत वर्गातल्या मुलींना आणि हातात पैसे असल्याशिवाय लिंबं कुठून आणणार मी? दुकानातून उधार घेईन म्हटलं तर आईची सक्त मनाई आहे दुकानातून उधार वस्तू आणायला!"

"खारवलेली लिंब? हा काय प्रकार आहे?" मेगने अत्यंत विस्मयचकित होऊन प्रश्न केला.

"अग हल्ली शाळेत खारवलेली लिंबं खाण्याची फॅशन आहे." ॲमी म्हणाली,

"साऱ्या मुली खारवलेली लिंबं आणतात नि ती खातात. प्रत्येक मुलगी आपल्या डेस्कात डोकं घालून लिंब चोखत असते. पेन्सिली, बाहुल्या, रबर, मण्यांच्या माळा अशा वस्तू घेऊन खारवलेल्या लिंबांचा चक्क व्यापार चाललेला असतो. मधल्या सुटीत तर मुलींना लिंबाशिवाय सुचतच नाही दुसरं काही. एखाद्या मुलीला दुसरी मुलगी आवडत असेल तर ती तिला लिंबू देते. म्हणजे दोघींची खूप गट्टी आहे असा त्याचा अर्थ होतो. एखादीला एखादी मुलगी आवडत नसेल तर ती तिच्या देखत स्वत: लिंबू चोखत राहते, पण तिला देत नाही, म्हणजे त्या दोघींचं भांडण आहे असं समजायचं. मुली एकमेकींना लिंबं देतात घेतात. मी आतापर्यंत नुसती दुसऱ्या मुलींकडनं लिंबं घेतली आहेत. पण मी त्यांची अद्याप परतफेड केली नाही. आता मला नकोत का त्यांना लिंबं द्यायला? नाही तर ते किती वाईट दिसेल, सांग बरं तूच?"

मेग आणि ज्यो दोघी कुतूहलाने ॲमीचे बोलणे ऐकत होत्या. ॲमीची अडचण मेगला समजली. तिने आपली पर्स बाहेर काढून त्यातले थोडेसे पैसे ॲमीच्या हातावर ठेवीत म्हटले,

"बघ, एवढे पैसे पुरतील का?"

पैसे पाहून ॲमीचा चेहरा एकदम उजळला. खुषीत येऊन ती मेगला म्हणाली, "पुरतील. पुरतील. अहा! आता मला भरपूर लिंबं घेता येतील. त्या कल्पनेनंच माझ्या तोंडाला पाणी सुटलंय. कारण जवळ जवळ आठवडा होऊन गेला. मला एकही लिंबू चाखायला मिळालं नाही. कारण आपल्याजवळ लिंबं नाहीत. मग दुसऱ्याकडून कशी घ्यायची? लाज वाटते ना! आता मात्र मी सगळ्यांचं देणं देऊन टाकीन नि स्वत:ही लिंबं खाईन! वा! मजाच झाली म्हणायची!"

आणि उड्या मारीत ती तेथून निघून गेली.

दुसऱ्या दिवशी ॲमीला शाळेत पोचायला थोडा उशीर झाला, पण शाळेत गेल्याबरोबर आपल्या हातातली कागदी पिशवी मोठ्या अभिमानाने मुलींना दाखवण्याचा मोह तिला आवरेना. नंतरच ती पिशवी तिने डेस्कात ठेवून दिली. पुढच्या काही मिनिटांतच ॲमी मार्चने खारवलेली लिंबे आणल्याची आणि आपल्या मैत्रिणींना ती लिंबे ती वाटणार असल्याची खळबळजनक बातमी साऱ्या शाळेत पसरली. त्याबरोबर सर्वांच्या दृष्टीने ॲमीने महत्त्व एकदम वाढले. केटी ब्राऊनने तिथल्या तिथे तिला आपल्या घरी येत्या आठवड्यात होणाऱ्या पार्टीचे निमंत्रण दिले. मेरी किंग्जलेने आपले नवे मनगटी घड्याळ ॲमीने काही वेळ तरी आपल्याला हातात घालावे असा लडिवाळ हट्ट धरला आणि जेनी स्नो या धूर्त मुलीने ॲमीबरोबर झालेले आपले भांडण तात्काळ मिटवून तिच्या पाटीवरची गणिते स्वत: सोडवून देण्याची तयारी दर्शविली. पण गेल्याच आठवड्यात जेनीने स्वत:बद्दल जे उपरोधिक उद्‌गार काढले होते त्याचा

ॲमीला अद्याप विसर पडला नव्हता. जेनी म्हणाली होती, "काही लोकांची नाकं जरी नकटी असली तरी दुसऱ्यांच्या डेस्कातल्या लिंबांचा वास मात्र त्यांना चटकन येतो आणि एरव्ही भयंकर शिष्ट असणाऱ्या या लोकांना दुसऱ्याची लिंबं मागायला मात्र लाज वाटत नाही." जेनीचे ते उद्‌गार अजून मनाला झोंबत असल्यामुळे, ती भांडण मिटवायला आली तेव्हा ॲमीने ताडकन तिला उत्तर दिले, "एवढा काही तुला कळवळा यायला नकोय माझा एकदम. अशानं आपल्याला लिंबू मिळेल अशी जर तुझी समजूत असेल, तर ती चुकीची आहे."

त्याच दिवशी एक बडे पाहुणे शाळेला भेट द्यायला आले होते. ॲमीच्या वहीतल्या स्वच्छ रेखीव नकाशांचे त्यांनी खूपच कौतुक केले. तो तिचा गौरव तिच्या शत्रूच्या – जेनी स्नोच्या – मनाला लागून राहिला होताच. त्यात ॲमीने केलेल्या अपमानाची भर पडली. इकडे ॲमी तर स्वत:वर भलतीच खूष होऊन गेली होती. पण गर्वाचे घर तात्काळ खाली होते, याचे बिचारीला स्मरण राहिले नाही आणि त्याचे फळ तिला हातोहात भोगावे लागले. भेट द्यायला आलेले पाहुणे निघून जाताच वर्गशिक्षक डेव्हिस यांना काही शंका विचारण्याचे निमित्त करून जेनी त्यांच्या टेबलाजवळ गेली आणि 'ॲमी मार्चच्या डेस्कात चोवीस खारवलेली लिंबे असल्या'ची बातमी तिने हळूच त्यांच्या कानावर घातली.

मिस्टर डेव्हिसनी गेल्याच आठवड्यात मुलींना शाळेत लिंबे आणण्याची सक्त मनाई केली होती आणि जी मुलगी हा नियम मोडील तिला अत्यंत कडक शिक्षा केली जाईल असे त्यांनी नि:संदिग्ध शब्दांत जाहीर केले होते. डेव्हिस हे अत्यंत कडक आणि शिस्तप्रेमी शिक्षक होते आणि आपली शिस्त कोणी मोडली की त्यांच्या तळपायाची आग मस्तकाला जात असे. त्यातून या वेळी आधीच त्यांचे मन नाराज झाले होते, कारण नुकत्याच येऊन गेलेल्या पाहुण्यांना मुलींनी द्यावीत तेवढ्या हुशारीने उत्तरे दिली नव्हती. त्यातच ॲमीने केलेल्या शिस्तभंगाची वार्ता त्यांना कळली. मग काय विचारावे? आगीत तेल पडल्यासारखे झाले. मिस्टर डेव्हिस एकदम भडकले आणि हातातली छडी त्यांनी इतक्या जोराने टेबलावर आपटली की, चुगलखोर जेनी एखाद्या खारीच्या चपळाईने पुन्हा आपल्या जागेवर येऊन बसली.

"मुलींनो, जरा इकडे लक्ष द्या!"

अत्यंत करड्या स्वरात डेव्हिसनी हे शब्द उच्चारले. त्याबरोबर वर्गातला गोंगाट क्षणार्धात थांबला आणि निळसर, काळ्या, करड्या आणि पिंगट डोळ्यांच्या पन्नास जोड्या त्यांच्या क्रुद्ध मुद्रेवर आज्ञाधारकपणे खिळून राहिल्या.

"मिस मार्च, इकडे ये."

ॲमी बाकावरून उठली. तिची मुद्रा वरून शांत दिसत होती, पण आतून ती अगदी गडबडून गेली होती. डेस्कात असलेल्या त्या लिंबांचे जबरदस्त दडपण तिच्या

सदसद्विवेकबुद्धीवर पडले होते.

"तुझ्या डेस्कात ठेवलेली लिंबं आण इकडे." डेव्हिसनी लगोलग पुढचा हुकूम सोडला. ॲमी अडखळून थबकली.

"सारी लिंबं घेऊन जाऊ नकोस!" ॲमीच्या शेजारच्या मुलीने तेवढ्यातल्या तेवढ्यात तिला सावधगिरीची सूचना दिली.

ॲमीने लगबगीने पिशवीतली काही लिंबे डेस्कात ओतली आणि उरलेली लिंबे तिने डेव्हिसच्या समोर टेबलावर नेऊन ठेवली. लिंबांचा स्वादिष्ट, रुचकर दरवळ सर्वत्र पसरला. ॲमीच्या मनात आले, या सुवासाने अगदी निर्दयातल्या निर्दय माणसाचे हृदयसुद्धा विरघळले पाहिजे. पण डेव्हिसवर मात्र त्या वासाचा अगदी विपरीत परिणाम झाला. त्यांचा संताप अधिकच वाढला. त्यांनी ओरडून विचारले,

"एवढीच लिंबं होती तुझ्याकडे?"

"नाही. आणखी थोडी आहेत–" ॲमी अडखळत पुटपुटली.

"मग उरलेली पण घेऊन ये. ताबडतोब!"

अत्यंत हताशपणे ॲमी पुन्हा आपल्या जागेकडे आली आणि डेस्कात राखून ठेवलेली बाकीची लिंबेही तिने मुकाट्याने डेव्हिसच्या पुढ्यात नेऊन ठेवली.

"संपली ना नक्की? की आणखी आहेत?"

"मी कधी खोटं बोलत नाही सर!"

"ते दिसतंच आहे." डेव्हिस म्हणाले, "आता असं कर. ही भिकारडी लिंबं घे आणि प्रत्येक वेळी दोन दोन याप्रमाणे ती सारीच्या सारी खिडकीतून खाली रस्त्यावर फेकून दे पाहू. चल आटप."

डेव्हिसच्या तोंडून हे शब्द बाहेर पडले मात्र, साऱ्या वर्गाची शेवटची आशाही नष्ट झाली आणि सर्व मुलींच्या तोंडून दुःखाचा एकच सामुदायिक उसासा उमटला ! क्रोधाने आणि लज्जेने ॲमीचे तोंड अगदी जांभळे पडले होते. प्रत्येक वेळी दोन्ही हातांत दोन लिंबं घेऊन तिने टेबलापासून खिडकीपर्यंत नि खिडकीपासून टेबलापर्यंत असे सहा हेलपाटे घातले आणि ती टपोरी, रसरशीत, रसाळ नि रुचकर लिंबे तिने सगळीच्या सगळी खिडकीवाटे खाली फेकून दिली. पलीकडे आयरिश मुलांची एक शाळा होती. त्या मुलांशी ॲमीच्या शाळेतल्या मुलींचे अगदी कट्टर वैर होते. आता ॲमीने फेकलेली लिंबे ही अचूक त्या शाळेच्या आवारात जाऊन पडली आणि तिथल्या मुलांनी ती नेमकी झेलून आनंदाच्या आरोळ्या ठोकायला सुरुवात केली. आपल्या तोंडातला घास असा अलगद शत्रूच्या तोंडात जाऊन पडलेला पाहून तर ॲमीच्या मैत्रिणी अतोनातच दुःखी झाल्या आणि एका विशेष हळव्या मुलीला शब्दशः रडू कोसळले!

सगळी लिंबे फेकून देऊन ॲमी टेबलाशी येऊन उभी राहिली तेव्हा डेव्हिसनी

एकवार आपला घसा साफ केला आणि मग कठोर स्वरात ते म्हणाले,

"मुलींनो, गेल्या आठवड्यातच मी तुम्हाला बजावून सांगितले होते की, खारवलेली लिंबे कोणीही वर्गात आणता कामा नयेत. आणल्यास त्याचे परिणाम फार वाईट होतील. त्यानंतर ताबडतोब ही घटना घडावी याचा मला फार खेद होतो. पण मी कडक शिस्तीचा माणूस आहे. मी केलेल्या नियमांचा भंग झालेला मला खपणार नाही. मिस मार्च, हात पुढे कर."

ॲमी चमकली. तिने आपले दोन्ही हात लगबगीने पाठीमागे घेतले आणि अत्यंत व्याकुळ, क्षमायाचनेच्या दृष्टीने तिने डेव्हिसच्या मुद्रेवर आपले डोळे खिळवले. खरे तर ती डेव्हिसची आवडती विद्यार्थिनी होती आणि त्यांनी या वेळी तिला क्षमाही केली असती कदाचित. पण त्याच वेळी मागल्या बाकावरची एक मुलगी उपरोधिकपणे हसली. ते हसू अगदी अस्पष्ट होते. पण त्यामुळे डेव्हिस चिडले आणि बिचाऱ्या ॲमीचे भवितव्य निश्चित झाले. डेव्हिस पुन्हा म्हणाले,

"हात पुढे कर मिस मार्च!"

ॲमीच्या मूक विनवणीला हे कठोर उत्तर मिळाले. आता मात्र तिचा धीर खचला. पण ती फार मानी होती. तिने आपले दात आवळले. मस्तक अभिमानाने मागे झुकवले आणि आपला लहानसा नाजूक तळवा निर्भयपणे पुढे केला. डेव्हिसनी त्या हातावर छड्या मारल्या. छड्या फार जोराने मारल्या नव्हत्या किंवा त्यांची संख्याही फार नव्हती. पण ॲमीच्या दुःखात किंवा मानहानीत त्यामुळे काहीही फरक पडला नाही. उभ्या आयुष्यात आज प्रथमच तिला शारीरिक शिक्षा होत होती आणि तिच्या दृष्टीने हा अपमान मरणापेक्षाही दुःसह होता.

"आता सुटीच्या वेळेपर्यंत तू वर्गातल्या प्लॅटफार्मवर उभी राहा." हातातली छडी खाली टाकून डेव्हिस म्हणाले. जे एकदा सुरू केले ते शेवटीपर्यंत तडीला न्यायचा त्यांनी निर्धार केला होता.

हे मात्र भयंकर होते. खरे म्हणजे छड्या खाल्ल्यानंतर पुन्हा आपल्या जागेवर जाऊन बसणे आणि मैत्रिणींचे सहानुभूतिपूर्ण किंवा शत्रूचे उपहासपर कटाक्ष निमूटपणे सोसणे हे अवघड होतेच. पण ते ॲमीने कसेतरी सहन केले असते. तथापि, सबंध वर्गासमोर उभे राहणे आणि आपल्या गुन्ह्याचे जाहीर प्रदर्शन करणे केवळ अशक्य होते. क्षणभर तिला वाटले, जागच्या जागी मटकन खाली बसावे आणि दोन्ही हातांत तोंड लपवून ओक्साबोक्शी पोटभर रडावे किंवा तेथून तडक घरी निघून जावे आणि आईच्या कुशीचा आसरा घ्यावा. तथापि, स्वतः गुन्हा केल्याची तीव्र जाणीव आणि जेनी स्नोपुढे मनाचा कमकुवतपणा दाखवायचा नाही हा अभिमान यांनीच तिला आपली शिक्षा सोसण्यास बळ दिले. ती मुकाट्याने प्लॅटफॉर्मवर चढली आणि समोरच्या भिंतीवर लावलेल्या चित्रावर आपले डोळे खिळवून पुतळ्यासारखी स्तब्ध

उभी राहिली. तिची ती निश्चल केविलवाणी मूर्ती इतकी करुण दिसत होती की, ती तेथे तशी उभी असताना नेहमीप्रमाणे अभ्यास करणे त्या दिवशी तिच्या वर्गभगिनींना फार अवघड गेले.

नंतरच्या पंधरा मिनिटांत त्या हळव्या विलक्षण मानी अशा छोट्या मुलीने जो मनस्ताप, ज्या वेदना सोसल्या, त्यांचा तिला पुढील साऱ्या आयुष्यात कधीही विसर पडला नाही. वर्गात शिक्षा होणे किंवा छड्या बसणे ही गोष्ट इतरांच्या दृष्टीने अगदी सामान्य अन् उपेक्षणीय असेल, पण ॲमीच्या दृष्टीने तो एक अभूतपूर्व आणि कठोर अनुभव होता. कारण तिच्या बारा वर्षांच्या आयुष्यात फक्त प्रेम, लाड, वात्सल्य याच गोष्टी तिच्या वाट्याला आल्या होत्या. घरी ती साऱ्यांची आवडती होती आणि ममतेने कुरवाळण्याखेरीज कधी कोणी तिला बोट लावले नव्हते. शारीरिक शिक्षा तिला स्वप्नातही ठाऊक नव्हती. त्यामुळे या शिक्षेने ती भयंकर कासावीस झाली आणि त्याहूनही अधिक कासावीस झाली, हे सर्व कळल्यावर घरी काय म्हणतील या जाणिवेने.

ती पंधरा मिनिटे ॲमीला युगासारखी दीर्घ वाटली. पण सरतेशेवटी ती संपली. घंटेचा टोल पडला. घंटेचा आवाज ॲमीला कधीही इतका आल्हाददायक वाटला नसेल. घंटा झाल्याबरोबर मिस्टर डेव्हिस ॲमीकडे वळले आणि किंचित ओशाळलेल्या व नरम सुरात ते तिला म्हणाले,

"ॲमी मार्च, तू आता जाऊ शकतेस."

ॲमी मुकाट्याने प्लॅटफॉर्मवरून खाली उतरली. उतरता उतरता डेव्हिसकडे तिने एक जळजळीत दृष्टी टाकली. त्या मूक नजरेत इतका अधिक्षेप भरलेला होता की, डेव्हिस आतल्या आत विलक्षण अस्वस्थ झाले आणि ॲमीची नजर चुकवून ते दुसरीकडे पाहू लागले. ॲमी सरळ आपल्या बसण्याच्या जागी गेली. आसपास कुणीकडेही न पाहता, कुणाबरोबर अवाक्षरही न बोलता तिने आपली वह्या व पुस्तके गोळा केली, ती बॅगेत घातली आणि 'पुन्हा मरेपर्यंत इथे पाऊल टाकणार नाही.' अशी स्वतःशी प्रतिज्ञा करून ती तेथून बाहेर पडली.

घरी येईतो ॲमीने आपले रडे प्रयासाने आवरून धरले होते. पण घरात शिरताच तिच्या अश्रूंचा बांध फुटला आणि आईच्या गळ्यात पडून ती काळीज फुटेल अशी कासावीस रडली. मिसेस मार्च फार व्यथित झाली. दुपारी मेग आणि ज्यो कामावरून घरी परत आल्या तेव्हा त्यांना ही सर्व हकिकत कळली आणि सर्वांची मिळून एक तातडीची बैठक घेण्यात आली. ॲमीचा अपमानित दुखावलेला तळवा मेगने आपल्या अश्रूंनी न्हाऊ घातला व हलक्या हाताने तिने त्यावर औषध लावले. बेथने त्या तळव्याचा मुका घेतला व सांत्वनासाठी मांजरीची पिल्ले ॲमीजवळ आणून ठेवली. ज्यो संतापाने भडकून म्हणाली, "असल्या निर्दय राक्षसी वृत्तीच्या शिक्षकाला

तुरुंगातच टाकले पाहिजे!'' फार काय सांगावे, सैंपाकासाठी बटाटे ठेचता ठेचता डेव्हिसचे डोकेच वरवंट्याखाली सापडले आहे अशा त्वेषाने हॅना काम करीत राहिली. ॲमीचे दुःख आणि अपमान घरात सर्वांना विलक्षण झोंबला होता.

शाळा सुटण्यास थोडासा अवधी राहिला असताना ज्यो शाळेत आली. आपल्या आईने दिलेले एक बंद पाकीट तिने डेव्हिसच्या हाती ठेवले आणि जवळच्या छोट्या खोलीत राहिलेली ॲमीची छत्री, कोट, जेवणाचा डबा वगैरे साहित्य गोळा करून ती तेथून बाहेर पडली. डेव्हिसशी किंवा दुसऱ्या कुणाशी ती अक्षरसुद्धा बोलली नाही. इतकेच नव्हे तर शाळेच्या दाराबाहेर पडताना तेथील पायपुसण्यावर तिने आपले बूट अशा जोराने घासले की, तेथील धुळीचा कणदेखील तिला आपल्या बरोबर यावयास नको होता!

या सर्व प्रकारानंतर ॲमीने शाळा सोडून द्यावी असेच सर्वानुमते ठरले. मिसेस मार्च ॲमीला म्हणाली,

''तू शाळा सोडलीस तरी माझी त्याला हरकत नाही. मिस्टर डेव्हिस हा तऱ्हेवाईक माणूस आहे आणि विद्यार्थ्यांना शारीरिक शिक्षा करून त्यांचा जाहीर अपमान करावा ही गोष्ट मला मुळात नापसंत आहे. शिवाय शाळेतल्या मुलींची संगतही तुला मोठी लाभदायक होते आहे असं मला वाटत नाही. तेव्हा तू आता शाळा सोडून घरीच राहा. मात्र बेथबरोबर रोज तू नेमाने थोडं तरी वाचलं पाहिजेस आणि अभ्यासही केला पाहिजेस.''

''छान झालं!'' ॲमी टाळी वाजवून उत्तेजित स्वरात म्हणाली, ''नाहीतरी मी ठरवलं होतंच की पुन्हा त्या शाळेत पाऊल टाकायचं नाही म्हणून! मला तर वाटतं, वर्गातल्या साऱ्या मुलींनी शाळा सोडून द्यावी म्हणजे डेव्हिस सरांची चांगली खोडकी मोडेल! कसली सुंदर लिंबं होती! पण त्यांच्या काळजाला जरासुद्धा पाझर फुटला नाही!''

''लिंबं गेली म्हणून तुला वाईट वाटत असेल, पण मला त्याची मुळीच खंत वाटत नाही.'' मिसेस मार्च चटकन म्हणाली, ''तू वर्गाची शिस्त का मोडलीस? त्याबद्दल काही ना काही शिक्षा तुला व्हायलाच हवी होती!''

''म्हणजे काय?'' ॲमी दुखावलेल्या स्वरात म्हणाली, ''मला छड्या बसल्या, साऱ्या वर्गासमोर मला प्लॅटफॉर्मवर उभं राहावं लागलं, माझा एवढा अपमान झाला, त्याबद्दल तुला काहीच वाटत नाही वाटतं?''

''तुला ज्या तऱ्हेनं शिक्षा केली गेली ती तऱ्हा मुळीच पसंत नाही मला,'' मिसेस मार्च म्हणाली, ''पण तुला कोणी तरी कडक शिस्त लावण्याची आवश्यकता आहे अस मात्र अलीकडे मला फार तीव्रतेने वाटू लागलं आहे. तू दिवसेंदिवस शिष्ट आणि अहंकारी बनते आहेस. तुझ्याजवळ अनेक चांगले गुण आहेत, तुझी बुद्धीही तल्लख

आहे. पण या गोष्टीचं जाहीर प्रदर्शन करण्याची मुळीच आवश्यकता नाही आणि फार उत्तम बुद्धिमत्तेचं देखील गर्वानं शेवटी वाटोळं झाल्याखेरीज राहात नाही. माणसाच्या अंगी विनय हवा. नम्रता हवी. खरे गुण, खरी कला फार दिवस लपून राहात नाही. आज ना उद्या ती लोकांना कळतेच. तुमच्या व्यक्तिमत्त्वातूनच ती इतरांना जाणवत राहते आणि मग जगात तिचं कौतुकही होतं! अहंकार मात्र अगदी वाईट!''

लॉरी पलीकडच्या कोपऱ्यात ज्योबरोबर बुद्धिबळ खेळत होता. तो हे सर्व संभाषण ऐकत होता. मिसेस मार्चचे बोलणे संपताच तो चटकन म्हणाला, ''आई म्हणतात ते अगदी बरोबर आहे! माझ्या ओळखीची एक छोटी मुलगी आहे. तिचा गळा फार गोड आहे आणि ती उत्तम गाते. गाण्याच शास्त्रही तिला चांगलं अवगत आहे. पण ती इतकी विनयशील आहे की, आपल्या या गुणांचा तिचा तिलाच पत्ता नाही. इतकंच नव्हे तर दुसऱ्यांनी हे सांगूनही तिला ते खरं वाटायचं नाही.''

बेथ बाजूला उभी होती. लॉरीचे बोलणे ती आतुरतेने ऐकत होती. ती लगेच म्हणाली, ''कोण ही मुलगी? माझी तिची ओळख झाली तर छान होईल. कारण मग तिच्याकडून किती तरी शिकता येईल!''

''तुझी तिची जन्मापासून ओळख आहे आणि साऱ्या जगात इतर कोणापेक्षाही ती तुला अधिक जवळची आहे.'' लॉरी म्हणाला आणि त्याने अशा मिष्कील, साभिप्राय नजरेने बेथकडे पाहिले की, त्याचा आशय तिच्या एकदम ध्यानात आला. त्याबरोबर तिचा चेहरा लाजून अगदी लाल पडला आणि तिने दोन्ही हातांच्या ओंजळीत आपले तोंड लपवले!

लॉरीने बेथबद्दल इतके चांगले उद्गार काढल्यामुळे ज्योने खूष होऊन तो डाव त्याला जिंकू दिला आणि मग काही वेळ लॉरीने स्वत: पियानो वाजवून सर्वांची करमणूक केली. आज तो विशेष प्रसन्न मन:स्थितीत होता आणि मार्च कुटुंबात वावरत असताना आपल्या मनाची खिन्न, उदासवाणी बाजू तो क्वचितच प्रकट करी.

ॲमी स्वत:शीच कसला तरी विचार करीत गप्प बसून राहिली होती. जरा वेळाने लॉरी घरी गेल्यावर तिने एकदम काहीतरी सुचल्याप्रमाणे मिसेस मार्चला विचारले,

''लॉरी खूप गुणी आणि बुद्धिमान आहे नाही का?''

''अर्थातच!'' मिसेस मार्च म्हणाली, ''तो तल्लख बुद्धीचा मुलगा आहे. अभ्यासात तो हुशार आहे. गाण्याचं त्याला चांगलं ज्ञान आहे आणि इतरही अनेक दुर्मिळ गुण त्याच्या अंगी आहेत. श्रीमंतीनं आणि फाजील लाडांनी जर तो बिघडला नाही तर मोठेपणी तो फार चांगला निघेल!''

''आणि लॉरी मुळीसुद्धा गर्विष्ठ किंवा अहंकारी नाही. खरे ना?'' ॲमीने पुन्हा विचारले.

''छे! गर्व कसा तो त्याला माहीतसुद्धा नाही. म्हणून तर तो साऱ्यांनाच इतका

आवडतो आणि आपणसुद्धा त्याच्यावर इतकं प्रेम करतो!'' मिसेस मार्च म्हणाली.

''असं. म्हणजे माणसाच्या अंगी गुण असावेत. पण एकसारखं त्याचं प्रदर्शन मात्र त्यानं करू नये. होय ना आई?'' ॲमी स्वत:शीच विचार करीत पुढे म्हणाली.

''गुणांचं प्रदर्शन करण्याची आवश्यकताच कुठं असते?'' मिसेस मार्च हसून म्हणाली,

''माणसाच्या बोलण्यात, वागण्यात, त्याच्या साध्या हालचालींतसुद्धा त्याच्या बुद्धिमत्तेचं, गुणाचं, वर्तनाचं प्रतिबिंब पडतच असतं अन् लोकांना ते आपोआप कळतही असतं!''

''आपल्याजवळ दहा पोषाख असले तरी ते सारेच्या सारे काही एकदम अंगावर घालून ते लोकांना दाखवत नाही आपण. तसंच आहे हे!'' ज्यो म्हणाली. त्याबरोबर सारीजणे मोठ्यांदा हसत सुटली आणि त्या हास्यकल्लोळातच त्या दिवशीची ती चर्चा विराम पावली.

८

विचित्र अपघात

शनिवारची दुपार होती. ॲमी दिवाणखान्यात आली तो मेग आणि ज्यो कुठे तरी गुपचुप जाण्याच्या तयारीत तिला दिसल्या. तेव्हा तिचे कुतूहल चाळवले गेले आणि तिने विचारले,

"कुठं जाता आहात तुम्ही?"

"लहान मुलींनी उगाच भलभलते प्रश्न विचारू नयेत." ज्यो तुटकपणे म्हणाली. लहान वयात माणसाला सर्वांत राग जर कसला येत असेल तर तो दुसऱ्यांनी आपल्याला लहान म्हणून गप्प बसविण्याचा. ॲमीला ज्योचा फार राग आला, पण त्याबरोबरच तिने त्यांचे गुपित शोधून काढण्याचा स्वत:शी निर्धार केला. ती मेगकडे वळली. कारण मेगचा तिच्यावर जीव होता आणि ती कोणातीही गोष्ट फार वेळ तिला नाकारीत नसे. ॲमीने आपला खास ठेवणीतला लडिवाळ स्वर काढला आणि मेगची आर्जवे करीत ती तिला म्हणाली,

"सांग ना मला तुम्ही कुठे जाताहात ते? मी पण येते ना तुमच्याबरोबर? बेथ एकटीच बसली आहे पियानो वाजवीत आणि मला अगदी करमत नाही."

"तुला कसं नेता येईल बरं? कारण तुला काही आमंत्रण नाही." मेग तिची समजूत घालीत म्हणाली, पण तिला मध्येच अडवून ज्यो चिडखोरपणे बोलली, "मेग, तू गप्प बैस पाहू. नाही तर सारा मामला तू बिघडवून टाकशील. ॲमी, तुला काही आमच्याबरोबर येता यायचं नाही. तेव्हा उगीच पोरकटपणा करू नकोस."

"तुम्ही लॉरीबरोबर जाणार आहात कुठे तरी!" ॲमी म्हणाली, "मला ठाऊक आहे. कारण काल रात्री तुम्ही तिघंजण आपापसांत कुजबुजत हसत होतात आणि मी जवळ येताच तुम्ही गप्प बसलात. त्याच्याबरोबरच जाणार आहात ना तुम्ही?"

"होय. जाणार आहोत!" ज्यो म्हणाली, "आता देवासारखी गुपचुप बसून राहा पाहू. आम्हाला उगीच त्रास देऊ नकोस."

ॲमी गप्प बसली खरी, पण तिने आपले ओठ मिटून घेतले तसे डोळे काही बंद केले नव्हते. थोड्या वेळाने मेगने एक घडीचा पंखा हळूच पर्समध्ये टाकलेला तिने पाहिला तेव्हा ती एकदम ओरडली, "नाटक, नाटक. नाटकाला जाता आहात तुम्ही. 'सेव्हन कॅसल्स' नाटकाला! मी येणार तुमच्याबरोबर. आईनं मला परवानगी दिलीय ते नाटक बघायला नि माझ्याजवळ पैसे पण आहेत. लबाड आहात तुम्ही अगदी. मला आधी सांगितलं पण नाही ना?"

"हे बघ ॲमी," मेग तिची समजूत घालीत म्हणाली, "गेल्या आठवड्यातच तुला ताप आला होता. तेव्हा नाटकाचा झगझगीत उजेड तुझ्या डोळ्यांना इतक्यात सोसायचा नाही. पुढल्या आठवड्यात बेथ आणि हॅना याच नाटकाला जाणार आहेत. त्यांच्याबरोबर जा तू."

"मी नाही जा!" ॲमी हट्टाने म्हणाली, "मला नाही आवडत त्यांच्याबरोबर जायला. तुमच्याबरोबर नि लॉरीबरोबर नाटक बघताना जशी मजा येते तशी त्यांच्याबरोबर मुळीच येत नाही. येऊ दे ना मला मेग? या आजारानं मी अगदी कंटाळून गेले आहे. मला थोडी करमणूक हवी आहे. ने ना मला तुमच्याबरोबर? मी तुम्हाला मुळीच त्रास द्यायची नाही. तुझी शपथ!"

"ज्यो, नेऊ या का हिला आपल्याबरोबर?" मेग विचारू लागली, "आपण जर तिच्या अंगात गरम कपडे घालून तिला नीट जपून नेलं तर मला नाही वाटत आई 'नाही' म्हणेलसं–"

पण तिला मध्येच अडवीत ज्यो म्हणाली, "ॲमी येणार असेल तर मग मी येणार नाही नाटकाला. मुळीच येणार नाही. अन् मी गेले नाही तर लॉरी मनातून नाराज होईल. खरं म्हणजे त्यानं आपल्याला दोघींनाच आमंत्रण दिलंय नाटकाचं. असं असताना ॲमीला त्यात घुसवणं अगदी चुकीचं आहे आणि ॲमी तरी आमंत्रण नसताना लोचटपणा का करते आहे?"

ज्योचा सूर चिडखोर झाला होता. ती स्वत: करमणुकीसाठी बाहेर निघाली असली म्हणजे धाकट्या भावंडांचे लोढणे किंवा दुसरी काही कटकट तिला मुळीच नको असे. म्हणून ती तुसडेपणाने बोलत होती. पण तिच्या बोलण्याच्या पद्धतीने अन् सुराने ॲमी अधिकच रागावली. तिने लगेच पायांत बूट चढवायला सुरुवात केली. बूट घालता घालता ती म्हणाली, "मी येणार! मेग मला न्यायला तयार आहे आणि माझं तिकीट मी स्वत: काढणार आहे. मग लॉरीचा त्यात कुठे संबंध येतो?"

"संबंध येत नाही कसा?" ज्यो म्हणाली, "आमच्या जागा आधी 'रिझर्व' केलेल्या आहेत. त्यात तुझी सोय कुठे करणार? मग लॉरी आपली जागा तुला देणार आणि स्वत: दुसरीकडे लांब कुठे तरी जाऊन बसणार. मग आमच्या कार्यक्रमाची सारी गंमतच खलास होणार. शिवाय तू बरोबर आलीस म्हणजे तुझं

तिकीट तो तुला थोडंच काढू देईल? तो स्वत:च तुझं तिकीट काढणार! हा भुर्दंड त्याला काय म्हणून? तेव्हा तू आमच्याबरोबर येऊ नयेस हेच चांगलं. समजलीस?''

बोलता बोलता ज्योचा आवाज खूप चढला. ॲमी एकाच पायात बूट घातलेल्या अवस्थेत जमिनीवर फतकल घालून बसली आणि लहान मुलासारखी मोठमोठ्याने रडू लागली. मेग हतबुद्ध होऊन तिला समजावू लागली. तेवढ्यात लॉरीने रस्त्यावरून त्यांना हाक दिली. तेव्हा ॲमीला तशाच अवस्थेत टाकून नाइलाजाने त्या दोघी बहिणी लगबगीने खाली निघून गेल्या. ॲमी आता बारा वर्षांची झाली होती. पण अजूनही कधी कधी तिला लहान मुलासारखे वागण्याची लहर येई. मग हट्ट करणे, आडमुठेपणा करणे, मोठ्यांदा रडणे असे प्रकार ती सर्रास करी. मेग आणि ज्यो घराबाहेर पडणार तोच ॲमी तटकन उठली आणि जिन्याच्या कठड्यावरून खाली वाकून धमकीच्या सुरात ती ओरडली,

''बघ ज्यो, तुला दाखवते की नाही आता! याचं फळ तुला भोगावंच लागेल. ध्यानात ठेव! नाही तुला रडायला लावलं तर नावाची ॲमीच नव्हे मी!''

''हं!'' एवढेच ज्यो तुच्छतापूर्वक बोलली आणि बाहेर जाताना तिने धाडकन दरवाजा बंद करून घेतला.

'सेव्हन कॅसल्स ऑफ दि डायमंड लेक' हे संगीतनृत्यप्रधान नाटक अपेक्षेपेक्षाही सुंदर आणि अद्भुत होते. त्यात झगझगीत पोषाख केलेले राजपुत्र, राजकन्या होत्या. तांबडाभडक पोषाख केलेले गमत्ये विदूषक होते. लखलखणारे राजवाडे होते. पण ते बघताना ज्योची व्हावी तेवढी करमणूक झाली नाही. तिच्या आनंदाच्या दुधात मिठाचा खडा पडला होता. पऱ्यांच्या राणीचे सोनेरी कुरळे केस बघताना ॲमीचा चेहरा सारखा तिच्या डोळ्यांपुढे येऊ लागला आणि ॲमीने आपल्याला जी धमकी दिली तिचा नेमका अर्थ काय असावा याचा विचार करताना नाटक बघण्याची निम्मी गोडी निघून गेली. ॲमीचे आणि ज्योचे कधीही पटत नसे. कारण दोघी तापट, उतावळ्या स्वभावाच्या होत्या. दोघींच्याही जिभा तिखट होत्या आणि दोघींचेही एकदा का संतापाने डोके फिरले की मग त्या काय करतील याचा मुळीच नेम नसे. ज्योला उपद्रव देण्यात ॲमीला गंमत वाटे, तर ॲमीला चिडवणे अन् रडवणे ही ज्योची नेहमीची करमणूक असे. त्यामुळे अधूनमधून केव्हा तरी दोघींमध्ये चांगलाच खटका उडे. मागाहून दोघींनाही आपल्या वर्तनाची लाज वाटे. ज्यो वयाने मोठी असली तरी तिचा स्वत:वर मुळीच ताबा नव्हता. तिचा रागीट, चिडखोर स्वभाव तिला नेहमीच गोत्यात आणी. पण तिचा राग कधीही दीर्घ काळ टिकत नसे आणि एकदा का तो झटका येऊन गेला की, मग तिच्या पश्चात्तापाला सीमा उरत नसे. आपली चूक ती मोकळेपणाने कबूल करी आणि एकंदरीत ती इतकी गोड वागे की, तिच्या बहिणी नेहमी म्हणत, ''ज्योने अधूनमधून असं भडकणं चांगलं असतं. कारण नंतर ती फारच प्रेमळ अन् उदार बनते!''

मेग आणि ज्यो नाटकाहून घरी परत आल्या तेव्हा ॲमी दिवाणखान्यात वाचीत बसली होती. तिच्या चेहऱ्यावर दुखावलेला भाव होता. तिने त्यांच्याकडे ढुंकूनसुद्धा पाहिले नाही, की नाटकाबद्दलसुद्धा अवाक्षरानेही तिने त्यांना काही विचारले नाही. क्वचित नाटकाबद्दलच्या कुतूहलाने तिच्या रुसण्यावर विजय मिळविला असता, पण बेथने नाटकासंबंधी अनेक प्रश्न विचारल्यामुळे ॲमीचे कुतूहल आपोआप शमले. ज्यो आपल्या खोलीत आपले कपडे ठेवण्यास गेली तेव्हा तिने सर्व सामानावरून एकदा घाईघाईने नजर फिरवली. कारण मागे तिचे आणि ॲमीचे भांडण झाले होते तेव्हा ॲमीने तिच्या टेबलाचा ड्रॉवर ओढून आतल्या सर्व वस्तू इतस्ततः फेकून दिल्या होत्या. या खेपेला तसा काही प्रकार दिसला नाही. तेव्हा ॲमी आपला राग विसरली असावी असे मानून ज्योने एक सुटकेचा निःश्वास टाकला.

तथापि ज्योचा तर्क चुकीचा होता. कारण ॲमीने मोठ्या विलक्षण रीतीने तिचा सूड उगवला होता. त्यामुळे दुसऱ्या दिवशी घरात एक मोठेच वादळ निर्माण झाले. त्या दिवशी सायंकाळच्या सुमारास मेग, बेथ आणि ॲमी एकत्र गप्पा मारीत बसल्या असताना धाडकन दार उघडून सोसाट्याच्या वाऱ्यासारखी ज्यो आत घुसली. येताच धापा टाकीत तिने विचारले,

"माझं पुस्तक कोणी घेतलंय?"

मेग आणि बेथ या दोघींनीही चटकन नकारार्थी मान हलवली आणि त्या आश्चर्याने ज्योकडे पाहू लागल्या. ॲमी मात्र काहीच बोलली नाही. खाली मान घालून ती शेकोटीतले निखारे हलवीत राहिली, पण तिचा चेहरा किंचित आरक्त झाला. त्याबरोबर ज्यो एकदम तिच्याकडे वळली आणि तिने ओरडून म्हटले,

"ॲमी, तू घेतलं आहेस माझं पुस्तक!"

"मी घेतलेलं नाही." ॲमी म्हणाली.

"मग निदान ते कुठे आहे ते तरी तुला माहीत आहे!"

"मला माहीत नाही!"

"खोटं बोलतं आहेस तू." ज्यो ओरडली आणि तिने चटकन ॲमीचा झगा गळ्याशी पकडला. ज्योचा चेहरा इतका उग्र दिसत होता की, ॲमीपेक्षा धीट आणि निर्भय मुलीचीही बोबडी वळली असती. पण ॲमी तशीच मख्खासारखी उभी राहिली आणि म्हणाली,

"माझ्याजवळ तुझं पुस्तक नाही. गेलं असेल खड्ड्यात कुठे तरी. मला नाही ठाऊक!"

"तुला खास माहीत आहे माझं पुस्तक कुठं आहे ते. बऱ्या बोलानं सांगतेस का देऊ दोन भडकावून?" ज्यो क्रुद्ध होऊन म्हणाली आणि तिने ॲमीला गदगदा हलवले.

आता ॲमीही चिडली आणि ज्योच्या डोळ्याला डोळा भिडवून ती ओरडली,

"काय करायचं ते करून घे जा. पण तुझं ते भिकारडं पुस्तक तुला आता जन्मात पुन्हा बघायला मिळायचं नाही!"

"का?" ज्योने चमकून प्रश्न केला.

"मी ते जाळून टाकलं!"

"जाळून टाकलं?" ज्योचा चेहरा एकदम फिका पडला. तिचे ओठ कापू लागले, "मी माझ्या हातानं लिहून काढलेलं, चित्रांनी सजवलेलं आणि पपा येताच त्यांना दाखवण्यासाठी तयार केलेलं माझं पुस्तक जाळून टाकलंस तू?" ती कासावीस होऊन विचारू लागली, "खरंच जाळलंस ते तू ॲमी?"

"हो जाळलं!" ॲमी म्हणाली, "मी म्हटलं नव्हतं तुला दाखवून देईन म्हणून –"

पण तिचे वाक्य पुरे झाले नाही. ज्योचा संताप तिच्या आटोक्याबाहेर गेला. तिने फडाफड ॲमीच्या मुस्काटात दोनतीन भडकावून दिल्या आणि क्रोधाच्या व दुःखाच्या आवेगात ती ओरडली,

"दुष्ट, नीच, हलकट! आता माझ्या हातून या जन्मात ते पुस्तक पुन्हा लिहून होणार नाही आणि मरेपर्यंत मी तुला कधी क्षमा करणार नाही!"

तिने ॲमीला आणखी मारले असते, पण मेगने धावून ॲमीला बाजूला ओढले. बेथ ज्योची समजूत घालू लागली, पण ज्यो रागाने अगदी देहभान विसरली होती. तिने ॲमीच्या कानशिलात आणखी एक भडकावली आणि रडतरडत ती तेथून चालती झाली.

ज्यो माडीवर निघून गेल्यानंतर थोड्या वेळाने मिसेस मार्च घरी आली. सारी हकिकत तिला कळल्यानंतर ॲमीच्या गुन्ह्याचे गंभीर स्वरूप तिने तिला समजावून दिले. ज्योचे 'पुस्तक' म्हणजे तिने स्वतः लिहिलेल्या पाचसहा परीकथा होत्या. ज्योने फार परिश्रमपूर्वक त्या लिहिल्या होत्या. आपला जीव त्यात ओतून लिहिल्या होत्या आणि नुकत्याच त्या तिने पुन्हा लिहून काढून जुने हस्तलिखित फाडून टाकले होते. तिच्या कोवळ्या प्रतिभेचा तो पहिला आविष्कार होता. त्यामुळे आपल्या 'पुस्तका'चा तिला मोठा अभिमान वाटत होता आणि वडील युद्धावरून परत आले म्हणजे त्यांना ते पुस्तक दाखवून त्यांच्याकडून कौतुकाची खंडणी ती वसूल करणार होती. असे ते पुस्तक तिला प्राणांहून प्रिय होते आणि तेच रागाच्या भरात ॲमीने जाळून टाकले होते. हा तिचा अपराध खरोखर अक्षम्य होता. आज ना उद्या छापल्या जातील या आशेने ज्योने लिहिलेल्या त्या कथा आता कायमच्या नष्ट झाल्या होत्या! त्यामुळे घरात साऱ्यांनाच ॲमीचा राग आला. बेथ रडरड रडली. मेगने नेहमीप्रमाणे ॲमीची बाजू न घेता तिची खरडपट्टी काढली. मिसेस मार्च काही बोलली नाही, पण तिची नाराजी तिच्या मुद्रेवर स्पष्ट उमटली होती. बिचारी ॲमी. ती अगदीच एकाकी,

असहाय झाली; आणि आपण केलेल्या गुन्ह्याचा इतर कोणाहीपेक्षा तिला आता अधिक पश्चात्ताप होऊ लागला.

रात्रीच्या जेवणाच्या वेळी ज्यो टेबलाशी येऊन बसली तेव्हा तिचे डोळे रडून रडून लाल झाले होते आणि चेहरा इतका उग्र, संतप्त दिसत होता की, तिच्याशी काही बोलण्याचे ॲमीचे धैर्य होईना. शेवटी मोठ्या कष्टाने जीव मुठीत धरून ती ज्योजवळ गेली आणि अगदी गरीब केविलवाण्या स्वरात तिला म्हणाली,

"मला क्षमा कर ज्यो. मी जे केलं त्याचा मला फार पस्तावा होतो आहे. मला क्षमा कर."

"या जन्मात मी तुला क्षमा करणार नाही." उग्र स्वरात ज्यो म्हणाली आणि तिने आपले तोंड बाजूला फिरवले. त्या घटकेपासून तिने ॲमीकडे संपूर्ण दुर्लक्ष केले. घरात ॲमी नावाची कुणी व्यक्ती नाही असेच समजून जणू आपले व्यवहार ती करू लागली.

मिसेस मार्चने ज्योची समजूत घालण्याचा मुळीच प्रयत्न केला नाही. कारण ज्यो अशा मन:स्थितीत असली म्हणजे तिला समजावणे व्यर्थ असते हे अनुभवाने घरात साऱ्यांना ठाऊक होते. रात्रीच्या वेळी नेहमीप्रमाणे सर्वजणी शिवणकाम करीत बसल्या. मिसेस मार्चने त्यांना थोडेसे वाचून दाखविले. पण घरातली रोजची शांतता आज बिघडून गेली होती. आनंद नष्ट झाला होता. झोपण्यापूर्वी प्रार्थना म्हणताना तर ही गोष्ट सर्वांनाच तीव्रतेने जाणवली. कारण कुणाचाच सूर कुणाशी जुळेना. ज्यो दगडासारखी गप्प उभी राहिली. ॲमी प्रार्थना म्हणत असता मध्येच तिला हुंदका फुटला. शेवटी कशीतरी प्रार्थना संपवून सर्वजणी झोपायला गेल्या. झोपण्यापूर्वी ज्यो आईजवळ गेली. मिसेस मार्चने तिला हृदयाशी धरून तिच्या गालावर ओठ ठेवले आणि तिच्या कानाशी ती हलकेच पुटपुटली,

"ज्यो, तुझं दुःख मला कळतं. पण ॲमी तुझी धाकटी बहीण आहे. एकदा तिला क्षमा कर बेटा. उद्यापासून पुन्हा नव्यानं सुरुवात कर– झालं गेलं विसरून जा.'

ज्योला एकदम असा उमाळा आला की, तिला वाटले, आईच्या कुशीत डोके खुपसावे, रड रड रडावे आणि आसवांच्या त्या पुरात मनातला सारा विषार, सारा कडवटपणा वाहून जाऊ द्यावा. पण रडणे ही अगदी बायकी गोष्ट होती आणि मनाचा असा दुबळेपणा ती कुणालाही दाखवणार नव्हती. अगदी आपल्या आईलासुद्धा! ॲमीचा गुन्हा फार मोठा होता आणि याबद्दल तिला करावी तेवढी शिक्षा थोडीच होती. शिवाय पलीकडे बिछान्यावर पडलेली ॲमी आपले बोलणे उत्सुकतेने ऐकत आहे याचीही तिला जाणीव होती. त्यामुळेच ती इतकेच म्हणाली,

"तिनं असं करायला नको होतं. तिला होते आहे ती शिक्षा योग्यच आहे. मला या विषयावर आता काहीसुद्धा बोलायचं नाही." आणि तिने धाडकन आपल्या

बिछान्यावर अंग टाकून दिले. रोजच्याप्रमाणे आज रात्री त्या बहिणींच्या गप्पा, हितगुज, हास्यविनोद काहीही झाले नाही. जी ती आपल्या ठिकाणी गप्प पडून होती.

दुसरा दिवस तसाच उजाडला. ॲमी मनातून फार खट्टू झाली. ज्योने क्षमा न केल्यामुळे आपला फारच अपमान झाल्यासारखे तिला वाटले आणि आपण स्वत:ची अशी मानहानी करून घेतली नसती तर बरे झाले असते, असे वारंवार तिच्या मनात येऊ लागले. ज्योलाही तो दिवस अगदी वाईट गेला. सकाळपासून झोंबरे थंड वारे सुटले होते. घरात कोणी कोणाशी धड बोलण्याच्या अवस्थेत नव्हते. दुपारी आँट मार्चशी ज्योचा खटका उडाला. एकूण सारेच बिनसले होते. त्यामुळे कामावरून आल्यावर लॉरीबरोबर बर्फावरून घसरण्याचा स्केटिंगचा खेळ खेळण्यास जायचा तिने बेत केला. लॉरीच्या संगतीत आपले मन पुन्हा थाऱ्यावर येईल अशी तिला आशा होती.

ज्यो आपल्या पायांना 'स्केट्स' बांधत असता ॲमीने ते पाहिले आणि ती मेगला म्हणाली,

"आज मला बरोबर घेऊन जायचं ज्योनं कबूल केलं होतं, पण असल्या चिडक्या मांजरीला आता काही विचारायची सोय तरी आहे?"

"असं बोलू नकोस ॲमी." मेग रागाने तिला म्हणाली, "तिचं जिवापलीकडे जपलेलं पुस्तक तू जाळून टाकलंस हा काही सामान्य गुन्हा नाही. तिला चीड येणं स्वाभाविक आहे. तू असं कर, ती दोघं जाताहेत ना, त्यांच्या पाठोपाठ तूही जा आणि लॉरीच्या संगतीत ज्यो हसूखेळू लागली की ती संधी साधून हळूच पुढं होऊन तू तिची माफी माग. हवी तर नुसती तिच्याजवळ जाऊन तिला बिलगलीस तरी पुरे. मला वाटतं, मग ती लगेच भांडण मिटवून टाकील."

मेगचा सल्ला ॲमीला मानवला. ज्यो व लॉरी घराबाहेर पडताच तिनेही आपल्या पायांना स्केट्स बांधले व ती टेकडीच्या दिशेने जावयास निघाली.

ती नदीजवळ जाऊन पोहोचली तेव्हा ज्योने तिला पाहिले. पण तिने लगेच ॲमीकडे पाठ फिरवली. लॉरीने ॲमीला पाहिलेच नाही. तो नदीच्या काठाकाठाने काळजीपूर्वक घसरत चालला होता आणि पाण्यावरच्या बर्फाच्या भक्कमपणाचा अंदाज घेत होता. कारण नुकतेच एकदा कडक ऊन पडून गेले होते आणि त्यामुळे नदीवरचे बर्फ वितळू लागले होते.

बर्फाचा अंदाज घेतल्यावर लॉरीने वेगाने स्केटिंग करण्यास सुरुवात केली आणि मोठ्या चपळाईने घसरत नदीच्या पुढल्या वळणावरून तो लगेच दिसेनासा झाला. ॲमी धडपडत बर्फावर चढली. ती थंडीने काकडत होती. तिचे ओठ व हातपायांची बोटे निळसर झाली होती. कोणाची मदत नसल्यामुळे स्केटिंग करताना तिला फार अवघड जात होते. पण ज्यो मदतीला पुढे झाली नाही. उलट ॲमीचे

हाल बघताना तिला त्यात एक विकृत आनंद होत होता. तिने आपला संताप इतका दीर्घकाळ मनात जोपासला होता की, आता एखाद्या सैतानासारखे तिच्या मानगुटीवर बसून त्याने तिचा पुरतेपणी ताबा घेतला होता.

त्याच वेळी वळणापलीकडून लॉरीचे शब्द वाऱ्यावर तरंगत आले, "नदीच्या कडेकडेनं ये ज्यो, प्रवाहाच्या मध्यावरून येणं धोक्याचं आहे. तिथलं बर्फ वितळतंय झपाट्यानं!"

ज्योने ते शब्द ऐकले. पण ॲमीच्या मात्र ते कानी गेले नाहीत. ज्योने मागे वळून तिच्याकडे ओझरती नजर टाकली. ॲमीला धोक्याची सूचना द्यावी असे एकदा तिच्या मनात येऊन गेले. पण तिच्या मानगुटीवर बसलेल्या सैतानाने तिला सांगितले,

"तुला काय करायचंय तिच्याशी? वाटल्यास तिची तिनं काळजी घ्यावी स्वत:ची!"

आणि ती स्वत: बर्फावरून घसरत निघाली. लॉरी एव्हाना खूपच पुढे गेला होता. ॲमी बरीच मागे पडली होती. ज्यो वळणावरून वळणार तोच बर्फाचा थर फुटल्याचा कडकड आवाज, पाण्याच्या लाटांचा उचंबळता आवाज आणि ॲमीची किंकाळी हे सारे एकदम तिच्या कानी आले. तिने झर्रकन मागे वळून पाहिले तो दोन्ही हात असहायपणे वर करून ओरडणारी ॲमी बर्फाच्या थरातून खाली जाताना तिला दिसली!

एक क्षणभर भयाने आणि दु:खाने ज्यो काष्ठवत झाली. आपले काळीज बंद पडल्यासारखे तिला वाटले. लॉरीला हाक मारण्यासाठी तिने तोंड उघडले, पण तिच्या तोंडून शब्द फुटेना. मागे वळण्यासाठी ती धडपडू लागली, पण तिच्या अंगातली सारी शक्ती जणू हरपून गेली होती. त्या एका क्षणाच्या टोकावर सारे आयुष्य तोलले गेल्यासारखे तिला वाटले. पाण्याच्या पृष्ठभागावर तरंगणारे, निळ्या लोकरी टोपीने आच्छादलेले ॲमीचे धडपडते मस्तक ती भारल्यासारखी बघत राहिली. दुसऱ्याच क्षणी ते मस्तक पाण्याखाली जाऊन दिसेनासे झाले असते आणि मग–

पण त्याच वेळी पुढे गेलेला लॉरी अत्यंत वेगाने मागे आला. ॲमीची किंकाळी त्याने ऐकली होती. जाताना त्याने ज्योलाही आपल्याबरोबर खेचले. पुढची काही मिनिटे झपाटल्यासारखी ज्यो काम करीत राहिली. लॉरीने सांगितले ते ते तिने यंत्रासारखे अमलात आणले. त्या दोघांनी मिळून तिला मोठ्या प्रयासाने पाण्यातून बाहेर काढले. काठच्या हिरवळीवर उताणे निजवले. ॲमीला फारसे लागले नव्हते. मात्र ती विलक्षण घाबरली होती. मग त्या दोघांनी तिला उठवून उभे केले आणि तिच्या अंगात उष्णता उत्पन्न व्हावी म्हणून त्यांनी खूप झपाट्याने तिला घरी

चालवीत आणले. लॉरीने आपला फरचा कोट तिच्या अंगाभोवती गुंडाळला होता आणि त्याने व ज्योने दोहीकडून तिचे दोन्ही दंड धरले होते. थंडीने काकडणाऱ्या, पाण्याने निथळणाऱ्या आणि अत्यंत भिऊन सारख्या रडत असलेल्या ॲमीला त्यांनी घरी आणले तेव्हा काही वेळ घरात एकच गोंधळ उडाला.

–जरा वेळाने सारे स्थिरस्थावर झाले. खूपशा गरम ब्लँकेटांत गुंडाळून ॲमीला बिछान्यावर झोपावले होते. जवळच शेकोटी पेटवून ठेवली होती. ज्यो एकसारखी राबत होती. ॲमीचे कपडे बदलण्यात, तिचे अंग व केस पुसून कोरडे करण्यात तिला कढत कॉफी पाजण्यात– प्रत्येक गोष्टीत तिने स्वत: पुढाकार घेतला होता. तिचा चेहरा फिकट, रक्तहीन झाला होता. बर्फाच्या कपऱ्या लागून बोटे व तळवे रक्ताळले होते. अंगावरचा झगा दोन-तीन ठिकाणी फाटला होता. ॲमीला अंथरुणावर निजवल्यावर घरात सगळीकडे विचित्र शांतता पसरली. मिसेस मार्च ॲमीशेजारी बिछान्यावरच बसून राहिली होती. ॲमीने शांतपणे डोळे मिटून घेतल्यानंतर मिसेस मार्चने ज्योला जवळ बोलावले आणि तिच्या रक्ताळलेल्या बोटांना ती औषध लावू लागली.

ज्यो टक लावून ॲमीकडे बघत होती. सोनेरी कुरळ्या सुंदर केसांनी आच्छादलेल्या आणि उशीवर निवांतपणे विसावलेल्या त्या छोट्याशा मस्तकाकाडे बघताना ज्योच्या मनात आले, आज हे मस्तक क्षणार्धात पाण्याच्या प्रवाहात वाहून गेले असते आणि मग आपली धाकटी बहीण पुन्हा कधीही आपल्याला दिसली नसती. त्या विचारासरशी तिच्या डोळ्यांत पाणी भरले. कापऱ्या स्वरात तिने आईला विचारले,

"आई, आता तिला धोका नाही ना कसलाच?"

"छे! मुळीच नाही." मिसेस मार्च म्हणाली, "तिला कुठं फारसं लागलेलं नाही. इतकंच नव्हे तर तिला साधी सर्दीदेखील व्हायची नाही. तू खूपच प्रसंगावधान राखलंस ज्यो!"

"नाही आई, ते सगळं लॉरीनं केलं. त्यानंच ॲमीला वाचवलं खरोखरी. मी उलट माझ्या डोळ्यांदेखत तिला मरू देत होते! आणि अजूनही जर काही वेडवाकडं झालं तर–तर आई, तो माझाच अपराध होईल! तुला माहीत नाही आई, मी कशी निष्ठुरपणे वागले ते–" आणि ज्योने बिछान्याच्या कडेवर मस्तक टेकले अन् ती अनावर पस्ताव्याने ढसाढसा रडू लागली. रडता रडता तिने दुपारची सर्व हकिकत मिसेस मार्चला सांगितली. काही एक मागे ठेवले नाही आणि मग हुंदके देत ती म्हणाली,

"हा माझा संतापी स्वभाव! तो कधीतरी मला असा विलक्षण गोत्यात आणणार आहे की काही विचारू नये. मला भीती वाटते आई. फार भीती वाटते. या संतापाच्या भरात एखादेदिवशी मी काहीतरी भयानक गुन्हा करून जाईन! अन् मग

तुम्ही सारीजणं माझ्याकडे कायमची पाठ फिरवाल. माझा तिटकारा कराल! काय करू मी आई? काय करू?'' बोलता बोलता ती पुन्हा ओक्साबोक्शी रडू लागली.

मिसेस मार्चने चटकन ज्योला जवळ ओढून घेतले आणि तिचे मस्तक आपल्या खांद्याशी घेऊन तिचे डोळे पुशीत स्निग्ध स्वरात ती तिला म्हणाली, ''रडू नकोस ज्यो. रडू नकोस. या जगात माणसाला काही एक असाध्य नाही. अगदी आपला मोठ्यांतला मोठा दुर्गुण जिंकणंदेखील! पण माणसानं चिकाटीनं प्रयत्न केला पाहिजे आणि देवाची प्रार्थना केली पाहिजे!''

''आई, तुला कल्पना नाही मी किती दुष्ट आहे त्याची.'' ज्यो पुन्हा उमाळ्यानं रडत म्हणाली, ''संतापाच्या भरात मी काय वाटेल ते करून जाईन, एखाद्याचा जीवसुद्धा घेईन असं वाटतं मला! आज ॲमी डोळ्यांदेखत गेली असती आई – केवळ माझ्या दुष्टपणामुळे!''

''ज्यो, आजच्या या घटनेनं तुला चांगला धडा मिळाला आहे.'' मिसेस मार्च तिचे मस्तक थोपटीत म्हणाली, ''हा प्रसंग नीट ध्यानात ठेव आणि पुन्हा कधीही असं काही घडणार नाही याबद्दल खबरदारी घे. ज्यो, आपणा सर्वांच्या अंगी दुर्गुण असतात आणि कधी कधी हा सबंध जन्मदेखील ते जिंकायला अपुरा पडतो. तुला वाटतं तुझा स्वभाव फार तापट नि उतावळा आहे. पण ज्यो, माझा स्वभाव अगदी तुझ्याइतकाच संतापी होता.''

''तुझा स्वभाव संतापी होता?'' चकित होऊन ज्यो म्हणाली, ''पण आई, तू तर कधीही रागावत नाहीस.''

''रागावते तर काय झालं?'' मिसेस मार्च ओशाळवाणी हसून म्हणाली, ''अगदी रोजच्या रोज राग येतो मला. पण गेली चाळीस वर्षं खूप प्रयत्न करून आता तो राग आटोक्यात ठेवायला शिकले आहे मी. फारच अनावर संताप आला तर मी माझे ओठ घट्ट मिटून घेते किंवा तिथून उठूनच जाते–''

ज्यो विस्मयाने आपल्या आईकडे बघत राहिली. अतिशय शांत, सोशिक वाटणारी आपली आईदेखील आपल्यासारखी तापट, उतावळी आहे या जाणिवेने खोल कुठेतरी तिला समाधान झाले आणि त्या समान दोषामुळे आईत व आपल्यात अधिक जवळिकीचे नाते प्रस्थापित झाल्यासारखे तिला वाटले.

''तू आपला राग कसा आटोक्यात आणलास आई?'' जरा वेळाने तिने विचारले.

''प्रथम तुझ्या वडिलांनी या कामी मला साह्य केले ज्यो.'' मिसेस मार्च म्हणाली. ''ते स्वतः इतके शांत स्वभावाचे आहेत, दुसऱ्यांच्या लहानमोठ्या चुकांकडे इतक्या क्षमाशील वृत्तीने बघणारे आहेत की, त्यांच्यापुढे एवढ्यातेवढ्या गोष्टीवरून चिडण्याची लाजच वाटू लागली मला आणि मग तुम्ही लहान मुली

आमच्या घरात आलात. तुला कल्पना नसेल ज्यो, पण तुम्हीदेखील मला फार सोशिक बनवलं आहे. तुमची लहानसहान दुखणी काढताना मी आपोआप सहनशील बनले. त्यातून कधी मी चिडलेच तर तुमच्या चेहऱ्यावर असं आश्चर्य आणि दुःख दिसे की, माझी मला नंतर विलक्षण शरम वाटे. पुढे आपल्याला गरिबी आली. गरिबीदेखील माणसाला खूप गोष्टी सोसायला शिकवते–''

बोलता बोलता मिसेस मार्च स्तब्ध झाली. तिचे ओठ कापू लागले आणि तिचे डोळे पाण्याने भरून आले. ज्यो चमकली आणि हळुवार स्वरात तिने विचारले, ''काय झालं आई? तुझ्या मनाला लागेल असं काही बोलले का मी?''

''नाही ज्यो. तू काहीच केलं नाहीस बेटा,'' मिसेस मार्च डोळे पुशीत एक उसासा टाकून म्हणाली, ''पण तुझ्या वडिलांसंबंधी बोलताना मला एकदम त्यांची तीव्रतेने आठवण झाली आणि ते तिकडे दूर असताना संसाराचा गाडा ओढणं, तुम्हाला सांभाळणं किती जड जात आहे याची जाणीव होऊन मला फार खेद वाटला–''

ज्यो आपल्या आईकडे टक लावून बघत राहिली आणि मग एका अनावर उमाळ्याने तिने आईच्या गळ्यात हात टाकून तिला जवळ ओढले. एकाकीपणाच्या आणि असहायतेच्या समान जाणिवेने त्या क्षणी त्या मायलेकींना परस्परांच्या अधिक जवळ आणले आणि कौटुंबिक दुःखाच्या पार्श्वभूमीवर त्यांना एकमेकींची जणू नव्याने ओळख पटली.

तेवढ्यात ॲमी झोपेत चाळवली आणि तिच्या ओठांतून एक हलका उसासा उमटला. झालेल्या चुकीचे तात्काळ परिमार्जन करण्याच्या हेतूनेच की काय, ज्यो चटकन पुढे झाली आणि बिछान्यावर ओणवी होऊन ॲमीच्या तोंडावरून, उशीवर विखुरलेल्या तिच्या ओलसर केसांवरून ती मायेने हात फिरवू लागली. त्याच वेळी ॲमीने डोळे उघडले. ज्योकडे बघून क्षीणपणे ती हसली आणि आपले दोन्ही हात तिने पुढे केले. दुसऱ्याच क्षणी त्या दोघी बहिणींनी एकमेकींना घट्ट मिठी मारली. गालाला गाल भिडवले. त्या एका उत्कट स्पर्शात पूर्वीचे सारे रागद्वेष विरघळून गेले आणि केवळ प्रेम मात्र मागे उरले!

१

बाहेरच्या जगाची पहिली झुळूक

एप्रिल महिन्यातल्या एका दिवशी मेग आपल्या खोलीत आपली प्रवासी बॅग भरीत होती आणि तिच्या बहिणी तिला मदत करीत होत्या. पार्टीच्या वेळी तोंडी दिलेले आमंत्रण ध्यानात ठेवून ॲनी मॉफटने तिला पत्र पाठवले होते आणि पंधरा दिवस शहरात आपल्याकडे पाहुणचारासाठी येण्याची तिने मेगला त्यात विनंती केली होती. 'किंग' घरातल्या मुलांना याच वेळी कांजण्या आल्यामुळे मेगला सुदैवाने रजाही मिळाली होती. तेव्हा या दुर्मिळ संधीचा फायदा घेऊन आयुष्यात प्रथमच ती चैन करण्यासाठी घराबाहेर पडत होती. सामाजिक जीवन, पार्ट्या, नाटके, संगीताचे कार्यक्रम, मेजवान्या अशा करमणुकीचा तिला अद्याप कधीही अनुभव आलेला नव्हता आणि वरच्या श्रीमंत वर्तुळातल्या तरुण मुली चैनीच्या, विलासाच्या ज्या नाना तऱ्हा प्रत्यही शोधीत असतात, त्याचीही तिला कल्पना नव्हती. तथापि तशा सुखासीन 'सांस्कृतिक' जीवनाबद्दल तिला तारुण्यसुलभ कुतूहल मात्र जबरदस्त होते. आज प्रथमच तिचे ते कुतूहल तृप्त होणार होते, म्हणून मेग खुषीत होती.

तिच्या बहिणी एकीकडे तिला मदत करीत होत्या आणि दुसरीकडे नाना प्रकारचे प्रश्न विचारीत होत्या. मेग आपल्या परीने त्यांना उत्तरे देत होती. खरे तर त्या सर्वच बहिणी अगदी अनभिज्ञ होत्या. त्यामुळे निदान मेगला तरी सारी गंमत अनुभवण्यास मिळेल आणि नंतर तिच्या तोंडून ती आपल्याला ऐकता येईल याचाच त्यांना आनंद वाटत होता.

ॲमी मेगसाठी उशीच्या नव्या खोळी शिवीत होती. भराभर टाके घालता घालता तिने बहिणीला विचारले,

"आईनं तुला आपल्या पेटीतून काय काय दिलं?" मिसेस मार्चची स्वत:ची एक लहानशी लाकडी पेटी होती. पूर्वीच्या वैभवाचे काही अवशेष तिने त्यात जपून ठेवले होत आणि त्यातल्या वस्तू काही विशेष प्रसंगी ती मुलींना वापरायला देत

असे. त्याच पेटीबद्दल ॲमी विचारीत होती.

"आईनं मला रेशमी पायमोज्यांचा एक जोड दिला, एक सुंदर कोरीव हस्तिदंती पंखा दिला आणि एक सुरेख निळा रेशमी कमरबंद दिला." मेग म्हणाली, "मला आईजवळचा तो फिका जांभळा रेशमी फ्रॉक फार हवासा वाटत होता. पण माझ्या मापाचा तो आखूड करून घ्यायला आता वेळ नाही. म्हणून मला माझ्या नेहमीच्या सॅटिनच्या झग्यावरच समाधान मानून घ्यायला हवं."

"माझी पोवळ्याची बांगडी मी मोठ्या आनंदाने दिली असती तुला. पण ती मागेच फुटली ना माझ्या हातून? या वेळी तुला तिचा चांगला उपयोग झाला असता."

– मेगच्या कपड्यांच्या घड्या घालता घालता ज्यो म्हणाली. ती मनाने उदार होती, पण तिच्या धडपड्या स्वभावामुळे तिच्या वस्तू कधीच इतरांना देण्याजोग्या धड अवस्थेत नसत.

"आईजवळचे मोत्यांचे दागिने इतके सुरेख आहेत म्हणून सांगू?" मेग म्हणाली, "मोत्यांची माळ, कानांतले झुमके आणि बांगड्या असा सबंध 'सेट'च आहे. पण आईनं ते दागिने दिले नाहीत मला. ती म्हणाली, तरुण मुलींसाठी उत्तम अलंकार म्हणजे खरीखुरी बागेतली फुलं! तीच मला केसांत घालायला सांगितलंय तिनं आणि लॉरी मला तिकडे भरपूर फुलं धाडणार आहे."

बोलता बोलता तिने आपल्या अर्धवट उघड्या पेटीतल्या सामानावरून समाधानाने नजर फिरवली आणि ती म्हणाली, "हा फिकट करड्या रंगाचा पोषाख बाहेर जाताना वापरता येईल मला. रविवारी चर्चला जाताना आणि छोट्या पार्टीसाठी हा मस्लिनचा पोषाख छान आहे. फक्त मोठ्या पार्टीसाठी ते जांभळ सिल्क हवं होतं!–"

"काही बिघडलं नाही," ॲमी म्हणाली, "मोठ्या पार्टीसाठी तुझा नेहमीचा सॅटिनचा झगा खरंच छान आहे आणि पांढरा रंग नेहमीच तुला खुलून दिसतो!"

"पण त्याचा गळा पुरेसा मोठा नाही. त्याचा घेरदेखील आणखी हवा होता. असू दे म्हणा!" मेग किंचित खट्टू होऊन म्हणाली, "माझा निळा हाऊसकोट जुनाच आहे. पण धुवून इस्त्री केल्यामुळे नव्यासारखा दिसतोय, तो चालेल. सगळ्यांत माझी फार मोठी निराशा झाली असेल तर ती छत्रीमुळे. आईला मी पांढऱ्या हॅण्डलची काळी छत्री आणायला अगदी बजावून सांगितलं होतं. पण ती विसरली की काय, कोण जाणे! तिने पिवळ्या मुठीची हिरवी छत्री आणली माझ्यासाठी. छत्री महागाची आणि भक्कम आहे, तेव्हा आता मी कुरकूर करणं बरं नाही. पण ॲनीच्या सोनेरी मुठीच्या रेशमी छत्रीपुढे माझी छत्री किती वाईट दिसेल!"

"तर मग बदलून घे ना तुझी छत्री!" ज्योने सल्ला दिला.

"छे! मी तसलं काही मुळीच करणार नाही." मेग निग्रहपूर्वक म्हणाली, "छत्री बदलवून आणली तर आईला वाईट वाटेल आणि मी तिच्या भावना मुळीसुद्धा

दुखवणार नाही. जाऊ द्या. छत्रीचं काय एवढं मोठं? माझे रेशमी पायमोजे आणि हातमोज्यांचे दोन नवे जोड यावर मी संतुष्ट आहे.'' आणि मेगने मोजे ठेवलेल्या कागदी पेटीकडे समाधानाने पाहिले. मग एकदम काही सुचल्यासारखे करून ती ज्योला म्हणाली,

''माझ्या रात्री घालायच्या झग्याला नि टोपीला रिबनचे छोटे छोटे 'बो' शिवून देतेस? हल्ली नाइट गाउनवर रिबनचे 'बो' लावायची फॅशन आहे म्हणून म्हणते.''

''मी मुळीच करणार नाही तसलं काही.'' ज्यो निक्षून म्हणाली, ''तुझे नाइट गाउन सुती आहेत. त्यांना 'बो' शोभून दिसणार नाहीत. मग नसता नखरा कशाला करायचा? रेशमी किंवा लेसच्या नाइट गाउनवरच 'बो' खुलून दिसतात!''

''तेही खरंच!'' एक उसासा टाकून मेग म्हणाली, ''आमच्या नशिबी सदा सुती कपडेच लिहून ठेवले आहेत. या जन्मात तरी मला कधी लेसचा नाइट गाउन मिळणार आहे की नाही कुणास ठाऊक?''

''पण त्या दिवशी तर तू म्हणत होतीस की, ॲनी मॉफटकडे नुसतं मला जायला मिळालं तरी पुरे, मग मला कशाचंही दुःख होणार नाही की उणीव भासणार नाही म्हणून?'' बेथने शांतपणे विचारले.

''होय. ते बरोबर आहे,'' मेग ओशाळवाणी हसत म्हणाली, ''म्हटलं होतं खरं तसं मी. आता यापुढं नाही मी तक्रार करणार! आणि तुमची मी खरंच आभारी आहे. मला आपापल्या सुंदर वस्तू वापरायला दिल्यात नि सामान भरायला खूप मदत केलीत. मी तिकडून आले की, साऱ्या गमती तुम्हाला सांगेन हं!''

दुसरा दिवस चांगला प्रसन्न उजाडला आणि मौज करण्यासाठी मेग मोठ्या थाटामाटाने घराबाहेर पडली. मिसेस मार्चने तिला थोड्याशा नाखुषीनेच परवानगी दिली होती. कारण एकदा श्रीमंत घरातल्या सुखविलासाचे दर्शन घडले की, मार्गारेटला आपले दरिद्री घर अधिकच नीरस नि कंटाळवाणे वाटू लागेल असे तिला भय वाटत होते. पण मेगने तिची मनापासून विनवणी केली होती. सबंध हिवाळाभर नोकरी केल्यानंतर एक पंधरवडा तिला विश्रांती व करमणूक मिळणे न्याय्य होते अन् सॅलीने मेगला जिवापाड जपण्याचे आश्वासन दिले होते. या सर्व गोष्टींमुळे मिसेस मार्चने अखेर माघार घेतली होती व त्याचे पर्यवसान म्हणजे फॅशनेबल जीवनाची प्रथमच रुची चाखण्याची दुर्मिळ संधी आज मेगला लाभत होती.

मार्च कुटुंब शहराबाहेर उपनगरात राहात होते, तर मॉफट कुटुंब शहरात, श्रीमंत वस्तीत होते, त्यामुळे मेगला त्याच्याकडे आल्यावर परगावी आल्यासारखे वाटले. मॉफट मंडळी अतिशय फॅशनेबल होती. त्यांच्या घरातले वैभव, श्रीमंती राहणी आणि माणसांच्या विलासी सवयी पाहून मेगला प्रथम अगदी बुजल्यासारखे होऊन गेले. पण ती मंडळी मनाने निर्मळ आणि प्रेमळ असल्यामुळे त्यांनी तिला लौकरच आपल्यात

सामावून घेतले आणि मेग तेथे घरच्यासारखी मोकळेपणाने वागू लागली. मात्र या साऱ्या श्रीमंतीत आणि वैभवसंपन्न जीवनातही मेगला एक गोष्ट न कळताही खटकत होती. ती ही की, ती माणसे बुद्धीने अगदीच सामान्य होती. त्यांच्या ठायी फारशी संपन्न अभिरुचीही नव्हती आणि वरच्या सर्व झगझगाटातही हे सामान्यपण फारसे लपत नव्हते. तथापि मेग लौकरच तेथे रमली. सकाळी उशिरा उठणे, दोन्ही वेळ चमचमीत जेवणावर ताव मारणे, चांगले कपडे घालून रोज गाडीतून फिरायला जाणे आणि कसल्याही जबाबदारीचे ओझे मनावर न बाळगता सारखी चैन करीत राहणे हे लौकरच तिच्या अंगवळणी पडले. स्वत:च्याही नकळत तिने मॉफट मुलींच्या अनेक सवयी आत्मसात केल्या. ती आपले केस अधिक आकर्षक रीतीने वळवू लागली, बोलण्यावागण्यात त्या मुलींप्रमाणे लाडिक लटके आविर्भाव दाखवू लागली, बोलताना फ्रेंच शब्दांचा अधिकाधिक वापर करू लागली आणि नवनव्या फॅशनबद्दल जमेल तशी मते देऊ लागली. ॲनी मॉफट आणि तिच्या बहिणी यांचे भारी कपडे, प्रसाधनाच्या सुंदर वस्तू आणि चैनीची इतर साधने जो जो तिच्या अधिकाधिक नजरेस पडू लागली, तो तो तिला त्यांचा अधिकाधिक हेवा वाटू लागला आणि श्रीमंतीची नि विलासांची तिची भूक जास्तच प्रज्ज्वलित होऊ लागली. स्वत:चे घर तिला आता फारच दरिद्री, रुक्ष आणि कंटाळवाणे वाटू लागले. कामाची, नोकरीची कल्पनाही असह्य होऊ लागली आणि दुर्दैव, पूर्वी कधी नसेल इतक्या तीव्रतेने, तिला आता जाणवू लागले.

तथापि हे विचार करायलाही मेगला पुरेसा अवधी मिळत नसे, इतक्या त्या साऱ्या मुली चैन करण्यात गढलेल्या असत. फिरायला जाणे, बाजार करणे, नाटकाच्या किंवा गाण्याच्या कार्यक्रमांना जाणे किंवा मैत्रिणींकडे मेजवान्या झोडणे, यातच त्यांचा सारा वेळ जाई. ॲनीला अनेक मैत्रिणी होत्या आणि त्यांना घरी बोलावून त्यांचे उत्तम आदरातिथ्य करणे हा तिचा आवडता छंद होता. तिच्या मोठ्या बहिणी फार फॅशनेबल होत्या आणि एकीचे नुकतेच लग्न ठरून वाङ्‌निश्चयही झाला होता. मेगला हे सारे फारच 'रोमँटिक' वाटत होते. मिस्टर मॉफट हे एक भरपूर लठ्ठ, आनंदी आणि थट्टेखोर गृहस्थ होते. मिसेस मॉफट ही तितकीच लठ्ठ, आनंदी स्त्री होती. त्या दोघा नवराबायकोंना मेग फार आवडली व त्यांनी तिचे भरपूर लाड करण्यात सुरुवात केली. सॅली, ॲनी व इतर मुलीही तिच्यावर फार प्रेम करीत. त्या तिला लाडाने 'डेझी' म्हणत. एकंदरीने मेगचे डोके फिरायला आता फारसा अवधी उरला नव्हता!

छोट्या पार्टीची संध्याकाळ आली तेव्हा दुपारपासूनच घरातल्या मुली केशरचना, प्रसाधन, वेषभूषा करण्यात गढून गेल्या. त्यांचे एकापेक्षा एक सुंदर आणि भपकेदार पोषाख पाहून मेगला आपल्या मस्लिनच्या पोषाखाची फारच लाज वाटू लागली आणि मग तिने आपला भारी सॅटिनचा झगा बाहेर काढला. पण आता तो तिला फारच सामान्य, कळाहीन अन् दरिद्री वाटू लागला. सॅलीने व तिच्या मैत्रिणींनी त्या

झग्याकडे पाहून नंतर एकमेकींकडे अर्थपूर्ण कटाक्ष टाकले. मेगच्या ते लगेच ध्यानात आले आणि शरमेने तिचे गाल लाल झाले. कारण तिचे वर्तन कितीही सौम्य आणि मृदू असले तरी जात्या ती अत्यंत अभिमानी होती आणि आपल्या दारिद्र्याबद्दल आपली कुणी कीव केली किंवा सहानुभूती दाखवली तर ते तिला मुळीच सहन होत नसे. मुली काही बोलल्या नाहीत, पण सॅलीने मेगचे केस स्वत: बांधायची तयारी दर्शवली आणि ॲनीने तिच्या सुंदर रूपाबद्दल नि गोऱ्यापान गोंडस हातांबद्दल प्रशंसेचे उद्‌गार काढले, पण त्यांच्या त्या कौतुकात मेगला स्वत:बद्दलची कीवच तीव्रतेने जाणवली आणि ती मनातून फारच खिन्न झाली. उदासवाणी होऊन ती एकीकडे उभी राहिली. दुसऱ्याच क्षणी कदाचित तिला रडू कोसळले असते–

पण तेवढ्यात घरातली एक मोलकरीण हातांत एक भलीथोरली कार्डबोर्डची पेटी घेऊन आत आली. ॲनीने वरची रेशमी रिबन सोडून पेटीचे झाकण उघडले तेव्हा आत लालपांढरे सुंदर गुलाब, नाजूक रीप आणि फर्न व इतर सुरेख फुले मोठ्या कलात्मकतेने रचलेली तिला दिसली. फुलांचा वास घेत ती कौतुकाने म्हणाली, "काय सुंदर फुलं आहेत!"

"बेलेसाठी जॉर्जनं धाडली असतील ती." एक मुलगी म्हणाली. बेले ही सॅलीची मोठी बहीण. तिचे नुकतेच लग्न ठरले होते.

"ही फुलं मिस मार्चसाठी धाडलेली आहेत." मोलकरीण म्हणाली आणि तिने एक बंद पाकीट मेगच्या हातात दिले.

"डेझीसाठी? वा! डेझी, तुझा एखादा मित्र असल्याचं कधी बोलली नाहीस तू आमच्याजवळ! अग लबाडे? कोण ग हा दोस्त?" मुली तिच्याभोवती गोळा होऊन उत्सुकतेने तिला विचारू लागल्या.

"हे पत्र आईचं आहे आणि फुलं आमच्या शेजारच्या लॉरीनं धाडली आहेत." पाकीट फोडून आतले पत्र वाचीत मेग म्हणाली. फुले पाहून तिची मुद्रा एकदम उजळली आणि इतका वेळ तिच्या मनात दाटलेले औदासिन्य नाहीसे झाले. तिची वृत्ती पुन्हा बहरून आली. तिने थोडेसे गुलाब स्वत:साठी बाजूला काढून ठेवले आणि बाकीच्यांचे छोटे छोटे गुच्छ करून ते तिने भराभर साऱ्या मुलींना वाटून टाकले. हे सारे तिने इतक्या स्वाभाविक अकृत्रिम निर्भरपणाने केले की, सॅलीच्या थोरल्या बहिणीला मेगचे कौतुक केल्याविना राहवेना. "काय गोड मुलगी आहेस तू डेझी?" मेगच्या हनुवटीला स्पर्श करीत ती स्निग्धपणे म्हणाली. मेगची सारी अप्रसन्नता आता पार विरघळून गेली होती. त्यामुळे पोषाख करून ती जेव्हा खाली दिवाणखान्यात आली आणि आरशासमोर उभी राहिली, तेव्हा साध्या पोषाखातही आपण फार गोड दिसतो आहोत हे तिला स्वत:शी कबूल करावे लागले. तिचा चेहरा उजळला होता. डोळे चमकत होते. काळ्याभोर केसांतल्या लाटालाटांवर गुलाब अलगद विसावले

होते आणि अंगावरचा सॅटिनचा झगा गोरा रंग अधिक खुलवीत होता.

ती सर्व संध्याकाळ मेगने मोठ्या मजेत घालवली. तिला नृत्यासाठी सतत जोडीदार मिळत राहिले. ॲनीने तिला आग्रह करून गाणे म्हणायला लावले. इतकेच नव्हे तर आलेल्या पाहुण्यांपैकी एकदोघांनी, "ती टपोऱ्या काळ्याभोर डोळ्यांची देखणी मुलगी कोण?" अशी तिची चौकशी केल्याचेही तिच्या कानावर आले. एकंदरीने ती फार आनंदात होती. पण तेवढ्यात एक संभाषण तिच्या कानी पडले आणि त्याने तिचे मन:स्वास्थ्य विचलित झाले. एका नृत्यानंतर ती बाहेरच्या बागेत वाऱ्यावर बसली असताना पलीकडच्या कुंजात कोणीतरी कुणाला तरी प्रश्न केला,

"त्या मुलाचं वय किती आहे?"

"असेल सोळासतरा वर्षं!" कोणीतरी उत्तर दिले.

"तिथं जमलं तर एका मुलीची अगदी छान सोय होईल. सॅली म्हणते की दोन्ही कुटुंबांचे आता जवळचे संबंध जडले आहेत. तो म्हातारा तर म्हणे या पोरींचे खूप लाड करतो."

"मिसेस मार्च तशी वस्ताद आहे. तिने सारी योजना आधीच आखून ठेवली असेल आणि वेळ येताच ती आपला डाव बरोबर साधून घेईल. मेगला मात्र अद्याप कसली कल्पना असेलसं वाटत नाही." हा आवाज मिसेस मॉफटचा होता.

"मघाशी फुलं आली तेव्हा काय लाजली आहे मेग! गरीब बिचारी! धड कपडेसुद्धा नाहीत तिला. या गुरुवारी मोठ्या पार्टीला आपणच एखादा चांगलासा पोषाख तिला घालायला देऊ या का?"

"देऊ की. नाहीतरी तो भिकारडा सॅटिनचा झगा तेवढा एकच सणासमारंभासाठी आहे बिचारीजवळ–"

"आणि हो. गुरुवारी आपण त्या लॉरेन्सलाही बोलावू या पार्टीला. मेगसाठी बोलवू या. म्हणजे आपल्याला खूप गंमत बघायला मिळेल!"

मेग खिळल्यासारखी होऊन ते संभाषण ऐकत होती. तेवढ्यात नृत्यातला तिचा जोडीदार तिला शोधीत तेथे आल्यामुळे तिला तेथून उठावे लागले. तिचा चेहरा रक्त उसळून लाल झाला होता आणि ओठ कापत होते. भीती, राग आणि लज्जा या भावनांनी तिचे हृदय भरून गेले होते. आजवर निर्भर आणि निष्पाप असलेल्या तिच्या मनाला आज प्रथमच धक्का बसला होता. कारण ती कितीही सरळ व भाबडी असली तरी अनपेक्षितपणे कानी पडलेल्या या सर्व संभाषणाचा अर्थ तिला न कळणे शक्य नव्हते. विसरण्याचा प्रयत्न करूनही ते तिला विसरता येईना. आपल्या दारिद्र्याच्या व 'भिकारड्या सॅटिनच्या झग्या'च्या उल्लेखाचा, त्याचप्रमाणे आपल्या आईसंबंधी काढल्या गेलेल्या 'वस्ताद' वगैरे शब्दांचा काही केल्या तिला विसर पडेना. तिला रडू येऊ लागले. हे घर, ही माणसे, ही चैन सारे सोडून धावत घरी जावे, आईच्या कुशीत शिरावे

आणि आपल्या अश्रूंना मोकळी वाट करून द्यावी असे तिला अत्यंत तीव्रतेने वाटले. पण ते केवळ अशक्य होते. म्हणून ती दिवाणखान्यात आली, पण तिची ती सायंकाळ त्या क्षणापासून अगदी बिघडून गेली. रात्री अंथरुणावर अंग टाकल्यानंतरसुद्धा कितीतरी वेळ झोपेशिवाय ती तळमळत राहिली. विचार करकरून तिचे डोके चढले आणि स्वत:शीच ती असहायतेने रडत राहिली. नकळत कानी पडलेल्या त्या मूर्ख, पण व्यवहारचतुर संभाषणामुळे एका नव्या जगाचे दार मेगच्या नजरेसमोर खुले झाले आणि ज्या एका निष्पाप, अजाण आणि सुंदर अशा शैशवाच्या सृष्टीत आजवर ती निर्भरपणे आणि आनंदाने बागडत होती, तिचे रूप कायमचे पालटून गेले. मेगच्या भाबड्या मनात प्रथमच भय आणि संशय या सैतानांनी ठाण मांडले. आईबद्दलच्या तिच्या निस्सीम श्रद्धेला धक्का बसला. लॉरीबद्दलच्या मुग्ध स्नेहभावनेचा वेगळा अन्वय लोकांनी लावलेला पाहून तिला भ्याल्यासारखे वाटू लागले. आपल्या दारिद्र्याची आणि सामान्य कपड्यांची कधी नव्हे इतकी तिला लाज वाटली. या व अशा अनेक गोष्टींनी मन त्रस्त झाल्यामुळे रात्रभर मेगला झोप आली नाही. दुसऱ्या दिवशी सकाळी ती उठली तेव्हा तिचे डोके जड झाले होते आणि डोळे लाल होऊन चुरचुरत होते.

त्या दिवसापासून घरातल्या माणसांच्या वर्तनात एक सूक्ष्म बदल झालेला मेगला जाणवू लागला. मिस्टर आणि मिसेस मॉफट आपल्याकडे अधिक आस्थेने बघत आहेत असे तिला वाटू लागले आणि घरातल्या मुलींच्या नजरेत एक तीव्र कुतूहल निर्माण झाल्याचे तिच्या ध्यानी आले. सर्वजण तिला जास्त आदराने, आपुलकीने वागवू लागले. या बदलेल्या वातावरणात मेग बावरून गेली, काय करावे, कसे बोलावे, कसे वागावे हे तिला कळेना.

त्या दिवशी संध्याकाळी सर्व मुली एकत्र गप्पा मारीत बसल्या असता बेलेने मेगकडे नजर टाकली आणि मोठ्या हळव्या भावुक स्वरात ती तिला म्हणाली,

"डेझी, तुझ्या मित्राला, मिस्टर लॉरेन्सना येत्या गुरुवारच्या पार्टीचं आमंत्रण धाडलंय बरं का मी. अगदी खास तुझ्यासाठी. कळलं का?"

मेगच्या चेहऱ्यावर लाली चढली, पण मुलींची मस्करी करण्याचा मोह तिला आवरेना. तिने वरकरणी लाजत लाजत उत्तर दिले,

"आभारी आहे मी त्याबद्दल. पण मला नाही वाटत ते येतील!"

"का नाही?" बेलेने कुतूहलाने विचारले.

"पार्टीचं जाग्रण सोसलं पाहिजे ना या वयाला?" मेग म्हणाली.

"म्हणजे काय? असं कितीसं वय आहे त्यांचं?" क्लाराने चकित होऊन प्रश्न केला.

"सत्तर तरी असेलच खास!" मेग म्हणाली आणि आपले हसू लपविण्यासाठी खाली मान घालून विणकामाचे टाके मोजण्याचा तिने बहाणा केला.

"काय चावट आहेस डेझी?" बेले तिला चापट मारीत म्हणाली, "आम्ही

काही म्हाताऱ्या मिस्टर लॉरेन्सबद्दल बोलत नाही. आम्ही बोलतोय त्यांच्या नातवाबद्दल!''

''अं:! तो लॉरी! तो तर एवढासा मुलगा आहे!'' मेग म्हणाली आणि तिचा त्या उद्‌गारांसरशी सर्व मुलींच्या चेहऱ्यावर उमटलेले भलेथोरले प्रश्नचिन्ह बघतांना तिची खूप करमणूक झाली.

''एवढासा मुलगा? तो तर तुझ्या वयाचा आहे ना?'' एका मुलीने विचारले.

''छे छे! तो माझ्या धाकट्या बहिणीच्या, ज्योच्या बरोबरीचा आहे.'' मेग म्हणाली.

''पण मग– त्यानं तुला फुलं धाडली ती?'' ॲनी विचारू लागली.

''मग त्यात काय झालं?'' मेग म्हणाली, ''त्यांची बाग खूप मोठी आहे. तेव्हा आमच्या घरी नेहमी फुलं धाडतो तो. शिवाय त्याच्या आजोबांची नि माझ्या आजोबांची अनेक वर्षं दोस्ती होती. तेव्हा आम्ही मुलांनी एकत्र हसावं, खेळावं, दोस्ती करावी यात अस्वाभाविक काहीच नाही, नाही का?''

''डेझीला अद्याप कशाचीच कल्पना दिसत नाही.'' क्लाराने बेलेकडे बघून अर्थपूर्ण स्वरात म्हटले.

''साधी आहे बिचारी. लहान मुलीसारखी!'' बेलेने तिच्याकडे तसाच अर्थपूर्ण कटाक्ष टाकीत उत्तर दिले.

जरा वेळाने पार्टीच्या वेळी करायच्या पोषाखाच्या गोष्टी निघाल्या. तेव्हा सॅलीने मेगला प्रश्न केला,

''तू काय पोषाख करणार डेझी?''

''माझा जुना पांढरा सॅटिनचा पोषाख.'' मेगने उत्तर दिले. पण आतल्याआत ती विलक्षण अस्वस्थ झाली.

''तो तर परवा घातला होतास तू.'' सॅली म्हणाली. ''आता घरी निरोप पाठवून दुसरा एखादा मागवून घे ना?''

''माझ्याकडे दुसरा पोषाख नाही.'' मेग म्हणाली; तिने आपला स्वर साधा ठेवण्याचा प्रयत्न केला. पण तिचा चेहरा लाल होऊ लागला.

''एकच पोषाख? किती विचित्र!'' सॅली पुढेही काही तरी बोलणार होती, पण बेलेने तिला मध्येच अडवले आणि चटकन प्रेमळ स्वरात ती म्हणाली,

''त्यात काय विचित्र आहे? डेझी काही अद्याप पार्ट्यांना, मेजवान्यांना जाऊ लागलेली नाही. मग भाराभर कपडे हवे आहेत कशाला तिला? नुसते कपाटात पडून राहायलाच की नाही? आणि डेझी, तुझे घरी डझनभर पोषाख असते ना, तरीसुद्धा मी काही तुला पोषाख मागवायला परवानगी दिली नसती. माझ्याजवळ किनई, माझा एक सुंदर निळा पोषाख आहे. मला तो घट्ट होऊ लागल्यामुळे गेली कित्येक वर्षं मी तो वापरीत नाही. पण फारच छान पोषाख आहे तो. तो तू पार्टीच्या वेळी घाल. घालशील ना? माझ्या समाधानासाठी, अं?''

“माझ्यासारख्या लहान मुलीला काय करायचा आहे एवढा भारी पोषाख?” मेग म्हणाली, “मी माझा नेहमीचा सॅटिनचा फ्रॉक घालीन–”

“नाही, नाही डेझी, मला नकार नाही हं द्यायचा!” बेले तिला आग्रह करीत म्हणाली, “मला मुलींना पोषाख चढवायला, त्यांना नटवायला-सजवायला भारी आवडतं. तुझ्यासारख्या गोड मुलीला तर मी अशी सुरेख सजवीन की हजारपटींनी तू सुंदर दिसशील. आपण माझ्या खोलीत तुझी वेशभूषा, प्रसाधन करू आणि सगळा थाट होईपर्यंत मी कोणालाही मुळीच आत येऊ देणार नाही. अगदी शेवटच्या क्षणी आपण पार्टीसाठी येऊ. सिन्ड्रेला नि परी आल्या तशा! ऐकशील ना माझं?”

बेलेने इतक्या प्रेमळ, स्निग्ध स्वरात तिला आग्रह केला की, सुस्वभावी मेगला तिचे मन मोडवेना, शिवाय भारी पोषाख आणि प्रसाधन करून आपण कशा सुंदर दिसू हे बघण्याचा स्त्रीसुलभ मोहही अनिवार होता. म्हणून सरतेशेवटी तिने बेलेला संमती दिली आणि मॉफट मंडळींबद्दलच्या आपल्या प्रतिकूल भावनेचाही तिला तात्पुरता विसर पडला.

गुरुवारी दुपारी बेलेने आपल्या फ्रेंच मैत्रिणीला मदतीला घेतले आणि त्या दोघींनी मिळून मेगला सजविण्याचे काम सुरू केले. बेलेने आपली खोली आतून बंद करून घेतली होती आणि कोणालाही आत येण्याची परवानगी नव्हती. बेले आणि तिची फ्रेंच मैत्रीण या दोघींनी मेगचे संपूर्ण रूप पालटून टाकले. त्यांनी तिचे केस आखूड, कुरळे केले. तिच्या हातांना, मानेला आणि चेहऱ्याला सुगंधी द्रव्य व पावडर लावली. तिच्या ओठांना पोवळ्याच्या रंगाची लिपस्टिक लावून ते अधिक लालसर केले. हॉर्टेन्स – ती फ्रेंच मैत्रीण – तर मेगच्या गालांनाही ‘रूज’ लावण्यास निघाली होती, पण तेवढ्या बाबतीत मात्र मेगने तिला साफ नकार दिला. मेगचे प्रसाधन आटोपल्यावर बेलेने आपला निळा झगा तिच्या अंगावर चढवला. तो छातीवर इतका घट्ट होता की, मेगला नीट श्वास घेता येईना; आणि छातीशी तो इतका खाली गेलेला होता की, विनयशील मेगला आरशात बघताना स्वत:चीच लाज वाटू लागली. मग त्या दोघींनी हातांतल्या बांगड्या, गळ्यातील माळ, ब्रूच व कानांत लोंबते लोलक असे अलंकार तिला चढवले. तिच्या छातीवर ताज्या गुलाबकळ्यांचा एक झुबका खोवून दिला. सरते शेवटी उंच टाचांचे निळे सॅटिनचे बूट तिच्या पायांत घातले. एका हातात पिसांचा पंखा, दुसऱ्या हातात फुले घेण्यासाठी नक्षीदार चांदीचे हॅण्डल आणि गळ्याशी खोचलेला, सुगंधाचे फवारे सर्वत्र उधळणारा निळा लेसचा हातरुमाल, या वस्तू घेतल्यानंतर मेगची वेषभूषा संपूर्ण झाली. मग बेलेने जरा दूर उभे राहून तिच्याकडे न्याहाळून पाहिले आणि समाधानाने मान डोलावीत ती तिला म्हणाली,

“वा! काय सुंदर दिसते आहेस डेझी तू? आता ये बाहेर आणि साऱ्यांना बघू दे एकदा तुझा थाट!”

मेग लाजत लाजत बाहेर आली. तिच्या झग्याचे रेशीम सळसळत होते. कपाळावरून कानांपर्यंत सोडलेली कुरळी झुलपे हेलकावत होती. कानांतले लांब लोलक किरणे फेकीत हलत होते आणि छाती अनावर आवेगाने धडधडत होती. मेगचा चेहरा आतून प्रकाश टाकल्यासारखा उजळला होता. कारण आरशातल्या प्रतिबिंबाने ती खरोखरच सुंदर असल्याची तिला ग्वाही दिली होती. ती बाहेर येताच सर्व मुली तिच्या भोवती गोळा झाल्या व तिच्या अंगाला इथे तिथे कुरवाळीत त्या तिचे कौतुक करू लागल्या. पण बेलेने त्यांना बाजूला करीत म्हटले,

"ए, आता तुम्ही कोणी तिला हात लावू नका हं. नाहीतर माझं सुंदर काम तुम्ही बिघडवून टाकाल!" आणि मग तिने मेगकडे पुन्हा एक कौतुकाचा कटाक्ष टाकला. आपण सजविलेल्या बाहुलीकडे बघणाऱ्या लहानग्या मुलीचा आनंद तिच्या डोळ्यांत दाटला होता.

"हं, डेझी, आता तू चल खाली, पार्टीसाठी माणसं जमू लागली असतील." बेले म्हणाली.

मेग सॅलीकडे वळून हलकेच तिच्या कानात पुटपुटली, "या झग्यामुळे माझे खांदे नि खूप मोठा गळ्याचा भाग उघडा राहिलाय. खाली जायची फार लाज वाटत आहे मला."

"लाजायचं काय त्यात? तू अगदी फ्रेंच मुलीसारखी फॅशनेबल दिसते आहेस." सॅली तिला म्हणाली, "नेहमीपेक्षा तू अगदी वेगळी पण फार सुंदर वाटते आहेस. अंगावरच्या दागिन्यांची किंवा पोषाखाची फारशी जाणीव न बाळगता मोकळेपणानं वाग म्हणजे झालं. अन् हा झगा असा ऐटीने माग रुळू दे. चल आता."

सॅलीच्या सूचना नीट लक्षात ठेव मार्गरिट जपून जिना उतरून खाली आली. खाली दिवाणखान्यात पार्टीसाठी येणारे पाहुणे जमू लागले होते. उत्तम पोषाख आणि झगमगते अलंकार यांनी आकृष्ट होणारा एक विशिष्ट वर्ग समाजात नेहमी दिसून येतो. पूर्वीच्या पार्टीच्या वेळी ज्यांनी मेगची अजिबात दखल घेतली नव्हती अशा काही स्त्रिया या वेळी लगेच तिच्याभोवती गोळा झाल्या आणि त्या मोठ्या आस्थेने तिची विचारपूस करू लागल्या. काही तरुण पुरुषांनी तिच्याशी परिचय करून घेण्याची उत्सुकता दर्शविली. कित्येक म्हाताऱ्या बायकांनीही तिची चौकशी केली. मिसेस मॉफट त्यांना हळूहळू माहिती सांगे.

"डेझी मार्च – वडील सध्या रणभूमीवर आहेत – जुन खानदानी घराणं आहे, पण हल्ली जरा वाईट दिवस आले आहेत. लॉरेन्स कुटुंबाशी फार घनिष्ट संबंध आहेत–मुलगी गोड, सुस्वभावी आहे – माझा नेड तर तिच्यासाठी अगदी वेडा झाला आहे."

मेग हे सारे बोलणे दुरून ऐकत होती आणि ते ऐकले असतानाही न

ऐकल्यासारखे दाखवण्यात तिला कसलेसे विचित्र सुख होत होते.

जरा वेळाने मेगला वाटू लागले, ही पार्टी म्हणजे एक भले थोरले नाटकच रंगभूमीवर चालले आहे आणि आपण त्यात श्रीमंत मुलीची भूमिका वठवीत आहोत. तिच्या घट्ट झग्यामुळे तिच्या बरगडीत उसण भरली होती. झग्याचा घोळ पायाखाली सापडून आपण पडू की काय असे तिला सारखे भय वाटत होते आणि अंगावरच्या मौल्यवान अलंकारांपैकी एखादा हरवेल किंवा मोडेल याची तिला काळजी लागून राहिली होती. दिवाणखान्यात ऊष्मा होत असल्यामुळे हातातल्या पंख्याने ती वारा घेत होती आणि तिच्याजवळ थट्टामस्करी करीत उभ्या असलेल्या एका तरुण मुलाच्या सामान्य कोट्यांनाही ती हसून प्रतिसाद देत होती. तेवढ्यात तिचे समोर लक्ष गेले आणि तिचे हसू अर्ध्यावरच थांबले.

तेथे लॉरी उभा होता. तो तिच्याकडे टक लावून पाहात होता. तिच्याशी नजरानजर होताच त्याने हसून तिला अभिवादन केले. पण त्याच्या मनातली नाराजी त्याच्या मुद्रेवर आणि डोळ्यांत स्पष्टपणे उमटली होती. त्याने तिच्याकडे ज्या पद्धतीने निरखून पाहिले त्यामुळे मेगला अचानक शरमल्यासारखे झाले आणि आपण असे दुसऱ्याचे कपडे घालून नट्टापट्टा करण्याऐवजी आपला जुना सॅटिनचा झगा घातला असता तर अधिक बरे झाले असते असे तिच्या मनात येऊन गेले. तेवढ्यात बेलेने ॲनीला कोपराने ढोसले व दोघी लॉरीकडे व तिच्याकडे आळीपाळीने पाहू लागल्या त्यामुळे तर मेगची अस्वस्थता फारच वाढली. शेवटी त्यांच्याकडे लक्षच द्यायचे नाही असे ठरवून ती पुढे आली आणि हसत हसत लॉरीच्या हातात हात देऊन ती त्याला म्हणाली,

"तू आलास. फार छान झालं. मला भीती वाटत होती तू येशील की नाही याची!"

"ज्योनं बजावून सांगितलं म्हणून आलो मी." लॉरी म्हणाला, "ती म्हणाली, जा आणि मेगला एकदा भेटून ये. तिचं कसं काय चाललंय ते सांग आम्हाला. त्यासाठी आलो मी."

"मग? काय सांगणार तू ज्योला?" मेगने उत्सुकतेने प्रश्न केला.

"काय सांगू तेच कळत नाही मला. तू एखाद्या मोठ्या फॅशनेबल बाईसारखी दिसते आहेस." लॉरी म्हणाला, "नेहमीसारखी मुळीच दिसत नाहीस तू. मला तर तुझ्याशी बोलायचं देखील भय वाटतंय आज."

"काहीतरीच!" मेग हसून म्हणाली, "या मुलींनी गंमत म्हणून मला नटवलं सजवलं आणि मलाही त्यात मौज वाटली. ज्योनं मला या पोषाखात पाहिलं तर ती अगदी थक्क होऊन जाईल नाही?"

"होय. थक्क होईल खरी." लॉरी गंभीरपणे म्हणाला.

"तुला आवडलं की नाही हे सारं?" मेगने मुद्दामच विचारले.

"नाही. मला नाही आवडलं हे!" लॉरीने चटकन उत्तर दिले.

"का बरं?"

लॉरी काहीच बोलला नाही. पण त्याने तिच्या कुरळ्या आखूड केसांकडे, उघड्या खांद्यांकडे, उघड्या वक्षभागाकडे आणि एकंदर पोषाखाकडे अशा रीतीने नजर टाकली, की मेगला अतिशय अवघडल्यासारखे झाले. लॉरी क्षणभर घुटमळला आणि मग नेहमीच्या सौजन्याला व सभ्यपणाला न साजेसे उत्तर त्याने तिला दिले. तो म्हणाला, "खोटा नटवेपणा आवडत नाही मला."

त्याच्या त्या स्पष्टोक्तीने मेग चकित झाली आणि आपल्यापेक्षा एक वर्षाने लहान असणाऱ्या तरुण मुलाने आपला सरळ तोंडावर अपमान केलेला पाहून ती भरपूर रागावलीही. ती झटकन तेथून निघाली. जाता जाता ती एवढेच म्हणाली,

"तुझ्यासारखा उद्धट मुलगा मी कधीच पाहिला नाही.

लॉरीजवळून मेग निघाली ती तडक एका खिडकीशी येऊन उभी राहिली. तिला लॉरीचा राग आला होता, पण त्याबरोबरच आपल्या खुळेपणाची तिला चीडही आली होती. खिडकीच्या थंड तावदानावर तिने शरमेने कढत झालेले गाल टेकले. वाऱ्याच्या झुळकेने तिला जरासे बरे वाटले. खिडकीच्या पडद्याच्या घोळात तोंड लपवून काही वेळ ती तशीच स्तब्ध उभी राहिली. इतक्यात मागून कुणी तरी तिच्या खांद्याला हलकेच स्पर्श केला.

तिने मागे वळून पाहिले. तेथे लॉरी उभा होता. तिच्याशी दृष्टादृष्ट होताच तो अत्यंत आर्जवी स्वरात म्हणाला,

"चुकलो मी मेग. माझ्या उद्धटपणाची क्षमा कर मला आणि कृपा करून माझ्याबरोबर नृत्य करायला ये. किती सुंदर 'वॉल्झ' सुरू झाला आहे पाहा."

"माझ्यासारख्या नटव्या मुलीबरोबर नृत्य करायला आवडेल का पण तुला?" रागाचा आविर्भाव कायम ठेवण्याचा प्रयत्न करीत मेग म्हणाली. पण वाक्य संपताना तिला हसू आल्याशिवाय राहिले नाही.

"आवडेल, आवडेल! मला–मला तुझा हा झगा आवडला नाही, पण तू–तू फार छान दिसते आहेस." लॉरी अडखळत म्हणाला आणि आपल्या वर्णनशक्तीची उणीव त्याने हातवाऱ्यांनी भरून काढली.

मेग पुन्हा हसली आणि लॉरीच्या हातात हात गुंफीत ती त्याला म्हणाली,

"नृत्य करताना माझ्या या झग्याच्या मागच्या घोळावर पाय पडणार नाही एवढी काळजी घे. तो फाटला तर भलतीच पंचाईत व्हायची."

"थांब, तो मागल्या बाजून पिननं वर टाचून घेतो, म्हणजे मग तुला मोकळेपणानं नाचता येईल." लॉरी म्हणाला आणि त्यानं तिचा झगा कमरेशी जरा वर पिनेनं अडकवून दिला. मग ती दोघे हातांत हात गुंफून वाद्यांच्या तालावर सराईतपणे नाचू

लागली. घरी त्या दोघांनी अनेक वेळा एकत्र नृत्य केल्यामुळे त्यांना नाचाचा उत्तम सराव झाला होता. त्यामुळे त्या दोघांची पावले अगदी तालात पडत होती. ती दोघे अगदी मजेत गिरक्या घेत नाचत होती. तरुण देखणी आणि चपळ अशी ती जोडी नृत्य करताना फार सुंदर दिसत होती, व सर्वजण मोठ्या कौतुकाने त्यांच्याकडे बघत होते.

आधीच्या भांडणामुळे मेगला लॉरीविषयी आता अधिक जिव्हाळा वाटू लागला होता. त्याच्या बरोबर नाचता नाचता ती हळूच त्याला म्हणाली,

"लॉरी, माझं एक ऐकशील?"

"काय ते?"

"माझ्या आजच्या या कपड्यांबद्दल नि नखऱ्याबद्दल घरी तू कुणाला काही सांगू नकोस. त्यांना यातली गंमत कळणार नाही आणि आई उगीच काळजी मात्र करीत बसेल."

लॉरीने संमतीपूर्वक मान हलवली. पण त्याच्या डोळ्यांत संशयी भाव उमटले. तेव्हा मेग लगबगीने त्याला म्हणाली,

"मी काहीही गोष्ट चोरून ठेवणार नाही. पण मी स्वतः आईजवळ हे बोलेन आणि माझ्या मूर्खपणाची मी स्वतःच तिच्याजवळ कबुली देईन. म्हणून म्हणते, तू बोलू नकोस काही. नाही ना बोलायचास?"

"नाही बोलायचा." लॉरी म्हणाला, "वचन देतो तुला. पण तुझ्याबद्दल घरी मला विचारलं तर काय सांगू मी?"

"तू एवढंच सांग की माझी प्रकृती चांगली होती आणि मी मजेत होते."

"प्रकृती छान दिसते आहे तुझी," लॉरी म्हणाला, "पण मजेत काही दिसत नाहीस तू मला."

"मजा वाटावी म्हणूनच केलं हे सारं." मेग हिरमुसला चेहरा करून म्हणाली, "पण एकंदरीनं मजेचा हा प्रकार मला मानवत नाही हेच खरं. माझ्याबद्दल फार वाईट मत करून घेऊ नकोस लॉरी. मी काही तशी भयंकर मुलगी नव्हे. जराशी खुळी आणि बावळट आहे इतकंच!"

तिच्या स्वराली खिन्नता लॉरीच्या मनाला जाऊन भिडली आणि त्याने काही न बोलता फक्त तिचा हात घट्ट दाबला.

"हं. हा नेड मॉफट इकडंच येत आहे. काय हवंय स्वारीला?" मेगच्या दिशेने पावले टाकीत येणाऱ्या नेडला बघून कपाळाला आठ्या घालीत लॉरी पुटपुटला.

"त्यानं तीन नृत्यांसाठी मला 'एंगेज' केलं आहे." मेग म्हणाली, "अन् त्याप्रमाणं या नाचात मला त्याच्या जोडीनं उभ राहायला हवं. काय मेला त्रास आहे!"

मेगच्या बोलण्याची गंमत वाटून लॉरीला हसू आले. नेडच्या हातांत हात गुंफून मेग नाचू लागली. लॉरीही इतरत्र हिंडून आपली करमणूक करून घेऊ लागला. त्यानंतर बराच वेळ त्याची व मेगची गाठ पडली नाही. पुन्हा ती त्याला दिसली

जेवणाच्या आधी. त्या वेळी नेड आणि त्याचा मित्र फिशर या दोघांच्या जोडीने ती छोट्या सुंदर पेल्यातून 'शॅम्पेन'चे हळूहळू घुटके घेत होती. मेगला शॅम्पेन पिताना पाहून लॉरीला धक्काच बसला. मार्च मुलींबद्दल त्याला अतोनात जिव्हाळा वाटत असे आणि थोरला भाऊ जसा बहिणीवर लक्ष ठेवून त्यांना जपत असतो त्याप्रमाणे त्या मुलींना सांभाळणे आपले कर्तव्य आहे असे त्याला वाटत असे. म्हणून मेगचे आताचे वर्तन पाहून त्याला कसेसेच झाले. जरा बाजूला घेऊन तो तिला म्हणाला,

"मेग, तुझ्या आईला हे असलं काही आवडत नाही. तुला ठाऊक आहे ना ? शिवाय हे पेय तू जास्त घेतलंस तर उद्या सकाळी तुझं डोकं विलक्षण दुखेल."

तेवढ्यात नेड अन् फिशर दोघेही तेथे आले. नेडने मेगचा ग्लास पुन्हा भरला. फिशरने तिचा खाली पडलेला रुमाल पुन्हा तिच्या हाती उचलून दिला. मेगने मद्याचा एक घुटका घेतला. तिचे डोळे चमकत होते आणि स्वरात जडपणा आला होता. त्याच जडपणाने लॉरीकडे वळून ती त्याला म्हणाली,

"आज मी नेहमीची मेग राहिले नाही, लॉरी. मी कोण आहे माहीत आहे? मी आहे एक भावली. नाचणारी, खिदळणारी, वेडेवाकडे हातवारे करणारी भावली. समजलास? आता उद्या मी हा पोषाख नि हे दागिने उतरवून ठेवीन आणि अगदी नेहमीची साधी, सरळ, सद्गुणी मेग होईन. मग तर झालं?" आणि ती चमत्कारिक हसली.

तिच्यातला हा बदल इतका वेगळा, इतका अनपेक्षित होता की, तिच्याशी कसे वागावे हेच लॉरीला कळेना. अतिशय नाराज होऊन तो तिच्यापासून दूर झाला. मेग त्यानंतर एकसारखी नाचत, खिदळत आणि बडबडत राहिली. तिला काही सांगण्यासवरण्याची शेवटपर्यंत लॉरीला संधीच मिळाली नाही. रात्री घरी जाताना तो तिचा निरोप घेण्यासाठी तिच्यापाशी आला. तेव्हा आपला हात त्याच्या हातात देत ती त्याला म्हणाली,

"मघाशी तुला सांगितलं ते ध्यानात ठेवशील ना?"

तिने हसण्याचा प्रयत्न केला. पण तिचे हसू वेडेवाकडे उमटले. ती भयानक डोकेदुखी आताच सुरू झाली होती.

लॉरीने तिच्या गळ्याला हलकेच स्पर्श केला आणि म्हटले, "तुझ्या गळ्याशपथ लक्षात ठेवीन. ठीक आहे. येतो मी. गुड नाईट." आणि तो तेथून निघून गेला.

ॲनी मॉफटने हा प्रकार दुरून पाहिला. तिचे कुतूहल जागे झाले व ती मेगला या सांकेतिक संभाषणाचा अर्थ विचारू लागली. पण मेग इतकी दमली होती की, कोणाशी एक अक्षरही बोलण्याची तिला आता इच्छा राहिली नव्हती. ॲनीला कसेबसे टाळून ती आपल्या खोलीत गेली आणि घाईघाईने कपडे बदलून तिने बिछान्यावर अंग टाकले. जत्रेहून परत आलेल्या लहान मुलासारखी तिला तात्काळ गाढ झोप लागली. दुसऱ्या दिवशी ती झोपेतून उठली तो तिचे डोके अतोनात दुखत

होते नि सारे अंग शिशासारखे जड झाले होते. तो सारा दिवस आजारल्यासारख्या अवस्थेत तिने घालवला आणि शनिवारी ती आपल्या घरी परत आली. फॅशनेबल जीवनाच्या एका पंधरवड्याच्या अनुभवाने तिची हौस फिटली होती.

रविवारी सायंकाळी मिसेस मार्च आणि ज्यो या दोघींबरोबर गप्पा मारताना मेगने आपल्याभोवतालच्या साऱ्या परिचित वातावरणावरून एकवार समाधानपूर्वक नजर फिरवली आणि तृप्तपणे ती म्हणाली,

"घरी आल्यापासून मला किती बरं वाटतंय म्हणून सांगू? सतत पार्टी चालू असल्यासारखं वागायला नको की चेहऱ्यावर खोटं खोटं लाडिक हसू ठेवायला नको. खरंच, आपल्या घराची सर दुसऱ्या कोणत्याही ठिकाणाला यायची नाही. मग ते किती का श्रीमंत थाटाचं नि फॅशनेबल असेना!"

तिचे उद्गार ऐकून मिसेस मार्चला फार बरे वाटले, कारण मॉफट कुटुंबातल्या चैनी आणि विलासी राहणीनंतर मेगला आपले घर तुलनेने फारच सामान्य आणि दरिद्री वाटेल असे तिला भय पडले होते. त्यामुळे मेगचे हे उद्गार ऐकून तिला समाधान झाल्यास त्यात नवल नव्हते.

मेगने मॉफट कुटुंबातल्या अनेक गमती रंगवून सांगितल्या होत्या, तेथे आपला वेळ मजेत गेला असे पुन्हा पुन्हा म्हटले होते, पण तिच्या मनाला कुठे तरी काही तरी खटकत असल्याचे मिसेस मार्चच्या ध्यानात आले होते. छोट्या दोघीजणी मघाशीच झोपी गेल्या होत्या आणि मेग, आई व ज्यो या दोघींसह गप्पा मारीत होती. रात्रीचे नऊचे ठोके घड्याळात पडले तेव्हा ज्यो म्हणाली,

"चला, आता झोपायला जाऊ या."

शेकोटीतल्या जाळाकडे विमनस्कपणे टक लावून बघत राहिलेली मेग ज्योच्या शब्दांनी चमकून भानावर आली. मग ती आपल्या खुर्चीवरून आईसमोर येऊन बसली तिच्या गुडघ्यावर आपली कोपरे टेकीत, ओंजळीत तोंड लपवीत हलकेच पुटपुटली,

"मार्मी, मला काही कबुलीजबाब द्यायचे आहेत तुझ्याकडे!"

"होय? मला ती शंका आली होतीच." मिसेस मार्च म्हणाली.

"मी जाऊ का इथून?" ज्योने चटकन विचारले.

"छे छे! तू जाण्याचं काही कारण नाही." मेग ज्योकडे वळून म्हणाली, "तुझ्यापासून मी कधीच काही लपवत नसते. पण काही गोष्टी या धाकट्या दोघींसमोर बोलण्याजोग्या नव्हत्या म्हणून त्या झोपी जाण्याची मी वाट बघत राहिले. आई, मॉफट कुटुंबात मी काही भयंकर मूर्खपणाच्या गोष्टी केल्या, अन् ते सारं तुझ्याजवळ सांगून टाकल्याखेरीज मला चैन पडणार नाही."

"बोल तू. मी ऐकते आहे." मिसेस मार्च किंचित हसून म्हणाली, पण तिचा चेहरा चिंतातुर दिसू लागला.

"मला त्या मुलींनी आपला पोषाख देऊन नटवलं होतं येवढंच मी तुझ्याजवळ म्हणाले," मेग पुढे बोलू लागली, "पण ते तेवढंच नव्हतं. त्यांनी माझे केस कापून आखूड केले, ते कुरळे केले, मला पावडर लावून माझे ओठ रंगवले आणि एखाद्या बाहुलीसारखी त्यांनी मला नटवली. लॉरीला ते मुळीच आवडलं नाही. थोडक्यात सांगायचं, म्हणजे मी स्वतःचं अगदी हसं करून घेतलं!"

"बस्स. एवढंच?" ज्यो हसत हसत म्हणाली.

मेग खाली मान घालून स्तब्ध राहिली. मिसेस मार्चने तिच्या अधोमुख सुंदर चेहऱ्याकडे क्षणभर निरखून पाहिले. पण स्वतःला नटवून घेण्यात मेगने काही भयंकर गुन्हा केला होता असे तिलाही वाटेना.

क्षणभराने पुन्हा वर मान करून मेग म्हणाली, "शिवाय आई, मी शॅम्पेन प्यायले, तरुण मुलांशी लाडीगोडीनं वागले, त्यांच्या मूर्खपणाला प्रोत्साहन देत राहिले. छी छी! फारच वाईट वर्तन केलं मी."

मिसेस मार्चने मेगच्या चेहऱ्यावरून हात फिरवला आणि मायेने ओथंबलेल्या स्वरात ती म्हणाली,

"मला वाटतं मेग, आणखी काहीतरी घडलं आहे आणि ते मला सांगायला तुला अवघड वाटतंय. सांगून टाक ना सारं काही! मी रागवणार नाही बेटा!"

मेगचा चेहरा एकाएकी लाल झाला. ती अडखळली आणि मग एकदम म्हणाली,

"आई, लॉरीबद्दल नि आमच्याबद्दल लोक हवं ते बोलतात नि ते मला अगदी सहन होत नाही. माझ्या मनाला या गोष्टींचा भयंकर त्रास झाला आहे."

आणि मग पार्टीच्या रात्री बागेत आपल्या कानावर आलेले तुटक संभाषण मेगने इत्थंभूत आईला सांगितले. ते ऐकत असताना मिसेस मार्चचा चेहरा गंभीर झाला. तिने आपले ओठ घट्ट दाबून धरले आणि तिचे डोळे त्रस्त दिसू लागले. मेगच्या निरागस मनात असल्या भलभलत्या कल्पना भरवल्या जाव्यात, याचा तिला फार राग आलेला दिसला.

ज्यो सारे ऐकत होती. ती एकदम चिडून म्हणाली, "काय गाढवपणा आहे! मेग, तू हे सारं मुकाट्यानं ऐकून कसं घेतलंस? तिथल्या तिथं पुढं होऊन सुनावलं का नाहीस त्यांना?"

"कशी सुनावणार मी?" मेग बोलली, "मी ऐकलं ते अगदी नकळत कानी पडलं माझ्या; आणि मी शरमेनं इतकी चूर होऊन गेले की, क्षणभर काही सुचेनासं झालं मला!"

"कमाल आहे माणसांची तरी!" ज्यो म्हणाली, "थांब आता. ॲनी मॉफट भेटू दे मला म्हणजे अशी खरडपट्टी काढते तिची की ज्याचं नाव ते. काय अक्कल तरी? म्हणे लॉरी श्रीमंत अन् आम्ही दरिद्री म्हणून आम्ही मुद्दाम दोस्ती केली आहे

त्याच्याशी, म्हणजे उद्या त्यानं आम्हां बहिणींपैकी कुणाशी तरी लग्न करावं. वा रे वा! हे सारं मी लॉरीला सांगितलं म्हणजे काय हसेल तो! भारीच करमणूक होईल त्याची. नाही?'' आणि ती स्वत:च हसत सुटली. जणू ती कल्पना तिला फार आवडली.

मेग मात्र एकदम गोरीमोरी झाली. ''नाही हं.'' ती चटकन म्हणाली, ''लॉरीकडे यातलं अवाक्षरदेखील बोलता कामा नयेस तू. होय ना आई?''

''होय मेग.'' मिसेस मार्च म्हणाली, ''ज्यो, हे असलं काही मुळीसुद्धा लॉरीला सांगू नकोस. इतकंच नव्हे तर तुम्ही दोघीजणी देखील हे सारं जेवढ्या लौकर विसरून जाल तेवढं बरं. मेग, ज्या माणसांची मला पुरेशी माहिती नाही अशांच्यात तुला मी धाडलं ही माझी चूक झाली की काय कोण जाणे! त्यांनी तुझ्या मनावर काय काय बरेवाईट संस्कार केले असतील देवाला ठाऊक!''

''असं म्हणून नकोस मार्मी.'' मेग चटकन म्हणाली, ''मी यातलं चांगलं तेवढं ध्यानात ठेवीन आणि वाईट असेल ते विसरून जाण्याचा प्रयत्न करीन; आणि मॉफटकडचे माझे दिवस तसे चांगले गेले. शपथ. त्या सर्वांनी मला फार आपुलकीनं वागवलं. मी मनातून असंतुष्ट राहणार नाही किंवा भलभलती स्वप्नंही डोळ्यापुढे रंगवणार नाही. मी आपली तुझी वेडीबगडी भोळीभाबडी मेग आहे अन् मी तशीच राहीन. पण एक मात्र कबूल करायला हवं मला. आपल्याला कोणी चांगलं म्हटलं, आपल्या रूपाचं कौतुक केलं तर मनातून खूप बरं वाटतं हे काही खोटं नाही.''

''तसं बरं वाटलं तर त्यात शरमण्यासारखं काही नाही मेग,'' मिसेस मार्च म्हणाली, ''ते अगदी नैसर्गिक अन् स्वाभाविकही आहे. पण त्यासाठी तरुण मुलांच्या मागं धावणं, विनय आणि मर्यादा सोडून वागणं हे मात्र वाईट. मुलीच्या जातीला रूपानं जेवढी शोभा येते तेवढीच सुशीलपणानं ती खुलून दिसते.''

मार्गारेट क्षणभर स्तब्ध राहिली. ज्यो तिच्याकडे आश्चर्याने बघत होती. कारण मेगला अशी लाजताना तिने पूर्वी कधीच पाहिली नव्हती. तरुण मुले, प्रेम, आकर्षण या गोष्टी आजवर त्या मुलींच्या आयुष्यात क्वचितच आल्या होत्या. त्यामुळे गेल्या पंधरवड्यात मेग झपाट्याने वाढली असून आपल्यापासून ती कुठे तरी दूर जात आहे असा विचित्र भास ज्योला झाला आणि तिचे मन आतल्या आत कासावीस झाले.

''मार्मी, मिसेस मॉफट म्हणत होती तसे तुझे काही बेत आहेत का पण आमच्याविषयी?'' मेगने जरा वेळाने विचारले.

''होय मेग. माझ्या मनात निश्चित काही बेत आहेत. काही आडाखे आहेत.'' मिसेस मार्च गंभीरपणे म्हणाली, ''प्रत्येकच आईच्या मनात तसे ते असतात. आज मी तुमच्याशी जरा मोकळेपणानं बोलायचं ठरवलं आहे. मेग, तू अजून वयानं लहान आहेस. पण या गोष्टी तुला समजावून सांगायची आता वेळ आली आहे. असं मला वाटतं आणि ज्यो, तूही हे सारं ऐकून ठेव. कारण आज ना उद्या तुझीही पाळी यायची आहे.''

त्या दोघी बहिणी आईच्या चेहऱ्याकडे उत्कंठापूर्ण अपेक्षेने बघू लागल्या. त्या दोन निरागस कोवळ्या चेहऱ्यांकडे आई क्षणभर टक लावून बघत राहिली आणि मग एक लहानसा उसासा टाकून ती म्हणाली,

"मेग, ज्यो, माझ्या मुलींनी सुंदर, सदगुणी, सद्वर्तनी असावं, साऱ्यांना त्यांच्याविषयी प्रेम आणि आदर वाटावा, त्यांचं बालपण सुखात जावं आणि योग्य तरुणांशी त्यांची लग्नं होऊन त्यांनी आपल्या घरी सुखांत नांदावं असं मला वाटतं. मलाच काय, कोणत्याही आईला असंच वाटत असतं. तुमच्यासंबंधी माझे बेत, आडाखे, महत्त्वाकांक्षा जर काही असतील तर त्या येवढ्याच आहेत. एखाद्या सुशील तरुणाने आपली निवड करावी यासारखं तरुण मुलीच्या दृष्टीनं मोठं भाग्य नाही आणि हा सुंदर अनुभव माझ्या मुलींना यावा अशी माझी मनापासून इच्छा आहे. मेग, तुझं वयच आता असं आहे की, लग्नाचे विचार तुझ्या मनात आल्यास त्यात वावगं काहीही नाही. त्यासाठी स्वत:चं मन, व्यक्तिमत्त्व तयार करून ठेवणं इष्ट आणि आवश्यक आहे. पण लग्न जमावं म्हणून पुरुषांमागे वेडेपणानं धावत सुटणं मात्र अगदी वाईट. पैसा ही गोष्ट जीवनात अत्यावश्यक आहे. पण पैसा म्हणजे सुख नव्हे. त्यामुळे तुम्हाला श्रीमंत नवरे आणि ऐटबाज घरदार मिळण्यापेक्षाही तुम्ही सुखानं संसार करावा याला माझ्या दृष्टीनं जास्त महत्त्व आहे!"

"पण बेले म्हणते, गरीब मुलींना लग्नाच्या बाजारात मुळीच भाव नाही." मेग चिंताकुल स्वरात म्हणाली.

"नसला तर नसू द्या." ज्यो एकदम म्हणाली, "मग आम्ही आपल्या अशाच मरेपर्यंत कुमारिका राहू."

"खरं आहे ज्यो तुझं म्हणणं." मिसेस मार्च म्हणाली, "नवरे मिळण्यासाठी श्रीमंत मुलांमागं धावत सुटण्यापेक्षा नि स्त्रीजातीला न शोभेल असं वर्तन करण्यापेक्षा लग्न न झालेलं पुरवलं. पण मेग, त्याबरोबर हेही खरं आहे की, केवळ आपण गरीब आहोत म्हणून आपले गुण कुणाला दिसत नाहीत असंही नव्हे. निस्सीम प्रेम हे दारिद्र्याला भीत नाही; आणि गरीब मुलींनाही निष्ठावंत प्रियकर लाभल्यावाचून राहात नाहीत. तेव्हा मुलींनो, तुम्ही आज कसली काळजी करू नका. या घरात आनंदानं घडायचं ते सारं आपोआप घडून येईल; आणि मनातलं काही सांगायचं झालं तर आईजवळ ते अगदी मोकळेपणानं बोलत चला. आई केव्हाही तुम्हाला हवं ते साह्य द्यायला सतत सिद्ध आहे बाळांनो."

"आई, तू म्हणतेस तसंच वागू आम्ही." मेग आणि ज्यो एकदम म्हणाल्या; आणि मग त्या साऱ्याजणी झोपायला निघून गेल्या.

१०

पिक्‌विक्‌ क्लब आणि पोस्ट ऑफिस

वसंत ऋतूच्या आगमनाबरोबर दिवस मोठे झाले आणि मग दुपारचा लांब कंटाळवाणा वेळ घालविण्यासाठी निरनिराळे उद्योग आणि करमणुकीचे वेगवेगळे प्रकार शोधून काढण्याची आवश्यकता भासू लागली. या ऋतूत मोठे काम म्हणजे बागेची मशागत करणे. मार्च कुटुंबाच्या घरासमोर मोठी बाग होती; आणि तिचा एकेक तुकडा एकेका बहिणीला वाटून देण्यात आला होता. तेथे प्रत्येकजण आपापल्या आवडीची फुलझाडे लावीत असे. त्या चौघी बहिणींचे स्वभाव जितके भिन्न होते तितक्याच त्यांच्या आवडीनिवडी वेगवेगळ्या होत्या. त्या आवडीचे प्रतिबिंब प्रत्येकीच्या फुलझाडांच्या निवडीत अचूक पडलेले दिसे. मेगच्या बागेत गुलाब, मर्टल, हेलिऑट्रॉप अशी जुनी पारंपरिक पद्धतीची फुलझाडे लावलेली असत. ज्योची बाग प्रत्येक वर्षी नवे रूप धारण करी. कारण ती तेथे सतत काही ना काही प्रयोग करीत असे या वर्षी तिने नुसती सूर्यफुलेच बागेत लावली होती. कारण कोंबड्यांना त्यांचे बी फार आवडते असे तिला कोणीतरी सांगितले होते. बेथला मंद रंगाच्या सुवासिक फुलांची विशेष आवड होती. त्याचप्रमाणे पाखरांना आवडणारा चिमणचाराही तिने तेथे आवर्जून लावला होता. ॲमीची बाग सर्वांत सुंदर दिसे. तिने तेथे एक सुरेख मांडव केला होता आणि फुलांनी लहडलेल्या वेली त्यावर चढवल्या होत्या. तिला भडक झळझळीत रंगांची फुले फार आवडत, म्हणून ती तिने मोठ्या आवडीने लावली होती. शिवाय उंच शुभ्र तुरेदार गुलछडी, नाजूक फर्न आणि इतरही अनेक सुंदर झाडे तिच्या बागेत होती.

त्या बहिणींचा दुपारचा बराच वेळ बागेत जाई. त्याशिवाय भोवतालच्या माळावरून हिंडणे, फुले गोळा करणे, नदीवरून, होडीतून फेरफटका मारणे हेही उद्योग चालू होतेच. पुढे पावसाळा सुरू झाला तेव्हा त्यांचे बाहेरचे भटकणे बंद पडले आणि मग घरात किंवा निवाऱ्याच्या जागी खेळता येतील असे खेळ सुरू

झाले. या खेळांतला एक महत्त्वाचा खेळ म्हणजे त्या मुलींनी सुरू केलेला 'पिकविक क्लब'. चार्ल्स डिकन्स हा त्यांचा आवडता लेखक होता. त्याच्या अनेक ग्रंथांची त्यांनी बालपणापासून पारायणे केली होती. म्हणूनच आपल्या क्लबचे त्यांनी 'पिकविक क्लब' असे नामकरण केले आणि पुढे जवळ जवळ वर्षभर त्यांनी हा क्लब चालू ठेवला. क्लबची बैठक दर शनिवारी माडीवर चढवलेल्या माळ्यावरती भरत असे. तेथे एका टेबलावर मध्यभागी दिवा ठेवून व त्याभोवती चार खुर्च्या टाकून सारे सभासद बसत आणि अनेक विषयांवर चर्चा करीत. प्रत्येक सभासदाच्या छातीवर डावीकडे एक शुभ्र बिल्ला लावलेला असे आणि 'पी.सी.' ही अक्षरे त्यावर काढलेली असत. क्लबचे एक साप्ताहिक हस्तलिखित वर्तमानपत्रही निघत असे. 'पिकविक पोर्टफोलिओ' हे त्या वर्तमानपत्राचे नाव होते. प्रत्येकाने त्या पत्रासाठी काहीतरी मजकूर दिलाच पाहिजे असा क्लबचा नियम होता. ज्योला लेखनाची अत्यंत आवड असल्यामुळे 'पिकविक पोर्टफोलिओ'च्या संपादनाचे काम तिच्यावर सोपवलेले होते. या पत्रात कविता, कथा, आठवड्याच्या बातम्या, विनोदी जाहिराती आणि एकमेकींच्या दोषांवर मिष्कीलपणे केलेली टीका– सारे काही असायचे. क्लबच्या सभासदांना डिकन्सच्या सुप्रसिद्ध 'पिकविक पेपर्स' कादंबरीतल्या पात्रांचीच नावे दिलेली होती. थोरली मार्गारेट ही 'सॅम्युअल पिकविक' होती. ज्यो वाङ्मयप्रेमी असल्यामुळे ती 'ऑगस्टस स्नॉडग्रास' झाली होती. गुटगुटीत आणि गुलाबी रंगाच्या सुस्वभावी बेथला 'ट्रॅसी टपमन'चे अनुरूप नाव दिले होते आणि ॲमीच्या धडपड्या स्वभावाला अनुलक्षून 'नॅथॅनिएल विंकल' हे नाव तिला बहाल केले होते.

नेहमीप्रमाणे एका शनिवारी संध्याकाळी सात वाजता 'पिकविक क्लब'चे सभासद माळ्यावर गोळा झाले. छातीवर बिल्ले लावून सर्वजण टेबलाभोवतालच्या खुर्च्यांवर मोठ्या गंभीरपणे स्थानापन्न झाले. 'सॅम्युअल पिकविक' असलेल्या मेगने बिनकाचांचा एक मोठा चष्मा नाकावर चढवला होता व ती आजच्या सभेची अध्यक्ष होती. खुर्चीवर बसल्यावर तिने सर्व सभासदांवरून एकवार नजर फिरवली. हातातली छडी टेबलावर जोराने आपटली. खुर्चीवर वेड्यावाकड्या रेलून बसलेल्या ज्योकडे अतिशय रोखून पाहिले. तेव्हा ज्यो भानावर येऊन नीट बसली आणि तिने 'पोर्टफोलिओ'चा ताजा अंक अध्यक्षांच्या हाती दिला. मेगने एकवार खाकरल्यासारखे करून अंकाचे जाहीर वाचन सुरू केले.

या अंकांत कविता होत्या. एक कथा होती. काही विनोदी चुटके होते. आठवड्यातील महत्त्वाच्या घडामोडी, चुरचुरीत, खमंग भाषेत दिल्या होत्या; आणि इतरही अनेक गमती होत्या. नमुना म्हणून या अंकातले काही उतारे येथे दिले आहेत. त्यावरून एकंदर अंकाच्या स्वरूपाची सहज कल्पना येईल.

एक दु:खद घटना

कळविण्यास अत्यंत खेद होतो की, आमची एक जिवलग मैत्रिण मिसेस 'स्नोबॉल पॅट पॉ' ही अकस्मात आणि मोठ्या रहस्यमय रीतीने गेले काही दिवस बेपत्ता झाली आहे. ही देखणी आणि गुणी मांजरी सर्वांची अत्यंत आवडती होती. आपल्या खेळकर सुस्वभावी वृत्तीमुळे ती प्रत्येकाचे मन आकर्षून घेत असे आणि तिच्या सुंदर रूपाचे सर्वांनाच मोठे कौतुक वाटे. त्यामुळेच तिचा अभाव प्रत्येकाला तीव्रतेने जाणवत आहे आणि तिच्या अचानक नाहीशा होण्यामुळे सर्वांना मोठा धक्का बसला आहे.

ही मांजरी शेवटी आम्हाला दिसली होती ती बागेच्या फाटकाशी बसून दूधवाल्याच्या हातगाडीची प्रतीक्षा करताना. आमचा असा तर्क धावतो की, तिच्या देखणेपणाला भुलून कोणी तरी बदमाषाने नीचपणे तिला चोरून नेले असावे. ती हरवल्याला आता दोन आठवडे होऊन गेले, तरी अद्याप तिचा पत्ता नाही. ही मांजरी पुन्हा मिळण्याची आशा आम्ही सोडून दिली आहे. तिच्या नावाची एक दुधाची बशी आम्ही रोज बाजूला ठेवतो आणि तिच्या बसण्याच्या टोपलीला शोकप्रदर्शनार्थ आम्ही काळी फीत बांधली आहे. आमची लाडकी मांजरी जर कदाचित आम्हाला कायमची सोडून गेलीच असेल तर तिच्या आत्माला चिरशांती मिळो हीच देवाजवळ प्रार्थना!

लाडकी स्नोबॉल

(स्नोबॉलवर निस्सीम प्रेम करणाऱ्या तिच्या एका चाहत्याने धाडलेली ही कविता आम्ही मुद्दाम वाचकांसाठी येथे छापीत आहोत.)

'स्नोबॉल' लाडकी आम्हा सोडून गेली
शोकाने हृदये साऱ्यांची जड झाली
बसणार न आता ती शेकोटीपाशी
खेळणार नाही घरात वा कोणाशी

बागेत थोरल्या हिरव्या वृक्षाखाली
थडग्यात तियेचे बछडे आहे निजले
'स्नोबॉल' कुठे पण घेइल अंतिम निद्रा?
हा विचार येता डोळे अमुचे भिजले!

घासणे अंग पायाला लाडिकवाणे
गुरगुरणे खोटे अलगद चावा घेणे

ते माडीवरती हळूच येउन बसणे
लडिवाळ खेळ हे पुन्हा न आता दिसणे

पाळली असे ही दुसरी मांजर आम्ही
ती कुरूप, काळी, दुष्ट, चोरटी फार
ना तुझ्यासारखी शिकार तिजला साधे
खायास काळ ती आणि भुईला भार!

फिरतात मांजरे जरी कितीही भवती
'स्नोबॉल' तुझी सर येत न एकालाही
लाडके! तुझ्याविण करमत आम्हा नाही!
तू असशिल तेथे गडे सुखाने राही.

– ऑगस्टस स्नॉडग्रास

एक विचित्र अपघात

गेल्या शुक्रवारी घरातली सर्व मंडळी दिवाणखान्यात दुपारच्या वेळी गप्पा मारीत बसली असता प्रथम एक प्रचंड गडगडाट व नंतर भयभीत किंकाळ्या यांनी ती सारीजण दचकली. मग सर्वजण सैंपाकघरात धावून गेली तेव्हा एक विलक्षण दृश्य त्यांच्या नजरेला पडले. आपल्या क्लबाचे लोकप्रिय अध्यक्ष मिस्टर पिकविक हे सैंपाकासाठी सर्पण आणत असताना पाय घसरून जमिनीवर उताणे पडले होते. पडता पडता त्यांचा धक्का लागल्यामुळे धुण्यासाठी तयार केलेली साबणाच्या पाण्याची बादली उपडी झाली होती आणि त्या पाण्याने त्यांचे केस, कपडे व अंग भिजून चिंब झाले होते. शिवाय त्यांचे गुडघेही खरचटले होते, क्लबच्या इतर सभासदांनी घाईघाईने हात देऊन अध्यक्षांना उठविले; आणि कपडे, केस साफसूफ करण्यात त्यांना मदत केली. सुदैवाने किरकोळ खरचटण्यापलीकडे अध्यक्षांना फारशी इजा झालेली नाही. त्यांची प्रकृती आता झपाट्याने सुधारत आहे हे कळविण्यास आम्हाला आनंद वाटतो.

इकडे त्वरित लक्ष द्या!

मिस एलिझाबेथ मार्च या बाहुल्यांच्या नव्या कपड्यांचे एक सुंदर प्रदर्शन लौकरच भरविणार आहेत. लेटेस्ट फॅशनचे फ्रॉक, टोप्या व इतर सुरेख सुरेख नमुने या प्रदर्शनात पाहावयास मिळतील. तारीख व जागा लौकरच प्रसिद्ध होईल. घाऊक तशाच किरकोळ खरेदीसाठी गरजूंनी या संधीचा अवश्य फायदा घ्यावा.

महत्त्वाची सूचना

सॅम्युअल पिकविक यांना अशी विनंती आहे की, त्यांनी न्हाणीघरात एकसारखे

आपले हात साबणाने धुत बसू नये. कारण त्यामुळे इतरांचा विनाकारण खोळंबा होतो. ऑगस्टस स्नॉडग्रास यांना नम्र सूचना आहे की, त्यांनी रस्त्याने जाताना मुलाप्रमाणे शीळ घालू नये. ट्रॅसी टपमन हे ॲमीचे हातरुमाल धुवून ठेवण्यास विसरले होते. पुन्हा अशी हेळसांड त्यांनी न केल्यास बरे. नॅथॅनिएल विंकल यांना सविनय सूचना : शाळेतून घरी करायला दिलेला अभ्यास तुम्ही वेळेवर पुरा का करत नाही? मागून का कुरकुरता?

आठवड्याचा अहवाल

मेग– वर्तन चांगले, ज्यो– वर्तन वाईट, बेथ– वर्तन अत्यंत चांगले, ॲमी– वर्तन साधारण बरे.

अध्यक्षांनी 'पिकविक पोर्टफोलिओ'चा अंक वाचून संपविला तेव्हा सर्व सभासदांनी टाळ्यांचा कडकडाट केला. त्यानंतर मिस्टर स्नॉडग्रास सभेपुढे एक ठराव मांडण्यासाठी उभे राहिले. ते म्हणाले,

"अध्यक्ष महाराज आणि मान्यवर सभासद हो, आपल्या क्लबमध्ये आणखी एका नव्या सभासदाला आपण सामील करून घ्यावे अशी आपणास विनंती करण्यासाठी मी आज आपणासमोर उभा आहे. या नव्या सभासदाच्या सभ्यतेची, सौजन्याची आणि भलेपणाची मी स्वत: आपणास ग्वाही देतो. तो आपल्या क्लबला अनेक प्रकारे उपयोगी पडेल त्याचप्रमाणे आपल्या हस्तलिखितासाठीही त्याचे आपणास भरपूर साह्य मिळेल. आपले सन्मान्य शेजारी व आपले सर्वांचे आवडते दोस्त मिस्टर थिओडोर लॉरेन्स यांना आपल्या क्लबाचे आपण सभासद करून घ्याल अशी मला आशा आहे – ए, असं काय ग करता? घ्या ना ग लॉरीला आपल्यात!"

ज्योच्या भाषणाचा गंभीर प्रारंभ आणि त्याचा पोरकट शेवट ऐकून सर्वजणी खदखदा हसत सुटल्या, पण एकदम कोणी त्या कल्पनेला संमती देईना. तेव्हा अध्यक्ष म्हणाले, "आपण हा ठराव मताला टाकू या. ज्यांना ही सूचना मान्य असेल त्यांनी हात वर करावेत."

अध्यक्षांनी सूचना मताला टाकली तेव्हा ज्योने एकदम हात वर केला. बेथनेही लाजत संकोचाने आपला हात वर करून संमती दिली. अध्यक्ष आणि नॅथॅनिएल विंकल यांचे हात मात्र खालीच राहिले.

मिस्टर विंकल उठून गंभीरपणे म्हणाले,

"आमचा क्लब हा खास मुलींचा क्लब आहे. इथे आम्हाला मुले नको आहेत. मुले नुसती दंगा करतात नि आमची टर उडवतात, म्हणून आमचा या नव्या सभासदाला विरोध आहे."

अध्यक्ष विचारमग्न झालेले दिसले. अशा वेळी ते नेहमी आपल्या कपाळावरच्या कुरळ्या बटेशी खेळत. आताही तशीच ती बट कुरवाळीत ते म्हणाले,

"थिओडोर लॉरेन्सना आपण या क्लबात सामील करून घेतले तर आमच्या मुलीमुलींच्या खेळांना ते हसतील, शिवाय आमच्या वर्तमानपत्राची सुद्धा 'पोरकट' म्हणून ते टिंगल करतील. त्यांना सभासद म्हणून क्लबात घ्यायला आम्हाला जरासं भय वाटतं."

मग ज्यो उठून उभी राहिली आणि अत्यंत गंभीर स्वरात कळकळीने ती म्हणाली, "अध्यक्ष महाराज, मी आपणांस अशी ग्वाही देते की, लॉरीला जर आपण आपल्या क्लबात घेतले तर तो तेथे अत्यंत सभ्यपणानेच वागेल! त्याला वाङ्मयाची आवड आहे. लेखनाचा छंद आहे. आपल्या वर्तमानपत्राला त्याचा किती चांगला उपयोग होईल बरं? शिवाय तो आणि त्याचे आजोबा आपल्यासाठी कितीतरी करीत असतात. मग आपण लॉरीसाठी एवढंही करू नये काय? मला वाटतं आपण त्याला 'पिकविक क्लब'चा सभासद करून घ्यावंच. आपल्याला या गोष्टीचा कधीही पस्तावा करण्याची पाळी येणार नाही."

बेथ ज्योचे बोलणे लक्षपूर्वक ऐकत होती. तिचे बोलणे संपताच ती एकदम उठून उभी राहिली आणि उत्तेजित स्वरात म्हणाली,

"होय होय. बरोबर आहे. आपण लॉरीला सभासद करून घेतलंच पाहिजे. मी तर म्हणते, त्याच्या आजोबांनादेखील आपण सभासद करून घेऊ या."

बेथच्या या विलक्षण सूचनेचे सर्वांना हसू आले, पण ज्योच्या कळकळीच्या भाषणाचा सभासदांवर हळूहळू परिणाम होऊ लागला होता. या बदललेल्या वातावरणाचा लगेच फायदा करून घेतला पाहिजे हे जाणून धूर्तपणे ज्यो म्हणाली,

"बघा. विचार करा. पुन्हा ठराव मताला टाका. ध्यानात ठेवा, आपल्या आवडत्या दोस्ताला, लॉरीला तुम्ही मते देणार की नाही? त्याला क्लबचा सभासद करून घेणार की नाही? लॉरी आपला आहे ना?"

या खेपेला ठराव एकमताने मंजूर झाला.

ज्योचे डोळे खट्याळपणे चमकू लागले. ती म्हणाली, "शाबास! आता मी या नव्या सभासदाला येथे हजर करते." आणि तिने एक विलक्षणच गोष्ट केली. माळ्यावर भिंतीत असलेल्या एका कपाटाचे दार तिने उघडले आणि इतका वेळ तेथे लपून बसलेला लॉरी धडपडत बाहेर आला. त्याचे कपडे कपाटातल्या धुळीने माखले होते आणि इतका वेळ हसू दाबून ठेवल्यामुळे त्याचा चेहरा लालबुंद झाला होता. तो कपाटातून बाहेर येताच मेग, बेथ आणि ॲमी एखादे भूत दिसावे तशा दचकल्या. ज्यो व लॉरी खदखदा हसत सुटली.

"काय हे ज्यो? किती ही लबाडी? केवढी फसवणूक?" मेग ओरडू लागली.

पण तिकडे लक्ष न देता ज्योने बाजूची एक खुर्ची ओढून लॉरीला त्यावर बसवले. कुठूनसा एक बिल्ला काढून तो त्याच्या छातीवर लटकवला आणि विजयी मुद्रेने त्याच्याकडे बोट दाखवीत ती म्हणाली, "बघा, आपला नवा सभासद!"

"काय बदमाष आहात तुम्ही दोघंही!" मेग रागाचा आविर्भाव आणीत म्हणाली. पण तिचे रागाचे अवसान फार वेळ टिकले नाही. तिलाही शेवटी हसू कोसळले.

त्या बहिणींच्या आश्चर्याचा पहिला भर ओसरल्यावर लॉरी उठून उभा राहिला आणि अतिशय सभ्यपणे व गंभीरपणे तो म्हणाला,

"अध्यक्ष महाराज आणि मान्यवर सभासद, 'सॅम वेलर' या नावाने आपण मला आपल्या क्लबचा सभासद करून घ्यावे अशी मी आपणांस विनंती करतो आणि औपचारिकरीत्या आपण माझ्या सभासदत्वाला संमती दिलेलीच आहे, म्हणून मी आपले अंत:करणपूर्वक आभार मानतो. मला फक्त इतकेच सांगायचे आहे की, आज इथे जो कट करण्यात आला त्याचा प्रमुख सूत्रधार मी होतो. तेव्हा त्याबद्दल आपण ज्योला दोष देऊ नये."

"पण कपाटात लपून बसायची कल्पना माझीच होती हं." ज्यो म्हणाली, "सारा दोष तू स्वत:वर ओढून घेऊ नकोस."

"ते जाऊ द्या." लॉरी म्हणाला, "पण या वेळी मी आपणास एक अभिवचन देतो. ते असे की, यापुढे आपल्या क्लबच्या सेवेला मी स्वत:ला वाहून घेत आहे. मी अत्यंत इमानेइतबारे क्लबाची सेवा करीन."

यावर सर्वांनी उत्साहाने टाळ्या पिटल्या.

"क्लबावरच्या माझ्या भक्तीची साक्ष म्हणून मी एक छोटेसे कार्य केले आहे." लॉरी पुढे बोलू लागला, "आपल्या दोन्ही घरासमोरच्या बागांमध्ये जे कुंपण आहे त्यात एक ठिकाणी माळ्याची बसण्याची छोटी खोली होती ना, तिचं मी छोटंसं पोस्ट ऑफिस बनवलं आहे. चारी बाजूंनी फळ्या मारून वरच्या बाजूला लहानशी झडप ठेवली आहे. तिला कुलूप लावता येतं. कुलपाच्या दोन किल्ल्या दोन्ही घरांत ठेवायच्या आणि दिवसातून एकदा कुलूप उघडून आपापल्या वस्तू ज्यानं त्यानं घेऊन जायच्या, अशी सोय केली आहे मी. ही तुमची किल्ली मी तुम्हाला देतो. या पोस्टातून हस्तलिखितं, पत्रं, वस्तू, फुलांचे गुच्छ – काय हवं ते धाडता येईल एकमेकांकडे. हं, ही किल्ली."

लॉरीने मोठ्या अदबीने एक छोटी किल्ली अध्यक्षांच्या हाती दिली. त्याबरोबर पुन्हा एकदा सर्वांनी टाळ्यांचा प्रचंड कडकडाट केला. त्या कडकडाटातच ती सभा संपली.

लॉरीला क्लबाचा मेंबर करून घेतला या गोष्टीचा क्लबच्या सभासदांना केव्हाही पस्तावा करण्याची वेळ आली नाही. उलट त्याच्या उत्साहाचा, हौसेचा व कल्पकतेचा

त्यांना मोठाच फायदा होऊ लागला आणि त्याच्या विनोदी स्वभावामुळे क्लबच्या बैठकांच्या वेळी वातावरण सारखे हशाने दुमदुमत राहू लागले.

पोस्ट ऑफिस या संस्थेचीही उत्तम भरभराट झाली. दोन्ही घरांतून खूप गमतीच्या गोष्टींची देवाणघेवाण होऊ लागली. कवितांच्या हस्तलिखितांबरोबर लोणच्याच्या बरण्या, फुलांच्या जोडीने पत्रे, वाढदिवसाच्या केकबरोबर बागेतल्या फुलझाडांचे बी, आमंत्रण-पत्रिका, हातरुमाल, सूचना, खाद्यपदार्थांच्या बनावटीचे आराखडे-काय वाटेल ते त्या पोस्ट ऑफिसातून पाठवले जाई. एकदा तर हॅनाच्या कार्यदक्षतेवर भाळून लॉरीच्या म्हाताऱ्या बागवानाने तिला चक्क एक प्रेमपत्र त्या पोस्टातून धाडले होते. ती गोष्ट उघडकीला आली तेव्हा दोन्ही घरांतल्या लोकांची हसता हसता पुरेवाट होऊन गेली. त्या वेळी कुणाला कल्पनाही आली नसेल की भविष्यकाळात याच पोस्ट ऑफिसातून कितीतरी कोवळी, नाजूक प्रेमपत्रे धाडली जाणार होती!

११

एक नवा प्रयोग

"जूनची पहिली तारीख. 'किंग' पोरटी उद्यापासून हवापालटासाठी समुद्रकिनाऱ्यावर जाताहेत; आणि तीन महिने मी अगदी मोकळी आहे. ही सुटी खूप खूप मजेत घालवणार मी!''

एके दिवशी दुपारी कामावरून घरी परत येताच मेगने ही आनंदाची बातमी घरात सर्वांना सांगून टाकली. हवेत विलक्षण उष्मा होता. ज्यो खूप थकून येऊन नुकतीच कोचावर आडवी झाली होती. बेथने तिच्या पायांतले धुळीने माखलेले बूट उतरवले आणि ॲमीने लिंबाचे थंडगार सरबत तयार करून ते सर्वांना आणून दिले.

"मलादेखील सुट्टी मिळाली आहे उद्यापासून.'' ज्यो म्हणाली, "आँट मार्च आजच 'प्लमफील्ड'ला गेली. मलाही ती बरोबर चल म्हणते की काय असं मला एकसारखं भय वाटत होतं. तिनं तसं म्हटलं असतं तर मी नकार देणं वाईट दिसलं असतं; आणि मला तर मुळीच तिच्याबरोबर जायला नको होतं. म्हणून माझ्या छातीत सारखी धाकधूक होत होती. तरी खाली मान घालून मी सामानाची बांधाबांध करायला तिला मदत करीत होते. सरतेशेवटी सर्व सामान गाडीत चढवलं गेलं, आँट मार्चही मागोमाग गाडीत जाऊन बसली. मी म्हटलं, चला, सुटले. तेवढ्यात गाडी अगदी हलण्याचे वेळी आँट मार्चनं एकदम खिडकीबाहेर डोकं काढलं अन् ती मला म्हणाली, 'ज्योसिफाईन, तू सुद्धा–' पण ती काय म्हणते आहे हे ऐकायला मी थांबते आहे कशाला? मी जी तिथून धूम ठोकली ती तडक घरी येऊन थांबले!'' आणि ती मोठमोठ्याने हसत सुटली.

ज्योने सांगितलेल्या या गमतीमुळे सर्वांनाच हसू कोसळले. हसण्याचा पहिला भर ओसरल्यावर ॲमीने विचारले, "तुम्ही दोघीजणी आपापली सुट्टी कशी घालवणार?''

"मी तर ठरवलंय, तीन महिने नुसता आराम करायचा, बस्स!'' आरामखुर्चीत लोळत पडलेली मेग चटकन म्हणाली, "माझा सगळा हिवाळा कष्ट करता करता

नि लोकांसाठी धावपळ करता करता गेला. आता मी काही काम करणार नाही. खूप उशिरा उठणार, उठल्यावर बिछान्यावर लोळत पडणार आणि तीन महिने असे छान आळसात घालविणार!''

''आळसात वेळ घालवणं मला नाही आवडत.'' ज्यो म्हणाली, ''माझी विश्रांतीची अन् करमणुकीची कल्पना अगदी वेगळी आहे. मी खूपशी पुस्तकं वाचायसाठी बाजूला ठेवून दिली आहेत. ती मी या सुट्टीत वाचून काढणार नि माझ्या गंजलेल्या बुद्धीला उजाळा देणार!''

''बेथ, आपणसुद्धा काही दिवस विश्रांती घेऊ या का?'' ॲमी बेथकडे वळून तिला म्हणाली, ''आपणही तूर्त अभ्यास बंद ठेवू आणि या दोघींप्रमाणे आळसात वेळ घालवू.''

''आईने परवानगी दिली तर माझी काही हरकत नाही या गोष्टीला.'' बेथ म्हणाली. ''कारण मलाही पियानोवर काही नवी गाणी बसवायची आहेत. शिवाय माझ्या बाहुल्यांना नवे झगेही शिवायचे आहेत मला.''

''चालेल आई? आम्ही काही दिवस आमच्या मनाप्रमाणे विश्रांती घेतली तर?'' मेगने आईकडे वळून तिला विचारले.

मिसेस मार्च दिवाणखान्यातल्या आपल्या ठरीव जागी खुर्चीवर बसून शिवणकाम करीत होती. मुली त्या जागेला 'आईचा कोपरा' असे म्हणत. शिवणकाम करता करता ती मुलींची चर्चा मुकाट्याने ऐकत होती. आता मेगने तिला हा प्रश्न विचारताच ती म्हणाली,

''तुम्ही हा प्रयोग एक आठवडाभर करून बघा हव्या तर. पण माझी खात्री आहे की, आठवड्यातच तुम्हाला त्याचा कंटाळा येऊन जाईल. सारा वेळ कामात घालवणं जसं त्रासदायक होतं, तितकंच सगळा वेळ आळसात आणि निष्क्रियपणात घालवणंही तुम्हाला कंटाळवाणं होऊन जाईल. माझी खात्री आहे, येत्या शनिवारपर्यंत तुम्हाला 'नको ही विश्रांती' असं वाटू लागेल.''

''विश्रांतीचा कंटाळा येईल? शक्यच नाही.'' मेग ठासून म्हणाली. बाकीच्या तिघीजणी प्रत्यक्ष तसे बोलल्या नाहीत इतकेच, पण त्यांच्याही चेहऱ्यावर तोच भाव दिसत होता. मिसेस मार्च काहीच बोलली नाही. ती नुसती हसली आणि तिने हातातले काम पुढे चालू केले. ॲमीने पुन्हा एकदा लिंबाचे सरबत करून आणले आणि ते पिता पिता प्रत्येकीने मनातल्या मनात आपला विश्रांतीचा कार्यक्रम आखण्यास सुरुवात केली. कार्यक्रमाची सुरुवात म्हणून त्या सर्वजणींनी तो उरलेला दिसत जवळ जवळ लोळूनच घालवला.

दुसऱ्याच दिवशी सकाळी मेग खूप उशिरा उठली, त्यामुळे तिला आपला 'ब्रेकफास्ट' एकटीला घ्यावा लागला आणि तो तिला गोड लागला नाही. घर पारोसे आणि अव्यवस्थित दिसत होते. कारण बेथने रोजच्याप्रमाणे आज केर काढला नव्हता आणि

ज्योनेही फुलदाण्यांतून ताजी फुले भरून ठेवली नव्हती. ॲमीची अभ्यासाची पुस्तके सगळीकडे अस्ताव्यस्त पसरली होती. दिवाणखान्यातला 'आईचा कोपरा' जर सोडला तर सर्वत्र पसाराच पडला होता. मेग लेगच त्या कोपऱ्यातल्या आईच्या खुर्चीवर 'विश्रांतीसाठी आणि वाचन करण्यासाठी' जाऊन बसली. पण थोड्याच वेळाने जांभया येऊ लागल्यामुळे हातातले पुस्तक तिने मिटून बाजूला ठेवले आणि सुटीनंतर पगाराचे पैसे येताच कोणते छान छान कपडे आपण खरेदी करायचे त्याची कल्पनाचित्रे रेखाटण्यात ती रंगून गेली. ज्योने सारी सकाळ लॉरीबरोबर होडीतून नदीवर सहल करण्यात घालवली आणि दुपारी बागेतल्या सफरचंदाच्या झाडावर बसून एक कादंबरी तिने संपूर्ण वाचून काढली. ती कादंबरी अनेक दु:खदायक घटनांनी भरलेली असल्यामुळे ती वाचताना ज्यो खूप रडली. याचा परिणाम इतकाच झाला की, वाचून वाचून आणि रडून रडून तिचे डोके दुखू लागले नि डोळे सुजले. बेथने बाहुल्यांना झगे शिवण्यासाठी कोऱ्या कापडांचे तुकडे काढून ते बेतायला सुरुवात केली. पण लौकरच त्या कामाचा तिला कंटाळा आला. तेव्हा सारा पसारा जागच्याजागी टाकून ती पियानो वाजवीत बसली. आज आपल्याला जेवणाच्या बश्या धुवाव्या लागणार नाहीत की झाडझूड करावी लागणार नाही म्हणून ती खुषीत होती. ॲमीने दुपारी आपले कुरळे केस सुरेख विंचरले, तोंड धुतले आणि पांढरा शुभ्र पोषाख करून ती बागेतल्या 'हनिसकल'च्या वृक्षाखाली चित्रे काढीत बसली. हेतू हा की, येणाराजाणारांनी तिच्याकडे कुतूहलाने बघावे आणि 'कोण बुवा ही छोटी चित्रकार मुलगी' म्हणून कौतुकाने तिची विचारपूस करावी. पण दुपार उलटून गेली तरी तसा कोणीच रसिक बागेतून गेला नाही. तेव्हा ॲमी कंटाळली आणि फिरायला म्हणून बाहेर पडली. पण अर्ध्या वाटेतच तिला पावसाने गाठले. तिचा स्वच्छ पांढरा शुभ्र झगा भिजून चिंब झाला आणि पाण्याने निथळत ती घरी परत आली. इतर बहिणींची दुपारही अशीच वाईट गेली होती. मेगने दुपारी बाजारात जाऊन झग्यासाठी नवे कापड खरेदी केले आणि घरी येताच ते बेतून तिने कापले. पण उत्साहाच्या भरात कपडा कच्चा आहे की पक्का हे बघण्यास ती विसरून गेली होती. घरी आल्यानंतर तिच्या ध्यानी आले की, आपण खरीदलेले कापड केवळ दिखाऊ, भडक आणि रंगाला कच्चे आहे. तेव्हा ती मनातून फार खट्टू झाली आणि अर्धवट कापलेले कापड तिने तसेच गुंडाळून ठेवले. ज्योने वाचून वाचून डोके दुखवून घेतले होते आणि तिचा स्वभाव इतका त्रासिक नि चिडचिडा बनला होता की, सुस्वभावी लॉरीबरोबर अखेर तिचे भांडण झाले होते. शेवटी ती इतकी वैतागली की, आपण ऑंट मार्चबरोबर 'प्लमफील्ड'ला गेलो असतो तर बरे झाले असते असे देखील एकदा तिच्या मनात येऊन गेले. बेथचे मात्र एकंदरीत ठीक चालले होते. कारण ती स्वभावत:च अशी कामसू होती की, काम करायचे नाही, विश्रांती घ्यायची आहे हेच ती विसरून गेली आणि नेहमीसारखीच रोजची कामे करू लागली. पण भोवतालच्या

बदललेल्या वातावरणाचा तिच्यावरही परिणाम झाल्यावाचून राहिली नाही, तिची मूळची शांत प्रसन्न वृत्ती गढूळ होऊन गेली. इतकी की गरीब बिचाऱ्या 'जोना' बाहुलीला एकदा तिने रागारागाने जमिनीवर आपटलेदेखील! सर्वांत केविलवाणी अवस्था झाली ती ॲमीची. कारण तिचे मूळचे भांडवल फार मर्यादित होते. बाहुल्यांशी खेळणे तिला आवडत नसे. परीकथा वाचणे पोरकटपणाचे वाटे. सारा वेळ चित्र काढणे तर शक्यच नव्हते. पार्ट्यांना आमंत्रणेही काही रोज येणार नव्हती. अशा परिस्थितीत वेळ कसा घालवावा हे एक मोठेच कोडे तिला पडले; आणि आपल्या त्या एवढ्याशा, क्षुद्र अहंकारी व्यक्तिमत्त्वाचे काय करायचे हेच तिला कळेनासे झाले.

आपल्या या अभिनव प्रयोगाचा आपल्याला कंटाळा आला आहे हे मान्य करायला कोणीही तयार नव्हती. पण आठवडा जेव्हा संपत आला तेव्हा प्रत्येकीला मनातल्या मनात हायसे वाटले. शुक्रवारी रात्री त्या मुलींनी खरोखरच सुटकेचा नि:श्वास टाकला. पण मिसेस मार्चचा स्वभाव मोठा मिष्कील होता. आठवडाभर मिळालेला धडा मुलींच्या मनावर अधिक परिणामकारकपणे ठसावा म्हणून तिने आणखी एक युक्ती योजली. तिने हॅनाला एक दिवसाची रजा देऊन टाकली.

शनिवारी सकाळी त्या चौघी बहिणी झोपेतून जाग्या झाल्या, तो फारच विलक्षण दृश्य त्यांच्या नजरेस पडले. सैंपाकघरात विस्तव पेटवलेला नव्हता, टेबलावर 'ब्रेकफास्ट' मांडलेली नव्हती आणि आईचा तर कोठेच पत्ताच नव्हता.

"हा प्रकार तरी काय आहे?" ज्यो विस्मयाने उद्गारली.

मेग घाबरून धावतच माडीवर गेली. ती खाली परत आली तेव्हा तिचा चेहरा ओशाळलेला दिसत होता. खाली येताच ती आपल्या बहिणींना म्हणाली,

"आई आजारी वगैरे काही नाही. पण ती अतोनात थकून गेली आहे, म्हणून आज दिवसभर ती नुसती विश्रांती घेणार आहे. ती मला म्हणाली, 'तुम्हाला जमेल तसं भागवून घ्या आज तुम्ही. मला बिलकूल त्रास देऊ नका.' आई सहसा कधी असं वागत नाही. पण मला वाटतं, गेला सबंध आठवडा तिला खूप काम पडलं, त्यामुळे शिणून गेलीय ती, तेव्हा आपण आता कुरकूर करता कामा नये."

"ठीक आहे. आज आपण घर सांभाळू या." ज्यो म्हणाली, "नाही तरी मला काही काम हवंच होतं – काम म्हणजे काय, करमणूक म्हणते मी!" तिने आपल्या विधानात घाईघाईने दुरुस्ती केली.

लगेच त्या चौघी बहिणी उत्साहाने कामाला लागल्या, पण लौकरच त्यांच्या ध्यानी आले की, ते वाटले तेवढे सोपे नव्हते. 'घरकाम म्हणजे थट्टा नव्हे' असे जे नेहमी हॅना त्यांना म्हणे, त्याचा त्यांना हळूहळू प्रत्यय येऊ लागला.

ब्रेकफास्टचा प्रश्न त्यांनी कसाबसा सोडवला. कारण घरात साठवणीचे अन्न भरपूर होते. अंडी होती. ब्रेड होता. बेथने आणि ॲमीने टेबल तयार केले. मेगने आणि

ज्योने ब्रेकफास्ट आणून मांडला. नंतर मेगने आईसाठी एक ‘ट्रे’ तयार केला. ‘ट्रे’ आईला माडीवर नेऊन दिल्यानंतर ती खाली आली. ‘ट्रे’ मधले खाद्यपदार्थ बघून मिसेस मार्चला हसू आल्याविना राहिले नाही. कारण त्यातला चहा वाजवीपेक्षा जास्त उकळला होता. ऑम्लेट करपले होते आणि टोस्ट कुठे फार भाजला होता तर कुठे अगदी कच्चा राहिला होता. ‘ब्रेकफास्ट’ खाता खाता मिसेस मार्च स्वत:शीच हसून म्हणाली,

“गरीब बिचाऱ्या माझ्या पोरी! आज दिवसभर त्यांची अगदी तारांबळ उडणार. पण हा अनुभव कधीतरी त्यांना यायलाच हवा हेही खरं!”

इकडे खाली सैंपाकघरात घोटाळ्यावर घोटाळे होत होते. मेगच्या हातून सैंपाकात चुका होऊ लागल्या आणि ती कुरकुरू लागली. घरकामाची तिला कधीच विशेष आवड नव्हती आणि आज अचानक ते सारे अंगावर पडल्यामुळे ती वैतागली होती. तेव्हा ज्यो पुढे होऊन तिला म्हणाली,

“हे बघ. तू नुसती देखरेख केलीस, सूचना दिल्यास तरी पुरे. मी सैंपाकाचं बघते. तू आपली दिवाणखान्यात बैस आणि आल्यागेल्याचं स्वागत कर. अं?”

मेगला ही सूचना फारच मानवली. ती लगेच दिवाणखान्यात आली. केर काढण्याची कटकट नको म्हणून तिने सारा पसारा पायाने कोचाखाली ढकलला आणि टेबलाखुर्च्यांवर साठलेली धूळ कुणाला दिसायला नको म्हणून खिडक्यांचे पडदे ओढून घेऊन आतला प्रकाश अंधूक केला. लॉरीबरोबर झालेले भांडण ज्योला डाचत होते. त्याच्याशी समेट करावा आणि मैत्रीचे संबंध पुन्हा प्रस्थापित करावेत म्हणून तिने त्याला दुपारच्या जेवणाचे आमंत्रण दिले. मेगला ती कल्पना फारशी रुचली नाही. तिने ज्योला म्हटले,

“लॉरीला जेवायला बोलावलंस खरं, पण सैंपाक जमणार आहे का तुला?”

“न जमायला काय झालं?” ज्यो उत्साहपूर्वक म्हणाली, “बघ आता हं, ‘कॉर्न्ड बीफ’ आणि उकडलेले बटाटे हा जेवणातला प्रमुख पदार्थ. उकळलेलं ॲस्परेगस. शिवाय बाजारातून लॉब्स्टर आणून त्याचं ‘सलाड’ करू या. अर्थात ते मला येत नाही. पण पुस्तकात त्याची कृती दिली आहे. त्यावरून ते सहज बनवता येईल आणि जेवणानंतर गोड पदार्थ म्हणून स्ट्रॉबेरी नि मलई देऊ या छानपैकी. वाटल्यास कॉफीही करू. म्हणजे अगदी फॅशनेबल बेत होईल की नाही?”

“उगीच फार प्रकार करण्याच्या भानगडीत पडू नकोस ज्यो.” मेग म्हणाली, “कारण माझ्याप्रमाणेच तुलाही सैंपाकाचा सराव नाही मुळीच. खरं तर तू लॉरीला बोलावलंस हे मला बिलकूल पसंत पडलेलं नाही. तू निदान आईचा तरी सल्ला घ्यायचा होतास आधी?”

“मी माझ्या जबाबदारीवर बोलावलंय त्याला. मी बघेन कसं काय सारं निभावून न्यायचं ते.” ज्यो मनातल्या मनात काहीशी दुखावून म्हणाली, “पण तू नुसती त्याच्याशी हसून दोन शब्द गोडीनं तर बोलशील की नाही?”

"रागावू नकोस." मेग तिला समजावीत म्हणाली, "मी तुला सारी मदत करीन. पण मला वाटतं तू एकदा आईला सांगून तिची परवानगी घेतलेली बरी."

बहिणीचा सल्ला पटून ज्यो माडीवर आईला विचारण्यासाठी गेली. पण मिसेस मार्चने तिला अगदी अनपेक्षित उत्तर दिले. ती म्हणाली,

"तुम्ही वाटेल त्याला जेवायला बोलवा, वाटेल ती खरेदी करा, वाटेल ते पदार्थ बनवा. मला आज काही विचारू नका अन् मला त्रासही देऊ नका. मी हे एवढं पुस्तक वाचून संपवलं की बाहेरच जेवायला जाणार आहे मुळी आज. आज मी अगदी संपूर्ण सुटी घेतली आहे. मी बाहेर जेवणार, मैत्रिणीकडे जाणार, हिंडणार, फिरणार आणि स्वतःची भरपूर करमणूक करून घेणार!"

आपली अत्यंत उद्योगी आणि कार्यमग्न आई सकाळच्या वेळी बिछान्यात पडून पुस्तक वाचताना नि अशी बेफिकीरपणे उत्तरे देताना बघून ज्योला आश्चर्याचा जो धक्का बसला तो शब्दांत वर्णन करून सांगणे केवळ अशक्य आहे. धरणीकंप, ज्वालामुखी स्फोट, खग्रास ग्रहण अशा नैसर्गिक उत्पातानेदेखील ती इतकी हादरून गेली नसती!

माडीवरून खाली येता येता ती स्वतःशीच पुटपुटली, "काय झालंय आज कोण जाणे! घर हे मुळी घरासारखं वाटतच नाही. ती पाहा. ती बेथ रडते आहे. घरात काही तरी फार मोठा बिघाड झाल्याचा पुरावा आणखी वेगळा कशाला हवा?"

ज्यो लगबगीने 'पार्लर' मध्ये आली. तेथे बेथ जोरजोराने हुंदके देत बसली होती आणि तिचा आवडता कॅनरी तिच्या पुढ्यात पिंजऱ्यामध्ये मरून पडला होता. त्याचे दोन्ही पाय वर ताठ झाले होते. जणू ज्या अन्नाच्या अभावी तो मेला होता, त्याचीच तो दीनपणे याचना करीत होता.

"कशी ग विसरले मी माझ्या छबड्याला?" बेथ हुंदक्यातून बोलली, "त्याच्या वाटीत धान्याचा एक कण नाही की पाण्याचा एक थेंब नाही. पिप, माझ्या लाडक्या, कशी रे मी इतकी निर्दय झाले?"

आणि बेथने 'पिप'ला पिंजऱ्यातून बाहेर काढले. त्याला छातीशी कवटाळून ती पुन्हा ओक्साबोक्शी रडू लागली.

ज्योने हळूच पिपची छाती चाचपून पाहिली. त्याचे थिजलेले डोळे बघितले. तो थंडगार झाला होता. ज्यो हलकेच बेथला म्हणाली, "जिवंत नाही तो आता बेथ. हे बघ, मी माझ्याजवळची एक छोटी पेटी देते. तिच्यात सध्या ठेव तू त्याला–"

"भुकेनं मारला मी त्याला. निव्वळ भुकेनं मारला." बेथला पुन्हा रडण्याचा उमाळा आला, "मी आता त्याला छानशा कपड्यात गुंडाळीन नि बागेत झाडाखाली पुरीन. अन् यापुढे मी आता कधी सुद्धा दुसरा पक्षी पाळणार नाही. फार वाईट आहे मी. दुष्ट आहे अगदी."

"बेदी, रडू नकोस बेटा," ज्यो तिला समजावीत म्हणाली, "आता तू पिपला

छान कपड्यात गुंडाळून ठेव. जेवणं आटोपली की आपण बागेत त्याला पुरून टाकू या. हा सारा आठवडाच मुळी वाईट गेला नि 'पिप'ला तर या प्रयोगाची सगळ्यांत मोठी शिक्षा झालीय. रडू नकोस बाळा. मला आता सैंपाकाकडे बघायला हवंय."

बेथला 'पिप'च्या शोकात ठेवून ज्यो सैपाकाकडे वळली. तेथे तर गोंधळाला सीमाच नव्हती. पण आता विचार करायलाही वेळ नव्हता. अंगावर भला थोरला 'एप्रन' चढवून ज्यो कामाला लागली. आदल्या रात्रीच्या खरकट्या बश्या तिने धुण्यासाठी गोळा करून मोरीवर नेऊन ठेवल्या. तेवढ्यात चूल विझून गेली.

बरीच खटपट करून ज्योने चुलीतले निखारे पुन्हा फुलवले आणि पाणी तापायला वर ठेवून ती भाजी खरेदी करण्यासाठी बाजारात गेली. तेथून परत येताना आपण मोठ्या हुषारीने बाजार केला आहे, अशा समाधानात ती होती. पण तिची खरेदी अगदी बेहिशेबी झाली होती. तिने आणलेला 'लॉब्स्टर' हिरवाकच्चा होता. 'ॲस्परेगस' जून नि कडक होते. स्ट्रॉबेरीच्या दोन पेट्या तिने खरेदी केल्या होत्या. ती सैंपाकघरात आली तेव्हा मेगने भट्टीत पावाचे मिश्रण भाजण्यासाठी ठेवले होते आणि मग तिच्याकडे सॅली गार्डनर असल्यामुळे ती दिवाणखान्यात तिच्याशी गप्पा मारीत बसली होती. पाव तयार होण्यासाठी उष्णतामान किती असावे लागते आणि मिश्रण किती वेळ भट्टीत ठेवावे लागले याची ज्योला काहीच कल्पना नव्हती. ती तशाच अवतारात घाईघाईने दिवाणखान्याच्या दाराशी गेली आणि मेगला म्हणाली,

"पावाचं मिश्रण कडेवरून खाली ओघळतंय. आता किती वेळ भट्टीत ठेवू ते?"

सॅली हसू लागली. मेगला ज्योचा राग आला. तिच्या भुवया एकदम वर चढल्या. ज्यो घाबरून तशीच मागे वळली आणि मेगला अधिक त्रास न देता प्रत्येक गोष्ट आपल्याला जमेल तशीच करण्याचे तिने ठरविले. ती सैंपाकघरात धडपडत असतानाच मिसेस मार्च माडीवरून खाली उतरली. इथेतिथे डोकावून तिने घरात काय चालले आहे याचा एकवार अंदाज घेतला, अजूनही रडत बसलेल्या बेथचे सांत्वन केले आणि ती शांतपणे घराबाहेर पडली. आईची परिचित मूर्ती घराबाहेर वळणावरून अदृश्य होताना मुलींनी पाहिली आणि एक विलक्षण हताशपणा त्यांची मने व्यापून राहिला. इतके हीनदीन, असहाय त्यांना कधीच वाटले नसेल.

आई जाऊन पाच मिनिटे होतात न होतात तो मिस क्रोकरचे आगमन झाले. येताच तिने जाहीर करून टाकले की, ती दुपारच्या जेवणाला थांबायच्या बेताने आली आहे. मिस क्रोकर ही एक रोड, हडकुळी, अत्यंत चौकसखोर आणि लावालाव्या करणारी भोचक म्हातारी होती. तिची नजर अगदी घारीसारखी तीक्ष्ण होती आणि जे दिसेल ते ती गावभर सांगत सुटे. मुलींना ती अगदी आवडत नसे. पण मिस क्रोकरला जवळचे कोणी नातेवाईक नव्हते; आणि ती अगदी दरिद्री होती. त्यामुळे मिसेस मार्चची मुलींना सक्त ताकीद असे की, मिस क्रोकर घरी आली

म्हणजे तिचे चांगले स्वागत झाले पाहिजे. तिला खाऊपिऊ घातले पाहिजे. म्हणून ती येताच मेगने तिला बसायला आरामखुर्ची दिली. तेथे ठाण मांडून मिस क्रोकरने तोंडाचा पट्टा सुरू केला आणि ती गावकुटाळ्या करू लागली.

त्या दिवशी एकटीने सैंपाक करताना ज्योने जो मनस्ताप अनुभवला, जे प्रयोग केले आणि ज्या चुका केल्या त्याला सीमाच नव्हती; आणि एवढे धडपडूनही सरतेशेवटी व्हायचे तेच झाले. मेगने एकदाच साऱ्या गोष्टीतून आपले अंग काढून घेतले असल्यामुळे तिला काही विचारायची ज्योला भीती वाटत होती. त्यामुळे तिने एकटीलाच जमेल तसे सारे केले. निव्वळ हौस आणि उत्साह यांपेक्षा सैंपाकाला आणखी काहीतरी लागते याची तिला जाणीव झाली. 'ॲस्परेगस' जवळजवळ तासभर उकळूनही ते शेवटी कच्चेच राहिले. पाव खालून करपून गेला. 'लॉब्स्टर' तर ज्योला एक रहस्यच होऊन बसले. कारण त्याचे कवच काढून टाकल्यावर आत फार थोडा भाग खाण्यासारखा शिल्लक उरला. मग ज्योने त्यात लेट्यूसची पाने वगैरे घालून कसेबसे 'सलाड' बनवले. उकडलेले बटाटे अर्धवटच उकडले गेले आणि स्ट्रॉबेरी दिसायला लालबुंद दिसल्या तरी त्या कच्च्या असाव्यात अशी ज्योला शंका येऊ लागली.

"काही का असेना!" ती स्वत:चीच समजूत घालीत म्हणाली, "निदान बीफ, पाव आणि लोणी हे तर पोटभर खातील सारेजण, सैंपाक मला जमला नाही ही गोष्ट खरी. पण आता त्याचा खेद करून काय उपयोग? सारी सकाळ मात्र फुकट वाया गेली!"

रोजच्यापेक्षा जवळ जवळ अर्धा तास उशिराज्योने जेवणाची घंटा वाजवली. भुकेजलेली माणसे उत्सुकतेने टेबलाशी येऊन बसली आणि ज्यो थकलेली, निरुत्साह, घामाघूम अशी तेथे येऊन बसली. सर्व प्रकारच्या उत्तमोत्तम जेवणांना सरावलेल्या लॉरीपुढे हे असले जेवण मांडताना शरमेने तिची कानशिले कढत होऊन गेली होती आणि मिस क्रोकर गावभर टीका करीत हिंडणार या जाणिवेने तिला विलक्षण अस्वस्थ वाटत होते.

जेवण सुरू झाले. एकामागून एक ताटातला पदार्थ चाखून तो बाजूला सारला जाऊ लागला. ॲमी खुदखुद हसू लागली. मेग रागावलेली दिसली. मिस क्रोकरचे तीक्ष्ण डोळे आनंदाने चमकू लागले. एकटा लॉरी मजेत गप्पा मारीत होता आणि पुढ्यात वाढले जाईल ते शूरपणाने खात होता. जेवणाचा सत्यानाश झाला आहे हे कुणी न सांगताही ज्योच्या ध्यानी आले होते. पण अजूनही तिला एक आशा होती. स्टॉबेरी आणि सायसाखर. कारण तिने स्ट्रॉबेरीवर भरपूर साखर पेरली होती आणि घट्ट सायीचे एक मोठे भांडे तिने बाजूला ठेवले होते. जेवणाच्या बश्या बाजूला काढल्यानंतर काचेच्या छोट्या सुंदर पेल्यांतून जेव्हा तिने स्ट्रॉबेरी सर्वांपुढे ठेवल्या तेव्हा तिचे कढत गाल जरासे निवले. सायीच्या थरातून डोकावणाऱ्या लालगुलाबी स्ट्रॉबेरीकडे प्रत्येकजण मोठ्या उत्सुकतेने व अपेक्षेने पाहू लागलेला. पेले पुढ्यात येताच मिस क्रोकरने एक

चमचा भरून तोंडात घातला. दुसऱ्याच क्षणी तिने तोंड वाकडे केले आणि घाईघाईने पाण्याचे घटाघट घोट घेतले. ज्योने स्वत:साठी स्ट्रॉबेरी घेतल्या नव्हत्या. कारण सर्वांना पुरतील इतक्या त्या नसल्यामुळे इतरांनाच त्या भरपूर खाऊ घालण्याचे तिने ठरविले होते. त्यामुळे काय बिघडले आहे हे तिला कळेना. तिने भीतभीत लॉरीकडे पाहिले. त्याच्या कपाळावर एक बारीक आठी उमटली होती. पण त्याने आपली नजर आपल्या पुढ्यातल्या पेल्यावर खिळवली होती आणि चमच्यामागून चमचे तो निग्रहपूर्वक तोंडात घालीत होता. ॲमीला गोडाची फार आवड असे. तिने चमचा भरून स्ट्रॉबेरी अघाशासारख्या खाल्ल्या. अगेच तिने तोंडावर रुमाल धरला आणि ती मोरीकडे धावत गेली.

"अरे देवा! काय झालंय तरी काय?" भीतीने कापत ज्योने शेवटी प्रश्न केला.

"साखरेऐवजी मीठ पडलंय त्यात, नि साय नासून गेलीय सारी."

ज्योने डोळे मिटून घेतले. आता तिला एकदम आठवले, शेवटच्या क्षणी बाटल्यांवरची नावे न वाचताच एक पांढरी भुकटी तिने स्ट्रॉबेरीवर घातली होती आणि सायीचे भांडे काल फ्रीजमध्ये मुळी ठेवलेलेच नव्हते! शरमेने ती लालजांभळी पडली आणि रडण्याच्या अगदी बेतात आली. तेवढ्यात तिची अन् लॉरीची दृष्टादृष्ट झाली, तो तिच्या ध्यानी आले की, तो विलक्षण प्रयासाने आपले हसू आवरीत आहे. त्याबरोबर तिला एकदम हसू कोसळले. ती इतकी हसली, की शेवटी तिच्या डोळ्यांतून गालावर पाणी ओघळले, लॉरी हसत सुटला. बाकीच्या सर्वांनाही हसू आवरेना, फार काय सांगावे, मिस क्रोकरदेखील मनापासून हसली आणि ते दुर्दैवी जेवण मोठ्या मजेत, कॉफीचे घुटके घेत घेत साऱ्यांनी संपवले!

जेवण झाल्यावर ज्यो म्हणाली, "मी इतकी थकून गेले आहे की, मला हा सारा पसारा आवरायला आता इच्छा राहिली नाही की अंगात ताकदही उरली नाही. आता आपण बेथच्या 'पिप'ला निरोप देऊन त्याला बागेत पुरू या."

जेवण होताच मिस क्रोकर घरी जावयास निघाली. दुसऱ्या कुणाकडे जेवताना ही सर्व घटना कशी तिखटमीठ लावून खमंग करता येईल याचा ती मनाशी विचार करीत होती.

लॉरीने बागेत फर्नच्या वृक्षाखाली एक चिमुकला खळगा खणला. पिपच्या प्रेमळ मालकिणीने अश्रू ढाळीत त्याला त्या खाचेत ठेवले. मग पेटीचे झाकण बंद करून वर माती लोटण्यात आली. वर एक लहानसा दगड खूण म्हणून अर्धवट पुरला आणि ॲमीने आपल्या हाताने बनविलेली व्हायोलेट फुलांची माळ त्यावर वाहिली. ज्योने सकाळी स्वयंपाक करताना शब्दांशी झटापट करून एक कविता जुळविली होती. ती लॉरीने पिपच्या थडग्याच्या दगडावर लिहिली. कविता अशी होती :

प्रिय पक्ष्या रे इथे चिरंतन सुखे नीज तू घेई
तुझा लाडक्या! कधी आम्हाला विसर व्हायचा नाही!

हा शोकप्रद कार्यक्रम उरकल्यानंतर रडून रडून शिणलेली बेथ विश्रांती घ्यावी

म्हणून झोपण्याच्या खोलीत गेली. पण तेथे सारा पसारा पडला होता. बिछान्यावरच्या चादरी विस्कटलेल्या होत्या आणि जिकडे तिकडे धूळ, कचरा पसरला होता. बेथ निमूटपणे कामाला लागली. नंतर एक तासभर खपून तिने खोली आरशासारखी लख्ख केली; आणि त्यात तिला आपल्या दु:खाचा बराच विसर पडला. मेगने ज्योला टेबल साफ करण्यात नि बश्या धुण्यात मदत केली. मग त्यांनी दिवाणखाना स्वच्छ केला. एवढे होईतो अर्धी दुपार उलटून गेली. लॉरीने ॲमीला गाडीतून फिरायला नेले. दिवसभर काम करून मुली इतक्या थकल्या होत्या की, रात्रीच्या जेवणाला अजिबात फाटा द्यायचा असे त्यांनी ठरवले. संध्याकाळी पाचच्या सुमाराला मिसेस मार्च घरी परत आली. आवरलेले घर बघताच आपली युक्ती थोड्याफार प्रमाणात तरी सफल झाली हे तिच्या तात्काळ ध्यानी आले. त्यानंतर एकामागून एक माणसे येत राहिली. त्यांचे स्वागत करावे लागले. त्यांना चहापाणी द्यावे लागले. थोडे शिवणकाम अर्धवट पडले होते ते पुरे करावे लागले.

संध्याकाळ झाली. काळोख दाटला. बागेत दव पडू लागले. पोर्चवर चढवलेल्या वेलीवरचे गुलाब हलके हलके उमलत होते. अशा वेळी आई आणि मुली विसावा घेण्यासाठी व्हरांड्यात येऊन बसल्या. आपापल्या परीने प्रत्येकजण अगदी थकून गेली होती.

"छी! कसला वाईट दिवस गेला आज!" एक मोठा उसासा टाकून ज्यो म्हणाली.

"पण वेळ मात्र फार भरकन गेला नाही?" मेग म्हणाली.

"घर मुळी घरासारखं वाटतच नाही आज." ॲमी म्हणाली.

"कसं वाटेल? आई आज दिवसभर घरी नव्हती आणि बिचारा पिपसुद्धा आज नाही!" रिकाम्या पिंजऱ्याकडे नजर टाकून बेथ बोलली. तिचे डोळे पाण्याने भरून आले.

मिसेस मार्चने चटकन बेथला जवळ ओढून घेतले आणि ती तिला म्हणाली, "आई नेहमी तुझ्याजवळ आहे बेटा आणि हवा तर उद्याच्या उद्या तुला दुसरा कॅनेरी मी आणून देईन. मग तर झालं?"

जरा वेळ कोणीच काही बोलले नाही. मग मिसेस मार्च म्हणाली, "तुमचा प्रयोग यशस्वी झाला का मुलींनो? की आणखी एखादा आठवडा हवाय तुम्हाला प्रयोगासाठी?"

"नको. मुळीच नको." ज्यो चटकन म्हणाली, इतर बहिणींनीही लगेच तिला साथ दिली.

"मग? तुम्हाला आता पटलंय तर की निव्वळ आळस उपयोगाचा नाही. माणसाला कामाची आवश्यकता आहे! होय ना?"

"होय आई." ज्यो म्हणाली, "मला तर आता विश्रांतीचा नि आळसाचा इतका कंटाळा आला आहे की, काहीतरी काम मला हवंच आहे."

"मी म्हणते, तुम्ही सैंपाक का शिकून घेत नाही?" मिसेस मार्च म्हणाली, "बाई

म्हटली की तिला सैंपाक करता आला पाहिजे.''

''आई,'' इतका वेळ स्वत:शीच कसला तरी विचार करीत बसलेली मेग एकदम म्हणाली, ''तू आज मुद्दामच विश्रांती घेतलीस ना? तुला बघायचं होतं आम्हाला घरकाम जमतं की नाही ? आमची परीक्षा घ्यायची होती तुला. खरं की नाही?''

''होय. खरं आहे ते.'' मिसेस मार्च किंचित हसून म्हणाली,''घरात प्रत्येकाने आपापला कष्टाचा नि जबाबदारीचा वाटा जर उचलला नाही तर घर कसं विस्कळित होते, मानसिक समाधान कसं नष्ट होतं ते तुमच्या ध्यानी आणून द्यायचं होतं मला. हॅना आणि मी जेव्हा सारं घर चालवीत असतो, तेव्हा तुम्हाला मजेनं, सुखात राहता येतं. पण प्रत्येकजण जर आपल्यापुरतंच बघू लागला, दुसऱ्याचा विचार करणं त्यानं अजिबात सोडून दिलं तर कशी फटफजिती होते, पाहिलंत ना तुम्ही?''

मुली काही बोलल्या नाहीतं. त्यांनी फक्त संमतिदर्शक माना हलवल्या.

''काम ही गोष्ट वाटते तितकी वाईट नाही.'' मिसेस मार्च पुढे बोलली, ''कामामुळे कंटाळा पळून जातो. भलभलत्या विचारांपासून मन मुक्त राहतं. प्रकृती धडधाकट राहून वृत्ती उल्हसित बनते. कष्टाळू माणसाला जो आत्मविश्वास असतो, स्वतंत्रपणाची जी जाणीव असते ती पैशानं किंवा सत्तेनं देखील मिळत नाही.''

''यापुढं आम्ही खूप काम करीत जाऊ मार्मी.'' ज्यो म्हणाली, ''मी सैंपाक शिकून घेईन म्हणते.''

''मी शिवणकाम शिकेन आणि पपांचे शर्ट यापुढे मीच स्वत: शिवीत जाईन.'' मेग म्हणाली.

''मी देखील फार आळशी होत चालले आहे. बाहुल्या आणि गाणं यावर फार वेळ दवडते मी.'' बेथ म्हणाली, ''पण आता मी अभ्यास आणि घरकाम इकडे जास्त लक्ष देणार आहे.''

''मी काजंबटनं करायला शिकेन.'' ॲमी गंभीरपणे बोलली, ''आणि भाषा नि व्याकरण सुधारून टाकीन.''

''छान छान!'' मिसेस मार्च समाधानपूर्वक बोलली, ''तुम्ही सगळ्याजणींनी खरोखर असा निश्चय करून तो पार पाडला तर मग आजच्या माझ्या या छोट्याशा प्रयोगाचं सार्थक झालं म्हणायचं. पण मुलींनो, याच वेळी तुम्हाला आणखी एक सूचना देऊन ठेवते. तुम्ही आहात जरा अतिरेकी. तेव्हा एकदम 'काम काम' म्हणून दुसऱ्या टोकाला जाऊन आपल्या जिवाची ओढाताणही करू नका. एवढंच ध्यानात ठेवा की, माणसानं आपल्या वेळेचा सदुपयोग करायला शिकलं पाहिजे, म्हणजे तरुणपण सार्थकी लागतं आणि म्हातारपणी पस्तावण्याची वेळ येत नाही. खरं ना?''

''होय आई, होय.'' त्या साऱ्याजणी मन:पूर्वक म्हणाल्या आणि अशा रीतीने तो दिवस संपला.

१२

लॉरीची पिकनिक

बागेमध्ये लॉरीने बनविलेल्या छोट्या पोस्ट ऑफिसातल्या पत्रांचा नि पार्सलांचा बटवडा करण्याचे काम बेथने हौसेने आपल्या स्वत:च्या अंगावर घेतले होते. ऑफिसच्या छोट्या दाराचे कुलूप उघडून आतल्या वस्तू काढताना नि त्या साऱ्यांना वाटताना तिला फार आनंद होई. जुलै महिन्यातल्या एका दिवशी अशी ती 'टपाल' घेऊन आली आणि पत्रे नि पार्सले साऱ्यांना वाटू लागली. मिसेस मार्चसाठी लॉरी नियमाने फुले पाठवीत असे. ती बेथने 'मार्मीच्या कोपऱ्या'तल्या फ्लॉवरपॉटमध्ये घालून ठेवली. नंतर मेगजवळ येऊन ती म्हणाली,

"मिस मेग मार्च, हे घ्या तुमचं पत्र नि हा एक हातमोजा!"

"अग बाई, मी तर माझा हातमोज्यांचा जोड लॉरीच्या घरी विसरून आले होते. मग पोस्टाने हा एकच हातमोजा कसा आला?" मेग आश्चर्याने म्हणाली, "बेथ, तू येताना बागेत नाही ना सांडलास दुसरा हातमोजा ?"

"छे छे! पोस्टात मुळी एकच हातमोजा होता." बेथ ठासून म्हणाली.

"बरं. असू दे." मेग म्हणाली, "आणि हे पत्र–हं. एक जर्मन गाणं मी लॉरीकडे भाषांतर करण्यासाठी दिलं होतं. ते भाषांतर होऊन आलेलं दिसतंय. पण हे हस्ताक्षर लॉरीचं नव्हे. मला वाटत, मिस्टर ब्रुक यांनी हे भाषांतर केलं असावं."

मिसेस मार्चने मेगकडे क्षणभर निरखून पाहिले. पण मेगच्या शांत व प्रसन्न मुद्रेवर कसलीच चलबिचल तिला दिसून आली नाही. निळ्या बारीक चौकड्याचा पांढराशुभ्र झगा घातलेली, गोऱ्यापान कपाळावर कुरळ्या केसांची महिरप असलेली मेग शिवणकाम करताना किती गोड, निरागस दिसत होती. टाके घालता घालता ती स्वत:शीच कसले तरी गाणे गुणगुणत होती. तिच्याकडे काही वेळ टक लावून पाहिल्यानंतर मिसेस मार्च स्वत:शीच हसली आणि समाधानपूर्वक तिने मान डोलावली.

बेथने ज्योच्या हाती एक पाकीट दिले. ज्योने ते फाडून वाचले. ते पत्र मिसेस

मार्चने तिला लिहिले होते. त्यात तिने म्हटले होते,

'ज्यो, माझ्या लाडक्या मुली, तू आपला रागीट स्वभाव जिंकण्याची जी धडपड करते आहेस ती घरात कोणाच्या ध्यानी आली नसेल असे जर तुला वाटत असेल, तर ते चूक आहे. बेटा, मी तुझा प्रयत्न बघते आहे आणि त्याबद्दल मला तुझे फार कौतुक वाटते आहे. मुली, अशीच चिकाटीने तू आपली धडपड चालू ठेव. आज ना उद्या देव तुला यश देईलच देईल. –तुझी आई.'

पत्र वाचून होताच ज्योचे डोळे एकदम भरून आले. ती झटकन आपल्या जागेवरून उठली आणि धावतच आईजवळ येऊन तिने आईच्या खांद्यावर आपले डोके टेकले. नंतर आईच्या कानाशी तोंड नेऊन ती हलकेच पुटपुटली.

"आई, तुझ्या पत्रानं मला किती समाधान वाटतंय ते कसं सांगू? उत्तेजनाचे दोनच शब्द, पण ते आपल्या माणसाकडून आले म्हणजे केवढा आनंद होतो."

पुढे तिला बोलवेना. तिचा गळा भरून आला. मिसेस मार्चने तिला जवळ ओढून तिचे डोळे पुसले आणि ती तिला म्हणाली, "आईचं लक्ष आपल्या मुलांकडे नाही असं कधी झालंय ज्यो?"

मनातून अत्यंत तृप्त होऊन ज्यो पुन्हा आपल्या जागेवर जाऊन बसली. तिला आणखी एक पाकीट आले होते. अजून ते तिने फोडलेच नव्हते. आता ते फोडून आतल्या पत्रावरून तिने नजर फरविली. हे पत्र लॉरीने तिला धाडले होते. त्यातला मजकून असा होता,

'ज्यो दोस्ता,

काही इंग्लिश मुलेमुली उद्या माझ्याकडे येणार आहेत. तेव्हा त्यांना घेऊन एक सबंध दिवस मजेत घालवायचा बेत मी आखला आहे आणि या कार्यक्रमासाठी तुम्हा बहिणींना माझे आग्रहाचे निमंत्रण आहे. उद्या सकाळी आपण सर्वांनी होडीने 'लाँग मेडो' येथे जायचे आणि सर्व दिवस तेथे थांबून संध्याकाळी घरी परत यायचे असा 'प्लॅन' आहे. बरोबर खेळाचे साहित्य आणि भरपूर खाद्यपदार्थ नेणार आहोत. ब्रुक माझ्याबरोबर आहे. तो सर्व मुलांना शिस्तीत ठेवील आणि केट वॉगन ही मुलींच्यावर देखरेख करील. तुम्ही बरोबर काहीही आणायची जरूर नाही. फक्त तुम्ही सर्व बहिणींनी आलेच –आलेच–आलेच पाहिजे.

तुझा मित्र – लॉरी.'

"पिकनिक पिकनिक!" हातातले पत्र निशाणासारखे फडकवीत ज्यो आनंदाने ओरडली आणि तिने मोठ्या उत्साहाने पत्रातला मजकूर आपल्या बहिणींना वाचून

दाखवला. मग ती आईकडे वळून म्हणाली,

"जाऊ ना आई आम्ही? मी होडी वल्हवण्यात लॉरीला मदत करीन. मेग जेवणाकडे लक्ष ठेवील. बेथ आणि ॲमीसुद्धा आपापल्या परीनं उपयोगी पडतील. खूप मजा येईल."

"ही वॉगन मंडळी कशी आहेत कोण जाणे. ती जर श्रीमंत, शिष्ट नि अहंकारी असतील तर मग – तुला काही माहिती आहे ज्यो त्यांची?" मेगने साशंक होऊन प्रश्न केला.

"ही वॉगन भावंडं चौघंजण आहेत." ज्यो म्हणाली, "केट तुझ्या वयाची असेल. फ्रेड आणि फ्रँक ही जुळी भावंडं आहेत. ती असतील माझ्या वयाची. अन् सर्वांत धाकटी ग्रेस आहे, ती आहे आपल्या ॲमीएवढी. लॉरी युरोपमध्ये असताना त्याचा या भावंडांशी परिचय झालेला आहे. फ्रेड नि फ्रँक त्याला फार आवडतात. पण केटबद्दल बोलताना मात्र तो जरा नाक मुरडून बोलतो. त्यामुळे तिचा स्वभाव त्याला फार आवडला नसावासे दिसते."

"माझा तो फ्रेंच प्रिंटचा झगा मी परवाच धुवून इस्त्री करून ठेवलाय. पिकनिकच्या वेळी घालायला हवा तसा पोषाख आहे अगदी. तू काय कपडे करणार आहेस ज्यो?" मेगने विचारले.

"माझा तो करड्या जांभळ्या रेघांचा सूट आहे ना, तो घालीन मी." ज्यो म्हणाली, "बेदी, तू येणार ना?"

"हो." बेथ म्हणाली, "मात्र कोणी मुलांनी माझ्याशी बोलता कामा नये. लॉरी मला आवडतो आणि ब्रुकची मला मुळीच भीती वाटत नाही, कारण ते प्रेमळ आहेत. पण बाकी नाही कुणाशी बोलणार मी. मला फार लाज वाटते. मी आपली गुपचुप बसून राहीन. मला सांगाल ते काम करीन. शिवाय ज्यो, तू काळजी घेशीलच माझी. तेव्हा मी येणार."

"शाबास बेदी. आपल्यातला लाजाळूपणा कमी करण्यासाठी तू आपल्या परीने धडपडते आहेस, ही किती चांगली गोष्ट आहे. स्वत:चे दोष जिंकणं ही काही सोपी गोष्ट नाही. कठीण असतं ते फार. अशा वेळी आपल्या माणसानं दिलेलं प्रोत्साहन किती मोलाचं वाटतं म्हणून सांगू!" आणि ज्योने आपल्या आईकडे कृतज्ञतापूर्वक दृष्टिक्षेप केला. मग ती म्हणाली,

"चला, आता आपण झपाट्यानं आपापली कामं करायला लागू या. म्हणजे उद्या अगदी निर्वेधपणाने पिकनिकची गंमत लुटता येईल आपल्याला."

आणि त्या बहिणी उद्योगाला लागल्या.

दुसऱ्या दिवशी सकाळी सूर्यकिरणांनी जेव्हा त्या चौघी बहिणींच्या झोपायच्या खोलीत खिडकीवाटे प्रवेश केला, तेव्हा त्यांना मोठे विनोदी दृश्य बघायला मिळाले.

प्रत्येकजणीने आपापल्या परीने पिकनिकसाठी काही ना काही सिद्धता केली होती. मेगने कपाळावरच्या आणखी काही बटा कुरळ्या केल्या होत्या. ज्योने तोंडाला खूपसे कोल्डक्रीम फासून ठेवले होते. बेथने उद्या दिवसभराच्या वियोगाची भरपाई करण्यासाठी सगळ्या बाहुल्या झोपताना कुशीत घेतल्या होत्या. ॲमीने तर सगळ्यात कमाल केली होती. आपले नकटे नाक जरा तरी उठून दिसावे म्हणून तिने रात्रभर त्याला क्लिप लावून पकडून ठेवले होते. या साऱ्या विनोदी देखाव्याने सूर्यालाही हसू आले असावे. कारण सकाळची कोवळी उन्हे एकदम अशा काही प्रसन्नपणे तळपू लागली की, त्यामुळेच त्या बहिणींना अचानक जाग आली. उठल्याबरोबर साऱ्यांचे लक्ष ॲमीच्या नाकाकडे गेले आणि त्यांना एकदम हसू कोसळले.

ज्याचा प्रारंभच सोनेरी उन्हाने आणि प्रसन्न हास्याने झाला, तो दिवस चांगला जाणार यात शंका नव्हती. लौकरच दोन्ही घरांत पिकनिकसाठी करायच्या तयारीची धांदल सुरू झाली होती. बेथ जात्या उद्योगी असल्यामुळे तिची तयारी सर्वांच्या आधी झाली आणि मग ती खिडकीशी उभी राहून शेजारच्या घरातल्या घटनांचा धावता वृत्तान्त आपल्या बहिणींना निवेदन करू लागली.

'तो पाहा, तो एक माणूस तंबूचं साहित्य घेऊन चाललाय आणि मिसेस बार्कर जेवणाच्या करंड्या बाहेर आणून ठेवते आहे. हा लॉरी आला. कसा छान खलाश्याचा पोषाख चढवलाय त्यानं अंगावर. हां, ही पाहुणे मंडळींची गाडी आली. अबब! किती माणसं ही. ही एक उंच मुलगी. ही छोटी मुलगी. ही जुळी भावडं दिसताहेत. अरे! त्यांतला एक पायानं अधू आहे. लॉरी बोलला नाही कधी आपल्याला तसं काही. मुलांनो, लौकर आटपा हं. नाही तर आपल्यामुळे खोळंबा होईल त्यांचा. हा कोण? नेड मॉफट? हा येणार आहे आपल्याबरोबर पिकनिकला?''

''असं दिसतंय.'' मेग खिडकीतून बाहेर डोकावत म्हणाली, ''तो इथं आहे हे ठाऊक नव्हतं मला आणि सॅली मॉफट पण आलेली दिसतेय. बरं, ज्यो, मी ठीक दिसते आहे ना?''

''प्रश्नच नाही.'' एकदा मेगकडे नीट न्याहाळून बघत ज्यो म्हणाली, ''एखाद्या उमलत्या फुलासारखी टवटवीत दिसते आहेत तू. चला, माझीदेखील तयारी होत आली आहे!''

थोड्या वेळाने त्या चौघी बहिणी घरातून बाहेर पडल्या. उन्हाळ्यातला हलका झुळझुळीत पोषाख, डोक्यावर सुरेख उन्हाळी टोप्या आणि प्रसन्न मुद्रा यामुळे त्या चौघीही आज फार छान दिसत होत्या.

लॉरी धावतच त्यांच्या स्वागतासाठी पुढे आला आणि त्याने मोठ्या अदबीने आपल्या पाहुणे मंडळींशी त्यांचा परिचय करून दिला. मेगला मिस केट प्रथमदर्शनीच आवडली. तिच्या पोषाखातील साधेपणा तिला विशेष आकर्षक वाटला. पण थोड्या

वेळाने तिच्या ध्यानी आले की, केट थोडीशी अहंकारी होती आणि इतरांपासून स्वत:ला अलिप्त ठेवण्यावर तिचा विशेष कटाक्ष होता. नेड मॉफटने मेगला जरासे बाजूला घेऊन आपण खास तिच्या भेटीसाठीच पिकनिकला येण्याचे श्रम घेतल्याचे तिला सांगितले. त्यामुळे मेग अर्थातच खुलली. ज्योने आपल्या मोकळ्या स्वभावानुसार ताबडतोब सर्वांशी ओळख करून घेऊन त्यांच्याशी गप्पा मारायला तिने प्रारंभ केला. बेथ बराच वेळ संकोचाने दूर उभी होती. मुलांचे तिला अद्यापही फार भय वाटे. पण त्या जुळ्या भावंडांतला जो पायाने अधू होता तो तिला आवडला आणि त्याच्याविषयी तिला सहानुभूती वाटू लागली. त्यात संकोचाची तिची भावना कुठल्या कुठे नाहीशी झाली. ॲमीला ग्रेस ही मोठी 'सभ्य, सुसंस्कृत व टापटिपीची' मुलगी वाटली. काही वेळ त्या दोघीजणी लाजून एकमेकींकडे नुसत्याच बघत राहिल्या अणि अचानक त्यांची छान गट्टी जमली.

तंबू, खेळांचे साहित्य आणि खाद्यपदार्थ आधीच पुढे धाडून दिलेले होते. यामुळे आता सर्व मंडळींना जायचेच काम काय ते बाकी उरले होते. लॉरीने सर्व पाहुण्यांची विभागणी करून दोन होड्यांत त्यांना बसवले. एक होडी लॉरी व ज्यो मिळून वल्हवत होते, तर दुसरी होडी वल्हवण्याचे काम ब्रुक आणि नेड यांनी आपल्याकडे घेतले होते. ज्योने आपल्या डोक्यावर एक खूप रुंद कड असलेली हॅट घातली होती. कोणालाही ती हॅट पाहून हसू कोसळल्याशिवाय राहिले नसते. त्यामुळे मंडळीच्या मनातला प्रारंभीचा संकोच दूर करण्यास त्या हॅटचा मोठाच उपयोग झाला. हॅटला हसता हसता सारीजणे एकमेकांशी केव्हा मोकळेपणाने गप्पा मारू लागली, त्यांचे त्यांनाही कळले नाही. पुढे त्या हॅटचे इतरही उपयोग ध्यानी येऊ लागले. कारण ज्यो म्हणाली,

"वाऱ्यानं हॅटची कड सारखी फडफडते आहे. तेव्हा होडीच्या पंख्याची आवश्यकता नाही आणि समजा, पावसाची सर अचानक आली तर या हॅटचा छत्रीसारखा उपयोग होऊ शकेल. कारण ती रुंद असल्यामुळे आपली सारी पार्टी तिच्याखाली कोरडी राहील."

ज्योने आपल्या गप्पांनी आणि विनोदाने सर्वांना सारखे हसत ठेवले. केट तिच्याकडे विस्मयाने बघत होती. ज्योचा चित्रविचित्र पोषाख, तिचे अत्यंत अनौपचारिक वर्तन, लॉरीने व तिने 'काय रे दोस्ता' अशा एकमेकांना मारलेल्या हाका हे सारे तिला प्रारंभी फार विलक्षण वाटले. पण जरा वेळाने ज्योचे निर्मळ मन आणि लहान अर्भकासारखी वृत्ती तिच्या ध्यानी आली आणि तिने स्वत:शी म्हटले, "ज्यो मार्च विचित्र आणि तऱ्हेवाईक वाटते, पण मोठी छान मुलगी आहे!"

मेग दुसऱ्या होडीत बसली होती. बोट वल्हवणारे दोघेजण तिच्या समोरच होते. त्यामुळे नाही म्हटले तरी त्या सर्वांची दृष्टादृष्ट होतच हाती. त्यातही ब्रुक आणि

मेग या उभयतांचे डोळे वरचेवर भेटत. ब्रुक हा सुमारे अठ्ठावीस वर्षांचा देखणा, गंभीर आणि अतिशय सभ्य व सुसंस्कृत असा तरुण होता. तो लॉरीचा शिक्षक होता. पण लॉरीचे व त्याचे संबंध गुरुशिष्यापेक्षा बरोबरीच्या मित्रासारखेच होते. ब्रुक जात्या अबोल होता. मेगशी तर तो फारच कमी बोले. पण तो तिच्याकडे खूपदा बघत असे. त्याचा स्वर सौम्य व मृदू असून डोळे सुंदर तपकिरी रंगाचे, मोठाले असे होते. मेगला त्याच्या सभ्य रीतीभाती फार आवडत आणि त्याच्या हुशारीबद्दल नि विद्वत्तेबद्दल तिला विलक्षण आदर वाटे. नेड मॉफट हा एक सर्वसामान्य कॉलेजविद्यार्थ्यांचा नमुना होता. तो मनमोकळा, सुस्वभावी आणि विनोदप्रिय होता. सॅली गार्डनर आपला पांढरा शुभ्र झगा स्वच्छ ठेवण्याच्या काळजीत असल्यामुळे या तरुण मंडळींकडे तिचे असावे तेवढे लक्ष नव्हते.

ही मंडळी 'लाँग मेडो'ला लौकरच येऊन पोहोचली. तंबू व खाण्यापिण्याचे साहित्य त्यांच्या आधीच तेथे येऊन थडकले होते. 'लाँग मेडो' हे एक विस्तीर्ण हिरवेगार मैदान होते.त्याच्या मध्यावर तीन प्रचंड ओक वृक्ष उभे होते आणि बाजूला हिरवळीचा एक मोठा रुंद पट्टा असून तेथे 'क्रोकेट' खेळण्याची व्यवस्था केली होती.

"या. मंडळी या. मी तुमचे मनापासून स्वागत करतो." लॉरी आपल्या पाहुणेमंडळींकडे वळून उत्साहभराने त्यांना म्हणाला आणि मग पुढे तो बोलला, "ब्रुक हा आपल्या सर्व कार्यक्रमाचा प्रमुख सूत्रधार आहे, मी त्याचा मदतनीस आहे आणि आपण सर्व आमचे पाहुणे आहात. पाहुण्या स्त्रिांसाठी हा तंबू उभारला आहे. या तीन ओक वृक्षांपैकी एक दिवाणखाना समजायचा आहे, एक कोठीची खाली आणि एक सैंपाकघर. आता ऊन कडक होण्यापूर्वी आपण 'क्रोकेट'चा खेळ खेळू या. मग जेवणाचं बघू."

फ्रँक, बेथ, ॲमी आणि ग्रेस ही चारी मुले बाजूला बसून खेळ बघत राहिली आणि बाकीची आठजणे खेळात सामील झाली. एका बाजूचा म्होरक्या ब्रुक होता. त्याच्या पार्टीत मेग, केट आणि फ्रेड होते, तर दुसऱ्या बाजूचे नेतृत्व लॉरीने स्वीकारले होते. त्याच्याकडे सॅली, ज्यो व नेड हे भिडू होते. इंग्लिश मुले छानच खेळली, पण अमेरिकन मुले त्यांच्याहून अधिक सफाईने व सराईतपणे खेळत होती. जणू पूर्वीच्या काळी इंग्लिशांशी सामना देण्याऱ्या आपल्या पूर्वजांचे शौर्य त्यांच्या अंगी संचारले होते. खेळताना ज्योच्या आणि फ्रेडच्या अनेक वेळा चकमकी उडाल्या आणि एकदा फ्रेडने आपला चेंडू पायाच्या अंगठ्याने किंचित ढकलून सीमेच्या पलीकडे सरकवला. इतर कोणाच्या ते ध्यानी आले असेल नसेल, पण ज्योने ते पाहिले. ती चिडली आणि फ्रेडला तिने म्हटले,

"तुम्ही पायाने चेंडू सरकवला. मी पाहिलं."

"छे! मुळीच नाही." फ्रेड म्हणाला, "चेंडू घरंगळत गेला. मी काहीसुद्धा केलं नाही."

"आम्ही अमेरिकन खोटं खेळत नाही कधी." ती म्हणाली, "इंग्लंडमध्ये तशी रीत असेल तर तुम्ही खेळू शकता!"

"इंग्लिश लोकांपेक्षा अमेरिकन आधिक वस्ताद आहेत ही गोष्ट जगजाहीर आहे!" फ्रेड हसत हसत म्हणाला.

ज्योने काहीतरी झोंबरे बोलण्यासाठी आपले ओठ उघडले, पण वेळेवरच तिने स्वत:ला सावरले आणि एक मिनिटभर ती स्तब्ध उभी राहिली. त्यानंतर पलीकडच्या झाडीत गेलेला चेंडू आणण्यासाठी म्हणून ती जी गेली ती चांगली पाच मिनिटे तिकडे थांबून मग परत आली. पण आता तिचा चेहरा शांत दिसत होता आणि आपले प्रक्षुब्ध मन तिने ताळ्यावर आणले होते. त्यानंतर उरलेला सर्व खेळ ती संयमाने पण पराकाष्ठेच्या जिद्दीने खेळत राहिली आणि सरतेशेवटी फ्रेडच्या बाजूचा दणदणीत पराभव करून तिने विजयश्री आपल्या पक्षाकडे खेचून आणली.

लॉरी हा सर्व प्रकार बघत होता. ज्योचा पक्ष विजयी होताच 'शाबास' म्हणून तो जोरात ओरडला, पण तेवढ्यात त्याच्या ध्यानी आले की, फ्रेड हा आपला पाहुणा आहे. तेव्हा त्याच्या पराभवात आनंद मानणे हे सभ्यपणाला सोडून होईल. म्हणून त्याने आपल्या उत्साहाला आवर घातला. पण जरा वेळाने ज्योला बाजूला घेऊन तो तिला म्हणाला,

"ज्यो, फ्रेडनं चेंडू ढकलला होता. मीदेखील पाहिलं होतं ते. आपण अर्थात तसं त्याला म्हणू शकत नाही. पण तू जीभ आवरलीस हे छान केलंस. पराभव झाला ही शिक्षा त्याला पुरेशी आहे."

मेगनेही ज्योची सुटलेली वेणी नीट करण्याच्या निमित्ताने तिला जवळ घेतले आणि तिच्या कानात पुटपुटली, "फ्रेडनं फार खोटेपणा केला, पण आपला राग तू आटोक्यात ठेवलास, मला तुझं फार कौतुक वाटतं ज्यो."

"उगाच माझं कौतुक करू नकोस मेग." ज्यो रागाने धुमसत म्हणाली, "त्यानं इतकी बदमाषी केली आहे की, आता या क्षणीदेखील त्याचं थोबाड फोडण्यासाठी हात शिवशिवताहेत माझे! पण – आईची आठवण झाली आणि राग आवरला मी. शिवाय आपण वेडेपणा करून लॉरीच्या कार्यक्रमाचा विचका करणं हेही बरं वाटलं नाही मला! पण यापुढं तो माझ्या वाटेला जाईल तर मात्र क्षणभरही गय करणार नाही मी त्याची!"

तेवढ्यात ब्रुकने पुकारा केला, "चला, जेवणाची वेळ झाली." त्याबरोबर सर्वजण ओक वृक्षाच्या छायेत गोळा झाले. मनगटावरील घड्याळाकडे दृष्टिक्षेप करीत ब्रुक म्हणाला, "लॉरी, तू थोडासा विस्तव पेटव नि पाणी गरम कर. मिस

मार्च, मिस सॅली अन् मी – आम्ही तिघं मिळून जेवणाची ताटं वाढतो. चांगली कॉफी कोण करतं बरं?''

''ज्यो करते.'' मेग चटकन म्हणाली. आपल्या बहिणीच्या अंगच्या एकमेव कौशल्याची शिफारस करताना तिला मोठा आनंद होत होता.

ज्यो कॉफीच्या तयारीला लागली. छोट्या मुलांनी विस्तव पेटविण्यासाठी काटक्या गोळा केल्या. मोठ्या मुलांनी जवळच्या एका ओढ्याचे पाणी आणले. मिस केट चित्रे काढीत बसली आणि बेथ जेवताना वापरण्यासाठी गवताच्या छोट्या गोल चटया विणू लागली.

थोड्याच वेळाने ब्रुकने एक भले मोठे टेबलक्लॉथ मध्ये अंथरून त्यावर सर्व खाद्यपदार्थ आकर्षक रीतीने मांडून ठेवले. मधून मधून रचलेल्या फुलापानांनी त्यांची शोभा वाढली होती. ज्योने कॉफी तयार करून आणली आणि मग सारीजणे जेवणासाठी भोवती गोळा झाली. आधीच तरुण वयात भूक फार लागते. त्यातून सारी सकाळ खेळात नि दंगामस्तीत गेली होती. त्यामुळे आता साऱ्यांच्याच भुका विलक्षण प्रज्ज्वलित झाल्या होत्या.

ते वनभोजन मोठ्या मजेत चालले होते. किती तरी कपांचा नि बश्यांचा चुराडा होत हाता. दुधात झाडाची सुकी पाने मधून मधून पडत होती. चिमुकल्या काळ्या मुंग्या आमंत्रणाशिवायच जेवायला आल्या होत्या आणि केसाळ सुरवंट झाडाला उलटे टांगून घेऊन खालच्या मेजवानीकडे कुतूहलाने बघत होते. दूर अंतरावर उभे असलेले एक कुत्रे या मंडळींकडे तोंड करून उगाचच जोरजोराने भुंकत होते.

''हे इथं मीठ आहे तुला हवं तर.'' सायस्ट्रॉबेरी खात असलेल्या ज्योला लॉरी गमतीने म्हणाला.

''मला आपल्या मुंग्याच आवडतात.'' बशीतल्या सायीत पडलेल्या दोन छोट्या मुंग्या बोटाने काढून टाकीत ज्यो हसत हसत म्हणाली, ''हे सारे पदार्थ इतके सुरेख नि रुचकर झाले आहेत. अशा वेळी माझ्या त्या भयंकर सैंपाकाची नि जेवणाची कशाला आठवण करून देतोस लॉरी तू मला?''

यावर ती दोघेही खूप हसली आणि एकाच प्लेटमधून सामोसे खाऊ लागली. कारण ऐन वेळी थाळ्यांचा नि कपबश्यांचा तुटवडा पडला होता.

''पण खरंच ज्यो, त्या दिवशी भारीच मजा आली.'' लॉरी पुढे म्हणाला, ''तुला चिडवण्यासाठी म्हणत नाही. पण तो दिवस अजून माझ्या पक्का ध्यानात राहिला आहे आणि आजचं आपलं वजभोजन छान झालं याचं श्रेय तरी मला कुठं आहे? तू, मेग, अन् ब्रुक या तिघांनी जर सहकार्य दिलं नसतं तर माझ्या एकट्याच्याने हे मुळीच पार पडलं नसतं.''

जेवण आटोपल्यानंतर 'पिकनिक'ची एक मोठी जबाबदारी पार पडल्यासारखे

वाटून लॉरीचे मन हलके झाले. दुपार आता अगदी कडक तापली होती. त्यामुळे उन्हे उतरेपर्यंत सावलीतच बैठे खेळ खेळावेत अशी सूचना आली व ती लगेच मंजूरही झाली. जेवणानंतर सारी मंडळी 'दिवाणखाना' असलेल्या ओक वृक्षाखाली जमा झाली. मिस केटला अनेक खेळांची माहिती होती. ती म्हणाली,

"आपण किनई, 'गडबडगुंडा' हा खेळ खेळू या."

"गडबडगुंडा म्हणजे काय?" कोणी तरी विचारले.

"गडबडगुंडा म्हणजे असं," केट सांगू लागली, "कुणीतरी एकानं एक गोष्ट सांगायला सुरुवात करायची. मनानं जुळवूनच सांगायचं त्यानं सारं आणि सांगता सांगता कुठे तरी एखाद्या उत्कंठावर्धक, मोक्याच्या ठिकाणी त्याने थांबायचं की दुसऱ्या कुणी तरी तिथून पुढे गोष्ट सांगायला सुरुवात करायची. त्यानंही तेच करायचं. मुख्य म्हणजे विचार करायला कोणी वेळ घ्यायचा नाही. कल्पकतेनं आणि डोकं लढवून जर हा खेळ खेळला तर फार गंमत येते आणि सरतेशेवटी खूप मजेदार गडबडगुंडा तयार होतो. चला सुरुवात करू या. हां, मिस्टर ब्रुक, तुम्ही करा पाहू गोष्ट सुरू."

केटच्या शब्दांत विनंतीपेक्षा आज्ञेचा सूर अधिक होता. मेगला त्याचे मोठे नवल वाटले. कारण ब्रुक साधा शिक्षक असला तरी ती त्याच्याशी अदबीने वागे आणि इतरांनीही त्याच्याशी तसेच वागावे असे तिला वाटे. त्यामुळे केटची बोलण्याची तऱ्हा तिला मुळीच आवडली नाही.

ब्रुक त्या दोन तरुण मुलींच्या पायथ्याशी लोळत पडला होता. केटचे शब्द ऐकताच त्याने लगेच गोष्ट सांगायला सुरुवात केली. गोष्ट सांगत असताना त्याने आपले सुरेख, मोठाले, पिंगट रंगाचे डोळे समोरच्या नदीच्या चमचमत्या प्रवाहावर स्थिर केले होते.

"एक सरदार होता," ब्रुक सांगू लागला. "तो जगात आपले नशीब काढण्यासाठी निघाला. तो सरदार अगदी निष्कांचन होता. आपली ढाल नि तलवार हेच काय ते त्याचे वैभव होते आणि तेवढ्यानिशीच तो जगात भटकत होता. भटकता भटकता त्याच्या अठ्ठाविसाव्या वर्षी तो एका म्हाताऱ्या, पण प्रेमळ राजाच्या राजवाड्याशी आला. त्या राजाने त्या सरदाराचे प्रेमाने स्वागत केले, व आपल्याजवळ असलेल्या एका देखण्या, उमद्या पण जरा खोडकर घोड्याला माणसाळवण्याचे काम त्याच्यावर सोपवले. सरदाराने ते काम आनंदाने पत्करले व तो दररोज त्या घोड्याला शिकवू लागला. घोडा आडदांड खरा, पण मोठा उमदा होता. लौकरच त्याची व सरदाराची छान गट्टी जमली. राजाच्या घोड्याला शिकविण्यासाठी सरदार रोज राजवाड्यात जाई. जाताना एका निर्जन वाटेने त्याला जावे लागे. त्या वाटेवर एक खूप जुनाट पडका पण प्रचंड किल्ला त्याला दिसे. एकदा त्या किल्ल्याच्या मनोऱ्याच्या

खिडकीत एक अत्यंत सुंदर पण दुःखी चेहरा त्याला दिसला. त्या सरदाराच्या मनावर तो चेहरा ठसून राहिला. दिवसा, रात्री स्वप्नात सतत तोच चेहरा त्याला दिसू लागला. किल्ल्यात कोण राहते याची सरदाराने जेव्हा चौकशी केली तेव्हा त्याला असे कळले की, काही सुंदर राजकन्या त्या किल्ल्यात बंदिवासात काळ कंठीत होत्या. सारा वेळ त्या सूत कातीत. सूत कातून बरेचसे पैसे मिळवले की, मगच त्यांची कैदेतून मुक्तता होणार होती. हे सारे ऐकून सरदाराला फार वाईट वाटले आणि आपण स्वत: त्या राजकन्यांचे स्वातंत्र्य त्यांना परत मिळवून द्यावे अशी इच्छा त्याच्या मनात निर्माण झाली. पण त्यासाठी हवे असणारे पैसे त्याच्याजवळ नव्हते. पण सरतेशेवटी त्या किल्ल्यात प्रवेश करावा आणि राजकन्यांना कोणत्या प्रकारे साह्य करता येईल हे त्यांनाच विचारून घ्यावे असा त्याने विचार केला. त्याप्रमाणे एके दिवशी तो किल्ल्यासमोर जाऊन उभा राहिला. किल्ल्याचा प्रचंड दरवाजा त्याने ठोठावला. त्याबरोबर तो दरवाजा एकदम उघडला आणि–''

''आणि सरदारासमोर एक विलक्षण सुंदर राजकन्या उभी राहिलेली त्याला दिसली!'' केटने पुढे गोष्ट चालू केली, ''सरदाराला बघताच अत्यंत आनंदित होऊन ती म्हणाली, 'अहाहा! देवाला शेवटी आमची दया आली म्हणायची.' सरदाराने त्या तरुण देखण्या स्त्रीपुढे गुढघे टेकले आणि आपले दोन्ही हात आर्जवीपणाने समोर पसरून तो तिला म्हणाला, 'लाडके, माझ्या स्वप्नाच्या राणी, अखेर तुझी आज भेट झाली. मी धन्य झालो.' 'उठा, उठा, हे काय हे?' राजकन्या लाजून त्याला म्हणाली. पण आपला सरदार काही केल्या उठेना. तो तिला म्हणाला, 'तुम्हाला या बंदिवासातून मी कसा मुक्त करू ते मला प्रथम सांगा. त्याशिवाय मी उठणार नाही.' यावर ती राजकन्या रडू लागली. डोळे पुशीत ती म्हणाली, 'एका दुष्ट आणि जुलमी राजानं आम्हाला इथं कैद करून ठेवलं आहे. त्याचा नाश होईपर्यंत आमची मुक्तता होणार नाही.' 'अस्सं? कुठं आहे तो बदमाष?' 'जांभळ्या महालात.' 'ठीक आहे, मी जातो. आता मी विजयी होऊनच परत येईन. नाहीतर त्या दुष्टाशी लढताना देह ठेवीन.' या तेजस्वी उद्‌गारांनिशी आपला कथानायक तेथून निघाला. जांभळ्या महालाच्या दरवाज्यावर लाथ घालून तो त्याने खाडकन उघडला आणि आता तो आत शिरणार तोच–''

''त्या जुलमी राजाने आतून गदेचा जबरदस्त टोला सरदाराच्या मस्तकावर हाणला.'' नेडने कथा पुढे चालू केली. ''काही वेळ दोघांची चांगलीच जुंपली. पण सरदार शेवटी विजयी झाला, व त्याने त्या राजाचे मुटकुळे उचलून खिडकीवाटे बाहेर फेकून दिले. विजयी होऊन तो आपल्या प्रेयसीला भेटायला परत आला, पण पाहातो तर तिच्या महालाचे दार बंद. मग बाहेरच्या बाजूने खिडकीतून आत शिरावे म्हणून त्याने एक रेशमी शिडी तयार कली; व ती खिडकीतून फेकून, तेथे ती

गुंतवून तिच्यावर चढू लागला. पण तो अर्धा अधिक चढून जातो न जातो तो शिडी मध्येच तुटली आणि सरदार किल्ल्याभोवती असलेल्या पाण्याच्या खंदकात पडला. तथापि तो बुडाला नाही. कारण त्याला चांगले पोहता येत होते. किल्ल्याभोवती पोहता पोहता तो एका विशिष्ट जागी येऊन पोहोचला. तेव्हा त्याला पाण्यालगत किल्ल्याला एक छोटेसे दार असलेले दिसले. तेथे दोन पहारेकरी राखण करीत होते. पण सरदाराने नारळासारखी त्यांची डोकी एकमेकांवर आपटून त्यांना बेशुद्ध केले. दारावर बुक्की मारून ते फोडले आणि तो आत शिरला. आत काही पायऱ्या होत्या. त्या चढून तो वर गेला. तेव्हा त्याला एक लांबच लांब रस्ता दिसला. भोवती काळोख. पायांखाली धुळीचा जाड थर. भिंतींना कोळ्यांची जाळी लागलेली, अशा त्या रस्त्याने आपला सरदार जरा पुढे जातो तो त्याला एक असे दृश्य दिसले की, भीतीने त्याचे रक्तच गोठून गेले–''

''डोक्यापासून तो पायांपर्यंत नखशिखान्त पांढरा शुभ्र बुरखा पांघरलेली एक गूढ रहस्यमय आकृती सरदाराला दिसली.'' मेगने कथासूत्र जोडून घेत म्हटले, ''त्या आकृतीने सरदाराला आपल्या मागून येण्याची खूण केली आणि तोही मंत्राने भारल्यासारखा तिच्या पाठोपाठ चालू लागला. ती दोघे एका लांबच लांब बोळवजा मार्गाने चालली होती. दुतर्फा चिलखते शिरस्त्राणे चढवलेले शस्त्रधारी सैनिक मूकपणे उभे होते. सर्वत्र स्मशानशांतता भरून राहिली हाती. त्या बुरखाधारी आकृतीच्या हाती एक दिवा होता. त्याची निळसर तांबूस ज्योत भोवतालचा काळोख मंदपणे उजळीत होती आणि मुखावरच्या बुरख्यातून त्या आकृतीचे डोळे हिऱ्यासारखे लखलखत होते. मध्येच ती मागे वळून पाही आणि सरदाराला पुढे येण्यास खुणावी. जाता जाता ती दोघे एका बंद दरवाज्याशी येऊन उभी राहिली. आतून सुंदर संगीताचे स्वर येत होते. सरदार दरवाजा उघडून आत जाण्याच्या बेतात होता. तेवढ्यात त्या आकृतीने त्याला थांबवले आणि त्याच्या हातात–''

''एक तपकिरीची डबी ठेवली,'' ज्यो एकदम म्हणाली. त्याबरोबर साऱ्यांना हसू आले. ''शाबास!'' कोणीतरी ओरडले. ज्यो पुढे सांगू लागली, ''सरदाराने ती डबी उघडून तपकिरीची चिमूट ओढली. त्याबरोबर त्याने सटासट एकामागून एक सात शिंका दिल्या. सातव्या शिंकेला त्याचे मस्तक धडापासून तुटून खाली पडले. हा हा हा! असे विकट हास्य करीत ती रहस्यमय आकृती दाराच्या किल्लीच्या भोकातून आत बघू लागली. पाहते तो तेथे त्या बिचाऱ्या राजकन्या निमूटपणे सूत कातीत बसल्या होत्या मग त्या आकृतीने – म्हणजेच भुताने – सरदाराचे मस्तकविरहित धड एका भल्या थोरल्या पेटीत बंद करून ठेवले. तेथे इतर अकरा सरदारांची अशीच मस्तक नसलेली धडे होती. पण हे बारावे धड पेटीत टाकताच असा चमत्कार झाला की–''

“ती बाराच्या बारा धडे उठून उभी राहिली, पेटीतून बाहेर आली आणि संगीताच्या तालावर नाचू लागली,” फ्रेड म्हणाला, “त्याबरोबर असा चमत्कार झाला की, त्या प्रचंड पडक्या किल्ल्याचे एका भल्या थोरल्या लढाऊ जहाजात रूपांतर झाले आणि भोवताली समुद्र हेलकावू लागला. इतक्यात समोरून दुसरे एक जहाज चाल करून आले. त्यावर चाचे लोक असून त्या जहाजाचा कप्तान पोर्तुगीज होता आणि आपल्या या जहाजाचा कप्तान ब्रिटिश होता. काही वेळ दोन्ही जहाजांमध्ये तुफान युद्ध झाले. एकमेकांनी एकमेकांवर तोफा डागल्या. शेवटी ब्रिटिशांचा जय झाला. त्यांनी ते पोर्तुगीज जहाज पाण्यात बुडवले आणि चाचे लोकांच्या कप्तानाला पकडून आपल्या जहाजावर बांधून आणले. ब्रिटिश कप्तानाने त्याच्याकडून कबुलीजबाब घेण्याचा खूप प्रयत्न केला. पण तो चाच्यांचा कप्तान मोठा वस्ताद होता. तो अवाक्षरसुद्धा बोलायला तयार होईना आणि बघता बघता त्याने डेकवरून एकदम समुद्रात उडी मारली. समुद्रात बुडी मारताच तो पोहत पोहत आपल्या या पहिल्या जहाजाच्या तळाशी गेला आणि तेथून त्याने हात बाँबच्या साह्याने हे जहाज एकदम फोडून टाकले. तळाशी भोक पडले तेव्हा जहाज पाण्यातून खाली, खाली जाऊ लागले–”

“अरे देवा! आता मी पुढे सांगू तरी काय?” स्वत:वर पाळी आली तेव्हा सॅली एकदम गडबडून म्हणाली, “बरे तर, सांगते हां. जहाज समुद्राच्या तळाशी गेले तेव्हा एका चिमुकल्या जलपरीने ते पाहिले. जहाजाबरोबर ती मोठी पेटीही पाण्यात पडली होती आणि त्यात शिरे नसलेली ती सरदारांची धडेही होती. ती मस्तकविरहित धडे पाहून जलपरीला फार दुःख झाले. पण त्यांना सजीव कसे करावे हे तिला काही केल्या कळेना. शेवटी तिने ती पेटी बंद केली आणि समुद्रात मोत्यांचे शिंपले वेचण्यासाठी एक पाणबुड्या उतरला होता, त्याला ती पेटी तिने बक्षीस दिली. पाण्यातून वर येताच पाणबुड्याने ती पेटी एका मोठ्या थोरल्या मैदानात नेऊन तेथे ती उघडली आणि मोठ्या आशेने त्याने आत डोकावून पाहिले. बघतो तर काय, आत मोत्ये नाहीत नि काही नाही. आहेत ती फक्त मस्तकविरहित धडे. तेव्हा तो रागारागाने ती पेटी तेथेच टाकून निघून गेला. नंतर ती पेटी–”

“एका शेतकऱ्याच्या मुलीला सापडली. ती रोज कोंबड्या, बदके चारण्यासाठी त्या मैदानात येत असे.” ॲमीने गोष्ट पुढे चालू केली, “तिने ती पेटी उघडून पाहिली तो तिला ते बिनमस्तकाचे सरदार आत दिसले, ते पाहून तिला फार वाईट वाटले. पण त्यांना जिवंत करण्यासाठी काय युक्ती लढवावी ते काही केल्या तिला कळेना. शेवटी तिने एका म्हाताऱ्या बाईला याबद्दल विचारले. म्हातारी म्हणाली, ‘तुझ्या कोंबड्याबदकांना विचार ते, त्यांना सारे काही कळते.’ त्यावर शेतकऱ्याच्या मुलीने आपल्या कोंबड्याबदकांना प्रश्न केला, ‘या सरदारांना जिवंत कशी करू मी? त्यावर त्या सर्व कोंबड्याबदकांनी

आपल्या चोची उघडल्या आणि एकसुरात त्या ओरडल्या–''

"कोबीचे गड्डे!'' लॉरीने चटकन कथासूत्र उचलले, "कोंबड्याबदके म्हणाली, 'कोबीचे गड्डे! प्रत्येक सरदाराच्या मस्तकाच्या ठिकाणी एकेक कोबीचा गड्डा ठेवून दे म्हणजे त्यांना त्यांची मस्तके अन् प्राण परत मिळतील.' हे ऐकून शेतकऱ्याच्या मुलीने चटकन शेतातून कोबीचे बारा लठ्ठ गड्डे आणले आणि प्रत्येक सरदाराच्या धडावर एकेक गड्डा ठेवून दिला. दुसऱ्याच क्षणी त्या गड्ड्यांचे मस्तकांत रूपांतर झाले नि बाराच्या बारा सरदार जिवंत झाले. जिवंत होताच सारे सरदार आपापल्या जागी निघून गेले. फक्त आपला कथानायक सरदार मात्र पुन्हा आपल्या स्वप्नांच्या राणीचा शोध घेत हिंडू लागला. हिंडता हिंडता तो पहिल्या जागी येऊन पोहोचला, तो काय आश्चर्य, तो जुनाच पडका किल्ला जसाच्या तसा आपल्या मूळ ठिकाणी उभा होता. सरदाराने चौकशी केली तेव्हा त्याला कळले की, इतर सर्व राजकन्या आपले स्वातंत्र्य संपादन करून निघून गेल्या होत्या. फक्त त्याची आवडती राजकन्या मात्र अजूनही त्याची प्रतीक्षा करीत त्या किल्ल्यातच दिवस कंठीत होती. ते ऐकून त्या सरदाराचे हृदय भरून आले. त्याने लगेच आपल्या त्या आवडत्या घोड्यावर बैठक मारली आणि त्याच्यासकट किल्ल्याभोवतालच्या भिंतीवरून उड्डाण करून त्याने आत प्रवेश केला. किल्ल्याच्या भिंतीआड एक सुंदर बाग होती. बागेभोवती उंच व दाट झाडांचे कुंपण होते आणि बागेमध्ये ती सुंदर राजकन्या फुले तोडीत होती. सरदाराने तिला खुणावून तिचे लक्ष आपल्याकडे वेधीत म्हटले, 'मला देतेस एक गुलाबाचे फूल?' त्यावर नकारार्थी मान हलवून राजकन्या म्हणाली, 'नाही. तसं देता येणार नाही फूल मला. तुम्हीच कुंपण ओलांडून आत या नि हे फूल घ्या.' तेव्हा सरदार कुंपणात आत शिरण्याचा प्रयत्न करू लागला. पण कुंपण इतके दाट व गर्द होते की, त्यातून त्याला काही केल्या आत शिरता येईना. मग त्याने कुंपणावरून आत उडी घेण्याचा प्रयत्न केला. पण कुंपण इतके उंच होते की, त्याला उडीसुद्धा मारता येईना. शेवटी हताश होऊन तो त्या राजकन्येला म्हणाला, 'ए, आत येऊ दे ना. कुंपणात मी अडकून राहिलोय बघ, पण ती राजकन्या खाली मान घालून मुकाट्याने आपली फुलेच तोडत राहिली. शेवटी, तिने सरदाराला आत घेतले की नाही ते फ्रेड तुम्हाला सांगेल.''

"छे बुवा!'' फ्रेड एकदम म्हणाला, "तुम्ही साऱ्यांनी मिळून या गोष्टीचा असा काही झकास गडबडगुंडा करून ठेवला आहे की, त्यातून पुढे जाणं मला मुळीच शक्य व्हायचं नाही.''

"अरे, मग आता पुढे गोष्ट कोण सांगणार?'' केटने प्रश्न केला.

गोष्ट कोणीच सांगेलसे दिसेना, कारण बेथ ज्योच्या पाठीमागे लपून बसली होती आणि ग्रेस गवतावर गाढ झोपी गेली होती.

"मग काय? बिचारा माझा सरदार असा कुंपणातच अडकून राहणार की काय?" ब्रुकने विचारले.

"छे छे! तसाच कसा राहील तो?" लॉरी मिष्कीलपणे ब्रुककडे बघून हसत हसत म्हणाला, "सरतेशेवटी त्या राजकन्येने कुंपणाचे दार उघडून स्वत:च त्याला आत घेतले असेल झाले!"

"पण एकंदरीत आपली गोष्ट छानच होती." सॅली म्हणाली, "मला वाटते, प्रॅक्टिस केली तर आपण काहीतरी सुरेखसं लिहू देखील. बरं, आता दुसरं काहीतरी खेळू या. 'खरंखोटं' माहीत आहे तुला मेग?"

"होय तर. मी नेहमी खरं बोलते." मेगने गंभीरपणे म्हणाली.

"तसा नव्हता माझ्या बोलण्याचा अर्थ." सॅली हसून म्हणाली, "मी म्हणते तो 'खरंखोटं' खेळ.'

"तो कसा खेळतात?" फ्रेडने विचारले.

"ही नंबरांची कार्डं एकत्र जुळवून ठेवायची." सॅली म्हणाली, "नंतर कोणता तरी एक नंबर साऱ्यांनी निवडायचा आणि प्रत्येकानं एकेक कार्ड उचलायचं. ठरवलेला नंबर ज्याच्या कार्डावर येईल त्याला बाकीच्या सर्वांनी हवे ते प्रश्न विचारायचे आणि त्यानं त्या प्रश्नांची खरी खरी उत्तरं द्यायची. भारी मजा येते. खेळू या का हा खेळ आपण?"

"हो. खेळू या." ज्यो चटकन म्हणाली. ती कोणत्याही नव्या प्रयोगाला उत्सुक असे.

केट, ब्रुक, मेग आणि नेड ही मंडळी हा खेळ खेळायला नाखूष दिसली. मग फ्रेड, सॅली, ज्यो आणि लॉरी यांनी कार्डं उचलली. पहिली पाळी लॉरीवर आली, इतरांनी त्याला प्रश्न विचारण्यास सुरुवात केली.

"तुझे आदर्श पुरुष कोणते?" ज्योने विचारले.

"माझे आजोबा आणि नेपोलियन."

"इथं आज जमलेल्या मुलींतली सर्वांत देखणी मुलगी कोण वाटते तुला?" सॅलीने विचारले.

"मार्गरिट."

"आणि तुझी सर्वांत आवडती मुलगी कोणती?" फ्रेडने प्रश्न केला

"ज्यो. प्रश्नच नाही!" लॉरी चटकन म्हणाला.

"कसले खुळे प्रश्न विचारता तुम्ही?" लॉरीच्या उत्तराने काहीशी ओशाळून हसत हसत ज्यो म्हणाली.

नंतर पाळी आली ज्योचीच. फ्रेडने पहिलाच प्रश्न तिला विचारला.

"तुमच्या अंगचा सर्वांत मोठा दोष कोणता?"

"तापट नि रागीट स्वभाव!"

"तुला मनापासून काय हवंसं वाटतं?" लॉरीने विचारले.

"आता या क्षणी तरी बुटाच्या नाड्या." ज्यो हसत म्हणाली, "माझ्या बुटाच्या नाड्या मघाशीच तुटल्या."

"छे! हे काही खरं उत्तर नव्हे." लॉरी म्हणाला.

"अगदी खरं खरं मनातून काय हवंसं वाटतं तुला?"

"उत्तम लिहिता यावं यासाठी आवश्यक असलेली प्रतिभा." ज्यो म्हणाली, "काय लॉरी, देता येईल मला ही देणगी तुला?"

"पुरुषांमधला सर्वांत कोणता गुण मोठा मानतेस तू?" सॅलीने विचारले.

"धैर्य आणि सत्यनिष्ठा." ज्यो म्हणाली.

पुढच्या खेपेला फ्रेडवर डाव आला. तेव्हा लॉरी हळूच ज्योला म्हणाला, "आता बघू या स्वारीची गंमत." ज्योने चटकन फ्रेडला प्रश्न केला.

"मघाशी 'क्रोकेट'च्या खेळात तुम्ही लबाडी केली होती की नव्हती?"

"अं–होय, थोडीशी."

"छान! बरे. मघाशी गोष्ट सांगताना तू बराचसा भाग 'सागरसिंह' या गोष्टीतून चोरून आपल्या नावावर दडपून दिलास की नाही?" लॉरीने विचारले.

"होय. खरे आहे." फ्रेड ओशाळून हसत म्हणाला

"ब्रिटिश साम्राज्य तुला सर्वोत्कृष्ट वाटते की नाही?" सॅलीने त्याला विचारले.

"वाटते तर!" फ्रेड अभिमानाने म्हणाला, "तसे वाटले नाही तर मी रक्ताचा इंग्रजच नव्हे!"

"वा! काय ही देशभक्ती!" लॉरीने हसत हसत त्याच्या पाठीवर थाप मारली आणि ज्योने फ्रेडकडे बघून हसत मान डोलावली. खेळातली लबाडी त्याने कबूल केल्यामुळे ती त्याच्यावर प्रसन्न झाली होती.

नंतर सॅलीवर डाव आला. त्याबरोबर लॉरी तिला म्हणाला,

"मी तुम्हाला पहिल्याच प्रश्नाने घाबरवून सोडणार आहे. तुम्हाला पुरुषांशी जरा अधिक सलगीने वागायला आवडतं की नाही? बोला!"

"छे! काहीतरीच काय?" सॅली एकदम मान हलवून नकार देत म्हणाली. पण तिचा चेहरा लाजून लाल झाला आणि लॉरीच्या विधानातली सत्यता आपोआपच साऱ्यांना पटली.

"तुम्हाला सर्वांत तिरस्करणीय काय वाटते?" फ्रेडने विचारले.

"झुरळे आणि राइस पुडिंग. दोहोंचा मला विलक्षण तिटकारा वाटतो." सॅली म्हणाली.

"सर्वांत आवडत्या गोष्टी कोणत्या?" ज्योने विचारले.

“नृत्य आणि फ्रेंच हातमोजे.”

आणखी काही वेळ चालून मग ‘खरंखोटं’ खेळ संपला. मग ज्योने पुस्तकांच्या नावावरून लेखकांची नावे ओळखण्याचा नवा खेळ सुरू केला. त्यात नेड, फ्रेड व छोट्या मुली यांनी भाग घेतला. केट, मेग व ब्रुक ही तिघेजण मात्र बाजूला गप्पा मारीत बसली. केटने आपले ‘स्केचबुक’ बाहेर काढून रेखाचित्रे काढण्यास सुरुवात केली. ब्रुक नावाला एक पुस्तक पुढ्यात ठेवून बसला होता. केटच्या चित्रकलेकडे बघत मेग म्हणाली,

“किती सुरेख चित्र काढता तुम्ही? मला यातलं काहीसुद्धा येत नाही.” तिच्या स्वरात पस्ताव्याची छटा उमटली होती.

“तुम्हाला एवढी आवड आहे तर शिकत का नाही तुम्ही ?” केट म्हणाली, “त्यात एवढं अवघड काय आहे?”

“मला वेळ मिळत नाही.”

“तुमच्या ‘गव्हर्नेस’ला सांगा ना शिकवायला?” केट म्हणाली, “तुम्हाला शिकवायला खाजगी शिक्षकीण येत असेल ना घरी?”

“नाही.” मेग म्हणाली.

“मग खाजगी शाळेत का जाता तुम्ही?” केटने कुतूहलाने विचारले, “अमेरिकन शाळा फार सुंदर असतात म्हणे.”

“नाही. मी शाळेतही जात नाही.” मेग म्हणाली, “उलट मीच एका घरी खाजगी शिक्षकिणीची नोकरी करते.”

“अस्सं होय?” केट म्हणाली. पण त्या दोन शब्दांत तिने मेगच्या व्यवसायाबद्दलची सारी नाराजी आणि तिरस्कार ओतला होता. मेगचा चेहरा लाजून लाल झाला आणि आपला व्यवसाय आपला इतक्या मोकळेपणाने बोलून दाखवायला नको होता असे तिच्या मनात आले. तिच्या मनातली ही सारी चलबिचल ब्रुकच्या ध्यानात आली आणि तो एकदम पुढे होऊन केटला म्हणाला,

“आमच्या अमेरिकन मुली स्वातंत्र्यप्रेमी आणि स्वाभिमानी आहेत. त्या फार लौकर स्वतःच्या पायांवर उभ्या राहतात. आपल्या खर्चाचे पैसे आपणच कमावतात आणि त्यांच्या या स्वाभिमानी वृत्तीचे नि कष्टाळूपणाचे आम्हाला फार कौतुक वाटते.”

“हो. तेही खरेच.” केट म्हणाली, “आता आमच्याकडेसुद्धा अनेक तरुण मुली खाजगी शिक्षकिणीचा पेशा पत्करून पैसे कमावतात आणि नोकरी करीत असूनही त्या मोठ्या सभ्य व सुसंस्कृत असतात वागायबोलायला.”

केटच्या स्वरात शिष्टपणाची व अहंकाराची झाक होती. मेगचे हळवे मन त्यामुळे दुखावले गेले, व खाली मान घालून ती गप्प बसली. क्षणभर एक विचित्र

शांतता पसरली. तिचा भंग करण्यासाठी ब्रुकने विषय बदलला.

"मी धाडलेलं जर्मन गाण्याचं भाषांतर आवडलं का?" त्याने मेगला प्रश्न केला.

"हो. फारच छान होतं ते. मला फार आवडलं." मेग चटकन वर बघून म्हणाली आणि तिचा चेहरा उजळला.

"तुम्हाला जर्मन नाही येत?" केटने विस्मयाने तिला विचारले.

"येतं, पण अगदी जेमतेम." मेग म्हणाली, "माझे वडील मला शिकवत. पण हल्ली ते युद्धावर गेल्यापासून माझी मोठी अडचण झाली आहे. कारण मला एकटीला काही जमत नाही. ते मुख्य म्हणजे आपले उच्चार सुधारायला कोणाची तरी मदत लागते. ती मुळीच मिळत नाही मला हल्ली."

"हे पाहा, शिलरचं 'मेरी स्टुअर्ट' माझ्याजवळ आहे आता. वाचणार यातून थोडंसं?" ब्रुकने हातातले पुस्तक उघडून ते मेगपुढे ठेवीत म्हटले.

"मला इतकं अवघड जमेल की नाही कोण जाणे!" मेग आढेवेढे घेत म्हणाली. केटसारख्या हुषार मुलीपुढे वाचून दाखविण्याची तिला लाज वाटत होती.

"त्यात काय मोठंसं कठीण आहे?" केट आत्मविश्वासाने म्हणाली, "तुम्हाला अवघड वाटत असेल तर मी देते सुरुवात करून." आणि तिने पुस्तकातला एक अतिशय काव्यात्म उतारा वाचला. तिची वाचण्याची पद्धत चांगली होती. उच्चार निर्दोष होते. पण उताऱ्यातील मूळच्या काव्यात्मतेचा मात्र कोठे मागमूसही नव्हता.

ब्रुकने अर्थात काहीच मतप्रदर्शन केले नाही. केटने मेगकडे पुस्तक दिले. मेग म्हणाली,

"मला वाटलं, ही कविताच होती."

"त्यातला काही भाग कवितेसारखाच होता." ब्रुक म्हणाला, "बरं, तुम्ही हा उतारा वाचा पाहू."

मेरी स्टुअर्ट जेथे शोक करते तो उतारा ब्रुकने मेगला काढून दिला. त्या वेळी त्याच्या जिवणीभोवती मोठे मजेदार हसू तरळत होते. मेगने आज्ञाधारकपणे वाचायला सुरुवात केली. ब्रुकने आपल्या हाती गवताचे एक लांब पाते घेतले होते व ते तो एकेका ओळीवरून फिरवीत होता, तसतशी मेग वाचीत होती. प्रथम लाजाळूपणामुळे ती अगदी हळू, तोंडातल्या तोंडात वाचीत होती, पण जसजशी भीड चेपली तसतसा तिचा आवाज मोकळा झाला व ती मोठ्याने वाचू लागली. जेथे अवघड शब्द येत तेथे ती त्यांना गाण्यातल्यासारखे सौम्य मृदू करून वाची. पानावरून गवताचे पाते पुढे सरकत होते आणि मेग वाचीत होती. त्या उताऱ्यातील कारुण्याने व काव्यमयतेने तिला लौकरच स्वतःचा विसर पडला आणि आपल्या गोड, भावपूर्ण स्वरात त्या दुदैवी राणीचे मनोगत तिने साकार केले. वाचताना तिचे लक्ष

जर त्या पिंगट तपकिरी डोळ्यांकडे गेले असते तर ती मध्येच थांबली असती, इतके ते डोळे मिष्कील व थट्टेखोर दिसत होते. पण सुदैवाने मेगचे तिकडे लक्ष गेले नाही आणि त्यामुळेच तिच्या वाचनातही खंड पडला नाही.

तिने उतारा वाचून संपवला तेव्हा ब्रुक उत्तेजनपर स्वरात म्हणाला, "शाबास, फार छान वाचलं तुम्ही!"

केट हा सारा प्रसंग कुतूहलाने बघत होती. आता तिने त्या दोघांच्या चेहऱ्यांकडे क्षणभर न्याहाळून पाहिले आणि मग हातातले स्केचबुक मिटून ती मेगला म्हणाली,

"तुमचे उच्चार चांगले आहेत आणि प्रॅक्टिस केली तर काहीतरी दिवसांनी जर्मन उत्तम वाचता येईल तुम्हाला. शिक्षकाच्या पेशाला जर्मन भाषेचं ज्ञान फार आवश्यक आहे. बरे मी उठते आता. ग्रेस कुठे भटकते आहे बघायला हवं."

मग ती फार वेळ तेथे थांबलीच नाही. जाता जाता मान हलवून तुच्छतापूर्वक ती स्वत:शीच म्हणाली, "पिकनिकला येताना मास्तरमास्तरणीचं प्रेमप्रकरण पाहायला मिळेल अशी मुळीच कल्पना नव्हती मला! काय विचित्र असतात ही अमेरिकन माणसं! यांच्यात राहून लॉरी अगदी बिघडून जाणार अशी भीती मला वाटायला लागली आहे!"

केट गेल्यानंतर मेग काही वेळ स्तब्ध राहिली आणि मग ती म्हणाली, "आपण शिक्षकाचा पेशा चांगला मानतो. शिक्षकाला मानानं वागवतो. पण ही ब्रिटिश माणसं शिक्षकांकडे बघून इतकं नाक मुरडत असतील याची कल्पना नव्हती मला."

"होय," ब्रुक म्हणाला, "इंग्लंडमध्ये शिक्षकाला मान नाही फारसा. विशेषत: खानदानी श्रीमंत माणसं शिक्षकपेशातल्या माणसाकडे तुच्छतेने बघतात. आपणासारख्या कष्टकरी लोकांना अमेरिका फार चांगलं वागवते, मिस मार्गारिट. तेव्हा आपण इथे आहोत ही समाधानाची गोष्ट नाही का?"

ब्रुकचा चेहरा इतका समाधानी व आनंदी दिसत होता की, मेग आपले दु:ख तात्पुरते विसरली. जरा वेळाने ती म्हणाली,

"तर मग मी अमेरिकेत आहे याचा आनंद वाटतो मला, माझं काम मला फारसं आवडत नाही. पण त्यातून समाधानही पुष्कळसं मिळतं. तेव्हा आता मी मुळीच तक्रार करणार नाही. पण तुमच्या आनंदी स्वभावाचा मात्र हेवा वाटतो मला."

"मी आनंदी असतो त्याचं बरंचसं श्रेय लॉरीलाच आहे." ब्रुक म्हणाला, "फार गुणी मुलगा आहे तो, पुढल्या वर्षी तो कॉलेजला जाणार या कल्पनेनं आतापासूनच हुरहूर वाटते आहे मला."

'तर मग तुमचं काय होणार?' हा प्रश्न मेगच्या अगदी ओठावर आला होता. पण तिने तो विचारला नाही. तथापि तिला काय म्हणायचे होते ते ब्रुकने ओळखले आणि किंचित हसून तो म्हणाला,

“लॉरी कॉलेजला गेला की मी सैन्यात जाणार. माझ्यासारख्या तरुणांची तिथे फार आवश्यकता आहे.”

“मला फार समाधान वाटतं हे ऐकून,” मेग उत्स्फूर्तपणे म्हणाली, “खरोखर प्रत्येक तरुणाने या वेळी रणभूमीवर जाऊन आपलं कर्तव्य केलं पाहिजे. मात्र हेही खरं की, अशा वेळी मागे राहिलेल्या माणसांना, आईला, बहिणींना फार वाईट वाटतं!”

“मला आई, बहीण नाही, फारशी मित्रमंडळीही नाहीत,” ब्रुक म्हणाला “तेव्हा रणभूमीवर माझं काहीही झालं तरी कोणाला त्याचं दुःख वाटायचं नाही!”

“असं का म्हणता तुम्ही?” मेग आवेगाने म्हणाली, “लॉरी, त्याचे आजोबा यांना तुमच्याविषयी फार जिव्हाळा वाटतो आणि आम्हा साऱ्यांनाही तुमच्याबद्दल आपुलकी वाटते मोठी. तुम्ही स्वतःला एकाकी वाटून घेण्याचं मुळीच कारण नाही.”

त्यावर ब्रुक हसून काहीसे बोलणार होता. पण तेवढ्यात एका म्हाताऱ्या घोड्यावर बसलेला नेड तेथे आला आणि आपले अश्वारोहणकौशल्य तो साऱ्यांना दाखवू लागला. त्यामुळे नंतर त्या दिवशी मेगला आणि ब्रुकला एकमेकांशी फारसे बोलता आलेच नाही.

ग्रेस आणि ॲमी एकमेकांशी गप्पा मारण्यात गढून गेल्या होत्या. नेडने नुकतेच त्या दोघींना घोड्यावरून फिरवून आणले होते आणि त्यासंबंधीच त्या बोलत होत्या.

“तुला आवडत की नाही घोड्यावर बसायला?” ग्रेसने विचारले.

“फार आवडतं.” ॲमी म्हणाली, “आमचे पपा जेव्हा श्रीमंत होते ना, तेव्हा मेग रोज घोड्यावर बसून फिरायला जाई. पण आता आमच्याकडे घोडे नाहीत–एक ‘एलन ट्री’ सोडल्यास!”

“एलन ट्री कोण? हे छोट्या घोड्याचे नाव आहे की काय?” ग्रेसने विचारले.

“छे! ती एक गंमत आहे.” ॲमी हसत हसत म्हणाली, “माझी दुसरी बहीण ज्यो हिला घोड्यांचं फार वेड आहे. मलाही घोड्यावर बसायला फार आवडतं. पण घोडे पाळणं तर हल्ली आम्हाला मुळीच शक्य नाही. तेव्हा ज्योने एक युक्ती शोधून काढली. आमच्याकडे एक जुनं खोगीर आहे आणि आमच्या बागेत सफरचंदाचं झाड आहे. त्याची एक खूप लवलेली बाकदार फांदी आहे. तिच्यावर आम्ही हे खोगीर घालतो, फांदीच्या टोकाशी लगाम गुंतवतो आणि तो हातांत धरून फांदीवर नाचत-उडत राहतो. हाच आमचा ‘एलनट्री’ घोडा!”

“वा! फारच छान!” असे म्हणून ग्रेस हसू लागली.

फ्रँक – त्या दोन जुळ्या भावंडांतला जो पांगळा होता तो – त्या दोघींच्या पाठीमागे बसून त्यांच्या गप्पा ऐकत होता. त्याच्या बरोबरीची सर्व तरुण मुले नाना

प्रकारचे खेळ खेळण्यात रंगून गेली होती. ते पाहून फ्रँकला एका जागी बसण्याचा अगदी कंटाळा आला आणि हातातली कुबडी दूर सरकावून तो धडपडत उठण्याचा प्रयत्न करू लागला. त्याच्या पलीकडेच बेथ बसली होती. खेळताना वापरलेली नंबराची कार्डे ती एकत्र जुळवीत होती. फ्रँकला पाहून तिने आपल्या लाजाळू पण सौम्य स्नेहपूर्ण स्वरात त्याला म्हटले,

"तुम्ही अगदी कंटाळलेले दिसता. मी काही करू शकते का तुमच्यासाठी?"

"तुमची हरकत नसल्यास आपण गप्पा मारू या." फ्रँक म्हणाला, "कारण बाकी सर्वजण खेळात दंग झाले आहेत आणि मला एका जागी बसून बसून अगदी कंटाळा आला आहे."

'गप्पा मारू या' हे शब्द ऐकताच बेथच्या तोंडचे पाणीच पळाले. कारण ती अत्यंत लाजाळू होती आणि कोणत्याही परक्या माणसाशी – विशेषत: तरुण मुलाशी – चार शब्द बोलायचे म्हटले तरी तिला संकोचाने व भयाने अगदी कापरे भरत असे. पण या वेळी या प्रसंगांतून तिची सुटका होणे मुष्कील होते. कारण आता पळून जाणे शक्य नव्हते आणि ज्योच्या पाठीमागे लपावे म्हटले तर तीही कुठे जवळपास नव्हती. शेवटी बेथने आल्या प्रसंगाला धीराने तोंड द्यायचे ठरवले आणि हातातली कार्डे सावरता, सावरता त्यांतली अर्धी पुन्हा खाली सांडीत ती कसेबसे म्हणाली,

"हो. मारू या की गप्पा! कोणते विषय तुमच्या आवडीचे आहेत बरे?"

"क्रिकेट, बोटिंग, शिकार हे सारे विषय माझ्या खूप आवडीचे आहेत."

फ्रँक म्हणाला आणि आतुरतेने तो तिच्याकडे पाहू लागला.

"अरे देवा, मला तर यांतल्या एकाही विषयातलं काहीसुद्धा कळत नाही, मग बोलणार काय मी त्यावर?" बेथ गोंधळून स्वत:शीच पुटपुटली आणि त्या संभ्रमित अवस्थेतच अनवधानाने तिने फ्रँकला म्हटले, "तुम्हाला या खेळांची खूपच माहिती असेल नाही?"

"एकेकाळी या सर्व खेळांचे मला विलक्षण वेड होते," फ्रँक म्हणाला, "पण एकदा घोड्यावर बसलो असताना एका उंच फाटकावरून घोड्यासकट उडी मारण्याचा वेडेपणा केला मी. तेव्हा पडलो. मला खूप लागलं आणि हे पांगळेपण वाट्याला आलं. तेव्हापासून शिकार, क्रिकेट, बोटिंग या साऱ्यांतून कायमचीच बाद झाली आहे आमची स्वारी!" आणि तो हसला.

आपण अजाणता त्याच्या व्यंगाचे त्याला स्मरण करून दिले याचा बेथला फार पस्तावा झाला आणि त्याचे मन दुसरीकडे वळविण्यासाठी ती त्याला म्हणाली,

"तुमच्या भागातली हरणं किती सुंदर असतात नाही? आमच्याकडल्या म्हशीपेक्षा ती कितीतरी छान दिसतात! मला फारच आवडतात हरणं!"

तिने केलेले हे विषयान्तर फ्रँकला मानवले आणि थोड्याच वेळात ती दोघे गप्पा मारण्यात अगदी रंगून गेली. बेथ एका परक्या तरुण मुलाशी गप्पा मारते आहे हे अभूतपूर्व दृश्य तिच्या बहिणींनी जेव्हा पाहिले, तेव्हा त्यांना जेवढा विस्मय वाटला तेवढाच आनंद झाला. ज्यो दुरून तिच्याकडे कौतुकाने बघत म्हणाली,

"शाबास माझ्या बेथची. त्या पांगळ्या मुलाबद्दल तिला सहानुभूती वाटते आहे आणि म्हणून आपला लाजाळूपणा विसरून त्याच्याशी गप्पा मारण्यात ती रंगून गेली आहे!"

"मी नेहमीच म्हणते ना की, आपली बेथ सामान्य मुलगी नाहीच. छोटासा साधुसंतच वावरतोय तिच्या रूपाने आपल्यात!" मेग ठासून म्हणाली. जणू त्या मुद्द्यावर आता संशय घेण्यास जागाच राहिलेली नव्हती!

"फ्रँक किती मनापासून हसतो आहे! गेल्या कित्येक महिन्यांत मी त्याला इतक्या आनंदात पाहिल्याचे आठवत नाही!" दुरून त्या दोघांकडे बघत असलेली ग्रेस ॲमीला म्हणाली.

"माझी बहीण बेथ मनात आणल्यास फार आकर्षणीय होऊ शकते!" ॲमी अभिमानपूर्वक म्हणाली. खरे म्हणजे तिला 'आकर्षक' म्हणावयाचे होते. पण तिने चुकून 'आकर्षणीय' असा शब्द वापरला. बिचाऱ्या ग्रेसला त्या शब्दाचा नीटसा अर्थच माहीत नव्हता. त्यामुळे 'आकर्षणीय' शब्दाने ती दिपून गेली आणि ॲमीच्या हुषारीबद्दल तिचा आणखीच अनुकूल ग्रह झाला.

आणखीही काही खेळ झाले आणि मग दुपार संपली. सूर्य मावळला. उन्हे ओसरून सावल्या लांब होऊ लागल्या, तेव्हा मंडळी सामानाची आवराआवर करू लागली. तंबू उठवून त्यांच्या घड्या घातल्या गेल्या. उरलेले खाद्यपदार्थ करंड्यांत भरले गेले. कपबश्या, प्लेटी व इतर सामान गोळा करण्यात आले आणि सामानासकट सर्व मंडळी पुन्हा होडीत चढली. नदीतून होड्या मजेने वल्हवीत नेताना सारीजणे उंच स्वरांत मोठमोठ्याने गाणी गात होती. गाता गाता नेडने मध्येच स्वत:चे एक वेगळेच गाणे सुरू केले. तो गाऊ लागला–

"मी एकटा, मी एकटा, मी एकटा," पुढच्या ओळी अशा होत्या –

युवतीच तू अन् युवक मी, एकान्त सुंदर भोवती
मग दूर का तू साजणी? ये, बोल ना मजसंगती।"

या ओळी म्हणताना त्याने मेगकडे अशा काही व्याकूळ, भावार्त नजरेने पाहिले, की ती मोठ्यांदा हसत सुटली आणि नेडचे गाणे अर्ध्यावरच संपले. जरा वेळाने तो तिच्या शेजारी येऊन बसला आणि इतरांचे लक्ष नाहीसे पाहून हलकेच तो तिला म्हणाला,

"इतकी कशी निर्दय होतेस तू? आज सारा वेळ तुझ्याशी एकीकडे बोलण्याची

संधी मी बघत होतो. पण तू आपली त्या केटच्या बरोबर सारखी. मला जरासुद्धा जवळ येऊ द्यायचे नाही म्हणजे काय? आणि आता माझ्या गाण्यालादेखील खुशाल हसतेस. काय म्हणावं तुला?''

''गाताना तुझं तोंड इतकं चमत्कारिक वेडंवाकडं होत होतं की हसूच आलं मला, माफ कर.'' नेडच्या भाषणाच्या पूर्वार्धाकडे दुर्लक्ष करीत मेग हसत हसत म्हणाली.

नेडने तिच्याकडे तीव्र नापसंतीचा एक कटाक्ष टाकला आणि आपल्या मनाचे सांत्वन करून घेण्यासाठी तो सॅलीकडे वळला. नंतर मेगला अनुलक्षून तो सॅलीला म्हणाला,

''अगदीच बावळट आहे नाही ती? जरासुद्धा मुलांशी मोकळेपणानं वागायला नको तिला!''

''पण स्वभावानं किती छान आहे मेग!'' सॅली म्हणाली.

''असेल बुवा!'' नेड म्हणाला, ''आपल्याला नाही असल्या सोवळ्या मुली आवडत!''

लॉरीच्या बागेतील हिरवळीवर जेथे ती सर्व मंडळी सकाळी गोळा झाली होती, तेथेच दिवेलागणीला साऱ्यांनी एकमेकांचा निरोप घेतला. वॉगन मंडळी दुसरे दिवशी कॅनडाला जाणार होती, मेग आणि तिच्या बहिणी लॉरीच्या बागेतून जेव्हा आपल्या घराकडे जाण्यासाठी निघाल्या, तेव्हा केट त्या चौघींच्या आकृतीकडे काही वेळ बघत राहिली आणि मग इतका वेळ धारण केलेला शिष्टपणा विसरून ती एकदम भारावल्यासारखी होऊन म्हणाली, ''बाकी काही असो, पण अमेरिकन मुली एकंदरीनं मोठ्या छान असतात हं!''

''माझंही मत अगदी तुमच्यासारखंच आहे.'' ब्रुकने तिला दुजोरा देत म्हटले.

१३

सुखस्वप्ने

लॉरी आपल्या बागेतल्या 'हॅमक'वर पडून झोके घेत होता. सप्टेंबर महिन्यातली सुंदर उबदार दुपार भोवती स्तब्ध पसरली होती. लॉरीला क्वचित केव्हातरी येई तसा औदासिन्याचा झटका आज आला होता अन् सारी सकाळ त्याने इतरांना उपद्रव देण्यात खर्च केली होती. ब्रुकच्या सहनशीलतेचा त्याने अंत पाहिला होता. घरातल्या मोलकरणीशी कारण नसताना भांडण उकरून काढले होते. पियानोवर खूप वेळ 'प्रॅक्टिस' करून आपल्या आजोबांचे डोके उठवले होते आणि सरतेशेवटी वैतागून तो बागेत येऊन पडला होता. बराच वेळ तो त्या त्रस्त मन:स्थितीत होता, पण भोवतालच्या शांत सुंदर वातावरणाने त्याचे तापलेले मन हळूहळू निवले. बाजूला उभ्या असलेल्या 'चेस्टनट' वृक्षांच्या गदड हिरव्या पालवीवर नजर खिळवून तो उघड्या डोळ्यांनी दिवास्वप्ने बघण्यात रमून गला. अशाच एका स्वप्नात तो जगप्रवासासाठी समुद्रपर्यटन करीत असताना एकाएकी एक विलक्षण दृश्य त्याला दिसले आणि तो एकदम भानावर आला.

मार्च मुली आपल्या घरातून बाहेर आल्या होत्या आणि त्या कोठेतरी जाण्याच्या बेतात दिसत होत्या. लॉरीने त्यांच्याकडे नीट न्याहाळून पाहिले तो त्यांचा वेषही त्याला विचित्र दिसला. प्रत्येकीच्या पाठीवर एकेक पिशवी आणि हातात एक काठी होती. त्या चौघींनी शिप्तरासारख्या मोठाल्या टोप्या डोकीस घातल्या होत्या. मेगच्या हाती शिवणकामाचे साहित्य होते. ज्योजवळ विणकाम आणि एकदोन पुस्तके होती. बेथने एक छोटी करंडी हाती घेतली होती तर ॲमीने आपली चित्रांची वही, रंग नि कुंचले बरोबर घेतले होते. बघता बघता सर्व बहिणी बागेचे मागचे फाटक उघडून बाहेर पडल्या आणि आपले घर व नदी यांच्या दरम्यान असलेल्या टेकडीच्या रोखाने चालू लागल्या.

"वा! हे छान आहे!" लॉरी स्वत:शीच पुटपुटला, "पिकनिकचा बेत ठरवायचा आणि मला मात्र आमंत्रणही द्यायचं नाही हा खासा न्याय आहे. पण या मुलींना जर नदीवर होडीनं सहल करायची असेल तर 'बोटहाऊस'ची चावी माझ्याकडे आहे हे

यांना ठाऊक नाहीसं दिसतं. कदाचित त्या विसरल्या असतील विचारायला तर आपणच चावी घेऊन जावे झाले!''

मनात विचार यायचा अवकाश, लॉरी ताडकन खाली उतरला आणि घरात धावत गेला. मोलकरणींवर नि गड्यांवर खेकसत त्याने आपला स्वच्छ शर्ट, टाय नि हॅट शोधून काढली. त्याचा पोषाख होईतो आणखी पंधरा-वीस मिनिटे गेली. एव्हाना मुली दिसेनाशा झाल्या होत्या. मग लॉरी बागेचे फाटक उघडण्याचा भरीला न पडता कुंपणावरून उडी मारून बाहेर पडला आणि टेकडीच्या दिशेने धावत सुटला.

टेकडीजवळ येताच एकदा त्याने सभोवती न्याहाळून पाहिले. टेकडी होती छोटीशीच. पण तिच्यावरून आसपासचा देखावा विलक्षण सुंदर दिसे. हळूहळू टेकडी चढून लॉरी वरच्या सपाटीवर आला तेव्हा त्याला एके जागी पाइन वृक्षांच्या दाट सावलीत त्या चौघी बहिणी बसलेल्या दिसल्या. लॉरी जवळच्या एका झुडपाआडून त्यांच्याकडे बघू लागला. एखादे रम्य चित्र आपण बघतो आहोत असा त्याला भास झाला. कारण सावलीत बसलेल्या त्या चौघी बहिणींचा मेळावा खरोखरच एखाद्या चित्रासारखा सुंदर, लोभसवाणा दिसत होता. ऊनसावल्यांचे चिमुकले कवडसे त्यांच्या अंगावरून हलत सरकत होते, भोवतालच्या झाडपाल्याच्या वासांनी, सुवासिक झालेल्या वाऱ्याच्या मंद झुळकांनी त्यांचे केस गालावर भुरभुरत होते आणि गवतांतले असंख्य किडे, झाडावरचे पक्षी, तशीच आसपास चरणारी गुरेवासरे त्या चौघीजणी आपल्यांतल्याच आहेत अशा विश्वासाने निर्भयपणे आपापले व्यवहार करीत होती. मेग मांडी मोडून बसली होती आणि आपल्या गोऱ्यापान निमुळत्या बोटांनी ती हातातले शिवणकाम भरभर करीत होती. गडद गुलाबी झगा अंगात घातलेली मेग त्या हिरवळीवर एखाद्या टपोऱ्या गुलाबाच्या फुलासारखी टवटवीत आणि सुरेख दिसत होती. बेथ पाइन वृक्षावरून गळून पडलेले चिमुकले कोन वेचीत होती. कारण त्यापासून ती सुंदर सुंदर माळा व इतर वस्तू बनवीत असे. ॲमी समोर नेच्यांचे तुरे ठेवून त्यांचे कागदावर चित्र रेखाटीत होती आणि ज्यो एकीकडे पायमोजा विणता विणता दुसरीकडे समोर उघडून ठेवलेल्या पुस्तकातली गोष्ट आपल्या बहिणींना वाचून दाखवीत होती. सारे वातावरण नि:स्तब्ध होते. फक्त झाडांची पाने मधूनच सळसळत, त्यांचा उसासा टाकल्यासारखा स्वर उमटे किंवा एखादे पाखरू चिवचिवत पालवीतून भर्रकन् उडून जाई त्याचा आवाज कानी येई.

त्या चौघी बहिणींकडे दुरून टक लावून पाहताना लॉरीच्या मुखावरून एक विलक्षण छाया सरकून गेली. आपल्याला बोलावले नसता आपण आगंतुकासारखे पुढे जाणे बरोबर होणार नाही असे एकीकडे त्याला वाटत होते, तर दुसरीकडे त्या निर्मळ संगतीत भाग घेण्यासाठी त्याचे मन भुकेलेले होते. अशा अनिश्चित अवस्थेत तो तेथे उभा असताना जवळून सरसरत जाणारी एक खार त्याला पाहून एकदम दचकली आणि 'चिर्र' असा कर्कश आवाज करीत पळून गेली. त्या आवाजामुळे त्या

चौघी बहिणींचे लक्ष त्याच्याकडे गेले. त्याची दृष्टादृष्ट होताच बेथ एकदम प्रसन्न हसली आणि तिने हाताने खूण करून त्याला बोलावले.

"येऊ का मी? की माझ्या येण्यामुळे तुमच्या कार्यक्रमात काही व्यत्यय येणार आहे?" लॉरी पुढे येत म्हणाला.

मेगच्या कपाळावर एक अस्पष्ट आठी उमटली, पण ज्यो उत्साहाने एकदम म्हणाली,

"वा! ये ना! खरं म्हणजे आम्ही आधीच तुला बोलावणं धाडायला हवं होतं. पण मुलींचे खेळ तुला आवडतील का नाही याची खात्री वाटत नव्हती आम्हाला! म्हणून नाही बोलावलं."

"मला तुमचे खेळ नेहमीच आवडतात," लॉरी म्हणाला, "पण मी यावं अशी मेगची इच्छा नसेल तर उगीच आगंतुकासारखा येणार नाही मी."

"तसं नव्हे काही." मेग म्हणाली, "माझी काहीच हरकत नाही; पण आमच्या या 'मधमाशी क्लबा'त यायचं असेल तर तुला उद्योग करावा लागेल काहीतरी. कारण रिकामटेकड्या लोकांना आमच्या क्लबात मज्जाव आहे."

"एकदम मान्य," लॉरी त्यांच्या शेजारी ऐसपैस बसत म्हणाला, "तुम्ही मला सांगाल ते काम करायला तयार आहे मी. मात्र कृपा करून मला परत धाडू नका इथून. कारण घर मला अगदी खायला येतंय, बरं काय काम करू मी? झटपट सांगा."

"मी माझ्या या पायमोज्याची टाच एवढी विणते तोवर तू ही अपुरी राहिलेली गोष्ट संपव." ज्योने समोरचे पुस्तक लॉरीच्या हाती देत त्याला म्हटले.

"ठीक आहे." लॉरीने नम्रपणे उत्तर दिले आणि 'मधमाशी क्लबा'त आपल्याला प्रवेश दिल्याबद्दलची कृतज्ञता व्यक्त करण्यासाठी तो ताबडतोब गोष्ट वाचून दाखवू लागला. गोष्ट फार मोठी नव्हती, त्यामुळे ती लौकरच वाचून संपली. त्यानंतर आपल्या कामाचे बक्षीस म्हणून लॉरीने काही प्रश्न विचारण्याची परवानगी मागून घेतली आणि तो म्हणाला,

"मला तुमच्या या क्लबाची जरा माहिती सांगा ना?"

त्या चौघी बहिणींनी एकमेकींकडे पाहिले. मेग म्हणाली, "सांगायचं का लॉरीला?"

"तो हसेल बघा हं." ॲमीने धोक्याची सूचना दिली.

"हसला तर हसला." ज्यो बेफिकीरपणे म्हणाली.

"मला नाही वाटत तो हसेलसं," बेथ म्हणाली, "उलट त्याला आवडेल ही कल्पना!"

"मी मुळीच हसणार नाही." लॉरी चटकन म्हणाला, "वचन देतो मी हवं तर. हं, सांग सांग ज्यो. भिऊ नकोस."

"काय पण अगदी! तुला मी भिणार? मग झालंच तर." ज्यो हसत हसत म्हणाली, "आम्ही किनई, लहानपणी तो 'ख्रिस्ती प्रवाशा'चा खेळ खेळत असू–"

"ठाऊक आहे मला." लॉरी मध्येच म्हणाला.

“ते कसं?” ज्यो विस्मयाने म्हणाली, “मी तर कधीच सांगितलं नाही हे गुपित तुला. मग कसं कळलं तुला?”

“रागावू नकोस ज्यो,” बेथ गरीबपणे हळूच म्हणाली, “मीच सांगितलं ते त्याला. एकदा तो फार वाईट मन:स्थितीत होता. अन् तुम्ही कुणी घरी नव्हता, तेव्हा त्याची करमणूक करण्यासाठी मीच हे सारं त्याला सांगून टाकलं!”

“आमची बेथ अशीच,” ज्यो किंचित रुष्ट होऊन म्हणाली, “तिला म्हणजे कसलं गुपित मनात ठेवताच येत नाही. बरं असू दे. आता आम्ही हा जो ‘मधमाशी क्लब’ काढला आहे ना लॉरी, त्याची कल्पना काहीशी त्या खेळासारखीच आहे. सुटीचे दिवस फुकट जाऊ नयेत म्हणून आम्ही ही संस्था स्थापन केली. इथं प्रत्येकानं स्वत:ला काही ना काही काम नेमून घ्यायचं असतं आणि ठरावीक मुदतीत पुरं करायचं असतं. आता सुटी संपत आली आहे आणि हे दिवस आम्ही वाया घालवले नाहीत याचं आम्हाला मोठं समाधान वाटतं आहे. रोज दुपारी आम्ही या टेकडीवर येतो. येताना बरोबर काहीतरी काम घेऊन येतो अन् ते इथं करीत बसतो. त्यामुळे मोकळ्या वाऱ्यात बसण्याचा आनंद लाभतो. निसर्गाचीही शोभा बघता येते आणि उद्योगात वेळ घालवल्याचं मानसिक समाधानही लाभतं. बघ ना लॉरी, इथून सारा देखावा किती सुंदर दिसतो आहे तो?”

ज्योने अंगुलिनिर्देश केला या दिशेने लॉरीने नजर वळवली. टेकडीच्या बाजूला असलेल्या नदीचे विशाल निळेभोर पात्र मावळत्या किरणांत तळपत होते. शहराचा भव्य विस्तार दूरवर पसरला होता. त्यापलीकडे हिरवीगार विस्तीर्ण कुरणे होती आणि त्याच्याही पलीकडे निळेजांभळे डोंगर निळ्या क्षितिजाशी विसावले होते. सूर्य मावळतीवर टेकला होता आणि हिवाळ्यातील सूर्यास्ताच्या रंगमिश्रणाची अवर्णनीय शोभा आभाळभर विखुरली होती. पश्चिमेकडे आभाळात जांभळे सोनेरी ढग निघाले होते आणि त्याच्या झळझळीत लालसोनेरी प्रकाशात न्हाऊन निघालेली दूरची पर्वतशिखरे एखाद्या स्वर्गीय नगरीतील मनोऱ्यासारखी सुंदर दिसत होती.

“खरंच किती सुंदर आहे हे सारं!” लॉरी मन:पूर्वक बोलला. त्याच्या संवेदनाक्षम मनाला कोणत्याही सुंदर गोष्टीचे आवाहन चटकन पोचत असे.

“या ढगांचे रंग सारखे पालटत असतात. पण कसेही पाहा, हे सुंदरच दिसतात.” ॲमी म्हणाली. चित्रात हे रंग आपण कधीतरी पकडू शकू का असे विचार तिच्या मनात येऊन गेले.

“हे ढग बघताना वाटतं, स्वर्ग स्वर्ग म्हणतात तो असाच असेल, नाही? देवाचं घर असंच असेल. मला वाटतं आपण तिथे जाऊन राहावं.” बेथ म्हणाली.

“बेथ, आपण चांगले वागलो तर आज ना उद्या स्वर्गाच्या राज्यात आपल्याला प्रवेश मिळेलच मिळेल.” मेग मृदुपणे म्हणाली.

“पण त्याला किती वेळ लागेल!” बेथ म्हणाली, “मला वाटतं, आपल्याला

पाखरासारखे पंख फुटावेत नि आपण वेगाने भरारी घेऊन स्वर्गाच्या त्या सुंदर दाराशी एकदम जाऊन पोचावं!''

''बेदी, तुला तिथं प्रवेश मिळायला मुळीच अडचण पडणार नाही.'' ज्यो म्हणाली, ''कारण तू मुळातच मोठी गोड, निष्पाप मुलगी आहेस. प्रश्न पडणार आहे तो माझ्या बाबतीत. मी इतकी वाईट आहे की मला सतत धडपडत, तडफडत, कष्ट करीत स्वत:चं आयुष्य सुधारावं लागेल आणि तरीही सरतेशेवटी मला स्वर्गात सोडतील की नाही कुणास ठाऊक!''

''मी तुझ्या जोडीला असेन ज्यो. घाबरू नकोस.'' लॉरी चटकन म्हणाला, कारण मी देखील तुझ्यासारखाच पावलोपावली चुकत असतो. पण बेथ, तू जर आधी तिथं पोहोचलेली असशील तर माझ्यासाठी तू तिकडे शिफारस करशील ना जरा?''

लॉरी हसत हसत बोलत होता. पण त्याच्या स्वरात असे काही होते की, ते एकदम बेथच्या काळजाला जाऊन भिडले आणि आपले शांत डोळे समोरच्या उजळलेल्या आभाळावर खिळवून ती प्रसन्नपणे म्हणाली, ''आपण जर चांगलं होण्याचा मनापासून प्रयत्न करीत राहिलो तर आपण सारेच स्वर्गात जाऊ. स्वर्गाच्या दाराला कड्याकुलपं असतील किंवा तिथं पहारेकरी असतील असं मला मुळीच वाटत नाही. मला तर वाटतं, तिथं पंखवाले तेजस्वी देवदूत असतील आणि आपण तिथं जाताच ते आपलं अगदी प्रेमाने स्वागत करतील.''

संभाषणाला गंभीर वळण लागत चालले होते. एवढ्यात ज्यो म्हणाली, ''या रंगीबेरंगी ढगांवर दृष्टी खिळवून आपण कितीतरी सुखस्वप्नं रंगवत असतो नाही? त्यांतली शेवटी किती खरी होतील देव जाणे!''

''माझी तर इतकी सुखस्वप्नं आहेत की, त्यांतून कोणतं नेमकं निवडावं हाच प्रश्न आहे.'' गवतावर लोळता लोळता झाडावरच्या खारीकडे खडे फेकत लॉरी म्हणाला.

''तुझं सर्वांत आवडतं जे स्वप्न असेल तेच निवडावं लागणार आहे तुला.'' मेग म्हणाली, ''खरंच लॉरी, तुझं असं स्वप्न कोणतं आहे?''

''मी माझं स्वप्न तुम्हाला सांगितलं तर तुम्ही साऱ्याजणी आपली स्वप्नं सांगाल मला?'' लॉरीने प्रश्न केला.

''हो. सांगू ना आम्हीसुद्धा.'' त्या चौघी बहिणी एका सुरात म्हणाल्या.

''मग ऐका तर.'' लॉरी म्हणाला, ''प्रथम मी मनमुराद भटकून हे सर्व जग पाहून घेणार. त्यानंतर मी जर्मनीला स्थायिक होणार आणि संगीताच्या आराधनेला स्वत:ला वाहून घेणार. मी खूप मोठा संगीतकार होणार. पैशाची किंवा उद्योगधंद्याची चिंता मला कधीही करावी लागू नये आणि अगदी माझ्या मनाला वाटेल तसं मुक्तपणे मला जगता यावं, हे माझं सुखस्वप्न आहे. तुझं सुखस्वप्न काय आहे मेग?''

मार्गरिटला आपले सुखस्वप्न सांगणे जरा अवघड जात होते असे दिसले. ती

क्षणभर घुटमळली आणि मग हलकेच म्हणाली, "मला एक सुंदर घर हवं. तिथं साऱ्या चैनीच्या वस्तू हव्यात. सुग्रास अन्न, सुरेख कपडालत्ता, उत्तम फर्निचर, भोवती छान छान माणसं आणि मुख्य म्हणजे खूप खूप पैसा. या साऱ्यांची मी स्वामिनी असावं आणि माझ्या हाताखाली भरपूर नोकरचाकर असावेत. म्हणजे मग मला मुळीसुद्धा कष्ट करावे लागणार नाहीत. अहाहा! असं सारं प्रत्यक्षात खरोखरी घडून आलं तर काय बहार होईल! मी आळसात मुळीसुद्धा वेळ घालवणार नाही आणि इतकी चांगली वागेन की सर्वजण माझ्यावर खूप प्रेम करतील–"

"स्वप्न तर मोठं छान आहे." लॉरी मिष्कीलपणे म्हणाला. "पण तुझ्या या कल्पनेतल्या राजवाड्यात एक राजा नको का तुला?"

"छे! मी छान छान माणसं असावीत एवढंच म्हटलं." मेग म्हणाली आणि तिने खाली वाकून आपल्या बुटाची लेस काळजीपूर्वक बांधण्यास सुरुवात केली. आपला चेहरा कुणाला दिसू नये हा तिचा हेतू असल्यास नकळे.

"त्यापेक्षा सरळ सरळ असं का नाही सांगत तू की मला एक छान छान नवरा हवा नि चारदोन छबुकडी चिल्लीपिल्ली हवीत म्हणून? हो. त्याशिवाय तुझ्या त्या राजवाड्याला थोडीच शोभा येणार आहे?" ज्यो उपहासपूर्वक म्हणाली. प्रेम, लग्न या गोष्टी कथाकादंबऱ्यांत वाचायला तिला आवडत. पण प्रत्यक्षात असल्या स्वप्नाळू मूर्खपणाचा तिला मोठा तिटकारा वाटे.

"नवरा आणि मुलंबाळं हवीशी वाटण्यात काय गैर आहे?" मेग चिडून म्हणाली, "तुझ्या सुखस्वप्नात मात्र घोडे, दौती, लेखण्या नि भाराभर पुस्तकं हेच असणार!"

"होयच मुळी!" ज्यो ठासून म्हणाली, "माझं सुखस्वप्न तेच आहे. मोठी झाल्यावर मी एक तबेला भरून अरबी घोडे पाळीन. घरभर उत्तमोत्तम पुस्तकांची कपाटं भरून ठेवीन आणि जादूच्या दौतीतल्या शाईनं खूप खूप पुस्तकं लिहीन. लॉरी जसा संगीतकार होणार आहे तशी मी नामांकित लेखिका होणार आहे आणि मरण्यापूर्वी जगाचे डोळे दिपवणारं काहीतरी भव्यदिव्य करून जाणार आहे. ते काय ते आज नाही सांगता येणार मला. पण केव्हातरी तुम्हां साऱ्यांना मी चकित करीन की नाही बघा, मी खूप पुस्तकं लिहून भरपूर पैसा नि कीर्ती मिळवणार, हे माझं सुखस्वप्न आहे."

"तुझं काय स्वप्न आहे बेथ?" लॉरीने विचारले.

"मला काहीच नकोय. मार्मी नि पपा यांच्याबरोबर घरीच राहावं नि घरातली कामं करावीत एवढंच स्वप्न आहे माझं!" बेथ म्हणाली

"बस्स? आणखी काही नाही?" लॉरीने चकित होऊन प्रश्न केला.

"खरंच काही नाही." बेथ म्हणाली, "माझा पियानो मला मिळाल्यापासून आणखी कसलीच इच्छा उरलेली नाही माझी. मला आणखी एवढंच वाटतं की, आपण साऱ्यांनी सुखासमाधानात एकत्र राहावं."

"तू ॲमी?" लॉरीने प्रश्न केला.

"रोमला जावे, चित्रे काढावीत आणि जगातली सर्वोत्कृष्ट चित्रकार म्हणून नाव कमवावे." हे ॲमीचे साधेसुधे नम्र सुखस्वप्न होते.

"वा! एकूण आपण सारेच मोठे महत्त्वाकांक्षी लोक आहोत नाही?" गवताची काडी चघळत लॉरी म्हणाला, "एक बेथ सोडली तर आपणापैकी प्रत्येकानं काहीतरी फार मोठं ध्येय उराशी बाळगलं आहे. आपणा सर्वांना यश, कीर्ती आणि वैभव हवं आहे. आपणापैकी कितीजणांची स्वप्नं प्रत्यक्षात खरी ठरतील कोण जाणे!"

"माझ्या कल्पनेतील राजवाड्याचा दरवाजा उघडणारी किल्ली म्हणजे माझी लेखणी!" ज्यो म्हणाली.

"माझे रंग आणि कुंचले!" ॲमी म्हणाली.

"माझ्याजवळची किल्ली म्हणजे माझं गाणं. पण ही किल्ली वापरण्याची परवानगी कुठं आहे मला? जळो ते कॉलेज!" लॉरी वैतागून म्हणाला.

"माझं सुखस्वप्न खरं व्हायची काहीच आशा नाही." मेग उद्विग्न होऊन म्हणाली, "माझ्याजवळ कुठं काय आहे?"

"आहे की–" लॉरी म्हणाला.

"काय?"

"तुझा सुंदर चेहरा!"

"काहीतरीच!" मेग म्हणाली, "नुसत्या रूपाला कोण विचारतो?"

"रूपच नव्हे नुसतं. गुणही आहेत तुझ्याजवळ आणि या साऱ्यांमुळे काहीतरी चांगलं तुझ्या जीवनात घडून येतं की नाही पाहा!" लॉरी म्हणाला आणि स्वत:ला काहीतरी गुपित माहीत असल्यासारखा तो मिष्कीलपणे हसला.

याचे ते हसणे पाहून का कोण जाणे, मेगचा चेहरा एकदम लाल पडला. ती काहीच बोलली नाही. पण सरदाराची कथा सांगताना ब्रुकच्या चेहऱ्यावर जो आतुर भाव तरळला होता, तोच तिच्याही मुखावर तरळला आणि नदीच्या प्रवाहावर नजर खिळवून ती स्तब्ध राहिली.

"आणखी दहा वर्षांनंतर आपण सारे देवदयेनं जिवंत नि सुखरूप असलो, तर आपण पुन्हा एकत्र येऊ या नि कुणाकुणाची स्वप्नं किती प्रमाणात प्रत्यक्षात उतरली आहेत पाहू या!" ज्यो म्हणाली.

"आणखी दहा वर्षं! बाई बाई! मी केवढी असेन तेव्हा! सत्तावीस वर्षांची!" मेग उद्गारली. आता सतराव्या वर्षीच तिला आपले वय किती वाढल्यासारखे वाटत होते.

"तू नि मी सव्वीस वर्षांचे असू टेडी." ज्यो म्हणाली, "बेथ असेल चोवीस वर्षांची नि ॲमी असेल बावीस वर्षांची! बाप रे!"

'टेडी' हे ज्योचे लॉरीसाठी खास प्रेमाचे संबोधन होते. त्याच्या 'थिओडोर'

नावाचा तो तिने केलेला लाडका संक्षेप होता.

"मी तोवर काही नाव कमावलं पाहिजे आयुष्यात." लॉरी म्हणाला, "पण मी भयंकर आळशी आहे. मला वाटतं ज्यो, माझं सारं आयुष्य आळशीपणामुळे फुकट जाणार."

"मार्मी म्हणते तुला काहीतरी प्रबळ हेतू, प्रेरणा हवी असते." मेग त्याला म्हणाली, "ती एकदा मिळाली की मग तुझ्यासारखा धडपड्या, प्रयत्नशील दुसरा कोणी नाही!"

"खरंच?" लॉरी एकदम प्रोत्साहित होऊन म्हणाला, "तर मग मी आयुष्यात निश्चित काहीतरी करून दाखवीन. खरं म्हणजे मी आजोबांच्या मनासारखं वागून त्यांना खूप सुख द्यायला हवं. पण त्यांना वाटतं की व्यापार करावा आणि मला तर तो मुळीच नको आहे. चहा, रेशीम, मसाल्याचे पदार्थ – हे शब्द ऐकले तरी माझ्या अंगावर काटा उभा राहतो. मग बोटीत ते पदार्थ भरून त्यांचा परदेशांशी व्यापार करणं दूरच राहिलं! पण आजोबांना मी नेमकं तेच करायला हवंय. आता हे कॉलेज तरी काय, त्यांच्या खातरच करतो आहे मी. तेवढी चार वर्षं मी घालवल्यानं ते संतुष्ट झाले तर ठीक. पण पुन्हा त्यांनी मला व्यापारात घालायचा हट्ट कायम ठेवला तर– तर–तर मी पण एखादे दिवशी माझ्या बाबांसारखा पळून जाईन!"

लॉरी अतिशय उत्कटतेनं बोलत होता. बोलता बोलता त्याच्या नाकपुड्या फुगल्या. श्वासोच्छ्वास जोराने होऊ लागला, जात्या तो सुखासीन असला तरी तारुण्यातली स्वतंत्र बंडखोर वृत्ती त्याच्या रक्तात सळसळू लागली होती.

ज्यो त्याच्याकडे क्षणमात्र कौतुकाने बघत राहिली आणि मग ती एकदम म्हणाली, "मी सांगू एक युक्ती तुला? तू मुळी तुमच्या व्यापारी बोटीतूनच एखादे दिवशी पळून जा आणि खूप मोठा संगीतकार झाल्याखेरीज तू घरी परत येऊच नकोस कसा!"

"ज्यो, तू भलतंसलतं त्याच्या मनात भरवू नकोस हं!" मेग चटकन म्हणाली, "आणि लॉरी, तूही ज्योचा असला भलता सल्ला ऐकता कामा नये. अरे बाबा, आपले आजोबा सांगतात तसं वागण्यातच तुझं हित आहे बरं! तू आपला कॉलेजचा अभ्यास व्यवस्थित कर. चांगल्या रीतीनं पास हो आणि आपल्या आजोबांच्या इच्छेप्रमाणे वागत जा. तू इतक्या आज्ञाधारकपणे वागतोस हे जर त्यांच्या ध्यानात आलं तर तेही मग तुझ्या इच्छेला मान देतील. पण आता भलतं काहीतरी करून त्यांना दुखवणं हे मात्र अगदी वाईट. असं पाहा लॉरी, तुझ्याशिवाय त्यांना दुसरं कोणी आहे का या जगात? त्यांच्याजवळ राहून त्यांना सुख देणं हे तुझं कर्तव्य आहे आणि आपल्या वडील माणसांबाबतची आपली कर्तव्यं आपण केलीच पाहिजेत. योग्य वेळी त्याचं फळही आपल्याला मिळतं मग. मिस्टर ब्रुकच्या बाबतीतच बघ ना–"

"मिस्टर ब्रुक? ब्रुकची काय माहिती आहे तुला?" लॉरीने चकित होऊन प्रश्न केला.

"मला तसं काही माहीत नाही," मेग किंचित अडखळत म्हणाली, "पण तुझे आजोबाच एकदा मार्मीला सांगत होते ते मी ऐकलं. ब्रुकनी आपल्या वृद्ध आईची

मरेपर्यंत सेवा केली. त्यासाठी त्यांनी नोकरीची चालून आलेली संधीही सोडली आणि सुखासुखी दारिद्र्य पत्करलं. हे तुझ्या आजोबांना कळलं तेव्हा आपण होऊन त्यांनी ब्रुकना जवळ केलं, त्यांना काम दिलं आणि सर्व प्रकारे साह्य केलं–''

''आजोबा आहेतच तसे उदार.'' लॉरी चटकन म्हणाला, ''ब्रुकची सारी परिस्थिती स्वत: जाणून घेऊन त्यांनी त्याला मदत केली, एवढंच नव्हे तर तुमच्या आईसारख्या चांगल्या लोकांच्या मनातही त्यांनी ब्रुकविषयी खूप सहानुभूती निर्माण करून ठेवली आहे. म्हणून तर तुमची आई त्याच्याशी इतक्या आपुलकीनं, जिव्हाळ्यानं वागते बोलते. ब्रुकला बिचाऱ्याला या आतल्या गोष्टी काहीच माहीत नाहीत. मात्र तुम्हा साऱ्यांबद्दल त्याला फार आत्मीयता वाटते – ब्रुक मोठा छान माणूस आहे मेग. उद्या मी मोठा झालो म्हणजे त्याच्यासाठी मी काय काय करतो ते तू बघ तरी!''

''मोठेपणी त्यांच्यासाठी काहीतरी करण्यापेक्षा आताच तू जरा त्यांच्याशी चांगला वागशील तर बरं नाही का व्हायचं?'' मेग जरा चढ्या सुरात म्हणाली.

''म्हणजे काय? तुला काय माहिती मी ब्रुकशी चांगला वागतो की वाईट वागतो ते?'' लॉरीने चकित होऊन प्रश्न केला.

''त्यात काय अवघड आहे?'' मेग म्हणाली, ''तुझी शिकवणी आटोपून आमच्या दारावरून जातात ना ते रोज? तू जर आपला अभ्यास व्यवस्थित केलेला असलास तर त्यांचा चेहरा कसा प्रसन्न दिसतो. पावलं कशी उत्साहानं भरभर पडत असतात. पण तू जर खट्याळपणा करून त्यांना छळलं असलंस तर मग खाली मान घालून जड पावलं टाकीत ते कसेबसे जात असतात बिचारे!''

''अस्सं! म्हणजे ब्रुकच्या चेहऱ्यावर माझ्या चांगल्या-वाईट वर्तनाचा हिशेब ठेवतेस वाटतं तू?'' लॉरी म्हणाला, ''तुमच्या दारावरून जाताना ब्रुक खिडकीकडे बघत जातो नि तू तिथं उभी राहून त्याच्याकडे बघून मान डोलावतेस ते ठाऊक आहे मला. पण तुम्हा उभयतांत असं काही बिनतारी तारायंत्र असेल, याची मात्र मला मुळीच कल्पना नव्हती!''

''तसलं काही नाही हं लॉरी. रागावू नकोस कृपा करून माझ्यावर! आणि – आणि त्यांच्या कानावर यातलं काहीएक जाऊ देऊ नकोस. मी आपली सहज बोलायला गेले.'' मेग एकदम घाबरून म्हणाली. आपल्या निष्काळजी बोलण्याचे काय परिणाम होतील या कल्पनेनं ती अगदी भयभीत होऊन गेली.

''मी कधी लावालाव्या करीत नाही, किंवा चहाड्याही सांगत नाही.'' लॉरी काहीशा घुश्शाने म्हणाला, ''एवढंच की ब्रुकच्या चेहऱ्यावर जर माझं बरंवाईट वर्तन उमटत असेल तर तो चेहरा नेहमी प्रसन्न राहावा याची काळजी घेत जाईन मी यापुढे!''

''लॉरी, लॉरी रागावू नकोस ना माझ्यावर ?'' मेग एकदम कासावीस होऊन म्हणाली, ''देवाशपथ मी अगदी सहज सांगितलं हे सारं तुला. खरं म्हणजे तुला

असलं काही बोलायचा आम्हाला अधिकार देखील नाही. पण मला वाटतं की ज्यो भलत्याच बाबतीत तुला प्रोत्साहन देते, आहे हे बरं नाही. तसं वागलास तर पुढे तुला नक्की त्याचा पस्तावा होईल. शिवाय तू आमच्याशी इतका प्रेमानं वागतोस की आम्हाला तू सख्ख्या भावासारखाच वाटतोस अगदी. अन् म्हणून आम्ही मोकळ्या मनानं तुला सारं सांगत असतो. रागावलास लॉरी? क्षमा कर मला.''

आणि तिने चटकन आपला हात पुढे केला.

आपल्या क्षणिक घुश्शाची लॉरीला विलक्षण लाज वाटली. त्याने तो लहानसा गोंडस हात आपल्या हातात घेऊन घट्ट दाबला आणि अतिशय मनमोकळेपणाने तो म्हणाला, ''खरं म्हणजे मीच क्षमा मागायला हवी तुझी मेग. झालंय काय, आज सारा दिवस मी अगदी चिडचिडा बनलोय. मीदेखील तुम्हाला बहिणीप्रमाणेच मानतो आणि त्याच नात्यानं माझं चुकलंसवरलं तुम्ही मला सांगायला हवं.''

आपण रागावलो नाही हे दाखविण्यासाठी नंतर लॉरी फारच गोड वागू लागला. नंतरचा अर्धा तास त्याने त्या बहिणींना खूप मदत केली. मेगच्या शिवणकामाच्या लोकरीचा त्याने गुंडा करून दिला. ज्योला काही कविता म्हणून दाखविल्या. बेथसाठी पाईनकोन गोळा केले आणि ॲमीला तिचे रंग व कुंचले गोळा करण्यास मदत केली. तात्पर्य 'मधमाशी क्लब'चा मेंबर म्हणून त्याने आपली पात्रता पुरेपूर सिद्ध केली.

त्यांच्या गप्पा ऐन रंगात आल्या होत्या तोच दुरून घंटेचा अस्पष्ट आवाज त्यांच्या कानी आला आणि 'हॅना'ने चहा तयार करून टेबलावर मांडला असल्याची त्यांना सूचना मिळाली. त्याबरोबर आपले सामान भराभर गोळा करून ती सर्व मुले घरी जावयास निघाली.

''मी पुन्हा येऊ ना मधमाशी क्लबात?'' लॉरीने विचारले.

''हो तर. अवश्य ये.'' मेग हसून म्हणाली, ''चांगल्या मुलांना आमच्या क्लबात प्रवेश मिळतोच.''

त्या दिवशी संध्याकाळच्या मंद अंधूक उजेडात बेथ मिस्टर लॉरेन्ससाठी पियानोच्या साथीने आपल्या गोड आवाजात गाणी गाऊन दाखवीत होती, तेव्हा लॉरी पडद्याआड उभा राहून आपल्या आजोबांकडे बघत होता. मिस्टर लॉरेन्सनी आपले वृद्ध करड्या केसांनी आच्छादलेले मस्तक हातावर अलगद टेकवले होते आणि प्रेमळ स्निग्ध डोळ्यांनी छोट्या बेथकडे टक लावून बघत ते तिचे पियानोवादन व गायन ऐकत होते. त्यांच्या जराजर्जर देहाकडे आणि थकलेल्या डोळ्यांकडे बघताना लॉरीचे हृदय भरून आले. मन कळवळले आणि तो स्वत:शीच म्हणाला,

''मेग म्हणते ते खरं आहे. आजोबांना माझ्याखेरीज या जगात दुसरं कोणी नाही. त्यांना सुख देणं हे माझं सर्वांत मोठं कर्तव्य आहे. माझ्या स्वप्नांवर मी पाणी सोडीन आणि आजोबांजवळच मी राहीन. त्यांना माझी फार गरज आहे!''

१४

गुपिते, रहस्ये -

ऑक्टोबर महिना सुरू झाला. थंडी पडू लागली आणि दिवस आखूड होऊ लागले. फक्त दुपारी दोन ते तीन तास कडक ऊन पडे. अशीच एके दिवशी दुपारच्या वेळी ज्यो माळ्यावर आपल्या नेहमीच्या जागी बसून भराभर काहीतरी लिहीत होती. आधी तिने लिहून ठेवलेले बरेच ताव भोवती अस्ताव्यस्त विखुरले होत. तिचा दोस्त उंदीर 'स्क्रॅबल' वरच्या तुळ्यांवरून इकडून तिकडे सरसर धावत होता. त्याच्याबरोबर त्याचा मुलगाही होता. त्याला आपल्या लांबलचक मिश्यांचा मोठाच अभिमान असावा असे त्याच्या तुरतुर हालचालींवरून वाटत होते.

शेवटचा ताव लिहून झाल्यावर त्याच्या तळाशी ज्योने स्वत:ची झोकदार सही ठोकली. बाकीचे सर्व कागद गोळा केले. ते एकत्र टाचले आणि मग पेनचे टोपण बसवून ते दूर टाकीत ती स्वत:शीच म्हणाली,

"चला, माझ्याकडून मी प्रयत्नांची शिकस्त केली आहे, आता याला फळ नाहीच मिळालं तर मग–मग काय? आणखी प्रयत्न करायचे!"

नंतर कोचावर बसल्याबसल्या ज्योने ते सर्व हस्तलिखित पुन्हा एकदा बारकाइने वाचले. मधून मधून रेघा, विरामचिन्हे, टाकली. नंतर सर्व कागद गुंडाळला आणि त्याहीवर एक तिने सुरेख लाल फीत बांधली. त्यानंतर त्या पुडक्याकडे ती विलक्षण भावुक नजरेने टक लावून बघत राहिली. तिच्या त्या नजरेवरूनच ते लेखन तिने किती मन:पूर्वक केले होते याची साक्ष पटत होती. जरा वेळाने तिने भिंतीवर अडकविलेले एक छोटे कपाट उघडले. स्वत:चे लेखन आणि काही पुस्तके ती तेथे ठेवीत असे. कारण 'स्क्रॅबल' हाही वाङ्मयप्रेमी असल्यामुळे एखादा कागद वा पुस्तक उघड्यावर पडलेले दिसले तर तो त्याची चव घेतल्यावाचून राहात नसे. कपाटांतून ज्योने असेच नीटनेटके बांधलेले आणखी एक हस्तलिखित बाहेर काढले व ती दोन्ही हस्तलिखिते आपल्या कोटाच्या खिशांत टाकून पावले न वाजवता

हलकेच माळ्यावरून ती खाली आली.

खाली घरातही सर्वत्र सामसूम होती. ज्योने दिवाणखान्यात येऊन हळूच आपली टोपी डोक्यावर चढवली आणि कोणालाही कळू न देता ती घराबाहेर पडली. बागेत आल्यावर फाटक न उघडता तिने तशीच त्यावरून बाहेर उडी घेतली आणि धावतच ती मोठ्या रस्त्यावर आली. तिथे तिने एक बस पकडली आणि ती शहराकडे निघाली. तिचा चेहरा या वेळी प्रसन्न पण गूढ, रहस्यमय दिसत होता आणि वरचेवर कोटाचा खिसा चाचपून आतली पुडकी सुरक्षित आहेत की नाहीत याचा ती अंदाज घेत होती.

त्या वेळी ज्योच्या हालचाली जर कोणी पाहिल्या असत्या तर त्या त्याला फार संशयास्पद वाटल्या असत्या. कारण शहरात बस पोहोचल्यानंतर ज्यो एका विशिष्ट इमारतीपुढे जाऊन उभी राहिली. दोनदा तीनदा ती त्या इमारतीच्या प्रवेशद्वारापर्यंत गेली आणि पुन्हा मागे परतली. सरते शेवटी जिवाचा जणू धडा करून ती आत शिरली. तिचा चेहरा लाल पडला होता व डोळ्यांत उत्सुकता आणि भय या दोन्ही भावनांचे मोठे मजेदार मिश्रण झाले होते.

हे सारे समोरच्या बिल्डिंगच्या पहिल्या माळ्यावरील खिडकीत उभा राहिलेला काळ्याभोर डोळ्यांचा एक तरुण मुलगा मोठ्या कुतूहलाने न्याहाळीत होता. ज्यो ज्या इमारतीत शिरली तीत एका मजल्यावर दातांच्या डॉक्टरांचा दवाखाना होता. त्या दवाखान्याच्या बाहेरच्या बाजूला डॉक्टरांच्या नावाच्या पाटीबरोबर विजेच्या साह्याने उघडणारी मिटणारी एक भली थोरली दातांची कवळी बसवली होती. थोड्या वेळाने ज्यो इमारतीच्या प्रमुख जिन्यावरून खाली रस्त्यावर आली. आता तर तिचा चेहरा फारच लाल दिसत होता आणि एका मोठ्या संकटातून सुटल्याचा भाव तिच्या मुद्रेवर उमटला होता.

हे सारे वरच्या खिडकीतून बघणारा लॉरी – होय तो तरुण मुलगा लॉरी होता – एकदम आपला कोट व टोपी चढवून धावतच खाली आला. येतानाच तो स्वत:शी पुटपुटला होता,

"खुळीच आहे ही पोरगी. अशा ठिकाणी एकटं का यायचं असतं? चला, निदान ती घरी जाताना तरी तिला आपण सोबत द्यावी. आता तिला सोबतीची फार आवश्यकता असेल."

ज्यो रस्त्यावर येताच लांब लांब टांगा टाकून त्याने लगेच तिला गाठले. त्याला पाहून ज्यो आश्चर्यचकित झाली. पण तो अशा ठिकाणी भेटावा याबद्दलची नाराजीही तिच्या चेहऱ्यावर उमटली होती. लॉरीचे मात्र तिकडे लक्षच नव्हते. तो तिच्या अगदी जवळ जाऊन सहानुभूतिपूर्वक तिला विचारू लागला.

"काय, त्रास झाला का फार?"

“झाला थोडासा.”

“त्या मानानं तू फार लौकर बाहेर पडलीस, नाही?”

“हो. लौकरच म्हणायची.”

“पण तू एकटीच का आलीस? अशा वेळी सांगायचं कुणालातरी बरोबर यायला.”

“म्हटलं उगीच कशाला इतरांना कळवून त्यांच्या जिवाला काळजी उत्पन्न करा?”

“कमाल आहे तुझी! मोठी विचित्रच मुलगी आहेस तू? बरं, मला हे सांग, किती काढलेस?”

“काय काढले? काय म्हणतो आहेस तू?” ज्योने आश्चर्यपूर्वक प्रश्न केला.

“म्हणजे काय? दातांच्या डॉक्टरकडे ना गेली होतीस तू दात काढून घ्यायला?” लॉरीने विचारले

“दातांचा डॉक्टर – ओ हो! असं समजलास होय तू? छान!” असे म्हणून ज्यो रस्त्यातच उभी राहिली आणि मोठमोठ्याने हसत सुटली. काही केल्या तिला हसू आवरेना

“हसायला काय झालं?” लॉरी काहीसा नाराज होऊन म्हणाला, “ज्यो, काहीतरी भानगड आहे हं आणि माझ्यापासून ती चोरून ठेवायला बघते आहेस तू. सांग बघू चटकन काय ते?”

“अहो महाराज, तुमचीसुद्धा भानगड आहे म्हटलं काहीतरी!” ज्यो म्हणाली, “तुम्ही समोरच्या बिल्डिंगमध्ये त्या ‘बिलियर्ड सलून’ मध्ये काय करत होता सांगा पाहू?”

“ते बिलियर्ड सलून नसून तो जिमखाना आहे बाईसाहेब.” लॉरी म्हणाला, “आणि मी पत्ते खेळायला गेलो नसून तलवारीचे हात शिकायला गेलो होतो हे मी नम्रपणे तुम्हाला सांगू इच्छितो.”

“लॉरी, हे ऐकून मला फार समाधान वाटते.”

“का?”

“का म्हणजे काय? एकदा तू तलवार फिरवायला शिकलास की मग मलाही तुझ्याकडून ते धडे घेता येतील आणि मग आपण ‘हॅम्लेट’ नाटक बसवू या. त्यातला द्वंद्वयुद्धाचा प्रवेश आपल्याला उत्तम वठवता येईल.”

लॉरीला एकदम हसू कोसळले. तो इतक्या मोठ्याने हसला की रस्त्याने जाणारेयेणारे सुद्धा क्षणभर थबकून स्वतःच्या नकळत त्याच्या त्या मुक्त हास्यात सामील झाले. हसण्याचा पहिला भर ओसरल्यावर लॉरी म्हणाला,

“मी तुला तलवारीचे हात शिकवीनच. पण एक सांग मला. ‘मला समाधान

वाटते' असं जे तू अगदी निर्धारपूर्वक म्हणालीस, ते का?''

''तू बिलियर्ड सलूनमधे गेला नाहीस हे ऐकून अतिशय आनंद वाटला मला. कारण अशा ठिकाणी तू कधीही जाऊ नयेस अशीच माझी इच्छा आहे. खरंच लॉरी,तू जातोस तिकडे?''

''नेहमी नाही, पण केव्हातरी जातो.'' लॉरी म्हणाला, ''असं पाहा ज्यो, बिलियर्ड्स तर घरीसुद्धा खेळता येतात. पण जोडीला चांगले खेळाडू असल्याखेरीज रंग चढत नाही खेळाला. तेव्हा कधी तरी येऊन नेड मॉफटबरोबर दोन डाव खेळतो झालं.''

''अरे देवा!'' ज्यो हळहळत म्हणाली, ''ही सवय वाईट. कारण एकदा का हा नाद लागला म्हणजे माणसं त्याच्या आहारीच जातात आणि स्वत:चा वेळ नि पैसा यांची भरमसाट उधळपट्टी करू लागतात.''

''हे आपलं काहीतरीच आहे तुझं.'' लॉरी फुरंगटून म्हणाला, ''एखाद्यानं आपल्या जिवाची जराशी करमणूक करून घेतली तर तो लगेच बिघडतो आणि माणसांतून उठतो, असं थोडंच आहे?''

''असं नाही लॉरी,'' ज्यो म्हणाली, ''पण तुम्ही कोणत्या मित्रवर्तुळात वावरता यावर बरंच काही अवलंबून आहे. नेड अन् त्याचं टोळकं मला मुळीच आवडत नाही. त्या नेडला आमच्याकडे अनेकदा यावंसं वाटतं. पण माझ्या आईला तो नि त्याचा मित्रपरिवार आपल्या घरी येणं मुळीच पसंत नाही. तेव्हा तू जर त्या टोळक्यात सामील झालास, तर आई आम्हा बहिणींना तरी तुझ्याशी बोलूसवरू देईल की नाही शंकाच आहे.''

''खरं म्हणतेस?'' लॉरीने किंचित अस्वस्थ होऊन विचारले.

''तर काय?'' ज्यो म्हणाली, ''आईला या रिकामटेकड्या फॅशनेबल मुलांबद्दल अत्यंत तिटकारा वाटतो आणि अशा मुलांमध्ये आम्हाला मिसळू देण्यापेक्षा ती आम्हाला कपाटात कोंडून ठेवणं अधिक पसंत करील!''

''निदान माझ्या बाबतीत तरी तुझ्या आईला एवढी दक्षता बाळगायला नको.'' लॉरी म्हणाला, ''मी अजून तरी 'रिकामटेकडा फॅशनेबल मुलगा' बनलो नाही. तसा होण्याची इच्छाही नाही. मात्र अधूनमधून केव्हातरी असल्या खेळांत भाग घ्यावासा वाटतो मला, हे खरं आहे.''

''त्याला कोणीच हरकत घेणार नाही.'' ज्यो म्हणाली, ''पण लॉरी, कृपा करून तू बिघडू नकोस. नाहीतर मग आपल्या साऱ्या एकत्र खेळण्यासवरण्याचा नि साऱ्या गमतींचा इथंच शेवट व्हायचा.''

''छे छे! तसं मुळीच होणार नाही.'' लॉरी म्हणाला, ''मी अगदी साधुपुरुष बनतो की नाही बघ!''

“साधुपुरुष तर मला मुळीच सहन होत नाहीत.” ज्यो म्हणाली, “तू अगदी दुसऱ्या टोकाला जातोस बघ, लॉरी. मला एवढंच म्हणायचं होतं की, तू आपला साधासुधा प्रामाणिक सभ्य मुलगा राहा आणि मग आम्ही बहिणी तुला कधी अंतर देतो का पाहा. तो ‘किंग’ चा मुलगा बघ ना, किती हां हां म्हणता बिघडला? घरी एवढी श्रीमंती, पण त्याला बापड्याला पैसा कसा वापरावा तेच कळलं नाही. मग तो जुगार खेळायला लागला, प्यायला लागला, पळून गेला नि खोट्या सह्या करून त्यानं वडिलांचं नाव घालवलं–”

“मी तसाच वागेन अशी तुझी कल्पना आहे वाटतं? छान! इतक्या दिवसांत हीच माझी परीक्षा केलीस म्हणायची! आभारी आहे!”

“नाही नाही! तसा मुळीच नव्हता माझ्या बोलण्याचा अर्थ. रागावू नकोस.” ज्यो गडबडून म्हणाली, “मला एवढंच म्हणायचं होतं की, पैसा माणसाला फार मोहात पाडतो म्हणे. नि म्हणूनच मला तुझी काळजी वाटते. मनात येतं, तू पैसेवाला नसतास तर फार बरं झालं असतं.”

“खरंच का तुला माझी इतकी काळजी वाटते ज्यो?” लॉरीने उत्सुकतेने विचारले. “खरंच वाटते.” ज्यो म्हणाली, “तू किनई लॉरी, फार अतिरेकी, उत्कट मनोवृत्ती असलेला मुलगा आहेस आणि कधी कधी तू इतका उदास, व्यग्र असतोस की वाटतं, एकदा जर तू भलत्या मार्गाला लागलास तर तुला थोपवणं केवळ अशक्य होऊन बसेल! फार हट्टी आहेस तू. त्यामुळे ऐकायचा नाहीस तू कुणाचं सुद्धा!”

लॉरी काही वेळ स्तब्धपणे नुसताच पावले टाकीत राहिला. ज्योला वाटले, आपण आपली जीभ जरा ताब्यात ठेवायला हवी होती. तिने चोरून लॉरीकडे पाहिले त्यांचे डोळे रागीट दिसत होते, पण ओठ मात्र स्मित करीत होते. काही वेळ ते दोघेही न बोलता चालत राहिले. मग लॉरी म्हणाला,

“ज्यो, तू सारखा उपदेश करणार असलीस तर मी आपला वेगळी बस घेऊन निघून जातो. पण तू जर गमतीनं गप्पा मारणार असलीस तर मी तुला एक मजेदार गोष्ट सांगणार आहे.”

“आता नाही उपदेश करणार मी.” ज्यो उत्सुकतेने म्हणाली, “पण ती मजेदार गोष्ट सांग ना आधी?”

“बरं तर, ऐक.” लॉरी म्हणाला, “मात्र ध्यानात ठेव हे. हे भयंकर मोठं गुपित आहे आणि मी जर ते तुला सांगितलं तर मग तूही आपलं गुपित सांगायला हवंस मला.”

“माझं कसलं गुपित?” ज्यो म्हणाली, पण मग एकदम चमकून ती गप्प झाली. कारण तिचेसुद्धा एक गुपित होतेच ना?

“बघ कशी गप्प झालीस एकदम?” लॉरी हसत म्हणाला, “मला माहीत आहे, तुला कुठलीही गोष्ट फार काळ गुप्त ठेवताच येत नाही म्हणून. मग सांग पाहू आधी तुझी गंमत मला. नाही तर मी नाही आमचं गुपित सांगणार तुला.”

“तुझं गुपित गमतीदार आहे का पण?”

“वा! गमतीदार म्हणजे काय, भलतंच गमतीदार आहे.” लॉरी म्हणाला, “शिवाय ही गंमत अगदी आपल्या जवळच्या – घरातल्याच म्हणेनास – माणसांबद्दलची आहे.”

“बरं तर. मी माझं गुपित तुला सांगते.” ज्यो म्हणाली, “मात्र लक्षात ठेव हं, यातलं एक अक्षरसुद्धा अगदी कुणाकुणाच्या कानावर जाता कामा नये.”

“नाही जाणार. कुणाला सांगणार नाही मी.”

“आणि मला चिडवायचं नाही.”

“मुळीच नाही. हं बोला आता.”

“मी किनई, माझ्या दोन कथा एका वर्तमानपत्राच्या संपादकांकडे दिल्या आहेत आणि त्यासंबंधीचा आपला निर्णय येत्या आठवड्यात ते मला कळवणार आहेत.” ज्यो हळूच लॉरीच्या कानाशी तोंड नेऊन पुटपुटली.

“शाबास, शाबास!” डोक्यातली टोपी काढून हवेत उंच उडवून ती पुन्हा झेलीत लॉरी उत्साहभराने ओरडला, “सुप्रसिद्ध अमेरिकन साहित्यिका मिस जोसेफाईन मार्च यांचा जयजयकार असो.” त्यांच्या त्या आनंदोद्रेकानं दोन बदके, चार मांजरे, पाच कोंबड्या आणि जवळच खेळणारी सहा आयरिश मुले प्रथम विस्मित आणि मग आनंदित झाली. कारण आता शहराची सीमा ओलांडून लॉरी आणि ज्यो शहराबाहेरच्या मोकळ्या मैदानातून चालले होते.

“कदाचित यातून काहीच निष्पन्न व्हायचं नाही. पण मला एकदा हे धाडस केल्यावाचून राहवेना.” ज्यो म्हणाली, “पण घरी मात्र मी कुणालाच यातलं काही सांगितलं नाही. कारण संपादकांनी नकार दिला तर माझ्याबरोबर आणखी घरच्यांनी नको खट्टू व्हायला.”

“नकार का म्हणून देईल संपादक? त्यानं तुझ्या कथा स्वीकारल्याच पाहिजेत.” लॉरी आवेशाने म्हणाला, “हल्ली वर्तमानपत्रांतून जे रद्दी साहित्य छापलं जातं, त्याच्याशी तुलना करून पाहिली तर तुझं लिखाण किती चांगलं नि वरच्या दर्जाचं असतं! वाहवा! ज्यो, तुझी कथा छापून आली तर काय गंमत होईल नाही? आणि आमच्या छोट्या साहित्यिकेचं आम्हाला केवढं कौतुक वाटेल? केवढा अभिमान वाटेल?”

ज्योचे डोळे आशेने आणि आनंदाने चमकू लागले. प्रोत्साहनपर शब्द केव्हाही मनाला आनंदच देतात. त्यातून ते प्रोत्साहन जिव्हाळ्याच्या स्नेह्याकडून लाभले तर

मग त्याची गोडी काही वेगळीच असते. त्यामुळे लॉरीच्या शब्दांनी ज्योचे मन प्रसन्न झाल्यास त्यात नवल नव्हते.

"बरं. पण आता तुझं गुपित सांग पाहू." लॉरीच्या दोन शब्दांनी मनात उचंबळून आलेला आशेचा पूर कसाबसा आवरून धरीत ज्यो त्याला म्हणाली, "नाही तर आपलं आमच्याकडून आमचं रहस्य काढून घ्यायचं नि स्वत: मात्र आपलं गुपित फोडायचंच नाही, असं करू नकोस हं!"

"मी तुला सांगतोय खरा, पण यामुळे काही मंडळींचा रोष मला स्वत:वर ओढून घ्यावा लागणार हे आधीच दिसतंय मला." लॉरी म्हणाला, "तरी देखील हे सारं मी तुला सांगणारच. कारण काहीही गंमत कानी आली की ती तुझ्याजवळ सांगून टाकल्याखेरीज मला चैनच पडत नाही. सांगू? ऐक. मेगचा हरवलेला हातमोजा कुठं आहे हे मला माहीत आहे."

"बस, एवढंच?" ज्यो काहीशी खट्टू होऊन म्हणाली, कारण तिला या बातमीत 'गंमत' वाटण्याजोगे काय आहे ते मुळीच कळले नाही. लॉरीचा चेहरा मात्र फार गूढ, रहस्यमय दिसत होता आणि त्याचे सुरेख काळेभोर डोळे खट्याळ आनंदाने चमकत होते.

"एवढंच नव्हे बाईसाहेब, तो हातमोजा कुठं आहे हे मी तुम्हाला सांगितलं म्हणजे मग तुम्हालाही या बातमीतली गंमत ध्यानी येईल!"

"सांग तर कुठे आहे हातमोजा?"

लॉरी किंचित खाली वाकला आणि ज्योच्या अगदी कानाशी ओठ नेऊन त्याने तीन शब्द हलकेच तिच्या कानांत सांगितले. त्याबरोबर एकदम ज्योची मुद्रा पालटली. ती चालता चालता जागच्या जागी एकदम थबकून उभी राहिली. विस्मय, नाराजी, दु:ख, राग अशा अनेक भावना झरझर तिच्या चेहऱ्यावर उमटत गेल्या. लॉरीकडे तिने अगदी तीक्ष्ण नजरेने रोखून पाहिले आणि मग पुन्हा हळूहळू पावले टाकीत ती चालू लागली. चालता चालता तिने तीव्र स्वरात लॉरीला विचारले,

"हे तुला कसं माहीत झालं?"

"पाहिला ना मी तो हातमोजा माझ्या डोळ्यांनी!"

"कुठे?"

"खिशात!"

"सारा वेळ?"

"हो. अगदी सारा वेळ! सांग आता, गंमत आहे की नाही मोठी!"

"गंमत कसली कपाळाची? भयंकर आहे हे सारं!"

"यात काय भयंकर आहे बुवा? तुला काही बातमी आवडली नाही?"

"मुळीच नाही. कुणीतरी येऊन आमच्या मेगला आमच्यातून काढून नेणार, ही

कल्पनाच मला असह्य होते. छे! मी हे मुळीच चालू देणार नाही!''

''ही कल्पना असह्य होण्याइतकं तीत काय भयंकर आहे? प्रत्येक मुलीच्या बाबतीत हेच घडत असतं, नव्हे का?'' लॉरी म्हणाला, ''आज ना उद्या, तुलासुद्धा तुमच्या घरातून कुणीतरी घेऊन जाईल!''

''हो. जातोय.'' ज्यो ठसक्यानं म्हणाली, ''प्रयत्नच करून बघ म्हणावं मेल्याला! म्हणजे मी आहे अन् तो आहे!''

ज्योचा हा रागाचा आविर्भाव इतका मजेदार होता की, लॉरीला अगदी खदखदून हसू आले. पण ज्यो मुळीच हसली नाही. ती तशीच नाराज आणि खिन्न राहिली. जरा वेळाने ती लॉरीला म्हणाली,

''माझं मन अगदी उदास होऊन गेलंय. हे तुझं गुपित तू आपल्याजवळच ठेवलं असतंस तर बरं झालं असतं. मला ते ऐकून गंमतही वाटली नाही की आनंदही झाला नाही.''

आपण सांगितलेल्या गमतीचा ज्योवर असा प्रतिकूल परिणाम झालेला पाहून लॉरीही मनातून काहीसा खट्टू झाला. जरा वेळ काहीच बोलता ती दोघेही नुसतीच पावले टाकीत राहिली. नंतर लॉरी ज्योला म्हणाला,

''या उतारावरून आपण दोघंजण धावण्याची शर्यत लावू या. म्हणजे तुला जरा बरं वाटेल.''

ज्योला ती सूचना तात्काळ मानवली. आसपास चिटपाखरूदेखील नव्हते आणि पायाखालचा नितळ, खूप लांबपर्यंत पसरलेला रस्ता खरोखरच धावण्यासाठी फार छान होता. ज्योला मोह आवरला नाही. ती एकदम वेगाने धावत सुटली. थोड्याच वेळाने तिच्या डोक्यावरची टोपी उडून रस्त्यावर पडली. कंगवा निसटून खाली आला आणि केसांत खोवलेले आकडे एकामागून एक गळून पडले. तरी पण ती धावतच होती, तिच्याबरोबर लॉरी धावत होता. ठरलेल्या ठिकाणी लॉरी आधी जाऊन पोहोचला व त्याने शर्यत जिंकली. जरा वेळाने ज्यो तेथे येऊन पोहोचली. ती धापा टाकीत होती. सुटून मोकळे झालेले तिचे केस वाऱ्यावर स्वैर उडत होते. डोळे चमकत होते. गाल फुलून तांबडेलाल पडले होते आणि श्वास जोराने चालला होता. पण तिची मुद्रा विलक्षण प्रसन्न दिसत होती. आपण योजिलेली युक्ती सफल झालेली पाहून लॉरीला समाधान वाटले.

रस्त्याच्या कडेला एक मेपल वृक्ष उभा होता. त्याच्या किरमिजी पानांनी जमिनीवर मऊ बैठक तयार झाली होती. त्या बैठकीवर धपकन बसून धापा टाकीत ज्यो म्हणाली,

''आहाहा! धावल्यामुळं किती बरं वाटलं म्हणून सांगू लॉरी? मला तर वाटतं, मी घोडा असायला हवी होते. म्हणजे या मोकळ्या सुरेख हवेत मी मैल न् मैल

नुसती दौडत राहिले असते, खरंच. भारी मजा आली. पण माझा अवतार काय प्रेक्षणीय झाला आहे. जा लॉरी, माझ्या साऱ्या वस्तू गोळा करून आण जा–''

लॉरी उठला ज्योची टोपी, कंगवा, आकडे इत्यादी वस्तूंचा शोध घेऊ लागला. तोवर ज्योने घाईघाईने आपल्या सुटलेल्या केसांच्या वेण्या घालून त्या डोक्याभोवती गुंडाळल्या. आपल्या या अस्ताव्यस्त अवस्थेत आपण कुणाच्या नजरेस पडू नये अशी तिची मन:पूर्वक इच्छा होती. पण तो तिचा हेतू सफल झाला नाही. योगायोग असा की, काही परिचित मंडळीच्या घरी जाऊन येण्यासाठी म्हणून बाहेर पडेली मेग नेमकी त्याच वेळी तिथे आली. मेग नेहमीप्रमाणेच नीटनेटकी, सुरेख केशभूषा आणि वेषभूषा केलेली, व्यवस्थित अशी होती. ज्योला अशा वेड्यावाकड्या अवस्थेत पाहून तिला फारच नवल वाटले.

''हे काय? तू इथे काय करीत बसली आहेस?'' ज्योच्या विस्कटलेल्या केसांकडे आणि एकंदर अवताराकडे बघून मेगने आश्चर्याने विचारले.

''काही नाही. अशीच आपली बसले आहे.'' ज्यो बहिणीची नजर चुकवीत गरीबपणे म्हणाली.

''या रस्त्यावर आकडे सापडतात मेग आणि कंगवे आणि गवती टोप्या देखील.'' ज्योचे आकडे नि इतर वस्तू तिच्या पुढ्यात टाकीत लॉरी गमतीने मेगला म्हणाला, ''ठाऊक आहे तुला?''

''म्हणजे ज्यो, तू धावत होतीस म्हणायची. शोभतं का तुला हे? आता काही तू लहान नाहीस असा पोरकटपणा नि दंगामस्ती करायला!'' मेगने ज्योला रागावून म्हटले आणि वाऱ्याने विस्कटलेले आपले केस ती नाजूक हाताने सारखे करू लागली.

''माहीत आहे मला.'' ज्यो म्हणाली, ''मी अशीच पोरकटपणानं वागणार नि दंगामस्ती करणार. मला उगीच वाजवीपेक्षा पोक्तपणानं वागायला लावू नकोस तू. तू स्वत:च इतक्या झपाट्यानं वाढत नि बदलत चालली आहेस तेवढं पुरे. मला नाही मोठं व्हायचं इतक्यात.''

बोलता बोलता ज्योने खाली मान घातली. तिचा स्वर रुद्ध झाला होता आणि ओठ कापत होते. कारण लॉरीने तिला सांगितलेले रहस्य तिच्या मनात कुठेतरी खोल सलत होते. मार्गरेट फार झपाट्याने पालटत आहे, बालपण संपून तारुण्याच्या सरहद्दीत तिचे पाऊल पडले आहे आणि आपल्या कुटुंबीयांव्यतिरिक्त इतर कोणाची तरी ओढ तिच्या हृदयाला लागते आहे, हे सारेच ज्योला फार नवीन, अनपेक्षित आणि दु:खदायक वाटत होते. आज ना उद्या मार्गरेट आपल्याला दुरावणार अशी तिला भीती वाटत होती आणि भावी वियोगाच्या त्या कल्पनेने ती जेवढी भयभीत तेवढीच दु:खितही झाली होती. त्यामुळे आपला राग शब्दांत व्यक्त केल्यावाचून

तिला राहवेना. तिचे बोलणे ऐकून लॉरी मात्र अस्वस्थ झाला. ज्यो आपले गुपित फोडते की काय असे त्याला भय वाटले. म्हणून मेगचे लक्ष दुसरीकडे वळविण्याच्या हेतूने विषय बदलीत तो तिला म्हणाला,

"एवढे छान कपडे करून तू कुठे निघाली आहेस मेग?"

"मी गार्डिनर मंडळींकडे गेले होते." मेग म्हणाली, "ही तिकडूनच येते आहे मी आता. सॅली मला बेल मॉफटच्या लग्नाच्या गमती सांगत होती. फार छान झाला म्हणे सगळा समारंभ आणि ती दोघं नवराबायको येता हिवाळा पॅरिसमध्ये काढणार आहेत. किती मजा आहे नाही त्यांची ?"

"तुला त्यांचा हेवा वाटतो मेग?" लॉरीने विचारले.

"होय तर. श्रीमंत लोकांचा मला थोडासा हेवा वाटतोच नाही म्हटले तरी!" किंचित हसून मेग म्हणाली.

"मग ठीक आहे." ज्यो मध्येच म्हणाली.

"काय ठीक आहे?" मेगने आश्चर्याने विचारले.

"कारण तुला जर श्रीमंतांचा हेवा वाटत असेल तर तू काही एखाद्या गरीब माणसाशी जाऊन लग्न करणार नाहीस. तू चांगला पैसेवाला नवरा शोधून काढशील." ज्यो म्हणाली.

"हे पाहा, मी काही आपली 'जाऊन' कोणाशी लग्न करणार नाही किंवा पैसेवाला आहे म्हणून वाटेल त्याच्याशी लग्न करणार नाही." मेग मोठ्या गंभीर स्वरात म्हणाली आणि घराच्या दिशेने पावले टाकू लागली. लॉरी आणि ज्यो तिच्याबरोबर निघाली. ती दोघे आपापसांत कुजबुजत होती, हसत होती, एकमेकांच्या हातांवर टाळ्या देत होती आणि खरोखरच पोरकटपणाने वागत होती. मेगने याबद्दल एकदा-दोनदा त्यांना दटावले देखील. पण तिच्या अगदी मनातली गोष्ट सांगायची झाली तर, तिलादेखील तसे करायला फार आवडले असते. अंगावर उत्तम पोषाख असल्यामुळे ती तसे करू शकत नव्हती एवढेच.

त्यानंतरचे दोन आठवडे ज्यो इतक्या विचित्रपणे घरात वागत होती की, तिच्या बहिणी अतिशयच बुचकळ्यात पडल्या. ज्योला काय झाले होते हेच मुळी त्यांना कळेना. पोस्टमनने दारावरची घंटा वाजवली की, ती उत्सुक होऊन दाराकडे धाव घेई. ब्रुक जर कधी घरी आला तर त्याचा ती रागराग करी. मेगकडे ती तासन्तास टक लावून बघत बसे. मग उठून रागारागाने तिला गदगदा हलवी आणि मग एकदम प्रेमभराने तिला हृदयाशी घट्ट आवळून धरी. लॉरी नि ती दिवाणखान्यात सारखी एकमेकांशी कुजबुजत बसत. एकमेकांना खुणा करीत. क्वचित 'स्प्रेड ईगल' हे शब्द त्यांच्या बोलण्यात येत. ज्योच्या बहिणींना तिला अनेकदा प्रश्न विचारले. हा सारा काय प्रकार आहे याचा खुलासा तिजकडे मागितला. पण ज्यो काहीच

सांगायला तयार होईना. शेवटी 'दोघेही वेडपट झाले आहेत' असे म्हणून बाकीच्यांनी नाद सोडून दिला.

दोन आठवडे उलटून गेल्यानंतर एके दिवशी दुपारी मेग खिडकीशी आली तो तिला एक विलक्षण दृश्य दिसले. ज्यो धावत होती. लॉरी तिच्या पाठीमागे धावत होता. शेवटी त्याने तिला पकडले आणि मग ती दोघे ॲमीने बनविलेल्या लताकुंजात गेली. दोघांचे काय चालले होते मेगला कळेना. पण दोघांचे खिदळणे मात्र तिच्या कानावर राहून राहून आदळत होते.

"काय करावे या पोरटीला? कधी म्हणून हिच्या अंगी रीतभात येणारच नाही का?" कपाळाला आठ्या घालून आपली नाराजी व्यक्त करीत मेग म्हणाली, "आता लहान का आहे ही असं वागायला?"

"मला तर वाटतं ज्योनं कधीच बदलू नये. मला ती आहे अशीच आवडते." बेथ म्हणाली. ती वरकरणी हसत होती. पण ज्योने आपल्याला वगळून एकट्या लॉरीला आपले एखादे रहस्य सांगावे यामुळे मनातून ती काहीशी दुखावली गेली होती.

"फारच दंगा करते ज्यो. तरुण मुलींनी कसं सभ्य नि अदबशीर असावं. पण तिला नाही जमणार ते कधी." ॲमी म्हणाली. तिने आपले केस सुरेख रीतीने वळवून त्यांच्या दोन वेण्या घातल्या होत्या आणि आपल्या नव्या झग्यासाठी ती गुलाबी झालर शिवीत होती. त्यामुळे ती स्वत: तरी या वेळी फारच 'सभ्य नि अदबशीर' दिसत होती.

त्यानंतर दोनच मिनिटे जेमतेम गेली असतील. धाडकन दरवाजा उघडून ज्यो आत आली आणि धपदिशी कोचावर बसून हातांतले वर्तमानपत्र उघडून वाचण्यात ती अगदी गढून गेली.

"काय वाचतेस एवढं मन लावून?" मेगने किंचित आश्चर्याने प्रश्न केला.

"काही विशेष नाही. एक गोष्ट वाचते आहे. आहे आपली साधारणच." ज्यो वर्तमानपत्राचे नाव लपविण्याची काळजी घेत म्हणाली.

"तर मग मोठ्याने तरी वाचून दाखव. बघू या, काय आहे ती गोष्ट!" ॲमीने कुतूहलाने म्हटले.

"काय नाव आहे गोष्टीचं?" बेथने विचारले. ज्यो आपला चेहरा वर्तमानपत्राआड का लपवते आहे तिला काही केल्या कळेना.

"गोष्टीचं नाव आहे, 'दोन चित्रकार'. हो. लिहिलंच आहे इथं." ज्यो म्हणाली.

"शीर्षक चांगलंच आहे. हं, वाच आता." मेग म्हणाली.

ज्योने एकदा दोनदा मोठ्यांदा खाकरून घसा साफ केल्याचा आविर्भाव आणला आणि मग अगदी वेगाने वाचू लागली. तिच्या बहिणी एकाग्रतेने ऐकत राहिल्या.

कारण गोष्ट रंजक होती. अद्भुतरम्य घटनांनी भरलेली होती आणि तिचा शेवट दुःखान्त होता. कारण कथेतली बरीच पात्रे शेवटी मरतात असे दाखविलेले होते.

"वा! गोष्टीतली पेंटिंग्जची वर्णने मोठी छान आहेत." ॲमीने गोष्ट वाचून होताच अभिप्राय दिला.

"मला कथेतल्या प्रेमिकांचं चित्रण फार आवडलं." मेग विचार करीत म्हणाली, "नायिकेचं नाव व्हायोला अन् नायकाचं नाव अँजेलो. खरं म्हणजे ही आपली आवडती नावं आहेत. तीच नेमकी या गोष्टीत कशी आली कुणास ठाऊक? गंमत आहे मोठी." बोलता बोलता तिने हळूच आपले डोळे पुसले. कारण नायकनायिकांचा शेवटी मृत्यू झाल्याचे वर्णन असून ते मोठे हृदयस्पर्शी होते.

"पण एक राहिलंच. ही गोष्ट लिहिलीय कुणी?" बेथने मुख्य प्रश्न विचारला. कारण वर्तमानपत्राआडून डोकावणाऱ्या ज्योच्या चेहऱ्याकडे बघून तिला एक शंका आली होती.

बेथच्या प्रश्नाचा भलताच परिणाम झाला. ज्यो एकदम कोचावर ताठ बसली. हातांतले वर्तमानपत्र तिने दूर फेकून दिले. तिचा चेहरा लालबुंद पडला आणि एका चमत्कारिक, विलक्षण रुद्ध स्वरात ती ओरडली, "कुणी लिहिलीय म्हणजे? तुमच्या बहिणीने – मी स्वत: – लिहिलीय ही गोष्ट!"

"तू?" मेग ओरडली. तिच्या हातातले शिवणकाम खाली गळून पडले.

"छान आहे गोष्ट. फारच छान आहे." ॲमी मन:पूर्वक म्हणाली.

"मला वाटलंच होतं. मला वाटलंच होतं. अहाहा! ज्यो मला किती आनंद झालाय म्हणून सांगू? मला किती अभिमान वाटतोय तुझा!" बेथ उठून आपल्या बहिणीकडे वेगाने धावली आणि तिला घट्ट मिठी मारून तिने आपला आनंद शब्दांबरोबर कृतीनेही व्यक्त केला.

त्या साऱ्या बहिणींना खरोखरच फार आनंद झाला होता. मेगने ज्योचे नाव प्रत्यक्ष छापलेले जेव्हा पाहिले, तेव्हाच तिचा या विलक्षण घटनेवर विश्वास बसला. 'मिस जोसेफाइन मार्च' ही छापील अक्षरे तिने पुन्हा पुन्हा कुतूहलाने, प्रेमाने निरखून पाहिली; आणि मग तिच्या कौतुकाला जे काही भरते आले ते विलक्षणच. ॲमीने कथेतील चित्रकलाविषयक भागाची कसून तपासणी केली, इतकेच नव्हे तर कथेचा दुसरा भाग लिहायचा असल्यास त्याबद्दलही तिने अनेक सूचना दिल्या. अर्थात कथेतील नायक-नायिका मरण पावल्यामुळे ते शक्य नव्हते. बेथला ज्योची कथा छापून आल्यामुळे इतका आनंद झाला की, ती घरभर उड्या मारीत गाणेच गाऊ लागली. हॅनाने देखील सैंपाकघरातून एकदा दिवाणखान्यात येऊन, 'या ज्योचं म्हणजे भलतंच काही तरी असतं' असे ज्योचे आपल्या पद्धतीने कौतुक केले. मिसेस मार्च घरी आल्यानंतर तिला ज्योने गाजवलेला हा पराक्रम कळला, तेव्हा

तिला देखील अत्यंत आनंद झाला आणि ज्योचा तिला फार अभिमान वाटला. घरातल्या साऱ्या माणसांनी केलेल्या या कौतुकाने ज्यो अगदी भारावून गेली. ती हसत होती. पण हसत हसताच तिचे डोळे आसवांनी भरून येत होते. तिची गोष्ट 'स्प्रेड ईगल' या वर्तमानपत्रात छापून आली होती आणि ते पत्र एकसारखे यांच्या हातांतून त्याच्या हातांत असे घरभर फिरत होते. गरुडाचे पंख साऱ्या घरावर फडफडत होते!

सुरुवातीचा आनंदाचा भर ओसरल्यावर ज्योच्या बहिणींनी तिला वेगवेगळे प्रश्न विचारायला सुरुवात केली. "हे कसं सुचलं तुला?" "तुला या गोष्टीबद्दल पैसे मिळणार का?" "पपांना हे कळल्यावर त्यांना काय वाटेल?" "लॉरीला हे आधी कसं माहीत?" अशा अनेक प्रश्नांचा त्यांनी तिच्यावर एकच भडिमार केला आणि त्या सर्वजणी मोठ्या कौतुकाने तिच्याभोवती गोळा झाल्या. ते सारे कुटुंब खरोखरी खुळेच होते. कोणताही आनंदाचा प्रसंग – मग तो किती का साधा असेना – साऱ्यांनी मिळून साजरा केल्याखेरीज त्यांना मुळी चैनच पडत नसे.

"पोरींनो, तुम्ही जरा गप्प बसाल तर मी सारं काही सांगेन तुम्हाला." ज्यो किंचित संकोचाने, किंचित अभिमानाने म्हणाली, "माझ्या दोन गोष्टी व्यवस्थित लिहून काढून मी त्या वर्तमानपत्राच्या संपादकाकडे स्वतःच घेऊन गेले. त्यानं दोन्ही गोष्टी ठेवून घेतल्या. तो म्हणाला, 'तुमच लिखाण चांगलं आहे, नवशिक्या लेखकाला आम्ही मोबदला देत नाही. पण उत्तेजनार्थ आम्ही त्यांचं लेखन प्रसिद्ध करतो. अशा तुमच्या काही कथा छापून आल्या म्हणजे मग आपोआप तुमच्या लेखनाला मागणी येईल आणि पुढे मागे तुम्हाला मोबदलाही मिळू लागेल.' मला ते पटलं मी गोष्टी त्याच्याकडे ठेवल्या आणि आज माझी एक गोष्ट छापून आली. लॉरीला हे सारं माहीत होतं. त्याला माझी ही गोष्ट आवडली आणि पुढल्या गोष्टीला तर तो मला संपादकाकडून मोबदला मिळवून देणार आहे. मला किती आनंद झालाय म्हणून सांगू? कारण आता मी माझ्या लेखनावर थोडाबहुत पैसा मिळवू शकेन आणि आज ना उद्या तुम्हाला मी थोडी फार मदतही करू शकेन–"

यापुढे ज्योला बोलवेना. तिने एकदम वर्तमानपत्राआड तोंड लपवले आणि आनंदाच्या भरात तिला अक्षरशः रडू फुटले. आपली पहिलीवहिली कथा तिने आनंदाश्रूंनी भिजवली. कारण आपल्या पायावर उभे राहावे आणि आपल्या घरातल्या माणसांचे कौतुक संपादन करावे या तिच्या मोठ्यांतल्या मोठ्या आकांक्षा होत्या नि आज छापून आलेली तिची कथा हे त्या दिशेने तिने टाकलेले पाहिले यशस्वी पाऊल होते.

१५

वॉशिंग्टनची तार

"सबंध वर्षात नोव्हेंबर महिन्याइतका वाईट महिना दुसरा कुठलाही नसेल." खिडकीशी उभी राहून बाहेर बघत असलेली मार्गारिट म्हणाली. मंद फिकट दुपार आणि कडक थंडीने करपलेली बाग यामुळे बाहेर विलक्षण उदासीन वातावरण पसरलेले होते.

"नोव्हेंबर महिना वाईट आहे खराच. त्याशिवाय का मी नोव्हेंबरमध्ये जन्मले?" ज्यो लिहिता लिहिता मध्येच वर मान करून म्हणाली.

"आता जर छानछानसं काही घडलं तर आपण म्हणू या की नोव्हेंबर महिना देखील चांगला आहे." बेथ म्हणाली. कोणत्याही गोष्टीकडे ती आशावादी दृष्टीने बघत असे. अगदी नोव्हेंबरकडे सुद्धा!

"छानछानसं घडतंच कुठे काय आपल्या आयुष्यात?" मेग उद्विग्नपणे म्हणाली, "दिवसामागून दिवस जाताहेत, आपण राब राब राबतो आहोत, त्यांत कधी कसला फेरबदल नाही की कधी कसली चैन नाही. असंच आयुष्य संपणार झालं!"

"अयाई ग! बिचारी मेग!" ज्यो हसून म्हणाली, "इतर मुली मजा करीत असताना तुला मात्र कष्टात आयुष्य घालवावं लागतंय. मोठा अन्याय आहे हा. पण काय करू? तुझी परिस्थिती बदलणं माझ्या हातात नाही. हीच तू माझ्या एखाद्या कथेतली नायिका असतीस ना, तर तुझ्या जीवनात मी चुटकीसरशी क्रांती घडवून आणली असती. नायिकेचे दोन मोठे विशेष जे सौंदर्य व सद्‌गुण, ते तुझ्यात आहेत. मी एवढंच केलं असतं की कुठेतरी एखादा श्रीमंत काका-मामा दाखवला असता आणि त्याला अकस्मात मरायला लावून त्याच्या अफाट संपत्तीची मी तुला क्षणार्धात स्वामिनी बनविली असती!"

"कथेत हे सारं ठीक आहे," मेग म्हणाली, "पण प्रत्यक्षात माणसं अशी

अचानक श्रीमंत होत नाहीत. पुरुषांना कष्ट करून पोट भरावं लागतं आणि तरुण मुलींना पैशाच्या अभावी लग्न सुद्धा करता येत नाही. फार वाईट आहे हे जग.''

''तू जरा धीर धर मेग,'' पलीकडच्या कोपऱ्यात मातीचे छोटे पुतळे करीत बसलेली ॲमी उत्साहाने म्हणाली, ''आणखी आठदहा वर्षांत मी अणि ज्यो आमच्या कलेच्या जोरावर खूप खूप पैसे मिळवू आणि मग साऱ्याजणी अगदी चैनीत राहू.''

''कलेवरही माझा फारसा विश्वास नाही,'' मेग म्हणाली, ''पण तुमच्या दोघींच्या सदिच्छेबद्दल मी आभारी आहे तुमची.''

तिने एक मोठा उसासा टाकला. पुन्हा ती खिडकीतून बागेकडे बघत राहिली. ज्यो आपल्या एका कथेची पक्की प्रत तयार करीत होती. ॲमी मातीचे पुतळे करण्यात गर्क झाली होती. एवढ्यात, दुसऱ्या एका खिडकीशी उभी असलेली बेथ टाळ्या पिटीत म्हणाली, ''निदान दोन छान गोष्टी नक्की घडताहेत. आई घरी येते आहे आणि लॉरी आपल्या बागेतून उड्या मारीत आपल्याकडेच येतो आहे.''

ती एवढे म्हणते आहे तो मिसेस मार्च दार उघडून आत आली तिच्या पाठोपाठ लॉरीही आला, ''मुलींनो, पपांचं काही पत्र?'' मिसेस मार्चने आत येताच नेहमीचा प्रश्न मुलींना विचारला.

''आज माझ्याबरोबर फिरायला येणार का कोणी?'' लॉरी आपला सारा आर्जवीपणा एकवटून म्हणाला, ''दिवसभर गणितं सोडवल्यामुळे माझं डोकं अगदी भणाणून गेलं आहे. म्हणून मी गाडीतून जरा थंड वाऱ्यावर फिरून येणार आहे. माझ्याबरोबर ब्रुकलाही मी नेणार आहे. तेव्हा बाहरे वातावरण उदास असलं तरी आत गप्पांना तोटा नाही. ज्यो, येणार ना तुम्ही मंडळी माझ्याबरोबर?''

''येणार की!''

''मला मात्र जमणार नाही. थोडंसं शिवण पुरं करायचंय मला.'' मेग आपले शिवणकाम बाहेर काढीत म्हणाली. तिने व मिसेस मार्चने आपसांत ठरवून टाकले होते की ब्रुक बरोबर असताना फिरायला जाणे मेगने शक्य तो टाळावे.

''आम्ही तिघीजणी आता पाच मिनिटांत कपडे बदलून तयार होतो.'' ॲमी ओरडली आणि हात धुण्यासाठी ती आत पळाली.

''मी बाहेर जातोच आहे तर तुमचं काम असल्यास सांगा मला आई.'' लॉरी मिसेस मार्चकडे वळून म्हणाला. मिसेस मार्चविषयी त्याला अतोनात प्रेमादर वाटे आणि मुलाने आईशी वागावे तशा जिव्हाळ्याने तो तिच्याशी वागे.

''काम तसं विशेष काही नाही बेटा.'' मिसेस मार्च म्हणाली, ''फक्त जमल्यास येताना पोस्टात जाऊन पपांच्या पत्राची चौकशी करून ये. ते पत्र धाडायला कधी

चुकायचे नाहीत. पण आज पत्राचा वार असूनही त्यांचं पत्रच आलं नाही. मग वाटेत काही विलंब झाला असल्यास नकळे!''

मिसेस मार्च इतके बोलते आहे तो दारावरची बेल कर्कशपणे वाजली. लगोलग हॅना एक पत्र घेऊन आली. तो तारेचा लखोटा होता.

''ही तर तार दिसते आहे!'' हॅना भयभीत स्वरात म्हणाली आणि कापऱ्या हाताने तिने तो लखोटा मिसेस मार्चच्या हाती दिला.

'तारेचा लखोटा' हे शब्द कानी पडताच मिसेस मार्चने विद्युद्वेगाने तो लखोटा फोडला. पण आतल्या कागदावरच्या दोन ओळींवरून तिने नजर फिरविली मात्र, तिचा चेहरा एकदम पांढरा फटफटीत पडला आणि ती धाडकन आपल्या खुर्चीवर बसली. लॉरी तिच्यासाठी पाणी आणण्याकरिता धावत आत गेला. मेग आणि हॅना या दोघींनी मिसेस मार्चना सावरले आणि ज्योने कंपित स्वरात तारेतला मजकूर इतरांना वाचून दाखवला. तार अशी होती :

'मिसेस मार्च,

तुमचे पती अतिशय आजारी आहेत, ताबडतोब इकडे निघून या.

– एस. हेल.

ब्लॅक हॉस्पिटल, वॉशिंग्टन.'

एका क्षणात ते घर किती विलक्षण स्तब्ध झाले. बाहेरचा दिवस कसा झपाट्याने काळवंडून गेला आणि त्या छोट्या मुलींचे सुखी निरामय जीवन कसे क्षणात पालटून गेले. त्या साऱ्याजणी भयभीत होऊन आपल्या आईभोवती गोळा झाल्या आणि आपल्या आयुष्याचा सारा आधारच जणू कोणी तरी काढून घेते आहे अशी व्याकुळता त्यांच्या मुद्रेवर पसरली. मिसेस मार्च हताशपणे खुर्चीवर बसून राहिली होती. पण क्षणभरच. लगेच तिने स्वतःला सावरले. मन स्थिर केले आणि तार पुन्हा एकदा नीट वाचली. वाचता वाचता तिचे डोळे पाण्याने भरून आले आणि मुलींकडे वळून ती त्यांना म्हणाली, ''मी लगेच पपांकडे जाते आहे, पण–पण कदाचित तोवर विलंब झाला असेल. तसं काही झालंच तर बाळांनो, मला ते सोसायला धीर द्या!''

आईचे ते शब्द ऐकताच मुलींच्या मनाचा बांध फुटला. इतका वेळ प्रयासाने आवरून धरलेले दुःख उफाळून वर आले आणि त्यानंतर काही मिनिटे केवळ हुंदक्यांचे, तुटक शब्दांचे, आश्वासनांचे आणि आधाराच्या शब्दाचे आवाज तेथे उमटत राहिले. हॅनादेखील बाजूला उभी राहून मूकपणे अश्रू ढाळीत होती. पण साऱ्यांच्या आधी ती भानावर आली आणि पुढे मुलींना आईपासून बाजूला करीत दृढ स्वरात ती म्हणाली,

''आता रडण्यात वेळ घालवून चालायचं नाही पोरींनो. वेळ फार थोडा आहे

आणि आपल्याला खूप काम करायचं आहे.''

तिचे शब्द ऐकताच मिसेस मार्चच्या मनालाही थोडासा धीर आला आणि आपले डोळे पुसून, खोल श्वास घेऊन ती म्हणाली,

''हॅना म्हणते ते बरोबर आहे मुलींनो, ही रडण्याची वेळ नव्हे. तुम्ही गप्प राहा बघू, अन् मला जरा निवांतपणे विचार करू द्या.''

मुली कापत कापत बाजूला उभ्या राहिल्या. मोठ्या प्रयासाने त्यांनी आपले हुंदके आवरले, डोळे पुसले आणि आईच्या पुढील शब्दांची वाट बघत तिच्या फिकट मुखावर नजर खिळवून त्या स्तब्ध राहिल्या. मिसेस मार्चही आपले दुःख बाजूला ठेवून पुढल्या कामांचा तपशील ठरवू लागली. तेव्हा तिला प्रथम आठवण झाली लॉरीची.

''लॉरी कुठं आहे?'' तिने विचारले.

''हा काय इथेच आहे मी. मला सांगा ना काही काम! काय करू मी?'' शेजारच्या खोलीतून पुढे येत अत्यंत व्याकूळ स्वरात लॉरी म्हणाला. इतका वेळ त्याला पुढे यायचा धीर झाला नव्हता. आपल्यासारख्या जिव्हाळ्याच्या मित्राच्या नजरेने देखील पाहू नये असे त्या मंडळींचे कौटुंबिक दुःख खाजगी व पवित्र आहे, या भावनेने इतका वेळ तो शेजारच्या खोलीत बसून राहिला होता.

''हे बघ लॉरी,'' मिसेस मार्च म्हणाली, ''पहिल्या प्रथम 'मी ताबडतोब येते आहे' अशी तार कर पोस्टात जाऊन. यानंतरची पहिली गाडी उद्या पहाटे निघते. तिने मी जाईन.''

''आणखी काय करू मी? बाहेर गाडी उभी आहे. घोडे तयार आहेत. तुम्ही म्हणाल तिकडे जातो. सांगाल ते करतो.'' लॉरी अधीर होऊन म्हणाला.

''आणखी–'' मिसेस मार्च विचार करीत म्हणाली, ''हं, ऑंट मार्चकडे एवढी चिठ्ठी नेऊन दे. ज्यो, मला कागद अन् पेन दे बघू.''

नुकतीच पक्की प्रत करून ठेवलेल्या आपल्या कथेचा एक कागद ज्योने टर्रकन फाडला आणि टेबल पुढे ओढून पाठकोऱ्या बाजूने तो तिने आईसमोर ठेवला. तिच्या लगेच ध्यानी आले की, प्रवासासाठी नि वडिलांच्या औषधोपचारासाठी आपल्या आईला ऑंट मार्चकडे पैशांची भीक मागावी लागणार. तिला त्या गोष्टीचे फार वाईट वाटले आणि तीव्रतेने तिच्या मनात आले, आपणही काहीतरी करावे अन् थोडेसे पैसे कुठून तरी तिला मिळवून द्यावेत.

ऑंट मार्चची चिठ्ठी लिहून पुरी करून ती लॉरीजवळ देत मिसेस मार्च म्हणाली,

''जा बेटा, पण ध्यानात ठेव. उगाच फार धावपळ करू नकोस. त्याची काही आवश्यकता नाही.''

पण लॉरीने ती सूचना मुळीच मनावर घेतली नाही. दुसऱ्याच क्षणी त्याच्या गाडीचे घोडे भरधाव वेगाने रस्ता कापताना दिसले.

"ज्यो," मिसेस मार्च म्हणाली, "तू माझ्या कामाच्या जागी जा आणि मी येऊ शकत नाही असे त्यांना कळव. येताना मी यादी करून देते ती औषधं आणि वस्तू खरेदी करून घेऊन ये. कारण हॉस्पिटलमध्ये सारी औषधं मिळतीलच असं नाही. कित्येकदा तिथला साठा अपुरा असतो. बेथ, तू मिस्टर लॉरेन्सकडे जा आणि त्यांच्याकडून जुन्या दारूच्या दोन बाटल्या घेऊन ये. पपांसाठी दुसऱ्याकडे काही वस्तू मागताना मला मुळीच संकोच वाटत नाही. त्यांना सारं काही व्यवस्थित मिळालं पाहिजे आणि ॲमी, हॅनाला सांग माझी ती काळी ट्रंक खाली काढायला. मेग बेटा, माझं सारं सामान गोळा करायला मदत कर मला. मी इतकी बावरून गेले आहे की, मला काही सुचेनासं झालंय."

मेगने आईला स्वस्थ बसून जरा विसावा घेण्याची विनंती केली आणि मग त्या साऱ्या बहिणी आपापल्या वाट्याची कामे भराभर करू लागल्या. खूप मोठे वादळी वारे यावे नि एखादा वृक्ष मुळापासून हादरून निघावा, तशी तारेतल्या मजकुरामुळे त्या घरातली शांतता ढवळून निघाली होती.

बेथने शेजारी जाऊन आईचा निरोप कळविला मात्र. मिस्टर लॉरेन्स तिच्याबरोबर लगोलग उठून आले. त्यांनी आपल्याबरोबर जुन्या दारूच्या बाटल्या तर आणल्या होत्याच, पण रुग्णपरिचर्येसाठी जे जे त्यांना आवश्यक वाटले व सुचले, ते सारे आणले होते. आल्याबरोबर त्यांनी मिसेस मार्चला धीर दिला. सहानुभूतीचे शब्द उचारले आणि या प्रसंगी आपल्याकडून करता येईल ते सारे साह्य आपण करू असे त्यांनी तिला आश्वासन दिले. त्यांनी स्वत: तिजबरोबर वॉशिंग्टनला येण्याची देखील तयारी दर्शविली. अर्थात त्यांच्यासारख्या वृद्ध माणसाने इतके श्रम घ्यावेत हे मिसेस मार्चला मुळीच पटले नाही व त्या बाबतीत त्यांचा हट्टही तिने चालू दिला नाही. पण त्यांनी दर्शविलेल्या आपुलकीमुळे तिला खूप धीर आला एवढे मात्र खरे. तिने निक्षून नकार दिला तेव्हा मिस्टर लॉरेन्स क्षणभर स्तब्ध बसून विचार करीत राहिले. त्यांच्या भुवया संकुचित झाल्या. त्यांनी आपले हात एकावर एक चोळले आणि मग, 'लगेच परत येतो,' असे म्हणत ते तडक घरी निघून गेले. घरातल्या कामाच्या गडबडीत सर्वांना त्यांचा विसर पडला पण थोड्या वेळाने आईसाठी एका हातात चहाचा कप व दुसऱ्या हातात तिचे बूट घेऊन मेग पुन्हा दिवाणखान्यात येते तो दाराशी ब्रुक उभा!

"मिस मार्च," तिला बघताच अभिवादन करीत ब्रुक म्हणाला, "तुमच्या वडिलांच्या आजाराची बातमी ऐकून फार वाईट वाटलं मला." त्याच्या संथ, प्रेमळ स्वराने मेगच्या प्रक्षुब्ध वृत्ती बऱ्याचशा स्थिरावल्या. ब्रुक पुढे म्हणाला,

“मी आलोय तुमच्या आईला सोबत म्हणून वॉशिंग्टनला त्यांच्याबरोबर जाण्यासाठी. मिस्टर लॉरेन्सचं तिकडे काही काम निघालंय आणि ते धाडताहेत मला. तेव्हा तुमच्या आईबरोबर निघावं म्हणतो.”

मेगच्या हातातले हातमोजे एकदम खाली पडले आणि उजव्या हातातला चहाचा कप डाव्या हाती घेऊन तिने आपला हात ब्रुकच्या हाती कसा दिला ते तिचे तिलाच ठाऊक. तिच्या तोंडून शब्दसुद्धा फुटेना. इतके तिचे हृदय समाधानाने व कृतज्ञतेने भरून आले होते. ती काहीतरी बोलण्याचा प्रयत्न करीत होती. पण आपल्या मुखावर खिळलेल्या ब्रुकच्या तपकिरी डोळ्यांत एक विशिष्ट चमक तिला त्याच वेळी दिसली. त्याबरोबर आपला हात घाईघाईने मागे घेऊन ती पुटपुटली,

“आईला फार बरं वाटेल हे ऐकून आणि तिच्या बरोबर घरच्यासारखं काळजी घेणारं कोणी तरी आहे हे पाहून आमच्याही मनावरचा काळजीचा भार दूर होईल! फार आभारी आहे मी तुमची!”

आणि ती लगेच आईला हे सांगण्यासाठी निघून गेली.

आँट मार्चकडून लॉरी परत येईतो मिसेस मार्चचे सारे सामान आवरून तिच्या प्रवासाची अर्धीअधिक सिद्धता झाली होती. आँट मार्चने प्रवासखर्चाची व इतर रक्कम घसघशीत दिली होती, पण सोबत तिने एक छोटेसे पत्रही लिहिले होते आणि त्यात नेहमीप्रमाणे तिने बराचसा उपदेश केला होता. मिस्टर मार्च यांनी आपल्या पोक्त वयाचा विचार न करता रणभूमीवर जाण्याचा जो वेडेपणा केला होता, त्याबद्दल तिने त्यांची खरडपट्टी काढली होती; आणि एकंदरीनेच या सर्व कुटुंबाच्या अव्यवहारी धोरणाबद्दल तिने त्यांना दोष दिला होता. मिसेस मार्चने ते पत्र वाचले, त्याबरोबर तिच्या कपाळावर दोन आठ्या उमटल्या. ती काही बोलली नाही, पण तिने आपले ओठ घट्ट मिटून घेतले; आणि नंतर कितीतरी वेळ तिचा चेहरा तसाच त्रस्त व गंभीर राहिला. ज्यो त्या वेळी तेथे असती तर तिला आईच्या मनातल्या खळबळीचा सुगावा लागला असता.

दुपार या गोंधळात भर्रकन निघून गेली. सारी आवराआवर करून मेग आणि मिसेस मार्च जरा वेळ निवांत बसल्या. बेथने आणि ॲमीने जेवणाचे टेबल मांडायला सुरुवात केली. हॅना मिसेस मार्चच्या कपड्यांना इस्त्री करू लागली. पण ज्योचा अद्याप पत्ता नव्हता. ती कुठे गेली हेही कोणाला नक्की ठाऊक नव्हते. आता घरात साऱ्यांना ही एक नवीन काळजी लागून राहिली. कारण ज्योच्या डोक्यात केव्हा काय येईल आणि केव्हा ती काय करून बसेल याची कोणालाच खात्री देता येत नसे. लॉरी तिला शोधण्यासाठी घराबाहेर पडला, पण त्याची आणि ज्योची चुकामूक झाली; आणि काही वेळाने ती एकटीच घरी परत आली. तिने घरात पाऊल टाकले त्यावेळी तिच्या चेहऱ्यावर मोठा विलक्षण भाव दिसत होता. गंमत आणि भय, पस्तावा

आणि समाधान अशा परस्परविरोधी भावनांची त्यांत सरमिसळ झाली होती. त्यामुळे घरांतल्या माणसांना मोठे आश्चर्य वाटले. पण त्याहीपेक्षा त्यांना अधिक विस्मय वाटला तो नंतरच्या ज्योच्या कृतीचा. घरात येताच तिने नोटांचे एक पुडके आपल्या आईच्या हातात ठेवले आणि विचित्र, रुद्ध स्वरात ती म्हणाली, "आई, पपांना बरं करून घरी परत आणण्याच्या दृष्टीने ही आपली माझी छोटीशी मदत!"

"पंचवीस डॉलर?" नोटा पाहून मिसेस मार्चने आश्चर्याने विचारले,"कुठून आणलेस हे एवढे पैसे ज्यो? काही वेड्यासारखं तर नाही ना केलंस तू?"

"छे छे!" ज्यो चटकन म्हणाली, "हे पैसे अगदी माझे स्वत:चे आहेत. मी कुणाकडे उसनवारी केली नाही, भीक मागितली नाही, की चोरी केली नाही. जे अगदी माझं, माझं स्वत:चं होतं ते विकून कमाई केली आहे मी ही."

आणि तिने आपल्या डोक्यावरची टोपी काढली. त्याबरोबर एक विलक्षण दृश्य सर्वांच्या नजरेस पडले. ज्योने आपले दाट, लांबसडक, विपुल सुंदर केस कापून ते अगदी डोक्याबरोबर आखूड केले होते.

"तुझे केस! तुझे सुंदर लांबसडक केस!" "अयाई! ज्यो, कसे ग कापलेस इतके छान केस?" "ज्यो, तुझं सौंदर्य होतं ग ते!" "पोरी, अग याची काही जरूर होती का?" "आता ज्यो पहिल्यासारखी दिसत नाही. पण मला ती पहिल्यापेक्षाही आवडते. माझी लाडकी, लाडकी ज्यो."

ज्योचे कापून आखूड केलेले केस नजरेस पडताच या व अशाच उद्‌गारांचा कल्लोळ उडाला. बेथने तर येऊन तिला घट्ट मिठीच मारली. ज्योने मुद्रेवर बेफिकिरीचा आव आणला होता, पण त्याने कोणी फसले नाही. इतका सुंदर आणि विपुल केशकलाप गमावून बसताना तिला काय झाले असेल याची साऱ्यांना कल्पना होती. ज्योने आपल्या केसांवरून हात फिरविला आणि किंचित हसून बेथला ती म्हणाली, "रडू नकोस बेदी. माझे केस गेले म्हणजे काही मोठी राष्ट्रीय आपत्ती तर कोसळली नाही." आणि मग इतरांना उद्देशून ती म्हणाली,

"माझ्या दृष्टीनं ही एक चांगलीच गोष्ट आहे. नाहीतरी अलीकडे मला त्या केसांचा जरा गर्वच होऊ लागला होता. केस कापल्यामुळे डोकं कसं हलकं हलकं वाटतंय. केस कापणाऱ्या माणसानं मला सांगितलं की, काही दिवसांनी थोडेसे केस वाढले की, ते छान कुरळे करून घेता येतील. ते आयतंच मुलासारखं दिसेल. मग केस बांधायची, वेणी घालायची कटकटही वाचली. नुसता कंगवा फिरवून केस वळवले की झालं. मी जे केल ते जाणूनबुजून केलं. तर आई, आता हे पैसे ठेवून दे नि चला आपण जेवून घेऊ या."

"ज्यो बेटा, मला हे सारं आधी खुलासेवार सांग पाहू. फार मोठा त्याग केलास पोरी तू आज. पण कदाचित मागेपुढे तुला या गोष्टीचा पस्तावाही होईल." मिसेस

मार्च म्हणाली.

"नाही आई, तसं मुळीच व्हायचं नाही." ज्यो चटकन म्हणाली. आपण केलेल्या अविचारीपणाबद्दल आई कदाचित रागावेल अशी तिला भीती वाटली होती. ती भीती नाहीशी झाल्यामुळे आता तिला खूपच मोकळे मोकळे वाटत होते.

"पण ज्यो, हे सारं कसं ग करवलं तुला?" ॲमीने सादर आश्चर्याने प्रश्न केला. तिला स्वत:ला तिच्या केसांचे एवढे कौतुक होते, की ते कापण्याऐवजी स्वत:चे डोके कापून घ्यायला ती आनंदाने तयार झाली असती.

एव्हाना उशीर झाला असल्यामुळे आता त्या जेवायला टेबलाभोवती बसल्या. मग ज्यो म्हणाली,

"आता सारं काही खुलासेवार सांगते मी तुम्हाला. पपांच्या आजाराचं कळताच तुम्हा साऱ्यांप्रमाणे मीही विलक्षण बेचैन होऊन गेले होते. पपांसाठी आपण स्वत: काहीतरी केलंच पाहिजे असं मला विलक्षण तीव्रतेने वाटत होतं. लोकांकडून पैसे उसने घेणं जसं मार्मीला आवडत नाही, तसंच मलाही ते रुचत नाही. ऑंट मार्चने मदत केली खरी, पण पैसे देताना ती कुरकुरणार हे मला माहीत होतं. कारण तो तिचा स्वभावच आहे. मेगनं आपल्या पगाराच्या पैशांत घरभाडं चुकत केलं होतं. मी माझा पगार स्वत:च्या कपड्यांवर खर्च केला होता. त्यामुळे मला अपराध्यासारखं वाटत होतं. काय वाटेल ते करून थोडेसे पैसे मिळवायचेच असा अगदी निर्धार केला होता मी."

"ज्यो, तुला अपराध्यासारखं वाटायचं काही कारण नाही बेटा." मिसेस मार्च मध्येच म्हणाली, "कारण तुला हिवाळ्यासाठी मुळीच कपडे नव्हते. मग तू स्वत:ला कपडे घेतलेस यात काय बिघडलं बरं?"

"ते झालंच मार्मी." ज्यो म्हणाली. "पण मला पैसे हवेच होते. केस विकण्याची आधी माझ्या मनात कल्पनाही नव्हती. पण रस्त्यानं जाता जाता मी स्वत:शीच खूप विचार करीत होते की काय करावं नि पैसे कसे मिळवावेत? रस्त्याच्या दुतर्फा भारी भारी दुकानं होती. त्यांत नाना प्रकारचा माल खच्चून भरला होता. वाटत होतं खुशाल घुसावं, या दुकानांत चोरी करावी, दरोडा घालावा, पण पपांसाठी पैसा उभा करावा. तेवढ्यात एक दुकानाकडे माझी नजर केली. दुकानाच्या शोकेसमध्ये काचेच्या तावदानाआड लांबलचक मोकळे केस, त्याप्रमाणेच खऱ्या केसांच्या गुंफलेल्या वेण्या, काळ्या, पिंगट, सोनेरी केसांच्या वेण्या विकायला ठेवल्या होत्या. त्यावर किमतीच्या चिठ्या लावलेल्या होत्या. एका काळ्याभोर वेणीची किंमत तर चाळीस डॉलर होती आणि माझ्या वेणीइतकी ती वेणी जाडही नव्हती. त्याबरोबर एकदम माझ्या मनात आलं, आपणही आपले केस विकून पैसा का मिळवू नये? हे माझ्या मनात यायचा अवकाश, मी एकदम पायऱ्या चढून

दुकानात शिरले आणि माझे केस विकत घेऊन मला पैसे द्याल का असं मी सरळ त्या दुकानदाराला विचारलं.''

''ज्यो, एवढं धाडस कसं झाल असेल ग तुला?'' बेथने बिस्मयाने म्हटले.

''दुकानदार बिचारा साधा, ठेंगणासा माणूस होता. चेहऱ्यावरून सुस्वभावी वाटत होता. प्रथम तर मी काय विचारलं तेच त्याला कळलं नाही. तो आपला टकमक माझ्याकडे बघतच राहिला. असं प्रत्यक्ष एखाद्या मुलीने येऊन माझे केस खरेदी करता का म्हणून विचारणं त्याला भलतंच अनपेक्षित वाटलं असावं. मग तो लागला माझ्याशी घासाघीस करायला. म्हणाला, हे केस पुरेसे जाडच नाहीत. त्याला रंगच फॅशनेबल नाही. त्यांना फार किंमत येणारच नाही. मला त्याचा रागच आला. शिवाय इकडे उशीर होत होता. मी कशी हट्टी आहे माहीतच आहे तुम्हाला. पण फार वाद घालून साराच मामला फिसकटला असता. मग मी त्याला खरं खरं कारण सांगितलं आणि त्यानं माझे केस घ्यावेत म्हणून मी त्याची विनवणी केली. मग मात्र त्याचं अंत:करण द्रवलं असावं. शिवाय त्याची बायकोही जवळच उभी होती. तिलाही माझी दया आली. ती नवऱ्याला म्हणाली,

''घेऊन टाका हो या पोरीचे केस. वडिलांसाठी केवढा त्याग करते आहे ही छोटी मुलगी. मला तिचं मन समजू शकतं. उद्या वेळप्रसंग आला तर माझ्या जिमीसाठी मी देखील असंच आनंदानं करीन. अर्थात मला तेवढे केस नाहीत हे सोडून द्या.''

''हा जिमी कोण?'' ॲमीने उत्सुकतेने प्रश्न केला. तिला साऱ्या गोष्टींचा कसा स्वच्छ खुलासा हवा असे.

''जिमी म्हणजे त्या जोडप्याचा मुलगा म्हणे.'' ज्यो म्हणाली, ''तो सध्या युद्धावर गेला आहे. त्यामुळंच त्यांना माझं दु:ख कळू शकलं आणि माझ्याबद्दल सहानुभूती वाटली. समान दु:खामुळे अगदी परकी माणसंसुद्धा कशी क्षणार्धात जवळ येतात नाही? मग त्या माणसानं माझे केस कापायला घेतले आणि मला अवघड वाटू नये म्हणून त्याची बायको माझ्याशी गप्पा मारीत राहिली.''

''केसांची पहिली बट कापली तेव्हा भयंकर नाही वाटलं तुला?'' मेगने अंग शहारवीत म्हटले.

''नाही,'' ज्यो मान हलवून म्हणाली, ''कारण दुकानदार आपली हत्यारं जुळवीत होता तोवर मी एकदा माझ्या केसांकडे डोळे भरून पाहून घेतलं आणि मग मी मनानं त्यांचा निरोप घेऊन टाकला. एक मात्र खरं. जेव्हा माझे सारे केस कापून टेबलावर ठेवलेले मी पाहिले, तेव्हा मात्र मला कसंसंच झाल. क्षणभर जीव अगदी कासावीस झाला. माझे केस माझ्यापासून कायमचे वेगळे झाले होते. एखादा हात किंवा पाय तोडावा त्याप्रमाणे! मी माझ्या केसांकडे टक लावून बघत राहिले. माझं

मन माझ्या चेहऱ्यावर उमटलं असावं. कारण त्या दुकानदाराच्या बायकोनं कापलेल्या केसांतली एक लांबसडक जाड बट उचलली आणि ती तिनं मला देऊन टाकली. मार्मी, ती बट मी तुझ्याजवळ देते. ही घे. ठेव तुझ्यापाशी. जुन्या वैभवाचा एक अवशेष म्हणून. कारण हे कापलेले केस इतके सोयिस्कर वाटताहेत की, मला नाही वाटत यापुढे मी कधी केस वाढवीन म्हणून.''

मिसेस मार्चने ती लांबलडक, मऊसूत, गडद किरमिजी रंगाची बट हळुवार हातानं उचलली, क्षणभर तिच्याकडे निरखून पाहिले आणि मग ती आपल्या डेस्कात ठेवून ती ज्योला एवढेच म्हणाली, ''आभारी आहे मी तुझी बेटा.'' ती अधिक काही बोलली नाही. पण तिच्या चेहऱ्यावर असे काही विलक्षण भाव प्रगट झाले की, मुलींनी चटकन विषय बदलला आणि त्या इतर गोष्टींसंबंधी बोलू लागल्या. ब्रुक आईबरोबर जाणार असल्यामुळे त्यांची काळजी दूर झाली होती. उद्या पहाटे उठून आईला कसा निरोप द्यायचा, पपांसाठी काय निरोप धाडायचा आणि पपा बरे होऊन ते घरी परत आल्यावर किती मजा करायची, अशा विषयावरच मग त्या बोलत राहिल्या.

रात्र झाली तरी कोणालाही झोपायला म्हणून जावेसे वाटेना. शेवटी दहा वाजले तेव्हा मिसेस मार्चनेच मुलींना म्हटले, ''मुलींनो, चला आता. रोजच्याप्रमाणे प्रार्थना म्हणू या.''

बेथ पियानोजवळ जाऊन बसली आणि आपल्या वडिलांची आवडती प्रार्थना म्हणू लागली. साऱ्याजणींनी सुरुवात तर चांगली केली, पण लौकरच एकेकीचा गळा असा दाटून आला की, ती गीत अर्धवटच सोडून हुंदके देत राहिली. बेथने मात्र शेवटपर्यंत मोठ्या धीराने, श्रद्धेने आणि मन:पूर्वकतेने प्रार्थना म्हटली. कारण संगीत हेच तिच्या हृदयाचे सर्वांत मोठे सांत्वन होते.

एक प्रार्थना म्हणून झाल्यावर आपोआपच तो कार्यक्रम संपला. कारण साऱ्यांचीच मने अशी जड झाली होती की, दुसरी प्रार्थना सुरू करणे कुणालाच शक्य नव्हते. प्रार्थना संपल्यावर मिसेस मार्च म्हणाली,

''पोरींनो, आता जा, झोपा जा जाऊन आणि रात्री उगीचच गप्पा मारीत जागू नका. कारण उद्या पहाटे आपल्याला उठायचं आहे. तेव्हा आता जेवढ्या लौकर झोपाल तेवढं बरं.'' आणि तिने एकेकीला जवळ घेतले. कुरवाळले. गालांवर ओठ ठेवले. नंतर सर्व बहिणी पावले न वाजवता हलकेच आपल्या झोपण्याच्या खोलीत जाऊन आपापल्या बिछान्यावर पडल्या. धाकट्या दोघींना दिवसभराच्या श्रमामुळे व मनस्तापामुळे लौकरच गाढ झोप लागली. पण मेगला काही केल्या झोप येईना. आपल्या छोट्या आयुष्यात कधीही केला नसेल इतक्या गंभीरपणे ती परिस्थितीचा विचार करीत, तळमळत अंथरुणावर पडली होती. ज्यो आपल्या बिछान्यावर अगदी

निश्चल होती. तिला झोप लागली असावी असे मेगला वाटले, पण तेवढ्यात एक दबलेला हुंदका तिच्या कानी आला. ती झटकन उठून ज्योजवळ गेली आणि ज्योच्या तोंडावरून ती हात फिरवते तो तिचे गाल मेगला ओले लागले. ती चमकून म्हणाली,

"ज्यो, बेटा काय झालं? पपांसाठी का रडते आहेस तू?"

"नाही – नाही!"

"मग काय झालं रडायला?"

"माझे – माझे केस!" ज्योला एकदम मोठा हुंदका फुटला आणि उशीत तोंड खुपसून ती आपला दु:खावेग आवरण्याचा प्रयत्न करू लागली.

खरे तर हे सारे फार विनोदी होते. पण मेगला ते तसे मुळीच वाटले नाही. तिने चटकन खाली वाकून ज्योला प्रेमळपणे कुरवाळले आणि तिचे डोळे आपल्या हाताने पुसले.

"मला – मला काही दु:ख नाही झालेलं!" ज्यो हुंदका गिळीत कसेबसे म्हणाली, "तशीच वेळ आली तर पपांसाठी एवढा त्याग मी पुन्हा सुद्धा दहा वेळा करीन. पण – आता माझ्यातला जो अहंकारी, गर्विष्ठ भाग आहे ना, तो रडतोय गेलेल्या केसांसाठी. हे मूर्खपणाचं आहे. पण तरी रडं आवरत नाही मला. जाऊ दे. आता मन हलकं झालंय माझं आणि हे बघ, घरात उगीच कुणाला सांगू नकोस. मला वाटलं सारीजणं गाढ झोपली आहेत, तेव्हा मी आपली खाजगी रीतीने माझ्या एकुलत्या एका सौंदर्याच्या हानीबद्दल शोक करीत होते. जाऊ दे ते! पण तू अजून कशी जागी?"

"मला काही केल्या झोपच येत नाही आहे." मेग म्हणाली, "काळजीनं जीव उडून गेलाय अगदी."

"मग असं कर, एखादी छान आवडती गोष्ट डोळ्यांपुढे आण. तिचा विचार कर. म्हणजे झोप लागेल तुला चटकन."

"तेच करत होते मी. पण त्यामुळे झोप आणखीच उडाली माझी!"

"कसला विचार करीत होतीस तू?"

"सुरेख चेहऱ्यांचा – विशेषत: डोळ्यांचा!" मेग म्हणाली आणि काळोखात ती स्वत:शी हलकेच हसली.

"कुठल्या रंगाचे डोळे आवडतात तुला?"

"पिंगट तपकिरी – म्हणजे, कधी कधी आवडतात. तसे निळे डोळेही छान दिसतात."

ज्यो हसू लागली. तेव्हा मेगने रागावून तिला गप्प बसवले आणि मग एकदम अतिशय प्रेमाने तिच्या गळ्यात हात टाकून ती तिला म्हणाली,

"तुझे केस थोडेसे वाढले की मग मी ते छान कुरळे करून देईन हं. झोप आता मुकाट्यानं."

घड्याळात बाराचे ठोके पडले. रात्र गडद झाली. सारे घर शांत नि:स्तब्ध झाले. मिसेस मार्च हलकेच पावले न वाजवता मुलींच्या खोलीत आली. प्रत्येक बिछान्याजवळ ती क्षणभर थांबे. कुठे कुणाच्या अंगावर पांघरूण नीट कर, कुठे कुणाच्या गालावर विखुरलेल्या बटा सारख्या कर, कुठे एखाद्या अंथरुणाचा दुमडलेला कोपरा सारखा कर असे तिचे चालले होते. गाढ झोपी गेलेल्या एकेका मुलीकडे अत्यंत स्निग्धपणे टक लावून ती बघत राही. केव्हा हलकेच खाली वाकून एखाद्या कोवळ्या गालाला ती ओठाने स्पर्श करी. केवळ आईच्याच अंत:करणाला कळतील असे असंख्य मृदू भाव तिच्या ठायी दाटून येत. बराच वेळ त्या खोलीत अशा रीतीने हिंडून मग ती खिडकीशी येऊन उभी राहिली आणि खिडकीचा पडदा उचलून तिने बाहेर नजर टाकली. रात्र खूप चढली होती. सर्वत्र गडद काळोख भरून राहिला होता. पण त्याच क्षणी ढगाआडून चंद्र बाहेर आला आणि त्याच्या झळझळीत किरणांनी मिसेस मार्चला अलगद स्पर्श केला. तो चंद्र नव्हता, तर जणू एखाद्या मायाळू जिवलग स्नेह्याचा चेहरा होता आणि मिसेस मार्चकडे बघून तो स्नेही जणू प्रेमाने हसून पुटपुटत होता, "एवढं घाबरून जायला कशाला हवं बरं? ढगामागे नेहमी प्रकाश दडलेला असतोच. ढगांमुळे कित्येकदा तो आपल्याला दिसत नाही एवढेच काय ते!"

१६

काही पत्रे

दुसऱ्या दिवशी त्या बहिणी भल्या पहाटे जाग्या झाल्या. बाहेर थंडगार, उदासवाणा काळेख भरून राहिला होता. अशा वेळी दिव्याच्या अंधुक उजेडात आपले बायबल वाचताना पूर्वी कधी नसेल इतक्या श्रद्धेने आणि मन:पूर्वकतेने त्या लहानग्या मुली त्यातील मजकुराशी समरस झाल्या. कारण घरावर पडलेल्या संकटाच्या छायेने त्या अगदी घाबरून गेल्या होत्या. अशा वेळी त्या छोट्या पुस्तकांचा त्यांना मोठाच आधार आणि दिलासा वाटला आणि मग पोषाख करताना त्या बहिणींनी आपापसांत असे ठरवून टाकले की, आईला अगदी धीराने अन् हसतमुखाने निरोप द्यायचा. ती गावी जात असताना दु:खी होऊन किंवा आसवे गाळून तिचे मन मुळीसुद्धा उद्विग्न करायचे नाही.

जरा वेळाने त्या माडीवरून खाली आल्या तेव्हा सारेच कसे चमत्कारिक आणि अनोळखी वाटत होते! बाहेर अद्याप सारी सामसूम होती आणि घरात मात्र उजेड नि गडबड भरून राहिली होती. इतक्या पहाटे घातलेली कानटोपी तशीच डोक्याला ठेवून हॅना वावरत असल्यामुळे, तिचा नेहमीचा परिचित चेहरादेखील आज परका परका वाटत होता. आईची भली थोरली ट्रंक बाहेर दिवाणखान्यात प्रवासासाठी सज्ज होऊन उभी होती आणि प्रवासात घालण्याचा आईचा कोट नि टोपी सोफ्यावर तयार ठेवलेली होती. मिसेस मार्च स्टेशनावर जाण्यापूर्वी दोन घास खाण्याचा प्रयत्न करीत होती, पण जाग्रणाने व काळजीने तिचा चेहरा इतका फिकट, ओढलेला दिसत होता की, तिला निरोप देताना रडायचे नाही हा आपला निर्धार पाळणे मुलींना फार अवघड वाटू लागले. मेगचे डोळे पुन्हा पुन्हा भरत होते. ज्यो आपला चेहरा सारखा बाजूला वळवीत होती आणि धाकट्या दोघीजणींच्या मुद्रेवर गंभीर, त्रस्त भाव प्रकटले होते. कारण दु:ख, संकटे या गोष्टी त्यांच्या चिमुकल्या जीवनात आजवर त्यांना अपरिचित होत्या.

त्या चौघी बहिणींपैकी कोणीच फारसे बोलत नव्हते. मात्र घड्याळाचा काटा जसजसा पुढे सरकू लागला, आईची निघण्याची वेळ जसजशी जवळ येऊ लागली तसतशी त्यांची मने अतिशय व्याकूळ झाली. त्या एकसारख्या आईच्या भोवती भोवती वावरत होत्या. कुणी तिच्या अंगावर शाल घालीत होती, कुणी तिचे बूट तिच्या समोर आणून ठेवीत होती, तर कोणी तिची ट्रंक दारालगत ओढून ठेवीत होती.

जाण्याची वेळ जवळ आली तशी मिसेस मार्च मुलींना म्हणाली,

"पोरींनो, हॅनावर तुमची सारी जबाबदारी सोपवून मी जाते आहे आणि लॉरीच्या आजोबांनी तुमची सर्वतोपरी काळजी घेण्याचं कबूल केलं आहे. हॅना मोठी विश्वासू आहे. घरच्या माणसासारखीच आहे ती तुम्हाला आणि लॉरीचे आजोबा लॉरीसारखे तुम्हाला संभाळतील. मला तुमची मुळींच चिंता वाटत नाही. फक्त एकच सांगावंसं वाटतं आहे ते हे की, या प्रसंगी तुम्ही गडबडून जाता कामा नये किंवा नुसता दुःखात वेळ घालवता कामा नये. रोजची कामं नेहमीसारखीच करीत राहा. कारण त्यासारखी मनाला दुसरी विश्रांती नाही. ठेवाल ना हे सारे नीट ध्यानात?"

"होय आई. ठेवू."

"मेग, पोरी, हात राखून खर्च कर. धाकट्या बहिणींना नीट संभाळ. हॅनाच्या सल्ल्यानं वाग आणि कसलीही अडचण आली तर ताबडतोब लॉरीच्या आजोबांकडे जाऊन त्यांचा विचार घे. ज्यो, उगीच चिंतेत नि दुःखात गढून जाऊ नकोस बेटा. मला वरचेवर पत्र लिहीत जा. तू घरातली शूर मुलगी आहेस हे ध्यानात ठेव. स्वतः हसून साऱ्यांना प्रसन्न ठेवणं हे तुझं काम आहे. बेथ तू, आपल्या गाण्याकडे दुर्लक्ष करू नकोस, अन् रोजचं घरकामही नियमितपणे करीत जा. ॲमी तू उगाच इकडे तिकडे भटकू नकोस. घरीच राहावं, बहिणींचं ऐकत जावं. त्यांना मदत करावी. बरं का बाळा!"

"आई, अगदी तू सांगतेस तशाच आम्ही वागू." सर्व मुलींनी एकसुरात आईला आश्वासन दिले.

तेवढ्यात बाहेर गाडीची चाके वाजली. त्याबरोबर त्या चौघीजणी दचकल्या. ही घटका मोठी अवघड होती. त्यांच्या धैर्याची कसोटी पाहणारी होती. पण त्या शूर मुली त्या कसोटीला पुरेपूर उतरल्या. कोणीही दुःखाचे एक अक्षरसुद्धा तोंडावाटे काढले नाही की डोळ्यांत पाणीसुद्धा येऊ दिले नाही. पण त्या क्षणी त्यांची हृदये दुःखाने भारावून जड झाली होती. वडिलांना देण्यासाठी म्हणून आईजवळ प्रेमाचे निरोपशब्द बोलताना प्रत्येकीच्या मनात येत होते, हे निरोप वडिलांना मिळतील ना? की फार उशीर झाला असेल? – पण तो अभद्र विचार त्यांनी मनातून अगदी निपटून काढला. आईच्या गळ्यात हात टाकून तिच्या गालाशी गाल भिडवले आणि तिला बिलगून त्या लगेच दूर झाल्या.

लॉरी आणि लॉरीचे आजोबा मिसेस मार्चला निरोप देण्यासाठी आले होते.

ब्रुकही सर्व तयारीनिशी हजर होता. तो इतका प्रेमळ, समजूतदार आणि स्नेहपूर्ण दिसत होता की, त्या क्षणीच त्या मुलींनी 'फारच थोर माणूस' असे मनातल्या मनात त्याला शिफारसपत्रही देऊन टाकले!

गाडीत बसण्यापूर्वी मिसेस मार्चने पुन्हा एकदा मुलींना आळीपाळीने हृदयाशी धरले. त्यांचे पटापट मुके घेतले आणि, "बाळांनो, जपून राहा, देवावर भरवसा ठेवा," असे हलकेच पुटपुटत ती घाईघाईने गाडीत चढून बसली. तिच्या पाठोपाठ ब्रुकही गाडीत शिरला आणि मिसेस मार्चशेजारी बसला.

गाडी हलली. त्याच क्षणी सूर्य क्षितिजावर आला आणि त्याची कोवळी उन्हे बागेवर चमकली. गाडीत बसलेल्या मिसेस मार्चने जेव्हा घराकडे शेवटची नजर टाकली, तेव्हा तिला मोठे छान दृश्य दिसले. चौघी बहिणी एकमेकींना बिलगून बागेच्या फाटकाशी उभ्या होत्या. त्यांच्या पाठीशी मिस्टर लॉरेन्स एखाद्या शरीररक्षकाप्रमाणे धिप्पाड वाटत होते. एकीकडे हॅना होती आणि हसतमुख प्रेमळ लॉरी दुसऱ्या बाजूला उभा होता. आईची नजर बागेकडे वळताच मुलींनी हसतमुखाने हात हलवून तिला निरोप दिला. उन्हाने न्हालेल्या बागेत उभ्या असलेल्या प्रसन्न मुलींचे हसरे चेहरे मनात ठेवूनच मिसेस मार्चने घर सोडले.

कोपऱ्यावर गाडी वळली. घर दिसेनासे झाले. मिसेस मार्च शेजारी बसलेल्या ब्रुककडे वळून त्याला म्हणाली, "खरोखर, सारीजणे आमच्याशी किती प्रेमाने आणि सहानुभूतीने वागतात."

"इतक्या चांगल्या मंडळींशी वाईट वागणं कोणालाच कसं शक्य आहे मला कळत नाही." ब्रुक चटकन म्हणाला. त्याबरोबर मिसेस मार्चला हसू आले. अशा रीतीने उगवत्या सूर्याच्या कोवळ्या उन्हात, प्रसन्न हास्यात आणि सहानुभूतीच्या वातावरणात मिसेस मार्चने प्रवासाला प्रारंभ केला.

आईला निरोप दिल्यानंतर आणि गाडी दिसेनाशी झाल्यानंतर जड पावलांनी मुली घरात शिरल्या. लॉरी आणि त्याचे आजोबा बागेतून परस्पर आपल्या घरी गेले होते.

आईविना सुन्या सुन्या भासणाऱ्या दिवाणखान्यात नजर फिरवीत ज्यो म्हणाली, "एखादा प्रचंड धरणीकंप होऊन सारं काही उद्ध्वस्त होऊन जावं तसं वाटतंय."

"नुसती आई गेली आहे, पण अर्धं घर गेल्यासारखं सारं उजाड, रिकामं भासतंय." मेग उसासा टाकून खिन्नपणे म्हणाली.

बेथने काहीतरी बोलण्यासाठी तोंड उघडले. पण तिच्या ओठांतून काही केल्या शब्द फुटेना. तिचे डोळे मात्र चटकन पाण्याने भरले आणि तिने दिवाणखान्यातील टेबलाकडे नुसते बोट दाखविले. तिच्या बहिणींचे डोळे तिकडे वळले. टेबलावर काही शिवणकाम पुरे करून त्याच्या व्यवस्थित घड्या घालून ठेवल्या होत्या. मिसेस

मार्चने केव्हा तरी पहाटेच उठून ते काम पुरे करून ठेवले असावे. आपले मन दु:खात आणि मनस्तापात व्यग्र असतानाही आई मुलींना विसरली नव्हती आणि त्यांचे अर्धवट राहिलेले काम तिने व्यवस्थित रीतीने पुरे केले होते. तसे पाहिले तर ती अगदी क्षुल्लक गोष्ट होती. पण ती एकदम मुलींच्या काळजाला भिडली. त्यांच्या निग्रहाचा बांध ढासळला. त्यांना गहिवरून आले आणि त्या ढसढसा रडू लागल्या.

सुमारे पंधरावीस मिनिटे त्या मुली अगदी मनसोक्त रडत होत्या. त्यांच्या भावनांना अशी वाट मिळणे आवश्यक होते आणि ते ओळखून हॅनाही समजूतदारपणे दूरच राहिली. त्यांच्या सांत्वनाचा अट्टाहास तिने केला नाही. मात्र थोड्या वेळाने जेव्हा वादळ ओसरण्याची चिन्हे दिसू लागली, तेव्हा तिने भले थोरले भांडे भरून कॉफी तयार केली. थोड्या सँडविचेस बनविल्या आणि ते सारे घेऊन ती दिवाणखान्यात आली. नंतर ते साहित्य टेबलावर ठेवीत ती म्हणाली,

"पोरींनो, जाताना आईनं काय सांगितलं ते ध्यानात आहे ना? मग रडं आवरा पाहू. एकेक कप गरम कॉफी प्या, थोडंसं खाऊन घ्या नि मग आपण आपापल्या कामाला लागू."

कॉफीची कल्पना खरोखरीच छान होती आणि या वेळी कॉफी बनविण्यात हॅनाने मोठे चातुर्य प्रगट केले होते. किटलीच्या नाकातून दरवळणाऱ्या कॉफीच्या दाट सुवासाने मुलींची मने आपोआप उल्हसित झाली. खूपसे रडल्यामुळे त्यांना भूकही लागली होती. त्या भराभर टेबलाभोवती गोळा झाल्या आणि एका घटकेत सारे वातावरण पालटले.

कॉफीचा गरम गरम घोट चवीने घेत ज्यो म्हणाली, "आईनं आपल्याला सांगून ठेवलंय, काही झालं नाही असं समजून आपापली रोजची कामं व्यवस्थित रीतीने करीत राहायचं. मी आईची आज्ञा पाळणार आणि आँन्ट मार्चकडे रोजच्यासारखी जाणार, मात्र ती उपदेश करणार! तो ऐकणं जिवावर येतंय."

"मीदेखील 'किंग' कडे शिकवणीला जाईन म्हणते." मेग म्हणाली. "पण त्यापेक्षा घरी राहून इथली कामं करायला मला जास्त आवडलं असतं." बोलता बोलता ती गप्प झाली. रडून रडून डोळे इतके लालबुंद करून घेतल्याचा तिला पस्तावा होत होता.

"तुम्ही दोघी आपापल्या कामाला जा बरं. मागची काही काळजी करू नका. मी अन् बेथ घर कसं छान संभाळतो पाहा तरी." अॅमी आत्मविश्वासपूर्वक म्हणाली.

"काय काय कसं कसं करायचं ते हॅना आम्हाला सांगेल, तुम्ही संध्याकाळी घरी येईतो आम्ही जेवणसुद्धा तयार ठेवू." बेथ म्हणाली आणि लगेच तिने घर झाडण्यासाठी केरसुणी घेतली देखील.

"मला वाटतं काळजी करण्यातसुद्धा एक गंमत आहे." अॅमी विचार करीत पुटपुटली

आणि समोरच्या साखरेच्या भांड्यांतून चमचाभर साखर घेऊन ती तिने तोंडात टाकली.

काळजीचा मनावरचा ताण दूर करण्यासाठी ॲमीने शोधून काढलेला उपाय पाहून साऱ्यांनाच हसू कोसळले. खळखळून हसल्यामुळे त्यांना खूपच बरे वाटले आणि त्यांच्याही मनावरचा ताण कमी झाला.

थोड्या वेळाने मेग आणि ज्यो कामावर जावयास निघाल्या. रस्त्याच्या कोपऱ्यावर वळण्यापूर्वी रोजच्या सवयीने त्यांनी घराकडे नजर टाकली. आज खिडकीशी आईचा प्रसन्न चेहरा नव्हता, पण बेथने रोजची ही परंपरा ध्यानात ठेवली होती आणि ती स्वत: खिडकीशी उभी राहून हसून हात हलवून बहिणींना निरोप देत होती. बेथचा गुलाबी हसरा चेहरा पाहून ज्यो आणि मेग दोघींनाही फार बरे वाटले आणि ज्यो बहिणींकडे वळून तिला म्हणाली, "किती समजूतदार आहे नाही बेथ? बरं, मेग तू आता जा. पोरटी फार उपद्रव देणार नाहीत तुला, अशी मी आशा करते."

"ऑंट मार्चही तुला फारसा उपदेश करणार नाही अशी देवाची प्रार्थना करू या आपण." मेग हसत हसत म्हणाली.

"माझे केस कसे दिसताहेत?" ज्योने उत्सुकतेने प्रश्न केला.

"छान दिसताहेत. तसे थोडे पुरुषी वाटताहेत. पण त्यानं काही मोठंसं बिघडत नाही." आपल्या बहिणीच्या उंच सडसडीत शरीरावर काहीसे विसंगत वाटणारे तिचे छोटे, कुरळ्या केसांनी आच्छादलेले मस्तक बघून मोठ्या प्रयासाने आपले हसू आवरीत मेग म्हणाली.

"बरं तर. भेटू या संध्याकाळी." ज्यो म्हणाली आणि त्या दोघीजणी एकमेकींचा निरोप घेऊन आपापल्या रस्त्याने आपल्या कामावर गेल्या. थंड झोंबरे वारे सुटले होते आणि ओलसर झळा अंगाला चाटून जात होत्या. पण भरभर पावले टाकल्यामुळे त्या दोघींच्या अंगांत पुरेशी ऊब आली होती.

दोन दिवसांनी वडिलांची प्रकृती बरी असल्याचे पत्र आले आणि त्या चौघी बहिणींच्या मनावरचे चिंतेचे ओझे बरेचसे हलके झाले. मिसेस मार्च तेथे गेल्याबरोबर ताबडतोब पतीची शुश्रूषा करू लागली. ब्रुक जवळजवळ रोज पत्र धाडीत असे आणि मिस्टर मार्चच्या प्रकृतीतला सारा चढउतार तो त्यात नोंदीत असे आणि आईच्या मागे कुटुंबप्रमुख या नात्याने मेग ती पत्रे स्वत: सर्वांना वाचून दाखविण्याचा आग्रह धरीत असे. पहिला आठवडा गेला तशी मिस्टर मार्चची प्रकृती चांगली सुधारली आणि त्याबरोबर वॉशिंग्टनहून येणारी पत्रेही अधिकाधिक समाधानकारक होऊ लागली. सुरुवातीसुरुवातीला या चौघी बहिणी अगदी दररोज न चुकता नियमाने पत्रे पाठवीत आणि पत्राच्या पेटीत एकाहून एक लठ्ठ पाकिटे टाकली जात. अशीच एके दिवशी जी पाकिटे वॉशिंग्टनला धाडण्यासाठी पोस्टात टाकली गेली, त्यांतली एकूण एक पत्रं लिहिणाराच्या व्यक्तिवैशिष्ट्याने परिपूर्ण असल्यामुळे ती पत्रे येथे

देण्याचा मोह आवरत नाही. आपण ती सर्वच पत्रे एकामागून एक वाचू या.

पत्र पहिले –

'मत्प्रिय आई,

तुझ्या गेल्या पत्रातला मजकूर वाचून आम्हाला जो आनंद झाला तो पत्रात लिहिता येत नाही. ते पत्र वाचताना आम्ही खूप हसलो आणि खूप खूप रडलोसुद्धा. खरोखर, मिस्टर ब्रुक किती चांगले आहेत, नाही? तुला आणि पपांना त्याची इतकी मदत होते हे वाचून मला फार समाधान वाटले. इकडे साऱ्याजणी फारच छान वागतात. ज्यो मला शिवणकामात तर मदत करतेच, पण कसलेही अवघड काम असो, ते आपणच करणार असा तिचा हट्ट असतो. अर्थात तिची ही भलेपणाची लहर फार काळ टिकणारी नसते हे मला अनुभवाने ठाऊक असल्यामुळे मी निर्धास्त आहे. एरव्ही, ती आपल्या शक्तीबाहेर श्रम करील की काय असे मला भय वाटले असते. बेथ घड्याळाबरहुकूम आपली काम करीत असते. पपांच्या काळजीने मधूनच ती फार उदास होते. पण पियानोवर दोन गाणी वाजवली आणि गायली की ती पुन्हा प्रसन्न होते. ॲमी प्रत्येक बाबतीत माझे ऐकते आणि तू सांगितल्याप्रमाणे मी तिची खूप काळजी घेते. हल्ली ती आपल्या हाताने वेणी घालते. परवाच मी तिला काजे करायला शिकविली. उसवलेले पायमोजेही ती छान दुरुस्त करते. तू इकडे येशील तेव्हा तिची प्रगती पाहून तुला आश्चर्य वाटल्याखेरीज राहणार नाही. मिस्टर लॉरेन्स डोळ्यांत तेल घालून आमच्यावर लक्ष ठेवतात आणि लॉरीची आम्हाला फार मदत होते. ज्यो आणि लॉरी दोघे मिळून आम्हाला सारखे हसवतात म्हणून बरे आहे. नाहीतर आम्हाला फारच उदास वाटले असते. कधी कधी आपण अगदी पोरके नि अनाथ असल्यासारखे वाटू लागते नि मग काही केल्या रडे आवरत नाही. हॅना मला 'मिस मार्गरिट' म्हणते नि माझ्याशी मोठ्या अदबीने वागते. आम्ही सर्वजणी आपली कामे योग्य रीतीने करीत असतो. पण आई, तुझी नि पपांची आठवण अगदी रात्रंदिवस होत असते बघ. पपांना मी फार फार विचारले आहे म्हणून सांग नि त्यांना आदरपूर्वक नमस्कार कळव.

अगदी तुझीच,

मेग.'

हे पत्र सुवासिक निळ्या नोटपेपरवर सुवाच्य नेटक्या अक्षरांत लिहिलेले होते. त्याच्याशी तुलना करता वहीतून फाडलेल्या चतकोरावर कसेबसे लिहिलेले, अक्षरांना खूप फराटे ओढलेले नि मधून मधून शाईचे निळे ठिपके पडलेले हे दुसरे पत्र किती वेगळे दिसत होते !

'माझ्या अत्यंत लाडक्या मार्मी,

माझ्या लाडक्या पपांना 'थ्री चियर्स!' ब्रुकने ताबडतोब तारेने त्यांची खुशाली

आम्हाला कळवल्यामुळे मला जो काही आनंद झाला आहे तो शब्दांत मुळी मांडणेच शक्य नाही. नंतर त्यांचे सविस्तर पत्र आले, ते वाचून तर मी हर्षाने अगदी बेहोष होऊन गेले. पत्र हाती घेऊन मी धावतच माळ्यावर जाऊन बसले. खरे म्हणजे मला मनापासून देवाची प्रार्थना करायची होती, पण मला आपले रडूच यायला लागले आणि तोंडाने मात्र मी म्हणत होते, "मला आनंद झालाय. मला आनंद झालाय." पण आई, तसेच पाहिले तर हीदेखील एक प्रकारे प्रार्थनाच नव्हे का?

हल्ली घरात प्रत्येकजण इतकी चांगली वागत असते की, काही विचारू नये. त्यामुळे आपण पऱ्यांच्या राज्यात राहातो आहोत असाच भास होतो. जेवणाच्या वेळी मेग टेबलाशी, तुझ्या जागेवर बसते आणि अगदी तुझा आव आणून आम्हाला हुकूम सोडते. त्या वेळी इतके हसू येते म्हणून सांगू? ती दिवसेंदिवस इतकी सुंदर होत चालली आहे की, कधीकधी मी अगदी तिच्या प्रेमात पडते. बेथ नि ॲमी दोघीजणी आज्ञाधारकपणे वागत असतात नि मी – पण माझ्याबद्दल मीच काय सांगू? मी आपली नेहमीचीच ज्यो आहे झाले. माझ्यात काहीच बदल झाला नाही. कधी होणारही नाही.

हो. एक सांगायला विसरतच होते. परवा माझे लॉरीशी भांडण झाले. मी नेहमीप्रमाणे काहीतरी फटकळपणे बोलून गेले नि तो माझ्यावर रागावला. खरे म्हणजे मी बोलले ते चूक नव्हते. पण मी इतक्या स्पष्ट शब्दांत त्याला सांगायला नको होते. तो चिडला नि तडक उठून आपल्या घरी चालता झाला. त्याचे म्हणणे, मी आपले शब्द मागे घेऊन त्याची माफी मागावी. मी त्या गोष्टीला साफ नकार दिला. म्हणून तो घरी गेला. तो सारा दिवस मला फार वाईट गेला. लॉरी अन् मी, दोघेही भयंकर शिष्ट नि अहंकारी. तेव्हा माघार घ्यायला कुणीच तयार होईना. मी अगदी अस्वस्थ झाले. तो दिवसभर आपल्याकडे फिरकला नाही. तेवढ्यात मला आठवण झाली ॲमी पाण्यात बुडत होती त्या प्रसंगाची. त्या वेळी आपला राग आवरण्याबद्दल तू मला जे सांगितले होतेस ते सारे मला आठवले. तेव्हा मी आपला राग गिळून टाकला आणि लॉरीची क्षमा मागण्यासाठी त्याच्याकडे निघाले. पण त्याच वेळी त्यानेही तसाच निश्चय केला होता आणि माझी क्षमा मागण्यासाठी तो आपल्या घरी येत होता. आम्हा दोघांची बागेच्या फाटकाशीच गाठ पडली. मग आम्ही दोघंही खूप हसलो. मोकळ्या मनाने एकमेकांची क्षमा मागितली आणि एका घटकेत गैरसमजाचे धुके पार वितळून गेले.

काल मी माझे बरेच कपडे धुतले. कपडे धुताधुता एक वेडीवाकडी कविता मी जुळवली आहे. तुला नि पपांना पाहण्यासाठी ती मी पत्रासोबत धाडीत आहे. तिचा इतर काही उपयोग असो नसो, ती वाचून तुमची निदान करमणूक तरी खास होईल. पपांना माझे प्रेमाचे खूप खूप पापे आणि तुला एक घट्ट मिठी.

तुझीच
नेहमीची अजागळ ज्यो.'

कपडे धुण्याचे गाणे

भरभर वरती फेस उसळतो
खळखळ हसते साबणपाणी
धुणी धुते मी लख्ख पांढरी
आणिक गाते मजेत गाणी

चुबकुन पिळून घड्या घालुनी
हळुच टाकते तारेवरती
मजेत झुलती कपडे सुकती
ऊन तळपते वारे फिरती

मनामनांवर कपड्यांऐशी
धूळ साठते डागही पडती
कसे उरावे कलंक परि ते
निळ्या नभांतिल तेजापुढती?

उद्योगी रत असता मानव
शोकाला नच मिळतो थारा
फुले फुलविती हसुन तयाला
आणि उजळती प्रकाशधारा!

डोके करू दे विचार आणिक
सुखदुःखाने हृदय भरावे
एक मागणे देवाजवळी
हातांनी पण काम करावे!

पत्र तिसरे –

'प्रिय आई

मला ॲमीने अगदी थोडीशीच जागा ठेवली आहे. बाकीचा कागद तिला आपला मजकूर लिहिण्यासाठी हवा आहे, म्हणून मी अगदी थोडक्यात तुला पत्र लिहीत आहे. मी रोज माझे बायबल वाचते. माझ्या वाट्याची कामे न चुकता करते आणि रात्री प्रार्थनेच्या वेळी पियानोवर पपांची आवडती गाणी गाऊन दाखवते. त्यांतल्या काही प्रार्थना गाताना मला रडेच कोसळते. सारीजणे आमच्याशी फार

प्रेमाने वागतात आणि तशा आम्ही मजेतच आहोत. पण तुमची आठवण फार येते. मी सकाळ-संध्याकाळ सारे घर स्वच्छ झाडते आणि रात्री न विसरता घड्याळाला किल्ली देते. पपांना आवडणारी पॅन्सीची फुले मी पुस्तकात दाबून सुकवून ठेवली आहेत.'

पत्र चौथे –

'माझ्या लाडक्या आईस

आम्ही सारी मजेत आहोत. मी माझे धडे चांगले पाठ करते आणि मोठ्या दोघीजणींचा कधी निषेध करीत नाही. मेग म्हणते खरा शब्द 'विरोध' असा हवा, मी दोन्ही लिहिले आहेत. त्यांतला बरोबर कोणता ते तूच ठरव. मेग माझ्यावर खूप माया करते आणि चहाच्या वेळेला मला भरपूर केक नि जेली घेऊ देते. ज्यो म्हणते, त्यामुळे माझा स्वभाव अगदी 'गोड गोड' झाला आहे. आई, आता मी चांगली मोठी झाले आहे नाही का? पण लॉरी आपला मला लहान मुलीसारखाच वागवतो. तो मला चिमणी म्हणतो, कोंबडीचे पिलू म्हणतो आणि कधीकधी माझ्या वेण्यासुद्धा ओढतो. मग मला फार राग येतो. मला चिडवण्यासाठी तो मुद्दाम माझ्याशी फ्रेंचमध्ये भरभर बोलतो आणि मला ते कळले नाही की मोठ्याने हसतो. दुष्टच आहे तो. परवा मेगने माझ्यासाठी नवा झगा शिवला. पण कापडाचा घोटाळा झाला आणि झग्याच्या रंगापेक्षा बाह्या वेगळ्याच गडद रंगाच्या शिवल्या गेल्या. पण मी मुळीसुद्धा रडले नाही. तू सांगितले होतेस त्याप्रमाणे मी सहनशीलपणे (की सोशिकपणे?) वागते आहे. हॅना माझी चांगली काळजी घेते. पण ती जेवणावर वरचेवर गोड पदार्थ का करीत नाही? हे प्रश्नचिन्ह किती सुरेख वळणदार आले आहे, नाही का? मेग म्हणते या पत्रात शुद्धलेखनाच्या खूपच चुका राहिल्या आहेत. राहू द्या म्हणावे. आता थांबते हं. पपांना माझे खूप खूप पापे.

तुझी प्रेमळ कन्या
ॲमी कर्टिस मार्च'

पत्र पाचवे –

'प्रिय बाई,

मी या चार ओळी एवढ्यासाठी लिहिते आहे की, इकडची सारी हकिगत तुम्हाला कळावी आणि तुमची काळजी दूर व्हावी. मुली फार छान वागतात. मिस मेग तर घरकामात इतकी पटाईत झाली आहे म्हणून सांगू! उद्या ती सासरी गेली की आपला संसार कसा सुरेख करील. ज्यो देखील माझे सारे ऐकते. परवा तिने एकटीने केवढे तरी कपडे स्वत: धुतले. बेथ मला बारीकसारीक कामांत हातभार लावते. शिवाय ती रोजचा बाजारही करते. खरोखर, इतके काम तिच्या नाजूक

प्रकृतीला झेपायचे नाही असे मला भय वाटते. ॲमी नियमितपणे अभ्यास करते आणि गोड पदार्थांसाठी हट्टही फारसा करीत नाही. आम्ही अगदी काटकसरीने घर चालवतो आहोत आणि पै न् पैचा बिनचूक हिशेब ठेवतो आहोत. शेजारचा लॉरी दिवसातून एकदा तरी खेप टाकतोच. तो आमची भरपूर करमणूक करतो आणि मुलींना सतत हसत ठेवतो. त्याचे आजोबा फळे, ताजा भाजीपाला, फुले असे काही ना काही सतत पाठवीत असतात. भट्टीत घातलेला पाव आता तयार झाला असेल. तेव्हा मला पत्र थांबवून उठलेच पाहिजे. मिस्टर मार्चची प्रकृती आता खूपच सुधारली असेल अशी आशा करते. आम्ही सर्व खुशाल आहोत. कळावे,

आपली नम्र सेविका

हॅना म्युलेट.'

पत्र सहावे –

'हेड नर्स बाई, वॉर्ड नं. २ यांसी,

इकडे सारे 'आलबेल' आहे. सैन्य उत्तम अवस्थेत आहे. कर्नल टेडीच्या हाताखाली सारे होमगार्ड शिस्तीत वागतात. कमांडर-इन-चीफ जनरल लॉरेन्स रोज सैनिकांची कवाईत बघायला येतात. क्वॉर्टर मास्टर हॅना म्युलेट छावणीची कसोशीने राखण करतात. परवा वॉशिंग्टनहून चांगली बातमी आली तेव्हा सर्व सैन्याने बंदुकीची फैर झाडून आपला आनंद व्यक्त केला! त्यानंतर संध्याकाळी सर्व सैनिकांची 'ड्रेस परेड' झाली. कमांडर-इन-चीफ यांनी तुम्हाला सदिच्छा धाडल्या आहेत. त्यांच्याशी हातमिळवणी करून मीही तुम्हाला सलाम ठोकतो! कळावे ही विनंती

आपला नम्र

कर्नल टडी'

पत्र सातवे –

'आदरणीय मिसेस मार्च,

तुमच्या छोट्या मुली मजेत आहेत. त्यांची प्रकृती उत्तम आहे. हॅना ही एक आदर्श सेविका आहे. देखण्या मेगवर तिचे सतत लक्ष असते. मुलींना ती जरासुद्धा नजरेआड होऊ देत नाही. त्यांच्या खाण्यापिण्याची आणि प्रकृतीची ती चांगली काळजी घेते. ब्रुकचा चांगला उपयोग करून घ्यावा. त्याला कसलीही कामे सांगायला अनमान करू नये आणि केव्हाही कसली गरज पडल्यास मला अगदी निःसंकोचपणे कळवावे. मिस्टर मार्च यांची प्रकृती सुधारत आहे हे वाचून फार समाधान वाटले. कळावे.

आपला हितचिंतक आणि स्नेही

जेम्स लॉरेन्स'

१७

छोटा शिलेदार

मिसेस मार्च वॉशिंग्टनला गेल्यावर एक आठवडाभर त्या चौघी बहिणी इतक्या व्यवस्थित रीतीने वागल्या की बोलून सोय नाही. प्रत्येकजण अत्यंत उदात्त मन:स्थितीत होती आणि 'त्याग' हा घरातला परवलीचा शब्द होऊन बसला होता; पण एक आठवडा उलटला, वडिलांच्या प्रकृतीबद्दलची काळजी जरा कमी झाली आणि मग त्या बहिणी पुन्हा आपल्या नेहमीच्या सवयीनुसार वागू लागल्या. अर्थात त्या रोजची कामे करीत होत्याच आणि एकमेकींना धीर व आधारही देत होत्या; पण त्यांची कडक शिस्त जरा सैल झाली एवढे मात्र खरे.

ज्योने आपले केस कापले होते, त्यात अंघोळीच्या पाण्याचा ओलावा मुरल्यामुळे तिला सपाटून सर्दी झाली आणि सर्दी बरी होईपर्यंत आँट मार्चने तिला रजा घेऊन घरी राहायला सांगितले. कारण वाचताना कोणी शिंका देणे आँट मार्चला मुळीच सहन होत नसे. ज्योलाही सुट्टी मिळाल्यामुळे आनंदच झाला आणि सर्दीचा औषधे घेऊन ती कोचावर लोळत पुस्तके वाचण्यात सारा वेळ घालवू लागली. ॲमीला लौकरच घरकामाचा कंटाळा आला आणि ती पुन्हा आपल्या चित्रकलेकडे वळली. मेग रोज शिकवणीला जाई. उरलेला वेळ ती शिवणकाम करण्यात घालवी. पण त्यातलाही तिचा बराचसा वेळ आईला लांब लांब पत्रे लिहिण्यात आणि वॉशिंग्टनहून आलेल्या ब्रुकच्या पत्रांची पारायणे करण्यात जाई. एकटी बेथ मात्र आपल्या नव्या निर्धाराला चिकटून राहिली. काळजीत किंवा आळसात वेळ न घालवता सारा दिवस ती घरकामांत गढून राही. आपली स्वत:ची कामे तर ती करीच, पण आपल्या बहिणींची कित्येक कामेही तीच करून टाकी. कधीतरी आईची फार तीव्रतेने आठवण झाली किंवा वडिलांच्या काळजीने मन कासावीस झाले म्हणजे ती गुपचूप आईच्या खोलीत जाई. तिथे खुंटीला आईचा एक जुना कोट टांगलेला होता त्यांत तोंड खुपसून ती मनसोक्त रडून घेई आणि वडिलांना लौकर बरे वाटावे म्हणून देवाची मन:पूर्वक

प्रार्थना करी. आईच्या खोलीतून ती बाहेर येई तेव्हा तिच्या मनाची प्रसन्नता परत आलेली असे. तिच्या मनातल्या या आंदोलनांची तिच्या बहिणींना कल्पनाही नसावयाची. त्यांना एवढेच वाटे की, आई गेल्यापासून बेथ फारच चांगली वागते आहे आणि स्वाभाविकपणेच मदतीसाठी त्या तिच्याकडेच वळत.

त्या मुलींवर आलेला हा प्रसंग त्यांच्या मनोधैर्याची कसोटी पाहणारा होता. त्यांच्या साऱ्या शक्तीची परीक्षा घेणारा होता. खरे म्हणजे या वेळी त्यांनी स्वत:च्या वागण्यावर डोळ्यांत तेल घालून नजर ठेवायला हवी होती. पण इथेच त्या जराशा घसरल्या आणि आपल्या या प्रमादाची पुढे त्यांना फार मोठी किंमत द्यावी लागली. फार पस्तावा आणि दु:ख सहन करावे लागले.

मिसेसमार्च वॉशिंग्टनला जाऊन दहा दिवस लोटले होते. एकदा दुपारच्या वेळी त्या साऱ्या बहिणी एकत्र जमल्या असता बेथ म्हणाली,

"मेग, तू ह्यूमेल्सकडे जाऊन ये ना एकदा? आईनं आपल्याला सांगून ठेवलंय त्यांच्याकडे लक्ष द्यायला."

"आज भारी कंटाळा आलाय." आरामखुर्चीत मजेत झोके घेत पडलेली मेग म्हणाली.

"तू जाशील ज्यो?" बेथने विचारले.

"मला सर्दी झालीय ना?" ज्यो म्हणाली, "मग मी बाहेर वाऱ्यावर कशी जाणार?"

"पण आता तुझी सर्दी बरी झाली आहे!"

"तरीपण ह्यूमेल्सकडे जाण्याइतकी नाही बरी झाली. हां, आता लॉरीबरोबर भटकायला जायचं असेल तर गोष्ट वेगळी." ज्यो हसत हसत पण ओशाळल्या स्वरात म्हणाली. आपल्या वागण्यातल्या दुटप्पीपणाची तिला लाज वाटत होतीसे दिसले.

"तू स्वत:च जाईनास बेथ?" मेगने सुचविले.

"मी तर रोजच जाते आहे." बेथ म्हणाली, "पण ह्यूमेल्सचं छोटं बाळ फार आजारी आहे, मिसेस ह्यूमेल्स दुपारी कामावर जाते आणि लॉचेन बाळाला सांभाळते. पण त्याची स्थिती गंभीर आहे. तेव्हा मला वाटतं तू किंवा हॅनानं एकदा तिकडे जाऊन येणं आवश्यक आहे."

बेथच्या स्वरात असे काहीतरी होते की त्यामुळे मेग जराशी अस्वस्थ झाली व ती म्हणाली,

"उद्या मी अगदी नक्की जाऊन येईन त्यांच्याकडे."

"असं कर बेथ," ज्यो म्हणाली, "तूच जाऊन ये. बाहेरच्या मोकळ्या वाऱ्यावर हिंडून आल्यानं तुला बरं वाटेल. मी नक्की गेले असते, पण मला माझी गोष्ट लिहून संपवायची आहे आज."

"माझं डोकं दुखतंय. मी फार थकले आहे. म्हणून म्हणत होते मी की तुमच्यापैकीच कुणी–" बेथ म्हणाली.

"मग असं कर," मेग म्हणाली, "ॲमी जराशानं घरी येईल. तिला जाऊन यायला सांग."

"बरं, मग मी तिची वाट पाहते."

बेथ कोचावर पडून राहिली. मेग नवा झगा घालून बघण्यासाठी आपल्या खोलीत गेली. ज्यो माळ्यावर जाऊन गोष्ट लिहीत बसली. ह्यूमेल्सचा नि त्या आजारी बाळाचा साऱ्यांना विसर पडला. ॲमी आलीच नाही आणि हॅना तर सैंपाकघरात गाढ झोपी गेली होती. तासाभराने एक मोठा उसासा टाकून बेथ स्वत:च उठली. आपली टोपी व कोट तिने चढवला. एका छोट्या करंडीत ह्यूमेल्स मुलांसाठी काही खाण्याचे पदार्थ घेतले आणि त्या धारदार थंड हवेत ती घराबाहेर पडली. तिचे डोके जड झाले होते, पावले थकली होती आणि शांत सोशिक डोळ्यांत दुखावलेपणाचा भाव होता.

एक तासाने बेथ परत आली आणि कोणाच्याही नकळत ती हलकेच माडीवर आईच्या खोलीत जाऊन बसली. आतून दार लोटून घेऊन तिने आपले तोंड दोन्ही हातांनी झाकून धरले. काही वेळाने काहीतरी वस्तू नेण्यासाठी म्हणून ज्यो दार उघडून आत आली तो तिला एक विलक्षणच दृश्य दिसले. बेथ औषधांच्या कपाटासमोर उभी होती. तिचा चेहरा कसातरीच दिसत होता. डोळे लालबुंद झाले होते आणि हातात कापराच्या अर्काची बाटली होती.

"अरे देवा! काय झालंय काय तुला?" ज्यो आश्चर्याने बेथकडे येत उद्‌गारली. पण बेथने तिला हाताने निवारून म्हटले,

"थांब तिथेच. जवळ येऊ नकोस. ज्यो, तुला कधी 'जांभळा ताप' आला होता?"

"हो मागेच. मेग नि मी दोघींनाही आला होता. का?" ज्योने विचारले.

"मग मी तुला सांगून टाकते. ज्यो, अग ते बाळ गेलं!" बेथ म्हणाली.

"कुठलं बाळ? काय सांगते आहेस तू?"

"मिसेस ह्यूमेल्सचं बाळ. ज्यो, ते देवाघरी गेलं बरं!" बेथ कसेबसे बोलली आणि तिला एकदम हुंदका फुटला.

"अयाई ग!" ज्यो कळवळून म्हणाली आणि तिने एकदम बेथला आपल्या छातीशी घट्ट धरले. "बेदी, बाळा, किती ग भीती वाटली असेल तुला?"

"भीती नाही वाटली ज्यो, पण फार वाईट वाटलं ग. मी गेले तेव्हाच माझ्या लक्षात आलं की, बाळाची प्रकृती फारच बिघडली आहे. लॉचेन म्हणाली की, तिची आई डॉक्टरकडे गेली होती आणि लॉचेन बाळाला मांडीवर घेऊन बसली होती, पण ती फार थकली होती आणि घाबरली होती. म्हणून मग मी बाळाला मांडीवर घेतलं काही वेळ ते शांत झोपल्यासारखं वाटलं, पण मग ते एकदम किंचाळलं, त्याचं सर्वांग थरथरू

लागलं, त्यानं एक आचका दिला नि मग ते अगदी निपचित पडलं. मी त्याची पावलं शेकली, लॉचेननं त्याला दूध घालायचा प्रयत्न केला, पण ते हालचालच करीना. मग माझ्या ध्यानी आलं की ते गेलं होतं.''

''रडू नकोस बाळा, मग पुढं काय झालं?''

''पुढं काय? मी बाळाला तशीच मांडीवर घेऊन बसले होते. जरा वेळानं मिसेस ह्यूमेल्स आणि डॉक्टर दोघेजणं आली. डॉक्टरांनी बाळाकडे पाहताक्षणी ते गेल्याचं त्यांनी ओळखलं आणि त्यांनी निराशेनं मान हलवली. मग त्यांनी हेनरिक, निना यांचे चेहरेही निरखून पाहिले नि ते मिसेस ह्यूमेल्सना म्हणाले, 'हा तर जांभळा ताप. तुम्ही मला वेळेवर का बोलावलं नाही? मूल हातचं गेलं ना?' मग मिसेस ह्यूमेल्स लागली रडायला. ती म्हणाली, 'आम्ही गरीब आहोत डॉक्टर, तुमची फी द्यायला पैसे कुठून आणणार? म्हणून आम्ही आपली घरगुती औषधं करीत होतो झालं.' मग डॉक्टरांचा चेहरा जरासा निवळला. पण त्यांना फार दुःख झालेलं दिसलं. काही वेळ ते तसेच विचार करीत स्तब्ध उभे राहिले आणि मग ते एकदम माझ्याकडे वळून मला म्हणाले, 'तू कशाला इथं थांबली आहेस? आधी घरी जा नि बेलाडोना घे पाहू.' मी खूप रडत होते, पण डॉक्टर म्हणाले, 'पळ आधी, नाही तर तुला ताप येईल बरं.' मग मी घरी निघून आले.''

''नाही. तुला ताप येणार नाही. येता कामा नये.'' तिला घट्ट कवटाळून धरीत भयभीत स्वरात ज्यो म्हणाली, ''बेथ, तू जर आजारी पडलीस तर – तर मी मला कधीही क्षमा करणार नाही. बेथ, काय करायचं ग आता?''

''घाबरू नकोस ज्यो,'' बेथ उदासीन हसत म्हणाली, ''मला ताप आलाच तरी फार नाही यायचा बहुधा. मी आईच्या वैद्यक-पुस्तकातून तापाची लक्षणं पाहिली. ती डोकं दुखणं, घसा खवखवणं नि अंग मोडून येणं अशी आहेत, अन् ती सारी लक्षणं मला होत आहेत, पण मी आल्याबरोबर बेलाडोना घेतलं नि आता मला जरा बरं वाटतंय. खरंच बरं वाटतंय.'' बोलता बोलता तिने आपला घामेजलेला थंड तळवा आपल्या कढत झालेल्या कपाळावर टेकला आणि प्रकृती बरी आहे असे दाखविण्याचा ती आटोकाट प्रयत्न करू लागली.

''आई जर आता इथं असती तर किती बरं झालं असतं!'' ज्यो हताशपणे म्हणाली, मग तिने बेथच्या कपाळावर हात टेकवला, तिला 'आ' करायला लावून तिच्या घशात डोकावून पाहिले आणि मग गंभीरपणे ती म्हणाली, ''बेथ, जवळजवळ आठवडाभर तू रोज त्या आजारी मुलाची शुश्रूषा करीत होतीस. तेव्हा मला वाटतं तुला ताप तर नक्कीच येणार. थांब मी हॅनाला बोलावते. तिला आजारातलं बरंच काही कळतं!''

''ॲमीला मुळीच माझ्याजवळ येऊ देऊ नकोस ज्यो.'' बेथ चटकन म्हणाली,

“तिला बिचारीला माझा संसर्ग नको बाधायला. तुमची दोघींची गोष्ट वेगळी आहे, तुम्हाला एकेकदा हे दुखणं येऊन गेलंय. तेव्हा तुम्हाला पुन्हा ताप आला तरी धोका नाही फारसा.”

“मला आता तर चांगलंच होईल,” ज्यो पस्ताव्याच्या स्वरात म्हणाली, “किती दुष्ट आणि स्वार्थी आहे मी. इथं भिकार गोष्टी खरडीत बसले नि तुला मात्र आजारी मुलाची शुश्रूषा करायला धाडलं! मला ताप आला तर चांगली शिक्षा होईल मला!”

क्षणभर ती बेथकडे टक लावून बघत राहिली आणि मग ती खाली सैंपाकघरात हॅनाला हे सर्व कळवायला निघून गेली.

हॅनाला ज्योकडून सर्व हकिकत समजली मात्र, ती धावतच माडीवर आली. बेथला एकदा नीट न्याहाळून बघत ती ज्योकडे वळून तिला म्हणाली, “तशी काही काळजी करायला नको. जांभळा ताप तर साऱ्यांनाच कधी ना कधी येतो आणि चांगली काळजी घेतली तर त्यात कुणी दगावतही नाही.” ज्योला बिचारीला अर्थातच हे सारे खरे वाटले. तिच्या मनावरचा ताण बराच सैल झाला आणि ती मेगला बोलावून आणण्यासाठी पुन्हा गेली.

बेथला काही जुजबी प्रश्न विचारून झाल्यावर मग हॅना तिला म्हणाली, “घाबरू नकोस बेटा. आपण प्रथम डॉक्टर बँग्जना बोलावून त्यांच्याकडून तुझी प्रकृती नीट तपासून घेऊ आणि मग ते सांगतील त्याप्रमाणे सारी शुश्रूषा काळजीपूर्वक करू. दरम्यान ॲमीला आपण आँट मार्चकडे राहायला पाठवू, म्हणजे तिला या दुखण्याची भीती राहणार नाही आणि तुझ्या या दोघी बहिणींपैकी कोणीतरी दोन दिवस घरी राहील, म्हणजे तेवढीच तुझी करमणूक होईल.”

मेग एव्हाना माडीवर आली होती. ती चटकन म्हणाली, “मी करीन बेथची शुश्रूषा. नाहीतरी सर्वांत थोरली बहीण आहे ना मी?”

“छे छे! बेथजवळ मी राहणार!” मेगला मध्येच अडवीत ज्यो म्हणाली, “खरं म्हणजे माझ्या हलगर्जीपणामुळेच ती आजारी पडली आहे.”

“बेथ, या दोघींपैकी तुला कोण आवडेल तुझ्याजवळ असायला?” हॅनाने विचारले.

“ज्यो.” ओंजळीत तोंड लपवीत बेथ हळूच पुटपुटली आणि त्या प्रश्नाचा आपोआपच निकाल लागला.

“तर मग मी ॲमीला सारं समजावून सांगते.” मेग दाराकडे वळत म्हणाली, बेथने आपल्याऐवजी ज्योची निवड केली यामुळे मनातून ती काहीशी दुखावली होती. पण आजाऱ्याची शुश्रूषा करणे तिला फारसे प्रिय नसल्यामुळे खोल कुठे तरी तिला समाधानही वाटत होते.

ॲमीने आँट मार्चकडे काही दिवस जाऊन राहावे असा प्रस्ताव मेगने केला मात्र,

ॲमीने ताबडतोब बंड पुकारले आणि घर सोडून आपण कुठेही जाणार नाही असे तिने सर्वांना निक्षून सांगितले. 'आँट मार्चकडे जाऊन राहण्याऐवजी तापाने मी आजारी पडले तरी चालेल.' असेच मुळी ती म्हणाली. मेगने युक्तिवाद, विनवणी, धमकी, सारी शस्त्रे वापरून पाहिली पण सारे व्यर्थ. 'मी जाणार नाही' हे ॲमीचे पालुपद कायम राहिले. मेग हताश झाली आणि हॅनाकडे येऊन आता पुढे काय करावे असे ती तिला विचारू लागली. एवढ्यात लॉरी दिवाणखान्यात आला. बघतो तो कोचावर पालथी पडून उशीत डोके खुपसून ॲमी मोठमोठ्याने हुंदके देत स्फुंदत आहे! लॉरी येताच तिने मोठ्या आवेशाने सारी हकिकत त्याला सांगितली. तिला वाटले होते लॉरी आपली बाजू घेईल. पण लॉरी काहीच बोलला नाही. तो कोटाच्या दोन्ही खिशांत हात खुपसून शीळ घालीत काही वेळ स्तब्ध उभा राहिला. त्याच्या कपाळावर बारीकशी आठी उमटली होती आणि डोळे चिंतातुर दिसत होते. जरा वेळाने तो ॲमीच्या शेजारी येऊन बसला आणि आपल्या स्वभावातले सारे आर्जव अन् गोडवा एकवटून तो हलकेच तिला म्हणाला,

"माझं जरा ऐकशील ॲमी? तू शहाणी ना? मग तुझ्या बहिणी सांगताहेत तसं कर तू. रडू नकोस. मी काय छान बेत आखलाय तो तुला सांगतो ऐक. तू आँट मार्चकडे जाऊन राहशील तर मी रोज संध्याकाळी तिथे येऊन तुला हिंडायला बाहेर घेऊन जात जाईन. हवं तर पायी पायी, हवं तर गाडीतून, आपण फिरू आणि खूप मजा करू. इथं आजारी माणसाजवळ कुढत बसण्यापेक्षा हे अधिक छान नाही का?"

"माझी अडचण होत असल्यासारखं मला जर घराबाहेर काढून देत असतील तर ते मला नाही खपायचं!" ॲमी दुखावलेल्या स्वरात म्हणाली.

"वेडी की काय तू?" लॉरी म्हणाला, "अग, तुझी प्रकृती चांगली राहावी म्हणून तुला घर सोडायला सांगताहेत सारी जणे. आजारी नकोय ना पडायला तुला?"

"नको." ॲमी चटकन म्हणाली, "पण ते होणारच. कारण सारा वेळ मी नि बेथ बरोबर असतो, नाही का?"

"म्हणून तर तू ताबडतोब दूर कुठे तरी जाणं अत्यंत अवश्य आहे." लॉरी म्हणाला, "हवाफेरानं आणि वेगळ्या वातावरणानं तुझं मन प्रसन्न राहील आणि समजा, आजार आलाच तरी तो सौम्य प्रमाणात येईल. मी तर म्हणेन तू ताबडतोब आँट मार्चकडे राहायला जा. जांभळा ताप म्हणजे मस्करी नव्हे बाईसाहेब!"

"पण आँट मार्चकडे मला एक क्षणभर सुद्धा करमणार नाही." ॲमी रडवेली होऊन म्हणाली, "शिवाय ती किती रागीट आणि चिडखोर आहे!"

"ते सारं खरं." लॉरी म्हणाला, "पण मी रोज येणार आहे ना तिकडे, बेथच्या प्रकृतीची खबर तुला द्यायला नि तुझी करमणूक करायला? आँट मार्चला मी आवडतो. मला माहीत आहे. शिवाय मी इतक्या सभ्यतेनं वागेन तिकडे आल्यावर की, ती नक्की

आपणा दोघांना फिरायला जायला परवानगी देईल.''

"तू रोज मला गाडीतून फिरायला नेशील?''

"अगदी वचन देतो, नेईन म्हणून.''

"आणि दररोज न चुकता येशील तिकडे?''

"अगदी दररोज येतो की नाही बघ.''

"आणि बेथ बरी झाल्याबरोबर मला इकडे घेऊन येशील?''

"अगदी त्याच दिवशी, त्याच घटकेला!''

"आणि खूपशी नाटकं दाखवशील?''

"प्रश्नच नाही! वाटल्यास दररोज एक नाटक पाहू या.''

"मग – मग मी जाईन आँट मार्चकडे राहायला!'' ॲमी हळूहळू म्हणाली.

"शाबास! मला वाटलंच होतं तू समजूतदारपणानं वागशील म्हणून! किती शहाणी आहे आमची ॲमी? मग आता मेगला नि ज्योला सांगून टाक बरं तुझा बदललेला बेत?'' ॲमीच्या पाठीवर शाबासकीची थाप देत लॉरीने आनंदाने उद्गार काढले.

मेग आणि ज्यो माडीवरून खाली आल्या तेव्हा ॲमी आँट मार्चकडे जायला तयार झाली असल्याचे त्यांना कळले. स्वत: ॲमीनेच गंभीरपणे ते त्यांच्या कानावर घातले. हा चमत्कार कसा घडून आला हेच त्यांना कळेना. पण ॲमीची समजूत पटलेली पाहून त्यांना बरे वाटले.

"कशी काय आहे छोटी बेथ?'' लॉरीने चिंतातुर स्वरात मेगला विचरले. कारण अबोल, लाजाळू बेथबद्दल त्याच्या मनात एक खोल ममता व जिव्हाळा होता.

"तिला आईच्या पलंगावर निजवली आहे आणि आता तिला थोडंसं बरं वाटतंय. ह्यूमेल्सच्या बाळाच्या मरणाचा मोठाच धक्का बसला तिला नि ती खूप रडली. त्यामुळे डोकं मात्र फार चढलंय तिचं. हॅना म्हणते, कदाचित नुसतं सर्दीपडशाचं दुखणं असेल. पण हॅनाच्या चेहऱ्यावर मात्र काळजी दिसते आहे आणि त्यानं माझ्याही छातीत कसं धस्स झालंय.'' मेग म्हणाली.

"काय हे आयुष्य विलक्षण आहे तरी?'' ज्यो आपल्या कापलेल्या केसांतून हात फिरवून ते अगदी विस्कटून टाकीत म्हणाली, एका अडचणीतून पार पडावं तर दुसरं संकट समोर हजर. या वेळी आई इथं असती तरी याच्या निम्म्यानंही काळजी वाटली नसती आम्हाला! पण ती तिकडे दूर, वॉशिंग्टनला! तिच्यावाचून कसं अगदी निराधार असल्यासारखं वाटतं.''

"ज्यो, केस काय फिस्कारतेस साळूसारखे?'' लॉरी किंचित रागावून म्हणाला. ज्योने आपले सुंदर केस कापले याचे इतर कोणाहीपेक्षा त्याला अधिक वाईट वाटले होते. "नीट विंचर बघू ते आधी आणि एक सांगा मला तुम्ही, तुमच्या आईला तार

वगैरे करायला हवी का?''

"तोच मोठा प्रश्न पडलाय माझ्यासमोर.'' मेग म्हणाली, "बेथ जर खरोखरच आजारी झाली असेल ते कळवायला हवं असं मला वाटतं. पण हॅना म्हणते, असलं काही करायचं नाही. कारण आई काही पपांना सोडून इकडे येऊ शकत नाही आणि मग बेथच्या आजाराचं कळलं म्हणजे नसती काळजी मात्र लागून राहील तिकडे तिच्या जिवाला. बेथचा आजार लांबणार नाही असं हॅनाला वाटतं आणि म्हणून आईला कळवायच्या विरुद्ध आहे ती. अन् आईच्या गैरहजेरीत तिचंच ऐकायला हवं आम्हाला. पण एकंदरीनं मनाला बरं वाटत नाही हे मात्र खरं!''

"आपण असं करू या का?'' लॉरी विचार करीत म्हणाला, "डॉक्टर एकदा येऊन गेले म्हणजे माझ्या आजोबांचाच सल्ला घ्या ना तुम्ही?''

"हा. हे ठीक आहे.'' मेग चटकन म्हणाली, "ज्यो, तू डॉक्टर बँग्जना घेऊन ये आधी, ते येऊन गेल्याशिवाय नक्की काहीच ठरवता यायचं नाही आपल्याला!''

ज्यो डॉक्टरकडे जायला निघाली, पण तिला अडवीत लॉरी म्हणाला, "थांब ज्यो, असली कामं तुझ्या आईनं माझ्यावर सोपवली आहेत. मी येतो डॉक्टरांना घेऊन.'' आणि तो लगेच आपली टोपी डोक्यावर चढवून घराबाहेर पडला देखील.

डॉक्टर बँग्ज आले आणि त्यांनी बेथला काळजीपूर्वक तपासले. तिला जांभळा ताप येणार असल्याची चिन्हे आताच दिसू लागली होती, पण तापाचे प्रमाण फार असणार नाही असे डॉक्टरांचे मत पडले. ह्यूमेल्सच्या बाळाच्या आजाराची, त्याच्या मृत्यूची आणि बेथने केलेल्या त्याच्या शुश्रूषेची हकिकत ऐकून मात्र त्यांचा चेहरा गंभीर झाला, औषधोपचारासंबंधी आणि बेथच्या शुश्रूषेसंबंधी आवश्यक त्या सूचना देऊन डॉक्टर निघून गेले. जाण्यापूर्वी त्यांनी ॲमीलाही तपासले आणि तापाला प्रतिबंधक असा एक 'डोस' त्यांनी तिला दिला.

ॲमी लगेच आँट मार्चकडे जावयास निघाली. तिला तिकडे नेऊन पोचविण्याची जबाबदारी लॉरी आणि ज्यो यांनी आपल्यावर घेतली होती.

आँट मार्चने त्यांचे आपल्या नेहमीच्या आतिथ्यशीलतेने, म्हणजे आतिथ्यशीलतेच्या अभावाने स्वागत केले.

"आता काय झालं आणखी?'' आपल्या चष्म्यातून त्यांच्याकडे टवकारून बघत आँट मार्च म्हणाली. तेवढ्यात तिच्या खुर्चीच्या पाठीवर असलेला 'पॉली' पोपट ओरडला,

"चला, पळा इथून. चला, पळा इथून!''

लॉरी मुकाट्यानं खिडकीशी जाऊन उभा राहिला. ज्योने सर्व हकिकत निवेदन केली.

"छान झालं!'' आँट मार्च तुटकपणे म्हणाली, "गरिबागुरिबांच्या घरी जायचं,

त्यांच्या घाणेरड्या पोराबाळांत मिसळायचं, मग दुसरं काय होणार? बरं, राहू द्या ॲमीला माझ्याकडे. मात्र तिला इथं काम करावं लागेल. अर्थात ती आजारी पडली नाही तर. पण मला तर वाटतंय् ती नक्कीच आजारी पडणार. चेहराच सांगतोय ना तिचा!''

हे ऐकून ॲमी रडू लागली. तेव्हा आँट मार्च तुसडेपणाने तिला म्हणाली,

''हां. रडाबिडायचं नाही हा इथं. मला कोणी रडून नाक सूं सूं केलेलं मुळीच आवडत नाही.''

आता तर ॲमीला मोठ्याने रडू फुटण्याच्या बेतात होते. पण प्रसंगावधान राखून लॉरीने पोपटाची शेपटी ओढली. त्याबरोबर तो असा मजेदार किंचाळला की ॲमीला खुदकन हसूच आले.

''वडिलांची प्रकृती कशी आहे तुझ्या?'' आँट मार्चने गुरगुरत विचारले.

''आता पुष्कळ बरी आहे.'' ज्योने थोडक्यात उत्तर दिले.

''बरी आहे? छान. पण हे कितपत टिकतं बघायचं. या मार्च कुटुंबांतल्या पुरुषांत चिवटपणा एकंदरीनं कमीच!'' आँट मार्चने नेहमीप्रमाणे निराशापूर्ण मत व्यक्त केले.

पॉली पोपटाने पुन्हा विलक्षण चीत्कार केला. ''तपकीर घ्या, तपकीर घ्या, या आता, या आता,'' असे म्हणत तो पिंजऱ्याच्या दांडीवर नाचत सुटला. लॉरीने पुन्हा खोडकरपणे त्याची शेपटी ओढली. तेव्हा पॉलीने आँट मार्चच्या टोपीचे टोक चोचीने चावले.

''चूप बैस रे.'' पॉलीला धमकावीत आँट मार्च ज्योकडे वळून तिला म्हणाली, ''ज्यो, आता घरी जा. दिवस मावळायला आलाय. अशा वेळी तुझ्यासारख्या तरण्याताठ्या पोरीनं या केस पिंजारलेल्या पोराबरोबर भटकणं बरं दिसतं का?''

''चूप बसा – चूप बसा.'' पॉली पुन्हा ओरडू लागला. नंतर तो पिंजऱ्यातून बाहेर आला. खुर्चीच्या पाठीवर बसता बसता कोलमडला आणि लॉरीचा कान चावून पुन्हा पिंजऱ्यात जाऊन बसला. लॉरी इतका हसला की त्याच्या तोंडून शब्द फुटेना.

ज्यो आणि लॉरी निघून गेल्यावर ॲमीला इतके एकटे एकटे वाटू लागले की काही पुसू नये. ''मला नाही वाटत मी इथं एक घटकाभरदेखील राहू शकेन.'' ती स्वत:शीच म्हणाली, ''पण दुसरा इलाज काय?''

१८

बेथचा आजार

बेथला ताप तर आलाच. पण डॉक्टर किंवा हॅना यांचा अंदाज होता, त्यापेक्षा ती अधिक आजारी झाली. तिच्या बहिणींना दुखण्यातले फारसे काही कळत नव्हते, लॉरीच्या आजोबांना डॉक्टरांनीच बेथजवळ जाण्याची मनाई केली होती. त्यामुळे बेथच्या आजाराची व तिच्या शुश्रूषेची, सारी काही जबाबदारी हॅनाने स्वत:वर घेतली. शिवाय डॉक्टर बँग्ज रोज येऊन पाहून जात. मेग रजा घेऊन घरी राहिली आणि घरकामाची बरीचशी जबाबदारी तिने स्वत: उचलली. आईला पत्रे लिहिण्याचे काम तिच्याकडेच सोपविलेले होते. पत्रांत बेथच्या दुखण्याबद्दल अवाक्षरही लिहायचे नाही अशी हॅनाने तिला सक्त ताकीद देऊन ठेवली होती. त्यामुळे आईला पत्रे लिहिताना मेगला फार अपराध्यासारखे वाटे. यात आईची आपण फसवणूक करीत आहोत असेही तिच्या मनात येऊन जाई. पण हॅनापुढे तिचा काहीच इलाज चालत नसे.

ज्योने रात्रंदिवस बेथच्या शुश्रूषेला स्वत:ला अगदी वाहून घेतले होते. सारा वेळ ती बेथच्या सेवेत गढलेली असे. बेथ फार सोशीक, शांत व सहनशील मुलगी होती. त्यामुळे तिची शुश्रूषा करण्याचे काम तसे अवघड नव्हते. प्रारंभी काही दिवस बेथने आपले दुखणे मोठ्या धैर्याने सोसले. पण पुढे तिच्या दुखण्याने एकदम गंभीर स्वरूप धारण केले. तापाचे प्रमाण इतके वाढले की, बेथ आपल्या बिछान्यावर माशासारखी तळमळू लागली. तापाच्या नशेत ती बडबडू लागली. अंगावरच्या पांघरुणावरच पियानोवर बोटे फिरवावी तशी बोटे फिरवू लागली. तापाच्या झळीने सुकलेल्या, कोरड्या पडलेल्या घशातून गाण्याचे वेडेवाकडे सूर काढू लागली. सरतेशेवटी एक वेळ अशी आली की, तिला परिचित चेहऱ्यांची सुद्धा ओळख पटेना. ती भलत्याच नावाने त्यांना हाक मारू लागली आणि एकसारखा आईचा ध्यास घेऊन रडू लागली. मग मात्र तिच्या बहिणींचा धीर सुटला. ज्यो घाबरून गेली. मेग हे सारे आईला कळवावे म्हणून हॅनाची विनवणी करू लागली आणि हॅनाही मनातून हादरल्यासारखी झाली.

तेवढ्यात वॉशिंग्टनहून आलेल्या पत्राने त्यांच्या चिंतेत अधिकच भर घातली. कारण तिकडे मिस्टर मार्चचे दुखणे उलटले होते. त्यांची प्रकृती अधिकच बिघडली होती आणि अशा अवस्थेत त्यांना सोडून मिसेस मार्च इकडे येणे हे केवळ अशक्यच होते.

एके काळी अत्यंत सुखी, समाधानी आणि आनंदी असलेल्या त्या घराची कळा आता पार पालटून गेली. दिवस काळवंडल्यासारखे झाले आणि रात्री कंटाळवाण्या, प्रदीर्घ होऊन बसल्या. मृत्यूची अशुभ, अमंगळ सावली जणू साऱ्या घरावर पसरून राहिली. घरातली कामे उरकता उरकता मध्येच मार्गारेटचे डोळे भरून येत आणि मग कुठे तरी बाजूला जाऊन ती एकान्तात अश्रू ढाळीत बसे. अशा वेळी आता प्रथमच तिला जाणवू लागले की प्रेम, संरक्षित जीवन, आरोग्य याच जीवनातल्या खऱ्या महत्त्वाच्या गोष्टी आहेत आणि त्या नसतील, तर केवढीही श्रीमंती घरात असो, ती त्यांची उणीव भरून काढू शकत नाही. आता कुठे ज्योला कळून आले की आपल्या घरात, एवढेच नव्हे तर आपल्या हृदयातदेखील बेथने फार महत्त्वाचे स्थान मिळवलेले आहे. वेदनांनी तळमळणाऱ्या आणि केविलवाण्या अस्पष्ट स्वरात तुटक बडबडणाऱ्या बेथकडे बघताना वारंवार तिच्या डोळ्यांत पाणी येई. बेथने आपल्या निःस्वार्थी स्वभावाने साऱ्यांची मने कशी जिंकली होती; साध्या, सरळ, अकृत्रिम अशा तिच्या वर्तनात केवढा गोडवा भरून राहिला होता, केवळ इतरांसाठीच ती कशी जगत होती हे तिच्या या दुखण्यात ज्योला प्रथम तीव्रतेने जाणवले आणि बुद्धी, संपत्ती, सौंदर्य यांपेक्षाही अधिक मोलाचे असे काहीतरी बेथने संपादन केले होते, हे तिला स्वतःशी मान्य करावे लागले. घरापासून दूर, परक्याकडे जाऊन राहिलेल्या ॲमीला आता घराचे महत्त्व कळले. बेथसाठी तिचा जीव सारखा तळमळू लागला. आपण दुर्लक्ष केलेली कितीतरी कामे आपली ही प्रेमळ बहीण कशी विनातक्रार उरकून टाकीत असे, ते तिला वारंवार आठवू लागले आणि तिच्या जिवावर आपण किती आळशीपणाने वागत असू, हे मनात येऊन ती अत्यंत उदास होऊन गेली. लॉरी सकाळ-संध्याकाळ घरात फेऱ्या घालून बेथच्या शुश्रूषेत कसलीही उणीव पडू नये म्हणून जातीने काळजी घेऊ लागला. बेथजवळ जाण्याची मिस्टर लॉरेन्सना डॉक्टरांनी बंदी केली होती, पण ते आपल्या घरी बेथसाठी तळमळत होते. तिचा छोटा पियानो बंद करून ठेवला होता. पण त्याकडे नजर वळली म्हणजे त्यांना बेथचे हटकून स्मरण होई. रोज संध्याकाळी अंधुक प्रकाशात पियानोवर गोड गाणी गाऊन आपले मनोरंजन करणारी आपली छोटी मैत्रीण त्यांना डोळ्यांपुढे दिसू लागे आणि मग आपले अश्रू आवरणे त्यांना अशक्य होऊन जाई. बेथच्या आजारामुळे अनेकांना काळजी लागून राहिली. अनेकांना चुकल्या-चुकल्यासारखे वाटू लागले. दूधवाला, किराणा मालाचा व्यापारी, पाववाला, रोजचे मटन घेऊन येणारा खाटीक – सारेजण तिच्या प्रकृतीची आस्थेवाईकपणे चौकशी करीत. शेजारीपाजारी न चुकता तिच्यासाठी फळे, फुले धाडीत. छोटी मुले तिला

बघायला येऊन जात. छोट्या बेथने आपल्या अबोल, लाजाळू, गोड स्वभावाने मित्रमैत्रिणीचे आणि हितचितकांचे केवढे वर्तुळ स्वत:भोवती निर्माण केले होते, हे तिच्या घरातल्या माणसांनादेखील तिच्या या दुखण्यात आता प्रथम कळले.

एवढ्या आजारात सुद्धा बेथ आपल्या बाहुल्यांना विसरली नव्हती. आपल्या पांगळ्या बाहुलीला – जोनाला – ती कुशीत घेऊन झोपे. मांजरेसुद्धा तिला जवळ हवीशी वाटत. पण आपल्या तापाचा संसर्ग होईल, या भीतीने ती त्यांना खोलीत येऊ देत नसे. आपल्या शुश्रूषेसाठी ज्योला जागरणे होतात, याचे तिला वाईट वाटे. ॲमीला ती आठवणीने निरोप धाडी. आईला पत्र लिहिण्यासाठी तिने दोनतीन वेळा कागद पेन्सिल हाती घेतली. पण अशक्तपणामुळे तिला काही लिहिणे अशक्य होते. दुखण्याच्या सुरुवातीला मधून मधून ती शुद्धीवर असे. पण पुढे हेही बंद झाले आणि नंतर ती एकसारखी बेफाम तापाच्या गुंगीत तासन् तास बिछान्यावर सुन्न अवस्थेत पडून राहू लागली. खूप जड श्वास आणि मंदपणे खालीवर होणारे ऊर एवढीच काय ती तिच्या जिवंतपणाची चिन्हे दिसत. डॉक्टर बँग्ज आता दिवसातून दोनतीन वेळा येऊन जाऊ लागले. हॅना रात्रभर बेथजवळ बसून राहू लागली. मेगने तारेचा फॉर्म घरी आणून तयार ठेवला आणि ज्यो बेथजवळून क्षणभरही हलेनाशी झाली.

डिसेंबरची पहिली तारीख उजाडली. सकाळपासून भयंकर झोंबरे वारे वाहत होते. रात्रभर सतत झालेल्या हिमवर्षावामुळे जिकडे बघावे तिकडे हिमाच्या पांढऱ्याशुभ्र थराखाली सारे काही झाकून गेले होते. सर्वत्र स्मशानशांतता नांदत होती आणि वर्षाचा मृत्यू जवळ आल्यासारखे खिन्न उदास वातावरण सर्वत्र पसरले होते.

त्या दिवशी सकाळीच डॉक्टर बँग्ज घरी आले. बेथजवळ उभे राहून त्यांनी तिची नाडी पाहिली. चेहरा न्याहाळला. मग तापाने कढत झालेला तिचा कृश हात हलकेच खाली ठेवीत ते हॅनाला शांतपणे म्हणाले,

"मला वाटतं, मिसेस मार्चना तुम्ही आता बोलावून घ्यावं हे बरं."

हॅनाने नुसतीच मान हलवली. तिचे ओठ थरथरू लागले. मेग मटकन खुर्चीवर बसली. ज्योचा चेहरा क्षणार्धात पांढराफटक पडला. मग ती तारेचा फॉर्म घेऊन तशा त्या वाऱ्यावादळात घराबाहेर पडली आणि आईला तातडीची तार करून परत आली. घरी आल्यावर दिवाणखान्यात उभी राहून अंगावरचा कोट ती उतरवीत होती, तेवढ्यात लॉरी तेथे आला. त्याच्या हाती एक पत्र होते. ते त्याने ज्योला दिले. पत्र वॉशिंग्टनहून आले होते आणि मिस्टर मार्चची प्रकृती सुधारत असल्याची आशादायक वार्ता त्यांत होती. ज्योने पत्र वाचले पण तिच्या मनावरचे काळजीचे जड ओझे त्यामुळे यत्किंचितही दूर सरकले नाही. तिचा चेहरा तसाच दु:खी, उदास राहिला आणि डोळे वारंवार अश्रूंनी भरून येऊ लागले. त्यामुळे चमकून लॉरीने विचारले,

"काय झालं ज्यो? बेथचं जास्ती आहे का?"

“मी आत्ताच आईला तार करून आले आहे.” ज्यो म्हणाली आणि पायातल्या बुटांच्या बंदाशी ओढाताण करू लागली.

“तू आपल्या मनानंच तार केलीस काय?” लॉरीने विचारले आणि तिला अलगद खुर्चीवर बसवतीत त्याने स्वत: तिच्या बुटाचे बंद हलक्या हातान सोडवले. कारण ज्योचे हात इतके कापत होते की, तिला स्वत:ला काहीच करता येत नव्हते.

“डॉक्टरांच्या सांगण्यावरून तार केली मी.” ती खिन्नपणे म्हणाली.

“खरंच की काय?” लॉरी धसक्याने म्हणाला, “बेथची प्रकृती इतकी बिघडली आहे का?”

“फारच जास्त आहे रे तिचं, लॉरी! ती आम्हाला कुणाला ओळखत नाही. समोरच्या भिंतीवरच्या द्राक्षाच्या वेलींची पान बघून ती हसायची, त्यांना ‘हिरवे पक्षी’ म्हणायची. तापात बडबडायची. तेही आता बंद झालंय. इतकी वेगळी दिसते आहे ती. चेहरा कळाहीन झालाय. ओठ तापानं भाजून गेलेत. श्वासदेखील धड घेता येत नाही तिला. लॉरी, इथं मार्मी नाही, पपा नाहीत. कोणीसुद्धा नाही. देवसुद्धा किती दूर असल्यासारखा वाटतोय. लॉरी, काही भलतंसलतं झालं तर आम्ही पोरींनी काय करावं? कसं सोसावं हे सारं?”

आणि ज्योच्या मनाचा बांध एकदम फुटला. काळोखात चाचपडावे त्याप्रमाणे असहायपणे तिने आपले दोन्ही हात पुढे पसरले आणि ती अगदी ओक्साबोक्शी रडू लागली. लॉरीने तिचे हात आपल्या हाती घेतले, स्वत:ला आलेला हुंदका मोठ्या प्रयासाने आतल्या आत गिळला आणि भावनावेगाने रुद्ध झालेल्या स्वरांत तो हलकेच कुजबुजल्यासारखा म्हणाला,

“ज्यो, लाडक्या, मी आहे ना! माझ्यावर सारा भार टाकून स्वस्थ राहा पाहू.”

ज्योच्या तोंडून शब्द फुटत नव्हता. पण लॉरीच्या कणखर हाताची उष्ण उबदार पकड तिला विलक्षण आश्वासक वाटली. त्या मानवी स्पर्शातूनच दैवी आधार मिळत आहे, असा तिला भास झाला. लॉरीला त्या क्षणी ज्योसाठी काही तरी खूप खूप करावेसे वाटत होते. खूप कोवळे, आधार देणारे, स्निग्ध असे काही तरी तिला द्यावेसे वाटत होते. पण त्याला काय करावे ते समजेना. प्रसंगाला अनुरूप असे सांत्वनाचे शब्द त्याला सुचेनात. म्हणून तो तसाच स्तब्ध राहिला आणि ज्योचे मस्तक हलक्या हाताने कुरवाळू लागला. पण त्याची ही कृती शब्दांपेक्षाही अधिक बोलकी होती. कारण ज्योला त्याचे मन कळले, त्याची सहानुभूती जाणवली. थोड्या वेळाने तिचे हुंदके आपोआप कमी झाले. तिने आपले डोळे पुसून कोरडे केले आणि लॉरीकडे बघून कृतज्ञतेने ती म्हणाली,

“लॉरी, आता मला खूप बरं वाटतंय. मन खूप हलकं झालंय. आता मला मघाच्या इतकं एकटं एकटं पण वाटत नाहीय.”

“सगळं काही ठीक होईल, ज्यो. चिंता करू नकोस.”

“पपांची प्रकृती आता बरी आहे. तेव्हा मार्मीला जर इकडं यावं लागलं तर ती निदान पपांच्या बाबतीत तरी निर्धास्त राहील. बघ ना रे लॉरी, सारी संकटं कशी एकदम आली आहेत चालून. मला तर हे ओझं आता सहन होईनासं झालंय!”

“का बरं? मेग आपल्या कष्टांचा वाटा उचलायला अनमान करते की काय? तिची व्हावी तशी मदत होत नाही तुला?” लॉरीने किंचित रागावून विचारले.

“तसं नव्हे.” आसवांनी भिजलेला आपला हातरुमाल गुडघ्यावर पसरून तो सुकवीत ज्यो म्हणाली, “ती खूप कष्ट करते, पण बेथवर माझं जेवढं प्रेम आहे, तेवढं तिचं नाही. उद्या बेदीचं जर काही झालं तर मला जेवढं एकटं एकटं वाटेल, तेवढं तिला नाही वाटायचं. लॉरी, बेथ मला सोडून गेली तर माझं काय होईल? मी कशी जगेन? अग आई ग, कसं ग हे सहन करू मी?”

पुन्हा ज्योने आपले तोंड हातरुमालात खुपसले आणि अगदी काळीज फुटून जाईल, अशी ती ओक्साबोक्शी कासावीस रडू लागली. आतापर्यंत तिने फार सोसले होते. आतल्या आत सोसले होते. कधी डोळ्यांत पाणीसुद्धा येऊ दिले नव्हते. पण आता एकदा रडे कोसळल्यावर काही केल्या ते तिला आवरेना. तिला तशी रडताना पाहून लॉरीचाही गळा दाटून आला. ओठ कापू लागले आणि कितीदा तरी बाजूला तोंड वळवून त्याला आपले डोळे पुसावे लागले. जरा वेळाने ज्योचे हुंदके थांबले, तसा लॉरी तिला म्हणाला,

“भलतंच मनात आणू नकोस ज्यो. बेथ फार चांगली मुलगी आहे. आपलं साऱ्यांचं तिच्यावर कितीतरी प्रेम आहे. मला नाही वाटत, देव तिला आपल्याजवळून हिरावून नेईन म्हणून!”

“पण चांगल्या माणसांनाच देव लौकर नेतो ना?” ज्यो म्हणाली. मात्र आता तिचे रडणे थांबले होते. नाही म्हटले तरी लॉरीच्या शब्दांनी तिला थोडा धीर आला होता.

“गरीब बिचारी ज्यो. या दुखण्यानं, जाग्रणांनी नि काळज्यांनी अगदी वैतागून गेली आहेस तू. एरव्ही तुझा स्वभाव इतका हताश होणारा नव्हे. जरा थांब हं. मी तुला आता दोन मिनिटांत तरतरी आणतो पुन्हा.” लॉरी तिच्या पाठीवर थाप मारीत म्हणाला आणि तो एका वेळी दोन दोन पायऱ्या चढत धावतच माडीवर गेला. ज्यो टेबलावर बेथचा एक जुना कोट पडला होता त्यावर मस्तक ठेवून स्तब्ध बसून राहिली. त्या कोटाच्या स्पर्शात खचित काही जादू असली पाहिजे. कारण त्यावर डोके ठेवल्याबरोबर ज्योला बेथचे स्मरण झाले. तिचा शांत, सोशिक स्वभाव तिला आठवला आणि त्या आठवणीसरशी तिचे स्वतःचे मनही सहनशील बनले. थोड्याच वेळाने लॉरी एका हातात एक छोटा पेला घेऊन आला. पेल्यात ‘वाईन’ होती. लॉरीने

आग्रह करून ज्योला घ्यायला लावली. ते उष्ण जळजळीत पेय पोटात गेल्याबरोबर ज्योला खूपच बरे वाटले. तिच्या थकलेल्या शरीरात तरतरी आली. लॉरीकडे कृतज्ञतेचा कटाक्ष टाकीत ती त्याला म्हणाली,

"टेडी, फारच छान डॉक्टर आहेस हं तू आणि मोठा प्रेमळ मित्र आहेस. तुझे उपकार कसे फेडावेत, हेच कळत नाही मला."

"होय का? बरं बरं. माझं बिल पाठवून देईन हं लौकरच. पण त्या आधी तुला आणखी तरतरीत करणारी एक बातमी सांगतो ती ऐक. मग काय बक्षीस द्यायचं ते दे ना मला!" लॉरी म्हणाला आणि त्याचे डोळे खट्याळपणाने चमकू लागले.

"काय ते? कसली बातमी?" विलक्षण कुतूहल वाटून ज्योने विचारले.

"कसली म्हणून काय विचारतेस वेडे? कालच तुझ्या आईला तार केली आहे. ती ताबडतोब इकडे येईल, असं ब्रुकनं उत्तर धाडलंय आणि आज रात्री मिसेस मार्च इथे घरी येऊन पाहोचणार आहे. मग सारं काही छान होतंय की नाही बघ–"

लॉरी फार वेगाने बोलत होता. बोलता बोलता तो विलक्षण उत्तेजित झाला आणि त्याचा चेहरा लाल होऊन गेला. त्याने आपले गुपित अजून आपल्याजवळ ठेवले होते. पण आता ज्योला ते सांगितल्यावाचून त्याला राहवेना. त्याचे बोलणे ऐकले मात्र, ज्यो अगदी पांढरीफटक पडली. दुसऱ्याच क्षणी ती बसल्या जागेवरून ताडकन उठली आणि धाडदिशी आपले दोन्ही हात लॉरीच्या गळ्यात टाकून आनंदातिशयाने ती ओरडली,

"लॉरी, लॉरी, आई येणार! आई येणार! वाहवा! वाहवा! मला किती आनंद झालाय म्हणून सांगू?" आणि ती मोठमोठ्याने हसत सुटली. तिचे सारे अंग आवेगाने कापत होते आणि लॉरीला तिने अगदी घट्ट धरून ठेवले होते. इतका त्या अनपेक्षित वार्तेचा तिच्या मनावर परिणाम झाला होता.

ज्योच्या या आवेशाने नि आवेगाने लॉरी आश्चर्यचकित झाला. पण त्या क्षणी तो फार सावधपणे वागला. त्याने ज्योच्या पाठीवरून हात फिरवला. तिचे गाल थोपटल्यासारखे केले आणि ती जरा भानावर येते आहे, असे दिसताच त्याने लाजत लाजत तिच्या गालावर हळूच आपले ओठ ठेवून पटकन तिचा मुका घेतला. त्याबरोबर ज्यो एकदम ताळ्यावर आली. तिने जवळच्या जिन्याच्या कठड्याचा आधार घेतला आणि लॉरीला हलकेच दूर लोटीत, अपुरा श्वास आवरीत ती त्याला म्हणाली,

"छे – नको – नको लॉरी! मी अगदी वेड्यासारखीच वागले. मी तुला बिलगले. पण खरं सांगू, तू आईला तार केलीस, हे ऐकून मला इतका आनंद झाला की, आपण काय करतो आहोत, याचं भानच राहिलं नाही मला. आता सारं काही मला नीट सांग, बघू आणि – हो, 'वाईन' दिलीस ना मला ती, तिनं माझं डोकं हे असं बिघडलं बघ. आता पुन्हा देऊ नकोस तसलं काही मला."

तिचे बोलणे ऐकून लॉरीला हसू आले. हसत हसत त्याने आपला टाय सारखा केला. केसांवरून हात फिरविला आणि मग तो म्हणाला,

"काय झालं सांगतो ऐक. गेले दोन-तीन दिवस मी आणि आजोबा दोघेही फार काळजीत पडलो होतो. तुझ्या आईला बेथच्या दुखण्याचं काहीही न कळवण्यात हॅना मोठाच वेडेपणा करते आहे, असं आम्हाला वाटत होतं. उद्या जर काही – काही भलतंच झालं तर मिसेस मार्च आम्हाला कधीच क्षमा करणार नाही, असं सारखं मनात येत होतं. म्हणून मी आजोबांना म्हणाले, 'काहीही होवो. आपणच आता या बाबतीत हालचाल करायला हवी.' डॉक्टर गंभीर दिसत होते. हॅनाही मनातून घाबरली होती. पण एकदा मी सहज कुठे तारेबद्दल तिला विचारायला गेलो तर ती माझ्यावर भडकली. मग काय? मला एखादी गोष्ट करायला कुणी प्रतिबंध केला तर मी ती कधीच केल्यावाचून राहात नाही, हा माझा स्वभाव माहीतच आहे तुला. हॅना रागावल्यावर मग माझा निर्धारच ठरला. मी तडक पोस्ट ऑफिसात गेलो आणि मिसेस मार्चला तार करून परत आलो. आता आज रात्रीच्या दोन वाजताच्या गाडीनं तुझी आई घरी येऊन पोहोचेल. तेव्हा तू अगदी निश्चिंत राहा. मनातली सारी काळजी काढून टाक. मी मिसेस मार्चना आणायला स्वतः स्टेशनवर जाणार आहे. तोवर तू बेथला नीट सांभाळ आणि तिचं मन शांत ठेव म्हणजे झालं."

"लॉरी, तू अगदी – अगदी देवदूत आहेस बघ. तुझे आभार कसे मानावेत, तेच कळत नाही मला."

"मघाशी मानलेस तसे मान ना! बिलग ना मघासारखी मला. फार छान वाटलं बघ!" लॉरी खट्याळपणे म्हणाला.

"चल! भलतंच काहीतरी बडबडू नकोस." ज्यो किंचित लाजून म्हणाली. "आता घरी जा. विश्रांती घे. कारण रात्री पुन्हा जाग्रण होणार आहे तुला. आभार, टेडी, मनापासून आभार!"

आणि ज्यो आपल्या खोलीत जाण्यासाठी वळली. लॉरी खरोखरच पुन्हा आपल्याजवळ येईल की काय असे तिला भय वाटत होते. तिचा आशय जाणून लॉरी हसला आणि शीळ घालीत मजेने घराबाहेर पडला.

लॉरी जाताच ज्योने ही सर्व हकिकत घरात सांगितली. लॉरीने स्वतः होऊन मिसेस मार्चना तार पाठवल्याचे जेव्हा हॅनाला कळले, तेव्हा काहीशी रागावून, काहीशी कौतुकाने ती म्हणाली, "कमाल आहे या पोराची!" पण मनातून तिलाही फार समाधान झाल्यासारखे दिसले. मेगलाही हे सर्व ऐकून अत्यंत आनंद झाला आणि मग ती स्वैपाकघराच्या एका कोपऱ्यात बसून निवांतपणे ब्रुकच्या पत्राचे पारायण करू लागली. ज्योने बेथची सारी मांजरे गोळा केली. त्यांना आई येत असल्याची शुभवार्ता निवेदन केली आणि त्यांना छातीशी कवटाळून डोळ्यातले आनंदाश्रू हलकेच पुसले.

आई येणार. आई येणार. सारे घर जणू या बातमीने उल्हसित झाले. खोल्याखोल्यांतून जणू ताज्या वाऱ्याची झुळूक सळसळून गेली. बाहेर हिमवर्षाव होत असूनही आत जणू कोवळी उन्हे पसरली. बेथचे पिंजऱ्यातले पाखरू आनंदाने चीत्कार करू लागले आणि दिवाणखान्याच्या खिडकीत ठेवलेल्या ॲमीच्या गुलाबाच्या रोपट्यावर अचानक एक अर्धवट उमललेली कळी डुलताना दिसू लागली. शेकोटीतला जाळदेखील प्रसन्नपणे फुरफुरत होता. मेग आणि ज्यो दोघींचेही चेहरे आतून फाकणाऱ्या आनंदाने उजळले होते आणि घरात वावरताना त्या दोघी जेव्हा समोरासमोर येत तेव्हा एकदम त्या एकमेकींना बिलगून पुटपुटत, "आई येणार आहे आज. कळलं ना? आई येणार आहे."

घरातल्या साऱ्यांना आनंद झाला. पण बेथपर्यंत मात्र तो आनंद पोचू शकला नाही. ती तापाच्या गुंगीत बेहोष होऊन पडली होती. आनंद आणि आशा, शंका आणि भय साऱ्यांच्या पलीकडे ती गेली होती. तिच्याकडे पाहताना बघणाऱ्याच्या पोटात भडभडून येई. एकेकाळी गुलाबी, टवटवीत दिसणारा तो चेहरा आता भकास रिकामा रिकामा वाटत होता. एकेकाळी सतत उद्योगात गढलेले ते छोटे हात आता कृश, खंगलेले असे नुसतेच पांघरुणावर विसावलेले असत. ते सतत हसणारे ओठ आता निमूट झाले होते आणि सुरेख, वेण्या खालून सजवलेले स्निग्ध केस आता रुखेरुखे, जटा जटा झालेल्या अवस्थेत उशीवर पसरले होते. दिवसभर बेथ बेहोष होऊन बिछान्यावर पडून राही. सुक्या भाजलेल्या ओठांची केविलवाणी हालचाल करून केव्हातरी ती घोटभर पाणी मागे. या पलीकडे तिला काही समजत नव्हते की उमजत नव्हते. सारा दिवस मेग आणि ज्यो तिच्याजवळ राखण करीत बसून राहिल्या. देवावर भरिभार टाकून, आईच्या वाटेकडे डोळे लावून एकसारख्या त्या तिची प्रतीक्षा करीत होत्या आणि सारा दिवस बाहेर संथपणे हिम पडत होते, थंडगार झोंबरे वारे पिसाळल्यासारखे आक्रोश करीत घोंघावत होते आणि एकेक घटका पायात मणामणाच्या बेड्या घातलेल्या असाव्यात, अशी जडपणाने पुढे सरकत होती. दिवस संपता संपेना. पण शेवटी तो संपला आणि रात्र आली. मेग आणि ज्यो बेथच्या बिछान्याच्या दोन्ही बाजूंना बसून राहिल्या होत्या. घड्याळात ठोका पडला की, त्या एकमेकींकडे उत्सुकतेने बघत. कारण जाणारी प्रत्येक घटका आईच्या येण्याचा क्षण जवळजवळ आणीत होती. दुपारी डॉक्टर येऊन गेले होते. त्यांनी सांगितले होते की, आजची मध्यरात्र बेथच्या आजाराच्या दृष्टीने निर्णायक ठरणार होती. तिच्या प्रकृतीत बरा म्हणा, वाईट म्हणा, फरक आज रात्री पडायलाच हवा होता. मध्यरात्री ते स्वत: पुन्हा एकदा येऊन जाणार होते.

रात्र चढत चालली. हॅना अतिशय थकून गेली होती. बेथच्या बिछान्याच्या पायथ्याशी एक जुना सोफा होता. त्यावर अंग टाकून ती गाढ झोपी गेली. मिस्टर

लॉरेन्स अस्वस्थपणे दिवाणखान्यात फेऱ्या घालीत होते. लॉरी जवळच शेकोटीतील जाळावर डोळे खिळवून स्वत:शीच कसलेसे खिन्न विचार करण्यात गढून गेला होता. रात्री मिसेस मार्चला आणण्यासाठी स्टेशनावर जायचे असल्यामुळे तो जागा राहिला होता.

ज्यो आणि मेग आपल्या पुढल्या सर्व आयुष्यात ती रात्र कधीही विसरल्या नाहीत. त्या बेथच्या बिछान्याजवळ एकसारख्या जागत राहिल्या होत्या आणि अशा बिकट प्रसंगी माणसाला जो विलक्षण एकाकीपणा, जी असहायता जाणवते, तिने त्यांची मने दाटून गेली होती.

"जर देवानं बेथला वाचवलं तर यापुढे आयुष्यात मी कधी कसल्याही गोष्टीबद्दल तक्रार म्हणून करणार नाही." मेग अंत:करणपूर्वक म्हणाली.

"जर देवानं बेथला जीवदान दिलं तर उरलेलं सारं आयुष्य मी ईश्वरचिंतनात, ईश्वराच्या सेवेत घालवीन." ज्यो तितक्याच मन:पूर्वकतेने म्हणाली.

"मला मन नसतं तरी बरं झालं असतं. आता नाही या यातना सहन होत." एक दीर्घ उसासा टाकून मेग म्हणाली.

"आयुष्य जर एवढं अवघड असेल तर ते आपल्याला कसं जगता येणार हा प्रश्नच आहे मोठा." ज्यो हताशपणे म्हणाली.

याच वेळी खोलीतल्या घड्याळात बाराचे ठोके पडले आणि बेथकडे टक लावून बघता बघता त्या दोघी बहिणींना आपल्या परिस्थितीचा विसर पडला. त्याच वेळी बेथच्या मुद्रेवर काही फरक पडत असल्यासारखे त्यांना वाटले. पण त्या फरकाचे नेमके स्वरूप त्यांना उमगेना. सारे घर शांत, नि:स्तब्ध होते. बाहेरच्या काळोखात झाडांच्या फांद्या सळसळत होत्या. कुणीतरी खूप थकून उसासा टाकावा, तसा वारा वाहत होता. हॅना अजूनही गाढ झोपली होती आणि बेथच्या रुग्णशय्येवर जणू कसली तरी अज्ञात छाया पसरली होती.

आणखी एक तास गेला. लॉरीने दिवाणखान्याचे बाहेरचे दार हलकेच उघडले आणि मिसेस मार्चला आणण्यासाठी तो परस्पर स्टेशनवर चालता झाला. आणखी एक तास गेला तरीही कोणी आले नाही की गेले नाही. गाडीला अपघात झाला की, वादळामुळे वाटेत कसला अडथळा आला की, वॉशिंग्टनलाच काही भलतेसलते घडले – ज्यो अन् मेग यांना काहीच कळेना. त्यांची मने अतोनात व्यग्र झाली. तो ताण त्यांना काही केल्या सहन करवेना.

जवळ जवळ अडीच वाजायला आले. ज्यो थकून खिडकीपाशी जाऊन उभी राहिली आणि तिने बाहेर नजर टाकली. बागेत जमिनीवर सर्वत्र हिम पसरले होते. प्रेताच्या तोंडावर पांढरी चादर घालतात, तसा जमीन आच्छादणारा तो शुभ्र थर ज्योला भासला, पण ती अभद्र कल्पना तिने लगेच मनातून झटकून टाकली. तेवढ्यात तिला

आपल्या पाठीमागे खोलीत कसली तरी हालचाल जाणवली. तिने झटदिशी मागे वळून पाहिले. तो तिला दिसले की, मेग आईच्या आरामखुर्चीजवळ गुडघे टेकून बसली होती आणि दोन्ही हातांच्या ओंजळीत तिने आपले तोंड लपवले होते. ते दृश्य पाहून ज्योच्या छातीत धस्स झाले. तिच्या मनात आले, बेथ साऱ्यांना सोडून गेली आहे आणि हे आपल्याला सांगणे मेगला अवघड वाटते आहे!

ती तडक मागे वळली आणि बेथच्या बिछान्याशी येऊन उभी राहिली. तिच्या शांत, तारवटलेल्या डोळ्यांना बेथच्या मुद्रेवर मोठा फरक पडलेला दिसला. बेथच्या चेहऱ्यावरची तापाची लाली मावळली होती. वेदनेने ताणलेले स्नायू सैल झाले होते आणि तो लाडका, लहानगा चेहरा, विलक्षण फिकट, शांत नि सौम्य दिसत होता. बेथ त्या क्षणी इतकी गोड दिसली की, ज्योला हंबरडा फोडून आक्रंदन करून ती शांतता, ती प्रसन्नता विचलित करावीशी वाटली नाही. ती हलकेच खाली वाकली, आपल्या त्या अत्यंत आवडत्या बहिणीच्या ओलसर कपाळावर तिने अलगद ओठ टेकले आणि पुटपुटत्या स्वरात, शब्दांमध्ये सारे अंत:करण ओतून ती एवढेच म्हणाली,

"बेथ, माझ्या बाळा, सुखानं जा बरं. सुखानं जा!"

ज्यो अगदी हलकेच पुटपुटली होती. पण तिच्या त्या एवढ्याशा हालचालीनेही हॅनाला तात्काळ जाग आली. जागी होताच ती धडपडत कोचावरून उठली, धावतच बेथजवळ आली. तिने भराभरा तिचे हात, छाती चाचपून पाहिली, चेहऱ्याशी कान नेऊन श्वासाची चाहूल घेतली आणि मग धाडकन खुर्चीवर बसत, दोन्ही हात छातीशी घट्ट दाबून धरीत, हलक्या स्वरात पण विलक्षण आवेगाने ती बोलू लागली, "ताप गेलाय. बेथला चांगली झोप लागली आहे. तिला घाम आला आहे अन् तिचा श्वासोच्छ्वासही सहजपणे होतोय. आता संकट टळलं. देवानं मोठी कृपा केली आपल्यावर!"

हॅनाचे ते उद्गार ऐकून ज्यो आणि बेथ दोघीही आश्चर्यचकित झाल्या. त्या आनंददायक घटनेवर काही केल्या त्यांचा विश्वासच बसेना. पण लवकरच डॉक्टरही आले आणि त्यांनीही बेथची प्रकृती पाहून तेच निदान केले. बेथला तपासून झाल्यानंतर हसत हसत ज्यो अन् मेग यांना ते म्हणाले,

"पोरींनो, तुमची बहीण निभावली बरं का दुखण्यातून, आता मुळीच धोका नाही तिला. मात्र घरात शांतता राखा. तिला गाढ झोपू द्या अन् ती जागी होईल तेव्हा–"

पण बेथ जागी झाल्यानंतर काय करायला हवे होते, ते त्या दोघी बहिणींनी पुरते ऐकूनसुद्धा घेतले नाही. 'बेथला धोका नाही' हे डॉक्टरांचे शब्द कानावर पडले मात्र, त्या लगेच तिथून उठल्या, आपल्या खोलीत गेल्या आणि तेथील काळोखात एकमेकींना घट्ट मिठी मारून मूकपणे आनंदाश्रू ढाळीत राहिल्या. आनंदाने आणि

कृतज्ञतेने त्यांचे हृदय इतके भरून आले होते की, तोंडावाटे एक अक्षरही काढणे त्यांना केवळ अशक्य होते. थोड्या वेळाने त्या बाहेर आल्या तेव्हा हॅनाने त्या दोघींना हृदयाशी धरून कुरवाळले आणि त्यांचे मुके घेतले. बेथ आता बिछान्यावर शांतपणे झोपली होती. तिच्या चेहऱ्यावरची भेसूर कळा मावळली होती आणि तिच्या श्वासोच्छ्‌वास संथपणे, सहजपणे चालला होता.

"आता फक्त आई येण्याचीच काय ती उणीव आहे." ज्यो समाधानपूर्वक म्हणाली आणि तिने खिडकीबाहेर नजर टाकली. हिवाळ्यातील ती थंडगार रात्र आता उलटली होती आणि काळोख हलके हलके निवळू लागला होता.

खिडकीतील कुंडीत गुलाबावर एक पांढरे शुभ्र फूल अर्धवट उमलले होते. ते खुडून घेत मेग ज्योला म्हणाली, "बघितलंस हे फूल? माझ्या मनात मघाशी आलं होतं, बेथ जर – जर आपल्याला सोडून गेली तर उद्या तिच्या हाती ठेवण्यासाठी सकाळपर्यंत हे उमलेल का नाही कोण जाणे! पण गंमत बघ. हे आपलं मध्यरात्रीच उमलायला लागलंय. आता मी ते माझ्या या फ्लॉवरपॉटमध्ये ठेवून देते. म्हणजे उद्या सकाळी बेथ झोपेतून जागी झाली की, पहिल्यांदा हे फूल तिच्या नजरेस पडेल. गुलाबाचे फूल नि आईचा चेहरा!"

पहाट झाली. सूर्याचे पहिले कोवळे किरण खिडकीतून डोकावले. सूर्य कधीच इतक्या सुंदर रीतीने उगवला नसेल आणि सारे जगही कधीच एवढे रम्य भासले नसेल. रात्रभर जागरण करून शिणलेल्या नि तारवटलेल्या डोळ्यांनी ज्यो अन्‌ मेग यांनी जेव्हा खिडकीबाहेर नजर टाकली तेव्हा जिकडे बघावे तिकडे पांढरे शुभ्र हिम झगमगताना त्यांना दिसले.

"सारं कसं चित्रातल्यासारखं सुंदर दिसतंय. जणू परीकथेतलं जग जिवंत झालंय!" डोळे दिपवणाऱ्या त्या दृश्याकडे पाहून चकित झालेली मेग उद्‌गारली.

"ऐक. चाहूल येते आहे!" ज्यो एकदम कान टवकारून म्हणाली.

खरेच. बाहेर गाडी थांबल्याचा आवाज झाला होता. पाठोपाठ हॅनाचे बोलणे ऐकू आले आणि मग लॉरीचे आनंदोद्‌गार उमटले –

"ती आली आहे, पोरींनो, तुमची आई–"

१९

ॲमीचे मृत्युपत्र

एकीकडे घरी या साऱ्या घटना घडत असताना दुसरीकडे ॲमी आँट मार्चकडे एकेक दिवस मोठ्या कष्टाने ढकलीत होती. तेथे राहणे तिला असह्य होत होते आणि आपल्या घरी आपल्यावर सारेजण किती प्रेम करीत नि आपले किती लाड होत, हे तिला आयुष्यात पहिल्याप्रथम जाणवत होते. आँट मार्च कधीच कुणाचे लाड करीत नसे. बालसंगोपनाच्या तिच्या कल्पना जुनाट होत्या आणि त्यात मुलांच्या लाडांना किंवा कौतुकाला अजिबात थारा नव्हता. तरीही ॲमीचे सौम्य, सभ्य व्यक्तिमत्त्व तिला फार आवडले. आपल्या पुतण्याच्या – मिस्टर मार्चच्या – या मुलांबाबत आँट मार्चच्या मनात कुठेतरी ओलावा आणि जिव्हाळा होता. पण आपल्या भावना प्रगटपणे व्यक्त करणे तिला मुळी जमतच नसे. काही माणसांचे केस पिकले आणि चेहऱ्याला सुरकुत्या पडल्या तरीही मनाने ती सदैव तरुण राहतात. कोवळ्या मुलामुलींशी ती समरस होऊ शकतात. त्यांची सुखदुःखे जाणून घेऊ शकतात आणि मैत्रीची देवाण-घेवाण ती उत्तम रीतीने करतात. तरुण मनांना त्यांच्या संगतीत अवघडल्यासारखे होत नाही. पण आँट मार्चला दुर्दैवाने ही देणगी लाभलेली नव्हती. तिचा स्वभाव कडक आणि शिस्तप्रिय होता. ती एकसारखे हुकूम सोडत असे आणि वेळ मिळेल तेव्हा ॲमीला लांबलचक रुक्ष व्याख्याने झोडीत असे. मिस्टर मार्च आणि मिसेस मार्च मुलांचे फार लाड करतात, असे तिचे प्रामाणिक मत होते. तेव्हा ॲमी आपल्या घरी आल्यानंतर तिला थोडी तरी शिस्त लावलीच पाहिजे, असा आँट मार्चने निर्धार केला आणि तिला स्वत:ला तिच्या बाळपणी आईवडिलांनी जी शिस्त लावली होती, त्याच शिस्तीने ती ॲमीला वागवू लागली. या साऱ्या गोष्टींमुळे ॲमी फार दुःखी झाली. एखाद्या भल्या थोरल्या कोळ्याच्या जाळ्यात सापडलेल्या माशीला जसे वाटत असेल, तसे तिला हताश वाटू लागले.

आँट मार्चकडे आल्यापासूनची ॲमीची दिनचर्या अगदी नमुनेदार होती. रोज

सकाळी तिला कपबश्या धुवाव्या लागत आणि चांदीची लठ्ठ चहादाणी, पेले नि चमचे यांना लखलखीत पॉलिश करावे लागे. त्यानंतर तिला दिवाणखान्यातला केर काढून तेथील सारे फर्निचर पुसून साफ करावे लागे. फर्निचर जुने व अवजड असून त्यावर खूपच कोरीव नक्षीकाम केलेले होते. त्यामुळे कितीही घासघासून पुसले तरी ते कधी पुरते स्वच्छ होतच नसे आणि धुळीचा एवढासाही कण कुठे राहिला तरी तो आँट मार्चच्या नजरेतून सुटत नसे. यामुळे ॲमीचा जीव सारखा धाकधूक करीत राही. त्यानंतर 'पॉली' पोपटाचा पिंजरा स्वच्छ करून त्याला खाणे घालणे आणि आँट मार्चच्या आवडत्या कुत्र्याचे लांबलचक केस विंचरून साफ करणे ही कामे ॲमीला करावी लागत. याखेरीज काही निरोप गड्यांना सांगण्यासाठी किंवा एखाद्या वस्तूची नेआण करण्यासाठी दिवसातून दहा वेळा तिला माडीवरून खाली अन् खालून माडीवर असे हेलपाटे घालावे लागत. कारण मिसेस मार्चचे पाय फार अधू होते आणि बसल्या बैठकीवरून ती क्वचितच उठत असे. सकाळची ही कामे उरकल्यानंतर ॲमीला तास दीडतास अभ्यासाला बसावे लागे आणि या वेळी आपली सारी सहनशक्ती तिला कसोशीने वापरावी लागे. त्यानंतर एक तास तिला सुट्टी मिळे. या वेळी लॉरी रोज नियमाने तेथे येई आणि तो ॲमीला गाडीतून किंवा पायी फिरायला घेऊन जाई. दिवसाकाठी ॲमीचा हा एक तास मात्र मजेत जाई. मग जेवणे होत, जेवण झाल्यावर ॲमीला आणखी एक काम असे. आँट मार्चच्या वामकुक्षीपूर्वी तिला काहीतरी वाचून दाखविण्याचा क्रम ॲमीला पाळावा लागे. पण हे वाचन फार काळ सहसा चालत नसे. कारण ॲमीने एखाद्या ग्रंथातले पान दीड पान वाचले न वाचले तोच आँट मार्च डुलक्या घेऊ लागे आणि लवकरच तिला चक्क गाढ झोप लागे. पण त्यानंतरही ॲमीची तेथून सुटका होत नसे. मग तिला शिवणकाम करावे लागे, या वेळी ॲमी बाहेरून जेवढी शांत दिसे तेवढे आत बंडखोर विचारांनी तिचे मन भरून जाई. मग मात्र ॲमीला जराशी मोकळीक मिळे. रात्रीच्या जेवणाच्या वेळेपर्यंत तिला मन मानेल ते करण्याची परवानगी असे. जेवणाच्या वेळी आँट मार्चला आपल्या बाळपणच्या किंवा तरुणपणाच्या आठवणी सांगण्याची हुक्की येई आणि ती आपले लांबचलांब कंटाळवाणे भाषण जे सुरू करी ते थेट जेवण संपेपर्यंत. ते ऐकता ऐकता ॲमीच्या डोळ्यांत झोप दाटून येई. इतकी की, बिछान्यावर पडल्यानंतर आपल्या दुर्दैवाबद्दल ती दोन अश्रू ढाळते न ढाळते तो झोप तिचा संपूर्णपणे कब्जा घेऊन टाकी.

लॉरी आणि एस्थर – आँट मार्चची मदतनीस – या दोन व्यक्ती नसत्या, तर ॲमीला दोन दिवसही तेथे काढणे अशक्य होऊन गेले असते. इतका तेथे तिच्यामागे त्रास होता. ॲमी आँट मार्चकडे येऊन राहिल्याबरोबर आँट मार्चच्या पोपटाने तिच्याशी शत्रुत्व पत्करले आणि तो तिचा करता येईल तेवढा छळ करू लागला. ती जवळ आली की, तिचे केस चोचीने ओढावेत, तिने पिंजरा धुवून ठेवला की, लगेच दुधाची

वाटी त्यात पालथी करावी, इतरांच्या देखत तिचे नाव घेऊन तिला शिव्या द्याव्यात असे त्याने सुरू केले. जो प्रकार पोपटाचा, तीच तऱ्हा कुत्र्याची. आँट मार्चचा हा कुत्रा लठ्ठ, कुरूप आणि चिडका होता. ॲमी त्याचे केस विंचरू लागली की, तो मोठमोठ्याने भुंकत सुटे आणि भूक लागली की, जमिनीला पाठ लावून, चारी पाय वर करून, चेहऱ्यावर अत्यंत केविलवाणा भाव आणून तो ओरडत राही आणि हा प्रकार दिवसातून दहाबारा वेळा तरी होई. प्रत्येक वेळी ॲमीला त्याला खाद्य घालणे भाग पडे. घरातली स्वयंपाकीण रागीट, चिडखोर होती. गाडी चालवणारा कोचमन बहिरा होता त्या सर्व घरात एकटी एस्थरच काय ती ॲमीची थोडीबहुत दखल घेई.

एस्थर फ्रेंच होती. ती 'मदाम' बरोबर – आँट मार्चला ती या नावाने संबोधीत असे – गेली कित्येक वर्षे राहत हाती आणि आँट मार्चला तिच्या मदतीची घडोघडी जरूर लागे. एस्थरशिवाय तिचे बिलकूल चालत नसे. एस्थर कॅथॉलिक होती आणि आपणाला प्रॉटेस्टंट व्हावे लागणार नाही या अटीवर तिने आँट मार्चकडची नोकरी पत्करली होती. ॲमीला पाहताक्षणीच एस्थरला ती आवडली. घर सोडून परक्या ठिकाणी येऊन राहिलेल्या या छोट्या मुलीबद्दल तिच्या मनात माया उत्पन्न झाली होती. ती ॲमीशी गप्पा मारी. फ्रान्समधील आपल्या घराबद्दलच्या गोष्टी सांगून तिचे रंजन करी आणि ॲमीही तिच्याजवळ आपले मन मोकळे करीत असे. आँट मार्चचे घर खूप मोठे होते. तेथे अनेक खोल्या, दालने होती आणि त्यामध्ये मोठ्यामोठ्या कपाटांतून, फडताळांतून नि तिजोऱ्यांमधून नाना तऱ्हचे कपडे, मूल्यवान अलंकार नि चित्रविचित्र चिजा भरून ठेवलेल्या होत्या. कारण आँट मार्च ही स्वभावाने चिक्कू असल्यामुळे वस्तू साठवून ठेवण्याची तिला सवय होती. एस्थरच्या मेहेरबानीने हे सारे ॲमीला बघत, हाताळता येत असे आणि त्यात तिला मोठीच गंमत वाटे. विशेषत: आँट मार्चचे एक भले थोरले, हिंदुस्थानी बनावटीचे, लाकडी कपाट होते, ते ॲमीला फारच आवडायचे. या कपाटाला कितीतरी खण, कप्पे आणि चोरजागा होत्या नि त्यामध्ये आँट मार्चचे अनेक मूल्यवान अलंकार जपून ठवलेले होते. हे दागिने काढून बघणे, अंगावर घालणे आणि ते घालून आपले रूप आरशात न्याहाळणे हा ॲमीचा आवडता छंद होता. त्यातही रत्नांचे अलंकार तिला फारच आवडत. हे अलंकार ठेवण्यासाठी मखमली अस्तराच्या अनेक लहानमोठ्या पेट्या मुद्दाम बनवून घेतलेल्या होत्या आणि चाळीस-पंचेचाळीस वर्षांपूर्वी हे सर्व अलंकार ऑट मार्चच्या अंगाखांद्यावर वापरले गेलेले होते. हे दागिने बघताना ॲमीला कधीही कंटाळा म्हणून येत नसे. त्यामध्ये माणकाच्या दागिन्यांचा एक 'सेट' होता. आँट मार्च जेव्हा अगदी पहिल्यांदा पार्ट्यांना, नृत्यसमारंभांना जाऊ लागली, त्या वेळी तिला तो मिळालेला होता. शिवाय तेथे मोत्यांच्या माळा होत्या. त्या विवाहप्रसंगी तिला वडिलांकडून भेट म्हणून मिळाल्या होत्या. कितीतरी अंगठ्या, पिना व चित्रविचित्र लॉकेटं त्यात होती.

लॉकेटांत मृत मित्रमैत्रिणींचे फोटो होते. आँट मार्चच्या एकुलत्या एका दिवंगत छोट्या मुलीची बाळलेणी तेथे होती आणि अंकल मार्चचे भलेथोरले लठ्ठ साखळीचे घड्याळही होते. या घड्याळाशी कितीतरी चिमुकले हात वेळोवेळी खेळले होते. या सर्व अलंकारांतच मखमलीची एक लहानशी पण अत्यंत सुंदर पेटी होती आणि तीत लखलखत्या हिऱ्याची एक छोटी अंगठी मोठ्या प्रेमाने जपून ठेवली होती. आँट मार्चची लग्नातली अंगठी होती ती!

ॲमी ते दागिने रोज एकदा तरी काढून बघे. दागिने काढून देण्यासाठी व ते पुन्हा मोजून कुलपात ठेवण्यासाठी एस्थरही तेथे असावयाची. अशाच एकदा त्या दोघीजणी सारे अलंकार काढून बसल्या असताना एस्थर ॲमीला म्हणाली,

"यांतला कुठला अलंकार तुम्हाला स्वत:ला मिळावासा वाटतो बरं?"

"मला हिरे सर्वांत जास्त आवडतात," ॲमी म्हणाली, "हिऱ्याचे दागिने कितीतरी सुंदर दिसतात. पण मला हिऱ्यांची माळ हवीशी वाटते. अन् ती तर यांत एकही दिसत नाही. मात्र हे मला मिळाल्यास आवडेल." आणि तिने एक सुंदर नेकलेस उचलून तो आपल्या छातीवर गळ्याखाली धरून पाहिला. ती एक जपाची माळ होती. तीत सोन्याचे व हस्तिदंती मणी एकाआड एक गुंफले होते नि मध्यभागी सोन्याचा भलामोठा 'क्रॉस' रुळत होता.

"मलासुद्धा ही माळ फार आवडते, पण दागिना म्हणून नव्हे तर जपाची माळ म्हणून!" एस्थर त्या देखण्या माळेकडे डोळे भरून बघत म्हणाली, ती निष्ठावंत कॅथॉलिक होती व तिच्या लेखी त्या माळेत एक धार्मिक अर्थ होता.

"तुझ्या खोलीत आरशावर एक अशीच माळ लटकवलेली आहे. तू प्रार्थनेसाठी तिचा उपयोग करतेस का एस्थर?" ॲमीने विचारले.

"होय." एस्थरने मान डोलावून म्हटले.

"एस्थर, तुला प्रार्थनेमुळे खूपच समाधान मिळत असले पाहिजे." ॲमी म्हणाली, "कारण ज्या वेळी प्रार्थना आटोपून तू खोलीबाहेर येतेस, त्या वेळी तुझा चेहरा किती शांत, समाधानी दिसतो!"

"तुम्ही जर कॅथॉलिक असता ना, तर तुम्हालाही मी अशाच तऱ्हेनं प्रार्थना करायला शिकवलं असतं." एस्थर म्हणाली, "पण तुम्ही प्रॉटेस्टंट आहात. तरीही मला वाटतं की, दिवसाकाठी एक अर्धा तास तरी तुम्ही एकान्तात बसून मन शांत करावं. प्रार्थना आणि आत्मचिंतन करावं. त्यामुळे तुम्हाला फार बरं वाटेल."

"खरंच. मी असं केलं तर चालेल का?" ॲमी उत्सुकतेने म्हणाली, आपले घर सोडून आँट मार्चकडे राहायला आल्यापासून ती फार एकाकी, असहाय झाली होती. अशा अवस्थेत तिला एका आत्मिक समाधानाची, ईश्वरी साहाय्याची फार अपेक्षा होती आणि येथे आल्यापासून तिचे बायबलचे वाचनही व्हावे तेवढ्या

नियमितपणाने होत नव्हते. अशा अवस्थेत एस्थरचा सल्ला तिला मोलाचा वाटल्यास त्यात नवल नव्हते.

"चालेल तर काय झालं?" एस्थर म्हणाली, "तुमची निजायची खोली आहे ना, तिच्या शेजारच्या छोट्या खोलीत मी तुमची प्रार्थनेची सर्व व्यवस्था करीन. दुपारच्या वेळी 'मदाम' जेव्हा झोपलेल्या असतात तेव्हा तुम्ही त्या खोलीत बसून स्वत:शीच देवाची प्रार्थना करावी. पाहा तुम्हाला किती बरं वाटेल त्यामुळे!"

एस्थर ही वृत्तीने फार भाविक होती आणि ॲमीवर तिचे मनापासून प्रेम होते. म्हणून तिने तिला हा सल्ला दिला. ॲमीबद्दल तिला फार सहानुभूती वाटत होती आणि तिच्या मनाची व्याकुळता तिला चांगली उमगत होती. म्हणूनच ॲमीच्या प्रार्थनेची सर्व तरतूद करून देण्याचे तिने मोठ्या आनंदाने मान्य केले.

"आँट मार्चच्या मागे या साऱ्या सुंदर सुंदर नि मौल्यवान दागिन्यांचं काय होणार आहे कुणास ठाऊक?" जरा वेळाने दागिन्यांच्या मखमली पेट्या एकामागून एक बंद करताना स्वत:शीच बोलावे तशी ॲमी बोलली.

"हे सर्व दागिने तुम्हाला नि तुमच्या बहिणींनाच मिळायचे आहेत." एस्थर हसत हसत म्हणाली, "कारण मदाम अनेकदा तसं माझ्याजवळ बोलल्या आहेत. इतकंच नव्हे तर आपल्या मृत्युपत्रातही त्यांनी त्याप्रमाणे लिहून ठेवलंय. मी पाहिलंय स्वत: ते मृत्युपत्र!"

"वा! मग छानच आहे!" ॲमी उल्हसित होऊन म्हणाली, "पण यांतले काही दागिने आम्हाला आता वापरायला मिळाले तर मजा होईल. वर्षानुवर्षं वाट बघत राहणं काही बरं वाटत नाही!" ॲमी म्हणाली आणि तिने पुन्हा एकदा हिऱ्याच्या अलंकारांची पेटी उघडून त्यावरून नजर फिरवली.

"तुम्ही अजून एवढे भारी दागिने अंगाखांद्यावर घालण्याइतक्या वयाने मोठ्या नाही झालात." एस्थर म्हणाली, "तुमच्यापैकी ज्या बहिणीचं लग्न आधी ठरेल, तिला मोत्यांच्या दागिन्यांचा सारा 'सेट' मिळायचा आहे. मुद्दाम तसं बोलल्या आहेत माझ्याजवळ आणि माझा आपला असा तर्क आहे की, ही छोटी निळाच्या खड्याची अंगठी आहे ना, ती तुम्ही इथून जाताना तुम्हाला बक्षीस म्हणून मिळायची आहे. कारण मदामला तुमचं वागणं, बोलणं, रीतभात मनातून फार आवडली आहे!"

"खरंच की काय?" ॲमी एकदम टाळी वाजवून म्हणाली, "ओहो! मला जर ही अंगठी मिळेल तर काय छान होईल! आता मी आजपासून अगदी अगदी चांगली वागेन. किती सुरेख आहे ही अंगठी. किटी ब्रिआंटची अंगठी हिच्यापुढे काहीच नाही! वाहवा! खरंच. आँट मार्च फार प्रेमळ आहे हं!" अंगठी मिळणार या जाणिवेने ॲमी अतोनात खूष होऊन गेली आणि काय वाटेल ते करून ती अंगठी मिळवायचीच, असा तिने मनोमन निर्धार केला.

त्या दिवसापासून ॲमी आज्ञाधारकतेचा अगदी आदर्श बनली आणि आँट मार्च त्याबद्दल तिचे मनातल्या मनात खूप कौतुक करू लागली. तिच्या मते ते तिच्या स्वत:च्या शिस्तीचेच फळ होते. ॲमीच्या झोपण्याच्या खोलीशेजारी जी दुसरी खोली होती, तीत एस्थरने एक छोटेसे टेबल आणि त्याच्या लगत एक स्टूल मांडून दिले आणि टेबलावर कुमारी माता नि बाल ख्रिस्त यांची एक सुंदर तसबीर तिने मांडून ठेवली. आँट आर्चच्या अडगळीच्या खोलीतून ती तसबीर तिने मिळवली होती. ॲमीला ती तसबीर अगदी मनापासून आवडली. तिच्या कलावंत, सौंदर्यप्रेमी डोळ्यांना मातापुत्राचे ते सुरेख चित्र कितीदाही पाहिले तरी पुरेसे वाटतच नसे. विशेषत: त्यातील मातेच्या मुद्रेवरचे प्रेमळ वत्सल भाव तिला फार हृदयस्पर्शी वाटत. तसबीर मांडल्यावर जवळच ॲमीने आपले छोटे बायबल आणि प्रार्थनापुस्तक ठेवून दिले. एस्थरने तिला एक लहानशी काचेची फुलदाणी दिली. ॲमी रोज ताजी फुले तीत भरून ठेवी. ही फुले लॉरी तिला न विसरता आणून देई.

रोज दुपारी ॲमी त्या खोलीत येऊन बसे आणि अर्धापाऊण तास आत्मचिंतन करी. प्रार्थना करी. ईश्वराने आपल्या बहिणीला वाचवावे म्हणून त्याची करुणा भाकी. एस्थरने तिला एक जपमाळसुद्धा दिली होती. पण प्रॉटेस्टंटाच्या प्रार्थनेत जपमाळेचा उपयोग केला जावा की नाही, याबद्दल ॲमी मनातून जराशी साशंक असल्यामुळे तिचा वापर मात्र तिने कधी केला नाही.

हे सारे ॲमी अत्यंत मन:पूर्वक करीत होती. आपल्या घराच्या चिमुकल्या घरट्यातून ती प्रथमच अशी बाजूला येऊन पडली होती आणि कोणाच्या तरी प्रेमळ आधाराची तिला अतोनात आवश्यकता भासत होती. तो आधार तिला ईश्वरभक्तीत आणि प्रार्थनेत मिळाला. घरी असताना काही दुखलेखुपले, काही अडचण आली, मनात कसली शंका उभी राहिली तर चटकन आईकडे जाता येई. तिचे प्रेम आणि मार्गदर्शन मिळे. येथे ती सोय नव्हती. म्हणून ॲमीने हा मार्ग शोधून काढला आणि प्रार्थनेतूनच तिने आवश्यक ते मन:स्वास्थ्य आणि मन:सामर्थ्य मिळवले. जीवनाच्या मार्गावरील त्या छोट्या प्रवासिनीला या वेळी आपले ओझे फार जड झाले होते. पण त्यातही तिने स्वत:ला मोठ्या धैर्याने सावरले. अर्थात हे बघायला किंवा त्याबद्दल तिला शाबासकी द्यायला जवळपास कोणीच नव्हते.

याच मन:स्थितीत दिवस कंठीत असता एका विशिष्ट दिवशी ॲमी अतोनात खिन्न, उदास झाली आणि त्याच वेळी तिने आँट मार्चप्रमाणे आपलेही मृत्युपत्र लिहून ठेवायचा निर्धार केला. यदाकदाचित आपले काही बरे वाईट झालेच तर आपल्या मालकीचे जे काही आहे, ते आपल्या मायेच्या माणसांना योग्य रीतीने विभागून दिले जावे, ही इच्छा या निर्धाराच्या मुळाशी होती. अर्थात ॲमीची ऐहिक दौलत अगदीच क्षुद्र व उपेक्षणीय होती. पण त्या लहान मुलीच्या दृष्टीने आँट मार्चच्या अफाट

संपत्तीपेक्षा तिचे महत्त्व यत्किंचितही कमी नव्हते अन् ते सारे कोणाला तरी देऊन टाकताना अफाट इस्टेटीवर पाणी सोडण्याइतकेच तिला वाईट वाटत होते!

एक दिवशी दुपारी बसून एस्थरच्या मदतीने ॲमीने आपल्या मृत्युपत्राचा कच्चा खर्डा आखला. एस्थरने तिला ते सारे कायदेशीर परिभाषेत कसे लिहावे हे सांगितले आणि शेवटी त्यावर साक्षीदार म्हणून स्वत:ची सहीदेखील केली. एवढे झाल्यावर ॲमीला खूपच हलके वाटले आणि ते तिने लॉरीला दाखविण्यासाठी म्हणून बाजूला ठेवून दिले. कारण दुसरा साक्षीदार म्हणून ती लॉरीची सही त्यावर घेणार होती.

त्या दिवशी सारा वेळ पाऊस पडत होता. त्यामुळे बाहेर हिंडायला जाण्याची सोय नव्हती. म्हणून ॲमीने घरातल्या घरातच स्वत:ची करमणूक करून घेण्याचे ठरविले आणि ती माडीवरच्या एका भल्या थोरल्या दालनात गेली. सोबतीसाठी तिने 'पॉली' पोपटालाही बरोबर घेतले. या दालनात अनेक पेट्या, ट्रंका, कपाटे नि फडताळे भारी भारी पोषाखांनी, टोप्यांनी आणि वेशभूषेच्या इतर साहित्याने अगदी खच्चून भरलेली होती. माळा, कर्णभूषणे, अंगठ्या, पंखे असे किती तरी सामान तेथे अस्ताव्यस्त विखुरले होते. लहर लागेल तेव्हा हे सारे काढून बघण्याची, अंगाखांद्यावर घालण्याची एस्थरने ॲमीला मुभा दिली होती. त्यामुळे अनेकदा येथे येऊन ॲमी आपल्या मनाची करमणूक करून घेई. आजही ती तशीच तेथे आली. आल्यावर तिने आपल्या अंगातल्या पूर्वीच्या फ्रॉकवरच एक खूप लांबलचक सॅटिनचा गाऊन चढवला. हातात एक पंखा ऐटीत तिरपा धरला, डोक्यावर एक भली थोरली खूपशी रंगीबेरंगी पिसे लावलेली मखमलीची टोपी ठेवून दिली आणि मग एका हाताने झग्याचा लांब, सळसळता घोळ सावरीत, दुसऱ्या हातातल्या पंख्याचा झोकाने वारा घेत, उंच टाचेच्या बुटावर स्वत:ला अलगद पेलीत ती मोठ्या थाटाने त्या दालनातून येरझारा घालू लागली. जसा काही भोवती खूप मोठा समारंभ चालू आहे आणि कौतुकाच्या अनेक नजरा झेलीत ॲमी तेथे ऐटीने अन् सराईतपणाने वावरत आहे!

अशा येरझारा घालण्यात नि भिंतीवरच्या मोठ्या थोरल्या आरशात स्वत:चे रूप न्याहाळण्यात ॲमी इतकी गढून गेली होती की, खोलीचे दार उघडून आत आलेल्या लॉरीकडे प्रथम तिचे लक्षच गेले नाही. ती आपल्याच नादात होती. 'पॉली' पोपटही तिच्याबरोबर खोलीभर फिरत होता आणि मधूनच 'वा – वा! ओ हो! छान छान! सुंदर!' असे उद्‌गार तो काढीत होता. ॲमीचा तो डौल पाहून आणि तिच्या इवल्याशा शरीराच्या चौपट मोठा असा तो घोळदार पोषाख बघून लॉरीला विलक्षण हसू कोसळले. पण आपण हसल्यास ॲमी रागावेल म्हणून मोठ्या प्रयासाने त्याने ते हसू आवरले. तेवढ्यात ॲमीचे त्याच्याकडे लक्ष गेले.तेव्हा हातातल्या पंख्याने त्याला खुणावीत ती गंभीरपणे म्हणाली, "बैस तिथे त्या कोचावर अन् विश्रांती घे जरा वेळ. तोवर मी हा पोषाख उतरून ठवते अन् मग मला एका महत्त्वाच्या गोष्टीसंबंधी तुझ्याशी

बोलायचं आहे. तुझा सल्ला घ्यायचा आहे!''

तेवढ्यात पॉली केकाटू लागला तेव्हा त्याला बाजूला हुसकावीत ॲमी लॉरीला म्हणाली, "हे भिकारडं पाखरू दिवसभर मला छळत असतं अगदी. कालचीच गंमत सांगते ऐक. दुपारच्या वेळी आँट मार्च दिवाणखान्यात जरा झोपली होती. तेवढ्यात ही स्वारी लागली ओरडायला अन् नाचायला. आता आँटची झोप मोडणार नि ती मला रागावणार म्हणून मी अगदी घाबरून गेले नि याला ओरडायला झालं तरी काय म्हणून बघू लागले तो काय, याच्या पिंजऱ्यात शिरला होता एक भलाथोरला कोळी! अन् म्हणून याची उडाली होती घाबरगुंडी! तेव्हा मी कोळ्याला बाहेर हुसकावला. तो जेव्हा गेला तेव्हा हे राजेश्री गप्प बसले. असली भित्री भागूबाई आहे! अन् मला मात्र गुरकावत असतो सारखा!''

"खोटं! खोटं! खोटं!'' हे सारे लक्षपूर्वक ऐकत बाजूला बसलेला पॉली एकदम चीत्कारला आणि एकदम उडी मारून लॉरीच्या खांद्यावर जाऊन बसला.

"खोटं काय रे चोरा!'' ॲमी म्हणाली. त्याबरोबर पॉली लॉरीच्या खांद्यावरून उतरला आणि अगदी केविलवाणे तोंड करून दूर कोपऱ्यात जाऊन बसला. ॲमीची आणि लॉरीची हसता हसता पुरेवाट झाली.

एव्हाना ॲमीने आपल्या अंगावरचा 'पार्टी'चा पोषाख उतरविला होता. त्या साऱ्या कपड्यांच्या घड्या घालून ते जागच्या जागी नीट ठेवून दिल्यानंतर ती लॉरीजवळ येऊन बसली आणि घडी केलेला एक कागद खिशातून बाहेर काढून तो लॉरीच्या हाती देत गंभीरपणे ती म्हणाली,

"हं. हे वाच तू आणि कायद्याच्या दृष्टीनं हे सारं बिनचूक आहे किंवा नाही याबद्दल तुझं मत दे. मला वाटलं, की हे केव्हा तरी लिहून ठेवायलाच हवं. कारण मानवी जीवन अगदी अनिश्चित आहे. माणसाचं केव्हा काय होईल, याचा काही भरवसा नसतो. समजा, मी जर उद्या हे जग सोडून गेले तर माझ्या मागे साऱ्या गोष्टीची योग्य ती विल्हेवाट लागलेली बरी!''

लॉरीने ॲमीकडे आश्चर्याने पाहिले. तिच्या एवढ्याशा वयाशी नि मूर्तीशी विसंगत असे मरणाचे उदास विचार तिच्या तोंडून ऐकताच त्याला कसेसेच वाटले. क्षणभर स्तब्ध राहून त्याने आपला खालचा थरथरता ओठ दातात घट्ट दाबून धरला आणि मग त्याने ते 'मृत्युपत्र' उघडून मोठ्याने वाचण्यास सुरुवात केली. ते खालीलप्रमाणे होते –

'माझी अखेरची इच्छा : माझे मृत्युपत्र.

मी, ॲमी कर्टिस मार्च, राजीखुषीने आणि अक्कलहुशारीने हा सर्व मजकूर लिहीत आहे आणि माझी सारी स्थावर जंगम मिळकत व संपत्ती या मृत्युपत्रान्वये

मी पुढीलप्रमाणे माझ्या माणसांना बक्षीस म्हणून देऊन ठेवीत आहे. माझ्यानंतर त्या त्या माणसांना त्या त्या गोष्टी मिळाव्यात.

(१) मी काढलेली सर्व रंगचित्रे आणि रेखाचित्रे, नकाशे, पुतळे आणि इतर कलाकृती – त्यांच्या चौकटीसकट – माझ्या वडिलांना मिळाव्यात. त्याचप्रमाणे आजपर्यंत मी साठविलेले शंभर डॉलरही त्यांनाच दिले जावेत. त्यांचा विनियोग त्यांनी स्वत:च्या इच्छेनुसार करावा.

(२) माझे सर्व पोषाख, मी काढलेले माझे स्वत:चे रेखाचित्र आणि चित्रकलेच्या स्पर्धेत मला मिळालेले 'मेडल' हे मी माझ्या आईसाठी प्रेमपूर्वक ठेवीत आहे.

(३) माझी अत्यंत आवडती थोरली बहीण मार्गरिट हिला माझी नीलमण्याची अंगठी मी देत आहे (अर्थात आँट मार्चकडून ती मला मिळाली तर!) त्याचप्रमाणे वर कबुतरांची जोडी काढलेली माझी हिरव्या रंगाची लाकडी पेटी, माझ्याजवळचा अस्सल 'लेस'चा तुकडा आणि मी काढलेले तिचे चित्र, हे सारे तिच्या 'लाडक्या ॲमी'ची शेवटची भेट म्हणून तिला दिले जावे.

(४) माझी आवडती बहीण ज्यो हिला माझी काचेची सुंदर दौत (तिचे झाकण ज्योनेच एकदा फोडले आहे!) माझी झग्याला लावण्याची मोत्यांची 'पिन' आणि मी केलेला प्लॅस्टरचा ससा हे मी देऊन ठेवीत आहे. ज्योच्या परीकथा फाडून मी तिच्या मनाला जे दु:ख दिले, याबद्दल मी तिची क्षमा मागते. मला त्या गोष्टीचा फार पश्चात्ताप होत आहे.

(५) माझी लाडकी बहीण बेथ (ईश्वर करो आणि ती या दुखण्यातून सुखरूप पार पडो!) हिला मी माझ्या सर्व बाहुल्या, माझे छोटे लाकडी कपाट, माझा हस्तिदंती पंखा, माझ्या 'लिनन'च्या कॉलरी आणि माझ्या नव्या स्लिपर्स मी देत आहे. तिच्या गरीब बिचाऱ्या 'जोना' बाहुलीची मी जी वेळोवेळी मस्करी करीत असे, त्याबद्दल मी बेथची क्षमा मागते.

(६) आमचा शेजारी आणि आमचा आवडता दोस्त थिओडोर लॉरेन्स ऊर्फ लॉरी याला मी माझी एकुलती एक सुरेख फाईल, मी केलेला प्लॅस्टरचा घोड्याचा पुतळा (लॉरी म्हणतो, त्या घोड्याला मानच नाही!) आणि माझ्या सर्व कलाकृतींतली त्याला जी आवडेल, ती कलाकृती मी देत आहे. कारण त्याने आमच्या अडचणीच्या वेळी आम्हाला जे साह्य केले आणि जे निर्मळ प्रेम आम्हाला दिले त्याबद्दल मी अत्यंत कृतज्ञ आहे.

(७) आमचे वृद्ध शेजारी आणि आमच्या कुटुंबाचे प्रेमळ स्नेही आणि उपकारकर्ते मिस्टर लॉरेन्स यांना मी वर आरसा बसवलेली माझी छोटी हस्तिदंती पेटी प्रेमपूर्वक देत आहे. त्यांना आपल्या लेखण्या, पेन्सिली ठेवायला ती उपयोगी पडेल. त्यांनी आमच्या सर्व घरावर – विशेषत: बेथवर – जे प्रेम केले, त्याबद्दल मला अत्यंत

कृतज्ञता वाटते. माझ्या छोट्याशा भेटीचा ते प्रेमाने स्वीकार करतील आणि 'लहानग्या ॲमी'ची सतत आठवण ठेवतील, अशी मी आशा करते.

(८) माझी एकुलती एक जिवलग मैत्रीण किटी ब्रियांट हिला मी माझा रेशमी निळा 'एप्रन' आणि माझी सोन्याची अंगठी प्रेमाने देत आहे.

(९) अनेक वर्षांपासूनची आमची आवडती सैंपाकीण हॅना हिला मी तयार केलेला 'पॅचवर्क'चा मोठा रुमाल आणि तिला हवी असलेली माझी कपड्यांची पेटी बक्षीस देत आहे.

अशा रीतीने माझ्या मालकीच्या सर्व वस्तूंची मी विल्हेवाट लावून ठेवीत आहे. मला आशा आहे की, या तरतुदीमुळे सारेजण संतुष्ट होतील आणि मला कोणीही दोष देणार नाही किंवा मनातून नाराज होणार नाही. मी सर्वांना सर्व अपराधांची क्षमा करते आणि मरणोत्तर आपणा सर्वांची पुन्हा भेट होईल, असा विश्वास प्रकट करते. आमेन!

या मृत्युपत्राखाली मी माझी स्वत:ची सही करून माझ्या हाताने ते सीलबंद करून ठेवीत आहे. आजची तारीख २० नोव्हेंबर १८६१ ही आहे. या दिवशी हे मृत्युपत्र मी केले असे.

साक्षीदार – एस्थर वाल्नॉर (सही) ॲमी कर्टिस मार्च

थिओडोर लॉरेन्स

लॉरीचे नाव ॲमीने तात्पुरते पेन्सिलीने लिहून ठेवले होते. ते तिने त्याला शाईने स्वहस्ते लिहावयास लावले आणि ते मृत्युपत्र पाकिटात घालून व्यवस्थित सीलबंद करण्याचे कामही तिने त्याच्यावर सोपवले.

लॉरी ॲमीला म्हणाला, "पण मला हे सांग, ही मृत्युपत्र करून ठेवण्याची कल्पना तुझ्या डोक्यात आली कुठून? बेथने आपल्या वस्तू साऱ्यांना देऊन ठेवल्याचं तर कोणी तुझ्या कानी घातलं नाही ना?"

"नाही. काय ते? बेथने काय केले?" ॲमीने चिंतातुर स्वरात विचारले.

"अरेरे! तर मग मी उगीच बोललो तुझ्याजवळ!" लॉरी म्हणाला, "पण आता विषय निघालाच आहे तर सारंच सांगतो ऐक. बेथची प्रकृती फारच बिघडली आणि आता आपण वाचत नाही, असे तिच्या मनाने घेतले तेव्हा तिने ज्योला जवळ बोलावून म्हटले, 'माझ्या मांजरी ॲमीला देऊन टाक, पियानो मेगला दे, जोना बाहुली तू सांभाळ. कारण तू तिची नीट काळजी घेशील. आजोबांना माझा एक प्रेमाचा मुका दे आणि बाकीच्या साऱ्यांना माझ्या केसांच्या बटा मी गेल्यावर देऊन टाक!' अशी तिने चुटकीसरशी साऱ्या वस्तूंची विल्हेवाट लावून टाकली. मृत्युपत्र लिहिण्याची कल्पना मात्र तिला मुळीच सुचली नाही."

बोलता बोलता लॉरीने ॲमीच्या मृत्युपत्रावर स्वत:ची सही करून ते पाकिटात

बंद केले. बंद पाकिटावर तो सील करीत होता. तेवढ्यात एक भला थोरला अश्रू टपकन त्यावर पडला. लॉरीने चमकून वर पाहिले. ॲमीचे डोळे भरून आले होते. रुद्ध स्वरात ती म्हणाली,

"मृत्युपत्राला ताजा कलम जोडता येतो का?"

"येतो तर काय झालं? 'कोडिसाइल' म्हणतात त्याला."

"तर मग मलाही माझ्या मृत्युपत्राला असाच एक 'ताजा कलम' जोडायचा आहे." ॲमी म्हणाली, "लिही तर हा मजकूर. मी मेल्यावर माझ्या सर्व कुरळ्या केसांच्या बटा कापून जवळच्या माणसांना, मित्रमैत्रणींना वाटून द्याव्यात. मी विसरले होते हे सांगायला! केस कापल्यावर मी वाईट दिसेन, पण हरकत नाही."

लॉरीने निमूटपणे तो मजकूर लिहिला. ॲमीचा हा मोठा त्याग पाहून त्याला हसू आले पण ते त्याने आवरले. ॲमीची मन:स्थिती त्याला चांगली कळली होती. मृत्युपत्राचे लेखन झाल्यावर त्याने सहानुभूतीने तिचे ऐकून घेतले. पण तिचा निरोप घेऊन तो जेव्हा जावयास निघाला तेव्हा तिने एकदम त्याचा हात धरला आणि रुद्ध स्वरांत, कापऱ्या ओठांनी तिने हलकेच त्याला विचारले,

"बेथची प्रकृती इतकी बिघडली आहे का? काही... धोका आहे?"

"बेथ फार आजारी आहे." लॉरी म्हणाला, "पण तसं भ्यायचं कारण नाही. आपली बेथ लौकर पुन्हा बरी व्हावी म्हणून आपण देवाची प्रार्थना करू या. पण तू अशी रडू नकोस बेटा!" आणि त्याने तिला जवळ घेतले. थोरल्या भावाप्रमाणे तिला कुरवाळून तिचे सांत्वन केले. मग तो घरी निघून गेला.

लॉरी गेल्यावर ॲमी आपल्या खोलीत गेली आणि त्या उदासवाण्या संधिप्रकाशात आसवे गाळीत तिने बेथसाठी देवाची मन:पूर्वक प्रार्थना केली. तिचे हृदय दु:खाने जड झाले होते आणि मृत्यूशी झगडत पडलेल्या आपल्या लाडक्या छोट्या बहिणीसाठी ती विलक्षण कासावीस, व्यथित होत होती. एक नव्हे हजारो निळाच्या अंगठ्या मिळाल्या तरी तिचे ते अपार दु:ख लेशभरही कमी होणार नव्हते.

२०

थोडेसे खाजगी

इतक्या दिवसांनंतर मिसेस मार्च घरी परत आल्यावर आई आणि मुली यांची जी भेट झाली, तिचे यथार्थ वर्णन करण्यास माझ्याजवळ पुरेसे शब्द नाहीत. असे प्रसंग अनुभवताना जेवढे हृद्य असतात, तेवढेच ते नंतर शब्दांत मांडून दाखविणे अवघड जाते. एवढे मात्र खरे की, मिसेस मार्चच्या आगमनाबरोबर ते सारे घर विलक्षण आनंदाने उजळून गेले. मेगने मनाशी बाळगलेली इच्छाही पूर्ण झाली. कारण दुसऱ्या दिवशी सकाळी बेथ जेव्हा झोपेतून जागी झाली, तेव्हा खरोखरच तिला अगदी प्रथम दिसल्या त्या गोष्टी या : उमललेले गुलाबाचे फूल आणि आईचा प्रसन्न प्रेमळ चेहरा. बेथ इतकी अशक्त झाली होती की, आईला पाहून आश्चर्याचा धक्कादेखील तिला बसला नाही. ती फक्त क्षीणपणे हसली आणि आईच्या मिठीत बुडून गेली. थोड्याच वेळाने बेथला पुन्हा झोप लागली आणि मोठ्या मुली आपल्या आईची सरबराई करण्यात गढून गेल्या. मिसेस मार्च बेथच्या बिछान्याशीच बसून राहिली. कारण बेथने झोपेत देखील आईचा हात आपल्या कृश अशक्त हाताने घट्ट धरून ठेवला होता.

रात्रभर प्रवास करून थकून आलेल्या मालकिणीसाठी हॅनाने झटपट, रुचकर खाद्यपदार्थ तयार केले. कारण आपला आनंद आणि उत्साह अन्य कोणत्या रीतीने व्यक्त करावा हेच तिला कळेना. मेग आणि ज्यो यांनी आईला ते पदार्थ आग्रह करकरून खाऊ घातले आणि आईचे खाणे चालू असताना कुजबुजत्या स्वरात त्यांनी वडिलांच्या प्रकृतीसंबंधी तिला विचारले. मिस्टर मार्चचे दुखणे आता उताराला लागले होते. ब्रुकने मोठ्या उदार मनाने वॉशिंग्टन येथेच राहून मिस्टर मार्चची काळजीपूर्वक शुश्रूषा करण्याचे काम स्वत:कडे घेतले होते. मिसेस मार्च रात्री लौकर घरी पोचायची. पण वाटेतल्या वादळामुळे गाडीला उशीर झाला होता. थंडी, थकवा आणि चिंता यांनी प्रवासात ती अगदी हैराण होऊन गेली होती. अशा वेळी पहाटे तिला उतरून घेण्यासाठी आलेला लॉरीचा नुसता चेहरा पाहूनही तिला खूप धीर आला होता अणि

बेथला सुरक्षित अवस्थेत पाहिल्यावर तर तिचा सारा शीणभाग जणू हरपला होता!

किती विलक्षण पण सुंदर दिवस उजाडला होता तो. बाहेर जिकडे नजर टाकावी तिकडे शुभ्र हिमाचे थरच्या थर पसरलेले दिसत होते. सारी सृष्टी पहिल्या हिमवर्षावाचे मन:पूर्वक स्वागत करीत होती. बाहेरच्याप्रमाणेच आतही सर्वत्र शांत, नि:स्तब्ध होते. कारण रात्रीच्या जाग्रणानंतर साऱ्यांनाच झोपा लागल्या होत्या. दाराशी खुर्ची टाकून तीवर बसलेली हॅना पेंगत होती. तुफानाचे तडाखे खाऊन हैराण झालेल्या नौका बंदरात विसाव्याला याव्यात, त्याप्रमाणे रात्रभर जागरण आणि काळजी करून थकलेल्या, शिणलेल्या मेग आणि ज्यो आता गाढ झोपी गेल्या होत्या. मिसेस मार्च तर बेथला क्षणभरही सोडावयाला तयार नव्हती. ती बेथच्या बिछान्यालगत एक आरामखुर्ची टाकून तीवर बसून राहिली होती. बेथचा हात तिने अलगद आपल्या हाती धरून ठेवला होता आणि एखाद्या कृपण माणसाने आपल्या धनाच्या ठेव्याकडे बघावे तशा उत्सुक, आतुर, लोभी नजरेने ती बेथला सारखी न्याहाळीत होती.

दरम्यान लॉरी आँट मार्चकडे गेला आणि रात्रीची सर्व हकिकत त्याने तिला सांगितली. त्याचे निवेदन इतके परिणामकारक होते की, आँट मार्चला सुद्धा अनेकदा आपला हुंदका मोठ्या प्रयासाने आवरावा लागला. इतकेच नव्हे तर, 'तरी मी सांगत होते!' हे आपले नेहमीचे ठरावीक उद्‌गारही तिने काढले नाहीत. ॲमी या प्रसंगी फारच संयमाने वागली. तिने आपल्या डोळ्यांतले अश्रू लगबगीने पुसून टाकले. ताबडतोब आईकडे जाण्याचा हट्ट धरण्याचा पोरकटपणा केला नाही, इतकेच नव्हे तर ज्या अंगठीच्या लोभाने तिने चांगले वागायचे ठरविले होते, या निळाच्या अंगठीचेही तिला अजिबात स्मरण राहिले नाही. आँट मार्चला तिचे इतके कौतुक वाटले की, तिने लॉरीला एकीकडे घेऊन त्याला 'ॲमी फारच गोड मुलगी' असल्याचे सांगितले. पॉली पोपट तिच्यावर खूष झाला. त्याने एकदाही तिचे केस ओढले नाहीत. उलट शीळ घालून त्याने तिला 'फिरायला येण्याची' विनंती केली.

घरी जाऊन आईला भेटण्यासाठी ॲमी किती उतावीळ झाली असेल ह्याची कोणालाही सहज कल्पना येईल. बाहेर इतका हिमवर्षाव होत होता तरी त्यातूनही ती आनंदाने चालत आपल्या आईकडे गेली असती. पण ॲमी फार समजूतदार झाली होती हेच खरे. झोप न येऊ देण्याचा आटोकाट प्रयत्न करीत असतानाही लॉरीला एकसारख्या जांभया येत होत्या. हे जेव्हा तिने पाहिले, तेव्हा त्याला रात्रभर किती जागरण झाले असले पाहिजे हे तिच्या ध्यानी आले आणि तिने स्वत:च त्याला दिवाणखान्यातील कोचावर पडून थोडी विश्रांती घेण्याचा आग्रह केला आणि आपल्या आईला एक चिठ्ठी लिहिण्यासाठी ती माडीवरच्या आपल्या खोलीत गेली. जरा वेळाने ती खाली येते तो तिला असे दिसले की, आपले दोन्ही हात डोक्याखाली आडवे घेऊन लॉरी कोचावर अगदी गाढ झोपला होता आणि त्याला त्रास होऊ नये म्हणून

आँट मार्चने खिडक्यांवरचे पडदे ओढून दिवाणखान्यातला प्रकाश अंधूक केला होता.

आणखी एक तास गेला तरी लॉरी तसाच झोपला होता. आँट मार्च आणि ॲमी दोघींनाही वाटले, आता हा मुलगा उठणार तरी केव्हा? पण त्याच वेळी मिसेस मार्च आँटला मार्चला भेटण्यासाठी आली. तिला दारात पाहिले मात्र, ॲमीने आनंदाचा एवढा चीत्कार केला की, त्यामुळे लॉरीला खाडकन जाग आली. ॲमी धावतच पुढे आली आणि आपल्या आईला घट्ट मिठी मारून तिच्या छातीशी डोके खुपसून ती आनंदाने हुमसून रडू लागली! मायलेकीची ती भेट खरोखरच विलक्षण हृदयस्पर्शी होती. त्या दिवशी त्या साऱ्या गावात ॲमीइतकी सुखी आणि आनंदी मुलगी शोधूनही दुसरी सापडली असती की नाही कोण जाणे!

हर्षाचा पहिला आवेग ओसरल्यानंतर ॲमी आपल्या आईला माडीवरच्या आपल्या खोलीत घेऊन गेली आणि तेथे आईच्या मांडीवर बसून, तिच्या गळ्यात हात टाकून आपली सारी दु:खे, सर्व वेदना आणि सर्व आशाआकांक्षा तिने तिला निवेदन केल्या. त्याच वेळी तिने आपली प्रार्थनेची खोलीही आईला दाखवली आणि तेथे आपण कशी मन:शांती मिळवत असू ते तिने आईला समजावून सांगितले. आईला हे सारे कितपत रुचेल याची तिला जरा शंका होती, पण मिसेस मार्चने सारे ऐकून घेतले आणि मग ती ॲमीला म्हणाली.

"खरं सांगू का पोरी, मला ही तुझी प्रार्थनेची कल्पना फार आवडली. ज्या वेळी परिस्थिती बिकट होते, नाना दु:खं आणि चिंता यांनी मन भांबावून जाते, त्या वेळी अशा एखाद्या निवांत ठिकाणी बसून देवाचं चिंतन करणं, प्रार्थना करणं हा त्या दु:ख संकटांवर मात करण्याचा एक उत्कृष्ट मार्ग आहे. आयुष्यात माणसाला अनेकदा अवघड प्रसंगांना तोंड द्यावं लागतं. पण त्यासाठीच देवावरच्या श्रद्धेवरची आवश्यकता आहे फार. ॲमी, माझ्या छोट्या मुली, या निमित्तानं तुला त्या श्रद्धेचं महत्त्व कळलं हे फार चांगलं झालं!"

"होय आई," ॲमी मन:पूर्वक म्हणाली, "मी घरी आले म्हणजे तिथेसुद्धा प्रार्थनेसाठी एक अशीच जागा तयार करणार आहे आणि कुमारी मातेच्या नि बाळ ख्रिस्ताच्या चित्राची मी केलेली ही नक्कल तिथे मांडून ठेवणार आहे. मातेचा चेहरा मला तितकासा जमला नाही, बाल येशू त्या मानाने पुष्कळच चांगला साधला आहे. आई, येशूसुद्धा एके काळी लहान बालक होता हे मनात आलं म्हणजे मला फार बरं वाटतं. त्यामुळे त्याच्याविषयी अधिक जवळीक उत्पन्न झाल्यासारखी वाटतं."

आणि ॲमीने आपण तयार केलेली ख्रिस्ताची तसबीर आपल्या आईला दाखविली. त्या वेळी तिच्या बोटात असलेल्या निळ्या खड्याच्या आंगठीकडे मिसेस मार्चचे लक्ष गेले आणि ती स्वत:शीच हसली. ती काही बोलली नाही. पण तिचे ते हसू पाहून ॲमी क्षणभर घुटमळून मग म्हणाली,

“होय, ते एक सांगायचं राहिलंच. किनई मार्मी, आँट मार्चनं आज दुपारी ही अंगठी आपल्या हातानं माझ्या बोटात घातली आणि माझा मुका घेऊन ती मला म्हणाली, ‘ॲमी, तू फार सुस्वभावी, आज्ञाधारक मुलगी आहेस. माझी आठवण म्हणून ही अंगठी तू सतत आपल्याजवळ ठेव.’ म्हणून विचारते, ही अंगठी मी नेहमी वापरली तर चालेल ना?”

“अंगठी फारच सुरेख आहे.” मिसेस मार्च म्हणाली, “पण हा खडा अतिशय मूल्यवान आहे आणि इतका भारी दागिना रोज वापरण्याइतकं तुझं वय मोठं नाही बाळा अजून.” बोलता बोलता तिने ॲमीचा, गोंडस, गुबगुबीत, बाळसेदार हात हाती घेतला आणि तिच्या सुरेख बोटावरची ती सुंदर अंगठी मिसेस मार्च कौतुकाने न्याहाळीत राहिली.

“आई, मी अहंकारानं म्हणत नाही, किंवा अंगठीच्या लोभानंही म्हणत नाही. अंगठी फार सुंदर आणि भारी आहे. पण त्यामुळे ती मला हवीहवीशी वाटते असंही नाही. मला ही अंगठी रोज वापरायची आहे ती एका वेगळ्याच कारणासाठी!”

“असं?” मिसेस मार्चने कुतूहलाने विचारले, “कसलं बरं ते कारण?”

“ही अंगठी मला सतत दुसऱ्याची आठवण ठेवायला मदत करील. ती मला स्वार्थी, आप्पलपोटी बनू देणार नाही. त्यासाठी हवी आहे ती मला.” ॲमी म्हणाली. तिच्या शब्दांत इतकी कळकळ, इतका प्रांजळपणा भरलेला होता की, मिसेस मार्च आपोआप तिचे बोलणे लक्षपूर्वक ऐकू लागली.

“आँट मार्चकडच्या माझ्या मुक्कामात मी स्वत:बद्दल खूप विचार केला आहे.” ॲमी म्हणाली, “आणि माझ्या असं ध्यानात आलं आहे की, मी फार स्वार्थी आहे. मी नेहमी फक्त माझाच विचार करीत असते. पण माझ्यातला हा दोष मला काढून टाकायचा आहे आणि त्यासाठी कितीही कष्ट पडले तरी ते सोसायची माझी तयारी आहे. बेथमध्ये आणि माझ्यामध्ये हाच मोठा फरक आहे. बेथ मुळीसुद्धा आप्पलपोटी नाही. म्हणूनच सारेजण तिच्यावर इतकं जिवापाड प्रेम करतात आणि ती आपल्याला सोडून जाईल की काय या नुसत्या कल्पनेनेही साऱ्यांचा जीव इतका कासावीस होतो. मी जर उद्या आजारी पडले तर मला वाटतं त्याचं कुणालाही वाईट वाटणार नाही अन् तेवढी माझी लायकीही नाही. पण मलासुद्धा बेथसारखं चांगलं व्हायची इच्छा आहे. माझ्यावर अनेकांनी प्रेम करावं, अनेकांना माझ्याबद्दल आपुलकी वाटावी यासाठी मी आता खूप खूप चांगली वागणार आहे. अगदी बेथसारखी होणार आहे. पण माझे चांगले निर्धार कधी फार काळ टिकत नाहीत. त्यांची मला आठवण राहावी म्हणून मी अंगठी मी रोज वापरायचं ठरवलं आहे. कारण त्यासाठीच आँट मार्चनं ती मला बक्षीस म्हणून दिली आहे. मग? चालेल ना मी ती रोज वापरली तर?”

“ठीक आहे.” मिसेस मार्च म्हणाली, “अंगठी वापर तू रोज हवी तर. पण

त्यापेक्षाही तुझं छोटं बायबल आणि प्रार्थना यांवर अधिक भरवसा असू दे आणि मुख्य म्हणजे चांगलं होण्याचा निश्चय टिकवून धर. चांगलं होण्याची प्रामाणिक इच्छा असेल तर अर्धी लढाई तिथेच जिंकली अस समज तू. बरं, मी आता घरी जाते. बेथ वाट बघत असेल. धीर सोडू नकोस बेटा. मी लौकरच तुला इथून घरी नेण्याची व्यवस्था करणार आहे.''

त्या दिवशी संध्याकाळी मेग आपल्या वडिलांना पत्र लिहीत बसली होती. मिसेस मार्च सुखरूप घरी येऊन पोहोचल्याचे वर्तमान ती त्यांना कळविणार होती. मेग पत्र लिहिण्यात मग्न आहे असे पाहून ज्यो हलकेच माडीवर आली आणि बेथच्या खोलीत तिच्या बिछान्याजवळ बसलेल्या आईसमोर आपल्या मस्तकावरून हात फिरवीत चुळबुळत राहिली. तिचा चेहरा गोंधळलेला आणि डोळे चिंताग्रस्त दिसत होते.

''काय बेटा, काय झालं?'' मिसेस मार्चने ज्योच्या चिंतातुर मुद्रेकडे बघत म्हटले आणि ज्योचा हात हाती धरून तिने तिला आपल्या शेजारी बसवून घेतलं.

''मार्मी, मला तुझ्याशी थोडंसं बोलायचं आहे!''

''मेगसंबंधी?'' मिसेस मार्चने अचूक प्रश्न विचारला.

''किती चटकन ओळखलंस तू? होय. मेगसंबंधीच बोलायचं होतं मला. तसं पाहिलं तर अगदी क्षुल्लक बाब आहे. पण माझं मन:स्वाथ्य त्यामुळे पार बिघडून गेलं आहे.''

''बेथला नुकतीच झोप लागली आहे.'' मिसेस मार्च म्हणाली, ''तेव्हा जरा हळू बोल आणि सारं काही नीट सांग मला. तो मॉफट पोरगा तर आला नव्हता आपल्या घरी?''

''छे! त्याला काय मी या घरात पाय टाकू देते? आला असता तर दरवाजा लावून घेतला असता त्याच्या तोंडावर धाडकन!'' ज्यो एकदम म्हणाली, ''मला तुझ्याजवळ बोलायचं आहे ते अगदी वेगळं!''

बोलता बोलता ती उठली आणि जमिनीवर आईच्या पायाशी बैठक मारून म्हणाली, ''काही महिन्यांपूर्वी मेग लॉरीच्या घरी गेली असताना आपले हातमोजे ती तिथे विसरली. नंतर तिचा फक्त एकच हातमोजा परत आला. पुढे आम्ही हे सारं विसरून गेलो. पण मग एके दिवशी टेडीनं मला सांगितलं की मेगचा तो हरवलेला हातमोजा ब्रुकच्या कोटाच्या खिशात त्याला दिसला! टेडीनं त्यावरून ब्रुकची खूप मस्करी केली. मग ब्रुकनं त्याला सांगितलं की, मेग आपल्याला फार आवडते. आपलं तिच्यावर मन जडलं आहे. पण तिचं वय लहान असल्यामुळे आणि त्याची स्वत:ची परिस्थितीही गरिबीची असल्यामुळे अद्याप ही गोष्ट मेगजवळ प्रत्यक्ष बोलून दाखविण्याचा त्याला धीर झालेला नाही! आता सांग मार्मी, हे सारं भयंकरच नाही का?''

''मेगला ब्रुक आवडतो का? तिचं त्याच्यावर प्रेम आहे का?'' मिसेस मार्चने

थोड्या चिंतातुर स्वरात विचारले.

“मला नाही ठाऊक! प्रेमबिम मला काही कळत नाही. असल्या खुळचटपणाचा मला फार तिटकारा आहे!” ज्यो आवेशाने म्हणाली. तिच्या स्वरात तुच्छता आणि कुतूहल यांचे मजेदार मिश्रण झाले होते. “कथाकादंबऱ्यांतल्या मुली जेव्हा प्रेमात पडतात तेव्हा त्या झुरणीला लागतात. अन्नपाण्यावरची त्यांची वासना उडते. त्यांचे चेहेरे फिकट होतात. जरासा कुठे आवाज आला की, त्या म्हणे दचकतात नि एकसारख्या लाजून लाल होतात. आता आपल्या मेगच्या बाबतीत हे असं काहीच झालेलं दिसत नाही मला. ती व्यवस्थित खातेपिते. रात्री गाढ झोपते. ब्रुकचा विषय निघाला तर ती सारं काही ऐकून घेते. मात्र टेडी जेव्हा प्रेमाच्या गोष्टी काढून तिला चिडवतो तेव्हा ती जराशी लाजते. मी त्याला बजावलंय असलं काही बडबडत जाऊ नकोस म्हणून. पण या बाबतीत तो माझं मुळीच ऐकत नाही.”

“मग तुला असं वाटतं का ज्यो, की मेगचं मन जॉनच्या बाबतीत अगदी निर्विकार आहे?” मिसेस मार्चने प्रश्न केला.

“काय म्हणालीस तू आई? जॉन?” ज्यो चमकून विचारले.

“होय ज्यो!” मिसेस मार्च किंचित हसून म्हणाली, “तुझ्या वडिलांच्या आजारात हॉस्पिटलमध्ये त्यांची शुश्रूषा करताना मी आणि ब्रुक इतके परस्परांच्या सान्निध्यात आलो की, ‘मिस्टर ब्रुक’ या औपचारिक संबोधनाऐवजी मी त्याला ‘जॉन’ अशी घरच्या नावानंच हाक मारू लागले. अन् त्यालाही ते आवडलं फार!”

“मग काय? झालंच!” ज्यो हताशपणे दोन्ही हात आईच्या मांडीवर आपटून म्हणाली, “तरी मला वाटलंच होतं, या साऱ्या प्रकरणात तू ब्रुकचीच बाजू घेणार म्हणून! त्यानं पपांच्या आजारात एवढी मदत केली आहे ना? आता तुला तो आवडणारच. कमाल आहे हं. पपांच्या आजारात मदत करायची, तुझी सहानुभूती आणि प्रेम स्वत:कडे ओढून घ्यायचं आणि मग हळूच मेगला मागणी घालायची – मी तर म्हणेन ही शुद्ध लबाडी आहे!” ज्यो रागारागाने म्हणाली आणि चिडून तिने आपलाच भांग विस्कटून टाकला.

“ज्यो, तू ब्रुकवर इतकी रागावू नकोस. काय झालं, ते सारं मी तुला नीट समजावून सांगते.” मिसेस मार्च समजुतीच्या स्वरात बोलू लागली, “लॉरीच्या आजोबांच्या विनंतीवरून ब्रुक माझ्याबरोबर वॉशिंग्टनला आला आणि तुझ्या वडिलांच्या दुखण्यात त्यानं मला इतकं मनापासून साह्य केलं की, मलाही त्याचा लळा लागल्यासारखं झालं! तुझ्या वडिलांचीही त्याच्यावर मर्जी बसली. मेगबद्दलची त्याची भूमिका अगदी स्वच्छ आहे. तिच्यावर आपलं प्रेम आहे, हे त्यानं आमच्याजवळ मोकळ्या मनानं कबूल केलं, पण त्याबरोबरच, आपल्याला चार पैसे मिळवता येऊन घर मांडण्याची ऐपत आल्याखेरीज आपण मेगला लग्नासंबंधी विचारणार नाही, हेही

त्यानं आम्हाला स्पष्ट सांगून टाकलं. दरम्यान, आपल्याला फक्त स्नेह ठेवता यावा, एवढीच त्याने आम्हाला विनंती केली आणि ती आम्ही नाकारणं शक्यच नव्हतं. ब्रुक मोठ्या सरळ मनाचा, उमदा आणि प्रामाणिक मुलगा आहे ज्यो. एक, मात्र खरं. मेग अजून फार लहान आहे. तेव्हा तिचा वाङ्‌निश्चय काही आम्ही एवढ्यात करणार नाही!

"मला वाटलंच होतं, वाटलंच होतं, असला काही तरी प्रकार आहे म्हणून! मला कधीपासून शंका येत होती आणि आता बघते तर मार्मी, तू अन् पपा दोघांची मर्जी बसली आहे ब्रुकवर. म्हणजे झालंच! यापेक्षा मला वाटतं, मलाच जर मेगशी लग्न करता आलं असतं तर फार बरच झालं असतं. म्हणजे निदान तिला आपलं घर तरी सोडावं लागलं नसतं!" ज्यो चिडून म्हणाली.

मेगशी स्वत:च लग्न करण्याची ज्योची कल्पना इतकी विलक्षण होती की, मिसेस मार्चला हसू कोसळल्याशिवाय राहिले नाही. पण तिने आपले हसे आवरले आणि गंभीरपणे ती म्हणाली,

"हे बघ ज्यो, हे सारं मी तुला विश्वासात घेऊन सांगितलं आहे. तेव्हा यातलं काहीही तू मेगजवळ बोलू नकोस. जॉन वॉशिंग्टनहून परत आल्यावर मेगची नि त्याची वारंवार भेट होईलच. त्या वेळी त्याच्याबद्दल तिच्या काय भावना आहेत, याचा अंदाज लागेल मला. पण तोवर तुम्ही मात्र तिच्या मनात काही भरवू नका!"

"ब्रुक आला नि ती दोघं भेटू लागली की संपलंच सारं!" ज्यो अगदी केविलवाण्या स्वरात म्हणाली, "तिला त्याचे पिंगट तपकिरी डोळे फार आवडतात म्हणे. एकदा का त्या डोळ्यांत त्याची भावना तिला दिसली की, हिचं हृदय लोण्यासारखं विरघळलंच म्हणून समजावं. आतादेखील वॉशिंग्टनवरून येणाऱ्या त्याच्या पत्राची ती सारखी पारायणं करीत असतेच. 'जॉन' हे नावही तिला फार आवडलं म्हणे. आता तो आला की, ती दोघं वारंवार भेटणार. मेग त्याच्या प्रेमात पडणार. तो कुठून तरी चार पैसे मिळवणार नि एके दिवशी मेगशी लग्न करून तिला आपल्या घरातून घेऊन जाणार! आपल्या मेगला पळवून नेऊन तो आपल्या घराचा एकपणा मोडून टाकणार! अरे देवा! हे मी कसं सहन करू? मग त्यापेक्षा आम्ही सारे जर मुलगेच असतो तर आपलं घर कसं छान एकत्रच राहिलं असतं कायमचं!"

बोलून बोलून थकवा आला तेव्हा ज्यो हताशपणे आईच्या गुडघ्यावर मस्तक टेकून स्वस्थ पडून राहिली. मिसेस मार्चने एक दीर्घ उसासा टाकला. त्याबरोबर ज्योने एकदम मान वर उचलून तिच्याकडे पाहिले आणि उल्हसित स्वरात ती म्हणाली,

"तुलासुद्धा वाईट वाटतंय ना मार्मी, मेग जाणार या कल्पनेनं? छान छान! आता आपण असंच करू या. ब्रुक येताच त्याला तसंच परत लावून देऊ. मेगला या कशाचा

पत्ताही लागू देणार नाही. म्हणजे मग आपण सारीजणं मजेनं एकत्र राहू या.''

''ज्यो, मी उसासा टाकला, याचा अर्थ हा नव्हे बेटा!'' मिसेस मार्च किंचित हसून म्हणाली, ''अग, मुली मोठ्या झाल्या की, त्यांची लग्नं व्हायचीच आणि त्या आपापल्या घरी जायच्याच! येवढंच, की कुठल्याही आईला आपली मुलगी लग्न करून घर सोडून जाणार या कल्पनेनं वाईट वाटतंच. तसंच मलाही वाटलं. मेगच्या बाबतीत हे इतकं लौकर घडायला नको होतं. कारण आता कुठं तिचं वय सतरा वर्षांचं आहे आणि जॉनला अजून आपला जम बसवायला बराच उशीर लागेल. तुझ्या वडिलांनी अन् मी ठरवलंय की, मेगनं आताच कोणत्याही प्रकारे शब्द देऊन गुंतू नये. किंवा निदान वीस वर्षांचं वय होईतो तिने लग्नही करू नये. तिचं आणि जॉनचं एकमेकांवर प्रेम असेल, तर ती दोघं तेवढ्या वेळपर्यंत सहज वाट पाहू शकतील. त्यांचं प्रेम कितपत बळकट आहे याची त्यामुळे अनायासे परीक्षाही होऊन जाईल. मेग! माझी लाडकी, गोड, नाजूक पोर! तिचं आयुष्य सुखासमाधानात जावं, असं मला फार फार वाटतं.''

''मार्मी, तुला असं नाही वाटत की, मेगचं एखाद्या श्रीमंत माणसाशी लग्न व्हावं?'' ज्योने कुतूहलाने विचारले. कारण मिसेस मार्चने आपले बोलणे संपवले तेव्हा तिचा गळा भरून आला होता.

''ज्यो, बेटा, पैसा ही फार महत्त्वाची आणि उपयुक्त अशी गोष्ट आहे.'' मिसेस मार्च म्हणाली, ''माझ्या मुलींना पैशाची उणीव कधी जाणवू नये, अशी माझी देवाजवळ प्रार्थना आहे. पण त्याबरोबर खूप श्रीमंतीने त्या बिघडू नयेत, असंही मला वाटतं. जॉनचा धंद्यात जम बसावा, कर्जाच्या खोड्यात त्यानं कधी सापडू नये आणि मेगला त्याच्या संसारात सुख मिळावं, ही माझी फार इच्छा आहे. पण याहून जास्त कसली अपेक्षा मी तिच्यासाठी करीतच नाही. माझ्या मुलींना राजवाड्यासारखी घरं मिळावीत, फॅशनेबल लोकांत त्यांचा वावर असावा आणि समाजात त्यांचं स्थान फार मानाचं असावं, अशी मला मुळीच महत्त्वाकांक्षा नाही. प्रेम आणि सच्छीलता यांचं महत्त्व मी सर्वांत अधिक मानते. त्याच्या जोडीला श्रीमंती, मानमरातब आला तर हरकत नाही. त्या वैभवाबद्दल मला कृतज्ञताच वाटेल आणि माझ्या मुलींनी इतकं नशीब काढलं म्हणून मला आनंदही होईल. पण माझा स्वत:चा अनुभव असा आहे की, पतिपत्नीत उत्कट प्रेम असेल तर झोपडीतही सुखाचा स्वर्ग उभा होतो आणि रोजची भाकर कष्टानं कमावली, तरच कधीमधी लाभणाऱ्या चैनीला गोडी येते. म्हणूनच म्हणते, मेग जर गरीब नवऱ्याबरोबर संसार थाटणार असेल तर त्यात मला यत्किंचितही खंत वाटणार नाही. सज्जन माणसाची गृहिणी होणं हे कोणत्याही वैभवापेक्षा मोठं वैभव आहे.''

''तुझं म्हणणं समजलं आई मला आणि ते पटलंसुद्धा!'' ज्यो म्हणाली, ''पण

मेगच्या बाबतीत मी अगदी खटटू झाले. माझा असा बेत होता की, मेगनं टेडीशी लग्न करावं. म्हणजे तिचा सारा जन्म संपत्तीत लोळण्यात गेला असता. असं जर झालं तर किती छान होईल नाही?''

त्या कल्पनेनं ज्योचा चेहरा एकदम उजळला.

"पण ज्यो, लॉरी तर मेगपेक्षा वयानं लहान आहे!'' मिसेस मार्च म्हणाली. पण तिचं बोलणं अर्ध्यावर तोडीत ज्यो चटकन म्हणाली,

"अग, तसा काही फार फरक नाही त्यांच्या वयात. शिवाय टेडी कसा उंच, धिप्पाड आहे. शिवाय त्याचं वागणंसवरणं, रीतभात आतापासून अगदी मोठ्या माणसाला शोभेशी आहे. शिवाय तो मनानं प्रेमळ, दिलदार आणि उमदा आहे आणि आपल्या दोन्ही कुटुंबांत अगदी जिव्हाळ्याचा स्नेहही आहे. खरंच मार्मी, मेगचं टेडीशी लग्न व्हायला हवं.''

"वेडी आहेस तू, ज्यो.'' मिसेस मार्च किंचित हसून म्हणाली, "अग, लॉरी अजून खरंच लहान आहे. त्याला फारसा समजही आलेला नाही. मेगपेक्षा तर तो पोरकट आहे अगदी आणि बेटा, अशी ठरवून, बेत आखून का कुठं लग्न होतात? अशा बाबतींत आपण कधीही पुढाकार घेऊन काही ठरवू नये. हे ज्याच्या त्याच्या अंत:करणालाच कळावं लागतं. म्हणून म्हणते, हे सारे वेडे विचार तू आपल्या डोक्यातून काढून टाक पाहू.''

"पण आई, हे सारं मला अगदी नकोसं वाटतं बघ. मनात येतं, ते मोठं होणं नको, ती लग्न जुळणं नको नि प्रेमाच्या माणसांची ताटातूटही होणं नको. त्यापेक्षा आम्ही सतत लहानच राहिलो तर किती छान होईल. पण ते आपल्या हाती कुठे आहे? आजच्या कळ्यांची उद्या फुले होणारच आणि आजच्या गोजिरवाण्या पिलांच्या उद्या मांजरी पण होणारच!''

"कसली चर्चा चालली आहे? कळ्या काय, फुलं काय, पिलं काय, मांजरी काय? काय चाललंय काय हे?'' त्याच वेळी खोलीत शिरत मेग म्हणाली. तिच्या हातात लिहून पुरे केलेले एक पत्र होते आणि ज्योचा भाषणाचा शेवटचा भाग तिने अर्धवट ऐकला होता.

"काही नाही!'' ज्यो पटकन जमिनीवरून उठत म्हणाली, "आपला माझा नेहमीचाच मूर्खपणा काही तरी. तू तिकडे लक्ष देऊ नकोस. चला, मी चालले झोपायला. तू येतेस ना मेग?'' आणि ती लगेच तेथून निघूनही गेली, मेग तिच्याकडे आश्चर्याने बघत राहिली. मग तिने आपण लिहून आणलेले पत्र मिसेस मार्चच्या हाती दिले.

पत्र वाचून ते पुन्हा मेगच्या हाती देत मिसेस मार्च म्हणाली, "छानच लिहिलं आहेस पत्र. आता पत्राच्या शेवटी माझे जॉनला आशीर्वाद लिही म्हणजे झालं!''

“आई, तू त्यांना ‘जॉन’ म्हणतेस?’’ आपले निष्पाप डोळे आईच्या मुखाकडे लावून मेगने किंचित हसत प्रश्न केला.

“होय! तो आम्हाला मुलासारखाच आहे आणि आम्हा दोघांनाही त्याचा भारी लळा लागला आहे या आजारात.’’ मिसेस मार्च म्हणाली. बोलता बोलता तिने मेगच्या चेहऱ्याकडे तीक्ष्ण नजर लावली. पण तेथे निर्हेतुक कुतूहलाखेरीज अन्य कोणतीही भावना तिला दिसली नाही. मेग शांतपणे म्हणाली,

“आई, तुला नि पपांना ते आवडतात हे ऐकून मला फार समाधान वाटलं. अगदी, एकाकी आहेत बिचारे. त्यांना आपलं म्हणायला जवळचं कोणीसुद्धा नाही.’’ आणि मग तिने आईच्या गळ्यात हात टाकून लडिवाळपणे म्हटले, “तू घरी आल्यापासून किती हलकं वाटतंय म्हणून सांगू आई!’’

मिसेस मार्चने मेगला जवळ ओढून तिच्या गालावर मृदुपणे ओठ टेकले. त्यावर अत्यंत आनंदित होऊन मेग तेथून निघून गेली. तिच्या पाठमोऱ्या आकृतीकडे बघत मिसेस मार्च काहीशा समाधानाने, काहीशा खिन्नतेने स्वत:शीच पुटपुटली.

“अजून तरी तिचं मन निर्मळ, निर्विकार आहे खास! पण आज ना उद्या ती नक्की जॉनवर प्रेम करायला शिकेल!’’

२१

लॉरीचा खोडकरपणा

आईबरोबर जे बोलणे झाले होते, त्याचे ज्योच्या मनावर एवढे दडपण पडले की, त्यामुळे दुसऱ्याच दिवसापासून ती काहीशी अबोलच बनली. तिचा चेहरा गूढ, रहस्यमय दिसू लागला. मेगच्या ते ध्यानी आले. पण ज्यो आपल्याशी मन मोकळे करून बोलत नाही, असे दिसल्यावर तीही आतून थोडीशी दुखावली गेली आणि तिनेही आपल्याकडून मौन पत्करले. मिसेस मार्च आता बेथच्या शुश्रूषेत पार बुडून गेली होती, हॅना तिला मदत करीत होती. ॲमी अद्यापही आँट मार्चकडून घरी आलेली नव्हती. राहता राहिला लॉरी. ज्योला त्याचाच काय तो आधार होता. तेव्हा साहजिकच ती त्याच्या संगतीत वेळ घालवू लागली. पण मिसेस मार्चबरोबर तिचे जे मेगसंबंधी बोलणे झाले होते, ते इतके गुप्त होते की, लॉरीला त्या बाबतीत विश्वासात घेणे शक्य नव्हते. यामुळे त्याच्याशीही ती जरा जपूनच वागत होती.

पण लॉरी विलक्षण धूर्त मुलगा होता. ज्यो आपल्यापासून काही तरी लपवून ठेवते आहे, हे त्याच्या ध्यानी आले मात्र, हे गुपित जाणून घेण्याचा त्याने जणू काही चंगच बांधला. तो अगदी ज्योच्या खनपटीलाच बसला. त्याने आर्जवे केली. तिला नाना आमिषे दाखविली. भीती घातली. लडिवाळपणा करून पाहिला आणि सरतेशेवटी त्याबद्दल अगदी उदासीनतेची भूमिकाही स्वीकारून बघितली. पण ज्योने त्याला मुळीच दाद दिली नाही की आपल्या रहस्याचा त्याला मागमूसही लागू दिला नाही. शेवटी लॉरीने एवढा अंदाज बांधला की, ज्योचे गुपित हे मेग आणि ब्रुक यांच्या संदर्भातले असावे. ज्योने आपल्याला विश्वासात घेतले नाही, यामुळे लॉरी चिडला आणि ज्योचा सूड उगवण्याची एक मोठी अभिनव युक्ती त्याने शोधून काढली!

दरम्यान मेग सारे विसरल्यासारखी दिसत होती आणि आपले वडील परत आल्यावर त्यांच्या स्वागतासाठी काय काय करावे, या विचारात नि उद्योगात ती गढून

गेली होती. पण इतक्यात तिच्यामध्ये काही तरी विलक्षण पालट पडल्यासारखा दिसला. दोनतीन दिवस ती अगदी सैरभैर होऊन गेली. ती मध्येच दचके, मध्येच लाजून लाल होई, शिवणकाम करता करता मध्येच कोणाची तरी चाहूल घेत राही. तिच्या मुद्रेवर चिंता, भीती, संकोच अशा अनेक भावना आळीपाळीने उमटून जात. मिसेस मार्च आणि ज्यो दोघींनाही तिच्या वागण्याचा अर्थच कळेना. पण त्यांना विचारलेल्या प्रश्नांनाही मेग धड उत्तरे देत नसे.

एके दिवशी दुपारी ज्यो आपल्या आईला म्हणाली, "आई, मेग नक्कीच प्रेमात पडली आहे. बघ ना, तिनं खाणंपिणं सोडलंय, कुठे तरी एकटीच बसून ती विचारात गढून जाते, लाजते, दचकते. एकदा ती चुकून 'जॉन' म्हणून गेली अन् मग लाजून लाजून अगदी लाल होऊन गेली. आता काय करायचं?"

"करायचं काय वेडे?" मिसेस मार्च किंचित हसून म्हणाली, "शांत राहायचं. मेगला स्वत:लाच काय ते ठरवू दे. तिच्याशी प्रेमाने, सहानुभूतीने वाग. एकदा पपा घरी आले की, सारं काही चांगलं होईल बघ."

दुसऱ्या दिवशी छोट्या पोस्ट ऑफिसातला पत्रांचा बटवडा करताना ज्यो मेगला म्हणाली, "मेग, ही इथं तुझ्यासाठी चिठ्ठी आहे बघ. ती अगदी व्यवस्थित पाकिटात बंद केली आहे. कुणाचं पत्र असेल बरं?"

आणि तिने मेगच्या हाती ते पत्र दिले.

मिसेस मार्च आणि ज्यो आपापल्या कामांत गढून गेल्या होत्या. तेवढ्यात मेगच्या तोंडून निघालेल्या आश्चर्योद्गाराने त्यांची तंद्री भंगली. त्यांची नजर तिच्याकडे वळली. पाहतात तो काय, मेग हातातल्या पत्राकडे टवकारून बघत होती आणि तिची चर्या विलक्षण भयभयीत दिसत होती.

"मेग बेटा, काय झालं?" मिसेस मार्च उद्गारली आणि धावत जाऊन तिने मेगला सावरले. तेवढ्यात ज्योने तिच्या हातातले पत्र घेऊन त्यावरून नजर फिरवली.

"छी छी! केवढी शरमेची गोष्ट. त्यांनी मुळी ते पत्र लिहिलंच नव्हतं. ज्यो, कसली माझी भलती थट्टा केलीस तू!" मेग रागाने म्हणाली आणि दुसऱ्याच क्षणी दोन्ही हातांच्या ओंजळीत तोंड लपवून ती ढसढसा रडू लागली.

"मी? मी काही सुद्धा केलं नाही! काय म्हणते आहे ही?" ज्योने विलक्षण आश्चर्यचकित होऊन प्रश्न केला.

मेगने आपले हात झटकन तोंडावरून दूर केले आणि खिशातून एक चुरगळलेले पत्र काढून ते ज्योच्या अंगावर फेकीत ती रागारागाने म्हणाली,

"तू – तू लिहिलंस हे पत्र आणि त्या दुष्ट पोरानं – लॉरीनं – तुला मदत केली. केवढी बदमाषी आम्हा दोघांची असली घाणेरडी मस्करी करवली तरी कशी तुम्हाला?"

ज्योचे तिच्या बोलण्याकडे लक्षच नव्हते. तिने ती चुरगळलेली चिठ्ठी उचलून साफ करून हाती धरली आणि ती व मिसेस मार्च दोघीजणी त्यातला मजकूर वाचू लागल्या. पत्र असे होते :

'माझ्या लाडक्या मार्गरिट,

माझ्या प्रेमभावनेचा आवेग आता माझा मलाच अनावर झाला आहे. मी तिकडे परत येण्यापूर्वी माझ्या दैवी काय आहे, ते मला कळायलाच हवे. या बाबतीत अद्याप तुझ्या आईवडिलांजवळ बोलण्याचे धैर्य मला झाले नाही. पण मला खात्री आहे की, आपणा उभयतांच्या एकमेकांवरील उत्कट प्रेमाची त्यांना साक्ष पटली तर ते नक्की आपल्या विवाहाला संमती देतील. मिस्टर लॉरेन्स मला एखादी चांगलीशी नोकरी मिळवून देण्याचे कामी साह्य करतील. तर मग, माझ्या गोड पोरी, तू माझा स्वीकार करून मला धन्य करणार ना? यातले काहीही अद्याप तुझ्या घरी कोणाकडे बोलू नकोस. फक्त लॉरीच्या हस्ते आशेचा एकच गोड होकार मला धाडून दे.

तुझा,
सर्वस्वी तुझाच,
जॉन'

"अच्छा! हे सारं त्या लॉरीचं काम, मी माझं गुपित त्याला सांगितलं नाही, त्याचा त्यानं असा सूड उगवला काय? आता अशीच जाते, त्याची चांगली खरडपट्टी काढते आणि त्याला इथं आणून मेगची माफी मागायला लावते." ज्यो आवेशाने म्हणाली आणि ती उठून दाराकडे जाऊ लागली. पण मिसेस मार्चने तिचा हात धरून तिला थांबवले आणि वरकरणी शांत वाटणाऱ्या पण अत्यंत कठोर स्वरात ती तिला म्हणाली,

"थांब ज्यो, आधी तुझ्या निरपराधीपणाची खात्री पटवून दे तू मला. कारण तुझा स्वभाव इतका खोडकर आहे की, या खोडीत तुझं अंग नसेलच, अशी ग्वाही देता येत नाही मला!"

"देवाशपथ आई, या प्रकरणात माझा मुळीसुद्धा संबंध नाही. मला यातलं काही म्हटल्या काही ठाऊक नाही!" ज्यो चटकन म्हणाली. तिच्या शब्दांत, विशेषत: डोळ्यांत इतका खरेपणा भरला होता की, मेग आणि मिसेस मार्च दोघींचाही तिच्यावर तात्काळ विश्वास बसला.

"मी जर या खोडीत भागीदार असते," ज्यो पुढे म्हणाली, "तर मी अशी खुळ्यासारखी चिठ्ठी मुळी लिहिलीच नसती आणि मेग, तू तरी कसा विश्वास ठेवलास या पत्रावर? ब्रुक असलं पत्र लिहील, हे तुला वाटलं तरी कसं?"

“मला – मला वाटलं, हे हस्ताक्षर त्यांच्यासारखंच आहे.” मेग अडखळत बोलली आणि पहिली चिठी व आता आलेले पत्र दोहोंतले हस्ताक्षर ती ताडून पाहू लागली.

“मेग, तू त्या पहिल्या पत्राला उत्तर धाडलंस की काय?” मिसेस मार्चने काही शंका येऊन प्रश्न केला.

“होय ना!” मेग म्हणाली आणि विलक्षण शरमेने तिने आपले तोंड दोन्ही हातांनी झाकून घेतले.

“छे छे! हे मात्र फारच झालं. मला त्या दुष्ट पोरट्याला इकडं घेऊन यायलाच हवं!” ज्यो म्हणाली, पण मिसेस मार्चने तिचा हात पकडून तिला जागच्याजागी थांबवले आणि मेगशेजारी बसत ती तिला म्हणाली, “मला वाटलं होतं, त्यापेक्षा हे प्रकरण अधिक गंभीर दिसतं आहे. मार्गरिट, हा सारा प्रकार कसकसा झाला, नीट समजावून सांग पाहू मला!”

“मला हे पहिलं पत्र लॉरीनं आणून दिलं.” मेग वर न बघता हलकेच म्हणाली, “पत्र वाचून मी चिंतेत पडले. एकदा मनात आलं आई, तुला हे सारं सांगून टाकावं. पण मग मला आठवलं की, तुझं त्यांच्याबद्दल – ब्रुकबद्दल – चांगलं मत आहे. तेव्हा मला वाटलं की, माझं गुपित काही काळ मी आपल्यापाशी ठेवलं तर त्यामुळे तू काही मजवर रागावणार नाहीस. कथा-कादंबऱ्यांतल्या मुलींना अशी पत्रं आल्याची वर्णनं आपण वाचतो. मग आपणही आपलं पत्रं काही काळ गुप्त ठेवलं तर काय बिघडलं, असं माझ्या मनात आलं. पण आता कळलं की, तो सारा मूर्खपणा होता आणि त्यांचं मला पुरेपूर प्रायश्चित मिळालं आहे!”

“बरं. पण तू या पत्राला उत्तर काय लिहिलंस?” मिसेस मार्चने विचारले.

“मी त्यांना इतकंच सांगितलं की, अजून माझं वय लहान असल्यामुळे अशा बाबतीत मी स्वत: काही निर्णय घेऊ शकत नाही. तेव्हा त्यांनी पपांनाच भेटून काय ते त्यांच्याकडून ठरवून घ्यावं.” मेगचे हे शब्द ऐकून मिसेस मार्चला हसू आले. ज्यो तर खदखदा हसत सुटली आणि टाळी वाजवून ती म्हणाली,

“हे काय प्रेमपत्राचं उत्तर म्हणायचं? फारच सभ्य बाई तू मेग. बरं, या पत्रावर ब्रुकचं काय म्हणणं आहे?”

“आता या पत्रात त्यांनी भलतंच काही लिहिलंय.” मेग म्हणाली, “ते म्हणतात, आपण कधी कसलंच पत्र धाडलं नव्हतं आणि माझी द्वाड बहीण ज्यो हिनं आम्हा दोघांच्या नावांशी असा खेळ खेळून भलती थट्टा करावी, याचं आपल्याला फार दु:ख होतं! त्यांचं पत्र फार सभ्य, सौजन्यशील आहे. पण मला हे सारं किती शरमेचं वाटत असेल, पहा बरं!”

बोलता बोलता मेगची मान पुन्हा खाली गेली आणि आईच्या कुशीत तिने आपले

तोंड लपवले.

लॉरीला शिव्या देत ज्यो खोलीभर येरझारा घालू लागली. पण एकाएकी ती थबकली. तिने ती दोन्ही पत्रे एकवार बारकाईने न्याहाळून पाहिली आणि मग ती अचानक म्हणाली,

''मला नाही वाटत, यांतलं एकही पत्र ब्रुकनं लिहिलंय म्हणून. त्याला यातल्या कशाचाच पत्ता नसावा. ही दोन्ही पत्र टेडीनंच लिहिली आहेत. माझी फजिती करण्यासाठी. मी माझं गुपित त्याला सांगत नव्हते ना, त्याचा त्यानं असा सूड उगवलाय.'

''स्वत:जवळ कसलंही गुपित ठेवू नकोस हं, ज्यो.'' मेग एकदम आवेशानं म्हणाली, ''सारं काही आईला सांगून टाक. माझी बघ काय दशा झाली ती!''

ज्योला खूप हसू आले. हसत हसत ती म्हणाली, ''आईला हे सारं ठाऊक होतं मेग.''

''मला वाटतं, आता ही चर्चा पुरे.'' मिसेस मार्च निश्चयी स्वरात म्हणाली, ''ज्यो, तू जाऊन लॉरीला इकडे घेऊन ये. मी या प्रकरणाचा पुरता तलास लावायचं ठरवलंय. अशा तऱ्हेच्या खोड्या पुन्हा कोणीही आणि कधीही करता कामा नयेत.''

ज्यो धावतच बाहेर गेली. मिसेस मार्चने मेगला प्रेमाने जवळ ओढले आणि ब्रुकच्या तिच्याविषयीच्या खऱ्या भावनांची मेगला थोडीशी कल्पना देऊन मग ती तिला म्हणाली,

''आता मला सांग बेटा, तुला ब्रुकविषयी काय वाटतं? तुला तो आवडतो का? आणि आवडत असला तरी इतक्या लौकर संसाराची जबाबदारी तुझ्याच्याने पेलवेल का?''

''मी इतकी घाबरले आहे आई, इतकी गोंधळून गेले आहे की, मला प्रेम, लग्न, संसार – कशाचाच तूर्त विचार करावासा वाटत नाही.'' मेग म्हणाली, ''मी तुझ्या पाया पडते, तू एवढंच कर, त्यांच्या कानावर यातलं एक अक्षरसुद्धा जाऊ देऊ नकोस आणि ज्योचा नि लॉरीचा काही तरी बंदोबस्त कर. कोणीही उठावं आणि मला बनवावं, माझी अशी जीवघेणी थट्टा करावी, हे मी मुळीच सहन करणार नाही!''

बोलता बोलता मेगचा ओठ थरथरू लागला आणि तिचे डोळे पाण्याने भरून आले. एरवीचा तिचा शांत आणि सौम्य स्वभाव या वेळी पार बदलून गेला होता. ती मनातून दुखावली गेली होती. ती भलती थट्टा तिच्या जिवाला किती लागली होती ते मिसेस मार्चला तात्काळ जाणवले आणि तिने मेगची आपल्या परीने खूप समजूत घातली. तेवढ्यात बाहेरच्या व्हरांड्यात पावले वाजली. त्याबरोबर मेग झटकन उठली आणि आतल्या खोलीत निघून गेली.

दार उघडून लॉरी आत आला. मिसेस मार्चने त्याला एकट्याला आत घेतले

आणि ज्योला बाहेर थांबायला सांगून खोलीचे दार आतून बंद करून घेतले. लॉरीने मिसेस मार्चच्या चेहऱ्याकडे पाहिले मात्र, एका क्षणात तो सारे काही समजून चुकला. खाली मान घालून अपराधी मुद्रेने हातातल्या टोपीच्या कडेवरून बोट फिरवीत तो स्तब्ध उभा राहिला. त्याच्या चेहऱ्याकडे पाहिल्याबरोबर त्याचा गुन्हा शाबीत होत होता. ज्यो बाहेर जाऊन उभी राहिली होती. नंतर सुमारे अर्धा तास खोलीतील संभाषणाचे आवाज अस्पष्टपणे बाहेर कानी येत होते. पण त्या अर्ध्या तासात त्या खोलीत खरोखरी काय घडले, याचा त्या मुलींना पुढे केव्हाही सुगावा लागला नाही.

ज्या वेळी मिसेस मार्चने ज्योला नि मेगला आत बोलावले, त्या वेळी लॉरीचा चेहरा इतका गरीब केविलवाणा दिसत होता की, ज्योने त्याला मनातल्या मनात तात्काळ क्षमा करून टाकली. मेग काहीशी गोंधळून त्याच्याकडे बघत होती. लॉरीने तिची अंत:करणपूर्वक क्षमा मागितली आणि ब्रुकला यातले अवाक्षरही माहीत नसल्याचे त्याने तिला शपथपूर्वक सांगितले. त्यामुळे मेगचे मन बरेचसे हलके झाले. लॉरी पुढे म्हणाला,

"मेग, झाल्या प्रकारातले एक अवाक्षरही माझ्या तोंडून बाहेर पडणार नाही, असे मी तुला वचन देतो. मला क्षमा कर. झाल्या गोष्टीबद्दल मला किती पस्तावा वाटतो आहे, हे मी शब्दांनी तुला सांगू शकत नाही. पण मला फार, फार वाईट वाटतं आहे."

बोलता बोलता त्याने खाली मान घातली. शरमेने त्याची मुद्रा अगदी गोरीमोरी झाली होती.

"मी सारं विसरून जाईन." मेग गंभीरपणे म्हणाली, "पण लॉरी, तू जे केलंस, ते सभ्यतेला अगदी सोडून होतं. मला नाही वाटलं कधी तू इतका चावट नि मिष्किल असशील म्हणून!"

"मी केलं ते वाईट होतं, यांत शंकाच नाही." लॉरी म्हणाला, "आणि याबद्दल तू मला कितीही मोठी शिक्षा केलीस तरी ते योग्यच ठरेल. पण तू पूर्वीसारखीच मैत्रीण राहा. राहशील ना?" बोलता बोलता त्याने आपले दोन्ही हात इतक्या नम्रपणाने पुढे केले आणि चेहऱ्यावर इतका आर्जवी भाव आणला की, त्याच्यावरचा रोष कायम टिकवून धरणे मोठे अवघड होते. मेगला त्याची कीव आली आणि तिने ताबडतोब त्याला क्षमा केली. मिसेस मार्चचा गंभीर चेहराही निवळला. इतकेच नव्हे तर तिला थोडेसे हसूही आहे. लॉरीने इतकी नम्रता, इतकी लाचारी यापूर्वी कधीही, कुणापुढेही स्वीकारली नसेल. मेगची त्याने जी खोडी काढली होती, तिचे परिमार्जन करण्यासाठी तो वाटेल ती तपश्चर्या करायला तयार होता.

हे सारे चालू असताना ज्यो बाजूला उभी होती. तिने कपाळाला आठ्या घातल्या होत्या आणि मनातली नाराजी चेहऱ्यावर पुरेपूर उमटवली होती. मेगची क्षमा मागताना लॉरीने तिच्याकडेही आर्जवी दृष्टिक्षेप केले होते. पण ज्योने आपल्याकडून स्नेहाचे

कसलेच चिन्ह दाखवले नाही. त्यामुळे लॉरी मनातून दुखावला गेला. त्याला स्वत:चा अपमान झाल्यासारखे वाटले आणि तो तिच्याकडे पाठ फिरवून उभा राहिला. मेगची क्षमा मागून झाल्यावर जाताना त्याने सर्वांबरोबर तिलाही लवून अभिवादन केले आणि मग अवाक्षरही न बोलता तो तडक तेथून निघून गेला.

तो गेला मात्र, ज्योला आपल्या कठोरपणाचा पस्तावा झाला. आपण लॉरीशी अधिक सौजन्याने वागायला हवे होते, असे तिला सारखे वाटू लागले. मेग आणि मिसेस मार्च जेव्हा माडीवर निघून गेल्या, तेव्हा तर तिला फारच एकटे एकटे वाटू लगले. तिच्या लाडक्या टेडीची तिला सारखी आठवण येऊ लागली. काय करावे तिला कळेना. सरतेशेवटी वाचायला आणलेले एक पुस्तक परत करण्याच्या निमित्ताने काखोटीला मारून ती सरळ उठली आणि शेजारच्या घरी आली.

''मिस्टर लॉरेन्स घरी आहेत का?'' मोलकरणीने येऊन दार उघडताच आत पाऊल टाकीत ज्योने तिला विचारले.

''आहेत, पण मला नाही वाटत, ते आता कुणाला भेटतील म्हणून.''

''का बरे? त्यांची प्रकृती ठीक नाही की काय?''

''प्रकृती ठीक आहे, पण छोट्या मालकांचं आणि त्यांचं आता खूप कडाक्याचं भांडण झालं. छोट्या मालकांचं आज काय बिनसलंय कुणास ठाऊक. पण दोघांची चांगलीच बोलाचाली झाली, एवढं मात्र खरं. म्हणून मला काही थोरल्या मालकांसमोर जायचा धीर होत नाही!''

''लॉरी कुठे आहे?''

''ते बसले आहेत माडीवर, आपल्या खोलीत जाऊन आणि खोलीचं दार त्यांनी आतून बंद करून घेतलंय. ते मुळीच दार उघडायलाच तयार नाहीत. इकडे मोठे मालक असेच आपल्या खोलीत जाऊन बसलेत. जेवण तयार झालंय. पण त्याचं आता काय होणार, कोण जाणे. जेवायला कोणीच येत नाही आहे!''

''मी जाते आणि बघते काय प्रकार आहे तो. मला काही कोणाचीच भीती वाटत नाही.'' ज्यो म्हणाली अणि जिना चढून ती माडीवर आली. लॉरीच्या खोलीचे दार आतून बंद होते. ज्योने दारावर जोराने टकटक केले तेव्हा आतून उग्र, चिडखोर आवाज आला,

''कोण आहे ते?''

ज्यो काहीच बोलली नाही. तिने पुन्हा एकवार दार खडखडावले. लॉरीने संतापून दार उघडले. ज्योला बघताच तो विलक्षण आश्चर्यचकित झाला. त्याच्या आश्चर्याचा भर ओसरण्यापूर्वीच लगबग करून ज्यो खोलीत घुसली. लॉरी खरोखरीच फार रागावला आहे, हे तिने लगेच ओळखले. पण त्याचा राग कसा काढावा, हे तिला अनुभवाने चांगले माहीत झाले होते. तिने चटकन त्याच्या समोर गुडघे टेकले आणि

सारा आर्जवीपणा एकवटून अत्यंत नम्रपणे ती त्याला म्हणाली,

"लॉरी, मी तुझ्याशी तुसडेपणाने वागले, याबद्दल मला फार वाईट वाटतं. मला क्षमा कर. त्याखेरीज मी इथून मुळीच हलणार नाही!"

"बरं बरं. केली क्षमा. आता नीट उठून बैस पाहू? चावटपणा पुरे!" लॉरीने तिला उठवीत म्हटले.

कपडे झटकीत ज्यो म्हणाली, "आता मला सांग, काय झालंय? तू इतका का चिडला आहेस?"

"चिडू नको तर काय करू? माझ्या अंगावर कुणी हात टाकला तर ते मला मुळीच सहन व्हायचं नाही." लॉरी गुरगुरत म्हणाला.

"अंगावर हात टाकला? कुणी?" ज्योने आश्चर्याने प्रश्न केला,

"कुणी म्हणजे? आजोबांनी! आता आजोबाच होते म्हणून सोडलं. त्यांच्या जागी दुसरे कोणी असते तर – " लॉरीने वाक्य अर्धेच सोडले आणि अत्यंत उग्र अभिनय करून मनातला आशय व्यक्त केला.

"पण त्यात काय बिघडलं?" ज्यो म्हणाली, "मी तर कितीदा तरी तुला गदागदा हलवते. थप्पडसुद्धा मारते. पण त्याचं काहीच वाटत नाही तुला!"

"तुझी गोष्ट वेगळी आहे. तू मुलगी आहेस. शिवाय ते मारणं गमतीत असतं. पण कोणाही पुरुषाला नाही मी माझ्या अंगाला हात लावू देणार!" लॉरी म्हणाला.

"तू जर असा मारक्या बैलासारखा चेहरा करून बघू लागलास तर कुणाची छाती आहे तुझ्या वाटेला जाण्याची?" ज्यो हसून म्हणाली, "पण आजोबांनी का हात टाकला अंगावर, ते तर सांगशील?"

"तुमच्या घरी काय घडलं, ते मी त्यांना सांगितलं नाही म्हणून रागावले ते." लॉरी म्हणाला, "पण ज्यो, तुझ्या आईला मी वचन दिलं नाही का की, झाल्या गोष्टीतलं अवाक्षर देखील मी कोणाजवळ बोलणार नाही म्हणून? मग ते वचन मी मोडू वाटतं?"

"पण मग हे सारं समजावून नाही का सांगायचंस आजोबांना?" ज्यो म्हणाली.

"ते ऐकतील तर ना?" लॉरी म्हणाला, "त्यांनी अगदी खरं खरं काय ते समजून घ्यायला हवं होतं. तुला सांगतो मी ज्यो, मेगचा उल्लेख न करता माझा खोडसाळपणा जर त्यांना सांगता आला असता तर मी तो अवश्य सांगितला असता. पण मेगचं नाव या प्रकरणात नाजूकपणे गुंतलं आहे ना? म्हणून मी मौन पत्करलं. नि आजोबांचं सारं बोलणं मुकाट्यानं ऐकून घेतलं. पण जेव्हा त्यांनी माझ्या गळ्याला हात घालून मला गदागदा हलवलं तेव्हा माझं मस्तक फिरलं आणि मग आपल्या हातून काही वावगा प्रकार होऊ नये म्हणून मी तिथून जो निसटलो तो माझ्या खोलीत येऊन बसलो."

"तुझ्या आजोबांचं जरासं चुकलं खरं," ज्यो म्हणाली, "पण किती केलं तरी

ते वडीलधारे आहेत लॉरी. तू समेट करायला हवास त्यांच्याशी. चला खाली. मी तुला मदत करते.''

''प्राण गेला तरी मी माघार घेणार नाही!'' लॉरी म्हणाला, ''माझं चुकलं, हे मला एकदम मान्य आहे. पण पोरपणानं मी सहज एखादी खोडी केली, तर त्याबद्दल प्रत्येकानं मला अगदी धारेवर धरावं, हे मी मुळीच सहन करणार नाही. मेगच्या बाबतीत माझ्या हातून जे घडलं, त्याचा मला मनापासून पस्तावा झाला. त्याबद्दल मी तिची क्षमाही मागितली. आता पुन्हा मी त्या गुन्ह्याचा प्रत्येकाकडे जाब काय म्हणून द्यावा?''

''पण आजोबांना हे सारं माहीत कुठं आहे?''

''माहीत नसलं तरी माझ्यावर विश्वास ठेवायला हवा त्यांनी. मी काही आता कुक्कुलं बाळ नाही – प्रत्येक बाबतीत माझी उलट तपासणी करायला. ते काही नाही, ज्यो, मी आता वयानं वाढलो आणि माझं बरं वाईट मला कळतंय, हे आजोबांना एकदा समजावून द्यायलाच हवं!''

''देवा देवा! काय हट्टीपणा हा!'' ज्यो हताशपणे म्हणाली, ''बरं पण आता या पेचातून वाट कशी काढायची?''

''कशी म्हणजे? आजोबांनी माझी क्षमा मागितली पाहिजे आणि मी कोणतंही असभ्यपणाचं वा नीच कृत्य केलं नाही, या गोष्टीवर त्यांनी विश्वास ठेवला पाहिजे.''

''वा! असं कसं करतील ते?''

''त्यांनी स्वत: होऊन दिलगिरी दाखवल्याखेरीज मी मुळी खाली जाणारच नाही.''

''हे बघ लॉरी, जरा समजूतदारपणानं वाग. हे सारं विसरून जा. तू काही सारा वेळ माडीवर आपल्या खोलीत काढू शकणार नाहीस. मग नसत्या नाटकी प्रतिज्ञा करण्यात काय अर्थ आहे?''

''मी काही सारा वेळ इथं नाही थांबणार. मी हळूच येथून निसटणार आणि घर सोडून दूर कुठं तरी प्रवासालाच निघून जाणार मुळी. एकदा मी नाहीसा झालो की, आजोबा आपोआप येतील ताळ्यावर!''

''ते तर झालंच. पण म्हातारपणी त्यांच्या जिवाला असा घोर लावणं तुला शोभतं का?''

''हं. तू आता मला उपदेशाचे डोस पाजू नकोस. मी वॉशिंग्टनला जाणार. ब्रुक तिथे आहेच. त्याच्यासोबत राहीन मी. वॉशिंग्टनला केवढी तरी मजा आहे. साऱ्या कटकटी कशा चुटकीसरशी नाहीशा होतील!''

''तुम्हां पुरुषांचं बरं असतं रे! तुम्ही वाटेल तिकडे जाऊ शकता. वाटेल ते करू शकता. मलाही असं घर सोडून पळून जाता येईल तर किती मजा होईल!'' ज्यो काहीश्या हेव्याने म्हणाली. आपण कशासाठी आलो आहोत, याचा तिला क्षणभर पार विसर पडला आणि लॉरीच्या अफाट स्वप्नाशी ती तद्रूप होऊन गेली. वॉशिंग्टनमधल्या

मुक्त आनंदमय जीवनाची चित्रे तिच्या डोळ्यांपुढे तरळली आणि तिचे भान हरपल्यासारखे झाले.

"तर मग तूही का चलत नाहीस माझ्याबरोबर?" लॉरी चटकन म्हणाला, "खरेच ज्यो. आपण दोघे मिळून गुपचूप वॉशिंग्टनला पळून जाऊ. कल्पना कर. तुला अशी अचानक आलेली पाहून तुझ्या वडिलांना केवढा आनंद होईल आणि मी ब्रुकला चकित करून सोडीन. वाहवा! काय मजा होईल! ज्यो, आपण खरोखरच पळून जाऊ या. वाटल्यास आपण कुठे जात आहोत, याचा खुलासा करणारं एक पत्र मागे लिहून ठेवू. माझ्याजवळ पुरेसे पैसेही आहेत. मग? काय करू या?"

एक घटकाभर ज्योची मुद्रा इतकी आतुर दिसू लागली की लॉरीच्या धाडसी बेताला ती संमती देणार असे वाटू लागले. लॉरी जे सुचवीत होता, ते तिच्या साहसप्रिय, विक्षिप्त, बंडखोर वृत्तीला भुरळ घालणारे होते. घरी राहून राहून नि बेथची रात्रंदिवस शुश्रूषा करून ती थकून गेली होती. तिला वेगळे वातावरण हवेसे वाटत होते आणि वडिलांच्या भेटीच्या कल्पनेने तिचे मन नाचू लागले होते. ती युद्धभूमी, त्या छावण्या, ती सैनिकी संचलने – साऱ्यांचाच क्षणभर तिला विलक्षण मोह पडला आणि तिचे डोळे आनंदाने लकाकू लागले. पण तेवढ्यात तिची नजर खिडकीकडे वळली आणि खिडकीतून तिला आपले जुनेपाने, ठेंगणे घर दिसले. घर दिसताच ती भानावर आली आणि खिन्नपणे मान हलवून म्हणाली,

"लॉरी, ते नाही जमायचं. मी जर तुझ्यासारखा मुलगा असते ना, तर आपण दोघे नक्की पळून गेलो असतो नि दोघांनी मिळून खूप खूप गंमत केली असती! पण मी मुलगी पडले ना? मुलींना असं, हवं तसं वागता येत नाही. मला सारी रीतभात पाळली पाहिजे नि घरीच बसून राहिलं पाहिजे. तेव्हा लॉरी, अशा भलभलत्या गोष्टी बोलून मला नसत्या मोहात पाडू नकोस."

"अग पण – यात केवढी गंमत आहे बघ तरी–" लॉरी पुन्हा बोलू लागला. पण ज्योने आपले दोन्ही हात कानांवर घट्ट दाबून धरले आणि ती ओरडून म्हणाली, "पुरे लॉरी. एक अक्षर सुद्धा बोलू नकोस. मी तुला शहाणपणा शिकवायला आले आहे. तुझ्याकडून वेडेपणा शिकण्यासाठी नव्हे!"

"हे उद्‌गार मेगच्या तोंडी शोभले असते." लॉरी निराश होऊन म्हणाला, "तुझ्यामध्ये याहून अधिक तडफ नि पराक्रम असेल, असं वाटलं होतं मला."

"बस्स कर! बस्स कर! माझ्या मनात भलभलत्या कल्पना भरवण्याऐवजी आपल्या स्वत:च्या गुन्ह्यांचा नि पापांचा विचार कर जरा!" ज्यो लॉरीला दरडावीत म्हणाली, "बरं, तू म्हणतोस त्याप्रमाणे तुझ्या आजोबांनी तुझ्याजवळ दिलगिरी प्रदर्शित केली, तर मग तू घरातून पळून जाण्याचा विचार डोक्यातून काढून टाकशील?"

"आजोबा कसले दिलगिरी प्रदर्शित करताहेत?" लॉरी साशंकपणे म्हणाला.

प्रकरण एवढ्या थराला आणल्याबद्दल आता त्याला मनातल्या मनात पस्तावा होऊ लागला होता.

"मी खाली जाते आणि बघते मला काय करता येईल ते!" ज्यो म्हणाली आणि लॉरीला तेथेच सोडून ती खाली निघून आली. मिस्टर लॉरेन्स आपल्या खोलीत बसून राहिले होते. दार आतून बंद होते. ज्योने हलकेच दारावर टकटक केले, तेव्हा आतून कडक आवाज आला.

"कोण आहे ते? या. आत या."

ज्यो आत शिरली आणि सारा धीर एकवटून ती म्हणाली, "मी वाचायला पुस्तक नेलं होतं ना, ते परत करायला आले आहे."

"मग आता काय काम आहे! दुसरं पुस्तक हवंय की काय वाचायला?" मिस्टर लॉरेन्स गुरगुरत म्हणाले.

"होय, या पुस्तकाचा पहिला भाग मला इतका आवडला की, आता मी दुसराही भाग वाचून काढीन म्हणते." बॉस्वेलच्या 'जॉन्सन' या सुप्रसिद्ध चरित्रग्रंथाचा पहिला भाग परत करीत ज्यो म्हणाली. मिस्टर लॉरेन्सनी तिला या ग्रंथाची शिफारस केली होती, त्यामुळे त्या ग्रंथासंबंधी अगत्य दाखवून त्यांचे मन वळवावे, असा ज्योचा धूर्त विचार होता.

ज्योचे बोलणे ऐकून मिस्टर लॉरेन्सच्या कपाळावरच्या आठ्या थोड्याशा कमी झाल्या. त्यांची उग्र मुद्रा काहीशी निवळली आणि त्यांनी एक भलेथोरले स्टूल भिंतीतल्या कपाटाजवळ आणून उभे केले. या फडताळाच्या अगदी वरच्या कप्प्यात जॉन्सनचे सारे ग्रंथ एकत्र ठेवलेले होते. ज्यो स्टुलावर चढून बसली आणि फडताळातले ग्रंथ शोधण्याचे निमित्त करून आता आपण पुढे कशा रीतीने चर्चा सुरू करावी, याचा ती मनातल्या मनात जोराने विचार करू लागली. येथे येण्यात तिचा काहीतरी वेगळा हेतू असावा, अर्श लॉरेन्सनाही शंका येत होतीच. म्हणून ते बराच वेळ संशयाने तिच्याकडे टक लावून बघत राहिले आणि मग त्यांनी इतके अचानक तिच्याशी बोलणे सुरू केले की, ज्यो विलक्षण दचकली आणि तिच्या हातातला 'रासेलस' ग्रंथ धाडकन खाली जमिनीवर पडला.

"या आमच्या पोरट्यानं काय भानगड केली आहे सांग पाहू!" मिस्टर लॉरेन्स म्हणाले, "त्यानं काहीतरी केलंय खास! त्याचा चेहराच सांगतोय मुळी आणि मी जेव्हा खरं काय ते त्याच्याकडून काढून घ्यायचा प्रयत्न केला, तेव्हा माझ्या हाताला हिसडा मारून पळून गेला कार्टा, अन् आता आपल्या खोलीत स्वत:ला कोंडून घेतलंय त्यानं!"

"त्याच्या हातून गुन्हा घडलाय खरा," ज्यो म्हणाली, "पण आम्ही त्याला क्षमा केली आहे नि या गोष्टीसंबंधी कुणाजवळही अवाक्षर सुद्धा बोलायचं नाही असंही ठरवून

टाकलंय आम्ही!''

"ते चालायचं नाही. ते अगदी चालायचं नाही!'' जोरजोराने हातवारे करीत मिस्टर लॉरेन्स म्हणाले, "तुम्ही पोरींनी त्या बदमाषाला असं पाठीशी घालता कामा नये. त्यानं जर खरोखरीच फार वाईट गोष्ट केली असेल तर त्यानं ते मला सांगितलं पाहिजे, माफी मागितली पाहिजे नि आपल्या अपराधाबद्दल त्यानं शिक्षाही भोगली पाहिजे. काय केलं त्यानं? सांग सांग पोरी. मला अंधारात ठेवू नकोस.''

मिस्टर लॉरेन्सचा आवाज बोलता बोलता खूपच चढला आणि त्यांची मुद्रा इतकी उग्र दिसू लागली की, ज्योच्या अंगाला कापरे भरले. कुठून आपण या भानगडीत पडलो, असे तिला होऊन गेले, शक्य असते तर तिने त्या क्षणीच तेथून पळ काढला असता. पण ती स्टुलावर चढून बसली होती आणि मिस्टर लॉरेन्स तिच्या वाटेत उभे होते. एखादा सिंह आयाळ पिंजारून उभा असावा, तसे उभे होते. काय करावे ते तिला कळेना. शेवटी जमेल तसे या प्रसंगाला तोंड द्यायचे, असे ठरवून सारा धीर एकवटून ती बोलू लागली,

"मला यासंबंधी आपल्याला काही सांगता येणार नाही. कारण या बाबतीत काहीही बोलण्याची आईनं मला सक्त मनाई केली आहे. लॉरीनं आपला गुन्हा कबूल केलाय, क्षमा मागितलीय नि आम्हीही त्याला क्षमा करून टाकली आहे. आपल्या अपराधाबद्दल त्याला पुरेसं शासन झालं आहे. त्याला वाचवण्यासाठी आम्ही गप्प बसलो नाही. पण दुसऱ्या कुणाचं तरी नाव या प्रकरणात गोवलं गेलंय. अन् त्या व्यक्तीची बदनामी होऊ नये म्हणून आम्ही गप्प बसलो आहोत. म्हणून तुम्ही कृपा करून या बाबतीत काहीही चौकशी करू नका. झालं गेलं सारं काही आपण विसरून जाऊ या नि मला वाटतं, आपण 'जॉन्सन' बद्दलच बोलू या!''

"मरो तो जॉन्सन! तू आधी खाली उतर पोरटे, नि मला शपथपूर्वक सांग बरं, की, या आमच्या पोरानं कसलंही चावटपणाचं किंवा कृतघ्नतेचं वर्तन केलं नाही म्हणून! कारण तसं जर काही त्यानं केलं असेल, तर मी त्याला माझ्या हातानं झोडपून काढीन. कधी सोडणार नाही!'' नाकपुड्या फुलवून नि डोळे लाल करून मिस्टर लॉरेन्स बोलले.

त्यांची ही धमकी भयंकर होती. पण ज्यो मुळीच घाबरून गेली नाही. मिस्टर लॉरेन्सनी कितीही कडक भाषा वापरली तरी लॉरीला ते कधी चुकूनही मारणार नाहीत, हे अनुभवाने तिला चांगले ठाऊक झाले होते. ती हळूच खाली उतरली आणि मेगच्या नावाचा उल्लेख न करता लॉरीचा खोडकरपणा जेवढा सांगता आला, तेवढा तिने त्यांना सांगून टाकला. हे सारे तिने हसत हसत आणि मोठ्या गंमतशीर रीतीने सांगितल्यामुळे मिस्टर लॉरेन्सचा राग बराचसा कमी झाला आणि ते म्हणाले,

"अस्सं. एकूण तुझ्या आईला दिलेला शब्द पाळायला हवा, म्हणून तो गप्प

बसला आहे म्हणायचा. हटवादीपणामुळे नव्हे तर! ठीक आहे. मी त्याला क्षमा करतो. पण एकंदरीत या पोराला शिस्त लावणे मोठे अवघड आहे! फार हट्टी आहे तो."

"मला वाटतं, धाकापेक्षा प्रेमानं त्याला वळण लावणं अधिक चांगलं!" ज्यो प्रौढपणाचा आव आणून म्हणाली.

"मग? मी त्याला फार धाकात ठेवतो, असं तुझं म्हणणं आहे की काय?" मिस्टर लॉरेन्सनी चमकून प्रश्न केला.

"छे छे! तसा नाही माझ्या म्हणण्याचा अर्थ!" ज्यो चपापून म्हणाली. "मला तर असं वाटतं की, एरव्ही तुम्ही त्याचे करू नयेत तेवढे लाड करता अन् मग केव्हा तरी एकदम भयंकर कडकपणानं नि शिस्तीनं त्याला वागवायला जाता तुम्ही, त्यामुळे सारं काही बिनसतं. तुम्हाला नाही वाटत असं?"

सारे काही मिस्टर लॉरेन्सशी स्पष्टपणे बोलून टाकायचेच, या विचाराने जरी ज्यो आली होती तरी इतके धिटाईचे भाषण करताना तिची जीभ जराशी चाचरल्यावाचून राहिली नाही. पण आश्चर्याची आणि आनंदाची गोष्ट अशी की, तिच्या स्पष्टवक्तेपणाचा लॉरेन्सना राग आला नाही. त्यांनी आपल्या चष्म्यातून तिच्याकडे रोखून पाहिले आणि मग चष्मा काढून टेबलावर आपटीत अचानक ते म्हणाले,

"खरं सांगू पोरी, तुझ्या बोलण्यात तथ्य आहे, असं मला वाटायला लागलं आहे. मी त्याचे खूप लाड करतो. पण कधीकधी तो माझ्या सहनशक्तीचा इतका अंत पाहातो की, मग मला त्याला कडक शासन करणं भाग पडतं. काय याचा परिणाम होणार आहे, कोण जाणे."

"मी सांगू काय होईल ते? तो पळून जाईल एखादे दिवशी." ज्यो पटकन बोलून गेली. पण दुसऱ्याच क्षणी तिला आपल्या बोलण्याचा पस्तावा झाला. तिचे शब्द कानी पडताच मिस्टर लॉरेन्सचा चेहरा खर्रकन उतरला. ते कसेबसे जवळच्या खुर्चीवर बसले आणि समोरच्या भिंतीवर लावलेल्या एका छायाचित्राकडे त्यांनी आपली नजर वळवली. त्या चित्रातून एक देखणा, हसतमुख, बेफिकीर डोळ्यांचा तरुण हसत होता. ते लॉरीचे वडील होते. ते आपल्या तरुण वयात घर सोडून निघून गेले होते आणि मिस्टर लॉरेन्सच्या मर्जीविरुद्ध त्यांनी लग्न केले होते. तो सारा भूतकाळ त्यांच्या डोळ्यांपुढे उभा राहिला असावा असे ज्योच्या मनात आले आणि आपण जे बोललो, ते बोललो नसतो तर बरे झाले असते, असे तिला वाटले. आपल्या बोलण्याला थट्टेचे वळण देण्याच्या हेतूने ती म्हणाली,

"अर्थात तो असं प्रत्यक्ष काही करील, असं मला मुळीच वाटत नाही. पण मधून मधून उगाच धमक्या मात्र देतो तो. विशेषत: अभ्यासाचा कंटाळा आला म्हणजे असले भलभलते विचार त्याच्या मनात येतात आणि खरं सांगू का, कधीकधी मलाही तसंच वाटायला लागतं. हल्ली माझे मुलांसारखे केस कापले आहेत ना, तेव्हापासून तर

फारच. तेव्हा आम्ही दोघे जर एखादे दिवशी घरी सापडेनासे झालो तर तुम्ही 'दोन गुंड मुलां'च्या शोधार्थ जाहिरात द्या वर्तमानपत्रात, म्हणजे झालं!''

आणि ज्यो मोठ्यांदा हसली. त्याबरोबर मिस्टर लॉरेन्सच्या चेहऱ्यावरचे चिंतेचे मळभ दूर झाले. तिचे सारे बोलणे त्यांना विनोदाचे वाटले आणि तिचा हलका गालगुच्चा घेऊन ते म्हणाले,

''काय चावट पोरटी आहेस तू! माझ्यासारख्याची अशी मस्करी करायला काहीच कसं वाटत नाही तुला? तुम्ही हल्लीची मुलं खरोखरच बदमाष आहात अगदी. जा आता आणि त्या पोरट्याला जेवायला बोलावून आण. म्हणावं, उगाच छळू नकोस आपल्या म्हाताऱ्या आजोबाला!''

''तो येणार नाही तसा, तुम्ही दिलगिरी व्यक्त केल्याशिवाय. तुम्ही त्याच्या शब्दावर विश्वास ठेवला नाहीत ना, म्हणून तो मनातून फार दुखावला गेला आहे.'' ज्यो गंभीरपणे म्हणाली. पण वाक्य संपवताना तिला हसू आल्यावाचून राहिले नाही. मिस्टर लॉरेन्सही तिच्याबरोबर हसत सुटले आणि आजचा प्रसंग निभावला, हे ज्यो समजून चुकली. तिच्या छातीवरचे मोठे ओझे दूर झाले आणि तिने सुटकेचा निःश्वास सोडला.

''त्याला माझ्याकडून आणखी दिलगिरी हवी काय?'' मिस्टर लॉरेन्स हसत हसत म्हणाले, ''मी नुसती तोंडी क्षमा मागितली तर चालेल ना?''

''मला वाटतं, तुम्ही त्याला दिलगिरीचं पत्र लिहावं एक. त्याशिवाय तो मुळीच जेवायला येणार नाही. आता तो बसलाय बडबडत वेड्यासारखा. म्हणतो, मी वॉशिंग्टनला जाईन. मी जगप्रवास करीन, हे नि ते! पण तुम्ही एक औपचारिक दिलगिरीचं पत्र लिहिलंत की, आपला सारा मूर्खपणा त्याच्या आपोआप ध्यानात येईल नि मग निमूट ताळ्यावर येईल स्वारी. लिहा ना एक पत्र? तोंडी क्षमेपेक्षा ते बरं. मी ते त्याला नेऊन देते नि वर कान उपटते त्याचे चांगले!''

मिस्टर लॉरेन्सनी क्षणभर ज्योकडे रोखून पाहिलं. ती आपल्याला बनवीत तर नसेल ना, अशी त्यांना शंका आली आणि तिला ते म्हणाले, ''तू मोठी वस्ताद नी चावट मुलगी आहेस, हे मी ओळखून आहे. पण तू आणि बेथ दोघी मला इतक्या आवडता की, तुमच्या तंत्रानं वागायला हरकत नाही वाटत मला, चल कागद लेखणी घेऊन ये. हा सारा मूर्खपणा संपवून टाकू दे एकदाचा.''

आणि मिस्टर लॉरेन्सनी एक दिलगिरीचे पत्र लगेच लिहून काढले. पत्राची भाषा दरबारी थाटाची होती आणि फार मोठ्या अपमानानंतर एखाद्या सभ्य माणसाने दुसऱ्या सभ्य माणसाची मन:पूर्वक क्षमायाचना करावी, तसा त्याचा एकंदर सूर होता. पत्र वाचून पाहाताच ज्यो मनापासून खूष झाली. तिने पटकन खाली वाकून मिस्टर लॉरेन्सच्या टकलाचा मुका घेतला आणि ती धावतच माडीवर गेली. लॉरीच्या खोलीचे

दार पुन्हा आतून बंद झाले होते. पण ज्योने दाराखालच्या फटीतून ते पत्र आत सरकवले. नंतर ती हलकेच मागे वळली. पण ती जिना उतरून खाली येते न येते तो जिन्याच्या कठड्यावरून घसरत लॉरी सर्रदिशी खाली आला आणि ज्योचा हात कृतज्ञतापूर्वक दाबीत म्हणाला,

"किती छान मुलगी आहेस तू, ज्यो? कसं काय तू मन वळवलंस आजोबांचं, कळत नाही मला. फार चिडले का ते तुझ्यावर?"

"विशेष नाही. मी बऱ्याच मुत्सद्दीपणाने वागले!" ज्यो म्हणाली.

"मी अगदी नालायक मुलगा आहे!" लॉरी पश्चात्तापाच्या सुरात म्हणाला,

"खरोखरच माझ्यामुळे आजोबांना, तुला, तुम्हां साऱ्यांनाच किती मनस्ताप भोगावा लागतो."

"ते जाऊ दे आता. तुला खरोखरच वाईट वाटतंय ना? मग आता आयुष्याचं नवं पान उलट. झाल्यागेल्या गोष्टीची खंत करण्यात वेळ दवडू नकोस उगाच!" ज्यो म्हणाली.

"ते तर रोज करतो आहे मी." लॉरी म्हणाला, "पण अशी एकेक पाने उलटवून नि डागाळून टाकताना एखादे दिवशी सारी पानंच संपून गेल्याचं अकस्मात ध्यानी यायचं!"

"तुला भूक लागली आहे. दुसरं काही नाही. भूक लागली की, पुरुष असेच वेड्यासारखे वागतात!" ज्यो गंभीरपणे म्हणाली.

"वा! केवढा पण तुला पुरुषांचा अनुभव!" लॉरी हसतहसत बोलला आणि तो तिच्या बरोबर मिस्टर लॉरेन्सच्या खोलीत गेला. पाच मिनिटांत सारे काही पुन्हा पहिल्यासारखे होऊन गेले.

तेवढ्यापुरता हा प्रसंग संपला. झाल्या घटनेवर पडदा पडला. हे छोटेसे वादळ ओसरले आणि घरातल्या सर्वांना त्या गोष्टींचा विसर पडला. पण त्याचा परिणाम व्हायचा तो होऊन चुकला होता. सारे विसरले, पण मेग विसरली नाही. ती स्वत:शीच अंतर्मुख होऊ लागली. दिवास्वप्ने रंगवू लागली. ब्रुकचा ती प्रत्यक्ष कधी उल्लेख करीत नसे; पण मनातल्या मनात ती सतत त्याचे चिंतन करू लागली आणि एकदा तर 'मिसेस जॉन ब्रुक' असे लिहून मग चुरगाळून टाकलेली एक चिमुकली चिठ्ठीही तिच्या खोलीत ज्योला सापडली. ती चिठ्ठी वाचून ज्योने तिचे तुकडे करून टाकले; पण आतल्या आत ती धसकली. कासावीस झाली. लॉरीच्या खोडकरपणामुळे आपल्या बहिणीच्या वियोगाची घटका अधिक जवळ ओढून आणली, याबद्दल तिची खात्री होऊन चुकली.

२२

हिरवीगार कुरणे

वादळानंतर स्वच्छ कोवळे ऊन पडावे, तसे नंतरचे काही आठवडे शांत आणि प्रसन्न रीतीने गेले. इकडे बेथ आणि तिकडे मिस्टर मार्च दोघांचीही प्रकृती झपाट्याने सुधारू लागली. एवढेच नव्हे तर मिस्टर मार्च लवकरच घरी परतण्याची चिन्हे दिसू लागली. बेथ आता दिवाणखान्यात सोफ्यावर येऊन बसू लागली. हळूहळू ती आपल्या आवडत्या मांजरांशी खेळू लागली आणि नंतर बाहुल्यांचे मागे पडलेले शिवणकाम हाती घेण्याइतपत तिची प्रगती झाली. पण अजूनही ती फार अशक्त होती. त्यामुळे दिवसातून दोनदा ज्यो तिला पाठुंगळी घेई आणि बागेतल्या मोकळ्या हवेतून फिरवून आणी. तिच्या तोंडाला चव यावी म्हणून हरतऱ्हेचे रुचकर पदार्थ शिजवताना मेग आपले सुंदर शुभ्र हात आनंदाने पोळून घेऊ लागली आणि मध्यंतरीच्या काळात भोगलेल्या मनस्तापाने ॲमीच्या वृत्तीत एवढा बदल घडून आला की, आँट मार्चकडून घरी परत येताच जवळच्या अनेक वस्तू बहिणींना वाटून टाकून आपल्या औदार्याने तिने साऱ्यांना चकित केले!

नाताळ जवळ येऊन ठेपला, तसतशा घरात रहस्यमय हालचाली सुरू झाल्या. नाताळसाठी ज्यो असे काही विचित्र, अद्भुत आणि अशक्य बेत आखू लागली की, ते ऐकताना साऱ्यांची हसता हसता पुरेवाट होई. तिच्या दृष्टीने येता नाताळ हा विशेष महत्त्वाचा होता. कारण दरम्यान कितीतरी संकटांतून नि अडचणींतून हे कुटुंब गेले होते. ज्योप्रमाणेच लॉरीही नाताळच्या सणाची आतुरतेने वाट बघत होता. त्यासाठी केवढेतरी दारूसामान त्याने आधीच खरेदी करून ठेवले होते. तशीच दोन्ही घरांची सुंदर सजावटही तो करणार होता. त्यांचे अनेक अशक्यप्राय बेत आणि खर्चिक कल्पना मिसेस मार्चने मुळातच हाणून पाडल्या, तेव्हा ती दोघे उदासवाणे चेहरे करून घरात हिंडू लागली. पण जेव्हा ती दोघेजण एकांतात बसून गुप्तपणे चर्चा करीत, तेव्हा हास्याचे एवढे जबरदस्त स्फोट होत की, त्यांचा खिन्नपणा हा नाटकी असल्याचे

सर्वांच्या सहज ध्यानात येई.

काही दिवस सुंदर सौम्य हवा पडली आणि मग नाताळचा दिवस उजाडला. आपण लवकरच येत असल्याचे मिस्टर मार्चनी पत्राने कळवले. बेथचीही प्रकृती त्या दिवशी फारच छान होती. मिसेस मार्चने तिच्यासाठी फिक्या किरमिजी रंगाचा फ्लॅनेलचा एक सुंदर झगा शिवला होता. तो घालून ती दिवाणखान्यात येऊन बसली होती. इतक्यात ज्योने अचानक मागून येऊन तिला उचलून घेतले आणि खिडकीशी नेऊन बागेतले एक दृश्य तिला दाखवले. बागेत एक सुंदर हिमकन्या उभी होती. ज्यो आणि लॉरी या दोघांनी गुपचुप रात्री बागेत जाऊन तासभर खपून बर्फाची शुभ्र पुतळी तयार केली होती. 'हॉली'च्या हिरव्यागार पानांचा मुकुट तिच्या मस्तकावर शोभत होता. तिच्या एका हातात फळाफुलांनी भरलेली करंडी होती तर दुसऱ्या हातात पियानोवर वाजवायच्या नवीन गाण्यांचे एक पुस्तक होते. तिच्या खांद्यावर इंद्रधनुष्याच्या रंगाचा एक सुंदर स्कार्फ होता आणि तिच्या तोंडातून गुलाबी कागदाची एक सुरळी बाहेर आली होती. तिच्यावर ज्योने जुळवलेली कविता सुवाच्य अक्षरात लॉरीने लिहून काढली होती. कविता अशी होती :

नाताळचे गाणे

माझ्या प्रिय बेथ राणी
नाताळ हा छान जावो
आज नव्या वर्षासंगे
सुख तुझ्या दारी येवो!

माझ्या लाडक्या बहिणी
तुझे पुरवाया कोड
फुले सुगंधी आणिली
तशी फळे गोड गोड

इंद्रधनुष्याकडून
सात घेऊनीया रंग
विणला हा 'मफलर'
तुझे झाकावया अंग!

तुझ्या मांजरांच्यासाठी
लाल रेशमी ही फीत
तुझ्या पियानोकरिता

नवे सुंदर संगीत!
माझ्या बर्फाच्या उरात
प्रेम उबदार राहे
शुभचिंतने साऱ्यांची
घेऊन मी आले आहे!

ती हिमकन्या पाहताच बेथचे डोळे कसे आनंदाने चमकले! आणि ती कितीतरी उल्हासाने खदखदून हसली! हसल्यामुळे तिच्या फिकट गालावर जी लाली उमटली, ती पाहिल्याबरोबर लॉरीला नि ज्योला आपल्या साऱ्या श्रमांचे सार्थक झाल्यासारखे वाटले. मग लॉरीने बागेत जाऊन त्या साऱ्या वस्तू आणल्या आणि ज्योने गमतीची भाषणे करीत, सर्वांना हसवीत एकेक वस्तू बेथला भेट म्हणून दिली.

तो अर्धा तास फारच धामधुमीचा गेला आणि तेवढ्या श्रमानेही बेथ थकली, तेव्हा ज्योने तिला अलगद कोचावर निजवले आणि विश्रांती घेण्याची प्रेमळ धमकी दिली. शिवाय फळांच्या करंडीतली काही द्राक्षे तिला बळेच खाऊ घातली. द्राक्षे खाता खाता तृप्तीचा एक नि:श्वास टाकून बेथ समाधानपूर्वक म्हणाली,

"मला आज इतका आनंद झाला आहे म्हणून सांगू! या आनंदात एकच उणीव आहे. पपा घरी यायला हवेत. ते आले म्हणजे मग हा आनंदाचा पेला अगदी काठोकाठ भरून जाईल!"

"मी देखील आज विलक्षण आनंदात आहे!" ज्यो म्हणाली आणि लॉरीने नाताळची भेट म्हणून दिलेले 'अनडाइन ॲण्ड सिन्ट्रॅम' हे पुस्तक खिशातून काढून ते तिने प्रेमाने कुरवाळले. गेले वर्षभर या पुस्तकासाठी ती तळमळत होती.

"माझा आनंद तर शब्दात मांडून दाखवणंच शक्य नाही." ॲमी म्हणाली. तिच्या हातात ख्रिस्तमातेचे आणि बालख्रिस्ताचे एक सुरेख कोरीव चित्र होते. ती मिसेस मार्चने तिला दिलेली नाताळची भेट होती.

"मी तर निश्चितच आनंदात आहे!" मेग म्हणाली आणि तिने आपल्या रुपेरी-करड्या रेशमी झग्याच्या चुण्या हाताने साफ केल्या. आयुष्यात प्रथमच तिने स्वत:च्या मालकीचा रेशमी पोषाख अंगावर चढवला होता. लॉरीच्या आजोबांनी नाताळची भेट म्हणून तो तिला आग्रहपूर्वक घेण्यास भाग पाडले होते.

"तुम्हा साऱ्यांच्या आनंदापेक्षा माझा आनंद वेगळा थोडाच आहे?" मिसेस मार्च किंचित गहिवरल्या स्वराने म्हणाली. तिच्या हातात 'आपण लवकरच येत आहोत' अशा मजकुराचे मुलींच्या वडिलांचे पत्र होते व तिची दृष्टी आजारातून जगल्यावाचल्या बेथवर खिळली होती. दुसऱ्या हाताने ती आपल्या झग्याच्या छातीवर बसवलेला 'ब्रूच' चाचपीत होती. तिच्या चारही मुलींनी आपल्या केसांची एकेक बट घेऊन, त्या साऱ्या

एकत्र गुंफून तो ब्रूच बनवला होता. ती त्यांनी आईला दिलेली नाताळची भेट होती.

आपल्या या रोजच्या रूक्ष, कष्टमय आणि गद्य अशा जीवनातही एखादा दिवस परीकथेतला उगवतो. त्या दिवशी सारे काही काव्यमय, अद्‌भुत आणि सुंदर असेच घडून येते. मार्च कुटुंबाच्या जीवनात आजचा दिवस असा उजाडला होता. कारण घरातल्या सर्व मंडळींनी आपापला असा आनंद बोलून दाखवल्यानंतर जेमतेम अर्धा तास गेला असेल नसेल, तो त्या घरातल्या आनंदात भर टाकणारी आणखी एक सुंदर घटना घडून आली. लॉरीने बाहेरचे दार अलगद उघडले आणि हळूच आत डोकावून पाहिले. तो काही बोलला नाही; पण त्याच्या चेहऱ्यावर असा काही विलक्षण आतुरतेचा नि आनंदाचा भाव होता की, त्याला बघताच प्रत्येकाचे मन जणू आपोआप उडी मारून उठले. लॉरी क्षणभर थबकला आणि मग एका विलक्षण स्वरात त्याने एवढेच म्हटले, ''मार्च कुटुंबासाठी ही आणखी एक नाताळची भेट!''

पण त्याच्या तोंडून ते शब्द बाहेर पडतात न पडतात तो मागच्या मागे त्याला कोणीतरी ओढून बाजूला केले आणि त्याच्या जागी दारात एक प्रौढ, उंचापुरा आणि धिप्पाड पुरुष येऊन उभा राहिला. त्याने गळ्यापर्यंत गरम कपडे घातले होते. मस्तकाभोवती त्याने लोकरीचा स्कार्फ गुंडाळला होता. त्याने दुसऱ्या एका तशाच उंच देखण्या पुरुषाच्या खांद्यावर हात ठेवला होता. त्या दोघांना मुलींनी पाहिले मात्र. एक क्षणभर त्या अवाक झाल्या. पण दुसऱ्याच क्षणी त्यांच्या मुखातून आनंदाचा एकच चीत्कार बाहेर पडला आणि त्या नंतर एक घटकाभर तिथे हर्षोद्‌गारांचा, हसण्याचा आणि रडण्याचा असा कल्लोळ उसळला, की काही विचारू नये. त्या गडबडीत अनेकांनी अनेक हास्यास्पद चुकाही केल्या. मिस्टर मार्च आपल्या मुलींच्या मिठीत अगदी झाकून गेले. ज्यो इतक्या कणखर मनाची नि पुरुषी बाण्याची मुलगी, पण वडिलांना पाहून आनंदाने ती बेशुद्ध पडण्याच्या बेतात आली अन् डॉक्टर लॉरीला तिच्यावर उपचार करावा लागला. ब्रुकने तर मेगचाच मुका घेतला आणि ही गोष्ट 'निव्वळ नजरचुकीने' झाली, असे त्याने नंतर आपल्या त्या कृतीचे घाईघाईने स्पष्टीकरण केले. ॲमी बिचारी वडिलांच्या पायांनाच मिठी मारून रडत राहिली आणि आपल्या आसवांनी तिने त्यांचे बूट पार भिजवले. या साऱ्या गोंधळात प्रथम भानावर आली मिसेस मार्च. तिने मुलींना इशारा देण्यासाठी हात उंचावून हलकेच म्हटले, ''बेथची आठवण ठेवा जरा. तिच्या मनाला एकदम धक्का बसेल!''

पण तिची ही सावधगिरी एका परीने अगदी निरर्थक होती. कारण बेथला केव्हाच या घटनेचा सुगावा लागला होता. एव्हाना ती मधल्या दारात येऊन उभी राहिली होती. आनंदामुळे तिच्या क्षणी देहात नवे सामर्थ्य आले आणि तीरासारखी धाव घेऊन ती एकदम आपल्या वडिलांना येऊन बिलगली. त्यांनी तिला हृदयाशी घट्ट धरले आणि तिच्या सुकलेल्या फिकट गालांचे मटामट मुके घेतले. नंतरच्या काही वेळात

प्रत्येकजण काही ना काही बडबडत राहिला. मने उचंबळून आली. डोळ्यांतून आसवे वाहिली आणि भूतकाळातली सारी दु:खे, साऱ्या वेदना नि सारा मनस्ताप त्यात वाहून जाऊन वर्तमानकाळाचा निखळ आनंद नि गोडवाच काय तो शिल्लक राहिला!

ती सारीजणे अशा रीतीने किती वेळ गप्पागोष्टींत नि हसण्यारडण्यात गुंगून राहिली असती कोण जाणे! पण दाराआडून आलेल्या हॅनाच्या हुंदक्यांनी त्यांना भानावर आणले. ज्योने झटदिशी जाऊन स्वयंपाकघराच्या बाजूचा दरवाजा उघडला तो भलतेच विनोदी दृश्य तिच्या नजरेस पडले. हॅनाच्या हातात खास नाताळसाठी शिजवलेला भला लठ्ठ टर्की कोंबडा एका मोठ्या थाळीत होता आणि तो तसाच हाती धरून ती जोरजोराने हुंदके देत रडत होती. मिस्टर मार्च आल्याचे कळताच हातातल्या थाळीसकट ती धावत बाहेर आली होती आणि आनंदाच्या भरात थाळी खाली ठेवायचेही तिला भान उरले नव्हते. हॅनाला तशा अवस्थेत पाहून साऱ्यांनाच अतोनात हसू कोसळले. हशा ओसल्यावर मिसेस मार्चने आपल्या पतीची काळजी घेतल्याबद्दल ब्रुकचे मनापासून आभार मानले. त्या आभाराच्या भाषणाने लाजाळू ब्रुकला अतिशय अवघडल्यासारखे झाले. मिस्टर मार्चना पूर्ण विश्रांती हवी आहे, याची त्याला एकदम आठवण झाली आणि लॉरीचा हात पकडून तो तेथून लगेच बाहेर पडला. त्यानंतर मिसेस मार्चने दोघाही दुखणेकऱ्यांना विश्रांती घेण्याचा हुकूम फर्मावला. पण मिस्टर मार्च किंवा बेथ, कोणीच विश्रांती घेण्याच्या मन:स्थितीत नव्हते. ती दोघेजण दिवाणखान्यातल्या एका मोठ्या थोरल्या कोचावर बसली आणि एकमेकांशी हितगुज करण्यात गढून गेली.

जरा वेळाने मिस्टर मार्चनी आपल्या प्रवासाची सविस्तर हकिकत सांगितली. एकाएकी चांगली हवा पडल्यामुळे डॉक्टरांनी त्यांना घरी जाण्याची परवानगी दिली व त्यामुळे त्यांचा इकडे येण्याचा अचानक बेत ठरला. एकदम येऊन सर्वांना चकित करावे म्हणून मिस्टर मार्चनी येण्याची निश्चित वेळ घरी कळवली नव्हती आणि त्याप्रमाणे अकस्मात येऊन त्यांनी सर्वांना आश्चर्याचा नि आनंदाचा धक्का दिला होता.

बोलता बोलता मिस्टर मार्च म्हणाले, ''या साऱ्या दुखण्यात ब्रुकची मला फारच मदत झाली. अतिशय नम्र, कष्टाळू आणि सुस्वभावी मुलगा आहे तो.''

इतके बोलून ते क्षणभर थबकले आणि शेकोटीतले निखारे खालीवर करण्यात गढून गेलेल्या मेगकडे सहजच त्यांची नजर वळली. नंतर त्यांनी आपल्या पत्नीकडे अर्थपूर्ण नजरेने पाहिले. मिसेस मार्चनेही भुवया किंचित उंचावून प्रश्नार्थक दृष्टीने पतीकडे पाहिले आणि मग उभयता पतिपत्नींत विवक्षित नेत्रपल्लवी घडून आली. मिस्टर मार्चनी समाधानाने मान हलवली. घरातल्या इतर कुणाचेही लक्ष या छोट्याशा नाट्यपूर्ण प्रसंगाकडे गेले नाही. ज्योच्या मात्र ते सारे ध्यानी आले. तिच्या कपाळावर आठ्या उमटल्या आणि वडिलांना खाण्याचे आणण्यासाठी स्वयंपाकघरात गेल्यावर

दार आतून धाडकन बंद करून पाय आपटीत ती स्वत:शीच रागाने पुटपुटली,

''मला तपकिरी डोळ्यांचे तरुण अगदी म्हटल्या अगदी आवडत नाहीत. भारी दुष्ट असतात ते. दुसऱ्यांच्या घरात चक्क फितुरी करतात!''

त्या दिवशी मार्च कुटुंबात नाताळची मेजवानी इतकी फक्कड झाली होती की, तसे रुचकर पदार्थ उभ्या जन्मात आपण कधी चाखले नव्हते, असे साऱ्यांचे म्हणणे पडले. नाना प्रकारचे मसाले भरलेला, भट्टीत भाजलेला नि फुलापानांच्या सजावटीने शृंगारलेला हॅनाच्या हातचा 'टर्की' कोंबडा हे आजच्या मेजवानीचे प्रमुख आकर्षण होते. हॅनाने बनवलेले प्लम पुडिंग तर इतके अरुवार झाले होते की, जिभेवर ठेवताच ते तोंडात अगदी विरघळून जात होते. त्याखेरीज नाना प्रकारच्या जेली, आईस्क्रीम, फळे हे पदार्थही जेवणात हजर होते. इतके गोड पदार्थ एकदम पाहून ॲमी इतकी खूष होऊन गेली की, आधी हे खावे की ते खावे हेच तिला कळेना. आजच्या पंक्तीला घरच्या सर्व मंडळींच्या जोडीला मिस्टर लॉरेन्स, लॉरी आणि ब्रुक हेही हजर होते. त्यामुळे गप्पांना आणि हास्यविनोदाला नुसता पूर आला होता. ज्यो मात्र ब्रुककडे मधूनमधून रागाचे कटाक्ष फेकीत होती आणि त्यामुळे लॉरीची करमणूक होत होती! टेबलाच्या एका कडेला दोन ठेंगण्या आरामखुर्च्या मांडल्या होत्या आणि त्यावर मिस्टर मार्च व बेथ या दोघां आजाऱ्यांची बसण्याची सोय केली होती. त्यांच्यासाठी फक्त थोडेसे पथ्याचे केले होते आणि फळे ठेवली होती.

दुपारच्या वेळी बर्फावरून घसरण्याच्या खेळाचा कार्यक्रम आयोजित केला होता. पण मुली आपल्या वडिलांना सोडून कोठेही जायला तयार नव्हता. त्यामुळे तो कार्यक्रम आपोआप रद्द झाला. लॉरी व त्याचे आजोबा लौकरच आपल्या घरी निघून गेले. संध्याकाळ झाली आणि बाहेर जसा काळोख पडू लागला. तशी मार्च कुटुंबातली सर्व मंडळी दिवाणखान्यात शेकोटीभोवती गोळा होऊन सुखदु:खाच्या गोष्टी बोलू लागली.

बराच वेळ गप्पा झाल्यानंतर मध्यंतरी संभाषणात थोडासा खंड पडला. क्षणभराने त्या शांततेचा भंग करीत ज्यो म्हणाली,

''गेल्या वर्षी नाताळचा सण तोंडावर आला होता, त्या वेळी आपण साऱ्याजणी किती उदास मन:स्थितीत होतो नाही? आठवतं का?''

''आठवतं तर काय झालं?'' मेग म्हणाली, ''पण त्या मानानं गेलं वर्ष एकंदरीनं काही अगदीच वाईट नाही गेलं म्हणायचं...'' आणि कसल्याशा आठवणीने ती हलकेच स्वत:शी हसली.

''मला तर वाटतं, हे वर्ष फार खडतर होतं.'' ॲमी पुटपुटली आणि आपल्या बोटातल्या निळाच्या अंगठीकडे तिने गंभीरपणे न्याहळून पाहिले.

''वर्ष कसं ना असेना, शेवटी एकदाच ते संपलं नि पपा घरी परत आले, ही

महत्त्वाची गोष्ट आहे.'' वडिलांच्या मांडीवर डोके ठेवून निजलेली बेथ प्रेमभराने त्यांना बिलगून म्हणाली.

''माझ्या लाडक्यांनो, तुम्हाला या वर्षात खूप त्रास सहन करावा लागला. विशेषत: शेवटचे काही महिने तुम्हाला भारी अवघड गेले. पण तुम्ही साऱ्या प्रसंगांना मोठ्या धीरानं तोंड दिलंत. माझ्या छोट्या प्रवाशांच्या डोक्यावरची ओझीही जड होती. पण आता एकेक ओझं गळून पडायच्या बेतात आहेसं दिसतंय!'' मिस्टर मार्च किंचित हसून म्हणाले आणि आपल्यासमोरचे चार कोवळे चेहरे वात्सल्याने नि ममतेने निरखीत राहिले.

''हे कसं कळलं पपा तुम्हाला? आईनं काही सांगितलं की काय?'' ज्योने कुतूहलाने प्रश्न केला.

''छे छे! मला कोणी काही सांगितलं नाही. पण गवताची लहानशी काडीसुद्धा वाहत्या वाऱ्याची दिशा दाखवतेच की आणि आज घरी आल्यापासून मी स्वत: अनेक लहान मोठे शोधही लावले आहेत.'' मिस्टर मार्च म्हणाले,

''खरंच की काय?'' मेग उत्सुकतेने पुढे सरकून म्हणाली, ''आम्हाला तरी सांगा ते शोध!''

''उदाहरणादाखल हा एक शोध पहा – '' मिस्टर मार्च म्हणाले आणि मेगचा उजवा हात हाती घेऊन ते पुढे बोलू लागले, ''या हाताला दोनतीन छोटे घट्टे पडले आहेत. हे पहिलं बोट सुई टोचून खरबरीत झालं आहे. नि या तळव्याला कुठे कुठे चटके बसल्याच्याही खुणा आहेत. एक काळ असा होता मेग, की या शुभ्र हाताचा तुला फार अभिमान होता आणि तो तसाच शुभ्र, नितळ सुंदर ठेवण्यासाठी तुझ्या जिवाचा आटापिटा चाललेला असायचा. त्या वेळी हा हात भारी सुंदर दिसे; पण माझ्या नजरेला आता तो अधिक सुंदर दिसतो. कारण या घट्ट्यांत, पोळल्याच्या खुणांत मला एक छोटासा इतिहास वाचता येतो आहे. ही बोटं शिवणकाम करण्यात गढून गेली आहेत. हे चटके आजारी बहिणीसाठी चवदार पदार्थ शिजवताना बसले आहेत आणि हा हात कष्ट करताना आपल्या सुंदरपणाची जाणीव विसरून गेला आहे. देखण्या, विलासी हातांपेक्षा कष्टाळू हात, घराची शोभा नि इतरांच्या सुखसोयी वाढवण्यासाठी झटणारे हात शतपटीने अधिक सुंदर वाटतात. म्हणून मला या चिमुकल्या, उद्योगी हाताचा फार अभिमान वाटतो. देव करो आणि हा हात दुसऱ्या कुणाचा तरी हाती देण्याची पाळी माझ्यावर लौकर न येवो!''

आपल्या वडिलांचे हे लांबलचक स्तुतिपर भाषण ऐकताना मेग मनातून फार सुखावली पण तितकीच ती लाजली सुद्धा. ती काहीच बोलली नाही. फक्त तिने लडिवाळपणे पित्याच्या खांद्यावर मस्तक टेकले.

''ज्योचं काय? तिच्याबद्दलही काही तरी छानसं बोला ना!'' बेथ हळूच मिस्टर

मार्चच्या कानांत कुजबुजली, “तिनं फार कष्ट केले आहेत आणि माझ्याशी ती फार फार प्रेमाने वागली आहे!”

मिस्टर मार्च मोठ्यांदा हसले आणि समोर जमिनीवर बसलेल्या ज्योकडे त्यांनी क्षणमात्र न्याहाळून पाहिले. ज्यो किंचित रोडावली होती. त्यामुळे तिचा उंचपणा नजरेत अधिकच भरत होता आणि एरव्ही तीक्ष्ण भासणाऱ्या तिच्या डोळ्यांत या वेळी विलक्षण मार्दव भरून राहिले होते.

“ज्योने आपले केस कापून टाकल्यामुळे तिचा चेहरा जरा पुरुषी वळणाचा वाटतोय खरं, पण एक वर्षांपूर्वी जो माझा ‘लाडका छोकरा’ मी घरी ठेवून गेलो होतो, तो आज मला कुठे दिसत नाही. त्याच्या जागी मी बघतोय एक तरुण मुलगी. ती आपले कपडे नीटनेटके घालते. बुटांच्या नाड्या व्यवस्थित बांधते. पूर्वीसारखी ती दिवाणखान्यात अस्ताव्यस्त लोळत नाही, शीळ घालीत नाही, किंवा पुरुषी भाषाही वापरीत नाही. चेहरा जरासा रोडावलाय, गाल फिके पडले आहेत, पण तरी या चेहऱ्याकडे बघताना मला फार बरं वाटतं. कारण या चेहऱ्यात, या डोळ्यांत खूप काहीतरी सोसल्याच्या खुणा उमटल्या आहेत आणि आवाज तर किती तरी सौम्य, मृदू झाला आहे. माझा दांडगा छोकरा दिसत नाही म्हणून मला चुकल्याचुकल्यासारखं वाटतंय खरं, पण त्याच्या जागी ही जी कष्टाळू, सोशिक, प्रेमळ आणि घरासाठी सतत झटणारी पोर मला दिसते आहे, ती मला पूर्वीइतकीच आजही आवडते. आपले भरगच्च केस कापून टाकण्याचं धाडस तिनं कसं केलं असेल कुणास ठाऊक. एक मात्र खरं, माझ्या या शहाण्या मुलीनं मला जी पंचवीस डॉलरची रक्कम धाडली, ती मी सतत मजजवळ तशीच सांभाळून ठेवणार आहे. साऱ्या वॉशिंग्टनमध्ये ते पैसे खर्चून घ्यावी, अशी मोलाची वस्तू मला कुठे दिसली नाही!”

वडिलांचे बोलणे ऐकता ऐकता ज्योचे फिकट गाल एकदम तांबूस झाले आणि तिचे डोळे चटकन आसवांनी भरून आले. आपल्या वडिलांच्या बोलण्यातला काही भाग जरी अतिशयोक्तीचा असला तरी त्यातला थोड्याशा स्तुतीला आपण पात्र आहोत, हे तिच्याच्याने नाकबूल करवेना.

“आता बेथची पाळी!” ॲमी उत्सुकतेने म्हणाली. कारण बेथनंतर आपली पाळी येणार, हे तिने मनोमन ओळखले होते. पण ती आतुरता मोठ्या प्रयासाने तिने आवरून धरली होती.

“बेथबद्दल काय बोलू मी? या आजारानं ती इतकी कृश, दुबळी झाली आहे की, तिच्याबद्दल काही बोलताच ती हवेत विरघळून जाईल की काय, अशी भीती वाटते मला!” मिस्टर मार्च हसतहसत म्हणाले. पण दुसऱ्याच क्षणी त्यांचा गळा दाटून आला आणि बेथला हृदयाशी घट्ट कवटाळीत रुद्ध स्वरात ते बोलले, “तू आम्हाला परत मिळालीस, यात सारं काही आलं, बाळा! देवाच्या कृपेने तू आता

लौकरच पाहिल्यासारखी धष्टपुष्ट हो म्हणजे झालं!''

त्यांच्या त्या भावनोत्कट शब्दांमुळे क्षणभर सर्वत्र गंभीर वातावरण पसरले. जरा वेळाने मिस्टर मार्चनी ॲमीला मांडीवर घेऊन तिच्या चमकत्या सोनेरी केसांवरून हात फिरवला. तिच्या गालाचा पटकन मुका घेऊन ते बोलू लागले,

''माझी ही लहानगी पोर तर फार शहाणी आहे. दुपारपासून मी बघतो आहे, ती एकदाही कुणाशी भांडली नाही, तिने कसली तक्रार केली नाही, जेवताना गोडासाठी हट्ट केला नाही, उलट तिनं टेबलावर जेवण वाढायला हॅनाला मदत केली. आईचे निरोप शेजारी पोहोचवले. पहिल्यासारखी ती वरचेवर आरशात डोकावून पाहात नाही. इतकेच नव्हे तर तिच्या बोटात एक अतिशय सुरेख अंगठी असूनसुद्धा तिचा तिने एकदाही उल्लेख केला नाही. त्यावरून मी असा निष्कर्ष काढला आहे की ॲमी आता स्वत:पेक्षा इतरांचा अधिक विचारू करू लागली आहे. इतकेच नाही तर आपल्या स्वभावाला, वर्तनाला चांगले वळण देण्याचा ती अगदी कसून प्रयत्न करते आहे. मला या गोष्टीचा अर्थातच फार आनंद वाटतो आहे. आमची ॲमी चित्रकार आहे. कलावंत आहे. पण तिच्या हातचे एखादे सुंदर चित्र पाहून मला जेवढे समाधान वाटेल, तेवढेच, किंबहुना त्याहून अधिक समाधान ती स्वत: सद्वर्तनी झाल्याने होईल. आपले आणि दुसऱ्याचेही आयुष्य सुखाने, आनंदाने भरून टाकणे ही सर्वांत श्रेष्ठ कला आहे!''

मिस्टर मार्चच्या या लांबलचक भाषणानंतर काही वेळ सर्वत्र शांतता पसरली. नंतर ॲमीने आपल्याला मिळालेल्या निळाच्या अंगठीची हकिकत आपल्या वडिलांना सांगितली.

इतका वेळ बेथ स्वत:शीच कसला तरी विचार करीत बसली होती. जरा वेळाने ती म्हणाली, ''आपली ती प्रवाशाच्या गोष्टीची कल्पना घेऊन बोलायचे झाले तर, तर प्रवासाचा शेवट अद्याप आलेला नाही. पण अडचणींनी भरलेले डोंगर नि दऱ्या ओलांडून आपण आता हिरव्यागार कुरणात येऊन पोहोचलो आहोत. इथं छान कोवळं ऊन पडलेलं आहे आणि सुंदर रंगीबेरंगी फुलं सर्वत्र उमलली आहेत.''

बोलता बोलता ती एकदम उठली आणि आपल्या छोट्या पियानोजवळ जाऊन बसली. ती म्हणाली, ''आज मला गाणं म्हणावंसं वाटतंय. पपांच्या आवडत्या गाण्याला मी चाल लावली आहे. तेव्हा तेच गाते मी आज.''

आणि तिने पियानोच्या पट्ट्यांना हलकेच स्पर्श करीत आपल्या मृदू आवाजाने गाण म्हणण्यास सुरुवात केली. जो तिचा स्वर पुन्हा ऐकायला मिळेल याची कोणालाच आशा नव्हती, तो सर्व दिवाणखान्यात भरून राहिला आणि सारीजणे ते गीत तन्मयतेने ऐकू लागली. गीत असे होते :

लीनपणे जो जगे तयाला
पतनाचे भय कधीच नाही,
कुणी न ज्याचे, देव तयाचा
सदैव सहचर होउन राही!

मूठपसा जे मिळेल येथे
तृप्त त्यात मी सदा असावे
तुझ्या कृपेच्या सावलीत रे
सार सुखाचे मला दिसावे

चिरंतनाचा यात्रिक मी तर
हवे कशाला पार्थिव ओझे?
स्वर्गामधले असीम वैभव
उद्या व्हायचे आहे माझे!

२३

अखेर जमले !

मधमाशा आपल्या राणीभोवती गोळा व्हाव्यात, तशा आई आणि मुली दुसरे दिवशी मिस्टर मार्चभोवती एकसारख्या फिरत होत्या. आजाऱ्याशी बोलत राहणे, त्याची शुश्रूषा करणे आणि त्याच्या सुखसोयीकडे लक्ष पुरवणे याखेरीज दुसरे काही त्यांना सुचत नव्हते की रुचत नव्हते. मिस्टर मार्चची आरामखुर्ची बेथच्या पलंगाशेजारी मांडली होती आणि मानेमागे मऊ उशा देऊन तेथे त्यांना अलगद बसवले होते. मिसेस मार्च, मेग आणि ज्यो सारा वेळ तेथेच घुटमळत होत्या. इतकेच काय, पण हॅना देखील सैंपाक करता करता दहा वेळा त्या खोलीत डोकावून जात होती. सारे घर आता पूर्णपणे सुखी, संतुष्ट आणि समाधानी वाटत होते. त्यात कसलीही उणीव नव्हती, पण तरी देखील त्या सुखात अजून काही तरी कमी वाटत होते. त्या पूर्णतेत काही तरी अपुरेपणा होता. मोठ्या दोघी मुलींना ते अस्पष्टपणे जाणवत होते. मिसेस मार्च मधूनच पतीकडे बघत होती आणि मग त्या दोघांच्याही नजरा अस्वस्थपणे मेगकडे वळत होत्या. ज्योला एकदम औदासीन्याचे झटके येत होते आणि ब्रुक घरी आला की, ती उगीचच त्याच्याशी तुसडेपणाने वागत होती. मेग विमनस्कपणे घरात वावरत होती. ती फारसे कोणाशी बोलत नव्हती. मात्र तिचे कान सतत कसली तरी चाहूल घेत असत. दारावरची बेल वाजली, की ती अचानक दचके. सहजगत्या ब्रुकचा उल्लेख झाला तरी ती लाजून तांबडीलाल पडे. ॲमीला हा काय प्रकार आहे, तेच कळेना. एकदा तर ती म्हणाली देखील, "सारे घर जणू कसली तरी वाट पाहत आहे. पण कसली? कुणाची? पपा तर आता घरी आले आहेत. मग आता काय राहिलंय बरं?" बेथलाही नवल वाटत होते की, आपले शेजारी नेहमीसारखे वरचेवर आपल्याकडे का येत नाहीत?

त्या दिवशी दुपारी लॉरी घरावरून जात असताना खिडकीशी उभ्या असलेल्या मेगकडे त्याची नजर गेली. त्याबरोबर त्याने एकदम बागेत गुडघे टेकून बैठक मारली.

छातीवर हात ठेवून आर्जवी अभिनय केला. चेहऱ्यावर दीनवाणा भाव आणला आणि मेगने जेव्हा त्याला हाकून देण्याचा आविर्भाव केला, तेव्हा त्याने हातरुमालाने डोळ्यांतले काल्पनिक अश्रू पुसून रुमाल पिळला, निराशेने कपाळ पिटले आणि मग नशा केलेल्या माणसासारखा झोकांडे खात तो तिथून निघून गेला.

"काय, चाललाय काय हा प्रकार?" मेगने हसत हसत आणि वरकरणी अजाणपणाचे सोंग आणीत म्हटले.

"तुझा जॉन तुझ्यापुढे कशी प्रेमयाचना करील, याची रंगीत तालीम करून दाखवतोय टेडी तुला!" ज्यो तिरस्काराने म्हणाली.

"हे बघ. 'माझा जॉन' वगैरे म्हणून नकोस हं. तसं म्हणणं बरोबर नाही अन् ते खरंही नाही." मेग चटकन उसळून म्हणाली, "तुला मी केव्हाच सांगून टाकलंय ज्यो, की मला काही त्यांच्याविषयी 'तसलं काही' वाटत नाही. आमच्यात आतापर्यंत कधीही कसलं बोलणं झालेलं नाही. एवढंच की, ते मला आवडतात. नि आपणा सर्वांचा चांगला स्नेह राहावा, असं मला मनापासून वाटतं."

"ते आता अवघड आहे." ज्यो म्हणाली, "लॉरीनं त्या दिवशी जो प्रताप गाजवला, त्याचे नाही म्हटले तरी दूरगामी परिणाम होणार आहेत. तू तर आता नक्कीच बदलली आहेस. मला तू दिवसेंदिवस दुरावत चालली आहेस. तू आता पहिली साधी भोळी, अल्लड, निष्पाप मेग राहिली नाहीस आणि आज ना उद्या तू हे घर सोडून जाणार, हे मलाही स्वच्छ दिसतंय. मला एवढंच वाटतं की, काय बरा वाईट प्रकार व्हायचा असेल तो एकदाचा लौकर होऊन जावा. म्हणजे आम्हाला आपली उगीच वाट बघायला नको."

"पपा म्हणतात, मी अजून फार लहान आहे. तेव्हा आतापासून मी गुंतून जाणं बरं नाही." मेग म्हणाली. पण बोलता बोलता तिला हसू आले व ते लपवण्यासाठी तिने खाली मान घातली. तिचे वडील मानीत होते, तितकी ती स्वत:ला लहान किंवा अजाण समजत नव्हतीसे दिसले.

"समज मेग, उद्या तुझ्या त्या जॉननं तुला मागणीच घातली, तर तू काय करशील?" ज्यो कुतूहलाने म्हणाली, "मला वाटतं, अशा वेळी काय करावं, ते तुला मुळीच कळणार नाही. तू नुसतीच लाजून लाल होशील. नाही तर रडू लागशील. पण त्याला निर्धारानं नकार देणं काही व्हायचं नाही तुझ्याच्यानं."

"तुला वाटतं तितकी काही मी मूर्ख अन् दुबळी नाही." मेग म्हणाली, "अशा वेळी काय करावं, कसं बोलावं, सगळं मला माहीत आहे. मी मुळी मनाशी सारा आराखडा तयार करून ठेवला आहे. म्हटलं, कोणत्या वेळी काय घडेल याचा नेम नाही. आपण आपल्याकडून जय्यत तयारी करून ठेवलेली असावी."

मेगच्या बोलण्याचे ज्योला हसू आल्यावाचून राहिले नाही आणि एकीकडे ती

हे निर्धाराने बोलत असता दुसरीकडे तिच्या गालावर ज्या गुलाबी छटा येत होत्या, त्याचीही तिला गंमत वाटल्यावाचून राहिली नाही. तिने कुतूहलाने मेगला म्हटले, "मग तू सारं ठरवूनच ठेवलं आहेस म्हणायचं. सांग बरं, असा प्रसंग आलाच तर तू कशी वागशील? की मला ते सांगायला तुझी हरकत आहे काही?"

"मुळीच नाही. तू आता सोळा वर्षांची झाली आहेस. तेव्हा तुला विश्वासात घ्यायला हरकत नाही आणि या गोष्टी तुला माहीत असाव्यात. न जाणो, माझा अनुभव पुढे मागे तुझ्या कामी येईल."

"मला नको आहे तसला अनुभव मुळीच." ज्यो झटक्याने मान हलवून म्हणाली, "दुसऱ्यांना प्रेमात पडताना नि सारा मनस्ताप भोगताना बघणं ठीक आहे. पण मला स्वत:ला या भानगडीची मुळीच आवश्यकता वाटत नाही."

"हे आता म्हणते आहेस तू. पण उद्या एखादं माणूस तुला खूप आवडायला लागले नि तूही त्याला तशीच आवडू लागलीस म्हणजे मग काही तुझी ही मतं राहाणार नाहीत." मेग हलकेच म्हणाली आणि तिने खिडकीतून बाहेरच्या छोट्या रस्त्याकडे नजर टाकली. वसंतऋतूतील संधिप्रकाशात तेथे अनेक प्रेमी युगुले हातांत हात गुंफून फिरताना दिसत.

"माझी मतं सोडून दे. पण तू तुझ्या स्वत:च्या बेताबद्दल बोलणार होतीस ना? जॉननं तुला मागणी घातल्यावर तू त्याला कसे निर्धाराने उत्तर देणार आहेस ते सांगणार होतीस तू मला!"

मेग आपल्या दिवास्वप्नातून एकदम जागी झाली आणि क्षणभर विचार करून ती म्हणाली.

"हो. सांगते ऐक. त्यांनी माझ्याशी प्रेमाचं किंवा लग्नाचं बोलणं सुरू केलं तर मी अगदी संथ, निश्चयी स्वरात त्यांना म्हणेन, 'मिस्टर ब्रुक, तुम्ही मजबद्दल व्यक्त केलेल्या या भावनेबद्दल मी तुमची फार आभारी आहे. पण या गोष्टीचा मी इतक्या लहान वयात विचार करू नये, असं माझ्या पपांना वाटतं. अन् माझंही तेच मत आहे. तेव्हा आपण हा विषय सोडून देऊ, नि पूर्वीप्रमाणेच एकमेकांशी फक्त स्नेहाचं नातं ठेवू. का? कसं काय वाटतं हे भाषण?"

"भाषण फारच दृढनिश्चयी आहे." ज्यो म्हणाली, "पण प्रत्यक्षात तू हे सारं बोलशील तेव्हा खरं. मला नाही वाटत, तुला एवढं धाडस होईल म्हणून. शिवाय तुझं मन आहे लोण्यासारखं मऊ. ब्रुक जरा गयावया करू लागला की, तू लगेच विरघळशील. त्याच्या भावना दुखावणं तुझ्याच्यानं मुळीच होणार नाही!"

"छे छे! माझं भाषण बोलून झाल्यावर त्यांच्या भावना बघायला मी तेथे थांबते आहे कशाला? मी अशी डौलानं मुळी खोलीच्या बाहेरच निघून जाईन!"

आपण कशा जाऊ, ते ज्योला साभिनय दाखविण्यासाठी मेग जागेवरून उठली

तेवढ्यात बाहेरच्या दालनात कुणाची तरी पावले वाजली. ती चाहूल लागली मात्र, मेग अतिशय चपळाईने आपल्या जागेकडे पुन्हा धावली आणि खुर्चीवर बसून हातातले शिवण इतक्या झपाट्याने करू लागली की, जणू ते वेळेवर पुरे करण्यावर तिचं सारं आयुष्य अवलंबून आहे ! ज्योने आपले हसू मोठ्या प्रयासाने दाबले. तेवढ्यात दारावर कोणीतरी हलकेच 'टक् टक्' केले. ज्यो जाऊन दार उघडते तो काय, दारात प्रत्यक्ष ब्रुकच उभा.

"गुड आफ्टरनून. मी माझी छत्री न्यायला आले होतो – नाही; म्हणजे तुमच्या वडिलांच्या प्रकृतीची चौकशी करायला आलो होतो." तो गोंधळून म्हणाला आणि दोघी बहिणींच्या गोऱ्यामोऱ्या चेहऱ्यांकडे आळीपाळीने पाहू लागला.

"तिची प्रकृती चांगली आहे – ते तिकडे कोपऱ्यात आहेत – मी सांगते तिला – आणते त्यांना!" आपले वडील अन् छत्री या दोघांचा सुरेख घोटाळा करत गडबडलेली ज्यो कसेबसे ब्रुकशी बोलली आणि नि पटकन त्या खोलीतून बाहेर निघून गेली. मेगने आपले दृढनिश्चयाचे भाषण करायला ही अगदी उत्तम संधी होती. पण तिचा तो सारा निर्धार क्षणार्धात कोठे नाहीसा झाला कोण जाणे! तिचे अंग कापू लागले. ज्योच्या पाठोपाठ तीही तिथून पळ काढणार होती. "मी आईला सांगते तुम्ही आल्याचं–" असे काहीसे पुटपुटत ती दाराकडे वळली देखील. तोच–

"जाऊ नकोस. थांब ना जराशी. तुला माझी भीती वाटते का, मार्गरिट?" ब्रुक हलकेच तिला म्हणाला आणि त्याची मुद्रा इतकी व्यथित दिसली की, आपण काही तरी फार अनुचित केले, असे मेगला वाटले. ती इतकी लाजली की, तो लाजेचा रक्तिमा तिच्या कपाळावर रुळणाऱ्या कुरळांपर्यंत पसरला. कारण ब्रुकने आतापर्यंत कधीच तिला 'मार्गरिट' अशा एकेरी घरगुती नावाने संबोधले नव्हते. आज प्रथमच त्याच्या तोंडून ते संबोधन ती ऐकत होती आणि त्यातली स्वाभाविकता अन् गोडवा तिला विलक्षण विद्ध करीत होता. ती मागे वळली आणि मृदुपणे म्हणाली,

"तुमची भीती कशी वाटेल बरं मला? तुम्ही माझ्या वडिलांसाठी किती अपार कष्ट सोसले आहेत. या साऱ्या गोष्टींबद्दल तुमचे आभार कसे मानावेत, हेच कळत नाही मला!"

"मी सांगू तुला कसे ते?" ब्रुक किंचित हसून म्हणाला, त्याने तिचा एवढासा गोंडस हात आपल्या दोन्ही हातांत घट्ट पकडला आणि तिच्या नजरेला भिडवीत तो इतक्या स्निग्धपणे तिच्याकडे पाहात राहिला की, मेगचे काळीज एकदम धडधडू लागले. घटकेत तिला वाटे इथून पळून जावे, तर घटकेत वाटे, इथेच थांबावे आणि ब्रुकचे बोलणे ऐकत राहावे. तिच्या मनाची मोठी विचित्र अवस्था झाली. तिला घाम फुटला. ब्रुकच्या हातांतून आपला हात काढून घेण्याचा अयशस्वी प्रयत्न करीत ती अडखळत म्हणाली,

"नको – नको ना! – सोडा ना माझा हात?"

"मी तुला मुळीच दुखवणार नाही, मेग. मला फक्त एकच कळायला हवंय, तुला माझ्याविषयी थोडंसं तरी प्रेम वाटतं की नाही? मला तू फार फार प्रिय आहेस! सांग ना, मी आवडतो का तुला?"

मेगला जे दृढनिश्चयी, नकाराचे भाषण करावयाचे होते, ते करण्याला ही वेळ मोठी छान होती. पण मेगने ते भाषण मुळीच केले नाही. त्यातला शब्दन् शब्द ती विसरून गेली. ती फक्त एवढेच बोलली, "मला नाही ठाऊक!" आणि तेही इतक्या हळू बोलली की, जॉनला ते छोटेसे वेडे उत्तर ऐकण्यासाठी किती तरी खाली वाकावे लागले.

तो खाली वाकला. स्वत:शीच किंचित हसला. त्याच्या मुद्रेवर समाधानाची भावना उमटली आणि मेगचा मऊसूत, गोंडस हात कृतज्ञतेने घट्ट दाबीत तो अत्यंत आर्जवी स्वरात बोलला,

"असं काय करतेस? तुझी मजविषयीची भावना जाणून घेतल्याखेरीज कामात लक्ष नाही लागत माझं! सांग ना मेग, माझ्या प्रेमाचं योग्य पारितोषिक मला मिळणार आहे की नाही?"

"पपा म्हणतात, मी अजून खूप लहान आहे." मेग हळूच पुटपुटली. एकीकडे तिची छाती धडधडत होती. पण त्याच वेळी तिला मनात खोल कुठे तरी सूक्ष्मसा आनंदही होत होता.

"तू म्हणशील तितके दिवस मी थांबायला तयार आहे." जॉन म्हणाला, "पण दरम्यानच्या काळात मी तुला आवडू लागेन ना? करशील ना तसा प्रयत्न? फार अवघड नाही ना ते?"

"अवघड नाही म्हणा, पण..."

"मग कर ना तसा प्रयत्न, मेग? मी शिकवीन ते सारं तुला. माझी खात्री आहे, प्रेमाचा धडा जर्मन भाषेइतका खासच कठीण नसेल." जॉन मध्येच म्हणाला आणि त्याने मेगचा दुसराही हात पकडला. त्यामुळे तिला आता हाताच्या ओंजळीत तोंड लपविणेही अशक्य होऊन बसले आणि जॉन सरळ तिच्या डोळ्यांत निरखून पाहून लागला. त्याच्या स्वरात पुरेसे आर्जव होते. पण चेहऱ्यावर मात्र आत्मविश्वास होता. जिंकल्याची भावना होती. विजयाचे हसू ओठावर खेळत होते. मेगने चोरून त्याच्याकडे दृष्टिक्षेप केला आणि हे सारे तिच्या ध्यानी आले. त्याबरोबर आतल्या आत ती थोडीशी नाराज झाली. चिडली. पुरुषांच्या भावनांशी कसे खेळावे, त्यांना संशयात ठेवून त्यांचा कसा सूक्ष्म छळ करावा, याबद्दल ॲमी मॉफटने वेळोवेळी दिलेले धडे एकदम तिला आठवले आणि सत्ता गाजवण्याची, अहंकाराची प्रवृत्ती तिच्या मनात उसळून आली. तिचा आपल्या वृत्तीवरचा ताबा सुटला आणि एका

विलक्षण लहरीच्या आहारी जाऊन, आपले हात जॉनच्या हातांतून ओढून घेत, उत्तेजित स्वरात ती म्हणाली,

"मला नाही हे काही शिकावंसं वाटत. सोडा पाहू माझे हात. जाऊ द्या मला इथून."

गरीब बिचारा ब्रुक. त्याचा चेहरा खाडकन उतरला. त्याने हवेत बांधलेले सारे सुंदर मनोरे गडगडत खाली कोसळले. मेगचे हे स्वरूप त्याला सर्वस्वी अज्ञात होते. तो गोंधळून गेला. काय करावे, कसे वागावे हे त्याला अजिबात कळेना.

"मेग, याचा अर्थ काय समजू मी?" त्याने चिंतातुर स्वरात प्रश्न केला, "हे सारं तू मनापासून बोलते आहेस काय?"

"हो. मनापासून बोलते आहे. मला या गोष्टींचा आतापासून मुळी विचारच करायचा नाही. पपा म्हणतात तेच खरं. मी अजून लहान आहे–"

"पण मेग, आज ना उद्या तुझं मन बदलणारच नाही का? मी वाट पाहीन. तुला त्रास देणार नाही. तुझ्या मनाविरुद्ध वागणार नाही. काय ते नीट बोल ना, मेग? माझ्या भावनांशी असा निर्दय खेळ खेळू नकोस. तुझ्याकडून अशा वर्तनाची अपेक्षा केली नव्हती मी."

"मजकडून कसलीच अपेक्षा करू नका तुम्ही आणि मला उगाच छेडूही नका." मेग बोलली. आपल्या प्रियकराला अशा रीतीने दुखवण्यात तिला मनस्वी समाधान वाटत होते आणि आपल्या गूढ शक्तीचा प्रत्यय येऊन कसलासा आनंदही होत होता.

आता मात्र जॉन खरोखरच संशयात पडला. त्याचा चेहरा गोरामोरा झाला. कथाकादंबऱ्यांतून रंगवलेले हताश प्रेमिक असतात, तसाच तो उदास दिसू लागला. पण त्याने आपले कपाळ पिटले नाही, की खोलीभर पाय आपटीत येरझाराही घातल्या नाहीत. तो फक्त अत्यंत स्निग्ध आर्जवी नजरेने मेगकडे टक लावून बघत राहिला आणि त्याला दूर ठेवण्याचा निर्धार ढासळून पडतो की काय, असे मेगला भय वाटू लागले. अशा अवस्थेत दोनतीन क्षण गेले. पुढे नेमके काय घडले असते, हे सांगणे कठीण आहे. कारण या अत्यंत गमतीदार आणि सूचक प्रेमप्रसंगाच्या वेळीच आँट मार्च तेथे येऊन दाखल झाली.

मिस्टर मार्च घरी आल्यानंतर त्यांना प्रत्यक्ष भेटावे, या हेतूने आँट मार्च स्वत:च त्यांना भेटायला आली होती. घरातली सारी माणसे, कुणी माडीवर तर कुणी मागल्या बाजूच्या दालनात होती आणि त्यांना चकित करावे यासाठी कसलीही पूर्वसूचना न देताच आँट मार्च अकस्मात या घरी आली होती. इतरांचे काय असेल ते असो, पण मेग आणि ब्रुक या दोघांना मात्र तिने आश्चर्याचा चांगलाच धक्का दिला खास. आँट मार्चला बघताच भूत दिसावे, तशी मेग दचकली आणि ब्रुक घाईघाईने शेजारच्या छोट्या खोलीकडे वळला.

मेगचा लालबुंद चेहरा आणि ब्रुकची गोरीमोरी चर्या यांकडे आळीपाळीने पाहत संशयी मुद्रेने आँट मार्च म्हणाली, "काय ग पोरी, हा काय प्रकार आहे?" आणि तिने हातातली वेताची छडी जोराने जमिनीवर आपटली.

"ते – ते पपांचे मित्र. पण आँट, तू कशी इकडे? मला भारी आश्चर्य वाटलं तुला पाहून." मेग अडखळत बोलली. आँट मार्च आता आपल्याला भले थोरले व्याख्यान सुनावणार याबद्दल तिला शंका राहिली नाही.

"तुला आश्चर्य वाटलं, हे दिसतंच आहे." एका खुर्चीवर बैठक ठोकीत आँट मार्च म्हणाली, "पण पपांचा मित्र आला म्हणून तुला येवढं लालबुंद व्हायला काय झालं? हे बघ मेग, इथं काही तरी पाणी मुरतंय खास. ही काय भानगड आहे, समजायलाच हवी मला!"

"आम्ही नुसते बोलत होतो एकमेकांशी. मिस्टर ब्रुक छत्री न्यायला आले होते त्यांची." मेग हलकेच म्हणाली आणि तेवढ्यातल्या तेवढ्यात तिने देवाची प्रार्थना केली : ते मिस्टर ब्रुक नि ती त्यांची छत्री, दोन्ही एव्हाना सुखरून घराबाहेर गेलेली असू दे!

"ब्रुक? म्हणजे तो शेजारच्या लॉरीचा मास्तर? हं. आता सारं ध्यानात आलं माझ्या. ज्यो एकदा बोलता बोलता चुकून काही तरी बडबडून गेली, अन् मग मी खरा प्रकार काढून घेतला तिच्याकडून. तो बहुधा तुला मागणी घालायला आला असणार. मग काय, होकार नाही ना दिलास त्याला खुळ्यासारखा? काय ग पोरी? काय म्हणते मी?" आँट मार्च आवाज चढवून म्हणाली.

मेग शरमेने अगदी लाल पडली. "काय हे आँट मार्च?" ती पुटपुटली, "केवढ्यांदा बोलतेस? ऐकतील ना ते? मी आईला सांगू का तू आल्याचं?"

"काही नकोस सांगायला. मला आधी तुला चार गोष्टी सुनवायच्या आहेत. हे बघ, मला सांग आधी. तू या ब्रुकशी की कुकशी लग्न करणार नाहीस ना? कारण ऐकून ठेव. तू जर त्याच्याशी लग्न करणार असशील तर माझ्या इस्टेटीतील एक पैसुद्धा तुला मिळणार नाही, हे ध्यानात धर आणि कर काय करायचं असेल ते."

आँट मार्चचा स्वभावच असा विचित्र होता की, त्यामुळे अगदी सौम्य आणि मृदु वृत्तीच्या माणसालाही तिला विरोधच करावासा वाटे. दुसऱ्याच्या मतांवर आक्रमण करणे, अधिकारवाणीने त्यांना काही गोष्टी सांगणे ही तिची कायमची खोड होती आणि नेमके हेच माणसांना आवडत नाही. त्यातून जी माणसे तरुण असून शिवाय प्रेमात पडलेली असतात, त्यांना तर ते कधीच रुचणे शक्य नसते. आँट मार्चने मेगला जर हुकूम सोडला असता की, तिने जॉन ब्रुकशीच लग्न करावे, तर मेगने त्या गोष्टीला तात्काळ नकार दिला असता. पण आँट मार्चने जेव्हा त्या बाबतीत तिला सक्त मनाई केली, तेव्हा तिचा सारा स्वाभिमान आणि स्वतंत्र वृत्ती

उचंबळून आली. तिने स्वत:च्या मनाशी तात्काळ निर्णय घेऊन टाकला आणि उत्तेजित स्वरात ती आँट मार्चला म्हणाली,

"आँट मार्च, मी तुला एकदाच सांगून ठेवते. ऐक. माझ्या मनात येईल त्याच्याशी मी लग्न करीन आणि तुझ्या मनात येईल, त्याला तू आपली संपत्ती देऊन टाक!"

"ओ हो! केवढी ही ऐट. तर मग माझा सल्ला तू असा झिडकारणार म्हणायची. पण लक्षात ठेव मेग, लग्न झाल्यावर झोपडीत राहून संसार करावा लागला ना, की प्रेमबिम जाईल चट सारं आटून, नि तुला आपल्या वर्तनाचा पस्तावा होईल."

"काही माणसं टोलेजंग इमारतीत राहूनसुद्धा पस्तावतात. त्यापेक्षा हे काही वाईट नाही." मेगने टोमणा मारला.

आँट मार्चने डोळ्यावर चष्मा चढवला आणि मेगकडे एकवार नीट न्याहाळून पाहिले. मेगचे हे आग्रही आणि स्वाभिमानी स्वरूप तिला अपरिचित होते आणि मेग – तिला देखील आपला हा हट्टी स्वभाव अगदी अनोळखी वाटत होता. ती खूप रागावली होती. पण त्याबरोबरच जॉनची बाजू घेऊन भांडताना तिला विलक्षण आनंद होत होता. आँट मार्च काहीशी गोंधळली. आपले जरासे चुकले, हे तिच्या ध्यानात आले. जरा वेळ ती स्तब्ध राहिली आणि मग समजुतीच्या स्वरात ती मेगला म्हणाली,

"मेग, पोरी, जरा विचार कर आणि मी काय म्हणते, ते नीट ऐक तरी. हे बघ, मी तुला इतकी जीव तोडून सांगते, त्याचं कारण तू सुखी व्हावीस एवढंच आहे. आता एक चूक करायची आणि पुढचा सारा जन्म पस्तावा करीत घालवायचा, असं तुझ्या बाबतीत होऊ नये. तुझ्या घरची परिस्थिती वाईट आहे. धाकट्या तीन बहिणी लग्नाच्या आहेत. तेव्हा एखाद्या पैसेवाल्या माणसाशी लग्न करणं नि आईवडिलांना मदत करणं तुझं कर्तव्य आहे बेटा!"

"पण मार्मीला किंवा पपांना तसं मुळीच वाटत नाही आणि ब्रुकची गरिबी असली तरी पपांचं त्याच्याविषयी फार चांगलं मत आहे!"

"तुझ्या पपांना कधी व्यवहार कळला आहे का? नि तुझी आई पण तसलीच. लहान पोराइतकासुद्धा समज नाही त्यांना स्वत:च्या स्वार्थाच्या बाबतीत!" आँट मार्च चिडून म्हणाली,

"नाही तेच चांगलं आहे!" मेग चटकन म्हणाली. पण तिच्या बोलण्याकडे दुर्लक्ष करून आँटने मार्चने पुढे म्हटले,

"मग मला एक सांग, हा तुझा रुक की कोण तो – त्याला निदान काही पैसेवाले नातलग तरी आहेत का?"

“नाहीत. पण त्यांचे काही श्रीमंत मित्र आहेत.”

“अग मित्र थोडेच संसाराला उपयोगी पडतात? एकदा लग्न करून बघा, म्हणजे मित्रांची सहानुभूती कशी चटकन संपुष्टात येते, कळेल. बरं ते जाऊ दे. या कुकला शिकवण्याखेरीज दुसरा काही उद्योगधंदा येतो का?”

“अजून तर काही नाही. पण लॉरेन्स त्यांना व्यवसायिक दृष्ट्या मदत करणार आहेत म्हणे.”

“जेम्स लॉरेन्स? नावच सोड. मोठा वस्ताद म्हातारा आहे तो. तो असा तुझ्या रुकला भांडवल देणार आहे होय? एकूण काय तर तू अशा माणसाशी लग्न करायला निघाली आहेस की, ज्याला ना उद्योगधंदा, ना पैसा, ना प्रतिष्ठा, ना श्रीमंत नातेवाईक! उद्या लग्न झाले तरी तुझ्या मागचे कष्ट सुटणार नाहीतच! आणि तरी तू हा वेड्यासारखा हट्ट धरून बसली आहेस. काय म्हणावं तुला, मेग? मला वाटलं नव्हतं, तू इतकी मूर्ख नि अव्यवहारी असशील म्हणून!”

“मी जे काही ठरवलं आहे, ते पूर्ण विचारान्ती ठरवलं आहे. जॉन ब्रुक दरिद्री असतील, पण ते मनानं श्रीमंत आहेत. त्यांच्याजवळ हुषारी आहे, प्रामाणिकपणाने कष्ट करण्याची उमेद आहे आणि आज आणि उद्या ते जगात नाव कमावतील याची खात्री आहे मला. साऱ्यांना त्यांच्याविषयी प्रेम आणि आदर वाटतो आणि अशा माणसाचं प्रेम मला लाभलं याबद्दल मला फार फार अभिमान वाटतो. कारण त्यांच्या तुलनेनं मी कितीतरी क्षुल्लक आणि अगदी वेडीखुळी आहे!” मेग म्हणाली. बोलता बोलता तिचा गळा भरून आला.

“तू त्याला इतका सज्जन समजू नकोस, मेग!” आँट मार्च एकदम म्हणाली, “तू गरीब असलीस तरी तुला चार श्रीमंत नातेवाईक आहेत, हे ठाऊक आहे त्याला आणि तुझ्यावरच्या त्याच्या प्रेमाचं ते रहस्य असेल. दुसरं काय?”

आता मात्र मेग खरोखरच चिडली. एकदम उसळून ती संतापाने थरथरत म्हणाली, “आँट मार्च, हे असले शब्द तोंडातून काढायचं धाडस तरी कसं होतं तुला? जॉनच्या स्वप्नातही असला स्वार्थी विचार येणार नाही आणि त्याच्यावर हे असले भलते-सलते आरोप मी तुला मुळीच करू देणार नाही. ते कधीही पैशासाठी कोणाशी लग्न करणार नाहीत आणि मीही पैशासाठी कोणाला माळ घालणार नाही. आम्ही थांबू, वाट पाहू, कष्ट करू आणि आमच्या जिवावर आमचा संसार उभा करू. मला दारिद्र्याचं मुळीच भय वाटत नाही. कारण इतके दिवस त्याचा मला चांगला अनुभव आहे. मला पूर्ण खात्री आहे की, जॉनच्या संगतीत मी अगदी सुखी होईन. त्यांचं माझ्यावर फार प्रेम आहे नि माझंही त्यांच्यावर–”

बोलता बोलता मेग अडखळली. ब्रुकला आपण घटकेपूर्वी निघून जायला सांगितले होते, हे तिला एकदम आठवले आणि शेजारच्या खोलीत असून आपले

सारे बोलणे तो ऐकत असेल, याची तिला एकदम जाणीव झाली. तिला अतोनात संकोच वाटला आणि ती गप्प बसली.

आँट मार्चच्या संतापाला पारावार उरला नाही. तिच्या पुतण्याच्या चारही मुलींत मेग सर्वांत देखणी होती आणि तिने एखादे श्रीमंत स्थळ गाठावे, ही आँट मार्चची मोठी महत्त्वाकांक्षा होती. पण मेगने त्या बाबतीत तिची निराशा केली होती. त्यामुळे आँट मार्च भडकली आणि मेगच्या मुद्रेवर असा एक सुखी भाव उमटला होता की, त्याने आँट मार्च एकीकडे खिन्न तर दुसरीकडे कडवट झाली.

"ठीक आहे!" ती मेगला म्हणाली, "तू आणि तुझं लग्न, दोन्हींशी मला काहीही कर्तव्य नाही. तू फार हट्टी मुलगी आहेस आणि आजच्या या तुझ्या मूर्खपणाच्या निर्धारामुळे तू माझ्या मनातून पार उतरून गेली आहेस. तुला काय हवं ते कर. नि तुझ्या ब्रुकच्या मित्रमंडळींना करू दे तुमच्यासाठी काय करायचं ते नको – आईला बोलवायच्या भानगडीत पडू नकोस. मी आता एक क्षणभरही थांबायला तयार नाही आणि जेव्हा तुझं लग्न होईल ना, तेव्हा माझ्याकडून एका पैचीसुद्धा अपेक्षा करू नकोस. माझा तुझा यापुढे काहीही संबंध नाही!"

आँट मार्चने एवढे लांबलचक भाषण केले आणि धाडकन दरवाजा उघडून ती निघून गेली मात्र, मेगचे सारे धैर्य नि आवेश तात्काळ ओसरला. ती क्षणभर तशीच अनिश्चितपणे तेथे उभी राहिली. हसावे की रडावे ते तिला कळेना. अशा अवस्थेत दोन क्षण गेले असतील, तोच शेजारच्या खोलीचे दार उघडून ब्रुक बाहेर आला आणि आवेगाने मेगला आपल्या बाहुपाशात गोळा करीत तो तिला म्हणाला,

"तुमच्या दोघींच्या संभाषणातला शब्दन् शब्द मी ऐकला मी. मेग, मला आँट मार्चचे आभार मानले पाहिजेत. कारण तिच्यामुळे शेवटी मला तुझं मन कळलं. या क्षणी मला केवढा आनंद होतो आहे म्हणून सांगू? पण हे सारं खरं ना, मेग? तुला माझ्याविषयी काहीतरी प्रेम वाटतं ना?"

"आँट मार्च तुमच्याविषयी बोलेपर्यंत मला माझ्या मनाचा नीटसा थांगच लागला नव्हता." किंचित हसून मेग म्हणाली.

"तर मग तू माझा स्वीकार केलास ना? हो म्हण मेग, एकदा तुझ्या तोंडून ते शब्द ऐकू दे मला."

आता पुन्हा ते दृढनिश्चयी भाषण करण्याची संधी आली होती. पण मेग ते भाषण पार विसरली. तिने अगदी हलकेच, "होय, जॉन, मी तुझीच आहे!" एवढेच म्हटले आणि त्याच्या कोटावर मस्तक टेकून आपले तोंड लपवले!

आँट मार्च निघून गेल्यावर पंधरावीस मिनिटे लोटली असतील. ज्यो माडीवरून हळूच खाली आली, दिवाणखान्याच्या आतल्या दाराशी ती क्षणभर थबकली. आत सारे सामसूम होते. कसलाही आवाज उमटत नव्हता. ज्योने समाधानपूर्वक मान

हलवली आणि ती स्वत:शीच हसली. तिच्या मनात आले, मेगने ठरल्याप्रमाणे नकार देऊन ब्रुकला घालवून दिले असावे. आता जावे आणि तिच्या तोंडून ती सारी गंमत प्रत्यक्ष ऐकावी.

गरीब बिचारी ज्यो. तिला ती 'गंमत' मुळीच ऐकायला मिळाली नाही. उलट दार लोटून ती आत शिरली तो विलक्षण दृश्य तिच्या नजरेस पडले. त्याबरोबर तिची पावले जागच्याजागी खिळून राहिली. तोंड व डोळे आश्चर्याने विस्फारित झाले. तिने पाहिले तो तिचा शत्रू कोचावर पाय पसरून अगदी आरामात बसला होता. तिची 'दृढनिश्चयी' बहीण त्याला बिलगून त्याच्या खांद्यावर मान ठेवून त्याच्या शेजारी बसली होती आणि तिच्या मुद्रेवर विलक्षण शरणागतीचा भाव होता. ते दृश्य पाहून ज्यो थक्क झाली आणि तिच्या तोंडून विस्मयाचा एक अस्फुट उद्गार बाहेर पडला. त्याबरोबर त्या उभयता प्रेमिकांचे तिच्याकडे लक्ष गेले. मेग चमकून लाजून दूर झाली. अभिमान आणि संकोच अशा परस्परविरोधी भावना तिच्या मुखावर उमटल्या. पण तो 'बदमाष' माणूस मात्र हसतहसत कोचावरून उठला आणि ज्योजवळ येऊन तिच्या गालाचा पटकन मुका घेत तो शांतपणे तिला म्हणाला, "ज्यो, माझं अभिनंदन कर पाहू. मी मेव्हणा झालोय आता तुझा."

ब्रुकच्या या अनपेक्षित वर्तनाने तर जणू ज्योच्या जखमेवर मीठच चोळले गेले. दोन्ही हातांनी त्याला दूर लोटीत ती तशीच तेथून माघारी वळली आणि धावतच माडीवर जाऊन धाडकन दार उघडीत ती ओरडली, "अहो, बघा, बघा तरी. खाली काय प्रकार चालला आहे तो. जॉन ब्रुक काय भलतंभलतं करतोय नि मेगला ते आवडतंसं दिसतंय."

ज्योचे विचित्र शब्द ऐकताच मिसेस मार्च लगबगीने खाली आली. ज्योने मात्र माडीवरच पलंगावर अंग टाकून दिले आणि रडक्या सुरात बेथला नि ॲमीला तिने सारी हकिकत सांगितली. धाकट्या दोघींना ते ऐकून फार आनंद झाला व त्या मोठ्या उत्साहाने पुढचे बेत आखू लागल्या. आपल्या दु:खात कोणीच सहभागी होत नाही, असे पाहिल्यावर ज्यो एकटीच माळ्यावर निघून गेली आणि तेथे तिने आपल्या मनोवेदनांना वाट करून दिली.

बऱ्याच वेळाने ज्यो खाली दिवाणखान्यात गेली. आता घरातली सर्वच मंडळी तेथे जमली होती. सारे जण एकदम बोलत होते आणि एकमेकांना आनंदाने बिलगत होते. जॉन ब्रुक एरव्ही अबोल समजला जाई, पण आज त्याने आपल्या प्रेमभावनेचे जोरदार समर्थन केले. मेगबद्दलच्या आपल्या उत्कट प्रीतीचे यथासांग वर्णन केले. पुढचे बेत आखले आणि भविष्याची इतकी रम्य चित्रे रेखाटली की, हे सारे होईतो वेळ कसा निघून गेला, याचे कोणालाही भानही राहिले नाही. जेवणाची घंटा वाजली तेव्हा अर्थातच मिसेस मार्चने ब्रुकला जेवायला थांबवून घेतले आणि त्याने मोठ्या

अभिमानाने मेगच्या हातात हात गुंफून तिला जेवणाच्या टेबलाशी नेऊन बसवले. त्या दोघांच्या चर्या इतक्या प्रसन्न व आनंदी दिसत होत्या की, त्यांच्याविषयी मनात राग वा मत्सर बाळगणे ज्योला अशक्य झाले आणि तीही हळूहळू साऱ्या कौटुंबिक आनंदात सामील झाली. ब्रुकचे मेगवरचे उत्कट प्रेम आणि मेगचे समाधान पाहून ॲमी फारच प्रभावित झाली. बेथ दुरूनच हसतमुखाने त्या दोघांकडे पाहात राहिली आणि मिस्टर मार्च व मिसेस मार्च त्या प्रेमी युगलाचे इतके कौतुक करू लागले की, ते जोडपे अत्यंत अव्यवहारी असल्याचा आँट मार्चचा शेरा कोणालाही सहज मान्य व्हावा! सारीजणे जेवायला बसली खरी. पण कोणालाच त्या दिवशी फारसे जेवण गेले नाही. मात्र प्रत्येकजण विलक्षण आनंदी दिसत होता. कुटुंबातल्या पहिल्या प्रेमकथेच्या प्रारंभाने सारे घर जणू एका अनामिक प्रकाशात उजळून गेले होते.

जेवणानंतर सारीजणे जेव्हा दिवाणखान्यात गप्पा मारीत बसली, तेव्हा ॲमी मेगकडे वळून तिला म्हणाली,

"या घरात कधीच काही छान घडत नाही, असं आता काही तुला म्हणायचं कारण नाही, मेग. खरं ना?" एकीकडे ती स्वत:शीच त्या उभयतांचे सुंदर पेंटिग करण्याचा बेत मनाशी आखीत होती.

"छे छे! आता माझी काहीच तक्रार नाही आयुष्याबद्दल!" मेग हसत हसत म्हणाली, "पण खरंच, या एका वर्षात किती तरी घटना घडून आल्या. नाही का?"

तिचे मन या क्षणी एका सुंदर गुलाबी वातावरणात तरंगत होते. तेथे भाकरी, घरदार, स्थैर्य आणि पैसा असल्या 'क्षुल्लक' गोष्टींना मुळीदेखील थारा नव्हता.

"वाईट गोष्टी जशा एकापाठोपाठ येतात, तशा चांगल्या घटनाही एकामागोमग एक घडतात." मिसेस मार्च म्हणाली, "बहुतेक कुटुंबांत एखादं वर्ष खूप घडामोडीचं जातं. आपल्या घरात हे वर्ष तसं गेलं. आजार काय, अडचणी काय, प्रवास काय, काही विचारू नका. आता मात्र सारं सुरळीत चालू लागलंयसं दिसतं."

"पुढच्या वर्षी याहूनही आणखी काही चांगले घडेल, अशी आशा करू या."ज्यो स्वत:शीच बोलावे तशी बोलली. मेगवर तिचे अतिशय प्रेम होते. ती तिची थोरली बहीणच नव्हे तर जीवश्चकंठश्च मैत्रीणही होती. तीच मेग एका अगदी त्रयस्थ माणसात इतकी गुरफटून गेलेली बघणे ज्योला असह्य होत होते. पण ते दु:ख ती आतल्याआत मोठ्या धैर्याने सहन करीत होती.

"आजपासून तिसऱ्या वर्षाअखेर फारच चांगल्या घटना घडणार, यात शंका नाही. कारण त्या वेळी मेगशी मी लग्न करणार आहे. दरम्यानच्या काळात मी माझे सारे बेत प्रत्यक्षात उतरवणार नि स्वत:चा पक्का जम बसवणार!" ब्रुक आत्मविश्वासपूर्वकतेने बोलला आणि त्याने मेगकडे एक प्रेमळ दृष्टिक्षेप केला.

"पण तीन वर्षं म्हणजे फार वाटतात. नाही का?" ॲमीने मध्येच म्हटले.

लग्नसमारंभाबद्दल तिला मोठे कुतूहल होते आणि म्हणूनच मेगचे लग्न तीन वर्षे लांबणीवर पडणे तिला पसंत नव्हते.

"मला तर तीन वर्षांचा अवधी देखील लहानच वाटतो. कारण तेवढ्यात सैंपाकापासून तो घरकामापर्यंत कितीतरी शिकून घ्यायचं आहे मला." मेग म्हणाली.

"छे छे! तू कसलेच श्रम घ्यायचे नाहीस हं. आपल्या संसारात कष्टांचा वाटा माझा आहे!" ब्रुक तिला प्रेमाने धमकावीत म्हणाला आणि 'कष्टांचा वाटा' उचलण्याचा प्रारंभ म्हणून मेगचा खाली पडलेला रुमाल उचलून तो त्याने तिच्या हाती दिला. ते पाहून ज्योने हताशपणे मान हलवली. पण तेवढ्यात बाहेरचे दार वाजले. तेव्हा ती समाधानाने स्वत:शीच म्हणाली, "हा लॉरी आला. आता मला त्याच्याशी तरी मनातले सारे मोकळेपणाने बोलता येईल!"

पण लॉरीला ही आनंदाची वार्ता कशी कोण जाणे, आधीच कळली होती. त्यामुळे आल्याबरोबर तो लबाड मुलगा एकदम शत्रुपक्षात सामील झाला आणि या प्रसंगासाठी म्हणून मुद्दाम आणलेला एक भला थोरला पुष्पगुच्छ मेगच्या हाती देत हसत हसत तो म्हणाला, "अभिनंदन मिसेस ब्रुक, अभिनंदन." त्याचा चेहरा इतका अभिमानाने ओसंडत होता की कुणाला वाटावे हा सारा बनाव त्याच्यामुळेच घडून आला आहे! तो पुढे म्हणाला,

"मला वाटलंच होतं, ब्रुक या प्रकरणात विजयी होणार म्हणून. एकदा एखादी गोष्ट करायचं त्यानं मनावर घेतलं की, आभाळ कोसळून पडलं तरी देखील मग त्याला कोणी अडवू शकणार नाही!"

"माझ्याबद्दल इतकं चांगलं बोलल्याबद्दल मी तुझे मन:पूर्वक आभार मानतो लॉरी आणि माझ्या लग्नाचं मी तुला इथल्या इथं आमंत्रण देऊन ठेवतो." आपल्या गुणी पण खोडकर शिष्याच्या पाठीवर थाप मारीत ब्रुक त्याला म्हणाला.

"तुम्ही आमंत्रण द्या नाही तर देऊ नका. मी या लग्नसमारंभाला अगदी अवश्य येणार. कारण त्या प्रसंगी ज्योचा चेहरा कसा दिसेल, हे बघण्यासाठी तरी मला यावेच लागेल. काय दोस्ता, तू काही फारसा खुषीत दिसत नाहीत. काय खबरबात काय आहे?" ज्योच्या हातात हात गुंफून तिला एका कोचावर आपल्या शेजारी बसवून घेत लॉरीने तिला विचारले.

"मला हे लग्न ठरलेलं मुळीच पसंत नाही. पण ज्या अर्थी हे सारं घडणारच, त्या अर्थी मी ते निमूटपणे सहन करायचं ठरवलंय." ज्यो उदासपणे म्हणाली. बोलता बोलता तिचा स्वर कंपित झाला. "मेगला दुसऱ्या कुणाच्या तरी स्वाधीन करणं, तिच्यावरचा आपला सारा हक्क सोडून देणं मला किती अवघड वाटतंय, तुला कल्पना येणार नाही, टेडी." ती हलकेच पुटपुटली.

"पण हक्क सोडण्याचा प्रश्नच कुठे येतोय?" लॉरी म्हणाला. "येवढंच की

ती आपली आहे, तशीच आणि तितकीच ब्रुकची पण होणार!''

"छे! पूर्वीचं नातं आता राहणारच नाही. मी माझ्या बहिणीलाच नव्हे तर अत्यंत जिवलग मैत्रिणीलाही मुकले आहे आज.'' ज्यो खिन्नपणे म्हणाली.

"तुला मी आहे ना, ज्यो?'' लॉरी म्हणाला, "आता मी तसा फार सामान्य आहे. पण मी सतत तुझा मित्र राहून जन्मभर तुला साथ देईन. देईन की नाही बघ!''

मला माहीत आहे ते टेडी!'' ज्यो कृतज्ञतेने म्हणाली, "तुझा मला नेहमीच मोठा आधार वाटतो.''

"होय ना? मग आता मनातला सारा खट्टूपणा काढून टाक बघू.'' लॉरी म्हणाला, "तसं काही फारसं बिघडलेलं नाही. मेग सुखी होईल. कारण ब्रुक फार उमदा माणूस आहे. तो लौकरच स्वत:चा घरसंसार उभा करील, आजोबा त्याला हवी ती मदत करतील. मेगला आपल्या स्वत:च्या घरात नांदताना पाहून आपल्याला किती गंमत वाटेल सांग पाहू! बरं ती गेली, तरी तुला एकटं एकटं वाटायचं काही कारण नाही. कारण माझं कॉलेजचं शिक्षण आटोपून मी तोवर घरी परत येतोच आहे. मग आपण प्रवासाला जाऊ या कुठेतरी. मजा मजा करू. मग तर झालं?''

"ते खरं आहे.'' ज्यो म्हणाली, "पण मधल्या तीन वर्षांत आणखी काय घडामोडी होतील, कुणास ठाऊक?''

"तेही खरंच म्हणा. पण ज्यो, तुला असं नाही वाटत की, काहीतरी जादू घडावी नि भविष्यात आपल्याला डोकावून बघता यावं? आपण सारीजणं तेव्हा कुठे नि कशा अवस्थेत असू हे समजावं?'' लॉरीने कुतूहलाने विचारले.

"छे छे. मला मुळीच तसं वाटत नाही. कोणी सांगावं, भविष्याच्या पोटी काय असेल ते? कदाचित काही दु:खद घटनाही असायच्या तिथं! त्यापेक्षा आज आपण सर्वजण आनंदात एकत्र आहोत, यातच मी संतुष्ट आहे.'' ज्यो गंभीरपणे म्हणाली, "शिवाय आजचं हे सुखाचं चित्र इतकं परिपूर्ण आहे की, त्यात आणखी काय भर टाकता येईल, तेच कळत नाही मला.''

तिचे डोळे संथपणे साऱ्यांवरून फिरले आणि तिचा उदास चेहरा क्रमाक्रमाने उजळत गेला. कारण दिवाणखान्यातले दृश्य तसेच मनोवेधक होते. मिस्टर मार्च आणि मिसेस मार्च दोघेही एकमेकांशेजारी बसली होती. त्यांच्या डोळ्यांत शांत समाधान तेवत होते आणि मुखावर प्रसन्न भाव उमटले होते. जणू वीस वर्षांपूर्वी त्यांची स्वत:ची सुरू झालेली प्रेमकथा आज त्यांना आठवत होती. मेग आणि ब्रुक दोघेही एकमेकांत गढून गेले होते. भोवतालच्या जगाची त्यांना जाणीव उरली नव्हती. जणू ते दोघे स्वत:च्याच एका विश्वात वावरत होते. ॲमी त्या दोघांचे 'स्केच' करीत होती. पण त्यांच्या मुखांवरील दिव्य भाव चित्रात उमटवणे त्या छोट्या आणि नवशिक्या 'आर्टिस्ट' ला फार अवघड जात होते. बेथ कोचावर

निजली होती आणि जवळ बसलेल्या मिस्टर लॉरेन्सचा हात तिने आपल्या हाती घट्ट पकडून ठेवला होता. एका कोवळ्या हाताची आणि एका वृद्ध हाताची ती सांगड मोठी हृदयस्पर्शी वाटत होती. ज्यो एका छोट्या ठेंगण्या खुर्चीत बसली होती. लॉरी त्या खुर्चीच्या मागे उभा होता. त्याने आपले दोन्ही हात ज्योच्या खांद्यावर ठेवले होते आणि हनुवटी खुर्चीच्या पाठीवर टेकली होती. समोर एक मोठा आरसा होता. त्यात त्याचे व ज्योचे प्रतिबिंब उमटले होते आणि आरशातल्या ज्योकडे बघून तो गमतीने हसत होता.

अशा रीतीने सर्व मंडळी बसलेली असताना, मेग, ज्यो, बेथ आणि ॲमी या चौघी बहिणींवर पडदा पडत आहे. कालांतराने हा पडदा पुन्हा वर जाईल का? या चौघी बहिणींच्या जीवननाट्यातला पुढला अंक आपणास पाहावयास मिळेल का? त्या वेळी या चौघीजणी कुठे असतील? कशा अवस्थेत असतील?

आज या प्रश्नाचे उत्तर कोण कसे देणार?

२४

थोडेसे पूर्वीचे

कथानकाचे सूत्र पुन्हा हाती घेण्यापूर्वी आणि मेगच्या लग्नसभारंभाला जाण्यापूर्वी मध्यंतरीच्या काळात मार्च कुटुंबाची काय हालहवाल होती, ते पाहणे आवश्यक आहे. यापुढे जो कथानकाचा भाग येणार आहे, त्यात प्रेमाचे रंग गडद भरले गेले आहेत असे जर एखाद्या वाचकाच्या मनात आले तर त्याला मिसेस मार्चच्याच शब्दांत असे उत्तर देता येईल : 'घरात चार वाढत्या वयाच्या, आनंदी वृत्तीच्या मुली नि शेजारी एक तरुण, राजबिंडा मुलगा. मग पोरांच्या गप्पा-गोष्टीत प्रेमाचा विषय सारखा खेळत राहिल्यास त्यात नवल ते काय?'

मध्यतंरी गेलेल्या तीन वर्षांनी मार्च कुटुंबात तसे फारच थोडे बदल घडवून आणले आहेत. युद्ध संपले आहे आणि मिस्टर मार्च आता पुन्हा घरी, आपल्या मुलामाणसांत येऊन राहिले आहेत. त्यांचा व्यासंग फिरून सुरू झाला आहे आणि त्यांच्या चर्चच्या कक्षेतल्या माणसांना त्यांच्या धार्मिक वृत्तीचा, दयाळू स्वभावाचा नि अभ्यासू बुद्धीचा पुन्हा लाभ होऊ लागला आहे आणि आपल्या भोवतालच्या माणसांकडे बंधुभावनेने बघण्याच्या त्यांच्या सवयीत काडीमात्र बदल झालेला नाही. त्यांच्या या विशिष्ट स्वभावामुळे व्यावहारिक यश कधी त्यांच्या वाट्याला आले नाही. श्रीमंतीने त्याच्याकडे कायमची पाठ फिरवली, पण त्याच त्यांच्या स्वभावाने त्यांच्या सान्निध्यात येणाऱ्या प्रत्येक लहान मोठ्या माणसाच्या मनात त्यांच्याविषयी अतोनात प्रेम आणि आदर निर्माण केला. फुलाकडे भुंग्यांनी आकृष्ट व्हावे, तितक्या सहजतेने माणसांची मने त्यांच्याकडे वळत. तरुणांना त्यांचा सल्ला मोलाचा वाटे. दुःखी स्त्रिया बापाला सांगावे तेवढ्या मोकळेपणाने आपले दुःख त्यांना निवेदन करीत. पातक्यांना आपल्या पापांचा त्यांच्याजवळ कबुलीजबाब देताना संकोच वाटत नसे. तरुण, बुद्धिमान, महत्त्वाकांक्षी, सर्व प्रकारच्या लोकांना या वृद्ध विद्वानाची नि वाङ्मयप्रेमी रसिकाची संगती हवी हवीशी वाटे. फार काय सांगावे, अगदी शंभर टक्के व्यवहारी

नि हिशेबी लोकांना देखील मिस्टर मार्चचे उदात्त व्यक्तिमत्त्व मोहिनी घातल्यावाचून राहत नसे.

बाहेरच्या माणसांना वरवर पाहता वाटे की, मार्च कुटुंबातल्या पाच उत्साही स्त्रियाच त्या घरातला सारा अधिकार मुठीत ठेवून आहेत आणि तसा त्यांच्या हाती बराच अधिकार असेही. पण तरीदेखील आपल्या ग्रंथसंग्रहालयात बसून अविरत व्यासंग करणारे वृद्ध, विवेकी मिस्टर मार्च हीच त्या कुटुंबातली सर्वप्रमुख शक्ती होती. घरातल्या प्रत्येकालाच त्यांचा आधार होता. पती, पिता, कुटंबप्रमुख आणि जिव्हाळ्याचा मित्र – सारीच नाती त्यांच्या ठायी एकवटलेली होती आणि कोणत्याही अडचणीच्या प्रसंगी मिसेस मार्चपासून तो ॲमीपर्यंत घरातल्या साऱ्याजणी सल्ल्यासाठी, मार्गदर्शनासाठी त्यांच्याकडे वळत असत.

आईच्या नि वडिलांच्या मायेच्या सावलीत चौघी बहिणी सुखाने काळ कंठीत होत्या. त्यांनी आपले मन आईच्या ताब्यात दिले होते तर आत्मा वडिलांच्या स्वाधीन केला होता. बाल्य संपून तारुण्यात पाऊल टाकले तरीही त्या मुलींना अजूनही आईवडिलांची फार सवय होती. फार लळा होता आणि बाळपणी वाट्याला आलेल्या कोडकौतुकाचे आता अधिक चिवट व जिव्हाळ्याच्या अशा स्नेहसंबंधात पर्यवसान झाले होते.

मिसेस मार्च अजूनही पूर्वीइतकीच चपळ, आनंदी व उत्साही आहे. मात्र पूर्वीपेक्षा आता तिचे केस अधिक पिकले आहेत आणि तूर्त तरी मेगच्या लग्नाच्या तयारीत ती इतकी गुरफटून गेली आहे की, सैनिकांसाठी उघडलेल्या इस्पितळाला दिल्या जाणाऱ्या तिच्या भेटींचे प्रमाण फार कमी झाले आहे. त्यामुळे तेथील जखमी सैनिकांना व त्यांच्या नातेवाइकांना फार चुकल्याचुकल्यासारखे वाटते.

जॉन ब्रुक सैन्यात गेला. तेथे एक वर्षभर त्याने इमाने इतबारे देशाची सेवा केली. पण पुढे तो जखमी झाला. त्यामुळे त्याला रणभूमीवरून घरी परत यावे लागले. त्याला बक्षिसे, पदके मिळाली नाहीत किंवा त्याचा फार मोठा गौरवही झाला नाही. पण त्यामुळे त्याची देशसेवा लेशभरही हिणकस ठरली नाही. कारण ऐन तारुण्यात त्याने देशासाठी आपले सर्वस्व धोक्यात घातले होते आणि प्रेमाची, सुखाच्या संसाराची स्वप्ने डोळ्यांपुढे उमललेली असतानाही तो सैन्यात दाखल झाला होता. सैन्यातून परत आल्यानंतर काही दिवस त्याने विश्रांती घेतली आणि मग मार्गारिटसाठी घर तयार करण्याच्या निर्धाराने तो उद्योगाला लागला. मिस्टर लॉरेन्स त्याला एखादा व्यवसाय सुरू करण्यासाठी भरपूर भांडवल द्यायला तयार होते. पण स्वाभिमानी ब्रुकने ती मदत नाकारली. दुसऱ्याच्या जिवावर व्यावसायिक उड्या मारणे त्याला मान्य नव्हते. त्याने एका मोठ्या फर्ममध्ये हिशेब तपासनिसाची नोकरी पत्करली आणि उसनवार पैशांपेक्षा स्वकष्टार्जित मोजक्या पगारावरच संसाराचा प्रारंभ

करण्याचे त्याने ठरवले.

मध्यंतरीच्या तीन वर्षांत मेग सतत कार्यमग्न राहिली होती आणि संसारोपयोगी कामे शिकून घेण्यात हा काळ तिने घालवला होता. तिच्या चेहऱ्यावरील बालिशपणा जाऊन तिथे आता स्त्रीत्वाचा गंभीर भाव उमटला होता आणि पूर्वीपेक्षा ती कितीतरी अधिक सुंदर दिसत होती. कारण माणसे प्रेमात पडली की, ती आपोआपच देखणी दिसू लागतात. मग मेग तर काय मुळातच सुंदर होती. तिने संसाराची खूप सुरेख चित्रे मनाशी रंगवली होती. ही चित्रे रंगवताना आपल्या सामान्य परिस्थितीचा विचार मनात येऊन कधीकधी तिला जरासे वाईट वाटे. नेड मॉफट आणि सॅली गार्डनर यांचे नुकतेच लग्न झाले होते आणि त्यांची परिस्थिती मेगहून कितीतरी पटीने चांगली होती. त्यांचे सुंदर घर, भारी फर्निचर, गाडीघोडा, नोकरचाकर आणि भारीभारी कपडेलत्ते हे जेव्हा मेग पाही, तेव्हा तिच्या काळजात असूयेची सूक्ष्म कळ उमटून जाई आणि आपल्यालाही असेच वैभव असावे, अशी आत कुठे तरी तिला ओढ लागे. पण जॉन आपल्या घरासाठी किती कष्ट करतो आहे, हे पाहिले की, तिच्या मनातले हे वेडे विचार तात्काळ नाहीसे होत. त्याने आपल्यासाठी तयार केलेल्या छोट्या घराच्या आठवणीने तिचे हृदय प्रेमाने दाटून येई. मग संध्याकाळच्या वेळी कातर संधिप्रकाशात एकमेकांशेजारी बसून ती दोघे जेव्हा आपल्या भावी संसाराचे बेत आखीत, तेव्हा भविष्य इतके गुलाबी, सुंदर आणि तेज:पुंज दिसू लागे की, सॅलीच्या श्रीमंतीचा मेगला क्षणार्धात विसर पडे आणि स्वत:ला ती जगातली अत्यंत सुखी व भाग्यशाली स्त्री मानू लागे.

ज्यो पुन्हा आँट मार्चकडे नोकरीसाठी गेली नाही. कारण आँट मार्चला ॲमी इतकी आवडली की, तिने ॲमीलाच आपल्याकडे काम करण्यासाठी तिचे मन वळवून बोलावून घेतले. ॲमीला तिने अतिशय उत्तम अशा शिक्षकांकडून चित्रकलेचे शिक्षण देवविण्याची तरतूद केली. तिच्या वर्गाची भारी फी भरण्याची जबाबदारीही तिने स्वत:वर घेतली. हे आमिष इतके मोहक होते की, त्यासाठी ॲमीने आँट मार्चचीच काय, पण कोणत्याही खाष्ट मालकिणीची ताबेदारी आनंदाने पत्करली असती. तेव्हा ॲमी सकाळी आँट मार्चकडे जाई व तिला ग्रंथ वाचून दाखवी, दुपारी चित्रकलेच्या वर्गाला जाई आणि संध्याकाळचा वेळ ती मन मानेल तसा मजेत घालवी.

ज्योने आपले आयुष्य साहित्य आणि बेथ या दोहोंना वाहून टाकले होते. कारण 'स्कार्लेट फीव्हर'चा आजार होऊन गेल्यानंतरही बेथची प्रकृती अशक्त आणि नाजूक अशीच राहिली होती. तसे तिला प्रत्यक्ष काहीच होत नसे. पण पूर्वीची ती गुलाबी, गुटगुटीत, बाळसेदार आणि हसरी मुलगी मात्र आता नाहीशी झाली होती. तरी देखील बेथ सतत उद्योगमग्न राही. घरची कामे नेहमीच्याच हौसेने करी, साऱ्यांशी स्नेहभावनेने वागे आणि आपल्या शांत सुंदर व्यक्तिमत्त्वाने घरातले वातावरण ती सतत प्रसन्न ठेवी.

ज्योच्या छोट्या छोट्या कथा आता छापून येऊ लागल्या होत्या आणि तिच्या लिखाणाला – तिच्याच शब्दात सांगायचे तर रद्दीला – अधूनमधून कॉलमला एक डॉलर या हिशेबाने मोबदलाही मिळू लागला होता. अर्थातच ज्योला एक प्रकारचा आत्मविश्वास आला असल्यास त्यात आश्चर्य नव्हते. ती आपल्या कथांची कथानके जुळवण्यात, त्या लिहून काढण्यात आणि वेगवेगळ्या मासिकांकडे त्या धाडण्यात परिश्रमांची कसलीही कसूर करीत नसे. आता कुठे ती कथाच लिहीत होती; पण त्यापेक्षा फार मोठे बेत तिच्या महत्त्वाकांक्षी मस्तकात शिजत होते. माळ्यावरच्या हस्तलिखितांचा ढीग दिवसेंदिवस वाढत होता. हीच हस्तलिखिते आज ना उद्या मार्च कुटुंबाला मोठेपणा मिळवून देणार होती आणि जागतिक कीर्तीच्या अमेरिकन साहित्यिकांच्या यादीत 'मार्च' हे नाव दिमाखाने झळकवणार होती!

लॉरीने प्रथम कॉलेजात नाव घातले ते केवळ आपल्या आजोबांची मर्जी राखण्यासाठी. पण एकदा कॉलेजात गेल्यावर मात्र लौकरच तो तिथल्या वातावरणात विलक्षण रमला. विपुल संपत्ती, तीक्ष्ण बुद्धिमत्ता, देखणे रूप आणि अत्यंत प्रेमळ सुस्वभावी वृत्ती यामुळे लॉरी जेथे जाईल, तिथे तो तात्काळ लोकप्रियता संपादन करी. त्याचा स्वभाव दयाळू असल्यामुळे अडचणीत सापडलेल्यांना साह्य करण्यासाठी तो सतत पुढाकार घेई आणि या भानगडीत कित्येकदा तो स्वतःच गोत्यात येई. शिक्षक आणि विद्यार्थी सारेच त्याच्यावर इतके प्रेम करीत की, त्यामुळे तो बिघडण्याची, शिष्ट, गर्विष्ठ नि अहंकारी होण्याची फार मोठी धास्ती होती आणि लॉरी तसा बिघडलाही असता. पण या सर्व दुर्गुणांपासून त्याला दूर ठेवणारी एक मोठी शक्ती म्हणजे घरची आठवण. आपले वृद्ध आजोबा आपल्या भविष्याकडे डोळे लावून बसले आहेत, आपल्यावर पोटच्या मुलाप्रमाणे माया करणारी प्रौढ शेजारीण आपल्या सुखदुःखाची चिंता वाहते आहे आणि त्याहून विशेष म्हणजे चार निष्पाप, मुग्ध, मुली अंतःकरणपूर्वक आपल्यावर प्रेम करीत आहेत, आपण त्यांच्या श्रद्धेचे, अभिमानाचे आणि विश्वासाचे एकमेव स्थान आहोत, ही जाणीव लॉरीच्या मनात सतत जागृत असे आणि तिच्यामुळेच लॉरीचे पाऊल कधी चुकूनसुद्धा लेशभरही कोठे चळले नाही!

अर्थात लॉरी हा कोणी मोठा साधुसंत किंवा देवदूत होता, असे मुळीच नव्हे. तो एक तरुण मुलगा होता आणि विनोदप्रिय, मिष्कील, खोडकर असा मुलगा होता. त्यामुळे तो कॉलेजात अनेक खोड्या करी, दंगामस्ती करी. अध्यापकांना हवा तसा उपद्रव देई. कधी त्याला पोहायची लहर येई. कधी तो खेळात भाग घेऊन धमाल उडवून देई. कधी चित्रविचित्र पोषाख करून पैशांची हवी तशी उधळपट्टी करी. तास बुडवण्यापासून तो महिनामहिना टिकणाऱ्या प्रेमप्रकरणापर्यंत अनेक उद्योगांत तो सतत गढलेला असे. पण हे सारे उपद्व्याप तसे निरुपद्रवी आणि निर्मळ असत आणि त्यातूनही कधी एखाद्या गुन्ह्यात सापडून कडक शिक्षा होण्याचा प्रसंग आलाच, तर

गोड गोड बोलून, शिक्षकांचे मन वळवून, त्यांची सहानुभूती संपादन करून लॉरी त्या संकटातून अलगद निसटून जाई. गोड बोलून दुसऱ्याला जिंकण्याची कला तर त्याला जणू जन्मत:च प्राप्त झाली होती आणि या कलेचे प्रयोग सतत तो इतरांवर करीत असे. कॉलेजमधल्या आपल्या 'भानगडी' तो नेहमी घरी आल्यावर आपल्या मैत्रिणींना रंगवून सांगत असे. रागीट ट्यूटर, विद्वान प्रोफेसर आणि वर्गातले मित्र व शत्रू यांची जिवंत शब्दचित्रे तो रेखाटीत असे. आपले विजय आणि पराजय, आपणावर ओढवलेले प्रसंग आणि त्यांतून मोठ्या चातुर्याने स्वत:ची केलेली सुटका यांची वर्णने मुलींसमोर करून त्यांना हसवण्यात, रडवण्यात, चकित करण्यात किंवा घाबरवून सोडण्यात त्याला नेहमीच मोठी गंमत वाटे. 'आमच्या वर्गातले लोक' हे मुलींच्या दृष्टीने मोठे अद्भुतरम्य प्राणी होते. त्यांच्या गोष्टी ऐकताना त्यांना कधीच कंटाळा येत नसे आणि लॉरी जेव्हा त्यांना काही निमित्ताने घरी घेऊन येई, तेव्हा त्यांना दुरून बघण्याची तर क्वचित कधी त्यांच्याशी दोन शब्द बोलण्याची संधी जेव्हा त्या बहिणींना मिळे, तेव्हा त्यांना फारच अपूर्वाई वाटे.

त्यातल्या त्यात हा मान विशेषेकरून ॲमीच्या वाट्याला येई आणि त्या तरुण मुलांत ती मोठी लोकप्रियही असे. कारण ॲमीच्या ठिकाणी जात्याच दुसऱ्याला आकर्षून घेण्याची स्त्रीसहज शक्ती होती आणि आता तरुण वयात तिचा यथोचित वापर कसा करावा, हेही तिला आपोआप कळू लागले होते. मेग आपल्या जॉनमध्ये, इतकी गुरफटली होती की, इतर तरुण मुलांकडे लक्ष द्यायला तिला सवडही नसे की इच्छाही होत नसे. बेथ अशिय लाजाळू असल्यामुळे ती केवळ दुरून त्यांच्याकडे पाही. ॲमी आपल्यापेक्षा वयाने लहान असूनही या तरुण मुलांवर ती इतकी कशी सत्ता गाजवते, कसे त्यांना सहज हुकूम सोडते, याचे बेथला नेहमीच आश्चर्य वाटे. ज्योला या मुलांची संगती फार आवडे. कारण मुलांबद्दलचे तिचे आकर्षण अजूनही कायम होते. मुलांनाही ज्यो फार आवडत असे. पण ती एखाद्या बरोबरीच्या दोस्तासारखी. तिच्याबद्दल कोमल, नाजूक किंवा हळव्या भावना त्यांच्या मनात क्वचितच निर्माण होत. ते ज्योशी तासन् तास गप्पा मारीत. तिची हवी तशी थट्टामस्करी करीत. पण तिच्या प्रेमात मात्र ते कधीच पडत नसत. याउलट ॲमीचा थोडाफार सहवास लाभलेल्या कोणत्याही तरुणाला तिच्याबद्दल हळवे आकर्षण वाटल्याखेरीज राहत नसे आणि तिचा ध्यास घेऊन दोनचार तरी आर्त उसासे टाकल्याखेरीज तो क्वचितच पुढे जाई आणि आता प्रेमाचा नि भावनोत्कटतेचा प्रश्न निघालाच आहे तेव्हा 'कबूतराच्या घरट्या'कडे वळणे आपणाला अगदी अपरिहार्य आहे.

'कबूतराचे घरटे' म्हणजे जॉन ब्रुकने मेगसाठी तयार करून, सजवून ठेवलेले छोटे तपकिरी रंगाचे घर. या घराला 'कबूतराचे घरटे' हे नाव लॉरीने दिले होते. कारण

त्यांच्या मते मेग आणि ब्रुक हे जोडपे हुबेहूब कबूतरांच्या जोडीसारखेच होते. क्षणात एकमेकांना चोचीने टोचणारे तर दुसऱ्या क्षणी एकमेकांच्या गळ्यात गळा घालून 'गुटुरगुम' करणारे! 'घरटे' अगदी छोटे होते. त्याच्या मागल्या बाजूला लहानसे आवार होते आणि पुढल्या बाजूला खिशातल्या हातरुमालाइतकी चिमुकली बाग होती. तिथे मेगला रंगीबेरंगी फुलांचे ताटवे लावायचे होते. एक सुंदरसे कारंजे करावयाचे होते आणि भाज्या व फळेही तयार करण्याची तिची योजना होती. तूर्त रंगीबेरंगी ताटव्याच्या जागी मरगळलेल्या चार रोपट्यांचे व त्यांना आधार देणाऱ्या काटक्यांचेच अस्तित्व दिसत होते. कारंज्याच्या जागी एक फुटका पुतळा उभा होता आणि भाज्यांचा नि फळझाडांचा तर कोठे पत्ताच नव्हता. तथापि बागेची जरी अशी केविलवाणी अवस्था असली तरी घराची आतली बाजू मात्र फारच रम्य होती आणि मेगच्या नजरेला त्यात कोठे काडीइतकीसुद्धा उणीव जाणवत नव्हती. आता घरातल्या सगळ्याच खोल्या फार लहान होत्या हे खरे. बाहेरचा दिवाणखाना इतका छोटा होता की, पियानोचा खर्च त्यामुळे आपोआपच वाचला होता. कारण पियानो तेथे मुळी मावणेच शक्य नव्हते. जेवणघरही तसेच लहान होते. जास्तीत जास्त सहा माणसे दाटीवाटीने एका वेळी तेथे मावत असत. तेथून सैंपाकघराकडे जाताना तीन पायऱ्या चढून जावे लागे. त्या इतक्या अरुंद होत्या की, त्यावरून चढताउतरताना हातातल्या कपबश्या किंवा 'डिशेस' फुटण्याचा धोका क्षणोक्षणी निर्माण होई. पण असे काही किरकोळ दोष सोडले तर मेगचे नवे घर खरोखरच उत्कृष्ट होते आणि त्याला नावे ठेवायला यत्किंचितही जागा नव्हती. त्या घरात मोठमोठी कपाटे नव्हती. सोनेरी फ्रेमचे आरसे नव्हते, किंवा संगमरवरी पुतळे नव्हते. पण साधे टिकाऊ फर्निचर, भरपूर पुस्तके, भिंतीवर लावलेली दोनच निवडक सुंदर चित्रे आणि खिडकीत ठेवलेली ताज्या फुलांनी भरलेली पुष्पपात्रे यांमुळे त्या घराला कसे छान घरपण आले होते. शिवाय तेथे भेटीच्या अनेक वस्तू होत्या. प्रेमळ मित्रमैत्रिणींनी अगत्याने धाडलेल्या त्या भेटींनी घराची शोभा केवढी तरी वाढवली होती. लॉरीने एक सुरेख ग्रीक पुतळा मेगला दिला होता. जॉनने बनवलेल्या घरगुती स्टँडवर तो ठेवलेला असला तरी त्यामुळे त्याचे सौंदर्य यत्किंचितही कमी झाले नव्हते. खिडक्यांसाठी मलमलीचे पडदे बेथने शिवले होते आणि ॲमीने आपल्या कलाचतुर हातांनी ते खिडक्यांना लावले होते. त्यांची प्रत्येक चुणी तिने मोठ्या काळजीपूर्वक सोडली होती. साठवणीच्या खोलीतली वस्तून् वस्तू मिसेस मार्चने स्वत: निवडून तेथे आणून ठेवली होती. स्वैंपाकघरातल्या पेलेबश्यांची नि भांड्यांची मांडणी स्वत: हॅनाने केली होती. इतकेच नव्हे तर, 'मिसेस ब्रुकला घरी येताच चूल पेटवता यावी' म्हणून तिने शेगड्यांतून कोळसा देखील भरून ठेवला होता. मेगच्या घरात श्रीमंती वस्तूंचा तुटवडा असेल. पण चादरी, उशांच्या खोळी, पिशव्या, हातरुमाल आणि नॅपकिन्स यांचा इतका भरपूर साठा बेथने तिच्यासाठी तयार करून ठेवला होता

की, लग्नानंतर निदान पंचवीस वर्षे तरी तिला त्या बाबतीत काळजी पडण्याची भीती नव्हती.

जे लोक बाजारात पैसे टाकून या वस्तू खरेदी करतात, त्यांना एकेक वस्तू प्रत्यक्ष बनवण्यात किंवा प्रेमाच्या माणसांनी ती आपल्याला स्वत:च्या हाताने तयार करून देण्यात जो विलक्षण आनंद असतो, त्याची कधीच कल्पना येणार नाही. मेगच्या छोट्याशा घरट्यातल्या प्रत्येक वस्तूमागे देणाराचे श्रम होते. भावना होती. प्रेम होते. त्यामुळे त्या वस्तूंचे मोल कितीतरी पटीने अधिक वाढले होते.

ते घर सजवताना किती चर्चा झाल्या होत्या. किती बेत आखले गेले होते. बाजारात किती खेपा घातल्या गेल्या होत्या आणि किती गमतीदार चुकाही घडून आल्या होत्या. विशेषत: लॉरी ज्या वस्तू मेगसाठी घेऊन येई, त्यांनी साऱ्यांना कितीतरी हसवले होते. लॉरी जात्याच थट्टेखोर होता आणि आता तो कॉलेजात शिकणारा तरुण असला तरी त्याचा पोरकट स्वभाव अजूनही गेला नव्हता. हल्ली तो दर आठवड्याच्या सुट्टीत घरी येताना मेगच्या नव्या संसारासाठी काहीतरी नवी, उपयुक्त किंवा वैशिष्ट्यपूर्ण वस्तू घेऊन येई. पण त्या वस्तूचा बहुधा उलटाच परिणाम होई आणि मग साऱ्यांना हसताहसता पुरेवाट होऊन जाई. मेगने त्याला थांबवण्याचा खूप प्रयत्न केला. जॉनने त्याला धाक घालून पाहिला. पण लॉरीचा क्रम चालूच राहिला. प्रत्येक आठवड्याला तो काही ना काही विचित्र किंवा विक्षिप्त खरेदी करून आणीतच असे.

शेवटी मेगच्या घराची सजावट पूर्ण झाली. साऱ्या बारीक सारीक तपशिलांकडे काळजीपूर्वक लक्ष पुरवले गेले. प्रत्येक खोलीच्या रंगाला जुळतील अशा रंगाचे साबण व हात पुसण्याचे नॅपकीन त्या त्या खोलीत ॲमीने ठेवून दिले आणि बेथने त्या घरातल्या पहिल्या जेवणासाठी टेबल देखील मांडले.

दुसऱ्या दिवशी मेगचे लग्न व्हायचे होते.

मिसेस मार्च आणि मेग हातात हात अडकवून साऱ्या घराची पाहणी करीत होत्या. मिसेस मार्चने लेकीकडे वळून प्रेमळ स्वरात तिला म्हटले, "आवडलं ना हे तुला सारं? आपल्या घरासारखंच वाटतं ना इथं?"

"होय आई. अगदी घरासारखंच वाटतं. तुम्ही साऱ्यांनी केवढे परिश्रम केले माझ्यासाठी. किती त्रास सोसला! तुमचे कसे आभार मानावेत तेच कळत नाही मला!" मेग चटकन म्हणाली आणि विलक्षण स्निग्ध नजरेने तिने आईकडे दृष्टिक्षेप केला.

तेवढ्यात ॲमी आतल्या खोलीतून तेथे आली. मेगला दिलेला एक छोटा पुतळा नेमका कुठे ठेवावा, याचा ती विचार करीत होती. मेगचे शब्द ऐकताच ती म्हणाली, "सारं छान आहे, फक्त एक दोन नोकर हवे होते मेगच्या हाताखाली."

"माझं नि आईचं बोलणं झालंय त्यासंबंधी." मेग म्हणाली, "तूर्त तरी मला नोकरांची गरज लागेल, असं वाटत नाही. कारण दोन माणसांचं असं काम तरी कितीसं

असणार आहे? स्वैंपाक मीच करीन आणि काही आणायसवरायला नाहीतर तुमच्याकडे निरोप पोचवायला आपली लॉटी आहेच. मग करायचेत काय नोकर? उलट मी कामात गुंतून राहिले तर मला घरची आठवण तरी सारखी येणार नाही–''

''सॅली मॉफटकडे चार नोकर आहेत.'' ॲमी म्हणाली. तेव्हा दरवाजाच्या पितळी कड्यांना पॉलिश करीत बाजूला उभी राहिलेली ज्यो हसत हसत बोलली,

''मेगचं घर इतकं लहान आहे की, तिथे चार नोकर वावरू लागले म्हणजे मालक मालकिणीला बागेतच तंबू ठोकून तिथं मुक्काम करावा लागेल!''

''सॅलीची गोष्ट वेगळी. ती श्रीमंत आहे आणि तिच्या भल्याथोरल्या घराला येवढ्या नोकरांची गरजही असेल. मेग आणि जॉन दोघांची आर्थिक परिस्थिती बेताची आहे. तेव्हा नोकरचाकरांचा पगार परवडायचा नाही त्यांना. पण माझी खात्री आहे की, त्या भल्याथोरल्या घराइतकंच सुख या छोट्या घरट्यातही नांदत राहील. मेगसारख्या तरुण मुलींना उद्योग हवाच. नाहीतर त्यांचा वेळ दिवसातून चारदा कपडे बदलण्यात, गावभर भटकण्यात, नोकरांना हुकूम सोडण्यात नि गप्पाष्टके झोडण्यात जातो. ते फार वाईट! मला आठवतं, माझं लग्न झालं तेव्हा आपली परिस्थिती चांगली होती. घरात नोकरचाकर होते. पण माझा वेळ जाता जात नसे. मग वाटायचं, अंगावरचे नवे कपडे फाटावेत. ते दुरुस्त करण्यात तरी वेळ जाईल!''

''मग आई, तू सैंपाकघरात जाऊन चुलीशी का खेळायची नाहीस, सॅली खेळते तशी? ती म्हणे गमतीनं तिथं काहीतरी करून बघते. अर्थात तिला येत काहीच नाही नि मग नोकर तिला खूप हसतात!'' ॲमीने विचारले.

''मी नंतर सैंपाकघरात जाऊ लागले. पण 'गंमत' करण्यासाठी नव्हे, तर खरोखरच सैंपाक शिकून घेण्यासाठी. माझ्या अज्ञानाला नोकरचाकरांनी हसावं, हे मला पसंत नव्हतं. सुरुवातीला सैंपाक शिकून घेणं मला जड गेलं. पण पुढे तुम्ही मुलंबाळं घरात आल्यावर, नि नोकर न परवडण्याजोगी परिस्थिती झाल्यावर मी सैंपाक शिकून घेतला, याचं समाधान वाटू लागलं जिवाला. कारण माझ्या माणसांना स्वच्छ, चवदार, गरमागरम जेवण करून वाढण्यासाठी कोणाच्या तोंडाकडे बघण्याची गरज पडली नाही मला. म्हणून म्हणते, मेग, तू देखील हे सारं आताच शिकून घ्यायला हवंस. पुढे तुझा जॉन पैसेवाला माणूस झाला, तुझ्या घरात नोकरचाकर आले, तरी तुला सैंपाकाचं नि घरकामाचं ज्ञान असणं फायद्यातच पडेल. जिला हे सारं येतं, तिला नोकर फसवू शकत नाहीत. उलट त्यांना तिचा धाक व दबदबा वाटत राहतो!'' मिसेस मार्च गंभीरपणे, कळकळीने बोलत होती.

''होय आई, तू म्हणतेस ते अगदी खरं आहे आणि मी अगदी तशीच वागेन.'' आईचे बोलणे लक्षपूर्वक ऐकत असलेली मेग चटकन म्हणाली.

जरा वेळाने त्या दोघीजणी माडीवर आल्या. तेथे झोपण्याची खोली होती. एका

बाजूला भिंतीतच एक छोटे फडताळ केले होते. तेथे चादरी, उशांचे अभ्रे, ब्लँकेट आणि अनेक सुंदर सुंदर टेबलक्लॉथ ठेवण्याची सोय केली होती. त्या साऱ्या पांढऱ्या शुभ्र घड्या बेथ फडताळात नीटनेटक्या रीतीने लावून ठेवीत होती. तिकडे अभिमानपूर्वक पाहात मेग म्हणाली,

"हे कपाट नि या वस्तू माझ्या फार आवडीच्या आहेत हं!"

तिचे बोलणे ऐकून मिसेस मार्चला मनापासून हसू आले. मेग आणि बेथ याही हसू लागल्या. कारण त्या फडताळामागे एक मजेदार इतिहास होता. त्याचे असे झाले होते, मेगने जेव्हा ब्रुकशी लग्न करण्याचा आपला निर्धार बोलून दाखवला होता, तेव्हा आँट मार्चने रागारागाने तिला असे सांगितले होते की, तिने जर त्या ब्रुकशी लग्न केले तर आपल्याकडून तिला काहीही मिळणार नाही म्हणून! पुढे मेगचे जेव्हा खरोखरच ब्रुकशी लग्न ठरले, तेव्हा आँट मार्चची परिस्थिती मोठी विचित्र झाली. आपण रागाच्या भरात काढलेल्या उद्गारांचा तिला पस्तावा होऊ लागला. स्वत: होऊन मेगला भेटवस्तू द्यावी तर त्यात माघार घेतल्यासारखे होते. बरे तिला काहीच न द्यावे तर तेही आँट मार्चच्या प्रेमळ मनाला पटेना. शेवटी विचार करून करून तिने या पेचातून सुटण्याचा एक मजेदार मार्ग शोधून काढला. तिने मिसेस कॅरोलला, फ्लॉरेन्सच्या आईला खूपसे पैसे दिले. तिलाच परस्पर बऱ्याचशा वस्तू – विशेषत: ब्लँकेटे, टेबलक्लॉथ, चादरी, पलंगपोस – खरेदी करायला लावल्या आणि त्या तिची म्हणजे मिसेस फ्लॉरेन्सची भेट म्हणून मेगला धाडायला तिला सांगितले. मिसेस कॅरोलने हा सारा बनाव बरोबर घडवून आणला. पण शेवटी हे रहस्य फुटलेच. मग काय विचारता? घरातल्या माणसांना हसताहसता पुरेवाट झाली आणि मेगने जेव्हा आँट मार्चला यासंबंधी प्रत्यक्ष प्रश्न केला, तेव्हा ती अगदी अजाण चेहरा करून म्हणाली, "छे, छे! माझा त्या भेटीशी काही देखील संबंध नाही बरे का! मी फक्त तुला मोत्यांचा सेट देणार, कारण या घरातल्या पहिल्या वधूला तो द्यायचा, असं फार पूर्वीपासून ठरवलेलं आहे मी, म्हणून!"

आता त्या सुंदर सुंदर वस्तू बघताना आँट मार्चच्या भोळेपणाची व प्रेमळपणाची त्या सर्वांना पुन्हा एकदा आठवण झाली आणि त्यांना मनापासून हसू आले.

"टेडी येतो आहे, टेडी!" ज्योने खालून हाक दिली. त्याबरोबर त्या तिघीजणी उत्सुकतेने व लगबगीने खाली गेल्या. कारण लॉरीची आठवड्याची भेट ही त्यांच्या शांत, संथ आयुष्यातली एक महत्त्वाची घटना होती.

डोक्याबरोबर केस कापलेला, वर एक भली मोठी हॅट, खाली पँट आणि सैलसर कोट असा पोषाख केलेला एक उंच, धिप्पाड, रुंद खांद्याचा तरुण मुलगा समोरून लगबगीने येत होता. बागेच्या फाटकाशी येताच ते उघडण्याच्या भानगडीत न पडता. तो सरळ त्यावरून उडी मारून आत आला आणि आपले दोन्ही हात मिसेस मार्चच्या

हाती देत तो म्हणाला,

"आई, मी आलोय बरं का! हां हां. सारं काही ठीक आहे."

लॉरीचे हे शेवटचे वाक्य म्हणजे तो व मिसेस मार्च या उभयतांत ठरलेला एक संकेत होता. लॉरी कॉलेजातून घरी आला की, मिसेस मार्च नुसत्या प्रश्नार्थक रीतीने भुवया उंचावून त्याच्याकडे बघे आणि लॉरी या वाक्याने तिला उत्तर देई. आपण आठवडाभर व्यवस्थित वागलो याची लॉरीने तिला दिलेली ती पावती असे. नेहमीप्रमाणे प्रश्नोत्तरांचा हा छोटा समारंभ पार पडला. लॉरीचे निर्मळ डोळे पाहून मिसेस मार्च समाधानपूर्वक हसली आणि तिने त्याचा चेहरा प्रेमाने कुरवाळला.

आल्याबरोबर लॉरीची बडबड सुरू झाली. त्याने मेगसाठी आणलेले ब्राऊन पेपरमध्ये गुंडाळलेले एक पार्सल तिच्या हाती दिले आणि मग तो इतर बहिणींकडे वळला.

"वाहवा! बेथ, तुला बघून किती बरं वाटतं म्हणून सांगू? ज्यो! दोस्ता, मजेत आहेस ना तू? ॲमी, तू दिवसेंदिवस भलतीच देखणी होत चाललीस बरं का!" अशा रीतीने एकेकीची विचारपूस करताकरता त्याने मेगकडे हसून पाहिले. बेथच्या केसांतील रिबन खोडकरपणे ओढली. ज्योच्या पाठीवर थाप मारली आणि ॲमीपुढे गुडघे टेकून प्रियाराधना करीत असल्याचा आव आणला. मग त्याने सर्वांशी हस्तांदोलन केले. सुरुवातीचा हशा ओसरल्यावर साऱ्यांची एकदम गडबड सुरू झाली.

"जॉन कुठे आहे?" मेगने चिंतातुर स्वरात विचारले.

"तो उद्यासाठी लग्नाचा परवाना आणण्याकरता वाटेत थांबला आहे, बाईसाहेब." लॉरी म्हणाला.

"गेल्या क्रिकेट मॅचमध्ये कोणती बाजू जिंकली, टेडी?" ज्योने उत्सुकतेने प्रश्न केला. ती आता एकोणीस वर्षांची झाली होती, तरीदेखील मुलांच्या खेळांबद्दल तिला अद्यापही पूर्वीइतकेच कुतूहल वाटत असे.

"आमचीच बाजू जिंकली." लॉरीने अभिमानपूर्वक म्हटले, "खरंच ज्यो, तू असायला हवी होतीस मॅच बघायला. फार मजा आली."

"तुझी ती देखणी मिस रँडल काय म्हणते?" ॲमीने अर्थपूर्ण स्मित करून मिष्कीलपणे विचारले. मिस रँडल ही लॉरीची अगदी अलीकडची मैत्रीण होती.

"काय म्हणणार? नेहमीसारखीच निष्ठुरपणानं वागते आहे ती माझ्याशी. दिसत नाही तुला, दिवसेंदिवस मी कसा झुरतो आहे तिच्यासाठी ते?" लॉरी चेहऱ्यावर दुःखाचा आविर्भाव आणीत म्हणाला आणि नाटकी उसासा टाकून त्याने डावा हात जोराने छातीवर आपटून घेतला.

"टेडीची नवी खरेदी बघू या ना! मेग, उघड की ते पार्सल." बेथने मेगच्या हातातल्या वेड्यावाकड्या बंडलाकडे कुतूहलाने बघत म्हटले.

"या खेपेला फार छान वस्तू आणली आहे मी." लॉरी म्हणाला, "घरात चोर शिरले किंवा आगबीग लागली तर इतकी उपयुक्त वस्तू तुम्हाला दुसरी शोधूनही मिळणार नाही." आणि त्याने मेगच्या हातातले पार्सल उघडले. आतली वस्तू पाहून मुलींना भयंकर हसू कोसळले. कारण ती वस्तू म्हणजे एक भलाथोरला खुळखुळा होता आणि त्याला सर्व बाजूंनी मोठाल्या लोखंडी कड्या अडकवलेल्या होत्या.

"जॉन घरी नसला आणि तुला रात्री जर भीती वाटली ना, तर मेग, तू खिडकीतून खाली वाकून हा खुळखुळा जोरानं वाजवायचास. सारं गाव एका क्षणार्धात जागं होऊन घराभोवती गोळा होईल बघ. छान वस्तू आहे आणि पुन्हा उपयुक्त. नाही का?" असे म्हणून लॉरीने तो खुळखुळा जोराने वाजविला. त्याचा आवाज इतका कर्णकटू, कर्कश होता की, त्या मुलींनी एकदम कानांवर हात ठेवले.

"घ्या! याला म्हणतात कृतज्ञता! एवढी चांगली वस्तू मी मुद्दाम खरेदी करून आणली. पण तुम्हाला त्याचं काडीमात्र कौतुक नाही." लॉरी फुरंगटून म्हणाला. नंतर तो बोलला, "हं, कृतज्ञतेवरून आठवण झाली. मेग, तू हॅनाचे आभार मानले पाहिजेस बरे का. कारण आताच मी तुमच्या घरावरून आलो तेव्हा बेकरीचा माणूस तुझ्या लग्नाचा 'केक' घेऊन घरात प्रवेश करीत होता. केक इतका सुरेख दिसत होता की, तो पाहून माझ्या तोंडाला पाणी सुटलं अगदी. मी अगदी एक तुकडा तोडून खायच्या बेतात होतो. पण तेवढ्यात हॅनानं चपळाईनं दारं बंद करून घेतलं म्हणून बरं झालं! केवळ तिच्यामुळे तो केक वाचला. नाहीतर त्याची धडगत नव्हती बघ!"

"लॉरी, तू कधी वाढणारच नाहीस का? अजून तुझा पोरकटपणा जात नाही म्हणजे काय?" मेग रागाचा आविर्भाव आणून म्हणाली.

"मी माझ्याकडून वाढायचा खूप प्रयत्न करतो आहे, बाईसाहेब. पण हल्लीच्या काळी सहा फूट उंची म्हणजे अगदी शिकस्त होते. त्याहून पुरुष जास्त उंच होतच नाहीत आज काल, त्याला मी काय करणार?" लॉरी हसत हसत म्हणाला. आताच त्याची उंची सणसणीत वाढली होती आणि मेगच्या छोट्या घरात त्याचे मस्तक जवळ जवळ वरच्या छताला लागत होते.

त्याचे बोलणे ऐकून सर्वजण हसू लागले. क्षणभराने लॉरी म्हणाला, "मेग, या तुझ्या नंदनवनात आणि इथल्या स्वर्गीय प्रेममय वातावरणात जेवणाखाणासारख्या क्षुद्र गोष्टींचा उल्लेख करणं देखील पाप ठरत असेल. पण मला बुवा भयंकर भूक लागली आहे. तेव्हा मला वाटतं, मी आता घरी जावं!"

"आई आणि मी इथंच जॉनची वाट बघत थांबणार आहोत." मेग म्हणाली, "शिवाय मला इथे आणखी काही कामे उरकायची आहेत."

"बेथ अन् मी किटी ब्रियांटकडे जाणार आहोत." ॲमी म्हणाली, "तिने उद्याच्या समारंभासाठी आणखी फुलं द्यायचं कबूल केलंय मला!" बोलता बोलता एक सुरेख

हॅट तिने मस्तकावर चढवली आणि ती आपल्याला कशी दिसते, हे समोरच्या आरशात न्याहाळून घेऊन ती समाधानाने हसली.

"अच्छा! म्हणजे प्रत्येकाला काही ना काही उद्योग आहेत म्हणायचे. ज्यो, दोस्ता, तू तरी मला सोडून जाऊ नकोस कुठे! मी इतका थकलो आहे की, कोणाच्या तरी आधाराशिवाय मी सुखरूप घरी पोहोचणं केवळ अशक्यच आहे आता."

"चल तर. मी येते तुझ्याबरोबर." ज्यो म्हणाली आणि त्याच्या हातात हात अडकवून ती मेगच्या घराबाहेर पडली. लॉरी आणि ती दोघे रस्त्याला लागली. तेव्हा ज्योने त्याला म्हटले,

"हे बघ टेडी, उद्याच्या या लग्नसमारंभाच्या बाबतीत तुझ्याशी अगदी गंभीरपणानं बोलायचंय मला. तू मला वचन दे पाहू की, तू व्यवस्थित वागशील नि भलता काही चावटपणा करणार नाहीस म्हणून!"

"मुळीच करणार नाही. अगदी वचन देतो." लॉरी म्हणाला.

"आणि भलतंच काहीतरी बोलून ऐनवेळी आम्हाला हसवायचं नाही."

"मी नाही हसवीत दुसऱ्यांना, बाईसाहेब. आपणच करत असता ते काम!"

"अन् लग्नसमारंभ चालू असता माझ्याकडं बघायचं नाही मुळीसुद्धा. तसं तू पाहिलंस ना, तर मला नक्की हसू येईल बघ!"

"तू कसली हसतेस? तू इतकी ओक्साबोक्शी रडत असशील की, अश्रूंच्या वाफेमुळे तुझ्याभोवती दाट धुक्याचा थर साठलेला असेल. त्यातून तुला पलीकडचं काहीसुद्धा दिसणार नाही. मग मी कुठला दिसतोय?"

"मी कधी अशी ओक्साबोक्शी रडते काय? उगीच काहीतरी बोलू नकोस हं!"

"छे छे! रडणं तुला मुळी कसं ते ठाऊक नाही! आता आपलं कुणी कॉलेजात जायला निघालं की, उगीच जरासे डोळे पुसतेस तू. बाकी नाही काही!" लॉरी उपरोधिकपणे म्हणाला.

"ते आपलं थोडसं रडते. बाकीच्या साऱ्याजणी रडतात ना, त्यांना जोड द्यावी म्हणून!" ज्यो हसून म्हणाली.

काही वेळ ते दोघेही एकमेकांशी न बोलता तसेच चालत राहिले. मग लॉरी हलकेच ज्योला म्हणाला,

"ज्यो, आजोबांची स्वारी काय म्हणते? फारसे चिडखोर झालेले नाहीत ना ते सध्या? 'मूड' बरा आहे ना त्यांचा?"

"छान आहे. पण तू असं का विचारतोस?" ज्यो म्हणाली, "हं. आलं लक्षात. तू काहीतरी भानगड केली असशील कॉलेजात. होय ना?"

"काय हे ज्यो? एकदम भलभलते आरोप काय करतेस माझ्यावर?" लॉरी रागाने वाटेतच थबकून ज्योकडे चिडखोर मुद्रेने बघू लागला, "खरं सांग, मी जर काही

भानगडीत गुंतलो असतो तर तुझ्या आईच्या डोळ्याला डोळा भिडवून 'सारं ठीक आहे' असं मी तिला म्हणू शकलो असतो का? वाटतं का तुला असं?''

"नाही वाटत."

"मग वाटेल त्या शंका घेऊ नकोस माझ्यासंबंधी! मला... मला फक्त थोडेसे पैसे हवे होते!''

"पैसे! तू अलीकडे भारी खर्चिक झाला आहेस हं, टेडी."

"मी कुठे खर्च करतो पैसे? ते बेटे आपोआपच खर्च होतात. माझ्या ध्यानात येण्यापूर्वीच ते संपूनही गेलेले असतात."

"तू इतका उदार आहेस लॉरी की, लोकांनी मागायचा अवकाश, तू आपले हवे तेवढे पैसे उसने देतोस त्यांना. कोणालाही 'नाही' म्हणणं तुला जमतच नाही मुळी. तुझ्या वर्गातल्या त्या 'हेनशॉं'ची सर्व हकिकत कळली आम्हाला आणि तू ऐन वेळी त्याच्या परीक्षेची फी भरून त्याला अडचणीतून कसं वाचवलंस तेही समजलं! असाच जर तुझा पैसा जात असेल तर त्याबद्दल तुला कोणी दोष देणार नाही!'' ज्यो स्निग्धपणे म्हणाली,

"हेनशॉ तरी वेडाच आहे.'' लॉरी संकोचाने म्हणाला, "चार लोकांना सांगत सुटावं असं विशेष खरोखरच काही केलं नाही मी त्याच्यासाठी. तो इतका सुस्वभावी आणि गुणी विद्यार्थी आहे की, थोडक्या मदतीच्या अभावी त्याचं नुकसान व्हावं हे कुणालाही सहन व्हायचं नाही. आमच्यासारख्या डझनभर नालायक विद्यार्थ्यांपेक्षा तो शतपटीनं अधिक चांगला आहे! मग त्याला थोडी मदत केली तर काय बिघडलं?''

"नाही, यात काही बिघडलं नाही; पण तुझ्या बाकीच्या खर्चिकपणाला मात्र तू आळा घातला पाहिजेस, लॉरी.'' ज्यो म्हणाली, "हे सोळासतरा कोट, हे डझनवारी नेकटाय आणि हा बाकीचा सारा झोकनोक – काय उपयोग आहे याचा सांग पाहू. पुन्हा तुमच्या या फॅशनला काही स्थैर्य नाही ते नाहीच. कारण आजची फॅशन उद्या बदलते. आता हेच बघ की, डोक्यावरचे हे ब्रशासारखे कापलेले केस, हा उडता कोट, नारिंगी रंगाचे हे हातमोजे आणि चौकोनी लाकडी टाचांचे हे बूट! किती घाणेरडं दिसतं सारं, नि पुन्हा हे काही स्वस्तात पडत नाही. पैसा लागतो या साऱ्याला. खरंच लॉरी, तुला असे विनाकारण पैसे उधळताना पाहिलं की, मला फार वाईट वाटतं बघ!''

ज्योचे बोलणे संपताच लॉरीने आपले मस्तक मागे झुकवले आणि तो मोठमोठ्याने हसू लागला. हसण्याच्या भरात त्याच्या डोक्यावरची भली थोरली हॅट खाली पडली आणि मागून येणाऱ्या ज्योचा पाय तिच्यावर पडून ती जागच्या जागी सपाट झाली. हॅट उचलून तिच्यावरची धूळ झटकून तो चोळामोळा खिशात कोंबीत लॉरी म्हणाला,

"ज्यो, आता कृपा करून साऱ्या वाटेनं मला लेक्चर झोडू नकोस. सर्व

आठवडाभर कॉलेजात घाण्यात पिळून निघत असतो मी. तेव्हा हे सुटीचे दोन दिवस तरी मला गमतीत घालवू दे. येऊन जाऊन तुझा आक्षेप काय तो माझ्या खर्चिकपणावरच आहे ना? उद्यापासून मी अगदी काटकसरीने राहायला लागतो बघ. मग तर झालं?''

"अन् हे केस काय असे डोक्याबरोबर कापले आहेस तू?'' ज्यो मानेला नापसंतीदर्शक हिसडा देऊन म्हणाली, "तू कॉलेजचा विद्यार्थी आहेस, की कुस्त्या खेळणारा पहिलवान आहेस तेच कळत नाही मला!''

"असे केस कापणं ही सध्याची कॉलेजमधली फॅशन आहे. खूप अभ्यासूपणाचं ते लक्षण समजलं जातं. माहीत आहे?'' लॉरी हसून म्हणाला,

"इतके सुरेख कुरळे केस, तू आपले खुशाल कापून टाकलेस! काय म्हणावं तुला?'' ज्यो त्याच्या डोक्याकडे बघत पस्ताव्याने बोलली.

एक मिनिटभर दोघेही स्तब्ध होती. मग विषय बदलीत लॉरी अगदी खाजगी स्वरात बोलावे तसा बोलला, "तुला एक गोष्ट आवर्जून सांगायची होती, ज्यो तो पार्कर आहे ना आमच्या कॉलेजमधला, त्याला अॅमीचं पक्कंच वेड लागलेलं दिसतंय. सारा वेळ तो तिच्यासंबंधी बोलतो काय, कविता काय लिहितो, उसासे काय टाकतो, काही विचारू नकोस. पण तुला काय वाटतं? अॅमीच्या मनात नाही ना तसलं काही?''

"छे! मुळीच नाही.'' ज्यो चटकन म्हणाली, "आणि तसली काही भानगड नकोच आहे व्हायला! मला तर वाटतं, आणखी कित्येक वर्षं या घरात लग्नबिग्न होऊच नये! काय तरी ही पोरटी? कसली प्रेमं करतात देव जाणे!''

तिच्या स्वरात जो प्रौढपणाचा आव होता, त्याचे लॉरीला अतोनात हसू आले. हसतहसतच तो म्हणाला, "व्हायच्या गोष्टी त्या होणारच आज ना उद्या. मला तर वाटतं ज्यो, मेगनंतर दुसरा नंबर तुझाच लागणार. तू कोणाशी तरी लग्न लावून घर सोडून जाशील नि आम्ही मागे राहू शोक करीत!''

"तसला काही धोका नाही बरं का!'' ज्यो म्हणाली, "मी स्वभावानं इतकी तुसडी नि तिरसट आहे की, मी कोणालाही हवीशी वाटणार नाही. मग प्रेमाची नि लग्नाची गोष्ट तर दूरच राहो आणि तेही काही वाईट नाही म्हणा! कारण मला मुळी लग्नच करायचं नाही.''

"तुझा तुसडेपणा नि तिरसटपणा हे नुसतं वरचं अवसान आहे.'' लॉरी तिच्याकडे तिरपा कटाक्ष टाकीत बोलला आणि का कोण जाणे, उन्हाने रापलेल्या त्याच्या चेहऱ्यावर एकदम लालसर छटा चढली. किंचित थबकून तो पुढे म्हणाला, "तुझं अंत:करण फार प्रेमळ आहे, ज्यो. पण आपल्या स्वभावाची ही मृदू बाजू तू जगापासून मुद्दाम लपवतेस; आणि एखाद्याला ती बाजू चुकून दिसली, ती आपल्याला आवडल्याचं तो व्यक्त करू लागला तर तू अधिकच तुसडी, तुटक होतेस! काटेरी गुलाबासारखी आहेस तू. सुवासाच्या लोभानं जवळ येणाराला काटेच टोचायचे आधी!''

"खरं सांगू, लॉरी," ज्यो विचारमग्न होऊन म्हणाली, "मला प्रेम, लग्न या गोष्टींचा मनापासून तिटकारा आहे. लग्नामुळं घरं फुटतात, माणसं एकमेकांना दुरावतात आणि ते मला भयंकर वाटतं! तेव्हा आता कृपा करून हा विषय बंद कर पाहू. मेगचं लग्न ठरल्यापासून आपली साऱ्यांची जणू डोकीच फिरली आहेत आणि प्रेम, प्रियाराधन, प्रेमिक यांशिवाय दुसरे विषयच राहिले नाहीत जसे काही बोलायला. आज पहिल्याच दिवशी तुझ्याशी भांडण नको आहे व्हायला, म्हणून म्हणते, आता हा विषय बंद, समजलं?"

एव्हाना ती दोघे लॉरीच्या घराजवळ येऊन पोहोचली होती. लॉरीने ज्योचे सारे भाषण मुकाट्याने ऐकून घेतले. मग त्याने एक लांबलचक शीळ घातली आणि बागेचे फाटक उघडून आत जाताना त्याने एवढेच म्हटले,

"ज्यो, माझे शब्द लिहून ठेव! मेगनंतर तुझंच लग्न होणार आहे बघ आणि तेही लौकरच!"

२५

मेगचे लग्न

दुसऱ्या दिवशीची सकाळ. वातावरण प्रसन्न होते. बागेतील पोर्चवर चढवलेला गुलाबाचा वेल पानोपान बहरला होता. निरभ्र निळ्या आकाशातून सोनेरी प्रकाश पाझरत होता. उन्हात न्हालेले गुलाब लालबुंद होऊन हसत होते, वाऱ्यात मजेने डुलत होते आणि आपापसांत जणू मजेने कुजबुजत होते. काही फुले जेवणघराच्या खिडकीतून आत डोकावून तेथे मांडलेल्या मेजवानीचे निरीक्षण करीत होती. काही फुले नवऱ्यामुलीला तिच्या बहिणी नटवीत असताना ते दृश्य बघत होती. काही फुले माना डोलावून येणाऱ्या पाहुण्यांचे स्वागत करीत होती. पूर्ण उमललेल्या गडद लाल फुलापासून तो अगदी मंद फिकट रंगाच्या छोट्यांतल्या छोट्या कळीपर्यंत प्रत्येक फूल आज उल्हसित दिसत होते आणि जिने आतापर्यंत त्यांची प्रेमाने जोपासना केली, त्या सौम्य, मुग्ध वृत्तीच्या मुलीला सुगंधाचा आणि सौंदर्याचा नजराणा अर्पण करीत होते.

स्वत: मेग देखील आज एखाद्या गुलाबाच्या फुलासारखीच दिसत होती. तिच्या व्यक्तित्वातला सारा गोडवा आणि सारी ऋजुता तिच्या चेहऱ्यावर आज उमलून आली होती. सौंदर्यापेक्षाही अधिक सुंदर असे काहीतरी तेथे प्रकट झाले होते. नवऱ्या मुलीची ठरावीक भडक वेषभूषा करण्याचे तिने जाणूनबुजून नाकारले होते. ''मला कोणत्याही प्रकारे थाट करायचा नाही किंवा नेहमीपेक्षा वेगळे, विचित्र दिसायचे नाही.'' ती म्हणाली होती, ''मला फॅशनेबल लग्न नको आहे. माझ्या सर्व मित्रमंडळींना आणि प्रेमाच्या माणसांना मी नेहमीप्रमाणेच दिसले पाहिजे!''

आणि म्हणून आपला वधूवेष तिने स्वत:च शिवून तयार केला होता. त्याच्या प्रत्येक टाक्यात, प्रत्येक चुणीत आपल्या कोवळ्या आशा आणि गुलाबी स्वप्ने तिने गुंफली होती. तिचे दाट रेशमी कुरळे केस विंचरून ज्योने तिच्या वेण्या घातल्या होत्या आणि फुलांखेरीज अन्य कोणताही अलंकार, कसलेही प्रसाधन तिने वापरले

नव्हते. त्या वेषात आणि त्या साध्यासुध्या साजानेही ती विलक्षण गोड दिसत होती.

मेगचा पोषाख आणि केशभूषा झाल्यावर किंचित दूर उभी राहून तिच्याकडे न्याहाळून बघत ॲमी म्हणाली,

''तशी तू नेहमीसारखीच आमची मेग वाटतेस. मात्र तू आज इतकी छान दिसते आहेस की, तुला कडकडून मिठी मारावी, असं वाटतंय! पण तुझा हा नवा पोषाख त्यामुळे चुरून जाईल.''

ॲमीच्या तोंडून हे शब्द ऐकताच मेग चटकन तिला जवळ घेत म्हणाली, ''तुम्ही साऱ्याचजणी माझ्याजवळ या आणि मला कडकडून भेटा. माझ्या या नव्या पोषाखाला अशा तऱ्हेनं कितीही चुण्या पडल्या, त्याचा केवढाही चुरगळा झाला तरी तो हवाच आहे मला आज!''

आणि मग तिने आळीपाळीने प्रत्येक बहिणीला जवळ घेतले. तिच्या गालाला गाल लावले आणि तिला कडकडून मिठी मारली. मेगच्या त्या कृतीने तिच्या बहिणींना फार बरे वाटले. मेगच्या जीवनात आलेल्या नव्या प्रेमामुळे तिचे जुने स्नेहबंध शिथिल झाले नाहीत याची त्या दृढ मिठीने त्यांना साक्ष पटवून दिली.

''आता मी जॉनचा 'टाय' त्याला बांधून देणार नि मग काही वेळ पपांच्या खोलीत निवांतपणे त्यांच्याशी बोलत बसणार!'' मेग म्हणाली आणि ती धावतच तेथून निघून गेली. वडिलांशी हितगुज करून झाल्यावर ती आईच्या मागेमागे हिंडत राहिली. मिसेस मार्चचा चेहरा वरवर प्रसन्न, आनंदी दिसत होता. पण आतल्याआत तिचे मन अगदी व्याकुळ व कासावीस होत होते. घरट्यातले एक पिल्लू आज प्रथमच घरट्याबाहेर भरारी घेत आहे, या कल्पनेने पक्षीण व्यथित झाली होती.

मेगला नटवून झाल्यानंतर धाकट्या तिघीजणी समारंभासाठी स्वत: वेशभूषा करू लागल्या. त्यांचा पोषाख होतो आहे तोवर मधल्या तीन वर्षांनी त्यांच्या रंगारूपात काय काय फेरबदल घडवून आणला आहे ते जरा पाहू या.

ज्योचा रोडपणा आता पुष्कळच कमी झाला आहे आणि ती अंगाने भरली आहे. तिच्या शरीराला मोहक गोलाई आली आहे. तिच्या हालचालींत डौल नसला तरी सहजता आलेली दिसते. तिचे कापलेले केस आता पुन्हा भरपूर वाढले आहेत आणि त्यांची एकच लठ्ठ वेणी गोल वळवून तिने साधी पण सुरेख केशभूषा केली आहे. तिच्या सावळ्या चेहऱ्यावर तारुण्याची तांबूस टवटवी आहे. डोळ्यांत मृदू भाव उमटले आहेत. एरव्ही तीक्ष्ण असलेले तिचे बोलणेही आज विलक्षण सौम्य झाले आहे.

बेथची उंची मधल्या तीन वर्षांत काहीशी वाढली आहे, किंवा ती कृश झाल्यामुळेही अधिक उंच वाटत असेल. आधीच फारशी न बोलणारी बेथ आता अधिकच शांत, अबोल झाली आहे. तिच्या कृश चोपलेल्या चेहऱ्यावर डोळे खूप

मोठाले दिसत आहेत. त्या डोळ्यांत एक विलक्षण भाव आहे. तो भाव खिन्नतेचा नाही. पण दुसऱ्याला उदास वाटावे असे काहीतरी त्यात भरून राहिले आहे. दुखण्याच्या जबरदस्त फटक्याने बेथचे कोवळे बाळसे पार पुसून टाकले आहे. तिच्या चेहऱ्यावर सोशिकपणाची एक कायमची छटा त्याने उमटवून ठेवली आहे. पण तरी सुद्धा बेथ आपल्या प्रकृतीबद्दल कधीच तक्रार करीत नाही. उलट ती नेहमी दुसऱ्यांना आश्वासन देत असते : "आता मला खूपच बरं वाटतंय. आज ना उद्या चांगली होईल माझी प्रकृती!"

त्या चौघी बहिणींत अगदी फुलासारखी टवटवीत होऊन बहरली असेल तर ती ॲमी. वयाच्या सोळाव्या वर्षीच तिची अगदी पुरी वाढ झाली आहे, तिची उंची सुरेख आहे आणि साऱ्या हालचालींत एक स्त्रीसहज गोडवा अन् आत्मविश्वास भरून राहिला आहे. तसे ॲमीला सुंदर म्हणता येणार नाही. पण सौंदर्यालाही मागे सारणारे असे जे एक विलक्षण माधुर्य काही स्त्रियांच्या व्यक्तित्वात असते, ते ॲमीला पुरेपूर लाभले आहे आणि त्याची तिला जाणीवही आहे. ते तिच्या चेहऱ्याच्या ठेवणीत, हातांच्या हालचालीत, तिच्या साध्या साध्या आविर्भावांत, इतकेच नव्हे तर तिच्या केसांच्या कुरळांत देखील प्रगट झाल्यावाचून राहात नाही. त्या माधुर्याने ॲमीच्या साऱ्या रूपविशेषांत एक संगती, एक मनोज्ञ मेळ निर्माण केला आहे. ॲमीचे एक मोठे दु:ख म्हणजे तिचे नाक. ते बेटे अजूनही अपरेच राहिले आहे. तशीच तिची जिवणीही काहीशी रुंद आहे. या लहानशा उणिवा आहेत. त्यांनी तिच्या चेहऱ्याला खरे म्हणजे एक वैशिष्ट्य प्राप्त करून दिले आहे, पण ॲमीला मात्र ते दोष फार जाणवतात. मग ती स्वत:चे अतिशय सुरेख निळे डोळे, शुभ्र गोरा वर्ण आणि भरगच्च दाट सोनेरी केस यांवर समाधान मानून घेते.

आज त्या तिघी बहिणींनी रुपेरी करड्या रंगाचे पोषाख अंगावर चढवले आहेत. केसांत आणि गळ्यालगत छातीशी गुलाबकळ्यांचे झुपके खोवले आहेत. तिघीजणी फार सुंदर दिसत आहेत. त्यांची मने निष्पाप, निश्चिंत आहेत. चेहऱ्यांवर कोवळी टवटवी आहे आणि आपल्या दैनंदिनीत गढलेल्या असताना स्त्रीजीवनातील एका गूढ रहस्यमय अनुभवात डोकावून बघण्यासाठी त्या क्षणभर थबकल्या आहेत!

मेगचा लग्नसमारंभ अगदी अनौपचारिक रीतीने होणार होता. सारे कसे साधे, घरगुती होते. समारंभासाठी अगदी जवळच्या नातेवाइकांना अन् मित्रमंडळींनाच बोलावले होते. त्याप्रमाणे हळूहळू पाहुणे येऊ लागले होते. आँट मार्च येऊन दाखल झाली तेव्हा स्वत: नवऱ्यामुलीनेच घरातून धावत येऊन तिच्या गळ्यात हात टाकून तिचे स्वागत केले आणि आँट मार्चने दिवाणखान्यात पाऊल टाकले तो प्रत्यक्ष नवरा मुलगा दिवाणखान्यात शोभेसाठी फुलांच्या माळा टांगताना तिला दिसला.

आँट मार्चसाठी मुद्दाम राखून ठेवलेल्या भल्या थोरल्या खुर्चीकडे मेगने तिला

नेले. अंगावरच्या नव्याकोऱ्या 'लव्हेंडर' रंगाच्या रेशमी झग्याच्या सळसळीत आँट मार्च खुर्चीवर टेकली आणि कुतूहलाने आजूबाजूला पाहू लागली. घरातले एकंदर वातावरण तिला बिलकूल आवडले नाही. कपाळाला आठ्या घालून नापसंतीदर्शक स्वरात ती मेगला म्हणाली, "काय ग, हे लग्न आहे की पोरखेळ? तू नवरी मुलगी ना मेग? मग तू अशी साऱ्यांच्या समोर काय वावरते आहेस? तू तर शेवटच्या क्षणापर्यंत कोणाच्या नजरेला देखील पडता कामा नयेस!"

आँट मार्चचा लडिवाळपणे मुका घेत हसून मेग म्हणाली, "मी काही प्रदर्शनातली बाहुली नाही, आँट. शिवाय लोक येणार ते काही माझे कपडे बघण्यासाठी नव्हेत की माझ्याकडे टक लावून मला न्याहाळण्यासाठी नव्हेत. ते माझ्या पोषाखावर टीका करणार नाहीत, की आजच्या मेजवानीच्या खर्चाचा अंदाज बांधणार नाहीत. शिवाय मी आज इतकी खुशीत आहे की, कोण काय म्हणेल याची मी मुळीच पर्वा करीत नाही. लग्न माझं आहे आणि ते मला हवं तसंच होणार. जॉन, तुम्हाला हातोडा हवाय ना? मी देते तो आणून!" बोलता बोलता तो पटकन 'त्या माणसा'कडे गेली आणि भिंतीवर फुलांच्या माळा लावण्याच्या कामी त्याला खुशाल मदत करू लागली! बरे, तिने हातोडा हाती दिल्यावर ब्रुकने औपचारिक रीतीने तिचे आभार तरी मानावेत की नाही ? पण त्याने तसे काहीच केले नाही. उलट दार जरासे ढकलून त्याच्या आडोशात त्याने पटकन मेगचा मुकाच घेतला! आँट मार्च हे सारे नाराजीने बघत होती. पण तरीही मेगच्या गालावर ओठ टेकताना जॉनच्या मुद्रेवर जो भाव उमटला, तो पाहून आँट मार्चच्या तीक्ष्ण डोळ्यांत चटकन पाणी आले आणि खिशातल्या रेशमी सुवासिक हातरुमालाने तिला ते पुसावे लागले!

एवढ्यात बाहेरचे दार धाडकन वाजले. कोठेतरी काहीतरी पडल्याचा आवाज झाला आणि मग एकदम मोठा हशा उसळला. "काय हे ज्यो? केक पाडलास ना खाली!" असे लॉरीचे शब्द उमटले. घटकाभर सगळीकडे एकच गडबड उडाली. दुसऱ्याच क्षणी पाहुण्यामंडळींचा लोंढाच्या लोंढा आत आला आणि मग एकदम साऱ्यांच्या बोलण्याने, हसण्याने आणि चीत्कारांनी घर भरून गेले. त्या गर्दीत लॉरीचे काळ्या कुरळ्या केसांनी आच्छादलेले डोके साऱ्यांच्या वर दिसत होते. त्याला पाहून आँट मार्च गडबडली आणि ॲमीच्या कानाशी तोंड नेऊन ती हळूच म्हणाली,

"त्या पोरट्याला माझ्या आसपास फिरकू देऊ नकोस हं मुळीसुद्धा! डासांपेक्षा सुद्धा मला त्याची जास्ती भीती वाटते! तो माझी फार थट्टा करतो!"

आँट मार्चच्या बोलण्याचे ॲमीला हसू आले आणि ती आँट मार्चला म्हणाली, "पण आज लॉरी फार सभ्यपणाने वागणार आहे. त्यानं मुळी तसं वचन दिलंय आम्हाला कालच!" मग ती लॉरीकडे वळली आणि आँट मार्चचे बोलणे तिने त्याच्या कानावर घातले. त्याबरोबर मिष्कील लॉरी आँट मार्चकडे आला आणि त्याने इतक्या

सभ्यपणे तिची विचारपूस सुरू केली, तिच्याशी इतक्या आस्थेने तो वागू लागला की, आँट मार्चला नकोसे होऊन गेले. त्याचा चावटपणा पुरवला, पण सभ्यता नको अशी तिची अवस्था झाली!

मेगचे लग्न बागेत होणार होते आणि स्वत: मिस्टर मार्च सारे मंत्र म्हणणार होते. लग्नाचा विधी करणार होते. हिरव्यागार पानांनी आणि सुंदर फुलांनी सजवलेली एक कमान बागेत उभी केली होती. लग्नाचा मुहूर्त जवळ आला तशी सर्वभर गाढ शांतता पसरली आणि मिस्टर मार्च वधूवरांसह कमानीखाली येऊन उभे राहिले. मेगच्या बहिणी आणि मिसेस मार्च बाजूला एकत्र गोळा झाल्या होत्या. मेगच्या भावी वियोगाच्या कल्पनेने त्यांची मने भरून आली होती. लग्नाचे मंत्र म्हणताना मिस्टर मार्चचा आवाज अनेकदा कंपित झाला आणि मेगचा हात हाती घेताना ब्रुकचा हातही थरथरला. त्याने घेतलेल्या शपथेचे शब्दही कोणी ऐकले नाहीत. एकटी मेग मात्र ताठ उभी होती. तिने निर्भयपणे ब्रुकच्या डोळ्याला डोळे भिडवले आणि प्रत्येक शपथ स्वच्छ, ठाम, ठाशीव शब्दांत उच्चारली. तिच्या मुखावर आणि तिच्या स्वरात एवढा प्रामाणिकपणा, आत्मविश्वास आणि श्रद्धा होती की, मिसेस मार्चचे हृदय अभिमानाने उचंबळून आले आणि आँट मार्चला आपले हुंदके काही केल्या आवरेनात!

लग्नाचा विधी चालू असताना ज्यो मुळीच रडली नाही. एकदा ती रडण्याच्या बेतात आली होती, पण त्याच वेळी लॉरीची व तिची दृष्टादृष्ट झाली आणि ज्योने प्रयत्नपूर्वक स्वत:ला सावरले. लॉरी तिच्याकडे टक लावून बघत होता. त्याच्या डोळ्यांत मिष्कीलपणा आणि भावनोत्कटता यांचे मोठे मजेदार मिश्रण झाले होते; आणि कधी नव्हे तो त्याचा चेहरा आज गंभीर दिसत होता. बेथ आपल्या आईच्या खांद्यावर डोके टेकून मूकपणे रडत होती. ॲमी मात्र एखाद्या सुंदर ग्रीक पुतळ्यासारखी ताठ उभी राहिली होती. झाडापानांच्या गर्दीतून एकच सोनेरी किरण नेमका तिच्या शुभ्र सुंदर कपाळावर अन् केसांत गुंफलेल्या फुलांवर उतरला होता आणि त्याने तिच्या चेहऱ्याला अलौकिक शोभा आणली होती.

लग्नाचा विधी यथासांग पुरा होताच मेग ओरडली, "पहिला मुका मार्मीला!" आणि तिने धावत येऊन आईच्या गळ्याभोवती हात टाकून तिचे आवेगाने चुंबन घेतले! नंतरच्या पंधरा मिनिटांत ती अक्षरश: उमललेल्या गुलाबासारखी दिसत होती. बघता बघता सारेजण तिच्याभोवती गोळा झाले आणि मग अभिनंदनाची, हस्तांदोलनाची आणि चुंबनांची एकच घाई उडाली. मिस्टर लॉरेन्सपासून तो हॅनापर्यंत सर्वांनी नव्या नवरीचे मुके घेऊन तिचे कौतुक केले. हॅना एकीकडे हसत होती, एकीकडे रडत होती आणि एकीकडे 'लग्नाच्या मेजवानी सारे पदार्थ चांगले झाल्या'बद्दल ती समाधानही व्यक्त करीत होती.

मेगच्या लग्नसमारंभात भेटवस्तू कोठेही दिसल्या नाहीत. कारण त्या वस्तू

आधीच तिला देण्यात आल्या होत्या आणि त्या साऱ्यांचा तिच्या नव्या घरात केव्हाच समावेश झाला होता. लग्नसमारंभानंतर माणसे मेजवानीसाठी आतल्या दालनात आली. लग्नाची मेजवानी खरी, पण लग्नसमारंभ जसा साधासुधा होता तशीच मेजवानीही साधी होती. तीत कसलाही भपका किंवा थाटमाट नव्हता. लग्नासाठी खास बनविलेल्या केकचे मोठाले काप, बिस्किटे, भरपूर फळे एवढेच मेजवानीतले पदार्थ होते. पदार्थांभोवती फुलांची सुंदर सजावट केली होती आणि पेय म्हणून कॉफी, लेमोनेड आणि शुद्ध पाणी यांचा वापर केला होता. हे पाहिल्यावर मिस्टर लॉरेन्स आणि आँट मार्च दोघेही एकमेकांकडे पाहून अर्थपूर्ण रीतीने हसली. काही वेळ कोणीच काही बोलले नाही. पण मग लॉरीला राहवेना. मेगची डिश भरून ती तिच्या हाती देत कपाळाला आठ्या घालून त्याने तिला विचारले,

"ज्योनं दारूच्या साऱ्या बाटल्या फोडून टाकल्या की काय? मला तर आज सकाळी तुमच्या दिवाणखान्यात काही बाटल्या दिसत होत्या म्हणून विचारतो."

"तसं नाही. तुझ्या आजोबांनी आपल्या संग्रहातलं अगदी उत्तम मद्य आम्हाला दिलं आणि आँट मार्चनंही आपल्याकडच्या दारूच्या काही बाटल्या आमच्याकडे पोहोचवल्या. पण पपांनी थोडी दारू बेथसाठी म्हणून घरी ठेवली आणि बाकीच्या साऱ्या बाटल्या त्यांनी सैनिकांसाठी इस्पितळात धाडून दिल्या. तुला माहीतच आहे की, आजारीपणाखेरीज एरव्ही कोणीही दारू घेऊ नये असं पपांचं मत आहे आणि आई तर म्हणते की, माझ्या घरात माझ्या मुलींनी कोणत्याही तरुणाला कधी मद्य देता कामा नये!"

मेग अगदी गंभीरपणे बोलत होती. लॉरी हसेल किंवा रागावेल असे तिला भय वाटत होते. पण त्याने यापैकी काहीच केले नाही. उलट तो चटकन म्हणाला, "तुझी आई म्हणते ते अगदी बरोबर आहे. कारण तरुण मुलींनी दिलेलं मद्य पिऊन झिंगलेले अनेक तरुण मी पाहिले आहेत!"

"हे तू स्वानुभवाचे बोल तर बोलत नाहीस ना?" मेगने चिंतातुर स्वरात त्याला विचारले.

"छे छे! मुळीच नाही. मला मद्याचं तसं मुळीच महत्त्व वाटत नाही." लॉरी म्हणाला, "पण हा माझा मोठासा सद्‌गुण आहे असंही समजू नकोस तू. कारण माझं बाळपण सारं इटलीत गेलं. तिथं दारू ही पाण्यासारखी सतत वापरली जाते आणि तिथली दारू पाण्याइतकीच सौम्य व निरुपद्रवी असते. त्यामुळे मला तिची कधी चटक लागली नाही. पण अर्थात जेव्हा एखादी सुंदर मुलगी मद्य देऊ करते, तेव्हा तिला माझ्याच्यानं नकार देववत नाही."

"पण तू नकार दिला पाहिजेस लॉरी. स्वत:करता नाही तरी निदान तुझ्यावर माया करणाऱ्या आमच्यासारख्यांकरता! चल, तू मला आज वचन दे पाहू की,

आजपासून आपण दारूला स्पर्श करणार नाही म्हणून! आजचा दिवस माझ्या आयुष्यातला सर्वांत आनंदाचा दिवस आहे. तसा तो मानायला हे एक आणखी कारण दे मला!'' मेग कळकळीने म्हणाली.

इतकी मोठी मागणी आणि तीही इतक्या अनपेक्षितपणे केली गेलेली पाहून लॉरी क्षणभर घुटमळला. मेगला मात्र खात्री होती की, कोणत्याही बाबतीत लॉरीने एकदा शब्द दिला की, मग जिवाच्या कराराने तो शब्द तो पाळल्याशिवाय राहणार नाही! आणि म्हणूनच आजचा प्रसंग साधून तिने त्याला ही गळ घातली होती. आपली शक्ती पणाला लावली होती. ती अधिक काही बोलली नाही. पण लॉरीकडे ती टक लावून बघत राहिली. तिच्या चेहऱ्यावर विलक्षण उत्सुकता, अपेक्षा होती आणि तिचे हास्य असे सुचवीत होते : माझं लग्न आहे आज. आजच्या दिवशी मला कोणीही कशालाही 'नाही' म्हणणार नाही. खरे ना? लॉरीने तिच्याकडे पाहिले. क्षणभर स्वत:शी विचार केला. मग तो चटकन हसला आणि आपला हात तिच्या हाती देत म्हणाला, ''ठीक आहे मिसेस ब्रुक. मी तुम्हाला वचन देतो, आजपासून मी कधीही दारूला स्पर्श करणार नाही!''

''शाबास लॉरी. मी तुझे मनापासून आभार मानते!'' मेग म्हणाली.

''आणि मी तुझ्या निश्चयाला दीर्घायुष्य चिंतिते!'' ज्यो हसत हसत त्याच्यापाशी येऊन त्याच्या हातातल्या लेमोनेडच्या पेल्याला आपला पेला भिडवीत खट्याळपणे म्हणाली.

अशा रीतीने एक गंभीर वचन सहजासहजी दिले गेले, शपथ घेतली गेली आणि पुढील आयुष्यात अनेकदा मोहाचे प्रसंग आले तरी देखील, आपल्या बालमैत्रिणीला तिच्या विवाहप्रसंगी दिलेला शब्द लॉरीने कायम पाळला. मेगने एक नेमका क्षण पकडला होता आणि स्त्रीसुलभ शहाणपणाने तिने त्याचा योग्य तो उपयोग करून घेतला होता.

मेजवानी आटोपल्यानंतर दोनदोन, तीनतीन असे गट करून माणसे घरात व बागेत हिंडू लागली. मेग आणि जॉन बागेतल्या हिरवळीवर एकमेकांशी बोलत उभी होती तेवढ्यात लॉरीला एक मजेदार कल्पना सुचली आणि तो चटकन म्हणाला,

''इकडे लक्ष द्या सारीजणं. माझी एक सूचना आहे. आजच्या या समारंभात नृत्य झालंच पाहिजे. जर्मन लोकांत करतात त्याप्रमाणे साऱ्या विवाहित जोडप्यांनी हातात हात गुंफून नव्या नवरानवरीबरोबर नृत्य करावं आणि आम्ही अविवाहित मुलेमुली जोड्या जमवून त्यात भाग घेऊ. चला आटपा लवकर!''

बोलता बोलता त्याने शेजारी उभ्या असलेल्या ॲमीचा हात हाती धरून तिला नृत्यासाठी जवळ ओढले आणि डौलदार पावले टाकीत त्याने नृत्याला सुरुवातही केली. त्याची कल्पना साऱ्यांनाच आवडली आणि हळूहळू सर्वांनी त्याचे अनुकरण

केले. मिस्टर मार्च आणि मिसेस मार्च, अंकल कॅरोल आणि आँट कॅरोल ही दोन प्रौढ जोडपी प्रथम नृत्यात सामील झाली. सॅली मॉफटने क्षणभर विचार केला आणि मग तिनेही नेडचा हात धरून त्याला नृत्यात ओढले. पण सर्वांत गंमत आली ती मिस्टर लॉरेन्स आणि आँट मार्च ही दोघे नाचू लागली तेव्हा. कारण नृत्य सुरू झाल्यावर मिस्टर लॉरेन्स गंभीरपणे आँट मार्चजवळ गेले आणि तरुण मुलीला करावी तितक्या आदबीने त्यांनी तिला नृत्यासाठी विनंती केली. त्यावर आँट मार्च जरासुद्धा घुटमळली नाही. तिने आपल्या हातातली वेताची छडी काखोटीला मारली. सळसळत्या झग्याचा घेर सावरून धरला आणि मिस्टर लॉरेन्सच्या हाती हात देत लगेच नाचासाठी पुढे सरसावली. सारी अविवाहित तरुण मंडळी मोठ्या उत्साहाने नृत्यात सामील झाली आणि वसंतऋतूतील एखाद्या सुरेख दिवशी फुलपाखरांचे थवे भरारू लागावेत तशी ती बागेत नाचत राहिली.

नाचून नाचून माणसे दमली, त्यांना धाप लागली. तेव्हा हा अनाहूत कार्यक्रम जसा अनपेक्षितपणे सुरू झाला होता तसाच अचानक तो संपला. मग नवरानवरीचा व नवरीच्या घरच्या मंडळींचा निरोप घेऊन पाहुणे आपापल्या घरी जावयास निघाले.

जाताना मेगजवळ क्षणभर थांबून आँट मार्च तिला म्हणाली, ''पोरी, तू आपला हट्ट शेवटी पुरा केलासच! याचा तुला पस्तावा न झाला म्हणजे मिळवली.'' नंतर जवळच उभ्या असलेल्या जॉनकडे वळून ती दटावणीच्या सुरात बोलली, ''रत्न पदरात पडलंय तुझ्या! समजलास! ते जन्मभर नीट सांभाळ. आमच्या पोरीला जीव लाव बरं!''

सॅली आणि नेड मॉफट जेव्हा निरोप घेऊन घराबाहेर पडले तेव्हा सॅली नेडकडे वळून त्याला म्हणाली, ''खरं तर या लग्नसमारंभाला कसलीही शिस्त नव्हती. त्यात कसला झगमगाट नव्हता! आणि तरीदेखील इतका सुंदर लग्नसोहळा गेल्या कित्येक वर्षांत मी पाहिल्याचे मला आठवत नाही! काय याचे रहस्य असेल कोण जाणे!''

मिस्टर लॉरेन्स व त्यांचा नातू घरी येऊन पोहोचले तेव्हा विश्रांती घेण्यासाठी आरामखुर्चीत अंग पसरता पसरता मिस्टर लॉरेन्स लॉरीकडे वळून त्याला म्हणाले,

''फार छान समारंभ झाला. मार्च मुली मोठ्या गुणी आणि लाघवी आहेत! लॉरी, पोरा, उद्या जर तुझ्या मनात लग्नाचा विचार आला तर यांतलीच एखादी पोरगी निवड बरे का! अशा गोड मुली शोधूनही सापडायच्या नाहीत कुठे!''

''निदान या बाबतीत तरी मी तुमचं नक्कीच ऐकेन, आजोबा! मी अगदी वचन देतो हवं तर!'' अनपेक्षित गांभीर्याने लॉरी म्हणाला आणि ज्योने त्याच्या कोटाच्या बटनहोलमध्ये खोवलेली, पण आता सुकू लागलेली गुलाबकळी त्याने हलकेच सोडवून बाजूला काढून ठेवली.

मेगचे घर जवळच होते. तेव्हा तिला आणि तिच्या पतीला काही फार मोठा

प्रवास करून आपल्या घरी जायचे नव्हते. तरीसुद्धा जुन्या घरातून नव्या घराकडे जाताना मेगने आपला वधूवेष बदलला आणि मंद राखी रंगाचा सुरेखसा सूट, डोक्यावर छोटी आकर्षक टोपी, असा पोषाख करून ती जावयास निघाली. तिचे आईवडील आणि तिच्या बहिणी भरलेल्या डोळ्यांनी तिला निरोप देण्यासाठी गोळा झाल्या. त्यावर एकेकाला आळीपाळीने बिलगत, डोळे पुशीत मेग म्हणाली,

"येते पपा, येते हं आई, बरे का पोरींनो! असं क्षणभरही मनात आणू नका की, माझे लग्न झाल्यामुळे मी कोणी वेगळी झाले, की तुम्हाला दुरावले म्हणून! जॉनवर माझं अत्यंत प्रेम आहे, पण म्हणून तुमच्यावर प्रेम कमी झालंय असं मुळीच नाही! पपा, मी रोज इकडे एखादी चक्कर टाकीन आणि या घरातलं माझं स्थान कायम ठेवण्याचा प्रयत्न करीन, माझं लग्न झालं असलं तरीसुद्धा! बेथ बरीचशी माझ्याकडेच राहणार आहे आणि ज्यो नि ॲमी वरचेवर येतीलच माझा संसार कसा चाललाय तो बघायला! माझ्या लग्नाचा समारंभ फार सुंदर झाला. मी आभारी आहे तुम्हा सर्वांची त्याबद्दल. येते हं!"

आणि मेग पतीबरोबर आपल्या घरी निघाली. जॉनच्या हातात हात गुंफून ती जेव्हा दुसऱ्या हाताने फुलांचे गुच्छ सावरीत घराच्या पायऱ्या उतरू लागली तेव्हा कोवळ्या उन्हाने उजळून निघालेला तिचा चेहरा किती प्रसन्न, किती मोहक दिसत होता! तिचे आईवडील आणि धाकट्या तिघी बहिणी प्रेमाने, अभिमानाने आणि कौतुकाने तिच्याकडे कितीतरी वेळ टक लावून बघत राहिल्या!

– आणि अशा रीतीने मेगचे वैवाहिक जीवन सुरू झाले.

२६

ॲमीची कलासेवा

देवदत्त प्रतिभा आणि केवळ चलाख बुद्धी या दोहोंमध्ये जमीनअस्मानाचे अंतर आहे. पण अनेकांना याची जाणीव असत नाही. विशेषत: महत्त्वाकांक्षी तरुण पुरुषांना आणि स्त्रियांना तर हा फरक कळण्यास फार वेळ लागतो. ॲमीला हा भेद नुकता कोठे कळू लागला होता आणि त्यासाठी तिला फार मोठे मोलही द्यावे लागत होते. स्वत:चा उसळता उत्साह म्हणजे तिला स्फूर्तीचा उद्रेक वाटला आणि तारुण्यसुलभ हौसेने ती कलेच्या प्रत्येक शाखेवर आपला हात चालवून पाहू लागली. अगदी प्रारंभी ती चिकणमातीचे पुतळे करीत असे. पुढे त्यात खंड पडला आणि ती काळी शाई वापरून टाकाच्या साह्याने सुंदर रेखाचित्रे काढू लागली. तिचा हात चांगला होता. अभिरुची वरच्या दर्जाची होती; आणि तिची डौलदार कलाकुसर कोणालाही वेधून टाकण्याइतकी वैशिष्ट्यपूर्ण होती. पण इतक्या बारीक रेषा काढताना तिच्या डोळ्यांना ताण पडू लागला, डोकेदुखी सुरू झाली आणि शाई-टाकाचे काम तिला काही काळ बाजूला ठेवावे लागले.

मग तिने चित्रकलेचा आणखी एक अभिनव प्रांत हाताळण्यास सुरुवात केली. तापवलेल्या सांडसाने लाकडी फळ्या जाळून त्यात कोरीव चित्रे काढण्याचा ती प्रयत्न करू लागली. ॲमीचा हा प्रयोग चालू असता घराला आग लागेल की काय या भीतीने घरातली माणसे सदैव काळजीत असत. वेळीअवेळी वाटेल तेव्हा जळक्या लाकडांचा धूर नि वास घरात भरून राही. तापून लाल झालेले सांडस कोठेही अस्ताव्यस्त पडलेले दिसत आणि रात्री झोपायला जाताना उशाशी पाण्याने भरलेल्या निदान दोन बादल्या तरी ठेवायला हॅना कधी विसरत नसे. ॲमीची चित्रकला स्वैंपाकघरापर्यंत जाऊन पोहोचली होती. पीठ मळण्याच्या लाकडी फळीवर, साखरेच्या लाकडी बादलीवर, घराच्या दारावर, बघावे तेथे ग्रीक पुराणातील देवतांची, स्वर्गीय देवदूतांची आणि बाल येशूची चित्रे उमटली आणि येणाराजाणारांना ती दचकवून भेडसावू लागली.

तापलेल्या सांडसांनी कोरीव काम करताकरता पोळलेली ॲमीची बोटे तेलाकडे वळावीत हे अगदी स्वाभाविक होते. तेव्हा कोरीव कामानंतर ॲमी तैलचित्रांकडे वळली हे सांगणे नको. तिचा एक चित्रकार मित्र होता. त्याने एक जुने पॅलेट आणि बऱ्याचशा रंगांच्या ट्यूब्ज नि ब्रश तिला दिले होते. ते साहित्य वापरून तिने भराभर तैल रंगांत चित्रे काढण्यास प्रारंभ केला. या प्रकारात ती जरा अधिक काळ रमली आणि जमिनीवरचे नि समुद्रावरचे अनेक देखावे तिने चितारले. तिने काढलेली गाईबैलांची चित्रे इतकी धष्टपुष्ट दिसत की, शेतकी प्रदर्शनात ती ठेवली असती तर त्यांना नक्की बक्षीस मिळाले असते. तिने काढलेल्या समुद्राच्या देखाव्यांतल्या बोटी इतक्या वेड्यावाकड्या कललेल्या असत की, त्यांच्या नुसत्या दर्शनानेच माणसांना समुद्र 'लागल्या' ची भावना होई आणि त्यांना चक्कर आल्यासारखे वाटे. नंतर ॲमी सुप्रसिद्ध कलावंतांच्या 'स्टाइल'वर चित्रे काढू लागली. खूपसे लठ्ठ, काळे आणि मोठाल्या डोळ्यांचे तरुण अन् तरुणी चित्रात दिसल्या की, ते 'म्युरिलो'चे अनुकरण असे. तेलकट तपकिरी, अंजिरी आणि काहीसे विकृत वाटणारे चेहरे 'रेम्ब्रांट'ची आठवण करून देत. तर निळे वादळी आभाळ, अंजिरी विजा, तपकिरी पाऊस नि जांभळे ढग ही 'टर्नर' या सुप्रसिद्ध चित्रकाराच्या चित्रांची केलेली नक्कल असे. त्यात मध्येच टोमॅटोच्या रंगाचा एक लालभडक गोळा दिसे. पण तो सूर्य होता, की रबरी टायर होती, खलाश्याचा शर्ट होता, की राजाचा झगा होता हे कोणालाही सांगता येत नसे. मग कोणी आपल्या इच्छेनुसार त्याचा वाटेल तसा अर्थ लावावा.

भरपूर तैलचित्रे काढल्यावर ॲमीने कोळशाच्या साह्याने चित्रे काढण्यास सुरुवात केली आणि दिसेल त्या माणसाला 'मॉडेल' म्हणून समोर बसवून ती त्याचे चित्र काढू लागली. घरातल्या सर्व मंडळींना आळीपाळीने या आपत्तीला तोंड द्यावे लागले आणि त्यांची चित्रे जागोजागी भिंतीवर लटकताना नजरेस पडू लागली. त्या चित्रातले ज्योचे नाक, बेथचे केस, मेगची जिवणी आणि लॉरीचे डोळे अगदी 'हुबेहूब' असल्याचा सार्वत्रिक अभिप्राय पडला. यानंतर रंगाच्या कोरड्या कांड्यांनी चित्रे काढून झाली आणि मग प्लॅस्टरचे साचे बनवून त्यात पुतळे ओतण्याचा कारखाना ॲमीने सुरू केला. शेजारपाजारच्या सर्व लहान मुलांवर या प्रकाराचे प्रयोग झाले आणि घरात ठिकठिकाणी ठेवलेले पांढरे शाडूचे पुतळे रात्रीबेरात्री काळोखात अकस्मात डोक्यावर कोसळू लागले. हे काम ॲमी कितीतरी दिवस हौसेने करीत राहिली असती, पण एकदा एक विचित्र अपघात झाला आणि ॲमीचा उत्साह तात्पुरता अगदी मावळला. इतर चांगल्या मॉडेलच्या अभावी ॲमीने एकदा आपल्या सुंदर पावलाचाच पुतळा करण्याचे ठरवले आणि साचा करण्यासाठी तिने पायावर प्लॅस्टर ओतले. पण ते अनपेक्षित वेगाने घट्ट नि कडक झाले आणि ॲमीचा पाय त्यात अडकला. ती घाबरली आणि आरडाओरडा करून तिने सारे घर गोळा केले. ज्योने चाकूने प्लॅस्टर खरवडून

ॲमीचा पाय मोकळा केला, पण तिला इतके हसू येत होते की, त्यामुळे मध्येच तिचा हात हलला, ॲमीच्या पायाला चाकूचे पाते लागून तिला चांगलीच दुखापत झाली आणि आपल्या कलासक्त वृत्तीने ते स्मारक जखमेच्या व्रणाच्या रूपाने ॲमीने सतत पायावर बाळगले!

यानंतर ॲमीने निसर्गदृश्यांची 'स्केचेस' करण्याला सुरुवात केली. ऊनसावलीची हवी ती छटा मिळावी म्हणून ती दिवसेंदिवस गावाबाहेरच्या रानात भटकू लागली. तासन् तास नदीकाठी बसू लागली. गावाभोवतालचे एकही शेत, एकही भग्न किल्ला किंवा फुटका बुरूज तिने सोडला नाही. एक वेडावाकडा दगड, एखादे लहानसे झुडूप, चार कुत्र्यांच्या छत्र्या नि दोनतीन फुले या साऱ्यांचे मिळून ती 'स्केच'करी आणि त्यात तिला 'अपूर्व कला' दिसून येई. कधीकधी ढगांच्या वेड्यावाकड्या आकारांत तिला एखाद्या 'अद्‌भुत कलाकृती'चा साक्षात्कार होई. उन्हातान्हात भटकून तिचा गोरा चेहरा काळवंडला, दूरची दृश्ये बघण्यासाठी डोळे आकुंचित करून करून नाकावर एक कायमची आठी पडली, ओल्या गवतात एकसारखे बसल्यामुळे सर्दी झाली, तरीदेखील 'चित्रकलेची साधना' ॲमी निष्ठेने अन् चिकाटीने करीतच राहिली.

मायकेल अँजेलो या सुप्रसिद्ध कलावंताने म्हणे कोठे तरी असे उद्‌गार काढले आहेत की, प्रतिभा म्हणजे दुसरे तिसरे काही नसून अमर्याद श्रम करण्याची नि वाट पाहण्याची तयारी होय. त्याचे हे उद्‌गार जर खरे मानले तर ॲमीला प्रतिभेचे थोडेसे तरी श्रेय द्यावयास हरकत नव्हती. कारण तिचा कष्टाळूपणा आणि चिकाटी यांना खरोखरच सीमा नव्हती. काय वाटेल ते झाले तरी आपण श्रेष्ठ चित्रकार व्हायचेच, असा तिने आपल्या मनाशी निर्धार केला होता आणि कितीही अडथळे आले, केवढाही पराभव पदरात पडला, कितीदाही अगदी खट्टू होण्याचे प्रसंग आले तरी त्यामुळे निराश न होता तिने चिवटपणाने आपल्या ध्येयाचा पाठलाग चालू ठेवला होता.

एकीकडे ॲमी कलेची साधना करीत होती आणि दुसरीकडे ती जीवनाचा आनंदही उपभोगीत होती. आपल्या व्यक्तिमत्त्वाची योग्य प्रकारे जपणूक व जोपासना करायची आणि श्रेष्ठ कलावंत होणे जमलेच नाही तर निदान सभ्य, सुसंस्कृत, कलाभिरुचिसंपन्न अशी स्त्री व्हावयाचे हे तिने मनाशी ठरवून टाकले होते आणि या प्रांतात तिला यश मिळविणे सोपे होते. ॲमीचे व्यक्तित्व जात्याच आकर्षक होते आणि आपल्या सहवासात येणाऱ्या प्रत्येकाला आपल्या वृत्तीच्या गोडव्याने भारून टाकण्याची कला तिला जणू जन्मजात साध्य झाली होती. त्यामुळे जेथे जाईल तेथे ॲमी लोकप्रिय होई आणि मित्रमैत्रिणींचा तुटवडा तिला कधीच पडत नसे. सारे जीवन ती इतक्या सहजपणे जगत असे आणि आलेल्या अडचणींना, बिकट प्रसंगांना इतक्या सफाईने ती तोंड देई की, ती शुभनक्षत्रावर जन्मलेली असली पाहिजे असाच तिच्याविषयी

सर्वांचा ग्रह होई. ॲमी सर्वांनाच आवडे. कारण तिच्या अंगच्या इतर गुणांत एक फार मोठा गुण होता, तो म्हणजे चातुर्य, समयसूचकता. त्यामुळे कुठे काय बोलावे, केव्हा कसे वागावे हे तिला आपोआप समजत असे. योग्यायोग्यतेची तिला विलक्षण जाणीव असे. समोरचे माणूस, वेळ आणि प्रसंग यांचा विचार करून जेव्हा जे बोलावे तेव्हा तेच ती नेमके बोले आणि कोणत्याही प्रसंगी तिचे अवधान सुटत नसे की मनावरचा ताबा जात नसे. म्हणून तिच्या बहिणी नेहमी थट्टेने म्हणत, "आमच्या ॲमीला कोणत्याही पूर्वसूचनेशिवाय अगदी राजदरबारात जरी जावे लागले तरी ती बिलकूल गोंधळणार नाही. कारण तेथे कसे वागावे हे तिला आपोआपच समजेल!"

ॲमीच्या स्वभावातला एक मोठा दुबळेपणा म्हणजे बड्या लोकांत वावरण्याची तिला असलेली अनिवार हौस, अर्थात बडे लोक म्हणजे नेमके कोण याबद्दलची तिची कल्पना फारच ढोबळ स्वरूपाची होती. पैसा, प्रतिष्ठा, सामाजिक दर्जा, शिक्षणाने व श्रीमंतीने आलेली वरवरची वागण्याबोलण्यातली सुसंस्कृतता, उपचारांची दिखाऊ सफाई या सर्व गोष्टींचे ॲमीला विलक्षण आकर्षण वाटे व हे सारे ज्यांच्याजवळ दिसून येई त्यांना ती बडे लोक समजे. अशा लोकांच्या सहवासात आपल्याला वावरता यावे, त्यांच्या थोडेफार जवळ जाता यावे ही तिच्या मनातली उत्कट इच्छा असे आणि त्यामुळे पुष्कळदा अस्सल आणि नक्कल यांतला भेद तिला ओळखता येत नसे. वरवर हे सारे मिरवणारे लोक आतून अनेकदा क्षुद्र, उथळ आणि असभ्य असतात, हे ॲमीला अद्याप समजले नव्हते. ती स्वतः मध्यमवर्गात, सामान्य परिस्थितीत जन्मलेली होती. दारिद्र्यात तिला दिवस घालवावे लागत होते. तरीही तिने आपल्या आवडीनिवडी मात्र चोखंदळ, वरच्या दर्जाच्या अशाच ठेवल्या होत्या. पुढेमागे चांगल्या परिस्थितीत राहण्याची संधी आलीच, तर आपण कोठे कमी पडू नये यासाठी तिची आतापासून धडपड चाललेली असे.

तिच्या या विशिष्ट स्वभावामुळे तिच्या बहिणींनी व मित्रमैत्रिणींनी थट्टेने तिचे नाव 'राणी' असे ठेवले होते. पण ॲमी त्यांना नेहमी म्हणे, "तुम्ही काय हवं ते म्हणा. पण मला खरोखरच अंतर्बाह्य सुसंस्कृत व्हायचं आहे!" तिला बिचारीला हे अजून ठाऊक नव्हते की, सुसंस्कृतता ही घराण्यावर, सामाजिक दर्जावर किंवा श्रीमंतीवर अवलंबून नसते. ती वृत्तीतच कोठे तरी असावी लागते आणि सुसंस्कृत माणूस हा कोठेही, कशाही परिस्थितीत असला तरी तो वेगळा उमटून दिसल्याशिवाय राहात नाही. ॲमी जात्याच सुसंस्कृत होती. फक्त तिला स्वतःला ते अद्याप समजले नव्हते!

एके दिवशी दुपारी ॲमी आपल्या आईला म्हणाली, "मार्मी, माझं एक मागणं आहे तुझ्यापाशी!"

"काय ग छोटे, काय हवंय तुला?" मिसेस मार्चने प्रेमाने ॲमीच्या गालावर चापट मारून विचारले. ॲमी आता सोळा वर्षांची, उंच आणि भरदार अशी तरुणी

झालेली असली तरी तिच्या आईवडिलांच्या वत्सल दृष्टीला ती अजून छोटीच दिसत असे.

“किनई, आमच्या चित्रकलेच्या वर्गाला पुढल्या आठवड्यापासून उन्हाळ्याची सुट्टी लागणार आहे. सुट्टीसाठी मुली आपापल्या घरी जाण्यापूर्वी त्या साऱ्यांना एकदा आपल्याकडे जेवायला बोलवावं असं माझ्या मनात आहे. त्या आपल्या घरामागच्या नदीकाठानं फिरतील. मोडक्या पुलाची आणि भोवतालच्या देखाव्याची स्केचेस करतील आणि एक सबंध दुपार आपल्याकडे मजेनं घालवतील. त्या सगळ्या घरच्या श्रीमंत, चांगल्या परिस्थितीतल्या आहेत. मी गरीब आहे हे त्यांना माहीत आहे. तरीसुद्धा मला त्या अगदी बरोबरीच्या नात्यानं वागवतात–” ॲमी सांगू लागली.

“वागवतात म्हणजे? त्यात त्या काही तुझ्यावर मोठी मेहेरबानी करतात की काय? गरिबी-श्रीमंतीचा यात प्रश्नच कुठे येतो?” मिसेस मार्च एकदम उसळून म्हणाली. आपल्या गरिबीचा कुणी असा करुणेने उल्लेख केला की तिला अशीच चीड येई.

“गरिबी-श्रीमंतीचा प्रश्न नाही म्हटलं तरी येतोच आणि त्यामुळे माणसामाणसांत फरकही पडतो! उगाच नाकबूल करण्यात काय अर्थ आहे? तेव्हा मार्मी, तू अशी रागावू नकोस.” ॲमी लडिवाळपणे आईच्या गळ्यात हात टाकीत म्हणाली, “खरंच सांगते, आमच्या वर्गातल्या मुली श्रीमंताच्या असल्या तरी स्वभावानं छान आहेत आणि या ना त्या रूपानं त्यांनी माझ्यासाठी पुष्कळदा काही काही केलेलं आहे! आपण त्याची परतफेड कशी करणार? तेव्हा म्हणते, एकदा त्यांना जेवायला बोलवावं!”

ॲमीच्या समंजस बोलण्याने मिसेस मार्चचा राग तात्काळ मावळला. ती शांत झाली आणि हसून म्हणाली,

“बरं बरं! मग तू काय ठरवलं आहेस? मला सारं सविस्तर सांग पाहू!”

“मी म्हणते, त्या मुलींना जेवायला बोलवावं येत्या आठवड्यात. त्या आधी थोड्याशा लवकर येतील. जेवतील आणि मग दुपारी मी त्यांना गाडीतून नदीकाठानं फिरवून आणीन. संध्याकाळी साऱ्याजणी परत आपापल्या घरी जातील. कसा काय वाटतो हा बेत तुला?”

“बेत ठीक आहे. पण जेवणाचं काय?” मिसेस मार्च म्हणाली, “मला वाटतं फार मोठा पसारा घालू नये. केक, सॅण्डविचेस, भरपूर फळं आणि कॉफी. पुरे होईल ना एवढं?”

“छे छे!” ॲमी चटकन म्हणाली, “हे नाही हं चालायचं! हे अगदीच काहीतरी दिसेल. जेवणात ‘चिकन’ पाहिजेच. एखादं चांगलंसं ‘सलाड’ हवं आणि शिवाय फ्रेंच चॉकोलेट आणि आइस्क्रीमही द्यायलाच हवं! अग, आमच्या वर्गातल्या मुली श्रीमंत आहेत. त्यांना या असल्याच जेवणाची सवय असणार. तेव्हा माझ्याकडचं जेवणही त्याच दर्जाचं हवं!”

मिसेस मार्चचा चेहरा गंभीर दिसू लागला. क्षणभर थांबून मग ती ॲमीला म्हणाली,

“किती मुली आहेत एकंदर तुझ्या वर्गात?”

“तेराचौदा आहेत.” ॲमी म्हणाली, “पण त्या साऱ्याजणी येतील असं वाटत नाही.”

“तरी काय झालं?” मिसेस मार्च म्हणाली, “निदान आठदहा तरी नक्कीच येतील. म्हणजे त्यांना आणण्या नेण्यासाठी पुन्हा बसचा खर्च तुला करावा लागणार!”

“एवढ्या कुठल्या येताहेत? सहा किंवा फारच झालं तर आठजणी येतील.” ॲमी बोटे दुमडून हिशेब करीत म्हणाली, “त्यांना बस कशाला हवी? तात्पुरती लॉरीची घोडागाडी आपण मागून घेऊ म्हणजे झालं!”

“पण तुझा जेवणाचा बेत–” मिसेस मार्च म्हणाली, “मला वाटतं ॲमी, हे सारं चांगलंच महागात पडणार!”

“फार नाही महागात पडणार.” ॲमी म्हणाली, “मी एकंदर खर्चाचा आराखडा काढलाय आणि माझ्या स्वत:च्या पैशांतून हा खर्च मी करणार आहे! मग खर्चाचा प्रश्न कुठे येतो!’

“ॲमी बेटा, माझं जरा ऐकशील का?” मिसेस मार्च समजुतीच्या स्वरात म्हणाली, “तू जेवणाचा जो बेत आखला आहेस, त्या पदार्थांत त्या मुलींना काहीच नावीन्य वाटणार नाही. कारण घरी रोज हेच जेवण त्या जेवतात असं तूच म्हणतेस. तेव्हा आपल्याला जे परवडत नाही आणि त्यांना जे विशेष वाटणार नाही असलं काहीतरी त्यांना देण्यापेक्षा दुसरा काही साधासुधा बेत ठरवलास तर निदान रुचिपालट म्हणून तरी तुझ्या मैत्रिणींना ते बरं वाटेल! मग उगाच एवढा भपका हवा कशाला? आपली परिस्थिती आहे त्यापेक्षा अधिक वरच्या दर्जाचा नि खोट्या मोठेपणाचा आव आणून काय करायचे आहे?”

“मला पाहिजे तसं जर सारं होत नसेल तर मग मला मुळी हा कार्यक्रमच करायचा नाही.” ॲमी फुरंगटून म्हणाली, “मी सर्व गोष्टींचा बारकाईनं विचार केला आहे. सारे तपशील मनाशी पक्के ठरवले आहेत. तू आणि बाकीच्या साऱ्याजणींनी मला फक्त थोडी मदत करायला हवी. तेवढं तुम्ही करणार की नाही सांगा. खर्चाचं सारं माझं मी पाहून घेईन!”

ॲमीच्या स्वरात असा हट्टीपणा होता की, आता तिच्याशी वाद घालणे अशक्य आहे हे मिसेस मार्चच्या तात्काळ ध्यानात आले. अनुभव हा सर्वांत मोठा शिक्षक आहे हे तिला ठाऊक होते. तेव्हा अधिक विरोध न करता किंवा ॲमीची समजूत घालण्याच्या भरील न पडता ती इतकेच म्हणाली,

“ठीक आहे ॲमी, तुझा जर निश्चय ठरलाच असेल तर मग माझं काहीच म्हणणं नाही. तुझा पैसा, वेळ खर्च होऊ नये आणि उगाच तुला मनस्ताप होऊ नये यासाठीच मी जरा वेगळा बेत सुचवीत होते. पण तू सारा विचार केलाच असशील तर मग

काहीच प्रश्नच नाही. मी तर तुला मदत करीनच, पण तुझ्या बहिणींचाही तू एकदा सल्ला घे! आणि काय वाटेल ते झालं तरी मी तुझ्या पाठीशी आहे हे तू ध्यानात ठेव, बाळा!''

''आई, आई, मला वाटलंच होतं तू होकार देशील म्हणून! किती ग चांगली आहेस तू!'' ॲमीने चटकन पुढे होऊन आईला बिलगल्यासारखे केले आणि मग तिने आपल्या बहिणीसमोर आपली कल्पना मांडली.

मेगचा ॲमीवर विशेष जीव होता. तिने ताबडतोब ॲमीच्या बेताला संमती दिली. इतकेच नव्हे तर तिच्या या कार्यक्रमासाठी आपल्या उत्कृष्ट काचसामानापासून तर प्रत्यक्ष आपल्या छोट्या जेवणघरापर्यंत काय हवे ते देण्याची तिने सिद्धता दर्शवली. ज्योला मात्र ॲमीची कल्पना मुळीच आवडली नाही. तिने स्वत: तर त्यातून आपले अंग अजिबात काढून घेतलेच, पण स्वत: ॲमीलाही तिने अगदी मूर्खात काढले.

''काय हा खुळेपणा!'' ती तुसड्या स्वरात म्हणाली, ''स्वत:चा वेळ खर्ची घालायचा, घरातल्या माणसांना वैताग आणायचा नि पैशांची उधळपट्टी करायची! आणि ती कुणासाठी तर म्हणे चित्रकलेच्या वर्गातल्या चार श्रीमंत, लाडावलेल्या मुलींसाठी! माझी खात्री आहे की, त्यांना तुझ्याविषयी काही म्हटल्या काहीसुद्धा वाटत नसेल! मला नव्हतं वाटलं ॲमी तू इतकी मूर्ख आणि स्वाभिमानशून्य असशील म्हणून!''

''हे पाहा ज्यो, तू उगीच भलभलतं बोलशील ना माझ्या मैत्रिणींना, तर मी ते मुळीसुद्धा सहन करणार नाही!'' ॲमी चिडून म्हणाली. कारण ज्यो आणि ती, दोघीही अजून पोरकटच राहिल्या होत्या आणि लहानपणी व्हायची तशीच अजूनही त्यांची कडकडून भांडणे होत. ''तुला त्या मुलींची काय माहिती आहे! असतील त्या श्रीमंत. पण मला त्या आवडतात आणि त्यांनाही माझ्याबद्दल खूप जिव्हाळा वाटतो. त्या जरी फॅशनेबल असल्या नि प्रेमाबिमाच्या गप्पा मारीत असल्या, तरी त्यांच्याजवळ सुद्धा बुद्धिमत्ता, समंजसपणा, कला या गोष्टी नाहीत असं नाही. तुला माणसांची पर्वाच नाही. जरा सभ्य समाजात जावं, चार लोकांत वावरावं, स्वत:च्या आवडीनिवडी, अभिरुची सुसंस्कृत करावी असं तुला कधीसुद्धा वाटत नाही, पण मला या साऱ्या गोष्टींचं महत्त्व वाटतं आणि चांगल्या माणसांत उठण्याबसण्याची संधी मी तरी सोडणार नाही. मला जगात मानानं जगायचंय, चार लोकांकडून चांगलं म्हणवून घ्यायचंय, तुझ्यासारखं नाक उंच करून लोकांना धक्के मारीत आडदांडपणाने नाही वावरायचं मला! तुझी स्वतंत्र बुद्धी तुझी तुला लखलाभ असो. मी जगाच्या रीतीनं वागणारी मुलगी आहे!''

ॲमीने एकदा आपल्या तोंडाचा पट्टा सुरू केला की, ती कोणालाही हार जात नसे. विशेषत: ज्योला! आपले स्वातंत्र्यप्रेम आणि रीतिरिवाजांचा तिटकारा ज्यो अशा टोकाला नेई की, तिच्या बोलण्यात तर्कशुद्धता बहुधा उरतच नसे. उलट, ॲमीच्या

बाजूला सत्य असे आणि ती मुद्द्याला सोडून कधी बोलत नसे. त्यामुळे दोघींच्या वादविवादात जय ॲमीचाच होई. आता तिने केलेली ज्योची नक्कल आणि ज्योच्या स्वतंत्र वृत्तीचे केलेले वर्णन दोन्ही इतकी हुबेहूब होती की, दोघींनाही हसू कोसळले; आणि त्यामुळे भांडणाचा सूर जाऊन चर्चेला थोडेसे सौम्य, दिलखुलास वळण लागले. सरतेशेवटी, आपल्या इच्छेविरुद्ध का होईना, ॲमीला मदत करण्याची व त्यासाठी एक दिवस खर्ची घालण्याची ज्योने तयारी दर्शविली.

मग ॲमीने आपल्या सर्व मैत्रिणींना निमंत्रणाची पत्रे धाडली. बहुतेकींनी निमंत्रण स्वीकारल्याचे कळवले. सोमवारचा दिवस नक्की करण्यात आला. हॅनाला हा कार्यक्रम मुळीच पसंत नव्हता. कारण त्यामुळे तिचे आठवड्याचे वेळापत्रक बिघडले होते. तरीही त्या दिवशी सकाळीच उठून तिने खाण्याचे पदार्थ बनवून ठेवले. पण मटन खारट झाले, चिकन कडक निघाले आणि फ्रेंच चॉकलेट घरी तयार केले, पण विकतच्या चॉकलेटचा रवाळपणा त्याला मुळीच आला नाही. केक बाजारातून आणला त्याची अव्वाच्या सव्वा किंमत द्यावी लागली आणि इतर किरकोळ गोष्टींवर बारीकसारीक खर्च किती तरी झाला. तो त्या त्या वेळी फार वाटला नाही, तरी त्याची एकंदर गोळाबेरीज बरीच मोठी झाली. बेथला नेमकी त्याच दिवशी सर्दी झाली. मेगकडे पाहुणे आल्यामुळे ती ॲमीला काही मदत करू शकली नाही आणि ज्यो या सर्वच कार्यक्रमावर इतकी नाराज होती की, तिचे लक्ष लागत नसल्यामुळे तिच्या हातून नेहमीच्या दुप्पट चुका, नुकसान आणि मोडतोड झाली.

हे सारे झालेच, पण मुख्य अडचण होती ती वेगळीच. ते वळवाच्या पावसाचे दिवस असल्यामुळे असे ठरले होते की, सोमवारी हवा चांगली नसेल तर मंगळवारी मुलींनी यावे. सोमवारी पहाटेपासूनच पावसाच्या हलक्या हलक्या सरी येऊ लागल्या. हवा तर इतकी अनिश्चित होती की, घटकेत पाऊस पडे, घटकेत ऊन पडे. घटकेत वादळी वारे वाहत. अखंड मुसळधार पावसापेक्षाही असा लहरी पाऊस अधिक त्रासदायक वाटतो. सोमवारी तसेच झाले. बिचाऱ्या ॲमीने त्या दिवशी पहाटेच सगळ्यांना जागे करून बिछान्याबाहेर काढले होते. त्यांना घाईघाईने 'ब्रेकफास्ट' उरकायला लावला होता, कारण तिला लौकर घर आवरून ते सजवायचे होते. घर आवरताना आपला दिवाणखाना फारच सामान्य दिसतो आहे, भिंतींचा रंग ठिकठिकाणी उडाला आहे, जमिनीवरची सतरंजी व गालिचे जुनवट होऊन विरले आहेत हे तिच्या ध्यानात आले आणि ती फार खट्टू झाली. पण त्यावर विचार करण्यात फारसा अर्थ नाही हे तिच्या लगेच ध्यानी आले आणि मग तिने ते दोष झाकण्याची कौशल्याने खटपट केली. रंग उडालेल्या जागेवर तिने चित्रे टांगली. सतरंजी-गालिचाचा जुनेपणा कळू नये अशा बेताने त्यावर जागजागी खुर्च्या ठेवल्या आणि रिकाम्या कोपऱ्यांतून आपण स्वत: तयार केलेले पुतळे मांडून ती उणीव दूर केली. चित्रे, पुतळे आणि

ज्योने ठिकठिकाणी आकर्षक रचना करून ठेवलेली फ्लॉवरप्लॉटमधली फुले, यामुळे दिवाणखान्याची अवकळा बरीचशी दूर झाली आणि त्याला कलात्मक स्वरूप आले.

मग जेवणाच्या पदार्थांवरून ॲमीने नजर फिरवली. मनातल्या मनात ती सारखे म्हणत होती, हे पदार्थ जेवणारांना आवडले आणि या कार्यक्रमासाठी मागून आणलेल्या दुसऱ्यांच्या डिशेस, पेले-बश्या, चांदीचे काटे-चमचे नि इतर साहित्य मोडतोड न होता सुखरूप जागच्या जागी पोहोचले म्हणजे मी सुटले! मिस्टर लॉरेन्सनी आपली घोडागाडी ॲमीच्या दिमतीला दिली होती. आई आणि मेग पाहुणेमंडळींच्या स्वागताला सिद्ध होत्या. बेथची प्रकृती बरी नव्हती तरी तिने सैंपाकघरात हॅनाच्या हाताखाली तिला मदत करण्याचे कबूल केले होते. ज्यो चिडल्यासारखी झाली होती. तिचे डोकेही दुखत होते, तरी तिनेही सर्व बाबतीत ॲमीला सहकार्य देण्याची सिद्धता ठेवली होती. पण सकाळपासून लागलेल्या पावसाने साऱ्यांचाच विरस झाला होता. तरी पोषाख करताकरता ॲमीला वाटत होते, सारे काही सुरळीत पार पडेल. खाद्यपदार्थांवर ती फारशी खूष नव्हती. पण मिस्टर लॉरेन्सची ऐटबाज घोडागाडी, नदीकाठचा रम्य निसर्ग, मोडका पण सुरेख पूल – यासंबंधी तिला बऱ्याच आशा होत्या.

बघता बघता दहा वाजले आणि नंतरचे दोन तास विलक्षण ताणलेल्या मन:स्थितीत गेले. घरातून बागेत अन् बागेतून घरात हेलपाटे घालताना ॲमीचे पाय अगदी थकून गेले आणि परिस्थिती अनिश्चितच राहिली. शेवटी अकराच्या सुमाराला असा मुसळधार पाऊस सुरू झाला की आता कोणीही येत नाही हे अगदी नक्की ठरून गेले. तरीही सर्वांनी पुन्हा वाट पाहिली. पाहतापाहता आणखी दोन तास गेले आणि दुपारी दोन वाजण्याच्या सुमाराला थकलेली, शिणलेली, निराश झालेली अशी ती सर्वजण टेबलाशी जेवायला येऊन बसली. मेजवानीतले जे पदार्थ उद्यापर्यंत टिकण्याजोगे नव्हते ते त्यांनी पानावर वाढून घेतले, कारण इतक्या मोलामहागाच्या वस्तू वाया घालवणेही बरोबर नव्हते.

त्या दिवशी ॲमी किती खट्टू झाली असेल हे सांगणे नकोच. पण तरीही दुसऱ्या दिवशी सकाळी जाग आल्यावर जेव्हा तिला निरभ्र आकाश, कोवळी उन्हे दिसली तेव्हा ती हसून स्वत:शी म्हणाली, "काल जरी तसा घोटाळा झालेला असला तरी आज हवा छान पडली आहे. आज नक्कीच मुली येतील. चला. घर पुन्हा आवरून ठेवलं पाहिजे."

वर वर तिने असा उल्हास दाखवला खरा, पण मनातून तिला वाटत होते, पुन्हा मंगळवारचा पर्यायी कार्यक्रम आपण उगाच ठेवला! ती थकली होती आणि कार्यक्रमाबद्दलची तिची हौससुद्धा काल आणलेल्या केकसारखीच जरा शिळी व्हायला लागली होती.

मिस्टर मार्च खरेदी करण्यासाठी बाजारात गेले होते. ते परत आल्यावर ॲमीला म्हणाले, "ॲमी, खूप प्रयत्न केला, पण बाजारात खेकडे मिळालेच नाहीत आज. मला वाटतं 'सलाड'चा बेत रद्द करावा –"

"चिकन आहे ना कालच्यातलं उरलेलं! ते वेगळं सलाडमध्ये पण वापरता येईल." मिसेस मार्चने सल्ला दिला.

बेथ बाजूला उभी राहून हे संभाषण ऐकत होती. ती पुढे होऊन अपराधी मुद्रेने म्हणाली,

"मघाशी हॅनानं चिकन टेबलावर उघडंच ठेवलं होतं. तेवढ्यात माझी मांजरं आली आणि त्यांनी ते मटकावून टाकलं!"

"तर मग खेकडे हवेतच मला." ॲमी निर्धारपूर्वक म्हणाली, "नुसतं मटन नि चिकन चालणार नाही!"

"मी जाऊन खेकडे विकत आणू तुझ्यासाठी?" ज्योने मोठा त्याग करण्याची सिद्धता दर्शवली.

"तू मुळीच जाऊ नकोस!" ॲमी चटकन म्हणाली, "तू एखादाच भला थोरला खेकडा पुस्तकासारखा काखोटीला मारून घेऊन येशील. तुझा नेम नाही. त्यापेक्षा मीच जाऊन ते सारं प्रकरण घेऊन येते कशी!"

आणि तिने डोक्यावर टोपी चढवली, बाजारची वेताची टोपली हाती घेतली आणि ती मासळीबाजारात जावयास निघाली. येताजाता बसच्या प्रवासात वारा लागला म्हणजे आपले चढलेले डोके उतरेल आणि आपली मन:स्थितीही प्रसन्न होईल असा तिने विचार केला होता. मासळीबाजारात गेल्यावर तिने बरीच पायपिटी केली तेव्हा एका दुकानात तिला ताजे खेकडे दिसले. त्यातला एक भला थोरला लालबुंद ताजा खेकडा तिने खरेदी केला. घरी गेल्यावर मसाला तयार करण्यात वेळ जाऊ नये म्हणून आयत्या ओल्या मसाल्याची एक बाटलीही तिने विकत घेतली आणि ती पुन्हा घरी यावयास निघाली.

बसस्टॉपवर तिला फार वेळ उभे राहावे लागले नाही आणि बस आली तेव्हा ती सारी मोकळीच होती. फक्त एक गरीबशी म्हातारी बाई बसमध्ये होती. ॲमी बसमध्ये शिरली. खेकड्याची पाटी तिने पायाशी ठेवली आणि मनातल्या मनात ती झालेल्या खर्चाचा हिशेब करू लागली. या कामात ती इतकी गढून गेली होती की, वाटेत एका 'स्टॉप'वर बसमध्ये आणखी कोणीतरी येऊन बसले ते तिच्या ध्यानातही आले नाही. 'गुडमॉर्निंग मिस मार्च' असे शब्द कानी आले तेव्हा तिने चमकून वर पाहिले. तिला एक तरुण मुलगा आपल्या समोरच बसलेला दिसला. तो लॉरीचा एक वर्गमित्र होता आणि त्याच्यासारखाच श्रीमंत खानदानी घराण्यातला होता. लॉरीच्या कॉलेज मित्राला पाहून ॲमी मनातून खूपच बावरली. कारण खेकड्याची

टोपली तिच्या अगदी पायाशीच ठेवलेली होती. आपण उतरण्यापूर्वी लॉरीचा मित्र उतरून जावा अशी मनातल्या मनात देवाची प्रार्थना करीत तिने हसतमुखाने त्याच्या अभिवादनाचा स्वीकार केला. त्यातल्या त्यात अंगावर चांगले कपडे घालून आपण आलो या आपल्या शहाणपणाचे ॲमीला कौतुकही वाटून गेले.

लॉरीचा मित्र तिच्याकडे उत्सुकपणे पाहात होता. तिच्याशी गप्पा मारण्याची त्याची इच्छा त्याच्या तोंडावर स्पष्टपणे उमटलेली दिसत होती. मग ॲमीनेही त्याच्याशी मोकळेपणाने हास्यविनोद करण्यास सुरुवात केली. पुढच्या दोन मुक्कामातच तो उतरून जाणार होता हे कळल्यावर तर तिच्या मनावरचे संकोचाचे सारे दडपण दूर झाले. कारण तिचे खेकड्यांचे गुपित त्याला कळणार नव्हते हे उघड होते.

त्या उभयतांच्या गप्पा चांगल्याच रंगात आल्या होत्या. तेवढ्यात एक अनपेक्षित घटना घडली. ॲमीच्या पलीकडे बसलेली ती म्हातारी बाई उठली आणि बसच्या दाराकडे जाऊ लागली. कारण ती या 'स्टॉप'वरच उतरणार होती. ती बाई चालली असताना तिचा धक्का ॲमीच्या टोपलीला लागला आणि त्यातून तो खेकडा बाहेर पडला. पाण्याने थबथबलेला, ओला, चकचकीत, लालबुंद असा तो खेकडा लॉरीच्या मित्राच्या सुसंस्कृत खानदानी डोळ्यांपुढे असा अचानक प्रकट झाला!

"अरे, ही म्हातारी आपला बाजार विसरलेली दिसते!"

लॉरीच्या मित्राने हातातल्या वेताच्या छडीने खेकडा पुन्हा टोपलीत लोटीत सहजगत्या उद्‌गार काढले.

एव्हाना ॲमी त्या खेकड्याइतकीच लाल पडली होती. घामाघूम होऊन अडखळत ती कसेबसे म्हणाली, "तिची – तिची नाही ती खरेदी! माझी आहे!"

"असे काय? अरे वा!" लॉरीचा मित्रही गडबडला. काय बोलावं ते त्याला कळेना. पण तेवढ्यातल्या तेवढ्यात प्रसंगावधान राखून त्याने म्हटले, "वा! छान आहे हं खेकडा! अगदी ताजा दिसतोय!"

त्याच्या त्या उद्‌गारांत त्याची सभ्यता व सुसंस्कृतता पुरेपूर प्रकट झाली होती.

एव्हाना ॲमी सावरली होती. सरतेशेवटी आपले गुपित फुटलेच, मग आता लाजण्यात काय अर्थ आहे असा विचार करून हसत हसत धिटाईने ती म्हणाली,

"छान आहे ना! अगदी सहजगत्या चांगली खरेदी होऊन गेली. तुम्हाला नाही का वाटत या खेकड्याचं 'सलाड' खायला यावं म्हणून? बघा येणार काय? आमच्या चित्रकलेच्या वर्गातल्या छान छान मुली येणार आहेत आज माझ्याकडे जेवायला! तेव्हा खूप मजा येईल यात शंका नाही!"

आता याला म्हणतात चातुर्य. कारण रुचकर खाद्यपदार्थ आणि सुंदर मुली दोन्ही गोष्टी तरुण पुरुषाच्या मनाला चटकन मोह पाडणाऱ्या आहेत. ॲमीने खेकड्याच्या संदर्भात त्या गोष्टींचा उल्लेख केल्यामुळे खेकड्याची कुरूपता, गलिच्छता तात्काळ

नाहीशी झाली आणि त्याच्याभोवती एक सुरेख आकर्षक वलय तयार झाले. ॲमीचा संकोचही मावळून गेला.

थोड्या वेळाने लॉरीचा मित्र ॲमीचा निरोप घेऊन बसमधून उतरून गेला.

"आता हा हे सारं लॉरीला सांगणार." तो गेल्यावर ॲमी स्वत:शीच म्हणाली, "मग दोघं मिळून हसणार नि माझी खूप टिंगल करणार! पण करू द्यात. ते बघायला मी काही तेथे असणार नाही. ही त्यातल्या त्यात समाधानाची गोष्ट!"

ॲमी घरी येऊन पोहोचली. मग आणखी एक चमत्कारिक गोष्ट तिच्या ध्यानी आली. खेकड्याबरोबर विकत घेतलेल्या ओल्या मसाल्याच्या बाटलीचे बूच केव्हातरी सैल झाले होते आणि मसाल्याचे पाणी सांडून तिच्या अंगातला नवा झगा खराब झाला होता. ॲमीला फार वाईट वाटले, पण मग त्याचा अधिक विचार करायचा नाही असे ठरवून ती आपल्या कामाला लागली. कालच्यापेक्षाही आज तिला अधिक कंटाळा आला, पण कंटाळून बिचारी सांगते कोणाला?

सरते शेवटी बारा वाजता पुन्हा सारा स्वयंपाक तयार झाला. टेबलावर बारा एक मुलींच्या जेवणाची मांडामांड करून ठेवण्यात आली. बरोबर बाराच्या ठोक्याला मिस्टर लॉरेन्सची घोडागाडी दाराशी येऊन हजर झाली आणि मैत्रिणींना आणण्यासाठी म्हणून ॲमी गाडीत बसून स्टेशनकडे चालती झाली.

सुमारे अर्ध्या तासाने गाडीचा आवाज जेव्हा कानी आला तेव्हा मिसेस मार्च स्वत:शी म्हणाली,

"गाडीचा आवाज! मुली आल्या वाटतं. मी पोर्चमध्ये जाऊन त्यांचं स्वागत करायला हवं! बिचारी ॲमी! कालपासून इतकी धडपडत राहिली आहे, निदान आज तरी सारं सुरळीत पार पडू द्या म्हणजे झालं!"

बोलता बोलता मिसेस मार्च बागेत येऊन पोहोचली. पण येतायेताच एक चमत्कारिक गोष्ट तिच्या ध्यानी आली, ती ही की, गाडीत ॲमीबरोबर आणखी फक्त एक मुलगी बसलेली होती. ते पाहून तिच्याबरोबर असलेली ज्यो धावतच पुन्हा घरात आली आणि हसण्याइतकीही सवड न काढता तिने बेथला म्हटले,

"बेथ, आधी हॅनाच्या मदतीनं अर्धं टेबल साफ कर बघू. उचल त्या डिशेस, पेलेबश्या! दोन मुलींच्या पुढ्यात बारा माणसांचं जेवण ठेवणं भलतंच विचित्र दिसेल!"

बेथ आणि हॅना भराभर टेबल आवरू लागल्या. पाचदहा मिनिटांतच ॲमी आपल्या मैत्रिणीला घेऊन घरात आली. ती नेहमीसारखीच शांत, प्रसन्न, हसतमुख आणि स्वागतशील होती. बारा मुलींपैकी ज्या फक्त एकाच मुलीने आपला शब्द पाळला होता. तिच्याशी ती अशा प्रकारे मजेने बोलत होती की, जणू काहीच विलक्षण घडले नव्हते. मनातली सारी निराशा लपवून ॲमीने मैत्रिणीचे स्वागत केले. घरातली

इतर मंडळीही समयसूचक व प्रसंगावधानी असल्यामुळे त्यांनीही आपापल्या भूमिका सराईतपणे पार पाडल्या. मिस ईलियटला हे सारे कुटुंब फार आवडले. त्यांचा मनमोकळेपणा, विनोदप्रियता आणि प्रेमळ स्वभाव यांनी ती अगदी भारली गेली. प्रारंभीच्या ओळखीपाळखी आणि थोड्याशा इकडच्यातिकडच्या गप्पा झाल्यावर मग मिसेस मार्चने ॲमीला व तिच्या मैत्रिणीला जेवून घ्यायची सूचना केली. दोघीजणी टेबलाशी येऊन बसल्या. जेवण मजेत पार पडले. नंतर ॲमी आपल्या मैत्रिणीला नदीकाठी घेऊन गेली. तेथे दोघींचे फिरणे झाले. गप्पा झाल्या. गंभीर कलाचर्चा झाली. मोडक्या पुलाची आणि झाडाझुडपांची 'स्केचेस' करून झाली. सूर्य मावळेपर्यंत ॲमीने आपल्या मैत्रिणीची अशी करमणूक केली आणि मग गाडीने तिला पुन्हा स्टेशनवर पोहोचवून देऊन दिवेलागणीला ती घरी परत आली.

दारातून आत शिरलेली ॲमी विलक्षण थकलेली दिसत होती. घर व्यवस्थित आवरलेले होते. दुपारच्या त्या दुर्दैवी मेजवानीचा लवलेशही कोठे दिसत नव्हता. ज्योच्या जिवणीच्या टोकाशी खेळणारे मिष्कील हसू वगळल्यास झाल्या घटनांची साक्ष देणारे दुसरे काहीही तेथे राहिले नव्हते.

"आज हवा फार सुरेख पडली होती. तुमचं फिरणं अगदी मजेत झालं असेल नाही?" मिसेस मार्चने ॲमीला अगत्याने विचारले.

"मिस ईलियट मोठी गोड मुलगी आहे!" बेथ उत्साहाने म्हणाली, "मला तिचा मनमोकळा स्वभाव फार आवडला आणि तिलाही आपल्या घरातली माणसं आवडलेली दिसली!"

"ॲमी, मला तुझ्यातला उरलेला केक देशील का?" मेगने तिच्याजवळ येऊन तिच्या खांद्यावर हात ठेवीत म्हटले, "जॉनकडे पुष्कळदा अचानक त्याचे मित्र येतात, नि मग आयत्या वेळी चहाबरोबर त्यांना काय द्यावे हा प्रश्नच पडतो मला. म्हणून तू दिलास तर उरलेला केक मी नेईन म्हणते!"

"केकच काय, उरलेलं इतर सारं काही नेलंस तरी हरकत नाही." ॲमी एक उसासा टाकून म्हणाली, "नाहीतरी या घरात गोडाची आवड असलेली मी एकटीच आहे आणि केक, चॉकलेटसारखे पदार्थ वेळेवर संपवले नाहीत तर नासून वायाच जातील ते!"

बोलता बोलता तिचे मन अधिकच खिन्न होत गेले. या कार्यक्रमासाठी केवढा वेळ, पैसा व श्रम आपण खर्ची घातले याचा विचार मनात येऊन तिला अतिशय वाईट वाटले. किती हौसेने तिने हा सारा बेत आखला होता आणि त्या साऱ्या परिश्रमांना शेवटी हे फळ आले होते!

जरा वेळाने सारी मंडळी टेबलाशी जेवायला बसली. जेवणाचा थाट कालच्यासारखाच होता. ॲमीच्या मेजवानीतले उरलेले पदार्थ टेबलावर मांडलेले होते. खेकड्याचे

सलाड, मटन, चिकन आणि आइस्क्रीम!

''लॉरी असता तर हे पदार्थ संपवायला त्याने आपल्याला मदत केली असती!''

ज्योने मिष्कीलपणे बोलणे सुरू केले, पण मिसेस मार्चने डोळे वटारून तिला गप्प बसवले. सारी मंडळी निमूटपणे खाली मान घालून जेवू लागली. जरा वेळाने मिस्टर मार्च गंभीरपणे म्हणाले,

''सलाड हा खाद्यपदार्थ फार प्राचीन काळापासून चालत आला आहे. इंग्लिश लोकांची ती अत्यंत आवडती खाद्यवस्तू होती आणि ग्रीकांच्या इतिहासातही त्याचा उल्लेख–''

पण मिस्टर मार्चचे वाक्य पुरे झाले नाही. हसण्याचा एवढा मोठा कल्लोळ उसळला की, त्यांचे उरलेले शब्द त्यातच वाहून गेले. त्यांना या हसण्याचे कारण कळले नाही, आणि ते कुतूहलाने आपल्या लेकींच्या चेहऱ्यांकडे आळीपाळीने पाहू लागले.

एकट्या ॲमीला मात्र रडे कोसळले. जरा वेळाने डोळे पुशीत ती म्हणाली, ''उरलेले सारे पदार्थ एका करंडीत घाला नि ती करंडी 'ह्यूमेल'कडे पोहोचवा. त्या मुलांना काहीही आवडतं. ती फन्ना करून टाकतील साऱ्या पदार्थांचा. माझा एक मूर्खपणा झाला म्हणून तुम्ही साऱ्यांनी खा खा खाऊन अपचन करून घ्यावं याला काही अर्थ नाही!''

''आम्ही बारा मुलींची वाट बघत होतो. अशा वेळी तुम्ही दोघीच जेव्हा त्या भल्याथोरल्या गाडीत बसून येताना दिसलात ना, तेव्हा मला इतकं हसू आलं म्हणून सांगू?'' ज्यो आता देखील इतकी हसतहसत बोलली की, थकून ती धापा टाकू लागली.

''तुझा कार्यक्रम मनासारखा पार पडला नाही याचं मला फार वाईट वाटतं बेटा!'' मिसेस मार्च ॲमीला जवळ घेत म्हणाली, ''पण आम्ही आमच्याकडून प्रयत्नांची कसलीही कसूर केली नाही हे तुला मान्य करावं लागेल!''

''होय, तुम्ही सगळ्यांनी माझ्यासाठी खूपच केलंत. मी फार आभारी आहे तुमची त्याबद्दल.'' ॲमी कापऱ्या स्वरात म्हणाली, ''आणि यापुढे कमीत कमी निदान महिनाभर तरी या विषयावर बोलायचं तुम्ही टाळलंत तर माझ्यावर तुमचे डोंगराएवढे उपकार होतील!''

ॲमीची मन:स्थिती साऱ्यांनी बरोबर ओळखली होती. त्यामुळे नंतर कितीतरी दिवस कोणीही त्या मेजवानीचा उल्लेख करण्याचे धाडस केले नाही. पण तरीही 'मेजवानी' हा शब्द कुठेही, कोणाच्याही बोलण्यात आला तरी सर्वांना हसू येत असे आणि दोन महिन्यांनी जेव्हा ॲमीचा वाढदिवस आला तेव्हा लॉरीने तिला वाढदिवसाची भेट म्हणून पोवळ्याच्या लालबुंद खेकड्याचे डिझाईन असलेली एक सुंदर पिन दिली!

२७

ज्योची साहित्यसेवा

दैव अनुकूल झाले आणि ज्योला द्रव्यप्राप्तीचा एक चांगला मार्ग त्याने उपलब्ध करून दिला. ती आता नियमाने लेखन करू लागली आणि त्याबद्दल तिला थोडेफार पैसे मिळू लागले.

सुरुवातीला काही कथा लिहिल्यावर आपण एक कादंबरी लिहून पाहावी असे तिच्या मनाने घेतले. एकदा एखादी गोष्ट करायची मनात आली की, जीव तोडून तिच्यामागे लागायचे या आपल्या नेहमीच्या स्वभावानुसार ज्यो कादंबरीवर परिश्रम घेऊ लागली. दिवसानुदिवस ती माळ्यावरच्या आपल्या छोट्या जागेत स्वत:ला कोंडून घेई आणि पानांमागून पाने भराभर लिहीत राही. खास लेखनाच्या वेळीच अंगात घालायचा असा तिचा एक विशिष्ट झगा होता. त्याचा रंग गडद निळा असल्यामुळे त्यावर शाईचे डाग पडले तरी ते दिसून येत नसत. इतकेच नव्हे तर, वेळप्रसंगी टाकाचे टोक त्यावर पुसून साफ केले तरी फारसे काही बिघडत नसे. या झग्यावर वापरण्याची तिची एक टोपीही होती. त्या टोपीच्या टोकाशी एक लालभडक गोंडा बसवलेला होता. या टोपीत आपले दाट केस सरकावून देऊन आणि निळा झगा अंगावर चढवून एकदा ज्योने लेखनाची बैठक मारली की, मग तासन् तास तिची समाधी ढळत नसे. तिच्या टोपीच्या अवस्थेवरून घरातली मंडळी ज्योच्या लेखनातील प्रगतीपरागतीचा अंदाज बांधीत. अशा वेळी बहुधा तिला कोणी त्रास देत नसे. फक्त दारातून डोकावून, 'काय ज्यो? प्रतिभा काय म्हणते? भट्टी चांगली पेटली आहे ना?' एवढाच प्रश्न तिच्या बहिणी किंवा आई तिला विचारीत. टोपीचा गोंडा जर मजेत डुलत असला तर समजावे की, लेखन चांगले चालले आहे. टोपी अगदी कपाळभर खाली ओढून घेतलेली असली तर ज्यो अत्यंत विचारमग्न असल्याचे ते चिन्ह असे. लेखनात एखादी अवघड समस्या निर्माण झाली असेल तर टोपी एका कानावर तिरपी ओढलेली असे आणि अजिबात डोके चालेनासे झाले तर ज्योने ती टोपी ओरबाडून काढून रागारागाने कोपऱ्यात फेकून

दिलेली असावयाची. अशा वेळी तिला काही प्रश्न विचारणे दूरच राहो, तिच्या खोलीच्या आसपास फिरकण्याचेही कोणी धाडस करीत नसे आणि पुन्हा ज्योची टोपी तिच्या मस्तकावर स्थानापन्न झाल्याखेरीज सारे काही 'आलबेल' झाल्यासारखे कोणाला वाटत नसे.

आपण स्वत: कोणी विशेष कुवतीच्या लेखिका आहोत किंवा प्रतिभेचे दैवी देणे आपणाला लाभलेले आहे असे ज्यो मुळीच मानीत नव्हती. ती एक होतकरू हौशी लेखिका होती आणि लेखन करणे तिला मनापासून आवडत असे एवढेच. ज्या वेळी तिला लेखनाची लहर येई त्या वेळी त्यात ती स्वत:ला संपूर्णपणे झोकून देई. मग तिला तहानभूक, वाईट हवामान किंवा शारीरिक अथवा मानसिक व्यथा या कशाचीही जाणीव उरत नसे. आपणच निर्माण केलेल्या कल्पनेच्या विश्वात ती संपूर्णपणे बुडून जाई आणि त्यात वावरणारी माणसे तिला प्रत्यक्षात भेटणाऱ्या माणसांइतकीच जिवंत, रक्तामांसाची, जिव्हाळ्याची वाटत. त्यांच्या संगतीत ती अत्यंत सुखाचे क्षण घालवी. अशा वेळी झोप तिच्या डोळ्यांना शिवत नसे. जेवणाचे ताट थंड होऊन गेले तरी त्याची तिला पर्वा वाटत नसे आणि निर्मितीच्या आनंदात ती बेहोष होऊन जाई. अशा वेळीच तिला खरोखर जगल्यासारखे वाटे आणि लेखनातून होणाऱ्या आर्थिक लाभापेक्षाही या आनंदाचे मोल तिच्या दृष्टीने फार मोठे असे. ही तिची लहर आठवडा, दोन आठवडे टिकत असे आणि तीतून बाहेर पडल्यावर तिला विलक्षण थकवा येई. पण तो थकवाही तृप्तीने ओथंबलेला असे.

कादंबरीचे लेखन चालू असता एकदा एका व्याख्यानाला जाण्याचा योग ज्योला आला. मिस क्रोकर नावाच्या एक विदुषी 'पिरामिड्स' या विषयावर बोलणार होत्या आणि त्यांना सभास्थानी घेऊन येण्याची कामगिरी ज्योवर सोपविण्यात आली होती. सभेच्या ठिकाणी व्याख्यात्या बाईंना नेऊन पोहोचवल्यावर व्याख्यान ऐकल्याखेरीज परत येणे बरे दिसले नसते, म्हणून ज्यो श्रोत्यांमध्ये जाऊन बसली. भोवतालच्या मंडळीवरून एकवार नजर फिरवल्यानंतर व्याख्यानाच्या विषयाच्या निवडीबद्दल ज्यो साशंक झाली. कारण ती सर्व माणसे अगदी साधीसुधी असून दूध, भाजीपाला, धान्य, कोळसे यांच्याच विचारात दररोज गढून जाणारी होती. अशा माणसांना पिरामिडच्या बांधणीत कितीसा रस असेल आणि इजिप्तमधील 'फारोहा' राजांच्या अफाट वैभवाचे त्यांना कितपत कौतुक वाटेल, याबद्दल ज्योच्या मनात जबरदस्त शंका निर्माण झाली.

साऱ्या श्रोत्यांवरून नजर फिरविल्यानंतर ज्योने आपल्या रांगेत बसलेल्या मंडळींकडे आपली दृष्टी वळविली. तिच्या डाव्या बाजूला दोन भरभक्कम बांध्याच्या लठ्ठ पोक्त स्त्रिया बसलेल्या असून स्त्रियांच्या हक्कांविषयी त्या हळू आवाजात चर्चा करीत होत्या. दुसरीकडे हाताने त्या भरभर लोकरी टोप्या विणीत होत्या. त्यांच्या पलीकडे एक अविवाहित प्रेमी जोडपे आसपासच्या जगाचे भान विसरून केवळ पसस्परांत गढून बुडून गेले होते. एक जख्ख म्हातारी अविवाहित स्त्री हातातल्या

कागदी पिशवीतून पेपरमिंटच्या गोळ्या मधून मधून तोंडात टाकीत होती आणि एक म्हातारा पेन्शनर हातातल्या वर्तमानपत्राचा आडोसा करून त्याच्यामागे चक्क झोपी गेला होता. मग ज्योने आपल्या उजव्या बाजूला नजर वळविली. तेथे मात्र सोळासतरा वर्षांचा एकच तरुण मुलगा बसला होता आणि हातातल्या वर्तमानपत्रातला काहीसा मजकूर वाचण्यात त्याची अगदी तंद्री लागली होती.

ज्योने त्याच्या हातातल्या कागदावर सहज नजर टाकली, तो तेथे तिला एक भलेमोठे रेखाचित्र दिसले. अंगावर युद्धाचा पोषाख चढविलेला एक रेड इंडियन एका कड्याच्या अगदी टोकाशी एका लांडग्याबरोबर झटापट करीत होता. पलीकडे दोन तरुण पुरुष द्वंद्वयुद्धाला सिद्ध झाले होते आणि विसकटलेल्या केसांची नि अस्ताव्यस्त कपड्यांची एक सुंदर तरुणी मोठ्याने आरडाओरड अन् हातवारे करीत तेथून धूम ठोकण्याच्या बेतात होती! त्या विचित्र चित्राचा संदर्भ काय असावा याचा ज्यो स्वत:शी विचार करीत होती, तोच शेजारच्या मुलाचे तिच्याकडे लक्ष गेले आणि तिच्या नजरेतले कुतूहल ध्यानी येताच त्याने हसून सहज तिला विचारले, ''वाचणार का ही गोष्ट? अगदी भलतीच धमाल कथा आहे!''

त्या मुलाच्या तारुण्यसुलभ उत्साहाचे ज्योला हसू आले. तिने त्याच्या हातातले वर्तमानपत्राचे पान घेऊन ती गोष्ट वाचण्यास सुरुवात केली. प्रेम, शृंगार, मारामाऱ्या आणि रहस्यपूर्ण घटना यांचा चमचमीत मालमसाला भरून तयार केलेली ती एक सनसनाटी कथा होती. संभाव्यतेची फारशी बूज त्यात राखली गेलेली नव्हती, पण वाचकाच्या अंगावर शहारे आणून त्याला घडीभर जागच्या जागी खिळवून ठेवण्याचे सामर्थ्य मात्र त्या कथेत खचित होते. कथा वाचून झाल्यावर ज्योने वर्तमानपत्र त्या तरुण मुलाच्या हाती परत दिले. तेव्हा तो तिला म्हणाला,

''काय? झक्क आहे की नाही गोष्ट? आपण तर बुवा या लेखिकेवर मनापासून खूष आहोत!''

इतक्या उथळ साहित्याबद्दल त्या मुलाने एवढी आस्था दाखवावी हे ज्योला कसेसेच वाटले. त्याच्या अभिरुचीची मनातल्या मनात कीव करत, पण वरकरणी हसत ती त्याला म्हणाली,

''इतकं तुम्हाला या गोष्टीचं कौतुक वाटतं? मी तर म्हणते, जरासा प्रयत्न केल्यास यात अवघड काहीच नाही! तुम्हाला-मला देखील असल्या गोष्टी हव्या तेवढ्या सुचतील!''

''खरं म्हणता?'' तो तरुण मुलगा उत्सुकतेने म्हणाला, ''अहो, मला जर असलं काही लिहायला जमलं तर स्वत:ला मोठा नशीबवान समजेन मी! कारण ही लेखिका असल्या कथा लिहून खोऱ्याने पैसा ओढते म्हणे!''

''होय?'' ज्यो कुतूहलाने लेखिकेच्या नावावरून नजर टाकीत म्हणाली, ''पण तुम्हाला काय माहीत? तुमचा आणि तिचा परिचय आहे वाटतं?''

"छे! एवढं कुठलं आलंय आमचं भाग्य? पण मला तिचं लिखाण फार आवडतं आणि हा 'पेपर' जिथं छापला जातो त्या छापखान्यात काम करणारा एक माणूस माझा दोस्त आहे, तोच मला सांगत होता की, ही लेखिका अशा कथांचा चापून मोबदला घेते!"

'चापून मोबदला घेते?' आता मात्र ज्योलाही त्या लेखिकेविषयी काहीसा आदर वाटू लागला आणि तिने आपल्या शेजाऱ्याच्या हातातले वर्तमानपत्र ओढून घेऊन पुन्हा एकवार त्या कथेवरून नजर फिरविली. पण आता तिच्या डोळ्यांतल्या तुच्छतेची जागा कौतुकाने घेतली होती.

"होय, खूप पैसे कमावते ही बाई असल्या लेखनावर!" शेजारचा मुलगा पुन्हा म्हणाला. "मला वाटतं, लोकांना नेमकं काय हवंय ते तिनं अचूक हेरलंय! मी तर म्हणतो–"

पण त्याला काय म्हणायचे आहे ते ज्योने पुरते ऐकलेच नाही. कारण ती त्या वृत्तपत्राचे नाव, संपादकाचे नाव आणि पत्ता आपल्या डायरीत मोठ्या काळजीपूर्वक टिपून घेत होती!

व्याख्यात्या बाईंचे व्याख्यान आता अगदी रंगात आले होते. पण ज्योने त्यातले चार शब्दही धड ऐकले असतील तर शपथ. तिचे तिकडे लक्षच नव्हते. नुकत्याच वाचलेल्या वर्तमानपत्राने 'रहस्यमय आणि रोमांचकारक' कथांची एक स्पर्धा ठेवली होती व त्या स्पर्धेत पहिला क्रमांक मिळविणाऱ्या कथेला शंभर डॉलरचे बक्षीसही देऊ केले होते. आपण एक रहस्यमय कथा लिहून ते बक्षीस पटकवावयाचे असे ज्योने स्वत:च्या मनाशी नुकतेच ठरविले होते व त्याप्रमाणे मनातल्या मनात ती कथानकाची जुळणीही करू लागली होती. व्याख्यान संपेपावेतो तिची अर्धी अधिक कथा जुळवून देखील झाली होती. फक्त द्वंद्वयुद्धाचा प्रसंग नायकनायिकेच्या पलायनापूर्वी ठेवावा की खलनायकाच्या खुनानंतर टाकावा याबद्दल तिचा निर्णय अद्याप होत नव्हता.

घरी आल्यावर ज्योने आपला बेत कुणाजवळही बोलून दाखविला नाही. पण तिने कादंबरीचे काम बाजूला ठेवले आणि या नव्या कथेच्या लेखनाला उत्साहाने प्रारंभ केला. अशा प्रकारचे लेखन ज्योने अद्याप कधीच केले नव्हते. ती नेहमी लिहीत असे त्या कथा कौटुंबिक वळणाच्या, साध्यासुध्या आणि सौम्य भावनांचा शिडकावा असलेल्या अशाच असत. पण तिचे वाचन भरपूर होते. कल्पनाशक्ती तल्लख होती आणि छोटे छोटे नाट्यमय संवाद लिहिण्याचा तिला चांगला सराव होता. हे सारे या वेळी तिच्या मदतीला धावून आले आणि नव्या कथेसाठी कथानक, शैली, भडक रोमांचकारी घटना आणि गूढ ऐतिहासिक वातावरण जमवताना तिला त्याचा फार उपयोग झाला. स्पेनमधील लिस्बन या गावाची पार्श्वभूमी तिने आपल्या कथेसाठी उपयोजिली होती आणि अनेक कृत्रिम, असंभाव्य, भडक आणि गहिऱ्या रंगदार प्रसंगांची कथेत तिने एकच गर्दी उडवून दिली होती. चारपाच दिवसांत ज्योने कथा

लिहून पुरी केली. मग ती सुवाच्य अक्षरात पुन्हा लिहून काढून ते हस्तलिखित तिने गुपचूप संपादकाच्या पत्त्यावर धाडून दिले. सोबत तिने एक पत्रही संपादकांना लिहिले होते व त्यात 'आपणास पारितोषिक मिळेल अशी जरी अपेक्षा नसली तरी कथा प्रसिद्धीला योग्य वाटल्यास तिचे थोडेसे तरी मानधन आपणास मिळावे,' अशी नम्र अपेक्षा तिने व्यक्त केली होती.

सहा आठवडे हा तसा दीर्घ अवधी आहे आणि ज्योसारख्या तरुण मुलीला आपले गुपित मनात लपवून ठेवण्याच्या दृष्टीने तर हा काल फारच लांबलचक वाटला. पण सरतेशेवटी तो दीड महिना संपला. ज्योने आता संपादकांकडून येणाऱ्या अनुकूल उत्तराची आशादेखील जवळजवळ सोडून दिली होती आणि हस्तलिखित पुन्हा पाहायला मिळेल असेही तिला वाटत नव्हते. तोच एके दिवशी तिच्या नावाने एक बंद पाकीट घरी येऊन पोहोचले. ज्योने थरथरत्या हातांनी ते पाकीट फोडले, तोच आतून शंभर डॉलरचा एक कोरा करकरीत निळसर चेक तिच्या मांडीवर पडला. पाकिटातून एखादे सापाचे वेटोळे मांडीवर पडले असते तरी ज्यो इतकी दचकली नसती. तिने कापऱ्या हाताने सोबतचे पत्र उलगडून वाचले आणि मग आनंदातिशयाने ती रडू लागली. पत्र साधे आणि औपचारिक होते. संपादकांनी ज्योच्या लेखनाचे स्वागत केले होते आणि तिच्या कथेला पहिले पारितोषिक मिळाल्याबद्दल त्यांनी तिचे अभिनंदन केले होते. पत्र साधे असले तरी त्याने ज्योला झालेला हर्ष अपूर्व होता. ज्योला तर पैशांपेक्षाही पत्राचे मोल मोठे वाटले. कारण आज प्रथमच तिच्या लेखनविषयी एका अगदी परक्या, पण साहित्याची जाण असणाऱ्या व्यक्तीने कौतुक प्रकट केले होते. हे उत्तेजन तिला फार मोलाचे वाटले.

आनंदाचा पहिला आवेग ओसरल्यानंतर एका हातात चेक आणि दुसऱ्या हातात पत्र घेऊन ज्यो आतल्या खोलीत गेली आणि तेथे बसलेल्या आपल्या बहिणींसमोर चेक नि पत्र नाचवीत ती ओरडली, ''बक्षीस! बक्षीस! शंभर डॉलरचं बक्षीस मिळालंय मला! आहात कुठे?''

तिच्या तोंडून ते शब्द ऐकून तिच्या बहिणींना नि आईला विस्मयाचा केवढा सुखद धक्का बसला असेल याची कल्पनाच करावी. ज्योने सारी हकिकत खुलासेवार सांगितल्यावर सारीजणे तिच्या आनंदात सहभागी झाली. काही दिवस घरात बोलायला दुसरा विषयच नव्हता. योग्य वेळी ज्योची कथा छापून आली. घरातल्या सर्वांनी ती वाचली आणि प्रत्येकाने ज्योचे तोंड भरून कौतुक केले. ज्योच्या वडिलांना कथेची शैली परिणामकारक वाटली. व्यक्तिचित्रण जिवंत वाटले, पण सरतेशेवटी आपल्या अव्यावहारिक आणि ध्येयवादी दृष्टिकोनाला अनुसरून ते ज्योला म्हणाले,

''ही कथा ठीक आहे ज्यो. पण याहूनही तू अधिक विचारपूर्वक लिहिलं पाहिजेस. लेखनात सतत सुधारणा केल्या पाहिजेस आणि मुख्य म्हणजे पैशापेक्षा कलेकडे तू

अधिक लक्ष पुरविले पहिजेस.''

''मला तर वाटतं पैसा हा लेखनातला सर्वोत्कृष्ट भाग आहे.'' ॲमी मध्येच म्हणाली, ''शंभर डॉलर! अबबब! केवढी रक्कम ही; ज्यो, तू करणार तरी काय एवढ्या पैशांचं?''

''मी मार्मीला आणि बेथला एक महिनाभर समुद्रकाठी हवापालट करायला धाडून देणार आहे या पैशांत!'' ज्योने चटकन उत्तर दिले.

''अहाहा! किती छान!'' बेथ आपल्या अशक्त हातांनी टाळ्या वाजवून ओरडली. पण दुसऱ्या क्षणी तिने स्वत:ला आवरले आणि ज्योने पुढ्यात टाकलेला चेक हातांनी दूर सारीत ती हलकेच म्हणाली, ''नाही ज्यो, तू मिळविलेल्या पैशांत मी चैन करणं बरोबर नव्हे!''

''असं काय बोलतेस बेथ? तू नि मी काही वेगळ्या का आहोत?'' ज्यो म्हणाली, ''मी तुला समुद्रकाठी धाडणारच! त्या हेतूनेच मी या स्पर्धेत भाग घेतला आणि तो हेतू मनात होता म्हणूनच मला बक्षीस मिळालं! मी जर स्वार्थीपणाने केवळ माझ्यासाठीच पैसे मिळविण्याचा विचार केला असता तर देवानं मला कधीच यश दिलं नसतं! नाही बेटा, तुला जायलाच हवं आणि तुझ्याबरोबर आई पण चार दिवस हवापालट करून येईल. तिलादेखील हवापालटाची तुझ्यातकीच आवश्यकता आहे! विचार कर. तिकडे तुम्हा दोघींचा वेळ किती मजेत जाईल आणि तू पुन्हा गुलाबी गुबगुबीत होऊन परत आलीस म्हणजे आम्हाला केवढा आनंद वाटेल!''

नंतर घरात बरीच चर्चा झाली आणि मिसेस मार्च बेथला बरोबर घेऊन समुद्रकाठी एका हवेशीर ठिकाणी काही दिवस जाऊन राहिली. ज्योच्या अपेक्षेप्रमाणे बेथ गुबगुबीत, गुलाबी होऊन काही परत आली नाही, पण तिची प्रकृती पुष्कळ सुधारलेली दिसली. मिसेस मार्चला तर दहा वर्षांनी आपले वय कमी झाल्यासारखे वाटले आणि तसे तिने ज्योला अनेकदा बोलूनही दाखविले. आपल्या बक्षिसाच्या पैशांचा असा अत्यंत योग्य उपयोग झाल्याचे पाहून ज्यो मनातून फार आनंदित झाली आणि यापुढे लेखनावर अधिक भर देऊन सतत असे पैसे मिळवायचा तिने निर्धार केला. त्याप्रमाणे त्या वर्षी तिने थोडेबहुत पैसे मिळवलेही आणि तिच्या लेखनामुळे, तिच्याच शब्दांत सांगायचे तर रद्दीमुळे, घरातल्या कित्येक अडचणी निवारण झाल्या. किती चैनीच्या वस्तू घरात आल्या. एखाद्या कथेच्या मोबदल्याने वाण्याचे बिल भागवावे, एखाद्या कथेच्या मोबदल्यात दिवाणखान्यात घालण्यासाठी नवा गालिचा यावा, एखाद्या कथेच्या मोबदल्यात धाकट्या बहिणींना नवे कपडे करता यावेत असा ज्योच्या पैशांचा विनियोग होऊ लागला.

श्रीमंती ही फार हवीहवीशी वाटणारी गोष्ट आहे यात शंका नाही. पण दारिद्र्याचेही काही फायदे असतात. त्यांतला एक अत्यंत गोड फायदा असा की,

मनापासून कष्ट करून निढळाच्या घामाने जेव्हा माणूस पैसे मिळवतो, तेव्हा त्याला फार मोठे समाधान दारिद्र्यातच मिळू शकते, ज्योला हे समाधान भरपूर प्रमाणात मिळाले. आपल्या बुद्धीच्या व लेखणीच्या जोरावर आपण चार पैसे मिळवतो, त्या पैशांमुळे आपल्या आवडत्या माणसांना आपण काही सुख देऊ शकतो हे जेव्हा तिला दिसून आले तेव्हा तिला विलक्षण आनंद झाला आणि पैसेवाल्या लोकांबद्दल पूर्वीप्रमाणे आता तिला असूया वाटेनाशी झाली.

एकीकडे कथा लिहून पैसे मिळवीत असतानाच दुसरीकडे तिने आपली कादंबरी लिहून पुरी केली. त्यानंतर जवळ जवळ चार वेळा ती तिने पुन्हा पुन्हा लिहून काढली. सरतेशेवटी सारे लेखन अगदी मनाजोगे उतरले आहे असे जेव्हा तिला वाटले, तेव्हा धडधडत्या छातीने आणि साशंक मनाने तिने ते तीनचार प्रकाशकांकडे धाडले. शेवटी एका प्रकाशकाने ते स्वीकारले, पण स्वीकारताना त्याने ज्योला अशी अट घातली की, तिने ते हस्तलिखित एकतृतीयांश कापावे. या कापाकापीत तिला विशेष आवडणारे असे कादंबरीचे काही भाग खर्ची पडणार होते. ज्यो अस्वस्थ झाली. काय करावे हे तिला सुचेना. मग तिने घरातल्या सर्व मंडळींना एकत्र बोलावून त्यांचा सल्ला विचारला.

“काय करावं हेच समजेनासं झालंय मला!” प्रकाशकाने घातलेल्या अटी सांगून झाल्यावर ती म्हणाली, “एक तर आपण स्वत: पैसे खर्चून पुस्तक जसंच्या तसं छापून काढायचं! पण त्यासाठी माझ्याकडे पैसा कुठे आहे? दुसरा पर्याय म्हणजे हा प्रकाशक म्हणतो तशी कापाकापी करायला निमूटपणे तयार व्हायचं. कीर्ती ही मोठीच गोष्ट आहे, पण पैसा ही बाबही उपेक्षणीय नाही. काय करू मी? तुम्हीच सांगा!”

“मला वाटतं ज्यो, प्रकाशकाच्या म्हणण्याला तू मान्यता द्यावीस.” मिसेस मार्च म्हणाली, “कोणत्या का रीतीनं होईना, एकदा तुझं पुस्तक लोकांपुढे आलं म्हणजे तुला निदान टीकाकारांची प्रतिक्रिया तरी कळेल. आम्ही तुझ्या जवळची माणसं आहोत. तेव्हा आमचं मत फारसं उपयोगाचं नाही. त्रयस्थाचं नि:पक्षपाती मत तुझे गुण आणि दोष दोन्ही तुला चांगल्या रीतीने दाखवून देईल आणि पुढील लेखनात सुधारणा होण्याच्या दृष्टीने त्याचा तुला फार फायदा होईल. पैशापेक्षाही अशा टीकेचं महत्त्व जास्त वाटतं मला!”

“तेही खरंच आहे म्हणा!” ज्यो कपाळाला आठ्या घालून विचार करीत म्हणाली, “मी इतक्या वेळा हे सारं पुन्हा पुन्हा लिहून काढलंय की, त्याच्या बरेवाईटपणाबद्दल मलाच आता काही कळेनासं झालं आहे! तेव्हा त्रयस्थांना या कादंबरीविषयी काय वाटतं ते जाणून घेणं खरोखरीच फायद्याचं होईल!”

इतका वेळ सारी चर्चा शांतपणे ऐकणारी मेग आता म्हणाली, “माझं मत विचारशील ज्यो, तर तू तुझ्या पुस्तकातला एक शब्दसुद्धा बदलू नकोस. कारण तसं केलंस तर पुष्कळदा कथेतले महत्त्वाचे दुवे निखळून जातील आणि मग लोकांना कादंबरी नीटशी कळणार नाही!”

"पण हे मिस्टर ॲलन तर म्हणताहेत, स्पष्टीकरणाचा भाग वगळून टाका. कथानक अधिक गतिमान करा, नाट्यपूर्ण घटनांवर भर द्या आणि पात्रांची मन:स्थिती तुम्ही वर्णन करण्याऐवजी त्यांच्या बोलण्यांतून नि कृतीतूनच त्यांच्या स्वभावरेखा प्रकट होऊ द्या. आता काय करायचं?" प्रकाशकाचे पत्र वाचून दाखवीत ज्यो साशंकपणे म्हणाली.

"मला वाटतं प्रकाशकांचं म्हणणं तू ऐकावसं ज्यो. या बाबतीत आपल्यापेक्षा त्यांना खचित अधिक कळत असणार." ॲमीने नेहमीप्रमाणेच अत्यंत वास्तववादी दृष्टिकोनातून आपले विचार प्रकट केले, "पहिल्यांदा तुझं एखादं पुस्तक बाजारात येणं ही गोष्ट महत्त्वाची आहे. एकदा तुला नाव मिळालं म्हणजे मग कलादृष्ट्या हवे तेवढे प्रयोग करायला तुला पुढे भरपूर वाव आहे! नाहीतरी तुझ्या कादंबरीत अव्यवहारी आणि तत्त्वनिष्ठ विचार जरा जास्तच झाले आहेत असं मला वाटतं!"

"मी जाणीवपूर्वक काही केलं आहे असं मला वाटत नाही." ज्यो हसून म्हणाली, "पपांच्या तोंडून जे विचार मी सतत ऐकत आले तेच कळत न कळत या पुस्तकातही उतरले, एवढंच. बरं, बेथ तुझं काय म्हणणं आहे?"

"माझं काय म्हणणं असणार?" बेथ म्हणाली, "मला एवढंच वाटतं की, तुझं पुस्तक लौकर लौकर छापलं जावं!"

'लौकर लौकर' म्हणताना बेथ किंचित हसली. पण त्या दोन शब्दांवर तिने विशेष जोर दिला होता आणि ते उच्चारताना तिच्या डोळ्यांत एक अगम्य भाव तरळून गेला होता. त्या भावाचा अर्थ जरी ज्योला उमगला नाही तरी तो बघताना तिला कसेसेच वाटले. तिच्या छातीत भीतीची एक कळ चमकून गेली आणि आपले पुस्तक 'लौकर' छापून घेण्याचा तिने तात्काळ स्वत:शी निर्णय घेऊन टाकला.

घरात ही सारी चर्चा झाल्यावर आणि प्रत्येकाचे वेगवेगळे मत ऐकून घेतल्यावर एके दिवशी ज्योने आपली कादंबरी पुढ्यात घेतली आणि अत्यंत निष्ठुरपणे तिने तिच्यावर कात्री चालवली. कादंबरीत वेळोवेळी आलेले तात्त्विक आणि आदर्शवादी विचार तिच्या वडिलांना आवडले होते, म्हणून तो भाग ज्योने तसाच राहू दिला. स्पष्टीकरण फार झाले आहे असा मिसेस मार्चचा शेरा मिळाल्यामुळे बरीचशी स्पष्टीकरणे ज्योने उडवून दिली आणि त्याबरोबर कथानक कळण्याच्या दृष्टीने अत्यावश्यक असलेले काही दुवेही निघून गेले. मेगला शोकात्मक साहित्याची विशेष आवड असे. तिच्या समाधानासाठी दु:खकारक घटना भरपूर ठेवण्यात आल्या आणि 'विनोद जरा वाजवीहून जास्त झाला आहे' असे ॲमीने म्हटल्यामुळे हलक्याफुलक्या प्रसन्न भागालाही कात्री लावण्यात आली. अशा रीतीने मूळचे संपूर्ण हस्तलिखित पार विस्कटून टाकल्यावर भरीत भर म्हणून की काय, ज्योने प्रकाशकाच्या सूचनेनुसार त्याचा एकतृतीयांश भाग कमी केला आणि पिसे उपटलेल्या कोंबडीप्रमाणे केविलवाणी

वाटणारी ती बिचारी कादंबरी तिने प्रकाशकाकडे धाडून दिली.

ज्योची कादंबरी छापली गेली. प्रकाशित झाली आणि मोबदल्यादाखल तिला एकरकमेने तीनशे डॉलरही मिळाले. कादंबरी प्रकाशित होताच तिच्यावर भरपूर अभिप्राय आले आणि निंदा व स्तुती दोन्ही तिच्या वाट्याला आल्या. पण दोहोंचेही स्वरूप इतके अनपेक्षित होते की, त्यामुळे बसलेल्या धक्क्यातून सावरायला ज्योला पुढे कित्येक दिवस लागले.

''या अभिप्रायांचं स्वरूप इतकं परस्परविरोधी आहे की त्यांतून खरं काय मानावं नि खोटं काय समजावं हेच मला कळेनासं झालं आहे.'' अभिप्रायाची कात्रणे पुढ्यात घेऊन बसलेली ज्यो एकदा आपल्या आईला म्हणाली, ''बघ आई, काय काय म्हणताहेत हे टीकाकार! या एका लेखकाला माझ्या पुस्तकात 'सत्य, सौंदर्य, प्रामाणिकपणा आणि निरोगी जीवनदर्शन' आढळून आलं आहे तर दुसऱ्याला माझं पुस्तक 'कृत्रिम, असंभाव्य, उथळ आणि विकृत' वाटलं आहे! हा एकजण लिहितो की, 'गेल्या कित्येक वर्षांत इतकी चांगली अमेरिकन कादंबरी वाचायला मिळाली नव्हती' तर या दुसऱ्याला या पुस्तकात 'मौलिकता आणि सामर्थ्य' दिसत असूनही 'सामाजिक दृष्ट्या ते धोक्याचं' असल्याचा साक्षात्कार झाला आहे. सर्वांत मोठी गंमत ही की, प्रत्येकाला वाटतंय, जीवनातलं काहीतरी गूढ तत्त्वज्ञान सांगण्यासाठी मी ही कादंबरी लिहिली. मला असलं काहीच करायचं नव्हतं. मी कादंबरी लिहिली ती गंमत म्हणून अन् थोडा पैसा मिळावा म्हणून!''

ज्यो वरकरणी हसत हसत बोलत होती खरी, पण टीकाकारांच्या परस्परविरोधी सुरामुळे मनातल्या मनात ती बरीच अस्वस्थ झाली आहे हे उघड दिसत होते. उत्कट, संवेदनाशील आणि सरळ मनाच्या त्या मुलीला आपल्या पहिल्यावहिल्या कादंबरीची लोकांनी अशी चिरफाड केलेली बघून फार क्लेश झाले होते! पण तरीही त्या टीकेचा अनुकूल परिणामही झाल्यावाचून राहिला नव्हता. कारण त्यामुळे एक प्रकारची आत्मसामर्थ्याची जाणीव तिला आली आणि मनाचा पहिला कडवटपणा ओसरल्यावर हसून ती म्हणाली,

''मी काही कीट्स इतकी प्रतिभावंत नाही. त्यामुळे प्रतिकूल टीकेमुळे मी मरण्याची धास्ती नाही, तरीदेखील इतकी भिन्न भिन्न मतं व्यक्त झालेली बघताना मन शांत ठेवणं मोठं अवघड आहे! चला झालं! काही का होईना. माझी कादंबरी छापून तर निघाली! सगळ्यांत मोठी मौज ही की, माझ्या कादंबरीतला जो भाग टीकाकारांना 'अस्सल, जिवंत, प्रत्ययकारी वाटला' तो मी कल्पनेनं लिहिला आहे आणि जे त्यांना 'कृत्रिम, असंभाव्य, कल्पनारंजित वाटलं' ते मात्र मी प्रत्यक्ष जीवनातून जसंच्या तसं उचललेलं आहे! आता, याला काय म्हणायचं?''

२८

मेगचा संसार

बहुतेक सर्व नवविवाहित मुलींप्रमाणेच मेगनेही अत्यंत उत्साहाने, कळकळीने व प्रामाणिकपणाने आपल्या संसाराला प्रारंभ केला होता. 'आदर्श पत्नी', 'आदर्श गृहिणी' हे ध्येय तिने डोळ्यांपुढे ठेवले होते. जॉनला आपले घर स्वर्गतुल्य वाटले पाहिजे, कामावरून घरी परत येताच दाराशी हसतमुख प्रसन्न पत्नी स्वागतास सिद्ध असलेली त्याला दिसली पाहिजे, रोजच्या रोज दोन्ही वेळा शुद्ध, सात्त्विक, रुचकर अन्न त्याच्या पानात पडले पाहिजे आणि एवढीशी देखील अव्यवस्था किंवा अनास्था त्याच्या वाट्याला न आली पाहिजे, असा निर्धार करून मेग संसाराला लागली होती. प्रेम, उत्साह आणि प्रसन्न वृत्ती ही तिची मोठीच शक्ती होती. त्यामुळे सुरुवातीला काही अडथळे येऊनही तिचे वैवाहिक जीवन सुरळीतपणे चालू झाले होते. अर्थात उत्साहाचा काही वेळा अतिरेक झाल्यावाचून राहात नसे. त्यामुळे मेग कधीकधी दिवसभर काम करीत राही आणि मग संध्याकाळी ती इतकी थकून जाई की, जॉनशी दोन शब्द बोलण्याचेही तिच्या अंगी त्राण राहात नसे. रोजच्या रोज चवदार, रुचकर नवनवे पदार्थ करण्याचा तिने असा सपाटा लावला की, जॉनला त्याचाच कंटाळा आला व अगदी साधे जेवण हवे असे त्याने शेवटी फर्मान सोडले. इतक्या वेळा शिवून देऊनही जॉनच्या शर्टाची बटणे वारंवार कशी तुटतात याचे मेगला नवल वाटू लागले आणि 'पुरुषांच्या जन्मजात आळशी आणि अव्यवस्थित स्वभावा'बद्दल एखाद्या अनुभवी गृहिणीइतक्याच हताशपणे माना हलवून ती शेरे देऊ लागली!

केवळ प्रेम हे संसाराला पुरेसे पडत नाही. लग्नाआधी प्रेमाच्या धुंदीत सर्वकाळ तरंगत राहणे वेगळे आणि संसार मांडल्यानंतर दैनंदिन जीवनातील रूक्ष तपशील सांभाळणे वेगळे, हे लौकरच त्या नवपरिणीत दांपत्याला कळून आले. तरीसुद्धा जॉन व मेग दोघेही फार आनंदात दिवस काढीत होती. लग्नापूर्वी सुंदर वेषभूषा, केशभूषा अणि प्रसाधन करून वाट बघत असलेली मेग जेवढी आकर्षक दिसत असे, तेवढीच

घरात केर काढणारी किंवा कपडे धुणारी, विस्कटलेल्या केसांची मेगही मोहक दिसते असा नवा शोध जॉनला लागला. तर लग्नापूर्वी फुले घेऊन येणारा आपला पती आता बाजारातून मटन किंवा भाजी आणू लागला तरी त्याचा गोडवा कमी झालेला नाही, असे मेगच्या प्रत्ययाला आले. लग्नानंतर काही दिवस घराला आलेले नंदनवनाचे स्वरूप पुढे ओसरले तरी नंतर घराला घरपण आले आणि हा फेरबदल अधिक खरा, अधिक टिकणारा आहे याची त्या उभयतांना जाणीव झाली. प्रारंभीचे काही दिवस दोघेही लुटुपुटुचे घरकुल मांडल्यासारखी खेळत, मजा करीत, भांडत, पण नंतर दोघांनीही प्रामाणिकणे व मनापासून संसाराला सुरुवात केली. एक कुटुंबप्रमुख या नात्याने जॉन जबाबदारीने वागू लागला आणि गृहिणीच्या नात्याने मेगनेही आपला कर्तव्याचा वाटा मोठ्या हौसेने नि उत्साहाने उचलला.

सुरुवातीचे काही दिवस मेगला स्वैंपाक नीट जमत नसे. 'पाकशास्त्रा'च्या पुस्तकावरून जरी ती पदार्थ बनवीत असली तरी काही वेळा पदार्थ बिघडून जात. काही वेळा ते खूप उरत, तर काही वेळा तिखटमिठाचे किंवा साखरेचे प्रमाण अजिबात चुकत असे. अशा वेळी मेग ते पदार्थ गुपचूप घरी पाठवून देई किंवा 'ह्यूमेल' कुटुंबाकडे ते पोहोचते करी. कधीकधी भरमसाट खर्च होई तर कधी कधी काटकसरीचे चिक्कूपणात पर्यवसान होई, पण पुढे सारे गाडे सुरळीत चालू झाले.

आणि मग एके दिवशी मेगच्या मनाने घेतले : घरात वर्षाचे जॅम, जेली, मुरंबे तयार करून बरण्यांतून भरून ठेवायचे. आईकडे हॅना करून ठेवते तसे. घरापुढची छोटी बाग आता चांगली भराला आली होती. द्राक्षाच्या वेलांवर काळी द्राक्षे पिकून तोडायला झाली होती. तेव्हा प्रथम द्राक्षांची जेली करायची असे तिने ठरवले व त्यासाठी जॉनकडे आवश्यक त्या साहित्याची तिने मागणी केली. आपल्या पत्नीचा कामसूपणा पाहून जॉनचे अंत:करण अभिमानाने भरून आले आणि तिच्या मागणीनुसार ऑफिसला जाताजाताच त्याने चार डझन काचेच्या बरण्या, पाचसहा शेर साखर आणि द्राक्षे तोडून धुवून देण्यासाठी आठदहा वर्षांचा एक छोटा गडी, एवढे साहित्य परस्पर घरी पाठवून दिले. मेगने आपले सुंदर केस सुंदर रीतीने बांधून वर एक सुंदर फुलाफुलांची टोपी घातली. तसाच एक सुंदर एप्रन तिने झग्यावर चढवला आणि जेली बनविण्याच्या कामाला तिने उत्साहाने सुरुवात केली. हे काम आपल्याला जमेल किंवा नाही याबद्दल तिला काडीमात्र देखील शंका नव्हती. कारण, घरी हॅनाला शेकडो वेळा अगदी सहजपणे जॅम, जेली, मुरंबे बनविताना तिने पाहिले नव्हते काय? जॉनने डझनावारी बरण्या घरी धाडलेल्या पाहून मेगला सुरुवातीला थोडेसे नवल वाटले. पण नंतर तिला आठवले की, जॉनला गोडाची फार आवड होती. शिवाय कोठीच्या खोलीत त्या एका आकाराच्या बरण्या फळीवर किती छान दिसल्या असत्या! त्या कल्पनेनेच मेगला समाधान वाटले आणि मोठ्या हौसेने ती जेली बनविण्याच्या कामाला लागली. दुपारपर्यंत द्राक्षे तोडून,

धुवून, उकडून त्यांचा रस काढून झाला आणि मग साखर मिसळून ते मिश्रण स्टोव्हवर उकळण्यासाठी तिने ठेवले. मेगने प्रयत्नांची पराकाष्ठा केली, पाककलेच्या पुस्तकाचा सल्ला घेतला, हॅना नेमके काय करीत असे ते आठवून आठवून पाहिले. मिश्रण पुन्हा उकळले. पुन्हा त्यात साखर टाकली. पुन्हा ते सार गाळले, पण 'जेली' काही केल्या आळून येईना!

प्रथम मेग अस्वस्थ झाली, मग चिडली आणि नंतर एका विलक्षण हताशपणाने तिच्या मनाचा ताबा घेतला. एकदा तिला वाटले, असेच धावत घरी जावे आणि आईचा सल्ला घ्यावा. पण तो विचार आला तसाच गेला. कारण अगदी सुरुवातीलाच तिने व जॉनने ठरवून टाकले होते की, आपले दैनंदिन प्रश्न नि समस्या आपणच सोडवायच्या, इतरांना त्याचा त्रास होऊ द्यायचा नाही; आणि आपल्या खाजगी चिंता, अडचणी, भांडणे इतरांपर्यंत जाऊ द्यावयाची नाहीत. त्यामुळे आता आईकडे जाणे मेगला प्रशस्त वाटेना. म्हणून ती स्वत:च त्या जेलीशी धडपडत राहिली. उन्हाळ्याचे दिवस, बाहेर कडक उन पडले होते. अंगातून घामाच्या धारा वाहत होत्या. सारा दिवस स्टोव्हपाशी बसल्यामुळे मेगचे तोंड लालबुंद झाले होते. सरतेशेवटी संध्याकाळी पाच वाजता तिची सहनशक्ती संपुष्टात आली आणि स्वैंपाकघरातल्या त्या साऱ्या पसाऱ्यातच बैठक ठोकून, एप्रनचा पुढला पदर डोळ्यांशी धरून मेग ओक्साबोक्शी रडू लागली.

लग्नानंतरच्या प्रारंभीच्या दिवसात तिने मोठ्या आत्मविश्वासाने जॉनला सांगून ठेवले होते, "जॉन, लाडक्या, तुम्हाला केव्हाही एखाद्या मित्राला घरी घेऊन यावेसे वाटले तर त्यासाठी तुम्हाला माझी आधी मुळीच परवानगी विचारायला नको. मी रागावणार नाही, चिडणार नाही किंवा ओरडणार नाही. उलट नीटनेटके घर, प्रसन्न गृहिणी आणि ताजे गरमगरम जेवण तुमच्या स्वागताला सिद्ध असेल. म्हणून म्हणते, केव्हाही, कधीही कुणालाही तुम्ही घरी घेऊन आलात तर माझी त्याला मुळीसुद्धा हरकत नाही!"

किती गोड शब्द होते हे. केवढे आश्वासन होते त्यात. मेगने हे उद्‌गार काढले होते तेव्हा जॉन मनोमन सुखावला होता आणि इतकी कर्तव्यतत्पर पत्नी आपल्याला दिल्याबद्दल त्याने देवाचे आभार मानले होते. त्यानंतर त्याने अनेक वेळा आपले मित्र घरी आणले होते, पण प्रत्येक खेपेला त्याने मेगला त्यासंबंधी आधी सूचना दिली होती. दुर्दैवाची गोष्ट अशी की, नेमकी आजच आपल्या एका मित्राला घरी आमंत्रण देण्याची दुर्बुद्धी त्याला सुचली! सकाळची जेलीची घटना तो अजिबात विसरून गेला आणि संध्याकाळी कामावरून घरी येताना आपल्या एका मित्राला जेवणासाठी तो घरी घेऊन आला. येताना तो मोठ्या प्रसन्न मन:स्थितीत होता आणि घरी जाताच धावत पुढे येणाऱ्या हसऱ्या स्वागतशील मेगचे चित्र तो मनाशी रेखाटीत होता. ती तशी पुढे

आल्यावर मित्राला आपल्या संसारसुखाचे केवढे कौतुक वाटेल, या कल्पनेने सुखावून गेला होता.

पण या आयुष्यात आशेपेक्षा निराशेचेच प्रसंग अधिक असतात. जॉन आपल्या 'घरट्या'पाशी येऊन पोहोचला तेव्हा त्याच्या मनातले मनोरे असेच ढासळून पडले. घराचे पुढले दार नेहमी येणारांच्या स्वागतासाठी उघडे असे. पण आज नेमके ते बंद होते. इतकेच नव्हे तर पायऱ्यांवरची धूळदेखील जशीच्या तशीच तेथे दिसत होती. जेवणघराच्या खिडक्या आतून लावून घेतलेल्या होत्या आणि सुरेख पोषाख केलेल्या, सुंदर केसात रिबनचे ऐटबाज फूल बांधलेल्या, दाराआड विणकाम-शिवणकाम करण्यात गुंग झालेल्या नि आपण येताच हसतहसत स्वागताला पुढे येणाऱ्या, प्रसन्न डोळ्यांच्या देखण्या पत्नीचा तर कोठे मागमूसही नव्हता. द्राक्षे तोडण्यासाठी घरी धाडलेला छोकरा मात्र द्राक्षाच्या मांडवाखाली निवांत झोपला होता.

ही अनपेक्षित शांतता पाहून जॉन मनातून जरासा चरकला. पण उसने अवसान आणून तो आपल्या दोस्ताला म्हणाला,

"स्कॉट, लेका काहीतरी घोटाळा दिसतोय. तू थांब जरासा इथेच, तोवर मी मिसेस ब्रुक काय करते आहे पाहून येतो."

आणि तो घराच्या मागल्या दाराकडे लगबगीने वळला. स्कॉट त्याच्या मागोमाग पण सभ्यतेला साजेसे अंतर राखून बागेतच दूर उभा राहिला. त्याच्या चेहऱ्यावर एक विलक्षण मजेदार भाव उमटला. कारण तो जेथे थांबला होता तेथून त्याला मागचे दार दिसत होते. इतकेच नव्हे तर नंतर ब्रुक दांपत्याचा जो संवाद झाला तोही त्याला शब्दन् शब्द ऐकू आला. स्कॉट अद्याप अविवाहित असल्यामुळे नवविवाहितांच्या जीवनातला हा समरप्रसंग पाहून त्याची फारच करमणूक झाली.

जॉन घराच्या मागील बाजूला आला तो जळक्या साखरेच्या वासाने त्याच्या नाकपुड्या स्फुरण पावल्या. घाईघाईने त्याने स्वयंपाकघरात पाऊल टाकले. बघतो तो तेथे साराच गोंधळ आणि अव्यवस्था माजली होती. काही बरण्यांतून जेलीचा पाक ओतलेला होता. एक घाणा खाली भांड्यात काढलेला होता आणि उरलेला पाक स्टोव्हवर खदखदून करपत होता. घरात वरकामे करणाऱ्या मुलीचा – लॉटीचा – कोठे पत्ताच नव्हता. बिचारी मिसेस ब्रुक मात्र त्या पसाऱ्यात तशीच पाय पसरून बसली होती आणि तोंडावर एप्रन घेऊन ती ओक्साबोक्शी रडत होती!

मेगला रडताना पाहून जॉनच्या मनात अनेक वाईट शंका येऊन गेल्या. अचानक काही वाईट बातमी आली, की मेगचे हात भाजले, की आणखी काही दारुण घटना घडली, त्याला काहीच कळेना. तेवढ्यात स्कॉटला आपण तिकडे बागेतच उभे राहावयास सांगितले आहे हेही त्याला आठवले आणि त्याच्या अस्वस्थतेला पारावार उरला नाही.

“मेग, माझ्या लाडक्या, काय झालं? मला नाही सांगायचं?” त्याने झटकन पुढे होऊन मेगला जवळ घेत चिंतातुर स्वरात विचारले.

“जॉन, काही विचारू नका गोंधळ! मी इतकी दमले आहे, वैतागले आहे की सांगता सोय नाही! आता तुम्हीच या संकटातून मला बाहेर काढाल तर– ” मेग हुंदक्यांतून कशीबशी एवढे बोलली आणि त्या थकलेल्या त्रासलेल्या तरुण पत्नीने आपल्या पतीला गाढ आलिंगन दिले! गाढच का, गोडसुद्धा! कारण जेलीचा पाक तिच्या हातांना, अंगावरच्या कपड्यांना, एवढेच नव्हे तर गालाओठांना देखील माखला होता!

“पण काय झाले तरी काय? काही भयंकर प्रकार तर नाही ना घडला? सांग, सांग, राणी, लवकर सांग– ” जॉनने पुन्हा तिला प्रश्न विचारला आणि मेगने आपले डोके त्याच्या छातीवर टेकलेले असल्यामुळे गडबडीत त्याने तिच्या कुरळ्या केसांचा नि त्यात बांधलेल्या रिबनच्या फुलाचाच पटकन मुका घेतला.

मेगला पुन्हा रडू कोसळले. क्षणभर तिच्या तोंडून शब्दच फुटेना. मग जरा वेळाने ती कशीबशी बोलली,

“ती मेली जेली – ती काही केल्या घट्टच होत नाही! मी आता करू तरी काय?”

मेगच्या तोंडचे ते शब्द ऐकून जॉनला इतके मोठ्यांदा हसायला आले की दूर उभ्या राहिलेल्या स्कॉटच्या ओठावरही नकळत हसू उमटून गेले.

“बस्स. एवढेच?” जॉन हसत हसत म्हणाला, “फेकून दे तर ते सारे खिडकीबाहेर आणि त्याचा विचारसुद्धा करू नकोस पुन्हा. तुला पाहिजे तेवढी जेली नि जॅम नि मुरंबे मी बाजारातून विकत आणून देईन. आहे काय त्यात मोठंसं? पण आता हे रडू आवर बुवा आधी. कारण मी जॅक स्कॉटला आपल्याकडे जेवायला घेऊन आलो आहे–”

पण जॉनचे वाक्य पुरे झाले नाही. कारण ते शब्द ऐकताच मेग झटक्याने त्याच्यापासून दूर झाली. दोन्ही हातांनी डोके गच्च आवळून धरीत जवळच्या खुर्चीत धाडकन तिने बैठक मारली आणि निराशा, चीड, उद्वेग अशा अनेक भावनांचे मिश्रण झालेल्या स्वरात ती जॉनला म्हणाली,

“जेवायला घेऊन आलात मित्राला? नि घरात हा असा गोंधळ माजला असताना? अहो, हे केलंत तरी कसं तुम्ही?”

“शू:! मोठ्यानं बोलू नकोस. स्कॉट तिकडे बागेत उभा आहे. तो ऐकत असेल एखादे वेळी! हे बघ मेग, माफ कर मला, मी ते जेलीचं प्रकरण अजिबात विसरूनच गेलो. पण आता झाल्या गोष्टीला इलाज काय? मी तर त्याला घेऊन आलो–”

“अहो, पण तुम्ही मला आधी निरोप तरी धाडायचात. निदान सकाळी कामावर जाताना तरी सूचना देऊन जायचं. आज माझा सारा दिवस धांदलीत जाणार

एवढंदेखील ध्यानात येऊ नये ना तुमच्या?'' मेग तक्रारीच्या सुरात पुढे बोलली. बोलली कसली? चोच परजून तिने जॉनला टोचायलाच सुरुवात केली. कबुतरांचे प्रेमळ जोडपेसुद्धा कधीतरी भांडतेच, इतकेच नव्हे, भांडताना कबूतरे एकमेकांना चोचीदेखील मारतात !

''मेग, ऐकून घे. सकाळी मला या गोष्टीची कल्पनाच नव्हती.'' जॉन विनवणी करीत बोलू लागला, ''तो मुळी मला घरी येताना वाटेतच जर भेटला, तर तुला निरोप तरी कसा कळवणार मी? बरं, तुझी आधी परवानगी घ्यावी हे माझ्या मनात देखील आलं नाही. कारण तू अनेकदा मला सांगून ठेवलेलं आहेस की, लहर लागेल तेव्हा कोणालाही मी ऐन वेळी घरी घेऊन आलो तरी चालेल! आजवर मी कधी देखील असं केलं नव्हतं आणि तुझी शपथ, यापुढेही असा प्रकार माझ्या हातून कधी होणार नाही. पण आजची वेळ निभावून ने कशी तरी–''

''ते काही नाही. तुम्ही आपले त्याला कुठेही घेऊन जा. काहीही खाऊ घाला. काय वाटेल ते करा. घरभर पसारा पडला आहे आणि माझा अवतार तर असा झालाय की कोणाही अनोळखी माणसाला भेटण्याच्या परिस्थितीत मी नाही! आणि घरात खायला देखील काही नाही!'' मेग ताडताड बोलत होती.

''वा! हे छान आहे!'' जॉन हतबुद्ध होऊन म्हणाला, ''पण मग सकाळी मी बाजारातून आणून ठेवलेलं मटन, भाज्या, फळं – त्यांचं काय झालं? शिवाय तू आज पुडिंग करणार होतीस–''

''कसं बोलताहात बघा तरी! अहो, आज मला स्वयंपाक करायला वेळ तरी झाला का? मीच मुळी तुम्हाला घेऊन आज आईकडे जेवायला जायचं ठरवलं होतं–'' आणि मेग पुन्हा रडू लागली.

जॉनचा स्वभाव फार सौम्य आणि मवाळ होता, पण काही झाले तरी अखेर तो पुरुष होता. दिवसभर ऑफिसात काम करून दमून भागून तो घरी परत आला होता. त्याला भूकही लागलेली होती. मित्राबरोबर आणि बायकोबरोबर गप्पा मारीत हसतखेळत मजेने जेवण करण्याचे स्वप्न तो बघत होता आणि त्याऐवजी घरभर पडलेला पसारा, रिकामे ताट आणि चिडून ताडताड बोलणारी बायको तो आता डोळ्यांसमोर बघत होता. अशा वेळी माणसाचा तोल जाणार नाही तर काय होणार ? पण तरीही त्याने स्वतःला आवरले आणि साऱ्या प्रसंगाला सौम्य खेळकर स्वरूप देण्याच्या हेतूने तो म्हणाला,

''मेग, साराच घोटाळा होऊन बसलाय. मलाही मान्य आहे ते. पण तू मनावर घेशील आणि जरा मदतीचा हात पुढे करशील तर अजूनही वेळ निभावून नेऊ आपण. रडू नकोस राणी. जरा घरबीर आवरल्यासारखं कर, तोंड धू, कपडे बदल नि काही तरी खायला दे आम्हाला. आम्ही दोघंही इतके भुकेने कासावीस झालो आहोत की

तू काहीही पुढ्यात ठेवलंस तरी ते गोडच लागेल आम्हाला. थंड मटन, चीज आणि ब्रेडसुद्धा चालेल. आम्ही काही जेलीसाठी हट्ट धरून बसणार नाही.''

सारे काही सुरळीत होत होते. तोच जॉन हे अखेरचे वाक्य बोलला आणि मामला बिघडला. खरे तर जॉन ते निव्वळ थट्टेने बोलला होता, पण त्या एका वाक्याने त्याचे नशीब ठरून गेले! त्याने आपल्या अपयशाबद्दल असे कुचेष्टेने बोलावे हे मेगला मुळीच सहन झाले नाही. तिला त्याचा विनोद 'हृदयशून्य आणि दुष्ट' वाटला आणि उरलीसुरली सारी सहनशक्ती संपुष्टात येऊन ती ओरडली,

''सारा घोटाळा तुम्ही केला आहेत आणि तुम्हीच तो निस्तरला पाहिजे आता. माझं अडलंय खेटर कुणासाठी तोंड धुवायला नि कपडे बदलायला! घरी पहिल्यांदा आलेल्या माणसाला म्हणजे चीज नि ब्रेड देणार! तुम्हाला चालेल असला रानटीपणा, पण मला नाही चालायचा! तुमच्या त्या स्कॉटला आईकडे घेऊन जा. हॉटेलात न्या, नाहीतर काय वाटेल ते करा. मी त्याचं तोंडसुद्धा पाहणार नाही. तुम्ही दोघं मजेत जेवा नि माझ्या जेलीची मनसोक्त टर उडवून पोटभर हसा! मला काय त्याचे? ही मी माझ्या खोलीत जाऊन पडते–''

एवढे सारे एका दमात बोलून मेगने अंगावरचा एप्रन उतरून कोपऱ्यात फेकून दिला आणि ताड्ताड् पावले टाकीत ती तेथून माडीवरच्या आपल्या खोलीकडे चालती झाली. तिच्या गैरहजेरीत खाली काय घडले ते तिला मुळीच समजले नाही. पण जॉनने स्कॉटला कुठेही बाहेर खायला नेले नाही एवढे मात्र खरे. सुमारे तासाभराने मेग जेव्हा माडीवरून खाली आली तेव्हा जॉन आणि स्कॉट दोघेही निघून गेले होते. त्यांनी केलेल्या जेवणाचे अवशेष खरकट्या बश्यांतून थोडेथोडे दिसत होते. स्वयंपाकघर आवरून झाडून ठेवले होते आणि जेलीच्या अर्धवट भरलेल्या बरण्यांचा कोठे मागमूसही दिसत नव्हता. मेगच्या हाताखाली आवरासावर करणारी लहान मुलगी लॉटी घरात होती. तिने मेगला सांगितले, ''मालक नि त्यांचा दोस्त मजेत जेवले. जेवताना ते खूप बोलत हसत होते आणि मालकांनी मला सांगितलं बिघडलेली सारी जेली फेकून दे म्हणून–''

मेगला एव्हाना आपल्या अविचारीपणाचा पस्तावा होऊ लागला होता. एकदा तिच्या मनात आले, आईकडे जावे आणि सारे काही तिला सांगून पोटभर रडून जीव हलका करावा. पण थोडीशी स्वत:च्या अपराधाची जाणीव आणि थोडासा स्वाभिमान यामुळे तो विचार तिने रद्द केला. मग तिने सारे घर आवरून झाडून पुसून स्वच्छ करून टाकले. सुरेख केस विंचरले. एक धुवट सुंदर झगा अंगात घातला आणि हाती विणकाम घेऊन दिवाणखान्यात ती जॉनची वाट बघत राहिली. तो येताच त्याच्याशी गोड बोलून झालेल्या घटनेवर पडदा पाडायचा असा तिने स्वत:शी बेत केला होता.

दुर्दैवाने जॉन लवकर घरी परत आला नाही. त्याच्या मनावर या साऱ्या प्रकाराचा फार खोल परिणाम झाला होता. स्कॉटशी बोलताना त्याने आपला राग आवरून धरला होता, मेगच्या वतीने त्याची क्षमा मागितली होती आणि मोठ्या अगत्याने खाऊपिऊ घालून मजेत त्याला वाटेला लावले होते. स्कॉटलाही ते अनौपचारिक जेवण मनापासून आवडले होते आणि मिसेस ब्रुकच्या परिचयासाठी पुन्हा लवकरच येण्याचे आश्वासन देऊन त्याने जॉनचा निरोप घेतला होता. अशा रीतीने या अवघड प्रसंगातून जॉन सहीसलामत पार पडला होता खरा, पण तो मेगवर अतिशय रागावला होता. स्कॉटशी वरकरणी हसूनखेळून बोलताना आतल्याआत तो एकसारखा धुमसत होता. मेगने आपली प्रतारणा केली, आपल्याला अडचणीत टाकून ऐन वेळी तिने आपल्याला दगा दिला असे सारखे त्याला वाटत होते आणि ते त्याच्या जिवाला फार लागून राहिले होते. तो आपल्या मनाशी म्हणत होता, "प्रथम मला सांगायचे की तुम्ही हवे त्याला हवे तेव्हा घरी घेऊन या आणि असे एखाद्याला मी घरी आणले म्हणजे मात्र ऐन वेळी मला दोष द्यायचा, मेगचे हे वर्तन अत्यंत अन्यायाचे आहे आणि याबद्दल तिला योग्य ते प्रायश्चित्त दिलेच पाहिजे!" साऱ्या दुपारभर तो हेच घोकीत होता आणि यामुळेच त्याचा संताप भडकला होता. पण जरा वेळाने संतापाची ती लाट ओसरली आणि स्कॉटला निरोप देऊन घराकडे परत येताना जॉनचे मन मेगविषयी एकदम मृदू झाले. त्याला तिची कणव आली. "गरीब बिचारी पोर!" तो स्वत:शीच पुटपुटला, "मला सुखात ठेवण्यासाठी ती कितीतरी झटत असते. शिवाय त्या जेलीने तिला फारच वैताग आणला असणार! आता तिचे वागणे थोडेसे चुकले खरे, पण तशी ती अजून लहानच आहे! तिला कुठे काय कळते? आपणच जरा समजुतीने घ्यायला हवे आणि तिची चूक सौम्यपणे तिच्या पदरात घालायला हवी." तेवढ्यात त्याला अशी भीती वाटू लागली की मेग खूप रडत असेल आणि रडून रडून ती आपली प्रकृती बिघडवून घेईल. त्या शंकेने तो अत्यंत अस्वस्थ झाला आणि त्याने आपल्या पावलांची गती वाढवली. मात्र त्याने मनाशी एक निश्चय केला होता. मेगशी प्रेमाने बोलायचे खरे. पण त्यातही कडकपणा आणि निर्धार कायम ठेवायचा. या घरात खरी सत्ता कोणाची चालते याची जाणीव तिला व्हायलाच हवी!

इकडे मेगनेही असेच ठरवले होते की शांत राहायचे पण आपला मुद्दा सोडायचा नाही आणि जॉनला त्याचे कर्तव्य चांगले समजावून द्यावयाचे. तो घरी येताच तिला प्रथम ऊर्मी आली ती धावत जाऊन त्याच्या गळ्याला मिठी मारण्याची नि त्याच्या गालावर ओठ ठेवून क्षमायाचना करण्याची. पण अर्थात तिने तसे काहीही केले नाही. जॉन घरात आला तरी ती जागेवरून उठली नाही. तेथेच बसून राहिली आणि एकीकडे हातातले शिवणकाम करताना दुसरीकडे खालच्या आवाजात स्वत:शीच काहीतरी गाणे गुणगुणू लागली.

तिचा हा पवित्रा जॉनला काहीसा अनपेक्षित होता. व त्यामुळे तो थोडासा खट्टूही झाला. पण तोही मेगइतकाच मानी होता. तेव्हा तिने प्रथम शरणागती पत्करल्याखेरीज आपण रेसभर माघार घ्यायची नाही असा त्याने स्वत:शी पक्का निर्धार केला. पण मेगशी काही न बोलणेही बरे दिसले नसते. तेव्हा आल्याबरोबर कोचावर बैठक मारीत संभाषण सुरू करण्यासाठी सहजगत्या बोलावे तसा तो बोलला,

''आज पौर्णिमा आहे मला वाटतं. नाही?''

''हो का? असेल. मला काही कल्पना नाही.'' मेगने तितक्याच संथपणे उत्तर दिले.

त्यानंतर संभाषणाचे असेच दोनतीन क्षीण प्रयत्न जॉनने केले. पण प्रत्येक खेपेला त्याने काहीतरी विषय काढावा आणि मेगने त्रोटक उत्तर देऊन त्याला गप्प बसवावे अस होऊ लागले. शेवटी कंटाळून जॉनने आपल्याबरोबर आणलेले सायंदैनिक उघडले आणि ते वाचण्यात तो गढून गेला. मेग खाली मान घालून हातातले शिवण जोरजोराने शिवीत राहिली. दोघेही बाह्यत: शांत होती. दोघांच्याही चेहऱ्यावर दृढनिश्चयाने तेज झळकत होते आणि दोघेही आतून विलक्षण कासावीस होऊन तळमळत होती!

मेगला हा ताण सहन करवेना. तिच्या मनात आले, ''एकूण वैवाहिक जीवन सोपे नाही. ते माणसाची फार कसोटी बघते. आई म्हणते तेच खरं. प्रेमाइतकीच सोशिकपणाचीही येथे आवश्यकता आहे.''

आईची आठवण होताच मेगला अचानक त्या दोघींत झालेले एक संभाषण आठवले. मेगच्या आईने तिला एकदा म्हटले होते, ''मेग, जॉन फार चांगला मुलगा आहे पण त्याच्यात काही दोष आहेत. ते तू जाणून घेतले पाहिजेस आणि ते सहन करायला तू शिकले पाहिजेस. कारण तसे काही दोष तुझ्यातही आहेत. जॉन फार हट्टी आहे. आग्रही आहे. विशेष म्हणजे खोटेपणाची त्याला अत्यंत चीड आहे. तेव्हा मेग, तू त्याच्याशी कधीही कृतीने, विचाराने, मनानेदेखील प्रतारणा करू नको. तू त्याच्याशी खरेपणाने वागलीस तर तो तुला कधीही अंतर देणार नाही. दुसरी गोष्ट : तो फार शांत, सोशिक आहे. पण तितकाच संतापीही आहे. तो क्वचित रागवेल, पण एकदा का तो संतापला की मग त्याचा राग आटोक्यात आणणे फार अवघड जाईल. तशी आपल्या घरातील माणसेही तापट आहेत. पण आपण घटकेत भडकतो तर दुसऱ्याच क्षणी सारं विसरून हसूही लागतो. जॉनचे तसे नाही. तो भडकला तर त्याचे परिणाम फार दूरगामी होतील. म्हणून ध्यानात ठेव मेग, त्याचा संताप कधीही भडकू देऊ नकोस. कारण त्याला सुखी ठेवण्यात, त्याचा मान राखण्यात तुझ्या संसाराचं सारं स्थैर्य, सारं समाधान अवलंबून आहे. स्वत:ची पदोपदी काळजी घे आणि चूक कोणाचीही असो, तू नेहमी प्रथम क्षमा माग. भांडणे, मतभेद, गैरसमज हे

संसारात व्हायचेच, पण अशा वेळी घाईने उच्चारलेले कटु शब्द पुढे फार मोठ्या दु:खाला आणि पस्ताव्याला कारण होतात.''

शिवणकाम करताना मेगला आईचे हे सारे बोलणे आठवले. आजचे भांडण हे त्या उभयतांमधले पहिलेच मोठे भांडण होते. आता त्याचा विचार करताना मेगला आपले शब्द मूर्खपणाचे वाटू लागले. आपल्या बालिश रागाची तिला लाज वाटली आणि गरीब बिचाऱ्या जॉनला आपण अशा अन्यायाने वागवले या जाणिवेने तिचे मन अगदी विरघळून गेले. तिच्या डोळ्यांत आसवे उभी राहिली. भरलेल्या डोळ्यांनी तिने जॉनकडे पाहिले. पण त्याला तिचे अश्रू दिसले नाहीत. तिने हातातले शिवण खाली ठेवून उठत स्वत:शी म्हटले, ''मी आपण होऊन माघार घेईन. त्यांची क्षमा मागेन.'' पण त्याच्या ते ध्यानात आले नाही. हलके हलके पावले टाकीत ती त्याच्या शेजारी जाऊन उभी राहिली. पण त्याने तिच्याकडे वळून पाहिले नाही. एक क्षणभर मेगला वाटले की, आपल्या हातून हे घडणे केवळ अशक्य आहे. कारण शरणागती पत्करणे ही गोष्ट साधी नाही. पण त्याच वेळी तिच्या मनात आले, ''हीच सुरुवात आहे. मी माझे कर्तव्य करीन आणि पुढेमागे पस्तावा व्हावा असे काहीही स्वत:कडून घडू देणार नाही.'' तिने आपला सारा अभिमान गिळून टाकला आणि खाली वाकून खुर्चीवर बसलेल्या जॉनच्या कपाळाचे हलकेच चुंबन घेतले. त्या क्षणीच त्यांचे सारे भांडण संपले. कारण क्षमायाचनेच्या असंख्य शब्दांहून ते लीन चुंबन अधिक बोलके होते. दुसऱ्याच क्षणी जॉनने तिच्या कमरेभोवती हातांचा विळखा घालून तिला आपल्या मांडीवर बसवले आणि तिच्या गालाला गाल भिडवून मृदुपणे तो तिला म्हणाला,

''मी तुझ्या जेलीची अशी थट्टा करायला नको होती. क्षमा कर मला राणी. मी असा दुष्टपणा पुन्हा कधीही करणार नाही!''

त्यानंतर मग मेगने एके दिवशी खास आमंत्रण देऊन स्कॉटला आपल्या घरी जेवायला बोलावण्याचा जॉनला आग्रह केला. त्याच्यासाठी जेवणाचे अनेक रुचकर पदार्थ तयार केले आणि मेजवानीच्या वेळी ती स्कॉटशी इतक्या प्रसन्नपणे हसून खेळून बोलली, सारा कार्यक्रम तिने इतक्या सफाईदार टापटिपीने नि अगत्याने पार पाडला की, स्कॉट अगदी खूष होऊन गेला. जॉनच्या गृहसौख्याबद्दल त्याने पुन्हा पुन्हा कौतुकाचे उद्गार काढले आणि आपणही लवकरच संसार थाटायला हवा, असा विचार मनात घोळवीत तो घरी परत गेला.

पुढे थंडीचे दिवस आले आणि मेगला काही नव्या प्रश्नांना तोंड द्यावे लागले. काही नवे अनुभव तिच्या वाट्याला आले. सॅली मॉफटची आणि तिची चांगलीच दोस्ती होती. सॅली पुष्कळदा तिच्या घरी गप्पा मारायला येई. नाहीतरी तिला बिचारीला दुसरी करमणूक काय, अशी मनातल्या मनात मेगची कीव करीत ती तिला गावातल्या खमंग बातम्यांचा पुरवठा करी आणि केव्हा केव्हा मेगवर जणू मेहेरबानी करण्यासाठी

की काय, ती तिला एखादा दिवस स्वत:च्या भल्या थोरल्या आलिशान घरी पाहुणचारासाठी घेऊन जाई. मेगला ते मनातून आवडे. कारण दुपारच्या वेळी पुष्कळदा तिला एकटे एकटे वाटे. करमेनासे होई. जॉनला घरी यायला हल्ली उशीर होई आणि सारी दुपार वाचनात किंवा शिवणात घालविणे शक्य नसे. त्यामुळे साहजिकच मेग सॅलीच्या सहवासात अधिकाधिक वेळ घालवू लागली. सॅलीच्या घरातल्या सुंदर सुंदर वस्तू पाहून मेगला त्या हव्याशा वाटत आणि सॅलीच्या संपन्न घराच्या तुलनेने आपले गरीब घर तिला फार ओकेबोके वाटू लागे. सॅली मनाने उदार होती. ती अनेक वेळा मेगला काही वस्तू भेटीदाखल देऊ पाही. मेग त्या प्रत्येक वेळी नाकारी. कारण जॉनला हे आवडणार नाही असे तिला भय वाटे, पण एकीकडे तिचे मन आतून कोठेतरी दुबळे होत होते. या दुबळेपणाच्या भरातच एकदा ती एक विलक्षण चूक करून बसली.

तिला आपल्या पतीची मासिक मिळकत ठाऊक होती. जॉन पैशाच्या बाबतीत आपल्यावर संपूर्ण विश्वास ठेवतो याची तिला जाणीव होती. त्या गोष्टीचा तिला अभिमानही वाटत असे. घरातले पैसे कोठे असतात हे तिला माहीत असे. त्यातून हवे ते खरेदी करण्याचीही तिला मुभा असे. फक्त तिने पैशाची उधळपट्टी करू नये आणि आपला आवाका पाहून खर्च करावा एवढीच जॉनची तिजकडून अपेक्षा असे. आतापर्यंत मेग सतत काटकसरीने वागत आली होती. पैन् पैचा हिशेब तिने व्यवस्थित ठेवला होता आणि प्रत्येक महिन्याच्या अखेरीला जमाखर्चाची वही तिने निर्भयपणे आपल्या पतीला दाखविली होती. पण एकदा मात्र ही वहिवाट तिने मोडली.

त्याचे असे झाले : मेग गरिबीला कंटाळली होती. त्याहीपेक्षा सॅलीने सतत आपली कीव करावी याचा तिला अधिक कंटाळा आला होता. हे सारे तिला आतून कोठे तरी फार सलत होते. पण ते कबूल करण्याची मात्र तिला लाज वाटत होती. या साऱ्यांच्या जोडीला सुंदर सुंदर वस्तूंची स्त्रीसुलभ अभिलाषाही तिच्या मनात सतत जागी असे. सॅलीने आपल्याला अगदीच दरिद्री समजू नये म्हणून अधूनमधून केव्हा तरी एखादी चैनीची किंवा सुरेख वस्तू ती खरेदी करी. पण अशा वस्तू बहुधा निरुपयोगी असत आणि त्यावर पैसे उधळल्याबद्दल तिला मागाहून फार पस्तावा होई. पण ती हळूहळू बदलत होती हे मात्र खरे.

या किरकोळ वस्तू दिसताना फार किमतीच्या नसत, पण महिन्याच्या अखेरीला त्या साऱ्यांचा मिळून हिशेब मोठा होतो हे एकदा मेगच्या ध्यानात आले आणि पहिल्यांदाच ती मनातून हादरली. जॉनला जमाखर्च दाखविण्याचे तिला भय वाटू लागले. पण त्या महिन्याला जॉन कामात असल्यामुळे बिले देण्याची जबाबदारी त्याने मेगवरच सोपवली. त्याच्या पुढच्या महिन्याला त्याला अकस्मात बाहेरगावी जावे लागले, त्यामुळे तीही वेळ निभावून गेली. पण तिसऱ्या महिन्याअखेर मात्र त्याने जमाखर्च तपासला आणि

मग उभयतांमध्ये जे वादळ निर्माण झाले, ते मेग पुढे आयुष्यभर विसरली नाही.

कारण काही दिवसांपूर्वी तिच्या हातून एक भयंकर गोष्ट घडली होती आणि तिच्या मनाला तो गुन्हा सारखा डाचत होता. सॅलीबरोबर ती एकदा कापडदुकानात गेली होती आणि एका रेशमी कपड्याच्या मोहात पडून तो तिने खरेदी केला होता. पार्टीच्या वेळी घालण्याचा तिचा झगा आता जुना झाला होता आणि कितीतरी दिवसांपासून नवा पोषाख करावा असे तिच्या मनात होते. आँट मार्च दरवर्षी नाताळात त्या सर्व बहिणींना प्रत्येकी पंचवीस डॉलर भेटीदाखल देत असे. त्याला आता एक महिन्याचाच अवकाश होता आणि फिक्या जांभळ्या रंगाचा हा रेशमी कपडा अगदी सवलतीच्या दरात मिळत होता. मेगकडे पैसेही होते. आता, पन्नास डॉलर एका रकमेने खर्च करणे तिला अवघड वाटत होते, पण त्यातले पंचवीस डॉलर तर तिला आँटकडून मिळणारच होते. असे अनेक विचार मेगच्या मनात धुमाकूळ घालीत होते. त्यातच सॅलीनेही तिला तो कपडा घेण्याचा आग्रह केला होता आणि दुकानदाराने तर त्या सुंदर जांभळसर सळसळीत घड्या तिच्या खांद्याशी धरून म्हटले होते, "हा रंग आपणाला कितीतरी खुलतो. बाईसाहेब, हा कपडा आपण घ्याच!" आणि एका दुर्बल क्षणी मेगने होकारार्थी मान डोलावली होती. कापड कापले गेले होते आणि पन्नास डॉलर एका रकमेने देऊन मेग तो भारी कपडा घेऊन घरी आली होती. येताना चोरी करणाऱ्या माणसाला वाटावे तसे तिला अपराधी वाटत होते.

घरी आल्यानंतर मेगने आपली खरेदी पुन्हा एकदा न्याहाळून पाहिली होती. पण आता त्या सुरेख कपड्याचा सळसळीतपणा एकदम कमी झाल्यासारखा वाटत होता आणि 'पन्नास डॉलर' हे शब्द एखाद्या डिझाईनसारखे त्यावर जिकडेतिकडे उमटलेले दिसत होते. विलक्षण अपराधीपणाच्या भावनेने मेगने कपडा लगबगीने बाजूला ठेवून दिला होता आणि चोरटेपणाने ती घरकामाला लागली होती.

त्या दिवशी रात्री जॉनने हिशेबाच्या वह्या बाहेर काढल्या तेव्हा मेगच्या छातीत धस्स झाले. आयुष्यात प्रथमच तिला जॉनची अतोनात भीती वाटली. आपण केलेल्या खर्चाबद्दल तो काय म्हणेल या कल्पनेनेच तिला कापरे भरले. जॉनला अर्थात तिच्या मनातल्या वादळाची काहीच कल्पना नव्हती. त्याने घरखर्चाची वही पाहिली, ती व्यवस्थित होती. सारी बिले वेळच्या वेळी चुकती केली गेली होती. जॉनने मेगच्या टापटिपीबद्दल तिचे कौतुक केले आणि मग तो शिलकी रकमेची वही, ज्याला ते दोघे गमतीने 'बँक' म्हणत, उघडू लागला. तेव्हा त्याच्या हातावर आपला हात ठेवीत मेग त्याला हलकेच म्हणाली,

"थांबा, माझी खाजगी खर्चाची वही बघितली नाहीत अजून तुम्ही!"

खरे तर जॉन कधीच ती वही बघत नसे. क्वचित त्याने ती बघितली तरी त्यातल्या अनेक बायकी उल्लेखांचा त्याला अर्थही कळत नसे. स्त्रियांना लागणाऱ्या आकडेपिनांपासून

तो इतर अनेक गोष्टीपर्यंत कितीतरी त्याला अज्ञातच असत आणि त्याचा तो अडाणीपणा पाहून मेगला विलक्षण हसू येत असे. आता तिने खाजगी वहीचा उल्लेख केला तेव्हा जॉनने जरासे आश्चर्यानेच तिजकडे पाहिले. तरीही तिने आपली वही त्याच्यासमोर आणून ठेवली आणि मग जॉनच्या खुर्चीमागे उभी राहून त्याच्या केसांतून हळुवारपणे बोटे फिरवीत ती म्हणाली,

"मला किनई, ही वही तुम्हाला दाखवायची लाज वाटते आहे. कारण गेल्या काही दिवसांत मी भयंकर उधळेपणा केला आहे. काय होतं, बाहेर जायचं म्हणजे अनेक गोष्टी घ्याव्याच लागतात. सॅली आग्रह करते अन् मीही मग त्या घेते झालं. तशीच एक वस्तू घेतली परवा. आँट मार्चच्या नाताळच्या भेटीतून त्यातला थोडा खर्च मीच देईन – पण तरी – आता वाटतं मी ही खरेदी करायला नको होती!"

बोलता बोलता मेगचा आवाज खाली गेला. जॉन मोठ्यांदा हसला आणि मेगला पुढे ओढीत खेळकरपणे तो म्हणाला, "माझ्या पाठीमागे लपून बसू नकोस. तू एखादी रेशमी पायमोज्यांची जोडी नाहीतर सुरेख बूट घेतले असशील. पण म्हणून मी काही मारणार नाही तुला. माझ्या बायकोची पावलं कशी नाजूक देखणी आहेत. त्यांना नऊ-दहा डॉलरचे बूट काही फार महाग नाहीत म्हणता यायचे."

त्याचे विनोदाचे बोलणे ऐकताना मेग आतल्या आत अधिकाधिक खचत होती. आपण पन्नास डॉलर एकरकमी खर्च केले, हे पाहून त्याला काय वाटेल, या विचारानेच तिचे अंग कापू लागले.

"पायमोजे नाहीत. बूटही नाहीत. रेशमी पोषाख आहे तो." शेवटी कसाबसा धीर करून तिने एकदाचे सांगून टाकले.

"बरं बरं. असू दे. पण खर्चाची रक्कम तर सांगशील की नाही?" जॉनने पुन्हा हसतच प्रश्न केला. पण त्याचा स्वर बदलला होता. हे मेगच्या ध्यानी आले आणि तो जेव्हा तिच्याकडे डोळे उचलून पाहू लागला, तेव्हा त्याच्या नजरेला तिला नजर देववेना. तिने मान खाली घातली, वहीचे पान उघडले आणि रेशमी कपड्याच्या खरेदीपुढे लिहिलेल्या पन्नास डॉलरच्या आकड्यावर नुसते बोट ठेवले.

दोन मिनिटे विलक्षण स्तब्धतेत गेली आणि मग आपली नाराजी स्वरात उमटू न देण्याचा आटोकाट प्रयत्न करीत जॉन म्हणाला,

"पन्नास डॉलरचा झगा असतो, हे माहीत नव्हतं मला. पण आजकाल शिलाईलाही खूप पैसे पडतात. त्या मानानं पन्नास डॉलरचा पोषाख काही वाईट नाही!"

"छे छे! हे तर नुसतं कापड! शिलाई अजून व्हायचीच आहे!" मेग कोरड्या ओठांनी पुटपुटली. हा मुद्दा तिच्या ध्यानातच आला नव्हता. आता त्या कापडावर आणखी होणाऱ्या शिलाईच्या जादा खर्चाच्या कल्पनेनेच तिला भोवळ आली.

"किती – कपडा तरी किती वार आहे? पंचवीस वार?" जॉन शांतपणे म्हणाला,

“एवढ्याशा बांध्याला सजवायला एवढा कपडा लागतो? पण असू द्या. आता हा पोषाख चढवल्यावर तरी माझी बायको नेड मॉफटच्या बायकोइतकी देखणी नि रुबाबदार दिसेल अशी आशा करतो!”

“तुम्ही रागावलात! होय ना? आणि तुमचं रागावणं अगदी बरोबर आहे.”

मेग हताशपणे म्हणाली, “पण मी तरी काय करू? मला पैसे उधळायचे नसतात. पण सॅली जेव्हा हव्या त्या वस्तू सहजपणे खरेदी करताना मी बघते, तेव्हा मला देखील राहावत नाही आणि ती माझी कीव करू लागली म्हणजे मला फार अपमानकारक वाटतं ते. मी समाधानात राहायचा खूप प्रयत्न करते. पण ते मला अवघड जातं. मला या सततच्या गरिबीचा कंटाळा आलाय!”

शेवटचे वाक्य मेग अगदी हळू पुटपुटली होती. पण जॉनने ते ऐकलेच. त्यासरशी तो मनातून अतोनात दुखावला गेला. कारण मेगसाठी त्याने आजवर कितीतरी झटून सारे केले होते. तिच्यासाठी त्याने स्वत:च्या अनेक चैनींवर पाणी सोडले होते आणि तीच मेग त्याच्या गरिबीचा उच्चार करून त्याला हिणवीत होती. त्याने पुढ्यातली वही मिटून ठेवली आणि खुर्चीवरून उठत तो किंचित कापऱ्या स्वरात एवढेच बोलला,

“मला ही भीती होतीच. पण मी प्रयत्नांची पराकाष्ठा करतो मेग!”

त्याचे ते शब्द कानी पडले आणि काळजात बाण बसावा, तशा वेदना मेगला झाल्या. त्याने तिला कठोर शब्दांनी दुखवले असते, मारले असते तरी देखील तिला इतके वाईट वाटले नसते. पण त्याच्या सरळ, अकृत्रिम आणि असहाय शब्दांनी तिचे मन दुभंगून गेले. आपल्या अविचारी शब्दांचा तिला अतोनात पस्तावा झाला आणि जॉनच्या गळ्याला घट्ट मिठी मारून त्याच्या छातीवर मस्तक टेकून ओक्साबोक्शी रडत ती म्हणाली, “माझा जॉन! माझा लाडका, प्रेमळ, कष्टाळू जॉन! अरे देवा! मी हे काय बोलून गेले! माझ्या लाडक्या, मला क्षमा करा. मी अगदी दुष्ट, कृतघ्न, अविचारी, वाईट वाईट पोर आहे!”

जॉनने तिला पोटाशी धरले. तिचे डोळे आपल्या हाताने पुसले आणि ताबडतोब त्याने तिला क्षमा केली. पण आपल्या हातून फार मोठा अपराध घडला आहे, याची मेगला जाणीव झाली होती आणि जॉन ही गोष्ट लवकर विसरणार नाही, हेही तिला पुरेपूर ठाऊक होते. तिच्या अपराधाला खरोखरीच तोड नव्हती. जाणूनबुजून तिने जॉनवर प्रेम केले होते. त्याच्याशी लग्न केले होते. कोणत्याही परिस्थितीत त्याला साथ देण्याची तिने शपथ घेतली होती आणि आज त्याची निढळाच्या घामाची कमाई वेड्यासारखी स्वत: खर्च करून वर तिने त्याला त्याच्या गरिबीपायी हिणवले होते. हा अपराध भयंकर होता!

तो प्रसंग तेवढ्यापुरता संपला, पण त्यानंतर जॉन अतिशय बदलला. तो गंभीर,

अबोल झाला आणि कामावर गेल्यानंतर रात्री तो दोन दोन तास उशिरा घरी येऊ लागला. कित्येकदा तो बाहेरच जेवण घेई आणि त्याची वाट बघून, रडून, थकून मेग झोपी जाई. एक आठवडा असा गेला आणि आपण आजारी पडू की काय असे मेगला भय वाटू लागले. त्यातच जॉनने नव्या ओव्हरकोटाची दिलेली ऑर्डर रद्द केल्याचे तिला कळले आणि तिने जेव्हा त्याबद्दल त्याला प्रश्न केला, तेव्हा किंचित हसून तो एवढेच म्हणाला,

"राणी, मला ओव्हरकोटाची किंमत परवडत नाही!"

मेग काहीच बोलली नाही. पण तो कामावर गेल्यावर त्याच्या जुन्या ओव्हरकोटात तोंड लपवून ती तासभर अगदी ढसाढसा रडली.

त्या दिवशी रात्री ती दोघे कितीतरी वेळ बोलत बसली होती. त्या संभाषणामध्ये उभयतांचे अनेक गैरसमज दूर झाले. मने मोकळी झाली आणि ती दोघे पूर्वीपेक्षा परस्परांच्या कितीतरी अधिक जवळ आली. मेगला आपल्या पतीच्या व्यक्तिमत्त्वाचे अनेक अज्ञात पैलू कळले, दारिद्र्यातही त्याने वृत्तीचा कणखरपणा कसा टिकवला, स्वाभिमान कसा सांभाळला आणि प्रसन्नतेची कशी जपणूक केली, हे तिला प्रथमच उमगले आणि त्याच्याविषयी तिला पूर्वीहूनही अधिक आदर वाटू लागला.

दुसऱ्या दिवशी मेगने आपला सारा अहंकार गिळून टाकला. ती सरळ सॅलीकडे गेली आणि आपण खरेदी केलेले रेशमी कापड आपणास परवडत नसल्यामुळे ते तिने विकत घ्यावे, अशी तिने सॅलीला विनंती केली. सॅली जात्या सुस्वभावी व प्रेमळ मुलगी होती. मेगची अडचण तिला कळली. तिने ते कापड विकत घेतले आणि पुढेमागे कधीतरी तेच कापड मेगला भेट म्हणून देण्याचा मनाशी निर्धार केला. पैसे हाती येताच मेग बाजारात गेली. जॉनला हवा असलेला ओव्हरकोट तिने विकत घेतला आणि ती घरी आली. संध्याकाळी जॉन कामावरून येण्याचे वेळी ती अंगात तो ओव्हरकोट घालून दाराआड त्याची वाट बघत उभी राहिली आणि जॉन घरात येताच त्याच्या गळ्याला मिठी मारीत ती त्याला म्हणाली,

"माझा नवा रेशमी झगा कसा छान आहे पाहा!"

तिच्या अंगातला नवा ओव्हरकोट पाहून जॉनला किती आश्चर्य, केवढा आनंद वाटला असेल आणि त्याने आपल्या लाडक्या पत्नीचे कसे व किती कौतुक केले असेल, न सांगताही सहज समजण्याजोगे आहे!

अशाच गमतीजमतीत एक वर्ष हा हा म्हणता निघून गेले आणि मग स्त्रीजीवनातला अत्यंत सुखद पण तितकाच गूढ व रहस्यमय अनुभव मेगला सामोरा आला.

त्या दिवशी शनिवार होता. दुपारच्या वेळी लॉरी लपतछपत 'घरट्या'मध्ये आला. त्याचा चेहरा विलक्षण उत्सुक दिसत होता आणि डोळ्यांत मजेदार अधीरता व कुतूहल भरून राहिले होते. त्याला पाहिल्याबरोबर हॅनाने हातांतली दोन भांडीच

एकमेकांवर आपटून टाळ्या वाजवल्यासारखे केले आणि ती आनंदाने हसू लागली.

"कशी काय आहेत बाळ-बाळंतीण? सारीजणे आहेत कुठे? मला ही बातमी आधीच का नाही कळवली? मी ताबडतोब आलो असतो!" हॅनाला बघताच लॉरीने तिच्यावर प्रश्नांचा भडिमार सुरू केला.

"बाळ-बाळंतीण खुशाल आहेत. सारीजणे माडीवर मेगच्या खोलीत बसली आहेत. आता तू या मधल्या दालनात थांब. मी त्यांनाच खाली बोलावते." एवढे लगबगीने बोलून हॅना धावत वर निघून गेली. लॉरी तेथेच थांबला.

जरा वेळाने ज्यो माडीवरून खाली आली. तिने आपल्या दोन्ही हातावर एक उशी आडवी धरली होती आणि त्या उशीवर फ्लॅनेलमध्ये गुंडाळलेले एक भलेथोरले बंडल अलगद ठेवलेले होते. ज्योचा चेहरा गंभीर होता. पण डोळे मात्र कुठल्यातरी दाबून ठेवलेल्या भावनेनेच जणू विलक्षण चमकत होते. लॉरीला बघताच चमत्कारिक रुद्ध स्वरात ती त्याला म्हणाली,

"हं आता डोळे मीट आणि हात पुढे कर!"

लॉरी एकदम मागे सरकला आणि दोन्ही हात नकारार्थी पुढे करून केविलवाण्या आवाजात तो म्हणाला, "नको नको. लहान मुलांची मला फार भीती वाटते. माझ्या हातून त्याला काही दुखापत होईल की काय असं भय वाटतं मला!"

"तर – मग – आमचं – बाळ – आम्ही – तुम्हाला – दाखवणार – नाही!" प्रत्येक शब्दावर जोर देत ज्यो निश्चयपूर्वक म्हणाली आणि परत जाण्यासाठीच जणू ती मागे वळली.

"बरं बरं. दे इकडे. घेतो मी बाळाला!" लॉरी चटकन तिला अडवीत म्हणाला, "पण काही मोडतोड झाली तर त्याला मी जबाबदार नाही, हे ध्यानात ठेव!"

एवढे बोलून त्याने आपले दोन्ही हात पुढे पसरले आणि डोळे घट्ट मिटून तो पुढील दिव्याला सिद्ध झाला. जरा वेळाने आपल्या हातावर मऊसर गुबगुबीत असे काहीतरी ठेवले गेल्याची संवेदना त्याला झाली. दुसऱ्याच क्षणी ज्यो, ॲमी, मिसेस मार्च, हॅना आणि जॉन या साऱ्यांचे मिळून जोराचे हसणे त्याच्या कानी पडले. त्याबरोबर त्याने आपले डोळे उघडले. बघतो तो काय?

एकाऐवजी दोन छोटी बाळे त्याच्या हातावर होती!

ते अनपेक्षित दृश्य पाहून लॉरीचे डोळे विस्फारित झाले आणि 'आ' वासून तो हातातल्या त्या 'चमत्कारा'कडे टक लावून बघत राहिला. या वेळी त्याच्या चेहऱ्यावर पसरलेला हताशपणाचा भाव इतका विनोदी होता की, साऱ्यांची हसता हसता अगदी पुरेवाट झाली. ज्यो तर इतकी हसली की, शेवटी तिच्या डोळ्यांतून पाणी वाहू लागले आणि तिने सरळ जमिनीवर बैठक मारली.

"जुळी पोरं! शाबास!" हे एवढेच शब्द लॉरीच्या तोंडातून कसेबसे बाहेर पडले

आणि मग लगेच भोवतालच्या मंडळीकडे वळून तो अत्यंत केविलवाण्या शब्दांत त्यांना म्हणाला, "घ्या! घ्या या मुलांना कुणीतरी लवकर! कारण मला इतकं हसू कोसळायच्या बेतात आहे की, मी नक्की त्यांना हातातून पाडीन!"

जॉनने चटकन पुढे होऊन आपली नवजात अर्भके लॉरीच्या हातांतून काढून घेतली आणि एकेका हातात एकेक बाळ घेऊन तो मोठ्या अभिमानाने येरझारा घालू लागला. जणू बालसंगोपनाचे सारे रहस्य आपल्याला कळून चुकले आहे, असा त्याच्या चेहऱ्यावर भाव उमटला होता. हातातली मुले काढून घेतली जाताच लॉरीला जे हसू कोसळले, ते काही केल्या त्याला आवरेनाच! हसून हसून त्याची अगदी मुरकुंडी वळली.

"काय? आश्चर्याचा चांगलाच धक्का बसला की नाही तुला?" जरा वेळाने ज्यो त्याला म्हणाली, "म्हणून तर ही गोष्ट शेवटच्या क्षणापर्यंत तुझ्यापासून लपवून ठेवली होती आम्ही!"

"आश्चर्याचा धक्का! अरे बापरे! मी उभ्या आयुष्यात कधी एवढा चकित झालो नसेन!" लॉरी डोळे पुशीत म्हणाला, "वाहवा! अशी मजा मी कधीच पाहिली नव्हती. बरं पण या स्वाऱ्या आहेत तरी कोण? दोन्ही मुलगेच का? मला एकदा नीट बघू दे बरं ज्यो?"

त्यावर ज्योने ती दोन्ही बाळे त्याला पुन्हा दाखवली. एखाद्या भल्या थोरल्या कुत्र्याने मांजराच्या लहान पिलांकडे प्रेमळ कुतूहलाने बघत राहावे, तसा लॉरी त्या बाळांकडे निरखून पाहू लागला.

"यांतला एक आहे मुलगा नि एक आहे मुलगी! देखणी आहेत ना?" जॉन अभिमानपूर्वक म्हणाला आणि त्याने त्या दोन्ही बाळांकडे इतक्या कौतुकाने पाहिले की, जणू पंखवाले दोन देवदूतच त्याच्या घरी जन्माला आले आहेत!

"प्रश्नच नाही! इतकी सुंदर बाळं मी कधीच पाहिली नव्हती." लॉरी म्हणाला, "पण यांतला मुलगा कुठला नि मुलगी कुठली? दोघांना डगले चढवले आहेत म्हणून विचारतो!"

"ॲमीने मुलाला निळी रिबन बांधली आहे नि मुलीला गुलाबी!" ज्यो म्हणाली, "फ्रेंच फॅशनप्रमाणे! शिवाय मुलीचे डोळे आहेत निळे नि मुलाचे आहेत तपकिरी. हां हां! चाललास कुठे? टेडीमामा, आपल्या भाचरांचा मुका घे ना!" आणि ज्यो मिष्कीलपणे हसली.

"त्यांना ते आवडेल न आवडेल! कुणी सांगावं?" लॉरी मागे सरकत म्हणाला. असल्या बाबतीत तो भयंकर लाजाळू होता.

"वा वा! त्यांना ते नक्की आवडेल. कारण आता खूप सराव झाला आहे त्यांना!" ज्यो म्हणाली, "चल, चल आटप लवकर!"

लॉरी भीत भीत पुढे आला. त्याने आपल्या ओठांचा चंबू केला आणि चोच मारल्यासारखा एकेका मऊ गुबगुबीत गालाचा हलकेच मुका घेतला. त्याबरोबर पुन्हा एका जोराचा हशा झाला आणि त्यानेच की काय, घाबरून त्या दोन्ही पोरांनी भोकाड पसरले.

"बघ. म्हटलं नव्हतं मी तुला, त्यांना ते आवडायचं नाही म्हणून?" लॉरी गमतीने म्हणाला, "पाहा पाहा, हे रावसाहेब कसे कुस्ती खेळताहेत! अहो मास्टर ब्रुक! आतापासून एवढा दंगा करता काय? बरं, या स्वाऱ्यांची नावं काय ठेवायची? की ठेवली आधीच?"

"मुलाचं नाव वडिलांप्रमाणेच 'जॉन' ठेवलंय आणि मुलीचं नाव आईच्या नि आजीच्यासारखं 'मार्गरिट' हेच आहे. तिला आम्ही 'डेझी' म्हणणार आहोत. म्हणजे दोन दोन मेगचा घोटाळा व्हायला नको घरात. छोकऱ्याला मात्र असं टोपणनाव काय द्यावं, ते कळत नाही अद्याप!" ॲमी म्हणाली.

"मी सुचवू युक्ती?" लॉरी चटकन म्हणाला, "त्याचं नाव डेमीजॉन ठेवू या नि हाक मारू 'डेमी' म्हणून! डेझी नि डेमी!"

"वाहवा! डेझी नि डेमी! छान छान! मला वाटलंच होतं, टेडी यातून मार्ग काढील म्हणून! सुंदर!" ज्यो टाळ्या पिटीत म्हणाली.

आणि अशा रीतीने त्या नवजात अर्भकांचे नामकरण झाले. डेझी नि डेमी. मार्च नि ब्रुक कुटुंबात दोन नव्या माणसांची महत्त्वपूर्ण भर पडली!

२१

शेजाऱ्यापाजाऱ्यांकडे

"आटप ज्यो, वेळ झाली."

"वेळ झाली? कसली?"

"म्हणजे काय? विसरलीस वाटतं? तू आज माझ्याबरोबर बाहेर यायचं कबूल केलं आहेस. आपण पाचसहा ठिकाणी जाणार आहोत – शेजाऱ्यापाजाऱ्यांकडे!"

"हे बघ ॲमी, माझ्या आयुष्यात मी अनेक अविचारीपणाच्या गोष्टी केल्या आहेत. पण एका दिवशी सहा शेजाऱ्यांकडे जाण्याचं कबूल करण्याइतका मूर्खपणा मी कधी केला असेल, असं मला वाटत नाही. अग, एका ठिकाणी बसायला जाणंसुद्धा जिथं माझ्या जिवावर येतं–"

"ज्यो, तू आता टोलवाटोलवी करू नकोस हं. आपलं असं ठरलं होतं की, बेथचं रेखाचित्र मी तुला पुरं करून द्यायचं नि त्याच्या बदल्यात तू माझ्याबरोबर बाहेर यायचंस – शेजाऱ्यांच्या घरी, परतभेटीला जाण्यासाठी!"

"पण मला वाटतं, मी असंही म्हटलं होतं, 'हवा चांगली असेल तरच.' आणि मला तर पूर्व दिशेला ढग आल्यासारखे दिसताहेत. अशा ढगाळ हवेत आपण नाही घराबाहेर पडणार!"

"हे – हे मात्र आता फारच झालं हं!" ॲमी काहीशी चिडून म्हणाली, "आकाश अगदी निरभ्र आहे. हवा सुंदर पडली आहे आणि दिलेला शब्द आपण पाळतो, असा तुला अभिमान आहे. मग का बरं हे असं? चल चल. एकदा हे कंटाळवाणं काम उरकून टाकू, मग सहा महिने पुन्हा म्हणून कुणाकडे जायला नको!"

ज्यो या वेळी शिवणकाम करण्यात गर्क झाली होती. लेखणीइतकीच सुईदोराही ती सफाईने वापरू शके. त्यामुळे घरातले बरेच शिवण ती स्वतःच शिवीत असे. आताच एक झगा तिने बेतला होता. त्याला कच्चा दोरा घालून ती तो झगा आपल्या अंगावर घालून बघत होती. तिच्या एका हातात टेप व दुसऱ्या हातात कात्री होती

आणि ओठांत दहाबारा टाचण्या धरून ती बोलत होती. अशा वेळी कोणी व्यत्यय आणला की, साहजिकच माणूस नाराज होतो. त्यातून हे जुलै महिन्याचे दिवस होते. अशा उकाड्याच्या हवेत नवे कोरे कपडे घालून शेजाऱ्यापाजाऱ्यांकडे औपचारिक रीतीने भेटायला जाण्याच्या कल्पनेनेच ज्योच्या अंगावर शहारे आले. पण करते काय! ॲमीला तिने तसे वचन दिले होते आणि त्यातून सुटका करून घेणे तिला शक्यच नव्हते. तिने रागारागाने हातातली कात्री खाली आदळली. शिवणकाम गुंडाळून बाजूला ठेवून दिले आणि उठून उभी राहात हताश स्वरात ती म्हणाली,

"चल तर मग. मी तयार आहे."

"ज्यो, तुझ्यापुढे अगदी हात टेकले बाई!" ॲमी कपाळावर हात आपटून म्हणाली, "अग, या असल्या घरगुती मळक्या कपड्यात का जातात कुणी दुसऱ्यांच्या घरी?"

"का नाही?" बंडखोर स्वरात ज्यो म्हणाली, "उन्हाळ्याच्या दिवसात, धुळीत नि उकाड्यात हेच कपडे सोयीस्कर आहेत. मला माझे हे कपडे आवडतात आणि आपल्या शेजाऱ्यांना माझ्यापेक्षा जर माझे कपडे महत्त्वाचे वाटत असतील, नि त्यांच्या मर्जीखातर जर वेगळे कपडे अंगावर चढविण्याची सक्ती माझ्यावर होणार असेल तर मग ते कोणाकडे जाणंच नको! ते काही नाही. मी अशीच येणार! तुला हवा तर दोघींच्या वाट्याचा नट्टापट्टा तू एकटीच करीनास!"

"झालं! आता बाईसाहेबांची मर्जीच गेली." ॲमी स्वत:शीच बोलावे तशी बोलली, "आता एक तासभर तरी हिची समजूत घालण्यात जाणार!" नंतर ती ज्योकडे वळून समजावणीच्या स्वरात तिला म्हणाली, "असं बघ ज्यो, हा कार्यक्रम मलाही फारसा प्रिय आहे, असं नाही. पण काय करायचं? शेजारची मंडळी आपल्याकडे येऊन गेलेली असतात. तेव्हा परतभेटीसाठी आपल्यालाही त्यांच्याकडे जावंच लागतं. आपल्या सामाजिक जीवनाचा तो एक अपरिहार्य भाग आहे आणि आपल्या घरात तुझ्यामाझ्याशिवाय हे काम दुसरं कोण करणार? म्हणून म्हणते, ऐक ना माझं जरा? चल. तू नुसती छानसे कपडे घालून माझ्याबरोबर ये म्हणजे झालं. नव्या कपड्यांत तू छान दिसतेस आणि मनात असेल तेव्हा तू गप्पाही फार चांगल्या मारू शकतेस. अन् मला तर कुठे एकटीला जायला फार संकोच नि भीती वाटते. तेव्हा निदान मला धीर द्यायला तरी तू बरोबर हवीसच!"

ज्यो मोठ्यांदा हसू लागली. हसत हसतच ती म्हणाली,

"पक्की गोडबोली अन् लुच्ची आहेस तू . दुसऱ्याचं मन कसं वळवावं, हे तुला अगदी चांगलं समजतं. मी नव्या कपड्यात छान दिसते म्हणे! आणि तुला परक्यांच्या घरी संकोच नि भीती वाटते म्हणे! या दोन्हींमध्ये कोणती कल्पना अधिक विनोदी म्हणावी, हेच कळत नाही मला! बरं तर चल. मी अगदी तू म्हणशील तशी वागायला तयार आहे. मग झालं ना?"

ज्योची लहर एकाएकी फिरलेली पाहून ॲमीला फार आनंद झाला. पण तसे काही चेहऱ्यावर न दाखवता ती एवढेच म्हणाली, "अहाहा! किती समंजस आहे माझी ही थोरली बहीण! आता मी सांगते तसे कपडे कर म्हणजे झालं. ते केस जरासे नीट विंचर. टोपीवर हे गुलाबाचं फूल अलगद तिरपं बसवून दे. तो साधा करड्या रंगाचा सूट चढव अंगावर. नि ते नवे हातमोजे घाल. की झालंच! जाताना आपण मेगच्या घरी जाऊन तिची पांढरी छत्री मागून घेऊ. मला माझी छत्री आहेच–"

एकीकडे स्वत: कपडे करताकरता दुसरीकडे ॲमी भराभर ज्योला सूचना देऊ लागली आणि ज्योही फार खळखळ न करता ती सांगेल तसा पोषाख अंगावर चढवण्यास सिद्ध झाली. नवा कोरा सूट घातल्यावर तिला अवघडल्यासारखे होऊ लागले. टोपीचे बंद बांधताना ती वैतागून गेली. हातमोजे चढवल्यावर तिला जखडल्यासारखे झाले आणि केसांतले डझनभर आकडे चहूकडून टोचताहेत, असा तिला भास होऊ लागला. पण सरतेशेवटी तिची सारी तयारी झाली आणि मग ॲमीकडे वळून तिने गरीबपणे म्हटले,

"मला हा पोषाख अगदी नकोसा वाटतोय. पण तुझ्या मनासारखं झालं ना सारं? मग आता मी सुखानं मरते!"

"वा! छान!" ॲमी तिला खालीवर न्याहाळीत समाधानपूर्वक म्हणाली, "अगदी सुरेखच दिसते आहेस तू. आता फक्त पाठीचा कणा ताठ राहू दे. हालचालीत असा सहजपणा येऊ दे. मस्तक असं किंचित मागे झुकव नि हात सैल सोड की झालंच! हे काय ज्यो, आँट मार्चनं तुला दिलेली ती रेशमी शाल नाही घेतलीस? ती घे ना! तुझे खांदे असे सुरेख नि घाटदार आहेत की, त्यावर टाकलेली शाल फार खुलून दिसते तुला. आता माझा पोषाख बघून घे एकदा. सारं नीट जमलंय ना?"

"तुझ्याबद्दल प्रश्नच नाही. कशीही असलीस तरी तू सुंदरच दिसतेस नेहमी!" ॲमीच्या गालावर रुळणारी एक कुरळी सोनेरी बट अलगद कुरवाळीत ज्यो म्हणाली, "बरं. आता निघायचं ना आपण?"

"हो. निघायचंच. "ॲमी म्हणाली, "पहिल्यांदा आपण चेस्टर मंडळीकडे जाऊ या. ती माणसं जरा शिष्ट नि अहंकारी आहेत. तेव्हा तिथं जपून बोल बरं का! तुझा नेहमीचा फटकळपणा घडीभर बाजूला ठेव. सभ्यपणानं वागायचं. कमी बोलायचं. नि विचारलेल्या प्रश्नांची नीट उत्तरं द्यायची. म्हणजे संपली तुझी जबाबदारी. पंधरावीस मिनिटंच आपण थांबणार आहोत तिथं. तेव्हा तेवढ्या वेळापुरतं हे असं वागणं, की अवघड नाही तुला!"

"असं म्हणतेस? सभ्यपणानं वागायचं. कमी बोलायचं नि विचारलेल्या प्रश्नांची नीट उत्तरं द्यायची. एवढंच ना? वा! हे अगदी छानच जमेल मला. तेव्हा तू अगदी निवांत राहा. मुळीच काळजी करू नकोस. माझी भूमिका मी कशी झकास बजावते

बघ तरी!'' ज्योने उदारपणे ॲमीला आश्वासन दिले.

ॲमीचे समाधान झाल्यासारखे दिसले. पण ज्योच्या खट्याळपणाची तिला अजूनही पुरेशी कल्पना नव्हती, असेच म्हटले पाहिजे. कारण ज्योने आपले वचन अगदी शब्दश: पाळले. 'चेस्टर' कुटुंबात गेल्यावर ती पुतळ्यासारखी जागच्या जागी स्थिर बसून राहिली. केसांची प्रत्येक बट रेखलेली. अंगावरच्या कपड्यांची प्रत्येक घडी जिथल्या तिथे. बर्फासारखी थंड. पर्वतासारखी अचल. मिसेस चेस्टरने तिच्या नव्या कादंबरीचे कौतुक केले. तिच्या मुलींनी पार्ट्यांचे, सहलीचे, नाट्यप्रयोगांचे, बदलत्या फॅशनचे असे अनेक विषय काढून पाहिले. पण ज्योने म्हणून त्यांना प्रतिसाद कसा तो दिला नाही. ती नुसती हसे. मान डोलवी. फारच झाल्यास 'हो' किंवा 'नाही' एवढाच शब्द ती हलकेच पुटपुटे. ॲमीने अनेकदा तिला डोळ्यांनी खुणावले. भुवयांच्या हालचालीने 'बोल, काहीतरी बोल' असे पुन्हापुन्हा सुचविले. एकदा दोनदा तर तिने टेबलाखालून तिला पायानेही डिवचले. पण ज्योची शांतता लवमात्र ढळली नाही.

त्या दोघीजणी जेव्हा घरातल्या मंडळीचा निरोप घेऊन बाहेर पडल्या, तेव्हा त्यांच्यामागे घरात कोणीतरी काढलेले उद्‌गार– ''काय शिष्ट नि अहंकारी आहे ज्यो मार्च!'' त्यांचा पाठलाग करीतच बाहेर आले. ज्यो स्वत:शीच हसतहसत रस्त्याला लागली, ॲमीचा मात्र अगदी जळफळाट झाला. चिडून ती ज्योला म्हणाली,

''इतकं कसं कळत नाही तुला? कमी बोल म्हणून सांगितलं त्याचा असा का विपर्यास करायचा? जरा आब राखून वाग म्हटलं तर तू दगडाच्या पुतळ्यासारखी बसून राहिलीस. आता आपण 'लॅंब' कुटुंबात जातो आहोत. तिथे तरी जरा शहाणपणानं वाग. इतर मुलींप्रमाणेच गप्पांत, टवाळीत, कुचेष्टेत, कुचाळक्यांत भाग घे. मग ते किती का मूर्खपणाचं वाटेना तुला? 'लॅंब' घराणं मोठं आहे. प्रतिष्ठित आहे. समाजात त्यांना दर्जा आहे. तेव्हा त्यांची ओळख असणं आणि त्यांचं आपल्याविषयी चांगलं मत असणं फार महत्त्वाचं आहे. काय? मी काय म्हणते समजलं ना?''

''समजलं! समजलं!'' ज्यो चटकन म्हणाली, ''तू म्हणतेस तशीच वागेन मी अगदी. ते किंचाळणं, ते 'खिक्' करून हसणं, ते शहारणं नि ते लाजणं सारं – सारं कसं हुबेहूब वठवते बघ तरी! मे चेस्टरचा नमुना माझ्या डोळ्यांसमोर आहेच. तिच्या वागण्याबोलण्याची अशी झकास नक्कल करते की, तू 'वाहवा'च म्हटलं पाहिजेस!''

ज्योने एवढे आश्वासन दिले तरी ॲमीचा चेहरा चिंताक्रांतच राहिला आणि तशी चिंता करण्यास तिला सबळ कारण होते, हे लगोलग प्रत्ययालाही आले. कारण 'लॅंब' कुटुंबाच्या दिवाणखान्यात ज्यो शिरली तीच मुळी नाचतउडत. आत जाताच तिने साऱ्या तरुण मुलींचे पटापट मुके घेतले. साऱ्या तरुण मुलांना वाकून अभिवादन केले आणि आत शिरल्यापासून ती अशा वेगाने गप्पा मारू लागली की, बघणारे आश्चर्याने थक्क होऊन गेले. ॲमीचा ताबा मिसेस लॅंबने घेतला होता आणि शिवाय

दोनतीन आशाळभूत तरुण तिच्या भोवतीभोवती घोटाळत होते. ती कोंडी फोडून दिवाणखान्याच्या दुसऱ्या टोकापर्यंत जाणे आणि तेथे बसलेल्या ज्योवर नजर ठेवणे तिला केवळ अशक्य होते. ज्यो तर अगदी रंगात आली होती. ती खूप हातवारे करून बोलत होती. हसत होती. श्रोत्यांचा एक मोठा घोळका तिने स्वत:भोवती जमवला होता. सर्वजण डोळे विस्फारित करून ज्योचे बोलणे ऐकत होते. मधूनच चीत्कार उमटत होते. हशाचे फवारे उडत होते. ॲमी ते सारे सभय उत्सुकतेने दुरूनच न्याहाळीत होती. संभाषणाचे असे विचित्र तुकडे मधूनच तिच्या कानांवर येत होते –

"तुमची धाकटी बहीण घोड्यावर फार छान बसते. कुणी शिकवलं तिला?"

"आमच्या ॲमीला? कुणीच नाही शिकवलं. तिनं स्वत:च प्रॅक्टिस केली. कशी ते ठाऊक आहे का? आमच्या बागेत एक सफरचंदाचं झाड आहे. त्याच्या फांदीवर खोगीर घालून त्यावर ती बसत असे. आता तर ती वाटेल त्या नाठाळ घोड्यावर बसून त्याला वठणीला आणू शकते. 'भीती' हा शब्दच तिला माहीत नाही. घोड्यांना वळण लावावं तर तिनंच. उद्या दुसरं काही जमलं नाही, तर या एका व्यवसायावर देखील ती आपलं पोट सहज भरू शकेल!"

स्वत:चे हे वर्णन ज्योच्या तोंडून ऐकताना ॲमीची काय अवस्था झाली असेल, त्याची कल्पनाच करावी. तिला ज्योचा अतोनात संताप आला. पण करते काय? इतक्या दुरून ती तिला कसे थोपवू शकणार होती? विलक्षण अस्वस्थ होऊन ती ज्योचे बोलणे ऐकत राहिली.

थोड्या वेळाने पुन्हा ज्योचे शब्द तिच्या कानी आले.

"होय. त्या दिवशी तरी ॲमी भारीच खट्टू झाली होती. कारण पागेतले सारे चांगले घोडे आधीच गेले होते. जे राहिले होते, ते अगदीच काहीतरी होते. एक घोडा होता लंगडा. एक होता आंधळा, नि एक अगदी म्हातारा. आता असल्या घोड्यांचा फिरायला काय उपयोग आहे बरं?"

"अच्छा! मग शेवटी तिनं निवडला तरी कुठला घोडा?"

"यांतला तर कुठलाच नाही. तिनं काय केलं माहीत आहे? नदीपलीकडे एका शेतकऱ्याकडे एक घोडा असल्याची तिला कुणकुण लागली होती. त्या घोड्यावर अजून कुणीच बसलं नव्हतं म्हणे. मग ॲमीनं त्यालाच बाहेर काढायचा विचार केला. पण त्याला तर इकडे आणणं शक्य नव्हतं. मग हिनं काय केलं असेल सांगा ? हिनं चक्क डोक्यावर खोगीर घेतलं नि नदीतून पोहत पोहत ती स्वत:च घोड्याकडे गेली."

"शाबास! मग त्या घोड्यावर ती बसली की नाही शेवटी?"

"बसली तर! बसली इतकंच नव्हे तर एक तासभर त्या घोड्याला तिनं झकास फिरवून आणलं नि त्याला अगदी घामाघूम करून टाकलं. आम्हाला तर वाटलं होतं, ती काही आता हातीपायी धड घरी परत येत नाही. तिचे बहुधा तुकडेतुकडेच आणावे

लागणार! पण तिनं त्या घोड्याला सुतासारखं सरळ केलं!''

"याला म्हणतात तडफ!'' लँब घरातल्या थोरल्या मुलाचे कौतुकाने मान डोलावली आणि तेथूनच त्याने ॲमीकडे दृष्टिक्षेप केला. ॲमीचा चेहरा लाजेने असा तांबडालाल पडला होता की, बोलायची सोय नाही.

तिची अस्वस्थता नंतर सारखी वाढतच गेली. कारण मग संभाषणाचा ओघ पोषाखाकडे वळला आणि कोणी तरी ज्योने सहलीच्या वेळी घातलेल्या सुरेख टोपीची तारीफ केली. आता ज्योने ती टोपी आपण बरेच पैसे देऊन खरेदी केली असल्याची थाप मारावी की नाही? पण तिने मूर्खासारखे सांगून टाकले,

"आम्ही आमच्या जुन्या टोप्या घरीच रंगवितो आणि त्या नव्यासारख्या पुन्हा वापरतो. ॲमी त्यांना असे छान छान रंग देते म्हणून सांगू? एकंदरीने चित्रकार बहीण असणं फार फायदेशीर आहे!''

"जुन्याच टोप्या पुन्हा रंगवायच्या? छान कल्पना आहे हं ही!'' मिस लँब हसत हसत म्हणाली. स्पष्टवक्ती ज्यो तिला फारच आवडली होती.

मिस लँबच्या कौतुकाने प्रोत्साहित होऊनच की काय, ज्यो उत्साहाने पुढे सांगू लागली, "हे तर काहीच नव्हे. ॲमी आपल्या डोक्यातून ज्या एकेक कल्पना काढते, त्या ऐकून तुम्ही थक्क होऊन जाल. आता परवाचीच गोष्ट पाहा ना ! ॲमीला सॅलीकडे पार्टीला जायचं होतं आणि झग्याला शोभेशा रंगाचे बूट तर काही तिच्याकडे नव्हते. मग तिनं काय केलं ठाऊक आहे? तिने आपल्या जुन्या मळकट पांढऱ्या बुटांना अशा सुरेख अस्मानी रंगाची छटा दिली की, ते नव्या सॅटिनच्या बुटांसारखे झगमग करू लागले!''

ज्योचे हे बोलणे ऐकून ॲमी शरमेने लालबुंद झाली. हातातली छत्री ज्योच्या अंगावर फेकून तिला गप्प बसवावे इतका तिला ज्योचा संताप आला. तेवढ्यात एक वेगळीच घटना घडली. थोरल्या मिस लँबने ज्योच्या नुकत्याच प्रसिद्ध झालेल्या कादंबरीबद्दल काही कौतुकाने उद्‌गार काढले. आता ज्योच्या स्वभावात एक अशी गोम होती की, आपल्या लेखनाचा कोणी उल्लेख केला तर तिला विलक्षण संकोच वाटे आणि त्यासंबंधी काहीही बोलण्याचे तिच्या अगदी जिवावर येई. त्यामुळे मिस लँबने तिच्या कादंबरीचा उल्लेख करताच तिचा आतापर्यंतचा मोकळेपणा एकदम मावळून गेला आणि तुटकपणे ती तिला म्हणाली,

"माझ्या कादंबरीहून अधिक चांगलं पुस्तक नाही का दिसलं तुम्हाला वाचायला? मला तर माझ्या लेखनाची रद्दीपेक्षा मुळीच अधिक किंमत वाटत नाही. थोडेबहुत पैसे मिळतात म्हणून आपली मी काहीतरी खरडीत असते झालं!''

मिस लँब ही रसिक, चोखंदळ आणि सुसंस्कृत मुलगी होती आणि ज्योचे लेखन तिला खरोखरीच मनापासून आवडले होते. अर्थात ज्योचे उद्‌गार तिला असभ्यपणाचे

वाटल्यास त्यात काही नवल नव्हते. ज्यो बोलून गेली खरी, पण दुसऱ्याच क्षणी आपली चूक तिला उमगली. पण आता बाण सुटून गेला होता. झाल्या गोष्टीला काही इलाज नव्हता. तेव्हा ती एकदम उठून उभी राहिली आणि गडबडीने ॲमीला म्हणाली,

"ॲमी, चल बाई, आपल्याला निघायला हवं आता." नंतर घरातल्या माणसांचा निरोप घेत ती म्हणाली,

"येतो हं आम्ही. पण तुम्ही या ना एकदा आमच्याकडे! मी अगदी वाट बघेन हं तुमची. अन् आला नाहीत तर आम्ही रागावू हं!"

ज्योचे हे उद्‌गार मे चेस्टरच्या लाडिक लाडिक बोलण्याची इतकी हुबेहूब नक्कल होती की, ॲमीला विलक्षण हसू कोसळले व ते लपविण्यासाठी ती लगबगीने तेथून बाहेर पडली. हसावे की रडावे तेच तिला कळत नव्हते ! कारण ज्योचा तिला रागही आला होता आणि तिचे तिला हसूही येत होते.

"काय? कशी नक्कल वठवली मे चेस्टरची?" रस्त्यावर येताच ज्योने अभिमानपूर्वक ॲमीला प्रश्न केला.

"सारा गाढवपणा केलास तू." तिच्या उत्साहावर पाणी ओतीत ॲमीने म्हटले, "त्या खोगिराच्या नि हॅटच्या नि बुटाच्या साऱ्या गोष्टी सांगण्यावाचून काय नडलं होतं तुझं?"

"का बरं? त्या गोष्टी विनोदी नव्हत्या?" ज्यो विस्मयाने म्हणाली, "ऐकताना सारीजणे कशी खदाखदा हसत होती, पाहिलं नाहीस तू? शिवाय आपण दरिद्री आहोत हे ठाऊक आहे साऱ्यांना. मग उगाच श्रीमंतीची नि खर्चिकपणाची ऐट आणण्यात काय अर्थ आहे?"

"पण आपल्या दारिद्र्याचं असं अकारण प्रदर्शन करण्याचंही काही कारण नव्हतं. लोकांना आमच्या खाजगी गोष्टींशी काय करायचं आहे?" ॲमी चिडून म्हणाली, "खरंच ज्यो. तुला काडीमात्र स्वाभिमान नाही आणि केव्हा काय बोलावं नि काय बोलू नये, याचं तारतम्य तुला जन्मात यायचं नाही!"

गरीब बिचारी ज्यो. ॲमीच्या या खडसावणीनंतर काय बोलावे तेच तिला कळेना. काही वेळ खाली मान घालून ती निमूटपणे पावले टाकीत राहिली. एव्हाना तिसऱ्या शेजाऱ्याच्या घरापर्यंत त्या येऊन पोहोचल्या होत्या. तेव्हा ज्योने अमीला विचारले,

"आता इथं मी कशी वागू?"

"तुला वाटेल तशी वाग!" ॲमीने तुटकपणे म्हटले, "तुला काही सूचना देण्याच्या भानगडीत मी मुळीच पडणार नाही!"

"तर मग मी अगदी मजेत गप्पा मारीन इथे!" उजळलेल्या चेहऱ्याने ज्यो म्हणाली, "इथं कॉलेजमधली मुलं सुटीला घरी आली आहेत, हे माहीत आहे मला. त्यांच्याशी बोलताना वेळ कसा छान जाईल! नाहीतरी स्वभावाविरुद्ध वेगळं वागणं फार जड जातं मला!"

त्या दोघीजणी त्या घरात शिरल्या तो खरेच, तीन कॉलेज विद्यार्थी आणि अर्धा डझन छोटी छोटी मुले त्यांना सामोरी आली. ज्यो तात्काळ त्या मुलांच्या मेळाव्यात शिरली आणि ॲमी दिवाणखान्यातील इतर मंडळींशी गप्पा मारू लागली. ट्यूडर हाही त्याच वेळी त्या घरी भेटण्यासाठी आला होता. त्यालाही ॲमीने संभाषणात गुंतवलं. ज्योचे मन त्या मुलांमध्ये विलक्षण रमून गेले आणि त्यांतल्या एका मुलाने जेव्हा तिला आपली पाळीव कासवे बघण्यासाठी बागेत आमंत्रण दिले, तेव्हा साऱ्या मुलांसह ती खुशाल बागेत निघून गेली.

इकडे ॲमी ट्यूडरशी अगदी मनापासून गप्पा मारीत होती. त्याच्या काकांनी एका इंग्लिश स्त्रीशी लग्न केले होते आणि ती कोणत्याशा लॉर्डची मावसबहीण होती म्हणे. त्यामुळे ॲमीला त्या साऱ्या घराण्याविषयी विलक्षण आदरयुक्त कुतूहल वाटत असे. ती स्वत: जरी अमेरिकेसारख्या स्वातंत्र्यप्रिय आणि समतावादी देशातील रहिवासी असली, तरी तिच्या इंग्लिश पूर्वजांचे रक्त तिच्या नसांतून खेळत होते आणि इंग्लिश लोकांना राजेराजवाड्यांबद्दल, पदव्यांबद्दल, घरंदाज घराण्यांबद्दल नि सामाजिक प्रतिष्ठेबद्दल जे कौतुक वाटते, ते तिलाही वाटत होते. त्यामुळे ती मोठ्या अगत्याने ट्यूडरशी बोलत राहिली. पण घरंदाजपणाच्या त्या कौतुकातही ॲमी वेळेचे भान विसरली नाही. त्यामुळे अर्धा तास होताच तिने मोठ्या कष्टाने गप्पांतून आपले मन काढून घेतले आणि ज्योला बरोबर घेण्यासाठी म्हणून ती तिला शोधू लागली. पण ज्योचा दिवाणखान्यात मुळीच पत्ता नव्हता. तिचा शोध काढीत ॲमी जेव्हा बागेत आली, तेव्हा एक विलक्षणच दृश्य तिच्या नजरेस पडले.

ज्यो गवतात पाय पसरून बसली होती. तिच्याभोवती मुलांना घोळका जमला असून ज्योच्या गप्पा ऐकण्यात ते सर्वजण रंगून गेले होते. ज्योच्या नव्या कोऱ्या झग्याच्या पसरलेल्या घोळावर एक मळके गलिच्छ कुत्रे आरामात बैठक घालून बसले होते. एक लहान मूल तिच्या सुंदर छत्रीशी मन मानेल तसे खेळत होते. दुसरे एक मूल तिच्या टोपीत बिस्किटे ठेवून ती खात होते आणि तिसऱ्या एका मुलाने तर तिच्या हातमोज्यांची गोल गुंडाळी करून 'चेंडू चेंडू' खेळण्याचा सपाटा लावला होता. पण सगळेजण मोठ्या मजेत होते, यात शंका नव्हती.

ज्योचा तो 'अवतार' पाहून रागाचे अनेक शब्द ॲमीच्या अगदी ओठांशी आले. पण तिने मोठ्या प्रयासाने आपले मन आवरले आणि ज्योच्या विखुरलेल्या वस्तू गोळा करून ती तिच्यासह मुकाट्याने तेथून बाहेर पडली.

आपल्याला ॲमीने अशा अस्ताव्यस्त अवस्थेत पाहावे, याची ज्योलाही विलक्षण लाज वाटत होती. त्यामुळे बराच वेळ त्या दोघी बहिणी काही न बोलताच चालत राहिल्या. काही वेळ तसाच गेला आणि मग संभाषण पुन्हा सुरू करण्याच्या इराद्याने ज्यो म्हणाली,

"छानच होती ही सर्व मुलं नाही? त्यांच्या संगतीत वेळ कसा मजेत गेला."

पण ॲमीचे मन काही वेगळ्याच विचारात गुंतले होते. ती म्हणाली, "ज्यो, तू त्या ट्यूडरला नेहमी का टाळत असतेस?"

"मला तो मुलगा मुळीच आवडत नाही म्हणून." ज्यो चटकन म्हणाली, "तो अत्यंत शिष्ट आहे. आपल्या बहिणींना छळतो, आईवडिलांशी उद्धटपणानं वागतो आणि नाना प्रकारची व्यसनंही करतो. लॉरीचं सांगत होता हे सारं. तेव्हा असल्या मुलाशी नाही बोलावंसं वाटत मला. म्हणून मी त्याला टाळते."

"तुला तो आवडत नसेल, किंवा त्याचं वागणही तुला पसंत नसेल पण त्याच्याशी वागताना साध्या सभ्यतेच्या मर्यादा तरी तू पाळशील की नाही?" ॲमी म्हणाली, "पण तुझं आपलं काहीतरीच असतं. तू त्या टॉमी चेंबरलेनकडे बघून इतकी गोड हसलीस. अगत्यानं त्याची विचारपूस केलीस. अन् त्याचा बाप कोण आहे म्हणशील तर एक साधा किराणा मालाचा दुकानदार! उलट ट्यूडरशी तू बोलायला तयार नाहीस. मी म्हणते, टॉमीशी न बोलता तू ट्यूडरशीच एखादं वाक्य बोलली असतीस तर–!"

"नाही बोलणार! मुळीच नाही बोलणार!" आवेशाने मान हालवून ज्यो म्हणाली, "ट्यूडरच्या आजोबांच्या मामाच्या पुतण्याची भाची म्हणे एका लॉर्डची दूरची आतेबहीण आहे ! अन् म्हणून तो म्हणे खानदान घराण्यातला. अन् म्हणे आम्ही मनात नसतानाही खोट्या अगत्यानं त्याच्याशी वागायचं! का म्हणून? नाही वागणार. उलट टॉमीचे वडील बिचारे साधे दुकानदार आहेत म्हणून टॉमीशी म्हणे बोलायचं नाही. का नाही? बोलणार मी ! तो मुलगा सज्जन आहे. प्रामाणिक आहे. कष्टाळू आहे आणि मुख्य म्हणजे सभ्य आहे. मला तो आवडतो. मी खचित त्याच्याशी बोलणार! तुमच्या खोट्या आणि ढोंगी सामाजिक सभ्यतेशी अन् रीतीभातीशी मला काडीमात्र कर्तव्य नाही."

"तुझ्याशी वाद घालण्यात काही अर्थ नाही. फार हट्टी मुलगी आहेस तू." हताशपणे मान हलवून ॲमी म्हणाली.

"खरंच अर्थ नाही." ज्यो हसून म्हणाली, "तेव्हा आपण वादविवाद टाळावा हेच बरं. हां हे 'किंग' मंडळीचं घर आलं. पण त्यांच्या दाराला कुलूप दिसतंय. छानच झालं. औपचारिकपणे गप्पा मारायची कटकट संपली. इथं नावाची चिठ्ठी टाकून देऊ अन् पुढं जाऊ, चल!"

त्यानंतरच्या घरातली मंडळीही कुठे तरी बाहेर गेली होती. तेव्हा तेथे जाण्याची जबाबदारीही आपोआपच टळली. त्याबरोबर खुषीत येऊन ज्यो म्हणाली,

"चल, ॲमी. आपण आता सरळ घरी जाऊ या. आँट मार्चकडेही अगदी आजच गेलं पाहिजे असं नाही. त्या घरी काय, आपण केव्हाही अन् कशाही अवतारात जाऊ शकतो–"

"मला नाही तुझं बोलणं पटत, ज्यो आँट मार्च जवळच्या नात्यातली असली

म्हणून काय झालं? आपण नीटनेटका पोषाख करून पद्धतशीरपणे तिच्याकडे गेलो तर तिला फार बरं वाटतं. मला माहीत आहे. मग तिच्या समाधानासाठी एवढी लहानशी गोष्ट आपण का करू नये?'' ॲमी शांतपणे म्हणाली.

तिच्या त्या शांत सौजन्यपूर्ण बोलण्याने ज्योचे चिडचिडे झालेले मन एकदम ताळ्यावर आले. आपल्या तुसड्या, आततायी स्वभावाची तिला शरम वाटली आणि एकदम ॲमीचा हात घट्ट पकडून प्रेमभराने ती तिला म्हणाली,

''किती गोड मुलगी आहेस तू ॲमी? किती शहाणी, समजूतदार आहेस. अगदी छोट्या छोट्या, साध्यासाध्या कृतींनी दुसऱ्याला संतुष्ट करण्याची कला तुला साधली आहे आणि मुख्य म्हणजे हे सारं तू मनापासून करतेस. त्यात ढोंगाचा किंवा खुशामतीचा लवलेशसुद्धा नसतो. अशा साध्या साध्या गोष्टींनी दुसऱ्याला सुख देणं मला जमलं असतं तर फार बरं झालं असतं. पण काय करणार? माझ्या ते स्वभावातच नाही. रोजच्या वर्तनात ही काळजी घेण्याऐवजी मला एकदाच इतरांसाठी काही तरी भव्य, दिव्य, अलौकिक करावंसं वाटतं. पण या भव्यदिव्य अलौकिक संधीची वाट बघता बघता इतरांना सहज आनंद देण्याच्या लहान लहान अनेक संधी माझ्या हातून निसटून जातात–''

ज्योचे हे प्रांजल बोलणे ऐकून ॲमीला फार समाधान वाटले. तिची मन:स्थिती एकदम प्रसन्न झाली आणि किंचित हसून ती म्हणाली, ''ज्यो, मला वाटतं, स्त्रियांनी इतरांचं मन धरून राहावं. विशेषत: आपल्यासारख्या दरिद्री स्त्रियांनी! खर सांग, इतर माणसं आपल्यासाठी जे खूपसं काही करत असतात, त्याची फेड इतर कोणत्या पद्धतीनं आपण करू शकतो? आपल्याजवळ ना पैसा, ना सुखसोयी, ना मूल्यवान भेटवस्तू! आपण इतरांना फक्त सौजन्य, सभ्यता, सहानुभूती, प्रेम हेच देऊ शकतो ना? मग त्यात माणसानं का बरं कद्रूपणा करावा?''

''तू सांगतेस, ते सारं मला कळतं ग पण वळत मात्र नाही.'' ज्यो म्हणाली, ''पण माझ्या आवडीनिवडीच इतक्या तीव्र आहेत की, केवळ दुसऱ्याला बरं वाटावं म्हणून मला स्वत:च्या मनाविरुद्ध वागताच नाही येत. इतका हट्टी स्वभाव असणं मोठं दुर्दैवच आहे, नाही?''

''स्वत:चा हट्ट अन् आवडीनिवडी जरादेखील बाजूला न ठेवता येणं हे त्याहूनही अधिक मोठं दुर्दैव आहे.'' ॲमी म्हणाली, ''ट्यूडर तुला जसा आवडत नाही, तसा मलाही तो मुळीच आवडत नाही. पण हे साऱ्या जगाला आवर्जून कळवीत बसण्याची काही गरज नाही. साधं सभ्यपणे वागायला आपलं काय जातं?''

''हे – हे मात्र पटत नाही हं ॲमी मला!'' ज्यो चटकन आवेशाने म्हणाली, ''मला तर वाटतं, एखादा तरुण पुरुष जर आपल्याला आवडत नसेल तर मुलींनी आपल्या वर्तनानं ते त्याला स्वच्छ दाखवून द्यावं. खरं म्हणजे त्याच्यामध्ये जर काही

बदल घडवून आणायचा असेल तर तो प्रत्यक्ष उपदेशापेक्षा अशा छोट्या छोट्या कृतींतूनच घडवून आणता येईल! फार कशाला, टेडीचंच उदाहरण घे–''

''टेडी फार वेगळ्या तऱ्हेचा मुलगा आहे.'' ॲमी गंभीरपणे म्हणाली, ''शिवाय तो आपला मित्र आहे. त्याचं उदाहरण साऱ्याच तरुण मुलांना कसं लागू पडेल बरं? आपण जर पैसेवाल्यांच्या मुली असतो ना ज्यो, तर मग कुणाशीही आपण कशाही रीतीनं वागू शकलो असतो. पण गरिबांच्या मुलींना इतक्या शिष्टपणानं वागता येत नाही.''

''हेच ते! का नाही वागायचं त्यांनी तसं?'' ज्यो उसळून म्हणाली, ''गरिबांना का मतं नसतात? का आवडीनिवडी नसतात?''

''तू आहेस हुशार मुलगी.'' ॲमी कंटाळून जाऊन म्हणाली, ''मला काही तुझ्याशी वाद घालता यायचा नाही. किंवा तर्कशुद्ध रीतीनं माझं म्हणणंही तुला पटवून देता यायचं नाही. आपण आपल्या पायरीनं वागावं एवढंच माझं म्हणणं! उगीच जग सुधारण्यासाठी नको ते ओझं डोक्यावर घ्यायची काय जरूर आहे? आपल्याला काही त्या कामी यश येणार नाही. उलट आपलं हसू होण्याचीच शक्यता जास्त!''

''तू काही म्हण ॲमी,'' ज्यो म्हणाली, ''मी माझ्या मनात असेल तसंच वागणार. माझी मतं, माझ्या आवडीनिवडी स्पष्टपणे इतरांना बोलून दाखवणार मग त्यापायी इतरांचा रोष किंवा नाराजी ओढवून घ्यावी लागली तरी मला त्याची मुळीच पर्वा नाही!''

''ठीक आहे.'' ॲमी म्हणाली, ''तुझी मतं तुझ्यापाशी राहू दे. हे आँट मार्चचं घर आलंच. आता कृपा करून निदान आँटशी बोलताना तरी जरा जपून बोल. या स्पष्टवक्तेपणाला घटकाभर आवर घाल थोडा वेळ!''

त्या दोघीजणी आत आल्या तेव्हा आँट मार्चकडे आँट कॅरोलही त्यांना भेटली. आँट मार्चप्रमाणे आँट कॅरोल हीही त्यांची चुलती होती आणि आँट मार्चप्रमाणेच तीही खूप धनाढ्य होती. त्या दोघी म्हाताऱ्या मन:पूर्वक बोलत होत्या. पण ज्यो आणि ॲमी तेथे जाताच त्यांनी आपले बोलणे थांबवले आणि एकमेकींकडे अर्थपूर्ण दृष्टिक्षेप केला. त्यावरून त्या आपणासंबंधीच काहीतरी बोलत असल्या पाहिजेत, हे ॲमीने चटकन ताडले. ज्यो एव्हाना अगदी कंटाळून गेली होती. चालून चालून ती थकली होती आणि कोरे कडक कपडे अंगावर बाळगावे लागल्यामुळे तिचा चिडचिडेपणा अधिकच वाढला होता. तेव्हा कोणाशीही प्रसन्नपणे बोलण्याच्या मन:स्थितीत ती अजिबात नव्हती. आपली ही चीड किंवा तुसडेपणा लपविण्याचा तिने यत्किंचितही प्रयत्न केला नाही. उलट ॲमीची वर्तणूक मात्र नेहमीप्रमाणेच शांत, प्रसन्न, अशीच होती. गेल्याबरोबर तिने त्या दोघी वयस्कर स्त्रियांना अभिवादन केले, त्यांच्या प्रकृतीची आस्थेवाईकपणे चौकशी केली आणि मग मिसेस कॅरोलच्या पायाशी ती नम्रपणे बसून राहिली. तिच्या या शालीन वर्तनाने दोघी म्हाताऱ्या अगदी मनापासून संतुष्ट झाल्या

आणि त्याच्या पार्श्वभूमीवर ज्योचा तुसडेपणा, तिच्या कपाळावरच्या आठ्या अन् तिचे तुटक बोलणे त्यांना विशेषच तीव्रतेने जाणवले.

"ॲमी बेटा, तू मिसेस चेस्टरच्या आनंदमेळ्यात काम करणार आहेस ना?" मिसेस कॅरोलने ॲमीला विचारले.

"हो. करणार आहे." ॲमी म्हणाली, "मला काही त्यांना वस्तू देऊन मदत करणं शक्य नाही. तेव्हा म्हटलं निदान वेळ तरी द्यावा त्या कार्याला!"

"मी वस्तू देणार नाही की वेळही देणार नाही!" ज्यो चटकन म्हणाली, "चार शिष्ट श्रीमंत बायकांनी मला हुकूम सोडावेत किंवा माझ्यावर अधिकार गाजवावा, हे मला मुळीसुद्धा पटत नाही. त्यातून चेस्टर मंडळी तर फारच अहंकारी आहेत. तू तरी कशाला जातेस त्यांच्यांत ॲमी? त्या फक्त तुला राबवून घेतील."

"घेईनात का?" ॲमी हसून म्हणाली, "एखाद्या चांगल्या कार्यासाठी आपण जरा झीज सोसली म्हणून काय बिघडले? शिवाय आनंदमेळ्यात नुसतेच श्रम असतात असं नाही. तिथं भरपूर गंमतही असते आणि त्याला एक सामाजिक उपयुक्ततेची बाजू असते ती वेगळीच!"

"खरं आहे तुझं म्हणणं पोरी! चांगल्या सामाजिक कार्याला हातभार लावणं हे आपणा साऱ्यांचं कर्तव्यच आहे." आँट मार्च म्हणाली.

"मी तर म्हणेन, मिसेस चेस्टर मला काम करण्याची संधी देत आहे, हे माझ्यावर उपकारच आहेत तिचे एका परीने. कोणी चांगल्या हेतूनं जर आपल्यावर एखादी मेहरबानी केली तर ती आपण घ्यावी. त्यात ओशाळगत वाटण्याचं काहीच कारण नाही." ॲमी पुढे म्हणाली.

ज्योने नुसतेच नाक मुरडले आणि पराकाष्ठेच्या तुसड्या स्वरात ती म्हणाली, "मला नाही माझ्यावर कुणी मेहेरबानी केलेली आवडत. दुसऱ्यांचे उपकार घ्यायचे नि त्यांचा मिंधेपणा पत्करायचा! छी! असल्या उपकारांचा मला अगदी मनापासून तिटकारा आहे!"

"अस्सं!" आँट कॅरोल म्हणाली आणि तिने आँट मार्चकडे अर्थपूर्ण दृष्टिक्षेप केला.

"मी म्हटलं नव्हतं तुला?" आँट मार्च खाजगी स्वरात म्हणाली.

त्या क्षणी त्या दोघींच्या मनात जे काही चालले होते, त्याची ओझरती जरी कल्पना ज्योला आली असती तरी इतके बेजबाबदार उद्‌गार काढण्यापूर्वी दहा वेळा तिने विचार केला असता आणि ती सभ्यतेची, सौजन्याची केवळ पुतळी बनली असती. पण दुर्दैवाने एकमेकांच्या मनातले आपल्याला कळण्याची काहीच सोय नाही. त्यामुळे अनेकदा आपण कारणाशिवाय इतरांना दुखवतो आणि मग पुढेमागे फार पस्तावा करण्याची पाळी येते. ज्योनेही त्या दिवशीच्या आपल्या उद्धट बोलण्याने स्वतःच्या आयुष्यातील एक बहुमोल संधी कायमची दवडली. पण अर्थात त्या क्षणी तिला

काहीच कल्पना नव्हती. ती आपल्याच रुबाबात होती आणि स्वत:च्या नि:स्पृहपणाचे स्वत:शीच कौतुक करण्यात दंग झाली होती.

"ॲमी, तुला फ्रेंच बोलता येतं की नाही?" जरा वेळाने आँट कॅरोलने ॲमीला प्रश्न केला.

"येतं थोडं थोडं." ॲमी म्हणाली, "आँट मार्चकडे आल्यानंतर एस्थरशी मी फ्रेंचमध्येच बोलते. त्यामुळे मला आयता त्या भाषेचा सराव होतो."

"छे! मला फ्रेंचचा एक शब्दसुद्धा येत नाही!" ज्यो चटकन म्हणाली, "आणि ती भाषा तर मला मुळीच आवडत नाही. कसली लाडकी लाडकी, आर्जवी, गुळमुळीत, गोड गोड भाषा! तिच्यात काडीचा तरी कणखरपणा आहे का?"

पुन्हा एकवार आँट मार्च आणि आँट कॅरोल यांच्यामध्ये अर्थपूर्ण दृष्टिक्षेपांची देवघेव झाली आणि मग आँट कॅरोल म्हणाली, "तुझी प्रकृती कशी आहे बेटा, हल्ली? डोळे दुखतबिखत नाहीत ना पूर्वीसारखे?"

"नाही. आता मला काही होत नाही. म्हणून हल्ली मी चित्रकलेवर बराच भर दिला आहे." ॲमी म्हणाली, "पुढे मागे जर कधी रोमला जाण्याची संधी मिळाली तर आपल्याकडून आपण पुरेशी तयारी केलेली असावी. नाही का?"

"होय तर काय?" आँट कॅरोल म्हणाली, "तुझी जर इतकी उत्सुकता असेल तर आज ना उद्या ती संधी तुला मिळेलही."

ज्यो एव्हाना या सर्व संभाषणाला पार कंटाळून गेली होती. ॲमी उगीच लांबण लावीत आहे, असे तिला वाटत होते. आता ॲमीचे व आँट कॅरोलचे संभाषण मध्येच तोडीत ती एकदम म्हणाली,

"चल ना ॲमी, जाऊ या आपण आता घरी."

"होय जाऊ या." असे म्हणत ॲमी उठून उभी राहिली. मग ज्योने पुरुषी पद्धतीने हस्तांदोलन करून दोन्ही म्हाताऱ्यांचा निरोप घेतला. ॲमीने मात्र पुढे तोंड करून त्या दोघींच्या सुरकुतलेल्या वृद्ध गालांवर अलगद ओठ ठेवले आणि त्यांचे मुके घेतले. नंतर पुन्हा त्या दोघींची आस्थेवाईकपणे, विचारपूस करून मगच ती तेथून बाहेर पडली.

त्या दोघी बहिणी दिवाणखान्याबाहेर पडल्यावर दार बंद झाले तेव्हा आँट मार्च आँट कॅरोलकडे वळून तिला म्हणाली, "मेरी, मला वाटतं, तू ॲमीच्या बाबतीतच निर्णय घेऊन टाकलेला बरा. तिच्या प्रवासखर्चाचा बराचसा वाटा मी स्वत: उचलीन."

आँट कॅरोल संमतिदर्शक मान हलवीत म्हणाली, "माझा निर्णय तर केव्हाच ठरला आहे. आता तिच्या आईवडिलांची एकदा संमती विचारली अन् त्यांनी परवानगी दिली की, मी लागतेच पुढच्या तयारीला!"

३०

आनंद मेळा

मिसेस चेस्टर दरवर्षी एक 'फेअर' किंवा 'आनंदमेळा' भरवीत असे आणि ती एक अत्यंत महत्त्वाची घटना समजली जाई. नाना तऱ्हेच्या वस्तू तेथे विकल्या जात आणि येणाऱ्या नफ्याचा काही उपयुक्त सामाजिक कार्यासाठी विनियोग केला जाई. गावात प्रत्येकीला या कार्यक्रमाबद्दल मोठी उत्सुकता असे आणि या मेळ्यात भाग घ्यावयास मिळणे, तेथे आपण स्वत: बनविलेल्या किंवा भेटीदाखल गोळा केलेल्या वस्तू विकण्यासाठी स्वतंत्र 'स्टॉल' चालविण्याची संधी दिली जाणे हा एक विशेष मान समजला जाई. या वर्षीही तशीच 'फेअर' भरणार होती. ॲमीला तीत भाग घेण्यासाठी मिसेस चेस्टरने विनंती केली होती. ज्योला – सर्वांच्या दृष्टीने 'त्या शिष्ट नि उद्धट मिस मार्चला' – मात्र कटाक्षाने वगळण्यात आले होते. अर्थात ज्योलाही त्यांचे फारसे सुखदु:ख नव्हते हा भाग वेगळा. ॲमीची रसिकता, तिच्या चोखंदळ आवडीनिवडी आणि चित्रकलेतले तिचे कसब यामुळे 'कलाविभागा'चे टेबल तिच्याकडे देण्यात आले होते आणि ॲमीनेही मोठ्या हौसेने स्वत:ची चित्रे तयार करण्यास व इतर कलावस्तू जमविण्यास प्रारंभ केला होता.

प्रारंभी सारे काही सुरळीत चालले होते. पण 'फेअर' उघडण्याच्या आदल्या दिवशी मात्र एक लहानशी विचित्र घटना घडली. वेगवेगळ्या वयाच्या नि वृत्तींच्या सुमारे वीस ते पंचवीस स्त्रिया एकत्र येऊन कोणतेही काम करू लागल्या म्हणजे जे मानापमानाचे प्रसंग उद्‌भवणे अगदी अपरिहार्य आहे, त्यांतलाच एक छोटा प्रसंग अकस्मात उद्‌भवला.

मिसेस चेस्टरची थोरली मुलगी मे चेस्टर हिचा काही कारणांनी ॲमीवर अलीकडे रोष झाला होता. ॲमीचे व्यक्तित्व तिच्यापेक्षा अधिक आकर्षक होते आणि त्यामुळे ती अधिक लोकप्रिय होती, हे मे चेस्टरच्या रागाचे एक कारण होते. 'फेअर'साठी ॲमीने काढलेल्या नाजूक रेखाचित्रांपुढे मे चेस्टरची रंगीत चित्रे फिकी पडली, हे दुसरे

कारण आणि नुकत्याच झालेल्या एका नृत्यसमारंभात ट्यूडर हा मेबरोबर एकदाच तर ॲमीबरोबर चार वेळा नाचला होता, हे मेच्या असंतोषाचे सर्वांत मोठे कारण. त्यातून मेच्या कानावर नुकतेच असे आले होते की, मार्च मुलींनी 'लँब' यांच्या घरी मेची नक्कल केली होती! हे ऐकून तर मे फारच चिडली. वस्तुत: तिची नक्कल केली होती ज्योने. बिचाऱ्या ॲमीचा यात काहीच दोष नव्हता. पण मेचा आधीच रोष झालेला असल्यामुळे तिने या गोष्टीचे खापरही ॲमीच्याच डोक्यावर फोडले. अशा अनेक बारीकसारीक कारणांनी आभाळ भरून येत होते आणि सर्वांत दुर्दैवाची गोष्ट ही की, ॲमीला मात्र त्याचा पत्ताही नव्हता.

त्यामुळे मिसेस चेस्टरने 'फेअर'च्या आदल्याच दिवशी ॲमीला जवळ बोलावून जेव्हा हा विषय काढला, तेव्हा ॲमी विस्मयाने ऐकतच राहिली. हा काय प्रकार आहे, हेच तिला कळेना. मिसेस चेस्टर म्हणाली,

"ॲमी, बेटा, तुला एक गोष्ट सांगायची आहे. चित्रांचे नि इतर कलावस्तूंचे टेबल तुझ्याकडे दिले आहे. पण आता एकंदरीनं असं मत दिसतंय साऱ्यांचं की, हे टेबल सर्वांत महत्त्वाचं असल्यामुळे ते माझ्या मुलींनी सांभाळावं. कारण, 'फेअर'ची मूळ कल्पना आमची आहे आणि माझ्या मुलींनी हे सारं उभं करण्यासाठी खूप परिश्रम घेतले आहेत. तेव्हा सर्वांचं म्हणणं, त्यांच्याकडेच प्रमुख टेबल द्यावं. तुझी काही हरकत नाही ना या गोष्टीला? अर्थात, तुझ्याकडे दुसरं एखादं टेबल देऊच म्हणा आम्ही–"

बोलणे सुरू करताना वाटले होते, तेवढे हे प्रकरण सोपे जाणार नाही, हे बोलता बोलताच मिसेस चेस्टरच्या ध्यानी आले. ॲमीने हे सारे ऐकले तेव्हा तिचा चेहरा उत्तरोत्तर राग, शंका, खेद अशा अनेक भावनांनी पालटत गेला आणि दुखावलेल्या डोळ्यांनी मिसेस चेस्टरकडे बघत रुष्ट स्वरात ती म्हणाली,

"तुमचं म्हणणं असेल तर मला कुठलंच टेबल नाही दिलं तरी चालेल. कदाचित मी 'फेअर'मध्ये भागच घ्यायला नको असेल तुम्हाला–"

"नाही नाही. ॲमी. तू गैरसमज करून घेऊ नकोस बेटा." मिसेस चेस्टर लगबगीने म्हणाली, "प्रश्न फक्त कलावस्तूंच्या टेबलापुरताच आहे आणि ते महत्त्वाचं टेबल असल्यामुळे ते माझ्या मुलींना दिलं जावं एवढंच म्हणणं आहे साऱ्यांचं. अन् तुलाही ते मान्य असायला हरकत नाही. यात मानापमानाचा काही मुद्दाच येत नाही आणि तुझं सहकार्य आम्हाला जरूर हवं आहे. मी तुझ्याकडे फुलांचं टेबल विक्रीसाठी देते. तूर्त ते अगदी छोट्या मुलींकडे दिलं आहे. पण त्यांना काही ते नीट सजवता यायचं नाही. तुला मात्र ती सजावट छान करता येईल. शिवाय फुलांच्या टेबलाचं आकर्षणही वाटतं साऱ्यांना."

"विशेषत: तरुण पुरुषांना!" मे चेस्टर न राहवून मध्येच म्हणाली.

ॲमीने तो टोमणा ऐकला आणि चेस्टर मंडळींच्या गैरमर्जीचे एक कारण तात्काळ तिच्या ध्यानी आले. त्याबरोबर संतापाने तिचा चेहरा एकदम लाल झाला आणि अनेक तीव्र उदगार तिच्या जिभेवर आले. पण तिने मोठ्या प्रयासाने संयम केला, तोंडातले कडू शब्द परतवून लावले आणि शांतपणे ती म्हणाली,

"ठीक आहे मिसेस चेस्टर. मी माझं कलावस्तूंचं टेबल ताबडतोब तुमच्या स्वाधीन करते आणि फुलांचे टेबल सजवायला लागते. मग काही हरकत नाही ना?"

ॲमीच्या या अनपेक्षित सौजन्याने मे चेस्टर शरमिंधी झाली आणि ओशाळलेल्या स्वरात ती म्हणाली,

"ॲमी, वाटल्यास तुझी रेखाचित्रं नि इतर वस्तू तू तुझ्या टेबलावर ठेव विक्रीसाठी!" आणि तिने टेबलावरील वस्तूंकडे कौतुकाने दृष्टिक्षेप केला. ॲमीने बनविलेल्या वस्तू खरोखरच फार आकर्षक होत्या. रंगवलेले शिंपले, मण्यांच्या माळा, सुरेख आकारांचे व रंगांचे पंखे आणि अत्यंत नाजूक दिसणारी रेखाचित्रे अशा त्या वस्तू कुणालाही आवडतील अशाच होत्या. मे चेस्टरने मनापासून सूचना केली होती, पण आधीच दुखावल्या गेलेल्या ॲमीला हाही एक अपमानच वाटला आणि झग्याच्या पदरात साऱ्या वस्तू भराभर गोळा करीत ती दुखावलेल्या स्वरात म्हणाली,

"माझ्या वस्तूंचा तुला अडथळा होत असेल तर त्या मी मुळीच इथे ठेवीत नाही."

आणि ती रागारागाने फुलांच्या टेबलाकडे चालती झाली.

"अरे देवा! आता ती पक्कीच चिडली! आई, मला वाटतं, आधी हा मुद्दाच उपस्थित करायला नको होता आपण." मे चेस्टर आपल्या आईकडे वळून हताशपणे म्हणाली.

"त्यात काय मोठंसं? मुलीमुलींची अशी भांडणं व्हायचीच आपापसात! ती कायम थोडीच टिकतात?" मिसेस चेस्टर म्हणाली. पण मुलींच्या भांडणांत आपण सहभागी झालो याची तिलाही कुठेतरी आतल्याआत लाज वाटत होतीच!

फुलांच्या टेबलाशी ॲमी येताच साऱ्या लहान मुली भराभर तिच्याभोवती गोळा झाल्या आणि त्या चिमण्यांसारखी चिवचिव करीत तिला मदत करू लागल्या, त्यामुळे ॲमीचे खिन्न मन थोडेसे उल्हसित झाले आणि ती मोठ्या उमेदीने हे नवे टेबल सजवू लागली. पण साऱ्या गोष्टींनी जणू तिच्याविरुद्ध कटच केलेला दिसला. एक तर आता आधीच उशीर झाला होता, दुसरे म्हणजे ती अगदी थकून गेली होती. बाकीच्या सर्वजणी आपापली टेबले लावून ठेवण्यात गर्क झाल्यामुळे तिला कोणाचीही मदत मिळण्याजोगी नव्हती. छोट्या मुलींची मदत होण्याऐवजी त्यांचा अडथळाच होत होता. टेबलावरची पानांची हिरवीगार कमान काही केल्या ताठ राहात नव्हती. ॲमीच्या एका सुंदर रेखाचित्रावर पाण्याचा शिंतोडा उडून ते बिघडले होते. खिळे ठोकून नि हातोडा हाताळून तिची बोटे दुखू लागली होती. भुकेने जीव कासावीस होऊन

डोके चढले होते आणि उद्याचा दिवस कसा जाणार या चिंतेने ती आतल्या आत विलक्षण बावरून गेली होती!

बराच वेळ खटपट करून, फुलांचे टेबल नीट लावून ॲमी जेव्हा संध्याकाळी घरी परत आली, तेव्हा ती अतोनात थकून गेली होती. घरी येताच तिने सारी हकिकत सांगून टाकली. तिने केलेले निवेदन ऐकून, जात्या शांत व सोशिक असलेली तिची आईही अतिशय रागावली. पण अशा परिस्थितीतही मन आवरून योग्य तेच केले म्हणून तिने ॲमीला शाबासकीही दिली. बेथने तात्काळ सांगून टाकले, "आपण त्या भिकारड्या 'फेअर'मध्ये पाऊल सुद्धा टाकणार नाही!" आणि ज्यो तर सारे ऐकताक्षणी ॲमीला म्हणाली,

"एवढा अपमान सहन करून तू त्या क्षुद्र बायकांना सहकार्य देतेस तरी कशाला? मी तुझ्या जागी असते तर एक क्षणभरही तिथे थांबले नसते. साऱ्या वस्तू गोळा करून तडक घरी निघून आले असते!"

"असं कसं करता येईल मला?" ॲमी शांतपणे म्हणाली, "दुसरी माणसं क्षुद्रपणानं वागली म्हणून मी तसं का वागावं? माझं मन दुखावलं गेलंय यात शंकाच नाही. पण तरीदेखील मी कोणत्याही प्रकारचा क्षुद्रपणा किंवा पोरकटपणा मुळीच करणार नाही. मी त्यांच्याशी चांगलीच वागणार, त्यामुळेच कदाचित त्यांना स्वत:च्या क्षुद्र वर्तनाचा पस्तावा होईल. होय ना मार्मी?"

"होय बेटा. तुझं म्हणणं अगदी बरोबर आहे." मिसेस मार्च कौतुकाने मान डोलावीत म्हणाली, "आपल्यावर झालेल्या अन्यायाला शांतपणे तोंड देणे आणि अन्यायाला औदार्यानं उत्तर देणे याला फार धैर्य लागते. ते तू दाखवलेस याबद्दल मला तुझा अभिमान वाटतो, ॲमी!"

आईने दिलेल्या या शाबासकीमुळे ॲमीचे व्यथित मन पुष्कळच सावरले गेले आणि आपल्याशी दुष्टावा करणारांना प्रेमाने आणि सौजन्याने जिंकावयाचे, असा तिने तत्क्षणी स्वत:शी निर्धार केला. त्यामुळे दुसऱ्या दिवशी सकाळी ती 'फेअर'च्या ठिकाणी आली, तेव्हा तिची मन:स्थिती प्रसन्न होती. तेथे आल्यावर ती आपली चित्रे जेव्हा पुन्हा पाहू लागली तेव्हा 'बायबल' मधील वचनाचे तिने स्वत: केलेले एक संकलन तिला अकस्मात सापडले. जाड कातडी पुठ्ठ्यामध्ये बांधलेल्या जाड कागदाच्या तुकड्यांवर ॲमीने स्वत: रेखीव काळ्या अक्षरात ती वचने स्वत: लिहून काढली होती आणि त्यांच्या भोवती सोनेरी चौकटी आखून गडद जांभळ्या, निळ्या व सोनेरी रंगाचे नाजूक नक्षीकाम तिने केले होते. कलादृष्ट्या तर ते सारे शोभिवंत होतेच, पण आता ते संकलन चाळताना 'बायबला'तील वचनांचा अर्थ ॲमीला विशेषकरून जाणवला. त्यातले एक वचन असे होते :

'स्वत:वर करता तेवढे प्रेम शेजाऱ्यावरही करा!'

"मी असे प्रेम करते का?" ॲमीने स्वत:लाच प्रश्न विचारला आणि तिची नजर पलीकडच्या स्टॉलवर उभ्या असलेल्या मे चेस्टरकडे वळली, स्टॉलवर मेने रंगवलेली मोठी थोरली पुष्पपात्रे इथेतिथे ठेवली होती. पण ॲमीने आपल्या वस्तू तेथून काढून घेतल्या असल्यामुळे मध्ये ज्या रिकाम्या जागा राहिल्या होत्या, त्या भारी विशोभित दिसत होत्या. आता नवे काही तेथे आणून ठेवायचे म्हटले तर वेळ अगदीच उरला नव्हता आणि मे खिन्न नजरेने आपला स्टॉल निरखीत होती. एक क्षणभर ॲमी जागच्याजागी स्तब्ध उभी राहिली, एकीकडे तिचे डोळे हातांतल्या 'बायबल' मधील सुंदर बोधवचनावरून फिरत होते आणि दुसरीकडे कालच्या अपमानाची बोच तिला आतल्याआत कुठेतरी तीव्रतेने जाणवत होती.

अशा अनिश्चित अवस्थेत ॲमी तेथे उभी असताना मेच्या स्टॉलभोवती जमलेल्या मुलींचे बोलणे दुरून तिच्या कानी आले. त्या बोलण्यावरून असे दिसत होते की, मुलींना फक्त मेचीच बाजू कळली होती व त्यानुसार त्या ॲमीच्या वर्तनाचा अर्थ लावीत होत्या. ते ऐकताना ॲमीला वाईट वाटले. पण काही कोणी म्हणो, आपण सज्जनपणेच वागायचे, अशी जी जबरदस्त ऊर्मी तिच्या मनात दाटून आली होती, ती तिला स्वस्थ बसू देईना. तेवढ्यात मेचे बोलणे तिच्या कानी आले. मे म्हणत होती,

"आता नव्या वस्तू आणून ठेवायला वेळ कुठे आहे? आणि काहीतरी सटरफटर वस्तू टेबलावर मांडल्या तर ते बरंही दिसणार नाही. काल हेच टेबल किती सुंदर दिसत होतं. आता त्याची सारी शोभाच नाहीशी झाली आहे."

"मला वाटतं, तू अजून तिला विचारून बघ, ती त्या वस्तू परत देईल सुद्धा." एका मुलीने सूचना केली.

"कालच एवढा सारा प्रकार झाल्यानंतर तिच्याजवळ त्या वस्तू मागायला मला तोंड कुठे आहे?" मे सांगू लागली, पण तिचे ते वाक्य पुरे झाले नाही. ॲमी चटकन तिच्याजवळ आली आणि आपला हात मेच्या हाती देत ती तिला म्हणाली,

"तू विचारण्याची गरजच नाही मुळी. त्या साऱ्या वस्तू मी तुझ्या टेबलावर पुन्हा आणून ठेवते. इथेच त्या छान दिसतील! कृपा करून 'नाही' म्हणू नकोस आणि काल मी जर तिरसटपणाने वागले असेन तर त्याबद्दल मला क्षमा कर."

बोलता बोलता ॲमी पुन्हा आपल्या स्टॉलकडे गेली आणि तेथे मांडलेले शिंपले, माळा, चित्रे, पुतळे व इतर शोभेच्या वस्तू गोळा करून त्या तिने मेच्या स्टॉलवर आणून मांडल्या. त्यानंतर मेने आभार मानण्याचीही वाट न बघता हसून, मान डोलावून ती लगेच आपल्या स्टॉलकडे चालती झाली.

"वा! याला म्हणतात मनाचा मोठेपणा!" एका मुलीने कौतुकाने उद्गार काढले.

मे काहीच बोलली नाही. आश्चर्य, कृतज्ञता, आनंद अशा अनेक भावना तिच्या चेहऱ्यावर उमटल्या होत्या, पण दुसरी एक मुलगी मात्र चटकन खवचटपणे म्हणाली,

"मनाचा मोठेपणा न दाखवायला काय झालं ? तिला माहीत आहे की, तिच्या स्टॉलवर या वस्तूंची मुळी विक्रीच होणार नाही. तेव्हा दिल्या झालं परत!"

ते उद्‌गार ऐकले आणि आपल्या सद्वर्तनाचा ॲमीला क्षणभर पस्तावा झाला पण दुसऱ्याच क्षणी तिने स्वत:ला सावरले आणि ती आपल्या स्टॉलच्या सजावटीत गढून गेली. घटकेपूर्वी केलेल्या सत्कृत्याने तिचे स्वत:चेच मन उल्हसित झाले होते. कडवटपण निघून गेला होता आणि तिला खूप हलके वाटत होते. तिने भराभर आपल्या टेबलावरील वस्तूंची नव्याने मांडणी करण्यास सुरुवात केली. तिच्या कलासक्त हाताखाली टेबल उमलू लागले. छोट्या मुली हौसेने तिला मदत करू लागल्या. एकंदर वातावरणातला ताण कमी झाला आणि साऱ्यांचीच मने अधिक प्रसन्न झाल्यासारखी वाटली.

पण तो सारा दिवस ॲमीला कंटाळवाणा गेला. छोट्या मुली काही वेळ तेथे रेंगाळल्या आणि मग पाखरांसारख्या चिवचिवत त्या सर्वत्र विखुरल्या. ॲमीला अनेकदा एकटीलाच बसून राहावे लागले. उन्हाळ्याचे दिवस असल्यामुळे फुले घेण्यात कोणाला फारसा उत्साह वाटत नव्हता आणि दुपार उलटल्यानंतर ॲमीच्या टेबलावरचे पुष्पगुच्छ नि सुटी फुले सुकू लागली. त्यांच्या पाकळ्या गळू लागल्या. ॲमीच्या उत्साहाचीही तीच गत झाली होती.

याउलट कलावस्तूंच्या टेबलाभोवती मात्र लोकांचा सतत गराडा पडला होता. तेथील वस्तूंची धडाक्याने विक्री चालली होती. पेटीत पैसे खुळखुळत होते. ॲमी त्या टेबलाकडे आशाळभूत नजरेने बघे. तिची हक्काची जागा ती होती. तेथे तीच असायला हवी होती. पण ते टेबल गेले होते इतरांकडे आणि तिला इकडे बाजूला, कोपऱ्यात, जेथे माणसांची अजिबात वर्दळ नव्हती, अशा ठिकाणी बसून राहावे लागले होते – तिचा काही अपराध नसताना! ॲमीसारख्या जात्या संवेदनाशील, कलावंत आणि हौशी मुलीला हे किती जड गेले असेल याची कल्पना करावी. विशेषत: रात्री आपल्या घरची मंडळी व लॉरी येथे येईल व ते सारेजण अशा केविलवाण्या अवस्थेत आपल्याला येथे पाहतील, या जाणिवेचे दु:ख तर तिला असह्य झाले!

त्या दिवशी संध्याकाळी ती जेवणासाठी घरी आली, तेव्हा ती थकून गेली होती आणि अबोल झाली होती. तिला खूप श्रम झाले असले पाहिजेत, हे घरच्या लोकांच्या ध्यानी आले. त्यामुळे तिला कोणीही फारसे प्रश्न विचारले नाहीत आणि आपण मेला कसे साह्य केले, आपल्या वस्तू तिला कशा दिल्या, हे ॲमीनेही घरी कोणाला सांगितले नाही. तिच्या सुकलेल्या चेहऱ्याकडे पाहून साऱ्यांनाच तिची कीव आली. मिसेस मार्चने तिला कपभर चहा करून दिला. बेथने तिला बाहेरचा पोषाख बदलण्यास मदत केली आणि रात्री केसात घालण्यासाठी फुलांचा एक सुरेख गजरा तिला गुंफून दिला आणि ज्यो अर्थपूर्ण नजरेने तिच्याकडे बघत गंभीरपणे म्हणाली,

"आता रात्री काय चमत्कार होतो आहे, तो तू बघतच रहा. तुझ्यावर झालेला अन्याय मी काही निमूटपणे सहन करणार नाही!"

"ज्यो, कृपा करून तू काही भलतंसलतं करू नकोस." ॲमी थकलेल्या स्वरात म्हणाली, "आता काय, रात्रीच्या दोनतीन तासांचाच प्रश्न आहे. तेवढी वेळ निभावली म्हणजे सुटले मी!" आणि ती रात्रीसाठी पुन्हा ताजी फुले मिळवण्याच्या खटपटीला लागली. कारण आपल्या टेबलावरची दिवसभर न खपलेली फुले एव्हाना पार सुकून गेली असणार याची तिला खात्री होती.

पण ज्यो तिचे ऐकणारी नव्हती. मनातल्या मनात तिचे बेत चालले होते. ॲमीच्या फुलांना जास्तीत जास्त गिऱ्हाइकं मिळवून द्यावयाची, विशेषत: लॉरीला आणि त्याच्या दोस्तांना फुले खरेदी करण्याचा आग्रह करायचा, असे तिने स्वत:शी ठरवून टाकले होते. सारा दिवस जरी ॲमीच्या टेबलाकडे कोणी फिरकले नसले तरी आता रात्री ती कसर भरून काढायची, असा तिने निर्धार केला होता. लॉरीची आठवण होताच ती चटकन उठली आणि बागेत येऊन बागेच्या कठड्यावर वाकून लॉरीची वाट पाहू लागली.

थोड्याच वेळात धूसर संधिप्रकाशात दुरून झपझप पावले टाकीत येणारी लॉरीची धिप्पाड उंच सडसडीत आकृती तिला दिसली. त्याबरोबर ज्योचे हृदय स्नेहाने उचंबळून आले. ती धावतच बाहेर गेली आणि आपले दोन्ही हात त्याच्या हाती देत भावनोत्कट स्वरात म्हणाली, "टेडी!"

"ज्यो!" तिचे दोन्ही हात घट्ट दाबीत लॉरी म्हणाला आणि मग तिच्या कमरेभोवती हात टाकून त्याने तिला जिव्हाळ्याने प्रश्न केला, "काय दोस्ता? काय खबरबात आहे?"

"खबरबात फार वाईट आहे, टेडी! बिचाऱ्या ॲमीला त्या दुष्ट लोकांनी इतका त्रास दिला आहे म्हणून सांगू!" ज्यो आवेगाने म्हणाली आणि मग तिने 'आनंदमेळ्या'त घडलेली सारी हकिकत लॉरीला सविस्तर निवेदन केली.

"आता रात्री आमचं सारं टोळकं 'फेअर'ला जाणार आहे." लॉरी म्हणाला, "त्या वेळी माझ्या दोस्तांना मी ॲमीच्या टेबलावरचा एकूण एक गुच्छ नि तुरा खरेदी करायला लावतो की नाही पहा! शिवाय आम्ही तिथेच तळ देऊन बसणार आहोत! बाकीच्या मालाकडे आम्ही ढुंकून सुद्धा बघणार नाही!"

"ते सारं खरं." ज्यो म्हणाली, "पण ॲमीच्या टेबलावरची फुलं आता पार कोमेजून गेली आहेत. ती विकत घेण्याच्या लायकीची तरी असतील का? मिसेस चेस्टरनं रात्रीसाठी ताजी फुलं मागवली आहेत म्हणे. पण ती येतील की नाही याची मला जबरदस्त शंका आहे. हो! माणसं एकदा क्षुद्रपणे वागू लागली म्हणजे त्यांची मजल कुठवर जाईल याचा काही नेम नाही!"

ज्योचे बोलणे ऐकून लॉरी घोटाळ्यात पडल्यासारखा दिसला, क्षणभर थांबून मग तो म्हणाला, "मला तुझ्या बोलण्याचा अर्थ कळला नाही. हेजनं – आमच्या माळ्यानं – आमच्या बागेतली फुलं दिली नाहीत ॲमीला?"

"नाही. मला वाटतं कामाच्या गडबडीत तो विसरला असावा!" ज्यो विमनस्कपणे म्हणाली, "आणि तुझ्या आजोबांची प्रकृती जरा बरी नाही त्यामुळे त्यांनाही विचारलं नाही मी. पण खरं म्हणजे फुलं हवी आहेत ॲमीला!"

"आता मात्र कमाल केलीस ज्यो तू!" लॉरी एकदम रागावून म्हणाला, "आमच्या बागेतली फुलं न्यायला परवानगी कशाला हवी तुला कुणाची? आमची बाग ती तुमचीही नव्हे काय? आणि कोणतीही चांगली गोष्ट आपण आपापसांत नेहमी वाटून घेत नाही काय?"

"वा! असं कसं?" ज्यो किंचित हसून म्हणाली," पण ते जाऊ दे. आपण आता इथं गप्पा करीत वेळ घालवण्यात अर्थ नाही. मला ॲमीला मदत करायला हवी. मग तू ठरल्याप्रमाणे तुझ्या दोस्तांना घेऊन ये आणि आता आधी हेजला सांगून तुमच्या बागेतली फुलं ॲमीला पोहोचती कर. एवढं जर तू करशील तर मी तुला काय वाटेल ते देईन–"

"खरंच? अगदी काय वाटेल ते?" तिच्याकडे विलक्षण मिष्कीलपणे बघत साभिप्राय स्वरात लॉरी म्हणाला. त्याबरोबर ज्योचा चेहरा एकदम गोरामोरा झाला आणि लॉरीच्या हातातून आपले हात ओढून घेऊन त्याला दूर ढकलीत ती म्हणाली, "चावटपणा पुरे हं. जा पळ, आता सांगितलेलं काम कर. मला तुझ्याशी बोलायला मुळीच वेळ नाही!"

लॉरी आणि ज्यो या उभयतांनी मिळून केलेले कारस्थान अपेक्षेबाहेर यशस्वी झाले. हेजने मिस्टर लॉरेन्सच्या बागेतली उत्तमोत्तम फुले काढून, त्यांचे सुरेख मोठेमोठे गुच्छ बांधून ते ॲमीकडे पोहोचवले. इतकेच नव्हे तर अतिशय आकर्षक रीतीने रचलेली आणि लालभडक रिबन बांधून सजवलेली फुलांची एक भली थोरली टोपली स्वत: तयार करून टेबलाच्या मध्यभागी ठेवण्यासाठी त्याने धाडून दिली. रात्री जेव्हा मार्च कुटुंबाने 'आनंदमेळ्या'ला भेट दिली, तेव्हा ज्यो स्वत: ॲमीच्या टेबलाजवळ उभी राहिली आणि येणाराजाणारांशी खेळकर विनोदी गप्पा मारून तिने त्यांना तेथे गुंतवून ठेवले. माणसांची वर्दळ वाढू लागली आणि ॲमीच्या टेबलावरचे पुष्पगुच्छ भराभर खपू लागले. थोड्या वेळाने कॉलेजमधल्या आपल्या मित्रमंडळासह लॉरीही तेथे येऊन पोहोचला! मग काय विचारावे? गप्पांना, आरडाओरड्याला नि हशाला नुसता पूर आला. ॲमीची मनोवृत्तीही आता उल्हसित झाली होती. ताज्या फुलांचा सुवासिक दरवळ सर्वत्र पसरला होता आणि त्यांच्या भडक रंगांनी वातावरणाला वेगळीच शोभा आली होती.

काही वेळ ॲमीच्या टेबलाशी घालवल्यानंतर ज्यो हॉलमध्ये इतस्तत: फिरून इतर टेबलांजवळच्या विक्रीचा अंदाज घेऊ लागली. तेथे हिंडताना अनेक प्रकारची कुजबूज तिच्या कानी पडली आणि त्यातून अनेक नव्या गोष्टी तिला कळल्या. मुख्य म्हणजे चेस्टर मंडळींची एकाएकी ॲमीवर गैरमर्जी होण्याची कारणे तिला समजली. मे चेस्टरची नक्कल आपण केली, त्याचे प्रायश्चित्त मात्र ॲमीला भोगावे लागले, याचा ज्योला फार खेद वाटला आणि वेळ मिळताच मेचा हा गैरसमज स्वत: दूर करण्याचा तिने निर्धार केला. ॲमीने स्वत:च्या कलावस्तू मे चेस्टरला पुन्हा देऊन टाकल्या, हेही तिला कळले आणि ॲमीच्या मनाच्या मोठेपणाचे तिला विलक्षण कौतुक वाटले. ॲमीने एवढ्या परिश्रमपूर्वक स्वत: तयार केलेल्या सुंदर सुंदर वस्तू मात्र तिला कुठे दिसेनात. मेने त्या मुद्दामच कोठे तरी आडबाजूला ठेवून दिल्या की काय, अशी दुष्ट शंका तिच्या मनात येऊन गेली. एवढ्यात मेनेच तिला हाक मारून म्हटले,

"गुड ईव्हिनिंग, मिस ज्यो, काय, ॲमीचं कसं काय चाललंय?"

"ॲमीच्या टेबलावर फुलांची धडाक्याने विक्री होते आहे, अर्धीअधिक फुलं विकली गेली देखील! पण फुलांचं टेबल नेहमीच आकर्षक वाटतं – विशेषत: तरुण माणसांना! नाही का?"

हा शेवटचा टोमणा देण्याचा मोह ज्योला आवरला नाही आणि ती मुद्दामच तसे बोलून गेली. पण मेने तो टोमणा इतक्या निमूटपणे सहन केला की, ज्योचे मन विरघळून गेले आणि आपल्या खवचटपणाचा तिला पस्तावा झाला. मेने रंगवलेली मोठी थोरली पुष्पपात्रे अद्यापही विकली गेली नव्हती. त्यांची स्तुती करून मग ज्यो म्हणाली,

"खरेच, ॲमीची ती रेखाचित्रं कुठं आहेत? त्यांतले ते एक निसर्गचित्र – ते मी पपांसाठी विकत घेईन म्हणत होते."

ॲमीच्या कलावस्तूंचे काय झाले, हे जाणून घेण्याची उत्कंठा लागल्यामुळे ज्योने मुद्दामच ही चौकशी केली होती. पण तिचा हा प्रश्न ऐकताच मे चेस्टर चटकन म्हणाली,

"ॲमीची सारी चित्रं, पंखे, पुतळे, माळा केव्हाच विकल्या गेल्या. मी त्यांना चांगली गिऱ्हाइकं गाठून दिली आणि त्या वस्तूंची किंमत पण भरपूर आली आहे!"

ॲमीप्रमाणेच मेही मनाचा मोठेपणा दाखवण्याच्या भरात होती आणि तिनेही आपल्या क्षुद्र मोहावर विजय मिळवला होता.

ॲमीच्या सर्व वस्तू विकल्या गेल्याचे ऐकून ज्योला फार समाधान वाटले आणि ती आनंदाची बातमी तिने लगेच ॲमीच्या कानावर घातली. त्याबरोबर आनंद आणि कृतज्ञता या दोन्ही भावनांनी ॲमीचे मन उचंबळून आले आणि ती लॉरीला व त्याच्या दोस्तांना म्हणाली,

"सभ्य गृहस्थहो, मला तुम्ही फारच चांगले सहकार्य दिलेत. त्याबद्दल मी तुमची अत्यंत आभारी आहे. पण मला वाटतं, आता तुम्ही इतर स्टॉलकडेही आपली कृपादृष्टी वळवावी आणि त्या मंडळींनाही सहकार्य द्यावं; कलावस्तूंचं टेबल किती आकर्षक आहे पहा. तिकडे का जात नाही तुम्ही जरा वेळ?"

"चला रे दोस्तांनो, आता आपण कलावस्तूंच्या स्टॉलकडे मोर्चा नेऊ या."

लॉरीच्या दोस्तांपैकी पार्कर हा किंचित्कवि होता. शिवाय तो ॲमीवर मनातल्या मनात प्रेमही करीत होता. लॉरीने हुकूम देताच त्याला एकदम स्फूर्ती आली आणि तो गाऊ लागला –

"'फुला' प्रमाणे 'कला' पाहू या, चला चला रे, चला
'मे' महिन्याहून 'मार्च' परंतु अधिक आवडे मला!"

तो आणखीही काही कोट्या करणार होता, पण लॉरीने त्याच्या मस्तकावर थप्पड मारून त्याला गप्प बसवले आणि मग तो सारा घोळका मे चेस्टरच्या स्टॉलकडे वळला. तेवढ्यात ॲमीने हलकेच लॉरीच्या कानात सांगितले, "तू मेची ती पुष्पपात्रं खरेदी कर!" मेच्या मस्तकावर उपकाराचा हा शेवटचा डोंगर रचण्याची संधी होती. ती ॲमीला वाया घालवायची नव्हती.

लॉरीने मे चेस्टरच्या टेबलावरची दोन्ही पुष्पपात्रे भरपूर किंमत देऊन खरेदी केली. एवढेच नव्हे तर दोन्ही पुष्पपात्रे दोन्ही काखोट्यात ठेवून तो शीळ घालीत हॉलभर हिंडला. त्याच्या दोस्तांनीही उरलेसुरले खूपसे सामान खरेदी केले.

मार्च कुटुंबातील एक वडीलधारी व्यक्ती आँट कॅरोल हीही 'आनंदमेळा' बघण्यासाठी आली होती. ॲमीने या प्रसंगी जो मनाचा मोठेपणा दाखवला, त्याची सारी हकिकत तिला कळली आणि तिला फार समाधान झाल्यासारखे दिसले. मग तिने मिसेस मार्चला एकीकडे बोलावून हळूच तिच्या कानात काहीतरी सांगितले. त्याबरोबर मिसेस मार्चचा चेहरा एकदम आनंदाने उजळला आणि तिने दुरूनच मोठ्या अभिमानाने ॲमीकडे नजर टाकली. नंतर ती वरचेवर कौतुकाने ॲमीला न्याहाळीत राहिली. मात्र आँट कॅरोलने तिच्या कानी जे काही सांगितले होते, ते तिने नंतर बरेच दिवस घरात देखील कोणाकडे बोलून दाखवले नाही.

'आनंदमेळा' समाप्त झाला. सारा कार्यक्रम अपेक्षेपेक्षाही अधिक यशस्वी झाला. ॲमीला निरोप देताना मे चेस्टरने हळूच तिच्या गालावर आपले ओठ ठेवले आणि प्रेमाने तिच्याशी हस्तांदोलन केले. त्या एका लहानशा कृतीत सारे गैरसमज वाहून गेले आणि स्नेहाचा नवा बंध दोघींमध्ये निर्माण झाला. त्यामुळे ॲमी अगदी प्रसन्न मनाने घरी परतली. घरी आल्यावर तिची प्रसन्नता आणखीच वाढली. कारण ती दिवाणखान्यात पाऊल ठेवते न ठेवते तो टेबलावर मांडलेली दोन सुंदर पुष्पपात्रे तिच्या नजरेस पडली. मे चेस्टरच्या स्टॉलमधून खरेदी केलेली ती पुष्पपात्रे लॉरीने ॲमीला

भेट म्हणून दिली होती. दोन्हीमध्ये त्याने ताज्या टवटवीत फुलांचे गुच्छ भरून ठेवले होते आणि जवळच एका छोट्या चिठ्ठीवर पुढील मजकूर लिहिला होता –

'मार्च कुटुंबातील एका दिलदार मुलीसाठी सप्रेम भेट.'

ती पुष्पपात्रे पाहून आणि विशेषत: चिठ्ठीवरचा तो गौरवपूर्ण मजकूर वाचून ॲमीचे हृदय भरून आले. घरातल्या सर्व मंडळींनीही तिचे तोंड भरून कौतुक केले आणि रात्री झोपण्यापूर्वी त्या सर्व बहिणी आपले केस विंचरीत असताना ज्यो ॲमीला म्हणाली,

"ॲमी, तू मनाचा एवढा दिलदारपणा दाखवशील, असं मला स्वप्नातही वाटलं नव्हतं. खरंच सांगते, तू विलक्षण भलेपणानं वागली आहेस. मला तुझं अतोनात कौतुक वाटतं."

"आपण स्वत: एवढ्या हौसेने बनवलेल्या वस्तू दुसऱ्याला देऊन टाकायच्या ही सोपी गोष्ट नाही." बेथ बिछान्यावर पडल्या पडल्या म्हणाली, "खरंच सांगते, एवढा मनाचा मोठेपणा मला सुद्धा दाखवता आला नसता!"

"मुलींनो, तुम्ही माझी एवढी स्तुती करण्याचं काही कारण नाही." किंचित लाजून ॲमी म्हणाली, "दुसऱ्यांनी माझ्याशी जसं वागावं असं मला वाटतं, तशीच मी दुसऱ्यांशी वागले एवढंच काय ते! मला सभ्य आणि सुसंस्कृत स्त्री व्हायचं आहे असं मी म्हणते, तेव्हा तुम्ही मला हसता. माझी थट्टा करता. पण मला खरोखरीच सर्वार्थानं सभ्य नि सुसंस्कृत व्हायचं आहे आणि त्यासाठी मनाच्या बारीकसारीक दुबळेपणावर, क्षुद्रपणावर आणि किरकोळ लोभमोहांवर मात करण्याचा मी सतत प्रयत्न करीत असते. हे दोष दिसायला मोठे नसतात, पण कितीतरी चांगल्या स्त्रिया त्यामुळे पार बिघडून गेलेल्या दिसतात, अर्थात मीही या सर्व दोषांना अगदी जिंकलं आहे, असं मुळीच नाही. पण माझ्या परीने मी त्यासाठी धडपडत आहे, हे मात्र खरं!"

ॲमी अत्यंत मन:पूर्वक बोलत होती. त्यामुळे ज्योचे हृदय तिजविषयीच्या प्रेमाने अगदी उचंबळून आले आणि ॲमीला घट्ट मिठी मारून ती तिला म्हणाली, "आता यापुढे असं बोलू लागलीस ना, म्हणजे मी तुझी कधी थट्टा करणार नाही किंवा तुला हसणारही नाही. तुझं ध्येय फार थोर आहे आणि त्या दृष्टीने तुझी प्रगतीही चांगली होत आहे. खऱ्या सुसंस्कृततेचं रहस्य तुला कळलं आहे असं मला वाटतं. अशीच जर तू सतत झटत राहिलीस तर तुझ्या या भलेपणाचं देव तुला उत्तम पारितोषिक देईल. अन् त्या वेळी माझ्याइतका आनंद दुसऱ्या कुणालाच व्हायचा नाही!"

त्यानंतर एक आठवड्याने ॲमीला तिच्या भलेपणाचे बक्षीस मिळाले, पण ते मात्र अशा रूपाने की, त्या वेळी आनंद मानणे बिचाऱ्या ज्योला फार जड गेले. त्याचे असे झाले, आँट कॅरोलकडून मिसेस मार्चला एक पत्र आले. पत्र फोडून वाचताना मिसेस मार्चचा चेहरा इतका उजळला की जवळ बसलेल्या ज्यो आणि बेथ दोघीजणी

तिच्याकडे कुतूहलाने पाहू लागल्या. ज्योने विचारले,

"कसलं पत्र आहे ते? कुणाकडून आलंय?"

"पत्र आँट कॅरोलकडून आलं आहे. पुढच्या महिन्यात ती युरोपच्या प्रवासाला जाते आहे आणि आपल्याबरोबर–" मिसेस मार्च सांगू लागली, पण तिला मध्येच अडवीत ज्यो ओरडली,

"ती मला न्यायचं म्हणते आहे! होय ना?"

"नाही बेटा. तुला नाही, ती ॲमीला बरोबर न्यायचं म्हणते आहे."

"ॲमीला कशाला न्यायचं आई? ती अजून लहान आहे. पहिली पाळी माझी आहे. मला किती दिवसांपासून युरोप पहायची इच्छा आहे. मलाच प्रवासाची खरी जरूर आहे. मी जाणार. मीच जाणार!" ज्यो हातवारे करीत बोलू लागली. तिचा चेहरा अत्यंत उत्तेजित दिसत होता आणि डोळे उत्साहाने चमकत होते. "मी जाणार आई!" ती पुन्हा म्हणाली.

"ते कसं शक्य आहे, ज्यो?" मिसेस मार्च समजुतीच्या स्वरात म्हणाली, "आँट कॅरोलनं ॲमीचाच उल्लेख केलेला आहे आणि तिनं आपल्याबरोबर कुणाला न्यावं, हा सर्वस्वी तिचा प्रश्न आहे. आपण कसं काही सांगणार तिला त्याबद्दल?"

"हे नेहमीचंच ठरलेलं आहे मुळी. ॲमीच्या वाट्याला तेवढी गंमत येते. नि माझ्या वाट्याला सारे कष्ट. हे मुळीच बरोबर नाही." रडवेली होऊन ज्यो म्हणाली.

"पण ज्यो, मला वाटतं, यात थोडीशी चूक तुझीच आहे." मिसेस मार्च म्हणाली, "त्या दिवशी आँट कॅरोलनं माझ्याजवळ बोलतांना तुझ्या स्वतंत्र बाण्याबद्दल नि तुसड्या स्वभावाबद्दल माझ्यापाशी नापसंती व्यक्त केली आणि आता पत्रातही ती तेच लिहिते आहे. इथं तर तुझ्या तोंडचे शब्द तिनं लिहिले आहेत वाटते. पहा ना. ती म्हणते : "खरे तर प्रथम मी ज्योलाच विचारणार होते, पण तिला 'उपकाराचे ओझे' होते, तिला 'फ्रेंच भाषेचा तिटकारा' वाटतो. त्यामुळे तिला बोलावण्याचं धाडस करावंसं वाटत नाही. ॲमी त्या मानाने खूपच सौम्य आहे. तिचा स्वभाव नम्र, विनयशील आहे आणि माझ्या फ्लॉरेन्सला तिची चांगली सोबतही होईल. शिवाय युरोपच्या प्रवासामुळे तिला जो फायदा होईल, त्याबद्दल तिला कृतज्ञताही वाटेल, असा सारा विचार करून मी ॲमीलाच बरोबर न्यायचं ठरवलं आहे."

"अरे देवा! हे माझं तोंड! हे गप्प का बसत नाही?" विलक्षण पस्ताव्याने ज्यो हळहळत म्हणाली. आपल्या उथळपणाचा आणि तोंडाळपणाचा कधी नव्हे इतका तिला संताप आला. मिसेस मार्च क्षणभर तिच्याकडे टक लावून बघत राहिली आणि मग हलकेच ती म्हणाली,

"तुला जाता आलं असतं तर मला भारी आनंद झाला असता ज्यो, पण निदान या वेळी तरी ते शक्य दिसत नाही. तेव्हा ही निराशा तू मुकाट्यानं सहन केली

पाहिजेस. निदान स्वत: तळतळत राहून ॲमीच्या आनंदावर तरी तू विरजण घालू नकोस!''

"तसा प्रयत्न करीन मी.'' ज्यो डोळ्यांतले पाणी पुशीत खिन्नपणे म्हणाली, "तिच्या सुखाचा किंवा भाग्याचा मला मुळीच हेवा वाटत नाही. मी इतकी क्षुद्र बुद्धीची मुलगी नाही. पण मी फार खट्टू झाले आहे, एवढं मात्र खरं! आणि हे दु:ख सोसणं सोपं नाही हेही खरं!''

"ज्यो!'' बेथ तिच्याजवळ येऊन तिच्या गळ्यात हात टाकीत म्हणाली, "मी कदाचित स्वार्थी असेन, पण तू जात नाहीस, हे कळल्यावर मला मात्र फार आनंद झाला आहे. तू माझ्यापासून दूर जावंस, असं मला सध्या तरी मुळीच वाटत नाही!''

तिचे ते शब्द ऐकून ज्योचे हृदय भरून आले. स्वत:च्या दु:खावर फुंकर पडल्यासारखे तिला वाटले आणि बेथला जवळ घेऊन तिला कुरवाळताना स्वत:च्या निराशेचा तिला क्षणभर विसर पडला.

आँट कॅरोलचे पत्र आले, तेव्हा ॲमी बाहेर गेली होती. ती घरी येईपावेतो ज्योने आपल्या दु:खाला खूपच आवर घातला आणि ॲमी घरी आल्यानंतर इतरांच्या सुरात सूर मिसळून तिनेही तिचे मन:पूर्वक अभिनंदन केले. ॲमी मात्र ही आनंदाची वार्ता ऐकून हुरळून गेली नाही किंवा एकसारखे त्याविषयीच बडबडत राहून तिने इतरांना कंटाळाही आणला नाही. तिने आपली प्रसन्नता काबूत ठेवली आणि चित्रकलेचे साहित्य, पेन्सिल, रंग, कुंचले कागद इत्यादींची ती जुळवाजुळव करू लागली. प्रवासाला कपडे, पैसे, पासपोर्ट वगैरे गोष्टीही लागतात, याचे तिला भानच राहिले नाही!

'पॅलेट' वरचे रंग खरवडून साफ करताना ती गंभीरपणे आपल्या बहिणींना म्हणाली,

"मुलींनो, माझ्या दृष्टीनं युरोपच्या या प्रवासाचं महत्त्व फार मोठं आहे. ती काही नुसती गमतीची, चैनीची 'ट्रिप' नाही. माझ्या भवितव्याचा निर्णय या प्रवासात लागणार आहे. कलावंत म्हणून खरी प्रतिभा माझ्याजवळ आहे की नाही, याचा या प्रवासात मी अंदाज घेणार आहे!''

"आणि समज, हा निर्णय नकारार्थी लागला तर?'' ज्यो कडवटपणे म्हणाली. रडून रडून तिचे डोळे लाल झाले होते. पण तशा दुखऱ्या लाल डोळ्यांनीच ती शिवणकाम करीत बसली होती. ॲमीसाठी नव्या कॉलरी शिवून देण्याची कामगिरी तिच्यावर सोपवण्यात आली होती.

"निर्णय नकारार्थी लागला तर? तर – तर काय? परत आल्यानंतर कुठल्या तरी शाळेत चित्रकलेची शिक्षिका म्हणून मी काम करीन!'' ॲमी हसत हसत म्हणाली. पण तिच्या मनाला झालेल्या वेदना तिच्या चेहऱ्यावर उमटल्याखेरीज राहिल्या नाहीत.

आपले कलेचे स्वप्न इतक्या सहजासहजी सोडून देणे तिला अत्यंत अवघड वाटत होतेसे दिसले.

"तू कसली चित्रकलेची मास्तरीण होतेस?" ज्यो त्याच कडवट सुरात म्हणाली, "तू नशीबवान आहेस. युरोपच्या प्रवासात एखादा पैसेवाला नवरा पटकावशील आणि आल्यावर पुढचं सारं आयुष्य 'श्रीमंत पतीची राणी' म्हणून चैनीत घालवशील झालं!"

ज्योच्या बोलण्यात उघडउघड टोमणा होता. पण तिचे ते बोलणे ॲमीने मनाला लावून घेतले नाही. पुन्हा एकदा हसून खेळकरपणे ती म्हणाली,

"समजा, मी श्रीमंत नवरा पटकावला, तरी काय बिघडलं? धडपडणाऱ्या कलाकारांना भरपूर मदत करता येणं हेही काही कमी आनंदाचं नाही. मी श्रीमंत झाले तर माझ्या संपत्ताचा उपयोग मी अशा रीतीनं करीन."

"पण तुझ्यावर अशी पाळी यायचीच नाही." ज्यो म्हणाली, "तुझी सारीच स्वप्नं खरी ठरतात. तेव्हा प्रतिभाशाली चित्रकार होण्याचं तुझं स्वप्नही खरं ठरल्यावाचून राहणार नाही. आमच्यासारख्या अभागी लोकांची मात्र कसलीच हौस कधी पुरत नाही!"

"युरोपच्या प्रवासाची संधी हुकली म्हणून तुला भारी वाईट वाटतंय ना, ज्यो?" बहिणीच्या उदास चेहऱ्याकडे न्याहाळून बघत ॲमी सहानुभूतिपूर्वक म्हणाली.

"कुणालाही वाईट वाटेल!" एक उसासा टाकून ज्यो पुटपुटली.

"बरं तर, ज्यो. मी तिकडे गेले ना, की काही दिवसांनी काही ना काही युक्तीनं मी तुलाही तिकडं बोलावून घेईन." ॲमी म्हणाली, "आणि मग आपण खूप गंमत करू."

"ठीक आहे. तुझी सदिच्छा मी मान्य करते. तूर्त तरी याशिवाय अधिक कोण काय करणार आहे?" ज्यो म्हणाली आणि खाली मान घालून ती भराभर शिवणकाम करू लागली.

मध्यंतरीचे दिवस वाऱ्याच्या वेगाने उडून गेले आणि हां हां म्हणता ॲमीची प्रवासाला निघण्याची वेळ येऊन ठेपली. तिला निरोप देण्यासाठी बंदरावर जाण्याचे ज्योने साफ नाकारले. ॲमीला तिने घरीच निरोप दिला आणि ॲमीची गाडी जेव्हा वळणावरून वळली, तिच्या टोपीच्या रिबिनीचे निळ्या रंगाचे टोक जेव्हा हवेत फडफडून दिसेनासे झाले, तेव्हा ज्यो तडक मागे वळली, धाडधाड जिना चढून ती माळ्यावर गेली आणि तेथे कोचावर अंग टाकून ती इतकी रडली की, आयुष्यात पूर्वी किंवा नंतरही तेवढी ती क्वचितच शोकविव्हल झाली असेल!

इकडे बंदरावर आपल्या सर्व प्रियजनांचा निरोप घेतांना ॲमीची अवस्थाही

तशीच झाली होती. अगदी शेवटच्या क्षणी तिला एकदम जाणीव झाली की, आपण आणि आपल्या प्रेमाची माणसे यांच्यामध्ये आता हजारो मैलांचे अंतर पडणार आहे, उभयतांच्यामध्ये प्रचंड सागर हेलकावत राहणार आहे; त्या जाणीवेने ती कासावीस झाली आणि जवळ उभ्या असलेल्या लॉरीला बिलगून ओक्साबोक्शी रडत ती त्याला म्हणाली, ''मी दूर जाते आहे रे. फार दूर जाते आहे, आता माझ्या घरच्यांची तूच काळजी घे आणि तसाच जर काही प्रसंग आला तर–'' पुढे तिच्याने बोलवेना. तिचे सारे शब्द हुंदक्यांत गुरफटून गेले आणि तिचे अंगच नुसते थरथरत राहिले.

लॉरीने आपल्या हातरुमालाने तिचे डोळे पुसले आणि तिचे तोंड कुरवाळून तो रुद्ध स्वरात तिला म्हणाला, ''रडू नकोस बेटा अशी. मी साऱ्यांना जिवापाड जपेन आणि, समज, काही विपरीत घडलंच, तर तू असशील तिथे, तुझ्या सांत्वनासाठी मी धाव घेईन!''

आणि अशा रीतीने ॲमी 'पुरातन जगा'च्या दर्शनासाठी निघाली. घराचे संकुचित क्षेत्र सोडून कलेच्या, संस्कृतीच्या, इतिहासाच्या आणि परंपरांच्या विशाल व्यापक, रंजक आणि उद्‌बोधक अशा विशाल क्षेत्राचे अवलोकन करण्यासाठी निघाली. दूर दूर जाणाऱ्या आणि क्षणोक्षणी अस्पष्ट होणाऱ्या प्रचंड बोटीवरील ठिपक्यासारख्या दिसणाऱ्या ॲमीकडे तिचे आईबाप, भावंडे आणि प्रेमाची इतर माणसे डोळे भरून, टक लावून बघत होती. त्या आनंदी, निष्पाप आणि प्रेमळ मुलीला या नव्या साहसात संपूर्ण यश आणि सुख मिळावे म्हणून ईश्वराची मनोमन प्रार्थना करीत होती. होता होता ती बोटही क्षितिजाशी जाऊन अंतर्धान पावली आणि मग अफाट जलविस्तारावर दुपारच्या उन्हात चमचमणाऱ्या लाटाच काय त्या क्षितिजापर्यंत हेलकावत राहिल्या.

३१

आमच्या परदेशातील बातमीदाराकडून

माझ्या लाडक्यांनो,

'पिकॅडिली' मधील बाथ हॉटेलच्या पहिल्या मजल्यावरच्या एका खिडकीशी बसून हे पत्र मी लिहीत आहे. हे हॉटेल तसे सामान्यच आहे. पण अनेक वर्षांपूर्वी अंकल कॅरोल इकडे आले असताना ते इथेच उतरले होते. म्हणून याही खेपेला इथेच उतरावे, असा त्यांनी हट्ट धरला. मात्र आम्ही इथे फार दिवस राहाणार नाही. आता माझ्या प्रवासाची हकिकत. तसे सांगण्याजोगे कितीतरी आहे. खूप गमतीगमती होत आहेत. पण सारे कसे सांगावे, तेच समजत नाही. मी माझ्या डायरीतले उतारेच थोडेथोडे देते म्हणजे झाले. कारण साऱ्या प्रवासात स्केचेस करणे आणि डायरी लिहिणे याखेरीज मी दुसरे काहीच केले नाही.

तसे हॅलिफॅक्सहून माझी खुशाली कळविणारे एक छोटे पत्र मी तुम्हाला टाकलेच होते. एकंदरीने पाहता बोटीवरचा माझा प्रवास मजेत झाला असेच म्हटले पाहिजे. 'बोट लागणे' हा प्रकार माझ्या बाबतीत जवळ जवळ घडलाच नाही. दिवसाचा सारा वेळ मी डेकवरच घालवी. सर्वजण माझ्याशी चांगले वागत. विशेषत: बोटीवरचे ऑफिसर. हसू नकोस ज्यो; पण खरेच सांगते, हे लोक भारीच दिलदार आणि उमदे असतात. आपली छोटी छोटी कामे ते मोठ्या हौसेने करतात आणि ती कामे त्यांना सांगणे हे एक परीने त्यांच्या फायद्याचेच असते. नाहीतरी रिकामे बसून ते काय करतात? सारा वेळ सिगरेटीच फुंकतात ना?

आँट कॅरोल आणि फ्लो या मात्र एकसारख्या बिछान्यावर पडून असत. त्यांना फार त्रास झाला. मीच त्यांच्या दिमतीला असे आणि उरलेला सारा वेळ मी डेकवर घालवी.

बोटीवरून दिसणारे सूर्यास्त किती रम्य असतात म्हणून सांगू? आणि ती सुंदर हवा आणि त्या प्रचंड लाटा! समुद्रावरून बोट डौलाने आणि वेगाने चालली म्हणजे

वाटते, आपण एखाद्या चपळ घोड्यावर बसून खूप जोराने दौड करतो आहोत. प्रवासात मला बेथची फार आठवण झाली. तिला ही समुद्रावरची हवा कशी छान मानवली असती.

प्रवास असा मजेत चालला होता. तरीसुद्धा बोट आयरिश किनाऱ्याला लागली तेव्हा फार बरे वाटले. किनाऱ्यावरचा सारा प्रदेश हिरवागार असून सोनेरी उन्हाने तो उजळून निघाला होता. पिंगट किरमिजी रंगाची छोटी छोटी लाकडी घरे इतस्तत: विखुरली होती. काही टेकड्यांवरून जुन्या किल्ल्यांचे उद्‌ध्वस्त अवशेष दिसत होते. मध्येच दऱ्याखोऱ्यांतून श्रीमंत लोकांची आलिशान वसतिस्थाने डोकावत आणि बागांतून फिरणाऱ्या हरिणांचे कळप मन चकित करीत. खरे तर, ती अगदी सकाळची वेळ होती. पण हे सारे नीट पाहता यावे म्हणून मी पहाटे उठून डेकवर गेले होते, तिथून सारा किनारा नुकत्या रंगवलेल्या ओल्या चित्रासारखा दिसत होता आणि गडद गुलाबी रंगाचे आभाळ त्यावर वाकले होते. ते सुंदर दृश्य मी जन्मात विसरणार नाही.

बोटीवर नव्याने परिचय झालेले एक तरुण गृहस्थ मिस्टर लेनॉक्स क्वीन्स-टाऊनला उतरले. त्यांचा निरोप घेताना किलार्नीच्या तलावाबद्दल मी काहीसे बोलले, तेव्हा त्यांनी माझ्याकडे मोठ्या भावुक नजरेने पाहिले आणि अतिशय आर्त भावनाविवश स्वरात एका प्रेमगीताचे चरण जणू मला उद्देशून म्हटले. मला काही केल्या हसे आवरेना.

लिव्हरपूलला आम्ही अगदी थोडा वेळ थांबलो. हे स्थळ अतिशय गोंगाटाचे आणि तितकेच घाणेरडे आहे. तेथे बोट थांबताच अंकल ताबडतोब खाली उतरून गावात गेले आणि कातडी हातमोजे, जाड बूट, छत्री अशा वस्तू खरेदी करून परत आले. या पोषाखात आपण अगदी अस्सल इंग्रज दिसतो, असा त्यांचा समज होता. पण त्या बुटांना पॉलिश करण्यासाठी त्यांनी जेव्हा एका पॉलिशवाल्या पोराला जवळ बोलावले तेव्हा त्याने ताबडतोब अंकलला म्हटले, "साहेब, अगदी खास अमेरिकन थाटाचं पॉलिश करून देतो तुमच्या बुटांना!" त्यावर अंकलचा चेहरा अगदी फोटो काढण्यासारखा झाला हां, इथे आणखी एक गंमत झाली. त्या चावट लेनॉक्सने काय केले माहीत आहे? त्याने बोटीवरच्या आपल्या एका दोस्ताला सांगून ठेवले होते की, लिव्हरपूलला येताच एक छानसा पुष्पगुच्छ खरेदी करून त्याने तो लेनॉक्सच्या नावाने माझ्या खोलीत पोहोचता करावा. त्याप्रमाणे वॉर्डीने, त्या मित्राने लिव्हरपूलला माझ्या खोलीत एक सुंदर पुष्पगुच्छ धाडून दिला. सोबत चिठ्ठी होती 'रॉबर्ट लेनॉक्सकडून प्रेमाची अल्पशी भेट.' काय पोरींनो, गंमत आहे ना? मला प्रवास आवडतो बाई!

पण मी अशीच रेंगाळत राहिले तर या पत्रात मी लंडनपर्यंत कधीच येऊन

पोहोचणार नाही. तेव्हा आता पुढची वर्णने थोडक्यात आटोपते. आमचा हा सारा प्रवास चित्रांच्या प्रदर्शनातून केल्याप्रमाणे वाटला. कारण किनाऱ्यावर एकापेक्षा एक सुंदर देखावे उलगडत होते. मधून मधून शेतकऱ्यांची छोटी छोटी घरे लागत. त्यांची छपरे गवताने शाकारलेली असत. बाहेरून 'आयव्ही'चे वेल वर पसरलेले असत. पुढच्या बाजूला लाकडी जाळ्या बसवलेल्या खिडक्या दिसत आणि लठ्ठ गुलाबी पोरे कडेवर घेतलेल्या स्थूल, हसतमुख स्त्रिया दाराशी उभ्या राहिलेल्या दिसून येत. हिरव्यागार कुरणांतून पुष्ट गाई चरताना बघून मोठीच गंमत वाटे. गुडघ्याइतक्या वाढलेल्या 'क्लोव्हर' गवतात चरत असलेल्या त्या गाईंचे डोळे कसे शांत, तृप्त दिसत. कोंबड्यांच्या क्लक् क्लक् आवाजातून देखील समाधान उमटे आणि ज्यो, असे सुंदर रंग तर मी जन्मात कधी पाहिले नव्हते. गवत इतके हिरवेगार, आभाळ इतके निळेभोर, धान्य इतके पिवळे धमक आणि झाडी इतकी गर्द सावळी दिसे म्हणून सांगू! माझे तर डोळे त्या देखाव्यावरून क्षणमात्र हलायला तयार नसत. मी आणि फ्लो एकसारख्या डेकच्या काठाशी धावत जात असू आणि किनाऱ्यावरच्या गमती एकमेकींना दाखवीत असू आणि बोट ताशी साठ मैल वेगाने चाललेली असायची. आँट आमच्या बरोबर असे. पण थोड्याच वेळाने ती थकून केबिनमध्ये जाऊन बसे. अंकल डेकवरच्या आरामखुर्चीवर पेपर वाचीत नाहीतर गाईड बुक चाळीत पडून राहत. काही वेळा त्यांचा नि आमचा मोठा गमतीदार संवाद होई. त्याचा हा एक नमुना बघा :

ॲमी : अहा! ते झाडीत दडलेलं दिसतंय ना, ते 'केनिलवर्थ' असावं. आठवतं ना तुला फ्लो, 'स्कॉट'चं केनिलवर्थ?

फ्लो : ओ हो हो! हेच का ते केनिलवर्थ? आपण जायला हवं एकदा तिथं. पपा. केनिलवर्थ पाहिलंत का? झाडीतून डोकावतंय बघा.

अंकल : (शांतपणे) तो केनिलवर्थचा किल्ला नाही पोरींनो. ते आहे दारू दुकान! मग? जायचंय तिथं तुम्हाला?

आणखी काही वेळ जातो. पुन्हा आम्हाला काही तरी दिसते. पुन्हा फ्लो धावत आपल्या वडिलांकडे जाते.

फ्लो : पपा, पपा, गवतात ती पांढरी शुभ्र मेंढरं कशी बसली आहेत बघा.

अंकल : ते गवत नव्हे पोरींनो. पाणथळ जागा आहे ती आणि पांढऱ्याशुभ्र दिसताहेत ना, त्या मेंढ्या नव्हेत काही. त्या हंसी आहेत, हंसी!

असे जेव्हा दोनचारदा झाले, तेव्हा फ्लो कंटाळून एक कादंबरी घेऊन वाचीत बसली आणि मी एकटीच डेकच्या काठाशी उभी राहून निसर्गशोभा पाहू लागले.

आम्ही लंडनला येऊन पोहोचलो, तेव्हा नेहमीसारखीच पावसाची बुरबुर चालू होती. दाट काळपट धुक्याचे गच्च झाकण बसले होते आणि जिकडे बघावे तिकडे

रेनकोट आणि छत्र्या यांचेच साम्राज्य पसरले होते. आम्ही आल्याबरोबर हॉटेल गाठले. खोल्या मिळताच सामानाच्या ट्रंका, पेट्या उघडल्या आणि पावसाची उघडीप पडेल तसतशी बाजारात जाऊन खरेदी केली. मी येताना इतक्या घाईने प्रवासाची तयारी केली होती की, पुरेसे सामान घ्यायलाही मला वेळ मिळाला नव्हता. म्हणून येथे येताच आँटने माझ्यासाठी बऱ्याच वस्तू विकत घेतल्या. त्यामध्ये निळे पीस लावलेली एक पांढरी शुभ्र टोपी आहे. मस्लिनचा पांढरा शुभ्र तलम पोषाख आहे आणि एक शुभ्र शालही आहे. शाल तर इतकी सुंदर आहे की, अशी वस्तू निदान मी तरी जन्मात पाहिली नव्हती. खरोखर, रीजंट स्ट्रीटवरील छान छान दुकानांतून खरेदी करण्यासारखा आनंद दुसऱ्या कशातही नसेल! वस्तू जितक्या सुरेख, तितक्याच स्वस्तही मिळतात इथे. सहा पेन्स वाराने रिबन्स मिळतात. म्हणजे स्वस्ताईची कमाल आहे की नाही? मी तर एकदम खूपशा रिबन्स घेऊन ठेवल्या आहेत. माझे हातमोजे मात्र मी थेट पॅरिसमध्येच खरेदी करणार आहे. पॅरिसमध्ये खरेदी. अहा! हे ऐकायला देखील किती छान वाटतं की नाही, पोरींनो?

परवा एक गंमतच झाली. आँट आणि अंकल दोघेही कुठे तरी चहाला गेले होते. तेव्हा मी आणि फ्लो दोघीजणी हॉटेलबाहेर पडलो आणि खास लंडन येथील सुप्रसिद्ध घोडागाडीत, कॅबमध्ये बसून फिरायला गेलो. मागाहून आम्हाला कळले की, तरुण मुलींनी असे एकट्या-दुकट्याने गाडीतून हिंडणे येथे सभ्यपणाचे समजले जात नाही. अर्थात आम्हाला हे ठाऊकच नव्हते. आम्ही गाडीत बसून दरवाजा लावून घेताच गाडीवानाने गाडी अशी भरधाव सोडली की, ज्याचे नाव ते! फ्लो घाबरली आणि गाडीवानाला थांबवायला ती मला सांगू लागली. पण गाडी होती बंद चौकोनी डब्यासारखी. त्यातून त्या गाडीवानाशी कसे बोलावे, हेच मला कळेना. मी ओरडू लागले, पण त्याला काही केल्या ते ऐकू येईना. गाडी आपली धावतेच आहे. मी अगदी हताश झाले. तेवढ्यात गाडीच्या छताला एक चौकोनी छोटे दार होते ते मला दिसले. मग मी त्यातून छत्री वर काढून ती हलवू लागले. तेव्हा त्या दाराशी गाडीवानाचा चेहरा प्रगट झाला. आत तोंड घालून तो दारूने जड झालेल्या आवाजात विचारू लागला,

"काय झालं? काय हवंय, बाईसाहेब?"

"गाडी जरा हळू चालवा." मी भीत भीत म्हटले.

"ठीक आहे!" असे म्हणून तो अदृश्य झाला. आता गाडीची गती इतकी कमी झाली की, जणू काही आम्ही कोणाच्या स्मशानयात्रेलाच निघालो आहोत. इतकी संथ गती बरी वाटेना म्हणून मी जो गाडीवानाला 'जरा जलद जाऊ द्या' असा इशारा द्यायला गेले तो पुन्हा त्यानं गाडी पहिल्यापेक्षाही जास्त वेगाने भरधाव सोडली. मी आणि फ्लो जीव मुठीत धरून आपापल्या जागी कशा तरी बसून राहिलो. शेवटी

गाडी धडधडत हॉटेलसमोर येऊन उभी राहिली तेव्हा आम्ही सुटकेचा नि:श्वास सोडला!

आज हवा चांगली पडली होती. म्हणून आम्ही 'हाईड पार्क' बघायला गेलो होतो. 'हाईड पार्क' आमच्या हॉटेलपासून नजीक आहे. कारण हॉटेल बड्या लोकांच्या वस्तीत आहे. डेव्हनशायरचे ड्यूक आणि वेलिंग्टनचे ड्यूक यांचे राजेशाही प्रासाद येथून जवळच आहेत. अजून एकाही ड्यूकचे आम्हाला दर्शन घडले नाही. पण मखमली पोषाख चढवलेले त्यांचे नोकरचाकर मात्र अधूनमधून केव्हा तरी आम्हाला दिसतात. इथले एकेक देखावे मात्र अगदी गमतीदार असतात. हे देखावे नि इथे वावरणारी माणसे बघून 'पंच' मधील व्यंगचित्रांची सारखी आठवण येते मला. आपल्या लाल पिवळ्या रंगाच्या घोडागाड्यांतून हिंडणारे लठ्ठ श्रीमंत लोक, देखण्या तरुण मुली, गुटगुटीत गुलाबी बाळे, चमत्कारिक आकाराच्या इंग्लिश टोप्या नि लव्हेंडर रंगाचे हातमोजे घातलेले चैनी रंगेल तरुण, उंच, धिप्पाड देखणे सैनिक – एक ना दोन. माणसांचे किती नमुने बघायला मिळताहेत म्हणून सांगू? मी तर एकसारखी भराभर 'स्केचेस' करीत सुटले आहे दिसेल त्याची!

एक गंमत माहीत आहे? आपण ज्याला 'रॉटन रो' म्हणून ओळखतो त्या रस्त्याचे खरे नाव आहे 'रूट द रॉय' आणि या फ्रेंच नावाचा अर्थ आहे, 'राजमार्ग' किंवा 'राजरस्ता'. हल्ली मात्र या रस्त्याने राजापेक्षा घोडे आणि घोडेस्वार यांचीच रहदारी जास्त असते. इथे भाड्याने घोडे मिळतात. त्यावर बसून तुम्ही मनसोक्त दौड करावी. इथले मोतद्दारही फार सभ्य आणि मनमिळावू आहेत. ते तुम्हाला खूप मदत करतात. इथल्या बायकांना मात्र घोड्यावर चांगले बसता येत नाही. आखूड झगे घालून नि डोक्यावर उंच टोप्या चढवून घोडदौडीचे नुसते नाटक करीत असतात बिचाऱ्या. मी माझे अश्वारोहणकौशल्य दाखवून त्यांना दिपवून टाकावे म्हणते आहे! इथल्या लोकांचा घोड्यावर बसण्याचा षौक मात्र दांडगा आहे. म्हातारी माणसे, पोक्त्यापुरवत्या लठ्ठ बायका, तरुण मुलेमुली, लहान पोरेबाळे – सारीच घोड्यावर बसतात. तरुण मंडळींत इथे एकसारखे प्रियाराधन चाललेले असते. ते बघताना मोठी मौज वाटते. आज दुपारीच एका प्रेमी युगुलाला झाडाच्या आडोशाने गुलाबकळ्यांची देवघेव करताना मी पाहिले. प्रीतीची खूण गुलाबकळीच्या रूपाने एकमेकांना पटवण्याची कल्पना मला फार बेहद्द आवडली.

संध्याकाळी आम्ही वेस्ट मिनिस्टर ॲबेला भेट दिली. या विलक्षण स्थळाचे वर्णन मी काय करावे? शब्द संपुष्टात येतात. लेखणी कुंठित होते. तेव्हा 'हे स्थळ अवर्णनीय आहे' एवढेच म्हणून मी थांबते.

मध्यरात्री

आता फार उशीर झाला आहे. पण एक सांगायचे राहिलेच. ते लिहून

टाकल्याशिवाय मला चैन पडणार नाही. काल संध्याकाळी आमच्या हॉटेलवर आम्हाला भेटायला कोण आले असेल, ओळखा पाहू? तुम्ही ओळखणे शक्यच नाही. तेव्हा मीच काय ते सांगते. लॉरीचे इंग्लिश मित्र फ्रँक वॉघन आणि फ्रेड वॉघन हे दोघे काल मुद्दाम आमच्या भेटीला आले होते, त्यांच्यात इतका बदल झाला आहे म्हणून सांगू? त्यांनी जर आपल्या नावाची कार्डे आधी धाडली नसती तर मी त्यांना ओळखले देखील नसते! दोघेही जण आता चांगलेच उंच, धिप्पाड झाले आहेत. दोघांनीही ऐटबाज मिशा ठेवल्या आहेत. फ्रेड तर पूर्वीपासून देखणा होताच. पण फ्रँकही आता छान दिसू लागला आहे. त्याच्या पायातला दोष आता लक्षातही येत नाही. चालताना किंचित लंगडल्यासारखे करतो, एवढेच. कुबड्या त्याने कधीच टाकून दिल्या आहेत. मी इकडे आल्याचे त्यांना लॉरीच्या पत्रावरून कळले आणि म्हणून ते दोघे आवर्जून मला भेटायला आले होते. त्यांनी आम्हालाही घरी बोलावले आहे. पण अनोळखी घरी जायला अंकलना आवडत नाही. म्हणून मी आणि फ्लो अशा दोघीच कधी तरी त्यांच्याकडे जाऊन येऊ. काल रात्री त्यांनी आम्हाला नाटकालाही नेले होते. आमचा वेळ फार मजेत गेला. फ्रँक सारा वेळ फ्लोशी गप्पा मारीत होता आणि फ्रेड माझ्या दिमतीला होता. आम्ही एकमेकांशी इतके बोललो की, जणू काही आमची गेल्या कित्येक वर्षांची ओळख आहे! बेथला सांगा की, फ्रँकने तिची खूप आठवण काढली आणि तिची प्रकृती हल्ली बरी नसते, हे ऐकून त्याला फार वाईट वाटले. ज्योचा विषय निघाला तेव्हा फ्रेड मनापासून हसला. त्याने तिला व तिच्या भल्या थोरल्या हॅटला नमस्कार धाडले आहेत. आठवते ना तुला ज्यो, लॉरीच्या पिकनिकच्या वेळी तू ती हॅट घातली होतीस. ते दोघेही भाऊ ती पिकनिक अद्याप विसरले नाहीत. त्यातल्या साऱ्या गमती त्यांना अजून आठवताहेत. किती दूरचे वाटतात ते दिवस, नाही?

आँट दारावर टकटक करून मला दिवा बंद करण्याची सूचना देते आहे. तेव्हा आता थांबायलाच हवे. मला अगदी खरोखर लंडनमधल्या चैनी आणि धनाढ्य स्त्रियांपैकी आपण एक असल्यासारखे वाटते आहे. खोलीत चहूकडे सुंदर सुंदर वस्तू पसरल्या आहेत. डोक्यामध्ये बागा, म्युझियम, नवे पोषाख, थिएटर्स, नाटके यांचा एकच गोंधळ चालू आहे आणि आपल्या झोकदार मिशांवर ऐटीने ताव देऊन बोलणाऱ्या देखण्या इंग्लिश तरुणांची मध्येच आठवण होत आहे. चैन, ती याहून काय वेगळी असते? पण इकडे मी कितीही मजेत असले तरी तुम्हा साऱ्यांची मला फार फार आठवण येते आणि इकडे मी कितीही खुळ्यासारखी वागत असले तरी अद्याप मी आहे ती तीच तुमची नेहमीची लाडकी, भाबडी, छोटी,

– ॲमी

पॅरिस

माझ्या लाडक्या बहिणींनो,

माझ्या गेल्या पत्रात मी तुम्हाला लंडनविषयी सर्व माहिती लिहून कळविली होती. तेथे आम्हाला वॉघन बंधू कसे भेटले आणि त्यांनी आम्हाला घरी कसे आमंत्रण दिले, ते सारे मी त्या पत्रात लिहिले होतेच. त्यांनी आम्हाला नंतर छान छान पार्ट्या दिल्या. हॅम्टन कोर्ट आणि केन्सिंग्टन म्युझियम या दोन्ही ठिकाणी मी जाऊन आले. ही ठिकाणे मला सर्वांत अधिक आवडली. कारण हॅम्टनला मी राफेलने काढलेली व्यंगचित्रे पाहिली आणि म्युझियममध्ये टर्नर, लॉरेन्स, रेनॉल्ड्स, होगार्थ आणि इतर नामवंत चित्रकारांची पेंटिंग्ज मला पाहायला मिळाली. ती पाहून डोळ्यांचे अगदी पारणे फिटले! रिचमंड पार्कमधला दिवस फार मजेत गेला. कारण तेथे आम्ही अगदी खास इंग्लिश पद्धतीच्या पिकनिकला गेलो होतो. तिथल्या प्रचंड ओक वृक्षांची मी कितीतरी स्केचेस केली. त्याप्रमाणे हवेत भरारणारे लार्क पक्षीही मी तेथेच प्रथम पाहिले. कोकिळेचा उंच सूरही पहिल्यांदाच ऐकला. लंडनला आम्ही अगदी मनसोक्त भटकलो आणि याचे श्रेय फ्रेड नि फ्रँक यांनाच आहे. हे इंग्रज लोक प्रथमदर्शनी जरा शिष्ट, अबोल नि माणूसघाणे वागतात. पण एकदा का त्यांनी तुम्हाला स्नेहाच्या नात्याने जवळ केले म्हणजे मग मात्र त्यांच्या आतिथ्यशीलतेला नि औदार्याला पारावार नाही! वॉघन बंधूंना आमचा निरोप घेताना वाईट वाटले. आम्हाला पण वाईट वाटले. ते दोघे हिवाळ्यात रोममध्ये पुन्हा आम्हाला भेटणार आहेत म्हणे. तसे ते जर भेटले नाहीत तर माझी फार निराशा होईल. कारण त्या दोघांशी, तशीच त्यांच्या बहिणीशी – ग्रेसशीही – आमची आता चांगलीच गट्टी जमली आहे. दोन्ही मुले फार सुस्वभावी आहेत. विशेषत: फ्रेड!

गंमत पहा. आम्ही पॅरिसला येऊन जरासे टेकतो न टेकतो तो फ्रेड इथे आला आहे. तो काहीतरी सुट्टी घेऊन इथे आला आहे म्हणे. नि मग तो स्वित्झर्लंडला जाणार आहे म्हणे. आमच्या पाठोपाठ फ्रेडला येथे आलेला पाहून आँट सुरुवातीला जराशी नाराज झाल्यासारखी दिसली आणि पहिल्या भेटीत ती फ्रेडशी विशेष बोललीही नाही. पण फ्रेडचे वागणे इतके सभ्य, सुसंस्कृत नि मनमोकळेपणाचे आहे की, आँटला तक्रार करायला कुठेच जागा मिळाली नाही. आता आम्ही सारीजणे मजेत हसतो, खेळतो. एकत्र हिंडतो फिरतो. फ्रेड येथे आला हे एकपरीने चांगलेच झाले. कारण इथे फ्रेंचखेरीज दुसरी भाषाच कोणी बोलत नाही. फ्रेड फ्रेंच उत्तम बोलतो. त्यामुळे त्याची आम्हाला फार मदत होते. अंकलना तर फ्रेंच भाषेतले धड दहा शब्ददेखील बोलता येत नाहीत. मग ते इंग्रजीच जोरजोराने बोलू लागतात! जणू जोराने इंग्रजी बोलले की, ते साऱ्यांना कळते! आँटचे फ्रेंच उच्चार जुन्या वळणाचे आहेत. माझे आणि फ्लोचे फ्रेंच भाषेचे ज्ञान तर काय विचारावे? त्याला ज्ञान म्हणण्याऐवजी अज्ञान म्हटल्यास अधिक शोभेल! त्यामुळे आमच्या वतीने साऱ्यांशी

फ्रेंच बोलणाऱ्या फ्रेडचा साहजिकच आम्हाला मोठा आधार वाटतो.

इथे वेळ इतका मजेत जातो आहे म्हणून सांगू? सकाळपासून संध्याकाळपर्यंत आम्ही सारीजणे नुसती भटकत असतो. वेगवेगळी स्थळे पाहणे काय, पार्ट्या काय, पिकनिक काय – काही विचारू नका! पाऊस पडत असेल तेव्हा सारा वेळ मी लूव्ह्र मध्ये घालवते. तिथली जगप्रसिद्ध चित्रे कितीदाही पाहिली तरी मनाचे पुरेसे समाधान होत नाही. तिथल्या काही सुंदर चित्रांकडे पाहून ज्यो, तू कदाचित नुसतेच नाक मुरडशील. कारण तू तशीच दुष्ट आहेस नि तुला कलांबद्दल विशेष आस्थाही नाही. मला मात्र ती आहे. म्हणून सुरेख सुरेख कलाकृती बघण्याची आणि स्वत:ची अभिरुची प्रगल्भ करण्याची एकही संधी मी सोडीत नाही. त्यापेक्षा इथल्या म्युझियममधले ऐतिहासिक अवशेष तुला अधिक आवडतील, ज्यो. मी आतापर्यंत अशा किती तरी वस्तू पाहिल्या आहेत की, ज्या बघताना हृदय भरून आले. नेपोलियनची हॅट आणि राखी रंगाचा कोट, त्याच्या छोट्या मुलीचा पाळणा, मेरी अँटॉयनेटचे छोटे बूट, सेंट डेनिसची अंगठी आणि अशाच आणखी किती तरी वस्तू मला पाहायला मिळाल्या. खरे सांग ज्यो, हे सारे बघायला तुला आवडले असते की नाही?

इथला जुना राजवाडा हे एक अत्यंत सुंदर आणि प्रेक्षणीय स्थळ आहे. इथे नाना प्रकारच्या सुरेख कलाकुसरीच्या, मूल्यवान आणि चित्तवेधक वस्तू इतक्या पाहायला मिळतात म्हणून सांगू! त्या विकत घेण्याची आपल्याला ऐपत नाही म्हणून जीव अगदी थोडा थोडा होतो. फ्रेड माझ्याकरिता काही छान वस्तू खरेदी करायला निघाला होता. मी अर्थातच तसे त्याला करू दिले नाही. इथली इतरही अनेक प्रसिद्ध स्थळे मी पाहिली.

इथल्या अनेक बागांतून आम्ही अनेकदा हिंडलो आहोत. कारण त्या फार सुंदर आहेत. पण मला सर्वांत जर काही आवडले असेल तर त्या जुन्या लक्झेंबर्ग बागा! 'पियेर ला झेज' तर मला फारच गमतीदार वाटले. येथे असलेली अनेक थडगी म्हणजे छोट्या छोट्या खोल्याच आहेत. त्या खोल्यांतून मध्यभागी एका टेबलावर मृताची तसबीर किंवा पुतळा ठेवलेला असतो आणि भोवताली त्याच्या प्रेमाच्या माणसांना नीट बसून शोक करता यावा म्हणून खुर्च्या मांडून ठेवलेल्या असतात. आहेत की नाहीत हे फ्रेंच लोक विक्षिप्त?

आम्ही तूर्त राहाण्यासाठी जी जागा भाड्याने घेतली आहे, ती 'रुंद रिव्होली' नामक रस्त्यावर आहे. आमच्या खोल्यांना पुढच्या बाजूला सुंदर सज्जा आहे. तेथे उभे राहिले की, या सुंदर रुंद, प्रशस्त राजमार्गावरून वाहणारी घनदाट रहदारी कशी छान दिसते. आम्हाला तर हे दृश्य इतके वेधक वाटते की, संध्याकाळच्या वेळी फिरायला जाण्याच्या ऐवजी आम्ही या सज्ज्यातच खुर्च्या टाकून गप्पा मारीत बसतो. फ्रेड बहुधा नेहमीच बरोबर असतो. फारच सुस्वभावी, छान आहे तो. मला

तर त्यांच्याइतका आकर्षक तरुण अद्याप कधीच भेटलेलाच नाही – अर्थात लॉरीचा अपवाद सोडून. लॉरी आपल्याला अधिक जवळचा आहे आणि त्याच्या रीतीभातीत अधिक सुसंस्कृतपणा आहे. पण फ्रेड मला फार फार आवडला, एवढे मात्र खरे. एकच वाटते, तो इतका लाल गोरा असण्याऐवजी जरासा सावळ्या रंगाचा असायला हवा होता. फार गोरे पुरुष मला आवडत नाहीत. पण वॉघन घराणे अत्यंत श्रीमंत आणि प्रतिष्ठित आहे. तेव्हा या भावांच्या गोऱ्या रंगाकडे आणि तांबूस पिवळ्या केसांकडे मी फार चिकित्सेने बघणार नाही. तसेच पाहिले तर माझे केसदेखील सोनेरीच नाहीत का?

पुढल्या आठवड्यात आम्ही जर्मनी आणि स्वित्झर्लंड या देशांत जाणार आहोत. प्रवास फारच वेगाने होणार असल्यामुळे मला प्रवासात अशी सविस्तर पत्रे लिहिता येणार नाहीत. मी रोज नियमाने माझी दैनंदिनी लिहिते आणि पपांनी सांगून ठेवले आहे त्याप्रमाणे सारे काही बारकाईने बघण्याचा नि पाहिलेले नीट ध्यानात ठेवण्याचा प्रयत्न करते. त्याप्रमाणे त्यांच्याच सांगण्यानुसार पत्रातून सर्व स्थळांचे यथातथ्य वर्णन करण्याचीही शिकस्त करते. पण मला वाटते, माझ्या पत्रापेक्षाही माझ्या स्केच बुकातली चित्रेच तुम्हाला माझ्या प्रवासाची अधिक चांगली कल्पना देतील.

तुम्हा सर्वांना प्रेमपूर्वक आलिंगन.

तुमची,
ॲमी
हायडेलबर्ग

प्रिय आई,

थोड्याच वेळाने आम्ही बर्न येथे जायला निघणार. तत्पूर्वी घाईघाईने हे पत्र लिहीत आहे. कारण इकडे काही महत्त्वाच्या घटना घडल्या आहेत आणि त्या ताबडतोब तुझ्या कानांवर घातल्याच पाहिजेत, असे मला वाटते.

ऱ्हाईन नदीवरचा आमचा जलप्रवास फार मजेत पार पडला. या नदीची शोभा आणि तीरावरील प्रदेशाची रम्यता केवळ अवर्णनीय आहे. कॉब्लेंझ येथेही आमचा वेळ फारच छान गेला. तेथे फ्रेड आणि त्याच्या परिचयाचे बॉन येथील काही विद्यार्थी यांनी मिळून आम्हाला 'सेरेनेड' म्हणजे निशागीत ऐकवले. हे सारे कसे घडले, ते तपशीलवार सांगते. सुंदर चांदणी रात्र होती. मी आणि फ्लो हॉटेलमधल्या आमच्या खोलीत गाढ झोपी गेलो होतो. मध्यरात्री एक दीडचा सुमार असेल. एकाएकी आम्हा दोघींना अचानक जाग आली. आमच्या खिडकीखाली बागेतून अतिशय मधुर आणि हृदयस्पर्शी संगीताचे सूर उमटत होते. आम्ही धावतच बाहेर सज्जावर आलो आणि पडद्याआड लपून मोठ्या कुतूहलाने खाली पाहू लागलो. बघतो तर काय? फ्रेड

आणि त्याचे मित्र खिडकीखाली उभे राहून, हाती तंतुवाद्ये घेऊन त्याच्या साथीवर विलक्षण आर्त प्रेमगीते गाताहेत! खरेच सांगते आई, असे अद्भुतरम्य दृश्य मी कधीच पाहिले नसेल. वरून मंदपणे झरणारे ते शुभ्र चांदणे, चांदण्यात चमकणारी नदी आणि तिजवरचा तो चिमुकला पूल, दूर अंतरावर उभा असलेला तो प्रचंड काळाभोर दगडी किल्ला, बागेत झाडाखाली झालेली चांदण्याची नि सावल्यांची ती सरमिसळ आणि त्यातून उमटणारे, काळजाला भिडणारे ते सूर – पाषाणाचेही हृदय विरघळावे असाच तो सारा अनुभव होता.

त्यांचे गाणे संपले तेव्हा आम्ही सज्जातून काही फुले खाली फेकली. त्यांनी ती लगबगीने वेचली. आम्ही त्यांना दिसत नव्हतो तरी सज्जाकडे बघून त्यांनी आपल्याच हातांची चुंबने घेतली आणि हसत हसत ते तिथून निघून गेले. दुसऱ्या दिवशी सकाळी फ्रेडने आपल्या खिशात जपून ठेवलेले एक सुकलेले, चुरगळलेले फूल काढून मला दाखवले आणि माझ्याकडे तो विलक्षण भावुक नजरेने बघू लागला. मी हसत हसत त्याला म्हटले, ''हे फूल मी फेकलंच नव्हतं मुळी. फ्लोने फेकलं असेल ते.'' त्यावर मात्र तो वरमला आणि हातातले फूल त्याने तिरस्काराने फेकून दिले. मला वाटते, या फ्रेडचा प्रश्न जरासा बिकटच होऊन बसणार आहे!

नासो, बदेनबदेन ही ठिकाणे मला भारी आवडली. बदेनबदेन येथे फ्रेडने जुगारात बरेच पैसे घालवले. तेव्हा मी त्याला खूप रागावले. फ्रेडचा स्वभाव लहान मुलासारखा निष्कपट, भाबडा आहे. त्यातून आता फ्रँकही त्याच्याजवळ नाही त्यामुळे मलाच त्याच्यावर लक्ष ठेवावे लागते. केट – त्याची बहीण – एकदा म्हणाली होती त्याप्रमाणे त्याचे लवकरच लग्न झाल्यास बरे. फ्रँकफूर्ट हे शहर मला फार रमणीय वाटले. महाकवी गटेचे घर आणि शिलरचा पुतळा पाहून मी थरारून गेले. मात्र हे सारे बघताना ज्योची मला सारखी आठवण येत होती. तिच्यासारखे माझे वाचन दांडगे नाही. त्यामुळे काही संदर्भ मला नीटसे कळत नव्हते आणि कोणाला विचारावे म्हटले तर लाज वाटत होती. ज्यो बरोबर असती तर तिने सारे काही मला नीट समजावून सांगितले असते.

आई, आता मात्र माझ्या निवेदनातला महत्त्वाचा भाग आला आहे. कारण मी यापुढे सांगणार आहे ती घटना इथेच घडली आणि फ्रेड नुकताच माझा निरोप घेऊन गेला आहे. या सर्व प्रवासात फ्रेडचा आणि माझा खूपच जिव्हाळ्याचा स्नेह जडला. तो माझ्याशी फार प्रेमळपणे वागला आणि मलाही त्याचा लळा लागल्यासारखे झाले. पण साध्या स्नेहभावनेपेक्षा यात काही जास्त असेल, असे मी प्रारंभी तरी मानले नाही. त्या दिवशी मध्यरात्री फ्रेडने जेव्हा माझ्या खिडकीखाली उभे राहून प्रेमगीते गायिली, तेव्हा मात्र या प्रकरणाचा मी गंभीरपणे विचार करू लागले. मला वाटते, चांदण्या रात्रीतले फिरणे, सज्जावर मारलेल्या गप्पा आणि दिवसभर एकत्र

हिंडणे या सर्व गोष्टींचा फ्रेडने जरा वेगळा अर्थ घेतला असावा. तू म्हणशील आई, की मीच त्याला तसे वाटू दिले असेल. पण देवाशपथ सांगते, मी कधीही मर्यादा सोडली नाही. किंवा खोट्या प्रेमाचा खेळ खेळले नाही. तू सांगितले होतेस, त्याप्रमाणे वर्तनातला एक विशिष्ट संयम मी सतत पाळला आहे. आता लोकांना मी आवडते, त्याला मी काय करू ? पण माझ्यासाठी कोणी कासावीस व्हावे किंवा दुःखी व्हावे, हे मला बरे वाटत नाही. ज्यो म्हणते, मला काळीजच नाही. पण ते खोटे आहे. तिच्याइतकीच मीही हळवी आहे.

आता एक सांगते, आई. मला माहीत आहे की, पुढला मजकूर वाचल्यावर तू नाराज होशील आणि माझ्या बहिणी 'ही ॲमी पहिल्यापासूनच मुळी शंभर टक्के व्यवहारी आहे' असे उद्‌गार काढून माझा निषेध करतील. पण माझा निश्चय ठरून गेला आहे.तो असा : आज ना उद्या फ्रेडने जर मला लग्नाची मागणी घातली तर मी त्याला सरळ होकार देऊन टाकणार आहे. माझे त्याच्यावर अगदी उत्कट, काव्यात्म प्रेम जडले आहे असे नाही. पण तो मला आवडतो, एवढे मात्र खरे. त्यामुळे आमचे दोघांचे चांगले जमेल, असे मला वाटते. तो देखणा आहे. तरुण आहे. बुद्धिवान आहे. मुख्य म्हणजे किती तरी श्रीमंत आहे. अगदी आपल्या लॉरेन्स मंडळींहूनही किती तरी पटीने श्रीमंत! त्याच्या घरची माणसेही सभ्य, सुसंस्कृत, मनमिळावू आहेत आणि त्यांना मी आवडते, हे मला माहीत आहे. फ्रेडला वारशानेच अफाट पैसा मिळणार आहे. लंडनमधले त्याच्या स्वतःच्या मालकीचे घर अतिशय सुंदर आहे. शिवाय उपनगरात त्याचे एक आलिशान निवासस्थान आहे, ते वेगळेच. ते तर राजवाड्यासारखे भव्य आणि ऐटबाज आहे. शिवाय भोवती स्वतःच्या मालकीची केवढी तरी जागा, सुंदर बगीचा आणि डौलदार, उमद्या घोड्यांनी भरलेला तबेला. याखेरीज हिऱ्यामोत्यांचे अलंकार, नोकरचाकर, चित्रे, पुतळे, पुस्तके यांची रेलचेल आहे! खरोखरीच आई, नुसत्या नावाच्या किंवा पदवीच्या पोकळ डौलापेक्षा अशा अस्सल खानदान ऐश्वर्याचे महत्त्व मला अधिक वाटते. म्हणून लग्नामुळे असे घर मिळाले तर त्यात मला मोठेच समाधान वाटेल.

तुम्ही सारीजणे मला नेहमी हिशेबी, व्यवहारी म्हणता. मी तशी असेनही. पण त्यात वाईट काय आहे तेच कळत नाही मला. दारिद्र्याचा मला तिटकारा वाटतो आणि श्रीमंत होण्याची संधी मी कधीही सोडणार नाही. शिवाय आई, असे बघ. आम्हा चौघी बहिणींपैकी निदान एकीने तरी शहाणपणाने पतीची निवड करायला हवी आणि श्रीमंत कुटुंबाशी सोयरीक जोडायला हवी. मेगने तसे काही केले नाही. ज्योचा तूर्त तरी लग्नाचा विचार दिसत नाही. बेथ आपल्या दुखण्यानेच हैराण झाली आहे. तेव्हा मलाच आता समंजसपणे लग्न करायला हवे. म्हणून मी फ्रेडशी लग्न करणार आहे. आपल्या सर्व घराला हा नवा संबंध फायदेशीर ठरेल.

अर्थात मी हे सारे निव्वळ पैशासाठी करते आहे, असे नव्हे. फ्रेडचा मला अगदी तिरस्कार वाटत असूनही जर मी त्याच्या पैशाखातर त्याच्याशी लग्न करायचा निर्धार केला असता, तर तो अक्षम्य गुन्हा झाला असता. पण वस्तुस्थिती तशी नाही. फ्रेड हा माझा आदर्श पुरुषोत्तम खचित नव्हे. पण तो मला फार आवडतो आणि प्रत्यक्षात अजून त्याने काही म्हटले नसले तरी मीही त्याला आवडते, हे अनेक लहान मोठ्या प्रसंगांच्या निमित्ताने मला कळून चुकले आहे. तेव्हा आम्ही लग्न केल्यास त्यात काही फारसे बिघडेल असे मला मुळीच वाटत नाही. कुणी सांगावे, कालांतराने आमचे एकमेकांवर उत्कट प्रेम जडेलसुद्धा!

कालचीच घटना सांगते : काल संध्याकाळी सूर्यास्तानंतर गावाबाहेरचा एक पडका किल्ला बघण्यासाठी आम्ही गेलो होतो. फ्रेड नंतर तेथे येऊन आम्हाला गाठणार होता. त्या आधी तो पोस्टात जाऊन स्वत:चे टपाल बघणार होता. आम्ही किल्ल्यावर गेल्याबरोबर माणसे सर्वत्र विखुरली. ती सारी किल्ल्याचा अंतर्भाग बघण्यात गर्क झाली असताना मी एका भग्न तटावर येऊन उभी राहिले. समोरचे आभाळ अवर्णनीय रंगांनी रंगले होते. मावळत्या सूर्याची सोनेरी किरणे सर्वत्र पसरली होती. जांभळ्या-निळ्या रंगाच्या फुलांनी बहरलेल्या वेली तटावर गच्च पसरल्या होत्या आणि मी तेथे माझ्या प्रियकराची प्रतीक्षा करीत उभी होते. मागे तो उद्ध्वस्त किल्ला. खाली तुटलेला खोल कडा आणि तटावर मी एकटीच अशी उभी. क्षणभर मला वाटले मी, एखाद्या मध्ययुगीन कादंबरीची नायिकाच आहे. आता काही तरी अद्भुत घटना घडणार आहे. एका विलक्षण अनुभवाच्या काठाशी मी येऊन पोहोचले आहे माझे मन अगदी शांत होते. स्थिर होते. शरीर मात्र उत्कंठेने, भीतीने किंचित कापत होते.

आणि तो आला. फ्रेड आला. पण त्याचा चेहरा इतका बावरलेला, गोंधळलेला दिसत होता की, क्षणापूर्वीच्या माझ्या भावना मी पार विसरून गेले आणि 'काय झाले आहे?' असे मी त्याला विचारू लागले. त्यावर त्याने घरून आलेले पत्रच मला दाखवले. फ्रँक एकाएकी आजारी झाला होता आणि म्हणून फ्रेडला ताबडतोब घरी जाणे अवश्य होते. त्यामुळे माझा निरोप घ्यायलाच तो आला होता. फ्रेडवर आलेल्या या आकस्मिक प्रसंगाने मला वाईट वाटले. मी काहीशी खट्टू झाले. पण क्षणभरच. कारण फ्रेड एकदम पुढे झुकला आणि माझे दोन्ही हात हाती घेऊन उत्कटपणे तो मला म्हणाला, "मी लवकरच पुन्हा परत येईन. मला तू विसरणार नाहीस ना, ॲमी?"

मी शब्दात गुंतले नाही. पण मी त्याच्याकडे क्षणमात्र टक लावून बघत राहिले. तेवढ्याने त्याचे समाधान झाले असावे. नंतर तासाभरातच आम्हा सर्वांचा निरोप घेऊन तो निघून गेला. आम्हाला त्याची फार आठवण येते आणि चुकल्या

चुकल्यासारखे वाटते. आता पुन्हा रोममध्ये फ्रेड मला भेटेल. माझी खात्री आहे की, आता न विचारलेला प्रश्न त्यावेळी तो मला विचारील आणि तोपर्यंत माझ्या मनात जर काही विशेष उलथापालथ झालेली नसेल तर मी त्याच्या प्रश्नाला होकारार्थी उत्तर देईन!

आई, हे सारे अत्यंत खाजगी आहे, पण तुला हे सांगितल्यावाचून मला राहवेना. माझी काळजी करू नकोस. मी तुझी नेहमीचीच ॲमी आहे. व्यवहारी. हिशेबी. भावनेच्या भरीला पडून भलते सलते मी काहीही करणार नाही, याची खात्री बाळग. मात्र तुझे पत्र मला ताबडतोब येऊ दे. प्रत्यक्षातच जर तुझ्याशी बोलता आले असते तर फार छान झाले असते. पण निदान पत्रांतून तरी तुझे विचार कळव आणि माझ्यावर संपूर्ण विश्वास ठेव.

तुझी लाडकी मुलगी,
ॲमी

३२

कोवळ्या व्यथा

"ज्यो, मला बेथची काळजी वाटते फार."

"का पण आई? मला वाटतं, मेगला मुलं झाल्यापासून बेथची प्रकृती चांगली सुधारली आहे."

"तिच्या प्रकृतीची नाही मला विशेष चिंता वाटत. पण तिचा स्वभाव बदलत चाललाय. कसलं तरी दडपण आल्यासारखं वाटतंय तिच्या मनावर. ज्यो, तूच तिला विचारीनास एकदा काय ते?"

"पण आई, तुला असं कशामुळं वाटतंय ते तर सांगशील?"

"अग, हल्ली ती तास न् तास अबोलपणे एकटीच बसून राहाते. पूर्वीसारखी ती आपल्या वडिलांशी गप्पा मारीत नाही. पियानोवर ती गाणी गाते, ती सारी दुःखाची असतात. एकदा तर मेगच्या मुलांना ती खेळवीत असता तिच्या डोळ्यांत चक्क पाणी आलेलं पाहिलं मी. अन् मध्येच केव्हातरी तिच्या मुद्रेवर असा काही भाव उमटून जातो की, त्याचा अर्थच कळत नाही मला. हे काही बेथचं नेहमीचं वागणं नव्हे, म्हणूनच मी काळजीत पडले आहे!"

"तू तिला विचारलं नाहीस कधी याबद्दल?"

"एकदा-दोनदा मी हा विषय काढण्याचा प्रयत्न केला. पण अशा वेळी ती उत्तर द्यायचं तरी टाळते किंवा इतकी अस्वस्थ दिसू लागते की, मग मला तो विषयच सोडून देणं भाग पडतं. मला मुलांना खोदून प्रश्न विचारायला आवडत नाही. माझी खात्री आहे की, आज ना उद्या त्यांची गुपितं ती आपण होऊन मला सांगतील!"

बोलता बोलता मिसेस मार्चने ज्योकडे रोखून पाहिले, पण तिच्या मुद्रेवर काहीच चलबिचल झालेली तिला दिसली नाही. ज्यो क्षणभर स्तब्ध राहिली आणि मग ती म्हणाली,

"मला वाटतं आई, बेथ आता वाढते आहे. वयानं, मनानं. त्यामुळे ती स्वत:शीच विचार करीत असेल. स्वप्ने बघत असेल, गोंधळत असेल आणि या साऱ्यांचं नेमकं स्वरूप तिचं तिलाही कळत नसेल. आई, बेथला आता हे अठरावं वर्षं लागलंय, आपल्याला मात्र अजूनही ती लहानच वाटते आणि लहान मुलीसारखंच वागवतो आपण तिला!"

"होय बेटा, बेथ अठरा वर्षांची झालीय खरीच, किती झपाट्यानं वाढता ग तुम्ही पोरी!" मिसेस मार्च खिन्नपणे हसून म्हणाली आणि तिने एक हलकासा उसासा टाकला.

"मुली म्हटल्या की, त्या वाढायच्याच." ज्यो हसून म्हणाली, "तुझ्या घरट्यातल्या या पिलांना आज ना उद्या पंख फुटणार आणि पंख फुटल्यावर ती आभाळात उंच उंच भराऱ्याही मारणार, मी मात्र घरटं सोडून कुठं दूर जाणार नाही याची खात्री बाळग, आई!"

"तुझा तर मला मोठाच आधार वाटतो, ज्यो." मिसेस मार्च स्निग्ध स्वरात म्हणाली, "तू नुसती जवळ असलीस तरी अंगात बळ येतं बघ. मेग आपल्या स्वत:च्या घरी निघून गेली. बेथ ही अशी आजारी. ॲमी काय, लहानच आहे अजून आणि आता तर ती हजारो मैल दूर गेली आहे. तेव्हा अडीअडचणीला खरा आधार तुझाच आहे, बेटा!"

"त्याचं असं आहे आई, घरातली अनेक काम खूप रूक्ष आणि कंटाळवाणी असतात. ती करण्यासाठी एखादं माणूस घरात हवंच असतं. ॲमी ही कलाकुसरीत प्रवीण आहे. पण कपडे धुवायचे असले, फरशा पुसायच्या असल्या किंवा कोणाचा आजार काढायचा असला की, माझाच उपयोग होतो साऱ्यांना. म्हणून म्हणते, माझ्यावर सारा भार टाकून तू निर्धास्त रहा." ज्यो म्हणाली.

"तर मग मी बेथला तुझ्या हाती सोपवते." मिसेस मार्च म्हणाली, "तू तिची आवडती बहीण आहेस. ती आपलं मन फक्त तुझ्याजवळच मोकळं करील, तेव्हा बेताबेतानं, तिला विशेष त्रास होणार नाही, अशा रीतीनं तूच एकदा काय ते विचार तिला, ज्यो. तिची मला फार काळजी वाटते ग. ती जर पुन्हा पहिल्यासारखी निरोगी, गुटगुटीत, हसरी झाली ना, तर मग मला दुसरं काहीसुद्धा नकोय!"

असे त्या मायलेकींचे बोलणे झाले आणि तेव्हापासून बेथच्या नकळत ज्यो तिचे सूक्ष्मपणे निरीक्षण करू लागली. बेथच्या स्वभाव बदलला होता हे तर खरेच दिसत होते, पण त्या बदलाची कारणमीमांसा ज्योला करता येईना. अशा परिस्थितीत एके दिवशी एक छोटासा प्रसंग ज्योच्या नजरेस पडला आणि आपल्या कल्पक, भावुक स्वभावानुसार तिने त्याचा अर्थ लावला. त्याचे असे झाले, एके दिवशी दुपारी ज्यो आणि बेथ अशा दोघीच बाहेरच्या दालनात बसल्या होत्या. ज्यो एकीकडे

लिहीत होती आणि दुसरीकडे बेथच्या नकळत तिचे निरीक्षण करीत होती. बेथ हातात नावाला काही शिवण घेऊन खिडकीशी बसली होती, पण शिवणात तिचे लक्ष नसावे, कारण अनेकदा शिवणकाम खाली ठेवून ती नुसतीच स्तब्ध बसून राही. तिची मुद्रा उदास दिसत होती आणि शिशिराची छाया पडून काळवंडलेल्या बागेवर तिची नजर खिळून राहिली होती. एकाएकी खिडकीबाहेरून एक शीळ आली आणि लॉरीचे शब्द वाऱ्यावर तरंगत आले,

"हॅलो बेथ, रात्री गप्पा मारायला येतो!"

ते शब्द कानी पडताच बेथ एकदम दचकली. पुढे वाकली आणि लॉरीला उद्देशून हात हलवून ती काहीसे पुटपुटली. तिचा चेहरा प्रसन्नतेने उजळून गेला. कितीतरी वेळ ती खिडकीतून वाकून लॉरीकडे बघत राहिली आणि त्याच्या पावलांची चाहूल येईनाशी झाल्यावर स्वतःशीच पुटपुटावे तशी ती म्हणाली,

"किती उंच, धिप्पाड आणि रसरशीत दिसतो लॉरी आताशा!"

त्यानंतर बराच वेळ ती खिडकीशी तशीच बसून राहिली. पेटता दिवा विझवावा, तशी तिच्या चेहऱ्यावरती प्रसन्नता पुसली गेली. ती पूर्ववत उदास झाली आणि जरा वेळाने तिच्या डोळ्यांतून दोन आसवे गालांवर ओघळली. बेथने घाईघाईने डोळे पुसले आणि किंचित गोंधळून ज्योकडे नजर टाकली. ज्यो खाली मान घालून भराभर लिहीत होती. पण झालेला सारा प्रकार तिने पाहिला होता. नंतर ती बराच वेळ बेथला कळणार नाही, अशा रीतीने तिला निरखीत होती. नंतरच्या वेळात दोन-तीनदा बेथने चोरून डोळे पुसले. एका विलक्षण खोल गडद दुःखाची छाया तिच्या चेहऱ्यावर पसरली आणि खाली मान घालून ती शांतपणे बसून राहिली. आपण आणखी येथे थांबलो तर आपले मन आपल्याला आवरणार नाही, हे ज्योच्या ध्यानी आले आणि कोरे कागद आणण्याच्या निमित्ताने ती तेथून उठून आतल्या खोलीत आली.

खोलीत आल्यावर ज्योने एका खुर्चीत अंग टाकले आणि दोन्ही हातांत डोके घट्ट पकडून ती स्वतःशीच विचार करू लागली. जरा वेळाने ती आपल्याशीच पुटपुटली,

"आता कळलं मला बेथच्या उदासीनतेचं कारण. ही पोरगी लॉरीच्या प्रेमात पडली आहे ! माझ्या तर कधी हे स्वप्नातही आलं नव्हतं. हे ऐकून पपा काय म्हणतील? आईला काय वाटेल? आणि लॉरी–"

लॉरीच्या आठवणीने एकाएकी तिच्या चेहऱ्यात रक्त उसळून तो लालबुंद झाला. त्या आठवणीशी ती बराच वेळ अडखळली आणि मग समोरच्या भिंतीवर लॉरीचा एक फोटो होता, त्याकडे बघून मूठ वळून धमकी दिल्यासारख्या स्वरात ती म्हणाली,

"बच्चमजी, तुम्ही जर बेथला यत्किंचित दुखवाल तर याद राखा!"

काही वेळ ती विचारात गढून गेली आणि मग ती पुन्हा स्वत:शी बोलू लागली,

"काय झपाट्यानं वाढतो आहोत आम्ही! किती भराभर जाताहेत दिवस! मेगचं लग्न नुकतं झाल्यासारखं वाटतंय तो तिला दोन मुलं होऊन ती आई झाली. ॲमी तिकडे युरोपमध्ये स्वत:च्या कलागुणांची जोपासना करते आहे आणि बेथ इथे लॉरीच्या प्रेमात पडली आहे. प्रत्येकजण बदलतोय. या साऱ्या वादळात डोकं शांत ठेवून आणि जमिनीवर पाय घट्ट रोवून मीच एकटी उभी आहे म्हणायची. पण ते असो. मला आता बेथचं सुख पाहायला हवं. लॉरी हा अत्यंत चंचल, लाघवी आणि बेभरवशाचा मुलगा आहे. पण बेथची जर त्याने उपेक्षा केली तर मात्र मी त्याला कधीकधी सुद्धा क्षमा करणार नाही!"

ज्योने एक हलकासा उसासा टाकला आणि नंतर किती तरी वेळ ती स्वत:शी विचार करीत राहिली. बेथचे लॉरीवर प्रेम आहे, अशी तिने आपली पक्की समजूत करून घेतली आणि त्या कल्पनेच्या प्रकाशात तिला साऱ्याच गोष्टी आता वेगळ्या दिसू लागल्या. तिला आठवले की, लॉरी तिच्याशी लडिवाळपणे वागे, ॲमीवर प्रेम जडल्याचे नाटक करी. पण बेथशी त्याचे वागणे मात्र अतिशय जिव्हाळ्याचे, नाजूक आणि स्नेहपूर्ण असेच असावयाचे. अर्थात, बेथशी सर्वांचेच वागणे तसे असे. उलट अलीकडे घरात एक असा समज रूढ होऊ लागला होता की, लॉरीला ज्योसंबंधी काही विशेष जिव्हाळा वाटत असावा. घरातली माणसे कधी कधी थट्टेने असे सुचवीत देखील की, लॉरी ज्योच्या प्रेमात पडला आहे. पण ज्योला असली थट्टा मुळीच आवडत नसे. तसे कोणी सहज गमतीने जरी म्हटले तरी ती चवताळून त्या माणसाच्या अंगावर धावून जाई आणि त्याला आपले शब्द मागे घ्यायला लावी. मग त्या थट्टेचे तिला इतके काय वावडे होते कोणास ठाऊक!

त्यातले खरे रहस्य असे होते की, लॉरी आजकाल आपल्यासंबंधी काही विशेष मृदू भावना मनात बाळगतो आहे की काय, अशी तिची तिलाच अलीकडे शंका येऊ लागली होती आणि त्या शंकेने तिच्या हृदयाचा थरकाप होत होता. लॉरी जेव्हा कॉलेजात जाऊ लागला, तेव्हा सुरुवातीच्या काळात तो दर आठपंधरा दिवसांनी एका नव्या मुलीच्या प्रेमात पडे आणि पुस्तके, फुले व इतर भेटवस्तू यांचा तो तिच्यावर भडिमार करी. आपल्या दर नव्या 'प्रेमा' चे भडक चित्र तो ज्योपुढे रंगवी आणि त्यातल्या त्याच्या आशानिराशांची वर्णने ऐकताना ज्योची भरपूर करमणूक होई. पण हे सारे फार उथळ, वरवरचे असे आणि त्याला कशालाच फारसा अर्थ नसे. पुढे मात्र हे सारे खेळ थांबले आणि लॉरीत बदल होऊ लागला. आता तो अधिक गंभीरपणे जीवनाचा विचार करी, अभ्यासात मन घालून चांगले यश मिळवण्याच्या गोष्टी बोले आणि एकाच भव्य, दिव्य, उत्कट अशा प्रेमभावनेने

भारावून गेल्यासारखे दाखवी. या त्याच्या प्रेमाचा विषय आपणच आहोत, अशी ज्योला शंका येई. पण त्या बाबतीत तिने लॉरीशी अत्यंत अलिप्तपणाचे धोरण ठेवले होते. प्रेम, हृदयवेदना, मनोभंग अशा गोष्टींबद्दल पुस्तकांतून वाचायला तिला जेवढे आवडे, तेवढे प्रत्यक्षात त्यासंबंधी अद्याप तिला आकर्षण किंवा कुतूहल वाटत नव्हते. अशा परिस्थितीत बेथचे लॉरीवर प्रेम जडले असल्याचा हा 'शोध' ज्योला लागला आणि त्या दृष्टीने लॉरीचे वर्तन अजमावून बघण्याचा तिने स्वत:शी निर्धार केला. ठरल्याप्रमाणे त्या रात्री लॉरी त्यांच्या घरी आला व नेहमीप्रमाणे बेथजवळ बसून, कॉलेजमधल्या गमती, खेळांची वर्णने सांगून तो तिचे रंजन करू लागला, तेव्हा ज्यो दुरून बारकाईने त्याचा चेहरा न्याहाळीत राहिली. तिने स्वत:ची एक विशिष्ट समजूत करून घेतल्यामुळे लॉरीच्या साध्या बोलण्यातही तिला प्रेमाच्या अनेक खुणा आढळून येऊ लागल्या. बेथशी बोलताना लॉरीचा स्वर विशेष मृदू, प्रेमळ झाला आहे, असा तिला भास होऊ लागला त्याप्रमाणेच त्याच्या गप्पांत रंगून गेलेल्या बेथच्या चेहऱ्यावरही उल्हासाची विशेष प्रभा फाकल्यासारखी तिला दिसू लागली. त्या दोघांच्या गप्पा ऐकता ऐकता ती मनातल्या मनात म्हणाली,

"खरोखरच, असं झालं तर काही वाईट नाही. तिच्या सौम्य स्निग्ध संगतीत लॉरी सुधारेल आणि त्याच्या ऐश्वर्याच्या नि ममतेच्या सावलीत बेथ कायमची सुखी होईल. हे असंच व्हावं. ते फार छान होईल आणि माझ्याकडून मी ते घडवून आणण्यासाठी प्रयत्नांची पराकाष्ठा करीन!"

त्याच क्षणी ज्योने स्वत:शी एक निर्णय घेऊन टाकला. तो असा की, काही दिवस आपण लॉरीपासून दूर कुठेतरी निघून जायचे आणि त्याचे नि बेथचे प्रेम निर्विघ्नपणे उमलण्यासाठी त्या उभयतांना पुरेसा एकान्त नि परस्परांची संगती मिळू द्यायची!

हा निर्णय घेतल्यावर ती पुन्हा एकदा नव्याने त्या दोघांकडे बघू लागली. बेथ या वेळी दिवाणखान्यातल्या मोठ्याथोरल्या सोफ्यावर बसली होती आणि लॉरी तिच्या शेजारी बसून तिला कॉलेजातल्या गमती सांगत होता. दिवाणखान्यातल्या या जुन्या सोफ्याला त्या सर्व मुलांच्या भावनिक विश्वात एक महत्त्वाचे स्थान होते. त्या सर्वांची वाढ त्या सोफ्याच्या संगतीतच जणू झाली होती. अगदी लहान असताना सोफ्यावर त्यांनी धुडगूस घातला होता. त्याच्या पाठीचा घोडा घोडा केला होता आणि धावण्याच्या शर्यतीत 'भोज्या' म्हणूनही त्याचा वापर केला होता. तरुण वयात पदार्पण केल्यावर त्या सोफ्यात बसून त्यांनी गप्पा मारल्या होत्या, हितगुजे केली होती आणि उघड्या डोळ्यांनी सुंदर स्वप्ने पाहिली होती. त्यांच्या जीवनातल्या अनेक विनोदी, उत्कट, हृदयस्पर्शी आणि व्याकुळ क्षणांचाही तो साक्षीदार होता. या सोफ्यावर अनेक कुशन्स आणि उशा ठेवलेल्या असत. त्यांतली एक टणक,

कुरूप, वेडीवाकडी उशी ज्योची विशेष आवडती होती. तटबंदीपासून तो हत्यारापर्यंतचे तिचे अनेक उपयोग ज्यो करीत असे. लॉरीला या उशीबद्दल भीतियुक्त आदर वाटे. कारण तो विशेष सलगी करू लागल्यावर ज्योने या उशीच्याच साह्याने अनेकदा स्वत:चा बचाव करून घेतला होता, इतकेच नव्हे तर कधी कधी या उशीचे तडाखेही तिच्या हातून त्याला खावे लागले होते.

आज त्या सोफ्यावर बसून लॉरीने काही वेळ बेथचे रंजन केले. त्यानंतर थकवा आल्यामुळे बेथ जेव्हा झोपण्यासाठी निघून गेली, तेव्हा लॉरीही उठून दिवाणखान्यात येरझारा घालू लागला. आपल्याच विचारात मग्न असलेली ज्यो सोफ्यावर येऊन बसली. जरा वेळाने तिच्या ध्यानात आले की, लॉरी आपल्या अगदी शेजारीच येऊन बसला आहे. हे इतक्या आकस्मिक झाले की, उशीची तटबंदी मध्ये उभारण्याइतकीही ज्योला सवड मिळाली नाही. कारण सोफ्यावर बसतानाच लॉरीने ती उशी कोठेतरी लपवून ठेवली होती. बचावाचे काहीच साधन न उरल्यामुळे ज्यो हताशपणे लॉरीकडे बघू लागली. सोफ्याच्या पाठीवर दोन्ही हात लांबलचक पसरीत लॉरी म्हणाला,

"आहाहा! आता कसं छान छान वाटतंय."

आणि त्यानं आपला डावा हात ज्योच्या गळ्यात टाकला, त्याबरोबर तो हात झटकन बाजूला करीत दूर सरकत ज्यो म्हणाली,

"लाडात येऊ नकोस हं टेडी, सांगून ठेवते!"

"हे काय ज्यो? अशी चिडू नकोस गडे. आठवडाभर माणसानं अभ्यास करकरून मेंदू शिणवून घेतल्यानंतर त्याला जर थोडेसे लाड करून घ्यावेसे वाटले तर त्यात काय बिघडलं?"

"यापुढे बेथ करील तुझे लाड. मला वेळ नाही!"

"पण तिला कशाला त्रास द्यायचा? उगाच तू माझी एवढी जिवाची मैत्रीण जवळ असताना? की तुला आता कंटाळा आलाय माझा? होय ज्यो? कंटाळलीस आपल्या या दोस्ताला?"

या वेळी लॉरीने आपला खास ठेवणीतला आर्जवी स्वर काढला होता. हा स्वर कानी पडल्यावर हृदय विरघळणार नाही, अशी व्यक्ती अजून जन्माला यायची होती. पण ज्योने प्रयायाने आपले मन ताब्यात ठेवले आणि कठोर स्वरात तिने लॉरीला विचारले,

"खरं सांग. या आठवड्यात किती वेळा त्या मिस रँडलला फुलं धाडलीस?"

"एकदासुद्धा नाही. कारण तिचं मुळी लग्नच ठरलंय. आता बोल पुढे!"

"लग्न ठरलं ना? छान झालं. तेवढाच तुझ्या खर्चाला आळा बसेल. मला हे कळत नाही लॉरी की, ज्या मुलींबद्दल मनातून तुला काडीइतकी देखील आस्था वाटत नाही, त्यांना फुलं धाडण्यात नि भेटवस्तू पाठवण्यात तू पैशाची उधळपट्टी

का करतोस निष्कारण?''

''कारण शहाण्या मुली, ज्यांच्याबद्दल मला अगदी गाडीभरून आस्था वाटते, त्या आम्हाला फुलं किंवा भेटीच्या वस्तू काहीच देऊ देत नाहीत ना? मग काय करायचं? माझ्या भावनांना कुठे तरी वाट मिळायला नको का?''

''मार्मीला मुलामुलींची ही अशी फाजील सलगी, हे भेटी देणंघेणं आवडत नाही. तू मात्र नेहमी खोट्या प्रेमाचे हे खेळ खेळत असतोस हं, टेडी! भारी 'फ्लर्टिंग' करतोस तू.''

''अग, गंमत असते त्यात आणि तसा अगदी निरुपद्रवी खेळ असतो हा. कारण त्यात विशेष काही अर्थ नाही, हे उभय पक्षांना चांगलं माहीत असतं.''

''त्यात गंमत असते, हे मलाही दिसतं. पण मला मात्र हा प्रकार कधी जमलेला नाही. चार मंडळींत असल्यावर आपणही त्यांच्यासारखं वागलं नाही तर वाईट दिसतं म्हणून प्रयत्न करते मी. पण मला ते जमतच नाही.'' ज्यो आपली उपदेशकाची भूमिका विसरून अंतर्मुख होत म्हणाली.

''ॲमीपासून चार धडे घे. ती भलतीच हुषार आहे या प्रांतात!''

''होय. ती साऱ्यांशी छान मोकळेपणानं वागते आणि तरीही स्वत: विशिष्ट अंतर राखून नेहमी अलिप्त राहते. मला वाटतं, काही लोकांत हे जन्मजातच असतं साऱ्यांना सहजपणे खूष करण्याचं कसब. माझं नेमकं याच्या उलट आहे. मी नको त्या वेळी नको ते करते नि नको ते बोलते. त्यामुळे माणसं खूष होण्याऐवजी नाराज मात्र होतात.''

''एक गुपित सांगू तुला, ज्यो? तू इतर मुलीसारखी वागत नाहीस, याचं मला फार समाधान वाटतं बघ. तुला म्हणून सांगतो मी. माझ्या परिचयाच्या काही मुली आहेत, 'फ्लर्टिंग' करण्याच्या भरात इतक्या पुढे जातात, स्त्रीसहज विनय आणि मर्यादा यांना इतक्या पारख्या होतात की, आम्हा मुलांना त्यांच्याबद्दल आकर्षण वाटण्याऐवजी त्यांची घृणाच वाटते बघ. त्या मुली जात्या वाईट असतात असे नाही. पण तरुणांना आपल्या जाळ्यात गुंतविण्यासाठी काय वाटेल ते करण्याची तयारी असते त्यांची. असल्या मुलींविषयी आम्ही मुले नंतर आपापसात जे बोलत असतो, ते जर त्यांना कळलं तर शरमेनं त्या अगदी काळ्याठिक्कर पडतील बघ!'' लॉरी म्हणाला.

''नुसतं मुलींनाच नावं ठेवायचं कारण नाही.'' ज्यो चटकन म्हणाली, ''तुम्ही मुलं काही कमी मूर्खपणा करीत नाही. मग तुम्ही जशी आपापसांत मुलींची निंदा करता, तशा त्यादेखील एकमेकींत तुम्हा पुरुषांच्या उल्लूपणाचे वाभाडे काढीत असतात!''

''वा वा ! किती पण तुमचं ज्ञान अगाध आहे, बाईसाहेब,'' लॉरी हसत हसत

म्हणाला, "हे बघ ज्यो, पुरुषांशी गैरवाजवी मोकळेपणानं वागणाऱ्या मुली आपल्याला आवडत असल्यासारखं आम्ही पुरुषांनी वरवर जरी दाखवलं तरी मनातून खऱ्या आम्हाला आवडत असतात मर्यादशील संकोची मुली! अशा मुलींबद्दल आम्हाला खरं कौतुक वाटतं आणि त्यांच्याविषयी आम्ही आदरानेच बोलत असतो. मी ज्या श्रीमंत समाजात वावरत असतो, तिथल्या काही मुलींचे चाळे जर तू बघशील ज्यो, तर लाजेनं मान खाली घालावी असं वाटेल तुला–"

लॉरी हा जात्या सभ्य मुलगा असल्यामुळे या बाबतीत तो अधिक काही बोलला नाही. पण त्याच्या उद्‌गारांचा आशय ज्योच्या ध्यानी आल्यावाचून राहिला नाही. श्रीमंत आजोबांचा एकुलता एक नातू आणि त्यांच्या जंगी इस्टेटीचा एकमेव वारस असलेला तरुण, देखणा आणि बुद्धिमान लॉरी श्रीमंत नि फॅशनेबल समाजातील स्त्रियांत एक विलक्षण कुतूहलाचा नि हेव्याचा विषय होता. अनेक श्रीमंत स्त्रिया आपल्या मुलीसाठी संभाव्य वर म्हणून त्याच्याकडे अपेक्षापूर्ण नजरेने बघत होत्या आणि अनेक तरुण मुली त्याची प्रेयसी होण्याची महत्त्वाकांक्षा बाळगून त्याच्याशी सलगी करू बघत होत्या. लॉरीच्या बोलण्याचे तिला हसू आले आणि ती किंचित अधिकारवाणीने त्याला म्हणाली,

"तुला जर आपल्या भावनांना वाट द्यायलाच हवी असेल लॉरी, तर तू आता वर्णन केलंस, अशा एखाद्या विनयशील सुस्वभावी मुलीचाच अनुनय का करीत नाहीस तू?"

"असं म्हणतेस? खरंच का असं वाटतं तुला, ज्यो?" तिच्याकडे अर्थपूर्ण नजरेने बघत लॉरी म्हणाला. उत्कटता आणि मिष्कीलपणा यांचे मजेदार संमिश्रण त्याच्या स्वरात अन् डोळ्यांत झाले होते.

"होय. मला खरंच असं वाटतं." त्याची नजर चुकवीत ज्यो म्हणाली, "पण त्याआधी तू आपला कॉलेजचा अभ्यास चांगल्या रीतीनं पुरा करून घवघवीत यश मिळवायला हवंस. तरच तू तिच्या प्रेमाला पात्र ठरशील!" ज्योचा चेहरा एकदम लाल झाला. कारण बेथचे नाव जवळजवळ ती बोलून जाणार होती. पण वेळीच तिने जीभ आवरली म्हणून बरे झाले.

"खरंच ज्यो. तू म्हणतेस ते अगदी खरं आहे. मी अगदी चंचल, उतावळा नि आळशी मुलगा आहे. कोणाही चांगल्या मुलीनं मजवर प्रेम करावं, अशी माझी लायकी नाही." लॉरी एकदम भावनावश होऊन म्हणाला आणि ज्योच्या अंगांतल्या 'नाइट गाऊन'ची नाडी तो आपल्या बोटाभोवती गुंडाळीत राहिला.

पण त्याची अशी भावनावश वृत्ती निदान या वेळी तरी ज्योला मुळीच नको होती. ती त्याला दूर ढकलीत म्हणाली,

"चल चल. पोरकटपणा करू नकोस. एखाद्या यःकश्चित स्त्रीच्या झग्याच्या

नाडीला स्वत:ला बांधून घ्यायचा तुला तिटकारा वाटत नाही?''

''झगा घालणारी स्त्री कोण आहे यावरच ते अवलंबून राहील, नाही का?'' लॉरी मिष्कीलपणे हसत म्हणाला आणि त्याने ज्योच्या कोटाच्या नाडीला हळूच एक हिसका दिला.

''आता मात्र मी खरोखरच तुला मार देईन हं!'' ज्यो आपली जाडजूड उशी शोधीत रागारागाने म्हणाली. तेव्हा लॉरी सोफ्यावरून उठला आणि हसत हसत शीळ घालीत तेथून निघून गेला.

त्या रात्री कितीतरी वेळ ज्यो जागीच होती. डोळे टक्क उघडे ठेवून ती काळोखातच विचार करीत पडली होती. सरतेशेवटी झोपेची हलकी झापड येऊन तिने आपले डोळे मिटून घेतले. पण दुसऱ्याच क्षणी ते तिने उघडले. कारण काळोखातून कोणाचा तरी दबलेला अस्फुट हुंदका तिच्या कानी पडला. खोलीत बेथखेरीज दुसरे कोणीच नव्हते. ज्योने एकदम बेथच्या बिछान्याकडे धाव घेतली आणि खाली वाकून चिंतातुर स्वरात तिने तिला विचारले,

''काय झालं बाळा, तू रडतेस का?''

''मला वाटलं, तू झोपली असशील!'' हुंदके देत बेथ म्हणाली,

''नाही. मी जागीच होते. पण तू रडतेस का? तुझं काही दुखत खुपत तर नाही?''

''नाही ज्यो. हे दु:ख वेगळंच आहे.'' रडे आवरण्याचा प्रयत्न करीत बेथ पुटपुटली.

''पण मला सांग ना काय ते, बेटा? आपण काही उपचार करू.''

''नाही ज्यो, या दुखण्याला काही उपाय नाही ग. काही सुद्धा उपाय नाही.'' बेथ म्हणाली. दुसऱ्याच क्षणी तिला हुंदका अनावर झाला आणि ज्योला मिठी मारून ती अशी हमसाहमशी रडू लागली की, त्या रडण्याचे ज्योला भय वाटले.

''रडू नकोस बेदी. रडू नकोस ग बाई अशी. मी मार्मीला बोलावू का?''

बेथने काही उत्तर दिले नाही. पण त्या काळोखात तिचा एक हात चटकन छातीशी गेला. जणू तिची व्यथा तेथेच लपलेली होती आणि दुसऱ्या हाताने ज्योला घट्ट पकडीत ती पुटपुटली, ''नको ज्यो, आईला सांगू नकोस यातलं काही. कुणालाच सांगू नकोस. मला आता बरं वाटतंय. फक्त तू माझ्या शेजारी नीज आणि मला हळूहळू थोपटीत राहा. म्हणजे मला आपोआप झोप लागेल.''

बेथने म्हटले होते त्याप्रमाणे ज्यो तिच्या शेजारी निजली आणि ती तिला हलकेहलके थोपटीत राहिली. बेथचे कपाळ सणसणून तापले होते आणि पापण्या, गाल मात्र ओलेचिंब, थंडगार झाले होते. बेथला खोदून खोदून विचारावे, असे ज्योला कितीदा तरी वाटले. पण फुलांप्रमाणेच मनेही बळजबरीने फुंकर घालून उमलवता येत नाहीत, ती आपोआप फुलावी लागतात, हे तिला ठाऊक होते,

क्षणभर थांबून मग ती हळूच म्हणाली,

"बेथ, बाळा, तुला कसला त्रास होतोय का? काही दुखतंय का?"

"होय ज्यो." बऱ्याच वेळाने काळोखातून हळूच उत्तर आले.

"मग मला नाही का सांगायचं ते?"

"आता नको. मग केव्हा तरी सांगेन."

"मग मी आता तुला काही विचारीत नाही. पण एक लक्षात ठेव बेटा, कसल्याही प्रसंगी आई आणि ज्यो तुझ्यासाठी काय वाटेल ते करायला सिद्ध आहेत!"

"होय ज्यो. ते ठाऊक आहे मला."

"आता जरा बरं वाटतंय का तुला, बाळा?"

"हो. खूप बरं वाटतंय."

"मग झोपी जा पाहू डोळे मिटून. ही मी इथे तुझ्याजवळच आहे."

आणि गालाला गाल भिडवून त्या दोघी बहिणी पडून राहिल्या. थोड्याच वेळाने बेथला झोप लागली. ज्यो मात्र नंतरही कितीतरी वेळ जागीच होती.

दुसऱ्या दिवशी बेथ नेहमीसारखीच हसूनखेळून बोलू लागली. रात्रीचा सर्व प्रकार ती विसरल्यासारखी दिसली. ज्योने मात्र स्वत:च्या मनाशी कसलासा निर्धार केला होता.

आणखी एक आठवडा गेला आणि मग एके दिवशी आपल्या आईला एकीकडे गाठून ज्यो तिला म्हणाली, "मार्मी, तुला एक सांगायचं आहे. या हिवाळ्यात काही दिवस घर सोडून कुठेतरी दूर जावं म्हणते मी!"

"हे काय ज्यो? कशासाठी हा विचार मनात आला तुझ्या?" मिसेस मार्चने आश्चर्याने विचारले.

ज्योने आपली नजर हातातल्या शिवणावर खिळवली आणि स्वत:शीच बोलावे तशी ती बोलू लागली.

"अलीकडे घरात मला कोंडल्यासारखं वाटतं. मनाला, आयुष्याला एकसाचीपणा आल्यासारखं वाटतं आणि जीव गुरमरतो. मग स्वत:च्या बारक्याबारक्या सुखदु:खांचं फार महत्त्व वाटू लागतं. म्हणून म्हणते, घर सोडून परक्या ठिकाणी जाऊन राहिले काही दिवस तर मनाला ताजेपणा, टवटवी येईल. बरंच काही नवं बघायला, अनुभवायला मिळेल–"

"परक्या ठिकाणी कुठे जाणार आहेस तू?"

"मी न्यूयॉर्कला जाईन म्हणते. तुझी ती मैत्रीण आहे ना तिथे? मिसेस कर्क? तिनं काही दिवसांपूर्वी पत्र लिहून नव्हतं का कळवलं तुला की, तिला एखादी तरुण शिक्षकीण हवी आहे मुलांना शिकवायला म्हणून? मला वाटतं, मीच हे काम का

पत्करू नये?"

"ज्यो, मिसेस कर्क तर एक भलं थोरलं वसतिगृह चालवते. तिथे राहून का नोकरी करणार आहेस तू?"

"मग? त्यात काय बिघडलं? शिवाय मिसेस कर्क अगदी परकी नाही आपल्याला. तुझी तर ती मैत्रीणच आहे अन् माझाही चांगला परिचय आहे तिच्याशी. मोठी सभ्य प्रेमळ बाई आहे ती. ती स्वत: वसतिगृह चालवीत असली तरी तिचं स्वत:चं वेगळं स्वतंत्र बिऱ्हाड आहे ना? शिवाय शिक्षकिणीची नोकरी काही वाईट नव्हे. मला तर फार आवडेल छोट्या मुलांना शिकवायला!"

"आणि तुझं लेखन? त्याचं काय?"

"भोवतालचं वातावरण बदललं की, लेखनही आपोआप सुचू लागेल मला. नवी माणसं दिसतील. नवे परिचय होतील आणि लेखनासाठी नवे विषयही मिळतील."

मिसेस मार्च क्षणभर स्तब्ध राहिली आणि मग ज्योकडे बारकाईने न्याहाळून बघत ती तिला म्हणाली,

"ज्यो, एक विचारू का? केवळ बदल हवा म्हणूनच तू घर सोडून परगावी जाऊ इच्छितेस का? की इतरही काही कारणं आहेत तुझ्या या विचाराला?"

ज्यो क्षणभर स्तब्ध राहिली. तिने मान खाली घातली. तिचा चेहरा एकदम लालबुंद झाला आणि मग आईकडे बघत अस्फुट स्वरात ती म्हणाली, "एक आणखी कारण आहे, आई. कदाचित माझा तर्क चुकीचाही असेल, कदाचित माझा हा केवळ अहंकारही असेल पण – पण मला वाटतं, लॉरीला हल्ली माझं फार वेड लागलंय."

"तर मग – तर मग तुला त्याच्याविषयी त्या तऱ्हेचं काही वाटत नाही ना?" मिसेस मार्चने चिंतातुर स्वरात प्रश्न केला.

"नाही. मुळीच नाही." ज्यो आवेशाने म्हणाली, "मला लॉरी फार आवडतो. त्याचा लळा जडलाय मला आणि त्याचा मला फार अभिमानही वाटतो. पण या व्यतिरिक्त इतर कसलीही कोमल भावना त्याच्यासंबंधी मुळीच नाही माझ्या मनात."

"मला हे ऐकून फार बरं वाटलं ज्यो!"

"बरं वाटलं? ते काय म्हणून?"

"त्याचं असं आहे ज्यो, तुमचे दोघांचे स्वभाव परस्परांशी जुळतील असे नाहीतच मुळी. मित्र या नात्याने तुम्ही फार सुखी आहात आणि या नात्यानं तुमची जी वरचेवर भांडणं होतात, तीही ताबडतोब मिटतात. पण पतिपत्नी या नात्यानं तुम्ही जर एकत्र आलात तर याच भांडणांना अन् झगड्यांना गंभीर स्वरूप येईल. तुम्ही दोघंही बंडखोर वृत्तीचे, स्वातंत्र्यप्रेमी आणि विलक्षण हट्टी आहात. तुमच्या

आवडीनिवडी तीव्र आहेत आणि स्वभाव रागीट आहेत. वैवाहिक नात्यात तर समजूतदारपणाची आणि सहनशीलतेची अत्यंत आवश्यकता असते. शिवाय कसल्याही तडजोडीला सिद्ध होणारं उत्कट प्रेम असावं लागतं, ते वेगळंच. म्हणूनच म्हणते, पतिपत्नीच्या नात्यानं तुमचं दोघांचं क्षणभरही पटणार नाही!''

''मलाही अगदी तस्संच वाटतंय आई,'' ज्यो म्हणाली, ''मात्र तू ते जितक्या चांगल्या रीतीनं समजावून सांगितलंस, तितकं व्यवस्थित ते मांडून दाखवता आलं नसतं मला. म्हणूनच तर त्याला सोडून काही दिवस दूर कुठेतरी जाऊन रहावं म्हणते मी. त्याच्या मनातल्या मजबद्दलच्या भावनेचा हा नुसता कुठे प्रारंभ आहे. म्हणूनच म्हणते, आताच हे संपवलेलं बरं!''

''तुझं म्हणणं बरोबर आहे ज्यो!'' मिसेस मार्च गंभीरपणाने म्हणाली, ''आणि म्हणूनच, सारं काही मनासारखं जमलं तर तू खरोखरच घर सोडून काही दिवस दूर कुठेतरी जाऊन रहा.''

आईला आपली कल्पना मान्य आहे, हे पाहून ज्योला बरे वाटले. क्षणभराने किंचित हसत ती म्हणाली, ''आई, मिसेस मॉफटला जर आपलं हे आताचं बोलणं कळलं तर तिला काय वाटेल? तिने एकदा म्हटलं होतं त्याप्रमाणे, व्यावहारिक धूर्तपणाचा लवलेशही तुझ्या अंगी नाही हे बघून तिला समाधानच होईल नाही? लॉरीच्या बाबतीत तिच्या ॲनीला अजूनही आशेला जागा आहे, हेही काही कमी नाही!''

''ज्यो, मिसेस मॉफट लॉरीवर नजर ठेवून आहे आणि तो जावई मिळावा असं तिला वाटतं म्हणून तिला हसायला नको काही. अग, साऱ्या आया सारख्याच असतात. आपली मुलगी सुखी व्हावी, असं प्रत्येक आईला वाटत असतं. फक्त सुखाच्या कल्पना प्रत्येकीच्या बाबतीत वेगळ्या असतात, इतकंच काय ते. माझ्या दृष्टीनं विचार करशील तर मेगबद्दल मी अगदी समाधानी आहे. तिच्या छोट्या घरट्यात ती सुखानं नांदते आहे. तुला स्वातंत्र्य आणि स्वावलंबन प्रिय आहे. पण आज ना उद्या या एकटेपणाचा तुला कंटाळा येईल नि मग अनुरूप जोडीदार तुला हवासा वाटू लागेल याबद्दल मला काडीची शंका नाही. तूर्त काळजी आहे ती ॲमीची. पण ती शहाणी, समजूतदार, व्यवहारी आहे. ती योग्य तोच निर्णय घेईल, असं वाटतं. राहता राहिली बेथ. पण तिच्या भवितव्यापेक्षा तिच्या प्रकृतीचीच काळजी वाटते मला तूर्त! बरं पण ज्यो, हे दोनचार दिवस ती प्रसन्न दिसते आहे. तू तिला काही विचारलंस वाटतं?''

''होय आई, विचारलं.'' ज्यो म्हणाली, ''तिच्या मनाला काही खुपतंय हे तर खरंच. पण तूर्त तिनं काहीच सांगितलं नाही मला. पुढंमागं सांगेन म्हणाली. पण मला वाटतं आई, तिच्या व्यथेचं कारण माहीत आहे मला.''

आणि ज्योने बेथबद्दल स्वत:ला आलेला संशय बोलून दाखवला. मिसेस मार्चला ज्योचा तर्क पटला असावासे दिसले नाही. तिचा चेहरा मात्र अधिकच गंभीर झाला आणि ती ज्योला म्हणाली,

''लॉरीच्या मानसिक समाधानाच्या दृष्टीनं काही दिवस तू घर सोडून जावंसं हे बरं!''

''माझं जाण्याचं अगदी नक्की ठरेपर्यंत लॉरीला यातलं काही कळवू नकोस हं, आई!'' ज्यो म्हणाली, ''मग ऐन वेळी तो काही अडथळा करू शकणार नाही मला. बेथलाही माझ्या जाण्याचं खरं कारण सांगू नकोस. मात्र जाताना मी लॉरीला तिच्या स्वाधीन करून जाईन. तिनं त्याची काळजी घ्यावी आणि माझ्यासंबंधीचं जे वेड त्यानं डोक्यात घेतलंय, त्यातून त्याला बरं करावं. त्याच्या बाबतीत या अशा लाटा कितीदातरी येऊन गेल्या आहेत नि प्रत्येक वेळी तो त्यातून सहीसलामत बाहेर पडला आहे. तसाच याही वेळी पडेल!''

ज्यो तोंडाने असे म्हणाली खरी पण मनातून तीही; जरा साशंकच होती.

अशा रीतीने ज्योचे न्यूयॉर्कला जावयाचे ठरले. कौटुंबिक वर्तुळात त्यासंबंधी चर्चा होऊन अंतिम निर्णय घेतला गेला. मिसेस कर्कला तसे पत्रही मिसेस मार्चने धाडले. मिसेस कर्कला ही कल्पना फारच पसंत पडली आणि तिने ज्योला ताबडतोब निघून यावयास कळवले. काहीशा भीतीने तर काहीशा आतुरतेने ज्यो या नव्या साहसाला सिद्ध झाली. घर सोडून ती पहिल्यांदाच परक्या ठिकाणी, परक्या माणसांत जाऊन राहात होती. घराच्या चार भिंतींत तिला कोंडल्यासारखे वाटू लागले होते आणि बाहेरच्या मोकळ्या वातावरणात पंख फडफडावून बघण्याची तिला अनिवार इच्छा झाली होती. तिच्या अस्वस्थ मनाला नि स्वच्छंदी वृत्तीला हे एक आव्हानच होते आणि ते तिने मोठ्या धाडसाने पत्करले होते.

जाण्याचा दिवस उद्यावर येऊन ठेपला तेव्हा भीतभीत, धडधडत्या अंत:करणाने ज्योने आपला बेत लॉरीला निवेदन केला. तो या निर्णयाकडे कोणत्या दृष्टीने पाहील याची तिला जरा काळजीच वाटत होती. पण लॉरीने कसलाही आरडाओरडा किंवा पोरकट देखावा केला नाही. त्याने ज्योचे बोलणे गंभीरपणे ऐकून घेतले आणि त्यावर कसलेही भाष्य करणे टाळले. एकंदरीनेच हल्ली तो गंभीर, अबोल झाला होता आणि अभ्यासावर त्याने झोड उठवली होती. त्याच्या गंभीर मुद्रेकडे पाहून ज्यो थट्टेने म्हणाली,

''नवं पान उलटलेलं दिसतंय आयुष्यग्रंथाचं!''

ती त्यांची नेहमीची ठरलेली कोटी होती. पण या वेळी ती कोटी ऐकून लॉरी हसला नाही. उलट ज्योकडे टक लावून बघत तो म्हणाला,

''होय. नवं पान खरोखरीच उलटलंय मी!''

बेथचा निरोप घेताना ज्यो तिला म्हणाली,

"बेथ, एका गोष्टीची मात्र सारी जबाबदारी तुझ्यावर सोपवून जाते आहे मी!"

"ती गोष्ट कोणती? तुझी हस्तलिखितं की काय?" बेथने प्रश्न केला.

"नाही. माझा आवडता पोरगा, टेडी. त्याच्याशी तू चांगली वाग, वागशील ना?"

"मी नेहमीच त्याच्याशी चांगली वागते, नाही का?" बेथ निष्कपटपणे म्हणाली, "पण तुझी सर मला कशी येईल, ज्यो? तुझी त्याला पावलोपावली आठवण येत राहणारच!"

"येईना का! पण तू त्याला सांभाळायला हवंस. त्याच्याशी गप्पा मारणं, त्याचे अधूनमधून लाड करणं, त्याला शिस्तीत ठेवणं, सारं काही तू करायचंस आता! करशील ना?"

"करीन की!" बेथ म्हणाली. आपली बहीण आपल्याकडे अशा विचित्र नजरेने रोखून का पाहात आहे, हे मात्र तिला कळले नाही.

ज्यो जेव्हा प्रत्यक्ष जावयास निघाली तेव्हा मात्र तिला निरोप देताना लॉरीने एकाएकी तिचे हात घट्ट पकडले आणि तिच्या कानाशी तोंड नेऊन तो हलकेच पुटपुटला, "तू का पळून चालली आहेस कळलंय मला. पण त्याचा काही उपयोग होणार नाही, ज्यो! मी तुझ्यावर चांगली नजर ठेवून आहे. तेव्हा उगाच काही चावटपणा करू नकोस. तसलं काही माझ्या कानी आलं तर मी स्वतःच तुला पुन्हा इकडे घेऊन येईन!"

३३

ज्योची दैनंदिनी

न्यूयॉर्क, नोव्हेंबर
दि.

प्रिय मार्मी, प्रिय बेथ,

मी अगदी नियमानं तुम्हाला पत्र लिहायचं ठरवलं आहे. त्या पत्रांतून इकडची सर्व हकिकत तपशीलवार कळवीन मी तुम्हाला. अर्थात मी काही युरोपात प्रवास करणारी फॅशनेबल तरुणी नाही. त्यामुळे माझ्या पत्रांतून अद्‌भुत, रोमांचकारी, नावीन्यपूर्ण असे फारसे काही वाचायला मिळणार नाही. पण माझ्याजवळ देखील सांगण्यासारखे खूप आहे हं!

गाडी जेव्हा स्टेशनातून हल्ली, पपांचा चेहरा जेव्हा दिसेनासा झाला, तेव्हा क्षणभर माझा जीव अगदी कासावीस झाला. डोळ्यांत पाणीसुद्धा आले, पण तेवढ्यात माझ्या शेजारी बसलेल्या एका आयरिश स्त्रीच्या छोट्या मुलाने भोकाड पसरले, त्याचे रडे ओसरते न ओसरते तो दुसऱ्या स्वारीने किंचाळायला सुरुवात केली. ती एकंदर चार भावंडे होती. चारी गुंड, दंगेखोर आणि जोरात रडणारी! त्यांना खेळवता खेळवता नि काजूमनुका खाऊ घालता घालता माझे रडे कुठल्या कुठे पळून गेले. थोड्याच वेळाने सूर्य ढगाबाहेर आला आणि त्याच्या किरणांचा लख्ख उजेड गाडीत शिरला. तोच मी शुभशकुन मानला आणि मग माझा सारा प्रवास मजेत पार पडला.

मिसेस कर्कने माझे आपुलकीने स्वागत केले. यामुळे मला काहीच परकेपणा वाटला नाही. या वसतिगृहात परकी, अनोळखी माणसे खूपच आहेत. पण त्यांचीही तशी भीती वाटली नाही. मिसेस कर्कने अगदी माळ्यावरची एक छोटी खोली मला दिली आहे. खोलीला एक मोठी खिडकी आहे. त्याच्या काचेच्या तावदानांतून समोरच्या चर्चचे निमुळते टोक नेमके दिसते आणि त्याच्या पलीकडचे अफाट

निळेभोर आभाळही दिसते. खिडकीच्या लगत भिंतीला टेकून एक जुनेसेच पण प्रशस्त टेबल आहे. खुर्ची आहे. स्टोव्ह सुद्धा आहे, मला वाटेल तेव्हा येथे येऊन मी लेखनवाचन करते किंवा नुसती विश्रांतीही घेते. खोली छोटीशीच पण स्वच्छ आणि छान आहे. मुलांना मी जेथे शिकवते, ती खोली – नर्सरी – मिसेस कर्कच्या खाजगी खोलीलगतच आहे. तेथे मी त्यांच्या मुलींना शिकवते आणि शिवणकाम करते. माझ्या दोघी छोट्या विद्यार्थिनी फार गोड आहेत. तितक्याच त्या खोडकर आणि लाडावलेल्याही आहेत. पण मी लौकरच त्यांना छान वळण लावीन, अशी मला आशा आहे. माझे जेवण तूर्त तरी या मुलींबरोबर होते. तसे तर मला जेवणघरातल्या मोठ्या पंक्तीत, वसतिगृहांतल्या इतर साऱ्या रहिवाशांबरोबरही जेवता येईल. पण सध्या मला ते नको वाटते. कुणी काही म्हणो, परक्या अनोळखी लोकांसमोर मी फार लाजरीबुजरी अन् संकोची आहे!

मिसेस कर्कने तर माझे स्वागत मनापासून केलेच. पण तिच्या मुलीही मला लळा लावतील अशाच आहेत. मिसेस कर्कने मला सांगून ठेवले आहे की, मी येथे मोकळेपणाने, अगदी स्वत:चेच घर आहे असे मानून राहावे. हवे नको ते स्पष्टपणे सांगावे आणि कसलाही संकोच मनात बाळगू नये. वसतिगृहात राहणारी माणसेही सभ्य व सज्जन आहेत. त्यामुळे मला इथे काहीच अवघडल्यासारखे होण्याचे कारण नाही, असेही ती म्हणाली. यामुळे माझ्या मनाचे केवढे दडपण दूर झाले असेल कल्पना करा.

काही दिवसांपूर्वी एक लहानशी पण मजेदार घटना घडली. एके दिवशी माझ्या खोलीतून मी खाली येत होते. माझी खोली अगदी वरच्या माळ्यावर आहे, त्यामुळे खाली येताना पाचसहा जिने उतरावे लागतात. उतरता उतरता मी तिसऱ्या जिन्याच्या तोंडाशी आले. तेवढ्यात एक मोलकरीण – अगदी पोरसवदा होती ती – कोळशाची पाटी डोक्यावर घेऊन खालून वर येताना मला दिसली. तिला वाट द्यावी म्हणून मी बाजूला झाले. त्याच वेळी एक गृहस्थ तेथे अकस्मात आले, त्यांनी चटकन तिच्या डोक्यावरून ती पाटी उचलून घेतली. स्वत: जिन्यावरून ती माडीवर नेऊन ठेवली आणि हात झटकीत हसत हसत ते म्हणाले, "हां! आता हे छान झालं! नाहीतर एवढ्याशा डोक्याला पाटीचा एवढा भार कसा पेलला असता बरं?"

त्या गृहस्थांचे उच्चार मला किंचित वेगळे वाटले. पण त्यांच्या उच्चारापेक्षाही त्यांच्या त्या कृतीने माझे मन अधिक वेधून घेतले. एका मोलकरणीला त्यांनी जी मनापासून मदत केली, त्यात त्यांचे सौजन्य, साधेपणा आणि वृत्तीचा गोडवा असा प्रतिबिंबित झाला होता की, त्याचेच मला भारी कौतुक वाटले. पपा नेहमी म्हणतात त्याप्रमाणे अशा साध्या गोष्टींतूनच माणसाचा स्वभाव प्रगट होत असतो.

ही सारी हकिकत संध्याकाळी जेवणाच्या वेळी मी मिसेस कर्कला सांगितली,

तेव्हा ती हसून म्हणाली,

"ते गृहस्थ ना? ते प्रोफेसर भाअर असतील, दुसऱ्यांना अशी मदत करणं त्यांच्याखेरीज दुसऱ्या कोणाच्यानं व्हायचं नाही!"

मग मिसेस कर्कने मला त्यांची सर्व माहिती सांगितली. हे प्रोफेसर भाअर बर्लिनहून येथे आले आहेत. ते खूप शिकलेले आणि विद्वान आहेत. पण तितकेच ते दरिद्री आहेत आणि स्वभावाने विलक्षण साधे नि गोड आहेत. त्यांच्या बहिणीने एका अमेरिकन माणसाशी लग्न केले होते. ती मरण पावली. तिच्या दोन अनाथ मुलांची जबाबदारी त्यांच्यावरच पडली. तेव्हा ते इथे शिकवण्या करून त्यावर स्वतःची आणि त्या दोन मुलांची उपजीविका चालवतात. त्यांचे शिक्षण वगैरे करतात. ही सर्व कथा आहे साधीसुधीच, तिच्यात अद्भुतरम्य, रोमांचकारक असे काहीही नाही. पण तरी ती मला फार आवडली. मिसेस कर्कला प्रोफेसर भाअरबद्दल फार जिव्हाळा वाटतो आणि आमची शिकवणीची खोली आहे ना, त्याच्या शेजारची खोली त्यांच्या शिकविण्यासाठी ती अनेक वेळा त्यांना देते. या दोन्ही खोल्यांना विभागणारे काचेच्या तावदानांचे एक दार आहे. त्यातून अधूनमधून मी डोकावणार आहे आणि या जर्मन प्रोफेसरांचे चांगले निरीक्षण करणार आहे. मग मी त्यांची अधिक माहिती तुला कळवीन हं, मार्मी!

हो एक सांगायला विसरलेच. या प्रोफेसरसाहेबांचे वय जवळजवळ चाळिशीला आले आहे, तेव्हा तशी काही भीती तुला वाटायला नको बरे का.

आता थांबते, यापुढे दर आठवड्याला एक पत्र मी धाडीत जाईन आणि इकडची सर्व हकिकत तपशीलवार कळवीत जाईन. नमस्ते.

मंगळवार सायंकाळ.

आजची सकाळ भारीच गडबडीत गेली. सकाळी शिकवणीच्या वेळी माझ्या विद्यार्थिनी इतका दंगा करू लागल्या की, त्यांना गप्प कसे बसवावे मला कळेना. मी अगदी रडकुंडीला आले. मग मला एक अभिनव कल्पना सुचली. मी त्यांना मुळी व्यायामच करायला लावला. थोड्या वेळाने त्या दमून गेल्या आणि मग मात्र त्या गुपचूप अभ्यासाला बसल्या. जेवणे झाल्यानंतर मोलकरणीने मुलींना फिरायला बाहेर नेले आणि मी तिथेच माझी शिवणाची पेटी काढून शिवणकाम घेऊन बसले. इतक्यात शेजारच्या खोलीचे दार उघडल्याचा आवाज माझ्या कानी पडला आणि लगेच कोणीतरी एक जर्मन गीत स्वतःशी गुणगुणू लागल्याचे मी ऐकले. तो स्वर मंदगंभीर, भरदार आणि गोड होता. मला शेजारी काय चालले आहे ते बघण्याचा मोह अगदी अनावर झाला आणि हे असभ्यपणाचे आहे असे समजत असूनही मधल्या दारावरच्या कापडी पडद्याचे टोक हलकेच बाजूला करून काचेला नाक

लावून मी पलीकडच्या खोलीत नजर टाकली. पाहते तो काय, प्रोफेसर भाअर तेथे होते आणि एकीकडे आपली पुस्तके नीट लावून ठेवताना दुसरीकडे ते स्वत:शीच गाणे म्हणत होते, या वेळी मी त्यांना नीट न्याहाळून पाहून घेतले. अगदी शंभर टक्के जर्मन वाटतात ते. अंगाने धिप्पाड, मस्तकावरचे पिंगट तपकिरी केस अस्ताव्यस्त विखुरलेले, हनुवटीखाली तशीच छोटीशी पिंगट दाढी. सुरेख सरळ नाक, अतिशय प्रेमळ डोळे आणि ढग गडगडल्यासारखा भरदार गंभीर स्वर. हो. एक सांगायचे राहिलेच, त्यांचे दात अतिशय रेखीव आणि मोत्यांसाखे पांढरेशुभ्र आहेत. तेवढे सोडले तर त्यांच्या चेहऱ्यात देखणेपणा ज्याला म्हणता येईल, असे काहीच नाही. अंगावरचे कपडे जुने, गबाळे आणि मधूनमधून फाटलेले देखील, पण कपडे मात्र मूळचे भारीतले असले पाहिजे. अंगातल्या कोटाच्या दोन बटनांचा कोठे पत्ताच नव्हता आणि एका बुटाला तर चक्क ठिगळ जोडलेले होते. पण या दारिद्र्यात नि गबाळेपणातही प्रोफेसर भाअरच्या मुद्रेवरचे सभ्यतापूर्ण भाव आणि विद्वत्तेचे तेज लपले नव्हते. त्यांच्याकडे बघताच कोणालाही त्यांच्याविषयी आदर आणि आत्मीयता वाटावी, असाच त्यांचा चेहरा आहे आई. काही वेळ ते स्वत:शी गाणे गुणगुणत राहिले आणि मग त्यांनी खिडकीत ठेवलेली गुलाबाची कुंडी उन्हात सरकवली, जवळ बसलेल्या मांजराला प्रेमाने थोपटले आणि आपल्या पुस्तकांवरून मायेने हात फिरवला. तेवढ्यात खोलीच्या दारावर थाप पडली. तेव्हा प्रोफेसरांनी मोठ्याने ओरडून म्हटले,

"कोण आहे ते?"

मी कुतूहलाने दाराकडे बघू लागले, (माझ्या लपलेल्या जागेवरूनच!) बघते तो काय, हातात एक जाडजूड पुस्तक घेऊन एक अगदी छोटी मुलगी दारात उभी. प्रोफेसरांनी दार उघडताच ती वादळासारखी आत आली आणि दोन्ही हात पुढे करून ओरडली,

"माजे भाअलकाका, माजे भाअलकाका! मला हवे!"

"तुझाच आहे हं बाळ मी. ये टिना, लाडक्या ये!" असे म्हणत म्हणत प्रोफेसरांनी त्या चिमुरडीला चटकन उचलून कडेवर घेतले आणि मग दोन्ही हातांत धरून तिला खूप उंच, आपल्या डोक्याच्याही वर धरले. त्या मुलीला त्याची इतकी गंमत वाटली की, टाळ्या वाजवून ती खदखदा हसू लागली आणि मग पटदिशी खाली वाकून तिने प्रोफेसरांच्या कपाळाचे भराभर मुके घेतले. हा सारा प्रेमाचा आविष्कार झाल्यानंतर मग प्रोफेसर भाअरनी त्या छोटीला टेबलाशी बसवले. एक वही उघडून तिच्यापुढे ठेवली आणि ती मोठी थोरली डिक्शनरी काढून त्यातला एकेक शब्द ते तिला शिकवू लागले. हे सारे इतक्या गंभीरपणे चालले होते की, काही विचारू नये. मध्येच ती मुलगी आपले गोंडस बोट वहीच्या पानावरून फिरवी.

गोड किलबिलत्या स्वरात काहीतरी विचारी आणि प्रोफेसर भाअर तिला आस्थेने उत्तर देत. कधीकधी ते तिच्या केसांवरून वत्सलतेने हात फिरवीत. अशा वेळी त्यांच्या डोळ्यांत, मुखावर विलक्षण प्रेमळ भाव दिसे.

असा काही वेळ गेला आणि प्रोफेसरांच्या आणखी दोन 'शिकवण्या' आल्या. या दोघीजणी तरुण मुली होत्या. त्यातली एक लाडिक लाडिक हसे आणि मध्येच, 'हे हो काय, सर?' असे लडिवाळपणाने बोले. दुसरीचे जर्मन शब्दांचे उच्चार इतके चुकीचे होते की, ते ऐकताना न हसणे प्रोफेसर भाअरना कसे काय जमत असेल, असा मला प्रश्न पडला! त्या दोन मुलींची शिकवणी फार तर अर्धा तास चालली असेल, पण तेवढ्यात त्यांनी त्या बिचाऱ्या शिक्षकाला असे हैराण केले की, काही पुसू नये. ते मध्येच हताश होऊन म्हणत, "छे छे! तसे नाही! तसे नाही! तुमचे माझ्या बोलण्याकडे मुळी लक्षच नाही. आता पुन्हा नीट ऐका!" आणि एकदा तर त्यांनी हातातले पुस्तक खाली आपटून चक्क म्हटले, "छे! आजचा दिवसच वाईट आहे. एकही काम धड सुरळीतपणे होत नाही!"

खरंच सांगते आई, त्या वेळी मला त्या दोन मूर्ख मुलींचा अतोनात राग आला आणि गरीब बिचाऱ्या प्रोफेसर भाअरची विलक्षण कीव आली. त्या मुली निघून गेल्यावर त्यांनी धाडकन आरामखुर्चीवर अंग टाकून दिले आणि डोळे मिटून थकल्यासारखे ते कितीतरी वेळ पडून राहिले. जरा वेळाने घड्याळात दोनचे ठोके पडले तेव्हा ते दचकून भानावर आले. जवळच्या सोफ्यावर झोपी गेलेल्या टिनाला उचलून त्यांनी खांद्यावर टाकले आणि मग दरवाजा उघडून ते निघून गेले. मला वाटते, त्यांचे आयुष्य फार जिकिरीचे नि धडपडीचे असले पाहिजे.

संध्याकाळच्या जेवणाला मी खालच्या मोठ्या जेवणघरात जाणार का, असे मिसेस कर्कने मला विचारले. मलाही फार एकटे एकटे, उदास वाटत होते. तेव्हा आज सर्वांच्या बरोबरच जेवण घेऊ या, असा विचार करून मी मिसेस कर्कबरोबर जेवणघरात गेले. खरे तर तिच्या मागे मागे लपूनच तेथे प्रवेश करावा, असा माझा बेत होता. पण मी पडले उंच तर मिसेस कर्क अगदी ठेंगणी. तेव्हा माझे कोणाला न दिसण्याचे प्रयत्न विफल झाले. जेवताना मी मिसेस कर्कशेजारीच बसले होते. पहिली काही मिनिटे तर मला डोळे उचलून वर बघवेना; इतकी मी संकोचाने अवघडून गेले होते. पण थोड्या वेळाने धीर धरून मी अवतीभोवती पाहू लागले. जेवणाचे टेबल खूपच मोठे होते आणि सगळ्या खुर्च्या माणसांनी भरून गेल्या होत्या. तरुण माणसे स्वत:त रमली होती. तरुण जोडपी एकमेकांत रमली होती. विवाहित लेकुरवाळ्या बायका आपल्या मुलांना जेवू घालण्यात गर्क झाल्या होत्या, तर म्हातारी माणसे हवापाण्याच्या नि राजकारणाच्या गप्पा मारण्यात रंगून गेली होती. यांतल्या कोणाशीही माझे फारसे जुळेल, असे मला वाटत नाही.

टेबलाच्या अगदी टोकाशी प्रोफेसर भाअर बसले होते. त्यांच्या एका बाजूला एक बहिरा म्हातारा बसला होता तर दुसऱ्या बाजूला एक फ्रेंच तत्त्वज्ञ बसला होता. त्या दोघांशी आळीपाळीने बोलताना आणि त्यांच्या असंख्य प्रश्नांना उत्तरे देताना बिचाऱ्या प्रोफेसरांची अगदी त्रेधा उडत होती. ॲमी जर इथे असती ना आई, तर तिने आमच्या या प्रोफेसरांकडे ढुंकून सुद्धा पाहिले नसते. कारण त्यांची भूक जबरदस्त आहे अन् ते जेवतातही अगदी मनापासून. ॲमीच्या सभ्यतेच्या नि सुसंस्कृततेच्या कल्पनांत असे पोटभर मनापासून जेवणे मुळीच बसणार नाही. पण मला नाही त्यात काही विचित्र वाटले! मला उलट माणसांना मनापासून जेवताना बघून आनंद होतो आणि दिवसभर इतक्या मूर्ख विद्यार्थ्यांशी डोकेफोड केल्यानंतर एखाद्याला जर कडकडून भूक लागली, तर त्यात नाक मुरडण्याजोगे काय आहे बरे?

जेवणानंतर मी जेव्हा माडीवर खोलीकडे निघाले, त्या वेळी दोन तरुण माणसांचे आपसांतले बोलणे माझ्या कानी पडले. माझ्यासंबंधीच बोलत होते ते. एकजण दुसऱ्याला म्हणत होता,

"कोण बुवा ही नवी मुलगी?"

"मास्तरीण दिसते रे साधी."

"अच्छा! मग तिला अगदी आमच्या टेबलाशी कशाला हवं होतं जेवायला बसवायला?"

"मालकिणीच्या ओळखीतली दिसते आहे!"

"रूपाने काही अगदीच टाकाऊ नाही. पण रीतीभाती मुळीच दिसत नाहीत तिला! अडाणी दिसते–"

हे संभाषण कानी पडले तेव्हा प्रथम मला अतिशय संताप आला. पण नंतर माझे मलाच हसू आले. खरे म्हणजे हे लोकही कारकुनी पेशातलेच आहेत. पण तरीदेखील ते शिक्षकिणीला आपल्यापेक्षा कमी दर्जाची मानतात. म्हणजे आहे की नाही गंमत? आणि म्हणे मला रीतभात नाही. खरे म्हणजे स्वतःला सभ्य नि सुसंस्कृत म्हणवणारे हे लोकदेखील सारा वेळ धुराड्यासारखा तोंडातून सिगरेटचा धूर सोडीत इतरांची टिंगलटवाळीच करीत असतात. पण तरी ते सभ्य! नि मी अडाणी! काय न्याय आहे पहा. मला या तथाकथित 'सुसंस्कृत' लोकांचा अगदी तिटकारा येतो.

गुरुवार

कालचा दिवस एकूण शांततेत गेला. मी थोडेसे शिकवले. थोडेसे शिवणकाम केले आणि थोडा वेळ माझ्या खोलीत बसून लेखनवाचन केले. हो. सांगायची गोष्ट म्हणजे काल माझी आणि प्रोफेसर भाअर यांची रीतसर ओळख करून देण्यात आली. मी टिना म्हणून ज्या छोट्या मुलीविषयी लिहिले होते ना, तिची आई फ्रेंच

असून इथल्या लॉण्ड्रीत ती कपड्यांना इस्त्री करण्याचे काम करते. छोट्या टिनाचे प्रोफेसर भाअरवर विलक्षण प्रेम जडले आहे. सारा वेळ एखाद्या मांजराच्या पिलासारखी ती त्यांच्याभोवती घोटाळत असते. त्यांनाही टिनाचा फार लळा लागला आहे. ते स्वत: अविवाहित आहेत, पण लहान मुलांचे त्यांना अतोनात वेड आहे. मिसेस कर्कच्या छोट्या मुली किटी आणि मिनी यांनाही प्रोफेसर फार आवडतात. त्या दोघीजणी सतत त्यांच्याविषयी काही ना काही मला सांगत असतात. त्यांनी सांगितलेल्या गोष्टी, त्यांनी काढलेले नवे नवे खेळ – सर्व काही या मुलींकडून मला कळत असतं. वसतिगृहातली तरुण मंडळी प्रोफेसर भाअरची नाना परीने चेष्टा करतात. पण प्रोफेसर मुळीच चिडत नाहीत. उलट ते विनोद इतक्या खिलाडू वृत्तीने स्वीकारतात की त्यामुळे या तरुण मंडळींचंही प्रेम आणि आपुलकी त्यांनी संपादन केली आहे. काल संध्याकाळी मी मुलींच्या खोलीत बसले असताना मिसेस कर्कसाठी वर्तमानपत्रे घेऊन प्रोफेसर भाअर तेथे आले. मिसेस कर्क खोलीत नव्हती. पण माझ्या दोघी विद्यार्थिनी हजर होत्या. त्यांतली मिनी ही छोटीशी असली तरी तिचे वागणेबोलणे प्रौढ माणसांसारखे असते. तिने मोठ्या गंभीरपणे प्रोफेसरांना माझी ओळख करून दिली. "ही आईची मैत्रीण. मिस मार्च यांच नाव."

"हां. अन् आम्हाला त्या खूप खूप आवडतात." मला एकदम बिलगून किटी म्हणाली.

मिनीचा औपचारिक सभ्यपणा आणि किटीचे नंतरचे अगदी अनौपचारिक दिलखुलास वक्तव्य यांतला विरोध इतका विनोदी होता की, आम्हा दोघांनाहा एकदम हसू आलं. त्यांनंतर प्रोफेसर भाअर म्हणाले,

"हो हो. माहीत आहे मला. त्या तुमच्या बाई आहेत, हेही माहीत आहे. या दोघीजणी खोड्या करून तुम्हाला सतावतात फार. होय, ना मिस मार्श? मी ऐकत असतो सारं. आता पुन्हा कधी त्या दंगा करून तुम्हाला त्रास देऊ लागल्या ना, तर मला बोलवा तुम्ही. मी त्यांना चांगला ठोक देईन!"

आणि ते डोळे वटारून किटीकडे नि मिनीकडे उग्रपणे बघत राहिले. पण त्या पोरट्या त्यांना मुळीच भ्यायल्या नाहीत. उलट त्यांच्या एकंदर आविर्भावाची अतिशय गंमत वाटून त्या जोरजोराने खिदळू लागल्या. मग प्रोफेसर भाअरही हसत सुटले आणि हसतहसतच ते मला अभिवादन करून तेथून निघून गेले.

त्यानंतर आज पुन्हा आमची गाठ पडली. त्याचे असे झाले, दुपारी मी बाहेर जायला निघाले होते, त्यांच्या खोलीवरूनच जावे यावे लागते. तशी मी जात असताना माझ्या हातातल्या छत्रीचे टोक लागून त्यांच्या खोलीचे अर्धवट बंद असलेले दार अचानक उघडले गेले. सहजच माझी नजर आत वळली. बघते तो काय, अंगात ड्रेसिंग गाऊन घातलेले प्रोफेसर तेथे उभे राहून चक्क आपल्या

फाटक्या पायमोजाला रफू करताहेत. त्यांना तशा अवस्थेत पाहून मलाच लाजल्यासारखे झाले. पण प्रोफेसरांना त्याचे काहीच वाटले नाही. उलट पायमोजासकट हात वर करून ते मला म्हणाले,

"काय? फिरायला निघालात काय? जा जा. आज हवा मोठी झक्क पडली आहे! तुमचं फिरणं मजेत होईल!"

हात हलवून त्यांचा निरोप घेत मी पुढे सटकले, पण ते सारे दृश्य मला काहीसे केविलवाणेच वाटले. स्वत:चा फाटका पायमोजा दुरुस्त करणाऱ्या त्या दरिद्री विद्वानाची मूर्ती नंतर कितीतरी वेळ सारखी डोळ्यांपुढे येत राहिली. जर्मन पुरुष विणकाम-भरतकामात पटाईत असतात, हे ठाऊक आहे मला. पण ते वेगळे आणि फाटका पायमोजा रफू करणे वेगळे. नाही का?

शनिवार

आज तसे काही विशेष सांगण्यासारखे घडले नाही. पण दुपारी मुलींना शिकवण्यासाठी जेव्हा मी त्यांच्या खोलीत गेले, तेव्हा शेजारच्या खोलीत एकच आरडाओरडा नि गोंधळ चालू होता. प्रोफेसन भाअर जमिनीवर गुडघे नि हात टेकून ओणवे झाले होते. टिना त्यांच्या पाठीवर बसली होती. किटीने उड्या मारण्याच्या दोरीचा लगाम त्यांच्या तोंडात दिला होता. मिनी मधून मधून 'घोड्या'ला दाणा भरवीत होती आणि 'घोडा' खोलीभर धावत होता.

"आम्ही घोडा घोडा खेळतो आहोत!" किटीने खुलासा केला.

"हा माजा घोला आहे!" प्रोफेसरांचे केस पकडीत टिना म्हणाली.

तेवढ्यात 'घोड्या'ने मान वर करून मजकडे पाहिले आणि हसतहसत तो म्हणाला,

"आम्ही फार दंगा करतो आहोत का? तसं असेल तर सांगा, आम्ही खेळ थांबवू ताबडतोब!"

पण ती सारीजणे इतक्या मजेत होती की, त्यात व्यत्यय आणणे मलाच बरे वाटले नाही. म्हणून मी त्यांना खेळण्याला परवानगी दिली आणि खरोखर सांगते, माझा वेळ इतक्या मजेत क्वचितच गेला असेल. प्रोफेसर भाअर आणि त्या तीन छोट्या मुली कितीतरी वेळ गमतीने खेळत होती. खेळ झाल्यावर नाचगाणी झाली. होता होता दिवस मावळला. काळोख पडला. मग प्रोफेसर थकून कोचावर बसले. मुली त्यांच्या पायाशी बसल्या आणि प्रोफेसरांनी त्यांना पऱ्यांच्या, यक्षराक्षसांच्या नि पशुपक्ष्यांच्या अद्भुत गोष्टी सांगितल्या. त्या ऐकतांना त्या छोट्या मुलींइतकीच मीही रंगून गेले. किती साधेसुधे आणि निर्भर असतात हे जर्मन लोक!

लिहिता लिहिता मी चांगलीच वाहावत गेले. नाही? केवढे लांबलचक झाले आहे हे पत्र. याला किती तिकिटे लागतील कुणास ठाऊक. ॲमीची पत्रे नियमितपणे

येतात ना? तुमची वाचून होताच मला इतके धाडून द्या. युरोपच्या प्रवासातील रोमांचकारी वर्णनांच्या तुलनेने माझ्या पत्रातल्या हकिकती तुम्हाला फार सामान्य वाटत असतील, नाही? टेडीचे कसे काय चालले आहे? तो अभ्यासात इतका गर्क झाला आहे का की, मला दोन ओळीचे पत्र लिहायला त्याला वेळ मिळत नाही? बेथ, तू टेडीची काळजी घेत जा आणि मेगकडची सारी हकिकत मला पत्रातून कळवीत जा. आता थांबते.

तुमची साऱ्यांची

ज्यो.

ता. क. : पत्र पुन्हा एकदा वाचून पाहिल्यावर माझ्या ध्यानात आले की, प्रोफेसर भाअर यांचा उल्लेख त्यात जरा जास्तच वेळा आला आहे. पण विचित्र आणि विक्षिप्त माणसांबद्दल मला नेहमींच ओढ वाटत आली आहे नाही का? शिवाय इकडे लिहिण्यासारखे दुसरे खरेच काही घडत नाही. असो

ज्यो.

प्रिय बेथ, डिसेंबर

हे पत्र अगदी खरडून टाकल्यासारखे लिहीत आहे म्हणेनास, पण ते वाचून तुझी थोडीशी करमणूक होईल असे वाटते. माझे इकडे छान चालले आहे. सांगायचे कारण म्हणजे, माझ्या छोट्या विद्यार्थिनी प्रारंभी अतिशय गुंड अन् दंगेखोर होत्या. पण मी आता त्यांना चांगले वळण लावण्यात बरीच यशस्वी झाले आहे म्हटले तरी चालेल. टिनाही त्यांच्यातच खेळते. शिवाय फ्रान्स आणि एमिल हे प्रोफेसर भाअरचे दोघे भाचे आहेतच. ते दोघे पुष्कळदा आपल्या मामाला भेटायला येतात आणि मग या सर्व मुलांचा मिळून मोठा मजेदार मेळावा जमतो. शनिवारी दुपारी हा सारा कळप आम्ही बहुधा बाहेर फिरायला नेतो आणि मी अन् प्रोफेसर भाअर मिळून त्यांच्यावर देखरेख करतो. फार फार मजा येते अशा वेळी!

माझी अन् प्रोफेसरांची आता चांगलीच दोस्ती जमली आहे आणि मी त्यांच्याकडे जर्मन शिकायला सुरुवात केली आहे. हे सारे कसे घडून आले, ते तुला सांगायलाच हवे. एके दिवशी प्रोफेसर भाअरच्या खोलीवरून मी जात असताना खोलीत आवराआवर करीत असलेल्या मिसेस कर्कने मला आत बोलावून घेतले आणि मी आत जाताच ती मला म्हणाली,

"बघ. काय पसारा पडलाय हा इथे! पाहिला होतास तू कधी एवढा गोंधळ? ये आणि ही पुस्तकं नीट लावून ठेवायला मला मदत कर. देवा देवा! काय ही अव्यवस्था? गेल्याच आठवड्यात मी सहा रुमाल शिवून दिले होते या गृहस्थाला. पण आता एकसुद्धा सापडत नाही आहे इथे!"

मी आजूबाजूला पाहू लागले. खरोखर, त्या पसाऱ्याचे नि अव्यवस्थेचे वर्णन करणे कठीण आहे. बघावं तिकडे कागदपत्रं, पुस्तके अस्ताव्यस्त पसरली होती. कोपऱ्यातल्या शेल्फावर एक जुनी मोडकी बासरी पडली होती. पिसे झडलेला एक म्हातारा पक्षी खिडकीच्या कट्ट्यावरील पिंजऱ्यांत चिवचिवाट करीत बसला होता. त्याच्याच पलीकडे एका छोट्या खोक्यात सहा पांढरे उंदीर खेळत होते. हस्तलिखित कागदांच्या जुडग्यातच कागदाच्या छोट्या बोटी नि पतंग, चिंध्या नि दोऱ्या पसरल्या होत्या. छोट्या छोट्या बुटांच्या दोन जोड्या शेकोटीसमोर ठेवल्या होत्या आणि या सर्व पसाऱ्यात मुलांची खेळणी विखुरली होती. आम्ही दोघींनी सारी खोली नीट लावली, तेव्हा सहापैकी तीन हातरुमाल कसेबसे सापडले. त्यातल्या एकाच्या चिंध्या काढून पतंगाला शेपटी लावली होती. एक पक्ष्याच्या पिंजऱ्यावर झाकणासारखा अंथरला होता नि एक स्टोव्हवरची पातेली उचलताना काळ्या मिचकूट झालेल्या अवस्थेत पडला होता. "काय म्हणावे या माणसाला?" हताशपणे मान हलवीत मिसेस कर्क म्हणाली, "मला वाटते, बाकीच्या तीन रुमालांची अशीच वाट लागली असणार. पण या प्रोफेसरांवर रागावताही येत नाही मला. कारण अगदीच बिचारे साधेभोळे, विसराळू अन् प्रेमळ आहेत. ती सारी पोरं नुसती छळतात त्यांना, पण ते हसतमुखाने त्यांचा त्रास सहन करतात. मी आपण होऊन त्यांचे कपडे धुण्याचं अन् फाटके कपडे दुरुस्त करण्याचं कबूल केलं आहे, पण वेळेवर कपडे माझ्याकडे देण्याचीही आठवण राहत नाही यांना. मला ते शोधायला वेळ नसतो. एकूण काय, हाल आहेत झाले बिचाऱ्यांचे!"

"हे बघा. हे काम तुम्ही माझ्यावर सोपवा ना!" मी चटकन म्हटले, "मी त्यांची खोली स्वच्छ ठेवीत जाईन. कपडे शिवून दुरुस्त करीत जाईन. मला नाही त्यात काही कमीपणा वाटायचा. कारण प्रोफेसर स्वत: किती उपयोगी पडतात माझ्या. खरंच, मी करीन ही सारी कामं!"

असे आमचे दोघींचे आपापसांत ठरले आणि तेव्हापासून प्रोफेसरांच्या खोलीची देखभाल करण्याचं, त्यांच्या वस्तू नीटनेटक्या ठेवण्याचं काम मी माझ्याकडे घेतलं आहे. मध्यंतरी एकदा मी त्यांची खोली आरशासारखी लख्ख करून टाकली आणि त्यांच्या पायमोज्यांच्या दोन-तीन जोड्यांचे तळवे साफ गेले होते, ते विणून नवे लावले. हे सारे अर्थात मी अगदी गुपचूप करीत होते. पण गेल्या आठवड्यात एकदा त्यांनी मला ऐन वेळी पकडलेच. त्याचे असे झाले, बऱ्याच वेळा, त्यांच्या खोलीचे दार उघडेच असते आणि त्यामुळे त्यांच्या विद्यार्थांना ते जेव्हा शिकवतात, त्या वेळी माझ्या खोलीत ते सारे मला स्वच्छ ऐकायला येते. खोलीचे दार आडवे करून मी एका आरामखुर्चीवर त्यांचा पायमोजा एकीकडे विणीत होते आणि दुसरीकडे त्यांनी आपल्या विद्यार्थ्यांना शिकवलेले जर्मन शब्द मी हलकेहलके पाठ करीत होते.

तेवढ्यात अचानक कसला तरी आवाज झाला. मी दचकून वर बघते तो माझ्यापासून अवघ्या दोन हात अंतरावर प्रोफेसर भाअर उभे. ते मोठ्या प्रयासाने आपले हसू आवरीत होते आणि जवळ असलेल्या टिनाला 'बोलू नकोस' अशी अर्थी हाताने खुणा करीत होते.

त्यांना पाहून अर्थातच मी भयंकर लाजले नि ओशाळले. तेव्हा ते पुढे होऊन मला म्हणाले, "असं एकमेकांकडे चोरून बघण्यापेक्षा नि चोरून ऐकण्यापेक्षा तुम्ही माझ्याकडे जर्मन शिकत का नाही? खरेच शिका. मी थट्टा करीत नाही. अगदी मनापासून बोलतो आहे!"

"पण तुम्ही किती कामात असता आधीच – त्यांतून तुम्हाला आणखी त्रास द्यायचा म्हणजे–" मी अडखळत बोलू लागले. लाजेने माझा चेहरा अगदी लाल पडला होता. पण माझे बोलणे पुरे होऊ न देता प्रोफेसर भाअर मध्येच अगदी प्रेमळ स्वरात म्हणाले,

"वेळाचं काय घेऊन बसलात? सध्याकाळी मी मोकळाच असतो. तेव्हा मी आनंदानं तुम्हाला शिकवीत जाईन. खरे सांगू मिस मार्श, तुमच्यासाठी एवढं करता आलं तर मला भारी समाधान होईल. मला तुमचं एक देणं देऊन टाकायचं आहे. तुम्हाला वाटत असेल, मी अगदी बावळट आहे. तसा मी असेनही. पण आजकाल माझी खोली स्वच्छ असते. पुस्तकं-वह्या नीट ठेवलेल्या असतात. पायमोज्यांचे तळवे दुरुस्त केलेले असतात. हे सारं का मला दिसत नाही? मला डोळे आहेत आणि त्यांना दिसतं. तुम्ही मजकडे जर्मनचे धडे घ्या पाहू. नाहीतर मग उद्यापासून आमची खोली तुम्हाला बंद!"

त्यांनी इतक्या भलेपणाने आणि आर्जवाने विनंती केल्यावर अर्थातच मला त्यांना 'नाही' म्हणता येईना. शिवाय जर्मन भाषा शिकण्याची दुर्मिळ संधी आयती चालून आली होती. तेव्हा मीही मग फारसे आढेवेढे घेतले नाहीत आणि आम्ही शिकवणीला सुरुवात केली. पहिले चार धडे झाले आणि मग मी व्याकरणाच्या गुंत्यात अशी सापडले की ज्याचे नाव ते! प्रोफेसर भाअर मला अगदी कळकळीने शिकवतात. माझ्याशी खूप सहनशीलतेने वागतात. पण व्याकरणाबाबतचा माझा मठ्ठपणा त्यांनाही अगदी असह्य झाला असला पाहिजे. कारण शिकवताना कधीकधी ते इतक्या हताश नजरेने मजकडे बघत की, हसावे की रडावे हे मला कळत नसे. एकदा तर हे सारे प्रकरण इतके विकोपाला गेले की, प्रोफेसरांनी हातातले पुस्तक धाडकन जमिनीवर फेकले आणि संताप न आवरल्यामुळे ते चक्क खोलीतून बाहेर निघून गेले. माझी काय अवस्था झाली असेल कल्पनाच करावी. जरा वेळाने मी निमूटपणे माझी वह्यापुस्तके गोळा करून तेथून उठण्याच्या बेतात होते, तो प्रोफेसर भाअर पुन्हा आत आले आणि हसतहसत ते मला म्हणाले,

"आता आपण एका वेगळ्या पद्धतीनं अभ्यास करू या. आपण काही परीकथा वाचू या. त्या भिकारड्या व्याकरणाची आपण मुळी पर्वाच करायची नाही. चला हकालपट्टी करा बघू त्या द्वाड पुस्तकाची. आम्हाला रडू आणते नाही का बेटे?"

बोलता बोलता त्यांनी खरोखरच व्याकरणाचे पुस्तक दूर कोपऱ्यात भिरकावून दिले आणि हॅन्स ॲण्डरसनच्या परीकथांचे पुस्तक माझ्यासमोर उघडून ठेवले. त्यांची ती कृती इतकी प्रेमळ आणि आश्वासक होती की, माझी मलाच लाज वाटू लागली. मी माझा संकोच, निराशा सारे काही विसरून गेले आणि मग मी कथा वाचावी नि प्रोफेसरांनी तिचे लगोलग जर्मनमध्ये भाषांतर करून सांगावे, असा आमचा अभ्यास सुरू झाला. दोनतीन पाने या पद्धतीने वाचल्यावर खूष होऊन प्रोफेसर भाअर म्हणाले, "वा! छान! आता कसा झकास अभ्यास होतोय की नाही?"

नंतर आम्ही अभ्यासाची हीच पद्धत स्वीकारली आणि आता मी माझे धडे व्यवस्थित करू लागले आहे. व्याकरण, भाषाशास्त्र, व्युत्पत्ती सारे काही हसतखेळत शिकून होत आहे. प्रोफेसर भाअर फार चांगले शिक्षक आहेत. त्यांचा मंद्र, गंभीर, खर्जातला स्वर ऐकताना गंमत वाटते आणि त्यांची मन:पूर्वकता पाहिली म्हणजे आपल्यालाही मनापासून अभ्यास करावासा वाटतो. मला त्यांना येत्या नाताळात काहीतरी छानशी भेट द्यावीशी वाटते. शिकवणीचे पैसे ते मुळीच घेणार नाहीत. तेव्हा एखादी उपयुक्त वस्तूच द्यावी. बेथ, तू आईचा सल्ला या बाबतीत घेऊन मला कळव.

लॉरीचा अभ्यास चांगला आहे, हे वाचून बरे वाटले. तसेच त्याने सिगरेट ओढणे सोडून दिले आहे, हे वाचून समाधान झाले. बेथ, एकंदरीने माझ्यापेक्षा तूच त्याला चांगली शिस्त लावतेस असे दिसते. अर्थात मला त्यात आनंदच आहे. पण त्याला अगदी पार बदलवून टाकू नकोस बरे का! त्याचा मूळचा खोडकरपण नि मिष्कीलपणा तर टिकायलाच हवा. त्याशिवाय लॉरी हा लॉरी वाटायचा नाही! असो. बेथ, तू आपल्या प्रकृतीला जप आणि तिकडची सारी बारीकसारीक हकिकत मला पत्रांतून कळवीत जा.

जानेवारी

माझ्या लाडक्या कुटुंबीयांनो, नवे वर्ष तुम्हाला खूप खूप आनंदाचे, आरोग्यपूर्ण अणि सुखसमृद्धीचं जावो. अर्थात 'कुटुंबीय' या शब्दात मिस्टर लॉरेन्स नावाच्या एका प्रेमळ म्हातारबुवांचा नि टेडी नावाच्या एका तरुण माणसाचाही समावेश झालेला आहे बरे का!

घरून आलेली नाताळची भेट मला किती आवडली म्हणून सांगू! गंमत अशी

झाली की, आदल्या दिवशी त्या भेटीची मी भयंकर उत्सुकतेने वाट बघत होते. पण रात्रीपर्यंत भेट नाही की काही नाही. मग मी आशा सोडून दिली. दुसऱ्या दिवशी सकाळी तुमचे पत्र आले. पण त्यात सुद्धा अशा भेटवस्तू धाडल्या आहेत म्हणून तुम्ही मुळीच लिहिले नव्हते. (कारण तुम्हाला मला चकित करायचे होते!) मला मात्र फार वाईट वाटले. म्हटले अरे, एवढा नाताळचा सण आणि आपल्याला मात्र आपल्या घरच्यांनी एकसुद्धा भेटवस्तू धाडू नये ना! एवढा मनस्ताप मी सहन केला आणि त्यानंतर दुपारी तुमच्याकडून पार्सल आले. ते पाहून मला केवढा आनंद झाला असेल कल्पना करा! तुम्हाला खोटे वाटेल कदाचित, पण ते पार्सल आल्यावर कितीतरी वेळ मी ते नुसतेच छातीशी कवटाळून हसतरडत होते. खोलीभर इकडून तिकडे उड्या मारीत होते. जरा वेळाने मी जमिनीवर बैठक ठोकली आणि पार्सल उघडून एकेक वस्तू बाहेर काढली. हॅनाने खास माझ्यासाठी करून धाडलेला केक मला फार आवडला. त्याचा नमुनाही मी इथे अनेकांना दिला. बेथ, तू माझ्यासाठी निळा एप्रन स्वत: बनवून पाठवलास, तो मला अगदी ठीक होतो आहे. शिवाय त्याच्या निळ्या रंगामुळे शाईचे डाग त्यावर पडले तरी ते दिसणार नाहीत, ही केवढी सोय आहे. मार्मीने मला थंडीसाठी म्हणून फ्लॅनेलचा कोट दिला आहे, तो मी लगेच वापरू लागले आहे. पपांनी धाडलेली पुस्तकेही छान आहेत. या माझ्या वस्तूंमुळे सारे घरच पुन्हा भेटल्यासारखे वाटले, इतक्या सुरेख नि उपयुक्त वस्तू धाडल्याबद्दल आभार, आभार, आभार!

प्रोफेसर भाअरनी नवीन वर्षाची भेट म्हणून मला काय दिले असेल ते ओळखा पाहू! त्यांनी मला स्वत:च्या संग्रही असलेली शेक्सपियरच्या नाटकांची कातडी बांधणीची एक सुंदर प्रत नाताळनिमित्त दिली. त्यांच्या अगदी वेचक ग्रंथांपैकी हा ग्रंथ आहे. जर्मन बायबल, प्लेटो, होमर, मिल्टन यांचे ग्रंथ यांच्या जोडीला हा 'शेक्सपिअर' त्यांच्या टेबलावर मोठ्या थाटाने विराजमान झालेला असे. मी त्या प्रतीचे दोनतीनदा खूप कौतुक केले होते. तेवढे नेमके ध्यानात ठेवून ती प्रत त्यांनी नाताळच्या दिवशी सकाळी माझ्या हातात ठेवली. पहिले पान उघडून बघते तो त्यावर त्यांनी ठसठशीत रेखीव अक्षरांत 'फ्रीडरिक भाअर यांजकडून स्नेहपूर्वक भेट' असे लिहीले होते. मी चकित मुद्रेने वर पाहीले, तेव्हा ते हसून म्हणाले,

"हा एक ग्रंथ म्हणजे एक संपूर्ण वाचनालय आहे. या एका लेखकाचा जरी तुम्ही कसून अभ्यास केलात तरी पुरे. या नाटकांतून लेखकाने केलेले नुसते स्वभावरेखन जरी तुम्ही पाहिलेत, तरी लेखनाच्या दृष्टीने तुम्हाला त्याचा खूप उपयोग होईल. जगातल्या माणसांचे स्वभाव तुम्ही उत्तम रीतीने जाणू शकाल आणि त्याचे चित्रणही तुम्हाला चांगले करता येईल."

त्या सुंदर भेटीबद्दल मी त्यांचे मन:पूर्वक आभार मानले आणि आता खरोखरीच

या नव्या 'वाचनालया'त मी अगदी रंगून गेले आहे. शेक्सपिअर हा केवढा थोर कलाकार आहे हे आतापर्यंत मला नीटसे कधी जाणवलेच नव्हते. पण – प्रोफेसर भाअरसारखा कसबी शिक्षक तरी आतापर्यंत मला कुठे भेटला होता? आई, तू त्यांच्या नावाला मात्र हसू नकोस हं. त्यांचं नाव तसं उच्चारायला जरा अवघडच आहे, ते 'बेअर' नाही. 'बोर' ही नाही. 'भाअर' असे मी म्हणते. पण तोही उच्चार अगदी बिनचूक नव्हे. फक्त जर्मन लोकच तो उच्चार बरोबर करू शकतील. असं काही विचित्रच नाव आहे त्यांचं, पण ते काही का असेना, माझ्या पत्रांत त्यांच्याबद्दल मी जे काही लिहिले आहे ते वाचून तुमचा त्यांच्याविषयी अनुकूल ग्रह झाला, हीच गोष्ट माझ्या दृष्टीने महत्त्वाची आहे. तुमची आणि त्यांची प्रत्यक्षातच एकदा गाठ पडायला हवी. आई, तुला त्यांचं प्रेमळ वर्तन आवडेल. पपांना त्यांच्या बुद्धिमत्तेचे कौतुक वाटेल. मला तर त्या दोन्ही गोष्टी आवडतात आणि माझ्या नव्या दोस्ताचा – 'फ्रीडरिक भाअर'चा खरोखरच मला फार अभिमान वाटतो.

त्यांना नाताळची भेट देताना मात्र मी जराशी गडबडलेच. कारण एक तर माझ्याजवळ फारसे पैसे नव्हते आणि दुसरे म्हणजे त्यांच्या आवडीनिवडीही मला ठाऊक नव्हत्या. मग मी काय केले माहीत आहे? मी अनेक छोट्या छोट्या, उपयुक्त वस्तू खरेदी केल्या आणि त्यांना त्या सहज सापडतील अशा रीतीने त्यांच्या खोलीत त्या इकडे तिकडे लपवून ठेवून दिल्या. यांतल्या काही वस्तू नित्याच्या उपयोगाच्या होत्या. तर काही नुसत्याच गमतीच्या होत्या. एका लहानशी फुलदाणी – कारण त्यांना फुले फार आवडतात – टेबलावर ठेवण्यासाठी, एक छोटीशी दौत आणि अशाच इतर काही काही वस्तू मी त्यांना दिल्या. प्रोफेसर भाअरही तसे काही पैसेवाले नव्हते. पण तरी देखील त्यांनी सर्वांना नाताळच्या भेटी दिल्या. लहान मुलापासून तो नोकराचाकरांपर्यंत एकालाही ते विसरले नाहीत आणि त्यांनाही कोणी विसरले नाही. मला हे सारे पाहून फार आनंद वाटला.

नव्या वर्षाची आमची सायंकाळी मोठी मजेत गेली. त्या दिवशी प्रत्येकाने वेषांतर करून यावे असे ठरले होते. प्रथम मी त्या कार्यक्रमात भाग घेणार नव्हते, पण आयत्या वेळी मी माझा बेत बदलेला. मिसेस कर्कनं मला एक जुना रेशमी पोषाख दिला. मिस नॉर्टन हिने जाळीदार लेस आणि पिसे दिली आणि त्या साऱ्यांच्या मदतीने वेष पालटून, तोंडावर मुखवटा चढवून मी समारंभाच्या जागी गेले. चेहऱ्यावरच्या मुखवट्यामुळे मला कोणीही ओळखले नाही आणि त्यामुळे मी मनसोक्त हसले-खेळले. सर्वांची भरपूर थट्टामस्करी केली. एरव्हीची शिष्ट, गर्विष्ट, तुसडी आणि माणूसघाणी वाटणारी मिस मार्च इतकी गमत्या स्वभावाची असेल, हे तिथल्या कोणाला स्वप्नातही खरे वाटले नसते. यामुळे मी जेव्हा तोंडावरचा मुखवटा उतरला तेव्हा सर्वांना आश्चर्याचा केवढा जबर धक्का बसला असेल याची

कल्पना करावी. सारे जण माझ्याकडे टकमक पाहू लागले आणि एकजण तर दुसऱ्याच्या कानाला लागून हलकेच म्हणाला, "अरे ती छोटीशी अभिनेत्री आहे. मला तर तिला नाटकात काम करताना पाहिल्याचं आठवतंय!" काय, आहे की नाही गंमत? मला वाटते, मेगला सारे वाचून फार मौज वाटेल. भाअर आणि छोटी निना यांनी शेक्सपियरच्या 'मिडसमर नाइट्स ड्रीम' या नाटकातल्या दोन पात्रांची सोंगे काढली होती आणि दोघेही भारी छान दिसत होती!

एकंदरीने माझा नाताळचा सण मजेत पार पडला आणि रात्री अंथरुणावर अंग टाकल्यानंतर मी जेव्हा स्वत:शी विचारू करू लागले, तेव्हा आपले दिवस मजेत चालले आहेत आणि स्वत:ची हळूहळू पण निश्चितपणे प्रगती होत आहे, असे मला अगदी खात्रीपूर्वक वाटू लागले. आता मी अगदी आनंदात असते. भरपूर काम करते आणि पूर्वीच्या मानाने इतर लोकांतही खूप मिसळते. मी साऱ्यांना प्रेमपूर्वक विचारले आहे म्हणून सांग हं आई.

तुझी लाडकी
ज्यो

३४

ज्योचा नवा मित्र

नवीन वातावरणात, नवीन मंडळींत ज्यो पुरेपूर रमली होती आणि स्वत:च्या कष्टाने कमाई करून आपली रोजची भाकर मिळवताना तिला मोठेच समाधान वाटत होते. तिला भरपूर काम पडे. पण त्यातही लेखनासाठी थोडासा वेळ ती काढीतच असे. कोणत्याही दरिद्री परिस्थितीतल्या पण महत्त्वाकांक्षी मुलीला पैशाचे ज्या तऱ्हेने महत्त्व वाटते, त्याच तऱ्हेने ज्योलाही ते वाटत होते. पैशामुळे हाती सत्ता येते आणि पैसा व सत्ता या दोन्ही गोष्टींमुळे आपण स्वत: सुखी होतो; एवढेच नव्हे तर ज्यांच्यावर आपले अत्यंत प्रेम आहे, त्यांच्यासाठी आपण खूपसे काही करू शकतो, याची तिला जाणीव झाली होती. त्यामुळे ज्योने आता पैसा मिळवायचे ठरवले. आपले घर सुरेख सुरेख वस्तूंनी आणि सुखसोयींनी भरून टाकावे, बेथला हवे असेल ते सारे तिला पुरवावे, फळफळावळीपासून तो गरम कपड्यांपर्यंत सर्व काही तिला द्यावे, स्वत: प्रवास करावा आणि गरीबदुबळ्यांना हात देता यावा – फार लहानपणापासून ज्योने अशी स्वप्ने मनाशी बाळगली होती. ती स्वप्ने सत्यसृष्टीत उतरविण्याचा आता तिने निर्धार केला व हे सारे आपल्या लेखणीच्या जोरावर करायचे तिने ठरवले.

तिच्या कथेला पारितोषिक मिळाले, तेव्हाच या महत्त्वाकांक्षेचा अंकुर तिच्या मनात रुजला होता, कादंबरीलेखनात तिला जो प्रतिकूल अनुभव आला, त्यामुळे काही वेळ ती खट्टू झाली होती. पण आता तिने पुन्हा जोमाने लेखनाकडे वळावयाचे ठरवले आणि त्यासाठी प्रथम तिने रहस्यकथा लिहायला सुरुवात केली. अनेक सनसनाटी प्रसंगांनी भरलेली एक कथा तिने मनाशी जुळवून ती लिहून काढली. नंतर मोठे धाडस करून ती स्वत:च आपली कथा घेऊन साप्ताहिक 'व्हॉल्कॅनो' चे संपादक मिस्टर डॅशवुड यांना भेटावयास गेली. माणसे वरवरच्या देखाव्याला भुलतात, असा अनुभव असल्यामुळे संपादकांच्या भेटीला जाताना तिने आपला उत्तम पोषाख अंगावर चढवला होता. संपादकीय कचेरी एका भल्या थोरल्या इमारतीच्या तिसऱ्या माळ्यावर

होती. तेथे जाताना ज्योची छाती सारखी धडधडत होती आणि पाय कापत होते. जीव मुठीत धरून दोन अंधारे जिने चढून ती 'व्हॉल्कॅनो'च्या कचेरीत एकदाची येऊन पोहोचली. 'व्हॉल्कॅनो'ची कचेरी म्हणजे अव्यवस्था, अस्वच्छता आणि गोंधळ यांच्या विचित्र मिश्रणाचे एक नमुनेदार प्रदर्शनच होते. साऱ्याच खोलीत सिगरेटचा धूर भरून राहिला होता आणि टेबलावर तंगड्या टाकून ती माणसे आपापसात चर्चा करण्यात अगदी रंगून गेली होती. ज्यो दारात येऊन उभी राहिली तरी तिची कोणी दखलसुद्धा घेतली नाही. त्यामुळे तिला फारच संकोचल्यासारखे झाले. शेवटी धीर करून तिने कसेबसे म्हटले,

"माफ करा हं. पण – अं – मला मिस्टर डॅशवुडना भेटायचं होतं जरा!"

'डॅशवुड' हे नाव तिच्या तोंडून बाहेर पडताच त्या तिघाजणांपैकी ज्याच्या तंगड्या सर्वांत उंच गेल्या होत्या, तो गृहस्थ लगबगीने पावले खाली घेऊन उभा राहिला आणि तोंडातली सिगरेट बाजूला करून, समोरचा धूर हाताने निवारीत मान डोलावून त्याने आपणच डॅशवुड असल्याचे खुणेने सुचवले. त्याचा एकंदर अवतार पाहून ज्योला त्याच पावली तेथून पळून जावेसे वाटले, पण आता तसे करणे शक्य नव्हते. त्यामुळे तिने हळूच कोटाच्या खिशातून आपले हस्तलिखित बाहेर काढले आणि लाजेने चेहरा लालबुंद झाला आहे, अशा अवस्थेत ती हलकेच पुटपुटली,

"माझ्या – माझ्या एका मैत्रिणीने आपल्याकडे ही कथा द्यायला सांगितली आहे मला. तिला – तिला आपला अभिप्राय हवाय. आपल्याला ही कथा आवडली तर... तर छापाल ना? तिला आणखीही लिहायचंय नंतर–"

संपादकांनी खसकन तिच्या हातांतून ते हस्तलिखित ओढून घेतले आणि मळकट बोटांनी ते त्याची पाने चाळू लागले. त्यांची सराईत नजर पानांवरून भराभर फिरत होतीच. हस्तलिखित नीटनेटके लिहिलेले होते. पानाची एक बाजू कोरी सोडली होती आणि प्रत्येक पानावर क्रमांक टाकलेला होता. हे पाहून ते म्हणाले,

"तुमची मैत्रीण अगदी नवशिकी दिसत नाही, लेखनाचा सराव दिसतो तिला, कारण हस्तलिखित अगदी व्यवस्थित लिहून काढलंय तिनं."

"हो – तसा तिला सराव आहे." ज्यो म्हणाली, "तिच्या एक कथेला पूर्वी पारितोषिकही मिळालं आहे."

"खरंच की काय?" डॅशवुड आश्चर्याने म्हणाले आणि आता हातातले हस्तलिखित ते अधिक काळजीपूर्वक पाहू लागले. नंतर त्यांनी एकदा ज्योकडेही तीक्ष्णपणे न्याहाळून पाहिले आणि मग ते तिला म्हणाले,

"ठीक आहे. ही कथा तूर्त इथे ठेवून जा तुम्ही. खरं म्हणजे आमच्याकडे भाराभर गोष्टी येऊन पडल्या आहेत. पण तरी – ही कथा मी वाचून काढतो आणि पुढल्या आठवड्यात तुम्हाला निर्णय कळवतो!"

खरे म्हणजे, मिस्टर डॅशवुड ज्योला मुळीच आवडले नव्हते. त्यामुळे आपले हस्तलिखित तेथे ठेवून जाणे तिला अगदी जिवावर आले होते. पण करते काय? हस्तलिखित तर डॅशवुडच्या हाती गेले होते. तेव्हा तिने मुकाट्याने संमतिदर्शक मान डोलावली आणि लगबगीने ती तेथून बाहेर पडली. तिच्याकडे बघून त्या तिघाजणांनी आपापसांत जे अर्थपूर्ण दृष्टिक्षेप एकमेकांकडे टाकले होते, त्यावरून 'मैत्रिणीची कथा' ही तिची थाप असल्याचे व तिने स्वत:च कथा लिहिली असल्याचे त्यांच्या केव्हाच ध्यानी आले होते हे उघड होते. त्यामुळे ज्यो अधिकच ओशाळून गेली होती. त्याच गोंधळलेल्या अवस्थेत ती घरी येऊन पोहोचली. घरी आल्यावरही अर्धापाऊण तास ती तशाच अवस्थेत होती, नंतर मात्र तिचा गोंधळ ओसरला आणि शांत चित्ताने ती पुढल्या आठवड्याची प्रतीक्षा करू लागली.

पुढल्या आठवड्यात ती 'व्हॉल्कॅनो'च्या कचेरीत गेली. त्या वेळी डॅशवुड एकटेच तेथे होते. गेल्या खेपेपेक्षा या वेळी ते अधिक सभ्य आणि जबाबदार वाटत होते. मुख्य म्हणजे या वेळी त्यांच्या हातात सिगरेटही नव्हती. त्यामुळे ज्यो येताच त्यांनी उठून उभे राहून तिचे स्वागत केले. तिला बसण्यासाठी खुर्ची पुढे केली आणि या वेळेचा त्या उभयतांचा संवाद खूपच आश्वासक झाला –

"आम्ही ही कथा घेतली आहे." डॅशवुड म्हणाले, (संपादकाच्या नेहमीच्या शिरस्त्यानुसार ते स्वत:चा उल्लेख बहुवचनी करीत होते.) "मात्र यात काही किरकोळ बदल करावे लागतील तुम्हाला. माझ्या मते या कथेतला पाल्हाळ थोडा कमी करायला हवा आहे. तशा खुणा केल्या आहेत मी इथं. या पहा." आणि त्यांनी ज्योची कथा तिच्या हाती दिली.

कापऱ्या हाताने ज्यो आपले हस्तलिखित चाळू लागली. कागद इतके चुरले होते नि मळकटले होते की, हे आपलेच लेखन आहे यावर ज्योचा क्षणभर विश्वासच बसला नाही. त्यातूनही छपाईच्या सोयीसाठी आपली कथा कापणे हे तिला पाळण्याच्या सोयीसाठी मुलाचे पाय कापण्याइतकेच भयानक वाटत होते. कथा वाचतावाचता तिच्या असेही ध्यानी आले की, मधूनमधून तिने जो बोधपर मजकूर लिहिला होता, तो संपादकांनी काट मारून काढून टाकला होता. त्याचे तिला फार आश्चर्य वाटले आणि तिने डॅशवुडना म्हटले,

"मला तर वाटतं, प्रत्येक कथेला काही ना काही बोध असायलाच हवा. म्हणून तर मी माझ्या कथेतल्या पापी व्यक्तींना शेवटी पस्तावा झाल्याच दाखवलं आहे."

डॅशवुडच्या चेहऱ्यावर कळे न कळेशी हास्यरेखा चमकून गेली, कारण 'मैत्रिणीची कथा' ही थाप विसरून ज्यो आता प्रामाणिकपणे स्वत:च्या कथेविषयी आत्मीयतेने बोलू लागली होती. तिची लबाडी तिच्या निदर्शनाला आणून न देता डॅशवुड तिला म्हणाले,

“असं पहा, लोकांना उपदेश नको असतो. त्यांना हवी असते करमणूक. बोधवादी साहित्याला आजकाल भाव आहे कुठे?”

“तर मग, तुम्ही सांगितलेले फेरबदल करावेत म्हणता?”

“होय. अवश्य करावेत. कथेचा विषय चांगला आहे. शैली आकर्षक आहे. कथानकाची गुंफणही सुरेख आहे. मला पसंत आहे ही कथा.”

“मग-मग...” किंचित अडखळत ज्योने विचारले, “या कथेचा मोबदला-अं-मानधन काय मिळेल?”

“हो. ते सांगायचे राहिलेच.” डॅशवुड म्हणाले, “अशा एका कथेला पंचवीस ते तीस डॉलर मोबदला खुषीने देऊ आम्ही. मात्र मोबदला कथेच्या प्रकाशनानंतर मिळेल.”

“ठीक आहे. ठेवा तर ही कथा आपण.” ज्यो समाधानपूर्वक म्हणाली आणि तिने आपले हस्तलिखित डॅशवुडना परत दिले. कारण एका रकमेने पंचवीस किंवा तीस डॉलर मिळणे ही गोष्ट सामान्य नव्हती. क्षणभराने ती म्हणाली,

“बरे. माझ्या मैत्रिणीनं दुसरी कथा लिहिली तर – तर ती घ्याल तुम्ही?”

घटकेपूर्वी आपण बोलताना केलेली चूक विसरून ज्यो पुन्हा ‘मैत्रिणी’चा उल्लेख करीत होती ते पाहून डॅशवुडना हसू आले. पण ते आवरून ते म्हणाले,

“ते आताच कसं सांगता येईल? आम्ही ती आधी वाचून पाहू आणि पसंत पडली तर घेऊ. मात्र तुमच्या मैत्रिणीला एक सांगा, तिला म्हणावं, कथा आटोपशीर आणि चुरचुरीत हवी. उगाच पाल्हाळ नको आणि मुख्य म्हणजे तीत बोध किंवा तात्पर्य नको. बरं – तुमच्या मैत्रिणीचं नाव काय घालू कथेवर?”

“नाव – नाव – काहीच घालू नका तूर्त. लेखिकेच्या नावाचा उल्लेखच करू नका.” ज्यो संकोचाने म्हणाली, “माझ्या मैत्रिणीला नाव नको आहे छापून यायला. तिला फक्त लेखन प्रसिद्ध व्हायला हवंय.”

“ठीक आहे. पुढल्या आठवड्यात प्रसिद्ध करतो ही.” डॅशवुड म्हणाले, “आणि मानधनाचं काय? पैसे तुमच्या पत्त्यावर धाडू की, तुम्ही स्वतः इथं येऊन पैसे घेऊन जाल?”

“मी स्वतःच पैसे न्यायला येईन.” ज्यो गडबडीने म्हणाली. स्वतःचा पत्ता डॅशवुडना कळू नये यासाठी चाललेली तिची ती धडपड संपादकांच्या लक्षात आली. त्यांना हसू आले. पण ते आवरून गंभीरपणे ते म्हणाले,

“बरं तर. या आता.”

“येते.”

आणि ज्यो लगबगीने ‘व्हॉल्कॅनो’ साप्ताहिकाच्या कचेरीतून बाहेर पडली. ती बाहेर जातांच डॅशवुड स्वतःशीच म्हणाले, “बहुतेक लेखक असतात तशीच आहे

ही. दरिद्री तेवढीच मानी. पण लिहिते छान!''

आणि अशा रीतीने ज्योचे लेखन सुरू झाले. तिने मोठ्या हौसेने रहस्यकथा लिहिण्यास सुरुवात केली. डॅशवुडनीही तिचे लेखन नियमाने छापण्यास अनमान केला नाही. ते तिला जो मोबदला देत होते, तो तिच्या श्रमाच्या नि कलागुणांच्या तुलनेने फार कमी होता. पण भाबड्या ज्योच्या ते ध्यानात आले नाही. ती भराभर लिहू लागली. लेखनावर मिळालेले पैसे ती न चुकता बाजूला ठेवी. येत्या उन्हाळ्यात त्या पैशाने बेथला कुठेतरी थंड हवेच्या ठिकाणी घेऊन जायचे, असा तिचा हेतू होता व त्यासाठी ती पैसे साठवीत होती. तिची रक्कम हळूहळू वाढत चालली. तो ठेवा पाहताना ज्योला फार आनंद वाटे. तिच्या मानसिक समाधानात एकच उणीव होती. ती ही की, आपल्या या नव्या उद्योगाबद्दल तिने अद्याप घरी कुणाला कळवले नव्हते. आतल्या आत खोल कुठेतरी तिला असे वाटत होते की, त्यांना हे लेखन आवडले नसते. आपले नाव गुप्त ठेवण्याचा तिचा हेतू सफलही झाला होता. कारण तिच्या विनंतीनुसार डॅशवुड यांनी तिच्या कथा लेखिकेच्या नावाशिवाय छापल्या होत्या.

ती ज्या तऱ्हेने लेखन करीत होती, त्याबद्दल तिचे स्वत:चे मन तिला कधीकधी खात असे. पण बेथच्या प्रकृतिस्वास्थ्यासाठी पैसे जमवावेत या हेतूनेच आपण लिहीत आहोत, अशी ज्यो आपल्या मनाची समजूत घालीत असे. अश्लील किंवा बीभत्स चुकूनही लिहायचे नाही असाही तिने स्वत:वर निर्बंध घालून घेतला होता. पण केवळ रहस्यमय लिहिणेही वाटते तितके चांगले नसते, असे ज्योच्या लौकरच अनुभवास आले. कारण डॅशवुडना फक्त सनसनाटी, रहस्यमय कथाच हव्या असत. त्यामुळे ज्योच्या कथाविश्वाला एक चमत्कारिक मर्यादा पडत गेली. नवनवी कथानके शोधण्यासाठी ती गुन्हेगारी दप्तरे, पोलिसी अहवाल आणि वेड्यांच्या इस्पितळांची इतिवृत्ते पालथी घालू लागली. तिचे स्वत: आतापर्यंतचे आयुष्य इतक्या साध्या, सरळ, निष्पाप रीतीने गेले होते की, स्वानुभवातून असल्या कथांचे विषय निवडणे केवळ अशक्य होते. म्हणून ती वाचनालयांतून गुन्हेगारविषयक साहित्य आणून वाचू लागली. कायद्यापासून तो विषप्रयोगापर्यंत अनेक गोष्टींचे ग्रंथ ती गोळा करू लागली. रस्त्याने जाताना एखादा चेहरा वेगळा किंवा विकृत वाटल्यास ती त्याचे सूक्ष्म अवलोकन करू लागली आणि या साऱ्यांचे बरेवाईट मिश्रण करून त्यातून ती आपल्या कथांचे सांगाडे उभे करू लागली.

हे सारे करीत असता कळत नकळत ज्यो बदलत चालली होती. कल्पनेने का होईना पण ती गुन्हेगारांत, बदमाषांत आणि पापी प्रवृत्तीच्या लोकांत वावरत होती आणि त्यांचे विचार, उच्चार अन् कृत्ये या साऱ्यांची अस्पष्ट छाया तिच्या मुग्धपणावर पडू लागली होती. तिच्या वृत्तीचा ताजेपणा व टवटवी ओसरत होती. जीवनाच्या नितळ निळ्याभोर पृष्ठभागाखाली असलेल्या गढूळ, ओंगळ भागाशी तिचा परिचय

होऊ लागला होता. मात्र हे सारे इतक्या मंदगतीने होत होते की, स्वत: ज्योलाही अद्याप त्याचा पत्ता लागला नव्हता.

या वेळी आणखीही एक वेगळी घटना ज्योच्या जीवनात घडत होती. एकीकडे आपल्या कल्पनाविश्वातल्या नायकनायिकांचे स्वभावचित्रण करीत असताना दुसरीकडे ज्यो स्वत: वास्तव विश्वातल्या एका व्यक्तिरेखेकडे आकृष्ट होऊ लागली होती. प्रोफेसर भाअरनी एकदा तिच्याशी चर्चा करता करता तिला म्हटले होते, ''साध्या पण सत्यनिष्ठ, सुंदर आणि समर्थ अशा व्यक्तिरेखांचा तुम्ही अभ्यास करायला हवा.'' ज्योने त्यांचा हा उपदेश ध्यानात ठेवला आणि त्याप्रमाणे खुद्द प्रोफेसर भाअर यांच्याच व्यक्तित्वाचा ती अभ्यास करू लागली. हा अभ्यास तिला जितका रंजक तितकाच उद्‌बोधक वाटू लागला.

प्रोफेसर भाअर साऱ्यांना इतके का आवडतात, हे प्रारंभी ज्योला एक मोठे कोडे होते. कारण त्यांच्याजवळ पैसा नव्हता. प्रतिष्ठा नव्हती. आकर्षक व्यक्तिमत्त्वही नव्हते आणि तरीही त्यांच्यामध्ये असे काहीतरी होते की, ज्यामुळे माणसे आपोआप त्यांच्याकडे ओढली जात. हिवाळ्याच्या दिवसांत उबदार शेकोटीचे वाटावे, तसे लोकांना त्यांचे आकर्षण वाटे. पैशाने गरीब असूनही नेहमी ते कोणाला ना कोणाला, काही ना काही मदत करीत असत. ते परदेशातले होते आणि तरीही साऱ्यांना ते आपले वाटत. प्रौढ वय झाले असूनही त्यांचे मन लहान मुलाप्रमाणे ताजे,टवटवीत होते. रूपाचा देखणेपणा त्यांच्यापाशी नव्हता. तरीही त्यांच्या व्यक्तित्वाचा गोडवा प्रत्येकाला जाणवत असे आणि त्यांचा स्वभाव इतका सरळ व प्रेमळ होता की, त्यामुळे त्यांच्या विक्षिप्तपणाचीही लोक त्यांना आनंदाने क्षमा करीत. प्रोफेसर भाअरच्या लोकप्रियतेचे रहस्य काय आहे, याचा ज्योने स्वत:शी असा बराच विचार केला आणि सरतेशेवटी तिने असा निष्कर्ष काढला की, त्यांचे अत्यंत निष्कपट, उदार, स्नेहशील व्यक्तिमत्त्व हेच त्यांचे प्रमुख आकर्षण होते. त्यांना त्यांची वैयक्तिक दु:खे नव्हती असे नाही. पण ती दु:खे ते नेहमी स्वत:जवळ ठेवीत आणि आपल्या स्वभावाची प्रसन्न बाजूच ते जगाला दाखवीत.

एकूण काय की, भोवतालच्या माणसांविषयीचा प्रांजल बंधुभाव आणि मनाचा उदारपणा हेच प्रोफेसर भाअर यांच्या व्यक्तित्वातील गोडव्याचे रहस्य होते. त्यामुळे एका सामान्य, दरिद्री आणि प्रौढवयस्क जर्मन शिक्षकालाही असामान्य लोकप्रियता लाभू शकली होती!

भलेपणाचा ज्योला नेहमीच आदर वाटे. पण बुद्धिमता, व्यासंग, विद्वत्ता या गुणांचेही तिला विलक्षण आकर्षण होते आणि जातिवंत बुद्धिमत्तेची जाण असण्याइतकी ती स्वत: हुषार होती. त्यामुळे प्रोफेसर भाअरच्या अभ्यासूपणाबद्दलही तिला फार कौतुक वाटू लागले. ते स्वत: कधीच स्वत:विषयी काही बोलत नसत आणि त्यांच्या

मायदेशात त्यांच्या विद्वत्तेबद्दल लोक त्यांना किती मानीत, हे इकडे अमेरिकेत कोणालाही ठाऊक नव्हते. पण एकदा त्यांच्या भेटीसाठी आलेल्या एका जर्मन प्राध्यापकाने मिस नॉर्टनशी गप्पा मारता मारता हे सारे सहज तिला सांगितले. तिच्याकडून ते ज्योला कळले. त्याबरोबर प्रोफेसर भाअरकडे बघण्याची तिची दृष्टी आणखी बदलली. ते अमेरिकेत जरी एक दरिद्री भाषाशिक्षक असले, तरी बर्लिनमध्ये ते एक आदरणीय विद्वान प्राध्यापक होते, हे कळून तिला त्यांचा फार अभिमान वाटू लागला. त्यांच्या साध्या व्यक्तित्वाला आता एका अद्‌भुत रहस्याची जोड मिळाली आणि ज्योच्या दृष्टीने त्यांच्या भोवतालचे तेजोवलय अधिकच सोनेरी व सुंदर होऊ लागले.

असे दिवस चालले होते.

मिस नॉर्टन हिला अधूनमधून न्यूयॉर्क येथील लेखक-कलावंतांच्या मेळाव्यात वावरण्याची संधी मिळत असे. तिच्यामुळेच ज्योलाही त्या थोर लोकांचा सहवास क्वचित केव्हातरी लाभे. एकदा प्रोफेसर भाअर आणि ती मिस नॉर्टनबरोबर अशाच एका कार्यक्रमाला गेली. एका विद्वत्तापूर्ण विषयावरचा परिसंवाद तेथे आयेजित केला होता. परिसंवादात अनेक नामवंत लेखक भाग घेणार होते. तरुण मनाला ख्यातनाम प्रतिभावंतांबद्दल एक स्वाभाविक कुतूहल आणि आकर्षण असते. ज्योलाही ते होतेच. ज्यांची नावे आजवर ती दुरूनच ऐकत आली होती, ज्यांचे लेखन ती भक्तिभावाने वाचीत होती, त्या बड्या कलावंतांना जवळून बघण्याच्या कल्पनेने तिचे हृदय रोमांचित होऊन गेले. पण डोंगराप्रमाणेच प्रतिभादेखील दुरूनच साजरी दिसते. असा त्या संध्याकाळी तिला अनुभव आला आणि तिचा मोठाच स्वप्नभंग झाला. त्या दिवशी अनेक लेखकांचे, कवींचे आणि विचारवंतांचे जवळून जे दर्शन तिला झाले, यामुळे त्यांच्याबद्दलच्या तिच्या आदराला धक्का बसला. कित्येकांची तर तिला अगदी घृणा आली. थोर प्रतिभावंतही प्रत्यक्ष जीवनात अगदी क्षुद्र व हलके असू शकतात याची विदारक जाणीव त्या दिवशी तिला झाली. ज्या एका नामांकित कवीची ती दुरून पूजा करीत होती, ज्याच्या काव्यात कमल पराग, दवबिंदू, ज्वाला, निखारे यांखेरीज वेगळे शब्द आढळत नसत, तोच कवी प्रत्यक्षात पुढ्यातल्या खाद्यपदार्थांवर अगदी अधाशीपणाने तुटून पडताना तिने पाहिला. एक मोठा प्रसिद्ध कादंबरीकार घड्याळाच्या लंबकाइतक्या नियमितपणाने दारूच्या दोन बाटल्यांमध्ये सारख्या येरझारा घालताना तिला दिसला. दुसरा एक गाजलेला लेखक एका श्रीमान समाजसुंदरीशी उघडपणे प्रेमाचे चाळे करीत होता आणि त्या समाजसुंदरीकडे हेव्याने नि मत्सराने बघणारी दुसरी एक तशीच श्रीमंत खानदानी स्त्री तिच्यासंबंधीच्या अफवा चार लोकांत मोठ्या रुचीने घोळवून घोळवून सांगत होती. तिचे बोलणे इतक्या अप्रतिहतपणे अन् वेगाने चालले होते की, ते ऐकताना एक तत्त्वज्ञ चक्क पेंगू लागला तरी ते तिच्या ध्यानी

येत नव्हते. विज्ञानाच्या क्षेत्रातले काही बडे प्राध्यापक एकीकडे तळलेल्या झिंग्यावर नि मद्यावर ताव मारताना दुसरीकडे शास्त्रावर नि कलेवर तेवढ्याच आवेशाने चर्चा करीत होते. ज्या तरुण गायकाने आपल्या स्वरमाधुर्याने साऱ्या शहराला हल्ली वेड लावले होते, तो इथे रेसच्या घोड्यांबद्दल उत्साहाने बोलत होता आणि ब्रिटिश खानदानीचे वारस आपण अत्यंत सामान्य स्त्रीपुरुष असल्याची साक्ष इथे पटवीत होते.

कार्यक्रमाच्या जागी गेल्यानंतर थोड्या वेळातच त्या सर्व बड्या मंडळींविषयी ज्योचा संपूर्ण भ्रमनिरास झाला आणि स्वत:ला बसलेल्या धक्क्यातून सावरण्यासाठी ती एकटीच एकीकडे जाऊन बसली. थोड्याच वेळाने प्रोफेसर भाअरही तेथे आले. तेही बरेच उदास अन् निराश झाल्यासारखे दिसत होते. काही वेळाने तत्त्वज्ञानाचा अभ्यास करणारी आणखी काही मंडळी तेथे गोळा झाली आणि मग सर्वांच्या गप्पा सुरू झाल्या. होता होता गप्पांचा ओघ तत्त्वज्ञान, सौंदर्यशास्त्र, अध्यात्म अशा गहन विषयांकडे वळला. बिचाऱ्या ज्योला त्यातले काही कळत नव्हते. 'कांट' आणि 'हेगेल' या नावांइतकेच त्यांनी प्रतिपादिलेले विचारही तिला अनोळखी होते. 'आत्मनिष्ठा' आणि 'वस्तुनिष्ठा' या दोन्ही संज्ञा तिला सारख्याच अगम्य होत्या आणि 'आंतरिक जाणिवेतून उत्क्रांत होणारा सम्यक अनुभव' ही शब्दसंहती ऐकताना तिच्या स्वत:च्या आंतरिक जाणिवेतून फक्त ठणकणाऱ्या डोकेदुखीचा सम्यक अनुभव उत्क्रांत झाल्याचे तिच्या प्रत्ययाला येत होते. पण तरीही त्या चर्चेने तिचे मन वेधून घेतले. पण जसजशी चर्चा रंगत चालली, तसतसे एका चमत्कारिक भीतीने ज्योचे काळीज थरथरू लागले. आपल्या पायाखालची जमीनच निसटते आहे, आपण निराधार होत आहोत, असा विचित्र भास तिला होऊ लागला. कारण ते सारे विद्वान आणि व्यासंगी लोक तिला बालपणापासून अत्यंत प्रिय आणि आदरणीय वाटणाऱ्या गोष्टींवरच प्रहार करीत होते. त्यांच्या मते देवबीव सारे झूट होते. धर्म, नीती, संस्कार या गोष्टी केवळ निरर्थक पोपटपंची होती. सत्य ही नुसती कल्पना होती आणि बुद्धिमत्ता, बुद्धिवाद हाच काय तो नव्या युगाचा एकमेव परमेश्वर, नियंता होता. त्या कठोर चिकित्सेने ज्योला गुदमरल्यासारखे होऊ लागले. त्या निर्दय तर्कप्रहारांनी ती कासावीस झाली. पुढे व्हावे, त्या विद्वानांनी वाद घालावा, त्यांची कडक शब्दांत निर्भर्त्सना करावी, असे तिला वाटू लागले. पण तिच्या तोंडून शब्द फुटेना. तिची जीभ जणू टाळूला चिकटून बसली–

–आणि गग तो चमत्कार घडला. प्रोफेसर भाअर पुढे सरसावले. त्यांच्या चेहऱ्यावर कठोर उग्र भाव पसरला होता, डोळे रागाने धगधगत होते. त्या सर्व विद्वानांनी जुन्या नीतिमूल्यांवर, श्रद्धांवर आणि संस्कृतीवर केलेला आघात जणू स्वत:वरच झाला आहे, अशा अभिनिवेशाने त्यांनी बोलावयास सुरुवात केली आणि प्राणपणाने ते वाद घालू लागले. त्यांच्या बोलण्याला सत्याचे अधिष्ठान होते.

अभ्यासाची बैठक होती आणि श्रद्धेचा आधार होता. आपले मुद्दे इतरांना पटवून देणे प्रारंभी त्यांना जड गेले. कारण त्यांचे प्रतिस्पर्धी काही लेचेपेचे नव्हते. तेही विद्वान होते. व्यासंगी होते आणि वक्तृत्वकला त्यांनाही अवगत होती. प्रोफेसर भाअरनी त्यांच्याशी कडाक्याचा वाद घातला आणि सरतेशेवटी प्रतिपक्षांच्या मुद्यांचे त्यांनी साधार खंडन केले. त्यांचे बोलणे ऐकताना ज्यो सावरली–तिच्या जुन्या श्रद्धा पुन्हा आपापल्या आसनावर सुस्थिर झाल्या. पायाखाली पुन्हा जमिनीचा आधार मिळाल्यासारखे तिला वाटले आणि प्रोफेसर भाअर आपले भाषण संपवून तांबडलाल चेहरा रुमालाने पुशीत, धापा टाकीत जेव्हा खाली बसले, तेव्हा जोरजोराने टाळ्या वाजवून त्यांचे मन:पूर्वक अभिनंदन करावे, अशी अनावर ऊर्मी तिच्या हृदयात उचंबळून आली.

अर्थातच तसे काही तिने केले नाही. ते तिला शक्यही नव्हते, पण प्रोफेसरांबद्दलचा तिचा आदर मात्र त्या वेळेपासून शतपटीने वाढला. त्या प्रसंगाचा नंतर तिला कधीच विसर पडला नाही. प्रतिष्ठा, पैसा, बुद्धिमत्ता आणि देखणेपणा यांपेक्षाही अधिक मोलाचे असे काही तरी प्रोफेसरांपाशी आहे, याची तिला जाणीव झाली. सत्यप्रेम, तत्त्वनिष्ठा आणि निर्मळ शील यांचे फार मोठे बळ त्यांच्याजवळ आहे, हे तिला उमगले आणि आपले मित्र प्रोफेसर फ्रीडरिक भाअर हे नुसते सज्जन नव्हेत तर खऱ्या अर्थाने थोर आहेत असा साक्षात्कार तिला झाला! प्रत्येक दिवशी तिची ती श्रद्धा अधिक बळकट होऊ लागली. त्याबरोबर आपणही प्रोफेसरांना आवडावे, त्यांच्याही मनात आपल्याबद्दल सहानुभूती व आदर निर्माण व्हावा, यासाठी ती प्रयत्न करू लागली; पण ज्या क्षणी तिची ही इच्छा अत्यंत तीव्र आणि उत्कट होती, त्या क्षणीच ते सारे गमावून बसण्याचा धोका तिच्या जीवनात निर्माण झाला. त्याचे असे झाले, नेहमीप्रमाणेच एके दिवशी तिला 'जर्मन' शिकवण्यासाठी जेव्हा प्रोफेसर तिच्या खोलीत येऊन बसले, तेव्हा वर्तमानपत्री कागदाची एक होडी टोपीप्रमाणे त्यांच्या डोक्यावर असलेली तिला दिसली. तिच्याकडे येताना आरशात त्यांनी डोकावून पाहिले नव्हते हे लगेच तिच्या ध्यानी आले आणि लहान मुलांनी खेळता खेळता ते शिरोभूषण त्यांच्या मस्तकावर चढवले असावे, हेही तिला कळून चुकले. त्यांनी चूक त्यांना कशी समजावून द्यावी, हेच तिला कळेना. प्रथम ज्यो काहीच बोलली नाही. कारण खरा प्रकार ध्यानात आला तर प्रोफेसर भाअर स्वत:च मनापासून हसतील याची तिला पूर्ण खात्री होती आणि त्यांचे हसणे इतके निर्भर, मनमोकळे अन् प्रांजळ असे की, ते ऐकायला ज्योला फार आवडे. म्हणून प्रोफेसरांची चूक त्यांच्या निदर्शनाला आणून देण्याच्या भरीला ती पडली नाही. ती तशीच त्यांच्या पुढ्यात अभ्यासाला बसली आणि लौकरच ते सारे ती विसरूनही गेली. कारण प्रोफेसर भाअर हल्ली 'शिलर'चे काही उतारे तिला वाचून दाखवीत होते आणि जर्मन माणसाच्या तोंडून 'शिलर' ऐकणे हा एक अविस्मरणीय अनुभव असतो. 'शिलर'चे वाचन संपल्यानंतर प्रोफेसरांनी

क्रमिक पुस्तकातला एक धडा शिकवण्यास सुरुवात केली. तो धडा विनोदी होता. तेव्हा ज्योला हसायला आयतेच कारण मिळाले आणि हसताहसता भाअरच्या डोक्यावरच्या कागदी टोपीकडे लक्ष जाऊन तिला आणखीच हसू येऊ लागले. तिचे डोळे मिष्कीलपणाने चमकत राहिले. प्रोफेसर भाअरना तिच्या हसण्याचा अर्थ कळेना. सरतेशेवटी त्यांनी हातातले पुस्तक मिटून ठेवले आणि ते ज्योला म्हणाले,

"मिस मार्श, आपल्या शिक्षकाच्या तोंडाकडे बघून असे एकसारखे हसणे बरे नव्हे! माझ्याबद्दल तुम्हाला काहीच आदर वाटत नाही काय? काय, झालं काय हसायला?"

आता ज्योच्या हास्याचा एकदम स्फोट झाला. मोठमोठ्याने हसत ती म्हणाली, "तुम्ही जर इतकी विचित्र टोपी डोक्यावर ठेवून माझ्यासमोर बसलात तर मला हसू आल्याशिवाय कसं राहील सांगा बघू?"

तिचे ते शब्द ऐकताच प्रोफेसर भाअरचा हात नकळत डोक्याकडे गेला आणि डोक्यावरची टोपी काढून त्यांनी ती जेव्हा हातात घेऊन पाहिली, तेव्हा त्यांचीही अवस्था ज्योसारखीच झाली. त्यांनाही आपले हसे आवरेना.

"अस्सं! आता आला सारा प्रकार माझ्या ध्यानात!" मोठमोठ्याने हसत ते म्हणाले, "हे सारं त्या पोरटीचं – टिनाचं काम. मघाशी तिने वर्तमानपत्राची होडी केली अन् मग तीच तिनं टोपीसारखी माझ्या डोक्यावर ठेवून दिली. अन् बोलण्याच्या नादात ती टोपी डोक्यावरून काढायचा मला अजिबात विसर पडला. ठीक आहे. आता ही टोपी मी काढून ठेवतो. पण ध्यानात धरा. तुम्ही आता मन लावून अभ्यास केला नाहीत ना, तर हीच टोपी तुम्हाला डोक्यावर घालावी लागेल बरं!"

मग दोघेही हसली आणि अभ्यास पुढे चालू झाला. पण का कोण जाणे, प्रोफेसरांचे लक्ष नंतर शिकवण्यातून उडूनच गेले. त्यांचे डोळे एकसारखे त्या कागदी टोपीकडे वळत होते. थोड्या वेळाने त्यांनी ती टोपी हाती घेऊन उलगडली आणि वर्तमानपत्राच्या त्या कपट्यावर छापलेल्या एका विशिष्ट चित्राकडे ज्योचे लक्ष वेधीत ते तिला म्हणाले,

"पोराबाळांनी भरलेल्या घरात असल्या वर्तमानपत्रांना कायद्याने बंदी केली पाहिजे, असं मला वाटतं. इतकंच काय, तरुण मंडळींनी सुद्धा असला मजकूर कटाक्षानं टाळला पाहिजे. अशा तऱ्हेचं धोकेबाज साहित्य छापणाऱ्या वृत्तपत्रांबद्दल मला काडीमात्र सहानुभूती वाटत नाही!"

ज्योने त्या वर्तमानपत्राकडे नजर टाकली. तेथे जे चित्र छापले होते, ते तसेच विलक्षण होते. एक वेड लागलेला माणूस, एक प्रेत, एक भयंकर सर्प आणि एक खलपुरुष यांच्या त्या एकत्रित दृश्यामधून लेखकाला काय सूचित करावयाचे होते कोण जाणे! पण ते चित्र पाहून ज्यो जेवढी चमकली नसेल, तेवढे त्या वृत्तपत्राचे नाव वाचून

ती दचकली. कारण तो 'व्हॉल्कॅनो' पत्राचाच एक अंक होता की काय अशी तिला क्षणभर भीती वाटली. सुदैवाने ते एक वेगळेच वर्तमानपत्र होते आणि समजा, तो जरी 'व्हॉल्कॅनो'चा अंक असता तरीही ज्योला घाबरण्याचे तसे काहीच कारण नव्हते. कारण तिच्या ज्या कथा त्यात छापून येत, त्या साऱ्या तिने टोपणनावाने लिहिलेल्या असत. तरी देखील त्या वर्तमानपत्राकडे नजर टाकताना तिचा चेहरा लाजेने लाल होऊन गेला. प्रोफेसर भाअर हे आपल्याच नादात गुंग असलेले असे एक विसरभोळ्या वृत्तीचे गृहस्थ होते. पण तरी त्यांची दृष्टी तीक्ष्ण होती आणि अवलोकन मार्मिक होते. ज्यो अधूनमधून वर्तमानपत्रांतून लिहिते, एवढे त्यांना ठाऊक होते आणि वृत्तपत्रांच्या कचेरीत येताजातना क्वचित त्यांनी तिला पाहिलेले होते. पण ज्याअर्थी आजवर तिने स्वत: कधी आपल्या लेखनाचा विषय त्यांच्यापाशी काढला नव्हता, त्याअर्थी त्यांनाही स्वत:ला त्यासंबंधी तिला काही विचारणे प्रशस्त वाटले नव्हते. आता समोरचे ते वर्तमानपत्र आणि ज्योचा ओशाळलेला चेहरा या दोन्ही गोष्टी त्यांनी एकदम पाहिल्या आणि त्यावरून जे समजायचे, ते चटकन ते समजून गेले. जे चारचौघांत आपले म्हणून कबूल करावयाची लाज वाटावी, असे काहीतरी ज्यो लिहीत असावी, हे तात्काळ त्यांच्या ध्यानी आले आणि त्यामुळे त्यांच्या स्वत:च्या मनाला फार वाईट वाटले. त्यांच्या जागी दुसरा कोणी माणूस असता तर 'लिहिना का ती काय वाटेल ते? मला काय त्याच्याशी करावयाचे आहे?' म्हणून केव्हाच अंग झटकून बाजूला झाला असता. पण प्रोफेसर भाअरना तसे करवेना. ज्यो तरुण मुलगी आहे, दरिद्र्याशी ती सतत झगडते आहे, आईवडिलांच्या प्रेमळ सहवासापासून ती दूर एकाकी पडली आहे आणि तिला सांभाळणारे तिच्याजवळ कोणी नाही, हे सर्व विचार एकदम त्यांच्या मनात उचंबळून आले. त्यांना तिची दया आली आणि कोणत्याही प्रकारच्या विनाशापासून तिला दूर ठेवणे आपले कर्तव्य आहे, असे त्यांना अगदी तीव्रतेने वाटू लागले. हे सर्व विचार एका क्षणार्धात त्यांच्या मनात चमकून गेले, पण त्याचा मागमूसही त्यांनी आपल्या मुद्रेवर उमटू दिला नाही. ते फक्त बारकाईने ज्योकडे बघत राहिले. ज्योचेही मन आता सावरले होते. तिने तो कागद घडी घालून बाजूला ठेवून दिला. जरा वेळाने प्रोफेसर भाअर सौम्य, गंभीर स्वरात ज्योला म्हणाले,

"तुम्ही तो कागद दूर ठेवून दिलात ना, तेच चांगलं झालं. खरोखर तरुण मुलींनी अशा गलिच्छ आणि अनिष्ट साहित्यापासून दहा हात दूर राहिलं पाहिजे. मला माहीत आहे की, काही लोकांना अशा प्रकारच्या साहित्याची विलक्षण गोडी वाटते. पण माझं मत विचाराल तर दारुगोळ्याने ठासून भरलेल्या एखाद्या सुरुंगाइतकंच असलं गुन्हेगारी साहित्य मला धोक्याचं वाटतं."

"तुम्ही म्हणता इतकं काही हे साहित्य आक्षेपार्ह वाटत नाही मला." ज्यो हळूच, चाचरत्या स्वरात म्हणाली, "त्यातलं सर्वच लिखाण गलिच्छ असतं असं नाही. काही

भरपूर रंजक सुद्धा असतं आणि अनेक सभ्य व सुसंस्कृत लेखक फावल्या वेळी 'गुन्हेगारी साहित्य' लिहून त्यावर आपला गुजारा करतात. कारण अशा लेखनाला चांगले पैसेही मिळतात संपादकांकडून! शिवाय या साहित्याला जर चांगली मागणी असेल तर लेखकांनी त्याचा पुरवठा करण्यात काय पाप आहे?''

"दारूलाही बाजारात भरपूर मागणी असते.'' प्रोफेसर भाअर म्हणाले, "पण म्हणून तुम्ही आम्ही काही आपल्या घरात दारूचा गुत्ता खोलत नाही. तीच गत या असल्या साहित्याची आहे. शिवाय जे 'सभ्य व सुसंस्कृत' लेखक अशा तऱ्हेचं साहित्य लिहून त्यावर आपली उपजीविका करतात ना, त्यांना देखील असल्या लेखनामुळे तरुण मुलांच्या मनावर आपण किती हीन संस्कार करतो, याची जर जाणीव झाली तर असलं लेखन लिहिताना त्यांचा हात नक्की कचरल्याशिवाय राहणार नाही! आणि पोट भरण्याचा हा प्रतिष्ठित मार्ग आहे असं पण त्यांना वाटणार नाही. खरं म्हणजे अशा तऱ्हेचं साहित्य लिहून तरुण मनात विषारी भावनांचं बी पेरण्याऐवजी रस्ते झाडून आणि गटारं साफ करून ते पोट भरतील तर फार बरं होईल.''

बोलता बोलता प्रोफेसर भाअरचा आवाज चांगलाच चढला. त्यांची चर्याही उग्र दिसू लागली. बोलणे संपताच ते पटकन उठले, ज्योने बाजूला घडी करून ठेवलेला तो कागद त्यांनी आपल्या हातात घेतला आणि त्याचा चोळामोळा करून त्यांनी जवळच्या शेकोटीत फेकून दिला. बघता बघता कागद पेटून भडकला. त्यातून ज्वाला निघू लागल्या. त्या ज्वालांची आच ज्योच्या अंगालाच नव्हे तर मनालाही जाणवली. तिचे गाल शरमेने लाल झाले. कानशिले कढत झाली आणि खाली मान घालून काही एक न बोलता ती स्तब्ध बसून राहिली.

"हे सर्व गुन्हेगारी साहित्य असंच नाहीसं व्हायला हवं!'' हात झटकीत प्रोफेसर भाअर समाधानपूर्वक म्हणाले.

ज्योला माडीवरील आपल्या खोलीत एकत्र बांधून ठेवलेली स्वत:च्या कथांची कात्रणे आठवली. ती सारी पेटवून दिली तर त्यांचा केवढा जाळ होईल असा विचार तिच्या मनात आला आणि तसले लिखाण लिहून तिने जो पैसा आजवर साठवला होता, तो चोरीच्या पैशासारखा तिला डाचत राहिला. काही वेळ ती विलक्षण अस्वस्थ होऊन गेली. पण जराशाने स्वत:चीच समजूत घालीत ती मनातल्या मनात म्हणाली, "माझं लिखाण काही खरोखर इतकं वाईट नाही. त्यात बराचसा मूर्खपणा आहे. क्वचित उत्तेजकताही असेल. परंतु उघड उघड गुन्ह्यांची किंवा पातकांची तरफदारी करणारं असं मी चुकूनही कधी काही लिहिलेलं नाही. तेव्हा प्रोफेसरांचं बोलणं मी मला लावून घेण्याचं काही कारण नाही.''

प्रोफेसर भाअर तिच्याकडे बारकाईने न्याहाळून बघत होते. आपल्या मनातल्या खळबळीचा त्यांना सुगावा लागला की काय, या कल्पनेने ज्यो अधिकच गोंधळली

आणि पुस्तक उघडून ती लगबगीने त्यांना म्हणाली,

"पुढे सुरू करू या ना अभ्यास? आता मी यापुढे हसणार नाही की गडबड करणार नाही. खरंच सांगते, यापुढे मी फार फार चांगली वागेन–"

"नक्की ना?" प्रोफेसरांनी तिजकडे रोखून म्हटले. त्यांच्या त्या तीक्ष्ण दृष्टिक्षेपाने तर ज्यो आणखीच गोंधळून गेली. साप्ताहिक 'व्हॉल्कॅनो' हे शब्द मोठमोठ्या अक्षरांनी आपल्या कपाळावर कुणीतरी लिहून ठेवले आहेत की, काय असे तिला वाटू लागले आणि त्या दिवशी नंतर तिचे अभ्यासात मुळीच लक्ष लागले नाही.

अभ्यास संपल्याबरोबर ती माडीवर आपल्या खोलीत गेली आणि आजवर लिहिलेल्या आपल्या सर्व कथांची कात्रणे काढून ती तिने पुन्हा एकदा एकत्रितपणे वाचून काढली. वाचता वाचता तिचे मन खेदाने आणि उद्वेगाने भरून गेले. सर्व कथा वाचून झाल्यावर ती स्वत:शीच म्हणाली,

"वाईटच लिखाण आहे हे सारं. माझी प्रत्येक कथा आधीच्या कथेपेक्षा अधिक उत्तेजक, सनसनाटी आणि गुन्हेगारी जीवनाचं भडक चित्रण करणारी आहे. याच पद्धतीनं मी इथून पुढंही लिहीत राहिले तर लवकरच गलिच्छ लेखन करणाऱ्या लेखकांत नि माझ्यात फारसं अंतर उरणार नाही! पैशासाठी मी काय करून बसले हे! यातली एकही कथा अशी नाही की, जिचं लेखनकर्तृत्व मी चारचौघांसमोर अभिमानानं मिरवू शकेन. उलट असं काही आपण लिहिलं आहे, हे इतरांसमोर सांगताना मला खरोखर शरमच वाटेल. उद्या घरी माझ्या या लेखनाचा सुगावा लागला तर आईला, पपांना काय वाटेल? प्रोफेसर भाअरनी माझं हे लिखाण वाचलं तर त्यांचं माझ्याविषयी काय मत होईल?"

त्या कल्पनेने ज्यो विलक्षण शरमली. तिच्या अंगावर काटा उभा राहिला. मग तिने ते सारे लेखन गोळा केले आणि दात खाऊन ते कागद भिंतीलगतच्या शेकोटीत टाकून दिले. कागदातून प्रथम धूर निघाला, मग ज्वाला निघाल्या. बघता बघता त्यांचा मोठा डोंबाळा झाला आणि जरा वेळानं सारे कागद जळून त्यांची फक्त राख मागे उरली.

"ठीक आहे." त्या राखेकडे टक लावून बघत ज्यो म्हणाली, "या कथांची योग्य ती वाट मी लावली आहे आणि त्याबद्दल मला यत्किंचितही वाईट वाटत नाही."

पण नंतर त्या लेखनाचा मोबदला जेव्हा तिने पेटीतून बाहेर काढला तेव्हा त्या पैशांचे काय करावे, हे मात्र तिला समजेना. गेले तीन महिने कष्ट करून तिने ते पैसे जमवले होते. तिचे लेखन कसेही असले तरी तिच्या निढळाच्या घामाचा तो मोबदला होता, यात काहीच शंका नव्हती. बराच विचार केल्यानंतर निदान लेखनाच्या शारीरिक श्रमाचा मोबदला म्हणून तरी ते पैसे ठेवून घ्यावेत, असा तिने स्वत:शी

निर्णय केला. तिच्या सदसद्विवेकबुद्धीला आज जाग आली होती आणि अशी जाग येणे माणसाच्या मन:स्वास्थ्याला नेहमीच फार त्रासदायक होते. ज्योही आज अशीच अस्वस्थ होऊन गेली होती.

त्यानंतर मात्र ज्योने चुकूनही सनसनाटी लेखन केले नाही. खून, मारामाऱ्या व्यभिचार, चोऱ्या, दरोडे असले विषय तिने अगदी कटाक्षाने टाळावयाचे ठरवले. पण, अनुतापाच्या भरात तिने एकदम दुसरे टोक गाठले आणि आता तिने अगदीच साध्या, सपक, सुसंस्कारांचा उदोउदो करणाऱ्या अन् नैतिक प्रवचनाने भरलेल्या अशा कथा लिहावयास सुरुवात केली. तिच्या हौशी, खेळकर आणि अवखळ वृत्तीला असे गंभीर लिखाण लिहिताना चुकल्याचुकल्यासारखे वाटत होते. रोमांचकारक घटनांकडे जात्या असलेली ओढ स्वस्थ बसू देत नव्हती. पण आपल्या या सर्व नैसर्गिक प्रवृत्ती दाबून तिने स्वत:च्या प्रेरणांशी विसंगत असे लेखन सुरू केलं आणि त्याचा परिणामही अर्थात तोच झाला. ज्या ज्या मासिकांकडे ते लिखाण तिने धाडले, त्या त्या मासिकांकडून ते लगोलग तिच्याकडे परत आले आणि 'नैतिक प्रवचनांसाठी काही कोणी साहित्य वाचीत नाही' या डॅशवुडच्या अभिप्रायाचा तिला प्रत्यय आला.

मग ज्योने बालसाहित्य लिहावयास सुरुवात केली आणि या क्षेत्रात तिला थोडे बहुत यश आले. कारण लहान मुलांना हवे तसे कल्पनारम्य, अद्‌भुत, रोमांचकारक असे विश्व निर्माण करण्याचे सामर्थ्य तिच्या जवळ होते. पण येथेही कर्मठ, नीतिवादी असे गृहस्थ होते आणि कथेतल्या सर्व खोडकर मुलांना शेवटी भयानक शासन झाल्याचे दाखवले पाहिजे, असा त्यांचा आग्रह होता. तो आग्रह ज्योला मानवेना. कारण एखादे मूल एखाद्या दिवशी चर्चमध्ये गेले नाही किंवा त्याने एखादे पेपरमिंट किंवा दुधी पेन्सिल चोरली, तर लगेच त्याला लांडग्याकडून खाववावे, हे ज्योच्या सदसद्विवेकबुद्धीला पटेना. त्यामुळे त्याही संपादकांशी तिचे वारंवार मतभेद होऊ लागले. सरतेशेवटी एके दिवशी ज्योने आपल्याजवळचे कोरे कागद पेटीत टाकले, दौतीला झाकण लावले, साहित्याचा तात्पुरता निरोप घेतला आणि स्वत:कडे अत्यंत वस्तुनिष्ठ दृष्टीने बघत ती म्हणाली,

"मला साहित्यातलं काहीही कळत नाही, हेच तूर्त सिद्ध झालं आहे. अशा अवस्थेत अट्टाहासाने काही तरी लिहिण्याची धडपड करणं म्हणजे स्वत:ची आणि जगाची फार मोठी फसवणूक करणं आहे. त्यामुळे तूर्त लेखन अजिबात बंद ठेवणं हेच प्रामाणिकपणाचं होईल."

अर्थात ज्योच्या या साऱ्या आंतरिक संघर्षाचा बाह्य जगात काहीही पडसाद उमटला नाही. कारण तिचे बाकीचे आयुष्य नेहमीच्याच पद्धतीने चालू होते. पण अगदी क्वचित केव्हा तरी ती अंतर्मुख होई. उदास दिसे. आपली मनोव्यथा कोणाच्याही ध्यानी आलेली नाही, अशी तिची समजूत होती. पण ती तितकीशी खरी नव्हती.

कारण प्रोफेसर भाअर तिच्याकडे फार बारकाईने बघत असत आणि तिच्या चेहऱ्यावरील बदलत्या छटांचा त्यांना नेमका सुगावा लागत असे. मात्र हे सर्व ते इतक्या शांतपणे करीत की, ज्योला स्वत:ला ते कधीच कळून येत नसे. तिने तूर्त लेखन बंद केले आहे, हे देखील भाअरना समजून आले होते. तिच्या उजव्या हाताची पहिली दोन बोटे हल्ली पूर्वीसारखी शाईने माखलेली दिसत नसत, येथपासून तो प्रकाशकांच्या कचेऱ्या असलेल्या रस्त्यावर हल्ली तिची अचानक भेट होत नसे, येथपर्यंत अनेक बारीक सारीक पुराव्यांच्या आधारे हा निष्कर्ष प्रोफेसर भाअरनी काढला होता. पण यांतली एकही गोष्ट त्यांनी कधी उघडपणे ज्योला बोलून दाखवली नाही.

प्रोफेसर भाअरची आणि ज्योची मैत्री मात्र झपाट्याने वाढत गेली.त्यांच्या सहवासात फार मोठे मानसिक समाधान तिला लाभत असे आणि अनेक प्रकारांनी ते तिला साह्य करीत. मित्र, शिक्षक, हितचिंतक अशा अनेक नात्यांनी त्यांचा तिला मोठाच आधार वाटे. त्यांच्याकडून जर्मन भाषेचे धडे घेताना कळत नकळत इतरही पुष्कळसे काही ज्यो त्यांच्याकडून शिकत होती आणि तिचे स्वत:चे कथालेखन जरी तूर्त बंद पडलेले असले तरी तिच्या जीवितकथेत अनेक सुंदर आणि अर्थपूर्ण तपशील या वेळी भरले जात होते.

अशा रीतीने तो हिवाळा संपला. जून महिन्यापर्यंत ज्यो मिसेस कर्कच्या वसतिगृहात होती. पण नंतर तिची घरी जाण्याची वेळ जवळ येऊन ठेपली. ती जाणार हे कळल्यावर सर्वांनाच वाईट वाटले. मिसेस कर्कच्या छोट्या मुली तर सारख्या रडू लागल्या. प्रोफेसर भाअरना काय वाटले, ते सांगणे अवघड होते. पण तेही हल्ली अतिशय उद्विग्न दिसत एवढे मात्र खरे. आपण घरी जाणार असल्याचे ज्योने जेव्हा त्यांना सांगितले, तेव्हा ते क्षणभर अगदी स्तब्ध बसून राहिले आणि मग केसांतून हात फिरवून ते सारे विस्कटीत ते तिला इतकेच म्हणाले, "तुम्हाला परत जायचं म्हटलं तर जाण्यासाठी निदान स्वत:चं घर आहे. मायेची माणसं आहेत. काही दुर्दैवी लोकांजवळ यातलं काहीच नसतं!"

दुसऱ्या दिवशी अगदी पहाटे ज्योची गाडी होती. त्यामुळे आदल्या रात्रीच तिने सर्वांचा औपचारिक निरोप घेतला. प्रोफेसरांचा निरोप घेताना ती त्यांना म्हणाली,

"तुम्ही कधी आमच्या भागात आलात, तर माझ्या घरी यायला विसरू नका हं! त्या बाजूला येऊनही आमच्याकडे आला नाहीत तर मी तुम्हाला कधी सुद्धा क्षमा करणार नाही. तुमच्या मैत्रीचा मला फार अभिमान वाटतो आणि माझा हा नवा मित्र माझ्या घरच्या मंडळींनीही बघावा, अशी माझी फार इच्छा आहे."

"खरंच मी यावं असं तुम्हाला वाटतं? ही अगदी तुमची मनापासूनची इच्छा आहे, मिस मार्श?" प्रोफेसरांनी आशातुर नजरेने ज्योकडे बघत उत्कंठेने तिला विचारले.

"अगदी मनापासूनची इच्छा आहे." ज्यो चटकन म्हणाली, "तिकडे माझा आणखी एक मित्र आहे. त्याचं नाव लॉरी, तोही ग्रॅज्युएट होतो आहे आता. त्या पदवीदान समारंभालाच तुम्ही आलात तर फार छान होईल."

लॉरीचा उल्लेख कानी पडताच प्रोफेसर भाअरची मुद्रा पालटली. त्यांच्या स्वरातही सूक्ष्म बदल झाला. क्षणभर थांबून मग ते हलकेच म्हणाले,

"लॉरी हा तुमचा अगदी जवळचा मित्र का?"

"होय. माझा अगदी जिवलग मित्र आहे तो." ज्यो भाबड्या उत्साहाने म्हणाली, "मी तर त्याला टेडीच म्हणते. तुम्हा दोघांची ओळख व्हावी, असं मला फार फार वाटतं. म्हणून म्हणते, तुम्ही आमच्या घरी याच–"

ज्योने अगदी सहजगत्या ही माहिती सांगितली. ती ऐकत असता प्रोफेसर भाअरचा चेहरा कसकसा पालटत गेला. ते तिच्या मुळीच ध्यानी आले नाही. कारण त्यांच्याशी एकीकडे बोलत असताना दुसरीकडे मांडीवरच्या छोट्या टिनाला ती कुरवाळीत होती. तिच्याशी खेळत होती. लॉरीचा उल्लेख अगदी निर्हेतुकपणे केला होता. पण तो ऐकून, विशेषत: 'माझा अगदी जिवलग मित्र आहे तो' हे तिच्या तोंडचे शब्द ऐकून प्रोफेसर भाअर एकदम खट्टू झाल्यासारखे दिसले आणि पालटलेल्या स्वरात नंतर ते तिला इतकेच म्हणाले,

"माझं तिकडे येण्याचं काही नक्की नाही. पण कधी काळी त्या बाजूला आलो तर मात्र मी तुमच्या घरी अवश्य येईन, एवढंच तूर्त सांगून ठेवतो. तुमच्या मित्राला त्याच्या परीक्षेत घवघवीत यश मिळावं आणि तुम्हा सर्वांना ईश्वरानं भरपूर सुखात ठेवावं, एवढीच माझी देवाजवळ प्रार्थना आहे!"

एवढे म्हणून त्यांनी ज्योबरोबर हस्तांदोलन केले आणि मग छोट्या टिनाला खांद्यावर टाकून धीम्या गतीने ते तेथून निघून गेले.

त्या वेळी प्रोफेसरांनी आपले मन आवरले खरे, पण त्या रात्री सर्वत्र निजानीज झाल्यावर जेव्हा ते आपल्या खोलीत एकटेच फेऱ्या मारत राहिले, तेव्हा मात्र त्यांच्या भावना अनावर झाल्या. जरा वेळाने ते स्वत:शीच पुटपुटले, "छे छे! माझ्या दैवी एवढं भाग्य कुठून असणार? भलत्या सुखाची अपेक्षा करण्यात काही अर्थ नाही!" आणि मग एक मोठा उसासा टाकून ते बिछान्याजवळ आले. त्यांचे दोन्ही छोटे भाचे गादीवर गाढ झोपी गेले होते. प्रोफेसरांनी खाली वाकून हळूच त्यांच्या कपाळावर ओठ ठेवले आणि 'प्लेटो' चा एक जाडजूड ग्रंथ हाती घेऊन ते वाचीत बसले. पण आता त्यांचा तो अत्यंत आवडता लेखकही त्यांचे मन गुंतवून ठेवण्यास असमर्थ ठरला. बराच वेळ पुस्तकाची पाने चाळल्यानंतर त्यांनी ते मिटून बाजूला ठेवले. दिवा मालवला आणि काळोखातच डोळे सताड उघडे ठेवून किती तरी वेळ बिछान्यावर ते झोपेशिवाय तळमळत राहिले.

पण रात्री इतके जागरण झालेले असूनही दुसऱ्या दिवशी पहाटे प्रोफेसर भाअर ज्योला निरोप देण्यासाठी स्टेशनवर जायला विसरले नाहीत. वाटेने तिला वाचायला काही तरी बरोबर असावे म्हणून त्यांनी दोन पुस्तके तिच्यासाठी आणली होती. इतकेच नव्हे तर तिच्या आवडीच्या 'व्हायोलेट' फुलांचा गुच्छदेखील कोठूनसा मिळवून तो त्यांनी तिला दिला होता. त्यामुळे ज्योचा प्रवास आनंदात सुरू झाला. प्लॅटफॉर्मवरून तिला निरोप देणाऱ्या प्रोफेसर भाअरचा हसरा प्रसन्न चेहरा गाडी चालू झाल्यानंतरही कितीतरी वेळ तिच्या नजरेसमोरून हलला नाही. बराच वेळ ती त्या आनंददायक स्मृतीत रंगून राहिली आणि मग हातातली 'व्हायोलेट'ची फुले हृदयाशी धरीत ती स्वत:शीच पुटपुटली,

"चला. हिवाळा संपला आणि आता मी लवकरच घरी जाईन. अपेक्षेप्रमाणे माझ्या हातून लेखन झालं नाही, पैसेही फारसे मिळाले नाहीत. पण मला त्याची खंत वाटत नाही. कारण इथल्या माझ्या मुक्कामात मी असा एक स्नेही जोडला आहे की, तो जन्मभर टिकवून धरण्यात मोठा आनंद आणि अभिमान वाटेल!"

३५

पहिला प्रेमभंग

ज्यो अचानक परगावी निघून गेल्यामुळे लॉरीच्या मनाची काय प्रतिक्रिया झाली असेल ती असो, पण त्या वर्षी त्याने कसून अभ्यास केला आणि कॉलेजची शेवटची परीक्षा तो सन्मानासह उत्तीर्ण झाला. पदवीदानप्रसंगी विद्यार्थ्यांना करावे लागते ते लॅटिनमधले भाषणही त्याने झोकदारपणे केले. निदान त्याच्या जिव्हाळ्याच्या माणसांना तरी ते तसे वाटले. त्या समारंभाला लॉरीची सर्व प्रेमाची मंडळी मोठ्या अगत्याने हजर राहिली होती. त्याचे आजोबा तेथे होते. त्यांचा चेहरा आनंदाने नि अभिमानाने उजळून निघाला होता. मिस्टर मार्च अन् मिसेस मार्च, जॉन आणि मेग, बेथ आणि ज्यो सारीच जणे तेथे आली होती. सर्वांनी तो समारंभ डोळे भरून पाहिला आणि सर्वांनी लॉरीचे कौतुक करून त्याला अगदी पुरेपुरेसे केले.

समारंभानंतर तो त्या सर्वांना म्हणाला, "आता आम्ही विद्यार्थ्यांना कॉलेजतर्फे मेजवानी आहे. त्यासाठी मला इथं थांबावंच लागणार. पण उद्या सकाळी मी नक्की घरी येतो. मग आपण खूप मजा करू या. काय ग पोरींनो? मला भेटायला याल ना नेहमीसारख्या?"

त्याने 'पोरींनो' असे म्हटले खरे, पण बोलताना त्याची नजर फक्त ज्योवर खिळली होती आणि ज्योचा चेहराही कौतुकाने नि अभिमानाने अगदी ओथंबून गेला होता. तिच्या लॉरीने आज केवढा पराक्रम गाजवला होता! ती चटकन त्याचा हात हाती धरून सद्‍गदित स्वराने म्हणाली,

"मी नक्की येईन, टेडी. इतकंच काय, मी तुतारीवर विजयगीत गात येईन तुझ्या नावानं–"

"वा! छान!" लॉरी मन:पूर्वक म्हणाला आणि त्याने तिच्याकडे एका विशिष्ट नजरेने रोखून पाहिले. त्याबरोबर ज्योची छाती धडधडू लागली आणि ती स्वत:शीच म्हणाली, "अरे देवा, आता तो मला नको तो प्रश्न नक्की विचारणार! कसं तोंड

देऊ मी त्या प्रसंगाला?''

मग ती सर्व मंडळी घरी आली. ती सारी रात्र ज्योने विचारातच घालविली. सकाळी उजाडल्यावर पहाटेच्या प्रसन्न प्रकाशात मात्र तिच्या मनातले भय बरेचसे ओसरले. लॉरीविषयीच्या आपल्या भावना काय आहेत त्या प्रत्यक्ष अप्रत्यक्ष रीतीने अनेकदा आपण त्याला कळविल्या आहेत, अशा परिस्थितीत तो आपल्याला लग्नाची मागणी घालील ही भीती बाळगणे वेडेपणाचे आहे, अशी तिने स्वत:ची समजूत घातली आणि ठरलेल्या वेळी त्याला भेटण्यासाठी ती त्याच्या घराकडे निघाली. पण ती बाग ओलांडून पुढे येते तो स्वत: लॉरीच त्यांच्या घराच्या दिशेने येताना तिला दिसला. त्याची उंच, धिप्पाड, देखणी आकृती अचानक पुढ्यात उभी राहिलेली दिसली, तेव्हा ज्योचे सर्वांग अनामिक भयाने कापू लागले. याच पावली मागे वळावे नि धूम ठोकावी अशी विचित्र ऊर्मी तिच्या मनात उसळली. पण तिने मोठ्या प्रयासाने स्वत:चे मन स्थिर केले आणि हसतमुखाने ती त्याला सामोरी गेली.

''तुझी तुतारी आणली नाहीस वाटतं बरोबर?'' लॉरीनं हसून तिला विचारलं. त्याच्या त्या थट्टेखोर शब्दांनी तिच्या मनावरचा ताण जरासा कमी झाला आणि ती भराभर अनेक विषयांवर त्याच्याशी बोलू लागली. पण हा तिच्या उल्हास अल्पकालीन ठरला. कारण तिला आपल्या घरी नेण्याऐवजी लॉरी घरासमोरच्या मोठ्या रस्त्याकडे वळला आणि तो तिला म्हणाला,

''जरा फिरायला जाऊ या, चल.''

त्याचे ते शब्द ऐकून ज्यो पुन्हा अस्वस्थ झाली. तिची बडबड बंद पडली. बराच वेळ ती दोघे मुकाट्याने पावले टाकीत चालली होती. मध्येच मोठ्या रस्त्याला आडवी फुटलेली एक पायवाट रस्त्याकडेच्या शेतमळ्यांतून पुढे गेली होती. तिकडे लॉरी वळला, तेव्हा तर ज्यो फारच भयभीत झाली. लॉरी आता हळूहळू पावले टाकू लागला. तो एखादेच वाक्य बोले आणि पुन्हा गप्प राही. ती अबोल शांतता ज्योला धोक्याची वाटू लागली. एखाद्या साध्या विषयावर गप्पा सुरू कराव्यात या सद्हेतूने ती लॉरीला म्हणाली,

''आता सुटीत भरपूर मजा करायला हवीस तू, टेडी!''

''मजा तर करणारच आहे मी–'' लॉरी म्हणाला.

एक लहानसे वाक्य, पण ते बोलताना लॉरीच्या स्वरात असे काहीतरी उमटले की ज्योने चमकून त्याच्याकडे पाहिले. तो विशिष्ट क्षण जवळ आला हे तिने जाणले आणि तिचे ओठ एकदम कोरडे झाले. आपले दोन्ही हात अभावितपणे पुढे करीत ती म्हणाली,

''नको टेडी. कृपा करून काही बोलू नकोस–''

''नाही कसं? आज मी सारं काही बोलणार आहे अन् तुला ते ऐकून घ्यायलाच

हवं. आता हा विषय टाळून चालायचं नाही, ज्यो. जेवढ्या लवकर हे सारं आपण मोकळेपणानं बोलून टाकू, तेवढं ते आपल्या उभयतांच्या दृष्टीनं हिताचं होईल!''

''बरं तर. बोल काय बोलायचे आहे ते!'' ज्यो दीर्घ श्वास टाकीत म्हणाली आणि चेहऱ्यावर सोशिक भाव आणून ती त्याच्याकडे बघत राहिली.

तिने एवढी परवानगी दिल्यावर लॉरी मुळीच थांबणार नव्हता. तो तरुण, अननुभवी असून, प्रीतीचा स्पर्श प्रथमच त्याच्या हृदयाला झाला होता. पहिल्या प्रेमाची सारी आतुरता, आर्तता आणि तीव्रता आपल्या स्वरात ओतून तो मन:पूर्वक बोलू लागला. बोलताना मोठ्या प्रयासाने तो आपला आवाज स्थिर ठेवीत होता आणि तरीही भावनावेगाने तो पुन:पुन्हा कंपित होत होता.

''ज्यो, मला सारं काही स्पष्टपणानं बोलू दे,'' लॉरी म्हणाला, ''तुझी ओळख झाली त्या क्षणापासून मी तुझ्यावर प्रेम करतो आहे. तू माझ्याशी इतक्या चांगुलपणानं वागली आहेस की, तुझ्यावर प्रेम करण्यावाचून मला गत्यंतरच नव्हतं. माझी भावना तुला कळावी म्हणून मी अनेकदा बोलण्याचा प्रयत्न केला. पण तू माझं कधी ऐकूनच घेतलं नाहीस. आज मात्र सारं काही तुला ऐकवायचा मी निर्धार केला आहे. आज मला तुझं निश्चित उत्तर हवं. कारण यापुढे ही अनिश्चितता मला सहन होत नाही.''

''टेडी, मला वाटलं होतं, मी न सांगताही तू समजून घेशील–'' ज्यो बोलू लागली. पण आपल्याला जे बोलायचे आहे, ते बोलणे इतके सोपे जाणार नाही, हे लवकरच तिच्या ध्यानी आले.

''तू अनेकदा आपली नाराजी व्यक्त करण्याचा प्रयत्न केला आहेस. मला ठाऊक आहे ते,'' लॉरी म्हणाला, ''पण मुलींचं वागणं मोठं विचित्र असतं. पुष्कळदा मनातून 'हो' म्हणायचं असूनही वर वर त्या 'नाही' म्हणतात आणि पुरुषांचा अंत पाहतात. त्यांना मजा वाटते त्यात.''

''पण मी अशा मुलींसारखी नाही हे तुला माहीत आहे.'' ज्यो म्हणाली, ''मी कधीही तुझ्याशी उगीच वेगळ्या रीतीनं वागले नाही की, भलती आशा तुझ्या मनात निर्माण केली नाही. इतकंच नव्हे तर तुझ्यापासून काही काळ दूर राहता यावं म्हणून मी न्यूयॉर्कला निघून गेले–''

''पण त्याचा काही उपयोग नाही, ज्यो. तू दूर गेलीस तरी मी तुला क्षणभरही विसरलो नाही. तुला समाधान व्हावं म्हणून मी कसून अभ्यास करीत होतो. तुला जे जे आवडत नाही, ते सारं मी कटाक्षानं सोडलं. व्यसनं सोडली. उधळपट्टी सोडली. कसली कधी तक्रार केली नाही आणि आज ना उद्या तू माझा स्वीकार करशील या आशेवर मी वाट बघत राहिलो. कधी ना कधी तू माझ्यावर प्रेम करशील हे माझं फार दिवसांचं स्वप्न आहे, ज्यो. जरी मी अर्ध्यानं देखील तुझ्या योग्यतेचा नाही–''

बोलता बोलता लॉरीचा गळा भरून आला. त्याच्या तोंडून शब्द फुटेना. स्वत:चा

हुंदका लपविण्यासाठी त्याने बाजूच्या झाडावरची दोन पाने तोडून चुरगळली आणि खाकरून घसा साफ केल्यासारखे केले.

"असं बोलू नकोस, लॉरी. तुझी योग्यता माझ्यापेक्षा कितीतरी पटीनं अधिक आहे, तू मला फार मोठा स्नेह दिला आहेस आणि त्याबद्दल मी सदैव कृतज्ञ राहीन. तुला हवी त्या प्रकारची भावना माझ्या मनात तुजविषयी का निर्माण झाली नाही, हे मलाही कळत नाही. मी प्रयत्न केला, पण तू म्हणतोस तसं प्रेम माझ्या हृदयात उत्पन्न होऊच शकत नाही आणि ते नसताना 'आहे' म्हणून म्हणणं खोटेपणाचं होईल–" ज्यो म्हणाली.

"हे तू खरं सांगतेस, ज्यो?"

लॉरी एकदम थबकला आणि तिचे दोन्ही हात हाती पकडून त्याने विलक्षण व्याकुळपणे तिला हा प्रश्न विचारला. त्या वेळी त्याने ज्या नजरेने तिजकडे पाहिले, ती नजर ज्यो पुढे दीर्घकाळ विसरू शकली नाही. तिने खालचा ओठ चावला आणि डोळ्यातले पाणी लपवीत ती म्हणाली,

"अगदी खरं सांगते रे टेडी!"

एव्हाना ती दोघे शेताच्या लाकडी कुंपणापाशी एका राईजवळ येऊन पोहोचली होती. ज्योचे शब्द कानी पडताच लॉरीने तिचे हात एकदम सोडून दिले आणि शेवाळून हिरव्याचार झालेल्या कुंपणाच्या लाकडी खांबावर मस्तक टेकून तो इतका स्तब्ध उभा राहिला की, ज्योला त्याच्या त्या अवस्थेचे भय वाटले.

"टेडी, टेडी, माझ्यावर रागावू नकोस." ती एकदम कळवळून म्हणाली, "आणि इतकं लावून घेऊ नकोस जिवाला रे. तुला माहीत आहे, मनात प्रेम नसताना प्रेमाचा खोटा आविर्भाव करणं, 'प्रेम आहे' असं दुसऱ्याला सांगणं अशक्य असतं!" आणि तिने लॉरीच्या खांद्यावर थोपटल्यासारखे केले.

"एखाद्यावर खरोखरीच जीव असेल तर माणसं त्याच्याखातर काय वाटेल ते करतात! प्रेमाचा आविर्भाव देखील करतात!" ज्योकडे न बघता तोंडातल्या तोंडात लॉरी हळूच पुटपुटला.

"नाही, लॉरी. असल्या खोट्या दयाळूपणावर माझा मुळीच विश्वास नाही आणि प्रेमाच्या बाबतीत मी कुणाशीही अशी प्रतारणा करणार नाही." ज्यो निर्धाराने म्हणाली.

त्यानंतर बराच वेळ ती दोघेही अगदी स्तब्ध होती. शेताच्या कडेचे उंच गवत वाऱ्यात सळसळत होते. जवळच्या झाडाच्या गर्द पालवीत एक चिमुकला पक्षी हलकेच शीळ घालीत होता. पण त्यामुळे तेथील शांतता विचलित न होता ती अधिकच गर्द झाल्यासारखी वाटत होती. काही क्षण असेच निघून गेले. मग ज्योने लॉरीचा हात हाती धरून त्याला आपल्याशेजारी बसवून घेतले आणि ती गंभीरपणे म्हणाली,

"लॉरी, तुला एक गोष्ट सांगायची आहे मला."

त्याबरोबर लॉरीने एकदम मान वर करून तिच्याकडे पाहिले आणि बंदुकीची गोळी सुटावी तसा तो सटकन म्हणाला,

"सांगू नकोस ते मला मुळीच. निदान या वेळी तरी नको. मला ते अगदी सहन व्हायचं नाही!"

"काय सांगू नको?" त्याच्या अकारण आवेशाचे आश्चर्य वाटून ज्योने विचारले.

"हेच, की तुझं त्या म्हाताऱ्यावर प्रेम आहे म्हणून! तेच सांगणार होतीस ना तू मला?"

"कोण म्हातारा?" ज्योने अधिकच चकित होऊन प्रश्न केला. तिला शंका आली की, लॉरी आपल्या आजोबांसंबंधी बोलत असावा.

"दुसरा कोण? तो जर्मन प्रोफेसर, ज्याची तू सारखी पत्रांतून वर्णनं करीत होतीस तोच! त्याच्यावर आपलं प्रेम जडलंय म्हणून जर का तू मला सांगितलंस, तर मी या क्षणी काहीतरी भयंकर प्रकार करीन बघ. सांगून ठेवतो तुला." लॉरी उसळून म्हणाला आणि विलक्षण क्रुद्ध नजरेने तो तिच्याकडे रोखून पाहू लागला.

त्याच्या शब्दांचे आणि त्याहीपेक्षा त्याच्या आविर्भावाचे ज्योला हसू आले. पण तिने मोठ्या प्रयासाने स्वत:ला आवरले आणि ती म्हणाली,

"वेड्यासारखं भलतंच काहीतरी बोलू नकोस टेडी आणि प्रोफेसर भाअरची उगाच बदनामी करू नकोस. ते म्हातारे नाहीत. वाईट तर नाहीतच नाहीत, फार चांगले आहेत ते. मला त्यांनी अनेक प्रकारे मदत केली आहे. माझे ते अगदी जवळचे मित्र आहेत – अर्थात तुझ्या खालोखाल! गरीब बिचारे माझे प्रोफेसर! त्यांनी काय तुझं घोडं मारलं आहे? त्यांची तू विनाकारण निंदा केलीस, तर मला राग आल्यावाचून राहणार नाही. मात्र माझं त्यांच्यावर प्रेमबीम नाही–"

"आज नसलं तरी पुढेमागे बसेल!" लॉरी म्हणाला, "अन् मग माझं कसं होईल?"

"तुझं काय व्हायचंय?" ज्यो म्हणाली, "तुझंही दुसऱ्या एखाद्या मुलीवर प्रेम बसेल. तू तिच्याशी लग्न करशील आणि संसाराला लागशील चार शहाण्या समजूतदार लोकांसारखा! मग तुला माझा आपोआप विसर पडेल!"

"नाही. मी दुसऱ्या कुणावरही प्रेम करणार नाही आणि मी तुला कधी कधीसुद्धा विसरणार नाही ज्यो. कधीसुद्धा नाही!" लॉरी आवेगाने म्हणाला आणि त्याने आपला पाय रागारागाने जमिनीवर आपटला.

"आता काय करावं या वेडेपणाला?" ज्यो हताशपणे स्वत:शीच पुटपुटली. तिला वाटले होते त्यापेक्षा लॉरीची समजूत घालणे तिला अधिक कठीण जात होते. क्षणभर थांबून मग ती पुन्हा म्हणाली,

"मी काय सांगणार होते, ते सांगायचं राहूनच गेले मुळी, आता जरा शांतपणाने मी काय म्हणते ते नीट ऐकून घे. कारण मी खरोखरी तुझ्या भल्याचीच एक गोष्ट सांगणार आहे तुला."

ज्योच्या बोलण्यातल्या अखेरच्या वाक्यात लॉरीला आशेचा थोडासा प्रकाश दिसला. तेव्हा तो तिच्या पुढ्यात गवतावर पालथा पसरला आणि दोन्ही हातांच्या ओंजळीत हनुवटी घेऊन विलक्षण उत्सुकतेने तिच्या तोंडाकडे बघू लागला. त्याला तसे आपल्याकडे बघताना पाहून उपदेशाच्या कोरड्या गोष्टी त्याला सुनावणे किंवा कठोर शब्दांनी त्याला दुखवणे ज्योला फार अवघड वाटू लागले. किती प्रिय होता तो तिला. कशा भावुक नजरेने तो तिच्याकडे बघत होता. घडीभरापूर्वी त्याने गाळलेल्या आसवांनी भिजलेल्या त्याच्या पापण्यादेखील अजून जशाच्या तशा ओल्या होत्या. त्याला तशा अवस्थेत पाहून ज्योला अगदी भडभडून आले आणि तिने त्याचे मस्तक प्रेमाने थोपटले. त्या मस्तकावरचे दाट काळेभोर कुरळे केस एकेकाळी लांब होते. पण केवळ ज्योच्या आवडीसाठी म्हणून लॉरीने ते कापून आखूड केले होते. त्या केसांच्या स्पर्शाने तर ज्यो अधिकच कासावीस झाली. मग एक आवंढा गिळून ती त्याला म्हणाली,

"हे बघ टेडी, आई म्हणते की, आपले दोघांचे स्वभाव मुळीच एकमेकांशी जुळणारे नाहीत आणि मलाही तिचं ते बोलणं पटतं. आपण दोघंही हट्टी आहोत, दोघंही पक्के भांडखोर आहोत आणि दोघांनाही फार लवकर राग येतो. तेव्हा आपण जर लग्न केलं तर आपलं एकमेकांशी घडीभरसुद्धा जमणार नाही."

"जमेल, जमेल ज्यो. तू लग्न करून बघ. मी कसा गरीब गाईसारखा वागेन. तुला वचन देतो हवं तर तसं!" लॉरी अधीरपणे म्हणाला.

"माझा विश्वास नाही या गोष्टीवर!" ज्यो म्हणाली, "माणसं अशी बदलत नसतात एका घटकेत आणि एवढा मोठा धोका पत्करून लग्न करण्याची माझी इच्छा नाही. म्हणून म्हणते, आपली दोस्ती आहे तेवढी पुरे. त्याहून काही वेगळं नातं दोघांत निर्माण व्हावं, असं मला वाटत नाही."

"पण मला वाटतं!" लॉरी हटवादीपणाने म्हणाला.

"टेडी, जरा समजुतीनं वाग. विचारानं वाग." ज्यो त्याची विनवणी करू लागली.

"मला नाही समजुतीनं वागायचं. मला नाही विचार करायचा. काही उपयोग नाही त्याचा. तू अगदी पाषाणहृदयी आहेस, ज्यो. मला तर वाटतंय, तुला काळीजच नाही!"

"नसतं तर फार बरं झालं असतं!" ज्यो एक उसासा टाकून म्हणाली आणि एकदम तिचा गळा भरून आला. तेव्हा लॉरीला पुन्हा आशा वाटू लागली आणि

आपल्या स्वभावातला सारा गोडवा अन् आर्जवीपणा एकवटून तो तिला म्हणाला,

"जरा विचार कर, ज्यो. आजोबांना हीच आशा आहे. तुझ्या घरच्या लोकांना हेच व्हायला हवंय. माझं सारं जीवन यावर अवलंबून आहे. एवढ्या साऱ्यांच्या आशांवर तू पाणी ओतणार का? हो म्हण, लाडक्या, हो म्हण आणि सर्वांना सुखी कर!"

त्या क्षणी लॉरीला नकार देण्याइतके धैर्य आपल्यात कुठून आले, हे ज्योला नंतर अनेक महिने विचार करूनही कळले नाही. पण कुठल्या तरी एका अज्ञात शक्तीने तिला पाठबळ दिले आणि ती आपल्या निर्धाराला चिकटून राहिली. यापुढे विलंब करणे किंवा संदिग्धता दाखविणे चुकीचे, इतकेच नव्हे तर निष्ठुरपणाचे आहे, हे तिच्या ध्यानी आले आणि ती म्हणाली,

"लॉरी, तू काहीही म्हणालास तरी माझे उत्तर 'नाही' हेच आहे. आज हे सारं तुला कडू वाटेल. पण काही दिवस गेल्यानंतर जे झालं, तेच चांगलं झालं अशी तुझीही खात्री पटेल आणि मग तू माझे आभार मानशील."

"माझं अडलंय खेटर आभार मानायला!" अत्यंत चिडून लॉरी म्हणाला आणि रागाच्या सपाट्यानं तो ताडकन गवतावर उठून बसला.

"खरोखरीच आभार मानशील!" त्याच्या बोलण्याचा राग न मानता ज्यो म्हणाली, "काही काळाने तुला एखादी सुंदर मुलगी भेटेल. ती तुझ्यावर प्रेम करील आणि तुझ्या हृदयाची ती स्वामिनी होईल. तुझ्या आलिशान घराची, तुझ्या अपरंपार वैभवाची शोभा ती वाढवील. मी मात्र तिथे मुळीच शोभून दिसणार नाही. मला ना रूप ना गुण. माझ्या वागण्यात सफाई नाही की, बोलण्यात अदब नाही. तेव्हा मागाहून, तुला माझी लाज वाटू लागेल. शिवाय आपण एकसारखे भांडत राहू. तुला आवडणाऱ्या श्रीमंत मित्रांचा मला तिटकारा वाटतो, तर माझ्या लिखाणाचा, आवडीनिवडींचा तुला कंटाळा येईल. एकंदरीने, लग्न केले तर आपण दोघेही अतिशय दुःखी होऊ. किती भयंकर कल्पना आहे नाही का?"

"संपलं सारं सांगून? की आणखी उरलंय काही?" लॉरीने वैतागाने विचारले.

"आणखी काय असायचं आहे?" ज्यो म्हणाली, "शेवटी एवढंच सांगते की, मला नाही वाटत, मी कधी कुणाशी लग्न करीनसं. मला माझं स्वातंत्र्य फार प्रिय आहे."

"खोटं बोलते आहेस तू!" उत्तेजित स्वरात लॉरी म्हणाला, "आज ना उद्या तू कुणाच्या तरी प्रेमात पडशील, मग तू त्याच्याशी लग्न करशील आणि मला मात्र एकीकडे उभे राहून निमूटपणे ते सारं या डोळ्यांनी बघावं लागेल. अरे देवा, ते मी कसं सहन करू?" बोलता बोलता त्याने डोक्यावरची टोपी काढली आणि ती रागारागाने जमिनीवर आपटली. एरव्ही ज्योला लॉरीच्या या आततायी पोरकटपणाचे

हसू आले असते, पण आता तिचाही आपल्या मनावरचा ताबा उडत चालला होता. चिडक्या स्वरात ती म्हणाली,

"माझं जर एखाद्या माणसावर प्रेम बसलं तर मी करीनही लग्न त्याच्याशी. नाही कोणी म्हणावं? आणि तुला ते सारं सहनही करावं लागेल. दुसरा इलाज काय त्याला? मी हरतऱ्हेनं तुला सांगून पाहिलं. पण एखाद्यानं मुळी समजून घ्यायचंच नाही असं जर ठरवलं, तर त्याला कोण काय करणार? जी गोष्ट माझ्या हातात नाही, तिच्याबद्दल मला सारखं टोचून बोलणं शुद्ध निर्दयपणाचं आहे. मला तू फार आवडतोस, मित्र म्हणून मी तुला फार मानते, पण मी तुझ्याशी लग्न मात्र केव्हाही करणार नाही आणि या गोष्टीवर तू जेवढ्या लवकर विश्वास ठेवशील, तेवढं ते तुझ्या आणि माझ्याही दृष्टीने हितावह होईल!"

ज्योच्या या बोलण्याने तर आगीत तेल पडावे तसा परिणाम झाला. लॉरीने एक क्षणभर तिच्याकडे जळजळीत डोळ्यांनी रोखून पाहिले आणि मग विलक्षण स्वरात तो तिला म्हणाला,

"या साऱ्या गोष्टींचा एक दिवस तुला पस्तावा होईल, ज्यो. ध्यानात ठेव."

बोलता बोलता तो पटकन पाठमोरा झाला आणि झपाट्याने चालायलाही लागला.

"टेडी, अरे तू कुठे चाललास?" ज्योने घाबरून प्रश्न केला.

"मसणात!" लॉरीने वळून न बघताच म्हटले आणि जवळजवळ धावतच तो तेथून दूर निघाला. त्याची पावले नदीकडे वळली तेव्हा एक क्षणभर ज्योच्या तोंडचे पाणी पळाले. पण लॉरी कितीही दुःखी झाला असला तरी आत्महत्या करण्याचा त्याचा मुळीच विचार नव्हता. त्याने नदीकाठी खुंटवून ठेवलेल्या एका छोट्या होडीत आपला कोट व टोपी फेकली आणि पाठोपाठ आपणही तीत बसून आपल्या साऱ्या सामर्थ्यनिशी पाण्यात सपासप वल्ही मारीत तो बघता बघता कितीतरी दूर अंतरावर निघून गेला. क्षणोक्षणी अस्पष्ट होत जाणाऱ्या त्याच्या आकृतीकडे ज्यो बराच वेळ टक लावून बघत राहिली आणि मग एक मोठा उसासा टाकून ती स्वतःशीच म्हणाली,

"घरी जाईतो लॉरीचा राग बराचसा कमी होईल आणि त्याचा नेहमीचा प्रेमळ, सौम्य स्वभाव जागा होईल, मला मात्र त्याला तोंड दाखवणं कठीण आहे तूर्त तरी!"

आणि मग ती तेथून घरी जावयास निघाली. पण तिचे हृदय दुःखाने जड झाले होते आणि एखाद्या कोमल निरपराध जिवाचा खून करून त्याचे प्रेत तेथेच टाकून जावे अशा अपराधीपणाच्या भावनेने तिचे मन भरून गेले होते. जातानाही तिच्या मनात झालेल्या घटनेबद्दलचे विचार चालू होते. बेथच्या भावनांबद्दलचा आपला अंदाज चुकीचा असावा असे तिला वाटू लागले होते. लॉरीला नकार दिल्याचा तिला मुळीच पस्तावा होत नव्हता, तरीही झाल्या प्रकाराने तिचाही जीव अतिशय दुःखी झाला

होता. प्रेम, प्रेमभंग, प्रियकर – साऱ्याच गोष्टींचे तिला भय वाटू लागले होते.

घरी जाताच तिने प्रथम मिस्टर लॉरेन्सची भेट घेतली. झालेला सर्व प्रकार तिने त्यांना सांगून टाकला आणि मग मात्र तिच्या मनाचा बांध फुटला, दोन्ही हातांनी आपले तोंड झाकून घेऊन ती एकाएकी इतकी ओक्साबोक्शी रडू लागली की, आपल्या मनातली निराशा बाजूला ठेवून मिस्टर लॉरेन्सना तिचेच आधी सांत्वन करावे लागले. लॉरीसारख्या सर्वगुणसंपन्न मुलाला कोणतीही मुलगी नकार कशी देऊ शकते, हेच त्यांना कळत नव्हते. पण प्रेम ही जबरदस्तीने मिळणारी गोष्ट नव्हे हेही इतक्या वर्षांच्या जीवनानुभवाने त्यांना शिकवले होते. तेव्हा त्यांनी ज्योला मुळीसुद्धा दोष दिला नाही, किंवा तिचे मन वळविण्याच्या भरीलाही ते पडले नाहीत. पण त्यांना आता लॉरीचीच चिंता वाटू लागली आणि तो घरी केव्हा येईल याची ते आतुरतेने वाट पाहात राहिले.

त्या दिवशी लॉरी खूप उशिरा, जवळजवळ काळोख पडल्यानंतर घरी आला. तो विलक्षण थकून गेला होता. पण आपले मन त्याने बरेच सावरले होते. त्याच्या आजोबांनीही आपल्याला काहीच ठाऊक नाही असे दर्शविले आणि तास दीड तास तो बहाणा त्यांनी टिकवून धरला. पण जेवणे आटोपल्यानंतर जेव्हा ते दोघे दिवाणखान्यात रोजच्याप्रमाणे गप्पा मारीत बसले, तेव्हा उभयतांचीही मन:स्थिती मोठी विचित्र झाली. परीक्षेत मिळविलेले यश लॉरीला व्यर्थ वाटू लागले होते व त्यासंबंधी त्याला काहीच बोलावेसे वाटत नव्हते. त्याच्या आजोबांना त्याची अवस्था चांगली कळत होती, पण लॉरीचा स्वाभिमान न दुखवता आपली सहानुभूती त्याच्यापर्यंत कशी पोहोचवावी हे त्यांना समजत नव्हते. त्यामुळे त्या दोघांच्या गप्पांत वारंवार खंड पडू लागला आणि एक चमत्कारिक शांतता तेथे पसरून राहिली. शेवटी लॉरी उठला आणि पियानोजवळ जाऊन बसला. पियानोच्या पट्ट्यांवर बोटे टाकून त्याने एक विलक्षण करुण, काळीज पिळवटून टाकणारे असे गीत वाजविण्यास प्रारंभ केला. दिवाणखान्याच्या खिडक्या उघड्या होत्या. शेजारच्या घरासमोरच्या बागेत ज्यो आणि बेथ दोघी हातांत हात घालून फिरत होत्या. ज्योच्या कानावर ते करुण सूर पडले आणि निदान या वेळी तरी बेथपेक्षा त्या गाण्याचे मर्म तिला अधिक कळले. मिस्टर लॉरेन्स काही वेळ ते गीत ऐकत राहिले पण पुढे ते त्यांना अगदी असह्य झाले.

"हे फार छान गाणं आहे, बेटा." लॉरीला म्हणाले, "पण ते ऐकताना डोळे सारखे भरून येताहेत. आता काहीतरी वेगळं, उल्हसित असं गाणं ऐकव."

लॉरीने लगेच एक अत्यंत उल्हसित, प्रसन्न जलद लयीचे असे गाणे वाजविण्यास सुरुवात केली. काही मिनिटे तो एकसारखे वाजवत राहिला, पण मध्यंतरी, दोन ओळींमधल्या अवकाशात मिसेस मार्चने आपल्या दिवाणखान्यातून ज्योला मारलेली हाक त्याच्या कानी आली,

"ज्यो, इकडे ये, इकडे ये बेटा. मला तुझी गरज आहे आता."

अगदी तेच शब्द. जे एका वेगळ्या अर्थाने लॉरीचे हृदय आक्रंदून म्हणत होते! ते शब्द कानी पडताच त्याचा आपल्या मनावरचा ताबा सुटला. त्याने आपली बोटे जोराने पियोनाच्या पट्ट्यांवर आपटली. पियानोतून कर्कश, विसंवादी सूर निघाले आणि गाणे थांबवून, दोन्ही हातांवर मस्तक टेकून, तोंड लपवून लॉरी तसाच निमूट बसून राहिला.

आता मात्र त्याच्या आजोबांना राहवेना. ते खुर्चीवरून उठले. धडपडत लॉरीजवळ गेले आणि त्याच्या रुंद खांद्यांवर आपले हात ठेवीत कापऱ्या स्वरात ते हलकेच म्हणाले,

"लॉरी, मला कळलंय सारं."

क्षणभर काहीच उत्तर आले नाही. मग एकदम उसळून लॉरी म्हणाला, "कसं कळलं तुम्हाला? कुणी सांगितलं?"

"ज्योनं स्वत:च सांगितलं."

"मग सारं संपलंच म्हणायचं." लॉरी पुटपुटला आणि त्याने आजोबांचे हात खांद्यावरून दूर केले. त्यांची सहानुभूती त्याला हवी होती, पण त्यांनी आपली कीव करावी हे मात्र त्याच्या पुरुषी स्वाभिमानाला असह्य होत होते.

"लॉरी, बेटा, तू ऐकणार असशील तर थोडंसं बोलणार आहे मी." मिस्टर लॉरेन्स म्हणाले, "मला वाटतं, आता यापुढं काही दिवस तरी तू घरापासून दूर गेलेलं बरं!"

"ते का म्हणून?" लॉरी उसळून म्हणाला, "पोरींपासून पळून जाण्याइतका काही मी भ्याड किंवा नामर्द नाही. मी ज्योपासून का म्हणून तोंड लपवू? तिला वाटल्यास तिनं जावं दूर कुठेतरी! मी नाही जाणार!"

"असे म्हणू नकोस बेटा. सभ्य पुरुष असे वागत नाहीत. तुझी निराशा मी समजू शकतो. पण ज्योने काही जाणूनबुजून तुला दुखवले नाही. अशा बाबतीत माणसांचा निरुपाय होतो. म्हणून म्हणतो, तू काही काळ तरी घर सोडून दूर जाणे अवश्य आहे. कुठं जायला आवडेल तुला?"

"कुठेही! माझ्या दृष्टीनं आता घरदार, देश-परदेश सारं सारखंच आहे!" उदासपणे हसून लॉरी म्हणाला.

"मग मागे तू म्हणत होतास, तसा युरोपच्या प्रवासाला का जात नाहीस तू?"

"नको."

"का पण? मागे तर तू फार डोक्यात घेतलं होतंस ते आणि मीही तुझी परीक्षा होताच तुला तिकडे पाठवायचं ठरवलं होतं."

"कसं सांगू तुम्हाला? मी एकटा जाणार नव्हतो. मी तिला – ज्योला बरोबर

घेऊन जायचं ठरवलं होतं.'' लॉरी म्हणाला आणि भावनावेग असह्य झाल्यामुळे त्याने दिवाणखान्यात जोरजोराने फेऱ्या मारण्यास प्रारंभ केला.

''पण आताही तू एकटा जा असं कोण म्हटतंय तुला?''

''मग? माझ्याबरोबर दुसरं कोण येणार?''

''मी येईन. या जगाच्या पाठीवर तुझ्याबरोबर कुठंही यायला हा म्हातारा तयार आहे, बेटा!'' मिस्टर लॉरेन्स शांतपणे म्हणाले.

ते साधे, सरळ, निष्कपट उत्तर लॉरीच्या काळजाला जाऊन भिडले. तो तडक मागे वळला आणि आपल्या आजोबांपाशी जाऊन त्यांचे हात हाती घेत अनुतप्त स्वरात तो म्हणाला,

''माझ्या दु:खापुढे तुमच्या मनाचा मला विसरच पडला होता. पण – पण–''

''लॉरी, तुझी या वेळची मन:स्थिती मी चांगली जाणतो. तरुण वयात असले आघात अपरिहार्य असतात. मीसुद्धा एकेकाळी असे अनुभव घेतले आहेत. पण त्याला कोणाचाच इलाज नसतो. आता, तू जर शांतपणे ऐकणार असशील तर मी माझा बेत तुला सांगतो.''

''सांगा.'' एक खुर्ची ओढून तीवर बसत लॉरी म्हणाला.

''मला लंडनमध्ये काही कामानिमित्त जायचेच होते. इथली सारी कामे मी ब्रुकवर सोपवू शकेन. तेव्हा मी म्हणतो, आपण दोघांनी लगेच का प्रवासाला निघू नये?''

''पण तुम्हाला बोटीच्या प्रवासाचा फार कंटाळा आहे, नाही का?''

''तसेच काही नाही. हल्ली तर प्रवास इतका सोयीचा झाला आहे की, आपल्या दिवाणखान्यात बसल्यासारखा आरामात माणूस बोटीने परदेशी जाऊ शकतो. मलाही आता घरी राहून राहून कंटाळा आलाय. थोडंसं बाहेर फिरून आलो तर मलाही अगदी ताजेतवाने झाल्यासारखे वाटेल. म्हणून म्हणतो, दोघेही मिळूनच प्रवासाला जाऊ या.''

''पण आजोबा–'' लॉरी अडखळत म्हणाला. त्याला प्रवासात आपली अडचण वाटत आहे, हे मिस्टर लॉरेन्सच्या ताबडतोब ध्यानी आले. पण अवधान राखून ते चटकन म्हणाले,

''बेटा, प्रवासात मी तुझ्या स्वातंत्र्यावर मुळीच आक्रमण करणार नाही. पण मी बरोबर असलो तर तुझ्या प्रकृतीची, तुझ्या मन:स्वास्थ्याची मी चांगली काळजी घेऊ शकेन. मी काही तुझ्याबरोबर लोढणं होऊन राहणार नाही. मीही माझी स्वत:ची भरपूर करमणूक करून घेणार आहे. लंडन आणि न्यूयॉर्क येथे माझे काही जुने स्नेही आहेत. त्यांच्याकडे मी काही दिवस मुक्काम करीन. तोवर तू इटली, जर्मनी, स्वित्झर्लंड या देशांना भेटी देऊन ये. तिथे तुला म्युझियम्स बघता येतील. संगीताचे कार्यक्रम ऐकता येतील. नाटकं बघता येतील. मुख्य म्हणजे ठिकठिकाणचं निसर्गसौंदर्य तुला मनसोक्त पाहता येईल. कशी वाटते ही कल्पना तुला?''

अगदी सुरुवातीला लॉरी हे सारे काहीशा निरुत्साहाने ऐकत होता. पण पुढे पुढे स्वत:च्याही नकळत तो मिस्टर लॉरेन्सच्या बोलण्यात रंगला. इटली, जर्मनी, स्वित्झर्लंड अशी जादूची नावे कानी पडताच त्याच्या स्वत:च्याही नकळत त्याचे मन उत्सुक झाले. समोर पसरलेल्या काळाच्या करड्या पिवळ्या अफाट वाळवंटात काही हिरवी ओलसर बेटे अकस्मात त्याला दिसू लागली आणि तो म्हणाला,

"बरं तर. तुम्ही म्हणता तसंच करू या."

"शाबास!" मिस्टर लॉरेन्स समाधानपूर्वक म्हणाले, "मी कोणत्याही प्रकारे तुझ्या स्वातंत्र्याआड येणार नाही. मात्र एक कर, तुला जे स्वातंत्र्य मी देणार आहे, त्याचा तू कधीही दुरुपयोग करणार नाहीस एवढं मला वचन दे आता."

"दिलं!" उदासवाणे हसून लॉरीने त्यांच्या हाती आपला हात देत म्हटले.

"आता तुला हसू येतंय माझ्या सावधगिरीचं," मिस्टर लॉरेन्स लॉरीला उद्देशून पण मनातल्या मनात म्हणाले, "तथापि, एक वेळ अशी येईल की, युरोपच्या मोहमयी दुनियेत हे वचनच तुला सांभाळून घेईल!"

लोखंड तापलेले असेल तोवरच घाव घालावा, हे तत्त्व मिस्टर लॉरेन्सना चांगले अवगत होते. त्यामुळे लॉरीने परदेशी जाण्याच्या कल्पनेला संमती देताच त्यांनी ताबडतोब प्रवासाची तयारी सुरू केली आणि घरून निघण्यासाठी अगदी नजीकचा दिवस निश्चित केला. दरम्यानच्या काळातले लॉरीचे वर्तन हे प्रेमभंग झालेल्या तरुणाला अगदी साजेसे होते. तो लहरी बनला. अबोल झाला. त्याने खाण्यापिण्यातले मन काढून घेतले आणि तो कपड्यालत्त्याकडे अगदी दुर्लक्ष करू लागला. दिवसाचा बराचसा वेळ तो पियानोवर करुण स्वरमाला वाजविण्यात घालवीत असे. नाहीतर एकटाच कुठेतरी लांब फिरायला जात असे. त्याला तशा हताश अवस्थेत वावरताना पाहून ज्योला भडभडून येई. लॉरी तिला काटाक्षाने टाळीत असे. पण बऱ्याच वेळा, तिच्या ध्यानी येणार नाही अशा रीतीने खिडकीतून तिच्या हालचाली तो न्याहाळीत राही. लॉरी दु:खी झाला होता यात शंकाच नव्हती. पण त्याच्या मनोभंगाइतकाच त्याचा स्वाभिमानही तीव्र होता. त्यामुळे त्याचे कोणी सांत्वन करावयास धजत नसे. अगदी मिसेस मार्च देखील. पण त्यामुळेच की काय, त्याला तसे बघणे साऱ्यांना अशक्य झाले आणि तो प्रवासाला जात आहे, हे कळल्यानंतर साऱ्यांनाच हायसे वाटले.

सरतेशेवटी जाण्याचा दिवस येऊन ठेपला. लॉरीने उसन्या उत्साहाने सर्वांचा निरोप घेतला. मिसेस मार्चने त्याला क्षणभर जवळ घेतले आणि त्याच्या गालावर ओठ ठेवून तिने त्याला प्रवासात प्रकृतीला जपण्याबद्दल सांगितले. लॉरीने कोणालाही वगळले नाही. म्हाताऱ्या हॅनाचासुद्धा त्याने निरोप घेतला आणि मग, ऐन वेळी आपले मन ताब्यात राहणार नाही या भीतीनेच की काय, तो एकदम दार उघडून

बाहेर निघून गेला. ज्यो त्याच्या पाठोपाठ गेली. त्याने मागे वळून पाहिलेच तर हात हलवून त्याला निरोप द्यावा असा तिचा विचार होता. त्याने मागे वळून पाहिले. ज्यो तेथे दिसताच तो धावतच परत आला. त्याने आपले दोन्ही हात तिच्या गळ्यात टाकले आणि तिच्या डाव्या दंडावर क्षणभर मस्तक टेकून त्याने अगदी हलकेच तिला म्हटले,

"ज्यो लाडक्या, 'हो' नाहीच म्हणणार तू मला?"

"टेडी, तुला होकार देता आला असता तर मला फार बरं वाटलं असतं!" ज्योने मोठ्या कष्टाने उत्तर दिले.

झाले. संपले. लॉरी किंचित्काळ स्तब्ध राहिला. मग ज्योच्या गळ्याभोवतालचे हात काढून घेत तो ताठ उभा झाला, तोंडातल्या तोंडात निरोपाचे शब्द पुटपुटला आणि मग अवाक्षरही न बोलता झपाट्याने पावले टाकीत तो तडक तेथून चालता झाला. ज्यो भारल्यासारखी तेथेच उभी होती. क्षणापूर्वी खांद्यावर टेकलेल्या लॉरीच्या मस्तकाचा, त्याच्या कुरळ्या केसांचा स्पर्श तिला अजूनही जाणवत होता. तिचे काळीज दुःखाने जड झाले होते. आपल्या प्राणप्रिय मित्राच्या छातीत शस्त्र खुपसून त्याचा वध केल्यानंतर वाटेल तसे तिला वाटत होते. लॉरी मागे वळून न बघता निघून गेला आणि तिला जाणीव झाली. त्याचे शैशव त्या क्षणी संपले होते. बाळपणाचा दोस्त लॉरी यापुढे कधीही तिला दिसणार नव्हता!

३६

बेथचे गुपित

त्या वर्षीच्या वसंत ऋतूत ज्यो जेव्हा आपल्या घरी आली, तेव्हा बेथची प्रकृती तिला इतकी खालावलेली दिसली की, तो फरक पाहून तिच्या छातीत एकदम धस्स झाले. घरी मात्र त्याची कोणाला फारशी जाणीव झालेली तिला दिसली नाही. बेथ रोज डोळ्यांसमोर वावरत असल्यामुळे त्यांना तिच्यात प्रत्यही पडत जाणारा फरक तेवढ्या तीव्रतेने जाणवला नव्हता. ज्योला मात्र ते तात्काळ कळले आणि त्यामुळे तिच्या हृदयावर जणू एक जड दडपण पडले. बेथचा चेहरा कृश आणि फिकट झाला होता. विशेष म्हणजे त्याला एक चमत्कारिक पारदर्शकता आली होती. जणू देहाच्या मर्त्य आवरणाखालून आतले शाश्वत असे काहीतरी लखलखीतपणे बाहेर दिसू लागले होते. त्यात एक अवर्णनीय असे सौंदर्य आणि तेवढेच कारुण्यही होते. ज्योला ते दिसले. जाणवले. पण घरात कोणाकडेही ती त्याबद्दल काही बोलली नाही. मात्र नंतर तिने बेथवर बारकाईने नजर ठेवली. पण बेथ बाह्यत: तरी समाधानात दिसली. तेव्हा कालांतराने ज्योच्या मनातले भयही काहीसे दूर झाले.

पण नंतर लॉरी जेव्हा दूर निघून गेला आणि घरात सारे स्थिरस्थावर झाले, तेव्हा बेथच्या प्रकृतीबद्दलच्या काळजीने ज्योच्या मनात पुन्हा ठाण मांडले. न्यूयॉर्कला असताना लेखनाच्या क्षेत्रात तिने जे गुन्हे केले होते, त्यांचा तिने आपल्या आईवडिलांकडे कबुलीजबाब दिला होता व त्या बाबतीत तिचे मन आता हलके झाले होते. पण तिने लेखनावर जमविलेले पैसे तिच्याजवळ तसेच पडून होते. तेव्हा ठरल्याप्रमाणे बेथला हवापालटासाठी दूर कुठे तरी घेऊन जावे असा तिने बेत केला. बेथ त्या कल्पनेने उल्हसित झाली; पण घरापासून फार दूर कुठे तरी जाण्याऐवजी जवळच समुद्रकिनाऱ्यावरील एखाद्या हवेच्या ठिकाणी जावे असे तिने ज्योला सुचवले. या वेळी मेगच्या छोट्या मुलांमुळे मिसेस मार्च घरी अडकून पडली होती. त्यामुळे स्वत: ज्योनेच बेथबरोबर जायचे ठरविले. समुद्रकिनाऱ्यावर जाण्याची बेथची

कल्पना ज्योलाही पसंत पडली. तेथील मोकळ्या निरोगी हवेत बेथला बरे वाटेल आणि समुद्रावरच्या ताज्या झुळकांनी बेथच्या फिकट गालांत थोडाशी लाली येईल, अशी ज्योला आशा निर्माण झाली.

ज्यो आणि बेथ ज्या हॉटेलात येऊन उतरल्या, ते फारसे फॅशनेबल किंवा बडेजावी थाटाचे स्थळ नव्हते. तरीही तेथे अनेक गमतीदार सुस्वभावी मंडळी येऊन उतरली होती. एरव्ही ज्योला त्यांचा परिचय करून घेणे आवडले असते. पण या वेळी ज्यो बेथमध्ये इतकी गुरफटून गेली होती की, इतर कोणाच्याही ओळखीबद्दल तिला औत्सुक्य वाटणे शक्य नव्हते आणि बेथ तर परक्या माणसांपुढे नेहमीच लाजाळू व संकोची असे. त्यामुळे त्या दोघी बहिणी सदैव एकमेकींच्याच संगतीत राहत. जेवायला, चहाला, फिरायला जाताना त्या सतत बरोबर असत. हॉटेलमधल्या प्रवाशांना त्यांचे मोठे कौतुक वाटे आणि एक दुखणेकरी अशक्त बहीण आणि तिला सांभाळणारी दुसरी उंच सशक्त बहीण अशा या कुतूहलजनक जोडीकडे सारेजण करुणेने अन् सहानुभूतीने बघत.

ज्योचे मन एका विचित्र भयाने व्यापून गेले होते. ही आपली बहीण आता फार दिवस आपल्याला लाभणार नाही असा विचार मध्येच केव्हातरी तिच्या मनात डोकावून जाई आणि नजरेपुढे काळे धुके पसरल्यासारखे तिला वाटे. तथापि त्या भीतीमुळेच प्रकृतीच्या विषयावर बेथशी काही बोलणेही तिला कठीण होऊन बसले होते आणि त्यामुळेच एरव्ही एकमेकींवर जिवापाड प्रेम करणाऱ्या त्या दोघी बहिणींमध्ये एक विचित्र अंतराय निर्माण झाला होता. कधी कधी बेथच्या ध्यानी येणार नाही अशा बेताने तिजकडे टक लावून बघताना ज्योच्या मनात येई, जे आपल्याला स्पष्टपणे जाणवते आहे, ते स्वत: बेथच्या ध्यानात आले असेल का? आले असल्यास तिला त्याबद्दल काय वाटत असेल? त्या कल्पनेने तिचे मन इतके कासावीस होई की, त्यासंबंधी अधिक विचार करणेच ज्यो सोडून देई. संध्याकाळच्या वेळी त्या दोघीजणी समुद्रकिनाऱ्यावर फिरायला जात. अशा वेळी ज्योच्या मांडीवर डोके ठेवून बेथ रेतीवर निजून राही. रेतीची ऊब तिला सर्वांगातून जाणवे. पायाशी सागराची घनगंभीर गर्जना चालू असे. आरोग्यदायक खाऱ्या झुळका अंगावरून वाहत. बेथ दीर्घ नि:श्वास टाकी आणि डोळे मिटून ती शांतता अनुभवीत राही. ज्यो तिच्या चेहऱ्यावर नजर खिळवून बसे आणि अनेक अबोध भावनांनी भारावलेला एकांत त्या दोघींभोवती आपोआपच निर्माण होई.

एकदा अशीच बेथ डोळे मिटून ज्योच्या मांडीवर डोके ठेवून पडली होती. तिला झोप लागली असावी असे ज्योला वाटले आणि ती बेथच्या चेहऱ्याकडे टक लावून निरखून पाहू लागली. पण बेथच्या प्रकृतीत म्हणण्यासारखी सुधारणा झाली आहे असे तिला दिसेना. तिच्या कृश, चोपलेल्या गालांचा फिकटपणा जरासुद्धा कमी झाला नव्हता आणि वाळूत पसरलेला तिचा हात इतका कृश, अशक्त दिसत होता की रेतीत वेचलेले गुलाबी शिंपले घट्ट पकडून धरण्याचेही सामर्थ्य त्या छोट्याशा मुठीत

राहिले नव्हते. बेथ हलकेहलके आपल्यापासून दूर जात आहे, एका अज्ञात पण अपरिहार्य अशा शक्तीचे पाश तिच्यावर पडत असून ते तिला आपल्यापासून खेचून घेत आहेत, असे त्या क्षणी ज्योला अत्यंत तीव्रतेने वाटले आणि त्या जाणिवेसरशी बेथवर ठेवलेल्या तिच्या हाताची पकड एकदम घट्ट झाली. ज्योच्या हाताचा अंगावर जोराने दाब पडताच बेथने डोळे उघडले. त्या दोघी बहिणींची नजर परस्परांत मिसळली आणि त्या एका दृष्टिक्षेपात दोघींनाही सारे काही कळून चुकले. जणू काही त्या नजरेतून बेथ आपल्या बहिणीला म्हणत होती, ''ज्यो, तुला हे सारं कळून चुकलं हे फार चांगलं झालं. मी हे तुला अनेकदा कळवायचा प्रयत्न केला. पण ते सांगणं मला जमलं नाही!''

ज्योने चटकन बेथला उचलून छातीशी धरले आणि तिच्या कृश गालाला आपला गाल लावून बराच वेळ ती स्तब्ध, अगदी स्तब्ध राहिली. कारण अत्यंत तीव्र दुःखाच्या क्षणी ज्यो रडत नसे. त्या वेळी जणू काही ती दुबळी होऊन गेली आणि बेथने तिच्या तोंडावरून हात फिरवून तिचे सांत्वन केले. तिला धीर दिला. दुःखाचा पहिला उमाळा ओसरल्यावर बेथ म्हणाली,

''ज्यो, मी आता या जगात फार काळ राहाणार नाही, हे मला केव्हाच कळून चुकलंय आणि आता ती गोष्ट माझ्या अंगवळणी पडून गेली आहे. मला वाटतं, होतं आहे हे ठीकच आहे. तीच देवाची इच्छा असेल कदाचित. त्या दृष्टीनं तू तिकडे पाहा. म्हणजे ते तुला इतकं अवघड वाटायचं नाही!''

''बेथ, बाळा, हिवाळ्यामध्ये तू इतकी उदास, खिन्न वाटायचीस ती यामुळेच का? अन् ते सारं तू आतल्या आत सहन करायला शिकत होतीस. खरं ना?'' ज्योने हलकेच विचारले आणि त्याच वेळी बेथच्या उदासीनतेशी लॉरीचा काही संबंध नव्हता हे ध्यानात आल्यामुळे तिला जरासे बरेही वाटले.

''होय. त्या वेळीच मला हे सारं कळून चुकलं.'' बेथ म्हणाली, ''पण तेव्हा ही गोष्ट पत्करायला माझं मन तयार नव्हतं. मला वाटे, आजारीपणामुळेच असे भलभलते भास आपल्याला होत असावेत. म्हणून तर घरात कोणाजवळ मी काही बोलले नाही. पण नंतर तुम्हा साऱ्यांत अन् माझ्यात फार अंतर पडलेलं मला दिसू लागलं. तुम्ही सारी धडधाकट होता. मजेत राहात होता आणि पुढचे वेगवेगळे बेत आखीत होता. तुमच्यासारखं भविष्य मला कधीच लाभणार नाही हे मग मला पक्कं कळून चुकलं आणि मग मात्र माझं काळीज दुःखानं फुटून गेलं, ज्यो!''

''बेथ, माझ्याजवळ हे सारं का बोलली नाहीस तू?'' ज्यो कासावीस होऊन म्हणाली, ''मी तुला मदत केली असती. धीर दिला असता. तू हे सारं एकटीनं कसं ग सहन केलं असशील?''

बोलता बोलता ज्योचा आवाज कापू लागला. आपली व्यथा एकाकीपणे

सोसणारी, प्रेमाच्या माणसांना, तारुण्याला, आरोग्याला एकामागून एक निरोप देणारी आणि अपरिहार्यपणे समोर उभ्या राहिलेल्या मृत्यूच्या जाणिवेचा निमूटपणे स्वीकार करणारी बेथ तिच्या डोळ्यांसमोर उभी राहिली आणि तिचे मन विलक्षण व्यथित झाले.

"माझं चुकलं असेल कदाचित," बेथ म्हणाली, "पण तेव्हा या गोष्टीबद्दल माझी अगदी पुरती खात्री पटली नव्हती. मला वाटे, अजूनही काही आशा असेल. अजूनही आपण बऱ्या होऊ. शिवाय, ॲमी परदेशी गेलेली, आई मेगच्या मुलांत गुरफटलेली आणि तू लॉरीच्या प्रेमात – निदान त्या वेळी मला असं वाटत होतं – मग म्हटलं आपली व्यथा सांगून तुमच्या मागे नसत्या काळज्या का लावायच्या? म्हणून मी घरात कुणालाच काही बोलले नाही."

"लॉरी – पण बेथ, मला वाटलं, तुझं त्याच्यावर प्रेम असावं, अन् त्यामुळे तू स्वत:शीच झुरत असावीस. त्यासाठी तर मी परगावी निघून गेले होते!" ज्यो चटकन म्हणाली. आपले गुपित एकदाचे सांगून टाकल्यामुळे तिचे मन हलके होऊन गेले.

बेथ इतकी विस्मयचकित झालेली दिसली की, त्यामुळे त्या वेळीही ज्योला हसू आल्यावाचून राहिले नाही. आपले निष्पाप डोळे ज्योच्या मुखावर खिळवून बेथ अगदी स्वाभाविकपणे म्हणाली,

"पण ज्यो, लॉरीविषयी स्वप्नातसुद्धा असलं काही मनात आलं नाही माझ्या! मला तो फार आवडतो, पण थोरल्या भावासारखा वाटतो तो मला. त्याहून वेगळी भावना चुकूनही मनात आली नाही माझ्या. मला तर वाटत होते, तो माझा मेव्हणा होईल आज ना उद्या. पण तू त्याला नकार दिलास."

"होय, मी त्याला नकार दिला!" ज्यो चटकन म्हणाली, "पण अजून ॲमी आहे म्हणा. कदाचित पुढे मागे त्याचं तिच्याशी लग्न होईल. पण ते जाऊ दे. आज असल्या गोष्टींत माझं मन मुळीच रमत नाही. माझं सारं लक्ष तुझ्याकडे लागून राहिलंय. तू बरी व्हायला हवीस बेथ, बरी व्हायला हवीस ग!"

"मलाही तसं वाटत नाही का, ज्यो? फार फार वाटतं. पण या गोष्टी आपल्या हातातल्या असतात का?" बेथ म्हणाली, "समुद्राच्या काठी उभं असावं आणि पायाखालची वाळू क्षणाक्षणाला सुटून जावी तसं होतंय माझं. प्रत्येक दिवशी माझी शक्ती कमी कमी होते आहे आणि गेलेली ताकद पुन्हा मुळीच भरून निघत नाही. समुद्रात परत जाणाऱ्या लाटेला आपण थोपवू शकतो का? तसंच आहे हे!"

"नाही बेथ, तुझ्या जीवनाची लाट इतक्या लवकर परत जाता कामा नये. अग, एकोणीस वर्षं हे काय आयुष्य आहे? इतकं तरुण वय ही काय जगाचा निरोप घेण्याची वेळ आहे? नाही बेथ, नाही. मी तुला इतक्यात सोडायला तयार नाही. मी प्राणपणानं झगडेन आणि तुझं दुखणं हटवून लावीन. तुझ्यासारख्या गोड, निष्पाप मुलीला

इतक्या कोवळ्या वयात देव आमच्यापासून खचित हिरावून नेणार नाही. तो इतका निर्दय असणार नाही!'' ज्यो आवेगाने म्हणाली. तिचे मन बेथसारखे भाविक किंवा श्रद्धाळू नव्हते आणि मृत्यूची कल्पना बेथने ज्या सहजतेने स्वीकारली, तितक्या स्वाभाविकतेने ज्योला तिचा स्वीकार करणे सोपे नव्हते.

बेथ कोणी पंडिता नव्हती. तिचा जीवनाचा अनुभवही मर्यादित होता. जीवनाचा समंजसपणे निरोप घेण्यास आणि मृत्यूची धैर्याने प्रतीक्षा करण्यास लागणारे सामर्थ्य आपणाला कसे लाभले, ईश्वरावरील श्रद्धेने ती शक्ती आपणास कशी दिली, हे सारे शब्दांतून ज्योला सांगणे तिला शक्य नव्हते. पण आतून ते तिला स्पष्टपणे जाणवत होते. एखादे विश्वासू निर्बोध मूल जितक्या सहजपणे आपला हात वडील माणसाच्या हाती देते, तितक्या विश्वासाने तिने आपले भवितव्य देवाच्या हाती सोपविले होते. प्रश्न विचारणे, शंकाकुशंका काढणे, विरोध करणे हे मुळी तिच्या स्वभावातच नव्हते. त्यामुळे सारा भरिभार ईश्वरावर टाकून ती निश्चिंत झाली होती. मृत्यूची जाणीव तिला सुखकर वाटत होती असे मुळीच नव्हे, पण जे अटळ होते, त्याला सामोरे जाण्याचा ती प्रयत्नपूर्वक निर्धार करीत होती. आता ज्योचे आवेगाचे बोलणे ऐकून तिला विलक्षण गहिवरून आले आणि ज्योच्या छातीवर मस्तक टेकून ती अनावरपणे रडू लागली. ज्योने तिला आपल्या हृदयाशी घट्ट धरून ठेवले. एका अपरिहार्य दुःखाची प्रचंड लाट त्यांच्या अंगावर येऊन फुटली होती आणि तीत त्या दोघी बहिणी भिजून चिंब होत होत्या.

काही काळ निःशब्द रुदनात तसाच गेला. मग बेथ जराशी सावरली आणि शांतपणे ती ज्योला म्हणाली,

''आता घरी गेल्यावर हे सारं तूच त्यांना सांग. आईचं, पपांचं सांत्वन तूच कर.''

''मला नाही वाटत, त्यांना प्रत्यक्ष काही सांगण्याची वेळ येईल असं!'' ज्यो उदासपणे म्हणाली, ''तुझ्याकडे पाहूनच सारं काही कळून चुकेल त्यांना!''

''कोण जाणे!'' बेथ खिन्नपणे हसून म्हणाली, ''प्रेमाची माणसं एरव्ही डोळस असली तरी असल्या बाबतीत ती आंधळी असतात म्हणे. पण त्यांच्या ध्यानात आलं नाही तर तूच सारं सांगून टाक त्यांना. आता कोणापासून काहीच लपवून ठेवावंसं वाटत नाही मला. मेगला तिचा नवरा आहे, मुलंबाळं आहेत. ती हे सहन करील कसं तरी. पण आईला, पपांना तुझ्याशिवाय दुसरं कोण आहे धीर द्यायला? त्यांना आता तूच आधार द्यायला हवास, ज्यो!''

''होय बेथ, पण मला कोण आधार देणार! नाही. मी तुला असलं काही मनात देखील आणू देणार नाही. मला अजूनही वाटतं, हे सारे तुझ्या कमकुवत मनाचे खेळ असावेत!'' ज्यो म्हणाली.

बेथ क्षणभर विचारमग्न झाली आणि मग ती शांतपणे म्हणाली,

“ज्यो, हे सारं तुला कसं समजून सांगावं, ते मला कळत नाही. पण तरी तुझ्याजवळ मन मोकळं करायचा मी प्रयत्न करते. कारण तुझ्याखेरीज मला समजून घेणारं दुसरं कोणी नाही. मला वाटतं ज्यो, मी या जगात फार दिवस काढणार नाही हे जणू अगदी पहिल्यापासून कुठेतरी कळून चुकलं होतं मला. तुम्हा साऱ्यांपेक्षा मी वेगळीच होते जशी काही. मी कधी भविष्यकाळचे बेत रचले नाहीत. वैवाहिक जीवनाची स्वप्नं पाहिली नाहीत, किंवा मोठमोठी ध्येयं डोळ्यांसमोर ठेवली नाहीत. मी कोणीतरी मोठी, वेगळी किंवा वैशिष्ट्यपूर्ण व्यक्ती होईन असं मला कधी वाटलंच नाही. मी आपली नेहमी साधी बेथच राहिले. छोटी, वेडीखुळी, भाबडी बेथ! माझं सारं जग घराच्या चार भिंतींत सामावलं होतं आणि त्या घराबाहेर मला कुठे स्थान असेल असं मला कधी वाटलंच नाही. घराइतकं प्रिय मला दुसरं काहीच नव्हतं. ते सोडून जाण्याची कल्पनाही कधी माझ्या मनात आली नाही आणि ज्यो, खरं सांगू, आताही ती कल्पना मला सहन होत नाही. मला तर वाटतं, या सुंदर जगाचा निरोप घेण्यापेक्षाही आपल्या घराचा, तुम्हा साऱ्यांचा निरोप घेणं मला अधिक अवघड वाटेल. स्वर्गातसुद्धा तुमच्या आठवणीनं बेचैन होईन मी!”

बेथचे ते बोलणे इतके हृदयद्रावक होते की, ज्योला त्यावर काय बोलावे तेच सुचेना. तिने फक्त बेथला जवळ घेतले आणि तिचे मस्तक हलके हलके थोपटीत ती स्तब्ध बसून राहिली. बेथही डोळे मिटून मुकाटपणे बसली होती. नंतर कितीतरी वेळ त्या दोघींच्या संथ, जड श्वासाखेरीज दुसरा आवाज तेथे उमटत नव्हता. फक्त वाऱ्याचे उसासे आसमंतात भरून राहिले होते आणि समुद्राच्या लाटांचा घनगंभीर आवाज ठरावीक वेळाने कानावर येत होता. मध्येच पांढऱ्या शुभ्र पंखांचा एक समुद्रपक्षी त्यांच्या अगदी जवळून भरारी घेत उडून गेला आणि सूर्याचे तिरपे किरण त्याच्या शुभ्र छातीवर झळझळले. बेथने चमकून डोळे उघडले आणि दूर दूर जाणाऱ्या त्या पक्ष्याकडे ती टक लावून बघत राहिली. थोड्या वेळाने आणखी एक अगदी छोटे, राखी रंगाचे पाखरू त्यांच्या शेजारी वाळूवर येऊन उभे राहिले. बेथकडे त्याने एक निर्भय स्नेहपूर्ण दृष्टिक्षेप केला आणि मग ते स्वत:शीच मजेत शीळ घालू लागले. तो समुद्र, तो वारा, ते आकाश, तो भव्य विस्तीर्ण किनारा – साऱ्यांची मजा चाखीत ते पाखरू आरामात शीळ घालीत होते. मध्येच चोचीने स्वत:चे पंख, पिसे साफ करीत होते. बेथ त्या पक्ष्याकडे बघतच राहिली. मग ती स्वत:शीच हसली. प्रसन्नपणे. जणू त्या चिमुकल्या पक्ष्याने तिला मैत्रीचे आश्वासन दिले होते. जग खूप सुंदर आहे. अजूनही तेथे खूप आनंद भोगण्याजोगा आहे याची जणू त्याने तिला साक्ष पटविली होती.

“कसा गोड पक्षी आहे हा! पाहिलंस, ज्यो?” बहिणीकडे वळून बेथ तिला म्हणाली, “आणि कसा ओळख असल्यासारखा आपल्या शेजारी येऊन बसला

आहे ! समुद्रावरचे पांढरे 'गल' पक्षी सुंदर असतात. पण मला ही छोटी राखी रंगाची पाखरं अधिक आवडतात. मला वाटतं ज्यो, मी या पक्ष्यासारखीच आहे नाही का ? फार उंच भरारी न मारणारी, किनाऱ्याशीच खेळणारी आणि स्वत:चं एक साधं एकसुरी गाणं स्वत:शीच समाधानानं गुणगुणणारी! तू समुद्रपक्ष्यासारखी आहेस, ज्यो. तुला वाऱ्यावादळाचं भय वाटत नाही आणि आभाळात दूरवर भरारी घेण्यात तुला आनंद वाटतो. मेग आहे कबुतरासारखी. घरट्यात बसून पिलं सांभाळणारी आणि ॲमी आहे तिच्या आवडत्या आनंदी लार्क पक्ष्यासारखी. ढगांत भरारणारी, पण जरा एवढंसं काही झालं की, घाबरून लगेच घरट्याकडे परतणारी! माझी लाडकी छोटी ॲमी. किती दिवस झाले ग तिला बघून. पुन्हा कधी दिसेल ती मला, ज्यो?''

''येत्या वसंतऋतूत ती येणार आहे ना घरी?'' ज्यो म्हणाली, ''तोपर्यंत तुझी प्रकृती छान बरी झालेली असेल अशी आशा करू या आपण. मी बघ तुला कशी गुटगुटीत नि गुलाबी करून टाकते!''

बेथ काहीच बोलली नाही. स्वत:शीच हसावे तशी ती हसली. ज्यो तिच्याकडे विस्मयाने बघत राहिली. बेथ फार बदलली होती खरीच. लाजाळू, अबोल बेथला असे मोकळेपणाने बोलताना बघणे हा अनुभव अगदी नवा होता. क्षणभराने बेथ पुन्हा बोलू लागली. ती म्हणाली,

''ज्यो, भलत्या आशा मनात बाळगू नकोस. त्यानं काही व्हायचं नाही आता. उगाच दु:ख करण्यापेक्षा किंवा नसत्या अपेक्षा बाळगण्यापेक्षा आपण जे काय चार दिवस उरले असतील ते एकत्र मजेत घालवू या म्हणजे झालं. आता एवढीच एक इच्छा उरली आहे आणि तशा मला विशेष वेदनाही होत नाहीत, ज्यो. मला वाटतं, लाट अगदी सहजपणे परत जाईल! फक्त तशी ती जावी म्हणून तू मला मदत कर म्हणजे झालं!''

ज्योने खाली वाकून बेथच्या फिकट गालावर आपले ओठ ठेवले आणि त्या क्षणी तिने बेथच्या सेवेला स्वत:ला वाहून घेतले.

बेथ जे म्हणाली ते बरोबर होते. त्या दोघीजणी प्रवास आटोपून जेव्हा घरी परत आल्या, तेव्हा एका दृष्टिक्षेपातच मिस्टर मार्च आणि मिसेस मार्च या उभयतांना वस्तुस्थिती कळून चुकली. शब्दात काही सांगण्याची मुळी गरजच पडली नाही. प्रवासाने शिणलेली बेथ एकदम बिछान्यावर जाऊन पडली. तिला माडीवर तिच्या अंथरुणात निजवून ज्यो जेव्हा खाली दिवाणखान्यात आली, तेव्हा मिस्टर मार्च भिंतीशी मस्तक टेकून पाठमोरे उभे असलेले तिला दिसले. तिची आई खाली मान घालून कोचावर बसली होती. ज्यो जवळ येताच तिने जणू आधारासाठी आपले हात पुढे केले. ज्योने आईला जवळ घेतले आणि मोठ्या माणसाने लहान मुलाला धीर द्यावा तशा समजूतदार अबोलपणाने ती तिचे सांत्वन करू लागली.

३७

नव्या संवेदना

दुपारी तीन साडेतीन वाजण्याच्या सुमाराला इटलीतील 'नीस' या शहरातले सारे फॅशनेबल जन 'प्रॉमिनेद देज आंग्ले' येथे गोळा झाल्याचे दिसते. हे स्थळ फार सुंदर आहे. एका बाजूला क्षितिजापर्यंत हेलकावणारा अफाट समुद्र आणि दुसरीकडे 'पाम' वृक्ष, उष्ण कटिबंधातच वाढणारी झाडे, रंगीबेरंगी फुलांनी बहरलेली छोटी छोटी झुडुपे यांच्यामधून गेलेला रुंद पदपथ फार आकर्षक वाटतो. त्याला लागूनच पक्क्या बांधणीचा विस्तीण राजमार्ग आहे. त्याच्या पलीकडे मोठमोठी हॉटेले आणि आलिशान प्रासाद आहेत आणि त्यांच्याही पलीकडे संत्र्यामुसंब्यांच्या बागा नि धुक्यात माखलेल्या निळ्याजांभळ्या टेकड्या आहेत. कोणत्याही रसिक हृदयाला वेड लावील असेच हे दृश्य आहे. इथे युरोपातील वेगवेगळ्या देशांचे रहिवासी गोळा झालेले दिसतात. अनेक भाषा बोलल्या जातात. अनेक चित्रविचित्र पोषाख पाहावयाला मिळतात आणि सोनेरी उन्हाने न्हालेल्या दिवशी तर या साऱ्या देखाव्याला एखाद्या भव्य जत्रेचे आल्हादकारक स्वरूप येते. शिष्ट इंग्लिश, उल्हसित फ्रेंच, गंभीर जर्मन, देखणे स्पॅनियर्ड, कुरूप रशियन, लाचार ज्यू आणि अत्यंत मोकळे व अनौपचारिक अमेरिकन – सारेजण येथे एकत्र आलेले दिसतात. कोणी गाड्यांतून फिरतात तर कोणी पायी भटकतात. ऐटबाज शिंगरांची जोडी जोडलेल्या सुरेख छोटेखानी फैटणींतून स्वत:च गाडी चालवीत जाणाऱ्या तरुण स्त्रिया हे येथे पाहावयास मिळणारे एक सुंदर दृश्य आहे.

नाताळचा दिवस होता. वर उल्लेखिलेल्या पदपथावरून एक उंच देखणा तरुण मंद पावले टाकीत चालला होता. त्याने आपले हात पाठीमागे घेऊन एकात एक गुंतवले होते आणि त्याच्या मुद्रेवर हरवल्यासारखा भाव दिसत होता. त्याचा देखणेपणा इटालियनाची आठवण करून देणारा होता. पोषाख इंग्लिश पद्धतीचा होता तर चेहऱ्यावरचा मनमोकळेपणा खास अमेरिकन वाटत हाता. हे सारे मिश्रण

इतके कुतूहलजनक होते की, आसपासच्या स्त्रीपुरुषांचे, विशेषत: तरुण मुलींचे डोळे पुन्हा पुन्हा त्याच्याकडे वळत होते. पण त्याचे त्याला भानही नव्हतेसे दिसले. तो एकाच विशिष्ट व्यक्तीच्या शोधात होता. सोनेरी कुरळ्या केसांची किंवा निळ्या पोषाखातली एखादी तरुण मुलगी दिसली की, तो उत्सुकतेने तिकडे पाही आणि आपल्याला हवे ते माणूस हे नव्हे असे दिसले की, निराश होऊन पुन्हा पुढे चालू लागे. होता होता त्याने संपूर्ण पदपथ चालून संपवला आणि आता काय करावे अशा अनिश्चयाने तो वळणाशी जरा थबकून उभा राहिला तोच घोड्यांच्या टापांचा टपटप असा लयबद्ध आवाज त्याच्या कानी आला. एक छोटी फैटन समोरून भरधाव येताना त्याला दिसली. गाडी चालवणारी व्यक्ती एक तरुण मुलगी होती. तिचे रूप देखणे होते. केस सोनेरी कुरळे होते. अंगावरचा पोषाख निळा होता. तो तरुण त्या मुलीकडे भारावल्यासारखा बघतच राहिला. दुसऱ्याच क्षणी त्याचा संपूर्ण चेहरा उजळला आणि बालिश उत्साहाने दोन्ही हात पुढे करून तो गाडीकडे धावत गेला.

"लॉरी, खरंच का तूच आहेस हा? मला वाटलं तू काही आता येत नाहीस!" गाडीतली तरुण मुलगी लगाम खाली टाकून अत्यानंदाने त्याचे दोन्ही हात आपल्या हातांत घट्ट पकडीत म्हणाली.

"आमचा वाटेत जरा खोळंबा झाला, ॲमी. पण मी नाताळ मात्र इथं – तुझ्या संगतीत – घालवायचं नक्की ठरवलं होतं. त्याप्रमाणे आलो की नाही पाहा." लॉरी हर्षभराने म्हणाला.

"आजोबा कसे आहेत तुझे? तुम्ही इथं केव्हा आलात? उतरला आहात कुठे?"ॲमीने प्रश्नांचा भडिमार केला.

"आजोबा मजेत आहेत. काल रात्री आम्ही इथे आलो. उतरलो आहोत 'शॉव्हे' हॉटेलात. मी तुमच्या हॉटेलवर एक चक्कर टाकून आलो. पण तुम्ही मंडळी बाहेर गेलात असं कळलं मला."

"तू आधी गाडीत येऊन बैस पाहू." ॲमी बाजूला सरकून लॉरीला आपल्या शेजारी जागा करून देत म्हणाली, "मला तुझ्याशी इतक्या गप्पा मारायच्या आहेत म्हणून सांगू! नेमकी कुठे सुरुवात करावी तेच कळत नाही मला. मी आता फिरायला निघाले होते आणि तू हा असा अकस्मात भेटलास. किती आनंद झालाय मला. मी हिंडायला बाहेर पडले. फ्लो हॉटेलवरच झोपून राहिली आहे."

"आज रात्री काय कार्यक्रम आहे?" गाडीत चढून ॲमीशेजारी बसत लॉरीने कुतूहलाने विचारले.

"आमच्या हॉटेलवर नाताळसाठी खास पार्टी आहे आज. तिथल्या अमेरिकन लोकांनी हा कार्यक्रम ठरवला आहे. तू यायला हवंस हं. तुला पाहून आँटला फार आनंद होईल. येणार ना? ठरलं!"

"बरं. ठरलं. पण आता आपण नेमके कुठे जाणार आहोत?" हाताची घडी घालून मागे रेलत लॉरी म्हणाला. ॲमीने लगाम हाती घेतले आणि ती म्हणाली, "प्रथम मी पोस्टात जाऊन पत्रं आली का बघणार आणि मग आपण इथे एक 'कॅसल हिल' म्हणून टेकडी आहे तिथे जाऊ या. तिथून भोवतालचा देखावा फार सुंदर दिसतो आणि तिथे जमणाऱ्या मोरांना दाणे घालायला भारी आवडतं मला. अगदी माणसाळलेले मोर आहेत ते. तू या जागी पूर्वी कधी गेला आहेस?"

"अनेक वर्षांपूर्वी. पण पुन्हा ते स्थळ बघायला आनंद वाटेल मला."

"बरं. आता तू तुझी खबरबात सांग बघू मला. तुझ्या आजोबांच पत्र आलं होतं मध्यंतरी, त्यावरून तू बर्लिनला होतास एवढं कळलं–"

"होय. तिथं मी एक महिना काढला. मग पॅरिसला येऊन आजोबांना तिथं गाठलं. त्यांनी हिवाळा पॅरिसलाच घालवला."

"असं का? वा छान." पुढे काय बोलावे हे न सुचल्यामुळे ॲमी थांबली. लॉरीच्या बोलण्यात, आविर्भावात कसली तरी उणीव तिला जाणवत होती. पण नेमके काय कमी आहे ते तिला सांगता येत नव्हते. त्यामुळे तिला चुकल्याचुकल्यासारखे वाटत होते.

"गंमत अशी आहे," लॉरी सांगू लागला, "माझा स्वभाव भटक्या आहे. आजोबांच्या स्वभावाला आणि प्रकृतीला ही धावपळ मानवत नाही. तेव्हा ते कुठेतरी निवांतपणे मुक्काम करतात आणि मी मन मानेल तसा भटकून पुन्हा त्यांच्याकडे येतो. ही व्यवस्था आम्हा दोघांनाही सोयीच वाटते."

आता त्यांची गाडी एका अरुंद रस्त्याने जात होती. दोन्ही बाजूंना खोलवर आत गेलेल्या छोट्या छोट्या गल्ल्या होत्या आणि दाटीवाटीने वसलेल्या घरांच्या फटींतून मध्येच पलीकडच्या टेकड्या आणि उघडे माळ यांचे दर्शन होत होते. जरा वेळाने त्यांच्या समोरून एक भली थोरली मिरवणूक गेली. चर्चमधले धर्मगुरू, मठांतल्या जोगिणी व भिक्षू यांची ही मिरवणूक होती. मिरवणुकीला वाट देण्यासाठी ॲमीने गाडी उभी केली. लॉरी मिरवणुकीकडे बघत होता. तेवढ्यात ॲमीने त्याच्याकडे चोरून पण नीट निरखून पाहून घेतले आणि इतक्या वर्षांत अगदी प्रथमच त्याच्याविषयी एक संकोच, एक सलज्जतेची भावना तिच्या मनात निर्माण झाली. तो आता काहीसा उंच झाला होता. अंगाने थोडा भरला होता. त्याचे खांदे रुंद झाले होते आणि चेहऱ्यातला गोंडसपणा कमी होऊन तेथे पुरुषी राकटपणाचा भास होत होता. या देखण्या तरुण पुरुषात आपल्या जुन्या आवडत्या बालमित्राचा ॲमीला कोठेच आढळ होईना. एका परक्या तरुणाच्या संगतीत आपण आहोत असेच तिला वाटू लागले. दुसरीही एक विचित्र गोष्ट तिला जाणवत होती. तिच्या भेटीमुळे लॉरीला खूप आनंद झाला होता. पण थोड्याच वेळात तो भाव त्याच्या मुद्रेवर पुसून गेला, अणि तो अंतर्मुख, काहीसा उदास असा झालेला दिसू लागला. त्या उदासीनतेचा अन्वय

ॲमीला लावता येईना आणि त्यासंबंधी लॉरीला प्रश्न करण्याचे धाडसही तिला करवेना. तो फार बदलला आहे असे मात्र सारखे तिला वाटू लागले. थोड्या वेळाने मिरवणूक समोरच्या वळणावर वळून दिसेनाशी झाली आणि ॲमीने गाडी पुन्हा चालू केली. लॉरी अजूनही अबोलच होता.

"कसला विचार करतो आहेस एवढा?" न राहवून ॲमीने फ्रेंचमध्ये त्याला विचारले. आपले फ्रेंच किती सुधारले आहे, हे तिला जाता जाता त्याला दाखवून द्यायचे होते.

"विचार हाच करतो आहे की, तू किती बदललेली आहेस!" लॉरी हसून म्हणाला, "बाईसाहेबांनी युरोपमधला रहिवास सत्कारणी लावलेला दिसतोय आणि त्याचा परिणाम मोठा आकर्षक झाला आहे. भारी छान दिसते आहेस तू!" बोलता बोलता लॉरीने छातीवर हात ठेवला आणि अदबीने ॲमीपुढे किंचित वाकल्यासारखे केले.

ॲमीने लाजून तांबडीलाल पडली. क्षणभर दोघेही काही बोलली नाहीत. लॉरीने केलेली स्तुती ॲमीला आवडली. पण त्यातला औपचारिक परका भाव मात्र तिला बरा वाटला नाही. घरी असताना तो बोले त्याच मोकळेपणाने त्याने आपल्याशी बोलावे असे तिला वाटले होते. पण मध्यंतरी गेलेल्या काळाने एक चमत्कारिक संकोच, दुरावा त्या दोघांमध्ये उभा केला होता. हे असेच जर तो आपल्याशी वागणार असेल तर ते काही आपल्याला फारसे बरे वाटणार नाही, असे ॲमीच्या मनात येऊन गेले. पण हा विचार उघडपणे त्याला बोलून दाखविण्याचे धैर्य मात्र तिला होईना. ती मनातल्या मनात काहीशी खट्टू झाली. तो मोकळेपणाने बोलत नसेल तर आपण काहीतरी गमतीचे बोलावे, थट्टा विनोद करून त्याला हसवावे असे तिला वाटू लागले. पण तसेही नेमके काही तिला बोलायला सुचेना. त्यामुळे ती अधिकच खट्टू झाली व गोंधळून गप्प राहिली.

पोस्टाजवळ गाडी आली तेव्हा ॲमीने खाली उतरून आपली घरची पत्रे आणली आणि घोड्याचे लगाम लॉरीच्या हाती देत तिने विलक्षण उत्सुकतेने सारी पत्रे वाचून काढली. आता त्यांची गाडी गावाबाहेर येऊन पोहोचली होती. रस्त्याच्या दोन्ही बाजूंना गर्द हिरव्या राया दूरवर पसरल्या होत्या आणि मधून मधून फिकट रंगाच्या फुलांनी डवरलेले गुलाबाच्या झाडांचे ताटवेच्या ताटवे एकसारखे लागून राहिले होते.

"बेथची प्रकृती दिवसेंदिवस खालावतेच आहे." एक पत्र वाचता वाचता एकदम मान वर करून ॲमी म्हणाली, "मला पुष्कळदा वाटतं, सरळ घरी निघून जावं. पण घरचे लोक मात्र मला इथेच थांबण्याचा आग्रह करताहेत आणि मलाही अनेकदा वाटतं, अशी संधी मला पुन्हा मिळणार नाही!"

"बरोबर आहे तुझं म्हणणं!" लॉरी तिच्या खांद्यावर थोपटल्यासारखे करीत

म्हणाला, "तू घरी जाऊन विशेष काही साधणार आहेस असं नाही. उलट तू इथे मजेत आहेस या कल्पनेनं घरच्या लोकांनाच खूप समाधान वाटेल."

बोलता बोलता लॉरी तिच्या जवळ सरकला. त्याच्या स्वरात स्निग्धपणा आला आणि तो बराचसा पूर्वीच्या लॉरीसारखा वाटू लागला. त्याच्या त्या स्वराने, स्पर्शाने आणि त्यातून उमटलेल्या जवळिकीने ॲमीला आपले सांत्वन झाल्यासारखे वाटले. तिचे मन बरेचसे हलके झाले. घरापासून हजारो मैल दूर अंतरावर येऊन पडलेल्या ॲमीला इकडे कधी कधी विलक्षण एकाकी, उदास वाटू लागे. पण आता आपले कोणी तरी आधारासाठी जवळ असेल या जाणिवेने तिला मोठाच दिलासा दिला. क्षणभराने ती हलकी होऊन हसली आणि मग आठवण झाल्यासारखे करून तिने आपल्या खिशात असलेले एक रेखाचित्र काढून ते लॉरीला दाखविले. ज्योचे ते चित्र ॲमीने स्मरणाने रेखाटले होते. त्या चित्रात ज्यो लिहीत बसली होती, असे दाखविले होते. तिची गोंड्याची टोपी मस्तकावर तिरपी ठेवलेली होती, असे दाखविले होते आणि तिच्या तोंडून पुढील शब्द निघालेले दर्शविले होते, 'प्रतिभा चालू. रस्ता बंद!'

लॉरीने त्या चित्रावरून एकवार नजर फिरवली. गालातल्या गालात हसल्यासारखे केले आणि मग, "तुझ्या जवळून कुठेतरी हरवून जाईल हे चित्र. त्यापेक्षा माझ्याजवळ ते असलेलं बरं." असे पुटपुटत त्याने ते आपल्या कोटाच्या खिशात ठेवून दिले. नंतर ॲमीने वेगवेगळ्या पत्रांतले उतारे त्याला वाचून दाखवले ते तो ऐकत राहिला.

थोड्याच वेळात त्यांची गाडी 'कॅसल हिल' जवळ येऊन पोहोचली. ते ठिकाण म्हणजे एक छोटीशी टेकडी होती आणि टेकडीवर एक जुन्या पडक्या किल्ल्याचे अवशेष उभे होते. त्या किल्ल्यावरूनच त्या टेकडीला ते विशिष्ट नाव पडले होते. लॉरीचा हात धरून ॲमी टेकडी चढून गेली. भोवतालचा देखावा अतिशय रमणीय होता. ती दोघं किल्ल्यानजीक येऊन पोहोचली. त्याबरोबर मोरांचा एक सुंदर कळप त्यांच्या भोवती गोळा झाला. त्या मोरांना माणसांची इतकी सवय झाली होती की, पाळीव असल्याप्रमाणे ते त्यांच्या अगदी जवळ येऊन उभे राहिले आणि ॲमीने रुमालात बांधून आणलेले दाणे, ब्रेडचे तुकडे त्यांच्या पुढ्यात टाकताच ते देखणे पक्षी पटापट आपले खाद्य टिपून खाऊ लागले. मोरांना खाऊ घालणारी, संतुष्टपणे हसणारी ॲमी हे एक प्रसन्न, सुंदर, वेधक दृश्य होते. स्वत:च्याही नकळत लॉरी तिच्याकडे टक लावून बघत राहिला. मध्यंतरी गेलेल्या काळाने आणि परदेशातील राहणीने ॲमीच्या व्यक्तिमत्त्वात काही आकर्षक बदल घडवून आणले होते. तिच्या हालचालींत चापल्य, सहजता आणि डौल या गोष्टी आढळून येत होत्या. ती किंचित उंच झाली होती तिच्या बोलण्यावागण्यात अधिक आत्मविश्वास आला होता. लहानपणीही ॲमीच्या स्वभावात वयाच्या मानाने जास्त समज असे. आता ती समज अधिक वाढला होता आणि परदेशात परकी लोकांमध्ये वावरल्याने माणसात जी

सुसंस्कृतता व सफाई येते, ती तिच्या ठायी पुरेपूर आलेली दिसत होती. वृत्तीतला आग्रहीपणा आणि मनाचा निष्कपटपणा हे तिचे अंगभूत गुण अजूनही तसेच राहिले होते. पण एरव्ही ॲमी खूप वेगळी आणि किती तरी अधिक सुंदर दिसत होती. तिच्यामध्ये झालेले हे सारे बदल लॉरीने झटकन टिपले. या वेळी मावळत्या सूर्याच्या किरणांनी ती आपादमस्तक उजळून निघाली होती. तिच्या केसांतला सोनेरी रंग झगझगून तळपत होता. डोळे चमकत होते. गालाचा लालिमा जास्तच टवटवीत झाला होता. अंगातल्या निळ्या पोषाखातून कलाबूत विणल्यासारखे वाटत होते आणि भोवतालच्या साऱ्या रमणीय दृश्याला त्या सुंदर मुलीच्या अस्तित्वाने एक प्रकारे परिपूर्णता आली होती. ते मधुर चित्र दीर्घकाळ लॉरीच्या स्मरणात राहिले.

मोरांना खाऊ घालून झाल्यानंतर ॲमी आणि लॉरी दोघेही आणखी काही अंतर वर चढून गेली. टेकडीच्या अगदी माथ्यावर दगडांनी बांधून काढलेला एक चौथरा होता. ॲमी त्यावर जाऊन बसली आणि आपल्या शेजारी येऊन बसण्यास तिने लॉरीला सुचविले. नंतर तेथून दिसणाऱ्या शोभेकडे त्यांचे लक्ष वेधीत ती म्हणाली,

"किती सुंदर देखावा दिसतो आहे इथून, पाहा तरी. ते कॅथीड्रल. तो पलीकडे समुद्र. ते वेळेवर आपली जाळी पसरणारे कोळी. तो 'व्हिला फ्रांझा' कडे जाणारा सुरेख रस्ता. तो शूबेर्तचा प्रसिद्ध टॉवर आणि समुद्रात दूर अंतरावर तो पांढरा ठिपका दिसतोय ना, ते कॉर्सिका बेट!"

"होय. खरंच छान देखावा आहे!" लॉरी काहीशा निरुत्साहाने म्हणाला.

"ज्योला हे सारं बघायला मिळेल तर ती किती खूष होईल नाही?" ॲमी त्याला बोलतं करण्याच्या हेतूनं म्हणाली. पण तिचा उद्देश सफल झाला नाही. त्याने फक्त होकारार्थी मान हलवली आणि तो दूर समुद्राकडे टक लावून बघत राहिली.

"बरं. आता आपण गप्पा मारू या." ॲमी म्हणाली, "या मधल्या काळात काय काय घटना घडल्या, तुझं हल्ली काय चाललंय, सारं सांग पाहू मला.

तिला त्याच्याकडून भरपूर माहिती हवी होती. पण ती माहिती तिला मिळाली नाही. लॉरी बोलत होता. तिच्या प्रश्नांची उत्तरे देत होता. पण तो युरोपातील अनेक देशांत हिंडला आहे, ग्रीसलाही जाऊन आला, यापलीकडे अधिक काहीच त्याच्याकडून तिला कळले नाही. एक तासभर त्या टेकडीवर तिच्या संगतीत घालवून लॉरीने ॲमीला तिच्या हॉटेलावर आणून सोडले आणि संध्याकाळी परत येण्याचे तिला अभिवचन देऊन तिचा निरोप घेऊन तो निघून गेला.

तो गेला, पण त्याची आठवण दीर्घकाळ ॲमीच्या मनात रेंगाळत राहिली मधल्या काळाने त्या उभयतांमध्ये अनेक बदल घडवून आणले होते. आपल्या बाळपणच्या दोस्ताचे एक नवे, वेगळे दर्शन ॲमीला झाले होते. जुन्या निष्पाप आणि निर्भर मैत्रीवर नवे अनोळखी रंग चढत होते. 'आपल्या लॉरी'च्या जागी एक अगदी

वेगळा, देखणा आणि आकर्षक तरुण ॲमीला दिसला होता आणि त्याच्या नजरेला आपणही तसेच आकर्षक दिसावे अशी स्वाभाविक इच्छा तिच्या तरुण मनात जागृत झाल्यास त्यात काही नवल नव्हते. त्यामुळे त्या दिवशी रात्रीच्या पार्टीसाठी करावयाची केशभूषा आणि वेषभूषा ॲमीने अधिक चोखंदळपणे केली असे म्हटले, तर याबद्दल कोणी तिला नावे ठेवू नयेत. भपकेबाज आणि श्रीमंती थाटाचा पोषाख ॲमीला परवडण्याजोगा नव्हता. पण पैशाची उणीव उत्तम अभिरुचीने आणि कल्पकतेने ती भरून काढीत असे. तलम मलमल 'नीस'ला स्वस्तात मिळे. तशा मलमलीचा एक सुंदर घेरदार झगा ॲमीने अंगात घातला. गळ्यात एक साधा एकेरी मोत्याचा सर आणि हातात तसेच एकेक कंकण, याव्यतिरिक्त कसलेही अलंकार तिने अंगावर चढवले नव्हते. छातीशी आणि केसांत ताज्या फुलांचे छोटे गुच्छ तिने खोवले होते आणि एकंदरीने सारे प्रसाधन तिने मोठ्या कसोशीने केले होते. पांढऱ्या शुभ्र पोषाखात ती एखाद्या पुतळ्यासारखी सुंदर दिसत होती. झग्याच्या रुंद गळ्यातून वर आलेली तिची हंसीसारखी मान आणि कुरळ्या सोनेरी केसांनी आच्छादलेले सुंदर मस्तक विलक्षण देखणे दिसत होते. सारे प्रसाधन आटोपल्यानंतर रेशमी सॅटिनच्या निळ्या स्लीपर्स पायांत चढवून ती जेव्हा आरशासमोर उभी राहिली, तेव्हा स्वत:च्या रूपाचा तिचा तिलाच मोह पडला. तिच्या डाव्या हातातल्या पंख्याचा रंग केसांतल्या फुलांच्या रंगाशी संगती साधीत होता. तिचे हातमोजे तलम रेशमी होते आणि झग्याला लावलेली खरी लेस एकंदर वेषभूषेला खानदानी ऐश्वर्याची जोड देत होती आरशामध्ये एकवार स्वत:चे रूप निरखून ॲमी समाधानाने मागे वळली आणि झग्याचा झोळ नाजूकपणे सावरीत ती अलगद जिना उतरून खाली आली. खालच्या मोठ्या दालनात नृत्यासाठी मंडळी जमू लागली होती. लॉरी अद्याप आला नव्हता. त्याची वाट बघत कोठे थांबावे याबद्दल ॲमीचा लौकर निर्धार होईना. पण लॉरीला होणारे आपले पहिले दर्शन शक्य तेवढे परिणामकारक असावे अशी तिची इच्छा होती. म्हणून क्षणभर ती छताला टांगलेल्या उजळलेल्या झुंबराखाली उभी राहिली. कारण दिव्याचा प्रकाश तिच्या केसांवर आणि अंगोपांगावर विशेष खुलून दिसत होता. पण नंतर आपल्या पोरकट अधीरपणाची तिची तिलाच लाज वाटली आणि तेथून दूर होऊन ती पलीकडच्या भिंतीशी एका खिडकीपाशी जाऊन उभी राहिली, याच वेळी लॉरीने दिवाणखान्यात पाऊल टाकले. ॲमीने तिरपी मान करून मागे वळून बघण्यास आणि लॉरीने तेथे येण्यास एकच गाठ पडली आणि त्याला आपण छान दिसावे ही ॲमीची इच्छा अनपेक्षितपणे पूर्ण झाली. कारण खिडकीलगत सोडलेल्या मखमलीच्या लाल पडद्याजवळ उभी राहिलेली शुभ्र वस्त्रांतली तिची रेखीव सडपातळ आकृती एखाद्या संगमरवरी पुतळ्याइतकीच नयनमनोहर दिसत होती.

"गुड ईव्हिनिंग, डायना!" तिला बघताच हर्षभराने लॉरी उद्गारला. त्याच्या

डोळ्यांत उमटलेले कौतुकाचे भाव पाहून ॲमीला आपल्या वेषभूषेचे आणि प्रसाधनाचे सार्थक झाल्यासारखे वाटले. ती दोन पावले पुढे झाली आणि आपला नाजूक हात अलगत त्याच्या हाती देत सस्मितपणे म्हणाली,

"गुड ईव्हिनिंग, अपोलो!"

तिनेही त्याच्याकडे ओझरते पण बारकाईने पाहून घेतले आणि तोही आज अतिशय आकर्षक दिसतो आहे असे तिच्या मनात येऊन गेले. अशा उंच देखण्या आणि उमद्या तरुणाच्या हाती हात देऊन त्या नृत्याच्या दालनातून हिंडताना तिला स्वत:चा विलक्षण अभिमान वाटला आणि ज्या तरुण मुली तिच्याइतक्या भाग्यशाली नव्हत्या त्यांची तिला कीव आल्यावाचून राहिली नाही.

"हा तुझा फुलांचा गुच्छ. तो दुकानातून आयता घेतलेला नाही बरं. मी स्वत: तेथे उभे राहून माझ्या देखरेखीखाली ही फुलांची रचना तुझ्या आवडीनुसार करवून घेतली आहे." असे म्हणून लॉरीने एक घवघवीत गुच्छ तिच्या हाती दिला. त्या गुच्छाला आधार देणारा नक्षीदार 'होल्डर' बघून ॲमी एकदम आनंदून गेली. कारण गावातल्या एका भारी दुकानातील शोकेसमध्ये ठेवलेले ते चांदीचे कंकण तिला फार आवडले होते आणि अनेकदा मोठ्या उत्सुकतेने तिने त्याच्याकडे दृष्टिक्षेप केला होता.

"किती चांगला मुलगा आहेत तू, लॉरी!" कृतज्ञतेने भारावलेल्या स्वरात ती त्याला म्हणाली, "तू येणार असल्याचं मला जर आधी कळलं असतं तर मीही तुझ्यासाठी एखादी सुरेखशी भेटवस्तू घेऊन ठेवली असती. अर्थात या 'बांगडी'– इतकी भारी आणि सुंदर वस्तू मात्र मला परवडली नसती."

"ते कंकण मुळात काही इतकं सुंदर नाही. तू आपल्या हाती घातल्यानंतर मात्र त्याला खरी शोभा येईल." तिच्या डाव्या हातात ती बांगडी सरकावीत लॉरी म्हणाला,

ॲमी किंचित लाजली आणि मग ती म्हणाली, "इकडे अशा तऱ्हेने स्तुतिपर औपचारिक भाषा सारेच पुरुष स्त्रियांशी बोलताना वापरतात. पण तू मात्र असलं काही बोलू नकोस गडे. ते फार परकेपणाचं वाटतं तुझ्या तोंडून ऐकताना!"

"होय का? बरं झालं बुवा! मलाही असं औपचारिक बोलणं फारसं आवडत नाही. पण म्हटलं तू आता इकडच्या वातावरणात रुळलेली. तुझ्याशी बोलताना असंच बोलायला हवं असेल!" लॉरी म्हणाला. मग ती दोघेही मोठ्यांदा हसली आणि हातांत हात घालून ती त्या दिवाणखान्यात मजेने इकडे तिकडे हिंडू लागली.

त्या दिवशी त्या दिवाणखान्यात जमलेल्या मंडळींत जेवढी विविधता तेवढेच वैचित्र्य होते. हॉटेलमधील अमेरिकन मंडळींनी 'नीस' मधल्या आपल्या एकूण एक परिचयाच्या माणसांना तेथे आमंत्रण दिले होते. त्यामध्ये एक रशियन राजपुत्र होता. एक पोलिश काउंट होता. जर्मनीतील राजकुळातला एक खानदानी पुरुष होता. लांबसर

नाकाचे काही ज्यू व्यापारी तेथे आले होते. त्याप्रमाणे इंग्लडमधले अनेक सरदार जमीनदारही तेथे दिसत होते. उंच किनऱ्या स्वराच्या अमेरिकन मुली तेथे होत्या, तर देखण्या पण अबोल अशा इंग्लिश मुलीही काही कमी गोळा झाल्या नव्हत्या. रूपाने सामान्य, पण वागण्याबोलण्यात चटपटीत अशा फ्रेंच विवाहित स्त्रिया पुरुषांशी मोकळेपणाने हास्यविनोद करताना दिसत होत्या. निव्वळ गमतीखातर वेगवेगळे देश हिंडणारे प्रवासी तर तेथे सर्वत्र विखुरले होते. अनेक देशांचे, भाषांचे, रूपांचे आणि रीतिरिवाजांचे एक विलक्षण रसायन तेथे तयार झाले होते.

त्या रात्री तेथे जमलेल्या सर्व तरुण मुलींत प्रेक्षकांचे लक्ष जास्तीत जास्त जर कोणी वेधून घेतले असेल तर ते ॲमीने. ती जणू त्या नृत्यसमारंभाची राणी होती. लॉरीच्या हातावर रेलून त्या दिवाणखान्यातून मिरवताना तिला किती अभिमान वाटत असेल याची कल्पनाच करावी. आपण आज सुरेख दिसत आहोत याची तिला पूर्ण जाणीव होती आणि त्यामुळे ती अधिकच गोड दिसत होती. तिला नृत्याची आवड होती. त्या कलेत ती पूर्ण पारंगत होती आणि सौंदर्य, तारुण्य अन् स्त्रीत्व यांच्या समुचित मिलाफामुळे तरुण मुलींना एका विशिष्ट वेळी आपल्या विलक्षण सामर्थ्याचा जो प्रत्यय येतो, तो तिला आज आला होता. त्यामुळे नृत्याच्या कार्यक्रमासाठी जेव्हा बँड वाजू लागला, त्या वेळी तिचे गाल आरक्त झाले, डोळे चमकू लागले आणि पावले अधीरपणे नृत्याच्या तालाचा ठेका धरू लागली. कारण आपले नृत्यकौशल्य लॉरीला कळावे असे तिला अगदी मनापासून वाटत होते. लॉरीला मात्र तिच्या मनातल्या या खळबळीची जाणीवही नव्हती. त्यामुळे बँड वाजू लागल्यावर त्याने सहज विचारावे तसा तिला प्रश्न केला :

"काय? नृत्य करणार काय?"

"मला वाटतं, सारीजणे आज त्यासाठीच इथे जमली आहेत!" ॲमीने उपरोधिक स्वरात त्याला उत्तर दिले.

आपल्या प्रश्नात हवे तेवढे आर्जव नव्हते हे आता कुठे लॉरीला उमगले. आपली चूक दुरुस्त करीत त्याने लगबगीने विचारले,

"मला पहिल्या नृत्यात तुझा जोडीदार व्हायचा मान मिळेल का?"

ॲमीला तेच हवे होते. पण आपले महत्त्व त्याच्या मनावर ठसवण्याच्या हेतूने ती गंभीरपणे म्हणाली,

"खरं म्हणजे पहिल्या नृत्यासाठी मी त्या पोलिश काउंटना शब्द दिला आहे. पण तू जुना मित्र असल्यामुळे ते तुझ्याबरोबर प्रथम मला नृत्य करू देतीलसे वाटते."

पोलिश काउंटच्या उल्लेखाने लॉरी अत्यंत प्रभावित होईल अशी ॲमीला आशा होती. पण तसे काहीच त्याच्या मुद्रेवर दिसले नाही, तेव्हा ती मनातून

काहीशी खट्टू झाली आणि ठरल्याप्रमाणे पाहिले नृत्य तिने त्या काउंटबरोबरच केले. पण त्याचेही लॉरीला विशेष काही वाटले नाही. तो फ्लोबरोबर – ॲमीच्या चुलतबहिणीबरोबर – नृत्य करू लागला. त्यामुळे ॲमीला त्याचा राग आला आणि मग ती जेवणाच्या वेळेपर्यंत त्याच्या दिशेला फिरकलीच नाही. मध्यंतरी एकदोनदा लॉरीने तिला आपणाबरोबर नाचण्याची सौम्यपणे विनंती केली, तेव्हा तिने आपल्या जवळचे कार्यक्रमाचे कार्ड त्याला दाखविले. ॲमीबरोबर नृत्य करू इच्छिणाऱ्या अनेक तरुणांची नावे तेथे नोंदवलेली होती. अर्थात लॉरीला ते भाग्य लाभलेच नाही. मग तो दुरूनच ॲमीचे नृत्य बघत आँट कॅरोलबरोबर गप्पा मारीत बसला.

ही उपेक्षा अक्षम्य होती. लॉरीने ॲमीच्या विनवण्या करायला हव्या होत्या. मला एकदा तरी तुझ्याबरोबर नाचू दे अशी तिची आर्जवे करायला हवी होती. ते काहीच त्याने न केल्यामुळे तिचा स्वाभिमान दुखावला गेला. पण आपला राग तिने प्रसन्न मुद्रेखाली झाकून ठेवला आणि विलक्षण द्रुत गतीने जोडीदार बदलीत ती सारखी नाचत राहिली. तिच्या नृत्यात सहजता, डौल आणि सरावामुळे येणारे कौशल्य यांचा सुंदर मिलाफ झाला होता. त्यामुळे लॉरी भान हरपून तिच्याकडे बघत राहिला. एका नव्या जाणिवेने, नव्या नजरेने तो आज ॲमीला पाहात होता आणि असे पाहताना आजवर न जाणवलेले असे किती तरी त्याला जणू नव्याने गवसत होते. त्यामुळे नृत्याचा कार्यक्रम सुरू झाल्यावर तासाभराच्या आतच त्याने स्वत:च्या मनाशी कबुली दिली की, छोटी ॲमी फार देखणी आणि मोहक अशी स्त्री होण्याची चिन्हे दिसत होती!

जसजशी रात्र चढत चालली, तसतसे दिवाणखान्याचे रंगरूप पालटत चालले. नाताळच्या विशिष्ट उल्हासाने साऱ्यांची मने भारून टाकली होती. चेहरे प्रसन्न दिसत होते. वृत्ती हलक्याफुलक्या झाल्या होत्या. डोळे चमकत होते आणि सर्वांगात नृत्याची लय भरली होती. संगीत, सौंदर्य, सहवास – साऱ्यांचा एकत्रित परिणाम प्रत्येकाला जाणवत होता. नाचता येत होते, ते नाचत होते आणि ज्यांना नाचणे जमत नव्हते, ते नाचणारांना प्रोत्साहन देत होते. रंगीबेरंगी घोळदार झग्यांचे घेर फुलासारखे उघडत मिटत होते. हास्याचे फवारे उडत होते. प्रसन्न दृष्टीतून अर्थपूर्ण स्मितांची देवाणघेवाण होत होती. सर्वत्र आनंदच आनंद भरून राहिला होता.

उपाहाराची वेळ झाली तेव्हा नृत्याचा कार्यक्रम संपुष्टात आला. नाचून नाचून संतुष्ट झालेली पण आता काहीशी थकलेली ॲमी लॉरीजवळ येऊन बसली अणि आपण दिलेल्या शिक्षेचा काय परिणाम झाला आहे हे अजमावून बघण्यासाठी तिने हलकेच चोरून त्याच्याकडे पाहिले. परिणाम इष्ट तोच झाला होता. कारण लॉरी आता एका नव्या नजरेने तिजकडे बघत होता. त्या नजरेत तिच्या सौन्दर्याला व सामर्थ्याला शरणचिठ्ठी दिलेली तिला दिसली तेव्हा ती संतुष्टपणे स्वत:शी थोडकेसे हसली. ती जवळ येऊन बसताच लॉरी लगोलग उठला आणि ताबडतोब आत जाऊन

तिच्यासाठी एका हातात फराळाच्या पदार्थांनी भरलेली बशी व दुसऱ्या हातात कॉफीचा कप असे साहित्य घेऊन आला. नंतर एक छोटे टेबल जवळ ओढून त्यावर ते पदार्थ त्याने ठेवले आणि आदरपूर्वक तिला खाण्याची विनंती केली. ॲमीचा त्याच्यावरचा उरलासुरला राग नाहीसा झाला आणि हसतमुखाने तिने त्याची विनंती मान्य केली.

तिचे गाल खूप आरक्त झाले होते. त्याकडे कुतूहलाने बघत लॉरी म्हणाला,

"किती लाली लावली आहेस गालांना?"

"लाली? माझी लाली पुसून जाणारी नव्हे!" ॲमी चटकन म्हणाली आणि तिने आपला पांढरा शुभ्र हातरुमाल घसघसून गालांवर फिरवला. नंतर तोच रुमाल तिने लॉरीला दाखवला. रुमाल जसाच्या तसा शुभ्र राहिला होता. ॲमीच्या गालांचा रक्तिमा नैसर्गिक होता.

तिच्या त्या अकृत्रिम वागण्याचे लॉरीला एकदम हसू आले. मग तो क्षणभर तिला बारकाईने न्याहाळीत राहिला. तेवढ्यात वाऱ्याच्या झोताने तिच्या झग्याचा घोळ त्याच्या गुडघ्याला येऊन भिडला. ते तलम सळसळीत वस्त्र हाताने चाचपीत त्याने तिला विचारले,

"कसलं कापड आहे हे? अगदी नवी तऱ्हा दिसते आहे? फार सुंदर आहे हं!"

"नवी कसली? जुनीच तऱ्हा आहे. साधी मलमल आहे ही. वाटेल तिथे मिळते. आतापर्यंत शेकडो मुलींच्या अंगावर तू मलमलीचे पोषाख पाहिले असशील. अन् आता तुला या कापडाचं सौंदर्य कळलं होय? चावट कुठला!"

"आतापर्यंत तुझ्या अंगावर नव्हती ना पाहिली मलमल कधी मी? त्यामुळे तिचं सौंदर्य ध्यानात नव्हतं आलं माझ्या. दुसरं काय?" लॉरी गंभीरपणे म्हणाला.

"पुरे पुरे! मला हरभऱ्याच्या झाडावर चढवू नका, महाराज. स्तुतीपेक्षा कॉफीची मला अधिक आवश्यकता आहे या वेळी. हां, माझ्या अंगावर रेलू नकोस असा. मला त्यामुळे कसं विचित्रच वाटतंय आणि माझ्यासाठी आधी थोडी कॉफी आण पाहू."

लॉरी चटकन सरळ होऊन ताठ बसला आणि मग त्याने निमूटपण आत जाऊन ॲमीसाठी कॉफी आणली. छोटी ॲमी आपल्याला अधिकाराने हुकून सोडते आहे हा अनुभव त्याला नवीन होता, पण तिचे हुकूम पाळण्यात एक विचित्र आनंदही त्याला लाभत होता. ॲमीचा प्रारंभीचा संकोच, लाजाळूपणा आता दूर झाला होता आणि लॉरीकडून कामे करून घेण्यात तिलाही आपल्या सुप्त सामर्थ्याचा एक आनंददायक प्रत्यय येत होता.

ॲमी कॉफी पीत असता लॉरी तिच्याकडे टक लावून बघत होता. क्षणभराने त्याने तिला विचारले,

“ॲमी, हे सारं तू कुठे शिकलीस?”

“हे सारं म्हणजे काय?” ॲमीने खट्याळपणे विचारले. त्याच्या प्रश्नाचा रोख तिच्या ध्यानात आला होता, पण तरी वेडेवाकडे प्रश्न विचारून त्याची उडणारी तारांबळ बघण्यात तिला मोठी गंमत वाटत होती.

“हे सारं म्हणजे – हेच आपलं – हा थाट, हा डौल, हा आत्मविश्वास – ही – ही मलमल–” अडखळत लॉरी कसेबसे बोलला आणि मग वाक्य अर्धेच सोडून तो खदखदून हसत सुटला.

ॲमीही हसणार होती, पण ती एकदम गंभीर झाली आणि मग त्याच गंभीर स्वरात ती बोलू लागली, “परदेशात काही काळ घालवला की, हे सारं माणसाला आपोआपच यायला लागतं, लॉरी. पोषाख सुधारतो. भाषा सुधारते, वागण्यातबोलण्यात सफाई येते. आता या थाटाबद्दल म्हणशील तर – मलमल इथे अतिशय स्वस्तात मिळते आणि फुलं जवळजवळ फुकटात मिळतात. त्यामुळे मलमलीचा पोषाख मी शिवून घेतला आणि फुलांचे गुच्छ केसात खोवले. मी गरिबाची लेक आहे, लॉरी. त्यामुळे जवळ असेल त्यात भागवून घेण्याची सवय लागली आहे मला. भारी रेशमी पोषाख आणि हिऱ्यामोत्यांचा साजशृंगार माझ्यासारखीला कसा परवडणार?”

बोलता बोलता ॲमी गप्प बसली. आपण जरा जास्त बोललो असे तिला वाटले. स्वत:च्या दारिद्र्याचा उल्लेख करणे बरोबर होते का, अशीही तिला शंका येऊन गेली. पण लॉरीला मात्र तिचे बोलणे फार आवडले. परदेशांतील फॅशनेबल व कृत्रिम समाजात वावरूनही ॲमीला ढोंग शिवलेले नाही, आत कुठेतरी ती अजूनही साधी, निष्कपट नि अकृत्रिम राहिली आहे, हे पाहून त्याला फार समाधान वाटले. तिच्याबद्दलचे त्याचे कौतुक अनेक पटींनी वाढले आणि नंतरचा सारा वेळ त्याने तिच्या संगतीत हसून खेळत काढला. कसेही असो. ती दोन्ही मुले आता तरुण झाली होती. दोघेही एका वेगळ्या नजरेने परस्परांकडे बघत होती आणि दोघांच्याही हृदयांत काही नव्या, अनुभूत संवेदना नव्याने जाग्या होत होत्या.

३८

मेगचा संसार

मेगची मुले आता एका वर्षाची झाली होती. बहुतेक स्त्रियांमध्ये असते तशी मेगमध्येही मातृत्वाची प्रेरणा फार उत्कट प्रमाणात वास करीत होती आणि आपल्या मुलांत ती सर्वस्वी बुडून गेली होती. त्यांच्याखेरीज बाकीच्या सर्व गोष्टींचा तिला जणू पूर्ण विसर पडला होता. रात्रदिवस ती मुलांच्या सेवेत गुंतलेली असे. त्यांच्या दिमतीला ती सारखी हजर असे आणि विश्रांतीच्या वेळीही ती त्यांचीच काळजी करीत राही. घरकामासाठी व सैंपाकासाठी तिने एक आयरिश बाई ठेवली होती. ती जेवण वाढीत असे आणि पुष्कळदा जॉनची बारीकसारीक किरकोळ कामे तीच करी. जॉन ब्रुक हा अगदी जातिवंत कुटुंबवत्सल माणूस होता. नोकरीचा वेळ सोडला तर एरव्ही त्याला घराचेच वेड होते आणि लग्नानंतर सुरुवातीच्या दिवसांत मेगने त्याचे फार लाड केले होते. त्यामुळे आता ती मुलांत गुंतून जेव्हा त्याच्याकडे दुर्लक्ष करू लागली, तेव्हा त्याला फार चुकल्याचुकल्यासारखे वाटू लागले. पण त्याने मेगकडे क्षमाशील दृष्टीने पाहिले. तिची त्याच्याविषयीची उपेक्षावृत्तीसुद्धा मुलांवरच्या प्रेमापोटी त्याने निमूटपणे सहन केली. हळूहळू मुलांच्या व्यापातून मेग मोकळी होईल अणि पत्नीच्या नात्याने तिचा सहवास पुन्हा आपल्याला मिळेल, अशा आशेवर एकेक दिवस तो काढीत होता. पण दिवसेंदिवस मेग मुलांमध्ये अधिकच गुरफटत चालली. मुले तिचा सारा वेळ खाऊन टाकीत. त्यामुळे संध्याकाळी ती अगदी थकून जाई. जॉनची फार कुचंबणा होऊ लागली. घरी आल्यावर तो जर कधी मजेत एखादे गाणे गुणगुणू लागला तर मेगने एकदम त्याला म्हणावे, "हां हां. दंगा नाही करायचा. पोरांना नुकत्याच झोपा लागल्या आहेत." जॉनने जर कधी नाटकाला किंवा गाण्याला चलण्याची सूचना केली तर तिने रागावून त्याच्याकडे बघत म्हणावे, "पोरं नोकरांच्या ताब्यात देऊन मी चैन करायला येऊ? नाही ग बाई! असलं पाप मी स्वप्नातदेखील करणार नाही!" जॉनने मित्रांना घरी बोलवण्याची गोष्ट काढली तर तिने त्याला मोडता घालीत म्हणावे,

"छे छे! तुम्हा पुरुषांच्या धांगडधिंग्यात माझ्या पोरांच्या विश्रांतीचं वाटोळं होईल! मी नाही पाहुण्याबिहुण्यांची उस्तवारी करणार!" संध्याकाळी जेवणानंतर जरा निवांतपणे बायकोशी गप्पा मारीत बसाव्यात, तर ते सुखदेखील जॉनला अलीकडे दुर्मिळ होऊन बसले. कारण मध्येच डेमीला खोकला येई नाहीतर डेझी कुठेतरी धडपडे आणि मग जॉनला तसेच तेथे टाकून मेग मुलांकडे धावत जाई.

दिवसेंदिवस ही परिस्थिती जॉनला असह्य होऊ लागली. मुलांमुळे बायको आपल्याला दुरावते आहे असे विचित्र विचार त्याच्या मनात येऊ लागले. घर म्हणजे मुले आणि मुले म्हणजे घर असे एक विचित्र समीकरण तयार झाले आणि आपल्याला कुटुंबात कुठे स्थानच राहिले नाही, असा चमत्कारिक भास त्याला पदोपदी होऊ लागला. सहासात महिने हे विचित्र दुःख जॉनने कसेतरी सहन केले आणि मग त्याने आपल्या परीने या परिस्थितीतून मार्ग शोधून काढला. त्याच्या दोस्ताचे – स्कॉटचे नुकतेच लग्न झाले होते आणि त्याने जवळच बिऱ्हाड थाटले होते. स्कॉटची बायको देखणी होती. हौशी, मनमोकळी होती आणि अजून तिच्यामागे पोरांचा लबेदा लागला नसल्यामुळे तिला मोकळा वेळही भरपूर असे. या नवपरिणीत आनंदी जोडप्याच्या घरी जॉन आता वारंवार जाऊ लागला. केव्हाही जावे, स्कॉटचे घर व्यवस्थित असे. दिवाणखान्यात बुद्धिबळांचा डाव तयार असे. पियानोचे मंद सूर कानी येत. स्कॉटची बायको गप्पांत मनापासून भाग घेई आणि कधी कधी जॉनला जेवणाचाही आग्रह केला जाई. हे सारे जॉनला नकळतच आवडू लागले. जात्या तो संसारी, कुटुंबवत्सल माणूस होता. शांतता, सुव्यवस्था आणि स्नेहाळ वर्तन यापेक्षा घराकडून त्याच्या जास्त अपेक्षा नव्हत्या. त्या गोष्ट घरी दुर्मिळ झाल्या तेव्हा अन्यत्र जेथे त्या मिळत होत्या, तेथे साहजिकच त्याचे मन रमले.

प्रारंभी मेगलाही ही व्यवस्था बरी वाटली. जॉनचा वेळ कुठेतरी मजेत जात आहे ही जाणीव तिलाही दिलासा देणारी होती, पण नंतर मुलांचा दाताचा त्रास संपला. त्यांची प्रकृती सुधारली. किरकिरेपणा कमी झाला आणि संध्याकाळी लौकर ती झोपी जाऊ लागली. तेव्हा मेगला नवऱ्याची आठवण झाली. त्याचा सहवास तिला हवाहवासा वाटू लागला. पण ते जॉनच्या ध्यानात येईना. त्याचे बाहेर वेळ घालवणे चालूच राहिले. तेव्हा मेग मनात दुखावली. आपण जॉनची किती वेळा उपेक्षा केली हे ती सोयिस्करपणे विसरली आणि तो आपली उपेक्षा करतो आहे असे मनात घेऊन ती आतल्याआत झुरू लागली. एका चमत्कारिक उदासीनतेने अणि वैराग्याने तिला झपाटून टाकले. जॉनचे आता पहिल्यासारखे आपल्यावर प्रेमच राहिले नाही, असा तिने समज करून घेतला आणि अपत्यजन्मामुळे आपले सौंदर्य कमी झाल्याचा हा परिणाम आहे असा तिने त्या गोष्टीचा अन्वय लावला. जॉनला प्रत्यक्ष विचारावे तर अभिमान आड येत होता. तो आपल्याला हवा आहे हे त्याचे त्यानेच ओळखावे

अशी तिची अपेक्षा होती आणि जॉनच्या तर काही केल्या ते ध्यानी येत नव्हते, असा चमत्कारिक तिढा निर्माण झाला होता.

एके दिवशी अशीच दुपारची वेळी मेग स्वत:शीच उदास होऊन बसली होती. ढग कोसळून गेला होता आणि पुसलेल्या आसवांच्या खुणा गालांवर अजूनही दिसत होत्या. अशा वेळी अचानक मिसेस मार्च आपल्या मुलीकडे आली. मेगचे दु:ख तिच्या ध्यानात आले होते. आज तिने मेगला त्याबद्दल खोदून खोदून विचारले. सरतेशेवटी मेग म्हणाली,

"मार्मी, तुझ्याशिवाय दुसऱ्या कुणाकडेही मी हे बोलले नसते बघ. पण हल्ली घरात जे काही चाललं आहे, ते अगदी असह्य झालं आहे मला. जॉन असाच जर सारा वेळ घराबाहेर घालवू लागला तर एखाद्या विधवा स्त्रीत आणि माझ्यात काही फारसा फरक राहणार नाही." बोलता बोलता तिला रडू कोसळले. हातातल्या डेझीच्या झबल्याने डोळे पुशीत ती खाली मान घालून रडत राहिली.

"जॉन सारा वेळ बाहेर घालवतो म्हणतेस?" मिसेस मार्चने प्रश्न केला, "म्हणजे काय? तो कुठे जातो?"

"सारा वेळ तर तो स्कॉटच्या घरी जाऊन मजेत वेळ घालवीत असतो आणि मी घरात मुलांचे काम उरकता उरकता मङ्याला येते. बायकांनी घरात मर मर मरावं आणि पुरुषांनी बाहेर मजा मारत फिरावं, हे बरोबर आहे का? पुरुष भारी स्वार्थी असतात!" मेग म्हणाली.

"पुरुष स्वार्थी असतात. पण बायकाही काही कमी स्वार्थी नसतात. या साऱ्या प्रकरणात जॉनला दोष देण्यापूर्वी तू थोड आत्मसंशोधन करायला हवंस, मेग." मिसेस मार्च शांतपणे म्हणाली.

"म्हणजे काय आई? तो माझी उपेक्षा करीत नाही असं का तुला म्हणायचं आहे?" मेग दुखावलेल्या स्वरात म्हणाली.

"तू नाहीस का त्याची उपेक्षा केली?"

"आई, मला वाटत होतं या प्रकरणात तुझी सहानुभूती मला मिळेल. पण तू तर चक्क जॉनची बाजू घेते आहेस!"

"कुणाची बाजू घेण्याचा प्रश्नच येत नाही, मेग." मिसेस मार्च म्हणाली, "पण मला वाटतं, या प्रकरणात अधिक दोष तुझ्याकडे येतो. संध्याकाळी जॉन कामावरून घरी परत आल्यावर तू त्याच्याकडे लक्ष देत होतीस का? त्याला तुझा सहवास हल्ली कितपत मिळत होता?"

"ते कसं जमणार पूर्वीसारखं, आई? आता दोन मुलं आहेत माझ्या पदरात. त्यांच्याकडे सारखं लक्ष द्यावं लागतं मला–" मेग तक्रारीच्या सुरात बोलू लागली. तिला मध्येच थांबवीत मिसेस मार्च शांतपणे म्हणाली,

“मेग बेटा. तू माझं ऐकणार असशील, तर दोन गोष्टी मोकळेपणाने तुझ्याशी बोलेन म्हणते. तुझा माझ्यावर विश्वास आहे ना? आई सांगेल ते आपल्या हिताचेच असेल असे तुला वाटते ना?”

“म्हणजे काय आई? तुझ्यावर माझा विश्वास कसा नसेल? जगाच्या दृष्टीने जरी मी वयाने मोठी झाले असले तरी तुझ्यापुढे मी अजून ती पूर्वीची लहानगी वेडी मेगच आहे बरं! बोल, तू मोकळेपणानं. मला आज मार्गदर्शनाची फार गरज आहे.”

बोलता बोलता मेगने आपली खुर्ची आईच्या खुर्चीजवळ ओढून घेतली आणि भक्तिभावाने ती आईच्या चेहऱ्याकडे टक लावून बघत राहिली.

“तुझं काही फारसं चुकलं नाही, मेग. पण बऱ्याच तरुण मुली लग्नानंतर जी चूक करतात, ती तू केली आहेस.” मिसेस मार्च म्हणाली, “मुलांबद्दलच्या प्रेमामुळे नवऱ्याबद्दलच्या स्वत:च्या कर्तव्याचा तुला विसर पडला आहे. खरं म्हणजे मुलांमुळे पतिपत्नी अधिक जवळ यायला हवीत परस्परांच्या. पण काही वेळा मुलांमुळेच त्यांच्यात एक चमत्कारिक दुरावा निर्माण होतो. तसा तो तुमच्यामध्ये होऊ लागला आहे. माझ्या हे ध्यानी आलं होतं, पण तू काही बोलेपर्यंत मी मुद्दामच गप्प राहिले होते.”

“पण हे असं किती दिवस चालायचं आता?” मेग हताशपणे म्हणाली, “मी होऊन तर काही जॉनला घरी थांबायला सांगणार नाही. कारण त्यामुळे त्याचा माझ्याविषयी गैरसमज होईल. मी मत्सरी आहे असं त्याला वाटेल आणि तसं काही मला मुळीच व्हायला नको आहे. तो मला हवा आहे, पण त्याचं त्यालाच ते उमगेल तर–”

“तो तुला हवा असेल, तर आपल्या वर्तनाने तसं तू त्याला पटवून द्यायला हवंस. तुझा सारा वेळ जर मुलांच्या खोलीत जाणार असेल, तर जॉनला तरी घरी थांबावंसं कसं वाटेल?”

“मी मुलांकडे दुर्लक्ष करावं असं तुझं म्हणणं आहे की काय?”

“मुळीच नाही. पण मुलांइतकाच जॉनचाही तुझ्या वेळेवर हक्क आहे, हे तू विसरता कामा नयेस. मुलांसाठी पतीकडे दुर्लक्ष करणं मुळीच बरोबर नाही. तू असं का करीत नाहीस, मेग? एकटीने मुलांची काळजी घेण्याऐवजी तू जॉनचीही त्या कामी मदत घे. त्यालाही त्यात हातभार लावू दे. तो ते काम आनंदानं करतो की नाही पहा!”

“तुला खरंच असं वाटतं, आई?”

“अग वेडे, हा माझा अनुभव आहे. तू आणि ज्यो जेव्हा अगदी छोट्या होतात तेव्हा माझ्याही बालसंगोपनाच्या कल्पना तुझ्यासारख्याच अगदी कडक होत्या. मी सारा वेळ तुम्हां दोघींना सांभाळण्यात घालवत असे. गरीब बिचारे पपा. त्यांची मी फार उपेक्षा करीत असे. पण मला एकटीला सांभाळणं झेपेचना. ज्यो

पहिल्यापासूनच धष्टपुष्ट व आडदांड होती आणि तुझी प्रकृती नेहमी अशक्त असायची. तुम्हा दोघींना सांभाळताना माझ्या नाकी नऊ आले. मी थकून जाई. वारंवार आजारी पडे. मेग, त्या वेळी तुझे पपा माझ्या मदतीला धावून आले. ज्योची सर्व जबाबदारी त्यांनी स्वत:वर घेतली. तेव्हा मला माझी चूक उमगली. त्या वेळेपासून तुम्हा मुलींकडे आम्ही दोघेही सारखे लक्ष देऊ लागलो आणि गृहसौख्याचं हेच रहस्य आहे. मुले ही काही केवळ आईची ठेव नाही. मातापित्यांनी मिळून जपण्याचा, सांभाळण्याचा अनमोल ठेवा आहे तो!''

''खरंच आहे आई तू म्हणतेस ते–'' संमतिदर्शक मान हलवून मेग म्हणाली, ''यापुढे तू म्हणतेस तसेच वागण्याचा मी निर्धार करीन.''

''शाबास बेटा,'' मिसेस मार्च समाधानाने म्हणाली, ''आता मी सांगते ते नीट ऐकून घे. डेमी वयाच्या मानानं जरा जास्त आडदांड आहे. तुला तो आवरेनासा झाला आहे. त्याला शिस्त लावण्याचं काम तू जॉनवर सोपव. घरकामात तुला मदत करण्यासाठी दुपारी हॅनाला मी इकडे पाठवीत जाईन. त्यामुळे दुपारी तुला जरा विश्रांती मिळेल आणि संध्याकाळी जॉनचे स्वागत करण्यासाठी तू ताजी टवटवीत राहशील. तू आता जरा त्याच्याबरोबर मधूनमधून बाहेर जात जा. नाटकांना, गाण्यांना हजर राहा आणि मुख्य म्हणजे जॉनशी गप्पा मारीत जा. त्याच्या आवडीच्या विषयांत आपणही जरा रस घ्यावा. त्याला आपली संगती द्यावी. वृत्तपत्रं वाचावीत, जगात काय चाललंय ते डोळसपणे पाहावं, ऐकावं. स्वत:चं मन ताजं ठेवण्याचा हा एक मार्ग आहे–''

''पण आई, मी अगदी अडाणी आहे, मला यातलं काही कळत नाही.''

''कळत नसेल ते जॉनला विचारावं. तुला या गोष्टी समजावून सांगण्यात त्याला केवढा तरी आनंद वाटेल आणि मग तो बराच वेळ घरी घालवील की नाही बघ!''

आईचे बोलणे ऐकता ऐकता मेगचा चेहरा समाधानाने उजळत गेला आणि ते बोलणे संपताच ती चटकन म्हणाली, ''तू म्हणतेस ते अगदी बरोबर आहे, आई. गरीब बिचारा जॉन! मी त्याची खरोखरच उपेक्षा केली आहे. पण तसं त्यानं कधी बोलून दाखवलं नाही मला–''

''तो कसा बोलेल? या गोष्टी आपण बायकांनी ओळखायच्या असतात, मेग.'' मिसेस मार्च म्हणाली, ''हा काळ मोठा धोक्याचा असतो, बेटा. लग्नानंतरची नवी नवलाई या वेळी ओसरलेली असते. पण याच वेळी संसाराच्या स्थैर्याला जपायचं असतं आणि एका भरभक्कम पायावर गृहसौख्याची उभारणी करायची असते. तुमची मुलं हा तुम्हा उभयतांना एकत्र आणणारा अत्यंत बळकट असा पाश आहे. म्हणून म्हणते, जॉनला मुलांपासून दूर ठेवू नकोस. त्यालाही मुलांचा लळा लागू दे. मोहानं आणि अध:पातानं भरलेल्या या जगात पुरुषाला आपल्या कुटुंबाशी बांधून ठेवण्यास मुलांसारखं नाजूक पण प्रबळ बंधन नाही दुसरं! ठीक आहे. आता मी जाते. पण मी

जे सांगितलं, त्याचा नीट विचार कर, बेटा. त्यातलं घेण्यासारखं वाटेल, ते घे. देव दयाळू आहे. त्यावर भरवसा ठेव, मग. अन् मग सारं काही नीट होतं की नाही पहा!''

मिसेस मार्च आपल्या घरी निघून गेली. मेगने आईच्या बोलण्याचा शांतपणे विचार केला. आईने केलेल्या उपदेशाच्या प्रकाशात आतापर्यंत न दिसलेल्या स्वत:च्या अनेक चुका तिला ढळढळीतपणे दिसू लागल्या. मुलांचे लाड पुरवता पुरवता आपण त्यांची गुलामगिरी पत्करली आहे, हे तिच्या ध्यानी आले. तिच्या नरम स्वभावामुळे दोन्ही मुले पक्की गुंड झाली होती. आपण जरा आरडाओरडा केला की, हातचे काम टाकून आई असेल तेथून धावत येते, हे त्या लबाडांना ठाऊक झाले होते. व त्या युक्तीचा ती भावंडे नेहमी अवलंब करीत. विशेषत: डेमी हा जरा अधिक हट्टी होता. बापाचा आग्रहीपणा त्याच्यात पुरेपूर उतरला होता. व त्या आग्रहीपणाचे दुष्परिणाम बिचाऱ्या मेगला भोगावे लागत. वडिलांना मात्र डेमी जरासा भीत असे. त्याचा फायदा घेऊन डेमीला प्रथम शिस्त लावायची असे मेगने ठरवले आणि आईशी बोलणे झाल्यानंतर आठवड्याच्या आतच आपले नवे धोरण अमलात आणण्याचा तिने एके दिवशी प्रयत्न केला.

ती संध्याकाळ जॉनच्या संगतीत आनंदाने घालवायचे तिने ठरवले होते. त्याप्रमाणे तिने बाहेरून सुंदर जेवण मागवले. स्वत: चांगली केशभूषा नि वेशभूषा केली. दिवाणखाना आणि जेवणघर आरशासारखे लखलखीत करून सजवले. फुलदाण्यांतून ताजी फुले भरली आणि नवराबायकोत मुलांचा व्यत्यय नको म्हणून दोन्ही मुलांना लौकर खाऊ घालून तिने त्यांना दाबून दडपून निजवले. बिचारी डेझी मोठी गोड, आज्ञाधारक पोर होती. आईने सांगताच तिने पटकन डोळे मिटून 'गाई गाई' केली. पण डेझीच्या डोक्यात त्या दिवशी काय वेड भरले होते कुणास ठाऊक. त्याचे ते भोकरासारखे टपोरे डोळे काही केल्या मिटेनात. छताला टांगलेल्या दिव्याकडे ताठ नजरेने तो टक लावून बघत होता. तो झोपी जाण्याचे काडीमात्र लक्षण दिसत नव्हते.

तितक्यात दिवाणखान्याचा बाहेरचा दरवाजा उघडल्याचा आवाज कानी आला. दिवाणखान्यात परिचित पायरव उमटला. जॉन कामावरून घरी परत आला होता. मेगला काय करावे ते सुचेना. हताश होऊन ती आपल्या बंडखोर लेकाला म्हणाली,

''डेमी, राजा, शहाणा ना तू? झोपणार ना आता? पपा घरी आले आहेत. त्यांना चहा देऊ ना मी? जेवायला घालू ना?''

''मला पन हवा चहा.'' डेमी पटकन म्हणाला.

''चहा नाही मिळायचा तुला आता. पण तू जर आता झोपी गेलास ना, तर मी तुला छोट्या छोट्या केकीज देईन उद्या सकाळी. गोड गोड. मग तू आता गाई गाई करणार ना?'' मेगने लालूच दाखवली.

''हं. कलनाल.'' डेमी म्हणाला आणि झोपेला पकडून ठेवण्यासाठीच की काय,

त्याने आपले डोळे घट्ट मिटून घेतले.

ती संधी साधून मेग हलकेच तेथून उठली आणि खाली दिवाणखान्यात आली. हसऱ्या चेहऱ्याने तिने पतीचे स्वागत केले. तिचे डोळे आनंदाने चमकत होते आणि केसांतले निळ्या रिबनचे ऐटदार फूलही मजेने डुलत होते. मेगचे हे वेगळे रूप जॉनला जाणवल्यावाचून राहिले नाही. सानंद आश्चर्याने तो म्हणाला,

"अरे वा! आज अगदी थाट दिसतोय. पाहुणे-बिहुणे यायचेत की काय कुणी आपल्याकडे?"

"छे! कुणीच नाही. फक्त तुम्ही नि मी आहोत जेवायला."

"आज काय वाढदिवस आहे लग्नाचा? की माझा वाढदिवस आहे?"

"काही नाही. पण मला रोज रोज घरगुती मळक्या कपड्यांत वावरायचा आला कंटाळा. म्हणून आज जरा छान पोषाख केलाय मी. नि केस पण वेगळ्या पद्धतीने विंचरले आहेत. कशी दिसते आहे मी?" मेगने हसत हसत प्रश्न केला. जेवणाच्या टेबलाशी बसलेली मेग खरोखरच फार प्रसन्न, आकर्षक दिसत होती. जॉन तिच्याकडे टक लावून बघतच राहिला आणि मेगने हाती दिलेल्या कपातून गरम गरम चहाचे घुटके घेत तो संतुष्टपणे म्हणाला,

"फार छान दिसते आहेस तू. सारं घरच मुळी छान दिसतंय. लग्नानंतरच्या पहिल्या दिवसांत वाटे, तसं वाटतंय आज मला!"

मेग त्याच्याकडे सस्मित मुखाने नुसती बघत राहिली. दोघेही पतिपत्नी बऱ्याच दिवसांनी सुखाचे निवांत क्षण अनुभवीत होती. पण त्यांचे ते सुख फार वेळ टिकले नाही. दिवाणखान्याचे आतल्या बाजूचे दार लोटलेले होते. त्यावर टकटक झाली आणि दाराआडून एक चिमुकला उत्सुक आवाज आला –

"दाल उघला. मी आलोय!"

"अरे देवा! हा तो खट्याळ पोरगा. मी त्याला झोपायला सांगितलं होतं. ते सोडून तो खाली आलाय. काय करावं या पोरट्याला?" मेग हताशपणे म्हणाली आणि उठून दार उघडून तिने डेमीला आत घेतले.

"शकाल झाली. मला चहा हवा. केकी हवी." आत येताच डेमीने आनंदाने जाहीर केले आणि टेबलावर मांडलेल्या अनेक रुचकर खाद्यपदार्थांकडे प्रेमळ नजरेने बघत तो अधीरपणे उड्या मारू लागला. त्याने आपला 'नाईट-गाऊन' उचलून त्याचा घोळ खांद्यावर टाकला होता आणि त्याचे दाट कुरळे केस त्याच्यासारखेच मजेने नाचत होते.

"छे छे! अजून सकाळ झाली नाही. तू तुझ्या खोलीत जाऊन झोप बरे. ममीला त्रास देऊ नकोस. आता तू झोपलास ना, तर सकाळी तुला केकी मिळतील. वर साखर घालून शिवाय!" जॉन म्हणाला.

"पपा आवलतात मला!" तो वस्ताद मुलगा मोठ्या चातुर्याने वडिलांना खूष करीत म्हणाला आणि बापाच्या गुडघ्यांवर चढून बसण्यासाठी तो धडपडू लागला. पण जॉनने निग्रहाने त्याला दूर केले आणि तो मेगला म्हणाला,

"तू जर त्याला झोपायला सांगितलं असशील तर ते त्यानं ऐकलं पाहिजे. तू त्याला झोपवून ये जा. आतापासून सवय लावली नाही, तर तो पुढं कधीच तुझं ऐकणार नाही."

"होय तर. आईची आज्ञा पाळायलाच हवी त्यानं. चल डेमी, झोपायला चल पाहू." मेगने डेमीचा हात धरून त्याला तेथून नेत म्हटले. पण निघताना तिने हातात हळूच काहीतरी लपवले होते. ते डेमीच्या नजरेतून सुटले नव्हते. म्हणून तो आनंदाने उड्या मारीत आईबरोबर निघाला. ती आपल्याला काही तरी देणार अशी त्याची अपेक्षा होती आणि त्याचा तो अंदाज चुकीचाही ठरला नाही. कारण झोपण्याच्या खोलीत जाताच मेगने हळूच एक छोटे बिस्किट त्याच्या हातात दिले. त्याला गादीवर निजवले आणि त्याच्या अंगावर चादर ओढून घेत ती त्याला म्हणाली,

"आता झोपायचं हां. खाली यायचं नाही. आईला त्रास द्यायचा नाही. कळलं ना?"

"कललं!" हातातले बिस्किट तोंडात घालून चघळीत डेमी म्हणाला. आईने दिलेली लाच त्याला आवडली होती आणि आपली मोहीम यशस्वी झाल्याचा आनंद त्याच्या फुगीर गालांवरून ओसंडत होता.

मेग खाली आली. दोघा पतिपत्नींचे मजेत जेवण सुरू झाले. पण थोडा वेळ गेला नाही तो डेमीची छोटी आकृती भुतासारखी तेथे प्रकट झाली आणि मोठ्या धिटाईने त्याने मागणी केली,

"मला आनकी बिस्किट हवं!"

"छे छे! हे सारं थांबलंच पाहिजे!" जॉन खुर्चीवरून उठत म्हणाला आणि त्या छोट्या गुन्हेगाराविरुद्ध मन कठोर करीत तो पुढे बोलला, "या मुलाला वेळेवर झोपायची सवय लावल्याखेरीज आपल्यालाही निवांतपणा कसा तो मिळणारच नाही. मेग, तू त्याला फार लाडावून ठेवलं आहेस. एकदा त्याला चांगला कडक धडा शिकव म्हणजे पुन्हा तो तुला त्रास देणार नाही. जा. त्याला माडीवर झोपवून ये पाहू."

"तो राहत नाही ना बिछान्यावर झोपून. मी जवळ बसून थोपटल्याशिवाय तो मुळी झोपीच जात नाही." मेग असहायपणे म्हणाली.

"कसा झोपत नाही पाहू बरं! डेमी, जा माडीवर आणि ममीनं सांगितल्याप्रमाणं गाई गाई कर."

"मी नाही जा!" डेमीने ताडकन उत्तर दिले आणि टेबलावरची केक घेण्यासाठी तो धडपडू लागला.

"पपांना हे असलं उत्तर पुन्हा कधी द्यायचं नाही. समजलं? तू वर जात नसशील

तर मी घेऊन जाईन तुला!'' जॉन कडक स्वरात म्हणाला.

''नाई! मी नाई येनाल. मला पपा आवलत नाईत. वाईत्त आहेत ते!'' डेमी रडव्या सुरात म्हणाला आणि आधारासाठी त्याने आईचा झगा पकडला. पण हा आधार या वेळी निरुपयोगी ठरला. कारण मेगने त्याच्या मुठीतून आपला झगा सोडवला आणि त्याला शत्रुपक्षाच्या ताब्यात दिले. देताना मात्र ती इतकेच पुटपुटली, ''त्याला धाक नका हो दाखवू फार!'' तिचे ते शब्द ऐकून डेमीला विलक्षण एकाकी, असहाय वाटले. कारण ममीचा आधार सुटला म्हणजे सारेच संपले ! जॉनने त्याच्या हातातून केक काढून घेतली, त्याला पकडून खांद्यावर टाकले आणि तो सरळ जिन्याकडे वळला. आता मात्र बिचाऱ्या डेमीला आपला राग काही केल्या आवरेना. त्याने वडिलांना आपल्या परीने कसून विरोध केला. ओरबाडले. लाथा झाडल्या आणि मोठमोठ्याने रडण्यास सुरुवात केली. पण जॉनने त्याला वर नेऊन बिछान्यावर निजवलेच. तथापि, डेमीही काही सामान्य मुलगा नव्हता. एका बाजूने बिछान्यावर निजवले की, तो दुसऱ्या बाजूने खाली उतरून जाई आणि दाराकडे धाव घेई. जॉन त्याला पुन्हा पकडून आणी अन् पुन्हा बिछान्यावर झोपवी. हा प्रकार काही वेळ चालल्यानंतर चिमुकल्या डेमीची ताकद संपुष्टात आली आणि मग तो नुसताच अंथरुणावर पडून मोठमोठ्याने रडत राहिला. त्याचे रडणे मेगला नेहमी वश करीत असे. ती लगेच त्याला शरण येई. पण जॉनवर मात्र त्याचा काहीही परिणाम झाला नाही. तो मख्खासारखा तेथे निवांत बसून राहिला. बिस्किटं नाहीत, लाड नाहीत, आईने प्रेमळ स्वरात म्हटलेली अंगाई नाही, खोलीतला दिवासुद्धा घालवून टाकलेला. शेकोटीतले निखारे मात्र मंद तांबूस प्रकाश पसरीत होते – हे सारे डेमीला अगदीच नवे होते. त्याच्या संतापाला आता सीमा राहिली नाही. 'ममी ममी' करीत तो दुःखाने आणि क्रोधाने रडत होता. त्याचे रडणे कानी आले तेव्हा मात्र मेगला अगदीच राहवेना. ती धावतच माडीवर गेली आणि विनवणी करीत जॉनला म्हणाली,

''मला थांबू द्या इथे त्याच्याबरोबर. आता तो नाही त्रास द्यायचा.''

''ते नाही चालायचं, मेग,'' जॉन म्हणाला, ''मी त्याला झोपायला सांगितलंय तुझ्या हुकुमाप्रमाणं. तो हुकूम त्यानं पाळलाच पाहिजे. मग मला इथं रात्रभर थांबावं लागलं तरी पर्वा नाही.''

''पण रडून रडून तो थकून जाईल. आजारी पडेल.'' मेग म्हणाली. आपले मूल नवऱ्याच्या ताब्यात दिल्याचा तिला पस्तावा झाला होता.

''मुळीच नाही आजारी पडायचा. तो एव्हाना इतका दमून गेला आहे की, ताबडतोब त्याला झोप लागेल आणि मग सारं काही ठीक होईल. आईवडिलांनी एखादी गोष्ट सांगितली तर ती आपण ऐकली पाहिजे, हे त्यानं शिकायलाच हवं आता. मी सारं करतो. तू या बाबतीत ढवळाढवळ करू नकोस.''

“पण तो माझा मुलगा आहे.” मेग म्हणाली, “कुणी त्याच्याशी निर्दयपणे वागलेलं मला नाही सहन व्हायचं!”

“पण तो माझाही मुलगा आहे.” जॉन म्हणाला, “आणि कुणी त्याला लाडानं वेडं केलं, बिघडवून टाकलं तर मलाही नाही ते सहन व्हायचं. मेग, तू जा पाहू आधी खाली. डेमीला माझ्यावर सोपवून दे!”

जॉन ज्या वेळी अशा अधिकाराच्या सुरात बोले, त्या वेळी मेगला नेहमीच माघार घ्यावी लागे. आताही तिने तशीच माघार घेतली. मात्र खाली मान घालून ती एवढेच म्हणाली,

“खाली जाण्यापूर्वी मला त्याला एकदा जवळ तरी घेऊ द्या!”

“ठीक आहे. डेमी, आईला एकदा पापा दे बरं आणि जाऊ दे तिला खाली. दिवसभर तुम्हा दोघांचं काम करताना किती बिचारी थकून जाते ती.”

मेग आपल्या मुलापाशी आली. डेमी आता बराच शांत झाला होता. बिछान्याच्या पायथ्यापाशी अंग गोळा करून तो मुकाट्याने पडून राहिला होता. त्याच्या मिटलेल्या ओठांतून मधूनच एखादा हुंदका बाहेर पडे. मेगने त्याच्या गालावर ओठ ठेवून हळूच त्याचा मुका घेतला, त्याच्या केसांवरून हात फिरवला आणि मग आपल्याला रडू येईल या भीतीने ती घाईघाईने तेथून निघून गेली.

काही वेळ असाच गेला. डेमी डोळे मिटून चुपचाप पडला होता. त्याला झोप लागली असावी, अशा समजुतीने जॉन त्याच्याजवळ गेला. पण तो जवळ येताच डेमीने पटदिशी डोळे उघडले, त्याची लहानगी हनुवटी थरथर कापू लागली आणि दोन्ही हात वर उचलून केविलवाण्या स्वरात अनुतप्त भावनेने तो म्हणाला,

“मी आता ललत नाई. मी झोपतोय–”

मेग जिन्याच्या खालच्या पायरीवर बसून राहिली होती. आधीच्या आरड्याओरड्यानंतर माडीवर आता विलक्षण शांतता पसरली होती. त्यामुळे वर काय चालले असेल याचा तिला काहीच अंदाज येत नव्हता. अनेक प्रकारचे तर्कवितर्क करून झाल्यावर शेवटी तिला राहवेना, म्हणून चोर पावलांनी ती वर गेली आणि मुलांच्या खोलीत तिने हळूच डोकावून पाहिले. तेव्हा तिला असे दिसले की, डेमीला पोटाशी घेऊन जॉन निजला होता आणि त्याच्या उजव्या हाताचे बोट डेमीने घट्ट धरून ठेवले होते. डेमीला गाढ झोप लागली होती. तो अधिक दु:खी पण त्याबरोबर अधिक शहाणा मुलगा झाला होता. न्यायाचा कठोरपणा त्याला कळला होता. पण न्यायबुद्धीला प्रेमाची जोड दिलेली असते, ही गोष्टही त्याला उमगली होती. जॉन एखाद्या स्त्रीइतक्या सहनशीलतेने डेमीला झोप लागेपर्यंत त्याच्या शेजारी पडून राहिला होता व मोकळ्या हाताने तो त्याला हलके हलके थोपटीत होता.

मेग हळूच मागच्या मागे परतली. जॉन डेमीशी वाजवीपेक्षा कठोरपणे वागेल अशी तिची भीती खोटी ठरली होती आणि मुलांचे संगोपन आपल्याइतक्याच

सोशिकपणे तो करू शकेल, याची तिला खात्री पटली होती. समाधान वृत्तीने ती स्वत:शीच पुटपुटली, "डेमी नाही तरी जरा जास्तीच दंगेखोर झालाय. बापाच्या शिस्तीनं तो नीट वळणावर येईल. बरं झालं चला, एक चिंता दूर झाली."

डेमीला झोपवून जॉन खाली आला तेव्हा झाल्या प्रकारामुळे मेग आपल्यावर फुरंगटून बसली असेल असे त्याला वाटले होते. पण त्याने पाहिले तो ती प्रसन्न, हसतमुख होती. नंतर दोघांनी मजेत जेवण केले. जेवणानंतर जॉन पेपर वाचीन बसला आणि मेग हातात काही शिवणकाम घेऊन त्याच्याशी गप्पा मारीत बसली. बोलता बोलता तिने त्याला येत्या निवडणुकीविषयी काही प्रश्न विचारले. जॉन चकित झाला आणि आनंदितही. घरात काही तरी विलक्षण क्रांतिकारक फेरबदल होत आहे, याची त्याला साक्ष पटली. आपल्याला बरे वाटावे म्हणून ती राजकारणात रस घेण्याचा प्रयत्न करीत आहे, हे त्याच्या ध्यानी आले आणि तिजविषयीच्या प्रेमाने त्याचे हृदय भरून आले. त्याने मोठ्या तत्परतेने तिला निवडणुकीसंबंधी हवी ती माहिती पुरवली. मेग त्यात रंगून गेल्यासारखे दाखवीत होती पण दुसरीकडे हातातल्या शिवणकामाबद्दलही तिला तेवढीच आस्था वाटत होती. तिला राजकारणातल्या अनेक गोष्टी अगम्य होत्या आणि चांगली विद्वान शहाणी सुरती माणसे क्षुल्लक गोष्टींसाठी आपापसात कशी भांडतात, याचे तिला आश्चर्य वाटत होते. पण हे सर्व विचार तिने स्वत:जवळ ठेवले आणि स्त्रीसुलभ चातुर्याने ती इतकेच म्हणाली,

"एकूण असा सारा प्रकार आहे तर! काय होणार आहे या देशाचं, तेच मला कळत नाही!"

तिच्या गंभीर आविर्भावाने जॉनला विलक्षण हसू आले. तो मोठ्यांदा हसला आणि मग तिच्या हातातल्या छोट्या शिवणाकडे त्याचे लक्ष गेले. मेग जर आपल्यासाठी राजकारणात रस घेत आहे तर आपणही तिच्यासाठी शिवणकामाबद्दल का कुतूहल दर्शवू नये, असे त्याच्या मनात आले आणि तो तिला म्हणाला,

"हे तू काय शिवते आहेस?"

"याला 'बॉनेट' म्हणतात. नाचगाण्यांच्या, नाटकांच्या कार्यक्रमाला जाताना घालण्यासाठी खास सुंदर बॉनेट बनवणार आहे मी हे!" मेग म्हणाली.

"पण हे किती छोटं आहे?" जॉन कुतूहलानं म्हणाला, "एवढीशी ही रिबन, थोडा लेसचा तुकडा नि रेशमी कापडाची बनवलेली तीन गुलाबाची फुलं, एवढ्या साहित्यानं बॉनेट तयार होतं म्हणतेस?"

"न व्हायला काय झालं? ही रिबन अशी हनुवटीखाली घेऊन बांधायची अन् ही गुलाबाची फुलं अशी कपाळावर येतात. बघा ना." बोलता बोलता मेगने बॉनेट डोक्यात घातले आणि वाकडी मान करून तिरप्या नजरेने ती पतीकडे बघत राहिली.

"बॉनेट सुंदर आहे यात शंकाच नाही. पण बॉनेटमधला चेहरा अधिक सुंदर

आहे.'' जॉन म्हणाला, ''आणि आज तर तो चेहरा फारच टवटवीत, फारच प्रसन्न दिसतो आहे.''

बोलता बोलता तो पटकन उठला आणि मेगच्या गालावर ओठ ठेवून त्याने तिचे चुंबन घेतले.

मेग लाजली, हसली आणि मग हलकेच ती म्हणाली, ''मला केव्हा तरी एखाद्या गाण्याच्या कार्यक्रमाला नाही तर नाटकाला घेऊन चला. जाऊ या ना?''

''हो. हो. अवश्य जाऊ.'' जॉन हर्षभराने म्हणाला, ''पण एक विचारू का, मेग? तुझे विचार एकाएकी कसे बदलले?''

मग मेगने आईबरोबर आपले झालेले भाषण सविस्तर त्याला सांगितले, आपण इतके दिवस मुलांपायी जॉनची कशी उपेक्षा केली, तेही त्याला बोलून दाखवले व यापुढे हे सारे बदलण्याचा आपला निर्धार तिने प्रकट केला. त्या मनमोकळ्या निवेदनामुळे सारे वातावरण स्वच्छ झाले. पतिपत्नींत निर्माण झालेला दुरावा नाहीसा झाला आणि बऱ्याच दिवसांनी ती दोघे पुन्हा एकमेकांच्या जवळ आली. त्यानंतर घराचे स्वरूपही हळूहळू पालटले. अर्थात तेथे अगदी स्वर्ग निर्माण झाला असे नव्हे, पण घर हे खऱ्याखुऱ्या अर्थाने घर झाले. जॉनने मुलांना शिस्त लावली. मेगचे श्रम त्यामुळे कमी झाले. तिला अधिक मोकळा वेळ मिळू लागला आणि जॉनही पूर्वीसारखा उठसूट स्कॉटच्या घरी धावेनासा झाला. मेग मधून मधून मेजवानीचे किंवा चहाफराळाचे छोटे कार्यक्रम आखून स्कॉट पतिपत्नीला आपल्या घरी बोलावू लागली आणि जॉनचे घर सुख, समाधान अन् कौटुंबिक जिव्हाळा यांनी भरून गेले. नेहमी नाचगाण्यांत नि पार्ट्या मेजवान्यांत दंग असणारी फॅशनेबल सॅली मॉफटसुद्धा कधी कधी एखादा दिवस मजेत घालवण्यासाठी मेगकडे येऊन राही. ''तुझ्या घरी आलं की मनाला कसं समाधान वाटतं बघ!'' असे ती मेगला मनापासून म्हणे. तिच्या या उद्गारात कारुण्याची झाक असे. कारण सॅलीच्या वैभवसंपन्न जीवनात एक मोठीच उणीव राहिली होती. तिला मूलबाळ नव्हते. नेड आपल्या स्वतःच्या मित्रमंडळात नि दैनंदिन उद्योगांत बुडून गेला होता. त्याच्या विश्वात सॅलीला जागा नव्हती आणि एक विचित्र एकटेपण तिच्या वाट्याला आले होते.

वर्षामागून वर्षे जात होती. वैवाहिक सुखाचे मर्म मेगला उमगले होते. घर हेच स्त्रीचे खरे साम्राज्य आहे आणि ती तेथे राणी म्हणून नव्हे, तर पत्नी आणि माता म्हणून सार्वभौम सत्ता गाजवते याचा तिला प्रतिदिवशी नव्याने प्रत्यय येत होता आणि आपल्या गरीब संसारातही ती पराकाष्ठेची संतुष्ट होती.

३१

एक संवाद

लॉरी आठवडाभर 'नीस'ला राहणार होता. तो चांगला महिनाभर राहिला. त्याला प्रवासाचा कंटाळा आला होता आणि ॲमीच्या सहवासामुळे त्या परदेशातही घरगुती ओळखीचा परिसर निर्माण झाल्यासारखे त्याला वाटत होते. इकडे अनेक तरुण मुली त्याच्या सहवासात येत. पण मार्च मुलींच्या संगतीत त्याला ज्या भगिनीतुल्य प्रेमाचा लाभ होत असे, तसे प्रेम त्याला अन्यत्र कुठेच मिळत नसे. म्हणून ॲमीच्या सहवासात तो सुखावला. ॲमीलाही त्याची संगत हवीहवीशी वाटे. कारण तो तिला आपल्या कुटुंबातल्यापैकीच एक असा वाटत असे. त्यामुळे आता ती त्याला घडीभरही विसंबेनाशी झाली. आपल्या घराचाच तो एक प्रतिनिधी आहे अशा भावनेने ती त्याच्याशी वागत असे. या सर्व गोष्टींचे पर्यवसान असे झाले की लॉरी व ॲमी या उभयतांचाही वेळ एकमेकांच्या संगतीत सारखा जाऊ लागला. ती दोघे घोड्यावरून एकत्र रपेट करीत. नृत्याला बरोबर जात. फिरायला बरोबर जात. किंवा काहीच उद्योग नसेल तर हॉटेलमध्ये एकमेकांशी तासन् तास गप्पा मारीत बसत. वरवर बघता दोघेही निव्वळ मजेत, चैनीत व करमणुकीत वेळ घालवीत होती. पण हे सारे करताना कळत म्हणा की नकळत म्हणा, ती दोघे एकमेकांचे बारकाईने निरीक्षण करीत होती आणि एकमेकांविषयी बरीवाईट मतेही बनवीत होती. लॉरीच्या मनातला ॲमीबद्दलच्या प्रेमादराचा व कौतुकाचा भाव सारखा वाढत होता. ॲमीचे मात्र लॉरीबद्दल तितके अनुकूल मत झाले नाही. तो तिला अनेक छोट्यामोठ्या देणग्या देई, तिच्यासाठी हवा तसा खर्च करी. या ना त्या प्रकारे तिला आनंद देण्यासाठी झटे. त्याच्या प्रेमळपणाबद्दल व औदार्याबद्दल ॲमीला कृतज्ञता वाटे व अनेक लहान मोठ्या मार्गांनी ती त्या उपकारांची फेड करण्यासाठी झटे. लॉरी विसरून जाण्याचा प्रयत्न करीत होता आणि एका स्त्रीने आपल्याला निर्दयपणे झिडकारल्यामुळे जगातल्या इतर सर्व स्त्रियांनी आपल्याला प्रेमाने व सहानुभूतीने वागवायलाच हवे, यावर आपला अधिकारच

आहे, अशी काहीशी त्याची भावना झाली होती. ॲमीला अजाणता हे सारे जाणवत होते. पण तरीही त्याच्याबद्दल तिच्या मनात सूक्ष्म अशी नाराजी निर्माण होऊन ती सारखी वाढत चालली होती. तिचे भेदक निळे डोळे कित्येकदा त्याचा वेध घेऊ पाहात. अशा वेळी त्या डोळ्यांत दु:ख आणि तिरस्कार या भावनांचे मोठे विचित्र मिश्रण झालेले असावयाचे.

एके दिवशी दुपारच्या वेळी ॲमी उतरली होती, त्या हॉटेलच्या सुसज्ज विश्रांतिगृहात लॉरी ॲमीशी गप्पा मारीत कोचावर आरामशीरपणे बसला होता. ॲमीबरोबरची इतर मंडळी दुसरीकडे कोठे तरी गेली होती. एकटी ॲमीच पत्रे लिहिण्यासाठी मागे थांबली होती. पत्रे लिहून संपली तशी दोन्ही हात वर करून आळस देत ती लॉरीला म्हणाली,

"मी आता 'वॉलरोझा' या ठिकाणी जाऊन चित्रे काढीत बसेन म्हणते, तू येणार आहेस का माझ्याबरोबर?"

"आता कशाला जायचं उन्हात बाहेर?" आळसावलेल्या स्वरात लॉरी म्हणाला. "त्यापेक्षा तू नि मी इथेच गप्पा मारलेल्या काय वाईट?"

"मी छोटी गाडी मागवली आहे. गाडीवान स्वत: गाडी चालवणार आहे. तेव्हा तुला गाडीत बसण्याखेरीज नि स्वत:चे कपडे स्वच्छ नीटनेटके राखण्याखेरीज दुसरे कसलेही कष्ट पडायचे नाहीत. समजलं?" त्याच्या आळशीपणाला टोमणा देत ॲमी उपरोधपूर्ण स्वरात म्हणाली.

"ठीक आहे. येतो मी तुझ्याबरोबर!" लॉरी निरुत्साहाने कोचावरून उठत म्हणाला. ॲमी माडीवर आपल्या खोलीत जाऊन कपडे बदलून आणि चित्रकलेचे साहित्य बरोबर घेऊन खाली आली. तिची रंगांची व कुंचल्यांची पेटी घेण्यासाठी लॉरीने हात पुढे केला पण त्याचे स्त्रीदाक्षिण्य झिडकारून ॲमी फणकाऱ्याने म्हणाली, "कशाला एवढे तरी श्रम घेतोस विनाकारण? माझ्या सामानाचं काही मला ओझं होत नाही–"

लॉरीने कुतूहलाने भुवया उंचावून तिच्याकडे पाहिले. तिला इतका राग का यावा, हे त्याला कळले नाही. पण ती दोघे जेव्हा गाडीत येऊन बसली तेव्हा लॉरीने गाडीवानाला उतरून जायला सांगितले आणि घोड्याचे लगाम हाती घेऊन तो स्वत: गाडी चालवू लागला. ॲमी अजूनही घुश्शात आहे की काय हे जाणून घ्यावे म्हणून त्याने मध्येच एकदा तिच्याकडे नजर टाकली आणि डोळ्यांनीच तिचा अंदाज घेतला. ती मान हलवून खुद्कन हसली. ती तिचा राग गेल्याची निशाणी होती. मग लॉरी व ती समाधानाने गाडीत मागे रेलून भोवतालची शोभा पाहू लागली.

त्या अरुंद, वळणावळणाच्या रस्त्याने भरधाव जाणाऱ्या घोडागाडीतून प्रवास करताना फार गंमत वाटत होती. सौंदर्यप्रेमी डोळ्यांना तृप्त करील असा नयनमनोहर

देखावा एखाद्या चित्रपटासारखा भोवती उलगडत होता. मध्येच एखादे जुनाट चर्च दिसे आणि आतल्या धर्मगुरूच्या प्रार्थनेचे मंद्र-गंभीर स्वर वाऱ्यावर तरंगत पाठोपाठ दूरवर येत. मध्येच एखादा धनगर खडकावर बसून बासरी वाजवताना दृष्टिपथात येई आणि त्याच्या शेळ्या मेंढ्या भोवताली हिरव्यागार ओल्या हिरवळीत चरताना दिसत. भुऱ्या, उदी किंवा करड्या रंगाची सालस गाढवे पाठीवर गवतचे भारे सोशिकपणे वाहून नेताना नजरेस पडत. मध्येच एखाद्या घरासमोरच्या बागेत एखादी तरूण मुलगी फुले वेचताना दिसे तर एखादी जख्ख पिकलेली म्हातारी हातातल्या टकळीवर सूत काढताना दिसून येई. पिंगट तपकिरी सौम्य डोळ्यांची व गुबगुबीत गालाची लहान मुले रंगीबेरंगी फुलांचे सुंदर सुवासिक गुच्छ विकण्यासाठी गाडीजवळ येत. कधी कधी त्यांच्या हातांत फांदीसकट खुडलेल्या गर्द शेंदरी ताज्या नारिंगांचे घडही विक्रीसाठी असत. वेड्या-वाकड्या गाठाळ फांद्यांचे ऑलिव्ह वृक्ष सर्वत्र दाट वाढले होते आणि त्यांच्या धूसर गर्द पालवीने टेकड्यांची माथी झाकून गेली होती. फळबागांमधून पिकलेल्या फळांचे सोनेरी घड सारखे लागून राहिले होते. त्यांचा सुवास हवेवर दरवळत होता. गडद जांभळ्या फुलांच्या घोसांनी बहरलेले 'ॲनीमॉन' वृक्ष रस्त्याच्या दुतर्फा उभे होते. त्यांच्या पलीकडे टेकड्यांच्या उतरणी, डोंगराचे उभे कडे व तुटलेले सुळके दिसत होते अणि त्याच्याही पलीकडे गडद निळ्याभोर इटालियन आकाशाच्या पार्श्वभूमीवर रेखल्यासारखा दिसणारा उंच सुप्रसिद्ध 'आल्प्स' पर्वत मस्तक वर उंचावून ताठ उभा राहिला होता.

बघता बघता गाडी 'वॉलरोझा' या ठिकाणी येऊन उभी राहिली. 'वॉलरोझा' किंवा 'सदागुलाब' अशा आशयाचे त्या स्थळाचे नाव अगदी अर्थपूर्ण होते. कारण सतत वासंतिक असल्यासारख्या वाटणाऱ्या तेथील उष्ण व उबदार हवेत त्या ठिकाणी नेहमी गुलाब वैपुल्याने बहरलेले असत. बागेच्या प्रवेशद्वारावर गुलाबांचे डवरलेले वेल फोफावले होते. फाटकाच्या फटींतून मोठमोठी पूर्ण उमललेली फुले बाहेर डोकावत होती. येणाराजाणाराकडे हसून बघत त्याचे सुंदर, सुवासिक स्वागत करीत होती. बागेतून सरळ पुढे गेलेल्या रस्त्याच्या दुतर्फा गुलाबांची नाना जातींची, नाना रंगांची फुले झुडुपाझुडुपांवर उमलली होती. तेथील इतर मोठमोठ्या वृक्षांवरही गुलाबाचे वेल भरघोस चढून दाटीदाटीने गच्च फुलून राहिले होते. बागेत ठिकठिकाणी विश्रांतीसाठी तयार केलेल्या दगडी आसनांवर गुलाबाच्या मांडवांनी थंड सुवासिक सावली धरली होती. संगमरवरी स्त्रीशिल्पावर गुलाबाचे वेल चढले होते. प्रत्येक कारंज्याच्या पाण्यात गडद किरमिजी, जांभळ्या, गुलाबी, पिवळ्या किंवा पांढऱ्या गुलाबपुष्पांची प्रतिबिंबे उमटली होती. मध्यभागी उभ्या असलेल्या भल्या थोरल्या संगमरवरी प्रासादांच्या भिंती, खांब, रुंद सौधाचे कठडे, जिने, सारे सारे गुलाबांनी डवरून गेले होते आणि गुलाबाच्या मादक वासाने हवा जड झाली होती.

बागेत प्रवेश करताच ॲमीने त्या सुगंधी हवेचा एक खोल श्वास घेतला आणि तृप्तपणे ती लॉरीला म्हणाली, "काय सुंदर जागा आहे ही नाही? मला वाटतं, विवाहित जोडप्यांना मधुचंद्रासाठी याहून योग्य असं ठिकाण दुसरीकडे शोधूनसुद्धा सापडायचं नाही! खरंच सांग लॉरी, असे आणि इतके गुलाब तू आतापर्यंत कधी कुठे पाहिले होतेस?"

"नाही बुवा! आणि असे भयंकर काटेही कुठे बघितले नव्हते." रक्तबंबाळ अंगठा पटकन तोंडात घालीत लॉरी नाराजीने म्हणाला. उंचावर एकाकीपणे फुललेले एक भले थोरले टपोरे लालभडक फूल तोडण्याचा प्रयत्नात फूल तर हाती आले नव्हतेच, पण एक मात्र काटा लॉरीला चांगलाच बोचला होता!

त्याच्या चेहऱ्यावरचा चमत्कारिक भाव पाहून ॲमी मनापासून हसली. हसत हसतच ती त्याला म्हणाली, "पण भलत्या ठिकाणचं फूल घ्यायला गेलासच का तू आधी?"

एक क्षणभर ती लॉरीकडे विशुद्ध कलात्मक आनंदाने बघत राहिली. काळ्याकुरळ्या केसांनी आच्छादलेले सुंदर मस्तक, तरतरीत नाक, संवेदनाक्षम जिवणी, दूरच्या कुठल्या तरी स्वप्नांचा वेध घेत अंतर्मुख झालेले काळेभोर डोळे – उघड्या निळ्या आकाशाखाली चमचमणाऱ्या पिवळ्या उन्हात पसरलेला त्याचा उमदा तरुण देह विलक्षण दिसत होता.

हातातल्या कागदावर पेन्सिलीने त्याच्या चेहऱ्याची बाह्यरेषा झरझर उतरवीत ॲमी म्हणाली, "एखादा मध्ययुगीन देखणा तरुण सरदार थडग्यातून उठून यावा, तसा दिसतो आहेस तू या वेळी!"

"थडग्यात गेलो असतो एव्हाना तर बरं झालं असतं!" लॉरी अचानक उद्वेगाने बोलला.

"असं का भलतंच बोलतोस?" ॲमी आश्चर्याने म्हणाली, "लॉरी, तू इतका बदलल्यासारखा वाटतोस कधी कधी, की माझ्या मनात येतं–" वाक्य अर्धेच सोडून तिने खाली मान घातली.

"काय मनात येतं?"

ॲमी काहीच बोलली नाही. पण तिचा चेहरा चिंतेने झाकळून गेला. तथापि तिच्या मनात काय चालले होते, ते लॉरीने ओळखले आणि मिसेस मार्चला म्हणत असे, त्याच विशिष्ट स्वरात तो तिला म्हणाला, "मी काही भलतंसलतं केलेलं नाही हं, बाईसाहेब!"

त्याच्या स्वरातला प्रामाणिकपणा एकदम ॲमीच्या अंत:करणाला जाऊन भिडला आणि ती चटकन म्हणाली, "हे ऐकून मला फार समाधान वाटलं. तसा काही फार वाईट संशय नव्हता कधीच तुझ्याबद्दल, पण मनात यायचं, तू पैसे उधळले

असशील, जुगार खेळला असशील किंवा एखाद्या लग्न झालेल्या फ्रेंच बाईच्या प्रेमात पडला असशील नि मग बसला असशील मनात झुरत. पुष्कळशा श्रीमंत तरुण मुलांना असलं काही तरी केल्याशिवाय युरोपच्या प्रवासाची सांगता झाल्यासारखं वाटतच नाही. म्हणून म्हटलं, तूही असलाच काही मूर्खपणा केला आहेस की काय? पण तसलं काही नाही हे ऐकून मला फार समाधान वाटलं. बरं तर. तुझं 'स्केच' काढून झालंय आता. तेव्हा ये. असा माझ्याशेजारी बैस आणि आपण लहानपणी एकमेकांना सांगत असू, तशा काही जमती सांग मला.''

लॉरी तिच्या शेजारी येऊन गवतावर आडवा पडला आणि गवती फुले खुडीत ॲमीला म्हणाला,

''तूच सांग काही तरी मजेच्या गोष्टी. मला वाटलं घरून येणाऱ्या पत्रांतून तुला तिकडच्या खूप गंमती कळत असतील.''

''छे! मी तर म्हणते, ज्यो तुला पत्रांतून भरपूर लिहून कळवीत असेल. तिची पत्रं येतात ना वारंवार तुला?''

''मी सारखा ठिकठिकाणी भटकत असतो ना? त्यामुळे नियमित पत्रव्यवहार राहणं अवघड जातं बघ.'' ज्योचा विषय अजिबात टाळीत लॉरी म्हणाला, ''बरं, ते जाऊ दे, पण राफेलबाई, तुमच्या त्या भव्य दिव्य चित्रकलेचं, त्या विशाल कलास्वप्नाचं काय झालं?''

''काय व्हायचंय?'' ॲमी हसत म्हणाली, पण त्या हसण्यात खिन्नतेची झाक होती. ''मी रोमला आले, तिथली ती अद्‌भुत चित्रं अन् पुतळे मी पाहिले. महान कलाकारांची कला पाहिली आणि माझा स्वत:च्या चित्रकलेबद्दलचा सारा भ्रम दूर झाला. मी ती वेडी आशा कधीच सोडून दिली आहे.''

''का पण? तुझ्याजवळ केवढा उदंड उत्साह आहे. बुद्धिमत्ता आहे–''

''बुद्धिमत्ता म्हणजे प्रतिभा नव्हे! जातिवंत प्रतिभा मुळात नसेल तर केवढाही उत्साह आणि केवढीही बुद्धिमत्ता तिची उणीव भरून काढण्यास असमर्थ असते आणि मी तडजोड स्वीकारणारी मुलगी नव्हे. होईन तर श्रेष्ठ चित्रकार होईन, नाही तर अजिबात चित्रकलेचा नाद सोडून देईन, असा माझा आग्रह होता. थोर चित्रकाराची प्रतिभा माझ्याजवळ नाही हे माझ्या ध्यानी आलं, तेव्हा मी माझ्या स्वप्नावर निमूटपणे पाणी सोडलं!''

''पण गग आता तू करणार काय?''

''काय करणार? माझ्या अंगच्या इतर कलांवर भर देणार आणि सुसंस्कृत सदभिरुचिपूर्ण अशी गृहिणी होऊन समाजाला भूषण ठरणार!'' किंचित हसून ॲमी म्हणाली.

लॉरी तिच्याकडे कौतुकाने बघत राहिला. बालपणापासून मनात जोपासलेल्या

स्वप्नाला निरोप देऊनही ॲमी स्वत:शी रडत कुढत राहिली नव्हती, तर जीवनाला एक नवा अर्थ, नवा हेतू देण्याचा ती प्रामाणिकपणे प्रयत्न करीत होती! तिच्या आशावादी वृत्तीचा क्षणभर त्याला हेवा वाटल्यावाचून राहिलाएक संवाद नाही. जरा वेळ थांबून मग त्याने तिला विचारले,

"अच्छा! आणि हे बहुधा फ्रेड वॉघनच्या साह्यानं नि सहकार्यानं करणार असशील तू. होय ना?"

ॲमी धूर्तपणे गप्प बसून राहीली. पण तिच्या चेहऱ्यावर तांबूस छटा पसरली. लॉरी चटकन उठून बसला आणि गंभीरपणे म्हणाला,

"ॲमी, तुम्हा मुलींकडे मी नेहमी बहिणी म्हणून बघत आलो आहे. त्या नात्यानं तुला काही प्रश्न विचारण्याचा मला हक्क आहे आणि तो मी बजावणार आहे."

"मी उत्तर दिलं पाहिजे ना पण–"

"जिभेनं उत्तर दिलं नाहीस तरी तुझा चेहरा खरं काय ते बोलेल." लॉरी म्हणाला, "आणि तू परदेशात राहून कितीही फॅशनेबल झाली असलीस तरी मनातल्या भावना तुला अजूनही लपवता येत नाहीत, ॲमी. गेल्या वर्षी तू आणि फ्रेड – तुमच्याबद्दल काही गोष्टी माझ्या कानावर आल्या होत्या आणि माझा असा अंदाज आहे की, फ्रेडला जर एकाएकी इथून जावं लागलं नसतं नि गेल्यावर तो तिकडेच गुंतून पडला नसता तर एव्हाना काही तरी नक्की घडून आलं असतं. खरं ना?"

"ते मी कसं सांगू?" ॲमी हलकेच पुटपुटली. पण तिचे ओठ हसत होते. डोळ्यांमध्ये खोडकर चमक होती आणि आत्मसामर्थ्याच्या जाणिवेने चेहरा उजळला होता.

"तू अजून त्याच्याशी वचनबद्ध तर झालेली नाहीस. नाहीस ना?" लॉरी अधिकच गंभीर होऊन म्हणाला.

"नाही."

"पण तो पुन्हा इकडे आला आणि कथा कादंबऱ्यांत वर्णने असतात त्याप्रमाणे गुडघे टेकून, छातीवर हात ठेवून त्यानं तुझ्यापुढं प्रेमयाचना केली तर तू त्याला होकार देशील!"

"देईन बहुधा!"

"तर मग – तर मग तुझं त्याच्यावर प्रेम आहे!"

"प्रेम – मला तो आवडतो, लॉरी आणि हळूहळू त्याच्यावर प्रेम करायलाही शिकेन मी."

"म्हणजे तू आधी त्याला होकार देणार आणि मग तू त्याच्यावर प्रेम करणार. काय हा हिशोबी व्यवहार! फ्रेड मोठा छान पोरगा आहे. उमदा पोरगा आहे. पण ॲमी, तुझं त्याच्यावर प्रेम जडावं, असा मात्र तो कधीच वाटला नाही मला!"

“हे बघ लॉरी, फ्रेड श्रीमंत आहे, सभ्य, सद्वर्तनी आहे, सुसंस्कृत समाजातल्या रीतिरिवाजांची त्याला पुरेपूर जाण आहे. आणखी काय हवं ?” ॲमी संथ, निश्चयी स्वरात बोलू लागली पण बोलता बोलताच आपल्या हिशोबीपणाची लाज वाटून ती थांबली.

“ॲमी,” लॉरी कळकळीने म्हणाला, “समाजात मानसन्मान, प्रतिष्ठा मिळवायची असेल, तर श्रीमंत पती मिळवणं अत्यावश्यक असतं, पण म्हणून तू जाणूनबुजून, विचारपूर्वक श्रीमंत नवरा पदरी पाडून घेते आहेस का? पुष्कळ मुली डोकं ताळ्यावर ठेवून हेतुपूर्वक आपलं लग्न असं जमवतात, हे मला माहीत आहे. पण मिसेस मार्चसारख्या स्त्रीच्या मुलीच्या तोंडी मात्र ही भाषा मला कशीशीच वाटते.”

“कशीशीच वाटत असेल, तरी पण खोटी तर नव्हे?” अमी झटकन मान वर करून म्हणाली. एक छोटेसेच वाक्य, पण त्यात आग्रह, पीळ आणि हट्ट पुरेपूर भरला होता. ॲमीचे ते बोलणे ऐकले मात्र आणि लॉरीचे मन एकदम खचून गेले. एका चमत्कारिक निराशेचा त्याला प्रत्यय आला. पण त्या निराशेचा त्याचा त्यालाही अर्थ लावता येईना. तो हताशपणे गवतावर पडून राहिला. इकडे ॲमीच्या मनात वेगळेच विचार चालले होते. गेले कित्येक दिवस लॉरीला काही गोष्टी सुनवायचा ती बेत करीत होती. त्यासाठी असा निवांतपणा पुन्हा मागूनही मिळावयाचा नाही असे तिला वाटले आणि लगेच त्या उद्योगाला लागण्याचा तिने निश्चय केला.

“लॉरी, लोळतो आहेस काय असा? जरा उठून तरी बस.” ती कडक सुरात म्हणाली.

“तूच धरून उठव ना मला!” लॉरी तसाच लोळत म्हणाला.

“इतका कसा तू आळशी? खरोखर तुझी चांगली कानउघाडणी करावीशी वाटते मला.”

“कर. माझी तुला पूर्ण परवानगी आहे.”

“पाच मिनिटांत तू रागावशील.”

“मुळीच नाही रागावणार. शिवाय तू मला राग आणू शकशील असंही वाटत नाही. तू तर बर्फासारखी शांत, थंड आहेस.”

“बर्फात उष्णता असते हे तुला माहीत नाही वाटतं ? बर्फ त्वचेवर जोरानं घासलं तर कातडी लाल होते. अंगाची आग होते.” ॲमी म्हणाली, “आपण रागावणार नाही वगैरे जे तू म्हणतो आहेस, तो शुद्ध लाडिकपणा आहे तुझा. बोलू लागले तर ताबडतोब चिडशील.”

“पण मी म्हणतो, नुसतं भय दाखवण्यापेक्षा काय बोलायचं आहे, ते बोलून टाकीनास?”

ॲमी एव्हाना खरोखरच संतापली होती. तिने आपली पेन्सिल आणि जीभ दोहोंनाही चांगली धार लावली आणि मग ती म्हणाली,

"ऐक तर. फ्लो आणि मी – दोघींनी मिळून तुझ्यासाठी एक नाव शोधून काढलंय. 'आळशी लॉरेन्स'. कसं काय वाटतं हे नाव तुला?"

"त्यात काय वाटणार आहे?" लॉरी शांतपणे म्हणाला, "मी आळशी आहे, हे तर आधीच सांगितलं आहेस तू मला."

"माझं तुझ्याविषयीचं खरं मत जाणून घ्यायचं आहे तुला?"

"बोला. मी ऐकतोय."

"मला – मला तुझा तिटकारा वाटतो."

लॉरी किंचित चमकला. 'मत्सर', 'तिरस्कार' असे शब्द ॲमीने वापरले असते तर त्यामुळे कदाचित त्याचा अहंकार सुखावला असता. ती जे बोलली, तेही ती लाडिक, रुसव्या स्वरात म्हणाली असती तरीही त्याला बरे वाटले असते. पण तिच्या तोंडचा 'तिटकारा' शब्द चाबकाच्या फटकाऱ्याप्रमाणे त्याला कुठे तरी जिव्हारी लागला आणि त्यापेक्षाही तिचा गंभीर उदास स्वर त्याला अधिक दुखावून गेला. त्याने डोळे पूर्ण उघडून तिकडे पाहिले आणि म्हटले,

"असं वाटायचं कारण विचारू का?"

"कारण हेच की, सर्व प्रकारची अनुकूलता समोर हात जोडून उभी असतानाही तू निष्क्रियतेत, आळसात आणि आत्मवंचनेत काळ घालवतो आहेस!"

"ही भाषा जरा कडक नाही का बरे?"

"याहून कडक भाषा वापरणार आहे मी. ऐकायचं आहे का पुढे?"

"चालू दे. मला त्यात गंमत वाटते आहे."

"गंमत वाटायचीच. स्वार्थी माणसांना नेहमीच इतरांनी आपल्याबद्दल बोलावंसं वाटत असतं."

"मी स्वार्थी आहे?" स्वत:च्याही नकळत लॉरीच्या तोंडून हा प्रश्न निसटून गेला. कारण स्वत:चे अनेक अवगुण त्याला मान्य असले तरी स्वार्थीपणाचा आरोप कोणी आपल्यावर करील हे त्याला स्वप्नातही खरे वाटले नसते. त्यानं पुन्हा विचारले, "मी स्वार्थी आहे?"

"होय. फार स्वार्थी आहेस." ॲमी शांत, संथ स्वरात पुढे बोलू लागली, "मी तुला हे सिद्ध करून देईन. कारण गेले कित्येक दिवस तुझ्याबरोबर भटकताना, फिरताना, गप्पा मारताना मी तुझं खूप बारकाईनं निरीक्षण केलं आहे आणि तुझ्या बाबतीत माझी सर्वस्वी निराशा झाली आहे. गेले सहा महिने तू इकडे परदेशात हिंडतो आहेस. पण वेळ आणि पैसा यांची हवी तशी उधळपट्टी करण्याखेरीज दुसरं तू काय केलं आहेस सांग पाहू?"

"चार वर्षं कॉलेजात डोकेफोड केल्यावर माणसानं थोडी मजा करू नये वाटतं?"

"करावी ना! नाही कोण म्हणतं? पण जी मजा तू केलीस, ती काही कुठे तुझ्या अंगी लागलेली दिसत नाही मला. पहिल्यांदा इकडे आपण भेटलो तेव्हा तुझ्यात खूप सुधारणा झाल्यासारखं वाटलं होतं मला. पण आता माझी ती समजूत खोटी ठरली आहे. यापेक्षा तिकडे घरी असतानाच तू अधिक चांगला मुलगा होतास असं वाटायला लागलं आहे मला. इकडे आल्यापासून तू बिघडला आहेस मात्र. तू पराकाष्ठेचा आळशी झाला आहेस. चकाट्या पिटण्यात सारा वेळ तू घालवतोस आणि मूर्ख नि चंचल लोकांच्या घोळक्यात सारखा तू वावरतोस. अरे, तुला कसली उणीव आहे? पैसा, प्रतिष्ठा, बुद्धिमत्ता, आरोग्य, देखणेपणा – ओहो ! हे ऐकून तुला बरं वाटलं ना? हसू आलं बघ तुला. पण तू देखणा आहेसच. तेव्हा त्याही गुणाचा उल्लेख करायला हवाच मला – अशा साऱ्या उत्तमोत्तम गोष्टी तुझ्याजवळ असूनही निव्वळ उनाडक्या करण्याखेरीज आयुष्यात दुसरा काही चांगला उपयोग करावासा वाटत नाही तुला. नुसती उधळपट्टी चाललीय साऱ्यांची–" बोलता बोलता ॲमी थांबली. पण तिच्या स्वरात करुणा आणि वेदना दोहोंचे विचित्र मिश्रण झाले होते.

"थांबलीस का? बोल ना पुढे?" लॉरी म्हणाला. त्याच्या चेहऱ्यावर पुसट हसू होते. पण ॲमीच्या कानउघाडणीचा नाही म्हटले तरी त्याच्यावर परिणाम होऊ लागला होता. कारण त्याचे डोळे चमकत होते आणि थोडा राग, थोडा दुखावलेपणा यांची संमिश्र छटा त्यात उमटली होती.

"काय बोलायचं नि काय सांगायचं?" ॲमी कडवटपणे म्हणाली, "तुम्ही पुरुष आम्हाला 'देवता' म्हणता. आमच्या शब्दाशब्दाला महत्त्व असल्यासारखं दाखवता, पण प्रत्यक्षात जर कधी खरोखरीच तुमच्यात सुधारणा घडवून आणण्यासाठी आम्ही तुम्हाला चार हिताचे शब्द सांगायला गेलो, तर एकतर तुम्ही आम्हाला नुसते हसता, नाहीतर तुम्ही आमचं सांगणं सरळ कानामागे टाकता. हीच तुमच्या लेखी आमची किंमत असते!"

बोलता बोलता तिने आपले स्केचबुक घेऊन भराभर चित्र रेखाटण्यास सुरुवात केली पण दुसऱ्याच क्षणी एक हात त्या चित्रावर पालथा झाकला गेला आणि खोट्या लाडिक स्वरात लॉरी म्हणाला,

"बरं बरं, आता इथून पुढे शहाण्या मुलासारखा वागेन हं मी!" आणि तो मोठ्यांदा हसला.

पण ॲमी हसली नाही. उलट त्या पालथ्या हातावर पेन्सिलीने टकटक करीत ती लॉरीला म्हणाली,

"या असल्या हाताची लाज नाही का वाटत तुला, लॉरी? एखाद्या बाईचा हात असावा तसा हा हात मऊ मऊ, गोरा गोरा आहे. उत्तमोत्तम हातमोजे घालणं आणि स्त्रियांसाठी फुलांचे गुच्छ नेणं-आणणं या खेरीज या हातानं जन्मात दुसरं काही काम

केलं नसेल! प्रामाणिक कष्टाचा एखादा तरी घट्टा असायला हवा होता याच्यावर. तरी बरं, ज्योनं तुला दिलेल्या त्या छोट्या अंगठीशिवाय इतर अंगठ्या तरी नाहीत या बोटामध्ये! आता ज्यो असायला हवी होती नाही इथं?''

''मलाही तसंच वाटतंय!'' झटकन हे शब्द आले आणि तेवढ्याच वेगाने लॉरीने आपला हात मागे ओढून घेतला. ज्योच्या नावाच्या उल्लेखाबरोबर लॉरीची ही जी प्रतिक्रिया झाली, त्यामुळे ॲमीच्या मनात एकदम काही वेगळीच कल्पना आली. तिने लॉरीकडे न्याहाळून पाहिले. तोंडावर अर्धवट ओढून घेतलेल्या हॅटखाली लॉरीचा चेहरा झाकून गेला होता. पण त्याची छाती जोरजोराने वरखाली होत होती आणि एखादी गुप्त पण मोलाची वेदना झाकून घ्यावी तसा आपला हात हृदयावर ठेवला होता. क्षणार्धात असंख्य चित्रे ॲमीच्या नजरेसमोरून भरभर सरकून गेली. आतापर्यंत तिच्या ध्यानी आले नव्हते, ते आता तिला कळून चुकले, त्याबरोबरच आजवर हे आपल्या कसे लक्षात आले नाही, याचेही तिला आश्चर्य वाटले. लॉरी ज्योच्या नावाचा चुकूनही उल्लेख करीत नसे. तिच्या नावाच्या उच्चाराबरोबर एक गूढ छाया त्याच्या मुखावरून सरकून जाई आणि बोलता बोलता मध्येच तो विमनस्क, विषण्ण होत असे. लॉरीच्या निष्क्रियतेच्या मुळाशी आळस नव्हे तर प्रेमभंग आहे, हे ॲमीला आता उमगले आणि त्याबरोबर तिचे डोळे एकदम पाण्याने भरून आले. तिचा रागाचा आविर्भाव क्षणार्धात मावळला आणि विलक्षण सौम्य, मृदू, प्रेमळ स्वरात ती लॉरीला म्हणाली,

''लॉरी, या तऱ्हेनं तुला सुनावण्याचा मला काहीही अधिकार नाही, याची मला जाणीव आहे आणि तू जर इतका प्रेमळ, गोड, सुस्वभावी मुलगा नसतास तर माझ्या या कडक बोलण्यामुळे तू माझ्यावर अतिशय रागावला असतास. पण आम्हा सर्व बहिणींची तुझ्यावर फार माया आहे. तुझा आम्हाला फार अभिमान वाटतो आणि म्हणूनच बोलल्याशिवाय राहवलं नाही मला! पण आता मला वाटतंय, तुझ्यातल्या या बदलाचं कारण काही वेगळंच असावं आणि तिकडे घरी साऱ्यांना ते ठाऊक असावं.''

''असेल कदाचित.'' लॉरी निरुत्साहाने बोलला.

''तर मग त्यांनी पत्रातून या गोष्टीची मला थोडीतरी जाणीव द्यायला हवी होती. म्हणजे मी मूर्खासारखी तुला कठोर शब्दांनी दुखवीत तरी बसले नसते. उलट मी तुझ्याशी अधिक प्रेमानं, सहानुभूतीनं वागले असते. ती मिस रँडॉल नाही तरी मला कधीच आवडत नव्हती. आता तर मेलीचा मला अगदी तिटकारा वाटतो आहे–''

''जळो मिस रँडॉल! तिचा संबंध काय इथे?'' लॉरी एकदम भडकून ओरडला आणि त्याने तोंडावरची हॅट बाजूला फेकली.

''मिस रँडॉल नव्हे का? मला वाटलं तीच–'' ॲमी धूर्तपणे म्हणाली आणि तिने वाक्य अर्धेच सोडले.

“तुला तसलं काही मुळीच वाटलं नाही. तुला चांगलं माहीत आहे की, ज्यो खेरीज दुसऱ्या कोणत्याही मुलीवर मी कधीही प्रेम केलं नाही!” लॉरी म्हणाला आणि त्याने आपले तोंड दुसरीकडे वळवले.

“तर मग काय, ज्योनं तुला नकार दिला? मला तर वाटलं होतं, तिचंही तुझ्यावर फार प्रेम आहे!”

“प्रेम आहे, पण ते मला हवं त्या प्रकारचं नाही आणि तिचं माझ्यावर प्रेम नाही हेही एका परीनं बरंच आहे म्हणायचं. कारण तू म्हणतेस तसा आळशी, क्षुद्र, नालायक असाच जर मी असेन, तर कशाला कोणी माझ्यावर प्रेम करावं? मात्र मी आज असा निष्क्रिय बनलो आहे याला एकापरीनं तुझी बहीणच जबाबदार आहे! तू सांग तिला तसं!”

त्याच्या स्वरातला कडवटपणा ॲमीच्या जिव्हारी जाऊन भिडला. लॉरीची कशी समजूत घालावी, त्याचे कसे सांत्वन करावे तेच तिला समजेना. ती एवढेच म्हणाली,

“लॉरी, तुझ्या दुःखाचं कारण माहीत नव्हतं मला. म्हणून मी तुला जरा कडकपणानं बोलले. क्षमा कर मला!”

“तुला अजून प्रेमभंगाच्या यातना माहीत नाहीत.” लॉरी प्रौढपणे म्हणाला, “त्यामुळे त्याचा माणसावर होणारा परिणामही तुला ठाऊक नाही.”

“माझ्यावर उद्या समजा असा प्रसंग ओढवला, तरी मी ते सारं मुकाट्यानं सहन करीन.” ॲमी म्हणाली.

तिचे ते शब्द ऐकून लॉरी चमकला. कारण आपण आपले दुःख मोठ्या धैर्याने सोसले आहे, असाच त्याचा समज होता. पण ॲमीचे आतापर्यंतचे सारे बोलणे ऐकल्यानंतर तो एका नव्या नजरेने स्वतःकडे पाहू लागला आणि अगदी प्रथमच त्याला स्वतःच्या निरुत्साहाची, निष्क्रियतेची लाज वाटू लागली. एका गाढ स्वप्नातून जाग आल्यासारखे त्याला वाटले. तो उठून बसला आणि हलकेच म्हणाला,

“ॲमी, ज्योलासुद्धा तुझ्याप्रमाणेच माझा तिटकारा वाटेल म्हणतेस?”

“नाही तर काय? तिला आळशी माणसं मुळीच आवडत नाहीत. मी म्हणते–” एकदम काहीतरी नवी कल्पना सुचल्याप्रमाणे ॲमी उत्साहाने म्हणाली, “तू असं काही तरी भव्य, दिव्य, उत्कट करून दाखव की, ज्यामुळे ज्योला तुझ्यावर प्रेम करावंसंच वाटेल मुळी!”

“केलं की सारं! पण त्याचा काही उपयोग झाला नाही.”

“काय केलंस? परीक्षा पास झालास हेच ना? पण त्यात तू विशेष काय केलंस? ज्योसाठी नव्हे तरी आजोबांसाठी परीक्षेत उत्तम यश मिळवायलाच हवं होतं तुला! एवढा पैसा, वेळ आणि खर्ची घातल्यानंतर तू नापास झाला असतास तर ती मोठ्या शरमेची गोष्ट होती!”

''काही का म्हणेनास! ज्योच्या बाबतीत तरी फार मोठं अपयश माझ्या पदरात पडलंय खरं!'' हताशपणे लॉरी म्हणाला.

''लॉरी, माझं एक ऐकशील? हे सारे विचार तू आता डोक्यातून काढून टाक. दुसरं एखादं चांगलंसं काम हाती घे आणि त्यात यश मिळवून दाखव.''

''ते अशक्य आहे.''

''मुळीच नाही. निदान तू प्रयत्न तरी करून बघ. तुला वाटत असेल : ॲमी लहान आहे, अननुभवी आहे. तिला यातलं काय कळतंय? पण तसं नाही. मी खूप बारकाईनं सारं बघते. खूप विचार करते आणि दुसऱ्यांच्या अनुभवांवरून मी खूप शिकते देखील. तुला ज्योवर प्रेम करीत राहायचं असेल, तर जन्मभर तू ते कर. पण त्यामुळे तुझं बाकीचं आयुष्य तू वाया घालवू नकोस. परमेश्वरानं तुला अनेक सुंदर, दुर्मिळ गोष्टी मुक्तहस्तानं दिल्या आहेत आणि हा सारा मौल्यवान ठेवा नुसता वाया घालवणं याच्यासारखा दुसरा गुन्हा नाही. जाऊ दे. आता आणखी व्याख्यानबाजी मी करीत नाही. कारण माझा तुझ्यावर पूर्ण भरवसा आहे आणि त्या दुष्ट, पाषाणहृदयी मुलीनं तुला निराश केलं असलं, तरी त्यामुळे तू आयुष्यातून उठणार नाहीस याची मला पूर्ण खात्री आहे!''

त्यानंतर बराच वेळ ती दोघेही आपापल्या जागी स्तब्ध राहिली होती. ॲमी आपल्या हातातल्या 'स्केच'मध्ये शेवटच्या किरकोळ दुरुस्त्या करीत होती. एकीकडे लॉरीशी बोलत असताना दुसरीकडे ते चित्र तिने काढले होते. थोड्या वेळाने चित्र पुरे करून ते लॉरीच्या हाती देत ती म्हणाली,

''बघ. आवडलं का तुला?''

लॉरी त्या चित्राकडे बघून हसू लागला. कारण चित्र फारच हुबेहूब आले होते. गवतावर पसरलेली त्याची लांबलचक आकृती, अर्धवट मिटलेले डोळे, एका हातात अर्धवट जळलेली सिगरेट आणि तिच्यातून येणारी धुराची रेषा सारे कसे जिथल्या तिथे होते. हसतच तो तिला म्हणाला,

''ॲमी, किती हुशार आहेस तू! कसं छान चित्र काढलं आहेस! होय. हा मी दिसतो खरा हुबेहूब!''

''आज तू असा दिसतो आहेस. आता पूर्वी तू कसा दिसत होतास बघायचं आहे?'' ॲमीने प्रश्न केला आणि आपल्या पिशवीतून तिने दुसरे एक स्केच काढून लॉरीला दाखवले. त्या चित्रात चित्रकलेचे कसब जरा कमी होते. पण त्याकडे नजर टाकताच अनेक जुन्या आठवणी अत्यंत आवेगाने लॉरीच्या मनात उचंबळून आल्या. लॉरी एका सुंदर उमद्या घोड्याजवळ उभा आहे, असे ते स्केच होते. फक्त पँट आणि शर्ट घालून तो उभा होता. त्याची निश्चयी मुद्रा, पीळदार बाहू, डोळ्यांतला निर्भय हसरा भाव आणि शरीराच्या एकंदर ठेवणीतली ऐट चित्रातून चांगली व्यक्त झाली

होती. त्याचप्रमाणे घोड्याच्या मानेची डौलदार कमान, त्याचे उभारलेले उत्सुक कान आणि अधीरतेने जमीन खरवडणारा पुढच्या पायाचा खूर हेही फार सुरेखपणे काढलेले होते. लॉरी आणि घोडा – दोघांच्याही चित्रात निरुद्ध करून ठेवलेल्या गतीची जाणीव होत होती. धैर्य, सामर्थ्य आणि यौवनसुलभ उत्साह चित्राच्या रेषेरेषेतून प्रकटला होता. त्या चित्रातले सळसळते चैतन्य आणि आज ॲमीने रेखाटलेल्या चित्रातला निरुत्साहीपणा – दोन्ही लॉरी आळीपाळीने बघत राहिला आणि दोन्हीतला विरोध त्याच्या मनावर उत्तम रीतीने ठसला. त्याच्या चेहऱ्यात रक्त उसळले आणि त्याने आपले ओठ दृढ निश्चयाने मिटून घेतले. ॲमी या साऱ्या हालचाली निरखीत होती. त्या दोन्ही चित्रांतून तिला जे सांगायचे होते, ते लॉरीला कळलेले पाहून तिला समाधान वाटले आणि ती पुढे म्हणाली,

"या घोड्यावरून तू रपेट केलीस, तो दिवस आठवतो का तुला? तू घोड्यावर बसून त्याला टाच दिलीस. मेग आणि बेथ घाबरून थरथरत उभ्या राहिल्या होत्या. ज्यो टाळ्या वाजवून हसत होती आणि मी जवळच बसून हे चित्र काढलं होतं! परवा सहज ते मला सापडलं आणि त्यात किरकोळ दुरुस्त्या करून तुला दाखवण्यासाठी आज मी ते आठवणीनं घेऊन आले!"

"चित्र छानच आहे आणि आता तर तुझा हात फारच सुधारला आहे. बराय बाईसाहेब, ही गुलाबाची बाग मधुचंद्राला योग्य असं सुंदर ठिकाण आहे खरं. पण अशा ठिकाणी सुद्धा माणसाला भूकतहान लागतेच. तुमच्या हॉटेलमध्ये पाच वाजता संध्याकाळची जेवणं होतात, याचं स्मरण करून देण्याचं धाडस करू का?"

बोलता बोलता लॉरी उठला आणि हातातली चित्रे ॲमीकडे परत देऊन त्याने घड्याळाकडे नजर टाकली. ॲमीही आपले कपडे झटकीत उठून उभी राहिली. लॉरी तिच्याशी पूर्वीसारखाच मनमोकळा हास्यविनोद करण्याचा प्रयत्न करीत होता. पण त्याचा चेहरा, विशेषत: डोळे – वेगळाच भाव दर्शवीत होते. आतून तो दुखावलेला होता आणि त्याच्या वागण्यात कळे नकळे असे दूरत्व, अलिप्तपणा आला होता. ते पाहून ॲमी स्वत:शीच म्हणाली,

"हा मनातून रागावलेला दिसतोय. पण या रागाने तरी त्याच्या वागण्यात इष्ट तो बदल व्हावा म्हणजे झालं. हे सारे त्याच्याजवळ बोलल्याखेरीज गत्यंतरच नव्हतं मला आणि मी बोलले त्यातलं अक्षरन् अक्षर सत्य होतं याबद्दल माझं मन मला ग्वाही देत आहे!"

परत येताना गाडीतही ती दोघे गप्प गप्पच होती. त्यांच्यामधले मोकळे खेळकर स्नेहाचे नाते कुठेतरी विस्कटून गेले होते. स्वच्छ नितळ उन्हात कसली तरी छाया पडली होती. लॉरीने ॲमीला तिच्या हॉटेलच्या दाराशी आणून सोडले तेव्हा ती त्याला म्हणाली,

“आज रात्री येणार का रोजच्याप्रमाणे गप्पा मारायला?”

“आज मला एक मित्राकडे जायचे आहे!” लॉरी म्हणाला आणि खाली वाकून तो ॲमीच्या हाताचे चुंबन घेऊ लागला, पण तिने आपला हात झटकन मागे ओढला आणि हसतहसत ती म्हणाली, “अंहं! माझ्याशी बोलताना वागाताना हे इकडचे फॅशनेबल रीतीरिवाज पाळण्याची आवश्कता नाही. आपली नेहमीची हस्तांदोलनाची पद्धतीच बरी! ते मला जास्त ओळखीचं, घरगुती वाटतं!”

लॉरीही हसला आणि ॲमीचा हात हाती घेऊन तो जोराने दाबीत तो तिला म्हणाला, “येतो, ॲमी!” दुसऱ्याच क्षणी मागे वळून भरभर पावले टाकीत तो तेथून निघून गेला.

दुसऱ्या दिवशी सकाळी नेहमीप्रमाणे लॉरी येण्याऐवजी त्याच्याकडून एक बंद पाकीट आले. मनात अनेक तर्कवितर्क करीत ॲमीने पाकीट फोडून आतले पत्र वाचले. पत्र असे होते,

‘प्रिय ॲमी,

माझ्या वतीने अंकल कॅरोल, आँट कॅरोल आणि फ्लो यांना तूच माझा नमस्कार कळव. तुझ्याच उपदेशानुसार ‘आळशी लॅरेन्स’नं आता बदलायचं ठरवलं आहे आणि शहाण्या मुलाप्रमाणे मी आजोबांकडे परत जात आहे. उरलेला हिवाळा तुला उत्तम रीतीने जावा आणि ‘वॉलरोझा’ येथे सुंदर मुधचंद्राचे भाग्य तुला लाभावे एवढीच परमेश्वराजवळ प्रार्थना आहे. मला दिलंस तसंच एखादं व्याख्यान फ्रेडलाही कधीतरी दे. त्याला नक्की उपयोग होईल त्याचा. त्याला माझे अभिनंदन कळव.

तुझा कृतज्ञ

लॉरी.’

“शाबास! इथं दिवस फुकट घालवण्याऐवजी लॉरी आपल्या आजोबांकडे गेला हे ठीकच झालं!” ॲमी समाधानपूर्वक म्हणाली, पण दुसऱ्याच क्षणी तिचा चेहरा पडला. भोवतालच्या रिकाम्या दिवाणखान्यात तिची नजर फिरली, उरलेला दिवस डोंगरासारखा समोर उभा राहिला आणि खिन्नपणे ती स्वत:शीच म्हणाली,

“लॉरी गेला. छान झालं! पण मला त्याच्यावाचून किती चुकल्याचुकल्यासारखं वाटेल आता!”

४०

सीमेपार

दु:खाचा पहिला उमाळा ओसरल्यानंतर मार्च कुटुंब थोडेसे सावरले. जे अपरिहार्य होते, त्याचा त्यांनी निमूटपणे, विनातक्रार स्वीकार केला आणि बेथचे शेवटचे दिवस जास्तीत जास्त आरामात अन् सुखासमाधानात जावेत म्हणून आपल्याकडून सर्वतोपरि प्रयत्न करावयाचे त्यांनी ठरवले.

मग घरातली सर्वांत सोयीस्कर व हवेशीर खाली निवडून तेथे बेथचा बिछाना घातला गेला आणि तिला प्रिय असलेल्या सर्व गोष्टी तेथे ठेवण्यात आल्या. तिचा छोटा पियानो तेथे आणून ठेवला. शिवणाचे छोटे टेबल जवळ मांडले. तिला आवडणारी ॲमीची चित्रे भिंतीवर लावण्यात आली. खिडकीच्या कट्ट्यावर फुलझाडांच्या कुंड्या मांडून ठेवल्या आणि तिच्या लाडक्या मांजरांनाही तेथे येण्याजाण्याची मोकळीक दिली गेली. मिस्टर मार्च तेथे बसून बेथला पुस्तके वाचून दाखवीत. आई तिथेच आपल्या आरामखुर्चीवर बसून शिवणकाम करी. ज्योचे लेखन तिथे चाले आणि फावल्या वेळी मेग आपली मुले तिथे खेळावयाला घेऊन येई. जॉन आपल्या मोजक्या मिळकतीतून काही रक्कम नियमितपणे बाजूला काढून ठेवू लागला. बेथला आवडणारी फळे तो त्या पैशांत खरेदी करून आणी. आता वयस्कर झालेली हॅना रोज पहाटे उठून बेथसाठी ताजे, हलके, रुचकर पदार्थ तयार करी. परदेशातून दर डाकेला प्रेमळ पत्रे अन् छोट्या वस्तू बेथसाठी येत. साता समुद्रापार असलेल्या त्या अद्‌भुत प्रदेशातील सारी ऊब, सारा सुगंध आणि सारे सौंदर्य त्यांत जणू सामावलेले असे.

बेथ फार अशक्त झाली होती, पण तिचा जात्या कष्टाळू स्वभाव या दुखण्यातही तिला स्वस्थ बसू देत नव्हता. तिचे हात इतके कृश आणि अशक्त झाले होते तरी बसल्या बसल्या ती शिवण-विणकाम करी आणि खिडकीखालील रस्त्यावरून खाली टाकी. छोटे हातरुमाल, बाहुल्यांसाठी झगे, पुस्तकांच्या पिशव्या, चिमुकले हातमोजे अशा त्या भेटी असत. शाळेत जाणाऱ्या चिमण्या मुलामुलींना त्या वस्तू फार

आवडत. स्वत: अदृश्य राहून खिडकीवाटे त्या वस्तू खाली टाकणारी बेथ त्यांना एखाद्या परीसारखी अद्‌भुतरम्य वाटे आणि मग लहानशी पत्रे लिहून त्यांतून ती मुले तिचे आभार मानीत. कृतज्ञतेने आणि शाईच्या डागांनी भरलेली ती पत्रे वाचून बेथची मोठीच करमणूक होत असे.

बेथच्या आजाराचे पहिले काही महिने फार सुखात गेले. मऊ सुखकर बिछाना, प्रकाशाने भरून गेलेली खोली, जवळ खेळणारी मेगची मुले, सतत आसपास वावरणारी आई आणि बहिणी अन् आपल्या गंभीर स्वरात ग्रंथातले सुंदर सुंदर उतारे वाचून दाखवून करमणूक करणारे वडील. त्या प्रसन्न वातावरणात बेथ अतिशय सुखावली. ती भोवताली पाही, प्रसन्नपणे हसे आणि पुन्हा पुन्हा म्हणे, ''अहाहा! किती छान वाटतंय हे सारं! किती आराम वाटतो आहे मला!'' पण हे आरामाचे दिवस फार काळ टिकले नाहीत. होता होता बेथचा अशक्तपणा फार वाढला. हातांतल्या विणकामाच्या सुया 'जड वाटतात' म्हणून तिने बाजूला ठेवून दिल्या, त्या कायमच्याच. बोलताना तिला थकवा येऊ लागला. माणसांचा सहवास नकोसा झाला आणि सतत असह्य वेदनांनी तिचे कृश शरीर व्यापून टाकले. आता दिवस दीर्घ होऊ लागले. रात्री सरता सरेनात. कधी कधी अचानक बेथला ताप भरे आणि चढता चढता तो इतका चढे की, आपले पातळ, रोड हात पुढे पसरून स्फुंदत ती म्हणे, ''आई ग. आता नाही सहन होत हे मला. सोडवा, सोडवा, मला यातून कुणीतरी!'' तिच्या शांत, पवित्र, प्रसन्न आत्माला दु:खाने, वेदनेने पार झाकळून टाकले आणि क्षणाक्षणाला पुढे पुढे सरकणाऱ्या मृत्यूशी सामना देताना तिचा तरुण देह सर्वस्वी थकून गेला. हतबल झाला. कालांतराने हा झगडाही संपला आणि पूर्वीपेक्षाही अधिक कृश, अधिक श्रांत झालेली बेथ आता नुसतीच निमूटपणे बिछान्यावर पडून राहिली. तिच्या नाजून देहाला दुखण्याने पार खाऊन टाकले; पण त्याबरोबर तिचे मन कणखर, बळकट झाले आणि शांतपणे, सोशिकपणे ती शेवटच्या घटकेची प्रतीक्षा करीत राहिली.

एकदा केव्हा तरी बेथ ज्योला म्हणाली होती, ''तू जवळ असलीस म्हणजे मला मोठा आधार वाटतो बघ.'' तेव्हापासून ज्योने स्वत:ला सर्वस्वी बेथच्या शुश्रूषेला वाहून घेतले होते. रात्री बेथच्या खोलीत ती झोपत असे आणि सारा वेळ ती बेथला हवे नको बघत असे. वस्तुत: बेथ इतकी सोशिक होती आणि स्वत:साठी दुसऱ्याला थोडासाही त्रास देण्याचा तिला इतका संकोच वाटे की, तिची शुश्रूषा करणे हे अत्यंत सोपे काम होते. पण ज्यो तिच्या अनेक अडचणी मनानेच जाणून घेई आणि तिला शक्य तेवढे आरामात ठेवण्याचा ती प्रयत्न करी. ज्योच्या स्वभावातला उरलासुरला अधीरपणा, तापटपणा या काळात नाहीसा झाला आणि बेथची शुश्रूषा करताकरता ती जवळजवळ बेथइतकीच शांत, सोशिक बनली.

कधी कधी रात्रीच्या वेळी ज्योला अचानक झोपेतून जाग येई. अशा वेळी बेथ कधी बायबल वाचताना तिला दिसे, तर कधी स्वत:शीच हळूहळू ती प्रार्थनागीते गुणगुणत असल्याचे तिला आढळून येई. कधी बेथ रडून थकून ग्लानीसारख्या झोपेत बुडालेली असे आणि तिच्या पापण्यांवरचा ओलावा दिव्याच्या उजेडात चमकत राही. अतिशय अशक्त, पातळ आणि जवळजवळ पारदर्शी झालेल्या बोटांनी तिने आपले तोंड झाकून घेतलेले असे आणि त्या बोटांतूनही क्वचित अश्रू ठिबकत असत. अशा वेळी ज्यो तासन् तास आपल्या त्या अत्यंत लाडक्या बहिणीकडे टक लवून बघत राही आणि एका विलक्षण जड, बधिर करणाऱ्या दु:खाने तिचे हृदय भरून जाई. अशा वेळी तिला आपल्या बहिणीचा मोठेपणा नव्याने कळू लागे. त्यातले सौंदर्य तिला नव्याने आकलन होई. छोटेसे आयुष्य. त्यात घटना अशा काहीच घडल्या नाहीत म्हटले तरी चालेल. महत्त्वाकांक्षेचा स्पर्शही त्याला कधी झालेला नव्हता. पण शांतपणा, सौजन्य, सात्विकता, नि:स्वार्थ प्रेम अशा अनेक दुर्मिळ गुणांमुळे बेथच्या त्या छोट्याशा जीवनालाही असीम माधुर्य आले होते. हे सारे तिच्या अखेरच्या दुखण्यात ज्योला आता प्रथमच कळत होते.

एकदा अशीच अपरात्री बेथला जाग आली. ज्यो थकून कोचावर झोपी गेली होती. बेथला झोप येत नव्हती. पण गाढ झोपी गेलेल्या ज्योला जागे करणे तिच्या जिवावर आले. म्हणून ती जवळच्या टेबलावर काहीतरी वाचण्यासाठी म्हणून शोधू लागली, शोधता शोधता त्या बहिणीचे अत्यंत आवडते असे जॉन बनियनचे 'पिल्ग्रिम्स प्रोग्रेस' हे पुस्तक बेथला सापडले. त्याची पाने ती चाळू लागली तेव्हा त्यातून एक लहानसा कागद निसटून खाली पडला. बेथने तो कागद उचलून त्यावर नजर टाकली, तेव्हा ती ज्योने लिहिलेली एक कविता असल्याचे तिच्या ध्यानात आले, ज्यो झोपली होती म्हणून तिची परवानगी घेण्यासाठी तिला न उठवता बेथ तशीच ती कविता वाचू लागली. कविता ज्योने बेथवरच लिहिलेली होती कवितेचे शब्द पुढीप्रमाणे होते :

प्रिय बेथ,
सुखदु:ख, हर्षविषाद, आशानिराशा,
साऱ्या मानवी भावना जेथे लाटा होऊन फुटतात –
कालनदीच्या त्या किनाऱ्यावर
तुझी शांत, सोशिक, समंजस पावले
त्या अनिवार्य अंतिम क्षणाची वाट बघत
तिष्ठत उभी आहेत.
चिंतांच्या आणि संघर्षाच्या सीमेपार
जाण्यास सज्ज झालेल्या माझ्या लाडके,
ज्या सद्‌गुणांची तुझे जीवन सुंदर केले,

ते सारे जाताना मला देऊन जा.
ती सहनशीलता, ती आनंदी वृत्ती
आणि शरीरवेदनेच्या पिंजऱ्यातही
निर्भय राहिलेला तो आत्मा–
सारे मला देऊन जा.
मला देऊन जा ते धैर्य, तो समजूतदार गोडवा,
ती कर्तव्यदक्षता–
ज्यांनी तुझ्या पायांखालच्या वाटेवर
सतत उगवती ठेवली ताजी हिरवीगार हिरवळ
आणि उमलून आली असंख्य चिमुकली फुले
मला देऊन जा तो नि:स्वार्थीपणा आणि
ते असीम औदार्य,
जे सतत क्षमाशील होते जगाशी,
केवळ प्रेमाखातर!
अशा रीतीने या अंतिम वियोगाच्या क्षणीही
येतच आहोत आपण अधिक जवळ
आणि विरहदु:खाच्या कडवटपणात
भरते आहे काही मधुर, सुंदर
या दु:खाच्या स्पर्शाने विरघळून जाईल
माझा कठोरपणा आणि जीवनात होईल
अज्ञाताविषयीच्या गाढ श्रद्धेचा उदय!
तू नदीपार जाशील आणि त्या
पलीकडल्या तीरावर तिष्ठत राहशील माझ्यासाठी
जेव्हा आशा आणि श्रद्धा यांचे संरक्षक देवदूत
माझ्यासाठी धाडून
एके दिवशी मलाही नेशील तू आपल्याकडे
त्या स्वर्गीय सुंदर,
जगापलीकडच्या जगात!

कविता वेड्यावाकड्या अक्षरांत लिहिलेली होती. ती अक्षरेही अश्रूंनी भिजून फिकट पुसट झाली होती. पण कविता वाचल्यावर बेथचा चेहरा एका विलक्षण समाधानाने उजळून गेला. या अखेरच्या दुखण्यात तिला एकच गोष्ट सतत डाचत असे. ती म्हणजे आपल्या या इवल्याशा आयुष्यात आपल्याला कुणासाठीच फारसे काही करता आले नाही, कुणाला फारसे काही देता आले नाही ही होय. तथापि,

ज्योची कविता वाचून आपले आयुष्य अगदीच वाया गेले नाही, असे तिच्या मनात आले आणि तिला फार बरे वाटले. हातातल्या कागदाची घडी घालीत ती क्षणभर अगदी स्तब्ध बसून राहिली आणि मग एकदम आवेगाने ती उठली. त्याच वेळी शेकोटीतले निखारे तडतडले. त्यांच्या आवाजाने ज्यो झोपेमधून जागी झाली. बेथ गाढ झोपली असेल अशी तिची कल्पना होती. तिने बेथच्या दिशेला नजर वळवली. बेथ बिछान्याशी उभी असलेली पाहून तिला अतोनात नवल वाटले.

"हे काय? तू जागीच?" तिने विचारले.

"ज्यो, याक्षणी मी किती आनंदात आहे म्हणून सांगू! बघ, मला तुझी ही कविता सापडली, मी ती वाचली. ज्यो, खरंच का माझ्याविषयी हे सारं तुला वाटतं?" बिछान्यावर अंग टाकीत बेथ हलकेच म्हणाली.

"होय बेथ. वाटतं ग. सारं सारं वाटतं." ज्यो म्हणाली आणि तिने बेथजवळ येऊन तिच्या शेजारी उशीत आपले तोंड लपविले.

"तर मग ज्यो, माझं आयुष्य काही अगदीच वाया नाही गेलं म्हणायचं. तू म्हणतेस तितकी काही मी चांगली नसेन. पण आता सारं संपत आलं असताना या अखेरच्या दिवसांत कुणाला तरी आपल्याबद्दल इतकं वाटतं ही जाणीव फार सुखाची आहे."

"बेथ तुझ्याविषयी काय अन् किती वाटतं, हे शब्दांत मांडून देखील दाखवता येत नाही ग!" भरल्या गळ्याने ज्यो म्हणाली, "मला सारखं वाटायचं, तुला मी कसा निरोप देऊ शकेन, तुला कशी सोडू शकेन? पण आता वाटतं, आपली मनं इतकी एकजीव झाली आहेत की, प्रत्यक्ष काळदेखील आपली ताटातूट करू शकणार नाही !"

"तर मग ज्यो, आता मी मरणाला मुळीच भीत नाही." बेथ म्हणाली, "मात्र एकच सांगून ठेवते, मी गेल्यावर या घरात तुला माझी जागा घ्यायला हवी. मार्मी, पपा यांना तू सांभाळायला हवंस. आता तुझ्याखेरीज त्यांना कुणीसुद्धा दुसरं नाही. घेशील ना त्यांची काळजी, ज्यो? सांभाळशील ना त्यांना? बघ, कथाकादंबऱ्या लिहिण्यापेक्षाही हे जास्त मोलाचं कर्तव्य आहे. एवढं करशील ना ज्यो माझ्यासाठी?"

"करीन बेथ, करीन." ज्यो तिला बिलगत, स्फुंदत म्हणाली आणि त्या क्षणी, बेथच्या त्या अखेरच्या इच्छेला तिने स्वतःला संपूर्णपणे वाहून घ्यावयाचा निर्धार केला.

असे दिवस चालले होते. आणि मग वसंतऋतू आला. आकाश स्वच्छ निळे झाले. सृष्टी हिरवीगार, चैतन्यमय दिसू लागली. झाडावेलींवर फुले बहरली. ती कुतूहलाने माना उंचावून पाहू लागली आणि इतके दिवस दूरदेशी निघून गेलेले पक्षी बेथला निरोप देण्यासाठी पुन्हा परत आले.

शेवटी ती अंतिम घटका जवळ येऊन ठेपली. एखादे थकलेले पण विश्वासू

मूल जसे आईवडिलांच्या हाताला घट्ट धरून गर्दीतून वाट काढते, तशी अखेरच्या क्षणापर्यंत बेथ आपल्या आईवडिलांना बिलगून होती आणि त्यांनीच तिला हलकेच मृत्यूच्या स्वाधीन केले. शेवटच्या क्षणी माणसे मोठमोठी भाषणे करीत नाहीत, किंवा दिव्य उदात्त अशी जीवनाविषयक सुभाषितेही सांगत नाहीत. हा चमत्कार फक्त कथाकादंबऱ्यांतच घडून येतो. प्रत्यक्षात मृत्यू येतो, तो बहुधा झोपेइतक्याच साध्या नैसर्गिक रीतीने येतो. आपल्या जीवनाची लाट अगदी सहजपणे ओसरून जावी, अशी बेथ आशा करीत होती आणि झाले पण तसेच. पहाट फुटण्यापूर्वीच्या काळोखात, दिव्याच्या क्षीण लुकलुकत्या प्रकाशात, प्रेमाची सारी माणसे सभोवती असताना, आईच्या ज्या हृदयाला बिलगून बेथने या जगात प्रथम डोळे उघडून पहिला श्वास घेतला होता, त्याच हृदयावर मस्तक ठेवून तिने अखेरचा निःश्वास सोडला. साऱ्यांकडे स्नेहाने, किंचित खिन्नपणे नजर फिरवली आणि शांतपणे डोळे मिटले.

डोळ्यांतून आसवे वाहताना, आईने आणि बहिणींनी प्रेमळ हाताने, हळुवारपणे, काळजीपूर्वक बेथच्या अंतिम निद्रेसाठी तिची सारी सिद्धता केली. इतके दिवस त्यांचे हृदय पिळवटून काढणारे बेथच्या मुद्रेवरचे वेदनेचे सारे भाव आता पार पुसून गेले होते आणि निद्रिस्त अर्भकासारखा तिचा चेहरा प्रसन्न, निरागस आणि शांत दिसत होता. तो पाहून बेथच्या प्रियजनांना मोठेच समाधान वाटले आणि मृत्यूने एखाद्या प्रेमळ देवदूताप्रमाणे बेथला आपल्या पंखाखाली घेतले आहे, याची त्यांना साक्ष पटली.

रात्र ओसरली. पहाट फुटली. इतक्या महिन्यानंतर आज प्रथमच शेकोटी विझली होती. ज्योची खुर्ची रिकामी होती आणि बेथची खोली शांत, स्तब्ध होती. सारे वातावरण अचल, निःशब्द होते. पण खिडकीलगतच्या एका बहरलेल्या फांदीवर एक चिमुकला गोजिरवाणा पक्षी मंजुळपणे गात होता. झाडावर पांढराशुभ्र मोहर फुलला होता. वासंतिक वाऱ्याच्या सुगंधी झुळका वाहत होत्या आणि खिडकीवाटे आलेल्या कोवळ्या सोनेरी उन्हाच्या किरणांची तिरीप बेथच्या गोऱ्यापान नितळ कपाळावर एखाद्या दैवी आशीर्वादाप्रमाणे विसावली हाती. तिची मुद्रा इतकी शांत आणि गोड दिसत होती की, आसवांनी भरलेल्या डोळ्यांनी तिच्याकडे टक लावून बघणाऱ्या तिच्या प्रेमाच्या माणसांचे अश्रूही आनंदाने हसले आणि अपार वेदनांचा सागर ओलांडून बेथ सरतेशेवटी चिरंतन सुखाच्या शाश्वत प्रदेशात जाऊन पोहोचल्याबद्दल त्यांनी ईश्वराचे आभार मानले.

४१

विस्मृतीचा अवघड मार्ग

ॲमीने केलेल्या कानउघाडणीचा लॉरीवर इष्ट असाच परिणाम झाला. अर्थात ते त्याने नंतरही कितीतरी दीर्घ काळापर्यंत स्वतःशी कबूल केले नाही. पुरुष सहसा असले काही कबूल करीतच नाहीत. स्त्रियांचा सल्ला घेणे, त्यांच्याकडून उपदेश ग्रहण करणे किंवा त्यांना आपले मार्गदर्शन करू देणे पुरुषांना अपमानकारक वाटते. लॉरीही या नियमाला अपवाद नव्हताच. मात्र, ॲमीच्या सूचनेनुसार लॉरी तडक आपल्या आजोबांकडे निघून गेला. इतकेच नव्हे तर तेथे काही आठवडे तो इतक्या आज्ञाधारकपणाने वागला की, म्हाताऱ्या मिस्टर लॉरेन्सना आपला नातू आता पूर्णपणे निवळला आहे असे वाटू लागले. त्यांच्या असेही मनात आले की, नीसची हवा लॉरीला फारच मानवली असावी. त्यामुळे त्यांनी लॉरीला फिरून एक वेळ नीसला जाऊन येण्याचा आग्रह करण्यास सुरुवात केली. लॉरीलाही नीसला जाऊन यायला फार आवडले असते. पण ॲमीने केलेल्या खरमरीत कानउघाडणीनंतर पुन्हा तिकडे जाणे त्याला अतोनात नामुष्कीचे वाटत होते. तिचा शब्दन् शब्द त्याच्या कानात घंटेसारखा निनादत होता आणि 'मला तुझा तिटकारा वाटतो' यासारखी तिची वाक्ये अजूनही रागाने, लज्जेने आणि ओशाळवाणेपणाने त्याची कानशिले कढत करीत होती.

मात्र ॲमीच्या बोलण्यात बरेच तथ्य होते, हे आता त्याला नाकबूल करता येईना. आपण आळसात आणि निष्क्रियतेत काळ दवडला हे त्याला मान्य करावेच लागले. ज्योने त्याचा मोठाच मनोभंग केला होता व आपले सारे वागणे हे त्या मनोभंगाचे पर्यवसान होते, असे म्हणून तो स्वतःचे समर्थन करण्याचा प्रयत्न करी. पण ते समर्थन त्याला स्वतःलाही पुरेसे समाधानकारक वाटत नव्हते. आता तर त्या दुःखाचा फणकाराही बराच कमी झाला; आणि एका नव्या नजरेने, नव्या जाणिवेने लॉरी स्वतःकडे आणि जगाकडे पाहू लागला. ज्योने दिलेल्या नकारामुळे सर्वस्वी खचून

जाणे किंवा उरलेले सारे आयुष्य वाया घालवणे योग्य होणार नाही असे त्याचे त्यालाच वाटू लागले. ज्योचे आपल्यावर प्रेम नसले तर नसो; आपण काहीतरी विलक्षण पराक्रम गाजवून निदान तिचा आदर तरी संपादन केलाच पाहिजे, असा त्याने स्वत:शी निर्धार केला, व त्या दृष्टीने आपल्याला काय कर्तृत्व गाजविता येईल याचा तो विचार करू लागला.

संगीतकलेविषयी लॉरीला एक खास आकर्षण होते. जिवंत ओढ होती. आनंद असो की दु:ख असो, संगीताच्या सुरांतूनच त्या भावनेचा उत्कट आविष्कार करता येतो अशी त्याची श्रद्धा होती. म्हणून आपल्या मनोव्यथेलाही संगीताच्याच द्वारा वाट द्यावयाचे त्याने ठरवले आणि संधी मिळताच तो तडक व्हिएन्नाला निघून गेला. तेथे त्याचे काही गायक मित्र होते. त्यांच्या साह्याने एक अत्यंत करुण, हृदयद्रावक आणि कलापूर्ण असे शोकगीत (Requiam) सिद्ध करण्याचा लॉरीचा विचार होता. हे शोकगीत योगायोगाने जर कधी ज्योच्या कानी पडले तर तिचे दगडी काळीज त्यामुळे विरघळून जाऊन त्याचे पाणी पाणी होईल याविषयी त्याला लेशमात्र शंका नव्हती. पण काय असेल ते असो, ते काही केल्या लॉरीच्या मनाप्रमाणे जुळवले जाईना. मग त्याचे दु:ख संगीतासारख्या दैवी कलेला अपुरे पडत होते की, संगीतकलाच त्याचे गाढ दु:ख सामावून घेण्यास असमर्थ ठरत होती कोण जाणे! पण हे काम काही आपल्याच्याने पार पडावयाचे नाही हे लॉरीला लवकरच उमगले. त्याचे मन अद्याप पुरेसे ताळ्यावर आलेले नव्हते आणि स्वररचना करण्यासाठी आवश्यक ते तादात्म्यही त्याला साधत नव्हते. आपल्या चित्तवृत्ती त्याला एकाग्र करताच येईनात. पियानोसमोर बसून तो जेव्हा एखादा, अत्यंत करुण असा राग आळवीत राही, तेव्हा त्याच्या स्वत:च्याही नकळत त्याची बोटे वेगळ्याच पट्ट्यांवरून फिरत. नाताळच्या रात्री ॲमीबरोबर नृत्य करताना ऐकलेले लडिवाळ, लाघवी, नाचरे, उल्हसित सूर पियानोतून अकस्मात उमटत आणि लॉरीची खिन्न भाववृत्ती क्षणार्धात बदलून जाई.

मग त्याने एक सुरेखशी संगीतिका तयार करण्याचा निश्चय केला. पण या वेळी फार अनपेक्षित अडथळे त्याच्या कामात आडवे येऊ लागले. या संगीतिकेची नायिका ज्यो असावी असा लॉरीचा वाजवी हट्ट होता आणि म्हणून ज्योची काही कोमल, आर्जवी, सुंदर अशी रूपे मनासमोर उभी करण्याचा तो प्रयत्न करीत होता. पण ज्यो इतकी विक्षिप्त होती की, तिची अगदी भलतीच रूपे लॉरीच्या स्मरणातून पुढे येत. कधी ती घोड्याला खरारा करताना दिसे, कधी फरशी घासताना आढळून येई, तर कधी डोक्याला फडके बांधून उन्हात गाद्या-उश्या धोपटून साफ करताना नजरेसमोर उभी राही. ज्योला त्या अवतारात पाहिले की, लॉरीच्या मनातले सारे कोमल भाव तात्काळ अदृश्य होत आणि त्याला खदखदा हसू येई. मग हताशपणे डोक्यावरचे केस मुठीत धरून ते ओढीत तो स्वत:शी म्हणे, ''छे छे! ज्योवर काही गोड गोड,

नाजूकसाजुक, कोमल लिहिणं अगदी अशक्य आहे. भलतीच विचित्र आहे ही पोर! प्रत्यक्षात तर नव्हेच, पण कल्पनेतसुद्धा ती आपल्या मनासारखे वागायला तयार नाही!''

सरतेशेवटी संगीतिकेसाठी वेगळ्याच नायिकेचे चित्र रेखाटण्याचा लॉरीने निर्धार केला. या वेळी मात्र त्याच्या स्मृतीने अत्यंत आज्ञाधारकपणे त्याला हवी तशी सुरेख, आर्जवी, कोमल नायिका तात्काळ पुरवली. या नायिकेचा चेहरा कधीच स्पष्टपणे लॉरीला दिसत नसे. पण तिचा पोषाख व डोळे नेहमी निळे असत. केस सोनेरी कुरळे असत आणि तिच्या भोवती रंगीबेरंगी गुलाब, निळाजांभळा पिसारा पसरून नाचणारे मोर, पांढरेशुभ्र उमदे घोडे व हिरवीगार हिरवळ अशा दृश्यांची एकच सरमिसळ झालेली असे. ही नायिका लॉरीला तात्काळ पसंत पडली. तिची चेहरेपट्टी निरखून पाहण्याचा किंवा तिला निश्चित नामरूप देण्याचा त्याने अट्टाहास केला नाही. पण या नायिकेचा त्याला विलक्षण लळा लागला हे मात्र खरे आणि सर्व प्रकारच्या अद्‌भुत सद्‌गुणांचा साज तिच्यावर चढवून तो तिला संगीतिकेत गुंफण्याचा प्रयत्न करू लागला!

पण ही संगीतिकाही पुरी होऊ शकली नाही. अर्धीअधिक रचना झाल्यानंतर ती जी बंद पडली ती पडलीच. त्या कामातला रस लवकरच नाहीसा झाला आणि पुन्हा लॉरी अनिश्चयाच्या भोवऱ्यात सापडला. दिवसांमागून दिवस जात होते आणि त्याची अशांतता, अस्वस्थता घडीघडीला वाढतच होती. या एखाद्या महान कलाकृतीच्या प्रसववेदना असाव्यात असे त्याला कधी कधी वाटे, तर कधी कधी हे आणखीच काहीतरी वेगळे असावे अशी त्याला शंका येई.

आणखीही काही दिवस असेच गेले आणि मग एके दिवशी लॉरीने समजूतदारपणे स्वत:शी निर्णय घेऊन टाकला की, संगीतरचनेचे कार्य आपल्या हातून काही व्हावयाचे नाही. संगीतावर प्रेम असणे वेगळे आणि प्रतिभाशाली संगीतरचनाकार होणे वेगळे. प्रत्येक संगीतप्रेमी माणूस संगीत रचनाकार होतोच असे नाही. 'रॉयल थिएटर'मध्ये एक रात्री मोझार्तचा एक अतिसुंदर असा 'ऑपेरा' पाहून आपल्यानंतर लॉरीने आपल्या अर्धवट पुऱ्या झालेल्या संगीतरचनांवरून नजर फिरविली. त्या रचना त्याच्या इतक्या सामान्य वाटल्या की, त्याने त्या बाजूला ठेवून दिल्या आणि मेंडलसन, बीथोव्हेन, बाख या प्रतिभाशाली संगीतकाराचे फोटो भिंतीवर लावलेले होते त्यांकडे तो हताशपणे बघत राहिला. जरा वेळाने त्याने आपले स्वरलिखित कागद पुन्हा उचलून हाती घेतले. त्यावरून एकवार नजर फिरवली आणि मग कसल्याशा आवेगानेच त्याने ते सारे कागद फाडून, त्यांच्या चिंध्या करून त्या खिडकीबाहेर फेकून दिल्या आणि एक दीर्घ उसासा टाकून तो म्हणाला,

''ॲमी म्हणाली होती तेच खरे आहे. बुद्धिमत्ता म्हणजे प्रतिभा नव्हे! रोममधली

चित्रं पाहून तिचा जसा स्वत:च्या चित्रकलेवरचा विश्वास उडून गेला, तसा तसा संगीताबद्दलचा माझाही सारा अहंकार आता नष्ट झाला आहे. यापुढे उगीच वेड्यासारखे श्रम घेण्यात काही अर्थ नाही. पण मग आता मी करावे काय?''

हा प्रश्न इतका अवघड हाता की, लॉरीला काही केल्या त्याचे उत्तर देता येईना. क्षणभराने त्याला ज्योचे स्मरण झाले. तिने केलेल्या मनोभंगाची जखम बरी व्हावयाला अनेक वर्षे लागतील असा त्याचा अंदाज होता. पण आश्चर्याची गोष्ट अशी की, लॉरीच्या त्या दु:खाचा उपशम दिवसेंदिवस फारच झपाट्याने होत चालला होता. या चमत्काराचा त्याला फार विस्मय वाटला. त्यावर विश्वास ठेवण्याचे त्याने नाकारले. इतकेच नव्हे तर त्याबद्दल स्वत:ची त्याला विलक्षण चीडही आली. पण आपली हृदये मोठी विचित्र असतात. ती नेहमी आपल्या मनाप्रमाणे वागतातच असे नाही. काळ आणि निसर्ग या दोहोंची अशी काही चमत्कारिक प्रक्रिया त्यांच्यावर होत असते की, जे ध्यानात ठेवायला हवे, ते ती नेमकी भराभर विसरू लागतात. निदान लॉरीचे हृदय तरी अशाच विचित्रपणाने वागत होते. त्याची जखम झपाट्याने बुजत चालली होती आणि ज्योला विसरण्याचा प्रयत्न करण्याऐवजी तिची आठवण आता लॉरीला प्रयत्नपूर्वक जागी ठेवावी लागत होती. हे सारे रात्रीच्या त्या निवांत वेळी त्याला फार तीव्रतेने जाणवले. स्वत:च्या चंचलपणाचे त्याला नवल वाटले. स्वत:ची त्याला घृणाही आली आणि एवढ्या मोठ्या मनोभंगातून इतक्या लौकर आपण सहीसलामत सावरलो, हे पाहून खिन्नता आणि समाधान अशा परस्परविरोधी भावनांनी त्याचे मन भरून गेले. हृदयातले निखारे पेटते ठेवण्याचा प्रयत्न करूनही ते तसे राहीनात. त्यांवर राख जमत चालली होती आणि त्यांच्यामुळे काळजाचा दाह होण्याऐवजी एक मंद सुखकर ऊब मात्र सर्वत्र भरून राहिल्यासारखे वाटत होते. बाळवयातली पहिली भव्य, दिव्य, सुंदर आणि उदात्त प्रेमभावना विरून गेली होती आणि तिची जागा एका स्निग्ध, निरपेक्ष अन् काहीशा करुण अशा जिव्हाळ्याने घेतली होती. हा जिव्हाळा मात्र आयुष्याच्या अंतापर्यंत टिकून राहण्यासारखा खोल आणि गाढ होता.

आपल्या या साऱ्या मानसिक परिवर्तनाचा लॉरीने शांत चित्ताने स्वत:शीच विचार केला. स्वप्नातून जाग आल्याप्रमाणे त्याने मस्तक वर उचलले, तो समोरच्या भिंतीवरचे मोझार्तचे चित्र नेमके त्याच्या नजरेसमोर आले. त्या चित्राकडे बघून लॉरी स्वत:शीच पुटपुटला,

''बेटा मोझार्त मोठा शहाणा माणूस होता. दोघी बहिणींपैकी एकीवर त्याचं मन जडलं होतं, पण ती मिळेना, तेव्हा त्यानं दुसरीबरोबर संसार थाटला आणि तो सुखी झाला–''

याच्यापुढचे शब्द लॉरीच्या मनात उभे राहिले. पण ते त्याने ओठाने उच्चारले मात्र नाहीत. ते वाक्य पुरे करण्याऐवजी त्याने आपले लेटरपॅड काढले आणि तशा

अपरात्री तासभर जागून ज्योला एक लांबलचक पत्र लिहिले. ज्योचा नकार बदलण्याची थोडकीशी तरी आशा होती का असे त्याने त्या पत्रातून तिला आर्जवपूर्वक विचारले आणि तिच्याकडून अगदी अखेरचा निश्चित निर्णय कळेपर्यंत आपल्या जीवनाला कसलीही नेमकी दिशा लागणे अशक्य आहे हेही त्याने तिला सांगितले. सरतेशेवटी त्याने कळवळून तिला विनंती केली, 'प्रिय ज्यो, अजून. तू मला होकार दे आणि मला सुखी कर.'

दुसऱ्या दिवशी ते पत्र त्याने पोस्टात टाकले आणि मग तीन दिवस तो दुसरे काही न करता तिच्या उत्तराची वाट बघत राहिला. सरतेशेवटी ज्योचे उत्तर आले आणि लॉरीच्या मनातल्या अनिश्चयावर, संभ्रमावर शेवटचा पडदा पडला. ज्योने आपला नकार त्याला निक्षून कळवला होता, स्वत:वर राग न ठेवण्याविषयी त्याला कळवळून विनविले होते आणि 'आपल्याला विसरून जाऊन स्वत:च्या सुखाचा योग्य मार्ग शक्य तेवढ्या लौकर शोधून काढण्याची, तिने त्याला आग्रहपूर्वक विनंती केली होती. त्याबरोबरच 'हृदयाचा एक लहानसा कोपरा आपल्या बाळमैत्रिणीसाठी राखून ठेवण्यासही' तिने त्याला सांगितले होते. त्याच पत्रात बेथची प्रकृती अधिकाधिक बिघडत असल्याचे ज्योने त्याला कळवले होते आणि ॲमीपासून हे सारे लपवून ठेवण्याची तिने त्याला विनंती केली होती. बेथच्या आजाराची हकिकत समजून ॲमीने उगाच खिन्न होऊ नये अशी ज्योची मन:पूर्वक इच्छा होती. म्हणूनच तिने हे सारे लॉरीच्या कानावर घातले होते. सरतेशेवटी ज्योने पत्रात लिहिले होते, 'ॲमी तिकडे एकटी आहे. घरचा म्हणता येईल असा तूच सध्या तिकडे आहेस. तेव्हा ॲमीची तू काळजी घे. तिला घरची आठवण येऊ देऊ नकोस. तिला तिकडे प्रसन्न, आनंदी ठेवण्याची सारी जबाबदारी आता तुझ्यावरच आहे असे समज–'

ज्योचे पत्र एकदा, दोनदा, तीनदा वाचून मग लॉरीने त्याची घडी घातली आणि ते कपाटात ठेवून दिले. त्याचे मन विलक्षण जड, बधिर झाले होते. बऱ्याच वेळाने तो बसल्या जागेवरून उठला. ॲमीला पत्र लिहिण्याचे त्याच्या मनात होते, पण त्या दिवशी ते पत्र त्याने लिहिले नाही. तो सारा दिवस त्याने ज्योच्या चिंतनात घालविला. तिच्याकडून वेळोवेळी आलेली सारी पत्रे त्याने पुन्हा एकदा वाचून काढली. तिच्या ज्या छोट्या छोट्या वस्तू त्याच्याकडे होत्या, त्या त्याने पुन्हा काढून पाहिल्या. तिच्याविषयीच्या अनेक लहानमोठ्या आठवणींना उजाळा दिला. मग त्याने त्या पत्रांच्या नीट घड्या घातल्या आणि ती सर्व पत्रे, त्या सर्व वस्तू एका सुरेख छोट्या लाकडी पेटीत ठेवून त्यांच्याकडे तो क्षणमात्र बघत राहिला. जरा वेळाने त्याने बोटातली अंगठीही काढली आणि त्या वस्तूंबरोबरच ती अंगठीही त्याने त्या पेटीत ठेवली. ती अंगठी ज्योने त्याला दिली होती व आज प्रथमच त्याने ती बोटातून काढली होती. अंगठी पेटीत ठेवल्यावर त्याने पेटीचे झाकण बंद केले, तिला कुलूप घातले

आणि ती टेबलाच्या खणात अगदी मागे सरकवून ठेवली. एवढे झाल्यानंतर तो उठला आणि घराबाहेर पडला. कोठे जायचे हे त्याने ठरवले नव्हते. तरीही त्याची पावले आपोआप चर्चकडे वळली. तो चर्चमध्ये गेला. ती सारी संध्याकाळ त्याने तेथेच काढली. तेथील प्रार्थना आणि प्रवचनही त्याने भक्तिभावाने ऐकले आणि काळोख पडल्यावर तो घरी परत आला. प्रेतयात्रेवरून परत यावे तसे त्याला वाटत होते आणि त्याच्या मनाला चमत्कारिक बधिरता आली होती!

दुसऱ्या दिवशी त्याने ॲमीला पत्र धाडले. तिच्याकडून ताबडतोब त्याला उत्तर आले आणि त्यानंतर त्या उभयंताचा पत्रव्यवहार झपाट्याने वाढला. लॉरीने आपल्या जवळचे सर्व संगीतकारांचे फोटो आणि पुतळे विकून टाकले. संगीतविषयक ग्रंथ कपाटात टाकून दिले आणि तो पुन्हा पॅरिसला निघून गेला. त्याला मनातून नीसला जावेसे फार वाटत होते, पण ॲमीने स्वत: बोलावल्याखेरीज तिकडे जाण्याची त्याची इच्छा नव्हती. तथापि, त्या काळात ॲमीनेही त्याला आमंत्रण धाडले नाही. कारण तिच्या जीवनात या वेळी एक नाट्यपूर्ण घटना घडत होती. ती स्वत: एका संक्रमणावस्थेतून जात होती आणि अशा वेळी लॉरीचे सान्निध्य तिला मुळीच नको होते.

फ्रेड वॉघन नीसला आला होता. ॲमीला दीर्घकाळ अपेक्षित असलेला प्रश्न या वेळी त्याने तिला केला होता. वेगळ्या शब्दांत सांगायचे म्हणजे त्याने तिला लग्नाबद्दल विचारले होते, पण काय असेल ते असो, फ्रेडने जेव्हा तो प्रश्न तिला केला, त्या वेळी ती लटपटली. तिचे सारे व्यवहारचातुर्य तिला सोडून गेले आणि तिने फ्रेडला आभारपूर्वक नकार दिला. एके काळी पैसा, प्रतिष्ठा या गोष्टी तिला पुरेशा वाटत होत्या. पण आता वैवाहिक सुखासाठी त्याहून अधिक काहीतरी हवे असते याची तिला जाणीव झाली होती. स्वत:ची जुनी मते आठवून तिला लाज वाटत होती. विशेषत: लॉरीशी बोलताना फ्रेडचा विषय निघाला असता त्याने, 'फ्रेड चांगला मुलगा आहे, पण तुला आवडण्याजोगा तो आहे, असे मात्र मला कधीच वाटले नाही,' अशा अर्थाचे जे उद्‌गार काढले होते, ते तिला वारंवार आठवत होते आणि त्यानंतर विवाहासंबंधी जी अत्यंत व्यावहारिक मते तिने व्यक्त केली होती, त्यांचे स्मरण होऊन शरमेने तिचे मन काळवंडून जात होते. आता त्या सर्व संभाषणाचा विचार करताना लॉरीला आपले बोलणे किती हृदयशून्यतेचे निदर्शक वाटले असेल, हेच पुन्हा पुन्हा तिच्या मनात येत होते आणि ते शब्द आपण उच्चारले नसते तर बरे झाले असते असे राहून राहून तिला वाटत होते. समाजात मान, लौकिक आणि प्रतिष्ठा मिळवून देणाऱ्या श्रीमंतीपेक्षा साध्यासुध्या पण प्रेमपूर्ण सहजीवनाचे मोल तिला अधिक वाटू लागले होते. फ्रेडचा विचार करता करता ॲमी नकळत लॉरीचा विचार करू लागली. लॉरीची आपण इतक्या खरमरीत शब्दांत कानउघाडणी केली असताही त्याने त्याचा राग न मानता आपल्याशी पुढे मैत्री चालू ठेवली, याबद्दल तिला त्याच्याविषयी

विलक्षण कृतज्ञता वाटत होती. किती गोड मुलगा होता खरोखर तो. किती नियमितपणे तो तिला पत्रे पाठवीत होता आणि एकाकीपणात त्याच्या पत्रांनी, त्याच्या स्नेहाने केवढा जिव्हाळा, केवढे माधुर्य आणले होते. ज्यो इतकी कशी पाषाणहृदयी होती कोण जाणे. खरे म्हणजे इतक्या उमद्या, सुशील आणि थोर अंत:करणाच्या पुरुषाचे प्रेम आपल्याला लाभल्याबद्दल कोणत्याही स्त्रीला अभिमानच वाटला असता. पण ज्यो इतर स्त्रियांहून फार वेगळी होती हेच खरे. ॲमी मात्र लॉरीशी अत्यंत स्नेहाने वागणार होती. किंबहुना ज्योने लॉरीवर असा अन्याय केल्यामुळेच ॲमीने त्याच्याशी प्रेमाने, सहानुभूतीने वागणे आवश्यक होऊन बसले होते.

या व अशाच अनेक विचारांनी ॲमीचे मन हल्ली भरून गेले होते आणि म्हणूनच ती लॉरीला नियमाने पत्रे पाठवी. त्याला आवडतील अशा छोट्या छोट्या भेटी ती त्याला धाडून देई. दर आठवड्याला तिची निदान दोन तरी पत्रे त्याला जात. त्या पत्रांत मनमोकळ्या गप्पा असत. एकटेपणाची व्यथा प्रकट केलेली असे आणि काही महत्त्वाच्या गोष्टींबद्दल नम्रपणाने सल्लाही विचारलेला असे. लॉरी आपल्याला भावासारखाच आहे आणि निव्वळ भगिनीप्रमाणेच आपण त्याच्याशी वागत आहोत, अशी ॲमी स्वत:ची समजूत करून घेई, पण भावाची पत्रे बहीण सतत हृदयाशी बाळगीत नाही. एकांतात त्यावर प्रेमभराने ओठ ठेवीत नाही किंवा तासन् तास त्यांचे पुन्हा पुन्हा पारायणही करीत नाही. अर्थात लॉरीच्या पत्रांबाबत ॲमीचे वर्तन असे होई असे येथे सूचित करावयाचे नाही. तथापि त्या वसंतऋतूंत लारीशी झालेल्या पत्रव्यवहाराने तिच्यामध्ये काही सूक्ष्म फरक घडवून आणला हे मात्र खास. ती किंचित कृश व फिकट झाली. तिचा बोलकेपणा मावळून ती अबोल बनली. नाचगाणी, मेजवान्या, पार्ट्या आणि असलेच इतर समारंभ यासंबंधीचे तिचे आकर्षण पार नाहीसे झाले आणि कुठे तरी एकट्यानेच फिरायला जाणे नि लॉरीची पत्रे पुन्हा पुन्हा वाचून बघणे हा तिचा एकमेव विरंगुळा होऊन बसला.

लॉरीला धाडलेल्या पत्रांतून फ्रेडसंबंधीची सर्व हकिकत ॲमीने अर्थातच सांगितली नाही. सांगणे शक्यही नव्हते. पण फ्रेड नीसला आला आणि लगेच तो पुन्हा तेथून इजिप्तला गेला हे मात्र पत्रातून लॉरीला कळवायला ती चुकली नाही. लॉरीलाही त्याचा जो काय अर्थ कळायचा तो कळून चुकला. पत्र वाचता वाचता तो स्वत:शीच पुटपुटला, "म्हणजे तिने फ्रेडला नकार दिला म्हणायचा! गरीब बिचारा फ्रेड! प्रेमभंगाच्या यातना सहन करणं ही काही सोपी गोष्ट नाही. मला अनुभव आहेच की त्याचा!"

मात्र एवढा एक उद्गार काढण्यावरच लॉरीची फ्रेडविषयीची सहानुभूति संपुष्टात आली. मग त्याने मजेने पाय पुढल्या सोफ्यावरे टेकले आणि मऊ, गुबगुबीत उशीवर मस्तक मागे आरामशीरपणे ठेवीत तो ॲमीच्या पत्रातला उरलेल्या मजकूर वाचण्यात रंगून गेला.

इकडे परदेशात या गमती घडत असताना तिकडे ॲमीचे घर शोकसागरात बुडून गेले होते. बेथची प्रकृती अधिक बिघडल्याचे पत्र ज्योने तिला धाडले होते. पण पोस्टाच्या काही गफलतीमुळे ते तिला मिळाले नाही आणि नंतरचे पत्र आले ते एकदम बेथच्या निधनाची वार्ता घेऊनच आले. ते पत्र तिला स्वित्झर्लंडमधील 'व्हीव्हाय' या ठिकाणी मिळाले. कारण तो मे महिना असल्यामुळे नीस येथे भयंकर उकाडा सुरू झाला होता आणि तो टाळण्यासाठी ही सर्व मंडळी स्वित्झर्लंडला गेली होती. बेथच्या मृत्यूच्या वार्तेने ॲमीच्या मनाची जी शोकविव्हल अवस्था झाली, ती शब्दांत सांगणे कठीण आहे. बाह्यत: तिने संयम दाखवला, पण आतून तिचे काळीज दु:खाने जड झाले होते आणि घराच्या माणसांच्या भेटीची तिला विलक्षण ओढ लागून राहिली होती. या साऱ्या मनोवेदनांत तिला एकच आशा होती. बेथच्या मृत्यूची वार्ता कळताच लॉरी धावतच आपल्याकडे येईल, आपले सांत्वन करील ही ती आशा आणि त्या आशेवरच ती एक एक दिवस काढत होती.

बेथ गेल्याचे लॉरीला थोड्या उशिरा कळले. तो जर्मनीत गेला होता. म्हणून त्याचे पत्र काही दिवसांनी त्याला मिळाले. पत्र वाचताच त्याने तडक आपली प्रवासी बॅग भरली आणि तो ॲमीकडे यावयास निघाला. येताना आशा आणि भीती, दु:ख आणि आनंद अशा परस्परविरोधी भावना त्याच्या मनांत उचंबळत होत्या.

लॉरी 'व्हीव्हाय'ला येऊन पोचला. बोट किनाऱ्याचा लागताच त्याने ॲमी व तिची मंडळी उतरली होती, त्या हॉटेलचा पत्ता काढून त्याची वाट धरली. तो हॉटेलवर येऊन पोहोचला तेव्हा त्याला कळले की, अंकल व ऑंट कॅरोल आणि फ्लॉरेन्स ही मंडळी कुठेतरी चहाला गेली होती. ॲमी मात्र हॉटेलातच, मागल्या बाजूला असलेल्या बागेत होती. नोकर तिला बोलावण्यासाठी निघाला होता, पण लॉरीला तेवढाही धीर धरवेना. तो स्वत:च तिच्या शोधार्थ बागेकडे वळला.

जवळच्या तलावाला लागून असलेली ती बाग जितकी जुनी तितकीच सुंदर होती. तिचा विस्तार खूप मोठा होता. बागेत अक्रोड वृक्ष दाटीने उभे होते. त्यांच्या पानांची अखंड सळसळ चालली होती. आयव्हीचे वेल सर्वत्र वर वर चढले होते आणि शेजारच्या उंच मनोऱ्याची सावळी छाया बागेला ओलांडून शेजारच्या तलावावर लांबपर्यंत पसरली होती. बागेच्या कोपऱ्यात एका गर्द लताकुंजाखाली एक दगडी आसन होते. ही जागा ॲमीची विशेष आवडती होती. ती अनेकदा तेथे येऊन वाचीत बसे किंवा बागेची शोभा बघत राही. आताही लॉरीला दुरूनच, ती तेथे बसलेली दिसली. त्याने ॲमीला आतापर्यंत नेहमी प्रसन्न, उल्हसित, खेळकर अशा वृत्तीतच पाहिले होते. शोकमग्न अवस्थेत तिला तो आज प्रथमच बघत होता. ॲमी उदासवाण्या चेहऱ्याने तेथे बसून राहिली होती. तिने डाव्या हातावर मस्तक टेकले होते. रडून रडून तिचे डोळे जडावले होते आणि मधूनच पाऊलवाटा ओलांडून लॉरी जवळ येऊन

उभा राहिला तरी ते तिला कळले नाही, इतकी ती आपल्या दु:खात चूर झाली होती. लॉरी तिच्याकडे टक लावून पाहात राहिला. बेथच्या मृत्यूच्या आघाताने ॲमीच्या व्यक्तित्त्वाची एक वेगळीच कोमल बाजू प्रकट झालेली त्याला दिसली. बाजूला पडलेली घरची पत्रे, केसांभोवती बांधलेली शोकप्रदर्शक काळी फीत, गळ्यातल्या सोनेरी साखळीत अडकवलेला हस्तिदंती क्रूस आणि मुखावर उमटलेला प्रौढ, समजूतदार, सोशिक भाव या साऱ्यांनी ॲमीचे एक वेगळेच रूप, स्त्रीत्वाचा एक वेगळाच आविष्कार लॉरीपुढे प्रकट झाला होता. तिची ती समाधी कशी मोडावी हे लॉरीला कळेना. पण तेवढ्यात ॲमीचेच लक्ष त्याच्याकडे गेले. त्याबरोबर ती ताडकन उठून उभी राहिली आणि धावतच त्याच्याजवळ येऊन त्याच्या गळ्यात दोन्ही हात टाकीत, स्फुंदत स्फुंदत म्हणाली,

"लॉरी, लॉरी, मला वाटलंच होतं तू येशील म्हणून–" आणि त्याला घट्ट मिठी मारून ती ओक्साबोक्शी रडू लागली.

लॉरी काहीही बोलला नाही. तो फक्त तिच्या पाठीवरून हात फिरवीत, तिचे मूक सांत्वन करीत राहिला. त्या क्षणी ॲमीला मनोमन जाणीव झाली की, लॉरीशिवाय या जगात दुसरा कोणताही पुरुष आपल्याला साथ देऊ शकणार नाही आणि लॉरीलाही पुरतेपणी कळून चुकले की, आपल्या हृदयातली ज्योची जागा जर कोणी दुसरी कोणी स्त्री भरून काढू शकत असेल तर ती एक ॲमीच होय!

शोकाचा पहिला आवेग ओसरल्यावर ॲमी दूर झाली, पुन्हा आपल्या त्या दगडी आसनावर जाऊन बसली. तिची सांडलेली पत्रे उचलून जुळवीत लॉरीही तिच्या शेजारी जाऊन बसला. आता एका नव्याच संकाचाने दोघांची मने एकाएकी व्याप्त झाली. कितीतरी दिवसांनी हा असा निर्वेध एकांत दोघांनाही मिळत होता. पण एकमेकांशी काय बोलावे हेच त्यांना कळेना.

थोड्या वेळाने ॲमीने आपले डोळे पुसले आणि सलज्जपणे हसून ती लॉरीला म्हणाली,

"मला इतकं एकटं एकटं, हताश वाटत होतं म्हणून सांगू! त्यामुळेच तुला पाहिल्यावर माझं मन मला आवरलं नाही. आता मला वाटू लागलं होतं, तू येतोस की नाही?"

"मला पत्र मिळाल्याबरोबर मी ताबडतोब तुझ्याकडे यावयास निघालो." लॉरी म्हणाला, "आपली बेथ गेली–" पुढे त्याला बोलवेना. त्याचा गळा दाटून आला. ॲमीही पुन्हा रडू लागली. तिला आपल्याजवळ ओढून घ्यावे, तिचे मस्तक हृदयाशी धरावे आणि तिला मनसोक्त रडू द्यावे असे लॉरीला वाटत होते. पण तसे काही आपण केल्यास ॲमीला ते आवडेल की नाही हे त्याला कळेना. म्हणून ते धाडस त्याच्याच्याने करवले नाही. त्याने फक्त तिचा हात हाती घेऊन स्नेहभराने तो घट्ट दाबला.

त्याच्या स्पर्शातले सांत्वन ॲमीच्या मनाला जाऊन भिडले. ती हलकेच म्हणाली, "बेथ गेली; साऱ्या वेदनांतून तिची सुटका झाली, हे एका परीनं बरं झालं. आपण एकसारखा शोक करून तिच्या आत्माला यातना देणं बरं नाही. बेथची आठवण झाली की, मला सारखं रडं कोसळतं. म्हणून आपण आता वेगळ्या काही विषयावर बोलू या. प्रथम मला हे सांग, तुला आता लगेच नाही ना पुन्हा परगावी जावं लागणार?"

"नाही. तू म्हणशील तितके दिवस, तेवढा वेळ मी इथं राहायला तयार आहे बरं, ॲमी!"

"वा! मला तू फार हवा आहेस जवळ. आँट कॅरोल, अंकल, फ्लो ही सर्व मंडळी माझ्याशी फार प्रेमानं, सहानुभूतीने वागतात. पण तुझी गोष्ट त्याहून वेगळी आहे. तू कसा अगदी घरच्यासारखा वाटतोस म्हणून म्हणते, तू काही दिवस इथं राहिलास, तर मला फार बरं वाटेल."

ॲमी अगदी मनापासून बोलत होती. घरच्या आठवणीने कासावीस झालेले लहान मूल बोलावे, तशी ती बोलत होती. तिची ती व्याकुळ अवस्था पाहून लॉरीचा संकोच तात्काळ मावळला. त्याने एकदम तिला जवळ ओढून तिच्या पाठीवरून हात फिरवला आणि तो म्हणाला,

"गरीब बिचारी पोर! रडरडून आणि स्वत:शीच विचार करकरून तू आजारी पडायला आली आहेस. आता यापुढे मुळीच रडायचं नाही, विचार करायचा नाही की, मनातल्या मनात झुरायचं नाही. मी आलो आहे ना आता? मग झालं तर! यापुढे मी तुला घडीभरसुद्धा विसंबणार नाही. उठ बरं. या बागेत आपण हिंडू या जरा वेळ. इथल्या मोकळ्या वाऱ्यानं तुला बरं वाटेल!"

बोलता बोलता त्याने तिच्या हातांत हात घालून तिला उभे केले आणि मग ती दोघे बागेतल्या प्रशस्त सुंदर पाऊलवाटांवरून येरझारा घालू लागली. वारे वाहात होते. अक्रोड वृक्षांची पालवी सळसळत होती. पाखरे किलबिलत होती. लॉरी ॲमीशी हलके हलके बोलत होता. त्याच्या बळकट हाताचा आधार तिला धीर देत होता आणि त्याच्या देखण्या, हसऱ्या, प्रसन्न चेहऱ्याकडे बघताना तिला विलक्षण सामाधान वाटत होते.

ती बाग जितकी जुनी तितकीच सुंदर होती. प्रेमिकांना एकांतात हितगुज करण्यासाठी इतकी आदर्श जागा क्वचितच कुठे सापडली असती. तिचा परिसर इतका निर्मनुष्य होता की, तिथे बोलले जाणारे बोल बागेतल्या झाडाझुडपांखेरीज कोणाच्याही कानी पडत नसत. शेजारचा उंच मनोरा खाली फिरणाऱ्या प्रेमी युगुलांकडे कुतूहलाने डोकावून बघत राही आणि शेजारच्या तलावावरील लाटा त्यांच्या गप्पांत व्यत्यय येणार नाही इतक्या हळुवारपणाने सळसळत. अशा त्या रम्य एकांतात गप्पा मारीत फिरताना लॉरी अन् ॲमी या दोघांचा वेळ कसा गेला हे अजिबात कळले नाही. हॉटेलमधली जेवणाची घंटा घणघणली, तेव्हा ती दोघे चमकून भानावर आली आणि तेथून परत

फिरली. ॲमीने मन विलक्षण हलकेफुलके झाले होते. काळजावरचा सारा एकाकीपणाचा नि दु:खाचा भार इतक्या दिवसांनी आज प्रथमच उतल्यासारखा तिला वाटत होता.

लॉरी आणि ॲमी हॉटेलमध्ये परत आली व लॉरीच्या आगमनाची वार्ता सर्वांना कळली. आँट कॅरोलने एकवार लॉरीकडे व ॲमीकडे नजर फिरवली मात्र. ॲमीचा उजळलेला चेहरा बघून तिला क्षणार्धात सारे काही कळून चुकले. ती किंचित हसून स्वत:शीच पुटपुटली, "अरे देवा! आमची छोटी ॲमी या तरुण लॉरेन्ससाठी मनातल्या मनात झुरत होती म्हणायची! छान, इतक्या दिवसांत मला या गोष्टीचा कधी सुगावासुद्धा लागू दिला नाही पोरटीनं!"

आणि मग तिने सारी सूत्रे आपल्या हाती घेतली. ॲमीला किंवा लॉरीला संशय येणार नाही इतक्या चतुरपणाने नि कौशल्याने त्या दोघांना यापुढे परस्परांच्या सहवासाची संधी द्यायला हवी हे तिने ओळखले आणि सहजगत्या आग्रह करावा तसा करून तिने त्या दिवशी रात्री लॉरीला तेथेच जेवायला ठेवून घेतले. ती त्याला म्हणाली,

"लॉरी, तू आलास हे फार छान झालं. आता यापुढे ॲमीला एकटंएकटं वाटणार नाही. तशी आम्ही सारा वेळ जवळ आहोतच म्हणा, पण नाही म्हटलं तरी चहाफराळाची, जेवणाची किंवा नृत्याची आमंत्रणं वारंवार येतात अन् आम्हाला तिकडे जावं लागतं. ॲमी काही फारशी या कार्यक्रमांत भाग घेत नाही. तेव्हा अशा वेळी तू तिची करमणूक करीत जा म्हणजे झालं!"

गेल्या खेपेला लॉरी नीसला असताना ॲमीने त्याची कानउघाडणी केली होती आणि लॉरीने ते सारे निमूटपणे ऐकून घेतले होते. या खेपेला मात्र उभयतांच्या भूमिकांची अदलाबदल झालेली दिसत होती. कारण या वेळी लॉरीने सारी व्यवस्था आपल्या हाती घेतली. फिरण्याचे, बोटिंगचे किंवा इतर करमणुकीचे कार्यक्रम त्याने ठरवावेत, आणि ॲमीने आज्ञाधारकपणे त्याचे ऐकावे असा प्रकार आता सुरू झाला.

'व्हीव्हाय' येथील प्रसन्न निसर्ग, मोकळी हवा, भोवतालची रम्य पर्वतराजी आणि टवटवीत झाडे वेली यांनी त्या उभयतांच्याही शरीरमनांत अत्यंत अनुकूल असा फेरफार घडवून आणला. वसंतऋतूच्या नव्या पालवीबरोबरच त्यांच्याही अंत:करणाला जणू नवे चैतन्य प्राप्त झाले. नव्या कोवळ्या आशांची पालवी फुटली आणि एका अनामिक सुगंधाने त्यांची मने भरून गेली. हा सुगंध प्रीतीचा होता. बेथच्या मृत्यूचे दु:ख अद्यापी ताजे होते, पण तरीही लॉरी आणि ॲमी यांना एका नव्या उल्हासाचे वारे लागल्यासारखे झाले होते. लॉरीने आपल्या बाजूने कधीच निर्णय घेऊन टाकला होता. ज्योची बहीण ही जवळजवळ ज्योसारखीच होय आणि ज्योची जागा घेण्यास जर कोणी पात्र असेल तर ती ॲमीच, हे त्याला कळून चुकले होते. पहिल्या प्रेमाची एक हळवी स्मृती त्याच्या मनात राहिली होती. ती एखाद्या सुंदर, पवित्र, मूल्यवान वस्तूप्रमाणे त्याने मनाच्या एका कोपऱ्यात सुरक्षित जपून ठेवली होती. पण

त्याबरोबरच ॲमीबद्दलची त्याची प्रेमभावना परिणत होत होती. ॲमीजवळ तो अद्याप स्पष्टपणे काहीच बोलला नव्हता. पण न बोलताही ते सारे तिला कळलेले आहे याचीही त्याला जाणीव होती. तथापि, हा अनिश्चयाचा काळ केव्हातरी संपणार होता आणि प्रीतिवचनांची प्रत्यक्ष देवघेव होणारच होती. हे सारे एखाद्या चांदण्या रात्री, बागेतल्या नि:शब्द सुगंधी वातावरणात मोठ्या काव्यपूर्ण रीतीने घडून येईल असा लॉरीचा अंदाज होता. पण प्रत्यक्षात तो प्रसंग घडला तो अगदी वेगळ्याच रीतीने.

एके दिवशी दुपारच्या वेळी एका छोट्या सुंदर होडीत बसून लॉरी आणि ॲमी तलावातून फिरत होती. सारी सकाळ त्यांनी फिरण्यात घालवली होती. वरचे आकाश स्वच्छ निळेभोर होते. तलाव अधिक गडद निळेपणाने चमकत होता. दूरवर गेलेल्या होड्या पांढऱ्याशुभ्र 'गल' पक्ष्यांसारख्या सुंदर दिसत होत्या. सकाळपासून वल्हवून वल्हवून लॉरी दमला असेल अशा कल्पनेने ॲमी त्याला म्हणाली,

"तू थकला असशील, जरा वेळ तू विश्रांती घे. मी वल्हवते. नाही तरी तू आल्यापासून मी भारीच आळशी नि चैनी बनले आहे."

"तसा काही मी थकलो नाही." लॉरी हसून म्हणाला, "पण तू म्हणतेच आहेस तर असं करू, एक वल्हं तू घे. एक मी घेतो आणि आपण दोघं मिळून वल्हवू या."

मग ॲमीने एक वल्हे घेतले आणि लॉरी व ती, दोघे मिळून वल्हवू लागली. वल्हवताना तिला दोन्ही हात वापरावे लागत होते. लॉरी एकाच हाताने वल्हे धरून वल्हवीत होता. पण दोघे मिळून इतकी सुरेख वल्हवीत होती की, होडी अगदी मजेत अलगद पाणी कापीत मोठ्या सफाईने पुढे सरकत होती.

"किती छान वल्हवतो नाही, आपण दोघं मिळून?" ॲमी सहज म्हणाली.

"इतके छान की, मला वाटतं आयुष्याची नौकादेखील आपण दोघांनी मिळून अशीच वल्हवावी! होशील का तू माझी जोडीदारीण ॲमी? देशील मला साथ?" लॉरी साभिप्राय नजरेने तिजकडे बघत स्निग्ध स्वरात तिला म्हणाला, "बोल ना ॲमी, देशील मला साथ?" हे अगदी मृदु स्वरात.

"होय लॉरी." हे अगदी, अगदी हलकेच.

त्यानंतर त्या दोघांनी होडी क्षणभर थांबवली आणि मग तलावात उमटलेल्या असंख्य सुंदर प्रतिबिंबांत मानवी प्रेमाच्या आणि सौख्याच्या आणखी एका मनोज्ञ प्रतिबिंबाची भर पडली!

४२

ज्योचे एकाकीपण

बेथ गेल्यानंतर एका विचित्र रितेपणाने ज्योचे मन भरून गेले. जोपर्यंत बेथच्या शुश्रूषेत ती गुरफटून गेली होती, तोपर्यंत दिवस कधी उगवे आणि कधी मावळे याचासुद्धा तिला पत्ता लागत नव्हता. पण ज्या वेळी बेथ जग सोडून गेली, तिचे मधुर सान्निध्य कायमचे हरपले, त्या वेळी दु:ख, एकटेपणा, हताशपणा याच गोष्टी ज्योच्या संगतीला राहिल्या. आपण गेल्यानंतर ज्योने आपली जागा घ्यावी, आईवडिलांना दिलासा द्यावा आणि त्यांचे दु:ख दूर करावे असे बेथला तिला सांगून ठेवले होते. पण बेथच्या मृत्यूनंतर ती जबाबदारी पार पाडणे किती अवघड आहे याची ज्योला पदोपदी कल्पना येऊ लागली. जिथे तिचे स्वत:चे काळीज दु:खाने विदीर्ण होऊन गेले होते, तिथे आईवडिलांना ती कसा दिलासा देणार होती किंवा त्यांचे सांत्वन तरी ती कसे करणार होती? बेथबरोबर घरातला सारा प्रकाश, सारा स्नेह पार नाहीसा झाला होता. सारे घर जणू उदासवाण्या अंधाराने भरून गेले होते आणि त्या अंधारात प्रत्येकजण आपापल्या परीने आंधळेपणाने चाचपडत होता. ज्योने आपल्या शोकाला कसाबसा आवर घातला आणि बेथच्या अंतिम इच्छेप्रमाणे वागण्याचा, आपले कर्तव्य करण्याचा ती मनापासून प्रयत्न करू लागली. पण हे सारे करीत असताना दुसरीकडे तिच्या वृत्तीत एक चमत्कारिक कडवटपणा भरत चालला होता. आपल्याच वाट्याला सारा रितेपणा, सारी निराशा का यावी, आपल्या जीवनातले साधे साधे आनंदाचे क्षण का हिरावून घेतले जावेत आणि आपल्या माथ्यावरचे ओझे अधिकाधिक का जड व्हावे, याचा विचार करकरूनही तिला उलगडा होत नव्हता. काही लोकांच्या वाट्याला सारा प्रकाश का यावा आणि काहींच्या नशिबी सारखाच काळोख का असावा, असे ती पुन्हा पुन्हा स्वत:लाच विचारीत होती आणि त्या प्रश्नाचे उत्तर न सापडल्यामुळे स्वत:वरच चिडत, संतापत होती.

गरीब बिचारी ज्यो. तिच्या जीवनातला हा अत्यंत कष्टमय आणि निराशाजनक

असा कालखंड होता. त्या शांत घरात, रोजची किरकोळ घरगुती कामे उरकताना आणि ठरावीक कंटाळवाणे तास एकामागून एक मागे ढकलताना जीवनावरचा तिचा विश्वास पार उडून जाई आणि या चक्रातून आपली कधीच सुटका होणार नाही असा एक चमत्कारिक हताशपणा तिला वाटू लागे. पण तिच्या या दुःखात ती एकटी नव्हती, हे तिला लौकरच कळून आले.

कित्येकदा रात्रीच्या वेळी ज्योला अकस्मात जाग येई. बेथ आपल्याला हाका मारते आहे असा तिला भास होई आणि नेहमीच्या सवयीप्रमाणे ती बेथच्या बिछान्याकडे धाव घेई. रिकामा बिछाना पाहिला की, तिला वस्तुस्थितीची जाणीव होई आणि मग ''बेथ, परत ये. परत ये ग!'' असे स्फुंदत ती ओक्साबोक्शी रडू लागे. हताशपणे आपले दोन्ही हात पुढे पसरून आंधळ्यासारखी चाचपडत राही. पण अशा वेळी तिची आई ताबडतोब तिच्याजवळ येई, तिला आपल्या कुशीत घेई आणि तुटक गहिवरलेल्या शब्दांत तिचे सांत्वन करीत लहान मुलासारखी तिला थोपटीत राही. मग ज्योला आपल्या दुःखाचा हळूहळू विसर पडे आणि आपल्या आईचे दुःख आपल्यापेक्षा कितीतरी मोठे आहे, या विचाराने तिला स्वतःपेक्षाही तिच्याबद्दल अधिक अनुकंपा वाटू लागे. अशा वेळी एकमेकींशी काही न बोलताही त्या एकमेकींचे सांत्वन करीत आणि मग रात्रीच्या त्या शांत निःशब्द एकांतात ज्योची व्यथा कमी होई, वेदनेतूनच खोल समाधान निर्माण होई आणि रोजचे जीवन जगण्यासाठी आवश्यक असलेले धैर्य तिला लाभे.

असे काही दिवस गेल्यानंतर एके दिवशी ज्यो आपल्या वडिलांकडे गेली, बेथची छोटी खुर्ची ओढून तिच्यावर बसत ती त्यांना म्हणाली,

''पपा, बेथशी जसे तुम्ही बोलत होता, तिला ज्या शब्दांत तुम्ही काही गोष्टी समजावून सांगत होता, तसेच माझ्याशी पण बोला ना! बेथइतकीच मलाही आज त्याची आवश्यकता आहे.''

ज्याचे हे शब्द ऐकून तिच्या वडिलांना जेवढे आश्चर्य वाटले तेवढाच त्यांना आनंदही झाला. त्यांनी चटकन ज्योला जवळ घेतले आणि तिच्या तोंडावरून हात फिरवून तिला कुरवाळीत, कापऱ्या स्वरात ते म्हणाले,

''अवश्य बोलेन बेटा! तू अगदी मनमोकळेपणानं मला काय सांगायचं आहे ते सांग–''

आणि त्यांनी तिच्याभोवती दोन्ही हात वेढून आपले वृद्ध, पांढऱ्या केसांनी आच्छादलेले मस्तक जणू आधारासाठी तिच्या खांद्यावर ठेवले. जणू तिच्याइतकीच त्यांनाही सांत्वनाची गरज होती. मग ज्योने गेले काही दिवस आपल्या मनात जे जे काही सलत-खुपत होते, ते सारे त्यांना सांगून टाकले. बेथच्या निधनामुळे झालेले दुःख, रोजच्या रोज ठरावीक घरकामातला कंटाळवाणा तोचतोपणा, लेखनाला

आलेले शैथिल्य आणि एकंदर आयुष्य वाया चालल्याची पदोपदी होणारी जाणीव, सारे तिने त्यांच्याजवळ निवेदन केले. मिस्टर मार्चनी तिचे बोलणे शांतपणे ऐकून घेतले आणि मग मृदू, गोड शब्दांत त्यांनी तिची समजूत घातली. कर्तव्यपालनाचे महत्त्व त्यांनी तिच्या मनावर ठसविले. अशा वेळी ईश्वरावर श्रद्धा ठेवणे किती आवश्यक असते, त्याचे महत्त्व त्यांनी तिला समजावले. मिस्टर मार्चशी झालेल्या या संभाषणानंतर ज्यो पुष्कळच सावरली. मग ती वारंवार आपल्या वडिलांकडे जाई. तासन् तास त्यांच्याशी बोलत बसे आणि सोशिकपणा, धैर्य, उत्साह अशा दैनंदिन जीवनात आवश्यक असणाऱ्या या सर्व गोष्टी त्यातून तिला मिळत. या काळात वडिलांशी एक नवे नाते, नवा स्नेह जमल्यासारखे ज्योला वाटू लागले. पितापुत्री म्हणूनच नव्हे, तर प्रौढ स्त्रीपुरुष म्हणूनही जणू त्यांना एकमेकांची नवी ओळख पटली. मिस्टर मार्च जात्या तत्त्वचिंतक होते. अभ्यास, अनुभव, मननचिंतन यांच्या योगाने जीवनाकडे बघण्याची एक सुजाण दृष्टी त्यांना लाभली होती. बेथच्या मनातून मृत्यूचे भय त्यांनी ज्या सहजतेने काढून टाकले होते, त्याच साहजिकपणाने त्यांनी ज्योला जीवनाचा स्वीकार करण्यास शिकवले आणि तिच्या हताश, संशयी मनात श्रद्धा व आशा निर्माण केली.

आणि ज्यो हळूहळू बदलू लागली. रोजची घरगुती कामे करण्याचा एरव्ही तिला फार कंटाळा येई. पण आता, केर काढून घर स्वच्छ करणे, पसारा आवरणे, पेलेबश्या धुणे अशी कामे करताना तिला हटकून बेथचे स्मरण होई. हीच कामे बेथ किती मन:पूर्वकतेने करीत असे, ती स्वत:शीच कशी गाणी गुणगुणे आणि साऱ्या घरावर ती कसा प्रसन्न तजेला आणि, हे सारे ज्योला आठवे आणि मग त्या कामातही जणू एक नवा अर्थ, नवा आशय भरल्यासारखे तिला वाटे. मग तीही बेथची आवडती गाणी गुणगुणत कामे करू लागे. हे कोणाच्या लक्षात येत असेल असे तिला वाटत नव्हते. पण तिची ती कल्पना चुकीची होती. घरातल्या लोकांना ते दिसत होते, जाणवत होते आणि त्याबद्दल त्यांना तिचे कौतुकही वाटत होते. एके दिवशी ज्यो अशीच स्वत:शी बेथचे एक आवडते गाणे गुणगुणत पेलेबश्या विसळीत असताना हॅना तिच्याजवळ आली आणि तिचा हात प्रेमभराने घट्ट दाबून म्हणाली,

"बेटा ज्यो, आपल्या लाडक्या बेथची उणीव आम्हाला भासू द्यायची नाही असं ठरवलं आहेस तू. होय ना? आम्ही हे बोलून दाखवीत नाही, पण आम्हाला सारं दिसतंय आणि कळतंय देखील!"

एकीकडे आपल्या दु:खाशी सामना देता देता दुसरीकडे ज्यो स्वत:च्याही नकळत इतर माणसांचे निरीक्षण करीत होती आणि आपल्याच प्रियजनांची तिला जणू नव्याने ओळख पटत होती. आईचा सोशिक मायाळूपणा, वडिलांची सात्त्विक सोज्ज्वळ वृत्ती तिला जणू प्रथमच दिसत होती. अशीच मेगचीही तिला नव्याने जाणीव होऊ लागली

होती. बेथ गेल्यापासून मेग वारंवार घरी येई आणि बराच वेळ ती तेथे काढी. अशा वेळी एकत्र शिवणकाम करताना, गप्पा मारताना, हितगुज करताना, आपली बहीण विवाहानंतर किती बदलली आहे हे पाहून ज्योला मोठे नवल वाटे आणि आनंदही होई. मेगच्या स्त्रीत्वाचा आता पूर्ण आविष्कार झाला होता. पत्नी व माता या दोन्ही नात्यांनी तिला प्रौढपणा, गांभीर्य आणि अगदी अंतरंगातून फुटून बाहेर प्रकट होणारे एक वेगळेच सौंदर्य प्राप्त झाले होते. आपल्या साध्यासुध्या गरीब संसारात ती पराकाष्ठेची सुखी होती आणि ते सारे कुटुंबच एकमेकांत पूर्ण रमलेले होते. हे सारे ज्योला आता उमगले. अशीच एके दिवशी मेगबरोबर गप्पा मारताना ज्यो तिला म्हणाली,

"लग्न ही एकंदरीनं पुष्कळच चांगली गोष्ट आहे म्हणायची. लग्नानंतर तू किती तरी वेगळीच झाली आहेस, मेग आणि हा बदल तुला फार शोभून दिसतो आहे."

"तूही लग्न कर ना ज्यो, म्हणजे तू पण अशीच बदलून जाशील." मेग हसत हसत म्हणाली, "आतापर्यंत तुझ्या स्वभावाचा तापट, रागीट, भागच प्रकट झाला आहे. लग्नानंतर तुझ्या वृत्तीतला सारा नाजूकपणा, कोमलता आणि मार्दव बहरून येईल. कारण उत्कटता हा तुझा धर्म आहे. कोणत्याही बाबतीत अगदी टोकाला जायचं एवढं तुला ठाऊक आहे. म्हणून म्हणते, एकदा तू कोणावर प्रेम करू लागलीस ना की, जगाला अगदी वेगळी ज्यो दिसेल बघ!"

"साऱ्यांनाच काही तुझ्यासारखं प्रेम, लग्न, संसार मानवत नाही, मेग. मी कदाचित तुझ्याइतकी भाग्यशाली नसेनही." एकीकडे डेमीसाठी पतंग बनवता बनवत दुसरीकडे ज्यो हलकेच पुटपुटली.

मेग मोठ्यांदा हसली. ज्योशी गप्पा मारता मारता शक्य तेव्हा लग्नाचा विषय काढावा आणि ज्योची खिन्नता घालवून पुन्हा तिचे मन जीवनोन्मुख करण्याचा प्रयत्न करावा असे तिचे सारखे प्रयत्न चालू असत. ज्यो वरून कितीही तापट, रागीट किंवा स्वयंमन्य वाटत असली तरी खोल कुठे तरी आपल्या इतकीच ती स्नेह, प्रेम या गोष्टीची भुकेली आहे, हे मेगला माहीत होते आणि प्रेमात पडल्याशिवाय ज्योचे व्यक्तित्व खऱ्या अर्थाने परिपूर्ण विकसित व्हावयाचे नाही याचीही तिला खात्री होती, म्हणून वैवाहिक जीवनाचे महत्त्व ती सारखे ज्योच्या मनावर ठसवीत असे. वैवाहिक जीवनाच्या बाजूने ती अनेक पुरावे सादर करी. त्यांतले दोन पुरावे इतके महत्त्वाचे होते की, ज्योला त्याविरुद्ध काहीच बोलता येत नसे. ते पुरावे म्हणजे मेगची दोन गोड मुले. ती पाहिली की, ज्योचे हृदय विरघळून जाई आणि विवाहसंस्थेच्या विरुद्ध बोलणारे तिचे तोंड एकदम बंद होई.

असे दिवस चालले होते. ज्यो घरकामे करीत होती. आईवडिलांची सेवा करीत होती. मेगशी गप्पा मारीत होती. तिच्या मुलांना खेळवीत होती आणि स्वत:च्या

एकाकीपणाच्या कोशातून बाहेर पडण्यासाठी मन:पूर्वक धडपडत होती. पण तरीही कधीकधी विलक्षण निराशेने तिचे मन भरून जाई आणि आपले आयुष्य एकेका दिवसाने वाया जात आहे असे तिला वाटू लागे. आयुष्यात काही तरी भव्य, दिव्य, अलौकिक असे करून दाखविण्याची महत्त्वाकांक्षा तिने मनाशी बाळगली होती, पण ते भव्य दिव्य, अलौकिक कोठे नजरेच्या टप्प्यात येतच नव्हते आणि काळ मात्र भराभर पुढे पळत होता. एका विचित्र कोंडीत सापडल्यासारखे ज्योला वाटत होते आणि तीतून बाहेर पडण्याचा मार्ग काही केल्या तिला सापडत नव्हता. एकदा तिने मनातले हे सारे विचार आईला बोलून दाखविले तेव्हा मिसेस मार्च तिला म्हणाली,

"तू तुझं लेखन का सुरू करीत नाहीस ज्यो? तुला लिहायला आवडतं. होय ना?"

"होय आई. पण तूर्त लिहिण्यासारखं मजजवळ काही आहेसं मला वाटतच नाही आणि समजा, मी काही लिहिलंच तरी ते वाचणार कोण? कोणाला त्याबद्दल मोठी आस्था वाटणार आहे?"

"का बरं? आम्ही वाचू तुझं लिखाण. आम्हाला आस्था वाटेल त्याबद्दल. खरंच तू लेखन सुरू कर, ज्यो. स्वत:च्या आनंदासाठी लिही. आमच्यासाठी लिही. जगाचा तू विचारच करू नकोस." मिसेस मार्च म्हणाली.

"ठीक आहे. मी प्रयत्न करून बघेन." ज्यो अनिश्चयाने म्हणाली आणि आपले लेखनाचे डेस्क उघडून त्यातल्या जुन्या अर्धवट लिहिलेल्या हस्तलिखितांची ती चाळवाचाळव करू लागली.

तासाभराने मिसेस मार्चने हळूच दिवाणखान्यात डोकावून पाहिले.

ती समाधानपूर्वक स्वत:शी हसली. कारण तिचा अंदाज खरा ठरला होता. ज्योने आपला लेखनाच्या वेळी घालवायाचा गडद निळा झगा अंगावर चढवला होता आणि डेस्काजवळ बसून ती समोरच्या कागदावर भराभर लिहिण्यात अगदी गढून गेली होती. मिसेस मार्च हसली आणि पाऊल न वाजवता हलकेच तेथून निघून गेली.

मध्यंतरीच्या बऱ्याच कालावधीनंतर त्या दिवशी प्रथमच ज्योने एक कथा लिहिली. कथा लिहून होताच ती तिने आपल्या आईवडिलांना वाचून दाखविली. मिस्टर मार्चना ती कथा फार आवडली आणि ज्यो नको नको म्हणत असताना तिच्या इच्छेविरुद्ध ती त्यांनी एका मासिकाकडे धाडून दिली. आश्चर्य म्हणजे वाचकांनाही ती कथा विलक्षण आवडली. ज्यांनी ज्यांनी म्हणून ती वाचली, त्यांच्या ती थेट काळजाला जाऊन भिडली. हे कसे घडले ते ज्योलाही कळेना. आपल्या या अनपेक्षित यशाचा तिला अर्थच कळेना. पण यश मिळाले हे मात्र खरे. कारण त्या मासिकाने लगेच तिच्याजवळ इतर लेखनाची मागणी केली. दुसऱ्या मासिकाकडूनही तिला लेखनासाठी निमंत्रणे आली. सर्वसामान्य वाचकांपासून तो चोखंदळ टीकाकारांपर्यंत

साऱ्यांनीच आपापल्या परीने तिच्या लेखनाची दखल घेतली व तिचे मनापासून कौतुक केले. मित्रांप्रमाणे अगदी परक्या अनोळखी वाचकांनीही तिजवर पत्रांचा पाऊस पाडला. एका साध्या, छोट्या कथेबद्दलची ही सार्वत्रिक प्रतिक्रिया पाहून ज्यो अगदी गोंधळून गेली. ती आपल्या वडिलांना म्हणाली,

"याचा अर्थ तरी काय? इतक्या साध्यासुध्या कथेत लोकांना काय दिसलं असेल म्हणून त्यांनी माझं एवढं कौतुक करावं?"

सत्य दिसलं त्यांना ज्यो, सत्याचा साक्षात्कार झाला." मिस्टर मार्च म्हणाले, "तुझ्या कथेत जिवंतपणा आहे ज्यो, मानवी जीवनाचा, त्यातल्या सुखदुःखांचा, त्यातल्या हास्यास्पदतेचा नि त्यातल्या कारुण्याचाही जिवंत स्पर्श झाला आहे तुझ्या लेखनाला आणि हा स्पर्श हेच उत्कृष्ट साहित्याचं खरं वैभव असतं. तीच त्याची अंतिम कसोटी असते. तुला शेवटी तुझं खरं क्षेत्र सापडलंय, ज्यो. आपली खरी शक्ती तुला आता उमगली आहे. मुख्य म्हणजे ही तुझी कथा केवळ वाङ्मयीन प्रेरणेतूनच निर्माण झाली आहे. कारण ती लिहिताना प्रसिद्धी, पैसा, प्रतिष्ठा – कसलाही विचार तुझ्या मनात नव्हता. केवळ आत्माविष्काराच्या आनंदासाठी तू हे सारं लिहिलं होतंस; आणि म्हणूनच ते उत्तम वठलं. इतकं उत्तम वठलं की, वाचकांना, संपादकांना, टीकाकारांना – साऱ्यांनाच ते मनापासून आवडल्याखेरीज राहिलं नाही! आता यापुढं तू अशीच लिहीत राहा बेटा आणि मिळणाऱ्या यशाचा मन:पूर्वक आनंद मान!"

आपल्या वडिलांचे तो कौतुकोद्गार ऐकून ज्योला फार समाधान वाटले आणि ती एकदम म्हणाली, "या माझ्या लेखनात खरोखरच जर काही गुण असतील ना, तर त्याचं सारं श्रेय तुम्हाला, आईला आणि बेथला आहे. तुमच्या शिकवणुकीचं फळ आहे ते सगळं!"

अशा रीतीने ज्यो पुन्हा एकवार लेखनाकडे वळली. मध्यंतरीच्या काळात आलेल्या अनेक अनुभवांनी, भोगलेल्या दुःखाने आणि सोसलेल्या वेदनांनी तिला खूप काही दिले होते. ते सारे आता लेखनात उमटू लागले. ज्यो कथा लिहू लागली. त्या भराभर छापून येऊ लागल्या. वाचकांनी त्यांचे भरपूर कौतुक केले आणि त्या लेखनाचा ज्योला मोबदलाही मिळू लागला. हळूहळू ती लेखनात चांगलीच रमली.

या वेळी ॲमीने घरी पत्र लिहून आपले व लॉरीचे लग्न ठरल्याचे कळवले. या वार्तेचा ज्योच्या मनावर काय परिणाम होतो, याचे मिसेस मार्चला थोडेसे भय वाटत होते. पण ॲमीचे पत्र वाचून ज्योच्या मनाची कसलीही विपरीत प्रतिक्रिया झाली नाही. इतकेच नव्हे तर पत्र वाचून होताच ॲमी व लॉरी या उभयतांसाठी नाना तऱ्हेचे बेत करण्यात व योजना आखण्यात ती गढून गेली. ॲमीचे पत्र मोठे मजेदार होते. खरे म्हणजे ते तिने एकटीने लिहिलेले नव्हतेच. तिने व लॉरीने मिळून आळीपाळीने

त्यातला मजकूर लिहिला होता. प्रत्येकाने दुसऱ्याचे भरपूर कौतुक केले होते आणि एकंदरीत साऱ्या पत्रातून त्या दोघांचा मानसिक आनंद फुलासारखा दरवळत होता.

पत्र वाचून झाल्यावर त्याची घडी करीत ज्यो आईकडे पाहून प्रसन्नपणे हसली. मग ती म्हणाली,

"आवडलं ना तुला, मार्मी? खरं सांग, तुला या गोष्टीचा आधी अंदाज आला होता का?"

"थोडासा आला होता." मिसेस मार्च म्हणाली, "ॲमीनं फ्रेडला नकार दिल्याचं पत्रातून कळवलं ना, तेव्हाच मला शंका येऊ लागली होती. तिची व्यवहारचतुरता केवळ वरवरची आहे असं मला वाटतच होतं आणि आज ना उद्या हे असं काही घडणार याची पूर्ण अपेक्षा मला होती!"

"किती चतुर आहेस तू, आई! मला मात्र यातलं काहीच सांगितलं नाहीस तू कधी!" ज्यो किंचित रुसव्याने म्हणाली.

"आयांची नजर जेवढी तीक्ष्ण असते ना, तेवढीच त्यांची जीभ जड असते, बेटा." मिसेस मार्च किंचित हसून म्हणाली, "मनात येतं ते सारं त्यांना उघड बोलता येत नाही. बोलणं हिताचंही नसतं. तुझ्याजवळ मी यातलं काही बोलले नाही त्याचं कारण असं की, रागावू नकोस – मला वाटलं एखादे वेळी सर्व काही निश्चित होण्यापूर्वीच तू पत्रातून त्या दोघांचं अभिनंदन करून मोकळी होशील!"

"मी काही आता ती पूर्वीची उतावीळ, तापट, पोरकट ज्यो राहिले नाही, आई!" ज्यो म्हणाली, "माझ्यात आता पुष्कळ संथपणा, सोशिकपणा आला आहे."

"होय ज्यो. खरं आहे ते. पण बेटा, मला आणखीही एक भीती वाटत होती"

"भीती? ती कसली?"

"भीती हीच की लॉरीचे नी ॲमीचे लग्न ठरते आहे हे ऐकून न जाणो, एखादेवेळी तुला वाईट वाटायचे!"

"काय हे आई? हीच का तुझी कल्पना आहे माझ्याबद्दल? मी काय इतकी स्वार्थी आहे की, एकदा लॉरीला मी नकार दिल्यानंतरही तो सुखी झालेला मला बघवणार नाही?"

"तसं नव्हे ज्यो. पण–" मिसेस मार्च किंचित अडखळली आणि मग ती म्हणाली, "रागावू नकोस बेटा, पण आजकाल तू इतकी एकाकी, हताश आणि दुःखी दिसतेस की, मला वाटायचं, एवढ्यात पुन्हा जर लॉरीनं तुला लग्नाबद्दल विचारलं तर तू त्याला होकार देशील!"

"नाही आई. झालं ते छानच झालं. ॲमीचं लॉरीवर प्रेम जडलं हे पाहून मला अंतःकरणपूर्वक आनंद झाला आहे. पण एका दृष्टीनं तुझं म्हणणं बरोबर आहे. मला खरंच फार एकटं वाटतं आजकाल. त्यामुळे पुन्हा जर लॉरीनं मला मागणी घातली

असती, तर मी त्याला होकार दिलाही असता कदाचित. प्रेमामुळे नव्हे तर या एकटेपणाच्या भयानं!''

''ज्यो बेटा, तुला एकटं एकटं वाटावं ही गोष्ट अगदी स्वाभाविक आहे आणि आज ना उद्या तुझा हा एकटेपणा संपवणारं कोणी तरी तुझ्या आयुष्यात येणार हेही निर्विवाद. पण तोपर्यंत आई आणि वडील, बहिणी आणि मित्रमंडळी यांच्या प्रेमातच तुला समाधान मानून राहिलं पाहिजे. आम्हा साऱ्यांना तू फार हवी आहेस, ज्यो. कळतं ना हे तुला, बाळ?''

''होय आई कळतं!'' आईला आवेगाने बिलगत ज्यो म्हणाली, ''तुझ्या प्रेमाची सर तर जगात कशालाही येणार नाही! पण आई, तुझ्याजवळ एक गोष्ट कबूल करायचा संकोच नाही वाटत मला. ती गोष्ट ही की, प्रेमाच्या सर्व प्रकारांचा अनुभव घ्यावासा वाटतोय आता. गंमत बघ आई, तुम्ही सारी प्रेमाची माणसं भोवती असूनसुद्धा प्रेम करण्याची नि करून घेण्याची भूक शमत नाही माझी. उलट ती सारखी वाढतेच आहे. हा काय चमत्कार असेल बरं? मला तर याचा अर्थच कळत नाही–''

''पण मला कळतो, ज्यो.'' मिसेस मार्च हलकेच म्हणाली आणि ज्योच्या नकळत ती स्वत:शीच हसली. वारे कोणत्या दिशेने वाहत आहेत याचा तिला अंदाज आला होता.

ॲमीचे पत्र ज्योने पुन्हा उघडले आणि त्यातला शेवटचा भाग तिने मोठ्याने वाचला. त्यातले अक्षरन् अक्षर प्रेमाने ओथंबले होते. ॲमीचा सारा आनंद, सारी प्रफुल्लता शब्दाशब्दांतून प्रकट होत होती. पत्र वाचून झाल्यावर ज्योने एक उसासा टाकला आणि मग हसून ती म्हणाली,

''कसं लिहिलंय पत्र नाही? आणि ही आमची शहाणी, व्यवहारी, हिशेबी ॲमी! प्रेम काय अद्‌भुत चमत्कार घडवून आणील त्याचा नेम नाही. ॲमी अगदी पार पार बदलून गेली आहे! किती सुखी असतील नाही ती दोघं! किती आनंदात असतील! ईश्वर करो आणि त्यांचं सुख असंच चिरकाल टिकून राहो!''

त्या दिवशी संध्याकाळी ज्यो एकटीच माळ्यावर गेली. बाहेर विचित्र हवा पडली होती. आभाळ दाटून आले होते आणि कोणत्याही क्षणी पाऊस कोसळेल अशी लक्षणे दिसत होती. ज्योचे मन पराकाष्ठेचे उदास झाले होते. ॲमीचा मत्सर करण्याइतकी ती क्षुद्र नव्हती. पण एका बहिणीला यच्चयावत सुखे का मिळावीत आणि दुसरीला काहीच का मिळू नयेत, याचा ती सारखा विचार करीत होची. एका शांत, खिन्न विस्मयाने तिचे मन काठोकाठ भरून गेले होते आणि कुणाच्या तरी स्नेहमय स्पर्शासाठी, जिव्हाळ्याच्या ओलाव्यासाठी तिचा जीव सारखा आक्रंदत होता. माळ्यावर बराच वेळ अशा अवस्थेत काढल्यानंतर ज्योला अगदीच चैन पडेना. तेव्हा तिने आपली एक छोटी लाकडी पेटी तेथे होती ती उघडली. त्या चौघी बहिणींच्या

अशाच चार पेट्या होत्या आणि त्या साऱ्या ओळीने माळ्यावर ठेवलेल्या होत्या. प्रत्येक पेटीवर त्या त्या बहिणीचे नाव कोरलेले होते आणि प्रत्येकीच्या सुखी, निश्चित आणि निरामय शैशवाची आठवण देणाऱ्या अनेक वस्तू पेटीत ठेवलेल्या होत्या आपल्या स्वत:च्या पेटीतल्या सामानाची उचकाउचक करताना जुन्या हस्तलिखितांचे एक बंडल अकस्मात ज्योच्या हाती आले. न्यूयॉर्क येथे मिसेस कर्कच्या बोर्डिंग हाऊसमध्ये ती राहात होती, त्या वेळचे सर्व कागदपत्रे त्यात तिने बांधून ठेवले होते. ते कागद चाळताना अनेक जुन्या आठवणी ज्योच्या मनात तीव्रतेने दाटून आल्या. तेथे घालवलेला आनंदाचा काळ तिच्या डोळ्यांसमोर उभा राहिला आणि अत्यंत तन्मयतेने ती ते सारे कागद, हस्तलिखिते, पत्रे व चिठ्ठ्याचपाट्या वाचीत राहिली. वाचत वाचता एक लहानशी चिठ्ठी तिच्या हाती आली. प्रोफेसर भाअरच्या हस्ताक्षरातली ती चिठ्ठी होती. एके दिवशी फिरायला बाहेर जाताना त्यांनी ती चिठ्ठी ज्योसाठी ठेवली होती. चिठ्ठीतला मजकूर असा होता,

'प्रिय मैत्रिणी,

माझ्यासाठी थांबशील ना? मला यायला थोडा उशीर लागेल. पण मी नक्की येतो आहे.'

ज्योने गमतीने ती चिठ्ठी आपल्याजवळ ठेवून दिली होती. साधा निरोप सांगणारा तो मजकूर, पण आता इतक्या दिवसांनी आणि अशा विलक्षण वेळी ती चिठ्ठी आपल्या हाती यावी याचा ज्योला मोठा विस्मय वाटला. हा काही तरी दैवी योगायोग असला पाहिजे, असे तिच्या मनाने घेतले आणि त्या शब्दांत तिला वेगळा, भविष्यसूचक अर्थ प्रतीत होऊ लागला. तिचे हृदय एका अननुभूत संवेदनेने भरून आले. तिचे ओठ कापू लागले. एका नव्या जाणिवेने हातातल्या चिठ्ठीकडे बघत ती स्वत:शीच पुटपुटली.

"मी नक्की येतो आहे. खरंच याल का हो? मी किनई, फार फार एकटी आहे; आणि माझी सारी प्रेमाची माणसं मला सोडून दूर चालली आहेत–"

मग तिने ती चिठ्ठी घडी करून पेटीत ठेवून दिली. पेटीचे झाकण बंद करून टाकले आणि त्याच पेटीवर मस्तक टेकून ती हमसाहमशी रडू लागली.

वरच्या पत्र्यावर पावसाचे थेंब टपटपले. दुसऱ्याच क्षणी बाहेर मुसळधार पाऊस कोसळला. त्याच्या आवाजाने साऱ्या दिशा भरून गेल्या.

४३

आश्चर्याचा दिवस

त्याही दिवशी अशीच संध्याकाळ होती आणि त्याही दिवशी ज्यो अशीच माळ्यावर एकटीच बसली होती. कातरवेळेची अंधुक, उदासवाणी घटका पुष्कळदा ती येथेच घालवीत असे. येथे तिच्या एकांताचा कोणी भंग करीत नसे. माळ्यावर एक मोडके जुनाट कोच होते. बेथची आवडती लाल रंगाची उशी डोक्याखाली घेऊन ज्यो त्या कोचावर तासन् तास पडून राही. अशा वेळी ती मनातल्या मनात कथानके जुळवी. भविष्याची अस्फुट स्वप्ने पाही, किंवा बेथच्या अनेक लहानमोठ्या आठवणी मनाशी घोळवीत बसे.

आजही ज्यो अशीच तेथे बसली होती. तिचे डोळे उदासवाणे दिसत होते. मुद्रेवर शीण उमटला होता आणि साऱ्या अंगात जडपणा साकळून राहिला होता. उद्या तिचा वाढदिवस होता. वयाची पंचवीस वर्षे ती पूर्ण करणार होती. पण वाढदिवसाच्या कल्पनेने जो आनंद वाटतो त्याचा तिच्या मनात कोठे मागमूसही नव्हता. वर्षे किती भराभर जात आहेत आणि तारुण्य कसे झपाट्याने ओसरत आहे याचीच सखेद जाणीव तिला पुन्हा पुन्हा होत होती. वयाची पंचवीस वर्षे गेली, या दीर्घ काळात आपण काय कमावले, तर म्हणण्यासारखे काहीच नाही आणि जगापुढे अभिमानाने मिरवण्यासारखेही काहीच नाही, या विचाराने ती अगदी कासावीस होत होती. शेवटी ती स्वत:शीच पुटपुटली,

"मी अशीच दिवसेंदिवस म्हातारी होत जाणार आणि एके दिवशी अचानक मरणार. झाले! लेखणी हाच आमचा नवरा, कथाकादंबरी हीच आमची मुलंबाळं आणि साहित्य हाच आमचा संसार! कीर्ती मिळालीच तर ती अशा वयात मिळेल की, जेव्हा तिचा आनंददेखील मला घेता येणार नाही! म्हातारपणी मिळणारी कीर्ती, नावलौकिक, पैसा-काय उपयोग त्याचा मला! असो. माझं सारं आयुष्य मला असं एकटीनंच घालवावं लागणार हे उघड दिसतंय–"

हे आणि यासारखेच अनेक खिन्न विचार मनाशी घोळवीत ज्यो त्या उदासवाण्या संध्याकाळी माळ्यावरच्या कोचावर एकटीच पडून राहिली होती. विचार करता करता तिचा डोळा लागला असावा, इतक्यात अगदी उशालगत तिला कुणाची तरी चाहूल लागली. तिने चटकन डोळे उघडले आणि आपण जाग्या आहोत की स्वप्नात आहोत हेच तिला कळेना. कारण लॉरी – सहा फूट उंचीचा, हाडामासाचा, तगडा जवान असा साक्षात लॉरी – तिच्यासमोर उभा होता! एखाद्या भुताकडे बघावे तशा विस्फारित नजरेने ज्यो त्याच्याकडे पूर्ण मिनिटभर टक लावून बघत राहिली. तेवढ्यात लॉरी खाली वाकला आणि त्याने हळूच तिच्या गालाचा मुका घेतला. त्याच्या ओठाच्या स्पर्शाने ज्यो भानावर आली. ताडकन उठून तिने त्याच्या गळ्यात दोन्ही हात टाकले आणि अत्यंत हर्षभरित होऊन ती ओरडली,

"टेडी, टेडी, माझा लाडका, लाडका टेडी!"

लॉरीने तिला हलकेच सावरले, स्नेहभराने तिच्याकडे न्याहळून बघत तो तिला म्हणाला,

"माझी ज्यो, माझी आवडती मैत्रीण! तर मग ज्यो, मला पाहून तुला खरोखरच आनंद झाला ना?"

"आनंद? अरे पोरट्या, किती आनंद झालाय हे शब्दांत मांडून दाखवता येणार नाही मला! बरं पण तू एकटाच कसा आलास? ॲमी कुठे आहे?"

"ॲमी आणि मिसेस मार्च – तुझी आई – दोघीजणी वाटेत मेगच्या घरी थांबल्या आहेत. येताना आम्ही तिथे बसलो होतो घटकाभर, पण त्या दोघींच्या तावडीतून माझ्या बायकोची काही सुटका होण्याचं लक्षण दिसेना तेव्हा–"

"काय म्हणालास? तुझी बायको?" ज्यो एकदम मध्येच ओरडली.

"अर्रर्र! शेवटी आमचं गुपित फुटलंच म्हणायचं." लॉरी ओशाळून म्हणाला आणि अपराधी मुद्रेने तो ज्योकडे पाहू लागला.

"म्हणतोस काय तू लॉरी! तुम्ही दोघांनी परस्पर तिकडं लग्न उरकून टाकलंत की काय तरी?"

"होय होय. तसंच केलं आम्ही. पण पुन्हा असा अपराध माझ्या हातून कधी घडणार नाही." क्षमायाचनेच्या आविर्भावात ज्योसमोर गुडघे टेकीत अन् दोन्ही हात जोडीत लॉरी म्हणाला. पण त्याचे डोळे मिष्कीलपणे चमकत होते आणि स्वरातला आनंद, अभिमान, कौतुक या गोष्टी लपवूनही त्याला लपवता येत नव्हत्या.

"खरंच का तुम्ही लग्न केलंत?" ज्योचा अजूनही विश्वास बसत नव्हता.

"खरंच केलं!"

"देवा देवा! काय एकेक भयंकर बातम्या ऐकते आहे मी या!" कोचाच्या पाठीवर धाडकन अंग टाकून ज्यो म्हणाली.

''हा तुझा उद्‌गार आमच्या दृष्टीनं काही फारसा स्तुतिपर नाही बरं का!'' लॉरी फुरंगटून बोलला.

''मग काय म्हणू तर! आधी तू एखाद्या चोरासारखा हलकेच आपला येतोस काय नि एकापेक्षा एक आश्चर्यकारक बातम्या माझ्या कानावर घालतोस काय? सारंच विलक्षण आहे म्हणायचं! ऊठ, ऊठ बघू आधी तिथून नि सारं काही मला नीट तपशीलवार सांग.''

''आधी मला कोचावरच्या माझ्या नेहमीच्या जागी बसू दे. मग मी सांगेन सर्व काही!''

त्याचा तो उद्‌गार ऐकून ज्यो मन:पूर्वक हसली. गेल्या कित्येक दिवसांत हसली नसेल अशी खळखळून हसली आणि मग कोचावरची आपल्या शेजारची जागा हाताने थोपटीत ती त्याला म्हणाली,

''आता काही मी त्या जुन्या उशीची तटबंदी घालणार नाही इथे. ती बिचारी कधीच बेपत्ता झाली आहे. हं, बैस इथे नि सारा कबुलीजबाब दे पाहू, टेडी!''

''टेडी! ही जुनी हाक तुझ्या तोंडून ऐकताना किती समाधान वाटतंय म्हणून सांगू! हे खास तुझं लाडकं नाव आहे माझ्यासाठी. दुसरं कुणीच मला 'टेडी' म्हणत नाही.''

''ॲमी काय म्हणते तुला?''

''राजा!''

''वा! छानच नाव आहे. अन् तू राजबिंडा दिसतो आहेस देखील.'' ज्यो हसत हसत म्हणाली आणि तिने मोठ्या प्रेमाने लॉरीला आपल्या शेजारी बसवून घेतले.

ज्यो म्हणाली होती त्याप्रमाणे जुन्या उशीची तटबंदी गेली होती, पण तरीही एक अदृश्य तटबंदी त्या दोघांत उभी होतीच. अनेक महिन्यांचा दुरावा आणि नात्यात झालेला बदल यांच्या योगाने एक विचित्र संकोच दोघांच्याही मनात निर्माण झाला होता आणि दोघांनाही तो जाणवत होता. त्यामुळे शेजारी बसल्यावर एकमेकांशी काय बोलावे, कसे बोलावे हे क्षणभर त्यांना कळेना. पण जरा वेळाने तो अवघडलेपणा आपेआप दूर झाला आणि मग लॉरी छाती पुढे काढून ऐटीने म्हणाला,

''खरंच सांग, ज्यो, मी आता चांगला विवाहित, प्रौढ, जबाबदार संसारी माणूस दिसतो की नाही?''

''छे! मुळीच नाही. अन् कधी दिसणारही नाहीस. तुझी उंची वाढली आहे. चेहरा अधिक रोड झालाय. पण तुझ्या पोरकट बालिशपणात काहीच बदल झालेला नाही!''

''काय हे, ज्यो? निदान तू तरी मला आता अधिक मानानं वागवायला हवंस!'' लॉरी रुसव्याने म्हणाला.

''मानानं वागवू? छे! तुझं लग्न होऊन तू संसाराला लागल्याची नुसती कल्पना

मनात आली तरी मला हसू कोसळतं! ती मी तुला मान काय देणार नि आदर काय दाखवणार?'' ज्यो म्हणाली आणि ती पुन्हा हसू लागली. तिच्याबरोबर लॉरीही हसू लागला. त्या हसण्याने दोघांचीही मने मोकळी झाली. क्षणभराने लॉरी म्हणाला,

''सारी मंडळी लवकरच इकडे येतील. मला मात्र अगदी प्रथम तुझी भेट घ्यायची होती नि लग्नाची बातमी स्वत: तुला सांगायची होती, म्हणून मी धावत आधी इकडे आलो.''

''होय. पण अजूनही सारा तपशील कुठं सांगितला आहेस तू मला? तुझी नेहमी अशीच धांदल असते. आता सारं काही पहिल्यापासून नीट सांग बघू!''

''त्याचं असं झालं!'' आरामशीरपणे कोचाच्या पाठीला टेकून बसत लॉरी म्हणाला, ''अंकल कॅरोल, आँट कॅरोल ही मंडळी आणि आम्ही सर्वजण बरोबरच इकडे येणार होतो. पण मध्यंतरी त्यांचा बेत बदलला अन् त्यांचा परदेशातला मुक्काम आणखी वाढला. आजोबांना आता सारखी घरची आठवण येऊ लागली होती. पण त्यांनी एकटं इकडं यावं हे मला पसंत नव्हतं अन् तिकडे ॲमीची संगतही मला सोडवत नव्हती. शेवटी तिलाही आमच्याबरोबर इकडं घेऊन यावं असा आम्ही विचार केला. पण तुझे काका-काकी काही ॲमीसारख्या तरुण, अविवाहित मुलीला आमच्याबरोबर येऊ देईनात. त्यांच्या खास इंग्रजी रीतिरिवाजांत नि सभ्यतेत ते कोठे बसेना! आमचा वाङ्निश्चय झाला होता ही गोष्ट खरी. पण तरीही ॲमीनं आमच्याबरोबर येणं त्यांच्या शिस्तीत बसत नव्हतं! या पेचातून कसा मार्ग काढावा, कळेना. शेवटी मी ॲमीला म्हटलं, चला, आपण इथंच लग्न उरकून घेऊ. म्हणजे मग या साऱ्या अडचणी आपोआपच दूर होतील.''

''आँट कॅरोलनं बरी संमती दिली या बेताला?''

''संमती सहजासहजी नाहीच दिली. पण आम्ही प्रयत्नांची पराकाष्ठा करून त्या दोघांचं मन शेवटी वळवलं.'' लॉरी म्हणाला.

''लग्नसमारंभ झाला कुठे?''

''पॅरिसमधल्या 'अमेरिकन कॉन्सल'च्या सुंदर इमारतीत, सहा आठवड्यांपूर्वी आम्ही विवाहबद्ध झालो.'' लॉरी म्हणाला, ''लग्न अगदी साध्या रीतीनं केलं आम्ही. पाहुणेमंडळीही मोजकीच बोलावली होती. कारण आम्ही दोघंजण जरी सुखाच्या शिखरावर होतो, तरी छोट्या बेथचा आम्हाला विसर पडला नव्हता. तिच्या वियोगाच्या छायेनं आमचा आनंद झाकळून गेला होता!''

बेथच्या आठवणीने त्या दोघांनाही एकदम गहिवरून आले. ज्योने लॉरीच्या खांद्यावर मस्तक ठेवले आणि तो तिला थोपटीत मूकपणे तिचे सांत्वन करीत राहिला. काही वेळ अशा नि:स्तब्ध अवस्थेत गेल्यानंतर ज्योने आपले मन सावरले आणि मग ती लॉरीला म्हणाली,

"लग्न आमच्या नकळत उरकून घेतलंत ते ठीक झालं, पण लग्न झाल्यावर तरी आम्हाला कळवायचं की नाही?

"पण मग तुम्हाला चकित करणं कसं साधलं असतं आम्हाला?" लॉरी हसून म्हणाला, "खरं म्हणजे लग्नसमारंभ आटोपताच आम्ही सरळ इकडे येणार होतो, पण लग्न झाल्यानंतर लगेच आजोबांचं पॅरिसमध्येच काही काम निघालं. तेव्हा त्यांनी आम्हाला मधुचंद्रासाठी आवडेल त्या ठिकाणी जाऊन येण्याचा हुकूम सोडला. नीसजवळ 'वॉलरोझा' म्हणून एक अत्यंत सुंदर ठिकाण आहे. ॲमीनं एकदा त्या जागेचं वर्णन 'मधुचंद्रासाठी आदर्श ठिकाण' असं केलं होतं. म्हणून मग आम्ही आमचा मधुचंद्र तिथेच साजरा केला. गुलाबांनी बहरलेल्या त्या सुंदर बागेत आम्ही खरोखर स्वर्गसुख अनुभवलं!"

बोलता बोलता लॉरी अंतर्मुख झाला. क्षणभर ज्यो जवळ आहे या गोष्टीचा देखील त्याला विसर पडल्यासारखे दिसले. आपल्या सान्निध्यात असताना लॉरी आपल्याला पूर्णपणे विसरू शकतो, हा अनुभव ज्योला नवीन होता. एरव्ही ते तिला खटकले असते. पण आता मात्र त्या गोष्टीचा तिला आनंद झाला. कारण जुन्या प्रेमभावनेचा लॉरीच्या मनात आता लवलेशही उरला नसल्याची तिला त्यात साक्ष पटली आणि लॉरी पूर्णपणे सुखी झाला असल्याचा तिला प्रत्यय आला. त्याच्या प्रसन्न चेहऱ्याकडे ती टक लावून बघत राहिली आणि तो अशा भावसमाधीत रंगला असतानाच तिने आपला हात हलकेच त्याच्या हातातून काढून घेण्याचा प्रयत्न केला. त्याबरोबर लॉरी एकदम भानावर आला. तिचा हात त्याने घट्ट धरून ठेवला आणि विलक्षण गंभीर स्वरात तो तिला म्हणाला,

"ज्यो मला एक गोष्ट तुला सांगायची आहे आणि मग हा विषय आपण दोघंही कायमचा मनातून काढून टाकू. तुझ्याबद्दलची माझी भावना यत्किंचितही कमी झालेली नाही. पण त्या भावनेचं स्वरूप आता बदललं आहे. तू आणि ॲमी, तुम्हा दोघींच्या माझ्या हृदयातल्या स्थानाची अदलाबदल झाली आहे. मला वाटतं, असंच व्हायचं होतं आणि मी उतावीळपणा न करता वाट पाहिली असती तर हळूहळू आपोआपच ते घडून आलं असतं. पण मी अधिरेपणाने वागलो, स्वतःही दुःखी झाले अन् तुलाही यातना दिल्या. तेव्हा मी एक कोवळा पोरगा होतो. हट्टी, तापट अन् उतावळा होतो आणि त्यामुळेच ही सारी मनोवेदना माझ्या वाट्याला आली. खरंच सांगतो तुला ज्यो, मध्यंतरी काही काळ मी इतका गोंधळून गेलो होतो की, माझं प्रेम तुझ्यावर आहे की ॲमीवर याचाच मला निर्णय करता येईना. मग मी दोघींच्यावर सारख्याच उत्कटतेने प्रेम करण्याचा अट्टाहास करू लागलो. पण तेही जमेना. पण स्वित्झर्लंडमध्ये ॲमीची पुन्हा गाठ पडली आणि मग एकदम सारं काही ठाकठीक होऊन गेलं. माझ्या अंतःकरणाची मला खरी ओळख पटली. आता ॲमीवर पत्नी म्हणून आणि तुझ्यावर

मैत्रीण अन् मेहुणी म्हणून मी प्रामाणिकपणे, सारख्याच उत्कटतेने प्रेम करू शकेन. तुला हे सारं पटतं ना, ज्यो? खरं वाटतं ना? तर मग आता आपण पहिल्यासारखीच मजेनं, खेळीमेळीने एकमेकांशी वागू या–''

''तू म्हणतोस त्यांतल्या शब्दाशब्दावर माझा विश्वास आहे, टेडी!'' ज्यो म्हणाली, ''पण एक गोष्ट तू ध्यानी घे. आपल्या साऱ्यांचं बालवय आता संपलं आहे आणि पूर्वीचे मजेचे, खेळीमेळीचे दिवस काही केल्या आता फिरून यायचे नाहीत. ते यावेत अशी अपेक्षा करण्यातही काही अर्थ नाही. खेळाचा, मजेचा काळ निघून गेला आहे – आपण आता वयाने मोठे झालो आहोत. नवनव्या जबाबदाऱ्या आता अंगावर पडल्या आहेत. तू बदलला आहेस आणि मीही बदलले आहे. माझा हसरा, खोडकर, खेळकर बालमित्र आता कायमचा अन्तर्धान पावला आहे. पण त्याच्या जागी दिसतोय हा तरुण पुरुषही मला आवडतो. त्याच्याबद्दल मला तेवढंच कौतुक नि अभिमान वाटतो. बालपणाची मैत्री आता संपली आहे पण त्या मैत्रीच्या पायावरच नव्या, बळकट आणि जन्मभर टिकणाऱ्या अशा एका वेगळ्या प्रकारच्या स्नेहाची उभारणी आपल्याला करता येईल! होय ना, टेडी?''

लॉरी काहीच बोलला नाही. फक्त त्याने ज्योचा हात आपल्या हाती घेतला आणि त्यावर क्षणमात्र आपला गाल टेकवला. पहिल्या प्रीतीच्या समाधीतून एक नवे दृढ, सुंदर आणि उत्कट स्नेहबंधन जन्माला येत आहे असे त्याला वाटले. त्या प्रीतीच्या स्मृत्यर्थ या दोघांनीही काही मिनिटे शांतता पाळली.

जरा वेळाने ज्यो त्याला म्हणाली,

''तुम्हा मुलांचं लग्न होऊन तुम्ही आता संसाराला लागलात हे काही केल्या खरं वाटत नाही मला. अरे, नुकती कालपरवा तर मी ॲमीच्या झग्याची बटणं लावीत होते नि भांडण झालं म्हणजे तुझे केस पकडून ओढीत होते. काय भरभर जातात दिवस नाही?''

''आम्हां मुलांपैकी एक जण म्हणजे मी, तुझ्यापेक्षा वयानं मोठा आहे ज्यो, तेव्हा तू इतका काही आजीबाईचा आव आणायचं कारण नाही!'' हसत हसत लॉरी म्हणाला, ''मी देखील तुझ्यासारखा मोठा झालोय बरं का! ॲमी मात्र अजूनही एखाद्या सुरेख छोट्या मुलीसारखी वाटते.''

''तू वयानं वाढला असशील टेडी, पण मी मनानं, वृत्तीनं वयस्कर झाले आहे.'' ज्यो म्हणाली, ''मला वाटतं, मुलींना जात्याच मुलांपेक्षा लौकर समज येते आणि मी तर या गेल्या वर्षात इतकं अनुभवलं आहे, इतकं सोसलं आहे की, मला चाळिशी आल्यासारखं वाटतंय.''

''गरीब बिचारी ज्यो. आम्ही तुला एकटीला हे सारं सोसायला लावलं नि आम्ही मात्र तिकडं मजा मारीत राहिलो. तू प्रौढ वाटतेयस खरी. या जिवणीभवती बारीक

सुरकुत्या पडल्या आहेत. हे डोळे उदास, खिन्न वाटताहेत आणि मघाशी मी ही उशी चाचपली तेव्हा ती आसवांनी ओली झालेली होती! तुला खूपच सहन करावं लागलं, ज्यो. अन् ते एकटीनं सहन करावं लागलं! किती स्वार्थी आहे मी. किती दुष्ट आहे!'' लॉरी दु:खाने म्हणाला आणि पस्ताव्याच्या भरात त्याने लहानपणच्या सवयीप्रमाणे आपल्या डोक्यावरचे केस मुठीत धरून खेचले.

ज्योने त्याच्या खांद्यावर थोपटल्यासारखे केले आणि ती म्हणाली, ''तू उगीच स्वत:ला बोल लावून घेऊ नकोस, टेडी. तशी मी अगदी एकटी नव्हते काही. मार्मी होती. पपा होते. मेग होती. मेगची लहान मुलं हा तर मोठाच दिलासा होता आम्हाला. शिवाय तू आणि ॲमी तिकडे मजेत आहात ही जाणीवही मनाला फार समाधान देणारी होती. मात्र मला कधी कधी फार उदास आणि एकटं वाटतं ही गोष्ट खरी आहे–''

''यापुढं तुला तसं मुळीच वाटणार नाही ज्यो, आम्ही तुला एकटं सोडणारच नाही मुळी,'' तिच्या गळ्याभोवती हात टाकीत लॉरी आवेगाने म्हणाला, ''ॲमी अन् मी, आम्हा दोघांचंही तुझ्यावाचून घडीभरसुद्धा निभायचं नाही. तू वारंवार आलं पाहिजेस, नि आमचा संसार मांडून देण्यापासून आम्हाला मदत केली पाहिजेस, आम्ही तुझे खूप लाड करू आणि सारे मिळून खूप खूप मजा, खूप खूप गमती करू या!''

''हो. करू या ना! तशी काही मी इतकी दु:खी नाही बरं का! उलट तू आल्यापासून मला लगेच तरुण झाल्यासारखं वाटायला लागलंय, नि खूप उत्साह निर्माण झालाय. तू आलास नि सारी दु:खं जणू काही वाऱ्यावर उडून गेली. पण तुझी संगत नेहमीच अशी दिलासा देणारी असते, टेडी.'' ज्यो म्हणाली आणि तिने जणू आधारासाठी लॉरीच्या खांद्यावर मस्तक टेकले. बेथ अतिशय आजारी असताना मागे एकदा टेकले होते तसेच.

लॉरीने हलकेच तिच्याकडे नजर टाकली, तिला त्या विशिष्ट प्रसंगाची आठवण होत असेल का याचे त्याला कुतूहल वाटले. पण ज्यो तर आता गालातल्या गालात चक्क हसत होती. त्याला तिची मोठी गंमत वाटली. तो म्हणाला,

''ज्यो, तू अगदी आहेस तशी आहेस. एका क्षणी रडणारी तर दुसऱ्या क्षणी हसणारी! आता तुझा चेहरा अगदी खट्याळ नि मिष्कील दिसतोय. का हो आजीबाई, कसला विचार करताय?''

''विचार हाच करीत होते की, ॲमी नि तू एकमेकांशी कशा रीतीने वागत असाल? कसं काय जमतं तुम्हा दोघांचं!''

''झकास जमतं!''

''हो का? पण कोण कुणावर हुकमत गाजवतं?''

''अर्थात ॲमी माझ्यावर हुकमत गाजवते. पण ते ती इतक्या सफाईनं अन् गोडव्यानं करते की, त्यात काही वावगं वाटत नाही मला. शिवाय नवेपणी म्हटलं

तिला अधिकार गाजवू द्या. मग पुढे संसारातला सर्वाधिकारी मी आहेच!''

''ते शक्य नाही हं तुला. मी सांगून ठेवते, ॲमी जन्मभर तुला अगदी आपल्या मुठीत ठेवील!''

''ठेवीना का! त्यात काय बिघडलं? ती इतकी गोड, चतुर अन् लाघवी मुलगी आहे की, जन्मभर तिच्या मुठीत राहायलासुद्धा आपण तयार आहोत, बुवा!'' लॉरी हसून म्हणाला.

''अरेरे! काय हा तुझा अध:पात!'' दु:खाचा आविर्भाव करीत ज्यो म्हणाली, ''तू बायकोच्या इतके आहारी जावंस नि ते देखता डोळा बघण्याची माझ्यावर पाळी यावी, केवढं हे दुर्दैव माझं!''

''आहारी वगैरे गेलो नाही हं मी कुणाच्या!'' लॉरी आवेशाने छाती पुढे काढीत म्हणाला, ''तशी ॲमी सभ्य मुलगी आहे. नवऱ्याला ताटाखालचं मांजर करून ठेवणं तिला मुळीच आवडायचं नाही आणि मीही काही एवढा दुबळा नाही म्हटलं!''

त्याच्या त्या आविर्भावाची ज्योला अर्थातच अतिशय गंमत वाटून तिला हसू आले. ती म्हणाली,

''ॲमी त्या अर्थानं तुझ्यावर अधिकार नाही गाजवणार. पण आपल्या गोडव्यानं आणि समजूतदारपणानंच ती तुला जिंकून घेईल.''

''नुसताच गोडवा नाही काही तिच्यात.'' लॉरी चटकन म्हणाला, ''वेळप्रसंगी चांगली तिखट अन् झणझणीतसुद्धा होऊ शकते ती. अरे बापरे! नीसला काय लेक्चर दिलंय तिनं मला म्हणून सांगू! अशी माझी कानउघाडणी जन्मात कधी कुणी केली नसेल! 'तुझा मला तिटकारा वाटतो' असं तिनं मला चक्क माझ्या तोंडावर सांगितलं. मी अगदी नालायक आहे असं तिनं मला पटवूनच दिलं म्हणेनास. पण नंतर मात्र या नालायक माणसाच्याच प्रेमात पडली बिचारी!''

''बरं बरं! आता यापुढं मात्र ती कधी तुला असं टाकून बोलली तर तू सरळ माझ्याकडे ये आणि मी तुझ्या बाजूनं तिच्याशी भांडते की नाही पाहा!'' ज्यो हसून म्हणाली. पण तिचे ते वाक्य पुरे होते न होते तो जिन्यावरून आवाज उमटला,

''कुठे आहे? कुठे आहे माझी ज्यो?''

आणि दुसऱ्याच क्षणी ॲमीने धावत आत येऊन ज्योला घट्ट मिठी मारली. तिच्या पाठोपाठ मिस्टर लॉरेन्स, मिस्टर मार्च, मिसेस मार्च, जॉन, मेग, तिची मुले – सारीच मंडळी तेथे येऊन दाखल झाली. साऱ्यांनी एकमेकांना मिठ्या मारल्या. कुरवाळले, मुके घेतले आणि मग काही वेळ हसण्याचा आणि रडण्याचा, प्रश्न विचारण्याचा नि उत्तरे देण्याचा, मिठ्यांचा आणि मुक्यांचा तेथे एकच गोंधळ उडाला. तीन वर्षांच्या प्रदीर्घ कालानंतर ॲमी आपल्या कुटुंबीयांना भेटत होती. त्यामुळे तिचे किती अन् कसे कौतुक करावे असे त्यांना होऊन गेले होते. मिस्टर लॉरेन्सना युरोपाचा प्रवास

फार मानवला होता. त्यांची प्रकृती चांगलीच सुधारली होती आणि मूळच्या त्यांच्या खानदानीपणावर नि सभ्य रीतीभातींवर आता एका नव्या सफाईचे पाणी चढले होते. लॉरी अन् ॲमी या जोडप्याकडे ते सारखे अभिमानाने बघत होते. अन् ॲमीही सुनेला साजेशा शालीन वृत्तीने त्यांच्यापुढे वागत होती. ते सारे बघून इतरांना मोठीच मौज वाटत होती.

ॲमीच्या अंगावरचा पोषाख पॅरिसमधल्या अगदी अद्ययावत फॅशनबरहुकूम बनवलेला होता. तो पाहून मेगला आपला पोषाख फारच जुनाट वाटू लागला. ॲमीपुढे इथल्या साऱ्या तरुण स्त्रिया फिक्या पडणार, तिच्या डौलापुढे आणि श्रीमंती खानदानीपुढे सॅली मॉफटसुद्धा अगदीच अडाणी वाटणार, याची मेगला तात्काळ साक्ष पटली आणि तिच्याकडे बघताना ज्योच्या मनात आले, "लॉरीच्या श्रीमंतीला नि वैभवाला साजेशी वधू त्याला मिळाली आहे. सौंदर्य, रीतीरिवाज, खानदानी ऐट नि वागण्याबोलण्यातली सफाई – ॲमी सर्वच बाबतीत लॉरीच्या घराला शोभेल अशीच आहे!" मिसेस मार्च आणि मिस्टर मार्च आपल्या धाकट्या लेकीकडे अत्यंत प्रेमाने अन् अभिमानाने बघत होते. ॲमीने नुसता श्रीमंत देखणा नवरा पटकावला असे नाही, तर प्रेम, विश्वास, सहानुभूती आणि जिव्हाळा यांच्या भरभक्कम पायावर स्थिर झालेले असे वैवाहिक जीवन तिने संपादन केले, याबद्दल त्यांना मन:पूर्वक समाधान वाटत होते.

ॲमीच्या मानसिक समाधानाची साक्ष तर तिच्या मुद्रेवरील प्रत्येक आविर्भावातून अन् तिच्या प्रत्येक बारीकसारीक हालचालीतून देखील पटत होती. तिच्या वागण्याबोलण्यात अधिक सौम्यपणा आला होता. डोळे शांत, तृप्त दिसत होते. हसण्यातला प्रसन्नपणा अगदी आतून उमटल्यासारखा वाटत होता आणि स्त्रीत्वाच्या परिपूर्णतेचे एक वेगळेच तेज, वेगळाच गोडवा तिच्या अवघ्या अंगोपांगावर पसरला होता.

"प्रेमाच्या स्पर्शानं किती बदलून गेली आहे आपली धाकटी, नाही? लग्न चांगलंच मानवलंय तिला!" मिसेस मार्च हलकेच आपल्या पतीला म्हणाली,

"आदर्श पत्नी कशी असते याचं नमुनेदार उदाहरण लहानपणापासून डोळ्यांसमोर होतं ना तिच्या?" मिस्टर मार्च हसून म्हणाले आणि आपल्या पत्नीच्या वृद्ध सुरकुतलेल्या चेहऱ्याकडे त्यांनी विलक्षण प्रेमाने पाहिले.

मोठी माणसे आपापसात हसत बोलत असता मेगची डेमी आणि डेझी ही दोन्ही छोटी मुले किंचित बाजूला उभी राहून विस्फारित नजतेने नव्या पाहुण्याचे निरीक्षण करीत होती. डेझीला तर आपल्या सुंदर 'मावछी' वरून नजर बाजूला करणे देखील अशक्य वाटत होते. इतकी ती तिला आवडली होती. ॲमीने तिला जवळ बोलावले तेव्हा प्रथम ती किंचित बुजली, पण एकदा ॲमीने तिला उचलून तिचा मुका घेतला मात्र, ती तिला इतकी घट्ट चिकटली की, एक क्षणभरदेखील ॲमीला सोडायला ती

तयार होईना. डेमी इतक्या सहजासहजी वश होणारा मुलगा नव्हता. पण लॉरीने बर्नहून आणलेली लाकडी शिपायांची एक सबंध पलटण जेव्हा भेट म्हणून त्याला दिली, तेव्हा मात्र त्याला दूर राहवेना. पण खेळण्यांची लाच देऊन काकाने आपल्याला वश केले असे कोणाला वाटू नये, इतक्या बेताबातानेच तो लॉरीजवळ जावयास सिद्ध झाला. तो जवळ येताच लॉरीने पटकन त्याला उचलून हवेत उंच झेलले आणि त्याच्या पोटात हलकेच गुद्दा मारीत गमतीने हसत तो त्याला म्हणाला,

"तुझी नि माझी अगदी पहिल्यांदा ओळख झाली ना, तेव्हा तू माझ्या पोटात गुद्दा मारला होतास बरं का! आता मी त्याची परतफेड करतो आहे, कळलं का, छोटे साहेब?"

आणि त्याने पुन्हा एकदा डेमीला हवेत उंच उडवून वरच्यावर झेलले. या नव्या उंच देखण्या काकाने केलेल्या दंगामस्तीमुळे डेमीच्या सभ्यपणाला नि प्रतिष्ठेला मोठाच धक्का बसला. पण त्याबरोबरच त्याचे बालमन आतल्याआत कुठेतरी विलक्षण सुखावल्यावाचून राहिले नाही!

नव्या पाहुण्यांसाठी हॅना लगेच मेजवानीच्या तयारीला लागली होती. पण स्वैंपाक करता करता ती दहा वेळा दिवाणखान्यात डोकावून जाई आणि पाहुण्यांकडे कौतुकाने दृष्टिक्षेप करी. छोट्या ॲमीला सर्वजण 'मिसेस लॉरेन्स' अशी संबोधनाने गौरवून बोलताना बघून हॅनाच्या वृद्ध, प्रेमळ अंत:करणाला गहिवर येत होता आणि तिचे डोळे सारखे आसवांनी भरत होते.

त्या दिवशी ती सारी मंडळी किती बोलली असतील, किती हसली असतील याला काहीच सुमारच नाही. जवळ जवळ तीन वर्षांच्या घटनांचा एक अर्ध्या तासात आढावा घेणे ही गोष्ट सोपी नव्हती. तेवढ्यात हॅनाने जेवणाची घंटा वाजवली म्हणून बरे झाले. नाहीतर बोलून बोलून साऱ्यांचा घसा बसून गेला असता अन् तोंडाला कोरड पडली असती! जेवणघरात येताना ती सर्वत्र मंडळी किती आनंदात दिसत होती. मिस्टर मार्च आपल्या विवाहित कन्येच्या – ॲमीच्या – हातांत हात घालून चालले होते. लॉरीने मिसेस मार्चला आधार दिला होता तर मिस्टर लॉरेन्स ज्योच्या खांद्यावर हात ठेवून चालताना हलकेच तिला म्हणत होते, "माझी लाडकी बेथ देवाघरी गेली. ज्यो, यापुढे तू तिची जागा घेतली पाहिजेस अन् मला म्हाताऱ्याला आधार दिला पाहिजेस."

जेवणासाठी हॅनाने अनेक प्रकारचे रुचकर पदार्थ मोठा प्रयास घेऊन तयार केले होते. पण आनंदाने साऱ्यांची पोटे आधीच इतकी तुडुंब भरली होती की, फारसे जेवण कोणालाही गेले नाही. डेझीची आणि डेमीची मात्र चांगलीच चंगळ झाली. मोठी माणसे गप्पांत गुंग झाल्यामुळे त्यांच्याकडे लक्ष द्यावयाचे कोणालाच सुचले नाही. मेगनेदेखील एरव्हीचे शिस्तीचे बंधन सैल केले होते आणि 'डोडो' मावशीची – ज्योची तीक्ष्ण नजर आज दुसरीकडेच गुंतली होती. या संधीचा फायदा त्या लबाडांनी पुरेपूर घेतला

आणि जेवणाच्या टेबलावर ठेवलेल्या अनेक गोड पदार्थांवर मनसोक्त ताव मारला.

जेवण झाल्यानंतर सर्व मंडळी माडीवर जावयास निघाली. ज्योने दिवाणखान्याचे बाहेरचे दार आतून बंद करून घेतले आणि क्षणभर ती तेथेच अनिश्चयाने उभी राहिली. एव्हाना सारीजणे माडीवर गेली होती. डेमी सर्वांच्या मागे होता. पण सरतेशेवटी त्याचे चिमुकले गुबगुबीत पाय देखील जिन्याच्या कोपऱ्यावरून वळून दिसेनासे झाले. तेव्हा एका विलक्षण एकाकीपणाच्या भावनेने ज्योचे मन व्यापून टाकले. आता ती एकटी, अगदी एकटी होती. तिच्या आवडत्या टेडीने देखील आज तिला सोडले होते. ज्योचे डोळे एकाएकी भरून आले. इतके की, तिला पुढ्यातले काही धड दिसेना, तिने अंगावरच्या झग्याच्या लांब बाहीनेच आपले डोळे पुसले. कारण गरजेच्या वेळी कधीही रुमाल न सापडण्याची तिची लहानपणाची सवय अद्यापही कायम होती. झोपण्यापूर्वी अंथरुणातल्या अंथरुणात स्वत:च स्वत:शी थोडेसे रडून घेण्याचा विचार करीत ती आपले डोळे पुसू लागली. तोच दारावर बाहेरून कोणीतरी जोराने टकटक केले.

"आता या वेळी कोण असेल बरं?"

ज्यो पुटपुटली आणि तिने पुढे होऊन दार उघडले आणि पुन्हा एकदा समोर भूत दिसावे अशी ती दचकली. कारण एक उंच, धिप्पाड, दाढी असलेला गृहस्थ तिच्या पुढ्यात उभा होता आणि तो मोठ्या स्नेहमय नजरेने तिच्याकडे बघत होता.

"ओहो! प्रोफेसर! या या! किती ही आनंददायक भेट! या ना. आत या!"

विस्मयाच्या पहिल्या धक्क्यातून सावरताच हर्षभराने ज्यो ओरडली आणि तिने दरवाजा सताड उघडून धरला. कारण प्रोफेसर भाअर बाहेरच थांबले तर बाहेरचा काळोख कदाचित त्यांना गिळून टाकील असे तिला भय वाटले.

"तुम्हाला बघून मलाही फार आनंद झालाय मिस मार्च! पण – पण तुमच्याकडे पाहुणे आलेले दिसताहेत आज!" माडीवरून एकदम एक मोठा हसण्याचा कल्लोळ कानावर आल्यामुळे चमकून प्रोफेसर भाअर म्हणाले,

"छे छे! पाहुणे नाहीत कुणी. घरचीच माणसं आहेत. माझी बहीण बऱ्याच वर्षांनी प्रवासाहून आली आहे. काही जवळची मित्रमंडळीही आली आहेत अन् त्यामुळे आम्ही फार आनंदात आहोत आज. या ना. आमच्या मेळाव्यात तुम्हीही सामील व्हा!"

प्रोफेसर भाअर क्षणभर अनिश्चयाने दारातच घुटमळले. एरव्ही ज्योशी दोन शब्द औपचारिकपणे बोलून ते तेथूनच निघून गेले असते. कारण तसा त्यांचा स्वभाव संकोची होता. पण ज्योने त्यांना विचार करायला वेळच दिला नाही. तिने चटकन त्यांच्या हातातली काठी व हॅट काढून घेतली. मग त्यांना आत यावेच लागले. शिवाय आज ज्योची व त्यांची प्रथम दृष्टादृष्ट झाली तेव्हा तिच्या डोळ्यांत त्यांना असा काही विलक्षण भुकेला व्याकुळ भाव दिसला होता की, त्यामुळेही त्यांना आत येण्याची प्रबळ इच्छा झाली होती. त्यांना बघून ज्योला अतिशय आनंद झाला होता आणि तो

तिच्या मुद्रेवर स्पष्टपणे उमटला होता.

प्रोफेसर भाअर आत आल्यावर क्षणभर ज्योकडे निरखून बघत राहीले. मग त्यांनी हलकेच तिला म्हटले,

"तुम्ही आजारी होता काय? चेहरा फार सुकलेला दिसतोय."

"आजारी वगैरे नव्हते. पण – माझी एक बहीण गेली मध्यंतरी. कळवलं होतं मी तुम्हाला!"

"होय. होय. ती दु:खद वार्ता वाचून मला फार वाईट वाटलं!" प्रोफेसर भाअर म्हणाले आणि त्यांनी ज्योचा हात घेऊन तो घट्ट दाबला. त्या भल्या थोरल्या, ऊष्ण उबदार हाताच्या पकडीने ज्यो सुखावली आणि त्या मायेने ओथंबलेल्या नजरेने, शब्दाशिवायही आपले केवढे तरी सांत्वन झाल्यासारखे तिला वाटले. ती लगेच प्रोफेसर भाअरना घेऊन माडीवर गेली आणि दारातून ती विजयी मुद्रेने, उल्हसित स्वराने ओरडली,

"मार्मी, पपा, कोण आलंय बघा एकदा. हे माझे आवडते मित्र, प्रोफेसर भाअर!"

प्रोफेसर भाअरच्या मनात जर काही संकोचाची भावना रेंगाळत असलीच, तर आता एका क्षणात ती पार मावळून गेली. कारण तेथे असलेल्या सर्वच मंडळींनी त्यांचे अगदी मनापासून स्वागत केले. अगदी प्रारंभी ज्योचा मित्र म्हणून त्यांनी प्रोफेसरांना सन्मानपूर्वक वागवले, पण लौकरच स्वतंत्रपणेही ते साऱ्यांना आवडू लागले. प्रोफेसरांच्या व्यक्तित्वात असा एक अनौपचारिक मनमोकळेपणा आणि सर्वस्पर्शी सहानुभूती होती की, त्यामुळे परक्या माणसांनादेखील क्षणार्धात ते आपलेसे करून टाकीत. प्रोफेसर साऱ्यांना आवडले आणि त्यांनाही ती सर्व मंडळी अतिशय आवडली. खूप वाटचाल करून आलेल्या, अत्यंत श्रांत झालेल्या एखाद्या प्रवाशाने परक्या देशात, कुठल्यातरी दारावर थाप मारावी आणि दार उघडले जाताच आपण आपल्या स्वत:च्याच घरी आलो असल्याचा आनंददायक अनुभव त्याला यावा, तसे काहीसे त्यांना वाटले. डेझी आणि डेमी ही दोन्ही मुले गुळाच्या खड्याला मुंगळे चिकटावेत तशी त्यांना चिकटली आणि दोघंजण त्यांच्या मांडीवर आसन ठोकून त्यांच्या भल्या थोरल्या कोटाचे खिसे चाचपू लागली, त्यांची दाढी ओढू लागली इतकेच नव्हे तर बालिश धिटाईने त्यांचे घड्याळ काढून घेऊन त्याचे देखील सूक्ष्म निरीक्षण करू लागली. मिसेस मार्च, मेग, ॲमी या बायकामंडळींनी त्यांच्याकडे निरखून पाहून घेतले आणि नुसत्या दृष्टिक्षेपानेच आपली पसंती एकमेकींना कळवली. मिस्टर मार्चना तत्त्वज्ञानविषयक चर्चा करण्यासाठी एक नवा मित्र मिळाल्याचा मनापासून आनंद झाला. जॉन दुरूनच या नव्या पाहुण्याकडे टक लावून बघत होता, तर मिस्टर लॉरेन्स, इतक्या दारिद्र्यातही हा माणूस स्वत:चा प्रसन्नपणा अबाधित कसा राखू शकतो, याचे आपल्या मनाशी नवल करीत होते.

एकटा लॉरी मात्र अगदी सुरुवातीला प्रोफेसरांपासून काहीसा अलिप्त राहिला होता. किंचित मत्सराने, किंचित संशयाने तो त्यांच्याकडे रोखून बघत होता. पण त्याचाही अलिप्तपणा फार काळ टिकला नाही. हळूहळू तोही प्रोफेसर भाअरकडे आकर्षित झाला आणि त्यांच्या गप्पांत तो रंगून गेला. प्रोफेसरही त्याच्याकडे अधूनमधून संशयाने बघत होते आणि मग त्यांची नजर ज्योकडे वळत होती. त्या नजरेत काही विलक्षण प्रश्नचिन्हे उभी राहिली होती. ज्योला जर ती दिसती तर तिने एका क्षणार्धात त्या प्रश्नांना मूक उत्तरे देऊन टाकली असती. साऱ्या शंकाकुशंका दूर पळवून लावल्या असत्या. पण ज्योला आपल्या स्वत:च्या मनोभावना जगापासून लपवावयाच्या होत्या. म्हणून ती खाली मान घालून, नजर खाली वळवून हातातला पायमोजा झरझर विणीत होती.

मात्र मधून मधून, प्रोफेसरांची नजर चुकवून, ती एखाद्या तिरप्या दृष्टिक्षेपाने त्यांना झटकन पण बारकाईने न्याहाळून घेई. उन्हातान्हातून वणवणत आलेल्या, श्रांत झालेल्या माणसाला थंड पाण्याचा घोट घेताना वाटते तसे त्यांच्याकडे बघताना तिला तृप्त, शांत झाल्यासारखे वाटे. प्रोफेसरांच्या चेहऱ्यावरचा धांदरटपणा, विसरलेपणा आता पार पुसून गेला होता. त्यांची मन:स्थिती प्रसन्न झाली होती आणि ते अगदी मनापासून गप्पा मारण्यात रंगले होते. ते असे मनापासून बोलू लागले की, त्यांचा साधासुधा, रूपहीन चेहराही आकर्षक दिसू लागे आणि त्यांच्या वयातली पाचदहा वर्षे एकदम गळून जात. खरे म्हणजे या वेळी ते ज्या विषयावर बोलत होते तो विषय रंजक मुळीच नव्हता. प्राचीन काळी वेगवेगळ्या देशांत प्रेते पुरण्याच्या वेगवेगळ्या चालीरीती काय होत्या, याची चर्चा रंजक कशी होणार? पण प्रोफेसरांचे वक्तृत्व आकर्षक होते. विद्वत्ता निर्विवाद होती. जवळचा माहितीचा साठा भरपूर होता आणि वादविवादाचे कसब बिनतोड होते. बोलता बोलता लॉरीला एका मुद्यावर अडवून त्यांनी त्याच्या चुकीचे माप सप्रमाण त्याच्या पदरात जेव्हा घातले, तेव्हा त्यांचा नव्हे तर आपला स्वत:चाच विजय झाल्यासारखे वाटून ज्योला विलक्षण आनंद झाला. मिस्टर मार्च प्रोफेसरांशी गप्पा मारण्यात रंगलेले बघून तिच्या मनात आले, असा विद्वान माणूस नेहमी संगतीला मिळाला तर आपल्या वडिलांना किती आनंद वाटेल? आणि मग त्या कल्पनेतच काही काळ ती रमून गेली. प्रोफेसर भाअरचा पोषाखही आज फार नीटनेटका होता. त्यांनी आपले केस व्यवस्थित विंचरले होते. त्यांच्या अंगावरचा सूट नवा असूनही त्याला इस्त्री केलेली होती. नेहमीपेक्षा ते आज खूपच चांगले दिसत होते. त्यांच्या शर्टाच्या बाह्यांना मनगटावर नवी सोनेरी बटणे लावलेली होती. हा लहानसा तपशीलदेखील ज्योच्या नजरेतून सुटला नाही. प्रियाराधनासाठी जातानासुद्धा माणूस इतकी काळजीपूर्वक पोषाख करून जात नसेल, असा एक विचार तिच्या मनात येऊन दुसऱ्याच क्षणी त्या विचारांची तिची तिलाच अतोनात लाज वाटली.

आपल्या चेहऱ्यावरचा लज्जेचा भाव कोणाला दिसू नये म्हणून तिने हातातला लोकरीचा गुंडा चुकून पडल्यासारखे दाखवीत मुद्दामच खाली टाकला. पण तिच्या या युक्तीला मुळीच यश आले नाही. कारण गुंडा खाली पडताच तो आणण्यासाठी ज्यो पुढे झाली, तेवढ्यात तोंडातले वाक्य अर्ध्यावर सोडून प्रोफेसर भाअरही तिकडे धावले. दोघांची डोकी जवळ आली अन् एकमेकांवर आपटली. अत्यंत ओशाळून हसत हसत दोघांनी एकमेकांकडे पाहिले अन् मग लोकरीच्या गुंड्याला हात न लावताच दोघेजणही पुन्हा आपापल्या जागी येऊन बसली!

गप्पांच्या नादात वेळ कसा भरभर जात होता, हे कोणाच्या ध्यानातच आले नाही. शेवटी मुले झोपेने पेंगू लागली तेव्हा मेग भानावर आली आणि जॉनला खूण करून सर्वांचा निरोप घेऊन ती प्रथम जावयास निघाली. लॉरीच्या आजोबांना जाग्रण सोसत नसे म्हणून तेही विश्रांती घेण्यासाठी घरी गेले. उरलेली मंडळी अद्यापही गप्पा मारीत होती. जरा वेळाने ज्यो म्हणाली,

''किती तरी दिवसांनी आपण सारीजणे पुन्हा एकत्र जमलो आहोत. तेव्हा आता झोपण्यापूर्वी आपण प्रार्थनेची गाणी म्हणू या.''

'सारीजणे' हा ज्योचा शब्द तितकासा बरोबर नव्हता. कारण कुटुंबातली एक व्यक्ती आज तेथे उपस्थित नव्हती आणि कोणी बोलत नव्हते; तरीही बेथची आठवण प्रत्येकाच्या मनात जागी होती, तिचा अभाव प्रत्येकाला जाणवत होता. तरीसुद्धा, ती कोठेतरी आसपास वावरत आहे, शांत, सस्मित चेहऱ्याने ती सर्वांकडे बघत आहे असेही त्यांना वाटत होते. तिची छोटी खुर्ची अजूनही कोपऱ्यात तशीच उभी होती. शेवटी अर्धवटच राहिलेले तिचे विणकामही टेबलावर घडी घालून तसेच जपून ठेवलेले होते. तिचा लाडका छोटा पियानो भिंतीशी तसाच होता. जणू बेथ हे जग सोडून गेलीच नव्हती.

ज्योने गाण्याची सूचना पुढे आणताच लॉरी आपल्या पत्नीकडे अभिमानाने दृष्टिक्षेप करून म्हणाला,

''ॲमी, गाण्यात तुझी किती प्रगती झाली आहे, बघू दे ना सर्व मंडळींना! तू गाऊन दाखव पाहू आधी.''

पण ॲमीचे डोळे पाण्याने भरून आले होते. बेथच्या पियानोवरून हलकेच बोटे फिरवीत ती रुद्ध कंठाने म्हणाली,

''नाही. आज नाही मी नवीन गाणी गाणार. आज मी जुनीच गीतं म्हणून दाखवते.''

आणि तिने बेथची आवडती प्रार्थनागीते गावयास सुरुवात केली. ते परिचित शब्द आणि परिचित सूर उमटले, तेव्हा तेथे विलक्षण शांतता पसरली. प्रत्येकजण कानात प्राण आणून ऐकू लागला. सरतेशेवटी बेथचे विशेष आवडते गीत ॲमीने सुरू केले.

“नच दु:ख एकही असले भूमीवरती
कर प्रभुचे ज्यावर सांत्वनार्थ ना फिरती!”

ते गाणे गाताना ॲमीला एकसारखा गहिवर येऊ लागला. आपला हुंदका तिला काही केल्या आवरेना. सरतेशेवटी गाणे तसेच अर्धे सोडून तिने आपला चेहरा आईच्या कुशीत दडवला आणि, “बेथ, मला शेवटी नाहीच ना भेटलीस तू!” असे म्हणून हुंदके देऊन ती रडू लागली.

तिच्या दु:खाचा उमाळा काहीसा ओसरला तेव्हा ते वातावरण बदलून टाकावे अशा हेतूने ज्यो म्हणाली,

“आता प्रोफेसरे गातील हं. त्यांचा आवाज कसा छान भरदार आहे आणि जर्मन गाणी ते फारच चांगली गातात.”

“मी गाईन!” प्रोफेसर म्हणाले, “पण तुम्ही माझ्याबरोबर गाऊ लागाल तरच. आपले दोघांचे सूर छान जमतात.”

प्रोफेसरांच्या या शब्दात काडीमात्र अर्थ नव्हता. कारण ज्योचे गाणे इतके स्वच्छंदी अन् बेसूर असे की, कोणाहीबरोबर तिचा सूर जमणे शक्य नव्हते. पण प्रोफेसर भाअरच्या सूचनेला तिने मोठ्या आनंदाने तात्काळ रुकार दिला. मग ते गाऊ लागले. भाअरचा स्वर भरदार, ढाला आणि गोड होता आणि ते अत्यंते तन्मयतेने गात होते.

देश ठावा का तुला तो
बहरलेली जेथ सुमने
बहरला जेथे ऋतू अन
जेथ पक्षी गाति गाणे!

ते गाणे गाताना प्रोफेसरांची नजर सारखी ज्योकडे वळत होती. त्यामुळे ‘जर्मनी’चे वर्णन करणाऱ्या त्यादेशभक्तिपर गाण्याला या वेळी एक वेगळाच अर्थ आल्यासारखे वाटत होते.

गाणे संपवून भाअर जेव्हा खाली बसले, तेव्हा सर्वांनी टाळ्या वाजवून त्यांचे मन:पूर्वक अभिनंदन केले. नंतर काही वेळ निरोप देण्याघेण्याची एकच गडबड तेथे उडाली. निरोप घेऊन झाल्यानंतर ॲमी जेव्हा जावयास निघाली, तेव्हा प्रोफेसर भाअर विस्मयाने तिच्याकडे बघू लागले. कारण ज्योने ‘माझी धाकटी बहीण’ अशा मोघम शब्दांत तिची ओळख त्यांच्याशी करून दिली होती आणि ‘मिसेस लॉरेन्स’ या तिच्या नव्या नावाने तिला कोणीच हाक मारीत नव्हते. त्यामुळे तिचे व लॉरीचे पतिपत्नीचे नाते आहे, हे अद्याप भाअरना कळलेच नव्हते. आता ॲमी जावयास निघाली तेव्हा ते गोंधळून तिजकडे पाहू लागले. लॉरी तिच्या हातात हात घालून जावयास निघाला, तेव्हा तर त्यांचा गोंधळ फारच वाढला, पण लॉरीच्या पुढील शब्दांनी त्यांच्या सर्व

शंकांचे निरसन झाले. कारण लॉरी त्यांच्याकडे वळून अत्यंत अगत्याने त्यांना म्हणाला,

"बरे तर प्रोफेसर, आम्ही निघतो आता. माझे घर शेजारीच आहे आणि मार्च कुटुंबात आपण जेव्हा जेव्हा याल ना, तेव्हा आमच्याकडेही पायधूळ झाडण्याची कृपा करावी. मला आणि माझ्या पत्नीला आपले स्वागत करताना नेहमीच आनंद अन् अभिमान वाटेल!"

त्याच्या त्या शब्दांनी भाअर अत्यंत प्रसन्न आले. इतका वेळ लॉरीकडे ते काहीशा संशयाने अन् दुराव्याने बघत होते, पण आता त्यांनी त्याच्याशी मन:पूर्वक हस्तांदोलन केले अन् भरघोस शब्दात त्याचे आभारही मानले. लॉरी व ॲमी निघून गेली. नंतर भाअर मिस्टर मार्चकडे वळले व म्हणाले, "आपल्या घरी माझा वेळ फार आनंदात गेला आज. आपली परवानगी असेल तर मी वारंवार इकडे येईन म्हणतो. कारण इथं आणखी काही दिवस मला राहावंच लागणार आहे, माझ्या काही खाजगी कामासाठी!"

प्रोफेसर भाअरे हे मिस्टर मार्चशी बोलत होते, पण त्यांची नजर मात्र सारखी ज्योकडे वळत होती. मिसेस मार्चच्या तीक्ष्ण दृष्टीतून ती गोष्ट सुटली नाही. पण ती त्याबद्दल काही बोलली नाही. मात्र प्रोफेसर निरोप घेऊन निघून गेल्यानंतर ती मिस्टर मार्चना म्हणाली,

"फारच चांगले गृहस्थ आहेत, नाही?"

"होय, अन् मोठा बुद्धिमानही आहे बेटा!" मिस्टर मार्च म्हणाले. "विद्वत्ता अन् व्यासंग, दोन्ही दुर्मिळ गोष्टी आहेत त्याच्याजवळ!"

आपल्या आईवडिलांचे ते प्रशंसापर उद्गार ऐकून ज्योला विलक्षण समाधान वाटले. पण आपला आनंद मनातल्या मनात लपवीत ती एवढेच म्हणाली, "मला वाटलंच होतं की, तुम्हाला प्रोफेसर भाअर आवडतील!"

त्या रात्री अंथरुणावर अंग टाकल्यावरही कितीतरी वेळ ज्यो टकटकीत जागी होती. भाअर इकडे कशासाठी आले असावेत आणि येथे त्यांचे काय काम असावे, हे विचार करकरूनही तिच्या ध्यानात येईना! कसे येणार? तिला जर दिव्यदृष्टी लाभली असती आणि त्या रात्री हॉटेलमधील आपल्या खोलीत गेल्यानंतर प्रोफेसर भाअरनी काय केले हे जर तिला बघता आले असते, तर कदाचित तिला त्यांच्या त्या 'अत्यंत खाजगी अन् महत्त्वाच्या' कामाचा उलगडा झाला असता! कारण खोलीवर आल्यानंतर प्रोफेसर भाअरनी कपडे बदलले होते. आपल्या बॅगेत जपून ठेवलेला ज्योचा एक लहानसा फोटो बाहेर काढला होता. त्याकडे बराच वेळ न्याहाळून बघितले होते अन् मग एकदम कसल्याशा आवेगाने त्यावर आपले ओठ ठेवून त्याचे मन:पूर्वक चुंबन घेतले होते!

४४

राजाराणी

मिसेस मार्च आणि ज्यो यांच्याजवळ बसून ॲमी स्वत:चे लाड करून घेत होती. इतक्यात लॉरी तेथे आला आणि हसतहसत तो मिसेस मार्चला म्हणाला,

"अहो सासूबाई, आमच्या प्रिय पत्नीला जरा एक अर्धा तास आमच्या ताब्यात देता का? पॅरिसहून आमचं सारं सामान आलं आहे आणि ॲमीनं पॅरिसला इतकी तऱ्हेतऱ्हेची खरेदी केली आहे की, त्या पसाऱ्यातून माझ्या वस्तू शोधून काढणं अशक्य झालंय मला. म्हणून म्हणतो–"

"होय तर! जा बेटा, लॉरीबरोबर! तुझं आता लग्न झालंय आणि तुझं स्वत:चं एक वेगळं घर आहे याची आठवणच राहात नाही मला!" लग्नातली अंगठी घातलेला ॲमीचा गोंडस गुबगुबीत हात कुरवाळीत मिसेस मार्च काहीशी खिन्नपणे हसून म्हणाली.

"तसंच महत्त्वाचं काम नसतं तर मी तुमच्या गप्पांत अडथळा आणला नसता." लॉरी किंचित खजील होऊन म्हणाला, "पण झालंय काय, लग्न झाल्यापासून बायकोशिवाय पावलोपावली अडायलाच लागलंय मुळी!'

"कळलं बरं का! रोजचे वापरायचे कपडे सापडत नसतील स्वारीला, दुसरं काय?" ॲमी उठून उभी राहात म्हणाली, "भारी आळशी असतात पुरुष! नाही ग, आई!" आणि तिने आईकडे बघून प्रौढपणे स्मित केले. तिच्या त्या आविर्भावाने लॉरीची मोठीच करमणूक झाली.

लहानपणी ॲमीच्या झग्याची बटणे ज्यो लावीत असे, तशीच आता तिच्या 'क्लोक' ची बटणे लावीत तिने विचारले, "नव्या संसारात रुळल्यानंतर पुढं काय करायचं ठरवलं आहे तुम्ही मंडळींनी?"

"तसे आम्ही खूपच बेत आखून ठेवले आहेत." लॉरी म्हणाला, "एक तर मी आता मनापासून व्यापारात पडायचं ठरवलंय. म्हणजे पोरगा अगदीच वाया गेला नाही याची आजोबांना खात्री पटेल–"

"आणि ॲमी? तिचा काय विचार आहे?" मिसेस मार्चने कुतूहलाने आपल्या नवविवाहित लेकीकडे बघत म्हटले.

"तिचा विचार? आधी तर ती भारी भारी कपडे घालून नि अलंकार अंगावर चढवून साऱ्या शेजाऱ्यापाजाऱ्यांकडे एकदा ऐट मिरवून येणार आणि मग काय विचारता? फॅशनेबल मंडळी, पार्ट्या, मेजवान्या, नाचगाणी, नुसता धडाका उडवून देणार आहे ती. बघालच तुम्ही आता." लॉरी म्हणाला.

"काय होईल ते दिसेलच की! चल चल, माझ्या माणसांसमोर माझी अशी नालस्ती करायला काहीच वाटत नाही ना तुला?" ॲमी लॉरीकडे तिरपा कटाक्ष टाकून लाडिक रुसव्याने म्हणाली आणि मग नवऱ्याच्या हातात हात अडकवून हसत हसत ती तेथून निघून गेली.

"कसं आनंदी जोडपं आहे नाही?" इतका वेळ हातातला 'ॲरिस्टॉटल' वाचीत बसलेले मिस्टर मार्च त्या उभयतांना अनुलक्षून पत्नीला म्हणाले.

"होय आणि मला वाटतं, ती नेहमी अशीच सुखासमाधानानं नांदतील." मिसेस मार्च म्हणाली. तिचा चेहरा कौतुकाने उजळून गेला होता. ज्योच्या चेहऱ्यावर किंचित उदास, हेव्याची छटा पसरली. पण तेवढ्यात प्रोफेसर भाअरनी बागेचे फाटक उघडून आत पाऊल टाकले, तेव्हा तिची मुद्रा एकदम प्रसन्न झाली आणि त्यांच्या स्वागतासाठी ती लगबगीने बाहेर धावली.

त्या दिवशी संध्याकाळी जेवणानंतर लॉरी आणि ॲमी आपल्या सुंदर प्रशस्त दिवाणखान्यात बसली होती. ॲमी पॅरिसहून आणलेल्या सुंदर सुंदर कलावस्तू दिवाणखान्यात कोठे, कशा ठेवता येतील यासंबंधी लॉरीशी विचारविनिमय करीत होती; पण लॉरीच्या मनात काही वेगळेच विचार चालू होते. मध्येच तो ॲमीकडे वळून तिला म्हणाला,

"ॲमी, एक गंमत तुझ्या ध्यानात आली आहे का?"

"नाही. काय ती?"

"हा प्रोफेसर बहुधा आपल्या ज्योला मागणी घालणार!"

"छान होईल नाही, तसं काही झालं तर?"

"छान होईल म्हणा! कारण माणूस झकास, उमदा आहे. मला एवढंच वाटतं मात्र की, तो जरासा अधिक तरुण नि बराचसा अधिक पैसेवाला असायला हवा होता!"

"काय बोलतोस हे तू लॉरी?" ॲमी एकदम आवेशाने म्हणाली, "किती व्यवहारी, किती हिशेबी बोलणं आहे हे! अरे, त्या दोघांचं जर एकमेकांवर अंत:करणापासून प्रेम असेल तर वयाचा, रूपाचा किंवा पैशाचा प्रश्न येतोच कुठे? स्त्रियांनी तर कधीच पैशाखातर लग्न करू नये–" बोलता बोलता ती मध्येच थांबली. तिचा चेहरा गोरामोरा झाला आणि ओशाळून तिने लॉरीकडे दृष्टिक्षेप केला. लॉरीचे

डोळे खोडकर आनंदाने चमकले. पण चेहऱ्यावरचा गंभीर भाव कायम ठेवून तो म्हणाला,

"स्त्रियांनी पैशाखातर लग्न करू नये, ही गोष्ट तर खरीच आहे; पण काही सुंदर आणि सद्गुणी मुलींना चक्क असा हिशेबी विचार करताना पाहिलं आहे मी. माझी आठवण जर मला दगा देत नसेल तर, तूच एकदा श्रीमंत नवरा पटकावण्याबद्दल काहीसं मला बोलून दाखवलं होतंस. मला वाटतं, त्यामुळेच तू माझ्यासारख्या एका उडाणटप्पू पोराशी लग्न केलं असावंस–"

"लॉरी, माझ्या लाडक्या, कृपा करून असलं काही टोचून बोलू नकोस रे! मी ज्या वेळी तुझ्या मागणीला होकार दिला, त्या वेळी तुझ्या श्रीमंतीचा विचार चुकूनसुद्धा माझ्या मनात आला नव्हता. तू अगदी निष्कांचन असतास ना, तरीही मी तुझ्याशीच लग्न केलं असतं आणि अजूनही कधी कधी माझ्या मनात येतं, तू खरोखरच दरिद्री असायला हवा होतास. म्हणजे मग तुला माझ्या प्रेमाची खरीखुरी साक्ष पटली असती!" बोलता बोलता ॲमी पटकन जागेवरून उठली आणि लॉरीच्या गळ्यात हात टाकून त्याचे चुंबन घेत तिने आपल्या बोलण्याचे प्रात्यक्षिकच त्याला करून दाखवले. कारण ॲमी समाजात वावरताना जेवढी सभ्य, गंभीर आणि रीतीभातींना कसोशीने जपणारी असे, तेवढीच एकांतात ती लाडिक आणि लडिवाळ असावयाची.

आपल्या थट्टेने ॲमीचे मन दुखावलेले पाहून लॉरीला फार वाईट वाटले. तिला जवळ घेऊन कुरवाळीत तो म्हणाला, "ॲमी, अग, तुझ्याबद्दल असा संशय मी घेईन तरी कसा? इतकी का तू मला मूर्ख समजतेस?"

"खरंच, मी केवळ व्यावहारिक हिशेबानं तुझ्याशी लग्न केलं असं नाही ना वाटत तुला? असलं काही कधी तुझ्या मनात आलं तर दुःखानं माझं काळीज फुटून जाईल बघ. सांगून ठेवते!" कापऱ्या स्वरात ॲमी म्हणाली.

"ॲमी, ॲमी, वेडी रे, वेडी! अग, साधी थट्टा देखील कळत नाही ना तुला? फ्रेड हा माझ्यापेक्षा कितीतरी पटीनं अधिक श्रीमंत असताना त्याला नाकारून तू माझा स्वीकार केलास. यातच तुझ्या प्रेमाची साक्ष नाही का पटली मला? वेडे पोरी, श्रीमंती म्हणजेच आयुष्याचं सारसर्वस्व असं मानणाऱ्या मुली मी पुष्कळ पाहिल्या आहेत. पण तुम्ही बहिणी त्यातल्या नव्हेत, हे मला माहीत आहे. एके काळी तू व्यावहारिक भूमिकेवरून लग्नाचा विचार करीत होतीस. पण सरतेशेवटी तुझा खरा स्वभाव प्रकट झाला आणि आपल्या आईच्या संस्कारांना, शिकवणुकीला शोभून दिसेल असंच तू वागलीस–"

बोलता बोलता लॉरी चमकून ॲमीकडे पाहू लागला. ती त्याच्याकडेच टक लावून बघत होती. पण तिच्या मुद्रेवर, डोळ्यांत काही विसरल्यासारखे भाव दिसत होते. लॉरी म्हणाला,

"अहो बाईसाहेब, अहो मिसेस लॉरेन्स, कसला विचार करता आहात? माझ्याकडे लक्ष आहे की नाही तुमचं?"

ॲमी ओशाळून हसली आणि मग ती म्हणाली, "माझं लक्ष तुझ्या चेहऱ्याकडे होतं. किती देखणा आहेस तू, लॉरी! तुझ्या साऱ्या ऐश्वर्यापेक्षाही तुझ्या रूपाचा मला अधिक अभिमान वाटतो. हसू नकोस, पण खरंच सांगते, तुझं नाक असं सरळ, तरतरीत आहे या गोष्टीचं मला मोठं समाधान आहे. माझ्या स्वतःच्या चपट्या नाकाचं दुःख त्यामुळे भरून निघालंय." ती एवढे बोलूनच थांबली नाही, तर तिने चटकन उठून लॉरीच्या नाकावरून कौतुकाने बोट फिरवले.

लॉरी हसला. काहीसा लाजलादेखील. क्षणभराने ॲमीने हलकेच म्हटले, "राजा, एक विचारू का तुला?"

"विचार ना राणी?"

"ज्योनं – ज्योचं जर प्रोफेसर भाअरशी लग्न झालं तर – तर तुला त्यामुळे वाईट नाही ना वाटणार?"

"अच्छा! हे डाचतंय तर तुझ्या मनात!" खूप मोठ्याने हसून लॉरी म्हणाला, "वेडे मुली, ज्योच्या सुखाचा मी का म्हणून हेवा करीन? माझ्या स्वतःच्या सुखाचा पेला इतका पुरेपूर, काठोकाठ भरला आहे की, त्यात हेवा, मत्सर अशा क्षुद्र भावनांचा एक थेंबही राहू शकणार नाही. ज्योचं अन् प्रोफेसर भाअरचं लग्न झालं तर त्या गोष्टीचा तुझ्याइतकाच मलाही आनंद होईल, समजलीस का राणी?"

ॲमीने क्षणभर लॉरीच्या डोळ्यांत निरखून पाहिले आणि मग तिच्या मनात अस्पष्टपणे अजूनही रेंगाळत असलेली मत्सराची सूक्ष्म छाया पार नाहीशी झाली. तीही समाधानपूर्वक हसली. जरा वेळाने लॉरी तिला म्हणाला,

"ॲमी, या प्रोफेसरसाठी काहीतरी करावंसं वाटतं मनापासून. आपण एखादा काल्पनिक नातेवाईक शोधून काढू या का? त्यानं तिकडं दूर जर्मनीत नाहीतर आफ्रिकेत सोयिस्करपणे मरून जावं आणि ज्योसाठी घसघशीत रक्कम मागं ठेवावी! तुला कशी काय वाटते ही कल्पना?"

"कल्पना छान आहे." ॲमी म्हणाली, "पण ज्योला या कपटकारस्थानाचा ताबडतोब सुगावा लागेल आणि मग ती भयंकर संतापून जाईल. दया, कीव, सहानुभूती असल्या गोष्टींची फार चीड आहे तिला. ती अतोनात स्वाभिमानी आहे आणि दारिद्र्य ही एक सुंदर गोष्ट आहे असं परवाच ती माझ्याजवळ म्हणत होती."

"आता तिला असं वाटत असेल." लॉरी म्हणाला, "पण उद्या लग्न होऊन काही वर्षं लोटली आणि चारपाच छोटे छोटे भाअर घरात खेळू लागले, म्हणजे तिचं हे मत पालटल्याशिवाय राहणार नाही. मला वाटतं ॲमी, आपण तूर्त काही करू नये, पण एखादी योग्य संधी साधून ज्योला करायची ती मदत करावी. एका परीनं

मी तिचं हे देणंच परत फेडणार आहे म्हणेनास. कारण माझं आजचं व्यक्तिमत्त्व, शिक्षण, शील – सारं ज्योमुळे सिद्ध झालेलं आहे. तिनं माझ्यासाठी जे केलं आहे, त्याचं मोलही करता येणार नाही!''

''दुसऱ्याला साह्य करता येणं ही किती सुंदर गोष्ट आहे नाही?'' ॲमी स्वप्नाळूपणे म्हणाली, ''दुसऱ्याच्या अडचणीत त्याला मदत करता यावी हे माझं फार वर्षांपासूनचं एक आवडतं स्वप्न आहे आणि लॉरी, तुझ्यामुळे ते स्वप्न आता सत्यसृष्टीत उतरणार आहे!''

''आपण खूप जणांना खूप मदत करू या, ॲमी,'' लॉरी तत्परतेने म्हणाला. ''समाजात माणसांचा एक विशिष्ट प्रकार असतो. ज्यांना अशा साह्याची फार गरज असते. जे अगदी दरिद्री असतात, ते मोकळेपणानं याचना करतात. पण सभ्य, सुसंस्कृत माणसं अडचणीत सापडली तरी त्यांचा स्वाभिमान त्यांना कुणापुढं तोंड वेंगाडू देत नाही आणि इतरांनाही त्याची कीव करण्याचं धाडस होत नाही. पण अशा कुटुंबांना योग्य वेळी अवश्य ते साह्य केल्यास त्याचा फार उपयोग होतो. त्यांचा स्वाभिमान न दुखावता वेळोवेळी त्यांच्या अडचणीत त्यांना उपयोगी पडता यावं यासारखं भाग्य नाही श्रीमंतांचं!''

''तुमचं घराणं पहिल्यापासूनच अशा तऱ्हेचं साह्य इतरांना सतत करीत आलं आहे. मला स्वत:ला अनुभव आहेच की त्याचा!'' ॲमी कौतुकाने व कृतज्ञ भावनेने म्हणाली.

''मी जेव्हा युरोपमध्ये प्रवास करीत होतो, त्या वेळी अशी अनेक तरुण, गुणी, बुद्धिमान अन् महत्त्वाकांक्षी माणसं मी पाहिली आहेत ॲमी, की जी फार अडचणीत दिवस कंठीत असतात आणि आपली ध्येयं, स्वप्नं सत्यसृष्टीत उतरविण्यासाठी अनंत हालअपेष्टा सहन करीत असतात! त्यांचं धैर्य, सोशिकपणा, दानत आणि निष्ठा पाहिली की, आपल्याला आपल्या श्रीमंतीची लाज वाटू लागते खरोखरी आणि वाटायला लागतं, यांना मदत करण्यासारखं श्रीमंतीचं दुसरं साफल्य नाही! अशांना साह्य करण्यात खरोखरी आपल्यालाच मोठं समाधान मिळतं–''

''समाजात दुसराही एक वर्ग असतो, लॉरी,'' ॲमी म्हणाली, ''जो एके काळी श्रीमंत असतो, पण कालांतरानं त्याला दारिद्र्य आलेलं असतं. मी स्वत: अशाच एका कुटुंबात जन्मलेली मुलगी आहे. दारिद्र्य म्हणजे काय असतं याचा मी स्वत: अनुभव घेतलेला आहे आणि केवळ पैशाची वाण असल्यामुळे अशा मंडळीना किती सुखं, किती संधी अगदी हातच्या घालाव्या लागतात हेही मला स्वत:ला चांगलं ठाऊक झालं आहे. पण लॉरी, तुझ्या आजोबांनी आम्हाला वेळोवेळी फार साह्य केलं आणि तू तर माझ्याशी लग्न करून भिकारणीची राणी बनवलंस मला! आता एवढीच इच्छा आहे की, अशाच अडचणीतल्या मंडळींना मलाही मदत करता यावी!''

"होय राणी, तुला हवं ते साह्य कुणालाही द्यायचं तुला पूर्ण स्वातंत्र्य आहे." लॉरी भारावलेल्या मनाने बोलला, "श्रीमंतांना आपल्या घरी बसून नुसती मजा मारण्याचा अधिकारच नाही मुळी. गुणी, कर्तृत्वसंपन्न पण दरिद्री माणसांना साह्य करणं हे त्यांचं कर्तव्य आहे. ते कर्तव्य आपण मनापासून पार पाडू, इतरांना भरपूर साह्य करू आणि निव्वळ चैनीपेक्षा व सुखविलासापेक्षा अधिक उदात्त अशा आनंदाचे आपण वाटेकरी होऊ, ठरलं ना?"

"ठरलं!" ॲमी उत्साहाने म्हणाली, "तू माझ्या जोडीला अन् मदतीला असशील तर अशा कितीतरी चांगल्या गोष्टी आपण करू या!"

आणि त्या पतिपत्नींनी त्याच क्षणी आपल्या अंत:करणाशी असा निर्धार करून टाकला की, आपल्या घराप्रमाणेच इतरांचीही घरे सुखसोयींनी, समाधानाने आणि सात्त्विक आनंदाने भरून टाकावयाची. आपल्या ऐश्वर्यात इतरांना यथाशक्ती भागीदार करावयाचे आणि खऱ्याखुऱ्या अर्थाने श्रीमंतीचा आनंद लुटावयाचा.

४५

डेझी आणि डेमी

मार्च कुटुंबाचा इतिहास लिहिताना एखादे तरी प्रकरण त्या कुटुंबातल्या दोन अत्यंत महत्त्वाच्या व्यक्तींसाठी जर खर्ची घातले नाही, तर त्या इतिहासात मोठाच अपुरेपणा राहून जाईल. म्हणून प्रस्तुत प्रकरणात त्या दोन व्यक्तींचे वर्णन करावयाचे ठरवले आहे. डेझी आणि डेमी या त्या दोन व्यक्ती. वयाने आणि आकाराने ही मंडळी जरी छोटी असली, तरी मानाने ती फार बडी होती. नुकते कुठे त्यांना चवथे वर्ष लागले होते. पण इतक्या लहान वयातच घरातल्या वडील माणसांच्या बरोबरीने सारे हक्क आणि अधिकार त्यांनी मिळविले होते आणि साऱ्या घरात त्या दोन्ही जुळ्या भावंडांचे इतके कौतुक होई की, त्या लाडाने एव्हाना ती दोन्ही मुले बिघडून कशी गेली नाहीत, हेच नवल होते, दोघेही पराकाष्ठेची बुद्धिमान होती हे तर सांगायलाच नको. कारण वयाच्या आठव्या महिन्यात ती चालू लागली होती, वर्षभरात बोलू लागली होती आणि दोन वर्षांतच वडील मंडळीच्या बरोबरीने टेबलाशी बसून खरकटे अंगावर न सांडता काट्याचमच्यांनी व्यवस्थित जेवायलाही ती शिकली होती. मोठ्या माणसांत वागताना तर त्यांच्या रीतिभाती इतक्या सभ्य नि सफाईदार असत की, त्यांचे वागणे बोलणे पाहून कोणालाही अगदी कौतुकाचा गहिवर येई. वयाच्या तिसऱ्या वर्षीच डेझीने आपल्या आईकडून शिवणकामाचे साहित्य मागून घेतले होते आणि स्वतःच्या हाताने मोजून चार टाके घालून आजीसाठी एक सुरेख पिशवी तयार केली होती. तिचे स्वतःचे एक घरकुल होते. भातुकलीचा खेळ होता. त्या घरकुलात खेळ मांडून छोट्या छोट्या स्टोव्हवर खोटा खोटा स्वयंपाक करताना ती तासन् तास रंगून जाई. डेझीचा संसाराकडे कल होता, तर डेमीला अभ्यासाची आवड होती. तो आपल्या आजोबांजवळ लिहायला वाचायला शिकत होता. आजोबांची शिकवण्याची रीत मोठी मजेदार होती. हातांनी आणि पायांनी अक्षरे बनवण्याची एक नवीनच पद्धत त्यांनी शोधून काढली होती.

त्यामुळे एकीकडे अक्षरओळख होता होता, दुसरीकडे हातापायांना भरपूर व्यायामही मिळे. डेमीला सर्व तऱ्हेच्या यांत्रिक रचनेबद्दल पराकाष्ठेचे कुतूहल होते. कोणतीही लहानमोठी वस्तू नजरेच्या टप्प्यात येवो, तिचे सारे यांत्रिक भाग सुटे करून ते पुन्हा पहिल्यासारखे जुळवण्यात त्याला फार आनंद वाटे. या त्याच्या छंदामुळे त्याची आई वैतागून जाई, तर वडिलांना आपला मुलगा मोठेपणी बडा यंत्रशास्त्रज्ञ होण्याची आनंददायक स्वप्ने पडू लागत. डेमीने स्वत: खटपट करून एक शिवणाचे मशीन तयार केले होते. सुतळी, दोऱ्या, कपड्यांच्या पिना आणि सुताच्या लडी खुर्च्यांभोवती गुंडाळून त्याने बनवलेल्या त्या यंत्राची कार्यपद्धती इतकी रहस्यमय होती की, डेमीशिवाय कोणालाच त्यातले काही कळत नसे.

त्या दोन्ही मुलांच्या स्वभावात फार अंतर होते, पण दोघांचेही एकमेकांवर विलक्षण प्रेम होते. त्यातल्या त्यात डेमी गुंड होता, तर डेझी सालस स्वभावाची होती. डेमी आपल्या बहिणीवर खूप अधिकार गाजवी आणि तीही त्याला तो अधिकार गाजवू देत असे. त्याचे गुद्दे खाण्यापासून तो त्याची कामे करण्यापर्यंत ती सारे काही खुषीने सहन करी. डेमी स्वत: तिला खूप छळीत असे, पण इतर एखाद्या लहान मुलाने तिच्याकडे वाकडा डोळा करून बघण्याचा अवकाश, तो त्याच्याशी कुस्ती करून आपल्या बहिणीचे अगदी हिरीरीने रक्षण करी. डेझीला तर आपल्या भावाइतका शूर, सुंदर, बुद्धिमान आणि हुषार प्राणी जगात दुसरा कोणी असेल असे मुळी वाटतच नसे. असे काही त्या दोन्ही भावंडांचे जिव्हाळ्याचे संबंध होते.

डेझी दिसायला फार गोड मुलगी होती. गोरी गोरी, गुलाबी, गुटगुटीत आणि सदा हसतमुख अशी ती पोर, कोणालाही पाहिल्याबरोबर उचलून घ्यावीशी वाटे. सारेजण तिला जवळ घेत आणि कुरवाळून नि मटामट मुके घेऊन ते तिला पुरेपुरेसे करून टाकीत. लाड करून घेण्यासाठीच मुळी काही मुले जन्माला आलेली असतात. डेझी ही अशा मुलांपैकी एक होती. वयाच्या मानाने तिला समजही विलक्षण होती आणि ती फारच सुस्वभावी होती. ती नेहमी हसत असे. दररोज सकाळी उठल्याबरोबर ती धावत खिडकीशी जाई आणि बाहेर नजर टाकून टाळ्या वाजवीत म्हणे, "ओहो! छान छान उजेल! छान छान दिवश!" मग बाहेर उन्हे पडलेली असोत की आभाळ भरून आलेले असो! प्रत्येक माणूस तिला जिव्हाळ्याचा मित्र वाटे आणि अगदी अनोळखी लोकांनाही ती मोठ्या औदार्याने मुके देई. त्यामुळे लहान मुलांचे वेड असणारी माणसे तर तिला तात्काळ वश होतच, पण मुले न आवडणारी कुरठी, तुसडी माणसेदेखील विरघळून तिची गुलामगिरी हौसेने पत्करीत. डेझीही जगावर इतकी खूष असे की, कधी कधी आपले दोन्ही हात पुढे पसरून हसतहसत ती म्हणे, "मला शगले शगले लोक आवलतात. अगदी खूप खूप आवलतात." जणू तिला सारे जग दोन्ही हातांनी कवळून हृदयाशी धरावयाचे आहे!

डेझी थोडीशी मोठी झाली, तेव्हा तिच्या आईला, म्हणजे मेगला तिच्यामध्ये पदोपदी बेथचा भास होऊ लागला. तोच भाबडा प्रेमळपणा, तीच सोशिक आनंदी वृत्ती आणि साऱ्यांसाठी हवे ते काम करण्याची तीच निष्कपट तत्परता. डेझीचे आजोबा तर अनेकदा 'बेथ' म्हणूनच तिला हाक मारीत आणि आजी तिच्या प्रकृतीला डोळ्यात तेल घालून जपे. जणू बेथच्या बाबतीत आपल्या हातून ज्या चुका घडल्या, त्यांची डेझीच्या बाबतीत पुनरावृत्ती होऊ नये म्हणून ती झटत होती.

डेमी हा जात्याच चौकस मुलगा होता. प्रत्येक गोष्टीच्या अगदी मुळाशी जाऊन ती त्याला समजावून घ्यायला हवी असे आणि 'काय, कसे, का, केव्हा' यासारखे प्रश्न तो एकसारखा विचारीत राही. त्याच्या स्वभावात थोडीशी तत्त्वचिंतनाचीही झाक होती आणि त्यामुळे त्याच्या आजोबांना त्याच्याविषयी विशेष प्रेम वाटे. आजोबा आणि नातू या उभयतांमध्ये कधी कधी गंभीर विषयावर चर्चा चाले.

एके दिवशी झोपायला जाण्याचे डेमीने नाकारले आणि आईच्या हातातून निसटण्यासाठी त्याने खूपच धावपळ केली. सरतेशेवटी तो थकून गेल्यानंतर मेगने त्याला पकडून बिछान्यावर आणून निजवले. आपल्या पायांकडे बघून बराच वेळ डेमी मनाशी काहीतरी विचार करीत होता. सरतेशेवटी न राहवून त्याने आपल्या आजोबांना प्रश्न केला.

"माजे पाय कशे धावतात आज्योबा? कोन त्यांना धाववते?"

"तुझे मन डेमी. तुझ्या मनाने हुकूम दिला की, तुझे पाय धावतात समजलास?" पिवळ्या सोनेरी मऊ कुरळांनी आच्छादलेले त्याचे मस्तक स्नेहभराने थोपटीत मिस्टर मार्च त्याला म्हणाले.

"मन कशं असतं?" डेमीचा प्रश्न.

"त्याचं स्वरूप अजून कुणालाच नीटसं कळलेलं नाही, बेटा. पण त्याच्यामुळेच तुझ्या शरीराच्या हालचाली होतात. माझ्या घड्याळाला मी चावी दिल्यावर आतली स्प्रिंग कशी गुंडाळली जाते अन् मग घड्याळाचे काटे कसे फिरतात, तसंच आहे हे."

"मग मला पन् घड्याळाशालखं उघडता येतं? उघडा ना आज्योबा?"

"नाही रे बाळा. किनई देव आपणा साऱ्यांना बनवतो. तोच या साऱ्या मानवी घड्याळाची रचना करतो. समजलास? त्याची इच्छा असेल तोवर आपण हालचाल करतो. नसेल त्या क्षणी आपली हालचाल बंद होते."

"मग माझ्या पोतात शुद्धा शिंप्लग आहे?" आपले मोठाले डोळे अधिकच मोठाल करून डेमीने कुतूहलाने विचारले, "ती पन चावी देऊन गुंडाळतात? कोण चावी देतं मला?"

डेमीचा हा प्रश्न इतका विलक्षण होता की, त्याचे आजोबाही क्षणभर अवाक बनले. मग ते म्हणाले, "आपण ते काही बघू शकत नाही बेटा."

पण डेमी अद्याप आपल्या विचारातच मग्न होता. क्षणभराने कोडे सुटल्यासारखी त्याची मुद्रा दिसू लागली आणि टाळी वाजवून हर्षभरित स्वरात तो ओरडला,

"शमजलं! शमजलं! मी झोपी गेलो म्हणजे पपा मला चावी देत अशतील! होय ना आजोबा?"

त्यानंतर मग लहान मुले कशा हालचाली करतात, मन म्हणजे काय, शरीर म्हणजे काय, इच्छाशक्ती कशी असते, तिच्या प्रेरणा काय असतात यावरती आजोबा-नातवाचे मोठे गंभीर असे संभाषण सुरू झाले. मिसेस मार्च जवळच बसून ते सारे ऐकत होती. थोड्या वेळाने गंभीर चिंतातुर मुद्रेने तिने मिस्टर मार्चला विचारले,

"अहो, ते पोर ते केवढे आणि तुम्ही त्याच्याशी कसल्या विषयावर बोलता आहात? त्यामुळेच दिवसेंदिवस डेमी अगदी हद्दीबाहेर जाऊ लागला आहे. वाटेल तसले प्रश्न विचारीत असतो तो एकसारखा! उगाच वाटेल ते भरवू नका त्याच्या डोक्यात."

"मुलांची जिज्ञासा कधीही दडपून टाकू नये. आपल्याला वाटतं त्यापेक्षा ती फार शहाणी असतात." मिस्टर मार्च म्हणाले, "शिवाय मी काहीच भरवीत नाही त्याच्या डोक्यात. उलट मुळातच तेथे असलेल्या कल्पनांना मी फक्त चालना देतो आहे. जाग आणतो आहे. माझी अगदी खात्री आहे की, मी बोलतोय त्यातलं अक्षरन् अक्षर डेमीला कळत असलं पाहिजे. बघायचं आहे का प्रत्यंतर? पाहा, मी त्याला आता एक प्रश्न विचारतो. डेमी बेटा, तुझं मन कुठं आहे सांग पाहू?"

डेमी क्षणभर विचारमग्न झाला आणि मग अत्यंत गंभीर मुद्रेने अंगठा चोखीत तो म्हणाला,

"माजं मन माझ्या पोतात असतं आज्योबा!"

त्याचे ते विक्षिप्त उत्तर ऐकून त्याच्या आजीला एकदम हसू कोसळले, आजोबांनाही आपले हसू आवरेना. त्यांना हसताना बघून डेमीही हसू लागला आणि अशा रीतीने शरीरविज्ञान अन् तत्त्वज्ञान या दोन्ही विषयांचा तो संयुक्त तास हशाच्या कल्लोळातच शेवटी संपला.

अर्थात, डेमी जसा एक चिमुकला तत्त्वज्ञ होता तसाच किंवा त्याहूनही अधिक तो एक सर्वसामान्य, निरोगी, खोडकर आणि अवखळ मुलगा होता. निरनिराळे तात्त्विक प्रश्न विचारून तो जसा आजोबांना सतावून सोडी, त्याप्रमाणेच एकसारख्या खोड्या करून तो आईला भंडावीत असे. मेगने आपल्या मुलांसाठी अनेक कायदेकानून करून ठेवले होते व ते सारे कसोशीने अमलात आणण्याचाही ती प्रयत्न करीत असे. पण शिस्तीच्या कठोरपणाचा अवलंब करीत असताना अकस्मात तिचे मातृप्रेम उचंबळून येई आणि त्या दोन्ही लबाड मुलांच्या लाघवापुढे तिला शरणागती पत्करावी लागे.

एखादे दिवशी स्वयंपाकघरात मेग मनुकांचे पुडिंग करीत बसलेली असे आणि डेमी आईभोवती नाचत घुटमळत मनुकांचे तोबरे भरीत राही.

"डेमी, आता पुरे कर हं. सारख्या मनुका खाऊन आजारी पडायचं आहे का?" मेग त्याला दटावून म्हणे.

"मला आवलतं आजारी पडायला." डेमीचे उत्तर.

"मला नाही आवडत पण तू आजारी पडलेलं!" मेग डोळे वटारीत म्हणे, "जा पळ इथून. ती डेझी तिकडे बाहुल्या घेऊन बसली आहे, तिच्या बरोबर खेळ जा!"

मोठ्या कष्टाने डेमी स्वयंपाकघरातून काढता पाय घेई. डेझीशी खेळायला निघून जाई. पण मनुकांचा विषय त्याच्या डोक्यातून निघत निघता नसे. मेग आपले कामधाम आटोपून बाहेर येते तो दोन्ही मुले शहाण्यासारखी खेळताहेत. मग तिला प्रेमाचे अनिवार भरते येई आणि त्यांना छातीशी कवटाळीत ती म्हणे,

"कशी शहाणी आहेत माझी बाळं! आता मी तुमच्याबरोबर खेळते हं. कसला खेळ खेळू या बरं आपण?"

"आम्ही सांगू तो खेळ खेळशील?" डेमी खात्री करून घेई.

"हो हो. वाटेल तो खेळ खेळेन." मेग निर्धास्तपणे म्हणे. तिच्या मनात येई, मुले जास्तीत जास्त काय सांगणार? चेंडू, लंगडी लपाछपी नाहीतर तीन अस्वलांच्या गोष्टीचे नाटक– वाटेल ते खेळण्याचा ती स्वत:च्या मनाशी निर्धार करी. तेवढ्यात डेमीचे चतुर उद्‌गार तिच्या कानी येत.

"तल मग ममी, सैंपाकघरात जाऊन मनुका खायचा खेल आपण खेलू या."

त्या दोन्ही मुलांना 'डोडो मावछी' म्हणजे ज्यो फार आवडत असे. कारण त्यांच्याइतकीच दंगामस्ती करणे आणि त्या मुलांच्या कल्पनाशक्तीच्या पातळीवर उतरून त्यांच्या चिमुकल्या जगाशी समरस होणे तिच्याइतके दुसऱ्या कुणालाच साधत नसे. म्हणून मुले तिच्यावर फार प्रेम करीत. ॲमी मावशीचा व त्यांचा अजून व्हावा तसा परिचय झाला नव्हता आणि बेथमावशी तर आता अंधुक स्मृतीतच काय ती उरली होती. पण डोडोमावशी मात्र रोज त्यांच्यासमोर वावरत असे, त्यांच्याबरोबर खेळत असे आणि हवे ते लाडही करीत असे. पण नंतर कुणीतरी एक दाढीवाला पाहुणा वरचेवर घरी येऊ लागला आणि डोडोमावशी आपली सारखी त्याच्याशीच बोलत बसू लागली तेव्हा मात्र डेझी अन् डेमी दोघांनाही विलक्षण चुकल्याचुकल्यासारखे वाटू लागले. डेझीच्या मुक्यांचे सर्वांत मोठे गिऱ्हाईक गेले आणि डेमी तर आपल्या खेळातला एक प्रतिस्पर्धी म्हणूनच प्रोफेसर भाअरकडे संशयी नजरेने बघू लागला. पण लवकरच मुलांना ते प्रोफेसरही आवडू लागले. त्यांच्या भल्याथोरल्या कोटाच्या खिशातला चॉकोलेटचा साठा कधीही संपत नाही असा अद्‌भुत शोध डेमीने लावला तर त्यांच्या घड्याळाशी आपल्याला हवे तेव्हा मन मानेल तसे खेळता येते म्हणून

डेझी त्यांच्यावर खूष झाली. अर्थात खाऊची व घड्याळाची लाच देऊन भाअरनी मुलांना वश करून घेतले असे मात्र कोणी समजू नये. एखाद्या तरुण स्त्रीची मैत्री संपादन करण्यासाठी तिच्या नात्यातल्या लहान लहान मुलांवर मतलबी माया करणारे धूर्त तरुण अनेकदा पाहावयाला मिळतात. पण त्यांच्या त्या प्रेमाच्या अभिनयाने सहसा कोणीच फसत नाही. मुले तर नाहीतच नाहीत! प्रोफेसर भाअर मात्र त्यातले नव्हते. त्यांना जात्याच लहान मुलांची आवड होती आणि मुलांनाही त्यांच्याविषयी विलक्षण विश्वास अन् जिव्हाळा वाटे. त्यामुळे रोज संध्याकाळी प्रोफेसर भाअरची मूर्ती दुरून येताना दिसली की दोन्ही मुले धावतच त्यांना सामोरी जात आणि प्रोफेसरही त्यांच्याशी हितगुज करीतच घरात पाऊल टाकीत. कारण संध्याकाळच्या वेळी मेग न चुकता दोन्ही मुलांना आजोबांकडे धाडीत असे.

असेच एके दिवशी संध्याकाळी प्रोफेसर भाअर मिस्टर मार्चना भेटायला आले होते. (निदान सांगताना तरी ते असेच सांगत की, मिस्टर मार्चबरोबर होणाऱ्या वाङ्मयीन आणि तत्त्वज्ञानविषयक गप्पा आपणाला फार आवडतात, तेव्हा त्या लोभानेच बहुधा ते दररोज येत असतील. नाही कसे म्हणावे?) भाअरनी मिस्टर मार्चच्या खोलीत पाऊल टाकले, तेव्हा एक विलक्षण दृश्य त्यांच्या नजरेस पडले. मिस्टर मार्च जमिनीवर उताणे पडले होते, व त्यांचे दोन्ही पाय हवेत मागेपुढे होत होते. त्यांच्या शेजारी छोटा डेमी त्याच अवस्थेत जमिनीवर पडला होता. व त्यानेही आपले छोटे गुबगुबीत पाय तसेच वर ताठ धरले होते. दोघेजण या खेळात इतके रंगून गेले होते की, प्रोफेसरांची चाहूलही त्यांना लागली नाही. त्यांच्याबरोबर तेथे आलेल्या ज्योला मात्र हा प्रकार पाहून फार संकोच वाटला. ती आपल्या वडिलांना म्हणाली,

"पपा, पपा, हे प्रोफेसर भाअर भेटायला आले आहेत तुम्हाला!"

त्याबरोबर मिस्टर मार्चनी आपले पाय खाली घेतले आणि उठून बसत हसून ते म्हणाले,

"या प्रोफेसर! जरा एक-दोन मिनिटे आपण थांबा हं. कारण आमचा अभ्यास चालला आहे. हं डेमी. मी धरले आहेत तसेच नेमके तुझे पाय वर अधांतरी धर पाहू आणि सांग आता हे कुठलं अक्षर झालं?"

डेमीने घाईघाईने दोन्ही पाय फाकून ते वर अधांतरी धरले आणि मग तो बुद्धिमान मुलगा एकदम विजयी स्वरात ओरडला, "मला शमजलं. मला शमजलं. हे 'वी' आहे. आजोबा, 'वी' आहे!"

"व्ही म्हणतात त्याला वेड्या. 'वी' नव्हे." ज्यो हसत हसत म्हणाली. मिस्टर मार्च उठून बसले आणि अभ्यास संपल्याबद्दल स्वतःला झालेला आनंद व्यक्त करण्यासाठी डेमीने एकदम कोलांटी उडी मारली.

त्या छोट्या पहिलवानाला उचलून घेऊन खांद्यावर टाकीत प्रोफेसर भाअर म्हणाले, "आज काय काय केलंस तू बेटा दिवसभर?"

"मी आज मेलीला भेटायला गेलो होतो." डेमी म्हणाला.

"होय का? अन् तिथं जाऊन काय केलंस तू?" भाअरनी प्रश्न केला.

"मी तिचा मुका घेतला." अत्यंत निरागस मनमोकळेपणाने डेमीने सांगून टाकले.

"अरे वा! तू फारच लवकर सुरुवात केलीस म्हणायची." प्रोफेसरांनी किंचित हसून म्हटले, "मग मेरी काय म्हणाली बरं?"

इकडे डेमीने त्यांच्या कोटाचे खिसे चाचपण्यास सुरुवात केली होती. अपेक्षेप्रमाणे तेथे त्याला चॉकोलेटे सापडली. त्यातले एक घेऊन तोंडात टाकीत तो म्हणाला,

"मेलीला माज्या मुका आवलला. मग तिनं पन माज्या मुका घेतला. आनी मला पन तो आवलला! छोत्या मुलांना छोत्या मुली खूप आवलतात नाही का?"

"काय चावट मुलगा आहे?" ज्यो म्हणाली, "हे कुणी रे भरवलं तुझ्या डोक्यात?"

"ते माज्या डोक्यात नाही काही. तोंदात आहे." जीभ बाहेर काढून ज्योला चॉकोलेट दाखवीत डेमी म्हणाला. त्याला वाटले, ती चॉकोलेटबद्दलच बोलत आहे.

"एकट्यानंच का खाणार तू सारी चॉकोलेटं? थोडीशी मेरीसाठी ठेवून दे ना! गोड गोड मुलींना गोड गोड खाऊ द्यावा. नाही का बेटा?" भाअरनी डेमीला म्हटले आणि लगेच खिशातून दोनतीन चॉकोलेटे काढून ती त्यांनी ज्योच्या हातात दिली. त्या वेळी त्यांच्या डोळ्यांत असे काहीतरी उमटले की, त्यामुळे ज्यो लाजून लाल पडली. हा सारा प्रकार डेमी बघतच होता. त्याला ते सारेच मोठे कुतूहलजनक वाटले आणि त्याने पटकन प्रश्न केला,

"मोथ्या मुलांना पन मोथ्या मुली आवलतात. खलं ना?"

डेमीच्या त्या प्रश्नाने ज्योचा अधिकच गोंधळ उडाला. प्रोफेसर भाअर मात्र एकदम मोठ्यांदा हसले. बाळ वॉशिंग्टनप्रमाणेच त्यांच्यानेही 'खोटे बोलवत नव्हते' तेव्हा त्यांनी सरळ सांगून टाकले,

"होय बुवा! मोठ्या मुलांनाही मोठ्या मुली फार आवडतात, असं वाटतं मला."

जवळ उभे असलेले मिस्टर मार्च हे सर्व संभाषण शांतपणे ऐकत होते. आता त्यांचेही डोळे काही एका वेगळ्याच जाणिवेने जमकले. जणू काही त्यांच्या नातवाने त्यांनाही काही नवीन कल्पना सुचवली होती. त्यांनी ज्योकडे क्षणभर नीट न्याहाळून पाहिले आणि मग किंचित आनंद, खिन्नता यांच्या मिश्रणातून निर्माण झालेले एक स्मित त्यांच्या चेहऱ्यावर हलकेच उमटले.

त्या दिवशी प्रोफेसर भाअर नेहमीपेक्षाही थोडा जास्तच वेळ तेथे रेंगाळले. ते गेल्याबरोबर ज्योने डेमीला पटकन उचलले. तो अगदी गुदमरून जाईल इतके त्याला छातीशी घट्ट आवळले आणि नंतर भरपूर लोणी आणि जेली लावलेला पावाचा तुकडा

आग्रहाआग्रहाने त्याला खाऊ घातला. डोडोमावशीला आज काय झाले आहे, तेच डेमीला कळेना. त्याने खूप विचार करून पाहिला, पण ज्योच्या आकस्मिक प्रसन्नतेचे कारण त्याला कळले नाही ते नाहीच! त्याच्या चिमुकल्या मेंदूत ती गहन समस्या कायमची तशीच राहून गेली.

४६

पावसातला प्रणय

पावसाळा सुरू झाला होता.

एकीकडे लॉरी आणि ॲमी आपल्या सुंदर, सुसज्ज, राजेशाही घरात वैवाहिक जीवनाचे प्राथमिक धडे गिरवीत असताना दुसरीकडे प्रोफेसर भाअर आणि ज्यो चिंब भिजलेल्या गवताळ मैदानावरून नि चिखलाने माखलेल्या रस्त्यावर भटकत भटकत एकमेकांच्या संगतीत मजेने काळ घालवीत होती.

रोज संध्याकाळी ज्यो फिरायला जात असे. येताना मेगच्या घराकडे एक चक्कर टाकून येण्याचा तिचा नियम होता. मेगच्या घराकडे जाणारे दोन रस्ते होते, पण ज्यो कोणत्याही रस्त्याने चाललेली असली तरी भाअर तिला हटकून भेटायचेच. तिकडे जाताना तरी किंवा तिकडून परत येताना तरी. पण ज्यो मेगकडे निघाली असेल तर प्रोफेसरांनी मुलांकरता काही खाऊ आणलेला असे. तो त्यांना तिकडे पोहोचवायचा असे आणि ती जर घरी परत येत असली तर त्यांना तिच्या वडिलांशी काही गहन विषयावर गप्पा मारायच्या असत. अशा परिस्थितीत त्यांच्या बरोबर हिंडणे ज्योला कसे बरे टाळता येणे शक्य होते? आणि ते संध्याकाळी घरी आले म्हणजे त्यांना जेवायला ठेवून घेणे हेही क्रमप्राप्तच नव्हते काय? मग स्वयंपाकात एखादा अधिकउणा रुचकर पदार्थ असावा याची तिने काळजी घेतली किंवा फ्रिट्झला – आपले, प्रोफेसर भाअरना – कॉफी आवडते म्हणून, जेवणानंतर कॉफीचीही तरतूद केली असली तरी त्यात वावगे ते काय होते?

एक आठवडाभर हे सारे पाहिल्यानंतर वारे कोणत्या दिशेने वाहात आहेत याची, एका ज्योखेरीज, बाकी साऱ्यांना कल्पना येऊन चुकली. पण आपल्या काही ध्यानात आले आहे असे कोणीही ओझरतेसुद्धा सूचित केले नाही. ज्योचा चेहरा इतका टवटवीत का दिसू लागला आहे, केसांकडे पूर्ण दुर्लक्ष करणारी ज्यो दिवसातून तीनतीनदा केस का विंचरू लागली आहे, अगदी कसोशीने प्रसाधन

केल्याखेरीज हल्ली ती घराबाहेर का जात नाही आणि काम करताना ती स्वत:शी सारखी का गाणी गुणगुणते, यांतले काहीही आपल्याला दिसत नाही अशा तऱ्हेने घरातली सर्व मंडळी वागत होती आणि पुढील घटनांची उत्सुकतेने वाट पाहात होती.

एक गोष्ट मात्र अगदी खरी होती. प्रोफेसर भाअर एकीकडे वडिलांशी तत्त्वज्ञानाची चर्चा करीत असताना दुसरीकडे ते त्यांच्या मुलीला प्रणयशास्त्रातले धडे देत होते!

ज्योची मन:स्थिती मात्र फारच विचित्र झाली होती. सरळपणे प्रेमात पडेल आणि सहजपणे त्या गोष्टीचा आपल्या मनाशी कबुलीजबाब देऊन टाकील तर ती ज्यो कसली? आपल्या भावनांचा तिला एव्हाना अंदाज येऊन चुकला होता, पण इतके दिवस प्रेम, लग्न संसार या गोष्टींचा सतत उपहास केल्यानंतर आता त्याच गोष्टींना आपण शरण गेलो तर लोक काय म्हणतील याची भीती तिला सारखी सतावीत होती. सर्वांत जास्त भय तिला लॉरीचे वाटत होते. तो आपल्याला चिडवून चिडवून पुरे पुरे करील म्हणून ती धास्तावून गेली होती. पण कोणी काय कळ फिरवली होती कोण जाणे, लॉरी फारच सभ्यपणाने, समंजसपणाने वागत होता. प्रोफेसर भाअरची टिंगलटवाळी करणे किंवा ज्योची मस्करी करणे या दोन्ही गोष्टींपासून तो कटाक्षाने अलिप्त राहिला होता. ज्योला काय माहीत की, योग्य वेळ आल्यानंतर दामदुपटीने हा सारा खट्याळ आनंद भोगायचा असा लॉरीने मनाशी निर्धार करून ठेवला आहे?

जवळ जवळ पंधरा दिवस प्रोफेसर भाअर अगदी नियमितपणे मार्च कुटुंबात येत राहिले आणि मग काय झाले कुणास ठाऊक, चार दिवस ओळीने ते आपले आलेच नाहीत. बिचाऱ्या ज्योची अवस्था अगदी केविलवाणी होऊन गेली. प्रोफेसर का येईनासे झाले हे तिला कळेना आणि त्यासंबंधी काही तिला कुणाला उघडपणे विचारताही येईना. ती त्रासिक झाली. चिडचिडी बनली. कामात उगीचच आदळआपट करू लागली आणि मनातल्या मनात ती म्हणत राहिली,

"फिरली असेल स्वारीची लहर आणि गेले असतील कुठेतरी निघून! या पुरुषांचे काय? स्वत:च्या आवडीनिवडीपलीकडे जग दिसतं कुठं त्यांना! जाईनात का म्हणा! मला तरी काय करायचे आहे त्यांच्याशी? एवढंच वाटतं मात्र की, इतके दिवस आमच्या घरी मैत्रीच्या नात्यानं आल्यानंतर जाताना त्यांनी निदान आमचा निरोप तरी घ्यायचा होता! एवढाही सभ्यपणा माणसात असू नये म्हणजे काय?"

चौथ्या दिवशी संध्याकाळी घरात अगदीच बसवेना, तेव्हा ज्यो बाहेर जावयास निघाली. आभाळ गच्च भरून आले होते आणि पावसाचा रंग दिसत होता. ज्योने आपला नवा सुंदर पोषाख अंगावर चढवला होता आणि तिने डोक्याला घातलेली टोपीही नवी कोरी, सुंदर होती. पण त्या गोष्टीचा उल्लेख टाळून मिसेस मार्च ज्योला इतकेच म्हणाली,

"पाऊस येईलसं दिसतंय, ज्यो. जाताना छत्री न्यायला विसरू नकोस हं"

"होय. पण आई, तुला काही आणायचंय का बाजारातून? येताना मी थोडेसे कागद घेऊन येणार आहे म्हणून म्हणते."

"तर मग माझ्यासाठी दोन औंस लोकर घेऊन ये. शिवाय नऊ नंबरच्या विणकामाच्या सुया नि दोन वार जांभळी रिबन पण हवीय मला आणि ज्यो, अंगात काही गरम घातलंस का? वारं बघ कसं थंडगार सुटलं आहे!"

"घातलंय काही तरी वाटतं." ज्यो अनिश्चयाने म्हणाली, "बरं आई, मी निघाले."

"अग हो, सांगायला विसरतच होते बघ." मिसेस मार्च म्हणाली, "वाटेत तुला ते प्रोफेसर भाअर भेटले ना, तर त्यांना घरी घेऊन ये. जेवायलाच या म्हणावं. तुझे पपा सारखी आठवण काढताहेत त्यांची. अन् मलाही चुकल्या चुकल्यासारखं वाटतंय."

ज्यो काही बोललीच नाही. तिने फक्त आईकडे एक कृतज्ञतापूर्वक दृष्टिक्षेप केला आणि मग बाग ओलांडून फाटकाबाहेर पडून ती रस्त्याला लागली. थोड्याच वेळात ती गावात येऊन पोहोचली. ती तेथे आली खरी, पण तिला हव्या होत्या त्या वस्तू ज्या भागात मिळत असत, तेथे जाण्याऐवजी ती शहराच्या भलत्याच भागात आली. बँका, ऑफिसे, फॅक्टऱ्या, गोदामे, तऱ्हतऱ्हेच्या यंत्रसामग्रीची दुकाने यांनी भरलेल्या त्या भागात जास्तीत जास्त वावर पुरुषांचाच असे. पण ज्यो तेथेच वणवण फिरत राहिली. जणू काही ती कुणाची तरी प्रतीक्षा करीत आहे. मध्येच ती एखाद्या दुकानापाशी थांबून आतल्या अवजड लोखंडी सामानाकडे बघत राही तर मध्येच कापडाचे गठ्ठे भरलेल्या एखाद्या भल्या थोरल्या गोदामात अनवधानाने शिरे. कोठे ती मोठमोठ्या लाकडी पिंपांच्या चक्रव्यूहात सापडे, तर क्वचित एकावर एक चढवलेल्या पेटाऱ्यांच्या डोंगराआड ती दिसेनाशी होई. गोदामासमोर ज्यो अनिश्चयाने घुटमळत असता एक भला मोठा पाण्याचा थेंब टपकन तिच्या गालावर पडला. तिने चमकून वर पाहिले. तो पावसाचे थेंब टपकन तिच्या गालावर पडला. पाहते तो पावसाचे थेंब सडसडून येऊ लागले. आता कोठे ज्योला आठवण झाली की, आईने तिला बरोबर छत्री नेण्यास आवर्जून सांगितले होते. पण येताना गडबडीत ती छत्री घरीच विसरून आली होती. आपल्या वेंधळेपणामुळे अंगावरचा नवा पोषाख व डोक्यावरची सुंदर टोपी भिजून खराब होणार, हे ज्योला स्पष्ट दिसू लागले आणि छत्री न आणल्याबद्दल तिला पस्तावा झाला. तिने वर पाहिले तो आभाळ ढगांनी काळेकुट्ट झाले होते. पावसाच्या थेंबांच्या सडसडाटाने तिचा पोषाख अर्धामुर्धा भिजला होता आणि रस्त्यावरून तर आताच गढूळ पाण्याचे ओघळ वाहू लागले होते. अशा चमत्कारिक परिस्थितीत स्वतःच्याच चुकीमुळे सापडल्याबद्दल ज्योला

अतोनात चीड आली आणि स्वत:ला उद्देशून ती म्हणाली, "छान झालं. असंच पाहिजे तुला. एवढं धडपडत इथवर यायला आधी सांगितलं होतं कुणी? अन् तेही नवा पोषाख घालून! खरोखरीच ज्यो, मला तुझी शरम वाटते. तुझा सारा आत्मविश्वास, सारा स्वाभिमान गेला कुठे? आपली घरातनं उठलीस नि सोळा वर्षांच्या पोरीसारखी वेडी होऊन स्वप्नामागं धावत सुटलीस! आता जा अशीच भिजत भिजत. होऊ देत कपडे खराब. तीच योग्य शिक्षा होईल तुझ्यासारख्या मूर्ख पोरीला!"

स्वत:लाच असा बोल लावीत ज्यो रस्ता ओलांडण्यासाठी एवढ्या वेगाने धावली की, समोरून येणाऱ्या भल्या थोरल्या बसखाली ती सापडायचीच. पण नशिबाने बचावली. तेथून जी ती घाईघाईने बाजूला सरकली, ती नेमकी एका गलेलठ्ठ म्हाताऱ्याच्या अंगावर जाऊन आदळली. तो बिचारा धडपडत बाजूला झाला आणि ज्योकडे त्याने रागाने टवकारून बघत तोंडातल्या तोंडात काही अपशब्दही उच्चारले. ज्यो पराकाष्ठेची ओशाळली. केस व टोपी भिजू नये म्हणून तिने खिशातला भला थोरला हातरुमाल काढून तो डोक्यावर पसरला आणि पुन्हा ती लगबगीने चालू लागली. तिची पावले व घोटे पाण्यात भिजून बधिर होऊ लागले होते. झग्याची खालची कड चिंब झाली होती आणि तिच्या अंगात हुडहुडी भरली होती. एव्हाना रस्त्यावर उघडलेल्या छत्र्यांचे एक छतच तयार झाले होते. त्यातून वाट काढीत ज्यो झपाट्याने पुढे निघाली. जरा वेळाने तिच्या असे लक्षात आले की, आपल्या अगदी जवळून उघडलेली छत्री सतत आपल्या डोक्यावर धरून कुणीतरी सारखे शेजारी चाललेले आहे. तिने विस्मयाने मान वळवून पाहिले आणि प्रोफेसर भाअरच्या हसऱ्या डोळ्यांशी तिचे डोळे भिडले.

"भर पावसातून गाड्या-घोड्यांची पर्वा न करता वेगाने चाललेली ही धीट मुलगी म्हणजे ज्यो मार्श असणार हे मी केव्हाच ओळखले अन् म्हणून मी घाईघाईने जवळ आलो, तो माझा अंदाज खराच ठरला!" भाअर हसून म्हणाले, "बरे, पण अशा पावसात तुम्ही निघालात कुठे!"

"थोडीशी खरेदी करावी म्हणून बाहेर पडले मी." ज्यो म्हणाली, "तो अकस्मात पावसानं मला गाठलं!"

प्रोफेसर भाअर स्वत:शीच हसले. त्यांनी आजूबाजूला नजर फिरवली. रस्त्याच्या एका बाजूला लोणची मुरांबे बनविण्याचा मोठा कारखाना होता, तर दुसऱ्या बाजूला चामडी कमावण्याचा तसाच दुसरा कारखाना होता. ज्योसारखी तरुण मुलगी या भागात काय खरेदी करणार होती त्यांना कळेना. पण मनातले प्रश्न तसेच मनात दाबून ठेवून ते तिला म्हणाले,

"तुमच्याजवळ छत्री नाही. अशा पावसात तुम्ही कुठे भिजत जाणार? मी येतो चला तुमच्याबरोबर. म्हणजे तुमचं सामान घ्यायलाही माझा उपयोग होईल तुम्हाला!"

''फार आभारी आहे मी आपली!'' ज्यो हळूच म्हणाली आणि तिचा चेहरा लाजेने लालबुंद झाला. पण दुसऱ्याच क्षणी तिचा संकोच मावळला आणि प्रोफेसरांच्या हातात हात घालून ती मोठ्या मजेने चिखल तुडवीत चालू लागली. आभाळ अजूनही ढगाळलेले होते, पण ज्योच्या मनात मात्र सूर्य तळपत होता आणि सोनेरी उन्हाने सारे आसमंत न्हाऊन निघाले होते. सृष्टीची उदासीनता मावळून तेथे आनंद, उल्हास पसरला होता आणि कणाकणात प्रसन्नता भरली होती. चालता चालता मध्येच प्रोफेसरांकडे वळून ती म्हणाली,

''गेले चार दिवस तुम्ही आला नाहीत. आम्हाला वाटलं, तुम्ही कोठेतरी परगावी निघून गेलात.''

''तुमची मंडळी माझ्याशी इतक्या प्रेमानं वागल्यानंतर त्यांचा निरोपदेखील न घेता मी निघून जाईन, हे शक्य तरी आहे काय? इतका का तुम्ही मला कृतघ्न समजता?'' भाअर किंचित दुखावल्यासारखे म्हणाले, त्याबरोबर आपल्या हातून त्यांचा अपमान झाला की काय या जाणिवेने गोंधळून जाऊन ज्यो म्हणाली,

''तसं नाही.... तसं नाही.... तुम्ही खूप कामात असता, हे माहीत होतं मला. पण आम्हाला तुमची भारी आठवण येत होती. विशेषत: पपांना अन् मार्मीला!''

''अस्सं! आणि तुम्हाला? तुम्हाला नव्हती का माझी आठवण येत?''

''मला नेहमीच तुमच्या भेटीनं आनंद होतो!''

आपल्या स्वरातली उत्सुकता लपविण्यासाठी ज्यो शांतपणे म्हणाली. पण उत्सुकता लपविण्याच्या धडपडीत तिने आपला स्वर फारच निर्विकार केला. तिचे ते भावनाशून्य उत्तर कानी पडले, तेव्हा भाअरचा चेहरा एकदम उतरला आणि ते गंभीरपणे म्हणाले,

''जायच्या आधी तुम्हा साऱ्यांचा निरोप घ्यायला मी नक्की येतोच.''

''म्हणजे तुम्ही खरोखरच इथून जाणार म्हणता!''

''हो, माझं इथलं काम आता आटोपल्यासारखंच आहे!''

''पण – पण – काम मनाजोगं झालं की नाही?''

''हो, तसं म्हणायला हरकत नाही. कारण एक बऱ्यापैकी नोकरी मिळाली आहे. तेव्हा स्वत:चं पोट भरून माझ्या छोट्या भाच्यांचं संगोपनही मी आता करू शकेन!''

''कसली नोकरी आहे? मला सांगा ना सारं काही?'' ज्योने सहानुभूतिपूर्वक प्रश्न विचारला.

''इकडच्याच एका कॉलेजमध्ये मला प्राध्यापकाची जागा मिळाली आहे. तेथे मी जर्मन शिकविणार आहे. पगार बरा आहे आणि फ्रान्झ नि एमिल यांच्या शिक्षणाचीही चांगली सोय होणार आहे. माझ्यासारख्याला आणखी काय हवं?''

"खरंच आहे ते." ज्यो म्हणाली, "एकूण तुम्ही इकडेच राहणार तर. बरं झालं. आपल्या वारंवार भेटीगाठी तरी होतील."

"भेटीगाठी होतील. पण वारंवार होणं मात्र कठीण दिसतं!" भाअर गंभीरपणे म्हणाले, "कारण माझ्या नोकरीचं गाव इथून दूर, पश्चिमेकडे आहे."

"इतक्या दूर!" ज्यो खिन्नपणे म्हणाली. तिचा चेहरा एकदम उतरला आणि हाताने आवरून धरलेली झग्याची कडही तिने तशीच सोडून दिली. जणू आता तिचे किंवा तिच्या पोषाखाचे काहीही झाले तरी त्याची तिला काडीमात्र दिक्कत उरली नव्हती.

प्रोफेसर भाअर चकित होऊन तिच्याकडे बघत राहिले. त्यांना अनेक भाषा वाचता येत होत्या. पण स्त्रीचे मन वाचण्याची कला मात्र अद्याप त्यांना अवगत झाली नव्हती. ज्योचे मन आपण ओळखतो, अशी त्यांची समजूत होती. पण आज तिच्या चित्तवृत्ती इतक्या वेगवेगळ्या प्रकारे आणि इतक्या भरभर पालटत होत्या की, भाअरना तिच्या मनाचा काही केल्या थांग लागेना. त्यांची अकस्मात भेट झाली, तेव्हा प्रथम ती अत्यंत चकित झालेली दिसली. पुढे तिच्या आश्चर्याची जागा उल्हासाने घेतली. त्यांच्या हातात हात गुंफून निघताना तर तिच्या आनंदाला पारावारच राहिला नाही. पण नंतर, "तुम्हाला माझी आठवण होते का?" असा प्रश्न त्यांनी तिला विचारला तेव्हा तिने अगदी निर्विकारपणे त्यांना उत्तर दिले. त्यांना नोकरी मिळाल्याचे कळले, तेव्हा ती विलक्षण समाधानी झालेली दिसली, पण ते दूर पश्चिमेकडे जाणार असे कळल्यावर हताशपणाने तिची मुद्रा झाकळून गेली. हा एकंदर काय प्रकार आहे, प्रोफेसर भाअरना काही केल्या कळेना. ते स्वत:शी ते कोडे सोडवून बघत होते तेवढ्यात ज्यो म्हणाली,

"हां, हे मला हवं असलेलं दुकान आलं. येता का आत? खरेदी करून टाकू या सर्व सामानाची."

ती दोघेजण दुकानात शिरली. ज्योचे मन आज थाऱ्यावर नव्हते हेच खरे; कारण आत गेल्याबरोबर तिने सामानाची उचकाउचक करण्यास सुरुवात केली. काही पेट्या खाली पाडल्या, सुयांचा एक छोटा ट्रे खाली सांडून सर्वत्र सुया उधळून दिल्या. लोकरीचा भलताच रंग सांगितला आणि विक्रेत्या मुलीने लोकर कापून बांधून दिल्यानंतर मग आपली चूक कळून ती गोंधळली आणि रिबनच्या शोधार्थ ती भलत्याच विभागात शिरली. भाअर बाजूला उभे राहून हा सर्व प्रकार शांतपणे बघत होते. जरा वेळाने त्यांना तिच्या मन:स्थितीचा उलगडा होऊ लागला. स्वप्नाप्रमाणे काही स्त्रियांच्या वागणुकीचा अर्थही नेमका उलटा घ्यावयाचा असतो, हे त्यांच्या ध्यानात आले आणि एक खाजगी स्वतंत्र स्मित त्यांच्या चेहऱ्यावर पसरले.

दुकानातील खरेदी आटोपून ती दोघे बाहेर पडली, तेव्हा भाअरनी आपण होऊन

सारी पार्सले स्वत:जवळ घेतली आणि मग दोघेहीजण पाण्यांच्या ओघळांतून पावले टाकीत, पाणी उडवीत मोठ्या मजेने रस्त्यावरून चालू लागली.

"तुम्हाला थोडासा वेळ आहे का?" भाअरनी विचारले.

"आहे की. का बरं?" ज्योने म्हटले.

"मी म्हणत होतो, आपण मुलांसाठी थोडासा खाऊ खरेदी करू. म्हणजे आज रात्री मी तुमच्याकडे येईन नि सर्वजण मिळून खाऊनपिऊन मजेत वेळ घालवू या. चालेल ना?"

"चालेल." ज्यो उल्हसित होऊन म्हणाली.

प्रोफेसर भाअरनी हसून तिच्याकडे पाहिले आणि मग ते जवळच्याच एका सुंदर दुकानात शिरले. ज्योही त्यांच्या पाठोपाठ आत आली. त्या दुकानात तऱ्हतऱ्हेची फळे, सुका मेवा आणि फुले विकत मिळत. आकर्षक रचनेने सजवलेले तेथील स्टॉल्स फारच सुंदर दिसत होते आणि फळाफुलांच्या संमिश्र परिमळाने सारा परिसर दरवळून निघाला होता. ज्यो नाकपुड्या आकुंचित करून तृप्तपणे खोलवर सुवास घेऊ लागली. तेवढ्यात भाअरनी तिच्याकडे वळून म्हटले,

"मुलांसाठी मुसंबी आणि अंजीर घेऊ या. खातील ना ती?"

"ताव मारतील त्यावर अगदी!"

"आणि तुम्हाला खारे काजू आवडतात?"

"अतिशय आवडतात."

"मग ते घेऊ या. शिवाय द्राक्षे घेऊ छानपैकी."

त्यांनी इतका खर्च करावा, हे ज्योला बरे वाटत नव्हते. म्हणून तिने आपली नाराजी दर्शविण्याचा प्रयत्न केला. पण प्रोफेसर भाअरनी तिचे काही चालू दिले नाही. उलट तिचे पैशाचे पाकीट तिच्या हातातून त्यांनी काढून घेतले आणि स्वत:च्या खिशातून पैसे काढून बरीचशी द्राक्षे, मुसंबी, अंजीर, काजू वगैरेंची खरेदी केली. शिवाय डेमीला आवडते म्हणून मधाची एक भली थोरली बाटली विकत घेऊन गुलाबांचा एक सुरेखसा गुच्छही त्यांनी ज्योला घेऊन दिला. तिच्या हातात ती फुले देऊन बाकीची अनेक लहानमोठी पुडकी त्यांनी मावतील तशी आपल्या ओव्हरकोटाच्या खिशात टाकली. काही पुडकी हातात घेतली आणि मग ती दोघे दुकानाबाहेर पडली.

थोडेसे चालून गेल्यावर प्रोफेसर भाअर ज्योकडे वळून तिला म्हणाले,

"मिस मार्श! मला एक विनंती करावयाची आहे तुम्हाला! एक मागणं मागायचंय तुमच्याजवळ."

ज्यो स्तिमित नजरेने त्याच्याकडे बघू लागली. तिची छाती एकाएकी धडधडू

लागली आणि तोंड कोरडे पडले,

"या अशा पावसात, अगदी भलत्याच वेळी ते मागणं मागतोय मी. पण त्याला इलाज नाही. कारण आता वेळ अगदी थोडा उरलाय!" भाअर पुढे म्हणाले.

"विचारा ना काय ते!" ज्योने हलकेच म्हटले आणि उत्सुकतेच्या भरात हातातली गुलाबांची फुले तिने आपल्या छातीशी घट्ट धरली.

"विनंती इतकीच करायची होती की, छोट्या टिनासाठी मला एक झगा खरेदी करायचा आहे, अन् टिनाच्या आईसाठी मला एक शाल विकत घ्यायची आहे. या दोन्ही वस्तू तुमच्या आवडीप्रमाणे आणि सल्ल्यानुसार घेणार आहे मी. कारण मला त्यातलं काहीच कळत नाही. मग द्याल ना मला सल्ला!" भाअरनी एका दमात बोलून टाकले.

बिचारी ज्यो. तिचा विलक्षण अपेक्षाभंग झाला होता. आपला हिरमुसलेपणा कसाबसा लपवीत ती म्हणाली,

"हो. देईन तर काय झालं?"

"टिनाची आई फार कष्टात दिवस काढते आहे. अन् तिचा नवरा व्यसनी असल्यामुळे घरात तो मुळीच लक्ष देत नाही. तेव्हा एक चांगली गरम उबदार शाल घेऊन दिली तर, थंडीच्या दिवसांत बिचारीला फार उपयोग होईल तिचा. नाही का?"

ज्योने नुसतीच मान हलवली. तिचा गळा इतका भरून आला होता की, आपण बोलू लागल्यास शब्दांआधी हुंदकाच बाहेर फुटेल, असे तिला भय वाटत होते. मनातली वेदना कशीबशी लपवीत ती भाअरना एका भल्या थोरल्या सुंदर दुकानात घेऊन गेली. टिनासाठी एक फुलाफुलांचा सुरेख झगा प्रथम तिने निवडला आणि मग शालीच्या खरेदीसाठी ती दोघे दुसऱ्या विभागाकडे वळली. तेथील विक्रेता प्रौढ विवाहित मनुष्य होता. प्रोफेसर भाअर आणि ज्यो या उभयतांना एकत्र खरेदी करताना पाहून त्याचा मजेदार गैरसमज झाला. त्याने सौम्य करड्या रंगाची एक नरम शाल काढून ती झटकन ज्योच्या खांद्याभोवती टाकली आणि तो भाअरना म्हणाला,

"बाईसाहेबांना ही शाल किती खुलून दिसते आहे पाहा. मला वाटतं साहेब, आपण हीच शाल खरेदी करावी. फार सुंदर आहे. पोत नरम. रंग डोळ्यांना सुखवणारा. शिवाय किंमतही माफक आहे."

विक्रेत्याचे ते शब्द ऐकून ज्यो अतोनात लाजली. पण त्याचा गैरसमज कसा दूर करावा हेही तिला कळेना. मग ती भाअरकडे वळून इतकेच म्हणाली,

"काय, घ्यायची का ही शाल?"

"हो हो घ्यायची." प्रोफेसर भाअर स्वत:शीच हसून म्हणाले आणि त्यांनी शालीचे पैसे चुकते केले. ज्योच्या मनाचा गोंधळ अजूनही संपला नव्हता. ती उगाचच तेथे ठेवलेल्या वस्तूंची चाळवाचाळव करीत होती. तेवढ्यात तिच्याजवळ

येऊन भाअर म्हणाले,

"आता जाऊ या ना आपण घरी?"

"हो. जाऊ या." दचकून भानावर येत ज्यो म्हणाली. "मी फार फार दमले आहे."

आणि खरोखरच एकाएकी तिला विलक्षण थकल्यासारखे वाटू लागले. तिचा स्वर अगदी केविलवाणा झाला. प्रोफेसर भाअर भेटल्यानंतर तिच्या मनात जो उल्हास दाटून आला होता, त्याचा आता लवलेशही शिल्लक राहिला नव्हता. मनात तळपणारा सूर्य पुन्हा ढगाआड गेला होता आणि सारे जग काळोखात बुडाल्यासारखे वाटत होते. आता प्रथमच ज्योला आपण किती भिजून गेलो आहोत त्याची जाणीव झाली. तिचे पाय गार पडले होते. मस्तक जोराने ठणकत होते आणि हृदयात विचित्र पोकळी निर्माण झाल्यासारखे तिला वाटत होते. भाअर आज दूर चालले होते. त्यांच्याबद्दलची तिची भावना सर्वस्वी तिच्यापुरतीच मर्यादित होती. त्यांच्या मनात तसले काहीच कधी नव्हते. ते फक्त तिला मैत्रीण मानीत होते. बाकी काही नाही. सारी चूक, सारा गैरसमज तिचाच होता आणि त्याचे निराकरण जेवढ्या लौकर ती करील, ते तिच्या हिताचे होते! हे सारे विचार मनात एकदम दाटून येत असतानाच दुसरीकडे समोरून येणाऱ्या बसला ज्योने थांबण्याची खूण केली. पण भाअरनी लगेच तिला म्हटले,

"ती आपली बस नव्हे. आपल्याला तिचा काही उपयोग नाही."

"होय का? मला काही नंबर नीटसा दिसला नाही. म्हणून – असू द्या. आपण चालतच जाऊ या घरी. मला आहे पावसापाण्यातून चालण्याचा सराव." कापऱ्या ओठांनी ज्यो कसेबसे पुटपुटली. तिचे डोळे अश्रूंनी काठोकाठ भरले होते त्यामुळे तिला दोन हातांवरचा रस्ताही धड दिसत नव्हता. बरे. प्रोफेसर भाअर शेजारी असताना त्यांच्या देखत डोळे पुसणेही शक्य नव्हते. ज्योने नुसतेच डोळे घट्ट मिटून पापण्या एकमेकींवर घट्ट दाबल्या. त्याबरोबर डोळ्यांतले पाणी एकदम घळघळत गालांवर उतरले.

प्रोफेसर भाअरनी ते सारे पाहिले. ज्योने मान फिरवली तरी तिची आसवे त्यांना दिसल्यावाचून राहिली नाहीत. ते एकदम खाली वाकले आणि तिच्या अगदी गालाशी तोंड नेऊन त्यांनी विलक्षण मृदू, नाजूक स्वरात स्निग्धपणे म्हटले,

"ज्यो, माझ्या लाडक्या जोसेफाईन, का रडतेस बरं तू?"

ज्योच्या जागी दुसरी कोणतीही तरुण स्त्री असती तरी अशा वेळी काहीतरी थाप मारून तिने वेळ निभावून नेली असती, पण असली कृत्रिमता ज्योला मुळीच ठाऊक नव्हती आणि आपला आब राखण्याचीही तिला आवश्यकता वाटत नव्हती. त्यामुळे प्रोफेसर भाअरचा प्रश्न कानी पडताच सारी लज्जा, सारा संकोच सोडून एक मोठा हुंदका देत स्फुंदत ती म्हणाली,

"तुम्ही – तुम्ही दूर जाता आहात ना? म्हणून!"

तिचे ते अस्फुट शब्द ऐकून भाअरची मुद्रा विलक्षण समाधानाने उजळून गेली. ते क्षणभर स्तब्ध राहिले आणि मग हलकेच म्हणाले,

"ज्यो, मी अगदी दरिद्री माणूस आहे. मनातल्या उत्कट प्रेमभावनेखेरीज दुसरं काहीही मी तुला देऊ शकणार नाही. पण ती भावना मात्र नि:संशय खरी आहे. खोल आहे. प्रामाणिक आहे. खरं म्हणजे तुझ्या मनात माझ्याबद्दल काही आपुलकी आहे की नाही त्याचा अंदाज घ्यावा म्हणूनच मी इथे आलो होतो. निव्वळ मैत्रीच्या नात्यापेक्षा अधिक काही माझ्याविषयी तुला वाटतं का नाही तेच बघायचं होतं मला. मग वाटतं ना तसं, ज्यो? आवडतो ना मी तुला? या साध्या भोळ्या, सामान्य, दरिद्री फ्रिट्झसाठी तुझ्या हृदयात थोडीशी जागा आहे ना?"

"आहे! आहे! आहे!" हर्षभराने ज्यो ओरडली. हातातली फुले कशीबशी सावरीत तिने एक हात भाअरच्या हाती दिला आणि विलक्षण आनंदाने ती त्यांना बिलगली.

खरोखरच इतक्या बिकट अवस्थेत कोणीही कोणाला क्वचितच लग्नाची मागणी घातली असेल! कारण ज्योसमोर गुडघे टेकून प्रणयाराधन करायचे जरी प्रोफेसर भाअरनी मनात आणले असते तरी रस्त्यावरून वाहणाऱ्या गढूळ पाण्यामुळे अन् चिखलामुळे ते त्यांना अशक्य होते आणि ज्योला आलिंगन द्यायची जरी त्यांना इच्छा झाली असती तरी देखील दोघांच्या हातात इतके सामान होते की, ते खाली टाकल्याखेरीज ती कल्पना प्रत्यक्षात आणणे असंभवनीय होते. तेव्हा दोघांनीही एकमेकांकडे डोळे भरून पाहिले आणि त्यातूनच त्यांनी आपले हृद्गत व्यक्त केले.

पावसातून इतका वेळ भटकल्यामुळे ती दोघेही अगदी विचित्र दिसत होती पण नुकत्याच झालेल्या प्रीतीच्या साक्षात्काराने त्यांना अंतर्बाह्य पालटून टाकले होते. प्रोफेसर भाअरची दाढी भिजून तिच्या केसांवर पाण्याचे चिमुकले थेंब उभे राहिले होते. पण ज्योला त्या थेंबांत हजारो इंद्रधनुष्ये दिसली आणि ज्योच्या चेहऱ्यातही भाअरना अलौकिक सौंदर्य दिसू लागले. खरे तर ती या वेळी इतकी वाईट दिसत होती की, काही विचारू नये. तिच्या झग्याची कड भिजून चिंब झाली होती. पायातले रबरी बूट आणि पायमोजे यांवर गुडघ्यापर्यंत चिखलाचा शिडकावा झाला होता आणि डोक्यावरच्या सुंदर टोपीला एव्हाना भिजलेल्या चिंधीची कळा आली होती. पण भाअर मात्र अशा प्रेमपूर्ण नजरेने तिच्याकडे बघत होते की, जणू एखादी अलौकिक रूपवतीच त्यांच्या जोडीने पावले टाकत चालली आहे!

त्या अवस्थेत त्या दोघांनाही जर कोणी पाहिले असते तर दोघांनाही वेड्यात काढून तो माणूस मोकळा झाला असता. कारण गप्पांच्या नादात बस घेण्याचेही त्यांना भान राहिले नव्हते आणि वाऱ्यावादळांतून नि पावसाचिखलातून ती दोघे तशीच मजेने फिरायला निघाल्यासारखी चालत होती. सूर्य कधीच मावळला होता.

सायंकाळ दाटून आली होती आणि भोवती धुकेही जमू लागले होते. पण या कशाचेच त्यांना भान नव्हते. जीवनात एकदाच प्रत्ययाला येणारा प्रीतीचा पहिला स्पर्श त्यांच्या हृदयाला झाला होता. जो जादूचा क्षण वार्धक्याला तारुण्य देतो, रूपहीनतेला सौंदर्य देतो आणि दारिद्र्यालाही ऐश्वर्याचे वरदान करतो, त्या क्षणाने ज्यो आणि भाअर दोघांनाही या वेळी पृथ्वीवरच स्वर्गसुखाचा साक्षात्कार घडवला होता. प्रोफेसरांच्या मुद्रेवर असे भाव पसरले होते की, त्यांनी जणू एखादे राज्य जिंकले आहे आणि ज्योच्या चेहऱ्यावर असा आनंद पसरला होता की, जीवनातले मोठ्यात मोठे श्रेय आज तिने संपादन केले आहे.

प्रारंभीचा काही वेळ एका तृप्त निःशब्द अशा स्तब्धतेत गेला आणि मग ज्योने प्रोफेसरांना विचारले,

"फ्रिट्झ, तुम्ही मला–"

"आहाहा! फ्रिट्झ! किती तरी वर्षांनी हे घरगुती संबोधन मी ऐकतो आहे. तुझ्या तोंडून तर ते फारच गोड वाटतंय!" प्रोफेसर भाअर हर्षनिर्भर होऊन म्हणाले.

"मनातल्या मनात तुमचा उल्लेख मी याच नावानं करते!" ज्यो म्हणाली, "आवडेल ना तुम्हाला मी अशी हाक मारली तर?"

"आवडेल का म्हणून काय विचारतेस, ज्यो? आवडेलच. फार फार आवडेल!"

"बरं तर, फ्रिट्झ," ज्यो किंचित लाजून म्हणाली, "हे सारं तुमच्या मनात जर पूर्वीपासून होतं, तर मग यापूर्वीच मला ही भावना तुम्ही का बोलून दाखवली नाहीत?"

"खरं सांगू तुला, ज्यो?" प्रोफेसर मनःपूर्वक बोलत होते, "न्यूयॉर्कला माझा तू निरोप घेतलास ना, तेव्हाच आपलं हृदय खुलं करून तुला दाखवावं, अशी प्रबळ इच्छा मला झाली होती. पण मी – मी संकोचामुळे गप्प बसलो. एक तर मी फार दरिद्री होतो. तुला लग्नानंतर मी सुखात ठेवू शकेन, असा माझा मलाच आत्मविश्वास वाटत नव्हता. दुसरी गोष्ट, तुझं प्रेम तुझ्या त्या देखण्या श्रीमंत मित्रावर आधीच जडलेलं असावं, असा मला सारखा संशय येत होता!"

"श्रीमंत देखणा मित्र – लॉरी म्हणता होय तुम्ही?" ज्यो हसून म्हणाली, "त्या बाबतीत तुमचा गैरसमज झालेला आहे. लॉरीचं माझं नातं नेहमीच बालमित्र-मैत्रिणीचं होतं. पुढंही ते तसंच राहील. लॉरीच्या मनात माझ्याविषयी काही स्निग्ध भावना निर्माण झाली होती. पण त्याची ही बालिश लहरही पुढे मावळून गेली आणि आज तर तो अगदी आनंदात आहे हे तुम्ही बघताच आहात!"

"तुझी त्या श्रीमंत मित्राबद्दल मैत्रीखेरीज दुसरी भावना नाही, हे ऐकून माझ्या मनावरचं केवढं ओझं दूर झालंय म्हणून सांगू!" प्रोफेसर भाअर हसून म्हणाले, "तू मला वाटल्यास स्वार्थी का म्हणेनास, पण माझ्या प्रेमात मला कोणीही वाटेकरी मुळीच खपणार नाही, ज्यो सांगून ठेवतो."

त्याच्या त्या आवेशयुक्त बोलण्याचे ज्योला मनापासून हसू आले. काही वेळ ती तशीच हसत राहिली आणि मग एकदम काहीतरी आठवल्यासारखे करीत ती म्हणाली,

"पण मला हे सांगा, अगदी या वेळीच तुम्हाला इकडे आमच्या घरी, माझ्या भेटीला का यावंसं वाटलं?"

"ती एक गंमतच आहे मोठी," प्रोफेसर भाअर कोटाचे खिसे चाचपीत म्हणाले, "मध्यंतरी एका मासिकात तुझी एक कविता माझ्या वाचनात आली. तुझं सारं दु:ख, सारा एकाकीपणा त्या कवितेत प्रकट झाला होता. कविता वाचून तुझी खिन्न मन:स्थिती माझ्या डोळ्यांसमोर स्पष्टपणे उभी राहिली आणि आता तुझी भेट घ्यायलाच हवी, असा मी माझ्याशी निर्धार केला!"

"माझ्या एका कवितेनं हे सारं तुम्हाला सांगितलं म्हणता?" ज्यो चकित होऊन म्हणाली, "कुठली बरं ती कविता?"

एव्हाना भाअरनी खिशातून एका चुरगाळलेल्या कागदाची घडी बाहेर काढली होती. तो कागद उलगडून त्यांनी ज्योच्या हाती दिला.

ज्योने उत्सुकतेने त्या कागदावरून झर्रकन फिरवली. ती अधिकच चकित झाली. होय, ती तिचीच कविता होती आणि काही दिवसांपूर्वी एका मासिकात ती छापून आली होती. मासिकातले ते कात्रणच भाअरनी इतके दिवस जपून ठेवले होते. ज्योने मनातल्या मनात कविता वाचायला प्रारंभ केला. कविता अशी होती –

माळ्यावर

धुळीने माखल्या, काळाने झिजल्या,
उन्हापावसात तापल्या भिजल्या,
कोरीव लाकडी अशा चार पेट्या
चौघी बहिणींच्या आवडीच्या मोठ्या,
चौघी बहिणींचा एक छोटा मित्र
शैशवस्नेह तो निर्मळ पवित्र
हरवून गेले त्यांचे बाळपण
तेथे अजूनही राहिले थांबून
फार वर्षांपूर्वी एकदा दुपारी
कोसळत होत्या वळिवाच्या सरी
अशा वेळी एका बालिश हाताने
कोरलेली नावे किती अभिमाने
झाकणांवरती अजून दिसती
विस्मृत कहाण्या फिरून सांगती

बाळवयातला भातुकली खेळ
भांडणे नि पुन्हा जमलेला मेळ
आठवणी मनी धरतात फेर
आजही कोसळे वळीव बाहेर!

पहिलीच पेटी स्वच्छ नि सुंदर
'मेग' नाव आहे कोरियले वर
सौम्य शैशवाची, मुग्ध कौमार्याची
जपलेली येथे स्मारके सदाची
जपून ठेविला रम्य वधूवेष
पहिल्यावहिल्या प्रीतीचा संदेश
चूल नि बोळकी इवली खेळणी
आजही त्यांच्याशी खेळतसे कुणी
सुखाच्या संसारी सांडतो जिव्हाळा
तरुण माऊली जोजविते बाळा
घरात घुमते सुरेल अंगाई
वळीव पाऊस तिला साथ देई!

पेटीवर दुज्या 'ज्यो' हे असे नाव
वस्तूवस्तू तिचा सांगते स्वभाव
हव्यासाने कधी जमवला सारा
विस्कळीत आता पडला पसारा
फुलपाखरांचे तुटलेले पंख
मेलेली पाखरे, मेलेले कीटक
शालेय पुस्तके आता फाटलेली
आवडती चित्रे रंग विटलेली
पऱ्यांच्या राज्यात गुंगलेले मन
वेचलेले तेथे रम्य सुखक्षण!
काव्यदेवतेची केली आराधना
ओळीओळीतून उरलेल्या खुणा!
दैनंदिनीतली एखादीच नोंद
आजही वाचता मन होई धुंद!
स्वप्नापरी गेले बाल्य ते विरून

कधीही न आता यायचे फिरून!
अकालीच आता प्रौढपण आले
भवितव्य सारे धुक्यात दडले
एकाकी घरात एकलीच कुणी
घोळविते मनी जुन्या आठवणी
करुणागीताला तिच्या देत साथ
नि:श्वासासारखे वारे वाहतात!
'प्रीतीचा वसंत फुलेल खचित'
वळीव पाऊस तिज आश्वासीत!

लाडकी बहीण गेली देवाघरी
नाव तिचे 'बेथ' येथे आहे जरी!
ममतेचे हात फिरतात वर
बघताना येतो भरूनिया ऊर
अश्रूत अक्षरे नित्य भिजतात
तिच्या आठवणी त्यात रुजतात.
फुलासारखे ते हळुवार मन
निष्कपट वृत्ती सेवापरायण
तिच्या अखेरच्या अपार वेदना
अंतिम निरोप घेणे शब्दाविना–
सारे सारे आता पुन्हा आठवते
कडुगोड काही त्यात साठवते!
तिच्या गायनाचे अनामिक सूर
वाहतात आज पुन्हा वाऱ्यावर
तिच्या वेदनेत माधुर्य भरीत
वळीव राहिला वर्षाव करीत!

आणखी इथे या चौथ्या पेटीवर
निळी नि सोनेरी अक्षरे सुंदर
'ॲमी' नाव कसे खुलून दिसते!
शब्दाआडून ती प्रसन्न हसते
तिचा डौल, रूप राजकन्येपरी
परीकथेतली किंवा एक परी!

सुकलेली फुले, सुगंधी अत्तरे,
प्रेमपत्रे किती, प्रश्न नि उत्तरे
प्रेमिकांनी तिला धाडलेल्या भेटी
(कितीक झुरत होते तिच्यासाठी!)
कुमारिकेची त्या मुग्ध भावसृष्टी
सुखाच्या अश्रूंची डोळ्यांतून वृष्टी
निष्पाप मनाच्या हळुवार आशा
आणि हृदयाची शब्दहीन भाषा–
सोनेरीरुपेरी घंटा निनादती
तिच्या विवाहाची सुवार्ता सांगती
सुखी जीवनाची तिला देत ग्वाही
वळीव बाहेर कोसळत राही!

ओळीने ठेवल्या इथे चार पेट्या
चौघी बहिणींच्या आवडीच्या मोठ्या
देह चार तरी एक त्यांचे मन
बांधणारे त्यांना प्रीतीचे बंधन
दिवसांमागून दिवस ते गेले
शैशव संपले, प्रौढपण आले,
जीवन-मृत्यूत सुखात, दु:खात
नित्य त्यांनी केली परस्परां साथ
प्रीतीची अपूर्व संजीवक शक्ती
देईल तयांना बंधनीही मुक्ती
अशीच अंतिम घटिका येईल
अंतिम दिवस साजरा होईल
घेतील भरारी आत्मे अनंतांत
वळिवानंतर सोनेरी उन्हात

''कविता तशी अगदीच सामान्य आहे.'' ज्यो ओशाळून हसत म्हणाली, ''पण एकदा अगदी उदास मनानं माळ्यावर जाऊन मी बसले होते. बाहेर वळिवाचा पाऊस कोसळत होता आणि मला अगदी एकटं एकटं वाटत होतं. अशा वेळी, बसल्या बसल्या सहज ही कविता मी लिहून काढली होती. ती अशा तऱ्हेनं पुढं मागं तुमच्या हाती पडेल आणि माझं दु:ख तुम्हाला सांगेल याची मला स्वप्नातही कल्पना नव्हती!''

बोलता बोलता तिने ती कविता फाडूनही टाकली आणि तिची चिटोरी वाऱ्यावर उधळून दिली.

''त्या कवितेनं आपलं काम चोख बजावलं आहे.'' प्रोफेसर भाअर म्हणाले, ''तेव्हा आता ती फाडून टाकली तरी काही फारसं बिघडत नाही. पण खरंच सांगतो ज्यो, ही तुझी कविता मी वाचली आणि मीही अगदी कासावीस होऊन गेलो. तू फार दुःखी असली पाहिजेस, तुला अत्यंत एकटं एकटं वाटत असलं पाहिजे आणि या वेळी कदाचित माझी प्रीती तुझ्या मनाला अवश्य तो दिलासाही देईल, असं मला वाटू लागलं अन् मी तुझ्या भेटीला आलो.''

''आणि मीही त्या प्रीतीचा तात्काळ स्वीकार केला.'' ज्यो हलकेच पुटपुटली.

''अगदी प्रारंभी मला मनातून भीतीच वाटत होती.'' प्रोफेसर भाअर म्हणाले, ''पण नंतर मात्र मी निर्धार केला. काय वाटेल ते होवो, या सुरेख, सद्गुणी, बुद्धिमान आणि प्रेमळ मुलीला आपल्या जीवनाची जोडीदारीण करायचीच!''

''इतकं सारं जर मनात होतं, तर ते प्रत्यक्ष बोलून दाखवायला एवढा विलंब का लावलात?'' ज्योने किंचित रुसव्याने प्रश्न केला.

''विलंब लावला त्याचं कारण असं आहे ज्यो, की, तुझ्या या सुखी आनंदी घरातून, तुझ्या या सर्व मायेच्या माणसांमधून तुला बाहेर काढायचं, ही कल्पनाच मला सहन होईना. इतकं चांगलं घर तुझ्यासाठी स्वतः निर्माण करण्याची कुवत अंगी आल्याखेरीज तुला इथून न्यावं असं मला वाटेना. मी फार दरिद्री माणूस आहे, ज्यो!''

''दरिद्री, दरिद्री असं वारंवार का म्हणता तुम्ही? स्वतःच्या गरिबीचा पुन्हा पुन्हा का उल्लेख करता?'' ज्यो आवेगाने म्हणाली, ''मी नाही भीत दारिद्र्याला. आजवर त्याचा मी इतका अनुभव घेतला आहे की, आता त्यासंबंधीचं माझं सारं भय पार नाहीसं झालं आहे. आपण गरीब असलो म्हणून काय झालं? मी तुमच्या बरोबरीनं कष्ट करीन. स्वतःच्या संसारासाठी कष्ट करण्यात लाज कसली?''

''नुसत्या कष्टानं भागणार नाही, ज्यो!'' प्रोफेसर भाअर म्हणाले, ''तुला काही काळ वाटही बघावी लागेल. लग्न इतक्यात नाही करता यायचं आपल्याला. कारण प्रथम मला नोकरीवर रुजू व्हायला हवं. माझ्यावर असलेल्या कौटुंबिक जबाबदाऱ्या पार पाडायला हव्यात, एमिल, फ्रान्झ, निना यांना मदत करायला हवी. मगच आपल्या स्वतःच्या सुखाचा विचार करता येईल!''

''चालेल मला.'' ज्यो चटकन म्हणाली, ''मी कितीही काळ थांबायला तयार आहे. तोवर मीही इकडे कामे करीन. उगाच घाई करण्यात काय अर्थ आहे? तुम्ही पश्चिमेकडे जाऊन तुमची नोकरी करा. मी इथे या घरात राहून आईवडिलांची सेवा करीन आणि आपलं भविष्य आपण परमेश्वराच्या इच्छेवर अवलंबून ठेवू. तो शेवटी भलं करील यावर माझी पूर्ण श्रद्धा आहे!''

एव्हाना ती दोघे ज्योच्या घरापाशी येऊन पोहोचली होती. ज्यो दारात उभी राहिली आणि भाअरच्या हातातली सारी पुडकी घेऊन ती तिने घरात नेऊन ठेवली. ती पुन्हा बाहेर आली. भाअर पायरीवरच उभे होते. तिच्या साऱ्या हालचाली ते डोळे भरून बघत होते. ती त्यांना बोलावण्यासाठी दारात येऊन उभी राहिली, तेव्हा त्यांना एकदम गहिवरून आले; आणि आपले दोन्ही हात पुढे करीत ते म्हणाले, "ज्यो, ज्यो, किती चांगली मुलगी आहेस तू. वाईट एवढंच वाटतं की, तुला देण्यासाठी या दरिद्री शिक्षकाजवळ काहीही नाही. आहे ते फक्त प्रेमानं भरलेलं हृदय आणि हे दोन्ही रिकामे हात!"

ज्योने त्यांच्याकडे क्षणभर पाहिले आणि मग तिचा मिष्कीलपणा एकदम उचंबळून आला. त्यांच्या पुढे पसरलेल्या हातांत आपले दोन्ही हात देत हसत हसत ती म्हणाली,

"आता ते हात कुठं रिकामे आहेत?"

एवढे बोलूनच ती थांबली नाही तर तिने खाली वाकून, त्यांच्या ओठावर ओठ ठेवून त्यांचे एक प्रदीर्घ चुंबन घेतले आणि मग त्यांचे दोन्ही हात हाती धरून तिने त्यांना दारातून आत घरात आणले. बाहेर पाऊस होता. वादळी हवा होती. थंडगार वारे वाहत होते. उलट घरात प्रकाश होता, निवारा होता, प्रेमळ स्वागत आणि सुग्रास अन्न वाट पाहात होते. ज्योने आपल्या प्रियकराला काळोखातून आत प्रकाशात नेले आणि दरवाजा आतून लावून घेतला!

४७ सुगी

ज्योने आणि तिच्या प्रोफेसरांनी एक वर्षभर प्रामाणिकपणे कष्ट करून थोडा थोडा पैसा जमवला. दरम्यानच्या काळात त्यांनी आपले प्रेम तसेच उत्कटतेने टिकवून धरले. त्यांचा पत्रव्यवहार तर इतका जोरात चालू होता की, कार्डपाकिटांच्या किमतीत झालेल्या वाढीचे ते एक प्रमुख कारण असले पाहिजे, असे लॉरी नेहमी म्हणे. एक वर्ष लोटले, दुसरे उजाडले. अद्यापही फारसे पैसे जवळ साठले नव्हते. म्हणून ज्यो आणि प्रोफेसर भाअर थोडीशी काळजीत होती. इतक्यात आँट मार्च एकाएकी निधन पावली. साऱ्यांनाच तिच्या वियोगाने फार दुःख झाले. पण त्या दुःखातून मंडळी थोडीशी सावरल्यावर आँट मार्चचे मृत्युपत्र जेव्हा वाचले गेले, तेव्हा एक आनंददायक गोष्ट त्यांना कळली. ती अशी की, आँट मार्चने आपले 'प्लमफील्ड हे सुंदर भलेथोरले घर आणि त्या भोवतालची कित्येक एकरांची जमीन, तेथील फुलबागा फळबागा सारे काही ज्योच्या नावाने करून ठेवले होते. ज्यो अकस्मात श्रीमंत झाली होती!

काही आठवडे लोटल्यानंतर एके दिवशी घरातली सर्व मंडळी एकत्र जमून त्यासंबंधी बोलत होती. तेव्हा लॉरी म्हणाला,

"प्लमफील्ड फारच सुरेख आहे, ज्यो. जमिनीची आणि घराची मिळून केवढी तरी किंमत येईल. कधी विकणार आहेस तू ती जागा?"

"प्लमफील्ड विकायचा मुळीच विचार नाही माझा." ज्यो पटकन म्हणाली आणि शेजारी बसलेल्या 'फ्रेंच पूडल' जातीच्या लठ्ठ कुत्र्याच्या पाठीवरून तिने ममतेने हात फिरवला, आँट मार्चचा तो कुत्रा आता ज्योने पाळला होता.

"म्हणजे काय? विकणार नाहीस तू ते घर? मग एवढ्या थोरल्या जागेचं करणार आहेस तरी काय?" लॉरीने विस्मयाने विचारले.

"काय करणार म्हणजे? मी राहणार आहे तिथे." ज्यो म्हणाली.

“पण ज्यो! ते घर नि जागा केवढी प्रचंड आहे! त्याची नुसती देखभाल ठेवायची म्हटली तरी अफाट खर्च लागेल.” लॉरी म्हणाला, “नुसती फुलबागेची नि फळबागेची निगा राखायची म्हटलं तरी चार माळी पुरायचे नाहीत त्या कामाला! आणि बागकाम काही प्रोफेसर भाअर स्वत: करणार नाहीत.”

“प्रयत्न केला तर ते अशक्य नाही त्यांना.” ज्यो आत्मविश्वासपूर्वक म्हणाली.

“अन संसार कशावर चालवणार तुम्ही? फुलाफळांच्या उत्पन्नावर? की भाज्या काढणार त्या जागेत? हे सारंच मला तरी फार अव्यवहारी वाटतं बुवा!”

“तिथं आम्ही एक वेगळंच पीक काढणार आहोत,” ज्यो म्हणाली, “विद्यार्थी पिकवणार आहोत आम्ही त्या जागेत.”

“म्हणजे काय? कोड्यात बोलू नकोस अशी.” लॉरी म्हणाला.

“अरे, मी तिथं मुलांसाठी एक शाळा चालवणार आहे. मुलं तिथंच राहतील. ते त्यांचं घरच होईल अन् शाळाही होईल. मी त्यांना आईसारखी मायेनं सांभाळीन आणि प्रोफेसर त्यांचा अभ्यास करून घेतील!”

“छान! अगदी तुला शोभेल अशीच कल्पना आहे ही.” लॉरी म्हणाला, “जितकी सुंदर आणि अद्‌भुत तितकीच संपूर्णपणे अव्यवहारी!” आणि त्याने इतरांची प्रतिक्रिया आजमावण्यासाठी सर्व मंडळींकडे नजर वळविली.

क्षणभर कुणीच काही बोलले नाही. पण मग मिसेस मार्च पटकन म्हणाली, “मला आवडली ज्योची कल्पना!”

“मलादेखील आवडली!” मिस्टर मार्च म्हणाले. आपल्या शिक्षणविषयक कल्पना ज्योच्या शाळेत प्रत्यक्षात अमलात आणून पाहता येतील असा विचारही लगेच त्यांच्या मनात येऊन गेला.

“कल्पना चांगली आहे. पण एवढी मुलं सांभाळायची हे काम सोपं नाही. ज्योची अगदी तारांबळ उडेल!” डेमीचे डोके कुरवाळीत मेग म्हणाली. स्वत:ची दोन मुले सांभाळताना किती कष्ट पडतात हे ती रोजच बघत होती.

“ज्योची नाही तारांबळ उडणार. उलट तीच ते करू शकेल आणि अगदी आनंदानं करील.” मिस्टर लॉरेन्स उत्साहाने म्हणाले, “ज्यो बेटा, तुझी सारी योजना आम्हाला नीट समजावून सांग पाहू.”

ज्योला व तिच्या धडपड्या प्रोफेसरांना काहीतरी आर्थिक मदत द्यावी असे लॉरीच्या आजोबांना सारखे वाटत होते. पण ज्योचा स्वभाव ठाऊक असल्यामुळे तिचा स्वाभिमान न दुखावता तिला कसे साह्य करावे हेच त्यांना कळत नव्हते. आता या शाळेच्या निमित्ताने तिला काही मदत करणे सोपे जाईल असे वाटून त्यांना आनंद झाला.

“एकूण माझी कल्पना सर्वांना पसंत आहे म्हणायची.” ज्यो समाधानपूर्वक म्हणाली, “ॲमीलाही ती पसंत असावी. पण तोंडानं तसं कबूल करण्यापूर्वी ती

मनातल्या मनात विचार करताना दिसते आहे. अन् तिच्या सावध स्वभावाला ते साजेसंच आहे म्हणा. आता ऐका हं. माझा काय विचार आहे तो मी तुम्हाला सांगते. मला मुलांची किती आवड आहे, हे तुम्हाला माहीतच आहे. अगदी लहानपणापासून मुलांच्यात मी खेळले. त्यांच्यातच वाढले. त्यांचे खेळ, त्यांच्या लकबी, त्यांच्या आवडीनिवडी अन् त्यांचे स्वभाव – साऱ्यांचंच मला विलक्षण कुतूहल आहे. गेली कित्येक वर्षं एक स्वप्न मनाच्या खोल कप्प्यात मी जोपासलं होतं. ते स्वप्न असं की, गरीब, पोरक्या, निराधार मुलांना जवळ करावं आणि त्यांची काळजी घ्यावी. आईचं प्रेम अन् वात्सल्य त्यांना द्यावं, त्यांना शिकवावं आणि त्यांच्या मनावर सुंदर संस्कार करावेत. योग्य वेळी मार्गदर्शन करणारं कुणी मिळालं नाही तर चांगली बुद्धिमान मुलंसुद्धा वाया जातात. बिघडतात. अन् वाईट मार्गाला लागतात. तेव्हा मी मनाशी ठरवून टाकलं होतं की, जेव्हा आपल्याला शक्य होईल, तेव्हा अशा मुलांसाठी आपण एक वसतिगृह नि शाळा एकत्र चालवायची!''

ज्यो इतक्या अंतःकरणपूर्वक आपले विचार मांडीत होती की, बोलता बोलता तिच्या डोळ्यांत पाणी आले. मिसेस मार्चने हात पुढे केला आणि ज्योला कुरवाळले. आईच्या स्पर्शामुळे अधिक उमेद येऊन ज्यो पुढे म्हणाली,

''एकदा मी फ्रिट्झला – प्रोफेसरांनाही – हा माझा विचार सांगितला, त्यांनाही तो आवडला अन् मग आम्ही दोघांनी ठरवलं की, कधी तरी आपलं हे स्वप्न सत्यसृष्टीत प्रत्यक्ष उतरवण्यासाठी झटायचं! आँट मार्चमुळं आज आम्हाला ती गोष्ट शक्य झाली आहे. 'प्लमफील्ड' ही मुलांना अगदी आवडेल अशीच जागा आहे. घर भरपूर मोठं आहे. फर्निचर साधंसुधं पण भक्कम आहे. चाळीसपन्नास मुलं एका वेळी मजेत जेवू शकतील एवढं मोठं जेवणघर आहे आणि त्यांना राहायला भरपूर खोल्या आहेत. खेळायला हवी तेवढी मोकळी जागा आहे. मुलं फुलबागेत अन् फळबागेत काम करतील. शिवाय घरकामात मलाही मदत करतील. फ्रिट्झ आपल्या आवडीप्रमाणं त्यांना शिक्षण देतील आणि मी त्यांना भरपूर खाऊपिऊ घालीन. त्यांचे भरपूर लाड करीन. आजारात त्यांची शुश्रूषा करीन अन् खोड्या केल्या तर त्यांना भरपूर चोपदेखील देईन. मार्मी मला सल्ला देईल. पपा अधूनमधून येऊन मुलांना शिकवतील आणि तुम्ही सर्व माझ्या मदतीला तयार असालच! वाहवा! सुख सुख म्हणतात ते याहून काय वेगळं असतं?''

बोलता बोलता ज्योचा आवाज चढला. आनंदाने तिचे डोळे चमकू लागले आणि चेहरा फुलासारखा उमलला. तिचा तो अनावर उत्साह पाहून लॉरीच्या आजोबांना इतके हसू कोसळले की, शेवटी त्यांच्या डोळ्यांतून पाणी वाहू लागले. बाकीची मंडळीही हसू लागली. ते पाहून ज्योला आश्चर्य वाटले.

''यात हसू येण्याजोगं काय आहे?'' ती गंभीरपणे म्हणाली, ''मी मुलांसाठी

एखादं वसतिगृह चालवावं आणि प्रोफेसरांनी त्यांच्यासाठी शाळा सुरू करावी यात विनोदी वाटण्याजोगं काय आहे? किंवा मी 'प्लमफील्ड' इथेच राहायचं ठरवावं, यात तरी विचित्र वाटण्याजोगं काय आहे?''

''पण बाईसाहेब,'' लॉरी तिला मध्ये अडवीत म्हणाला, ''या साऱ्यासाठी लागणाऱ्या अवाढव्य खर्चाची तुम्ही काय तरतूद करणार? मुलं काही नुसती हवापाण्यावर राहणार नाहीत म्हटलं!''

''टेडी, तू माझ्या उत्साहावर असं पाणी ओतू नकोस.'' ज्यो म्हणाली, ''आम्ही सुरुवातीला काही श्रीमंत मुलं आमच्या वसतिगृहात घेऊ. त्यांच्या पालकांना आमची कल्पना समजावून देऊ आणि त्यांच्याकडून आर्थिक मदत मिळू लागली की, हळू हळू गरीब मुलंही घ्यायला प्रारंभ करू. गरिबांइतकीच श्रीमंतांची मुलंही कधी कधी पोरकी असतात. त्यांनादेखील प्रेमाची, वात्सल्याची चांगल्या संस्काराची अन् योग्य मार्गदर्शनाची आवश्यकता असते. काही मुलं जात्याच हुषार असतात. पण शिस्तीच्या अभावी ती वाया जातात, तर काही मुलांची मनं प्रेमाच्या अभावी खुरटून जातात. अशा सर्वच मुलांबद्दल मला आस्था वाटते. जिव्हाळा वाटतो. खरं सांगा पाहू, असाच एक श्रीमंत पण पोरका मुलगा हाताशी धरून मी त्याला वळण लावलं नाही का?''

''होय होय! त्याची मूर्तिमंत साक्ष माझ्या रूपानं जगापुढे आज वावरते आहे!'' कृतज्ञ स्वरात लॉरी म्हणाला.

''या कामी माझं कर्तृत्व फार मोठं आहे, असं मी म्हणत नाही!'' ज्यो चटकन म्हणाली, ''कारण टेडी, तू मूळचाच फार चांगला मुलगा होतास. ईश्वरानं तुला तीव्र बुद्धीची देणगी दिली होती. देखणं रूप दिलं होतं. तू जात्याच सुस्वभावी होतास आणि कोणत्याही प्रकारच्या सौंदर्याची तुला उपजत जाण होती. तुझ्या ठिकाणी जिवंत कलासक्त वृत्ती होती. मी जर काही केलं असेल तर, एवढंच की, तुला हवा असलेला स्नेह, संगती आणि जिव्हाळा मी तुला वेळोवेळी देत गेले. उद्या माझ्या इच्छेप्रमाणे मी शाळा चालवली तर तुझ्याकडे बोट दाखवून माझ्या विद्यार्थ्यांना मी म्हणेन, मुलांनो, हा पाहा तुमचा आदर्श, याचं तुम्ही अनुकरण करा. याच्यासारखे होण्याचा झटून प्रयत्न करा.''

ज्योने मन:पूर्वक काढलेले हे स्तुतिपर उद्‌गार ऐकून सारीजणे लॉरीकडे कौतुकाने पाहू लागली, तेव्हा तो अगदी बावरून गेला. कुणीकडे बघावे हेच त्याला कळेना. बालपणचा त्याचा लाजराबुजरा, संकोची स्वभाव पुन्हा उसळून आला आणि लाजून लाल होऊन तो म्हणाला,

''पुरे पुरे, ज्यो. तू फार म्हणजे फारच अतिशयोक्ती करतेस बुवा! इतका काही मी कुणी अलौकिक पुरुष नाही. प्रेमापोटी तुला माझ्याविषयी वाटतं एवढंच!''

अशा रीतीने त्या दिवशीची बैठक मोठ्या आनंदात संपली. आपल्या मनातल्या

कल्पनेचा ज्यो जो जो जास्त विचार करू लागली, तो तो तिला त्यात काहीच अवघड किंवा असंभाव्य वाटेना. एका विलक्षण समाधानाच्या जाणिवेने तिचे हृदय भरून आले आणि त्या समाधानातच तिला झोप लागली.

आणि त्यानंतर आश्चर्यकारक वेगाने सर्व घटना घडत गेल्या. एखादे वर्ष असे येते की, त्यात सारे काही मुळी अगदी मनासारखे होत जाते. ज्योच्या जीवनात तसे वर्ष आता आले होते. लवकरच तिचे लग्न झाले, ती प्लमफील्ड येथे राहावयास आली अन् बघता बघता तेथील जीवनात ती रुळली देखील. अगदी सुरुवातीला तिने सहासात मुले आपल्याजवळ ठेवून घेतली. त्यांतली काही मुले श्रीमंताघरची होती, तर काही दरिद्री कुटुंबांतली होती. पण ती सारी एका घरातल्या भावंडांप्रमाणे मजेत तेथे राहू लागली. मिस्टर लॉरेन्स एखाद्या गरीब मुलाची शिफारस करीत. त्याला ज्योच्या वसतिगृहात प्रवेश मिळवून देत अन् मग त्या मुलाला साह्य करण्याच्या निमित्ताने एखादी घसघशीत रक्कम धाडून देत. अशा रीतीने ज्योचा स्वाभिमान न दुखवता तिला आर्थिक मदत करण्याची युक्ती त्यांनी शोधून काढली.

अर्थात प्रारंभी ज्योला सारे सोपे गेले असे मात्र नव्हे. सराव नसल्यामुळे कधी कधी तिच्या हातून विचित्र अशा चुका घडत. कधी ती अत्यंत थकून जाई. तर कधी मुलांच्या दंगेखोरपणापुढे अन् चमत्कारिक खोड्यांपुढे हात टेकण्याची तिला पाळी येई. पण कालांतराने ती त्या कामात रुळली. प्रोफेसर भाअर सतत तिला साथ देत आणि एखादा प्रश्न तिच्या आटोक्याबाहेर गेला म्हणजे स्वत: पुढे होऊन शांतपणे तो सोडवीत. ज्योला आपले विद्यार्थी फार आवडत. ज्या आँट मार्चने आपल्या घरात आणि बागबगीच्यात मुलांना पाऊल ठेवण्यासही सक्त मनाई केली होती, तिच्याच घराचा, बागेचा मुलांनी आता संपूर्ण ताबा घ्यावा, तेथे मनसोक्त नाचावे, खेळावे, हुंदडावे यात एक मजेदार 'काव्यन्याय' होता. ज्या परिसरात फक्त श्रीमंत, खानदानी आणि सामाजिक प्रतिष्ठेच्या विशिष्ट स्तरांवर वावरणाऱ्या मंडळींनाच प्रवेश असे, तेथे आता गरिबाघरची सामान्य मुले आपल्या मलिन पावलांनी खुशाल मनमानेतो हिंडत. बागेतल्या फळांवर ताव मारीत आणि मोकळेपणाने फुले खुडून घेत. 'प्लमफील्ड' हे मुलांचे एक नंदनवनच होऊन बसले. ज्योचे वसतिगृह आणि शाळा दोहोंनाही शिस्तीचे बंधन नव्हते. शिस्तीपेक्षा घरगुतीपणावर आणि अनौपचारिकतेवर तेथे अधिक भर दिलेला होता. ज्योच्या इच्छेप्रमाणे ते मुलांचे स्वत:चे घर होऊन बसले होते. मुलांना तेथे शिक्षण तर मिळेच, पण त्याहीपेक्षा प्रेम, वात्सल्य आणि सहानुभूतीही त्यांना फार मोठ्या प्रमाणात दिली जाई. बघता बघता तेथील विद्यार्थ्यांची संख्या झपाट्याने वाढली. प्लमफील्डमधल्या खोल्या मुलांनी भरून गेल्या. बागकामासाठी त्यांचा तुटवडा मुळीच पडेना. उलट प्रत्येक छोट्या वाफ्याला एक एक छोटा मालक मिळाला.

मुलांइतकीच पाळीव प्राण्यांचीही संख्या वाढत चालली. कारण आवडते प्राणी पाळण्याची सवलत मुलांना ज्योने दिली होती. दिवसातून दोनदा जेवणाच्या वेळी, सकाळी न्याहरीला आणि दुपारी चहाला सारी मुले टेबलाभोवती जेव्हा एकत्र जमत, तेव्हा त्यांचे आनंदी चेहरे, उत्सुकतेने चमकणारे डोळे आणि पूर्ण विश्वासाने आणि आपुलकीने निर्माण होणारा त्यांच्या वर्तनातला उल्हसित मोकळेपणा पाहिला की, ज्योचे हृदय आनंदाने, अभिमानाने काठोकाठ भरून येई. मुले तिच्यावर आणि प्रोफेसर भाअरवर मनापासून प्रेम करीत. 'भाअर सर' अन् 'भाअर बाई' या मुलांच्या जिव्हाळ्याचा विषय असे. अर्थात मुलांची ही आपुलकी ज्योला अगदी सहजासहजी संपादन करता आली असे नव्हे. त्या कामी तिला काही अडचणींनाही तोंड द्यावे लागले. सर्वच मुले सुधी होती असेही नव्हे. खोडकर, चावट, द्वाड, कुढ्या किंवा तुसड्या मुलांनाही कधी कधी तोंड द्यावे लागे. त्यातून अनेक प्रश्न उद्भवत. काळजी करण्याचा प्रसंग येई आणि शुद्ध वैतागही निर्माण होई. पण मूल कितीही द्वाड आणि आडदांड असो, त्याच्या ठिकाणी असलेल्या भाबड्या निरागस वृत्तीवर ज्योचा मोठाच भरवसा असे. जेथे शिस्तीने काम भागत नसे, तेथे प्रेमाने ती त्या मुलांना वश करून घेई आणि शासनाला सहानुभूतीची जोड देई. अशा रीतीने हळूहळू सर्व मुलांची मने ज्योने जिंकून घेतली. मग खोड्या करणारी मुलेही शेवटी येऊन तिची क्षमा मागत. झाल्या चुकीबद्दल पश्चात्ताप व्यक्त करीत. त्यांच्या भाबड्या आशा, मनाशी रचलेले असंभाव्य बेत, त्यांची निष्पाप गुपिते, इवलाली दुःखे आणि त्यांची वेडी स्वप्ने सारे काही ज्योला विश्वासात घेऊन मुले तिच्याजवळ सांगत. कधी कधी ती तिला सल्ला मागत. तर कधी हिरीरीने तिच्याशी वादही घालीत. ज्यो त्यांची आई, बहीण, मैत्रीण, शिक्षिका सारे काही असे आणि प्रोफेसर भाअर हे त्यांचे अखेरचेच आश्रयस्थान असे. ज्योने कोणत्याही मुलाला कधी प्रवेश नाकारला नाही. तिच्या शाळेत हुषार मुले होती तशीच मंदबुद्धीचीही मुले होती. सशक्त मुलांच्या जोडीला अशक्त, दुबळी मुलेही होती. धीट आणि लाजवट, भित्री आणि खोडकर, दंगेखोर आणि स्वप्नाळू-सर्व प्रकारांची मुले तेथे पाहायला मिळत. ज्योच्या विद्यार्थ्यांत एक मूल पायाने अधू होते तर एक मुलगा अत्यंत खोडकर म्हणून अनेक शाळांनी प्रवेश नाकारलेला असा होता, पण ही सारी पिले ज्योच्या पंखाखाली, एकत्र, गुण्यागोविंदाने नांदत.

ज्योला भरपूर कष्ट उपसावे लागत, पण त्यांचा तिने कधी कंटाळा केला नाही. अनेकदा आर्थिक टंचाईमुळे विचित्र समस्या निर्माण होत, पण त्यांनाही ती भ्याली नाही. विद्यार्थ्यांचा सहवास तिला अत्यंत प्रिय होता आणि त्यांच्यासाठी आपण काहीतरी करू शकतो, हे तिचे सर्वांत मोठे समाधान होते.

आणखी काही वर्षे गेली आणि ज्योच्या विद्यार्थ्यांत तिच्या स्वतःच्या दोन

मुलांची भर पडली. मोठ्या मुलाला तिने आपल्या वडिलांचे 'बॉब' हे नाव दिले होते आणि धाकट्याचे नाव 'टेडी' असे ठेवले होते. तिची दोन्ही मुले त्या विद्यार्थ्यांच्याच बरोबरीने वाढली. त्यांच्यातच ती खेळत, खातपीत, झोपत आणि अभ्यास करीत. मुले त्या दोन्ही छोट्यांचे विलक्षण लाड करीत. त्यांच्या संगतीत ज्योची पोरे सुरेख वाढली, दांडगीदुंडगी झाली आणि रमली देखील.

दरवर्षी प्लमफील्ड येथे अनेक करमणुकीचे कार्यक्रम साजरे होत, पण सर्वांत महत्त्वाचा आणि आनंदायक दिवस जर कोणता असेल, तर तो वार्षिक 'सफरचंद-वेचणी'चा दिवस. सफरचंदे पिकली की, एका विशिष्ट दिवशी ती खुडावयाची असतात. त्याच दिवशी मिसेस मार्चचा जन्मदिनही येत असल्यामुळे प्लमफील्ड येथे तो दिवस ठरलेला असे. त्या दिवशी मार्च, लॉरेन्स, ब्रुक आणि भाअर ही चारही कुटुंबे प्लमफील्डमध्ये एकत्र येत आणि सर्वजण मिळून मोठ्या मजेत काही काळ एकत्र घालवीत.

ज्योच्या लग्नाला पाच वर्षे उलटून गेल्यानंतर सफरचंदे वेचण्याचा तो विशिष्ट दिवस पुन्हा एकवार आला होता. ऑक्टोबर महिन्यामधल्या सौम्य उन्हाने उजळलेल्या त्या प्रसन्न दिवशी सारी मंडळी एकत्र गोळा झाली होती. हवेत विलक्षण ताजेपणा भरून राहिला होता. बागेत सर्वत्र शेवंतीची आणि ॲस्टरची रंगीबेरंगी फुले उमलली होती. गवतावर नाकतोडे व चतुर उडत होते. झाडाच्या गर्द पालवीतून पाखरांची किलबिल अखंड चालू होती. झाडांच्या बुंध्यावरून शेपट्या उभारलेल्या खारी सरसर धावत होत्या आणि सफरचंदाच्या बागेतले झाडन् झाड लालपिवळ्या सुवासिक रसाळ फळांनी ओथंबले होते. लहानापासून तो थोरापर्यंत प्रत्येकाची मनःस्थिती प्रसन्न होती. सारे जण बोलत होते. हसत होते. गात होते. छोटी मुले गवतात हुंदडत होती तर मोठी मुले झाडावर चढत होती. त्या आनंदी मेळाव्याकडे पाहिल्यानंतर चिंता, व्यथा, काळजी किंवा दुःख या नावाची काही गोष्ट जगात कोठे असेल, अशी शंका देखील येत नव्हती. लहानापासून मोठ्यापर्यंत प्रत्येकजण आवडीच्या कामात गढून गेला होता. मिस्टर मार्च आणि मिस्टर लॉरेन्स झाडाखाली सावलीत बसून गप्पा मारण्यात गुंग झाले होते. शाळेतली मोठी मुले सफरचंदे तोडीत होती. प्रोफेसर भाअर त्यांच्यावर देखरेख करीत होते. लॉरीने सर्व छोट्या मुलांना सांभाळण्याचे काम अंगावर घेतले होते. मिसेस मार्च आणि मेग तोडलेली सफरचंदे वेगवेगळ्या करंड्यांतून भरून ठेवीत होत्या. जॉन मुलांच्या बरोबरीने काम करीत होता आणि ॲमी दूर अंतरावर एका झाडाखाली बसून वेगवेगळ्या मंडळींची भराभर रेखाचित्रे काढीत होती.

ज्योच्या उत्साहाला तर त्या दिवशी अगदी उधाण आले होते. झग्याचा घोळ कमरेशी किंचित वर खोचून घेतलेला, केस घट्ट बांधून टाकलेले आणि स्वतःचे

लहान मूल कडेवर बसलेले अशा थाटात ती विजेच्या वेगाने इकडून तिकडे फिरत होती, कामे करीत होती, बोलत होती आणि हसत होती. तेवढ्यात तिचा एक विद्यार्थी आला आणि छोट्या टेडीला तिच्या कडेवरून काढून घेऊन त्याने त्याला खेळायला नेले. नंतर सारा वेळ टेडी त्या मुलांत रमला. ते दांडगे विद्यार्थी त्याला घेऊन झाडावर चढत, उंच हवेत फेकून पुन्हा वरचेवर झेलीत. त्यांच्या हातून तो बदकन खाली पडे, पण त्या मुलाला काहीही होत नसे. मळलेला खरचटलेला, अंगावरचे कपडे फाटलेला, पण गुबगुबीत गुलाबी आणि हसतमुख असा तो मुलगा ही सारी दंगामस्ती आनंदाने सहन करी, नव्हे ती त्याला चांगलीच मानवत असे.

दिवसभर सफरचंदे वेचून मंडळी जेव्हा थकली, तेव्हा प्रोफेसर भाअरनी काम संपले असे जाहीर केले आणि मग ज्यो आणि मेग जेवण वाढायच्या तयारीला लागल्या. तिन्ही-चारी कुटुंबांनी मिळून नाना तऱ्हेचे भरपूर व रुचकर खाद्यपदार्थ तेथे आणले होते. गवतावर बश्या मांडून त्यातूनच ते पदार्थ वाढलेले होते. शाळेतल्या विद्यार्थ्यांना आज अगदी संपूर्ण मोकळीक दिली होती. तेव्हा व्यवस्थित पंक्तीला बसून जेवले पाहिजे, असे त्यांच्यावर मुळीच बंधन नव्हते. मुलेही या सवलतीचा पुरेपूर फायदा घेत होती. कोणी एकीकडे लंगडी घालीत हातातला पाव खात होती तर कोणी बेडूकउडी मारता मारता खाता येते की नाही त्याचा अंदाज घेत होती. कोणी खाली डोके वर पाय अशा अवस्थेत दूध पिण्याचा प्रयोग करून बघत होती तर कोणी आपल्या बश्या घेऊन सरळ झाडावर जाऊन बसली होती. छोट्या मुलींनी स्वत:ची स्वतंत्र मेजवानी आयोजित केली होती आणि ज्योचा धाकटा मुलगा प्रत्येकाच्या पानातल्या पदार्थांची चव घेत मजेने हिंडत होता.

सर्वांनी खाद्यपदार्थांवर पोटभर ताव मारल्यानंतर प्रोफेसर भाअरनी मद्याचा पेला भरला आणि सर्व प्रथम त्यांनी प्लमफील्डच्या मालकिणीच्या – ऑंट मार्चच्या – नावाने शुभचिंतन केले. त्याबरोबर सर्व विद्यार्थी उठून उभे राहिले आणि ऑंट मार्चच्या नावाने त्यांनी जयजयकार केला. आपले सारे वैभव ऑंट मार्चच्या औदार्यामुळे आपल्याला प्राप्त झाले आहे, याचा भाअर पतिपत्नींना कधीही विसर पडत नसे. त्यामुळे कोणत्याही समारंभाच्या प्रसंगी तिची स्मृती ते कृतज्ञतेने जागवीत आणि आपल्या विद्यार्थ्यांनाही त्यांनी तशीच सवय लावलेली होती.

ऑंट मार्चचे शुभचिंतन करून झाल्यानंतर लॉरी म्हणाला, "छोट्या मुलांनो, आज आजीचा साठावा वाढदिवस आहे. माहीत आहे ना तुम्हाला? म्हणा बरे, आजी शंभर वर्षे जगो आणि देव तिला भरपूर आरोग्य अन् सुख देवो! हं म्हणा–"

लॉरीने सूचना दिल्यानंतर सर्व मुलांनी खूप जोराने म्हटले, "आजी शंभर वर्षे जगो. देव तिला भरपूर आरोग्य अन् सुख देवो." आणि मग एकदा त्यांनी आनंदाच्या

आरोळ्या ठोकायला सुरुवात केल्यानंतर काही केल्या ती थांबेचनात. नंतर मिसेस मार्चच्या नावानेही मद्याचा पेला भरून तिचे शुभचिंतन केले गेले. त्यानंतर वडीलमंडळींनी आळीपाळीने प्रत्येकाला शुभेच्छा दिल्या-घेतल्या. मग सर्व नातवंडांनी आजीला वाढदिवसाच्या भेटी दिल्या. भेटवस्तू मुलांनी स्वत:च्या हाताने तयार केल्यामुळे त्यांना एक वेगळेच मोल होते. सर्वांत थोरला नातू म्हणून भेटवस्तू देण्याचा पहिला मान डेमीला मिळाला आणि इतर नातवंडांच्या भेटीही त्यानेच आजीच्या हाती दिल्या. डेझीने स्वत: शिवलेले हातरुमाल आजीला दिले. डेमीने तिचे बूट व चपला ठेवण्यासाठी स्वत: बनवलेली लाकडी पेटी तिला दिली. बॉबने – ज्योच्या मोठ्या मुलाने – आजीला पाय ठेवून विसावा घेता यावा म्हणून बनवलेल्या लाकडी स्टुलाचा एक पाय आखूड होता, तरी देखील मिसेस मार्चला ते स्टूल फार आवडले आणि ॲमीच्या मुलीने, छोट्या बेथने वेड्यावाकड्या अक्षरांत लिहिलेल्या, 'प्रिय आजीला लहानग्या बेथकडून सप्रेम भेट' या मजकुराचे मोल तिला अधिक वाटले. नातवंडांनी प्रेमपूर्वक दिलेल्या त्या छोट्या छोट्या भेटी पाहून मिसेस मार्च इतकी गहिवरून आली की, तिच्या डोळ्यांतून घळघळा अश्रू वाहू लागले. तेव्हा ज्योच्या धाकट्या टेडीने धावत जाऊन आपल्या शर्टच्या बाहीने तिचे डोळे पुसले. हा देखावा पाहून सर्वांना फार गंमत वाटली आणि त्यांना हसू कोसळले. तेवढ्यात झाडाझाडांतून गाण्याचे सूर उमटले. जणू काही झाडेच एकदम गाणे गाऊ लागली. साऱ्यांनी आश्चर्यचकित होऊन वर पाहिले तेव्हा त्यांच्या असे ध्यानी आले की, ज्योच्या शाळेतले सर्व विद्यार्थी झाडावर चढून पालवीत लपून बसले होते आणि प्रोफेसर भाअरनी खूण केल्याबरोबर, पूर्वी ठरवून ठेवल्याप्रमाणे त्यांनी एकदम गाणे सुरू केले होते. आजीच्या वाढदिवसासाठी स्वत: ज्योने ते गीत रचले होते. लॉरीने त्याला चाल लावली होती आणि प्रोफेसर भाअरनी स्वत: मुलांकडून ते गाणे बसवून घेतले होते. हा सर्व कार्यक्रम त्यांनी इतक्या गुप्तपणे आयोजित केला होता की, अगदी अखेरच्या क्षणापर्यंत त्याची कोणालाही त्यांनी दाद लागू दिली नव्हती. आता मुलांच्या तोंडून अकस्मात ते गाणे ऐकताच मंडळींच्या आश्चर्याला अगदी पारावार राहिला नाही. मिसेस मार्चला तर ते गाणे इतके आवडले की, आपला आनंद व्यक्त करण्यासाठी तिने गाणाऱ्या प्रत्येक मुलाबरोबर स्वत: हस्तांदोलन करून त्याचे मन:पूर्वक आभार मानले.

गाण्याचा कार्यक्रम आटोपल्यानंतर मुले पुन्हा बागेत भटकायला गेली आणि मिसेस मार्च आपल्या मुलींबरोबर गप्पा मारीत बसली.

आजचा दिवस खरोखरच विलक्षण आनंदाचा होता आणि प्रत्येकीचे हृदय कृतज्ञतेने भरून आले होते. सर्वांच्या चेहऱ्यावरून आपली तृप्त नजर फिरवीत ज्यो समाधानपूर्वक म्हणाली, "मी पूर्वी स्वत:ला दुर्दैवी समजत असे. पण यापुढे मी

चुकूनसुद्धा तसला विचार मनात आणणार नाही. कारण माझ्या सर्व इच्छा ईश्वराने पुऱ्या केल्या आहेत. माझी सर्व स्वप्ने सत्यसृष्टीत उतरली आहेत!''

''पण ज्यो, मोठी लेखिका होऊन खूप साहित्यसेवा करण्याचं जे तुझं स्वप्न होतं, त्याचं काय?'' ॲमीने हसत हसत तिला प्रश्न केला.

''ते स्वप्न आठवतं ना मला!'' ज्यो म्हणाली, ''पण केवळ स्वत:साठी पैसा प्रतिष्ठा नावलौकिक मिळवण्याचं ते स्वप्न आज मला फार स्वार्थीपणाचं वाटतं! अर्थात लेखनाचा विचार काही मी अगदीच सोडून दिला आहे, असं नाही. आज ना उद्या मी पुन्हा लेखनाकडे वळेनही. पण आज तरी माझे प्रोफेसर अन् माझी मुले, माझी शाळा अन् माझे विद्यार्थी, माझे आईवडील अन् माझी सुखी भावंडं यात मी पूर्ण तृप्त आहे!''

''मला वाटतं माझं स्वप्न बऱ्याच अंशी सत्यसृष्टीत उतरलं आहे,'' मेग हसून म्हणाली. ''कारण श्रीमंती, डामडौल आणि चैन यांची मला कितीही आवड असली तरी सुखानं संसार करणं हेच पहिल्यापासून माझं खरं ध्येय होतं. घरदार, मुलंबाळं आणि प्रेमळ सवंगडी यांचीच मनातून मला खरी हौस होती. ती माझी हौस ईश्वरानं इतक्या चांगल्या रीतीनं पुरवली याबद्दल मी अगदी कृतज्ञ आहे.''

बोलता बोलता तिने जवळ उभ्या असलेल्या डेमीचे मस्तक थोपटून कुरवाळल्यासारखे केले आणि पलीकडे लॉरीशी गप्पा मारीत बसलेल्या जॉनकडे अभिमानाने दृष्टिक्षेप केला.

''मी मोठी चित्रकार होणार होते. कलेची सेवा करणार होते. नाही का?'' ॲमी अंतर्मुख होऊन म्हणाली, ''खरं म्हणजे माझ्या जीवनाला अगदीच वेगळं वळण लागलं. पण हे आयुष्य मला मुळीच बदलावंसं वाटणार नाही किंवा त्याच्या बदल्यात कलावंत म्हणून मोठी कीर्तीही आज मला हवीशी वाटणार नाही. अर्थात ज्योप्रमाणेच मीही माझ्या स्वप्नाचा काही कायमचा निरोप घेतला नाही. अधूनमधून कधीतरी मी माझ्या कलेकडे वळतेच. नुकताच मी माझ्या मुलीचा संगमरवरी पुतळा करायला घेतला आहे. न जाणो उद्या तसंच काही भलतं झालं तर–'' ॲमीने आपले वाक्य अर्ध्यावरच सोडून दिले. तिचे डोळे एकदम भरून आले आणि आसवांचे दोन टपोरे थेंब तिच्या गालांवरून खाली ओघळले. तिची एकुलती एक छोटी मुलगी बेथ, जन्मापासूनच अत्यंत अशक्त होती. त्यामुळे केव्हातरी ती अचानक आपल्याला सोडून जाईल की काय हा धसका ॲमीच्या मनाला सदैव लागून राहिलेला असे. तिच्या सुखाच्या संसारात हे एवढेच एक दु:ख होते. पण त्या दु:खाने ॲमीला कितीतरी सोशिक, समंजस बनवले होते आणि तिच्या वृत्तीत केवढा तरी गोडवा, प्रेमळपणा आणला होता, त्या दु:खामुळे ती व लॉरी दोघे एकमेकांच्या अधिक

जवळ आली होती आणि कधीही न तुटणारे असे दृढ स्नेहबंधन त्यांच्यामध्ये निर्माण झाले होते.

ॲमीचे ते बोलणे ऐकून सर्वजण अवघडल्यासारखे झाले. क्षणभर तेथे विचित्र शांतता पसरली. पण मग मिसेस मार्चने ॲमीला कुरवाळल्यासारखे केले आणि ती तिला धीर देत म्हणाली,

"ॲमी बेटा, तू अशी मनात सतत झुरत राहू नकोस. तुझ्या मुलीची प्रकृती आज अशक्त असली तरी हळूहळू ती सुधारेल, धडधाकट होईल अशी माझी खात्री आहे. तोवर धीर धर आणि ईश्वराची प्रार्थना कर! समजलीस?"

ॲमीने डोळे पुसले आणि किंचित हसून ती म्हणाली, "होय मार्मी, तू म्हणतेस ते खरं आहे. शिवाय हे दुःख माझं एकटीचं थोडंच आहे? माझ्याइतकाच लॉरीही मनातून चिंता करीत असतो. खरं म्हणजे त्याचा मला आधार असल्यामुळेच मी स्वतःचं मन इतकं आवरते. तेव्हा, माझ्या बेथच्या प्रकृतीची जरी मला काळजी वाटत असली तरी मेगप्रमाणेच मीही म्हणेन की, द्यायचं ते सारं देवानं मला दिलं आहे!"

"मी तर असे म्हणेन की, माझी पात्रता आहे त्याहून किती तरी अधिक देवानं मला दिलं आहे!" ज्यो मोठ्याने हसत म्हणाली, "तसं म्हटलं तर मेग आणि ॲमी या दोघींहूनही माझा संसार किती तरी अडचणीचा आहे. आमच्याजवळ फारसा पैसा नाही. फ्रिट्झ वयस्कर होत चालले आहेत. त्याचं पोट सुटलंय नि डोक्यावरचे अर्धेअधिक केस पांढरे झाले आहेत. मीदेखील आता तिशीच्या घरात आले आहे. आम्ही कधीही खूप श्रीमंत होणार नाही आणि शाळेतली पोरं चोरून सिगारेटी ओढीत असल्यामुळे एखादे दिवशी सारं प्लमफील्ड आगीच्या भक्ष्यस्थानी पडलं तरी मला त्यात आश्चर्य वाटणार नाही. पण तरीसुद्धा आज मी अगदी पूर्ण संतुष्ट आहे आणि याहून अधिक किंवा वेगळ्या प्रकारच्या सुखाची मी स्वप्नात देखील अपेक्षा बाळगणार नाही!"

"खरंच ज्यो, 'प्लमफील्ड'ला विद्यार्थ्यांचं पीक काढण्याची तुझी कल्पना अगदी छान होती!" मिसेस मार्च म्हणाली, "या शेताची सुगी अगदी भराला आली आहे!"

"नाही आई. सर्वांत तुझ्या शेताची सुगी चांगली आहे." ज्यो म्हणाली, "तू आम्हा सर्वांच्या मनात सद्विचारांची नी सुसंस्कारांची जी बीजं टाकली होतीस ना, त्यांचंच आज हे भरघोस पीक आलेलं दिसतंय."

"होय मार्मी, या साऱ्याचं श्रेय तुलाच आहे." ॲमी म्हणाली, "तू दिलेल्या शिकवणुकीप्रमाणे वागायचा आम्ही फक्त प्रयत्न केला. बाकी काही नाही!"

आपल्या मुलींचे ते कृतज्ञतेचे उद्गार ऐकून मिसेस मार्चचे हृदय भरून आले. आनंद, धन्यता, वात्सल्य, लीनपणा अशा अनेक भावना तिच्या वृद्ध सुरकुतलेल्या

मुखावर उमटल्या. तिचे डोळे आसवांनी भरले आणि दोन्ही हात पुढे पसरून साऱ्या मुलानातवंडांना जणू हृदयाशी कवटाळण्याच्या आविर्भावाने ती कसेबसे एवढेच पुटपुटली,

"माझ्या लाडक्यांनो, ईश्वरानं तुम्हाला केवढंही दीर्घायुष्य दिलं तरी तुमच्यासाठी यापेक्षा अधिक मोठ्या सुखाची मागणी मी त्यांच्याकडे करू शकणार नाही. तुमचं हेच सुख, हेच समाधान आणि हाच आनंद अखेरपर्यंत टिकून राहावा एवढीच माझी त्या दयाघनापाशी प्रार्थना आहे!"